இன்றைய இந்தியா

"India Today"

இன்றைய இந்தியா

எழுதியவர்:

உலகப் புகழ்பெற்ற கம்யூனிஸ்ட் தலைவர்

ரஜனி பாமிதத்

தமிழாக்கம்:

எஸ். ராமகிருஷ்ணன்

நியூ செஞ்சுரி புக் ஹவுஸ் (பி) லிட்.,

41-பி, சிட்கோ இண்டஸ்டிரியல் எஸ்டேட்,

அம்பத்தூர், சென்னை- 600 050.

☎: 044 - 26251968, 26258410, 48601884

Language: Tamil

Indraiya India (India Today)

Author : **Rajani Palme Dutt**
Translation : **S. Ramakrishnan**
First Edition: December, 2008
Third Edition: August, 2017
Fourth Edition: January, 2023

Copyright: Publisher

No. of pages: xxiv + 912 = 936
Publisher:
New Century Book House Pvt. Ltd.,
41-B, SIDCO Industrial Estate,
Ambattur, Chennai - 600 050.
Tamilnadu State, India.
Email : info@ncbh.in
Online: www.ncbhpublisher.in

ISBN: 978 - 81 - 2341 - 454 - 6
Code No. A 1852

₹ 1175/-

Branches

Ambattur (H.O.) 044 - 26359906 **Spenzer Plaza (Chennai)** 044-28490027 **Trichy** 0431-2700885 **Pudukkottai** 04322- 227773 **Thanjavur** 04362-231371 **Tirunelveli** 0462-4210990, 2323990 **Madurai** 0452 2344106, 4374106 **Dindigul** 0451-2432172 **Coimbatore** 0422-2380554 **Erode** 0424-2256667 **Salem** 0427-2450817 **Hosur** 04344-245726 **Krishnagiri** 04343-234387 **Ooty** 0423 2441743 **Vellore** 0416-2234495 **Villupuram** 04146-227800 **Pondicherry** 0413-2280101 **Nagercoil** 04652-234990

இன்றைய இந்தியா

ஆசிரியர்: **ரஜனி பாமிதத்**

தமிழாக்கம்: **எஸ். ராமகிருஷ்ணன்**

முதல் பதிப்பு: டிசம்பர், 2008
மூன்றாம் பதிப்பு: ஆகஸ்ட், 2017
நான்காம் பதிப்பு: ஜனவரி, 2023

அச்சிட்டோர்: **பாவை பிரிண்டர்ஸ் (பி) லிட்.,**
16 (142), ஜானி ஜான் கான் சாலை, இராயப்பேட்டை, சென்னை - 14
☎: 044-28482441

All rights reserved. No part of this book may be reprinted or reproduced or utilised in any form or by any electronic, mechanical, or other means, now known or hereafter invented, including photocopying and recording, or in any information storage or retrieval system, without permission in writing from the publishers.

பதிப்புரை

இன்றைய இந்தியா என்னும் இத் தமிழாக்க நூலின் மூலநூல் ஆங்கிலத்தில் வெளியிடப்பட்ட "India Today" என்பதாகும்.

ஆங்கில மூலநூலின் ஆசிரியர் **ரஜனிபாமிதத்**. இவர் உலகப் புகழ்பெற்ற மார்க்சிய அறிஞர். லண்டனில் குடியேறிய வங்கச் சிந்தனையாளர், தேசியவாதி, இலக்கியவாதி ஒருவரின் மகனாவார். பிரிட்டிஷ் கம்யூனிஸ்ட் கட்சி அமைப்பாளர்களில் ரஜனி ஒருவர். சிறந்த வரலாறு, பொருளாதார, சமுதாய ஆராய்ச்சி அறிஞர். **"லேபர் மந்த்திலி" (Labour Monthly)** என்னும் புகழ்பெற்ற இதழின் ஆசிரியர். அக்காலத்தில் இவர் வரைந்துவந்த கட்டுரைகளும், குறிப்புகளும் பாராட்டப்பட்டன. இந்தியாவிலிருந்து மேற்கல்விக்காகப் பிரிட்டன் சென்ற மாணவர்கள் எல்லாரையும் – குறிப்பாக மேற்குடி சார்ந்தவர்களைக் கம்யூனிஸ்ட் இயக்கத்தின்பால் ஈர்த்தவர் இவரே எனலாம். இவருடைய செல்வாக்கின் கீழ் வந்திராத இந்திய மாணவர் எவரும் அக்காலத்தில் இருந்திருக்க முடியாது. எல்லாவற்றுக்கும் மேலாக இந்திய விடுதலைக்காகப் பலவழிகளில் பங்களித்தவர் ரஜனி பாமிதத். இந்திய நாடு விடுதலை பெறுவதற்குமுன் இந்நூல் எழுதப்பட்டது.

இந்த நூலுக்குப் பலவகைச் சிறப்புகள் இருப்பினும் முக்கியமாகக் குறிப்பிடத்தக்கவை இரண்டு. ஒன்று இந்த நூல் அக்காலத்தில் ஒவ்வொரு போராளி கையிலும் திகழ்ந்தது. இந்தியா அல்லாத வேறு பல நாடுகளில் பணியாற்றிவந்த விடுதலை இயக்கங்களுக்கும் இது ஓரளவு வழிகாட்டி நூலாகவும் இருந்தது. இரண்டாவதாக இந்திய வரலாற்றை மக்கள் வரலாறாகக் காணவேண்டும் என்னும் கோட்பாட்டுக்கு அடிக்கல் நாட்டியது. நாடு விடுதலைபெற்ற அறுபதாண்டுகளில் பொருளாதார, சமூக ஆய்வு நூல்கள் எண்ணிறந்தவை வெளிவந்துள்ளன. அவற்றுக்கெல்லாம் முன்னோடியாக, வழிகாட்டியாக விளங்குவது இந்த நூல்.

பிரிட்டிஷ் ஆட்சியாளர் நிகழ்த்திய கேடுகள், அவலங்கள், பொருளாதார, சமூகத் துறையில் விளைத்த சீர்கேடுகள், கையாண்ட பிரித்தாளும் சூழ்ச்சி, காலனி ஆதிக்கத்தின் முதலாளித்துவத்தின் வளர்ச்சி, நிலப்பிரபுத்துவத்தின் எழுச்சி, சரண்டல், இந்து முஸ்லிம் வகுப்புவாதப்

போராட்டங்கள், விவசாயத் தொழிலாளிகள் ஆலைத் தொழிலாளிகள் நடத்திய வர்க்கப்போராட்டங்கள் எல்லாவற்றையும் எடுத்துச்சொல்லி, இவை பற்றிய ஆராய்ச்சிகள் வருங்காலத்தில் எத்திசை வழிச் செல்ல வேண்டும் என்பதனையும் சுட்டிக்காட்டும் நூல் இது.

2

தமிழ் மொழிபெயர்ப்பாளர் மொழிபெயர்ப்புத்துறையில் ஆழ்ந்தகன்ற அறிவுடைய சிறந்த தோழர். எஸ். இராமகிருஷ்ணன், அண்ணாமலைப் பல்கலைக்கழகத்தில் பயிலும்போது பல கம்யூனிஸ்ட் மாணவர்களோடு, பிற்காலத்தில் தலைவர்களாகப் பரிணமித்தவர்களோடு, நெருங்கிய தொடர்புகொண்டிருந்தவர். "ஜனசக்தி" இதழின் ஆசிரியர் குழுவில் பணியாற்றியவர். மதுரையில் குடியேறியபின் ஆங்கிலப் பேராசிரியராக எழுச்சி பெற்றவர். ஆராய்ச்சிப்பட்டம் பெற்றவர். கம்பன் "இராமகாதையில்" ஆழ்ந்த ஈடுபாடு உடையவர். கம்பன் பற்றி அவர் படைத்த நூல்கள் அறிஞர் உலகால் பாராட்டப்படுபவை.

இந்த மொழிபெயர்ப்பு அவர் ஆங்கிலம் தமிழ் இலக்கியங்களைக் கற்றுப் புலமை பெறுவதற்குமுன் தமிழாக்கம் செய்யப்பட்டதனால், அவர் ஜனசக்தி இதழோடு தொடர்புகொண்டிருந்த காலத்தில் கையாண்ட சொற்களும், தொடர்களும் இந்நூலில் அதிகம் கையாளப்பட்டுள்ளன. இந்த நூலின் நடைக்கும், பிற்காலத்தில் அவர் தம் நூல்களில் கையாண்ட தமிழ்நடைக்கும் இடையே வேறுபாடு இருப்பதைக் காணலாம். இருப்பினும் இந்நூலில் கையாண்ட நடையும் நல்ல நடையே. சில வடமொழிச் சொற்களைக் கையாண்டுள்ளார். அவருடைய பிற்கால இலக்கியங்களில் வடமொழிச்சொற்களை அதிகம் கையாளவில்லை. நூலை அப்படியே வெளியிடுவதுதான் நெறிமுறை.

இந்த நூல் ஓரளவு பண்டைய இந்திய வரலாற்றைத் தொட்டுக் காட்டுவது. காலனி ஆதிக்கக்காலத்தில் ஏற்பட்ட மாற்றங்களையும், மக்கள் அனுபவித்த துன்பதுயரங்களையும் மிகத்தெளிவாக எடுத்துச் சொல்லுகிறது. அணுகுமுறை மார்க்சிய முறை. இந்த நூலைப் பயில்வதற்கும் இதனைத் தொடர்ந்து ஆய்வில் ஈடுபடுவதற்கும்

தேவையான மார்க்சிய ஆய்வுமுறையைச் சுருக்கமாகக் காண்பது வாசகர்களுக்கும், ஆராய்ச்சியாளர்களுக்கும் பயன் தருவதாக அமையும் எனக் கருதுகிறோம்.

3

இந்த நூல் கூறும் வரலாறு 1946ஆம் ஆண்டோடு முடிகிறது. நாடு 1947இல் விடுதலை பெற்றபின் குடியரசாயிற்று. எழுநூற்று ஐம்பது சமஸ்தானங்கள் கலைக்கப்பட்டு நடுவண் அரசாட்சியின் கீழ் வந்தன. மொழிவழி மாநிலங்கள் அமைந்தன. இந்தியாவின் இறையாண்மை பிளவுபடாது ஒரே சீராக இருக்கவேண்டும் என்னும் எண்ணம் உறுதியாயிற்று. பண்டித ஜவஹர்லால் நேரு தலைமையில் சோவியத் நாட்டில் ஸ்டாலின் காலத்தில் மேற்கொள்ளப்பட்ட ஐந்தாண்டுத் திட்டங்கள்போல் இந்தியாவிலும் ஐந்தாண்டுத் திட்டங்கள் நிறைவேற்றப்பட்டன. பல தொழில்கள், காப்பு நிறுவனங்கள், வங்கிகள் கனிமவளங்கள் தேசிய மயமாக்கப்பட்டன. அரசுத் துறையும், பொதுத்துறையும் விரைந்து வளர்ந்தன. இம்மாற்றங்களோடு தொழிலாளிவர்க்கப் போராட்டங்களும் வலிமை பெற்றன. சட்டத்தின் ஆட்சி (Rule of Law) நடைமுறைப்படுத்தப்பட்டது. எதிர்மறையாக மக்கள் வறுமை பெருகிற்று. அண்மைக்காலத்திய புதிய பொருளாதாரக் கொள்கையைப் பின்பற்றும் காங்கிரஸ் நடுவண் அரசு காந்தி கனவு கண்ட "இராம ராஜ்ஜி"யத்தையும் நேரு முனைந்துகட்டிய "சோஷலிச பாணிவகை"ப்பட்டதான பொதுத் துறை நிறுவனங்களையும் அரசு நிறுவனங்களையும் நிர்மூலமாக்கிவருகின்றது. சுதந்திரப் போராட்ட இலட்சியங்கள் ஒன்றன்பின்னொன்றாகக் கைவிடப்பட்டு வருகின்றன.

4

இரண்டாம் உலகப்போர் நடைபெற்றுவந்த காலத்தில் அமெரிக்கக் குடியரசின் தலைவர் ரூஸ்வெல்ட், மனிதனுக்கு நான்கு சுதந்திரங்கள், உரிமைகள். அதாவது பேச்சுரிமை, வழிபாட்டுரிமை, பொருளாதாரத் தேவைகளிலிருந்து விடுபடும் உரிமை, அச்சத்திலிருந்து விடுபடும் உரிமை என்பவையே அமெரிக்காவின் லட்சியங்கள் என அறைகூவல் விடுத்தார். ஆனால் இவையெல்லாம் நடைமுறையில் உலக

முதலாளித்துவத்தை வளர்க்கப் பயன்பட்டனவேயன்றிக் காலனி நாடுகளைப் பொறுத்தவரையில் செல்லாக்காசுகளே. இரண்டாவது உலகப்போருக்குப் பிறகு அமெரிக்கா எவருக்கும் தெரியாமல் தனக்கென ஐந்தாவது சுதந்திரம் ஒன்றைப் படைத்துக்கொண்டது. அதனை நேரிடையாகவும், மறைமுகமாகவும் நடைமுறைப்படுத்திக்கொண்டு வருகிறது. அந்த ஐந்தாம் சுதந்திரம் பிரிட்டன், பிரான்ஸ், ஸ்பெயின், போர்ச்சுக்கல், டச்சு ஏகாதிபத்தியங்கள் தாம் ஆண்ட நாடுகளை விட்டு அகன்ற பின் அக்காலனி நாடுகளையும், மூன்றாம் உலக நாடுகளையும் தன் பொருளாதார ஆளுமையின் கீழ் அடிமைப்படுத்தி அவற்றின் இயற்கைச் செல்வாதாரங்களைக் கபளீகரம் செய்வது, கொள்ளையடிப்பது என்பதுதான் என்பார் நோவம் சோம்ஸ்கி என்னும் சிந்தனையாளர். அதன் வெளிப்பாடாகவே இன்று தனியார்மயமாதல், தாராளமயமாதல், உலகமயமாதல் என்னும் புதிய பொருளாதாரக் கோட்பாடு பூதாகரமாக வளர்ந்து உலகத்தை அச்சுறுத்தி வருகிறது. லெனின் "முதலாளித்துவத்தின் உச்சகட்ட வளர்ச்சியே ஏகாதிபத்தியம்" என்றார். இன்றைய ஏகாதிபத்தியம் தன்மையில் வேறுபடவில்லை என்றாலும் நிதி மூலதனத்தின் உச்சகட்ட வளர்ச்சியே உலகமயமாதல் ஆகும்.

1962க்கு பிறகு அரசின் வர்க்கத்தன்மையை வரையறுப்பதில் கருத்து வேற்றுமை இந்தியப் பொதுஉடமை இயக்கத்தில் நிலவியது. தேசிய முதலாளித்துவம், பெரு முதலாளித்துவம், தரகு முதலாளித்துவம் என்னும் கருத்துப் போக்குகள் ஒன்றுடன் ஒன்று மலைந்து மோதின. ஆனால் நிதி மூலதனம் உலகமயமாதல் என்னும் உருவில் உலகை அச்சுறுத்திவரும் இந்நேரத்தில் அரசின் வர்க்கத்தன்மை பற்றிய மீள் ஆய்வு தேவையாகிறது.

5

கடந்த ஐம்பதாண்டுக் காலமாகக் குறிப்பாக ஜோசப் ஸ்டாலின் மறைவுக்குப் பின் ஏற்பட்ட சிந்தாந்தக் குழறுபடிகளின் நீட்சியாக யூரோ கம்யூனிசம், ஆசிய கம்யூனிசம், அமெரிக்க கம்யூனிசம், ஆப்பிரிக்கக் கம்யூனிசம் என்னும் பல்வேறு கம்யூனிச வகைகள் பேசப்பட்டு வருகின்றன. உலகப் பொதுஉடைமை இயக்கம் ஒரே கல்லில் செதுக்கப்பட்டதொரு சிலை **(Monolithic)** என்று ஒருகாலத்தில் கருதப்பட்டுவந்தது. ஆனால் இன்று அது பல கற்களின் உருவில், கூழாங்கல் முதல் மிகப் பெரிய மலை அளவு வரை, தோற்றம் பெற்று நிற்கிறது.

1962ஆம் ஆண்டுக்குப் பிறகு மார்க்ஸ் ஆசிய உற்பத்தி முறை, ஜெர்மன் உற்பத்தி முறை என்னும் சமூக உருவாக்கங்கள் (Social Formations) பற்றிக் குறிப்பிட்டுள்ளார் என்று சொல்லி விவாதத்தைத் பிரிட்டிஷ் மார்க்சியப் பேரறிஞர் ஹாப்ஸ்பாம் (Hobsbaum) என்பார். உலக அளவில் தொடங்கிவைத்தார். கார்ல் மார்க்சின் படைப்பான Grundrisse என்னும் நூலை இவர் ஆராய்ச்சி முன்னுரையுடன் பதிப்பித்தார். பல மார்க்சிய அறிஞர்கள் இந்திய பிரிட்டிஷ் ஆட்சிக்கு முன்னிருந்த சமுதாயம் “ஆசிய பாணி உற்பத்தி முறை”ப்பட்டது, அது மார்க்சியம் கண்ட செவ்வியல் நிலமானியமுறை. அதாவது பிரான்ஸ், இங்கிலாந்து, ஜெர்மனி, போன்ற நாடுகளில் மத்தியக் காலங்களில் நிலவியிருந்த நிலமானிய அமைப்பு போன்றதன்று என்று வாதித்தனர். இது நிலமானிய முறையின் பல்வேறு உருவாக்கங்கள், அவற்றுக்கான வழிகள் போன்ற விவாதங்களைத் தொடங்கிவைத்தது. சிலர் இந்தியாவில் இன்றுவரை “செவ்வியல் நிலமானிய” முறை நடைமுறையிலிருந்ததில்லை என்று கருதினார்கள். இந்தச் சர்ச்சை அறிஞர்களை இரண்டு அணிகளாகப் பிரித்துவிட்டது. ஆதரிப்போர், எதிர்ப்போர் என. . . . ஆனால் இந்திய மார்க்சியவாதிகள் சிலர் இந்திய நிலமானியமுறை ஐரோப்பியச் செவ்வியல் நிலமானிய முறைபோல இருந்ததில்லை என ஒப்புக்கொண்டாலும் மௌரிய ஆட்சி முதல் தொடங்கிப் பிரிட்டிஷ் ஆட்சி அமையும் வரையிலான காலவெளியில் வரையப்பட்டு கண்டெடுக்கப்பட்ட தாமிர சாசனங்களும், பட்டயங்களும், கல்வெட்டுக்களும் நிலமானியமுறை என்பதொன்று ஏதோ ஒரு வடிவத்தில் இருந்தது என்னும் கருத்தைத் தெளிவாகவும் உறுதியாகவும் காட்டுகின்றன என்று கூறுகின்றனர். கார்ல்மார்க்ஸ் சில சமயம் மேம்போக்காகச் சொல்லிய சில கருத்துக்களை அவருடைய பிற்காலச் சீரிய கருத்துக்களோடு இணைத்துப் பார்க்கும்போது அவர் இந்தியாவில் நிலமானியமுறை ஏதும் இருந்ததில்லை என்று கூறவில்லை. இந்தியா பற்றி அவருக்குக் கிடைத்த அதிகாரபூர்வமான நம்பத் தகுந்த வரலாறு இருந்ததில்லை. கிடைத்த ஆவணங்களில் சில உண்மையாகவும், சில திரித்துக் கூறுவனவாகவும், சில பொய்யாகவும் இருந்ததனால் ஆசியக்கொடுங்கோன்மை (Oriental Despotism) இந்தியச் சமுதாயம் தேங்கிய குட்டை மாறாத்தன்மையுடையது என்னும் கருத்துகளை அவர் உருவாக்கவேண்டியிருந்தது எனலாம். என்றாலும் கார்ல்மார்க்ஸ் மாற்றத்திலும், இயக்கவியலிலும் ஆழ்ந்த நம்பிக்கைகொண்டிருந்தவர்

என்பதோடு இயக்கவியலின் கர்த்தாவான அவர் ஏதோ மேலெழுந்த வாரியாகச் சொன்னவற்றுக்குச் சிறப்புத் தரலாகாது. வரலாற்றியல் பொருள் முதல்வாதக் கோட்பாட்டினொளியில்தான் இவற்றைப் பரிசீலிக்கவேண்டும் என்று கூறுவாராயினர். இதுவே இன்றைய இந்திய மார்க்சியவாதிகளின் இந்தியச் சமூகவியல் பற்றிய நிலைபாடு. இர்பான் ஹபிப் ரோமிலாதாப்பர், ராம் சரண்சர்மா ஆகிய மார்க்சிய அறிஞர்கள். ஆசிய உற்பத்தி முறையை நிலமானிய முறையின் முதற்படி அல்லது தொடக்க நிலையாகக் கருதலாம் என்பர். பாமிதத் இன்றைய இந்தியா என்னும் நூல் எழுதியபோது இப்படிப்பட்ட விவாதங்களெழ வாய்ப்பிருந்ததில்லை.

6

"இதுகாறும் இருந்துவந்துள்ள சமூகங்களில் வரலாறு வர்க்கப் போராட்டங்களின் வரலாறு" என்று கம்யூனிஸ்ட் கட்சி அறிக்கை தொடங்குகிறது. அதாவது பொருளாதார உற்பத்தி முறையே வர்க்கங்களைத் தோற்றுவித்து அவற்றிடையே முரண்பாடுகளை வளர்த்துப் போராட்டங்களை நடத்த வல்லது. ஒரு குறிப்பிட்ட சமுதாயம் இயங்குவதற்கும் நலனுக்கும் அடித்தளமும், மேற்கட்டுமானமும் தேவைப்படுகின்றன. உற்பத்திச் சாதனங்கள் எவருக்குச் சொந்தமோ அவர் சமூகத்தில் உயர்நிலை வகிக்கிறார். "வர்க்கம் என்னும் சொல்லும் வர்க்கப்போராட்டம்" என்னும் சொற்றொடரும் மார்க்ஸ் கண்டுபிடித்தவை அல்ல. அவருக்கு முன்னரே பொருளாதார மேதைகளான ஆடம் ஸ்மித், டேவிட் ரிகார்டோ ஆகியோரால் ஆளப்பட்டு வந்தவை. 'உற்பத்திச் சக்திகள்' 'உற்பத்தி உறவுகள்', 'அடித்தளம்' 'மேல்கட்டுமானம்' என்பன மார்க்சியம் படைத்த புதிய சொற்றொடர்கள்.

"அரசியல் பொருளாதார விமர்சனம்" என்னும் நூலின் முகவுரையில் கார்ல்மார்க்ஸ் இவ்வாறு கூறுகிறார். "மாந்தர், சமூக உற்பத்தி வாழ்வில் இன்றியமையாததும் தேவையானதும், தம் விருப்பத்துக்கு அப்பாற் பட்டதுமான குறிப்பிட்ட உற்பத்தி உறவுகளை ஏற்படுத்திக் கொள்ளுகின்றனர். அவை பொருள் உற்பத்திச் சக்திகளின் குறிப்பிட்டதொரு வளர்ச்சி மட்டத்துக்கு ஒத்தவையாக அமைத்துள்ளன. இவ்வுறவுகளின் கூட்டு முழுமையே பொருளாதாரச கட்டமைப்பாக இருப்பது; பொருளாதார அடித்தளத்தின் மேல்தான் அதற்குத் தக்கதான சட்டமும், அரசியலும் எழுகின்றன." இக்கூற்றின்படி உற்பத்திச் சக்திகள், உற்பத்தி உறவுகள் வெவ்வேறாகக் காணத்தக்கவை. உற்பத்தி உறவுகள்

மட்டுமே பொருளாதார அமைப்பு ஆகின்றன. அதுமட்டுமல்லாமல் ஒருமனிதன் சமூக அமைப்பில் பெற்றுள்ள இருப்பு நிலையே (Being) அவனுடைய உணர்வைத் தீர்மானிப்பது என்று மார்க்ஸ் கூறியதும் நோக்கத்தக்கது.

இக்கருத்தைப் பரிசீலிக்கவேண்டும். முதலாவதாக உற்பத்திச் சக்தி (Force) அதாவது விசை என்பது உற்பத்தி ஆற்றல் (Power) எனவும் பொருள்படும். அதாவது ஒரு பொருளின் தன்மையைச் சுட்டுவதாகும். எனவே ஒன்றின் தன்மை அதாவது பண்பு அல்லது குணம் குணியாவதில்லை. உற்பத்தி உறவு ஆகிவிடாது. இரண்டாவதாக, உற்பத்திச் சக்திகளின் வளர்ச்சி நிலை உற்பத்தி உறவுகளை ஒட்டியது. அதாவது, ஒத்து, ஏற்ப அமையும் தன்மையது. அது உற்பத்திச் சக்தி ஆவதில்லை. மூன்றாவதாகக் கார்ல்மார்க்ஸ் ஓரிடத்தில் உற்பத்தி உறவுகள் குணத்தில் பொருளாதாரத் தன்மை உடையவையல்ல, ஆனால் பொருளாதார சக்திகள் பொருளாதாரத்தன்மை உடையவை என்று அழுத்தம் திருத்தமாகச் சொல்லுகிறார். இதனையே கார்ல்மார்க்ஸ் "மூலதனம்" என்னும் நூலில் உற்பத்திச் சக்திகள் எல்லாச் சமுதாய அமைப்புகளின் பொருளாதார அடிப்படை என்றும் கூறுகிறார் (பகுதி I பக்கம் 372). இப்பொருளாதார அடிப்படையில் இயங்கும் சமுகத்தில் பல்வேறு சக்திகள் அதாவது ஒரு தனிமனிதன் (நபர்) அல்லது குழு வேறு மனிதர் (நபர்) அல்லது குழுவோடு கொள்ளும் உறவுகளே உற்பத்தி உறவுகள் எனப்படுகின்றன. விளக்கமாகச் சொல்லவேண்டுமானால் உற்பத்திச் சக்திகள் என்பவை உற்பத்திச் சாதனங்களான மூலப்பொருள்களையும், உற்பத்திக் கருவிகளையும், உற்பத்திச்சக்தி அதாவது உற்பத்தியில் ஈடுபட்டுள்ள தொழிலாளர்களுடைய உற்பத்திச் சக்தித்திறன், அறிவு வளர்ச்சி, புதியன படைத்தல், என்பவற்றையும் குறிக்கும். இதில் மனித சமுதாயத்தின் சட்டங்கள், பழக்கவழக்கங்கள் ஒழுகலாறுகள், மதங்கள் அரசு ஆகியவை இடம்பெறுவதில்லை. ஆனால் உற்பத்திச் சக்திகளை ஒட்டி இவை தோன்றுகின்றன, வளர்கின்றன, மாறுகின்றன, அழிகின்றன. நாசா சீனியர் என்னும் பொருளாதார அறிஞர் நிலஉடைமைச் சமுதாயத்தில் நிலங்களைக் காவல் காப்பவனும், உற்பத்திச் சக்தி என்று கருதியதற்குக் கார்ல்மார்க்ஸ் அந்தக் காவலாளி திடீர் என்று வேலையை விட்டுவிலகலாம். ஆனால் வேளாண்மை அதனால் பாதிக்கப்படாது. என்று பதில் உரைத்தது கருதத்தக்கது (உபரிமதிப்புக் கொள்கைகள் பகுதி 1 பக்கம் 89) சுருங்கச்

சொல்வதானால் உற்பத்திச் சக்திகள் உடைமைக்கும் அவ்வுடைமையினால் கட்டுண்டோர்க்குமிடையுள்ள உறவு என்பதாகும். இவ்வுறவு குடும்ப உறவோ, சட்ட உறவோ அன்று. மேலாதிக்க உறவு ஆகும்.

7

பொருளாயத அடித்தளத்தைப் பற்றி விளக்கிக்கூறிய கார்ல்மார்க்ஸ் அது பொருள் உற்பத்தி, வினியோகம், பண்டமாற்று, நுகர்வு என்னும் எல்லாப் பொருளாதாரத்துறைகளையும் தீர்மானிப்பது என்றும் கூறினார். இவ்வுண்மையான அடித்தளத்தின் மேல்தான் சட்டம், அரசியல், நிர்வாகம் என்னும் நிறுவனங்களும், ஒவ்வொரு காலகட்டச் சமூக உணர்வையொட்டி அமைகின்றன. இதனை "அரசியல் பொருளாதார விமர்சன முன்னுரை" என்னும் கட்டுரையில் உருவாக்கி விளக்கி மேல் செல்லுகையில் மேற்கட்டுமானம் முழுமையாக மாற்றம் அடைவது பற்றியும் கூறுகிறார். சமூகப்புரட்சி நடைபெறும் காலகட்டத்தில் இம்மாற்றம் நிகழ்கிறது. சட்டம் அரசியல் என்பனவற்றோடு, மதம், அழகியல் மெய்யியல் அதாவது மனிதன் எவ்வெவ்வழி, அவ்வவ்வழி அவை எல்லாம் மேற்கட்டுமானமாக அமையும் என்று எடுத்துக்காட்டியுள்ளார். லூயி போனபார்டின் 18ஆம் புருமேர் (1851-1852) என்னும் நூலில் இவ்வாறு எழுதுகிறார். "பல்வேறு வகைப்பட்ட சொத்து வடிவங்களின் மேல், சமூக இருப்புகளின் நிலைமைகளின் மேல், பிரித்து அறியத்தக்க துல்லியமான குறிப்பிடத்தக்கதான மனவெழுச்சிகள் கற்பனைகள் சிந்தனைமுறைகள் வாழ்க்கை பற்றிய கருத்துகள் நோக்கங்கள் எல்லாம் மேற்கட்டுமானமாகத் தோன்றியமைகின்றன. முழுவர்க்கம் பொருளாயத அடித்தளத்தின் மேலும் அவ்வக் காலத்தில் நிலவும் சமூக உறவுகளுக்கு ஏற்றாற்போல் அவற்றை உருவாக்கி அமைத்துக்கொள்ளுகிறது" (தெரிவு நூல்கள். I பக். 421) அதாவது இங்கு வர்க்கம் என்பது பொருளாதார உறவுகளில் ஆதிக்கம் வகிக்கும் உற்பத்திச் சாதனங்களை உடைமையாகக்கொண்ட வர்க்கம். அதன் தேவைக்கேற்ப, ஒத்ததான மேற்கட்டுமானம் அமையும் என்பது பொருள். ஆனால் அடித்தளமும், மேற்கட்டுமானமும் காரண காரியப் பொருள்கள் என்னும் உறவில் அமையா என்பதனை அறிதல் வேண்டும்.

அதாவது மின்சாரப் பொத்தானை அழுத்தினால் விளக்கு எரிவது போலவோ, விசிறி சுற்றுவது போலவோ நிகழ்வதன்று. வீடு ஒன்றைக் கட்டும்போது கட்டடக்கால், ஆழம் தோண்டப்படும் பயன்படுத்தப்படும் பொருள்கள், அவற்றின் தரம், வலிமை, உறுதி ஆகியவற்றின்

அடிப்படையில்தான் குடிசையோ, மாட மாளிகையோ, கோட்டைக் கொத்தளங்களோ அமையும். நம்முன் காட்சி தருவன மேலெழுந்து நிற்பவையே, நிலத்தடியில் புதைந்துகிடக்கும் அடித்தளம் அதாவது கட்டடக்கால் தெரிவதில்லை. இது போன்றதே மார்க்சியக் கோட்பாடான அடித்தளமும் மேற்கட்டுமானமும்.

அடித்தள மேற்கட்டுமானம் என்னும் மார்க்சியக் கோட்பாடு ஒரு நூற்றாண்டுக்கு மேலாக விவாதிக்கப்பட்டு வந்துள்ளது. பல அறிஞர்கள் பல்வேறு கருத்துக்களை வழங்கிவந்துள்ளனர். ஏங்கெல்ஸ் காலத்திலேயே இதுபெரும் விவாதப் பொருளாயாயிற்று. அவர் 1890ஆம் ஆண்டு செப்டம்பர் 21, 22 அன்று ஜோசப் பிளாக் (Joseph Block) என்பாருக்கு எழுதிய கடிதத்தில் இவ்வாறு கூறுகிறார் "வரலாற்றுப்பொருள் முதல்வாதக் கொள்கையின்படி மாந்தரின் உண்மையான வாழ்வைத் தீர்மானிப்பது உற்பத்தி. அதன் மறுஉற்பத்தி மட்டுமே. கார்ல் மார்க்சோ யானோ இதற்கு மேல் யாதும் சொல்லவில்லை. வேறு எவராவது ஒருவர் நாங்கள் பொருளாதாரம் ஒன்று மட்டுமே உறுதி செய்ய வல்லது என்று சொன்னதாகத் திரித்துக் கூறுவார்களேயானால் அவர் எங்கள் கருத்தைப் பொருளற்ற, புலன் வயப்படாத, மடமைச்சொற்றொடராக ஆக்கிக் கூறுகிறார் என்பது பொருள். பொருளாதார நிலைமை அடித்தளம், ஆனால் பல்வேறு கருத்தினங்கள் மேற்கட்டுமானமாக - வர்க்கப் போராட்டத்தின், வெற்றி பெற்ற வர்க்கத்தின் பல்வேறு அரசியல் வடிவங்கள் அதன் பலன்களாக உண்டாகும் அரசியல் சட்டங்கள் சட்டவியல் உருவாக்கங்கள், போராட்டத்தில் பங்குபெற்ற வர்க்கங்களின் மூளைகளில் தோன்றிய அரசியல் சட்ட மெய்யியல் கோட்பாடுகள் மதக் கருத்துக்கள் அடுத்தடுத்து இவையெல்லாம் திரண்டு உருவான கருத்தாக்கங்கள் எல்லாம் நடக்கும் வரலாற்றுப் போராட்ட நிகழ்ச்சிப் போக்கின் மேல் செல்வாக்குச் செலுத்தி அதன் வடிவத்தைப் படைக்கின்றன. இவற்றில் இடம்பெறும் கூறுகள் - பகுதிகள் எல்லாம் ஒன்றன்மேல் ஒன்று தம்மிடையே செல்வாக்குச் செலுத்துகின்றன. ஆனால் இன்னின்ன பொருள்களும், இன்னின்ன நிகழ்வுகளும் என இனம் பிரித்துக் காண முடியாத தூரத்தும் பார்வைக்கே எட்டாதபடியும், பல மறைந்து உள்ளன. அவையும் தக்க தருணத்தில் கண்கள் காணாதபடிப் பங்காற்றுகின்றன. ஆனால் தாறுமாறாகக் காணப்படும் இந்த உறவுகளை ஒட்டி, ஒப்பக் காணும்போது" பொருளாதார இயக்கமே எல்லாவற்றையும் இறுதியாகத்

தீர்மானிப்பது, (மார்க்ஸ் - ஏங்கெல்ஸ் கடிதப் போக்குவரத்து மாஸ்கோ. பக்கம் 394.)

இந்தப் பின்புலத்தில் மார்க்சிய அறிஞர்கள் அடித்தளம் மேல் கட்டுமானம் என்னும் மார்க்சியக் கோட்பாட்டுக்குப் பல்வேறு விளங்கங்களைத் தருகின்றனர். அவற்றைப் பற்றி விவரமாக விளக்குவது இங்குத் தேவையில்லை என்ற போதிலும் பிரிட்டிஷ் மார்க்சிய அறிஞரான ரேமாண்ட் வில்லியம்ஸ் என்பார் தரும் விளக்கம் பொருள் பொருந்தியது. பயன்மிக்கது "மார்க்சியமும் இலக்கியமும்" என்னும் நூலில் இவர் மேற்கட்டுமானம் பற்றிக் கூறுவதாவது "**முதலாவது** நடைமுறையிலிருக்கும் உற்பத்தி உறவுகளைப் பிரதிபலிக்கும் சட்டம், அரசியல் வடிவங்கள்; **இரண்டாவது** உலகநோக்குப் பற்றிக் குறிப்பிட்டதொரு வர்க்கம் கொண்டிருக்கும் உணர்வின் வடிவங்களை எடுத்துக்காட்டுபவை; **மூன்றாவது** அடிப்படைப் பொருளாதார முரண்பாடுகளை அறிந்து அவற்றை எதிர்த்துப் போராடும்போது மேற்கொள்ளும் நடவடிக்கையின் முழு நிகழ்ச்சிப் போக்குகள். இவை மூன்றும் முறையே 1. நிறுவனங்கள் 2. உணர்வின் வடிவங்கள் 3. அரசியல் கலாசார நடவடிக்கைகள் என்பனவற்றை நிர்ணயம் செய்பவை. (பக்கம் 761)

இதிலிருந்து கார்ல்மார்க்ஸ் பொருளாதாரத்திலிருந்து அரசியலையும், வரலாற்றிலிருந்து மெய்யியலையும், வர்க்கத்திலிருந்து ஒழுக்கத்தையும் தனித்தனியே பிரித்து ஒன்றுடன் ஒன்று உறவுடையவை அல்ல எனக் கருதித் தனித்தனியானவை எனக் கொள்ளமுடியாது என்று கருதுகிறார்.

அதாவது பொருள் உற்பத்தி முறையுடன் இவை அனைத்தும் உறவுடையவை. ஆனால் பொருளாதாரமே அடிப்படை என்று சொல்லும்போது சமுதாயத்தின் மேலேழுந்தவை எவையும் பயனற்றவை என்று அவர் கருதியதில்லை. ஓர் அடித்தளத்திலிருந்து கிளைத்தெழும் மேல் கட்டுமானத்தில் காணப்படுபவை அனைத்தும் தனித்தோ சேர்ந்தோ அடித்தளத்தின் மேல் இடையறாது செயல்படுகின்றன. இதற்கு இந்தியச் சமுதாய வரலாற்றிலிருந்து ஒரெடுத்துக்காட்டு தரவேண்டுமானால் அது இந்திய நாட்டில் மண்டிக்கிடக்கும் சாதியம் என்னும் பெரும்புதர். சமுதாயத்தினடித் தளத்தை ஆட்டிப்படைக்கத் தக்கதான மேல்கட்டுமானத்தின் வடிவம் இது எனலாம்.

இதிலிருந்து மார்க்ஸ் மேற்கட்டுமானம் என்பது எளிதானதும் தூக்கி வீசி எறியத்தக்கதுமான வளர்ச்சி எனக் கருதவில்லை. இதைப் புரிந்து கொண்டால் இந்தியச் சமுதாயத்தில் சாதிகளின் சதிராட்டம் பொருளாயத அடித்தளத்தைத் தாக்கி எவ்வளவு சீர்குலைத்து அதிரச்செய்து வந்துள்ளது என்பது புரியும். மேலும் குறிப்பிட்டுச் சொல்லவேண்டுமானால் இன்று கையாளப்படும் புதிய பொருளாதாரக்கொள்கை மேல்கட்டுமானத்தை எவ்வாறு எந்த அளவு சிதைத்து வந்துள்ளது என்பதை அறியலாகும். ரஜனி பாமிதத் "இன்றைய இந்தியாவில்" இந்தியாவில் உள்ள சாதி, சமயப் போராட்டங்களையும், அவற்றால் விளையும் தீங்குகளையும் ஓரளவு மேலேழுந்தவாரியாகத் தொட்டுக் காட்டியுள்ளார். ஆனால் அவர் காட்டிய ஒளி நெறியில் இந்திய மக்கள் தொடர்ந்து புதிய நிலைமைகளைப் புரிந்துகொண்டு திட்டமிட்டு முன்னேறவேண்டும்.

இப்பதிப்புரையில் முக்கியமான கருத்துக்கள் சிலவற்றை மட்டுமே கூறினோம். ஆனால் முதலாளித்துவ வளர்ச்சி பற்றிச் சொல்லத் தனிப்பெரும் நூல்.

மாபெரும் மார்க்சிய சிந்தனையாளர் பாமிதத் அவர்களின் இந்த நூலை வெளியிடுவதில் என்.சி.பி.எச். மட்டற்ற மகிழ்ச்சியடைகிறது. வாசக அன்பர்கள் தம் மேலான கருத்துக்களைத் தெரிவிப்பார்களானால் மேலும் இந்நூல் செழிப்படையத் தங்கள் பங்களிப்பைச் செலுத்திய தகைசான்றவர்களாக ஆவார்கள்.

–ஆர். பார்த்தசாரதி

ஆசிரியர் குழுவுக்காக

முன்னுரை

உலகப் பிரசித்திப்பெற்ற கம்யூனிஸ்ட் தலைவர் **ரஜனி பாமிதத்** எழுதிய புத்தகம் இது. இந்திய சுதந்திரத்திற்கு ஆதரவாக பிரிட்டிஷ் மக்களிடையே பேராதரவு திரட்டும் பணியில் சலியாது பாடுபட்டவர் ரஜனி பாமிதத். நவீன இந்தியாவின் அரசியல், சமூக, பொருளாதாரப் பிரச்சினைகளில் ஈடு இணையில்லாத தேர்ச்சி பெற்றிருக்கிறார் பாமிதத். அதனால்தான், **இன்றைய இந்தியா** நூலைவிட இந்திய மக்களுக்குச் சிறந்த வழிகாட்டி இல்லையென்று வெவ்வேறு அரசியல் கருத்துள்ளவர்கள் ஒருமுகமாகக் கூறுகிறார்கள்.

"இன்றைய இந்தியா" நூலை இரு புத்தகங்களாக வெளியிடுகிறோம். இரு நூறாண்டு அன்னிய ஆட்சியில், இந்திய மக்களுக்கு ஏற்பட்டிருக்கும் நிலைமையைப் பல்வேறு கோணங்களிலிருந்து பரிசீலனை செய்கிறது முதல் புத்தகம்.

சரித்திரத்தைச் சிருஷ்டிக்கும் நோக்கத்துடன் எழுச்சி பெற்றுள்ள இந்திய மக்களுடைய இயக்கங்களையும் போராட்டங்களையும் பிரச்சினைகளையும் தெள்ளத் தெளிவாக விளக்குகிறது இரண்டாவது புத்தகம். விஞ்ஞான ரீதியான கண்ணோட்டத்துடன், யதார்த்த உண்மைகளை அடிப்படையாகக்கொண்டு, எழுதப்பட்டுள்ள தனியொரு புத்தகம் இது.

சிக்கலான பிரச்சினைகள் பலவற்றை எளிய முறையில் தமிழ்ப்படுத்தும் கடமை எனக்கு ஏற்பட்டது. அந்தக் கடமையைப் புரிவதில் வெற்றியடைந்தேனா என்பதை வாசகர்கள்தான் தீர்மானிக்கவேண்டும்.

ஆனால், தவறுகள் ஏற்பட்டிருந்தால், அவற்றுக்கு ஆசிரியரல்ல, நான்தான் பொறுப்பாளி என்பதைத் தெரிவிப்பது என் கடமை.

இந்த மொழிபெயர்ப்பில், எனக்குப் பேருதவி புரிந்த என்.கே. கிருஷ்ணனுக்கும், தொடர்ச்சியாய் எனக்கு உற்சாகமூட்டி வந்த தோழர் டி.ஆர். சுப்பிரமணியத்துக்கும் நான் என் நன்றியைத் தெரிவித்துக்கொள்கிறேன். அத்துடன், இந்தப் படைப்பைத் தமிழ்ப்படுத்தும் சந்தர்ப்பம் அளித்த வேலூர்ச் சிறைச்சாலைக்கும் நான் நன்றி கூறவேண்டும்.

எஸ். ராமகிருஷ்ணன்

இரண்டாவது பதிப்பின்

முகவுரை

"இன்றைய இந்தியா" முதன் முதலில் இங்கிலாந்தில், 1940 பிரசுரிக்கப்பட்டது. அப்பொழுது இந்தியாவில் அதற்குத் தடைவிதிக்கப்பட்டது. இங்கிலாந்திலிருந்த கையிருப்பும் ஹிட்லர் ஜெர்மனியின் குண்டு வீச்சுக்கு இரையாயிற்று. யுத்தகால நிலைமையில் புத்தக மூலத்தை அமெரிக்காவுக்கு அனுப்பி, அமெரிக்க பதிப்பு கொண்டுவர முடியவில்லை. காகிதப் பஞ்சம் காரணமாக மறுபதிப்பும் கொண்டுவர முடியவில்லை. ஆகவே புத்தகம் கிடைத்தற்கரிய அபூர்வ பொருளாகிவிட்டது.

இன்று, இந்தியாவிலுள்ள பீப்பிள்ஸ் பப்ளிஷிங் ஹவுஸின் முயற்சியால் (இந்திய கம்யூனிஸ்ட் கட்சியின் பிரசுராலயம்-மொ-ர்) புதிய பதிப்பு வெளிவருகிறது. சில திருத்தங்கள் செய்யவும் இது எனக்குச் சந்தர்ப்பமளித்தது.

1940க்குப் பின் பல சம்பவங்கள் நிகழ்ந்துவிட்டன. உலகம் முழுவதும் ஏகாதிபத்தியத்தின் பலம் குன்றிக்கொண்டிருக்கிறது. இந்திய பிரிட்டிஷ் உறவில் மகத்தான மாறுதல்கள் நிகழவிருக்கின்றன. இந்தியா சுதந்திரமடையும் நாள் நெருங்கிக்கொண்டிருக்கிறது. ஆனால் அந்தச் சுதந்திரம் இன்னும் பெற்றபாடில்லை. 1946-ல் இந்திய அரசியல் அமைப்பில் மாறுதல்கள் ஏற்பட்ட பின்னரும், இந்தியா மீதுள்ள ஏகாதிபத்தியப் பிடிப்பு ஒழியவில்லை. அதன் உருவம்தான் மாறியிருக்கிறது. ஏகாதிபத்தியத்தை ஒழிக்கும் இறுதி முயற்சி இனித்தான் நிகழவேண்டும்.

ஆகவே, 1940-ஐப் போல 1946லும், இந்தியா முன் நிற்கும் பிரதான பிரச்சினை பரிபூரண தேசிய விடுதலைதான். ஆனால் இந்தியா சுதந்திரத்தை நெருங்க நெருங்க, இன்றைய இந்தியாவின் பலதரப்பட்ட சிக்கலான பிரச்சினைகள்-சமூக, பொருளாதார, தேசிய இனப்பிரச்சினைகள்-வீறிட்டெழுகின்றன. நீண்டகால அடக்குமுறை மூலம் முடக்கி வைக்கப்பட்டிருந்தமையால், வேகமாக வந்து மோதுகின்றன.

சரித்திர ரீதியான வளர்ச்சியின் பகைப்புலனில்தான், குறிப்பாக இரு நூற்றாண்டுகளின் ஏகாதிபத்திய ஆதிக்கப் பகைப்புலனில்தான், நவீன இந்தியாவின் சகல பிரச்சினைகளையும் புரிந்துகொள்ளமுடியும். இக்காரணத்தை முன்னிட்டு, இந்தியாவில் ஏகாதிபத்திய ஆட்சியைப் பரிசீலனை செய்வதும், விடுதலை இயக்கத்துக்கும் ஏகாதிபத்தியத்துக்கும் நீண்டகாலமாக நிகழ்ந்துவரும் மோதல்களைக் கற்றறிவதும் காலம் தாழ்ந்த செயலாகாது. ஏராளமான விஷயங்கள் சரித்திரமாகிவிட்டபோதிலும், நிகழ் காலத்துக்கு அவை முக்கியத்துவம் பெற்றவை.

இந்தப் பதிப்பில், மூலம், திருத்தப்பட்டு, 1946 வரை ஏற்பட்ட வளர்ச்சி சேர்க்கப்பட்டிருக்கிறது. பிரிட்டிஷ் மந்திரிகள் கொணர்ந்த புதிய அரசியல் திட்டங்களையும் அவைகளால் இந்திய பிரிட்டிஷ் உறவில் சம்பவித்திருக்கும் விளைவுகளையும் பரிசீலனை செய்திருக்கிறது. அத்துடன், முதல் பதிப்பிலிருந்த சரித்திரப்பூர்வமான விஷயங்களில் பெரும் பகுதியும், இந்தியாவின் ஜீவாதாரமான பிரச்சினை களுடைய ஆராய்ச்சியும் இதில் இடம்பெறுகின்றன. புள்ளி விவரங்கள் முதலியவற்றை இன்றைய தேதிவரைக்கும் கொண்டுவர, உதவியும் யோசனைகளும் அளித்த என் இந்திய நண்பர்களுக்கு, குறிப்பாக ஸ்ரீ அருண் போஸ், ஏ.எஸ். ஆர். சாரி, பிரேம் சாகர் குப்தா ஆகியோருக்கு நான் கடமைப் பட்டிருக்கிறேன்.

இந்திய ஜனநாயக இயக்கம் துரிதமாக முன்னேறுவதன் மூலம், ஆயத்தமாகிக்கொண்டிருக்கும் இந்தியப் புரட்சி முன்னேறுவதன் மூலம், மகத்தான மாறுதல்கள் ஏற்பட்டு, அப்புத்தகம் ஒரு சரித்திரப்பூர்வமான சிரத்தையை மாத்திரம் திருப்தி செய்வதாக ஆகக்கூடுமென்ற நம்பிக்கை இருக்கிறது. ஆனால் இன்னும் அந்தக் காலம் வரவில்லை.

ஆர். பாமிதத்
1946, ஜூலை

பொருளடக்கம்

புத்தகம் - 1

பக்கம்

முதலாவது அத்தியாயம்

நவீன உலகத்தில் இந்தியா 1

1. சுதந்திரத்தை நெருங்கும் இந்தியா 3
2. ஏகாதிபத்தியமும் இந்தியாவும் 10
3. இந்தியாவில் ஏகாதிபத்தியத்தின் கையாலாகாத்தனம் 15
4. இந்தியாவின் எழுச்சி 19

முதல் பாகம்

பூர்வாங்க பரிசீலனை

இரண்டாவது அத்தியாயம்

இந்தியாவின் செல்வமும் வறுமையும் 29

1. இந்தியாவின் செல்வம் 29
2. இந்தியாவின் வறுமை 40
3. ஜனப் பெருக்கத்தைப்பற்றிய தவறான சித்தாந்தங்கள் 64

மூன்றாவது அத்தியாயம்

இரு உலகங்களிடையே மாறுபாடு 87

1. இருபதாண்டுகள்-ஏகாதிபத்தியமும் சோஷியலிஷமும் 89
2 மத்திய ஆசிய குடியரசுகளின் அனுபவம் 102

இரண்டாம் பாகம்

இந்தியாவில் பிரிட்டிஷ் ஆட்சி

நான்காவது அத்தியாயம்

இந்திய வறுமையின் ரகசியம் 117

1. இந்தியாவைப் பற்றி கார்ல்மார்க்ஸ் 123
2. இந்தியக் கிராமப் பொருளாதாரத்தின் சீரழிவு 125

3.	இந்தியாவில் பிரிட்டிஷ் ஆட்சியால் ஏற்பட்ட அழிவு	131
4.	இந்தியாவில் பிரிட்டிஷ் ஆட்சியால் ஏற்பட்ட "புனருத்தாரணம்"	139

ஐந்தாவது அத்தியாயம்

இந்தியாவில் பிரிட்டிஷ் ஆட்சி பழைய அடிப்படை — 145

1.	இந்தியாவில் கொள்ளை	146
2.	இந்தியாவும் யந்திரத்தொழில் புரட்சியும்	161
3.	தொழில் நாசம்	174

ஆறாவது அத்தியாயம்

இந்தியாவில் நவீன ஏகாதிபத்தியம் — 187

1.	ரொக்க முதலாளித்துவமாக மாறுதல்	191
2.	இந்தியாவும் ரொக்க முதலாளித்துவமும்	204
3.	தொழில் வளர்ச்சிப் பிரச்சினை	216
4.	தொழில் வளர்ச்சிக்குத் தடைகள்	225
5.	இருபது வருஷங்களின் லாப நஷ்டக் கணக்கு	236
6.	ரொக்க முதலாளித்துவத்தின் மரணப் பிடிப்பு	244
7.	ரொக்க முதலாளித்துவமும் இரண்டாவது உலக யுத்தமும்	257
8.	ரொக்க முதலாளித்துவமும் புதிய அரசியல் திட்டமும்	274
9.	இந்தியாவில் ஏகாதிபத்தியத்தால் ஏற்பட்ட விளைவு.	286

மூன்றாம் பாகம்
விவசாயப் பிரச்சினை

ஏழாவது அத்தியாயம்

விவசாய நெருக்கடி — 293

1.	விவசாயத்தின் மீது அமித அழுத்தம்	296
2.	விவசாயத்தின் மீதுள்ள அமித அழுத்தத்தினால் ஏற்படும் விளைவுகள்	303

   3. விவசாயத்தின் தேக்கமும் சீரழிவும்   307

எட்டாவது அத்தியாயம்
விவசாயிகள் மீது சுமைகள்   323

   1. ஏகபோக நிலச்சுவான்தாரி முறை   323
   2. நில அமைப்பில் மாறுதல்   330
   3. நிலப்பிரபுத்துவம் சிருஷ்டிக்கப்படுதல்   334
   4. விவசாயிகள் ஏழ்மைப்படுதல்   343
   5. கடன் சுமை   356
   6. மூவகைச் சுமை   365

ஒன்பதாவது அத்தியாயம்
விவசாய புரட்சியை நோக்கி   371

   1. விவசாய நெருக்கடியின் வளர்ச்சி   371
   2. விவசாய புரட்சியின் அவசியம்   382
   3. அரசாங்க சீர்திருத்தங்களின் தோல்வி   387
   4. விவசாய இயக்கத்தின் வளர்ச்சி   394

புத்தகம் - 2
நான்காம் பாகம்
இந்திய மக்களின் இயக்கம்

பத்தாவது அத்தியாயம்

இந்திய தேசியத்தின் எழுச்சி 405

1. ஒற்றுமையும் வேற்றுமையும் 406
2. ஜாதி, மதம், மொழி 416
3. இந்திய தேசியத்தின் ஆரம்பம் 426
4. தேசிய காங்கிரசின் உதயம் 441

பதினோராவது அத்தியாயம்

தேசியப் போராட்டத்தின் மூன்று கட்டங்கள் 453

1. முதல் போராட்டப் பேரலை 1905-10 454
2. இரண்டாவது போராட்டப் பேரலை 1919-22 471
3. மூன்றாவது போராட்டப் பேரலை 1930-34 500

பன்னிரண்டாவது அத்தியாயம்

தொழிலாளர் எழுச்சியும் சோஷியலிசத்தின் வளர்ச்சியும் 542

1. இயந்திரத் தொழிலாளி வர்க்கத்தின் வளர்ச்சி 544
2. தொழிலாளி வர்க்கத்தின் நிலைமை 549
3. தொழிலாளர் இயக்க ஸ்தாபிதம் 572
4. அரசியல் விழிப்பு 583
5. மீரட் வழக்கு 591
6. மீரட்டுக்குப்பின், தொழிலாளி வர்க்கத்தின் மறுமலர்ச்சி 598
7. யுத்த முற்காலப் பேரெழுச்சி 603
8. இரண்டாவது உலக யுத்தத்தில், தொழிலாளி வர்க்கம் 609

பதின்மூன்றாவது அத்தியாயம்
இந்திய ஜனநாயகத்தின் பிரச்சினைகள் — 617

1. சமஸ்தானாதிபதிகள் — 620
2. வகுப்புப் பிரிவினைகள் — 643
3. பாகிஸ்தானும் தேசிய இனப்பிரச்சினையும் — 660

ஐந்தாவது பாகம்
ஏகாதிபத்தியமும் தேசியமும்

பதினான்காவது அத்தியாயம்
அரசியல் சீர்திருத்த படலம் — 687

1. ஏகாதிபத்தியமும் சுயாட்சியும் — 689
2. 1917-க்கு முந்தி — 692
3. டொமினியன் அந்தஸ்து — 698
4. 1935-ம் வருஷத்திய இந்திய அரசாங்க சட்டம் — 713

பதினைந்தாவது அத்தியாயம்
1934-39-ல் தேசிய இயக்கத்தின் வளர்ச்சி — 733

1. புதிய எழுச்சி — 733
2. தேர்தல் வெற்றி — 735
3. காங்கிரஸ் மந்திரி சபைகள் — 745
4. சமஷ்டியும் நெருக்கடியும் — 755

பதினாறாவது அத்தியாயம்
இந்தியாவும் இரண்டாவது உலக யுத்தமும் — 763

1. பிரிட்டிஷாரின் உலகத் தந்திரமும் இந்தியாவும் — 764
2. தேசியமும் அந்நியநாட்டுக் கொள்கையும் — 772
3. இந்தியாவும் யுத்தமும் (1939-1942) — 779
4. ஆகஸ்ட் தீர்மானமும் அதன் பின்னரும் — 793

பதினேழாவது அத்தியாயம்
இது சுதந்திரமா? 812
1. மாறிக்கொண்டிருக்கும் உலகத்தில் இந்தியா 814
2. தேசிய எழுச்சி (1945-46) 817
3. காபினெட் மிஷன் 827
4. புதிய அரசியல் திட்டம் (1946) 834

ஆறாவது பாகம்
முடிவுகள்

பதினெட்டாவது அத்தியாயம்
எதிர் காலம் 851
1. பிரிட்டிஷ் ஆட்சியின் அந்திக்காலம் 852
2. எத்தகைய சுதந்திர இந்தியா? 878
3. புனர் நிர்மாணம், தொழில் வளர்ச்சி, சோஷியலிஸம் 894
4. இந்திய மக்களை எதிர்நோக்கும் கடமைகள் 909

இன்றைய இந்தியா

முதல் அத்தியாயம்

நவீன உலகத்தில் இந்தியா

"மனித வர்க்க சரித்திரத்தில், ஒரு ஜனசமூகம் இன்னொரு ஜனசமூகத்துடனுள்ள அரசியல் தொடர்புகளைக் கத்தரித்துக் கொள்ளவேண்டிய அவசியம் ஏற்படும்போதும் உலகத்திலுள்ள அரசாங்கங்களுடன் சம அந்தஸ்து, தனி அந்தஸ்து வகிக்க முற்படும்பொழுதும் பிரிந்துபோகும்படித் தூண்டிவிட்ட காரணங்களை அது பிரகடனப்படுத்துவது, மனித வர்க்கத்தின் அபிப்பிராயங்களை மதித்து நடப்பதாகும்".

–அமெரிக்க சுதந்திரப் பிரகடனம்

"இந்தியாவின் எதிர்காலம் உலக அரசியலின் பெரும் பிரச்சினைகளில் ஒன்றாகிவிட்டது.

இந்தியாவின் 40 கோடி மக்கள் மனித சமுதாயத்தின் ஜனத்தொகையில் கிட்டதட்ட ஐந்தில் ஒரு பங்கினராக இருக்கிறார்கள். இரு நூறாண்டுகளாக அவர்கள் அன்னிய ஆதிக்கத்துக்குட்பட்டிருந்தனர்; இன்று அந்த அன்னிய ஆட்சிக்கு அந்திக்காலம் அணுகிவிட்டது.

உலக ரீதியாகப் பார்த்தால், இந்தியா மீதுள்ள ஆதிக்கம், நவீன உலகத்திய சாம்ராஜ்ய ஆதிக்கத்தின் மிகவும் முக்கியமான, மிகப்பெரிய அடிப்படையாக இருந்து வந்திருக்கிறது. பல நூற்றாண்டுகளாக, இந்தப் பரந்த பிரதேசத்தின் செல்வங்களும் சக்திகளும் அதன் ஜனசமூகத்தின் உயிரும் உழைப்பும் மேற்கத்திய நாடுகளின் ஆக்கிரமிப்புக்கும் விஸ்தரிப்புக்கும் இரையாகி வந்திருக்கின்றன. இறுதியில் அவைகளின் யதேச்சாதிக்கார ஆதிக்கத்துக்கும் கொடூரமான சுரண்டலுக்குமுட் பட்டன. இந்த அமைப்பு அழிவதால், மனித சமுதாயத்தின்

ஐந்திலொரு பகுதியினருக்குப் புதிய எதிர்காலம் உருவாகுவதுடன், சர்வதேச உறவுகளிலேயே மிகப் பெரிய மாறுதல் ஏற்படும். ஏகாதிபத்தியத்தின் உலக அமைப்பை மேலும் பலவீனப்படுத்தும்; உலக முழுவதும் சுதந்திரப் பாதையில் முன்னேறும் பொதுமக்களுக்கு வலுவூட்டும், உரமளிக்கும். இந்திய விடுதலையும், சுதந்திர சீனமும் ஆசியாவிலுள்ள சகலமக்களின் விடுதலைக்கும் அடிமைப்பட்டுக் கிடக்கும் சகல ஜனசமூகங்களின் விடுதலைக்கும் அடிகோலும்.

நவீன உலகத்தின் சகல பிரச்சினைகளும் மோதுதல்களும் இந்தியாவில் மொய்த்திருக்கின்றன. நவீன கால ஆக்கிரமிப்பாளர்களின் நாசகார பலத்தின் கீழ் மிதிபட்டு, அடக்கப்பட்டு, சீரழிந்து கிடக்கும் பழங்கால நாகரிகத்தின் விநாசத்தின் நடுவே, மிகவும் கீழ்த்தரமான புராதன காலப் பொருளாதார உறவுகளும், வறுமையும், அடிமைத்தனமும், மிகவும் வளர்ச்சியடைந்த **ரொக்க முதலாளித்துவ** சுரண்டலுடனும் **ஆலை முதலாளித்துவ** சுரண்டலுடனும் சேர்ந்து நிற்கின்றன. இடைவிடா விவசாய நெருக்கடி, பஞ்சம், கடன் சுமை, ஜாதிக்கொடுமைகள், தீண்டாமைக் கொடுமை, யந்திரத் தொழில்களில் வரைநெறியில்லாத சுரண்டல், உலகத்தில் வேறெந்த நாட்டையும்விட பயங்கரமான முறையில் ஏழ்மைக்கும் செல்வத்துக்குமுள்ள முரண்பாடு, சமூக மோதுதல்கள், மதமோதுதல்கள், வர்க்கப்போராட்டம், இந்தியாவின் இனப்பிரச்சினைகள்—அடிமை நாட்டின் பின்தங்கிய நிலைமையை, வளர்ச்சி முடக்கப்பட்ட நிலைமையை பிரதிபலிக்கும் இந்தப் பிரச்சினைகள் அனைத்தும், அன்னிய ஆதிக்கத்தால் வேகமடைந்திருக்கும் இந்தப் பிரச்சினைகள் அனைத்தும், ஏகாதிபத்தியத்திடமிருந்து விடுதலையடைய வேண்டிய முக்கியமான பிரச்சினையுடன் முன்னணிக்கு வர பிரயத்தனப்படுகின்றன. விடுதலைப் போராட்ட சூழ்நிலையைச் சிக்கலாக்குகின்றன.

இன்றையதினம் இந்தியா ஒரு ஆழமான சமூக, பொருளாதார, அரசியல் புரட்சி சகாப்தத்தில் பிரவேசித்துக்கொண்டிருக்கிறது. அன்னிய ஆட்சியிலிருந்து விடுதலை பெறுவதும், பரிபூர்ண சுதந்திரத்தை ஸ்தாபிப்பதும் இந்தப் புரட்சியின் முதல்படியாயிருக்கும். ஆனால் நெருங்கி வந்துகொண்டிருக்கும் இந்த விடுதலை,

நூற்றுக்கணக்கான வருஷங்களாக நடந்த அன்னிய ஆட்சியில் குவிந்துகிடக்கும், முடக்கப்பட்டுக்கிடக்கும் மாபெரும் உள்நாட்டு பிரச்சினைகளை, சமூகச் சிரமங்களை, சமூக மோதுதல்களை–உடனடியாகத் தீர்க்கப்படவேண்டுமென்று வற்புறுத்துமிவற்றை–கட்டவிழ்த்துவிடும். இன்று ஒரு தேசியப் புரட்சியுடன் சமூகப் புரட்சியும் செய்யவேண்டிய மகத்தான கடமை இந்திய மக்களை எதிர்நோக்குகிறது.

1. சுதந்திரத்தை நெருங்கும் இந்தியா

பாஸிஸ்ட் வல்லரசுகள் மீது ஐக்கியநாடுகள் அடைந்த வெற்றியின் பின் ஏற்பட்டிருக்கும் புதிய உலக நிலைமை, இந்திய சுதந்திரப் பிரச்சினையை உலக அரசியலின் முன்னணிக்குக் கொண்டுவந்துவிட்டது.

1914–18ல் நடந்த முதல் உலக யுத்தமும் அதன் அடிச்சுவட்டில் உலகம் முழுவதும் குமுறியெழுந்த புரட்சி அலைப்பெருக்கும், இதர அடிமை நாடுகளைப்போல, இந்தியாவிலும் மாபெரும் மாறுதல்களைக் கொண்டுவரும் புதிய சகாப்தத்தை அங்குரார்ப்பணம் செய்தது. 1921–22-ல் மகத்தான பொதுஜனப் போராட்டங்கள் இந்தியாவைக் குலுக்கின. இந்தியாவை அதிகமாகப் பாதித்த உலகப் பொருளாதார நெருக்கடியைத் தொடர்ந்து 1930–34ல், முன்னை விட அதிகமான சக்தியுடன் பொதுஜனப் போராட்டங்கள் மீண்டும் நிகழ்ந்தன. சீர்திருத்தங்கள் கொண்டுவருவதையும் அடக்குமுறையை அமுல் நடத்துவதையும் மாறிமாறிக் கடைப்பிடித்து, வளர்ந்து வரும் இந்தத் தேசிய இயக்கத்தை பிரிட்டிஷ் ஆட்சி ஒடுக்கப் பார்த்தது. எதிர்காலத்தில் சுயாட்சி தருவதாக வாக்களித்தனர். உண்மையான அதிகார உறவுகளில் எவ்வித மாறுதலையும் ஏற்படுத்தாத அரசியல் சலுகைகளை அளித்தனர். இந்த அரசியல் சலுகைகளின் விளைவாக 1937-க்குப்பின் எட்டு மாகாணங்களில் காங்கிரஸ் மகாசபை மந்திரி சபைகளை அமைத்தது. இந்தச் சலுகைகள் முற்றிக்கொண்டிருக்கும் கொந்தளிப்பை அடக்கவில்லை. அதற்குப் புதிய தெம்பையும் புதிய வேகத்தையும் புகட்டின. பிரிட்டிஷ் சர்க்கார் பலவந்தமாகத் திணிக்கப் பார்த்த **சமஷ்டி அரசியலை** எதிர்த்து தீவிரமான சுதந்திரப் போராட்டம் நடத்த இந்தியா தயாராகிவந்த தருணத்தில்தான், 1939-ல்

யுத்தம் வந்தது. இந்தியாவைக் கேட்காமல், இந்திய மக்களின் ஆமோதிப்பைப் பெறாமல், இந்தியா யுத்தத்தில் இழுக்கப் பட்டதும் அவசரச்சட்ட ஆட்சி, யுத்தகால சர்வாதிகார ஆட்சி ஸ்தாபிக்கப்பட்டதும், ஆளுவோருக்கும் ஆளப்படுவோருக்கு மிடையேயுள்ள பிளவைத்தான் வற்புறுத்திக் காட்டின.

இரண்டாவது உலக யுத்தம், இந்திய விடுதலைப் பிரச்சினையை அவசர பிரச்சினையாக்கியது. "தாங்கள் எந்த அரசாங்கத்தின் கீழ் வாழவேண்டுமோ, அந்த அரசாங்கத்தின் உருவத்தை நிர்ணயித்துக்கொள்ள ஒவ்வொரு ஜன சமூகத்துக்குமுள்ள உரிமையை" ஐக்கிய நாடுகளின் கூட்டணி தன் நோக்கமென்று அதிகாரபூர்வமாக பிரகடனப்படுத்தியது.

முதல் மகாயுத்தத்துக்கு நேர்மாறாக, ஐக்கிய நாடுகளுக்கு நான்கு வல்லரசுகள் தலைமைதாங்கின; அவற்றில் பிரிட்டனும் அமெரிக்காவும்தான் ஏகாதிபத்திய வல்லரசுகள்; தேசிய சீனாவும் சோவியத் யூனியனும் ஏகாதிபத்திய வல்லரசுகள் அல்ல. உலகம் முழுவதும் சக்திமிகுந்த தேசிய விடுதலை இயக்கங்கள் பாஸிஸத்தை எதிர்த்துத் தேசிய விடுதலைக்காகப் போராடிக்கொண்டிருந்தன. எந்த தேசிய விடுதலைக்காக ஏராளமான மக்கள் போராடிக்கொண்டிருக்கிறார்களோ, எந்த விடுதலைக்காக இந்திய சோல்ஜர்கள் உயிரை அர்ப்பணிக்குமாறு அறைகூவி அழைக்கப்படுகிறார்களோ, அதே தேசிய சுதந்திரத்தை, இந்த உலக நிலைமையில், இந்திய மக்கள் அதிகமான ஆக்ரோஷத்துடன் கோரியதில் ஆச்சரியமில்லை.

ஆசிய யுத்த நிலைமையின் விசேஷ சூழ்நிலை இதன் அவசரத்தை வற்புறுத்தியது. . . . . ஆசியாவில், பிரிட்டிஷ் ஏகாதிபத்தியம் இதுவரை தற்கொலைக்கொப்பான தவறைச் செய்துவந்தது. ஜப்பானிய ஆக்கிரமிப்புக்கும் விஸ்தரிப்புக்கும், ஊக்கமளித்து உதவிபுரிந்துவந்தது. **பியர்ல் ஹார்பர்** சம்பவத்துக்குப்பின் வெகு வேகமாக முன்னேறிய அதே ஜப்பானிய ஆக்கிரமிப்பின் முன் பிரிட்டிஷ் ஏகாதிபத்தியத்தின் அஸ்திவாரமே கிடுகிடுத்தது. இறக்குமதி செய்யப்பட்ட துருப்புகளின் பயன்படாத எதிர்ப்பைத் தவிர, வேறு எதிர்ப்பே இல்லாமல், தென்கிழக்கு ஆசியாவின் பரந்த பிரதேசங்கள் படையெடுப்பாளனுக்குப் பணிந்தன. தங்களால் ஆளப்படும் பொதுமக்களைத் திரட்ட அன்னிய அரசாட்சிகளால் முடியவே இல்லை. இதன் மூலம் பழைய ஏகாதிபத்திய காலனி அமைப்பு

அழுகிக்கிடப்பதும், கையாலாகாமல் நிற்பதும் அனைவரும் பார்க்கும்படி அம்பலமாயிற்று.

இந்திய மக்களிடையே இதன் விளைவு மகத்தானதாயிருந்தது. பிரிட்டன் சர்வ சக்தி பெற்றது, அது தோற்கடிக்கப்பட முடியாத அஜாத சத்துரு என்ற குருட்டு எண்ணம் தகர்ந்தது. ஜப்பானிய ராணுவங்கள் இந்தியாவின் எல்லைகளை அணுகி, அவற்றைக் கடந்தும்விட்டன. தங்கள் ஆக்கிரமிப்பு நோக்கங்களையும் ஆதிக்கவெறியையும் மூடி மறைப்பதற்கு இந்தியாவிடம் சிரத்தையுள்ளவர்கள்போல் நடிப்பதற்கு, தங்கள் கையில் கிடைத்த மாஜி காங்கிரஸ் தலைவர், சுபாஷ் போஸையும் இந்திய தேசிய ராணுவத்தையும் அச்சு நாடுகள் சாமர்த்தியமாக உபயோகித்துக்கொண்டன. சுதந்திர இந்தியாவிடம் இந்தப் பிரச்சாரம் பலித்திருக்காது. அடிமை இந்தியாவில் இது ஓரளவு பலித்தது.

ஆகவே, இரண்டாவது உலக யுத்த நிலைமையில், ஜனநாயகக் கொள்கைகள் மாத்திரமல்ல, இந்தியப் பாதுகாப்பின் ஜீவாதாரமான நலன்களும் ஐக்கிய நாடுகளின் முழுப் போர்முனையின் அத்தியாவசியமான நலன்களும் உடனடி இந்திய விடுதலையை அவசியமாக்கின. உலக பாசிஸத்தை எதிர்த்து ஜனநாயக மக்கள் நடத்தும் போராட்டத்தின் பொதுநலன்களில் இந்தியாவின் நலன்களும் அடங்கியிருப்பதை இந்தியாவின் தேசியத் தலைவர்கள் ஆரம்பத்திலிருந்தே உணர்ந்திருந்தனர். பிரிட்டிஷ் ஆளும் வர்க்கம் பாசிஸ்ட் ஆக்கிரமிப்பை ஆதரித்து ஊக்குவித்துவந்த காலத்திலேயே இந்திய தேசியத் தலைவர்கள் இந்தப் பொதுநலன்களை உணர்ந்து, பாசிஸத்துக்கு ஆதரவளிக்கும் பிற்போக்குக் கொள்கைகளை எதிர்த்து தீவிரமாக இயக்கம் நடத்தினார்கள். அச்சு நாடுகளை எதிர்த்து ஐக்கிய நாடுகள் நடத்தும் யுத்தத்தில், பாசிஸத்தின் தோல்வியுடன், தேசிய சீனாவும், சோவியத் யூனியனும், ஐரோப்பிய தேசிய விடுதலை இயக்கங்களும் உள்ள முகாம் ஜயிப்பதுடன், இந்தியாவின் நலன்கள் பிணைக்கப்பட்டிருக்கின்றன என்பதை அவர்கள் உணர்ந்திருந்தனர். ஆனால், ஐக்கிய நாடுகளின் சுயேச்சைப் பங்காளியாக, இந்திய மக்கள் தங்கள் பூர்ண பலத்தையும் திரட்டுவதற்கு, உண்மையான முழு அதிகாரங்களைப்

படைத்த இந்திய தேசிய சர்க்கார் ஏற்படவேண்டும், இந்தியா விடுதலை பெறவேண்டும் என்று அவர்கள் கேட்டார்கள். அவர்கள் கோரிக்கை முழுக்க முழுக்க நியாயமானது. அது ஐக்கிய நாடுகளின் நலன்களுக்கும் ஒத்திருந்தது. அதை ஐக்கிய நாடுகளின் பொதுஜன ஜனநாயக அபிப்பிராயம் ஆதரித்தது. அத்துடன் ஐக்கிய நாடுகளின் அதிகார வட்டாரங்களே, குறிப்பாக **ஜனாதிபதி ரூஸ்வெல்டும், மார்ஷல் சியாங்கே ஷேக்கும்** அக்கோரிக்கையை ஆதரித்தனர்.

எனினும், இரண்டாவது உலக யுத்த முடிவில் இந்தியா சுதந்திரம் பெறவில்லை. பிரிட்டனில் டோரி கட்சி அரசுபுரிந்தது. இந்திய சுதந்திரத்திற்கான ஒவ்வொரு யோசனையையும், இந்திய பொதுஜனத் தலைவர்களுக்கு உண்மையான அதிகாரத்தை அளிக்கக்கூடிய தற்காலிக யுத்தகால சமரசத்திற்கான ஒவ்வொரு யோசனையையும் டோரிக் கட்சி பிடிவாதமாக எதிர்த்தது. "பிரிட்டிஷ் சாம்ராஜ்யத்தைக் கலைக்கும் பணியில் தலைமை தாங்குவதற்காக நான் பிரிட்டனின் பிரதம மந்திரியாக வில்லை" என்ற **சர்ச்சில்** கோட்பாடு, அபாயங்களும் கஷ்டங்களும் நிறைந்த நெருக்கடி காலத்தில்கூட பிரிட்டிஷ் கொள்கையை நிர்ணயித்தது. 1942ல் **கிரிப்ஸ்** சம்பாஷணைகள் முறிந்தன. நிலைமையின் சங்கடங்களால் சிதறுண்டு தோல்வி மனப்பான்மையுற்ற தேசிய இயக்கம், ஆகஸ்ட் தீர்மானத்தின் பின்னால் வந்த முட்டுக்கட்டையில் அழுந்தியது. இந்திய தேசியத் தலைவர்கள் சிறைப்பட்டனர். அதையொட்டித் தானாகத் தோன்றிய அதிகார முத்திரை இல்லாத இயக்கமும் கலவரங்களும் சுலபமாக அடக்கப்பட்டன.

யுத்த முடிவில்கூட, இந்தியா அடிமை நாடாக இருந்தது. அரசியல் நிலைமையில் ஸ்தம்பிப்பு ஏற்பட்டிருந்தது.

ஆனால், பாசிஸத்தின்மீது ஐக்கிய நாடுகள் அடைந்த வெற்றி புதிய நிலைமையை சிருஷ்டித்தது. உலகம் முழுவதும் பாசிஸ்டு வல்லரசுகளுக்கு சம்பவித்த ராணுவத் தோல்வியும் அழிவும் 1917க்குப் பின் பிற்போக்கு சக்திகளுக்கு ஏற்பட்ட மிகப்பெரிய விபத்தை பிரதிநிதித்துவப்படுத்திற்று. சகல நாடுகளிலும் பொதுஜன இயக்கங்கள் குமுறியெழுந்தன.

ஏகாதிபத்தியம் பெரிய அளவுக்குப் பலவீனப்பட்டது. ஜெர்மன், இத்தாலிய, ஜப்பானிய ஏகாதிபத்தியங்கள் உலகப் படத்திலிருந்து மறைந்து ஒழிந்துவிட்டன. பிரிட்டன், அமெரிக்கா என்ற இரண்டு ஏகாதிபத்திய வல்லரசுகள், அவைகளுக்குட்பட்ட பிரஞ்சு, டச்சு, போர்ச்சுகீஸ், பெல்ஜிய சாம்ராஜ்யங்களுடன் எஞ்சிநின்றன. பாசிஸத்துக்கு சரணடைந்த அல்லது பாசிஸத்தின் கூட்டாளியாய்ச் சேர்ந்த பழைய பிற்போக்காளர் ஆட்சிகளுக்குப் பதிலாக, ஐரோப்பாவில், புதிய ஜனநாயக அரசாட்சிகள் மலர்ந்தன. பிரிட்டிஷ் தேர்தலில் டோரிக் கட்சி முறியடிக்கப்பட்டது. அதற்குப் பதிலாக, முதன் முதலில் பார்லிமெண்டரி மெஜாரிட்டி பெற்ற தொழிற்கட்சி சர்க்கார் ஏற்பட்டது. ஆசியா முழுவதும் அடிமை நாடுகளின் விடுதலை இயக்கங்கள் விறுவிறுப்புடன் முன்னேறின. பிரிட்டிஷ், டச்சு ஏகாதிபத்தியங்களையும் அவைகள் உபயோகித்த ஜப்பானிய படைகளையும் எதிர்த்து, இந்தோனேஷிய குடியரசு வெஞ்சின வைராக்கியத்துடன் வீரப்போர் நிகழ்த்தியது. இந்தியாவுக்குள்ளேயே அனைவரும் கோரும் சுதந்திர லட்சியமும் தேசியப் புரட்சி இயக்கமும் 1945-46 குளிர்காலத்தில் புதிய சிகரங்களை அடைந்தது. ஹிந்து-முஸ்லிம் ஒற்றுமை அடிப்படையில் உருவான போராட்டங்களிலும் புரட்சிப் போருணர்ச்சி ராணுவத்தினரை ஆகர்ஷிப்பதிலும் இது பிரதிபலித்தது.

புதிய தொழிற்கட்சி சர்க்காரின்கீழ், பிரிட்டிஷ் கொள்கை சடுதியில் மாறவேண்டிய நிர்ப்பந்தத்தை இந்த நிலைமை சிருஷ்டித்தது. 1946, பிப்ரவரி 19-ல் இந்தியாவுக்கு பிரிட்டிஷ் மந்திரிகள் கோஷ்டி ஒன்றைத் தூது அனுப்பப்போவதாக தொழிற்கட்சி பிரதமர் **அட்லி** அறிவித்தார். மார்ச் 15-ம் தேதி மந்திரிகள் தூது கிளம்பும்போது, அட்லி பின்வருமாறு குறிப்பிட்டார்:

"கடந்த காலத்தின் சூத்திரத்தை நிகழ்காலத்துக்கு கடைப்பிடிப்பதில் பிரயோசனமில்லை. 1946-ன் வேகம், 1920-ன் வேகத்தையோ, 1930-ன் வேகத்தையோ, 1942-ன் வேகத்தையோ கூட ஒத்ததில்லை. . . .

"பொதுஜன அபிப்பிராயத்தின் வேகத்தையும் இயக்கத்தையும் ஒரு யுத்தம் துரிதப்படுத்துவதுபோல வேறொன்றும்

செய்வதில்லை." இந்திய அபிலாஷைகளிலும் ஆர்வங்களிலும் 1914-18 யுத்தம் எத்தகைய பிளவை ஏற்படுத்தியது என்று இரண்டு உலகயுத்தங்களுக்கு இடையேயுள்ள சகாப்தத்தின் ஆரம்ப காலத்தின் விஷயமறிந்தவர்களுக்குத் தெரியும். சமாதான காலத்தில் மெதுவாக ஊர்ந்துசெல்லும் அலை, யுத்தகாலத்தில் வேகமாகப் பாய்கிறது. யுத்தகாலத்தில் அதற்கு ஓரளவு, அணைபோடப்படுவதால், குறிப்பாக யுத்தம் முடிந்தவுடன், அதிவேகமாகப் பாய்கிறது. இன்றைய தினம் இந்தியாவில் ஏன் அகில ஆசியாவிலும் தேசிய அலை வெகுவேகமாகப் பெருக்கெடுத்துப் பாய்கிறதென்று நான் நிச்சயமாய்க் கூறமுடியும். . . . .

"தன்னுடைய எதிர்காலத்தையும், உலகத்தில் தான் வகிக்கப்போகும் அந்தஸ்தையும் இந்தியாவே நிர்ணயித்துக் கொள்ளவேண்டும். ஐக்கியநாடுகள் மூலமாகவோ, அல்லது பிரிட்டிஷ் காமன்வெல்த் மூலமாகவோ ஒற்றுமை ஏற்படலாம். ஆனால் எந்தப் பெரிய தேசமும் உலக சம்பவங்களில் பங்குகொள்ளாமல் ஒதுங்கி நிற்க முடியாது.

"பிரிட்டிஷ் காமன்வெல்த்துக்குள்ளேயே இருப்போமென்று இந்தியா முடிவு செய்யுமென்று நான் நம்புகிறேன். அதில் இந்தியாவுக்குப் பெரிய அனுகூலமிருக்குமென்பது என் நிச்சயமான முடிவு. ஆனால் பிரிட்டிஷ் காமன்வெல்த்தும், சாம்ராஜ்யமும் அயலார் பலவந்தம் என்ற தளையால் பிணைக்கப்பட்டதல்ல. அது, சுதந்திர ஜனசமூகங்கள் சுயேச்சையாய், இஷ்டபூர்வமாய் சேர்ந்தமைத்த ஸ்தாபனம். அதனால் காமன்வெல்த்துக்குள் இருப்பதென்ற முடிவுக்கு இந்தியா தன்னிச்சையாகவே வரவேண்டும்.

"ஆனால் அதற்கு மாறாக, இந்தியா சுதந்திரமாயிருக்கத் தீர்மானித்தால் – அப்படிச் செய்வதற்கு அதற்கு உரிமை உண்டென்பதே எமது அபிப்பிராயம்- சந்திக் காலத்தை சாத்தியமானவரை சுலபமாக்குவது நம் பணி".

இந்தியாவுக்கு "சுதந்திரம்" லட்சியமாயிருக்க முடியுமென்று முதன் முதலில் பிரிட்டிஷ் சர்க்காரின் அதிகாரபூர்வமான அறிக்கை குறிப்பிடுவதை அனைவரும் குறிப்பாகக் கவனித்தனர்.

எனினும், பிரிட்டிஷ் மந்திரிகள் கோஷ்டி இந்தியாவுக்குத் தூது செல்வதின் அர்த்தம், இந்தியா விடுதலை பெறப்போகிற

தென்பதே என்று இந்தியாவிலும் வெளிநாடுகளிலும் சுலபமாக எதிர்பாக்கும்படி செய்தார்களே, இந்த நம்பிக்கையும் ஆவலும் தவறாயிற்று. பிரிட்டிஷ் மந்திரிகள் நடத்திய பேச்சுவார்த்தைகளும் அவர்களுடைய அரசியல் திட்டமும் பின்னர் விவரமாகப் பரிசீலனை செய்யப்படும். இந்த சம்பாஷணைகள், நடவடிக்கைகளின் இறுதி விளைவு யதார்த்த அனுபவத்தில் தெரியும். ஆனால் இவை இந்திய சுதந்திரத்தை அங்குரார்ப்பணம் செய்யவில்லை என்றும் உண்மையில், அரசியல் அமைப்பில் மாறுதல் ஏற்படுத்தி, சமரசம் செய்ய பிரிட்டிஷ் சர்க்கார் எடுத்துவரும் முயற்சிகளின் கடைசி அத்தியாயம்தான் இதுவென்றும் அநேகமாகச் சரித்திரம் தீர்ப்புக்கூறும்.

1946ல் கூட இந்தியா பிரிட்டிஷ் ஏகாதிபத்தியத்தின் ஒரு பகுதியே. எதிர்காலத்தில் சுதந்திரமாய்ப் போகும் உரிமை பெயரளவில் கொடுக்கப்பட்டிருக்கிறது. ஆனால் இந்த உரிமையை பிரயோகிக்கக்கூடிய அரசியல் நிர்ணய சபைக்கும் பிரதிநிதித்துவ அந்தஸ்துக்கும் வெகுதூரம். அதன் அங்கங்களும் அனுஷ்டிக்கவேண்டிய முறையும் முன்கூட்டியே வகுக்கப்பட்டுவிட்டன. இவ்வாறாக இந்தச் சலுகை பெரிய அளவுக்கு பொய்பிக்கப்பட்டுவிட்டது.

இன்னும் கொஞ்ச காலத்துக்கு ஏகாதிபத்திய வாழ்க்கைக்குப் புதிய குத்தகை கிடைப்பதையும், புதிய உருவங்களில்கூட ஏகாதிபத்திய ஆதிக்கம் கொடுமையாக இருப்பதையும் வருங்காலம் காண்பிக்கக்கூடும். இந்திய சுதந்திரப் போராட்டத்தில் இனித்தான் வெற்றியடைய வேண்டும்.

ஆனால், சரித்திர வளர்ச்சி என்ற ஓட்டம் முழுவதும் இந்திய சுதந்திரத்தை நோக்கியே விரைகின்றது என்பதிலோ, இந்த பூர்ண சுதந்திரம் சீக்கிரத்திலேயே கைப்பற்றப்படும் என்பதிலோ யாருக்கும் எந்தவிதமான சந்தேகமும் இனி இருக்க முடியாது.

ஏகாதிபத்திய ஆட்சியின் அந்திக்காலம், அதன் நீண்டகால ஆட்சியின் விளைவு, இந்திய மக்களுடைய எழுச்சியின் முன்னேற்றம்-இவைதான் **இன்றைய இந்தியாவின்** பரிசீலனைக்கு பகைப்புலன்கள்.

2. ஏகாதிபத்தியமும் இந்தியாவும்

நவீன ஏகாதிபத்திய விஸ்தரிப்புக்கும் ஆதிக்கத்துக்கும் இந்தியா பல நூற்றாண்டுகளாகப் பிரதானமாயிருந்து வந்திருக்கிறது.

இந்தியாவின் விஸ்தீரணம் 1,808,679 சதுர மைல்கள்; (பிரிட்டன், ஸ்காட்லாந்து, அயர்லாந்து அடங்கிய) பிரிட்டிஷ் தீவுகளின் விஸ்தீரணத்தைப் போலப் பதினைந்து மடங்கு பெரியது; பிரிட்டனின் விஸ்தீரணத்தைப் போல இருபது மடங்கு பெரியது. 1941 சென்ஸஸ்படி, இந்திய ஜனத்தொகை 38 கோடி 90 லட்சம்; இன்று 40 கோடியை எட்டிப் பிடித்திருக்குமென்று மதிப்பிடப்படுகிறது—அதாவது உலக ஜனத்தொகையில் ஐந்திலொரு பகுதி.

பிரிட்டிஷ் சாம்ராஜ்ய ஜனத்தொகையில் முக்கால் பகுதியினர் இந்தியர்கள்: பிரிட்டிஷ் சாம்ராஜ்யத்தின் கடல்கடந்த பகுதியின் (பிரிட்டிஷ் தீவுகள் அல்லாத பகுதி) ஜனத்தொகையில், ஐவரில் நால்வர் இந்தியர்கள்; பிரிட்டிஷ் காலனிகளின் ஜனத்தொகையில் (பிரிட்டிஷ் தீவுகள், கானடா, நியூஸிலண்ட், ஆஸ்டிரேலியா, தென்னாப்பிரிக்கா தவிர அடிமை நாடுகளே காலனிகள் எனப்படுகின்றன) கிட்டத்தட்ட 10ல் 9 பங்கு.

இரண்டாவது உலக யுத்தத்திற்கு முன்பிருந்த எட்டு சாம்ராஜ்யங்களின் ஜனத்தொகைகளுக்குள் ஒப்பிட்டுப் பார்த்தால், 1938ல் பிரிட்டிஷ் ஆட்சியிலிருந்த இந்திய ஜனத்தொகை, உலகத்தின் காலனி மக்களில் பாதிக்குமேல் இருந்தனர். பிரிட்டிஷ் ஏகாதிபத்தியத்தைத் தவிர, உலகத்திலிருந்த பிரஞ்சு, ஜப்பானிய, டச்சு, அமெரிக்கன், பெல்ஜியன், போர்ச்சுகீஸ் சாம்ராஜ்யங்கள் அத்தனை காலனிகளின் கூட்டு ஜனத்தொகையைவிட இந்திய ஜனத்தொகை 1½ மடங்குக்கு மேலதிகம்.

ஏகாதிபத்தியத்தின் நேரடியான காலனிகளில் மிகப்பெரியது இந்தியா. அதுமட்டுமல்ல; வேறு எந்த நாடும் இவ்வளவு நீண்டகாலம் அன்னிய ஆட்சியின் காலனியாருந்ததில்லை. பல தலைமுறைகளாகப் சுரண்டப்பட்ட நாடு இது. ஆகவே,

ஏகாதிபத்திய காலனி அமைப்பின் வேலை முறைகளையும், விளைவுகளையும் இங்கு பரிபூர்ணமாக கற்றறியமுடியும்.

காலனி வெறிபிடித்த ஐரோப்பிய நாடுகள் அனைத்தும் முதன்முதலில் இந்தியா மீதும் இந்திய செல்வத்தின் மீதும்தான் தம் பார்வையை செலுத்தினார்கள். இந்தியாவுக்கு கடல் மார்க்கம் கண்டுபிடிக்க பிரயத்தனப்பட்டபோதே வழி தடுமாறி அமெரிக்காவிலும் மேற்கிந்திய தீவுகளிலும் காலடி வைத்தார்கள். பிற்காலத்தில்தான் ஆப்பிரிக்கா, ஆஸ்டிரேலியா, சீனா இதர ஆசிய நாடுகள் ஆகியவற்றுக்கும் தங்கள் நடவடிக்கைகளை விஸ்தரித்துக்கொண்டார்கள்.

பூகோளப் படத்தைப் பார்த்தால் இந்தியா எப்படி ஏகாதிபத்திய ஆதிக்கத்துக்கு நடு மையமாயிருக்கிறதென்று சுலபமாகப் புரியும்.

இந்தியா ஆதிக்கம் வகிக்கும் இந்துமகா சமுத்திரத்தைச் சுற்றிப்பாருங்கள். **மேற்கே** பாரசீக வளைகுடா, புதிய மத்திய கிழக்கு சாம்ராஜ்யம், அரேபியா, அதற்கப்புறம் செங்கடல், எகிப்து, அதன் தென்மேற்கே ஆப்பிரிக்காவின் இதர பகுதிகள், **கிழக்கே** பர்மா, மலேயா, கிழக்கு இந்தியத் தீவுகள், **தென்கிழக்கே** ஆஸ்டிரேலியா, சிங்கப்பூர் வாசற்கதவுகள் மூலமாக அல்லது சமீப காலத்தில் ஸ்தாபிக்கப்பட்ட **பர்மா ரோடு** மூலமாகச் சீனாவுக்கு மார்க்கம்.

நுழைய முடியாத மலைகளால் பாதுகாக்கப்படுவதுடன், (வடமேற்கில்தான் படையெடுப்பாளர்கள் பிரவேசிக்கக்கூடிய கணவாய்கள் இருக்கின்றன). கடலாதிக்கமும் பெற்றுள்ள இந்தியா, மேற்குறிப்பிட்ட பிரதேசங்கள் முழுவதிலும் ஆதிக்கம் வகிப்பதற்கு அடித்தளமாக விளங்குகிறது. இத்துடன் இந்தியாவிலேயே செல்வம் மண்டிக்கிடக்கிறது. சுரண்டினால், நிகரில்லாத பலன் கிடைக்கும்.

இந்தியாவில் ஐரோப்பிய முதலாளிகளின் ஆக்கிரமிப்பு தொடங்கி நான்கு நூற்றாண்டுகளுக்கு மேலாகிவிட்டன. 1500ல் கள்ளிக்கோட்டையில் போர்ச்சுகீஸ் பாக்டரி ஏற்பட்டது. 1506-ல் **கோவாவைக்** கைப்பற்றினார்கள். இவைதான் முதல் ஆக்கிரமிப்புகள். பிரிட்டிஷ் கிழக்கிந்திய கம்பெனி 1600லும், டச்சு கிழக்கிந்தியா கம்பெனி 1602லும்

பிரஞ்சு-இந்தியா கம்பெனி 1664லும் ஸ்தாபிக்கப்பட்டன. இந்தியாவைக் கைப்பற்றுவதற்கு உதவிய முன்னோடிகளான வியாபார ஸ்தலங்களைத் தவிர, நேரடியாக பிரிட்டிஷார் ஆட்சி செலுத்தத் தொடங்கியது. 1750க்குப் பின் 1757ல் நடந்த **பிளாஸி** யுத்தம் பிரிட்டிஷ் ஆட்சியின் ஆரம்ப தேதியாக கருதப்படுகிறது-கிட்டத்தட்ட இருநூறு ஆண்டுகளாக இந்தியாவில் பிரிட்டன் அரசுபுரிந்து வருகிறது.

மேற்கத்திய நாகரிகம் இந்தியாவை ஜயித்ததானது, ஐரோப்பிய முதலாளித்துவ வளர்ச்சிக்கும் பிரிட்டனின் உலக ஆதிக்கத்துக்கும் நவீன ஏகாதிபத்திய அமைப்புக்கும் ஒரு பிரதான தூணாக அமைந்தது. இந்தியாவில் ஆதிக்கம் வகிக்கும் பிரச்சினையே இருநூறு ஆண்டுகளின் ஐரோப்பிய சரித்திரத்தை நிர்ணயித்திருக்கிறது. இந்த உண்மை முழு அளவுக்கு இன்னும் புரிந்துகொள்ளப்படவில்லை. ஸ்பெயின், ருஷ்யா, ஜெர்மனி, போர்ச்சுக்கல், ஹாலந்து ஆகிய நாடுகளுடன் பிரிட்டன் ஒன்றன்பின் ஒன்றாக நடத்திய யுத்தங்களின் காரணங்களை ஆராய்ந்தால், இந்தியாவுக்குப் போகும் மார்க்கமும் இந்தியாமீது ஆதிக்கம் வகிப்பதுமே பிரதான காரணமாயிருந்ததைப் பார்க்கலாம்.

உயர்ந்த வேலைப்பாடுடன் அமைக்கப்பட்டிருக்கும் பிரிட்டிஷ், சமூக அரசியல் அமைப்பின் சுமைதாங்கியாய் விளங்குவதும், இங்கிலாந்தின் உள்நாட்டு அரசியலை நிர்ணயிப்பதும் இந்தியாவே.

இந்தியா, பிரிட்டிஷ் சாம்ராஜ்யத்தின் அச்சு என்பது நீண்டகாலமாக அங்கீகரிக்கப்பட்டிருக்கிறது.

இந்தியாவில் விஸ்தரித்துக்கொண்டிருந்த சாம்ராஜ்யத்தின் கடைசி பிரபல வைஸ்ராயான, **கர்ஸான் பிரபு** (வைஸ்ராய் பதவிக்கு வருவதற்கு முன்) 1894ல் கீழ்க்கண்டவாறு எழுதினார்:—

"இந்தியாவை ஜெயித்து அரசுபுரியும் சாதனைதான் பிரிட்டனுக்கு உலக அபிப்பிராயத்தில் அதன் அந்தஸ்தை அளித்திருக்கிறதென்று **டீ டொக்கு வில்லி** (பிரஞ்சு தத்துவஞானி) கூறியதைப்போல, ஆசியாவில் வகிக்கும் அந்தஸ்திலிருந்து கிடைக்கும் கௌரவமும் செல்வமும்தான்

பிரிட்டிஷ் சாம்ராஜ்யத்தின் அஸ்திவாரக் கற்களாயிருக்கின்றன. அங்கே பழைய ஆசியாக் கண்டத்தின் இதய பாகத்தில், (இந்தியா) எப்பொழுதுமே கீழ்நாடுகள்மீது அதிகாரம் செலுத்தி வந்த சிம்மாசனத்தில் இங்கிலாந்து அமர்ந்திருக்கிறது. அதன் செங்கோல் நீர்ப்பரப்பின் மீதும் நிலப்பரப்பின்மீதும் வியாபித்திருக்கிறது. "கடவுளைப்போல திரிசூலத்தைப் பிடித்துக் கொண்டு, அரசனைப் போல மகுடம் தரித்துக் காட்சியளிக்கிறது."

- "தூர கிழக்கு நாடுகளின் பிரச்சினைகள்" 1894.

ஏகாதிபத்தியத்தை ஸ்தோத்திரம் செய்யும், இதே கனவான், 1898ல், 4 வருடங்களுக்குப்பின், ஒரு புதிய ராகம் பாடினார்—

"இந்தியா நமது சாம்ராஜ்யத்தின் அச்சு..... வேறு எந்தப் பகுதியை இழந்தாலும் சாம்ராஜ்யம் அதன் பின்னாலும் பிழைத்து வாழும். ஆனால் இந்தியாவை நாம் இழந்தால், நமது சாம்ராஜ்ய சூரியன் அஸ்தமித்துவிடும்".

அடிக்கடி, பிரிட்டிஷ் தலைவர்கள் எடுத்தாளும் இந்த வாக்கியத்தில் ஏகாதிபத்தியத்தை நெருங்கிவரும் அந்திக்காலத்தின் முன்னறிவிப்புதானிருக்கிறது.

பிரிட்டனுக்கும், பிரிட்டிஷ் முதலாளித்துவத்திற்கும், மூலதனப்பெருக்கத்துறையிலும், பொருளாதாரத்துறையிலும் இந்தியாவின் முக்கியத்துவம் மகத்தானதாயிருந்து வந்திருக்கிறது. இந்தியாவின் இறக்குமதியில் பிரிட்டன் ஏகபோக உரிமை வகித்துவந்த 19ம் நூற்றாண்டில், இந்திய இறக்குமதியில் ஐந்தில் நாலு பங்கு பிரிட்டனுடையது; 1914-18 யுத்தத்துக்கு முன்கூட மூன்றிலிரு பங்காயிருந்தது. அந்த ஏகபோக பாக்கியம் ஒழிந்துவிட்டது; இனி வரப்போவதில்லை. 1929க்குப் பின் பிரிட்டிஷ் ஏற்றுமதிகளின் முதன்மையான மார்க்கெட்டாக இந்தியா இருக்கவில்லை. 1938ல் பிரிட்டனின் அயல்நாட்டு மார்க்கெட்டுகளில் இந்தியா மூன்றாவது ஸ்தானத்துக்கு இறங்கிவிட்டது. எனினும் இந்திய வியாபாரத்தின் பெரும்பாகம் இன்றும் கூட பிரிட்டனிடமேயுள்ளது. 1933ல் இந்தியாவில் 100 கோடி பவுன்கள் பிரிட்டிஷ் மூலதனம் இருந்ததாக இந்திய வர்த்தகசபை மதிப்பிட்டிருக்கிறது. வேற்று நாடுகளிலுள்ள

பிரிட்டிஷ் மூலதனத்தில் நாலிலொருபங்கு இது. இந்த தொகை இப்பொழுது குறைந்துவிட்டது. இரண்டாவது உலக யுத்தகாலத்திலும் அதற்குப் பின்னரும் ஏற்பட்ட மாறுதல்களின் விளைவுகளைப்பற்றி அதிகாரபூர்வமான கணிப்புகள் இன்னும் பிரசுரமாகவில்லை. யுத்தகால நஷ்டங்களை முன்னிட்டு, இதர நாடுகளில் பிரிட்டிஷ் மூலதனம் விற்கப்பட்டபோதிலும், இந்த நாட்டில் மாத்திரம் பிரிட்டன் தன் ரொக்க முதலை உடும்புப்பிடியாய்ப் பிடித்து வைத்துக்கொண்டிருந்தது குறிப்பிடத்தக்கது. கைமேல் விலை கொடுக்காமல், யுத்தகாலத்தில், பிரிட்டன் இந்தியாவிட மிருந்து சாமான்கள் வாங்கியது. இதனால், ஸ்டர்லிங் கணக்கில் இந்தியாவுக்குக் கொடுக்கவேண்டிய தொகை இந்தியாவிலுள்ள பிரிட்டிஷ் முதலீடுகளைவிட அதிகமாயிருக்கும். ஆனால் ஸ்டர்லிங் நிதியில் எதிர்கால கதி இன்னும் நிர்ணயிக்கப்படவில்லை. இந்தியா பிரிட்டனுக்கு பல ரூபங்களில் செலுத்தும் வருஷாந்திர கப்பம் 15 கோடி பவுன்களென்று மதிப்பிடப்பட்டிருக்கிறது. (1920-21 வருஷ புள்ளி விவரங்களை அடிப்படையாகக்கொண்டு, "இந்தியாவின் வரிகொடுக்கும் திறமையும் செல்வமும்" என்ற புத்தகத்தில் **ஷாவும், காம்பிடா**வும் மதிப்பிடுகின்றனர். 15 கோடி பவுன் என்றால், அந்த வருஷத்தின் மத்திய சர்க்கார் பட்ஜட் தொகையைவிட அதிகம்; அதன்மூலம் பிரிட்டிஷ் பிரஜைகள் ஒவ்வொருவருக்கும் 3 பவுன் கிடைத்திருக்கும்; அல்லது பிரிட்டனில் **அமிதவரி** செலுத்துபவர்களுக்கு மாத்திரம் விநியோகித்தால், அவர்களுக்குத் தலைக்கு 1700 பவுன்கள் கிடைத்திருக்கும்.

பிரிட்டிஷ் ஏகாதிபத்தியத்துக்கு இந்தியாவின் ராணுவ முக்கியத்துவமும் குறைவானதல்ல; இந்தியாவை அடித்தளமாகக் கொண்டே, சாம்ராஜ்யம் விஸ்தரிக்கப்பட்டது. தவிர, மத்தியதரைக் கடல், சூயஸ் கால்வாய், செங்கடல், பாரசீக வளைகுடா, மத்தியகிழக்கு சாம்ராஜ்யம், சிங்கப்பூர் ஆகியவை அனைத்தின்மீதிலும் ஆதிக்கம் வகிப்பதற்கும் இதர ராணுவ தந்திர நடவடிக்கைகளுக்கும் இந்தியா ஜீவநாடியாய்

விளங்குகிறது. இந்த ராணுவக் கேந்திர முக்கியத்துவம் இரண்டாவது உலகயுத்தத்தில் இன்னும் நன்றாக வெளியாயிற்று.

3. இந்தியாவில் ஏகாதிபத்தியத்தின் கையாலாகாத்தனம்

இந்தியாவில் ஏகாதிபத்திய ஆட்சியின் விளைவு என்ன?

சமூக, அரசியல், அபிப்பிராயங்களிலும் கண்ணோட்டங்களிலும் எவ்வளவு வித்தியாசங்கள், வேறுபாடுகள் இருந்தபோதிலும், வலதுசாரியினரோ, இடது சாரியினரோ எல்லோரும் ஒரு விஷயத்தில் ஏகோபித்த அபிப்பிராயத்தை வெளியிடுகிறார்கள். இரு நூற்றாண்டுகள் ஏகாதிபத்திய அரசாட்சிக்குப்பின், உலகத்திலேயே நிகர் இல்லாத முறையில், இந்திய மக்களை தரித்திரம் பிடுங்கித் தின்கிறது; வறுமை குமிழிவிடுகிறது; துன்பங்கள் கணக்கிடலங்கா.

தேசம் ஏழ்மையாயிருப்பதாலோ, தேசத்தில் செல்வங்கள் இல்லாததாலோ, இந்த நிலைமை சம்பவிக்கவில்லை. இந்தியாவின் பரந்த பிரதேசத்தில் ஏராளமான இயற்கைச் செல்வங்கள் மண்டிக்கிடக்கின்றன. நிலவளத்திற்கும், மனித உழைப்பு சக்திக்கும், மனிதனின் வேலைத்திறமைக்கும் குறைவில்லை. உள்ள சக்திகளனைத்தையும் பயன்படுத்தினால், இன்றைய ஜனத்தொகையைவிட அதிகமான ஜனத்தொகைக்கு ஏராளமாக சப்ளை செய்ய முடியுமென்பதை பின்னால் செய்யப்படும் பரிசீலனை விவரமாக எடுத்துக்காட்டும். விவசாய உற்பத்தி மாத்திரமல்ல. யந்திரத்தொழில் உற்பத்திக்குத் தேவையான மூலப்பொருட்களும்-குறிப்பாக இரும்பு, நிலக்கரி, எண்ணெய், நீர்விசை ஆகியவை-ஏராளமாக இருக்கின்றன. இவற்றைப் பயன்படுத்தக்கூடிய அறிவு, தொழில்செய்யும் ஆவல், திறமை முதலியவற்றிற்கும் (ஏகாதிபத்திய ஆட்சிக்குமுன், சர்வதேசங்களின் நடுவே தொழிலூக்கத்திலும் ஆக்கத்திலும் முகவரிசையில் நின்ற இந்தியா தன் திறமை முழுவதையும் 200 வருஷங்களில் இழந்துவிடவில்லை) குறைவில்லை..

எனினும் இந்தச் செல்வாதாரங்களும் சக்திகளும் பயன்படுத்தப்படவில்லை. பொதுவாக, முதலாளித்துவ அமைப்பிலேயே செல்வங்களும் சக்திகளும் வீணாகின்றன; உற்பத்தி சக்திகள், சாதனங்கள் அனைத்தையும் உபயோகிக்க

முதலாளித்துவத்தால் இயலவில்லை. ஆனால் இந்தியாவில் இந்தக் கையாலாகாத்தனம் பூரணத்துவம் பெற்றுள்ளது. ஏகாதிபத்திய முதலாளித்துவ நாட்டுக்கும் அடிமைப்பட்டிருக்கும் காலனி நாட்டுக்குமுள்ள அடிப்படை வித்தியாசம் இது.

இந்தியாவின் தொழில் பொருளாதார வளர்ச்சியைப்பற்றி (1934ல்) சரித்திர முக்கியத்துவம் பெறக்கூடிய பரிசீலனையைச் செய்த அமெரிக்க பேராசிரியர் **புக்கானன்** கீழ்க்காணும் வியாகூலம் நிறைந்த முடிவுக்கு வருகிறார்:—

"தொழில் செய்வதற்கு அவசியமான சகல மூலப்பொருள்களும் இங்கே இந்தத் தேசத்தில் உள்ளன; எனினும் நூறாண்டுகளுக்கு மேலாக, பாக்டரியில் செய்யப்படும் சரக்குகளை இந்தியா ஏராளமாக இறக்குமதி செய்கிறது. இதர நாடுகளில், யந்திரங்களும் ஸ்தாபனமும் பூரண வளர்ச்சி அடைத்திருக்கும் சர்வசாதாரணமான தொழில்களில்கூட ஒருசில தொழில்களே இந்நாட்டில் ஏற்பட்டிருக்கின்றன. ஏராளமான பருத்தியும் சணலும் விளைகிறது. சுலபமாக தோண்டியெடுக்கக்கூடிய நிலக்கரிச் சுரங்கங்கள் அநேகமிருக் கின்றன. சுலபமாகத் தோண்டி எடுக்கக்கூடிய, உயர்ந்த நயமுள்ள இரும்புக் கனிகள் ஏராளமாக இருக்கின்றன; லாபகரமான வேலையில்லாமல் ஜனங்கள் பட்டினி கிடக்கின்றனர்; உலகத்தில் வேறெந்த தேசத்தையும்விட குறைவில்லாத தங்க சேமிப்பும், வெள்ளி சேமிப்பும் உள்ளது... தன் நாட்டெல்லைக்குள்ளேயும் அருகாமையிலும் ஏராளமான செய்பண்டங்களை மற்றவர்கள் கொண்டுவந்து விற்குமளவுக்குப் பெரிய கொள்முதல் சந்தை இருக்கிறது; எனினும், இவ்வளவு அனுகூலங்கள் இருந்தபோதிலும், நூறு வருஷங்களுக்குப் பிறகு இந்தியாவின் ஆலைத் தொழிலில் 100க்கு 2 பேர்தான் வேலை செய்கின்றனர்.

- டி.எச். புக்கானன் - இந்தியாவில்
முதலாளித்துவத்தின் வளர்ச்சி" 1934.

லண்டன் சர்வகலாசாலையின் வர்த்தகப் பேராசிரியரும் இந்திய பொருளாதாரத்தைப்பற்றிய பிரிட்டிஷ் நிபுணருமான டாக்டர் **வீராஆன்ஸ்டீ** கூறுகிறார்:—

"18-ம் நூற்றாண்டுவரை, இந்தியாவின் பொருளாதார நிலைமை முற்போக்கடைந்திருந்தது. இந்திய உற்பத்தி முறைகளும் தொழில், வர்த்தக ஸ்தாபனங்களும் உலகத்தின் இதர பாகங்களிலுள்ளவையுடன் ஒப்பிடக் கூடியவையா யிருந்தன; அதே இந்தியா இப்படி இருப்பது விசித்திரமா யிருக்கிறது. . .

"பிரிட்டிஷ் ஆட்சியில் பொருளாதார முன்னேற்றமே ஏற்படவில்லையென்று நாம் வாதிக்கவில்லை. பிரிட்டிஷ் தொடர்பின் விளைவாக, சரசமான விலையில், இந்தியாவில் செய்பண்டங்கள் இறக்குமதியாயின; இந்தியாவில் உற்பத்தியாகும் பலரக சாமான்களின் தேவையும் அதிகமாயிற்று. மராமத்து வேலைகள் மூலமாகவும், குறிப்பாக நீர்ப்பாசன வேலைகள் மூலமாகவும், நிர்வாக முறை மூலமாகவும் இந்தியாவின் உற்பத்தி பெருகியது. உற்பத்தியாகும் தானியங்களையும் இதர சரக்குகளையும் ரயில், கப்பல் மூலம் அனுப்ப முடிந்தது. குறிப்பாக 19ம் நூற்றாண்டின் பிற்பகுதியில், இந்தியாவின் மொத்த உற்பத்தியும் வியாபாரமும் பன்மடங்கு பெருகியது.

"ஆனால், இந்த மாறுதல்கள் இந்தியாவும் மேலைய நாடுகளும்பரஸ்பரம் அண்டி நிற்கவேண்டிய நிலைமையை ஒரு விசித்திரமான முறையில் சிருஷ்டித்தது. என்னவென்றால், இந்தியா **மூலப்பொருட்களையும்** உணவுப் பொருட்களையும் ஏற்றுமதி செய்தது; துணி, இரும்பு, எஃகு சாமான்கள், யந்திரங்கள் முதலிய செய்பண்டங்களை இறக்குமதி செய்தது. தவிர, இத்துடன் ஜனத்தொகையும் பெருகி உற்பத்தி அதிகரிப்பை, சரிக்கட்டிவிட்டபடியால், உற்பத்தி சராசரியில் கூடுதல் ஏற்படவில்லை. இந்தியாவில் பொருளாதார வளர்ச்சி தடைப்பட்டிருக்கிறதென்ற அபிப்பிராயத்துக்கு இந்த உண்மைகள் வர்ணம் தருகின்றன.

"19-ம் நூற்றாண்டின் முடிவு வரை, பொதுமக்களின் சுபிட்சத்தைப் பொருத்தவரை, பிரிட்டிஷ் ஆட்சியின் விளைவுகள் ஏமாற்றத்தையே அளித்ததென்பதில் ஐயமில்லை."

- (ஆன்ஸ்டீ-இந்தியாவின் பொருளாதார வளர்ச்சி)

சமீபகாலத்தைப்பற்றி என்ன? சமீபகாலத்தில் நிலைமை மாறிவிட்டதென்றும் தொழில் வளர்ச்சி வேகமாக நடைபெறுகிறதென்றும் சில சமயங்களில் சொல்லப்படுகிறதே.

1931-ம் ஸென்ஸஸ் விவரங்களைப் பரிசீலனை செய்துவிட்டு... அதே ஆன்ஸ்டீ இல்லையென்ற முடிவுக்கு வருகிறார்:—

"வேகமாக முன்னேறும் தொழில் வளர்ச்சியுடன் இந்தப் புள்ளி விவரங்களை ஒப்பிடுவது கஷ்டமாகும். . . . . . விவசாயத்தோடு ஒப்பிட்டுப் பார்த்தால் தொழில்வளர்ச்சி மிகக் குறைவாக இருப்பதுடன், எந்த முன்னேற்றமடைந்த தேசத்துக்கும் அவசியமான சாமான்களையும் தேவைகளையும் பெற, இந்தியா அயல்நாட்டினரையே நம்பவேண்டியிருக்கிறது. பொருளாதார வாழ்க்கையில் பல்வேறு பகுதிகளும் ஒத்துவரவில்லை. ஜனங்களின் வாழ்க்கைத்தரம் படுமோசமாக இருக்கிறது."

ஏராளமான செல்வமுள்ள நாட்டில் வர்ணிக்க முடியாத வறுமை! இந்த முரண்பாட்டுக்கு காரணம் என்ன? (சாதாரண முதலாளித்துவ நாடுகளிலும் இந்த முரண்பாடு இருந்த போதிலும், அது இங்கு பன்மடங்கு தீவிரமாயிருக்கிறது) யந்திர வளர்ச்சியிலும், தொழில் வளர்ச்சியிலும் முகவரிசையில் நிற்கும் ஒரு நாட்டின் ஆட்சியின்கீழ் 200 வருஷங்கள் இருந்தபின்பும், ஏன் இந்த முரண்பாடு? ஏன் பொருளாதார வளர்ச்சி தடுத்து முடக்கப்பட்டிருக்கிறது?

இந்த முரண்பாட்டைப் புரிந்துகொள்ள, இந்திய மக்களின் சமூக, பொருளாதார நிலைமையில் ஏகாதிபத்தியம் எவ்விதத்தில் வேலை செய்தது, செய்துவருகிறது என்பதை ஆராயவேண்டும்.

ஏனென்றால் இருநூறாண்டுகளுக்கு முன் பியூடல் மன்னர்களின் (நிலப்பிரபுத்துவ அமைப்பை பியூடெல் அமைப்பு, பியூடல் பிரபுத்துவம் என்கிறோம்) பொருளாதார முறையைவிட வளர்ச்சியடைந்த பொருளாதார அமைப்பை பிரிட்டிஷ் படையெடுப்பாளர்கள் பிரதிபலித்ததால் (படையெடுப்பில் சர்வநாசம் ஏற்படுத்திய போதிலும்) அவர்கள் வெற்றியடைந்தார்கள். அதைப்போலவே, ***இந்தியாவின் உற்பத்திகளை அபிவிருத்தி செய்யமுடியாத கையாலாகாத்தனம்தான் இன்று ஏகாதிபத்தியத்துக்கு இந்தியாவில் இறுதியாகச் சாவுமணியடிக்கிறது.***

இந்தியாவிலுள்ள பழைய அமைப்பின் (ஏகாதிபத்தியம்) கையாலாகாத்தனமும், புதிய அமைப்பின் எழுச்சியும், ஏகாதிபத்தியத்தை எதிர்த்து வளர்ந்துவரும் இந்திய மகாஜனங்களின் பேரெழுச்சியில் பிரதிபலிக்கிறது. 20-ம் நூற்றாண்டில் இந்த எழுச்சியே மேலும் மேலும் இந்திய சரித்திரத்தில் ஆதிக்கம் வகிக்கிறது.

இந்தியாவில் ஏகாதிபத்திய, சீரழிவின் தேக்கத்துக்கு முற்றுப்புள்ளி வைக்கவும், முன்னேறும் நவீன இந்தியா, ஜனங்களின் இந்தியா அமைவதற்கும், அத்தியாவசியமான சூழ்நிலை பக்குவமாகிவிட்டதென்பதில் சந்தேகமில்லை.

4. இந்தியாவின் எழுச்சி

இந்தச் சீரழிந்துகொண்டிருக்கும் கையாலாகாத ஏகாதிபத்திய ஆட்சியை எதிர்த்துத்தான் இந்திய மக்கள் கலகக்கொடி உயர்த்தியிருக்கின்றனர். இந்தப்பேரெழுச்சி சதா வியாபித்துக்கொண்டிருக்கிறது. இது சர்வ ஜனப்பகுதிகளையும் ஆகர்ஷித்துவிட்டது.

கடந்த நூற்றாண்டில் இந்திய தேசிய இயக்கம்* பல கட்டங்களைத் தாண்டி இன்றைய நவீன ரூபத்தில், 1875-க்குப் பின்னால் வளர்ச்சியடைந்திருக்கிறது. சட்ட ரீதியாகவும், சட்டவிரோதமானதாகவும், மிதவாத முறையிலும், புரட்சிகரமான முறையிலும் பல ரூபங்களில் அது வளர்ந்து வந்திருக்கிறது. அதில் பலவகை இயக்கங்கள்- மிதவாதம், தீவிரவாதம், நவீனகாலத்தில் சோஷியலிஸ்ட், கம்யூனிஸ்ட் இயக்கங்கள் அடங்கியிருக்கின்றன. ஐம்பது வருஷங்களுக்கு முன்னால் ஏகாதிபத்திய சுமைக்குள்ளேயே சில சில்லரை சீர்திருத்தங்களைக் கோருவதே சட்டரீதியான

---

* "இந்திய தேசம்", 'இந்திய தேசிய இயக்கம்' என்ற பதங்கள் பிரிட்டிஷ் ஏகாதிபத்தியத்தை எதிர்த்துப் போராடும் இந்திய மக்களின் ஒற்றுமையையே குறிக்கின்றன. சுதந்திர இந்தியா எதிர்காலத்தில் நிர்ணயித்துக்கொள்ளக்கூடிய அரசியல் உருவங்களைப்பற்றி அவை தீர்ப்பு கூறவில்லை. இந்தியாவிலெழுந்துள்ள இனப் பிரச்சினை பிறிதொரு இடத்தில் விவாதிக்கப்பட்டிருக்கிறது. (மொ-ர்)

இயக்கத்தின் கோரிக்கையாயிருந்தது. ஸ்தாபன ரீதியாக உருவான இயக்கம். ஒரு சில படித்த மத்தியதர வர்க்கத்தினரையே ஆகர்ஷித்திருந்தது. ஆனால் 20-ஆம் நூற்றாண்டிலிருந்து இயக்கத்தின் நோக்கங்களும் பரிமாணமும் தொடர்ச்சியாய் விரிவடைந்தன. முதல் உலக யுத்தத்துக்குப்பின், தேசிய இயக்கத்துக்கு பரிபூர்ண பொதுஜன அடிப்படை ஏற்பட்டது. கோரிக்கையும் பரிபூரண சுயாட்சி லட்சியமாக வளர்ந்தது. இறுதியாக 1929-லிருந்து, பிரிட்டிஷ் சாம்ராஜ்யத்திலிருந்து பிரிந்துபோய் பரிபூர்ண சுதந்திரத்தை ஸ்தாபிப்பதே லட்சியம் என்று வரையறுக்கப்பட்டது.

இந்தியா விழிப்படைந்துகொண்டிருக்கிறது. ஆயிரக் கணக்கான வருஷங்களாக, அலைமேலடிக்கும் அலைபோல படையெடுத்த அயலார்களுக்கு இரையாகிவந்த இந்தியா, சுதந்திர ஜனசமூகமாக சுயேச்சையாய் வாழ, உலகத்தில் தனக்கு உரித்தான பங்கை மேற்கொள்ள, விழிப்படைந்து விட்டது. நமது வாழ்நாட்களில், இந்த எழுச்சி முறையில் பாய்ச்சல் முன்னேறிக்கொண்டிருக்கிறது. கடந்த 25 வருஷங்களில் ஒரு புதிய இந்தியா மலர்ந்துவிட்டது. தாண்ட வேண்டிய தடைகள், நீக்க வேண்டிய இடையூறுகள் எவ்வளவிருந்த போதிலும், இன்று சுதந்திரப் பாதையில் முன்னேறும் இந்தியா கூடிய சீக்கிரத்தில் வெற்றியை அடைந்துவிடு மென்பதை அனைவரும் ஒப்புக்கொள்கின்றனர்.

கடந்த காலம் முழுவதும் தன் பாசறையிலுள்ள ஒவ்வொரு ஆயுதத்தையும் - பலாத்கார அடக்குமுறை அல்லது அரசியல் சலுகை அல்லது இந்திய பிரிவினைகளை சாமர்த்தியமாகத் தூண்டிவிட்டுப் பயன்படுத்திக்கொள்ளுதல், அல்லது இயக்கத்தின் மேலிடத்தை, மேல் வர்க்கத் தலைமையை அணுகுதல்-சகல ஆயுதங்களையும் பயன்படுத்தி, தேசிய இயக்கத்தை தடுக்கவும், எதிர்க்கவும், பிளவுபடுத்தவும், கெடுக்கவும், களங்கப்படுத்தவும், தேசிய இயக்க வளர்ச்சிக்கு அணைபோடவும், பிரிட்டிஷ் கொள்கை இடைவிடாத முயற்சி செய்துவந்திருக்கிறது. ஏகாதிபத்திய கொள்கையில் சாமர்த்தியம் நிறைந்தது பிரிட்டிஷ் கொள்கை; அனுபவம் நிறைந்தது பிரிட்டிஷ் கொள்கை; நெளிந்து வளைந்து

கொடுக்கும் தன்மையை அதிகமாகப் பெற்றதும் பிரிட்டிஷ் கொள்கையே. ஆகவே பிரிட்டிஷ் கொள்கை, தான் கற்ற சகல வித்தைகளையும் கையாண்டு, அடக்குமுறையை அமுல் நடத்தும்போதே சீர்திருத்தங்களைப் பிரகடனப்படுத்தி, புதிய நிலைமைக்கேற்றவாறு தன்னை மாற்றிக்கொண்டு, உருவத்தில் மாபெரும் சலுகைகளை அளிக்கிறபொழுதே, யதார்த்தத்தில் தன் அதிகாரத்தையும் சுரண்டலையும் பாதுகாத்துக்கொள்ள முயன்றுவந்திருக்கிறது. லிபரல் ஏகாதிபத்தியவாதிகளின் சித்தாந்தம், சீர்திருத்தவாதிகளின் சித்தாந்தம்-காலனி மக்கள் மெள்ள மெள்ள சாத்வீகமாக முன்னேறி, ஏகாதிபத்திய அமைப்புக்குள்ளேயே சுதந்திரமும் சுயாட்சியும் பெறலாம் என்ற தத்துவம்-நடைமுறையில் அனுஷ்டிக்கப்பட்டுவந்தது. இந்த மோதுதலின் நிகர் விளைவை, இந்திய மக்களின் எதிர்காலத்துக்கும் பிரிட்டிஷ் சாம்ராஜ்யத்தின் எதிர்காலத்துக்கும் முக்கியமான அந்த நிகர்பலனை-சரித்திரம் நிர்ணயிக்கும்.

கடந்த 25 வருடகால சரித்திரம் ஒரு விஷயத்தை வெள்ளிடைமலையாய்க் காண்பித்துவிட்டது. புதிய சூழ்நிலைக்கேற்றவாறு ஏகாதிபத்தியம், தன் வேஷத்தை மாற்றிக்கொள்வதற்காக செய்யும் முயற்சிகளும், அடக்கு முறையும், சீர்திருத்தமும் மாறி மாறி அலைமேல் அலையாக அடிக்கும் ஏகாதிபத்திய போக்கும், தேசிய இயக்கத்தின் அலைப்பெருக்கத்தைத் தடுக்க முடியவில்லை; இந்தியாவின் பிரச்சினையையும் தீர்க்க முடியவில்லை.

ஏகாதிபத்திய ஆட்சியின் கீழ், இந்தியாவின் அரசியல் சூழ்நிலையுடன், சமூக, பொருளாதார சூழ்நிலைகளிலும் வேரோடி வளர்ந்திருக்கும் முரண்பாடுகள் மீண்டும் மீண்டும் ஏகாதிபத்தியத்தின் சமரச முயற்சிகளை முறியடிக்கின்றன. வளர்ச்சியடைந்த ரொக்க முதலாளித்துவத்தின் சுரண்டலாதிக்கமும் ஆலை முதலாளித்துவத்தின் சுரண்டலாதிக்கமும் மேலே; கீழே அதலபாதாளத்தையே எட்டிப் பார்க்கும்படியான சமூக கஷ்ட துயரம், அவ்வளவு கீழே பின்தங்கி நிற்கும் நிலைமை. இரண்டும் காரண காரியமாக, காரணமும் விளைவுமாக பின்னிக் கிடக்கின்றன. கோபுரத்தின் உச்சியிலே ஏகாதிபத்திய சுரண்டல் கூட்டம், அடித்தளத்திலே

உற்பத்தி செய்யும் அனாதை மக்கள், ஒன்றையொன்றை எதிர்க்குமிந்த இருமட்டங்களுக்கிடையே, பலவித தற்காலிக உருவங்கள், இடைத்தட்டுக்காரர்களின் சுரண்டல், குட்டி தேவதைகளின் சுரண்டல் யந்திரங்கள், அக்கு வேறு ஆணி வேறாக சீரழிந்து சின்னாபின்னமாகும் பழைய சக்திகள்-புதிய முன்னேறும் சக்திகள்-இவை எல்லாம் அங்கம் வகிக்கின்றன; இவைகளினூடே இந்திய மக்களின் தேசிய உணர்வும் பட்டினிகிடக்கும் இந்திய மக்களின் பொருளாதாரக் கோரிக்கைகளும் வளர்கின்றன; வருஷத்துக்கு வருஷம் விரிவடைகின்றன. எந்த திருப்பத்திலும் எந்த கட்டத்திலும் படீரென்று வெடித்து, சமூக முறைக்கே சாவுமணியடிக்கக் கூடிய சமூக 'டைனமிட்' இந்த நிலைமையில் அடங்கிக் கிடக்கிறது.

இந்தியாவின் அடிப்படையான பிரச்சினை தேசிய பிரச்சினை மாத்திரமல்ல. சமூகப் பிரச்சினையுமாகும். மனித சமூகத்தின் ஐந்திலொரு பகுதியினர் அன்னிய ஆதிக்கத்திட மிருந்து விடுதலையடைய வேண்டுமென்று கோருவதே ஏகாதிபத்தியத்துக்கு இந்திய மக்கள் விடுத்திருக்கும் சவாலுக்குச் சாதாரண அர்த்தம். அரசியல் விடுதலைக் கோரிக்கையாக சுதந்திரக் கோரிக்கை அரசியல் ரீதியில் பிரதிபலித்தபோதிலும், சுதந்திரக் கோரிக்கை, தவிர்க்க முடியாத வகையில், இன்னும் ஆழமான கருத்தை எதிரொலிக்கிறது. லண்டன் முதலாளித்துவத்தின் தலைமையில் வேரோடியிருக்கும் இந்திய சமூக அமைப்புக்கே சவால் விடுப்பதுதான் சுதந்திரக் கோரிக்கையின் கருப்பொருள். ஒன்றைத் தொடாமல், இன்னொன்றைத் தொடமுடியாது. (பிரிட்டிஷ் ஏகாதிபத்திய முதலாளித்துவத்தை ஒழிக்காமல், சுதேசி சுரண்டல் வர்க்கத்தை ஒழிக்க முடியாது; சுதேசி சுரண்டல் வர்க்கத்தை ஒழிக்காமல் பிரிட்டிஷ் ஆட்சியை முடிவாக ஒழிக்க முடியாது. மொ—ர்)

இக்கருத்தில் பார்த்தால், இந்திய பிரச்சினை ஒரு சமூகப்பிரச்சினை; இந்தியாவின் நாற்பதுகோடி மக்களுடைய ஜீவாதார பிரச்சினை-மிகப் பெரும்பான்மையான மக்கள் அரைப் பட்டினியிலும் பரம தரித்திரத்திலும் உழலும் பிரச்சினை. அதே சமயத்தில் அவர்கள் வாழ்க்கை மீது

பரிபூரண ஆதிக்கம் செலுத்தும் அன்னிய ஆதிக்கத்தின்கீழ், அவர்களுடைய பயங்கரமான நிலைமைக்கு காரணமான சமூக அமைப்பைப் பலாத்காரத்தின் மூலம் பாதுகாக்கும் அன்னிய ஆதிக்கத்தின் கீழ், வாழும் பிரச்சினை. இந்த கோடிக்கணக்கான மக்கள் வாழ்க்கைக்காக, வாழ்க்கையின் கோரிக்கைகளுக்காகப் போராடுகிறார்கள். அவர்களுடைய போராட்டமும் லட்சியங்களும் எப்படி கைகூடுமென்பதுதான் இந்தியாவின் பிரச்சினை.

இந்திய மக்களுடைய போராட்டத்தின் உடனடி நோக்கம். தேசிய விடுதலை; தேசிய சுதந்திரத்தை கைப்பற்றுதல்; சுயராஜ்யம் என்ற ஜனநாயக உரிமையைப் பெறுதல். ஆனால் இந்த நோக்கம் இன்னும் ஆழமான சமூகப் போராட்டத்தின், இந்தியாவில் துரிதமாக முன்னேறும் சமூகப் புரட்சியின் முதல் கட்டத்தைத்தான் பிரதிநிதித்துவப்படுத்துகிறது. தேசிய பிரச்சினையும், சமூகப் பிரச்சினையும் ஒன்றோடொன்று பின்னிக்கிடக்கின்றன. இந்த பரஸ்பர தொடர்பைப் புரிந்து கொள்வதுதான் இந்திய நிலைமையைப் புரிந்துகொள்வதற்கான திறவுகோல்.

சமூக பிற்போக்கு இந்தியாவில், ஆழமாக வேரோடியிருக்கிறது. தேசிய இயக்கத்தின் தன்மையையும், பிரச்சினைகளையும் வெகுவாகப் பாதிக்கிறது. இந்தச் சமூகப் பிற்போக்கின் விளைவுகள், கர்னாடகக் கொள்கைகளின் விளைவுகள், தேசிய இயக்கத்தைப் பலவீனப்படுத்துகின்றன. ஏகாதிபத்தியம் தன் உண்மையான அக்கிரமத்தையும், ஆக்கிரமிப்பையும் மூடிமறைக்க, நாகரிகப்படுத்தும் தூதர்கள்' என்று தன்னைப்பற்றித் தானே தம்பட்டமடித்துக்கொள்ளும் குருட்டு வேதாந்தத்தைப் போலவே, அதற்கு எதிராக வரும் அனுமானங்களையும், குருட்டு வேதாந்தங்களையும் பற்றி நாம் சர்வ ஜாக்கிரதையாயிருக்க வேண்டும்.

ஏகாதிபத்தியத்தின் சம்பிரதாயமான குருட்டு வேதாந்தத்துக்கு எதிராக, பின்னோக்கிப் பார்க்கும் சில இந்தியர்கள் ஒரு குருட்டு வேதாந்தத்தை உருவாக்க முயற்சித்து வருகின்றனர். ஏகாதிபத்திய ஆட்சியின் தீமைகளுக்கு எதிராக, அவர்கள் இந்தியாவில் பிரிட்டிஷ் ஆட்சிக்கு முன், உன்னதமான முறையில் ஆட்சி நடந்ததாக சித்திரிக்கிறார்கள். பிரிட்டிஷ்

ஆக்கிரமிப்பின் முன்னே வீழ்ச்சியடைந்த பழைய சமூக அமைப்பின் தீமைகளை, அழுகிக்கொண்டிருந்த சமூக அமைப்பின் தீமைகளை மழுப்பப் பார்க்கின்றனர். முன்னேற்றத்தைத் தடுக்கும் இறந்தகால மிச்ச சொச்சங்களை, பிற்போக்கின் பெட்டகமாக விளங்குமிந்த புராதனகாலச் சின்னங்களை சரித்திர ரீதியாக வியாக்கியானம் செய்வதுடன் எதிர்கால ஆதர்சங்களாகவும் வர்ணித்துப் புகழ்கின்றனர். இதன்மூலம் பொதுமக்களின் உணர்வில் தெளிவேற்படுவதைத் தடுத்து ஒற்றுமைக்குக் குறுக்கே நிற்கின்றனர். இந்தப் பழைய பிற்போக்கின் மிச்ச சொச்சங்களை அடிப்படையாகக் கொண்டு தேசிய உணர்வையே உருவாக்கப் பார்க்கின்றனர். இந்த ரீதியில் ஏகாதிபத்தியத்தை எதிர்த்து நடத்தும் போராட்டத்தை மேற்கத்திய நாகரிகத்தை எதிர்க்கும் போராட்டமாக (மேலை நாடுகளின் நாகரிகம்) திருப்பப் பார்க்கின்றனர். அவர்கள் முன்னோக்கிப் பார்க்கவில்லை. பின்னோக்கிச் செல்கிறது அவர்கள் கண்ணோட்டம்.

இது தேசிய முன்னணியைப் பலப்படுத்தாது; பலவீனம் அடையச் செய்யும். இந்தியாவின் கடந்தகால சரித்திரத்தின் வாரிசாக வந்திருக்கும் இத்தீமைகளை, ஏகாதிபத்திய ஆட்சியால், நீடித்து இருக்கும் இந்தச் சமூகத் தீமைகளை கண்ணெடுத்துப் பார்க்க மறுப்பதில் எந்தவிதமான லாபமும் இல்லை. இந்தத் தீமைகளை அனுமதிப்பதும், அதிகப்படுத்துவதும் ஏகாதிபத்தியத்தின் வேலையாகிறது. அதன் இயற்கையான கொள்கையும் சமூக அடிப்படையும் இதை அவசியமாக்குகிறது. ஆனால் எவ்வளவு தூரம் தேசிய முன்னணி இந்தத் தீமைகளை எதிர்த்துப் போராடுவதில் ஏகாதிப்த்தியத்தைவிட உறுதியும், உற்சாகமும் திறமையும் காண்பிக்கிறதோ அந்த அளவுக்கே தேசிய முன்னணி பலம் பெறுகிறது.

வளர்ச்சியடைந்த சமூக, பொருளாதார அமைப்பின் பிரதிநிதியாக எவ்வளவு காலம் ஏகாதிபத்தியம் நிற்கமுடியுமோ, அந்தக் காலத்தில் அது என்ன கொடுமைகள் செய்தபோதிலும் எவ்வளவு தூரம் உற்பத்திச் சக்திகளை வீணாக்கியபோதிலும் அது ஆதிக்கம் வகிப்பதைத் தவிர்க்க முடியாது. இன்று

தேசிய முன்னணியின் சக்திகள் எவ்வளவு தெளிவாக இந்திய மக்களின் முன்னேறிக்கொண்டிருக்கும் சமூக சக்திகளுடன் ஐக்கியமாகின்றனவோ, எவ்வளவு தெளிவாக, திட்டவட்டமாக ஏகாதிபத்தியத்தை விட உயர்ந்த சமூக, பொருளாதார அமைப்பின் பிரதிநிதியாக நிற்கின்றனவோ அவ்வளவு தூரம் எதிர்கால வெற்றி நிச்சயமாகும்.

சமூக மோதுதல்கள்மூலம், குவிந்துவரும் நெருக்கடியால் முன்னணிக்கு வரும் பிரச்சினைகள் மூலம் இந்திய மக்கள் முன் சில அடிப்படையான புரட்சிகரமான கடமைகள் எதிர் நோக்குகின்றன. இந்தியாவின் பிற்போக்கு பல ஆண்டுகளாக அடிமைத்தனத்தில் குவிந்த அழுக்கையும், ஆபாசத்தையும் ஒழித்து பரிசுத்தப்படுத்தும் கடமை, முடக்கப்பட்டிருக்கும் வளர்ச்சி, கர்நாடக சமூக பழக்கவழக்கங்கள் முதலிய பிரச்சினைகள் தேசிய விடுதலை அடைந்தவுடன் பைசலாகி விடாது. ஆனால், அப்பொழுதுதான் அவை முழுத்தன்மை அடையும். பைசலாவதற்கான சூழ்நிலையை சிருஷ்டிப்பதற்கு ஏதுவான நிலைமை ஏற்படும்.

இந்த மோதுதல்களையும், பிரச்சினைகளையும் பைசல் செய்வதன்மூலம் இந்தியாவின் உழைப்பாளி மக்கள் தெளிவான போதம் பெறுவார்கள். தங்கள் தலைவிதியை தங்கள் ஆதிக்கத்தில் கொண்டுவருவார்கள். பொருளாதாரத் துறையிலும், கலாசாரத் துறையிலும் பின்தங்கி நிற்கும் தற்கால இந்தியாவை அதிகமாக முற்போக்கு அடைந்துள்ள தேசத்திற்கு சரிநிகர் சமானமாகக்கொண்டு வருவார்கள். இதன் மூலம் உலக சோஷலிஸத்திற்காக, கீழ் நாடுகளுக்கும், மேல் நாடுகளுக்கும் உள்ள வித்தியாசங்களை இறுதியாகப் போக்குவதற்காக, வளர்ச்சி அடைந்திருக்கும் தேசங்களுக்கும் பின்தங்கியிருக்கும் நாடுகளுக்கும் உள்ள தாரதம்மியங்களை நீக்குவதற்காக எதிர்காலத்தில் ஏற்படும் முன்னேற்றத்தில் இந்திய மக்கள் ஒரு முக்கியமான பங்கு எடுக்க வேண்டியவர்கள் ஆவார்கள்.

வர்க்க சமுதாயத்திற்குள் தோன்றிய நாகரிகத்தின் ஒவ்வொரு கட்டமும், கலாசாரத்தின் ஒவ்வொரு கட்டமும்

இந்தியாவில் இன்றும் உள்ளன. ஆகவே, விரிவான அளவிலுள்ள சமூக, பொருளாதார, அரசியல், கலாசார பிரச்சினைகள் கூர்மையான முறையில் இந்திய நிலைமையில் எழுகின்றன. பலதரப்பட்ட வர்ணத்தினரும், மதத்தினரும் சேர்ந்து வாழ்வது; அவர்களுக்குள்ளிருக்க வேண்டிய பரஸ்பர உறவு; பழையதும், அழுகிக்கொண்டிருப்பதும், மூடப் பழக்க வழக்கங்கள் நிறைந்ததுமான சமூக உருவங்களையும் பரம்பரைகளையும் எதிர்த்து நடத்தவேண்டிய போராட்டம்; கல்விக்காகப் போராட்டம்; மாதர் விடுதலைப் போராட்டம், விவசாய புனரமைப்புப் பிரச்சினை; தொழில் வளர்ச்சிப் பிரச்சினை; நகரத்துக்கும் கிராமத்துக்குமுள்ள உறவு; பல ரூபங்களில் தீவிரமாக வளரும் வர்க்கப் போராட்டம்; தேசியத்துக்கும் சோஷியலிஸத்துக்குமுள்ள உறவைப்பற்றிய பிரச்சினைகள்- நவீன உலகத்தின் இந்தப் பலதரப்பட்ட பிரச்சினைகள் அனைத்தும் இந்தியாவில் அவசர பிரச்சினைகளாக விசேஷ வேகத்துடன் எழுகின்றன.

இந்தப் பலதரப்பட்ட பிரச்சினைகளை தனித்தனியாய் பைசல் செய்துவிட முடியாது. நடுநாயகம் வகிக்கும் தேசிய விடுதலையோடு, உடனடி பிரச்சினையான தேசிய விடுதலையோடு இவை பிணைக்கப்பட்டிருக்கின்றன. புதிய இந்தியாவை சிருஷ்டிக்கும் பௌதிக சக்திகளையும், மனித சக்திகளையும் இந்த தேசிய விடுதலையே கட்டவிழ்த்துவிடமுடியும். இந்தியாவின் பிரச்சினைகள் பைசலாவதென்றால் உலக மக்கள் அனைவரையும் எதிர்நோக்கும் பிரச்சினைகள், அவைகளின் சிக்கலான ரூபத்தில்கூட பைசலாகிறதென்று அர்த்தம்.

உலக சரித்திரத்தில் இந்திய மக்கள் பெரும் பங்கெடுத்திருக்கிறார்கள். நாடுபிடிப்பவர்கள் என்ற முறையில் அல்ல; கலாச்சார உலகில், சிந்தனை உலகில், தொழில் உலகில், அவர்கள் விசேஷ பங்கெடுத்துள்ளனர். இந்திய மக்களின் தேசிய விடுதலையும், சமூக விடுதலையும் மனித சமுதாயத்துக்கு மகத்தான புதிய செல்வத்தை அளிக்கும்.

முதல் பாகம்

பூர்வாங்க பரிசீலனை

இரண்டாவது அத்தியாயம்

இந்தியாவின் செல்வமும் வறுமையும்

1. இந்தியாவின் செல்வம்
2. இந்தியாவின் வறுமை
3. ஜனப்பெருக்கத்தைப் பற்றிய தவறான சித்தாந்தங்கள்.

மூன்றாவது அத்தியாயம்

இரு உலகங்களிடையே மாறுபாடு

1. இருபதாண்டுகள்-ஏகாதிபத்தியமும் சோஷியலிஸமும்
2. மத்திய ஆசிய குடியரசுகளின் அனுபவம்.

இரண்டாவது அத்தியாயம்
இந்தியாவின் செல்வமும் வறுமையும்

> "இந்தியாவில் முதன்மையாகக் கருத்திலூன்றும் உண்மை என்னவெனில், அந்நாட்டில் நிரம்பியுள்ள செல்வாதாரங்களின் நடுவே வசிக்கும் ஜனங்கள் பரம ஏழைகள்"
>
> — எம்.எல்.டார்லிங் 'பாஞ்சால விவசாயியின் சுபிட்சமும் கடனும்" 1925

இந்தியாவின் நிகழ்கால நிலைமையில் இரு உண்மைகள் பிரதானமாக நிற்கின்றன.

ஒன்று இந்தியாவின் செல்வம்—இயற்கை ஐசுவரியங்கள், அபரிமிதமான செல்வாதாரங்கள்—இன்றைய ஜனத்தொகைக்கும் இதைவிட, அதிகமான ஜனத்தொகைக்கும் சுபிட்ச வாழ்வை தரக்கூடிய செல்வம்.

இன்னொன்று இந்தியாவின் வறுமை — மிகப் பெரும்பான்மையான மக்களின் வறுமை. மேலைய நாடுகளின் வாழ்க்கை நிலைமைகளில் மாத்திரம் பரிச்சயப்பட்டுள்ளவர்களால் கற்பனைகூட செய்ய முடியாத வறுமை. இவை இரண்டுக்குமிடையே இந்தியாவிலுள்ள சமூக அரசியல் அமைப்பு பிரச்சினை நிற்கிறது.

1. இந்தியாவின் செல்வம்

இந்தியா ஏழை மக்களின் நாடு; ஆனால் அது ஏழ்மையான நாடல்ல.

விவசாய, தொழில் வளர்ச்சியின் மூலம் தேசத்தில் வாழும் மக்களுக்கு மிகமிக உயர்ந்த சுபிட்சத்தை அளிப்பதற்கு வெகு சாதகமான இயற்கைச் செல்வங்கள் இந்தியாவில் நிரம்பியிருக்கின்றன; அது மாத்திரமல்ல, பிரிட்டிஷ் ஆட்சிக்கு முன்னால், இந்திய பொருளாதார வளர்ச்சி உலகத் தராசில் முன்னணி ஸ்தானம் வகித்தது.

முன்காலத்தில், இந்தியாவின் செல்வம் கணக்கற்றதென்று இதர தேசங்களின் ஜனங்கள் கருதினார்களென்பது உலகறிந்த உண்மை. ஆனால் அக்காலத்திய ஆராய்ச்சியாளர்கள் பணக்காரர் களிடமும் செல்வாக்குள்ளவர்களிடமும் குவிந்திருக்கும் செல்வத்தைக் கணக்கிட்டார்களேயல்லாது, செல்வ விநியோக முறையைக் கவனிக்கவில்லையாதலால், இக்கணிப்புகளைச் சந்தேகத்துடனேயே கவனிக்கவேண்டும். இத்தகையவர்களில் ஒருவர் **கிளைவ்**. வங்காளத்தின் பழைய தலைநகரான **முர்ஷிதாபாத்தில்** பிரவேசித்ததும், 1757ல் கிளைவ் கீழ்க்காணுமாறு எழுதினார்:–

"இந்நகரம் விஸ்தீரணத்திலும், செல்வத்திலும், ஜனத்தொகையிலும் லண்டன் நகரை ஒத்திருக்கிறது. ஒரே ஒரு வித்தியாசம், முர்ஷிதாபாத்திலுள்ள தனி நபர்களிடம் லண்டனிலுள்ளவரைக் காட்டிலும் மிக அதிகமான சொத்து இருக்கிறது".

இத்தகைய ரிப்போர்ட்டுகளிடையேயுள்ள மாறு பாடுகளுக்கும் மிகைப்படுத்திக் கூறுவதற்கும், விஞ்ஞான ரீதியான அத்தாட்சிகள் இல்லாததற்கும் விட்டுக்கொடுத் தோமானாலும் 17-ஆம் நூற்றாண்டின் பிற்பகுதியிலும் 18-ஆம் நூற்றாண்டின் முற்பகுதியிலும் இந்தியாவிற்குச் சென்ற யாத்திரீகர்கள் அனைவரும் சுபிட்சம் நிலவியதாகக் கூறுவதும், இன்றைய நிலைமைக்கு நேர்மாறாகக் கிராமங்களில் சுபிட்சம் நிலவியதாகக் கூறுவதும், குறிப்பிடத்தக்கது. 17ம் நூற்றாண்டு இந்தியாவில் சுற்றுப்பிரயாணம் செய்ததைப் பற்றிய குறிப்புகளில், **டாவர்னியர்** கூறுகிறார்:–

"சின்னஞ்சிறு குக்கிராமங்களில்கூட அரிசி, கோதுமை, மாவு, வெண்ணெய், பால், அவரைக்காய் முதலிய காய்கறிகள், சர்க்கரை முதலிய இனிப்புப் பண்டங்கள் (திட பதார்த்தங்களும், திரவ பதார்த்தங்களும்) ஏராளமாகக் கிடைக்கின்றன.

("இந்தியாவில் பிரயாணங்கள்" டாவர்னியர்)

17-ம் நூற்றாண்டில், **அவுரங்கசீப்** சக்ரவர்த்தியின் பிரதம வைத்தியராயிருந்த **வெனிஸ்** நகரவாசி **மனௌச்சி**

என்பவர் தன் ஞாபகார்த்தங்களில் இந்தியாவின் செல்வத்தை மாகாணம் மாகாணமாக பூரித்த உள்ளத்துடன் எடுத்துரைக்கிறார். கிளைவாலும் அவர் வாரிசுகளாலும் நாசமாக்கப்பட்டு, இன்று பரம தரித்திரத்துக்குள்ளாகியிருக்கும் வங்காளத்தைப் பற்றிக் கூறுவதை மனௌச்சியின் வர்ணனைக்கு ஒரு உதாரணமாக எடுத்துக்கொள்ளலாம்:–

"முகலாய ராஜ்யங்களுக்குள்ளே வங்காளம்தான் பிரான்ஸில் பிரசித்திபெற்றுள்ளது. இங்கிருந்து ஐரோப்பாவுக்கு ஏற்றுமதியாகியிருக்கும் செல்வம் அதன் செழிப்புக்கும் வளத்துக்கும் தக்கசான்று. அது எந்த முறையிலும் எகிப்துக்கு தாழ்ந்ததல்லவென்று நாம் நிச்சயமாய் சொல்வோம், பஞ்சாடை, ஸில்க், சர்க்கரை, அவுரி முதலியவற்றில்; அது எகிப்தைவிட உயர்ந்தது. பழங்கள், பருப்புகள், தானியம், மஸ்லின்கள், ஜரிகை ஆடைகள், ஸில்க் துணிகள் அனைத்தும் ஏராளமாகக் கிடைக்கின்றன."

இதைப்போலவே, 17-ம் நூற்றாண்டின் மத்தியப் பகுதியில் 1660 வாக்கில், வங்காளத்துக்கு இரு தடவைகள் சென்றுவந்த பிரஞ்சு யாத்திரிகர் **பெர்னியர்** முகலாய சாம்ராஜ்யம் வீழ்ச்சியடைவதற்குமுன், தான் கண்ட காட்சிகளைப் பற்றி எழுதுகிறார்:–

"இரண்டு முறை வருகையின் மூலம் வங்காளத்தில் எனக்கு கிடைத்திருக்கும் விஷய ஞானம். அது எகிப்தைவிட அதிகமான செல்வம் பெற்ற நாடு என்ற நம்பிக்கையை எனக்கு அளிக்கிறது. அது ஏராளமாக பஞ்சாடைகளும், ஸில்க்குகளும், அரிசியும், சர்க்கரையும், வெண்ணெயும், ஏற்றுமதி செய்கிறது. தன் சுய தேவைக்கு வேண்டிய அளவு கோதுமை, கனி காய்கள், தானியங்கள், கோழிகள், வாத்துகள் முதலியவற்றை உற்பத்தி செய்கிறது. ஏராளமான பன்றிகளும், ஆடுகளும், வெள்ளாடுகளுமிருக்கின்றன. ஒவ்வொரு வகையான மீனும் ஏராளமாகக் கிடைக்கிறது. ராஜ்மஹால் முதல் சமுத்திரம் வரை, நீர்ப்பாசனத்துக்காகவும் படகு போக்குவரத்துக்காகவும் பூர்வகாலத்தில் வெட்டப்பட்ட கால்வாய்கள் பல இருக்கின்றன".

பிரிட்டிஷ் ஆட்சிக்கு முன் இந்திய மக்களின் வாழ்க்கைத்தரம் எப்படியிருந்தென்பதைப் பற்றி வாக்குவாதமும் அபிப்பிராய பேதமும் மறையவில்லை. ஆனால், பரந்த அளவுக்கு சுபிட்சம் நிலவியதையே உள்ள அத்தாட்சியும் பொதுவாக மலிந்திருக்கும் பரம்பரை போதனையும் வற்புறுத்துகின்றன. 1916-1918ம் வருஷத்திய **இந்தியன் இண்டஸ்டிரியல் கமிஷன்** (யந்திரத் தொழில் விசாரணைக் கமிஷன்) கீழ்க்கண்ட அறிக்கையுடன் ஆரம்பித்தது:–

"நவீன தொழில் அமைப்பின் பிறப்பிடமான மேற்கு ஐரோப்பாவில் அநாகரிக ஜனக்கூட்டங்கள் வசித்த காலத்தில், இந்தியா அதன் அரசர்களுடைய செல்வத்துக்கும் அதன் குடிசைத் தொழிலின் உன்னதமான வினைத்திறமைக்கும் பிரபலமாயிருந்தது. அதற்கு ரொம்ப பிந்திய காலத்தில்கூட, மேற்கு ஐரோப்பாவின் வியாபாரிகள் இந்தியாவில், முதன் முதலில் காலடி வைத்தபோதுகூட, இந்தத் தேசத்தின் தொழில்வளர்ச்சி குறைந்தபட்சமாகச் சொல்லவேண்டுமானால், அதிக வளர்ச்சியடைந்திருந்த ஐரோப்பிய நாடுகளுக்குக் குறைவாகவில்லை"

அக் கமிஷினின் தலைவரும் இந்தியாவின் கனிப்பொருட் செல்வத்தைப் பற்றிய நிபுணருமான, **ஸர் தாமஸ் ஹாலந்து** 1908ல் பின்வருமாறு ரிப்போர்ட் செய்தார்:

"உள்நாட்டில் தயாரான இரும்பின் உயர்ந்த நயம், உயர்ந்த ரக எஃகுகளைச் செய்வதற்கு இன்று ஐரோப்பாவில் கடைப்பிடிக்கும் முறைகளை அன்றே கையாண்டது, பித்தளையிலும், செம்பிலும் நேர்த்தியான கலைத்திறமையுடன் செய்யப்பட்ட பாத்திரங்கள் ஆகிய இவைகளெல்லாம், ஒரு காலத்தில் உலோக இந்தியாவுக்கு முக்கியமான ஸ்தானத்தை அளித்தன."

("இந்தியாவின் கனிப்பொருட்செல்வம்"-1908)

இரும்பு, எஃகு உற்பத்தியில் குறிப்பிடத்தக்க அளவு வளர்ச்சியடைந்தது கவனிக்கத்தக்கது. இந்த அளவுக்கு

நவீன யந்திரத் தொழில் பொருளாதார முறையை நோக்கி முன்னேறுவதற்கான பௌதிக சூழ்நிலை ஏற்பட்டிருந்திருக்கிறது.

இந்த முன்னணி ஸ்தானம் பிரிட்டிஷ் ஆட்சியில் அழிய நேர்ந்ததின் காரணங்களையும், இந்தியா பிற்போக்கான பொருளாதார நிலைமைக்குத் தாழ்த்தப்பட்டதையும் வரும் அத்தியாயங்களில் ஆராய்வோம்.

நவீன பொருளாதார வளர்ச்சியின் சிகரத்தை எட்டுவதற்கான இயற்கைச் செல்வங்கள் இந்தியாவில் இருக்கின்றன என்ற விஷயமும் அனைவராலும் ஒப்புக்கொள்ளப்படுகிறது.

விவசாயத்தை பொறுத்தவரை, இந்திய அரசாங்க அதிகாரியான **ஸர் ஜார்ஜ்வாட்** என்பவரின் அபிப்பிராயத்தைத் தரலாம்:–

"நீர்ப்பாசன வசதிகளை விஸ்தரிப்பதன் மூலம், போக்குவரத்துக்கு பரிபூர்ண வசதிகளை செய்து தருவதின் மூலம், விவசாய முறைகளிலும், விவசாயக் கருவிகளிலும் அபிவிருத்தி செய்வதன் மூலம், சாகுபடியாகும். பிரதேசத்தை விஸ்தரிப்பது மூலம்.... இந்தியாவின் உற்பத்தியைக் குறைந்த பட்சம் 50 சதவீதமாவது சுலபமாக அதிகரிக்க முடியும். உண்மை மதிப்பையும் உபயோகப்படுத்தப்படாத சக்திகளையும் கொண்டு மாத்திரம் கணக்கிட்டால், உண்மையில் இத்தகைய விவசாய வளர்ச்சிக்கான சூழ்நிலை உலகின் வேறெந்த நாட்டிலும் கிடையாது."

(ஸர் ஜார்ஜ்வாட்-" பிரிட்டிஷ் இந்தியாவின் செல்வங்களைப்பற்றிய யாதாஸ்து")

யந்திரத்தொழில் வளர்ச்சிக்கான செல்வங்களுக்கும் குறைவில்லை. நிலக்கரி, இரும்பு, எண்ணெய், மாங்கனீஸ், தங்கம், வெள்ளி, செம்பு, காரீயம் ஆகியவை இந்தியாவில் ஏராளமாக உள்ளன. (1935ம் வருடம் இந்தியா சட்டப்படி, பர்மா தனி நாடாகிவிட்டது. பர்மாவே எண்ணெய் விநியோகத்தின் பிரதான ஊற்று. பர்மா எண்ணெய் மீதுள்ள பிடிப்பைப் பாதுகாப்பது பிரிவினையின் நோக்கங்களிலொன்று என்பதில்

ஐயமில்லை. ஆனால், கிடைத்திருக்கும் சாட்சியத்தைக்கொண்டு, இந்தியாவில் ஏராளமாக எண்ணெய் இருக்கிறதென்று சொல்லமுடியும். இந்த எண்ணெய்ச் செல்வத்தை இன்னும் தொட்டுக்கூட பார்க்கவில்லை.

இந்தியாவின் "தொழில் செல்வத்தைப் பரிசீலனை செய்து அதன் யுத்த உற்பத்தியைப் பெருக்குவதில் அமெரிக்க சர்க்கார் உதவி செய்யக்கூடிய முயற்சிகளை சிபாரிசு செய்வதற்காக" 1942-ல் இந்தியாவுக்கு வந்த **அமெரிக்கன் டெக்னிகல் மிஷன்*** தன் ரிப்போர்ட்டில் கூறியதாவது:- "வங்காளத்திலும் பீகாரிலுமுள்ள நிலக்கரிச் செல்வம் 6,000 கோடி டன்கள் இருக்குமென்று மதிப்பிடப்படுகிறது; இதில் 2,000 கோடி டன்களை தோண்டி எடுக்கமுடியும்; மத்திய மாகாணத்திலும், பீகாரிலும் உள்ள 1700 கோடி டன்கள் ரிஸர்வுகளில் 515 கோடி டன்களைத் தோண்டி எடுக்கமுடியும். இதைத்தவிர, அஸ்ஸாமிலுள்ள **லாங்ரீன்** பீடபூமியில் சுமார் ஆறுகோடி முதல் எட்டு கோடி டன்களுக்குள்ளான நிலக்கரிக் கனிகளிருக்குமென்றும் **நாங்ஸ்டாயினில்** ஏழு கோடி டன்கள் இருக்குமென்றும் மதிப்பிடப்படுகிறது. கனிகளிலிருந்து உலோகத்தை எடுக்கும் தொழில்களில் உபயோகிக்கக்கூடிய சுட்ட நிலக்கரி (Coke)யைத் தயாரிக்கக்கூடிய நிலக்கரி ரிஸர்வு சுமார் 50 கோடி டன்கள் இருக்கலாம்; இன்றுள்ள உற்பத்திமுறைகளைக் கையாண்டால், இவை பாதி வீணாகிவிடும். இந்த ரிஸர்வுகள் வருஷத்துக்கு 1½ கோடி டன் வீதம் செலவழிந்துகொண்டிருக்கிறது. சுட்ட நிலக்கரி தயார் செய்ய இந்தக் கனிகள் உபயோகிக்கப்படவில்லை. சுட்ட நிலக்கரி தயாரிக்கக்கூடிய கனிகளை அதற்கு மாத்திரம் உபயோகித்தால், இரும்பு, எஃகு உற்பத்தி

* அமெரிக்கன் டெக்னிகல் மிஷன் ரிப்போட்டையும், விவாதங்களையும் "ரகசியமானது" என்று சொல்லி, அவை பிரசுரமாவதைக்கூட தடுத்துவிட்டது சர்க்கார். அக்கமிஷன் சிபாரிசுகள் நிறைவேற்றப்படவில்லை; பிரசுரமாகக்கூட இல்லை.

பெருகியபோதிலும், அக்கனிகள் பல வருஷங்களுக்கு உதவும்".

("அமெரிக்கன் டெக்னிகல் மிஷன் ரிப்போர்ட்"1942)

இந்தியாவில் 25 கோடி டன்கள் அலுமினிய மண் இருக்கிறதென்று கமிஷன் மதிப்பிட்டது; **"மாங்கனீஸ்** கனியின் உலக உற்பத்தியில் 30 சதவீதம் இந்தியாவுடையது. உலகத்திலேயே இந்தியாதான் மிகப்பெரிய **அரக்கு** உற்பத்தி ஸ்தலம். பிளாக் **மைகாவும்,** ஷீட் **மைகாவும்** உலக சப்ளையில் முக்கால் பாகம் இந்தியாவில் உற்பத்தியாகிறது.

இரும்புக் கனிச்செல்வம், விசேஷ முக்கியத்துவம் வாய்ந்தது. இந்தியாவின் இரும்புக்கனிச் செல்வம் 300 கோடி டன்கள் இருக்குமென்பது **குறைந்தபட்ச** கணிப்பு; பிரிட்டனில் 225 கோடி 40 லட்சம் டன்கள்; ஜெர்மனியில் 137 கோடி 40 லட்சம் டன்கள்; அமெரிக்காவில் 988 கோடி 50 லட்சம் டன்கள், பிரான்ஸில் 436 கோடி 90 லட்சம் டன்கள் அமெரிக்காவிலும், பிரான்ஸிலும் மாத்திரமே, இந்தியாவைவிட அதிகமான இரும்புகனிகள் உள்ளன. (இந்தப் புள்ளி விவரங்களை இந்திய சர்க்காரின் **பூபௌதிக பரிசீலனை இலாகாவைச்** சேர்ந்த **ஸீஸில்ஜோன்ஸ்** 1929-ம் வருஷம் டிசம்பர் மாதம் 19-ம் தேதி **காபிடல்** பத்திரிகையில் வெளியிடுகிறார்.)

"இந்தியாவின் தொழில் திறமை" என்ற புத்தகத்தில் (1930-ல் பிரசுரமானது) ஆர். கே. **தாஸ்** எழுதியதாவது:—

"இந்தியாவில் இரும்புக்கனிகள் ஏராளமாக இருந்தும், கனிகளில் இரும்பு வீதாச்சாரம் உயர்வாயிருந்தும், அவை இன்று பயன்படுத்தப்படாமல் வீணாகிறதென்றே சொல்லலாம், இல்லாவிட்டால், அமெரிக்கா, பிரிட்டன், ஜெர்மனி, ரஷ்யா, ஸ்வீடன், ஸ்பெயின் முதலிய நாடுகளின் சராசரி உற்பத்திக்குச் சமானமாக இந்தியா உற்பத்தி செய்ய முடியும். ஆனால், அவைகளின் சராசரி உற்பத்தி 1 கோடியே 62 லட்சம் டன்கள்; இந்தியாவின் உற்பத்தி 18 லட்சம் டன்கள்தான். அதாவது, இந்தியா உற்பத்தி செய்யக்கூடியதில் 11 சதவீதத்துக்கு

கொஞ்சம் அதிகமாகத்தான் உற்பத்தியாகிறது; மீதி 89 சதவீதம் வீண்போகிறது. வியர்த்தமாகிறது".

சமீப காலத்தில் (1942-ல்) அமெரிக்கன் டெக்னிகல் மிஷன் இந்திய இரும்புக்கனிகளை மதிப்பிட்டிருக்கிறது. அதன் ரிப்போர்ட் கூறுவதாவது:—"இந்தியாவிலுள்ள இரும்புக்கனிச் செல்வத்தைவிட அதிகமாக உலகில் வேறெங்குமில்லையென்றே சொல்லலாம். இக்கனிகளின் **நயமும்** இதர நாடுகளுடையதை விட உயர்ந்தது. **ஸிங்பம்** ஜில்லாவில் மாத்திரம் 300 கோடி டன்களுக்குக் குறைவில்லாத கனிகள் இருப்பதாக மதிப்பிடப்படுகிறது; 2000 கோடி டன்கள்வரைகூட இருக்கலாம். இந்தக் கனிகளில் 60 சதவீதத்துக்கு மேல் உலோகம் இருக்கிறது. **பாஸ்டார்** சமஸ்தானத்தில் மாத்திரம் 72 கோடி 40 லட்சம் டன்கள் உயர்ந்த நய இரும்புக் கனிகள் இருப்பதாக மதிப்பிடப்படுகிறது. பக்கத்திலுள்ள மத்திய மாகாண ஜில்லாக்களிலும் முக்கியமான கனிச்செல்வங்கள் இருக்கின்றன. அவைகளில் ஒன்றான **ராஜானா குன்று**களில் மாத்திரம் 67 ½ சதவீத உலோகமுடைய 25 லட்சம் டன்கள் இரும்புக்கனிகள் இருப்பதாக மதிப்பிடப்படுகிறது".

1918-ம் வருஷத்திய இண்டஸ்டிரியல் கமிஷன் ரிப்போர்ட் கூறியதாவது:— "இந்தியாவின் தாதுப்பொருட் செல்வத்தின் வகை தொகையை இந்திய பௌதிக பரிசீலனை இலாகா திட்டமிட்டு ஆராய்ந்து வந்திருக்கிறது. ஆனால், ஸ்தாபனம் அமைத்து, பூமியில் மறைந்து கிடப்பதை பரீட்சை செய்து, இனி விவரமான பரிசீலனை இல்லாமல் இந்த இடத்தில் லாபகரமான முறையில் வேலை தொடங்கமுடியுமென்ற முடிவுக்கு வரக்கூடிய அளவுக்கு ஆராய்ச்சி செய்ய, அதன் **குறைவான நிதியுடன்** இலாகாவால் இயலவில்லை. ஒரு சில விசேஷமான இடங்களில்தான் இது சாத்தியம்.

"வானடியம், நிகலம் (நிக்கல்), மாலிபதனம் ஆகிய உலோகங்கள் தேவைப்படுகிற தொழில்களைத் தவிர இதர கேந்திர தொழில்களை வளர்ப்பதற்கு போதுமான கனிச்செல்வங்கள் தேசத்தில் உள்ளன. இரும்புக்கனிகள்

இந்திய உபகண்டத்தின் பல பாகங்களில் அகப்படுகின்றன. ஆனால் திருப்திகரமான நிலக்கரி சப்ளைகள் உள்ள இடங்களுக்கு அருகாமையில், நல்ல நயமுள்ள இரும்புக் கனிகள் அதிகமான இடங்களில் கிடைக்கவில்லை. எனினும், இன்றுள்ள இரும்பு, எஃகு தொழிற்சாலைகளை பெரிய அளவுக்கு விஸ்தரிப்பதற்கு அவை போதுமானதா யிருக்கலாம்".

25 வருட காலம் இந்திய இரும்பு, எஃகு தொழில்களில் நேரடியாக பரிச்சயம் பெற்ற அமெரிக்க சுரங்க என்ஜினியர் **ஸி.பி. பெரின்** என்பவர் அபிப்பிராயத்தை மேற்கோள் காட்டி, டாக்டர் **ஸி. என். பாக்ஸ்** (இந்திய பூபௌதிக பரிசீலனை இலாகா அதிகாரி) கூறுகிறார்:–

கல்கத்தாவை வடகிழக்கு மூலையாகக்கொண்ட நாற்கோணத்துக்குள், கல்கத்தாவின் மேற்கே 400 மைல் தூரத்திலும், தெற்கே 200 மைல் தூரத்திலும் 2000 கோடி டன்கள் உயர்ந்த ரக இரும்புக் கனிகள் இருப்பதாகவும், வங்காள நிலக்கரி வயல்களுக்கும் இவைகளுக்கும் சராசரி 125 மைல் தூரம்தானென்றும் அவர் கூறுகிறார்.

(1924, இந்திய காப்புவரி போர்டின் ரிப்போர்ட்)

இந்தியாவின் கனிச்செல்வங்கள் பூராவையும் பரிசீலனை செய்து நிர்ணயித்து, உபயோகப்படுத்துவதற்குத் தடையாக இந்திய பூமி பரிசீலனை இலாகாவுக்கு "குறைந்த நிதி"தான் அளிக்கப்படுகிறதென்பது கவனத்துக்குரியது. ஆகவே, வானசாஸ்திரி வானத்திலுள்ள நட்சத்திரங்களை படத்தில் வரைவதைப்போல, பூபௌதிக சாஸ்திரி தேசத்தின் செல்வங்களை காகிதத்தில் சித்திரம் வரைய வேண்டியதுதான்! (1933-34ல், இந்திய சர்க்காரின் மொத்தச் செலவில் 300-ல் ஒரு பகுதியே, "விஞ்ஞான இலாகாக்கள்" அனைத்துக்கும் ஏற்பட்ட செலவு; இந்திய சர்க்காரின் ராணுவச் செலவில் அது எழுபதில் ஒரு பங்குதான். "இரும்பு, எஃகுத் தொழில்களில் விஸ்தரிப்பு செய்யமுடியும்" என்று தெளிவில்லாத முறையில்

இண்டஸ்டிரியல் கமிஷன் ரிப்போர்ட் செய்வதுடன் திருப்தியடைவதும் கவனிக்கத்தக்கது.

இந்தியாவை மின்சாரமயமாக்குவதற்கு அவசியமான நீர்விசைச் செல்வம் ஏராளமாக இருப்பதையும், இச்செல்வம் அலட்சியப்படுத்தப்பட்டிருப்பதையும் கவனிப்போம். உலகத்தின் முகவரிசையிலுள்ள நாடுகளின் நீர்விசைச் செல்வமும் அது உபயோகிக்கப்படும். வீதாச்சாரமும் கீழ்க்காணும் அட்டவணையில் இந்தியாவுடன் ஒப்பிட்டுக் காட்டப்பட்டிருக்கின்றன:-

	(நீர் விசை செல்வம்)*		(குதிரைவிசை அளவில்)*
தேசம்	**உள்ள சக்தி**	**கிடைக்கும் சக்தி**	**பயன்படுத்தப்படும் சக்தியின் வீதாச்சாரம்**
அமெரிக்கா (அமெரிக்க ஐக்கிய நாடுகள்)	*350 லட்சம்*	*117 லட்சம்*	*33 சதவீதம்*
கானடா	*182 "*	*45 "*	*25 "*
பிரான்ஸ்	*54 "*	*21 "*	*37 "*
ஜப்பான்	*45 "*	*17 "*	*37 "*
இத்தாலி	*38 "*	*18 "*	*47 "*
ஸ்விட்சர்லாந்து	*25 "*	*18 "*	*72 "*
ஜெர்மனி	*20 "*	*11 "*	*55 "*
இந்தியா	*270 "*	*8 "*	*3 "*

* **நீர்விசை:** நீர்வீழ்ச்சியிலிருந்து உண்டாக்கும் சக்தி: அதைக்கொண்டு தண்ணீர்ச் சக்கரங்களைச் சுற்றலாம். தண்ணீர் சக்கரங்கள் டைனமோக்களை சுற்றுகின்றன. டைனமோக்களிலிருந்து மின்சாரவிசை உண்டாகிறது. இதை சிறு கம்பிகளின் வழியாக ஓட்டி மோட்டார்களுடன் இணைத்தால் அவை ஓடும்; பிறகு அந்த சக்தி எதையும் தூக்கவும் நகர்த்தவும் முடியும். கரி என்ஜின், எண்ணெய் என்ஜின் செய்த காரியங்களையெல்லாம் செய்யமுடியும்.

* **குதிரை விசை:** ஒரு பவுண்ட் எடையை ஒரு வினாடியில் ஒரு அடி உயரத்துக்குத் தூக்குவதற்கு தேவைப்படும் சக்தி ஒரு புட்பவுண்ட் ஆகும். (புட் என்றால் ஆங்கிலத்தில் அடி என்று பொருள்) ஒரு வினாடியில் 550 புட் பவுண்டுகளின் வேலையைச் செய்யும் சக்தியை ஒரு குதிரைவிசை என்கிறோம். (மொ—ர்)

நீர்விசைச் செல்வத்தில் இந்தியா அமெரிக்காவுக்கு மாத்திரம் அடுத்தபடியாய் நிற்கிறது. ஆனால் அமெரிக்காவில் உள்ள நீர்விசைச் செல்வத்தில் 33 சதவீதமும், ஜப்பானில் 37 சதவீதமும், பிரான்ஸில் 37 சதவீதமும், இத்தாலியில் 47 சதவீதமும், ஜெர்மனியில் 55 சதவீதமும், ஸ்விட்சர்லாந்தில் 72 சதவீதமும் பிரயோஜனப்படுத்தப்படும்போது, இந்தியாவில் மூன்றே மூன்று சதம்தான் பயன்படுகிறது.

இந்தியப் பொருளாதாரத்தின் ஒவ்வொரு பகுதியிலும் இதே சித்திரத்தைக் காண்கிறோம். இன்றுள்ள ஆட்சியின்கீழ், தேசத்தின் செல்வம் பெருமளவில் இருந்தபோதிலும், அதை உபயோகப்படுத்த வகைசெய்யப்படவில்லை. தொழில் வளர்ச்சி புறக்கணிக்கப்படுகிறது. இந்த நிலைமையின் ஆபத்தை ஏகாதிபத்தியவாதிகளே உணர்ந்திருக்கின்றனர். ஆனால் அவர்களிடம் பரிகாரம் கிடையாது. இந்தியாவில், ஐரோப்பிய முதலாளிகளின் தனிப்பெரும் பத்திரிகையாக விளங்கும் **ஸ்டேட்ஸ்மன்** ஆசிரியராயிருந்து **சர் ஆல்பிரட் வாட்ஸன்** 1933-ல் ராயல் எம்பயர் சொஸைடி கூட்டத்தில் கீழ்க்காணுமாறு எச்சரித்தார்:—

"தொழில் துறையில் இந்தியா பல சந்தர்ப்பங்களை இழந்துவிட்டது. இதற்கு பிரிட்டனே பிரதம ஜவாப்தாரி... ஒரு பெரிய யந்திரத் தொழில் தேசமாக விளங்குவதற்கு வேண்டிய சூழ்நிலைகள் அனைத்தும் அபரிமிதமாக இருந்தும், பொருளாதாரத் துறையிலும், தொழில் துறையிலும், இந்தியா இன்று உலகத்தின் பிற்போக்கான நாடுகளில் ஒன்றாய் இருக்கிறது....... இந்தியாவின் தொழில் வளர்ச்சி பிரச்சினையை நாம் ஒருபொழுதும் சிரத்தையுடன் தீர்க்க முன்வரவில்லை...

"இந்தியா தன் நாட்டு மக்களின் தேவைகள் பெருகுவதின் அடிப்படையில், வரும் வருஷங்களில், இதுவரை கண்டிராத வேகத்தில், யந்திரத் தொழில் வளர்ச்சி அடையாவிட்டால் இன்றே பயங்கரமான அளவுக்கு தாழ்ந்திருக்கும் தேசத்தின் வாழ்க்கைத்தரம் பட்டினி கிடக்கும் நிலைமையையும் தாண்டிவிடும் (லண்டன் டைம்ஸ் 4-1-1933)

2. இந்தியாவின் வறுமை

இந்தியாவின் யதார்த்த செல்வத்தின் பகைப்புலனிலும், அதை உபயோகிக்கத் தவறியிருப்பதின் பகைப்புலனிலும் பார்த்தால், இந்திய மக்களின் பயங்கர வறுமை தெளிவாகத் தெரியும்.

நிர்வாக யந்திரத்தை ஓட்டும் பொருட்டு, இந்தியாவைப் பற்றி பாரதம் பாரதமாக புள்ளி விபரங்கள் சேகரிக்கப் பட்டிருந்த போதிலும், பொதுமக்களின் நிலைமையைப் பற்றிய பிரச்சினைகளுக்கு இந்தப் புள்ளி விவரங்கள் உபயோகமில்லாதவையாக இருக்கின்றன அல்லது குறைபாடுகளுடையனவாக இருக்கின்றன. **தேச வருமானம்** என்ன? (ஜனங்கள் அனைவருக்கும், மொத்தமாகக் கிடைக்கும் வருஷ வருமானம் தேசவருமானம்; அதை மொத்த ஜனத்தொகையால் வகுத்தால், ஒருவரின் சராசரி வருமானம் கிடைக்கிறது. சராசரி வருமானத்தையே **தேசிய வருமான வீதம்** என்கிறோம். மொ-ர்.

சராசரி வருமானம் என்ன? இக்கேள்விகளுக்குப் பதிலளிக்கக்கூடிய அதிகாரபூர்வமான கணிப்புகள் கிடையா. (அதிகார வட்டாரங்கள் எடுத்த கணக்குகளும் பரம ரகசியமாய் பாதுகாக்கப்படுகின்றன) அதைப்போலவே, இந்தியாவுக்கோ, பிரிட்டிஷ் இந்தியாவுக்கோ, மொத்த உற்பத்தி பற்றியாவது, கூலி விகிதங்கள் பற்றியாவது, சராசரி கூலி பற்றியாவது வேலைநேரம் பற்றியாவது, தொழிலாளர் நிலைமை பற்றியாவது, ஒழுங்கான புள்ளி விவரங்கள் கிடையாது. சுகாதாரத்தைப்பற்றியும் குடியிருப்பு வசதிகளைப்பற்றியும்கூட போதுமான புள்ளி விவரங்கள் இல்லை.

சராசரி வருமானத்தைப்பற்றி பல கணிப்புகள் உள்ளன. அவை தீவிரமான அபிப்பிராயப் பேதத்துக்கும் விவாதத்துக்கும் உள்ளாகியிருக்கின்றன. 1868-க்குப் பிறகு, 1940 வரை கணிக்கப்பட்டவற்றில் சில மதிப்பீடுகளைக் கீழே பார்க்கலாம்:—

தேசிய வருமான வீதம் - கணிப்புகள்

கணித்தவர்	அதிகாரபூர்வமானதா? அதிகாரப் பற்றற்றதா?	கணிக்கப் பட்ட வருஷம்	எந்த வருஷ அடிப் படை	ஆளுக்கு சராசரி வருஷ வருமானம்
				ரூபா
தாதாபாய் நெளரோஜி	அதிகாரப்பற்றற்ற	1876	1868	20
பாரிங் & பார்பர்	அதிகார பூர்வமான	1882	1881	27
கர்ஸான் பிரபு	அதிகார பூர்வமான	1901	1897-98	30
டிக்பீ	அதிகாரப் பற்றற்ற	1902	1899	18
பிண்லேஷிர்ராஸ்	அதிகார பூர்வமான	1924	1911	49
வாடியா & ஜோஷி	அதிகாரப்பற்றற்ற	1925	1913-14	44 1/2
ஷாவும் காம்பாடாவும்	அதிகாரப்பற்றற்ற	1924	1921-22	74
சைமன் ரிப்போர்ட்	அதிகார பூர்வமான	1930	1921-22	116
வி.கே.ஆர்.வி.ராவ்	அதிகாரப்பற்றற்ற	1939	1925-29	78
சென்ட்ரல் பாங்கிங் விசாரணைக் கமிட்டி (விவசாயிகளுக்கு மாத்திரம்)	அதிகார பூர்வமான	1931	1928	42
பிண்லேஷிர்ராஸ்	அதிகார பூர்வமான	1932	1931	63
ஸர் ஜேம்ஸ்கிரிக்	அதிகார பூர்வமான	1938	1937-38	56
வி. கே. ஆர்.வி. ராவ்	அதிகாரப்பற்றற்ற	1940	1931-32	62

விலைவாசிகளில் மகத்தான மாறுதல்கள் ஏற்படுவதாலும் (ஒரு கணிப்புக் காலத்திய விலைகள் இன்னொரு கணிப்புக் காலத்தில் தலைகீழாக மாறிவிடலாம்) கணிப்புகளின் அடிப்படைகளிலும் வித்தியாசங்கள் இருப்பதாலும், இந்த கணிப்புகளை ஒப்பிட்டுப் பார்க்கமுடியாது. இந்திய விலைகளின் புள்ளிகளை, 1873-ம் வருஷத்திய விலைகள் 100 என்று வைத்துக் கணக்கிட்டால் 1900-ல் 116ஆக உயர்ந்தது. 1913-ல் 143 ஆக உயர்ந்தது. 1920ல் 281 ஆக உயர்ந்தது; அதன்பின் 1921-ல் 236 ஆகவும் 1925-ல் 227 ஆகவும் 1930-ல் 171 ஆகவும், 36-ல் 125 ஆகவும் குறைந்துவிட்டது.

கணிப்புகளின் அடிப்படைகளிலும் நிறைய தாரதம்மியங்கள் உள்ளன. இந்த கணிப்புகளைச் சுமாரான மதிப்பீடுகளாகவே கருதமுடியும். விவசாயமல்லாத தொழில்களில் கிடைக்கும் வருமானத்தை விவசாய வருமானத்தின் பாதியென்று குத்துமதிப்பாக அனுமானித்து, அதை விவசாய வருமானத்துடன் கூட்டி, தேசிய வருமானத்தை கணக்கிட்டார்கள். பழைய அதிகாரபூர்வமான ஆராய்ச்சியாளர்கள் அனுமானம் தவறு; அவ்வளவு வருமானம் விவசாயமில்லாத தொழில்களில் கிடைப்பதில்லை. **டிக்பி**யின் கணக்கில் **சர்விஸ்**களின் வருமானம் சேர்க்கப்படவில்லை.

1868-ம் வருஷத்திய வருமானத்தை பரிசீலனை செய்து, சராசரி வருஷ வருமானம் 20 ரூபாயென்று கணக்கிட்ட **தாதாபாய் நௌரோஜி**யின் கணிப்பும், 1882ல் மேஜர் பாரிங் (பின்னர் அவர் க்ரோமர் பிரபுவானார்) 27 ரூபாயெனக் கணக்கிட்ட கணிப்பும் பழைய கணிப்புகளில் பிரபலமடைந்தவை, எல்லோராலும் ஒப்புக்கொள்ளப்பட்டவை. அதைப்போலவே, வைஸ்ராய் கர்ஸான் பிரபுவின் கணக்கும் பிரபலமானது; தேசிய வருமான வீதம் 20 ரூபாயென்று அவர் 1901ல் குறிப்பிட்டார். நூறாண்டுகள் பிரிட்டிஷ் ஆட்சி நடந்தபின், இந்தியாவின் நிலைமை இப்படியிருந்ததென்று அதிகாரிகளே ஒப்புக்கொள்ளும் இந்த மதிப்பீடுகளுக்கு விமர்சனம் தேவையில்லை.

பின்னால் எடுக்கப்பட்ட கணக்குகளுக்குள் அதிகமான வேறுபாடுகள் இருக்கின்றன. விலைவாசிகளின் நிலையற்ற தன்மை இதற்கொரு காரணம். 1912-20ல் விலைவாசிகள் இரு மடங்குக்குமேல் அதிகமாயின. அதற்கு 10 வருஷங்களுக்குப் பிறகு, 1931லிருந்து பழைய 1914க்கு முந்திய அளவுக்கு விலைவாசிகள் வீழ்ந்தன.

முதல் உலக யுத்தத்துக்குப் பின் கணக்கிட்டபோது, பேராசிரியர் பிண்லேஷிர்ராஸ் (1914-20-ல் இவர் இந்திய சர்க்காரின் புள்ளிவிவர இலாகா இயக்குநராகயிருந்தார்) விவசாயமல்லாத தொழில்களின் வருமானம் பெருகியிருப்பதாக அனுமானித்துக் கணக்கிட்டார்.

1930-ல் ஸைமன் கமிஷன் ரிப்போர்ட் வெளிவந்தது. ஏகாதிபத்திய ஆட்சியை பிரச்சாரம் செய்யும்பொருட்டு இது பரந்த அளவில் பரப்பப்பட்டது. இந்த ரிப்போர்ட் சராசரி இந்திய வருமானத்தை 112 ரூபாய்களாக்கியது. சராசரி இந்திய வருமானத்தை வேறு எந்த கணிப்பும் இவ்வளவு பெரிய தொகையாக மதிப்பிடவில்லை யாதலால், இதன் அடிப்படையைப் பரிசீலனை செய்வது பிரயோஜனகமாயிருக்கும்.

1930-ல் ஸைமன் கமிஷன் ரிப்போர்ட் செய்தபோதிலும், யுத்தம் முடிந்த சூட்டில், விலைவாசிகள் ஏறியிருந்த வருஷங்களையே தன் கணிப்புகளுக்கு கமிஷன் ஆதாரமாகக்கொண்டது. அதாவது பத்து வருஷத்துக்கு முந்தைய நிலைமையின் ஆராய்ச்சியில் இறங்கியது. 1919-20, 1920-21, 1921-22 ஆகிய வருஷங்களின் சராசரி வருமானத்தைப்பற்றி ரூ 74 முதல் ரூ 116 வரை பல கணிப்புகள் இருப்பதை எடுத்துக்காட்டிவிட்டு, இவைகளுக்குள்ளே அதிகமான தொகையையே தனக்கு ஆதாரமாக எடுத்துக்கொண்டது கமிஷன். "மேற்சொன்ன மதிப்பீடுகளில் அதிகமான நம்பிக்கையை எதிரொலிக்கும்" கணிப்பை ஆதாரமாக எடுத்துக்கொள்வதாக ரிப்போர்ட்டே பகிரங்கமாக, பச்சையாகக் குறிப்பிட்டது (முதல் பாகம் 334-ம் பக்கம்).

ஆகவே, ஒரு குறிப்பிட்ட கட்டத்துக்கு முன் உதாரணமாக, அந்தக் கட்டத்தில் விதிவிலக்காக வந்த கணக்கையே, யுத்த பிற்கால தற்காலிக சுபிட்சத்தின் சிகரத்தைக் குறிக்கும் மதிப்பீட்டையே ஸைமன் கமிஷன் அடிப்படையாக எடுத்துக்கொண்டு கணித்தது. ("விலைவாசிகள் விழுந்துவிட்டதைக் கவனித்தால், இன்றைக்கு இத்தொகையை அதிகரிக்க முடியாது" என்று இரண்டாவது பாக ரிப்போர்ட்டில் கமிஷன் கூறுகிறது. உண்மை என்னவெனில், 1920-ல் 281 ஆக இருந்த விலைப்புள்ளிகள் 1930-ல் 171 ஆகவும், 1934ல் 119

ஆகவும் குறைந்துவிட்டன). யுத்த பிற்கால தற்காலிக சுபிட்சத்தின் சிகரத்தைக் குறிக்கும் எண்ணெய் ஆதாரமாகக் கொண்டு, அதிலிருந்து இந்திய சராசரி வருமானம் எட்டுப் பவுன்கள் என்று ஸ்டர்லிங் கணக்கில் காட்டி, (ஸ்டர்லிங் பிரிட்டிஷ் நாணயத்தின் பெயர்) அதை பிரிட்டிஷ் சராசரி வருமானமாகிய 95 பவுன்களுடன் ஒப்பிட்டது.

இந்த மாயாஜாலம் செய்த பிறகுகூட, அதிகாரபூர்வமான ஸைமன் கமிஷனின் "அதிகப்படியான நம்பிக்கை எதிரொலிக்கும்" கணக்குப்படியே 1921 - 22ல், இந்தியனின் சராசரி தினசரி வருமானம் 5 பென்ஸ்தான் (4 1/2) அணாக்கள்).

யதார்த்த உண்மையைத் தெரிந்துகொள்ள வேண்டுமானால், இதில் புறக்கணிக்கப்பட்ட அம்சங்களுக்குத் திருத்தங்கள் செய்யவேண்டும்.

இந்திய விலைகளின் புள்ளி (சர்க்கார் கணக்கு) 1921ல் 236 ஆக இருந்தது; 1936ல் 125ஆக விழுந்தது. விலைவாசிகள் கிட்டத்தட்ட பாதியாகிவிட்டன. இந்திய வருமானத்தில் பெரும் பகுதி விவசாய வருமானம்; விவசாயப் பொருட்களின் விலைகளோ 1921க்கும் 1936க்குமிடையே இன்னும் அதிகமாக விழுந்துவிட்டன. உணவுப் பொருட்களின் சில்லரை விலைப் புள்ளிகள் மிகவும் குறைந்திருக்கின்றன:— 1921லிருந்து 1936க்குள் அரிசியின் சில்லரை விலைப் புள்ளிகள் 355லிருந்து (1921) 178க்கு (1936) தாழ்ந்தது; கோதுமை சில்லரை விலைப்புள்ளிகள் 360லிருந்து 152க்கு குறைந்தது; பருப்பு சில்லரை விலைப்புள்ளிகள் 406லிருந்து 105 ஆகக் குறைந்தது; பார்லி 325லிருந்து 134க்கு குறைந்தது. பொதுவாக விலைவாசிகள் ஒன்றுக்குப் பாதியாகி, அதற்கும் குறைந்துவிட்டன.

ஆகவே, விவசாயப் பொருட்களின் விலை வீழ்ச்சிக்கு ஈடுசெய்தால் இந்தியனின் சராசரி தினசரி வருமானம் 1921-22ல் 5 பென்ஸாக இருந்தது, (ஸைமன் கமிஷன் கணக்குப்படி) யுத்த முற்காலத்தில் இரண்டரை பென்ஸாகும்.

இதுகூட மொத்த வருமானத்தின் சராசரிதான். பெரும்பான்மையான மக்களின் யதார்த்த வருமானமாகி விடாது. ஏகாதிபத்தியம் பிரிட்டனுக்குப் பறித்துக்கொண்டு போகும் கப்பத்தையும் இதர "தொகைகளையும்" இதிலிருந்து கழிக்கவேண்டும். (கடன் வட்டி பிரிட்டிஷ் மூலதனக் காரர்களின் "டிவிடெண்டு" அல்லது பங்கு லாபம்; பாங்கிங் கமிஷன் முதலியன) இவற்றைக் கழிக்க வேண்டியதின் காரணமென்னவெனில், பிரிட்டன் கறந்துகொண்டு போடும் இத்தொகைக்குப் பதிலாக இந்தியாவுக்குப் பொருட்கள் கிடைப்பதில்லை. இந்தக் கொள்ளை, தேச வருமானத்தில் பத்திலொரு பங்கு என்று ஷாவும் காம்பாடாவும் மதிப்பிடுகின்றனர். **ஆக, $2^{1}/2$ பென்ஸ் சராசரி வருமானம் 2¼ பென்ஸாகிறது.**

அடுத்தபடியாக, இது மொத்த வருமானத்தின் சராசரிதான்; ஆகையால் வருமான விநியோகத்தில் உள்ள மிகப்பெரிய தாரதம்மியங்களுக்கு ஈடுசெய்ய வேண்டும், உதாரணமாக, பிரிட்டிஷ் சராசரி வருமானம் 95 பவுன் என்று ஸைமன் கமிஷன் கூறுவதை உண்மையான முன்னுதாரணமாக எடுத்துக்கொண்டாலும், மூன்று குழந்தைகளும் மனைவியுமுடைய பிரிட்டிஷ் தொழிலாளிக்கு வருஷ வருமானம் (5 X 95) 475 பவுன்களாயிருக்கும். யதார்த்தத்தில் இதில் பாதி கிடைத்தால்கூட, அந்தக் குடும்பம் நல்ல நிலையிலிருப்பதாக கருதப்படும்; சராசரி தொழிலாளிக்கு அதிகமாக கிடைத்தால், மூன்றிலொரு பகுதியே கிடைக்கும்; சகஜமாக, அதற்கும் குறைவாகக் கிடைக்கும். வருமான விநியோகத்திலுள்ள இதே தாரதம்மியங்கள் (அதாவது சராசரியைவிடக் குறைவாக ஒரு பகுதிக்கும் அதிகமாக ஒரு பகுதிக்கும் கிடைப்பதின் தாரதம்மியம்) இந்தியாவிலும் இருக்கின்றன. **"இந்தியாவின் செல்வமும் வரிகொடுக்கும் திறமையும்"** என்ற புத்தகத்தில் (1924ல் பிரசுரமானது) 100க்கு ஒருவர், மொத்த தேச வருமானத்தில் மூன்றில் ஒரு பகுதியை பெறுவதாகவும், 100-க்கு 60 பேர் வருமானத்தில் 30 சதவீதமே பெறுகின்றனரென்றும் பேராசிரியர்கள் **கே. டி. ஷாவும்**

காம்பாடாவும் கணித்துள்ளனர். அதாவது, 60 சதவீத ஜனத்தொகைக்கு, பெரும்பான்மையான ஜனங்களுக்கு, உண்மையாகக் கிடைக்கும் வருமானத்தைக் கணக்கிட வேண்டுமானால் சராசரி வருமானத்தைச் சரிபாதியாக்க வேண்டும் *. (அவர்கள் சராசரி வருமானத்தில் பாதியே பெறுகின்றனர்).

குடும்பங்கள் எண்ணிக்கை	அவைகளின்வருஷ வருமானம் ரூபாய் நாணயத்தில்	வருமானம் இங்கிலிஷ் நாணயத்தில்
6000	லட்ச ரூபாய்க்குமேல்	7500 பவுன்களுக்குமேல்
270000	5000 ரூ. சராசரி	375 பவுன்கள்
250000	1000 ரூ. சராசரி	75 பவுன்கள்
35000000	200 ரூ. சராசரி	15 பவுன்கள்
மீதி குடும்பங்கள்	50 ரூ. சராசரி	3 பவுன் 10 ஷில்லிங்

பிரிட்டிஷ் முதலாளிகள் தங்கள் சொந்த உபயோகத்துக்காகத் தயாரித்த இந்த உத்தேசக்களுக்கு விமர்சனம் தேவையில்லை.

ஆக, ஸைமன் கமிஷனின் உயர்ந்த மதிப்பீட்டிலே, பின்னால் நேர்ந்த விலை வீழ்ச்சிக்கும், பிரிட்டனுக்குப் போகும் கப்பத்துக்கும் ஈடுசெய்து வருமான விநியோகப் புள்ளி விவர அடிப்படையில் கணக்கிட்டால், பெரும்பான்மையான ஜனங்களுக்குத் தலைக்குத் தினசரி ஒரு பென்ஸ் முதல் ஒண்ணேகால் பென்ஸ்வரை கிடைக்கிறதென்ற முடிவுக்கு நாம் வருகிறோம்.

(1 1/4 பென்ஸ் = 1 அணா)

* வருமானங்களின் விநியோகத்தை 1939 ஏப்ரல் மாதத்திய டைம்ஸ் வர்த்தக என்ஜினியரிங் விசேஷ இதழிலிருந்து ஓரளவு தெரிந்துகொள்ளலாம். டைம்ஸ் பிரிட்டிஷ் ஏகாதிபத்திய முதலாளிகளின் பத்திரிகை. இது முதலாளிகளின் உத்தேசம்; பிரசாரத்துக்கல்ல; இந்தியக் கொள்முதல் மார்க்கட்டின் உண்மையான நிலவரங்களை பிரிட்டிஷ் முதலாளிகள் உணரவேண்டுமென்ற வார்த்தக நோக்கத்துடன் தயாரிக்கப்பட்டதால், ஸைமன் ரிப்போர்ட்டுக்கு நேர்மாறான சித்திரத்தை இதில் காண்கிறோம். இது, இந்தியக் குடும்பங்களின் வருமானத் தராதரங்களைப் பின்வருமாறு மதிப்பிடுகிறது.

ஏகாதிபத்தியத்துக்கு சாதகமான அம்சங்களை அனுமதித்து, ஏகாதிபத்தியமே போட்ட எஸ்டிமேட்டுகளை ஆதாரமாகக்கொண்டு கணித்த கணக்கு இது.

இந்தப் பொதுவான அனுமானத்தை (சரியான புள்ளி விவரங்கள் இல்லாததால், இதை அனுமானமாகவே கொள்ளமுடியும்) சமீபகாலத்தில் அதிகார வட்டாரங்கள் எடுத்த இரு கணக்குகள் ஊர்ஜிதம் செய்கின்றன. 1939ல் **இந்தியன் சென்ட்ரல் பாங்கிங் விசாரணைக் கமிட்டி** கீழ்க்காணுமாறு ரிப்போர்ட் செய்தது:-

"மாகாணக் கமிட்டிகளின் அறிக்கைகளிலிருந்தும், பிரசுரமாகியிருக்கும் இதர புள்ளி விவரச் செய்திகளிலும், விவசாய உற்பத்தியின் மொத்த மதிப்பு (1928ம் வருஷ விலைப்படி) 1200 கோடி ரூபாய்களாகிறது. உபதொழில்களின் வருமானம் விவசாயப் பொருட்களின் மதிப்பில் 20 சதவீதம் இருக்குமென்று உத்தேசமாக அனுமானித்துக் கணக்கிட்டால் பிரிட்டிஷ் இந்திய விவசாயியின் சராசரி வருஷ வருமானம் 42 ரூபாய்க்கு மேல் (3 பவுன்களுக்கு கொஞ்சம் கூடுதல்) தேறாது. 1929க்குப் பின் விலைவாசிகள் வீழ்ந்ததையும், கடந்த 10 வருஷங்களில் (1921–31) ஜனத்தொகையில் ஏற்பட்டுள்ள பெருக்கத்தையும் இதில் சேர்க்கவில்லை."

(இந்தியன் சென்ட்ரல் பாங்கிங் விசாரணைக் கமிட்டி ரிப்போர்ட் - 1931)

இதன்படி ஒரு விவசாயியின் சராசரி தினசரி வருமானம் 2 பென்ஸாகும். இது 1928 விலைகளை அடிப்படையாகக் கொண்டது. 1928க்கும் '36க்குமிடையில் விலைப்புள்ளிகள் 201 லிருந்து 125க்கு விழுந்துவிட்டன. ஆகவே, இரண்டாவது உலக யுத்தத்துக்கு முன்பிருந்த தினசரி வருமானம் $1^1/4$ பென்ஸ்தான்.

இந்தியாவின் மொத்த தேச வருமானம், 1600 கோடி ரூபாய்கள் இருக்குமென்று (120 கோடி பவுன்கள்) 1938 ஏப்ரலில் இந்திய சர்க்காரின் நிதி இலாகா மெம்பர் **ஸர் ஜேம்ஸ்கிரிக்** மதிப்பிட்டார். மொத்த வருமானத்துக்கும் வரிக்குமுள்ள வீதாச்சாரத்தைக் காட்டுவதற்காக கொடுக்கப்பட்ட இந்த மதிப்பீடு பிரிட்டிஷ் இந்தியாவின் மொத்த

வருமானத்தையே குறிப்பிடுகிறதென்று வைத்துக் கொண்டாலும் (அகில இந்தியாவைக் குறித்தால், சராசரி வருமானம் இன்னும் குறைவாயிருக்கும்). இதை பிரிட்டிஷ் இந்தியாவின் ஜனத்தொகையாக 1938ல் மதிப்பிடப்பட்ட 23 கோடி 80 லட்சத்தால் வகுத்தால், ஒரு பிரிட்டிஷ் இந்திய பிரஜையின் சராசரி வருஷ வருமானம் 56 ரூபாய்களாகிறது (84 ஷில்லிங்). இதிலிருந்து வருமான விநியோக புள்ளி விவரப்படி கணக்கிட்டால் (60 சதவீத ஜனங்களுக்கு தேச வருமானத்தில் 30 சதவீதமே கிடைக்கிறது). பிரிட்டிஷ் இந்தியாவின் பெரும்பான்மையான ஜனங்களுக்குத் தலைக்கு தினசரி 1.38 பென்ஸ்தான் கிடைக்கும். $1^1/4$ பென்ஸைவிட கொஞ்சம்தான் கூடுதல். ஆளுக்கு வருஷத்துக்கு கிடைக்கும் சராசரி வருமானம் 62 ரூ. (அல்லது 93 ஷில்லிங்) என்று டாக்டர் வி.கே. ஆர். ராவ்* மதிப்பிடுகிறார். பேராசிரியர்கள் ஷாவும் காம்படாவும் ஸ்தாபித்துள்ள வருமான விநியோகக் கணக்குப்படி பெரும்பான்மையான இந்தியர்களுக்கு தலைக்கு $1\,^1/2$ பென்ஸ்தான் தினசரி கிடைக்கிறது.

---

* **டாக்டர் ராவ்** கணிப்புப்படி, கிராமப்புற சராசரி வருமானத்தைவிட நகர ஜனங்களின் சராசரி வருமானம் மும்மடங்கு அதிகம்; கிராமப்புற சராசரி வருமானம் வருஷத்துக்கு, ஆளுக்கு 51 ரூபாய் (77 ஷில்லிங்) நகரத்தின் சராசரி வருமானம் வருஷத்துக்கு ஆளுக்கு 166 ரூபாய் (249 ஷில்லிங்) கிராம மக்களுக்கும் நகர மக்களுக்குமிடையே, மக்களின் பல்வேறு வர்க்கத்தினருக்குமிடையே, பொருளாதார நிலைமையில் பெரிய வித்தியாசங்கள் இருக்கின்றன.

கிராமங்களில் உழவன் செய்யும் உற்பத்தியை நிலச்சுவான்தாரும் லேவாதேவிக்காரனும் அபகரித்துக்கொண்டு போவதை வரும் அத்தியாயங்களில் பார்ப்போம்.

நகரங்களில்கூட, மொத்த வருமானத்தில் பாதி, நகர மக்களில் 100க்கு 10 பேருக்கு கிடைக்கிறது. வருஷத்துக்கு 2000 ரூ-க்குமேல் வருமானமுடையவர்களை எடுத்துக்கொண்டால் அவர்களில் 100-ல் ஒருவருக்கு அவர்களுடைய மொத்த வருமானத்தில் 100-ல் 10 பங்கு கிடைக்கிறது. அவர்களில் 100-க்கு 38 பேருக்கு அவர்களுடைய மொத்த வருமானத்தில் 100-ல் 10 பங்கு கிடைக்கிறது; அவர்களில் 100-க்கு 38 பேருக்கு அவர்களுடைய மொத்த வருமானத்தில் 100-க்கு 17 பங்குதான் கிடைக்கிறது. (வி.கே.ஆர்.வி. ராவ் "பிரிட்டிஷ் இந்தியாவின் தேசிய வருமானம்" 1931 - 32)

இந்திய வறுமையின் ஆழத்தைப்பற்றி ஒரு பீடிகையையே இந்தப் புள்ளி விவரங்கள் தருகின்றன.

வாழ்க்கை நிலைமையில், இந்தப் புள்ளி விவரங்களின் அர்த்தம் என்ன? இந்தியப் பொருளாதார நிபுணர்களான ஷாவும், காம்பாடாவும் கீழ்க்கண்டவாறு வர்ணிக்கின்றனர்:—

"ஜனத்தொகையில் மூன்றில் இருவருக்கு உணவளிப்பதற்கே சராசரி இந்திய வருமானம் போதுமானதாயிருக்கும். அல்லது, எல்லோருக்கும் உணவளிப்பதென்றால், அவர்களுக்குத் தேவையான மூன்று வேளை உணவுக்கு பதில் இரு வேளைகளே தரமுடியும். இந்த உணவுக்கும் ஒரு நிபந்தனை உண்டு:- அவர்கள் நிர்வாணமாகப்போக சம்மதிக்கவேண்டும்; வருஷம் முழுவதும் தெருவோரத்திலேயே குடியிருக்க வேண்டும்; பொழுதுபோக்காக எதையும் கோரக்கூடாது. உணவைத்தவிர, அவர்கள் வேறெதுவும் விரும்பக்கூடாது. அந்த உணவும்கூட மட்டரகமான, புஷ்டியில்லாத, பண்படாத உணவாகத்தான் கிடைக்கும்."

("இந்தியாவின் செல்வமும் வரிகொடுக்கும் திறமையும்")

பஞ்சம் பீடித்த பிரதேசங்களில், அனாதைகளுக்கு அளிக்கவேண்டிய உணவு அளவை நிர்ணயம் செய்திருக்கும் பஞ்ச சட்டத்துடனும், கைதிகளின் உணவு அளவை நிர்ணயித்திருக்கும் ஜெயில் சட்டத்துடனும் ஒப்பிட்டுப் பார்த்தாலும் வறுமையின் ஆழத்தை ஓரளவு புரிந்து கொள்ளலாம்.

1939-ல் இந்தியாவில் ஒரு கைதிக்கு வருஷத்துக்கு 116.67 ரூபாய் செலவழிக்கப்பட்டது. இந்திய விவசாயியின் சராசரி வருமானத்தை சென்ட்ரல் பாங்கிங் விசாரணை கமிட்டி மதிப்பிட்டதே, அதைப்போல மும்மடங்கு. 1923-ல் பம்பாய்த் தொழிலாளிகளின் **பட்ஜட்டுகளை** (வரவு செலவு கணக்கு)ப்பற்றி அதிகாரபூர்வமான விசாரணை நடந்தபோது, பின்வரும் தாரதம்மியம் வெளியாயிற்று:

வயதுவந்த ஆண்மகனின் தினசரி உணவு

	பம்பாய் தொழிலாளி களின் பட் ஜட்டுகள்	பம்பாய் சிறைகள் கடினவேலை செய்பவர்	பம்பாய் சிறைகள் லேசான வேலை செய் பவர்	பம்பாய் பஞ்ச சட்டப்படி
தானியங்கள்	1.29 பவு.	1.5 பவு.	1.38 பவு	1.29 பவு
பருப்பு வகைகள்	0.09 பவு.	0.27 பவு.	.21 பவு	புள்ளி
மாமிசம்	0.03 பவு.	0.04 பவு.	0.04 பவு	விவரங்கள்
உப்பு	0.04 பவு.	0.03 பவு.	0.03 பவு.	கிடைக்க
எண்ணெய்கள்	0.02 பவு.	0.03 பவு.	0.03 பவு.	வில்லை
இதர சாமான்கள்	0.07 பவு.			
மொத்தம்	1.54 பவு.	1.87 பவு.	1.69 பவு.	

"பம்பாய்த் தொழிலாளி வர்க்க பட்ஜட்டுகளின் விசாரணை ரிப்போர்ட்"

(1923, பம்பாய் லேபர் ஆபீஸ்)

கிராமப்புறத்திலுள்ளவர்களைவிட, உயர்ந்த வாழ்க்கைத்தரம் படைத்த பம்பாய்த் தொழிலாளி பஞ்ச ரேஷன் அளவே சாப்பிடுகிறான்; கைதிகளின் ஜெயில் ரேஷனுக்குக் குறைவாகச் சாப்பிடுகிறான்.*

* இந்த திடுக்கிடத்தக்க முடிவுக்குப்பின், இதில் சில குறைகள் இருப்பதாக காணப்பட்டது. தொழிலாளி சாப்பிடும் மலிவான இனிப்புப் பண்டங்கள் பழம், கறிகாய், மீன் முதலிய பண்டங்களை கணக்கில் எடுக்கவில்லையென்று புகார் கூறப்பட்டது. இதன் விளைவாய், 1925-ல் அதிகாரிகள் சர்வ ஜாக்கிரதையாய்க் கணக்குப் போட்டார்கள். விட்டுப்போன அம்சங்கள் அட்டவணையில் கண்டுள்ள உணவின் 4.6 சதவீதம்தானென்றும் இதனால் தொழிலாளர்களுக்குக் கிடைப்பது 113 காலரிகள்தானென்றும் ஆராய்ச்சியில் முடிவு கூறப்பட்டது. முன்னால் போடப்பட்ட கணக்கின்படி, வயது வந்த ஒரு தொழிலாளி 2450 காலரிகள் உண்கிறான். இந்த 113 காலரிகளையும் சேர்த்தால் 2563 காலரிகளாகும்.

(பம்பாய் லேபர் கெஜட், ஏப்ரல் 1925)

புஷ்டி விஷயங்களுக்காக பிரிட்டிஷ் மெடிகல் அஸ்ஸோஸியேஷன் (டாக்டர்கள் ஸ்தாபனம்) நியமித்த சப் கமிட்டியின் கணிப்புப்படி ஆளுக்கு 3390 காலரிகள் தினசரி தேவை; இந்திய நிலைமைக்கு 2800 காலரிகள் தேவையென்று பேராசிரியர் முக்கர்ஜி கணக்கிட்டிருக்கிறார்.

(காலரி என்பது உஷ்ண சக்தியின் அளவு).

பொதுமக்களின் நிலைமையைப் பொறுத்தவரை, வருஷா வருஷம் பிரசுரமாகும் அரசாங்க அறிக்கைகளும் இதே சித்திரத்தை வரைகின்றன:—

"இந்தியாவில், நன்கு தேர்ச்சியடைந்த தொழிலாளிகளைத் தவிர, மீதியுள்ளவர்களுக்குக் கிடைக்கும் கூலி உண்பதற்கும் உடுப்பதற்கும்தான் போதுமானதாயிருக்கிறது. எங்கு பார்த்தாலும் குடியிருப்பு நெருக்கடி; சொல்லமுடியாத துன்ப துயரங்கள், ஆபாசம், அழுக்கு."

(1927 — 28ல் இந்தியா)

"மேற்கத்திய நாடுகளில் ஈடு இணை காணமுடியாத ஏழ்மை, இந்தியாவில் வசிப்பவர்களில் பெரும்பான்மை யோரைப் பீடித்திருக்கிறது. உயிரை காப்பாற்றிக்கொள்ளக்கூடிய அளவு உணவு பெறுவதற்கே கஷ்டப்படுகிறார்கள்."

(1929-30ல் இந்தியா)

"ஜனத்தொகையில் 100-க்கு 70, 80 பேர், உயிரைக் காப்பாற்றிக்கொள்ளக்கூடிய அளவு உணவு பெறுவதற்கே கஷ்டப்பட்டுக்கொண்டு வசிக்கின்றனர்."

(சர் ஆல்பிரட் சாட்டர்டன், கிழக்கு இந்தியா
சங்கத்தின் சஞ்சிகை 1930 ஜூலை)

1933-ல், இந்திய வைத்திய இலாகா டைரக்டரான மேஜர் ஜெனரல் **சர் ஜான் மீகா** சுகாதாரத்தைப் பற்றி வெளியிட்ட ரிப்போர்ட்டில் கீழ்க்கண்டவாறு குறிப்பிடுகிறார்:— நாட்டு ஜனங்களில் 100-க்கு 39 பேருக்கே நல்ல புஷ்டியுள்ள உணவு கிடைக்கிறது; 100-க்கு 41 பேருக்கு குறைந்த புஷ்டியுள்ள உணவே கிடைக்கிறது. மீதி 20 பேருடைய உணவில் ஊட்டமேயில்லை. அதாவது 100-க்கு 61 பேருக்கு - கிட்டத்தட்ட மூன்றில் இரண்டுபேருக்கு ஊட்டம் குறைவு. வங்காள மாகாணத்தைப் பொறுத்தவரையில், 100-க்கு 22 பேர் நல்ல ஊட்டமும், 47 பேர் குறைவான ஊட்டமும் பெறுகின்றனர்; மீதி 31 பேருக்கு புஷ்டியான ஆகாரம் கிடையாது; அதாவது வங்காளத்தில் 100-க்கு 78 பேருக்கு - கிட்டத்தட்ட ஐந்தில் நாலு பேருக்கு புஷ்டிக் குறைவான ஆகாரமே கிடைக்கிறது. மேலும், இந்தியா முழுவதும் நோய்நொடிகள் பரவியிருப்பதாயும்,

அவை நிச்சயமாகவும், வேகமாகவும் அதிகரித்து வருவதாயும் குறிப்பிட்டார்.

இந்திய சர்க்காருடைய உணவு புஷ்டி விவகாரங்களின் நிபுணரான டாக்டர் **அக்ராய்ட்** கூறுகிறார்: "சதாகாலமும் ஜனங்களில் மூவரில் ஒருவருக்கு ஊட்டம் மிகக் குறைவாகவும் மோசமாகவும் இருக்கிறது".

("உணவுதானிய கொள்கை கமிட்டி ரிப்போர்ட்" 1943)

1926-ல் சர்க்கார் இந்தியாவின் விவசாயத்தைப் பற்றி விசாரிக்க ஒரு **ராயல் விவசாய கமிஷனை** நியமித்தது. வறுமையின் மூலகாரணங்களாகிய நில உடைமை, நில உரிமை, நில, வாடகை, நிலவரிக் கொடுமை முதலிய உண்மையான பிரச்சினைகளை அதன் விசாரணைக் குறிப்புகளில் சேர்க்கா விட்டாலும், சர்க்காரின் சொந்த உத்தியோகஸ்தர்களிடமிருந்தே விவசாயிகளின் பயங்கரமான நிலைமைபற்றி சாட்சியங்கள் வந்து அதன்முன் குவிந்தன. முதல் சாட்சியான இந்திய சர்க்காரின் விவசாய ஆலோசகர், டாக்டர் **க்ளொஸ்டன்** என்பவர், "நாட்டுப்புற மக்கள் பலவீனமான தேகத்தைப் பெற்றிருப்பதால், தொத்து வியாதிகள் அவர்களைச் சுலபமாகப் பீடித்துவிடுகின்றன" என்று குறிப்பிட்டார். "விவசாயம் வளர்ச்சியடைவதற்குத் தடையாயுள்ள பிரதான கஷ்டங்களில் புஷ்டியில்லாமை ஒன்று" என்று கர்னல் **கிரஹாம்** கமிஷனிடம் கூறினார். கூனூரிலுள்ள **பாஸ்டியர் ஆராய்ச்சிக் கழகத்தில்,** புஷ்டிக் குறைவாலுண்டாகும் வியாதிகளைக் குறித்துப் பரிசீலனை செய்யும் இலாகாவின் நிர்வாகி **ஆர். மக்ஹாரிசன்** கமிஷன் முன் இன்னும் ஆணித்தரமாகக் கூறினார்:

"இந்தியாவில், ஜனங்களுக்கு சம்பவித்துள்ள குறைகளில் முக்கியமானது ஊட்டம் இல்லாமை . . . இந்தியாவின் வியாதிகளுக்கு மூலகாரணமாய் இருப்பது புஷ்டியில் லாமைதான்".

1929-ல், இந்தியாவின் தொழிலாளர் நிலைமையைப் பற்றி விசாரணை நடத்த அரசாங்கம் ஒரு **ராயல் கமிஷனை** நியமித்தது. "அநேக தொழில் ஸ்தலங்களில், மூன்றில்

இரண்டு தொழிலாளர் குடும்பங்களும் தொழிலாளர்களும் கடன்பட்டிருக்கின்றனர். மிகப் பெருவாரியானவர்களுடைய கடன்தொகை அவர்களுடைய மூன்று மாதச் சம்பளத்தைவிட ரொம்ப அதிகமாயிருக்கிறது" என்று அக் கமிஷன் கூறியது. பலதரப்பட்ட சம்பள விகிதங்கள் அமுலிலிருப்பதை கமிஷன் கண்டது. அதிகப்பட்சமான சராசரி சம்பள விகிதங்களைப் பெற்றுள்ள பம்பாய் பஞ்சாலைத் தொழிலாளிகளின் சராசரி சம்பள விகிதங்கள் - ஆண்களுக்கு மாதத்துக்கு 52 ஷில்லிங்; பெண்களுக்கு மாதத்துக்கு 26 ஷில்லிங். பம்பாயில் தேர்ச்சியடையாத தொழிலாளிகளுக்கு மாதம் 30 ஷில்லிங்; தேசத்தின் முதன்மையான **ஜாரியா** நிலக்கரி வயலில் சுரங்கத் தொழிலாளிகளின் சராசரி மாதச் சம்பளம் 15 ஷில்லிங் முதல் 22 ஷில்லிங் வரை; வருஷத்துக்கு சில மாதங்கள் மாத்திரம் வேலை நடக்கும். ஸீஸனல் தொழிற்சாலைகளில் (பருத்தியிலிருந்து விதையெடுக்கும் ஜின்னிங் பாக்டரி; கரும்பிலிருந்து வெல்லம், சர்க்கரை காய்ச்சும் ஆலைகள் போன்றவை - இவைகளை **ஸீஸனல் பாக்டரிகள்** என்கிறோம்) ஆண்களுக்குத் தினசரி கூலி 6 பென்ஸ் முதல் 1 ஷில்லிங் வரை; பெண்களுக்குத் தினசரி 4 பென்ஸ் முதல் 9 பென்ஸ்வரை; வங்காளம், பீகார், ஒரிஸ்ஸா மாகாணங்களில், தேர்ச்சியடையாத தொழிலாளிகளுக்கு ஆண்களுக்கு தினசரி 9 பென்ஸ், பெண்களுக்கு 6 பென்ஸ்; சிறுவர் சிறுமிகளுக்கு 4 பென்ஸ், சென்னையிலும் ஐக்கிய மாகாணத்திலும் தேர்ச்சியடையாத தொழிலாளிகளின் கூலி மிகவும் குறைவு. ஆண்களுக்குத் தினசரி கூலி 5 பென்ஸ். இந்தியாவின் யந்திரத் தொழிலாளர்களில் பெரும்பான்மையோர் வேலை செய்யும் கட்டுப்பாடு இல்லாத பாக்டரிகளில், (இவற்றில் பாக்டரி சட்டங்கள் அமுலில் இல்லை.) "வாராந்திர விடுமுறை இல்லாமல் 2 அணா கூலிக்காக தினசரி 10, 12 மணி நேரம் ஐந்து வயதான சிறுவர் சிறுமிகள்கூட வேலை செய்கிறார்கள். சில இடங்களில் இந்த இளம் குருத்துகளுக்கு இடைவேளை போஜனத்துக்குகூட நேரம் கிடையாது" என்று ராயல் கமிஷன் ரிப்போர்ட் கூறுகிறது.

குடியிருப்பு வசதிகளைக் கவனிப்போம். சாதாரணமாக, ஒரு தொழிலாளி வர்க்க குடும்பத்துக்கு ஒரு அறைகூட கிடைப்பதில்லை. அநேகமாக, ஒரு அறையின் பகுதியே

அவர்களுக்கு வாசஸ்தலமாகக் கிடைக்கிறது. 1911-ல், லண்டனில் 100-க்கு 6பேர் ஒரு அறைக் குடிசைகளில் வசித்தனர்; அதே வருஷத்தில் பம்பாய் ஜனங்களில் 100-க்கு 69 பேர் ஒரு அறைக் குடிசைகளில் வசித்தனர். ஒரே ஒரு அறையுள்ள குடிசைகளில் சராசரி $4^1/2$ பேர் வீதம் குடியிருந்தனர். 1931-ம் வருஷ ஸென்ஸஸ்படி, பம்பாய் நகரவாசிகளில் 100-க்கு 74 பேர் ஒரு அறைக் குடிசைகளில் வசித்தனர்; இருபது வருஷங்களில் (குடியிருப்பு நெருக்கடி) ஜனநெருக்கம் அதிகரித்திருப்பதையே இது காட்டுகிறது. பம்பாய் நகர ஜனங்களில், மூன்றில் ஒரு பகுதியினர் அறைக்கு 5 பேருக்கு மேல் குடியிருந்தனர்; 256379 ஜனங்கள் அறைக்கு 6 பேர் முதல் 9 பேர்வரை குடியிருந்தனர்; 8133 பேர் அறைக்கு 10 முதல் 19 வரை குடியிருந்தனர்; 15,490 ஜனங்கள் அறைக்கு 20 பேருக்கு மேல் குடியிருந்தனர். இந்தச் சராசரியில் மறைந்துகிடக்கும் தொழிலாளிவர்க்க நிலைமையைத் தனியாகப் பார்த்தால் குடியிருப்பு நெருக்கடியின் பயங்கரம் தீவிரமாக வெளிப்படும்.

1937-ல் காங்கிரஸ் மந்திரிசபை நியமித்த ஜவுளி மில் தொழிலாளர் சப் கமிட்டி 1940-ல் பிரசுரமான தன் ரிப்போர்ட்டில் கூறுவதாவது:—

"பம்பாயின் பிரதானமான தொழிலாளர் குடியிருப்பு வட்டாரங்களான **ஈ.எப்.ஜீ.** வார்டுகளில் மாத்திரம் விசாரணை நடத்தினோம். விசாரணைக்குட்பட்ட குடும்பங்களில், 91. 24 சதவீதம் ஒரு அறைக் குடிசைகளில் வசிக்கின்றனர் என்பதையும் ஒவ்வொரு அறையிலும் சராசரி 3. 84 பேர்கள் வசிப்பதையும் புள்ளி விவரங்கள் காட்டுகின்றன. ஒவ்வொரு அறையிலும் உள்ள தரை விஸ்தீரணம் சுமாராக 103. 23 சதுர அடிகள்தான்; ஒவ்வொருவருக்கும் கிடைக்கும் தரை விஸ்தீரணம் 26. 86 சதுர அடிகளே".

("ஜவுளி மில் தொழிலாளர் விசாரணைக் கமிட்டி ரிப்போர்ட்" 1940)

கராச்சியில் ஜனத்தொகையில், மூன்றிலொரு பகுதி, அறைக்கு 6 பேர் முதல் 9பேர் வீதம் வசிப்பதை விட்லி ரிப்போர்ட் (ராயல் கமிஷன் ரிப்போர்ட்) குறிப்பிடுகிறது.

அஹமதாபாத்தில் 100-க்கு 73 பேர் ஒரு அறைக் குடிசைகளிலே வசித்தனர்.

1931-க்கு பிறகு, குறிப்பாக உலக யுத்தம் வந்த பிற்பாடு, நிலைமை படுமோசமாகிவிட்டது. 1931-ல் பம்பாயில் 11 லட்சம் ஜனங்கள் வசித்தனர். 1941-ல் 14.89 லட்சம் ஜனங்கள்; 1945-ல் 23 லட்சம் ஜனத்தொகையை எட்டிப்பிடித்துவிட்டது. ஆனால் 1931-க்குப் பிறகு 83,828 புதிய குடிசைகளே கட்டப்பட்டன. 1931-ல், ஒரு அறையில் வசிப்பவர்களின் எண் சராசரி 4.01 ஆக இருந்தது; இப்பொழுது 7.01 ஆகிவிட்டது. இதர வீடுகளைவிட ஒரு அறைக் குடிசைகளில்தான் ஜனநெருக்கம் அதிகம்.

பம்பாய் **நகரசபையால்** நியமிக்கப்பட்ட **ஹவுஸிங் பேனல்** (குடியிருப்புவசதி போர்டு) (1946-ல்) கூறியதாவது:— பம்பாயில் ஒருவருக்கு கிடைக்கும் சராசரி குடியிருப்பு விஸ்தீரணம் $12^{1}/_{2}$ சதுர அடியே; "பம்பாய் ஜெயில் சட்டத்தில்கூட ஒரு கைதிக்கு 40 சதுர அடி விஸ்தீரணமுள்ள இருப்பிடம் அளிக்கப்பட்டிருக்கிறது" என்று அது எடுத்துக்காட்டியது.

இரண்டாவது உலக யுத்தத்துக்கு முன்னால் பம்பாய் ஜனங்களில் 100-க்கு 5 பேர் தெருக்களில் தூங்கினார்கள்; இப்பொழுது 100-க்கு 13 பேருக்குத் தெருக்களே வாசஸ்தலமாகி விட்டது.

சுகாதாரத்தைப்பற்றி **விட்லி ரிப்போர்ட்** கூறியதாவது:—

"குப்பைகூளங்கள் குவியல் குவியலாய் குவிந்து அழுகி நாற்றம் எடுப்பதும் சாக்கடைத் தண்ணீர் குட்டை குட்டையாய் தேங்கிக்கிடப்பதும் சுகாதாரம் அலட்சியம் செய்யப்படுவதற்கு அத்தாட்சிகளாக நிற்கின்றன. கக்கூஸ்கள் இல்லாததால், காற்றிலும் பூமியிலும் அசுத்தம் அதிகரிக்கிறது. பல வீடுகளுக்கு ஜன்னல்களோ, வேறு காற்றோட்டமான வசதிகளோ கிடையாது. சாதாரணமாக ஒவ்வொரு வீட்டிலும் ஒரே ஒரு சின்ன அறைதான் இருக்கிறது. அதன் ஒரு பாதையான வாசற்படியும் குட்டையாயிருப்பதால், குடிசைக்குள் பிரவேசிப்பதற்கு முன் கூனிக்குறுக வேண்டியிருக்கிறது. குடிசைக்குள் தனிமை வேண்டுமென்பதற்காக

பழைய மண்ணெண்ணெய் டின்கள் அடுக்கப்பட்டிருப்பதால், சாக்குகளைக்கொண்டு படுதா கட்டப்பட்டிருப்பதால், காற்றும் வெளிச்சமும் உள்ளே பிரவேசிப்பது மேலும் தடுக்கப்படுகிறது. இத்தகைய இருப்பிடங்களில்தான், மானிடர்கள் பிறக்கிறார்கள், உறங்குகிறார்கள், சாப்பிடுகிறார்கள், வசிக்கிறார்கள்; சாகிறார்கள்".

1935-ல் பிரசுரிக்கப்பட்ட தொழிலாளிவர்க்க பட்ஜட்டுகளின் விசாரணை ரிப்போர்ட் பம்பாய் தொழிலாளர் தண்ணீர் வசதியைப்பற்றிக் கூறுவதாவது:— தண்ணீர் சப்ளையைப் பொறுத்தவரை, 100-க்கு 26 குடிசைகளில், எட்டுக் குடிசைகளுக்கு ஒரு தண்ணீர்க் குழாய்தான் இருக்கிறது. அதற்கும் குறைவாகக்கூட இருக்கிறது; 100-க்கு 44 குடிசைகளில், 9 முதல் 15 குடிசைகள் வரையில், ஒரு தண்ணீர் குழாய்தான் இருக்கிறது; 100-க்கு 29 குடிசைகளில், 16 குடிசைகளுக்கு, அதற்கு அதிகமான குடிசைகளுக்கு ஒரு தண்ணீர்க் குழாய்தான் இருக்கிறது. 100-க்கு 85 குடிசைகளில், 8 குடிசைகளுக்கு ஒரு கக்கூஸ்தானுள்ளது; அதற்கும் குறைவாக உள்ளது. 100-க்கு 12 குடிசைகளில் 9 முதல் 15 குடிசைகளுக்கு ஒரு கக்கூஸ்தான் உள்ளது. 24 சதவீதத்துக்கு இதற்கும் குறைவான கக்கூஸ்களே உள்ளன. 1935ல் அஹமதாபாத் ஜவுளிமில் தொழிலாளர் சங்கம் தொழிலாளர்களின் குடியிருப்பு வசதிகள் பற்றி நடத்திய விசாரணையில் கண்டதாவது:— 23,706 குடிசைகளில் விசாரணை நடத்தப்பட்டது; 5,669 குடிசைகளுக்கு தண்ணீர் சப்ளையே கிடையாது. தண்ணீர் சப்ளை உள்ள குடிசைகளுக்கும் எப்படிப்பட்ட சப்ளை தெரியுமா? 200 குடும்பங்களுக்கு மேல் குடியிருக்கும் வட்டாரத்தில் ஒன்று அல்லது இரண்டு தண்ணீர் குழாய்களே இருக்கின்றன. 5000 குடிசைகளுக்கு கக்கூஸ் வசதி கிடையாது; சுகாதார வசதிகளோ பூஜ்யம்; சாக்கடை வசதிகளும் பூஜ்யம்.

இந்தியன் இண்டஸ்டிரியல் கமிஷன்முன் ஒருவர் பின்வருமாறு சாட்சியம் கூறினார்:—

"என் வாழ்நாள் பூராவும், பலநாடுகளில், நான் ஏழ்மையைக் கண்டிருக்கிறேன். . . . . பம்பாயிலுள்ள ஏழ்மைப்பட்டவர்களின் "வீடுகள்" என்று சொல்லப்படும் இடங்களைப் பரிசீலனை செய்யவரும்வரையில், அந்த ஏழ்மையின் ஆழத்தையும் கேவலத்தையும் நான் உணரவில்லை. . . . . நான் பார்ப்பது மனிதனா, அல்லது ஜீவனில்லாத கற்பனை சிருஷ்டியை, கீழ் உலக சிருஷ்டியை, நான் மனதில் உருவகப்படுத்திக்கொள்கிறேனா என்ற கேள்வி, தொழிலாளியை அவன் குடும்பத்துடன் அவன் வீட்டில் பார்ப்பவருக்குத் தானாகவே எழுகின்றது. "10 அடி நீளம், 10 அடி அகலமுள்ள ஒரு அறையில், புழங்குவதற்குக்கூட இடமில்லாத ஒரு குடிசைக்குள், குடும்பங்கள் உறங்குகின்றன; வராட்டிகளைக் (எருமுட்டை) கொண்டு உணவை சமைக்கின்றன; குடும்ப வாழ்க்கையின் சகல கடமைகளையும் நிறைவேற்றுகின்றன; புதிய குழந்தைகள் ஜனனமாகின்றன; பொது கக்கூஸ்கள்தான் தனியாக உள்ளன. பழைய வீடுகளில் மேல்புறத்திலுள்ள (மாடிகள்) இடங்கள் அறைகள் என்று அழைக்கப்பட்ட போதிலும், உண்மையில் அவை கூரையின் கீழுள்ள துவாரங்களைப்போலவே இருக்கின்றன. இந்த துவாரங்களில் மனிதர்கள் நிமிர்ந்து நிற்கமுடியாது. பின்புறத்திலுள்ள அறைகள் இருளடர்ந்திருக்கின்றன. நமது கண்கள் அந்த இருளுக்கு பழக்கமடைந்த பின்னர், உற்றுப் பார்த்தால்தான் அங்குள்ளவர்களைப் பார்க்கமுடிகிறது."

(ஏ. ஈ. **மீராம்ஸ்** - "இந்தியன் இண்டஸ்டிரியல் கமிஷன் முன் சாட்சியம்")

பம்பாய் சர்க்காரால் விசாரணை நடத்துவதற்கு நியமிக்கப்பட்ட இந்திய டாக்டர் பெண்மணி கீழ்க்கண்டவாறு ரிப்போர்ட் செய்தார்:—

"ஒரு குடிசையின் இரண்டாவது மாடியில், 15 அடி நீளம், 12 அடி அகலமுள்ள ஒரு அறையில் **ஆறு** குடும்பங்கள் வசிப்பதை நான் கண்டேன். தரைமீதிருந்து ஆறு தனித்தனி அடுப்புகளும் இதை ருசிப்பித்தன. இந்த அறையில் வசிக்கும் பெரியவர்கள், குழந்தைகள் எண்ணிக்கை

முப்பது என்பதை விசாரித்தறிந்தேன். . . . இந்த அறையில் வசித்த ஆறு ஸ்த்ரீகளில், மூவருக்கு பிரசவகாலம் சமீபித்துக்கொண்டிருந்தது. . . ராத்திரியில் ஆறு அடுப்புகளிலிருந்து வரும் புகையும் இதர அசுத்தங்களும், அறையை நிரப்புகின்றன. இந்தச் சுற்றுச்சார்பு, பிரசவத்துக்கு முன்பும் பின்பும் எந்தத் தாயாரையும் குழந்தையையும் பாதிக்கும்; அவர்கள் தேகத்தையே பாதிக்குமென்பது நிச்சயம். இதைப்போல பல அறைகளை நான் பார்த்தேன். கீழ்வீட்டு அறைகளின் நிலைமை இன்னும் கேவலமானது; இங்கு பகல் வெளிச்சம் பகீரதப் பிரயத்தனம் செய்து பிரவேசிக்கிறது; சூரிய ஒளி ஒருபொழுதும் கீழ் வீட்டுக்குள் விழுவதில்லை" (பம்பாய் லேபர் கெஜட், 1922)

பம்பாயின் செங்கோட்டையான (செங்கொடியின் கோட்டை) **பரேலில்,** பஞ்சாலைத் தொழிலாளர்கள் வசிக்கும் குடிசைகளுள்ள வட்டாரங்களை நான் 1946-ம் வருஷம் ஏப்ரல் 21-ந் தேதி போய்ப் பார்த்தேன். இங்கு நெருக்கமாகக் கட்டப்பட்டிருக்கும் குடிசை வரிசைகளைக் கண்டேன். மிக மோசமான முறையில் கட்டப்பட்ட குடிசைகள்; ஒரு குடிசைக்கு ஒரே ஒரு அறை; அதன் நீளம் 12 அடி, அகலம் 10 அடி, ஒளியோ, காற்றோ உட்புக முடியாத குடிசைகள் அவை; ஜன்னல்கள் இல்லை. குடிசைக்குள் போனால் ஒரு எண்ணெய் விளக்கின் திரி அந்தகாரத்துடன் போராடிக்கொண்டிருந்தது; அடுப்பு நெருப்பிலிருந்து ஒரு சகிக்கமுடியாத உஷ்ணம் குடிசையை நிரப்பியிருந்தது; இங்கே நாங்கள் போன முதல் குடிசையில் 10 பேர் வசித்தார்கள்; இதன் மாத வாடகை 7 ரூபாய். இன்னொரு குடிசையில் 13 எரியும் அடுப்புகளைக் கண்டேன்; அங்கு 13 குடும்பங்கள் வசித்தன. இதே வட்டாரத்தில் வசிக்கும் தோழர் எனக்குத் துணையாய் வந்திருந்தார். இக்குடிசையில் 20 பேராவது வசிப்பார்களென்று அவர் கூறினார். ஆனால் உள்ளவர்களின் எண்ணிக்கையைச் சொன்னால், வாடகை உயர்ந்துவிடுமென்று குடிசையிலுள்ளவர்கள் பயந்தார்கள். முதல் மூன்று வரிசைகளிலுள்ள முப்பது குடிசைகளுக்கு, அவற்றில் வாழும் 300 பேருக்கு மூன்றே மூன்று தண்ணீர்க் குழாய்கள்தான் இருந்தன. இவைகளிலும் காலை, மாலைகளில் மாத்திரமே தண்ணீர் வரும் - ஓடி வராது. சொட்டும்.

சாக்கடைக்கு மேலே தரையில் மூன்று துவாரங்கள் இருந்தன, இவைகளுக்கு கக்கூஸ்களென்று பெயர். அவற்றில் ஒன்று நிரம்பிவிட்டது, உபயோகப்படுத்த முடியாது. (300 பேருக்கு 2 "கக்கூஸ்") அடுத்த வரிசையில் 160 குடிசைகளிருந்தன; அவற்றுக்கு ஆறே ஆறு குழாய்கள்தான் இருந்தன. அதிகாலையிலும் மாலையிலும், இரண்டு மணி காலத்துக்குத்தான் தண்ணீர் வந்தது. ஏனென்று கேட்டால் தண்ணீர் நெருக்கடியாம். ஆனால் பம்பாய் பங்களாக்கள் வட்டாரத்தில் 24 மணி நேரமும் தண்ணீர் வருகிறது.

அரைப்பட்டினி, குடியிருப்பு நெருக்கடி, சுகாதாரமின்மை-இந்த நிலைமையில் தேகாரோக்கியத்துக்குச் சம்பவிக்கும் பலன்களைக் கற்பனை செய்யமுடியும். 1937-ல் ஆயிரம் பேருக்கு 22. 4 பேர் இறந்த மரண விகித ரிக்கார்டில் இது பிரதிபலிக்கிறது. அதே வருஷத்தில், இங்கிலாந்தின் மரண விகிதம் 12.4 (ஆயிரம்பேரில் 12.4 பேர்தான் இறந்தனர்) இங்கிலிஷ்காரன் எவ்வளவு காலம் வசிக்கலாமென்று எதிர் பார்க்கிறானோ, அதில் பாதிதான் இந்தியனின் சராசரி ஆயுட்காலம்.

"ஒப்பிட்டுப் பார்த்தால், இந்தியாவில் சராசரி ஆயுட்காலம் அநேக மேலைய நாடுகளுடையதைவிடக் குறைவாக இருக்கிறது. 1921-ம் வருட சென்ஸஸ்படி, ஆண்களின் சராசரி ஆயுட்காலம் 24.8 வருஷங்கள்; பெண்களின் சராசரி வாழ்நாட்கள் 24.7 வருஷங்கள். அதாவது இந்தியர்களின் சராசரி ஆயுட்காலம் 24.75 (24 ¾) வருடங்கள். பிரிட்டனில் சராசரி ஆயுட்காலம் 55.6 வருஷங்கள். இந்தியாவில் சராசரி வயது குறைந்துவிட்டதென்பது 1931-ல் காணப்பட்டது. 1931-ல் ஆண்களின் சராசரி வயது 23.2; பெண்களின் சராசரி வயது 22.8".

("இந்தியாவின் யந்திரத் தொழிலாளர்கள்"
-இண்டர்நேஷனல் லேபர் ஆபீஸ்)

தாய் மரணத்திலும் வாழ்க்கை நிலைமைகள் பிரதிபலிக்கின்றன. இங்கிலாந்தின் **தாய் மரண வீதம்** 1000-க்கு 4.1; இந்தியாவில் 1000-க்கு 24.5 (பிரசவத்தினால் தாயார் இறந்துபோவதே தாய் மரணம்)

இந்தியர்கள் வசிக்கும் அஹமதாபாத் நகரத்தின் மரண விகிதம் 1000-க்கு 41.05. (ஆயிரம் பேருக்கு 41.05. வீதம் வருஷா வருஷம் இறந்துபோகிறார்கள்) தங்கள் தேகாரோக்கியத்துக்கும் சுக சௌகரியங்களுக்கும் சகலவிதமான வசதிகளும் செய்து கொண்டுள்ள ஐரோப்பியர்கள் வசிக்கும் அஹமதாபாத் (அதே நகரம்தான்) கண்டோன்மெண்டில், மரண விகிதம் 1000-க்கு 12.84 தான். இந்த முரண்பாட்டிலும் மேற்கண்ட வாழ்க்கை நிலைமைகள் பிரதிபலிக்கின்றன. 1943-ல் இந்தியாவின் **குழந்தை மரண வீதம்** 163. (ஆயிரம் குழந்தைகள் பிறந்தால், அதில் 163 குழந்தைகள் ஒரு வயது பூர்த்தியாவதற்குள் மரித்துவிடுகின்றன) பிரிட்டனில் குழந்தை மரண விகிதம் 1000-க்கு 46. அதே வருஷத்தில் கல்கத்தாவின் குழந்தை மரண விகிதம் 239; பம்பாயில் 248; சென்னையில் 227. (ஒரு அறைக் குடிசைகளில் குழந்தை மரணம் அதிகம். பம்பாயில் 1926-ல் ஒரு அறைக்குடிசைகளில் குழந்தை மரண விகிதம் 577; இரண்டு அறைக் குடிசைகளில் 1000-க்கு 254; ஆஸ்பத்திரிகளில் 107.)

இந்தியாவில், சாவுகளுக்கு **ஜுரங்கள்** முக்கியமான காரணமென்று அதிகாரிகளின் தஸ்தாவேஜுகளில் பதிவு செய்யப்பட்டிருக்கிறது. (1932-41-ல் வருஷா வருஷம் இறந்த 62 லட்சம் பேரில் 36 லட்சம் பேர் ஜுரத்தால் இறந்ததாகக் கண்டிருக்கிறது) அரைப்பட்டினி, வறுமை முதலியவற்றின் விளைவாக உடல் நலன் உடைந்துபோயிருப்பதை மூடி மறைக்க ஜுரம் என்ற பதம் சௌகரியமாய் அமைந்திருக்கிறது. இந்தியாவில், நான்கு சாவுகளில் மூன்று சாவுகளுக்கு வறுமையின் வியாதிகளே காரணமென்று ஏகாதிபத்தியத்திற்குப் பரிந்துபேசும் எழுத்தாளரே, இந்தியப் பொருளாதார நிபுணரென ஏகாதிபத்தியத்தால் போற்றப்படுபவரே தீர்ப்பு கூறியிருக்கிறார்:

"1926-ம் வருஷத்திய மரணவீதம் 1000-க்கு 26.7; இந்த 26.7-ல் 20.5 சாவுகள் காலரா, சின்ன அம்மை, பிளேக், சீதபேதி, ஜுரங்கள், வயிற்றுப்போக்கு ஆகிய வியாதிகளால் நேர்கின்றன. அநேகமாக இந்த வியாதிகள் அனைத்தையும்

"வறுமையின் வியாதிகள்" என்று தொகுத்துக் கூறலாம். இவைகளில் பல சாவுகளைத் தடுக்கமுடியும். நல்ல சுகாதார வசதிகள் மூலம், (சுத்தமான தண்ணீர் சப்ளை, உணவு கெடாமல் பாதுகாப்பது, கழிவுநீர் வடிகால் வசதிகள், நல்ல குடியிருப்பு வசதிகள் முதலியவை இந்தத் தலைப்பின் கீழ் அடங்கும்) நல்ல வைத்திய யோசனையின் மூலம், போதுமான ஆஸ்பத்திரிகள் வசதியின்மூலம், நகரங்களிலுள்ள அதிகமான மரண விகிதங்களைப் பெரிய அளவுக்குக் குறைக்கமுடியும். காசநோய்களாலும், நுரையீரல் வியாதிகளாலும் சம்பவிக்கும் சாவுகளையும் வெகுதூரம் குறைக்க முடியும். . . . பல மேலைய நாடுகளில் வெற்றிகரமாக அனுஷ்டிக்கப்பட்டுவரும் முறைகளைக் கடைப்பிடித்தால், இந்தியாவில் நோய் நொடிகளுக்குப் பலியாகும் சாவுகளில் பலவற்றையும் நோய்நொடிகளால் உண்டாகும் தேக சுகவீனத்தையும் தடுக்கமுடியும்." (வீ. ஆன்ஸ்டீ. "இந்தியாவின் பொருளாதார வளர்ச்சி.")

1943 அக்டோபரில் சர் ஜோசப் போர் தலைமையில் இந்திய சர்க்காரால் நியமிக்கப்பட்ட கமிட்டி 1946-ல் பிரசுரித்த தன்னுடைய ரிப்போர்ட்டில் திட்டவட்டமாகக் கூறுவதாவது:—

"பொதுசுகாதார பாதுகாப்புக்குச் சில அடிப்படையான நிபந்தனைகள் பூர்த்தி செய்யப்படவேண்டும்: சமூகத்தின் அங்கத்தினர்கள் அனைவருக்கும், அவர்களால் பணம் கொடுக்க முடியுமோ முடியாதோ, ஆரோக்கிய வாழ்வுக்கு உதவக்கூடிய சூழ்நிலையையும் போதுமான ஊட்டத்தையும் (புஷ்டியுள்ள ஆகாரம்) வியாதிகள் சொஸ்தமாவதற்கும் வியாதிகளால் தாக்கப்படுவதை தடுப்பதற்கும் ஆரோக்கிய பாதுகாப்பு வசதிகளையும்,* அளிக்க வேண்டும். தங்கள் சொந்த ஆரோக்கியத்தை பாதுகாத்துக்கொள்ளும் பொருட்டு

* பிரிட்டிஷ் இந்தியாவில் சகல ஆஸ்பத்திரிகளிலுமுள்ள மொத்தப் படுக்கைகளுடன் (விசேஷ சிகிச்சைக்கான ஆஸ்பத்திரி படுக்கைகளையும் சேர்த்து) இதர நாடுகளிலுள்ள ஆஸ்பத்திரி படுக்கைகளை ஒப்பிட்டுப் பார்ப்போம்.

ஜனங்கள் தீவிரமாக ஒத்துழைக்க வேண்டும். இந்த அடிப்படையான விஷயங்களைப் பொறுத்தவரை போதுமான வசதிகள் செய்யப்படாததால்தான் இவ்வளவு கஷ்டங்கள் ஜனங்களுக்கு ஏற்படுகின்றன. ஏராளமான சாவுகள் சம்பவிக்கின்றன. இந்த கஷ்டத்தையும் சாவுகளையும் தடுக்க முடியும். இதைப்பற்றி நாம் முன்னரே குறிப்பிட்டு இருக்கிறோம். தேசத்தின் அநேக பாகங்களில் **சுற்றுச்சார்பு சுகாதாரம்** (தெருக்களில், வீடுகளின் சுற்றுப்புறங்களில் ஜனங்கள் புழங்குமிடங்களில், கூடும் இடங்களில், வேலை செய்யு மிடங்களில் நிலவும் சுகாதாரம்) மிகவும் கீழ்த்தரமா யிருக்கிறது. ஜனத்தொகையின் ஒரு முக்கியமான பகுதியினரின் தெம்பை ஊட்டமின்மையும், ஊட்டக் குறைவும் சப்பி சாப்பிட்டுவிடுகிறது. நோய் நொடிகளை எதிர்க்கக்கூடிய அவர்களின் சக்தி குன்றிவிடுகிறது. உள்ள தேக சுகாதார இலாகாக்களோ, (ஆஸ்பத்திரிகள் முதலியவை) ஜனங்களின் தேவைக்கு ஈடு கொடுக்கக்கூடிய அளவில் இல்லை. தவிர, தங்களைச் சுற்றியுள்ள சுகாதாரமில்லாத சூழ்நிலையையும் தங்களைப் பீடிக்கும் வியாதிகளையும் அனுமதிக்கும் பொதுமக்களின் அலட்சியத்தையும், அசிரத்தையையும் எதிர்த்துப் போராடுவதென்றால் பொதுக் கல்வியின்மையும் சுகாதாரக் கல்வியின்மையும் குறுக்கே நிற்கின்றன."

வேறெந்த தேசத்திலும் இல்லாத இந்தக் கஷ்ட வறுமைச் சித்திரத்தை அதிகாரப் பற்றற்ற பார்வையாளர்களும் ஊர்ஜிதம் செய்கின்றனர். இந்திய கிராமத்தில் வசிப்பதற்குச் சென்ற ஒரு அமெரிக்கரின் அபிப்பிராயம் கீழே தரப்படுகிறது. கிராம வாசிகளுக்கு வைத்திய உதவியும் இதர உதவிகளும் அளிப்பதற்காக அவர் எடுத்துக்கொண்ட சர்வ முயற்சியும்

அமெரிக்கா : ஆயிரம் பேருக்கு. 10.48 படுக்கைகள் வீதம்
பிரிட்டன் : ஆயிரம் பேருக்கு. 7.14 படுக்கைகள் வீதம்
இந்தியா : ஆயிரம் பேருக்கு. 24 படுக்கைகள் வீதம்

இந்தியாவில் 4 ஆயிரம் பேருக்குக்கூட ஒரு ஆஸ்பத்திரி படுக்கை இல்லை. இந்தியாவைப்போலக் கிட்டத்தட்ட 30 பங்கு படுக்கைகள் பிரிட்டனிலும் 44 பங்கு படுக்கைகள் அமெரிக்காவிலும் உள்ளன.

அடிப்படைப் பிரச்சினையான வறுமையால் சிதறுண்டு போவதைக் கண்டார். அவர் கூறுகிறார்:

"ஜனத்தொகையில் 3லிருந்து 4 கோடி ஜனங்களுக்குத் தினசரி ஒருவேளை உணவுக்குமேல் கிடைப்பதில்லை. தொடர்ச்சியாய் பட்டினி கிடக்கும் நிலைமைக்கும் அவர்கள் வாழ்வுக்கும் மயிரிழை வித்யாசமே உள்ளது. என் வீட்டுக்கு வந்து குவிந்த நோயாளிகளுக்குச் சிகிச்சை கூற நான் எடுத்துக்கொண்ட முயற்சிகளெல்லாம் உணவு விஷயத்தில் சிதறிப்போயிற்று.

"காலரா நோயாளியின் அழுக்குத் துணிகளைக் கொளுத்திவிட வேண்டுமென்று யோசனை கூறினால் நோயாளி சுகமானவுடன் உடுத்திக்கொள்ள ஒன்றுமிராதே. என்ற பதில் வருகிறது. ஏழ்மையின் காரணமாக அழுக்குத் துணிகளை தீயில் போடுவதுகூட நோயாளிக்கு ஆடம்பரச் செலவாகிறது. **இந்திய கிராமத்தின் தேவை மாத்திரைகள் அல்ல, உணவும் கல்வியும்தான்.**"

(ஜி. எமர்சன் "ஊமை இந்தியா" 1931)

உன்னிப்பாகப் பார்த்தால், இந்தியாவின் "அரைப் பட்டினி வாழ்வு" "கண்ணை உறுத்துகிறது" என்ற அபிப்பிராயத்திற்குத்தான் லண்டன் டைம்ஸ் பத்திரிகையின் கல்கத்தா நிருபரும் வரவேண்டியிருக்கிறது. "கண்களை உறுத்தும் ஊட்டமின்மையின் துயரமளிக்கும் உருவங்களையும், அரைப்பட்டினி வடிவங்களையும் கண்டு கிலேசமடையாமல் இந்தியாவின் பல்வேறு பாகங்களுக்குப் போய்வர முடியாது. இந்திய மக்களில் அநேகருக்கு வயிற்றுக்குப் போதுமான உணவைச் சாப்பிடுவதென்றால் என்னவென்றே தெரியாது என்ற உண்மையிலும் சந்தேகம் ஏற்படாது.

"அதைப் போலவே எனக்கு நன்கு தெரிந்த ஒரு உதாரணத்தைக் கொடுக்கவேண்டுமானால், ஒரு தலைமுறைக்கு முன்னால் இருந்த அளவுகூட இன்றைக்கு ஜனங்களுக்குத் தெம்பும் ஊட்டமும் இல்லையென்று வங்காள சுகாதார அதிகாரிகள் நிச்சயமாகக் கூறுகிறார்கள்" - (கல்கத்தா நிருபர், டைம்ஸ், 1-2-1927).

180 வருஷ கால ஏகாதிபத்திய ஆட்சிக்குப் பிறகு இந்திய மக்களின் நிலைமை இது.

இந்த வறுமை நிலைமை அசையாப் பொருளல்ல, மாறாப் பொருளல்ல என்பதைக் குறிப்பாகக் கவனிப்பது அவசியம். இந்த வறுமை நிலைமை சதா இயங்கிக்கொண்டு இருக்கிறது. முற்றிக்கொண்டு இருக்கிறது. நவீன சகாப்தத்தில் நிலைமை மோசமாய்க்கொண்டு வருகிறது என்று டைம்ஸ் கூறுவதை விஷயமறிந்தவர்கள் பலர் ஊர்ஜிதம் செய்கின்றனர். 1927 - 28 வருஷ ரிப்போர்ட்டில் "தற்காலத்தில் வங்காள விவசாயிகளில் மிகப்பெரும் பான்மையோர் உண்ணும் உணவில் எலிகள்கூட 5 வாரங்களுக்கு மேல் உயிர்வாழ முடியாது" என்று வங்காள சுகாதார இலாகா டைரக்டர் குறிப்பிடுகிறார். "போதுமான உணவில்லாததால் அவர்கள் தெம்பு குறைந்து விட்டது. நோய் நொடிகள் பீடிப்பதை தடுப்பதற்கு அவர்களிடம் சக்தியில்லை" என்று அவர் கூறுகிறார். அதைப்போலவே 1933-ல் இந்திய வைத்திய இலாகா டைரக்டர் "இந்தியா முழுவதும் வியாதி" நிச்சயமாகவும் வேகமாகவும் அதிகரித்து வருகிறது" என்று குறிப்பிட்டார். ஏகாதிபத்திய ஆட்சியில் முற்றிவரும் விவசாய நெருக்கடியின் சூழ்நிலையுடன் இந்த சீரழிந்துவரும் நிலைமை பிணைக்கப்பட்டு இருக்கிறது. அடிப்படையான சமூக, அரசியல் மாறுதல்களைக் கொண்டுவரத் தூண்டும் மிகப்பெரிய சக்தி இந்த விவசாய நெருக்கடியே.

3. ஜனப் பெருக்கத்தைப் பற்றிய தவறான சித்தாந்தங்கள்

இந்திய மக்களின் இந்தப் பயங்கரமான வறுமைக்கு அடிப்படையான காரணம் என்ன?

உண்மையான காரணங்களை ஆராய்வதற்கு முன், தீவிர பரிசீலனைக்குப் பதிலாக அளிக்கப்படும் மேலெழுந்த வாரியான சில வியாக்யானங்களைப் பாதையிலிருந்து ஒதுக்குவது அவசியம்.

இந்திய மக்களுடைய சமூகப் பிற்போக்கும், அறியாமையும், மூடப்பழக்க வழக்கங்களுமே வறுமைக்குக் காரணம் என்ற

வியாக்யானம் இவற்றில் முக்கியமானது. (மூடப் பழக்கவழக்கங்களாவன; ஜாதித் தடைகள், மாதர்கள் நிலைமை, பசு வழிபாடு, தேக சுகாதாரத்தில் அசிரத்தை, பழைய உற்பத்தி முறைகளை விட மறுக்கும் கர்நாடகப் போக்கு முதலியன). சமூகப் பிற்போக்கு, மூடப் பழக்க வழக்கங்கள், அறியாமை முதலிய தீமைகள் இந்தியாவின் வறுமையைப் பெரிதும் பாதிக்கின்றன என்பதில் சந்தேகமில்லை. இந்தத் தீமைகளை, தீய அம்சங்களை ஒழிப்பது இந்திய மக்கள் முன் நிற்கும் புனர்நிர்மாணக் கடமையில் பிரதானமாக இருக்கப்போகிறது. ஆனால் இந்தத் தீமைகளே இந்திய ஏழ்மைக்குக் காரணம் என்று கூறினால் அது குதிரைக்கு முன்னால் வண்டியைக் கட்டுவதாகும். இந்தச் சமூக, கலாச்சாரப் பிற்போக்கு, அரசியல் அடிமைத்தனத்தின் பிரதிபலிப்பு; கீழ்த்தரமான பொருளாதார வாழ்வின் பிரதிபிம்பம்; அரசியல் அடிமைத்தனத்தாலும் பின்தங்கிய பொருளாதார வாழ்வினாலும் ஏற்பட்ட பலன்கள். அரசியல் அடிமைத்தனமும், பின்தங்கிய பொருளாதார வாழ்வும் சமூக, கலாச்சார பிற்போக்கின் **விளைவுகளல்ல;** சமூக, கலாச்சார பிற்போக்கின் **காரணங்கள்.** ஒரு ஜனசமூகத்துக்கு எழுதப்படிக்க வசதி மறுத்து, கற்றறிவதைத் தடைசெய்யும் சர்க்காரே, அறியாமைக்கு ஜவாப்தாரியல்லாது, கல்வி கற்க சந்தர்ப்பம் மறுக்கப்பட்டுள்ள பொதுமக்கள் ஜவாப்தாரியல்ல. மூலப்பிரச்சினை பொருளாதார, அரசியல் பிரச்சினை; கலாச்சாரப் பிரச்சினை இந்த மூலப்பிரச்சினையைச் சார்ந்திருக்கிறது. விமோசனத்தைப்பற்றி பிரச்சாரம் செய்வதன் மூலமாகவோ, தேகாரோக்கியத்தைப் பற்றி பிரசங்கங்கள் செய்வதன் மூலமாகவோ, இன்றைய வறுமை நீடிக்கும்வரையில், சமூக - கலாச்சார பிற்போக்கை போக்கிவிட முடியாது. அத்தகைய முயற்சிகள் அனைத்தையும் இன்றைய வறுமை முறியடித்துவிடும். சமூக ஸ்தாபனத்தின் பௌதிக அடிப்படையை மாற்றுவதன் மூலமே சமூகக் கலாச்சார பிற்போக்கை ஒழிக்கமுடியும். ஸ்தாபன அடிப்படையை மாற்றுவதே மீதிக் கதவுகள் அனைத்தையும் திறக்கக்கூடிய திறவுகோல். இதை சாதிப்பதற்கு வர்க்க உறவுகளில் மாறுதல் ஏற்படவேண்டும். அப்படியானால், அரசாங்கத்தின் உருவம் மாறவேண்டும். ஒரு சக்தி மிகுந்த

பொதுஜன இயக்கம், தேசத்தில் ஆதிக்கம் வகிக்கும் ஏகாதிபத்திய - நிலச் சுவான்தாரி நுகத்தடியை உடைத்தெறிவதன் மூலமே, லோகாயத ரீதியிலும், சமூக ரீதியிலும், கலாச்சார ரீதியிலும் முன்னேறுவதற்கான பாதையைக் கோலமுடியும்.

இந்த ஆராய்ச்சியின் உண்மையை சோவியத் யூனியனின் உதாரணம் ஊர்ஜிதம் செய்கிறது. ஜார் ஆட்சியில் ருஷ்ய மக்கள் வறுமையில் குமிழிவிட்டுக்கொண்டிருந்தனர். ருஷ்ய விவசாயிகளின் இயற்கையான பிற்போக்குத் தன்மையின் தவிர்க்க முடியாத விளைவு இது என்று மேதாவிகள் வியாக்கியானம் செய்தார்கள். ஆனால் தொழிலாளிகளும் விவசாயிகளும் சேர்ந்து தங்களை சுரண்டும் கூட்டத்தைத் தலைகுப்புறக் கவிழ்த்த பின்னர், முற்போக்கான நாடுகளனைத்தும் பின்தங்கும்படி, சோவியத் மக்கள் தொழில்துறையிலும் கலாச்சாரத்துறையிலும் முன்னேறிவிட்டனர். இந்தியா வேறுவிதமான கட்டங்களை வேறு ரூபங்களில் கடக்க வேண்டியிருக்கலாம்; ஆனால் இந்தியாவும் இதே ரீதியில் தொழில், கலாச்சார முன்னேற்றத்தை அடையும். அடிமைத் தனத்தின் பிரதிபலிப்பாகத் தொழில்துறையிலும் கலாச்சாரத் துறையிலும் பின்தங்கி நிற்பது அல்ல, இந்திய விவசாயிகளின் உண்மையான பிற்போக்கு; தங்கள் வளர்ச்சியைத் தடுக்கும் ஏகாதிபத்திய ஆதிக்கத்துக்கும் நிலச்சுவான்தாரி ஆதிக்கத்துக்கும் பணிந்து பராதீனப்பட்டுக் கிடப்பதுதான் இந்திய விவசாயிகளின் **உண்மையான** பிற்போக்கு. ஆனால் இந்தப் பிற்போக்கு ஒழிந்துவருகிறது. ஒழிந்து வருவதால்தான், எதிர்காலத்தைப்பற்றி நம்பிக்கை இருக்கிறது.

இந்திய ஏழ்மைக்கு காரணம் "அமிதமான ஜனப்பெருக்கம்" என்ற வியாக்கியானம் அடிக்கடி சொல்லப்படுகிறது. இந்த சித்தாந்தம் பன்னிப்பன்னி பிரச்சாரம் செய்யப்படுவதால், உண்மைகளை அறிந்துகொள்ள சந்தர்ப்பமில்லாத மேலைய நாடுகளின் வாசகர்களில் 100-க்கு 90பேர் அதை நம்பிவிடுகின்றனர். ஆகவே, யதார்த்த உண்மைகள் இந்த வியாக்கியானத்தை

எப்படிப் பரிபூரணமாக பொய்ப்பிக்கிறதென்று விளக்கமாக எடுத்துரைப்பது அவசியமாகிறது.

"கொடுங்கோலர்களை திருப்திசெய்யும் பச்சைப் பொய்களுக்குள்" முதலாளித்துவ சமூகத்தில், ஏழ்மைக்கு காரணம் ஜனப்பெருக்கம் என்று சொல்வதை அண்டப் புளுகாகவே கருதவேண்டும். நவீன காலத்தில், **மால்தஸ்** என்பவர் இதை அரங்கேற்றினார். **மால்தஸ்** ஒன்றும் புதிதாய் சொல்லிவிடவில்லை. பிரஞ்சு புரட்சியையும் லிபரல் சித்தாந்தங்களையும் எதிர்ப்பதற்கான அரசியல் ஆயுதமாக (புத்தகத் தலைப்பே இந்த நோக்கத்தை பிரதிபலித்தது) 1798-ல் இதை உபயோகித்தார். இதற்குப் பரிசாக, அவருக்குக் கிழக்கிந்தியக் கம்பெனியின் கல்லூரியில் பேராசிரியர் பதவி கிடைத்தது. "மனித வளர்ச்சியை விரும்பும் சகல ஆர்வங்களையும் நாசம் செய்யக்கூடிய சித்தாந்தமென்று இங்கிலிஷ் ஆளும் வர்க்கத்தால்", மால்தஸ் சித்தாந்தம் "மகிழ்ச்சியுடன் வரவேற்கப்பட்டது" (கார்ல் மார்க்ஸ்) பல்வேறு அபிப்பிராயங்களையுடைய பொருளாதார நிபுணர்களும் விஞ்ஞானிகளும் அந்தச் சித்தாந்தத்தை கேலிசெய்த போதிலும், பிற்போக்காளர்களின் பேரன்புக்குப் பாத்திரமான தத்துவமாக அது விளங்கியது. உற்பத்தி வளர்ச்சியின் சரித்திரம் கண்டிராத முறையில், உற்பத்திச் சக்திகள் விரிவடைந்துகொண்டிருந்தபோது, உற்பத்திச் சக்திகளின் வளர்ச்சிக்கு ஒரு சாசுவத எல்லை வகுக்கும் அனுமானமே சரியென்று மால்தஸ் சித்தாந்தம் சாதித்தது.

செல்வப் பெருக்கம் ஜனப்பெருக்கத்தைவிட அதிகமாயிருப்பவை 19-வது நூற்றாண்டின் அனுபவம் எடுத்துக்காட்டியது; வறுமைக்குக் காரணம் ஜனப்பெருக்கமல்ல என்பதை உணர்த்தியது. அந்த அனுபவம்; மால்தஸ் சித்தாந்தம் அனுபவத்தில் பொய்ப்பிக்கப்பட்டது. 20-ம் நூற்றாண்டில், குறிப்பாக முதல் உலக யுத்தத்துக்குப் பின், அந்த சித்தாந்ததுக்கு புத்துயிரளிக்க முயற்சிகள் செய்யப்பட்டன. ஆனால் சர்வதேசப் புள்ளிவிவரங்கள் இருந்தபடியால் அம்முயற்சிகள் ஒழிந்தன. யுத்தத்திலும் அதன்பின்னும் உற்பத்திச் சக்திகள் ஏராளமாக நாசம் செய்யப்பட்டபின்கூட, உலக ஜனப்பெருக்கத்தைவிட உலக உணவு உற்பத்தியும்

மூலப்பொருளுற்பத்தியும், யந்திரத்தொழில் பொருளுற்பத்தியும் அதிகரித்துவருகிறதென்ற உண்மை, மானிடர்களைத் தங்கள் துயரங்களின் காரணத்தை சமூக அமைப்பில் காணும்படித் தூண்டிற்று. செல்வ உற்பத்தியை எப்படிக் குறைப்பது என்பது ஆளும்வர்க்கத்தின் பிரச்சினையாயிற்று. இதற்குப் பல புத்திசாலித்தனமான திட்டங்களைத் தயாரித்தார்கள்; ஜனத்தொகையைப் பொறுத்தவரை, ஐரோப்பிய மக்களும் அமெரிக்க மக்களும் பீரங்கிகளுக்குத் தீனிபோடுவதற்குப் போதுமான குழந்தைகளைப் பெற்றுக்கொடுக்கவில்லை யென்று ஆளும் வர்க்கம் புகார்செய்தது. குறைந்த செல்வ உற்பத்தியும், அதிக ஜனத்தொகையும் நவீன ஆளும் வர்க்கத்தின் கோஷங்களாயின; மால்தஸ் கொள்கைக்கு நேர்மாறான சித்தாந்தம் இது.

ஐரோப்பாவிலிருந்தும் அமெரிக்காவிலிருந்தும் விரட்டி யடிக்கப்பட்ட இந்தச் சித்தாந்தம் ஆசியாவைத் தன் கடைசி இருப்பிடமாக்கிக்கொள்ளப் பார்க்கிறது. இந்தியாவிலும் சீனாவிலும் தலைவிரித்தாடும் வறுமைக்கு காரணம் சமூக அமைப்பு அல்ல, ஜனப்பெருக்கம்தான் என்று கூறப்படுகிறது. ஏகாதிபத்தியத்துடைய நல்லாட்சியின் விளைவாக, இந்தியாவில் யுத்தங்கள் ஒழிந்துவிட்டதாம்; தொத்துவியாதிகள், பஞ்சங்கள் குறைந்துவிட்டனவாம். (பஞ்சம் பறந்துவிட்டதாகச் சொல்ல ஏகாதிபத்தியத்துக்கே நா தயங்குகிறது. ஏனென்றால் பிரிட்டிஷ் ஆட்சியில், 1770-க்கு பிறகு, 1900-க்குள் எத்தனையோ பஞ்சங்கள் வந்துவிட்டன; இதன்பின் 1918-ல் இன்புளுயன்ஸா" ஜுரத்தால் ஒரு கோடியே 40 லட்சம் சாவுகள் ஏற்பட்டன; சமீபத்தில் வங்கப் பஞ்சத்தில் 35 லட்சம் சாவுகள் சம்பவித்தன. இன்று பெரும்பான்மையான மக்கள் "எலிகளின் உணவைச் சாப்பிட்டுவருவதும் நினைவூட்டிக்கொள்ள வேண்டியதே) ஆகவே, ஜனப்பெருக்கத்தை இயற்கையாகத் தடுத்து வந்த இந்த மூன்றும் (யுத்தம், பஞ்சம், வியாதி) பிரிட்டிஷ் நல்லாட்சியால் துரதிர்ஷ்டவசமாக ஒழிக்கப்பட்டு விட்டதால், இந்திய மக்கள் நிதானமில்லாமல் சந்ததி விருத்தி செய்வதால் ஜீவனத் தேவைகளைப் பூர்த்தி செய்யக்கூடிய சக்திகளின் எல்லைகளையும் மீறிவிடுகிறார்கள். ஆகவே,

அமிதமான ஜனப்பெருக்கம் ஏற்பட்டிருக்கிறது; அரைப்பட்டினி ஏற்படுகிறது. ஐரோப்பிய மக்களைப்போலப் புத்திசாலிகளாகி, இந்திய மக்கள் தங்கள் சந்ததி விருத்தியைக் கட்டுப்படுத்த வேண்டும். அப்பொழுதே இந்திய வறுமை ஒழியும்.

இந்திய நெருக்கடி முற்றமுற்ற, ஏகாதிபத்திய வட்டாரங்களிலே மேற்கண்ட சித்தாந்தம் நாகரிகமாகிறது. "இந்தியாவில் காட்டாற்று வெள்ளம்போல் பெருகும் குழந்தை உற்பத்தியை கண்டிக்கக்கூடிய இந்திய மால்தஸ் எங்கிருக்கிறார்?" என்று மயிர்க் கூச்செறியும் விதத்தில் கேட்கிறார் ஏகாதிபத்தியப் பொருளாதார நிபுணர் **ஆன்ஸ்டீ** (இந்தியாவின் பொருளாதார வளர்ச்சி) "யுத்தத்தாலும், தொத்துநோயாலும், பஞ்சத்தாலும் தடுக்க முடியாத காலத்தில், ஜீவன சக்திகள் உள்ள அளவுக்கு ஜனத்தொகை பெருகிக்கொண்டே போகும் என்ற மால்தஸ் சித்தாந்தத்துக்கு இந்தியா அத்தாட்சியாக இருக்கும்போல் தோன்றுகிறது" என்று எழுதுகிறார் இன்னொரு சாம்ராஜ்ய பொருளாதார நிபுணர். (**நௌல்ஸ்:** கடல்கடந்த பிரிட்டிஷ் சாம்ராஜ்யத்தின் பொருளாதார வளர்ச்சி"..) ஏகாதிபத்திய வலையில் சிக்கிய "இடதுசாரி" "முற்போக்கான" வட்டாரங்களிலும் இந்த அபிப்பிராயம் பரவுகிறது. "ஆசியாவில் கர்ப்பத்தடை" என்ற விஷயம்பற்றி சர்வதேச கர்ப்பத்தடை ஸெண்டர் ஆதரவில் 1933-ல் மகாநாடு கூட்டப்பட்டது. அங்கே, வைத்திய நோக்கத்தில் மட்டுமல்ல, ஆசியாவின் ஏழ்மைப் பிரச்சினையைப் பைசல் செய்யக்கூடிய பொருளாதாரப் பரிகாரமாகவும் கர்ப்பத்தடையின் அவசியம் வற்புறுத்தப்பட்டது. அரசாங்க அறிக்கைகளிலும் இக்கொள்கை பரவுகிறது:—

"உணவு உற்பத்திப் பெருக்கால், வாழ்க்கைத் தரத்திலோ, ஒவ்வொருவருக்கும் கிடைக்கக்கூடிய உணவுப் பொருள்களின் அளவிலோ சிறிதுகூட அபிவிருத்தி ஏற்படுவதில்லை. ஏனென்றால், இந்தச் சாதகமான சூழ்நிலையில், ஜனத்தொகையும் சீக்கிரமாகப் பெருகுகிறது. தேசம் போஷிக்கவேண்டிய ஜனத்தொகையின் எண்ணிக்கையை, முன்காலத்தில், பஞ்சமும்,

தொத்து வியாதியும், யுத்தமும் குறைத்துக்கொண்டிருந்தன. ஆனால் ஜனத்தொகையைக் குறைக்கக்கூடிய அளவுக்கு யுத்தமும், பஞ்சமும் தற்காலத்தில் இல்லை. தொத்து நோய்களால் மரிப்பவர்களின் தொகை மிகவும் குறைந்துவிட்டது. இதன் விளைவாய் நாட்டில் ஜனப்பெருக்கம் அதிகமாகி, நெருக்கடி முற்றுகிறது..... பொது வாழ்க்கைத் தரத்தைக் குறைப்பதில் இது ஒரு முக்கியமான காரணமென்று நாம் மாத்திரம் கூறவில்லை" (இந்தியத் தொழிலாளர்களைப் பற்றி விட்லி கமிஷன் ரிப்போர்ட் - 1931).

சர்க்காரின் ராயல் கமிஷனுக்குத் தலைமை வகித்த பிரிட்டிஷ் காமன்ஸ் சபையின் மாஜி சபாநாயகர் வாய் மூலமாக மால்தஸ் பேசும் பெருமையைப் பாருங்கள். உண்மையென்ன?

முதலாவதாக, பிரிட்டிஷ் ஆட்சியில் ஜனத்தொகை வேகமாக அதிகரித்துவருகிறதென்றும் இந்த அதிகரிப்பு வீதாச்சாரம் இதர நாடுகளுடையதைவிட கூடுதலாயிருக்கிற தென்றும், அதனால் ஏற்பட்டிருக்கும் அசாதாரணமான ஜனப்பெருக்கத்தால் பரம தரித்திரம் தாண்டவமாடும் நிலைமை ஏற்பட்டிருக்கிறதென்றும் மேற்கண்ட சித்தாந்தம் வாதிக்கிறது. பிரிட்டிஷ் ஆட்சியில், யதார்த்த உண்மைகள் இதற்கு நேர்மாறாகயிருக்கிறதென்பதை எத்தனை பேர் தெரிந்துகொண்டிருக்கிறார்கள்?

பிரிட்டிஷ் ஆட்சியின்கீழ், இந்தியாவில் யதார்த்தத்தில் ஏற்பட்டுள்ள ஜனப்பெருக்கத்தின் வீதாச்சாரம் அநேகமாக எல்லா ஐரோப்பிய நாடுகளுடைய ஜனப்பெருக்க வீதாச்சாரங்களையும்விடக் குறைவாக இருக்கிறது. உலக ஜனப்பெருக்கு அளவுகோலிலேயே, இந்தியா அடித்தட்டினருகில் இருக்கிறது. பிரிட்டிஷ் ஆட்சி முழுவதுக்கும் சரி, கடந்த 50 ஆண்டுகளுக்கும் சரி, மேற்சொன்ன உண்மை பொருந்தும்.

பிரிட்டிஷ் ஆட்சிக்காலம் முழுவதையும் எடுத்துக் கொள்வோம். இந்தியாவின் முதல் ஸென்ஸஸ் 1872-ல் தானெடுக்கப்பட்டபடியால் உத்தேசங்களை வைத்துத்தான்

பேசமுடியும். பதினாறாவது நூற்றாண்டின் இறுதியில், இந்திய ஜனத்தொகை 10 கோடியாயிருந்ததென்று **மோர்லாண்ட்** ("அக்பர் மரணத்தின்போது இந்தியா") மதிப்பிடுகிறார். இன்று இந்திய ஜனத்தொகை 38 கோடி 90 லட்சம்; அதாவது சுமார் 300 வருஷங்களுக்கு மேற்பட்ட காலத்தில், இந்திய ஜனத்தொகை கிட்டத்தட்ட நான்கு மடங்கு அதிகமாகியிருக்கிறது. 1700-ல் பிரிட்டிஷ் ஜனத்தொகை (இங்கிலாந்து, வேல்ஸ் மட்டில்) 51 லட்சம். இன்று பிரிட்டிஷ் ஜனத்தொகை 4 கோடியே 18 லட்சம். அதாவது, 240 ஆண்டுகளில் பிரிட்டிஷ் ஜனத்தொகை எட்டு மடங்காகிவிட்டது. இந்தியாவின் ஜனப்பெருக்கத்தைப் போல இரண்டு மடங்குக்குமேல் உள்ளது பிரிட்டிஷ் ஜனப்பெருக்க விகிதம்.*

ஐரோப்பாவில் தொழில் புரட்சி ஏற்பட்ட சூட்டில், ஏற்பட்ட விஸ்தரிப்பு வேகம் தணிந்தபின், கடந்த 50 வருஷங்களில், ஜனத்தொகை பெருகிவரும் வீதம்தான் அதிக முக்கியத்துவம் வாய்ந்தது. முதல் உலக யுத்தத்துக்குப் பின் ஐரோப்பிய நாட்டெல்லைகளில் ஏற்பட்ட மாறுதல்கள் பிரச்சினையைக் குழப்பாமல் இருக்கும்பொருட்டு, 1914-க்கு முந்திய ஐரோப்பாவையும் இந்தியாவையும் ஒப்பிட்டுப் பார்ப்போம்.

1870-ம் வருஷத்திலிருந்து 1910வரை இந்தியாவிலும் ஐரோப்பிய நாடுகளிலும் ஏற்பட்ட ஜனத்தொகைப் பெருக்க விகிதங்கள் கீழே ஒப்பிடப்படுகின்றன:-

---

* "உலக ஜனத்தொகை – **கடந்தகால வளர்ச்சியும் நிகழ்கால**ப் போக்கும்" என்ற புத்தகத்தில் பேராசிரியர் 'கார்ஸாண்டர்ஸ்' எடுத்துக்காட்டும் உண்மைகள் ருசிகரமாயிருக்கின்றன. 1650-லிருந்து 1933-க்குள்ளாக, உலக ஜனத்தொகையில் ஐரோப்பாவின் பங்கு 18.3 சதவீதத்திலிருந்து 25.2 சதவீதமாக உயர்ந்துவிட்டது. ஆசியாவின் பங்கோ 60.6 சதவீதத்திலிருந்து 54.5 சதவீதமாகக் குறைந்துவிட்டது. இன்றும் செல்வாக்கு பெற்றுள்ள மூட சித்தாந்தங்களுக்கு மாறாக, உலக சரித்திரத்தின் பூர்ஷுவா சகாப்தத்தில், ஜனத்தொகை பெருகும் ஐரோப்பா ஜனத்தொகை குறைந்துவரும் ஆசியாவின் ஸ்தானத்தை ஆக்கிரமித்துக்கொண்டுவருகிறது.

ஜனத்தொகைப் பெருக்க வீதம் - 1870 - 1910

இந்தியா	18.9 சதவீதம்
பிரிட்டன்	58 சதவீதம்
ஜெர்மனி	59 சதவீதம்
பெல்ஜியம்	47.8 சதவீதம்
ஹாலந்து	62.0 சதவீதம்
ருஷ்யா	73.9 சதவீதம்
ஐரோப்பா (சராசரி)	45.4 சதவீதம்

பிரான்ஸைத் தவிர மீதி எல்லா நாடுகளையும்விட இந்தியாவின் ஜனப்பெருக்க வீதம் குறைவானது.

1872-1931 கட்டத்தை எடுத்துக்கொள்வோம். இந்தக் காலத்தில் இந்திய ஜனத்தொகை 30 சதவீதம் அதிகரித்தது. பிரிட்டிஷ் ஜனத்தொகை 77 சதவீதம் அதிகரித்தது. கடந்த 60 வருஷங்களாக பிரிட்டிஷ் ஜனப்பெருக்க வீதம் இந்தியாவுடையதைப்போல இருமடங்குக்கு மேலிருந்தது. (பஞ்ச விசாரணை கமிஷன் ரிப்போர்ட் — 1945.)

1921 - 40-ல்தான் இந்திய ஜனப்பெருக்க வீதம் (21 சதவீதம்; இதே காலத்தில், அமெரிக்க ஜனப்பெருக்க வீதம் 24 சதவீதம் என்பது குறிப்பிடத்தக்கது) பிரிட்டனுடையதையும் மேலைய ஐரோப்பிய நாடுகளுடையதையும்விட அதிகமாக இருந்தது. ஆனால் இந்தியாவின் ஏழ்மை 1921-ல் உதயமாகவில்லை!

(இன்னொரு விஷயமும் குறிப்பிடத்தக்கது. உண்மையில் இந்தியாவின் ஜனன விகிதம் குறைந்துகொண்டிருக்கிறது; 1901-10-ல் 1000-க்கு 38 ஆக இருந்த ஜனனவீதம் 1931-40-ல் 1000-க்கு 34 ஆகக் குறைந்துவிட்டது; 1943-ல் 26-க்கு குறைந்துவிட்டது.)

1931-ல் பிரசுரமான **சென்ட்ரல் பாங்கிங் விசாரணைக் கமிட்டி ரிப்போர்ட்**, சமீப காலத்தில், இந்தியப் பொருளாதார

நிலைமைகளை விரிவான அளவில் விவரமாக ஆராய்ச்சி செய்த தனிப்பெரும் அதிகாரபூர்வமான ரிப்போர்ட்டாகும். இந்திய வறுமைக்கு அமித ஜனப்பெருக்கத்தை காரணம் காட்டும் சம்பிரதாய வியாக்கியானத்தின் தவறை அம்பலப்படுத்த வேண்டிய நிர்ப்பந்தம் அதற்கும் ஏற்பட்டது.

"இந்நாட்டில் ஒவ்வொரு ஆளுக்கும் கிடைக்கக்கூடிய சராசரி விளைபொருளும் சரி, ஒரு ஏக்கர் நிலத்தின் சராசரி உற்பத்தியும் சரி, அயல் நாடுகளுடன் ஒப்பிட்டுப் பார்த்தால், மிகவும் குறைவாகவே இருக்கின்றன... சாதாரண விவசாயிக்கு ஜீவனத்துக்கு போதுமான உணவு கிடைப்பதில்லை. அது அவன் உடல் நலனையும் வேலை செய்யக்கூடிய உழைப்பு சக்தியையும் பாதிக்கிறது. இதுதான் தேசத்தின் உயர்ந்த மரண விகிதத்துக்கு பிரதான காரணமாயிருக்கிறது... அளவுக்கு மீறிய ஜனப் பெருக்கத்தாலும், அதனால் நிலத்தின்மீது விடிந்திருக்கும் சுமையாலும் இந்த நிலைமை ஏற்பட்டிருக்கிறதென்று சொல்லி, அவற்றின் மீதே முழுப்பொறுப்பையும் சாட்டமுடியாது. இந்தியாவின் ஜனப்பெருக்க விகிதத்தை இங்கிலாந்துடைய ஜனப்பெருக்க விகிதத்துடன் ஒப்பிட்டுப் பார்ப்போம். இரண்டு நாடுகளுக்கும் ஸென்ஸஸ் கணக்குகளுள்ள முப்பது வருஷ காலத்தை எடுத்துக்கொள்வோம். 1891-க்கும் 1901-க்குமிடையே பிரிட்டிஷ் ஜனப்பெருக்க வீதம் 12.17 சதவீதம்; 1901-க்கும் 1911-க்குமிடையே 10.91 சதவீதம்; 1911-க்கும் 1921-க்குமிடையே 4.8 சதவீதமாயிருந்தது. பிரிட்டிஷ் இந்தியாவின் ஜனப்பெருக்க வீதம் இதே மூன்றுகால கட்டங்களிலும் முறையே 2.4, 5.5, 1.3 சதவீதங்களாக இருந்தது"

(சென்ட்ரல் பாங்கிங் விசாரணை கமிட்டி ரிப்போர்ட்)

ஜனநெருக்கத்தை (நெருக்கம் அல்லது செறிவு என்பது ஒரு குறிப்பிட்ட அளவு விஸ்தீரணத்தில் வாழும் சராசரி ஜனத்தொகையைக் குறிக்கிறது. உதாரணமாக இந்திய ஜனத்தொகையை இந்தியாவின் விஸ்தீரணத்தால் வகுத்தால், இந்தியாவின் ஜனநெருக்கம் எவ்வளவு என்பதைக் காணலாம். (மொ—ர்)ப்பற்றி என்ன? இந்தியா முழுவதையும் எடுத்துக்

கொண்டால், *1941*-ல் ஜனநெருக்கம் சதுர மைலுக்கு *246*; அதே வருஷத்தில் பிரிட்டிஷ் ஜனநெருக்கம் சதுர மைலுக்கு *703*; பெல்ஜியத்தில் *702*; ஹாலந்தில் *639*; ஜெர்மனியில் *348*; பல்வேறு ஜில்லாக்களில் பல்வேறு அளவுடைய ஜனநெருக்கம் இருப்பதால், இந்தப் புள்ளி விவரங்கள் முழு உண்மையையும் புரிந்துகொள்ள உதவாது. அதிக ஜனநெருக்கமுள்ள வங்காளத்தை எடுத்துக்கொள்வோம். அதன் ஜனநெருக்கம் சதுர மைலுக்கு *779*; பிரிட்டன், பெல்ஜியம் ஆகிய தேசங்களுடையதைவிட கொஞ்சம் கூடுதல். வங்காளத்திலேயே சில குறிப்பிட்ட ஜில்லாக்களில் உயர்ந்த ஜனநெருக்கம் இருப்பது உண்மையே. **டாக்கா** ஜில்லாவில் சதுர மைலுக்கு *1542*; **திப்பேரா** ஜில்லாவில் *1525*; **பரித்பூரில்** *1024*. ஆனால் இந்த அதிக நெருக்கமுள்ள ஜில்லாக்களைக் கொண்டு, அதிக நெருக்கமுள்ள வங்காளத்திலாவது ஜனத்தொகை வாழ்க்கை வசதிகளை மீறிவிட்டதென்று (இந்தியாவின் இதர மாகாணங்களைக் கணக்கில் சேர்க்காமலேயே) அனுமானிப்பதற்கு ஆதாரம் உண்டாவென்பதற்கு இந்த அத்தியாய முடிவில் கொடுக்கப்பட்டுள்ள **வங்காள ஸென்ஸஸ் ரிப்போர்ட்டின்** அபிப்பிராயத்தைப் படித்துத் தெளியுங்கள்.

உற்பத்தியாகும் உணவு அளவின் பெருக்கத்தைவிட ஜனப்பெருக்கம் அதிகரித்துவிட்டதா? விவசாய அபிவிருத்தி புறக்கணிக்கப்பட்டிருந்தபோதிலும், கிடைத்திருக்கும் புள்ளி விவரங்கள் மேற்கண்ட கேள்விக்கு இல்லையென்று பதில் கூறுகின்றன. அதற்கு நேர்மாறான முடிவிற்கு வருகின்றன. உற்பத்தியாகும் உணவின் மொத்த அளவு போதவே போதாது; அதிலும் ஒரு பகுதி ஏற்றுமதி செய்தாகிவிடுகிறது. ஆனால் இந்த உற்பத்திக் குறைவிற்குக் காரணம், உணவு உற்பத்திப் பெருக்கத்தைவிட அதிகமாக ஜனத்தொகை பெருகுவதல்ல; கீழ்த்தரமான உற்பத்திமுறை, நிலஉடைமை அமைப்பு, விவசாயத்தைச் சீரழிக்கும்படியாக, அதன்மீது விடிந்திருக்கும் சுமைகள் - இவைகளே உற்பத்திக் குறைவிற்குக் காரணங்கள். ஜனத்தொகைப் பெருக்கம் உற்பத்திப் பெருக்கத்தைவிட அதிகமாக இல்லை; அதற்கு மாறாக உணவு உற்பத்திப்பெருக்கு விகிதம் இதுவரை ஜனப்பெருக்கு விகிதத்தைவிட அதிகமாக இருந்து வந்திருக்கிறது.

1891-க்கும் 1921-க்கும் இடையில் ஜனத்தொகை 9.3 சதவிகிதம் அதிகரித்தது. அதே காலத்தில் உணவு தானியங்கள் சாகுபடியாகும் நில விஸ்தீரணம் 19 சதவிகிதம் அதிகரித்தது. ஜனப்பெருக்க விகிதத்தைவிட இரண்டு பங்கு அதிகரித்தது.

1921-31 வருஷங்களைப்பற்றிய விவரங்களுக்கு 1935-ல் பிரசுரமான பேராசிரியர் **பி.ஜே. தாமஸ்** எழுதிய **"ஜனத்தொகையும் உற்பத்தியும்"** என்ற புத்தகம் இருக்கிறது. 1920 - 21, 1921 - 22 ஆகிய இரண்டு வருஷங்களின் சராசரியை 100 ஆக எடுத்துக்கொண்டு அவர் 1930-31, 1931-32 ஆகிய இரு வருஷங்களின் சராசரி புள்ளிவிவரங்களைக் கணக்கிட்டார். ஜனத்தொகைப் புள்ளிகள் 110.4; விவசாய உற்பத்திப் புள்ளிகள் 116; யந்திரத்தொழில் உற்பத்திப் புள்ளிகள் 151. அதாவது இதுவரை பதிவு செய்யப்படாத அளவு ஜனத்தொகை பெருகிய பத்து வருஷங்களில் ஜனத்தொகை 10.4 சதவிகிதமே அதிகரித்தது. விவசாய உற்பத்தி 16 சதவிகிதமும் யந்திரத்தொழில் உற்பத்தி 51 சதவிகிதமும் அதிகரித்தது.

மால்தஸின் சுத்த சுயம்பிரகாச சிஷ்யர், துக்கக்குறி சொல்லும் பேராசிரியர் **ராதா கமால் முக்கர்ஜி**க்குகூட, **"நாற்பதுகோடி மக்களுக்கு உணவு திட்டம்"** என்ற அவருடைய புத்தகத்தில் (1938), "மொத்த விவசாய உற்பத்தியின் பெருக்கம் ஜனத்தொகைப் பெருக்கத்தைவிட அதிகம்" என்று ஒப்புக்கொள்ள வேண்டிய நிர்ப்பந்தம் ஏற்படுகிறது.

இந்தத் தீர்ப்பை ஊர்ஜிதம் செய்யும் புள்ளி விவரங்களைத் தருகிறார்:–

1910-33 வருஷங்களில் இந்திய ஜனத்தொகைகளிலும் உற்பத்தியிலும் ஏற்பட்ட மாறுதல்கள்

1910 - 11 முதல் 1914 - 15 வரை - நான்கு வருஷ புள்ளிகளின் சராசரியை 100 ஆக எடுத்துக்கொண்டு புள்ளிகள் கணக்கிடப்பட்டிருக்கின்றன)

வருஷம்	ஜனத் தொகை	சகல தானியங் களும்	உணவு தானியங் கள்	உணவல் லாத இதர தானியங்கள்	இயந்திரத் தொழில் உற்பத்தி
1910-11முதல் 1914-15வரை சராசரி	100	100	100	100	100
1932-33	117	127	134	121	156

(முக்கர்ஜி "40 கோடி மக்களின் உணவுத் திட்டம்" - 1938)

ஜனத்தொகை முன்னேற்றத்தைவிட இரண்டு மடங்கு வேகமாக உணவு தானியங்களின் அளவு அதிகரித்திருக்கிறது; யந்திரத்தொழில் உற்பத்தி அளவோ மும்மடங்கு வேகமாக அதிகரித்திருக்கிறது. 1900-30 வருஷங்களின் வளர்ச்சியைப் பேராசிரியர் தாமஸ் சுருங்கச்சொல்லி விளங்க வைக்கிறார்:-

"1900-30 வருஷங்களில் இந்திய ஜனத்தொகை 19 சதவிகிதம் அதிகரித்தது. ஆனால் உணவுப்பொருள்கள், மூலப்பொருள்களின் உற்பத்தி 30 சதவிகிதம் அதிகரித்தது; யந்திரத்தொழில் உற்பத்தி 189 சதவிகிதம் அதிகரித்தது. 1921-30 வருஷங்களில் ஜனத்தொகை அதிகமாகப் பெருகியது உண்மைதான்; ஆனால் உற்பத்தியும் அதே வேகத்துடன் அதிகரித்தது..... வர்த்தக மந்தம் ஏற்பட்ட பின்னரும் அந்த வளர்ச்சி வேகம் குறையவில்லை. தொழில் உற்பத்திப் புள்ளி (1928 = 100) 1934 - 35ல் 144 ஆக நின்றது; நடப்பு வருஷத்தில் (1935 - 36) இன்னும் கூடுதலாக இருக்கலாம்.

"ஜனத்தொகைப் பெருக்கம் உற்பத்தி வளர்ச்சியைவிட அதிகரிக்கவில்லை என்பதை இவை காட்டுகின்றன..... ஜனத்தொகை, உற்பத்தியைவிட வேகமாக அதிகரிப்பதாகச் சொல்லப்படும் பூச்சாண்டியைப் புள்ளி விவரங்கள் ஆதரிக்கவில்லை. இந்தியாவில் அளவுக்கு மீறிக் குழந்தைகள் பிறப்பதைப்பற்றி பீதி காண்பவர்கள், தங்கள் கவனத்தை தேசிய வருமான விநியோகத்திலும் உணவின் தரத்தை

அபிவிருத்தி செய்வதிலும் திருப்புவது உசிதம்; ஜனங்களை வேறுவிதமாக நிலம் முழுவதும் விநியோகித்து பரவச்செய்தல் முதலிய விஷயங்களில் திருப்புவது உசிதம்."

(பேராசிரியர் **பி.ஜே. தாமஸ்;** டைம்ஸ் கட்டுரை அக்டோபர் 24, 1935)

யதார்த்த உண்மைகளின் தீர்ப்பு இதுதான்:- வாழ்க்கைத் தேவைகளின் உற்பத்திப் பெருக்கத்தைவிட வேகமாக ஜனத்தொகை அதிகரிப்பதால் இந்திய ஏழ்மை சிருஷ்டிக்கப்படவில்லை; ஏனென்றால் வாழ்க்கைத் தேவைகளின் உற்பத்திப்பெருக்கம் ஜனத்தொகைப் பெருக்கத்தைவிட வேகமாக அதிகரித்தது. வறுமையின் காரணத்தை வேறு எங்கேயாவது பார்க்க வேண்டும்.*

நிகழ்காலத்தில் நிலவும் நிலைமைகளில் - நில உடைமை, நில உரிமை, உற்பத்திக் கருவிகள், பாடுபடாது பலனைப்

* ஏகாதிபத்தியத்தால் திணிக்கப்பட்ட சமூக, பொருளாதார நிலைமையினால் தான் விவசாயிகளின் வறுமை அதிகரித்து வருகிறதென்பதும் உணவு உற்பத்தி குறைந்துவருகிறதென்பதும் பிரிட்டிஷ் இந்தியாவைப் பற்றிய கீழ்க்காணும் புள்ளி விவரங்களின்மூலம் இன்னும் நன்கு விளங்கும். (இவை இந்திய சர்க்கார் அதிகாரியான பர்ன்ஸ் என்பவர் 1944-ல் எழுதிய புத்தகத்திலிருந்து எடுக்கப்பட்டது.)

வருடம்	முக்கியமான உணவு தானியங்கள் உற்பத்தி யாகும் நிலப்பரப்பு	முக்கியமான உணவு தானியங் கள் உற்பத்தி	ஜனத்தொகை
1921-22	1586 லட்சம் ஏக்கர்கள்	543 லட்சம் டன்கள்	23 கோடியே 36 லட்சம்
1931-32	1569 லட்சம் ஏக்கர்கள்	501 லட்சம் டன்கள்	25 கோடியே 68 லட்சம்
1941-42	1565 லட்சம் ஏக்கர்கள்	457 லட்சம் டன்கள்	29 கோடியே 58 லட்சம்

1921-22 லிருந்து 41-42-க்குள்ளாக பிரிட்டிஷ் இந்தியாவின் ஜனத்தொகை 6 கோடி 22 லட்சம் அதிகமாகி இருக்கிறது; ஆனால் சாகுபடியாகும் நிலத்தில் 20 லட்சம் ஏக்கராக்கள் குறைந்திருக்கிறது. விளைபொருள்கள் உற்பத்தி குறைந்திருப்பதோ இன்னும் பயங்கரமாக இருக்கிறது. உற்பத்தியில் 86 லட்சம் டன்கள் குறைந்திருக்கிறது. மொத்த உணவு உற்பத்தியும் மொத்த சாகுபடிப் பிரதேசமும் குறைந்துவிட்டன.

பறித்துக்கொண்டுபோதல், ஜனங்களின் உழைப்புச் சக்திகள் வீணாக்கப்படுதல் ஆகிய நிலைமைகளில் - வாழ்க்கைத் தேவைகள் இன்று உற்பத்தியாகும் அளவு ஜனத்தொகையின் தேவைகளுக்குப் போதுமானது என்று சொல்லவில்லை. அதற்கு மாறாக இன்றைய உற்பத்தி போதவே போதாது. தேக உழைப்பில் ஈடுபடாத சாதாரண வாழ்க்கை நடத்தும் வயதுவந்த ஒரு மனிதனுக்கு - ஆணாக இருந்தாலும் சரி, பெண்ணாக இருந்தாலும் சரி, அவன் (அல்லது அவள்) ஜீரணிக்கும் உணவிலிருந்து தினசரி 2400 கலோரிகள் கிரகிக்க வேண்டும். இது ஒரு ஆளுக்குக் குறைந்தபட்சம் தேவைப்படும் சக்தி, சுமாராக வேலை செய்பவர்களுக்கு 2500லிருந்து 2600 கலோரிகள்வரை வேண்டும். கடினமான தேகசிரம வேலை செய்பவர்களுக்கு 2800லிருந்து 3000 கலோரிகள்வரை தேவை. ஆரோக்யப் பிரசுரம் நம்பர் 23-ல், "இந்திய உணவுகளின் ஊட்ட மதிப்பும் திருப்திகரமான உணவுகளைத் திட்டமிடுவதும்" (1941) என்ற கட்டுரையில், "இந்தியாவில் கோடிக்கணக்கான மக்கள் சாப்பிடும் உணவிற்கு ஒரு சாம்பிள்" **டாக்டர் அக்ராயிடால்** (இந்திய சர்க்காரின் புஷ்டி விவகார நிபுணர்; கூனூர் ஊட்ட ஆராய்ச்சிக் கழக டைரக்டர்) வர்ணிக்கப்படுகிறது. அந்த சாம்பிள் உணவில் 1700 கலோரிகளே கிடைக்கும் என்று கணக்கிட்டுக் கூறுகிறார்.

—(போர் கமிட்டி ரிப்போர்ட் †)

மேலும், தேக புஷ்டியைப் பாதுகாக்கும் புரதத்துக்கும் (உணவில் தசையை வளர்க்கும் சத்துக்குப் **புரதம்** என்று பெயர்; அழிந்த தசைகளுக்குப் பதில் புதிய தசைகளை உண்டாக்குவதும் புரதம்தான்) கொழுப்புணவுக்கும் விசேஷமான நெருக்கடி ஏற்பட்டிருக்கிறது. பால் உற்பத்தி

† ரேஷன் வெட்டுகளின் விளைவாக, தற்காலத்தில்,, சராசரி இந்தியனின் உணவு 950 காலரிகளுக்கு குறைந்துவிட்டது. அமெரிக்காவில் 3150 காலரிகள்; இங்கிலாந்தில் 3 ஆயிரம் காலரிகள்.

மொத்தம் 11,300 கோடி பவுன்கள் எடையுள்ளதென்று மதிப்பிடப்படுகிறது. அதாவது, தேச மக்களுடைய சுகாதார உணவுக்கு குறைந்தபட்சமாய் தேவைப்படும் பாலில் சரிபாதிக்கும் குறைவாக உற்பத்தியாகிறது.

இந்திய ஜனங்களின் தேவைகளைப் பூர்த்திசெய்ய, நாட்டின் ஏராளமான செல்வத்தைப் பயன்படுத்தத் தவறிய தற்கால சமூக - பொருளாதார ஸ்தாபனத்தை மேற்சொன்ன உண்மைகள் குற்றம் சாட்டுகின்றன. ஆனால் அவை அமிதமான ஜனப்பெருக்கம் இருப்பதை ருசுப்பிக்கவில்லை. அதற்கு மாறாக, இந்தியாவின் செல்வங்களைச் சரிவரப் பயன்படுத்தினால், இன்றுள்ள ஜனத்தொகையைவிட, சமீபகாலத்தில் இருக்கக்கூடிய ஜனத்தொகையைவிட, அதிகமான ஜனத்தொகையை நல்ல வாழ்க்கைத் தரத்தில் போஷிக்க முடியுமென்பதை நிபுணர்கள் அனைவரும் ஒருமுகமாக ஒப்புக்கொள்ளுகிறார்கள். இன்றைய தினம் உள்ள சாகுபடியாகக்கூடிய பிரதேசத்தில் மூன்றில் ஒரு பகுதிக்குமேல் சாகுபடி செய்யப்படுவதில்லை. சாகுபடியாகும் பிரதேசத்திலும் புராதனகால முறைகளுடைய தடைகளின் நடுவே சாகுபடி நடைபெறுவதால், ஒரு ஏக்கராவின் சராசரி விளைவு அதே தானியத்திற்கு அதே விஸ்தீரணத்தில் இங்கிலாந்தில் விளைவதில் மூன்றில் ஒரு பங்குதான் இருக்கிறது; இந்தியாவைவிட இங்கிலாந்தில் நிலத்தில் செலவாகும் சராசரி மனித உழைப்பு குறைவு, (கோதுமை விளைவை ஒத்துக்காட்டப்பட்டிருக்கிறது.) இந்தியாவின் சக்திகள் முழுவதையும் பயன்படுத்துவதற்குக் குறுக்கே நிற்கும் தடைகளை நீக்குவதுதான் இந்திய வறுமையை ஒழிக்கும் பிரச்சினையின் கருப்பொருள்.

இங்குதான் ஏகாதிபத்தியப் பொருளாதார நிபுணர்களும், ஏகாதிபத்தியத்திற்கு வக்காலத்து வாங்குபவர்களும் பிரச்சினையையே மழுப்பப் பார்க்கின்றனர். "தற்கால நிலைமையில்" உள்ள உற்பத்திப் போதாது, அதனால்

இந்தியாவில் ஜனத்தொகை அளவுக்கு மீறிப் பெருகிவிட்டது என்று பிரகடனப்படுத்துகிறார்கள்! "தற்கால நிலைமை" என்றால் என்ன அர்த்தம்? வளர்ச்சியைத் தடுத்து, பொருளாதாரக் குழப்பத்தை ஏற்படுத்தும் ஏகாதிபத்திய, சுமை, நிலச்சுவான்தார் பளு, லேவாதேவிக்காரர் கொடுமை ஆகியவை கடவுள்விட்ட வழியில் வந்தவை; இயற்கையாக ஏற்பட்டவை; அவை இருந்தே தீரவேண்டும் என்பதுதான், "தற்கால நிலைமை" என்ற பதத்திற்கு அர்த்தம். இவற்றைத் தொடக்கூடாது, உள்ள உற்பத்தி இருக்கும் ஜனங்களுக்குப் போதாது. அதனால் ஜனப்பெருக்கம் அத்துமீறிவிட்டது என வாதிக்கின்றனர். காட்டாற்று வெள்ளம்போல் பெருகும் இந்தியக் குழந்தை உற்பத்திக்கு அணைபோட ஒரு "இந்திய மால்தஸ்" தேவை என்று ஆவேசத்துடன் கூக்குரலிட்ட **டாக்டர் ஆன்ஸ்டீ** இந்த வாதத்தை கீழ்க்காணும் வாக்கியங்களில் சாந்தமாக எடுத்துரைக்கிறார்:

"இந்தியாவில் அதிகமான ஜனப்பெருக்கமில்லையென்றும், உற்பத்தியிலும், விநியோகத்திலும், உபயோகத்திலும் நமக்குத் தெரிந்த முறைகளில் தலைசிறந்த முறைகளைக் கையாண்டால் இந்தியா இன்னும் அதிகமான ஜனங்களைக் கூட லாபகரமான முறையில் போஷிக்க முடியுமென்றும் வாதிக்கப்படுகிறது. **அத்தகைய நிலைமையில் இன்னும் அதிகமான ஜனங்களைக் கூட போஷிக்க முடியுமென்பது மறுக்கப்படவில்லை.** ஆனால் அதிகப்பட்சமாக எவ்வளவு ஜனங்கள் வாழமுடியுமென்ற பிரச்சினையை இது பாதிக்காது. தற்கால நிலையில் ஜனத்தொகை குறைந்தால் ஒவ்வொருவருக்கும் அதிக உற்பத்திக் கிடைக்குமென்பது நிச்சயம்".

— (வி ஆன்ஸ்டீ, "இந்தியாவின் பொருளாதார வளர்ச்சி"-1936)

"தற்கால நிலைமையில்" என்ற பதத்தில்தான் விசை இருக்கிறது. கண்முன் உள்ள உண்மைகளை அடிப்படையாகக்

கொண்டு பேசும் அனுபவவாதியைப்போலத் தோன்றுகிறது. ஆனால் உண்மையில் ஏகாதிபத்திய-நிலச்சுவான்தாரி சுரண்டல் அமைப்பையும் அதன் பலாபலன்களையும் அவசியமானதாக அங்கீகரிக்கும் பதம் இது.

இதேபோல இந்தியாவின் விவசாயத்தைப் பற்றி விசாரணை நடத்தி பாரதம் பாரதங்களாகச் சாட்சியங்களும் ரிப்போர்ட்டுகளும் குவித்த படாடோபம் மிகுந்த ராயல் கமிஷனுக்கும், நில உடைமை, நில உரிமை, நில வரி போன்ற அடிப்படையான பிரச்சினைகளை விசாரிப்பதற்குத் தடைபோடப்பட்டது. இந்தச் சின்னஞ்சிறிய நிபந்தனையை அங்கீகரித்துவிட்டால் பிரச்சினை தீர்க்க முடியாதென்ற முடிவு ஏற்பட்டுவிடுகிறது. இந்தியாவில் ஜனத்தொகை பெருத்துவிட்டது என்று அறிவிக்கப்படுகிறது. அதாவது தற்கால சமூக அமைப்பை மாற்றக்கூடாத பொருளாக மதித்து, அதை அப்படியே ஏற்றுக்கொண்டு - இந்த எஃகுக் கூட்டுக்குள் சமூகப் பிரச்சினைகளை ஆராய்கின்றனர் இந்தப் பொருளாதாரவாதிகள்.

இன்று ஏகாதிபத்தியத்தின் கீழுள்ள உற்பத்தி ஸ்தாபனம் உள்ள ஜனங்களின் தேவைகளையும், இயற்கையாகவே அதிகரிக்கும் ஜனங்களின் தேவைகளையும் பூர்த்திசெய்ய முடியாது நின்றால், அதற்குத் திறமையில்லையென்றால், அந்த ஸ்தாபனம் தீங்கை விளைவித்தால் - அதிகரிக்கும் ஜனங்களின் தேவைகளை உயர்ந்த ஸ்தாபன முறைகளின்மூலம் பூர்த்திசெய்யமுடியுமென்று ஒப்புக்கொண்டபோதிலும்,- இந்த மேதாவிகள் என்ன முடிவிற்கு வருகின்றனர்? ஸ்தாபனத்தை அபிவிருத்தி செய்யவேண்டுமென்றல்ல; ஜனத்தொகை குறைக்கப்பட வேண்டுமென்று. "படுக்கையைவிட ஆள் நீளமாய் இருக்கிறான்; அவன் கால்களை வெட்டிப் போடு" என்பதைப்போல இருக்கிறது இது.

1933-ல் லண்டனில் "ஆசிய கர்ப்பத்தடை" என்ற விஷயம் பற்றி மகாநாடு நடந்தபோது, அந்த மகாநாட்டுத்

தலைவரால் "ஜனத்தொகை பிரச்சினைகளில் ஞானமுள்ளவர், இவருக்கு ஈடு இன்று வேறு யாரும் உலகத்திலில்லை" என்று போற்றப்பட்டவரும், நவீனகால புள்ளி விவரப் பொருளாதார நிபுணர்களில் தலைசிறந்தவருமான டாக்டர் குஸின்ஸ்கி இந்த ஜனப்பெருக்க சித்தாந்தத்தின் தவறை மகாநாட்டில் தயவுதாட்சண்யமின்றி அம்பலப்படுத்தினார்:

"இந்த விஷயங்களை ஒரே நிலையான கண்ணோட்டத்துடன் நாம் பார்க்கக்கூடாது; இன்று இந்தியாவில் 20 கோடி ஏக்கராக்கள் சாகுபடி செய்யப்படுகிறதென்றும் ஜனங்களுக்கு நல்லமுறையில் உணவளிக்க 35 கோடி 30 லட்சம் ஏக்கராக்கள் தேவை என்றும் கூறப்படுகிறது. ஆனால் அவ்வளவு நிலம் ஏன் தேவை? எப்படிப்பட்ட நிலைமையில் அவ்வளவு நிலம் தேவை? உரங்கள் போடாவிட்டால், விவசாயத்தை விருத்தி செய்யாவிட்டால், அதிகப்படியான நிலம் தேவை. ஓரிரண்டு வருஷங்களில் கற்றுக்கொள்ளக்கூடிய கல்விக்குமேல் இந்திய விவசாயிக்கு அளிக்காவிட்டால்கூட, இந்த 20 கோடி ஏக்கர்களிலேயே சகல இந்தியர்களுக்கும் ஏராளமான உணவளிக்கமுடியுமென்பதை நவீன விவசாயத்தைப் பற்றி விஷயமறிந்த யாரும் மறுக்கமாட்டார்கள். தேக சுகாதார நடவடிக்கைகள் மூலம் இந்தியாவின் உயர்ந்த மரண விகிதத்தை ஒழிக்கமுடியும். அதைப்போலவே, விவசாயத்தை விருத்தி செய்வதின் மூலம் உணவுக் குறைவைப் போக்க முடியும்." இதைப் போலவே, "பிரிட்டிஷ் இந்தியாவின் செல்வங்களைப் பற்றிய யாதாஸ்து" ஒன்றில், விவசாயத்தைப் பற்றிய வரையில் "இந்தியாவின் உற்பத்தி சக்தியைக் குறைந்தபட்சம் 50 சதவிகிதமாவது சுலபமாக அதிகரிக்க முடியும்" என்றும், "உண்மை மதிப்பையும் உபயோகப்படுத்தப்படாத சக்திகளையும் கொண்டுமாத்திரம் கணக்கிட்டால், இத்தகைய விவசாய வளர்ச்சிக்கான சூழ்நிலை உலகத்தில் ஒருசில நாடுகளிலேயே உள்ளது" என்று **ஸர் ஜார்ஜ் வாட்ஸ்** தீர்ப்பளித்ததை நாம் நினைவூட்டிக்கொள்ளலாம்.

("இந்தியாவின் செல்வம்" என்ற பகுதியைப் பார்க்கவும்)

சமீப காலத்தில் ஏகாதிபத்தியத்திடம் அனுதாபமுள்ள சில பிரிட்டிஷ் நிபுணர்கள் தயாரித்த திட்டமும் **மால்தூஷியன்** ஜனப்பெருக்க சித்தாந்தம் முழுவதையும் உடைத்தெறிகிறது. "உருப்படியான பலன்களை அளிக்கக் கூடியதென்று அனுபவத்தில் தெரிந்த சில சாதாரண, அனுபவ சாத்தியமான நடவடிக்கைகளை விரிவான அளவில் அனுஷ்டானத்துக்குக் கொண்டுவந்து இந்தியாவின் மொத்த உணவு உற்பத்தியை ஏழு வருஷங்களுக்குள் கால் பங்கு முதல் அரை பங்கு வரை (25-50 சதவீதம்) அதிகரிப்பதற்கான ஒரு காரிய சாத்தியமான அமைப்பை உருவாக்கி வேலை செய்வதை "திட்டம் தன் நோக்கமாகக்கொண்டிருக்கிறது என்று தன் முன்னுரையில் பேராசிரியர் ஏ.வி. ஹில் ("இந்தியாவுக்கு ஒரு உணவுத் திட்டம்"-1945) கூறுகிறார்.

இந்தச் சந்தர்ப்பத்தில் 1931-ம் வருஷத்திய வங்காள ஸென்ஸஸ் ரிப்போர்ட்டின் தீர்ப்புக் கவனத்துக்குரியது. அது தன் முன்னுரையில் உணவு சப்ளை பிரச்சினையையும் ஜனத்தொகை பிரச்சினையையும் விவாதிக்கிறது;

இதற்கு முன்னரே, உலகத்தில் மிக அதிக நெருக்கமுள்ள ஜனத்தொகைகளில் ஒன்றாக விளங்கும்போது, எதிர்காலத்தில் இவ்வளவு அதிகமாக அந்த ஜனத்தொகை பெருகுமென்று எதிர்ப்பார்ப்பதோ அல்லது பெருகக்கூடுமென்று உத்தேசிப்பதோ, ஒரு பயத்தை உண்டாக்கிவிடலாம். நீண்ட காலத்துக்கு வங்காளம், உற்பத்தியாகும் வாழ்க்கைப் பொருட்களைக்கொண்டு ஒரு நியாயமான வாழ்க்கைத் தரத்தில் காப்பாற்ற முடியாத நிலைமையை அதன் ஜனத்தொகை பெருக்கம் அணுகிக் கொண்டிருக்கிறதென்ற பயம் ஏற்படும். . . வங்க மக்களில் பெரும்பான்மையோர் மிக மோசமான வாழ்க்கைத்தரத்தில் வசிப்பதும், மாகாண செல்வங்கள் பயன்படுத்தப்படாவிட்டால், ஜனத்தொகையில் ஏற்படும் எத்தகைய கூடுதலும் கஷ்டத்தை அதிகரிக்குமென்பதும் மறுக்க முடியாதவை. (ஆனால்) இங்கு இவ்வளவு செல்வங்கள் இருப்பதால், ஜனத்தொகை

எதேஷ்டமாகப் பெருகினால் அவர்களின் எதிர்கால கதி என்னவாகுமோ என்று கவலைப்படவேண்டியதில்லை என்பதே நாம் கூறும் விஷயம். இந்தியாவின் இதர பாகங்களைப்போல, வங்காளமும், விருத்தி செய்யப்படாத செல்வாதாரங்களுக்கு பிரசித்திப்பெற்றிருக்கிறது. உள்ள செல்வங்களை உபயோகிப்பதிலும், திறமைக்குறைவு அதிகமாயிருக்கிறதென்பது பிரபலமான விஷயம். பூமி இனி கெட்டுப்போவது சாத்தியமல்ல; வங்காளத்தைப்போன்ற பிரதேசங்களைப் பற்றிய பொதுவான அபிப்பிராயம் என்னவென்றால், கொஞ்சமாக எருவடிப்பதில், குறுகிய காலப்பயிர்களை (குறுவை, கார்போன்றவை), சாகுபடி செய்வது அவசியமாகிறது. தவிர, நீண்ட கால முன்னரேயே, விளைவு இந்த குறைந்தபட்ச நிலையை எட்டிவிட்டது. பருவகாலத்தில் கிடைக்கும் செடிகொடிகளின் அளவையே விளைவு பொறுத்திருக்கிறது. வங்க விவசாயி அநேகமாக தன் நிலத்துக்கு எருவடிப்பதேயில்லை. உரமடிப்பதன் மூலம் விவசாயக் கருவிகளை அபிவிருத்தி செய்வதன்மூலம், நிலத்தின் விளைவைப் பெரிய அளவுக்குப் பெருக்கமுடியும். உற்பத்தி முறைகளை அபிவிருத்தி செய்வதன்மூலம், இந்தியா முழுவதிலும், முப்பது சதவீதம் உணவு உற்பத்தியை அதிகரிக்க முடியுமென்று நியாயமாக எதிர்பார்க்கலாமென்று மதிப்பிடப்பட்டிருக்கிறது. (**ஜி. கிளார்க்**; 17-வது இந்திய விஞ்ஞான மகாநாட்டின் நடவடிக்கைகள்) ஆழப் பயிர்செய்யும் முறையைக் கையாளுவதற்கு அதிகப்படியான உழைப்பு சக்தி தேவைப்பட்டால் அது கிடைக்கும் என்பதில் சந்தேகமில்லை. ஏனெனில், உலகத்தில் வேறெந்த பாகத்திலுள்ள விவசாயியையும்விட, வங்க விவசாயி குறைவாக வேலை செய்கிறானென்றே சொல்லவேண்டும். சாகுபடி செய்யக்கூடிய பிரதேசத்தில் 67 சதவீதமே பயிரிடப்படுகிறதென்பது முதலாவது உப அட்டவணை யிலிருந்து விளங்கும். சாகுபடியாகக்கூடிய பிரதேசம் முழுவதும், பயிரிடப்பட்டால், இன்றைய விளைவைவிட 30 சதவீதம் அதிகமாகப் பலனைக் கொடுக்கக்கூடிய உயர்ந்த விவசாய முறைகளை அனுஷ்டித்தால், இன்றைய

வாழ்க்கைத் தரத்தில், 1931 ஸென்ஸஸ் கணக்குப்படியுள்ள ஜனத்தொகையைப் போல இரண்டுமடங்கு ஜனத்தொகையை வங்காளம் காப்பாற்றுமென்று சர்வசாதாரணக் கூட்டல், கழித்தல், பெருக்கல், வகுத்தல் மூலம் காட்டமுடியுமென்பது தெளிவு."

("வங்காள ஸென்ஸஸ் ரிப்போர்ட் "1931")

இந்தியாவுக்கும் ஐரோப்பிய நாடுகளுக்குமுள்ள முக்கியமான வித்தியாசம் ஜனப்பெருக்க விகிதமல்ல; ஜனப்பெருக்க விகிதம் ஐரோப்பிய நாடுகளில் அதிகமாயிருக்கிறது. இந்திய நிலைமைக்கும் ஐரோப்பிய நிலைமைக்குமுள்ள முக்கியமான வித்தியாசம் எதில் அடங்கியிருக்கிறது? ஐரோப்பிய நாடுகளில், பொருளாதார வளர்ச்சியும் உற்பத்திப் பெருக்கும் ஏற்பட்டு ஜனத்தொகை வேகமாக அதிகரிக்க வசதி செய்திருக்கின்றன: இந்தியாவில் அந்த பொருளாதார வளர்ச்சியும் உற்பத்திப் பெருக்கும் ஏற்படவில்லை. பிரிட்டிஷ் முதலாளித்துவத்தின் தேவைகளும் நடைமுறையும் இயற்கைக்கு விரோதமாய் அந்த வளர்ச்சியை முடக்கிவைத்திருக்கிறது. புராதனகால விவசாயத்தை, தாங்க முடியாத பளுவை சுமந்துகொண்டிருக்கும் விவசாயத்தை நம்பி நிற்கும்படி ஜனங்களை கட்டாயப்படுத்துகிறது; விவசாயத்தின்மீது சுமத்தப்படும் ஜனத்தொகை அதிகரித்துக் கொண்டேயிருக்கிறது. (இதைப் பின்னால் விவரமாய் பரிசீலனை செய்வோம்). தேசத்தின் செல்வத்தை பிரிட்டிஷ் ஆட்சி வாரிக்கட்டிக்கொண்டு போயிற்று; யந்திரத் தொழில் முதலியவை வளரவிடாமல் தடுத்து வருகிறது; பாமரமக்களின் ஒரேவழியாய் அமைந்துள்ள விவசாயமும், தாங்க முடியாத பளுவைத் தூக்கிக்கொண்டு நிற்கும் விவசாயமும்-பல தடைகள் மூலம் முடமாக்கப்பட்டு அலட்சியம் செய்யப்பட்டு சீரழிந்துபோகிறது.

இதில்தான் - மனிதப் பிரயத்தனத்துக்கோ, மனிதக் கட்டுப்பாட்டுக்கோ அப்பாற்பட்ட இயற்கையான காரணங்களில் அல்ல; யதார்த்தத்திலில்லாத அமித ஜனப்பெருக்கம் என்ற

கண்மூடித்தனமான வாதத்திலுமல்ல; ஏகாதிபத்திய ஆட்சியின் கீழுள்ள சமூக, பொருளாதார நிலைமைகளில்தான், இந்திய மக்களுடைய பரம தரித்திரத்தின் ரகசியம் அடங்கியிருக்கிறது. இதற்குத் தேவையான சாட்சியங்கள் பின்னால் சமர்ப்பிக்கப்படும். இந்த சான்றுகளும் சாட்சியங்களும் சுட்டிக்காட்டும் அரசியல் முடிவு–இந்திய மக்களுக்கு வாழ்க்கைத் தேவைகளை அளிப்பதற்கவசியமான சமூக அரசியல் புரட்சி–தவிர்க்க முடியாத வகையில், பரிசீலனையின் பலனாக வந்து நிற்கிறது.

மூன்றாவது அத்தியாயம்

இரு உலகங்களிடையே மாறுபாடு

"நூறு வருஷங்களுக்கு மேலாக, பிரிட்டன் ஆட்சி புரிந்த பின், நமது கிராமங்களில் உணவுக்கும் தண்ணீருக்கும் தீரா நெருக்கடி தாண்டவமாடுகிறது. சுகாதாரம் பூஜ்யமாயிருக்கிறது: வைத்திய உதவியோ கிடையாது; போக்குவரத்து வசதிகளைப் பற்றி கவனிப்பார் இல்லை; கல்வி நிதியில் காசு கிடையாது; எங்கும் மந்தபுத்தி வியாபித்திருக்கிறது. பிரிட்டிஷ் ஆட்சியில் எந்த விதமான நன்மையும் ஏற்படாதென்ற முடிவையே இவை அறிவுறுத்துகின்றன. நம் நாட்டில் சோவியத் ருஷ்யாவைப் பற்றிப் பேசுவதே கிட்டத்தட்ட ஒரு குற்றமாகக் கருதப்பட்டபோதிலும், நமது நிலைமைக்கு நேர்மாறான நிலைமை அங்கு நிலவுவதை என்னால் குறிப்பிடாமலிருக்க முடியாது.

"உணவு உற்பத்தி, கல்வியைப் பரப்புதல், நோய் நொடிகளை எதிர்த்துப் போராடுதல் முதலிய நடவடிக்கைகள் அந்தப் பிரதேசங்களில் அசாதாரணமான உற்சாகத்துடனும் திறமையுடனும் நடத்தப்படுவதைக் கண்டு நான் அவர்களைப் போற்றினேன்; போற்றுங்கால் அவர்களைப் பார்த்துப் பெருமைப்பட்டே னென்பதையும் நான் மனம் விட்டுச்சொல்லவேண்டும். அவநம்பிக்கையாலோ, அவமானகரமான உயர்வு தாழ்வு பேதங்களாலோ, சோவியத் ஐரோப்பாவும் சோவியத் ஆசியாவும் பிரிக்கப்படவில்லை. நான் பிரத்தியட்சமாய் பார்த்த அளவுக்கே, அங்குள்ள நிலைமையையும் இங்குள்ள நிலைமையையும் ஒப்பிடுகிறேன். பிரிட்டிஷ் சாம்ராஜ்யம் என்றழைக்கப்படும் இங்கு நாம் இந்த நிலைமையில் இருக்கிறோமென்றால் ஆதிக்கம் வகிக்கும் பகுதிக்கும்

அடக்கப்பட்டிருக்கும் பகுதிக்குமுள்ள விரிவடைந்து கொண்டேயிருக்கும் வேறுபாடே காரணம் என்ற என் முடிவை நான் கூறப்பிரியப்படுகிறேன்.

- ரவீந்திரநாத் தாகூர்-1936

"இந்தியாவின் நிகழ்கால நிலைமையையும் அது இருக்கக்கூடிய நிலைமையையும்" என்ற பூர்வாங்க சித்திரத்தை, ஒரு அனுபவப்பூர்வமான உதாரணத்துடன் முடிப்பது பொருத்தமாயிருக்கும்; பிரயோஜனகரமாயிருக்கும்.

இந்திய செல்வாதாரங்களைப் பயன்படுத்தவில்லை. இந்திய மக்களின் வாழ்க்கைத்தரத்தை உயர்த்தவில்லை என்று ஏகாதிபத்தியத்தை கொள்கை ரீதியாக கண்டிப்பவர்கள், கற்பனைக் கண்ணோட்டத்துடன் பேசுகிறார்களேயல்லாது, ஒரு ஆசிய நாட்டின் நிலைமையிலுள்ள ஏராளமான தடைகளையும் இடையூறுகளையும்-புராதனமான தொழில்முறை, அறியாமை அந்தகாரத்தில் மூழ்கிக்கிடக்கும் பிற்போக்கான ஜனங்கள் முதலிய இடையூறுகளை-கணக்கில் எடுத்துக் கொள்வதில்லை என்று இருபது வருஷங்களுக்கு முன்வரைகூட வாதிக்க முடிந்தது. நிலவும் நிலைமை மகா மோசமாக யிருப்பதை அவர்கள் ஒப்புக்கொள்ளவேண்டி ஏற்பட்ட போதிலும் வேறெந்த ஆட்சியிலும், இத்தகைய சூழ்நிலை யிலிருந்து இதைவிட அதிகமாக சாதித்திருக்க முடியாது. சாதித்துவிட முடியாதென்று அந்த வக்கீல்கள் ஏகாதிபத்தியத்தை ஆதரித்துப் பேசினார்கள்.

இனி, அந்த முறையில் பேசுவது சரியென்று கூற முயற்சிகூட செய்யமுடியாது மிகப் பிற்போக்கான நிலைமைகளிலிருந்துகூட மிகவேகமாக மாற்றி அமைக்க முடியுமென்பதை நவீனகால அனுபவம் உணர்த்திவிட்டது. முதல் உலக யுத்தத்துக்குப்பின் துருக்கி மறுமலர்ச்சியடைந்தது ஒரு உதாரணம்; இந்தியாவுக்கு அது பல முக்கியமான படிப்பினைகளைக் கற்றுத்தரும். ஆனால், குறிப்பாக, புராதனமான தொழில்முறையும் ஸ்தாபன குழப்பமும் மலிந்துகிடந்த தேசத்தில், ஏராளமான ஜனங்கள் கல்வியறிவு

பெறாதிருந்த நாட்டில், அதன் பரந்த பிரதேசம் முழுவதும் செயலாற்றி, ஆசிய மக்களையும் ஐரோப்பிய மக்களையும் ஒன்றுபடுத்தி இருபதாண்டுகளாக, சோவியத் யூனியனின் சோஷியலிஸ்ட் புரட்சி சாதித்திருக்கும் சாதனைகளின் அனுபவம், என்ன செய்யமுடியுமென்பதற்கு அனுபவ பூர்வமான உதாரணமாக விளங்கி, சர்வதேச மக்களின் கண்களையும்- இந்திய மக்கள் உள்பட திறந்துவிட்டிருக்கிறது.

இந்த இரு நாடுகளின் நிலைமைகளை ஒப்பிட்டுப் பார்ப்பது பிரயோஜனகரமாயிருக்கும். ஏனெனில், முன்னேறிக் கொண்டிருக்கும் சமூகத்துக்கு மாறுபட்ட முறையில், தேங்கிக் கிடக்கும் இந்திய நிலைமை தெளிவுபடும். அத்துடன், தேவைப்பட்ட சமூக அரசியல் சூழ்நிலை அமைந்தால், என்ன சாதிக்க முடியுமென்பதையும் அது சுட்டிக்காட்டி நம்பிக்கையளிக்கும்.

1. இருபதாண்டுகள் - ஏகாதிபத்தியமும் சோஷியலிஸமும்

1937-ல், சோவியத் சோஷியலிஸ்ட் குடியரசுகளின் யூனியன் வாழ்வில் இருபதாண்டுகள் பூர்த்தியாயிற்று. இந்தியாவில் பிரிட்டிஷ் ஆட்சி பிளாஸி யுத்தத்துடன் தொடங்கியது என்ற சம்பிரதாயக் கருத்துப்படி அதே 1937-ல், பிரிட்டிஷ் ஆட்சி 180 ஆண்டுகளைப் பூர்த்திசெய்தது. ஏகாதிபத்தியத்துக்கு தன்னால் சாதிக்க முடிந்ததை நிறைவேற்ற, சோஷியலிஸத்துக்கு ருஷ்யாவில் கிடைத்ததைவிட ஒன்பது மடங்கு அதிக காலம் கிடைத்தது. இந்த இரண்டு பிரம்மாண்டமான பிரதேசங்களிலும் முன்னாலிருந்த சூழ்நிலைகளில் பல முக்கியமான வித்தியாசங்கள் இருந்தபோதிலும் (குறிப்பாக ருஷியா ஒரு சுயேச்சையான ஏகாதிபத்திய நாடு; இந்தியா ஒரு அடிமைநாடு). இரு நாடுகளிலும் ஏகாதிபத்தியமும் சோஷியலிஸமும் வருவதற்கு முன் - சில ஒத்த அம்சங்கள் இருந்தன - இரு நாடுகளிலும் ஜனங்களில் பெரும்பாலோர் விவசாயிகள். அவர்களில் மிகப் பெரும்பாலோர் கல்வியறிவில்லாதவர்கள்; பின்கட்டத்தில் தேங்கிக்கிடப்பவர்கள் நாகரிக வளர்ச்சியில் பலதரப்பட்ட கட்டங்களிலுள்ள பல வர்ணத்தாரும் இனத்தினரும் வாழும்

நாடுகள். இரண்டு தேசங்களும் விஸ்தீரணத்தில் பெரியவை. இயற்கை செல்வாதாரங்கள் பயன்படுத்தப்படவில்லை உடைந்துகொண்டிருந்த கிராம அமைப்பைத் தவிர, ஜனநாயக ஸ்தாபனத்தில் பழக்கமில்லாத நாடுகள்; யதேச்சாதிகார ஆட்சிப் பரம்பரை ஊறியிருக்கும் தேசங்கள்- இந்த ஒத்த அம்சங்கள்தான், இந்தியாவில் 180 வருஷ காலத்தில் ஏகாதிபத்தியம் சாதித்திருப்பதையும், ருஷியாவில் சோஸியலிஸம் 20 வருஷங்களில் சாதித்திருப்பதையும் ஒப்பிட்டுப் பார்க்கும்படி வசியப்படுத்துகின்றன.

சுரண்டலையே (லாபத்தையே) குறிக்கோளாகக் கொண்டு, இதுவரை அமுலிலிருந்த அமைப்புகளுக்குப் பதிலாக, ஜனசமூகத்தின் தேவைகளைப் பூர்த்தி செய்வதையே, ஜனசமூகத்தின் உபயோகத்தையே குறிக்கோளாகக்கொண்ட கூட்டு உற்பத்தி ஸ்தாபனமாகிய சோஷியலிஸம் என்ற ஆதர்சம் தோன்றியிருக்கிறது. இது நவீனகால சூழ்நிலைகளில் தோன்றிய நவீன ஆதர்சம். கற்பனை உலகில் சஞ்சரித்துவந்த இந்த ஆதர்சம் விஞ்ஞான உலகத்தில் இடம்பெற்று நூற்றாண்டுகள்கூட ஆகவில்லை. புதிய சமூக அமைப்பைச் செயலில் தோற்றுவித்த அனுபவத்தின்மூலம், இந்த விஞ்ஞானம் பூரணத்துவம் பெறமுடிந்தது நம் வாழ்நாட்களில்தான். இன்று சோஷியலிஸம் கிரியாம்சையில் உருவாகிவிட்டது. அதனால் கொள்கையளவில் மாத்திரமல்ல, நடைமுறையிலும், ஏகாதிபத்தியத்தின் சாதனையையும் சோஷியலிஸத்தின் சாதனையையும் ஒப்பிட்டுப் பார்ப்பது சாத்தியமாகிறது.

1917-ல், சோஷியலிஸ்ட் அரசாட்சி ஏற்படும் தறுவாயில், ஜாராண்ட் ருஷ்யா பரிபூரணமாக ஸ்தம்பித்துக் கிடந்தது; அதன் அமைப்பு குழப்பத்துக்கு இரையாகியிருந்தது. ஆனால் நாம் இந்த ருஷ்யாவை நமது பரிசீலனைக்கு எடுத்துக்கொள்ள வேண்டாம். ஜாரிஸ்ட் ருஷ்யாவின் சாதனை உச்ச நிலையிலிருந்த 1913-14-ம் வருஷத்தையே எடுத்துக்கொண்டு, இந்த நாட்டை சோஷியலிஸம் தன் இருபதாண்டு ஆட்சிக்குள், 1937-ல் எப்படி வார்த்தெடுத்தது என்பதை ஆராய்வோம். அதன்பின், ருஷ்யாவைப் போலவே, இந்தியா 1913-14-ல், எந்நிலையிலிருந்ததோ அதை எடுத்துக்கொண்டு, இருபதாண்டுகளில், 1934-ல் ஏகாதிபத்தியம் சாதித்ததை அளவிட்டுப் பார்ப்போம். இறுதியாக இந்தியாவின்

விசேஷ கஷ்டங்களுக்கும் பிரச்சினைகளுக்கும் ஒத்தாற் போன்ற நிலையிலிருந்து மத்திய ஆசிய நாடுகள், இந்திய மக்களைவிட பொது வளர்ச்சியில் பின்கட்டத்திலிருந்த ஜனங்கள் வாழும் மத்திய ஆசிய நாடுகள், ஜாராட்சிக்குப் பின்னே சோவியத் அரசு ஏற்பட்ட பிறகு, எந்நிலைக்கு வந்துள்ளதென்பதைக் கண்டு அதை இந்தியாவுடன் ஒப்பிட்டுப் பார்ப்பது மிகவும் பிரயோஜனகரமாயிருக்கும்.

உற்பத்திச் சாதனங்களின் வளர்ச்சி என்ற அடிப்படையான பரீட்சையுடன் நாம் தொடங்குவோம்.

சோவியத் யூனியனில், பெரிய யந்திரத்தொழில் உற்பத்தி 100லிருந்து (1913), 1937ல் 816.4 புள்ளிகளாயிற்று. 1913லிருந்து 1937க்குள் எட்டு மடங்குக்கு மேல் அதிகரித்தது. எந்த தேச பொருளாதார சரித்திரத்திலும் ஈடுஜோடியில்லாத பெருக்கம் அது. ருஷ்யா யந்திரத்தொழில் மயமாகிவிட்டதை இது பிரதிபலித்தது; அன்னிய மூலதனத்தின் உதவியில்லாமல் கனதொழில்களும் யந்திர உற்பத்தி தொழிலும் லேசான தொழில்களும் ஸ்தாபிக்கப்பட்டிருப்பதை இந்தப் பெருக்கம் பிரதிநிதித்துவப்படுத்தியது. பின் கட்டத்திலிருந்த தேசம், அன்னிய மூலதனத்தின் ஆதிக்கத்தில் ஓரளவு வளர்ச்சியடைந்த யந்திரத்தொழிலை உடைய நாடு, "விவசாய கண்டமாக" இருந்த நாடு, ஐரோப்பாவின் முதன்மையான யந்திரத்தொழில் நாடாகவும், உலகத்திலேயே இரண்டாவது பெரிய யந்திரத் தொழில் வல்லரசாகவும் மாறிவிட்டதை இந்தப் பெருக்கம் பிரதிநிதித்துவப்படுத்தியது. தேசத்தின் மொத்த உற்பத்தியில் யந்திரத் தொழில் உற்பத்தி 1913ல் 42 சதவீதமாகவிருந்தது. 1937 லோ 77 சதவீதமாகிவிட்டது. அதாவது, பிரதானமாக விவசாய நாடாக இருந்த ருஷ்யா பிரதானமாக யந்திரத் தொழில் நாடாக மாறிவிட்டது. அதேபோல, உழைப்பாளி மக்களின் தொகையில் யந்திரத் தொழிலாளர் வீதம் 16 சதவீதத்திலிருந்து 31 சதவீதமாக உயர்ந்தது; 1913ல் 2100 கோடி ரூபிள்களாயிருந்த தேச வருமானம் (1926-27 விலைகளை அடிப்படையாகக்கொண்டது.) 1937ல் 9600 கோடி ரூபிள்களாக உயர்ந்துவிட்டது. (ரூபிள் ருஷிய நாணயம் - கிட்டத்தட்ட ஒரு ரூபாயின் மதிப்புடையது) அதாவது தேச வருமானம் இருபதாண்டு சோஷியலிஸ்ட் ஆட்சியின் விளைவாக, நாலரை மடங்காகப் பெருகியது.

இந்தியாவில், தொழில் உற்பத்தி புள்ளி பற்றியாவது, பொதுவான புள்ளி விவரம் சேகரிப்பதிலாவது, மொத்த தேச உற்பத்திபற்றியாவது, மொத்த தேச வருமானம் பற்றியாவது, விவரங்கள் சேகரிப்பதற்கான முயற்சி செய்யப்படவில்லை என்பதையே முதலிலேயே குறிப்பிடுவது அவசியம். 1936 ஏப்ரலில், **ராயல் கலைக் கழகத்தின்** இந்திய பகுதியின்முன் **டிபி. மீக்** என்பவர் படித்த "இந்தியாவின் வெளிநாட்டு வியாபாரம்" என்ற வியாசம் முக்கியமான தொழில்களின் உற்பத்திப் புள்ளிகளை மதிப்பிட்டது.(இது அதிகாரபூர்வமானதல்ல.) அந்த கணிப்பு என்ன சொல்கிறது? 1910-11 முதல் 1914-15 முடிய ஐந்து வருஷங்களின் உற்பத்தி சராசரியை 100 என்று வைத்துக் கணக்கிட்டால், 1932-33-ல் தொழில் உற்பத்தி 156 புள்ளிகளாகிறது; அதாவது, தொழில் உற்பத்தியில் 56 சதவீத உயர்வு சோவியத் உற்பத்தி பெருக்க வேகத்தில் பதினாறில் ஒன்று. 1911லும் 1921லும் ஒரு தொழில் ஸென்ஸஸ் எடுக்கப்பட்டது. (1931ல் எடுக்கவில்லை) 20 தொழிலாளிகளுக்கு மேல் வேலை செய்யும் தொழிற்சாலைகளில்-பாக்டரி சட்டங்களுக்குட்பட்ட தொழிற்சாலைகளில்-1911இல் 21 லட்சம் தொழிலாளர்கள் இருந்தார்களென்றும் 1921இல் 26 லட்சம் தொழிலாளர்கள் இருந்தார்களென்றும் ஸென்ஸஸ் கணக்கு கூறுகிறது. அதாவது வருஷத்துக்கு 2.4 சதவிகித வேகத்தில் தொழிலாளர் தொகை பெருகியிருக்கிறது. இருபது வருஷங்களும் இதே வேகத்தில் தொழிலாளர் தொகை அதிகரித்ததாக வைத்துக்கொண்டோமானால்., (உண்மையில் யுத்தகாலத்திலும், அதைத் தொடர்ந்த சில வருஷங்களிலும் இருந்த தொழிலாளர் விஸ்தரிப்பு வேகம் பின்னால் குறைந்துவிட்டது.) 48 சதவீதம் தொழிலாளர்கள் தொகை பெருகியிருக்கவேண்டும். அதாவது சோவியத் வேகத்தில் பத்தொன்பதில் ஒரு பங்கு, சகல தொழில்களிலும் வேலை செய்த தொழிலாளர்கள் எண்ணிக்கை 1911ல் 1 3/4 கோடி; 1931ல் 1கோடி 53 லட்சமாக குறைந்துவிட்டது. மொத்த ஜனத்தொகை அதிகரித்த காலத்திலேயே, தொழிலாளர் தொகை குறைந்துவிட்டது. கைத்தொழில்கள் நாசமடைய, அதற்கேற்ற முறையில் நவீன மெஷின் தொழில்கள் வளராததின் விளைவு இது. ஆகவே விவசாயத்தை நம்பியிருக்கும்

ஜனத்தொகையின் வீதாச்சரம் அதிகரித்தது. 1911-ல் 72 சதவீதமாயிருந்தது; 1921-ல் 73 சதவீதமாயிற்று. 1931லும் 73 சதவீதமாகவே இருந்தது. மொத்த உழைப்பாளிகளின் தொகையில், யந்திரத்தொழிலாளர் தொகை 1911-ல் 11.7 சதவீதமாயிருந்தது 1931-ல் 10 சதவீதமாகக் குறைந்துவிட்டது. இருபதாண்டு ஏகாதிபத்திய ஆட்சி சாதித்த "வளர்ச்சி" இது; "முன்னேற்றம்" இது.

இந்துப் பொதுவான சித்திரத்தை முக்கியமான பொருட்களின் உற்பத்தியை ஒப்பிட்டுப் பார்ப்பதன்மூலம் மேலும் விளங்க வைக்கலாம்; 1914ல் 164 லட்சம் டன்கள் நிலக்கரி உற்பத்தி செய்த இந்தியா 1934-ல் 220 லட்சம் டன்கள் உற்பத்தி செய்தது. அதாவது இருபது வருஷங்களில் 56 லட்சம் டன்கள் அதிகம்; 34 சதவீதம் அதிகம். ருஷ்யாவில் 1913-ல் 290 லட்சம் டன்கள் நிலக்கரி உற்பத்தியாயிற்று; 1937-ல் 1280 லட்சம் டன்கள் நிலக்கரி உற்பத்தி செய்யப்பட்டது-அதாவது 990 லட்சம் டன்கள் அதிகம்; 340 சதவீதம் அதிகம்; இந்தியாவைவிட அதிகமான உற்பத்தி எண்ணெய் ஆரம்பத்தில் பெற்றிருந்தும், ருஷ்ய உற்பத்திப் பெருக்கு வேகம் இந்தியாவுடையதைவிட **பத்து** மடங்கு அதிகம். முதல் உலக யுத்தத்துக்கு முன்தான் இந்தியாவில் எஃகு உற்பத்தி தொடங்கியது; 1934-35-ல் எஃகு உற்பத்தி 8,34,000 டன்கள்தான். சோவியத் யூனியனில் 1937-ம் வருஷத்திய எஃகு உற்பத்தி 175 லட்சம் டன்கள், 1913ம் வருஷத்திய உற்பத்தியைவிட 130 லட்சம் டன்களுக்கு மேல் அதிகம். 1913ல் 190 கோடி கிலோவாட் மணிநேரம் (Kilowatt-hours)-மின்சார விசையின் யூனிட்) மின்சார விசை உற்பத்தி செய்த நாட்டில், சோவியத் ஆட்சி ஏற்பட்ட 20 வருஷங்களில், 1937ல் 3650 கோடி கிலோவாட் மணிநேரமாக உயர்ந்தது; அதாவது 18 மடங்கு அதிகரித்தது. இந்தியாவில், மின்சார விசை உற்பத்தியைப் பற்றி புள்ளி விவரங்கள் கிடையா; 1935ல் இந்தியாவில் 250 கோடி கிலோவாட் மணிநேரம் மின்சாரவிசை உற்பத்தி செய்யப்பட்டதாக மதிப்பிடப்படுகிறது; அதாவது சோவியத் உற்பத்தியில் 14ல் ஒரு பங்கு; சோவியத் யூனியனில் ஒரு ஆளுக்குக் கிடைக்கும்

மின்சார விசையில் முப்பதிலொருபங்கே சராசரியாக ஒரு இந்தியனுக்குக் கிடைக்கிறது.

பெரும்பான்மையான மக்களுக்கு, புரட்சி அடிப்படையான முக்கியத்துவம் வாய்ந்ததாகையால், விவசாயத் துறையில் வித்தியாசம் இன்னும் தீவிரமாக இருக்கிறது. வறுமையால் வதைக்கப்பட்டு, உழுவதற்கு நிலமில்லாமல், நிலப்பசிக்கு பலியாகி, நிலச்சுவான்தார்கள், லேவாதேவிக்காரர்கள், மிராசுதார்கள் (இவர்கள் **கூலக்குகள்** என்று ருஷ்யாவில் அழைக்கப்பட்டனர்) ஆகியோரின் 'தயவில்' காலம் தள்ளிய ஜாரிஸ்டு ரஷ்யாவின் விவசாயிகள் இன்று சுதந்திரமடைந்து சுபிட்சம் எய்தியிருக்கும் கூட்டுப்பண்ணை விவசாயிகளாக மாறிவிட்டனர்; உலகத்தில் வேறெந்த நாட்டையும்விட முற்போக்கான உற்பத்தி முறையில் அதிகமாக வளர்ச்சியடைந்த யந்திர சாதனத்துடன், தங்கள் பிரம்மாண்டமான கூட்டுப் பண்ணைகளைச் சாகுபடி செய்கின்றனர். கூட்டுப்பண்ணை இயக்கம் முடிவுற்ற ஐந்து வருஷங்களுக்குள் அவர்களுடைய பண வருமானம் மும்மடங்கு அதிகரித்துவிட்டது. 1913ஐ விட, சாகுபடியாகும் நில விஸ்தீரணம் மூன்றில் ஒரு பங்கு அதிகரித்தது. 1913ல் 80 கோடியே 10 லட்சம் **ஸெண்ட்னர்கள்** (ருஷிய அளவை) தானியம் விளைந்தது. 1937 லோ 120 கோடியே 20 லட்சம் ஸெண்ட்னர்களாகப் பெருகியது- அதாவது ஒன்றரை மடங்கு அதிகம். 1913ல் 74 லட்சம் ஸெண்ட்னர்கள் பருத்தி உற்பத்தியாயிற்று; 1937-ல் அது 258 லட்சம் ஸெண்ட்னர்களாயிற்று மூன்றரை மடங்கு அதிகரித்தது. இந்தியாவிலோ விவசாய நெருக்கடி வருஷத்துக்கு வருஷம் பயங்கரமாகிக்கொண்டிருக்கிறது. (இதை பின் வரும் அத்தியாயங்களில் ஆராய்வோம்) நிலச்சுவான்தாரர்கள் லேவாதேவிக்காரர்கள், சர்க்கார் ஆகியோருடைய கூட்டு நிர்ப்பந்தம் விவசாயிகளை ஓட்டாண்டிகளாக்கிவருகிறது. தொடர்ச்சியாக அவர்கள் நிலத்தைப் பறிமுதல் செய்கிறது. சாகுபடியாகும் நில விஸ்தீரணமும் விளையும் தானியத்தின் அளவும் ஜனத்தொகை வளர்ச்சியைவிட கொஞ்சம் கூடுதலாயிருந்த போதிலும், கடந்த சில வருடங்களில் அவை குறைந்து வருவதற்கான அடையாளங்கள் தென்படுகின்றன.

இரு உலகங்களிடையே மாறுபாடு 95

உற்பத்தி, செல்வ வளர்ச்சி ஆகிய அடிப்படையான நடவடிக்கைகளிலிருந்து அரசாங்கத்தின் சமூக நடவடிக்கைகளுக்கு ஜனங்களின் சுபிட்ச வாழ்க்கையையும் தேகாரோக்கியத்தையும் கல்வியையும் உயர்த்தும் நடவடிக்கைகளுக்கு-திரும்பினால், ஏகாதிபத்தியத்துக்கும் சோஷியலிஸத்துக்குமுள்ள மாறுபாடு இங்கும் குறையவில்லை.

கல்வித்துறையில் பார்ப்போம். ஜாராட்சி, வேண்டுமென்றே ஜனங்களை கல்லாமை என்ற காரிருளில் அடைத்து வைத்திருந்தது; 100க்கு 78 பேருக்கு படிப்பு வாசனையில்லை. ஆனால் சோவியத் யூனியன் கல்லாதவர்கள் எண்ணிக்கையை 100க்கு 7 ஆக குறைத்துவிட்டது. சகலருக்கும் கட்டாயமாக ஆரம்பக்கல்வி அளிக்கவேண்டுமென்று 1930-ல் சட்டம் செய்யப்பட்டது. சகலருக்கும் 7 வருஷ கல்வி கட்டாயமாய் அளிக்கவேண்டுமென்று 1934-ல் சட்டம் செய்யப்பட்டது. இதையும் 10 வருஷ கட்டாயப் படிப்பாக விரிவுபடுத்தும் வேலை பெரிய தொழில் நகரங்களில் தொடங்கிவிட்டது.

இந்தியாவில் 1911ல் 100க்கு 94 பேருக்கு படிப்பு கிடையாது; 1931லும் 100க்கு 92 பேருக்கு படிப்பு பூஜ்யம். ஏகாதிபத்தியம் இருபதாண்டுகளில் ஜனத்தொகையின் ஐம்பதிலொரு பகுதிக்குத்தான். கல்லாமையைப் போக்கியிருக்கிறது.

1937-ல் சோவியத் யூனியனில், ஆரம்பப் பள்ளிகளிலும் செகண்டரி பள்ளிகளிலும் கல்வி கற்ற சிறுவர் சிறுமிகள் தொகை 294 லட்சம் (ஜாரிஸ்டு ருஷியாவில் 78 லட்சம்தான்) ஜனத்தொகையில் 17 சதவீதம் ஆரம்பப் பள்ளிகளிலும் செகண்டரி ஸ்கூல்களிலும் கல்வி பயின்றனர்.

1934 - 35-ல் பிரிட்டிஷ் இந்தியாவின் ஆரம்ப, செகண்டரி ஸ்கூல்களில் ஏதாவதொரு வகையில் கல்வி கற்ற சிறுவர் சிறுமிகளின் எண்ணிக்கை 135 லட்சம் என்பது புள்ளி விவரக் கணக்கு. அதாவது, மொத்த ஜனத்தொகையில் 4.9 சதவீதம். ஆனால், ஆரம்பக்கல்வி கற்பதற்காக கருதப்படுபவர்களில் மூன்றில் இருபகுதி முதல் வகுப்புக்கு மேல் படிப்பதில்லையென்றும்,

ஐந்திலொரு பகுதிதான் ஆரம்பக் கல்வியின் கடைசி வகுப்பாகக் கருதப்படும். 4-ம் வகுப்பு முடிய படிக்கின்றனரென்றும் விசாரணையில் தெரியவந்தது. ("இந்தியாவின் கல்வி 1928-29") ஆக இந்தக் குறைவான 4 வருஷ ஆரம்பக் கல்வியைக் கற்பவர்களின் உண்மை எண்ணிக்கை அதிகாரப் பூர்வமான கணிப்பில் ஐந்திலொரு பங்குதான். ஆரம்பக் கல்வி கற்பவர்கள் 111 லட்சம் ஏன்பது கணக்கு; உண்மையில் 22 லட்சம் பேருக்கே. ஜனத்தொகையில் 1,000க்கு 8 பேருக்கே, கல்வி கிடைக்கிறது.

1937-ல் சோவியத் யூனியனின் சர்வகலாசாலைகளிலும் உயர்தரக் கல்விக் கழகங்களிலும் படித்த மாணவர்கள் எண்ணிக்கை 5 லட்சத்து 51 ஆயிரம் (ஜாராண்ட ருஷியாவில் 12 ஆயிரம்தான்). அதாவது மொத்த ஜனத்தொகையில் ஆயிரத்துக்கு 3.2 பேர் இந்தக் கல்லூரிகளில் படித்தார்கள்.

பிரிட்டிஷ் இந்தியாவின் சர்வ கலாசாலைகளிலும், உயர்தர கல்விக்கழகங்களிலும், 1934-35ல் படித்த மாணவர்கள் எண்ணிக்கை 1 லட்சத்து 9800. அதாவது மொத்த ஜனத்தொகையில் ஆயிரத்துக்கு 4 வீதத்துக்கு (2500ல் ஒருவர்) சமம்; சோவியத் விகிதத்தில் எட்டிலொரு பங்கு.

வளர்ச்சியடையாத தேசத்தை விருத்தி செய்வதற்கு ஜீவாதாரமான தேவையான யந்திரத்தொழில் நுணுக்கப் பயிற்சித் துறையில் இந்த மாறுபாடு இன்னும் சிறந்த முறையில் விளங்கும். சோவியத் யூனியனிலுள்ள மாபெரும் வலைப் பின்னலைப்போல் பரவிக்கிடக்கும் யந்திரத் தொழில் பள்ளிக்கூடங்களுக்கும் பாக்டரி ஸ்கூல்களுக்கும் இணையாக இந்தியாவில் எதுவுமில்லை. 1937-ம் வருஷத்தில் மாத்திரம், சோவியத் யூனியனில் பரீட்சையில் தேறிய யந்திரத் தொழில் நிபுணர்கள் (யந்திரத் தொழில் எஞ்ஜீனியர்கள், கட்டட நிபுணர்கள், விவசாய நிபுணர்கள் போக்குவரத்து எஞ்ஜினியர்கள், விவசாய யந்திர எஞ்ஜினியர்கள்) 45,900 பேர். இந்தியாவில், 1934-35ல், எஞ்ஜினியரிங், விவசாய,

வர்த்தக பாடங்களில் கல்லூரிப் படிப்பு தேறியவர்கள் எண்ணிக்கை 960 சோவியத் தொகையில் 48-ல் ஒரு பங்கு; ஜனத்தொகையில் வீதாச்சாரப்படி பார்த்தால், சோவியத் தொகையில் 78-ல் ஒரு பகுதி.

இன்னொரு கலாச்சார வளர்ச்சித் துறையை-பத்திரிகைகளையும் பிரசுரங்களையும் எடுத்துக்கொண்டு பார்க்கலாம். ருஷியாவில் 1913ல் 859 தினசரிப் பத்திரிகைகள் இருந்தன. 1937ல் சோவியத் யூனியனில் 8521 தினசரிப் பத்திரிகைகளாக உயர்ந்தன. அதாவது, 10 மடங்கு அதிகரித்தது; அந்த தினசரிப் பத்திரிகைகளின் விற்பனை 27 லட்சத்திலிருந்து (1913) 362 லட்சத்துக்கு (1937) உயர்ந்தது. அதாவது 14 மடங்கு அதிகரித்தது. இந்தியாவில் 1913-14ல் 827 தினசரிப் பத்திரிகைகள் இருந்தன. 1933-34ல் 1748 ஆக உயர்ந்தது. அவைகளின் விற்பனை விவரம் தெரியவில்லை. ஆனால் அது மிகக் குறைவாகவே இருக்கும். சோவியத் யூனியனில் பிரசுரிக்கப்பட்ட புத்தகங்களுடைய பிரதிகளின் எண்ணிக்கை 867 லட்சத்திலிருந்து (1913) 6730 லட்சத்துக்கு உயர்ந்தது-அதாவது கிட்டத்தட்ட எட்டுமடங்கு அதிகரித்தது. இந்தியாவில் பிரசுரமான புத்தகங்கள் எத்தனை பிரதிகள் விற்றன என்பதற்கு கணக்கு இல்லை. 1913-14-ல் 12,189 புத்தகங்கள் பிரசுரமாயின; 1933-34-ல் 16,763 புத்தகங்கள் பிரசுரமாயின; 20 வருஷங்களில் மூன்றில் ஒரு பங்குதான் உயர்ந்திருக்கிறது.

சுகாதாரத்துறையைப் பார்ப்போம். தொட்டில் முதல் சுடுகாடுமட்டும் ஒவ்வொரு பிரஜையின் ஆரோக்கியத்தையும் சுகத்தையும் அக்கறையுடன் கவனிப்பதற்கும், அதற்கான தேவைகளைப் பூர்த்தி செய்வதற்கும், சோவியத் யூனியன் முழுவதும் வலைப்பின்னல் போல் பரந்திருக்கும் அமைப்புக்கு ஈடாக, ஜோடியாக வேறு எந்த நாட்டிலும் இல்லை. ஒவ்வொருவருக்கும் தேவைப்பட்டபோது வைத்திய உதவி, நோய்வாய்ப்பட்டபோதும் விபத்துக்கள், சம்பவங்கள் ஏற்பட்டபோதும் பொருளுதவி அளித்தல் பிரசவ வைத்தியம், குழந்தை வளர்ப்பு, சம்பளத்துடன் விடுமுறை, தொழிலாளர்

ஓய்வுவிடுதிகள், முதியோருக்கு விசேஷ பாதுகாப்பு முதலிய அம்சங்களடங்கிய சோவியத் யூனியனின் பொது சுகாதாரச் சோதனையுடன் இந்தியாவில் அரசுபுரியும் அலட்சிய அசிரத்தையை ஒப்பிட்டால் தூக்கி வாரிப்போடுகிறது. சாதாரண முதலாளித்துவ நாடுகளிலுள்ள சமூகப் பாதுகாப்பு இன்சூரன்ஸ்கூட (அதிலேயே பல குறைபாடுகள் உள்ளன) இந்தியாவில் இல்லை. ஒரு பொது சுகாதாரச் சட்டம்கூட கிடையாது. பொதுமக்களின் உடல்நல வழிக்கும் சுகாதாரத்துக்கும் ஆரோக்கியத்துக்கும் அவசியமான வசதிகள் கூட ரொம்ப கொஞ்சம்; நகரங்களிலும் கிராமங்களிலும் உள்ள உழைப்பாளி மக்களைப் பொறுத்தவரையில், இந்த வசதிகள் காரியாம்சத்தில் கொஞ்சம்கூட இல்லை.

சோவியத் யூனியனில் பொதுசுகாதாரச் செலவு 12 கோடி 80 லட்சம் ரூபில்களிலிருந்து (1913), 69 கோடி 90 லட்சம் ரூபில்களாக (1928) பெருகியது; 1933ல் 380 கோடி 20 லட்சமாக உயர்ந்தது. 1937ல் 905 கோடியாக உயர்ந்தது. அதாவது, 1913ஐவிட, 1937ல் 70 மடங்கு அதிகரித்தது. 1937ல் 905 கோடி ரூபில்கள் செலவாயிற்றென்றால், ஒவ்வொரு பிரஜைக்கும் 53 ரூபில்கள் சுகாதார இலாகாவால் செலவழிக்கப்பட்டது. இந்தியாவில் அரசியல் சீர்திருத்தங்களின் விளைவாக வந்த நிர்வாக மாறுதல்களால், பொது சுகாதாரச் செலவின் பிரதான பளு மாகாணங்களுக்கு மாறிவிட்டபடியால், 1913 நிலைமையுடன் ஒப்பிட்டுப் பார்ப்பது கஷ்டமாயிருக்கிறது. ஆனால், மத்திய சர்க்காரும் மாகாண சர்க்கார்களும் 1921-22ல் பொது சுகாதாரத்துக்கு செலவழித்த மொத்தத் தொகை 4 கோடி 73 லட்ச ரூபாய்கள்; 1935-36ல் அதே தொகை 5 கோடி 72 லட்சமாக அதிகரித்தது. இன்னொரு விதமாகப் பார்த்தால், 1921-22ல் மாகாண, மத்திய சர்க்கார்களின் மொத்த செலவில் 2.1 சதவீதத்திலிருந்து 2.6 சதவீதமாக 1935-36ல் அதிகரித்தது. 1935-36ல் செலவான 5 கோடி 72 லட்ச ரூபாய், 43 லட்சம் பவுன்களுக்கு சமம்; அதாவது, சராசரியாக, தலைக்கு 2¾ பென்ஸ் செலவாயிற்று.

ஜனங்கள் அனுபவித்த சுகாதார சௌகரியங்களை ஒப்பிட்டுப்பார்த்தால், நாம் காண்பதென்ன? ஆஸ்பத்திரிப்

படுக்கைகளை எடுத்துக்கொள்ளலாம். சோவியத் யூனியனில், 1,38,000 ஆஸ்பத்திரி படுக்கையிலிருந்து (1913) 5,43,000 ஆகப் பெருகின (1937). அதாவது, 313 பேருக்கு ஒரு ஆஸ்பத்திரி படுக்கை வீதம் ஆஸ்பத்திரி வசதிகளிருந்தன. பிரிட்டிஷ் இந்தியாவிலுள்ள சகல ஆஸ்பத்திரிகளையும் சேர்த்துப் பார்த்தால் (பிரைவேட் ஆஸ்பத்திரிகள் உட்பட; ஐரோப்பியருக்கென்றும் ராணுவத்துக்கென்றும் இவைகளில் பல ஒதுக்கப்பட்டிருக்கின்றன.) 1914ல் 48,435 ஆஸ்பத்திரி படுக்கைகள் இருந்தன; 1934ல் 72,271 படுக்கைகளாக அதிகரித்தது; அதாவது 3,810 பேருக்கு ஒரு படுக்கை வீதம் சோவியத் யூனியனிலிருப்பதில் 12-ல் ஒரு பங்குக்கும் குறைவாகவேயிருக்கிறது.

1913-ல் ஜாரிஸ்டு ருஷ்யாவின் மரண விகிதம் 1,000க்கு 28. 3; 1914-ல் இந்தியாவின் மரண விகிதம் 1,000க்கு 30; இரண்டும் கிட்டதட்ட ஒன்றாக இருந்தன. 1926க்குள், சோவியத் யூனியனில் மரணவிகிதம் 20. 3க்கு தாழ்ந்துவிட்டது. ஆனால் அதே வருஷத்தில் இந்தியாவின் மரண விகிதம் 26-7ஆக இருந்தது. 1913-ல் மாஸ்கோவின் மரணவிகிதம் 1000க்கு 23.1; 1926-ல் 13.4. 1914ல் பம்பாயின் மரணவிகிதம் 1000க்கு 32. 7: 1926-ல் 27.6. மாஸ்கோவில் குழந்தை மரணவிகிதம் 1913.ல் 1000க்கு 270 ஆக இருந்தது: 1928-29-ல் 1000க்கு 120 ஆகக் குறைந்துவிட்டது; அதே வருடத்தில் (1928-29) பம்பாயில் குழந்தை மரணவிகிதம் 1000க்கு 255.

தொத்துவியாதிகளை பொது சுகாதாரம் எப்படி பாதிக்கிறதென்று பார்க்கலாம். 1913ல் ஜாரிஸ்டு ருஷ்யாவில் 10,000 பேருக்கு 7.3 வீதம் **டைபஸ்** வியாதி தாக்கியது. 1929ல் சோவியத் யூனியனில் அது 10,000க்கு 2 வீதமாக - அதாவது 72 சதவீதம் குறைந்தது. 10,000க்கு 31.4 வீதமாக இருந்த **டிப்தீரியா** நோய் 5. 9 ஆகக் குறைந்தது - 80 சதவீதம் குறைந்தது. பெரிய அம்மை 10,000க்கு 4.7லிருந்து 37 ஆக, 90 சதவீதம் குறைந்தது (**ஸீகிரிஸ்ட்,** "சோவியத் யூனியனில் சோஷியலிஸ்ட் மயமாக்கப்பட்ட வைத்தியம்") இந்தியாவுக்கு டைபஸ், டிப்தீரியா வியாதிகள் பற்றி புள்ளி விவரங்கள் இல்லை. எனினும் பெரிய அம்மையாலேற்படும் சாவுகளைப் பார்த்தால், நல்ல படிப்பினை கிடைக்கும். 1914ல் இந்தியாவில் 76,590 பேர் பெரிய அம்மைக்குப் பலியானார்கள்; அதாவது

10,000-க்கு 3.2 பேர் வீதம், 1934-ல் 83,925 பேர் பெரிய அம்மைக்குப் பலியானார்கள். அதாவது 10,000க்கு 3 வீதம். 1935-ல் இதைவிட கொஞ்சம் அதிகம் பேர் பலியானார்கள். 20 வருஷங்களான பின்னரும் பெரிய அம்மைச் சாவுகள் குறையாமலிருப்பது சோவியத் யூனியனில் பெரிய அம்மையால் தாக்கப்படுபவர் 90 சதவீதம் குறைந்திருப்பதற்கு நேர்மாறாக இருக்கிறது.

சோவியத் யூனியனில் டாக்டர்கள் எண்ணிக்கை 19,800லிருந்து (1913) 1937-ல் 97,000 ஆக அதிகரித்தது. இந்தியாவில், 1934-35-ல் இந்திய சர்வகலாசாலைகளின் வைத்தியப் பரீட்சைகளில் தேறியவர்கள் 630 தான். (இதைத்தவிர, சிலர் பிரிட்டனில் வைத்தியப்படிப்பில் தேறி வந்தனர்)

இறுதியாக, குறுகிய அர்த்தத்தில், தொழிலாளர் நிலைமையை கவனித்தோமானால், சோவியத் யூனியனில் எந்த தேசத்திலும் இல்லாத முறையில் தொழிலாளர்கள் அனுபவிக்கும் சௌகரியங்களிலிருந்து ஒன்றை மாத்திரம், இந்திய நிலைமையுடன் ஒப்பிடக்கூடிய ஒரு உதாரணத்தை மாத்திரம்-வேலை நேரத்தை-எடுத்துக்கொண்டால், சோவியத் யூனியனில் 1922லேயே சகல தொழிலாளர்களுக்கும் 8 மணி நேர வேலை நிர்ணயமாயிற்று; 1927ல் 7 மணி நேரமாயிற்று; அபாயகரமான தொழில்களில் வேலை செய்பவர்களுக்கும், பூமிக்கடியில் வேலை செய்பவர்களுக்கும் 16 முதல் 18 வயது வரையுள்ள மைனர்களுக்கும் மூளை வேலை செய்பவர்களுக்கும் 6 மணி நேரமாக்கப்பட்டது. 14 வயதுக்கு குறைவான சிறுவர் சிறுமிகள் எந்த சந்தர்ப்பத்திலும் வேலை செய்வதை அனுமதிப்பதில்லை; 14 வயது முதல் 16 வயது வரையுள்ளவர்களும் விசேஷ நிலைமையில்தான் அனுமதிக்கப்படுவர்; அப்பொழுதும் அதிகபட்சமாக 4 மணி நேர வேலைதான் செய்யமுடியும்.

இந்தியாவில் 1922-ல் வருஷத்திய பாக்டரி சட்டம் 11 மணி நேர வேலை நேரத்தை அமுலுக்கு கொண்டுவந்தது. 1934-ல் வந்த பாக்டரி சட்டம் இதற்குப் பதிலாக வேலை

நேரத்தை 10 மணியாக்கி, 12 வயதுக்குக் குறைவான சிறுவர் சிறுமிகள் வேலை வாங்கப்படுவதைத் தடுத்தது. ஆனால் வருஷத்துக்கு ஒரு தடவையாவது ஒவ்வொரு பாக்டரியையும் போய்ச் சோதனை பார்ப்பதற்குப் போதுமான இன்ஸ்பெக்டர்கள் கூட கிடையாது. (1929-ல் அகில இந்தியாவிலும் 39 இன்ஸ்பெக்டர்கள் தானிருந்ததாக விட்லி' கமிஷன் ரிப்போர்ட் கூறுகிறது). ஆகவே பாக்டரி சட்டம் மீறப்படுகிறது. குறிப்பாக சிறுவர்கள் வேலை வாங்கப்படுவதைத் தடை செய்யும் விதி அனுஷ்டானத்தில் இல்லை. தவிர, பாக்டரி சட்டம் தொழிலாளர்களின் ஒரு சிறு பகுதியினரையே பாதிக்கிறது. (1936-ல் 16 லட்சம் தொழிலாளர்களுக்கே பாக்டரிகள் சட்டம் உதவியது. ஆனால் தொழிலிலும் போக்குவரத்திலும் 177 லட்சம் தொழிலாளர்கள் இருப்பதாக 1931-ம் வருஷ ஸென்ஸஸ் கூறியது. இந்தியத் தொழிலாளர்களில் மிகப் பெரும்பாலோருக்கு வேலை நேர நிர்ணயம் கிடையாது. எந்தவிதமான பாதுகாப்பும் கிடையாது. சின்னஞ்சிறு குழந்தைகளின் உழைப்பைச் சுரண்டுவதற்குகூட எல்லை கிடையாது. ஐந்து வயதுக் குழந்தைகள்கூட 12 மணி நேரம் வேலை செய்வதை விட்லி கமிஷனே கண்டது.

ஒவ்வொரு துறையிலும், பிரத்தியட்ச உண்மைகளை, புள்ளி விவரங்களை எடுத்து இங்கு நாம் ஒப்பிட்டிருக்கிறோம். இந்த உண்மைகளின் அடிப்படையில் நம் அபிப்பிராயம் எதுவாயிருந்தாலும் சரி, சோவியத் யூனியனுக்கும் ஏகாதிபத்திய இந்தியாவுக்குமுள்ள வேறுபாடு நாகரிகத்துக்கும் காட்டுமிராண்டித் தனத்துக்குமுள்ள வேறுபாடு என்ற தீர்ப்பை அளித்தே தீரவேண்டும்.

எனினும் 20 வருஷங்கள் முன்னால், ஜாரிஸ்டு ருஷ்யாவின் மக்களுக்கும் பிரிட்டிஷ் ஆட்சியிலுள்ள இந்திய மக்களுக்கும் வாழ்க்கை நிலைமையில் இந்த வித்தியாசம் இருக்கவில்லை. இருபதாண்டு சோஷியலிஸ்ட் ஆட்சி இந்த மாறுதலை சிருஷ்டித்துவிட்டது. ஆகவே, தேவையான அரசியல் சூழ்நிலை ஏற்பட்டால், வர்க்க சக்திகளின் உறவில் அவசியமான மாறுதல் ஏற்பட்டால், அதைப்போன்ற மாறுதலை இந்தியாவும் சாதிக்க முடியுமென்பது வெளிப்படை.

2. மத்திய ஆசியக் குடியரசுகளின் அனுபவம்

சோவியத் யூனியனிலுள்ள மத்திய ஆசிய குடியரசுகளின் சாட்சியம் இதை மேலும் ஊர்ஜிதப்படுத்துகிறது.

ஜாரிஸ்ட் ருஷ்ய சாம்ராஜ்யம் முழுவதையும் எடுத்துக் கொண்டு அதன் 1913-ம் வருட நிலைமையை இந்தியாவுடன் ஒப்பிடும்போது ஒரு விஷயத்தை நினைவூட்டிக்கொள்ள வேண்டும். இந்தியாவைவிட ருஷ்யா அன்று வளர்ச்சி ஏணியில் உயர்ந்த ஸ்தானத்திலிருந்தது. (ஆனால் இது பின்னால் ஏற்பட்ட வளர்ச்சி விகிதத்தைப் பாதிக்காது. உண்மையில் 1913க்கு முந்தி, உலக ரீதியில் பார்த்தால், ருஷியா பின்னோக்கிச் சென்றுகொண்டிருந்தது.) ஆனால் 1913-ல் ஜாரிஸ்டு ருஷியா இந்தியாவைவிட உயர்ந்த கட்டத்திலிருந்த விஷயம் சோவியத் யூனியனின் மத்திய ஆசிய குடியரசுகளுடைய உதாரணத்துக்கு விசேஷ முக்கியத்துவம் அளிக்கிறது. இந்த குடியரசுகள் 20 வருஷங்களுக்கு முன், இந்தியாவைவிட பிற்போக்காக இருந்தன. ஆகவே அவைகள் இன்றடைந்திருக்கும் முன்னேற்றம் இந்தியாவுக்கு ஒரு விசேஷ உதாரணமாகத் திகழ்ந்தது.

சோவியத் யூனியனுக்கும் பிரிட்டிஷ் ஆட்சிக்குட்பட்ட இந்தியாவுக்குமுள்ள மாறுபாடுகளைப் பார்த்தோம். மத்திய ஆசிய சோவியத் குடியரசுகளுக்கு வரும்போது, இந்த மாறுபாடுகள் மேலும் கூர்மையாகவும் ஆணித்தரமாயுமிருப்பதைக் காண்கிறோம். மாறுதல் ஏற்படுவதற்கு முன், இந்திய சூழ்நிலைக்குக் கிட்டத்தட்ட ஒத்த நிலையிலிருந்த ஒரு பிரதேசத்தில், இந்திய நிலைமையில் நம்மை எதிர்நோக்கும் விசேஷ கஷ்டங்களும் பிரச்சினைகளும் உள்ள ஒரு பிரதேசத்தில், சோவியத் யூனியனுடைய பொது வளர்ச்சிப் பிரகாரம் வளர்ச்சி ஏற்பட்டிருப்பதை நாம் பார்க்கமுடிகிறது. இந்த குடியரசுகளில் ஜனங்களின் நிலைமை இந்தியாவிலிருப்பதைவிட பிற்போக்காயிருந்தது; இந்தியர்கள் நிலைமைக்கும் பின்தங்கிய நிலைமை அவர்களுடையது; இந்தியர்களைவிட அதிகமாக வறுமைப்பட்டிருந்தார்கள். அதிகமாக ஒடுக்கப்பட்டிருந்தார்கள். ஆசிய பொருளாதாரத்திலிருந்தும் ஆசிய சமூகத்தின் சுற்றுச் சார்புகளிலிருந்தும் எழும் விசேஷ பிரச்சினைகள், மாதர் நிலைமை, மதம் போன்ற விசேஷ பிரச்சினைகள், அனைத்தும் தீவிரமான உருவத்தில் இந்த

மத்திய ஆசிய நாடுகளில் எதிர்நோக்கின. ஆகவே, இங்கே வேறெந்த இடத்தையும்விட தெளிவான முறையில், பின்கட்டத்திலுள்ள ஜனங்கள்பால் சோஷியலிஸம், கடைப்பிடிக்கும் கொள்கைக்கும் ஏகாதிபத்தியம் அனுஷ்டிக்கும் காலனி கொள்கைக்குமுள்ள மாறுபாடுகளைப் பார்க்கமுடிந்தது.

சோவியத் சோஷியலிஸ்டு குடியரசுகளுடைய யூனியனில் ஏழு சுயாட்சிக் குடியரசுகள், சம அந்தஸ்திலுள்ள குடியரசுகள் இணைந்து நிற்கின்றன; இவைகளில் மத்திய ஆசிய சோவியத் குடியரசுகள் மூன்று. 1,71,000 சதுர மைல்கள் விஸ்தீரணமும் 125 லட்சம் ஜனத்தொகையுமுள்ள **டர்க்மனிஸ்தான்**; 66,000 சதுர மைல்கள் விஸ்தீரணமும் 50 லட்சம் ஜனத்தொகையுமுள்ள **உஸ்பெக்கிஸ்தான்**; 55000 சதுர மைல்கள் விஸ்தீரணமும் 15 லட்சம் ஜனத்தொகையுமுள்ள **டாஜிகிஸ்தான்**. **காரா-கால்பக்** சுயேச்சைக் குடியரசும் **கிர்கிஷ்** சுயேச்சைக் குடியரசும் இவற்றுடன் நெருங்கிய தொடர்புகொண்டு வாழ்கின்றன. காஸக்ஸ்தானுக்கு தெற்கே, இந்தியாவின் எல்லைகளுக்கடுத்தாற்போல், இந்த ஐந்து குடியரசுகளும் உள்ளன.

"காஸக்ஸ்தானுக்கு தெற்கே, மத்திய ஆசியா இருக்கிறது. இங்கு ஐந்து சோஷியலிஸ்ட் குடியரசுகள் உள்ளன; அவைகளில் வாழும் தேசிய இனங்களின் பெயர்களை அக்குடியரசுகளின் பெயர்கள் பிரதிபலிக்கின்றன- உஸ்பெக்/ டார்க்மன், டாஜிக், கிர்கிஷ் காராகல்பக் குடியரசுகள், "இந்த மத்திய ஆசியா, சோவியத் யூனியனின் தென்கோடியிலுள்ளது. இங்கு நாட்டின் (சோவியத்நாட்டின்) எல்லைகள் **பெர்ஷியா**வையும் **ஆப்கானிஸ்தான**த்தையும் **மேற்கு சீனா**வையும் தொடுகின்றன. மத்திய ஆசிய எல்லையிலிருந்து 15 கிலோ மீட்டர்களுக்கு அப்பால், இந்தியா தொடங்குகிறது. புரட்சிக்கு முன்னால், மத்திய ஆசியா அரை அடிமை அரை கலோனியல் நாடாக* இருந்தது. இன்று அது சரிநிகர் சமான தேசிய இனங்களின்

* நவீன கால முதலாளித்துவத்தின் ஆக்கிரமிப்புக்கும் சுரண்டலுக்கும் இரையான நாடுகள் காலனிகள். (உ-ம்)இந்தியா, பர்மா, சகஜமாக, காலனி நாட்டை அடிமைநாடென்று நாம் குறிப்பிடுகிறோம். யதார்த்த அர்த்தத்துக்கு அது ஒத்திருந்தபோதிலும், சரித்திர விஞ்ஞானத்தில், அரசியல் சாஸ்திரத்தில் அடிமை முறை என்பதற்கு வேறு அர்த்தமுண்டு.

தேசமாக, சோஷியலிஸ்ட் விவசாயத்தின் தேசமாக, புதிதாக உண்டான யந்திரத் தொழில்களுள்ள தேசமாக விளங்குகிறது."

(மைகாலோவ், "சோவியத் பூகோளம்")

இந்தியாவுக்கு சில மைல் தூரத்திலுள்ள **டாஜிகிஸ்தா**னை பரீட்சை செய்வதுடன் ஆரம்பிப்போம். கடந்த காலத்தில், டாஜிக் மக்களுடைய வர்ழ்க்கை சந்தோஷமாயில்லை; துயர பாரதமாய் இருந்தது. புரட்சி ஏற்படும்வரை, அவர்கள் **பொகாராவின் எமீர்** நடத்திய நிலப்பிரபுத்துவ ஆட்சியின் கீழ், ஜாரிஸ்டு ருஷ்யாவின் நுகத்தடியின்கீழ் அவதிப்பட்டார்கள். ஜாரிஸ்டு சாம்ராஜ்யம் வீழ்ந்து உடைந்ததைத் தொடர்ந்துவந்த உள்நாட்டு யுத்தங்கள் இங்கு 1925 வரை முற்றுப்பெறவில்லை. 1925ல் டாஜிகிஸ்தான் ஒரு சுயேச்சைக் குடியரசாயிற்று; 1929ல் அது ஒரு சுதந்திரக் குடியரசாக சோவியத் யூனியன் என்ற சமஷ்டியில் சேர்ந்தது.

புரட்சிக்கு முன்னால் டாஜிக் மக்களில் அரை சதவீதத்தினருக்கே (இருநூறில் ஒருவருக்கே) எழுதப் படிக்கத் தெரியும். இது டாஜிக் மக்களை ஜாரிஸ்டு ஆட்சி எத்தகைய பிற்போக்கின் பிடிப்பில் வைத்திருந்தது என்பதற்கு ஒரு உதாரணம். (1911ல் இந்தியாவில் 100க்கு 6 பேருக்கு எழுதப் படிக்கத் தெரியும்). ஆனால் 1933ல் 100க்கு 60 பேர் எழுதப் படிக்க கற்றுக்கொண்டிருந்தனர். (1931ல் இந்தியாவில் 100க்கு 8 பேருக்கே எழுதப் படிக்கத் தெரியும்.) 1936ல் டாஜிக் குடியரசில் 300 பள்ளிக்கூடங்கள் ஜனத்தொகையில் 500 பேருக்கு ஒரு பள்ளிக்கூடம்) ஐந்து உயர்தர பள்ளிக்கூடங்கள் ஏற்பட்டிருந்தன. முப்பதுக்குமேல் டெக்னிகல் ஸ்கூல்களிலிருந்தன.

ஒரு குறிப்பிட்ட சமூக அமைப்பின் வர்க்க ஆதிக்கத்தை அடிமை முறை என்கிறோம். அந்த சமூகத்தில் அடிமைக்கு சொந்தக்காரன் தன் பொருளுற்பத்தி சாதனங்களைப்போல், அடிமைகளையும் தன்னிஷ்டம்போல் விற்கவும் வாங்கவும் கொலை செய்யவும்கூட உரிமை பெற்றிருக்கிறான். ஜாராண்ட மத்திய ஆசியாவில் அடிமைத்தனமும் நவீன ஏகாதிபத்திய சுரண்டலும் சேர்ந்து நிலவியதால், அதற்கு அரை அடிமை, அரை கலோனியல் தேசமென்று இலக்கணம் கூறுகிறார் மைகாலோவ். (மொ-ர்)

1939க்குள் 21 உயர்தரப் பள்ளிக்கூடங்கள் ஏற்பட்டுவிட்டன. 328000 மாணவர்கள் பள்ளிக்கூடங்களில் படித்தார்கள். (1914ல் நூறே நூறுபேர்தான் பள்ளிக்கூடங்களில் படித்தனர்.)

1924-ல் சாகுபடியான பிரதேசத்தின் விஸ்தீரணம் 1,00,5000 ஏக்கர்களே; 1936-ல் 1,62,6000 ஏக்கர்களாக அது அதிகரித்தது. பருத்தி பிரதான விளைபொருளாயிற்று. மிகப் பெரும்பான்மையான விவசாயிக் குடும்பங்கள் கூட்டுப் பண்ணை முறையை ஏற்றுக்கொண்டன. யந்திர சாதனங்களைக் கொண்டு பருத்தி சாகுபடி செய்யப்பட்டது. உழுவது, விதைப்பது முதலிய சாகுபடி வேலைகளை 'டிராக்டர்கள்' செய்தன. நீர்ப்பாசன வளர்ச்சி விசேஷ முக்கியத்துவம் வாய்ந்தது:

"பருத்தி சாகுபடி பிரதேச விஸ்தரிப்பு நீர்ப்பாசன வசதியைப் பெரிய அளவு பொறுத்திருந்தது. 1929-ல் டாஜிகிஸ்தான் 30 லட்சம் ரூபிள்களை நீர்ப்பாசன வேலைகளுக்குச் செலவழித்தது. 1930ல் 120 லட்சம் ரூபிள்கள்; 1931 பட்ஜட் நீர்ப்பாசனத்துக்காக 6 கோடி ரூபிள்களை ஒதுக்கியது-அதாவது தலைக்கு 50 ரூபிள்கள் வீதம், இந்த பணத்தின் பெரும்பாகம் அந்த தாயகத்தின் ஜனங்கள் மீது வரி விதித்து வசூலிக்கப்பட்டதல்ல; சோவியத் யூனியனின் மத்திய சர்க்கார் அளித்த நிதி."

(கே.குனிட்ஸ்-"ஸாமர்க்கண்ட்மீது சூரியோதயம்")

இந்தியாவில் இதற்கு நேர்மாறான நிலைமை- இங்கு நீர்ப்பாசனத்துக்குப் பணம் ஒதுக்குவதென்றால் கையைக் கடிக்கிறது. லோபித்தனம் தலைவிரித்தாடுகிறது. நடக்கும் வேலைகள் ஆமைவேகத்தில் நிறைவேறுகின்றன. முன்பேயிருந்த நீர்ப்பாசனங்களும் கவனிப்பாரற்று, உதவாக்கரையாகின்றன. நடந்திருக்கும் மிகக் குறைவான **புதிய நீர்ப்பாசனங்களும்** 1913-14-ல் நீர்ப்பாசனம் பெற்ற நிலப்பரப்பு 468 லட்சம் ஏக்கராக்கள்;1933-34-ல் 505 லட்சம் ஏக்கராக்கள்) முதல் போட்டு வட்டி எடுக்கும் முறை யிலேயேதான் நிகழ்ந்திருக்கின்றன. நீர்ப்பாசனத்துக்காக

போடப்படும் புதிய வரிகள் மூலம் 7 சதவீதத்துக்குமேல் வட்டி கிடைக்கிறது! இது விவசாயிகளின் பளுவை அதிகரிப்பதால், ஏழை விவசாயிகள் நீர்ப்பாசனங்களை அனுபவிக்க முடிவதில்லை.

மெஷின்களை கண்டறியாத மத்திய ஆசியாவில், சோஷியலிஸம் வந்தபின், ஏற்பட்டிருக்கும் தொழில் வளர்ச்சி அதிமுக்கியமானது. நவீன யந்திரத் தொழில்களை ("தாய்நாட்டில்" ஏகாதிபத்தியத்தின் தாயகத்தில்) குவித்துவிட்டு காலனிகளை விவசாய நாடுகளாகவே வைத்திருப்பது பழைய பரம்பரை. ஆனால் சோஷியலிஸத்தில் இந்தக் கொள்கைக்கு இடமே கிடையாது. அதற்கு மாறாக, முன்னால் பின் கட்டத்திலிருந்த பிரதேசங்களை முன்னுக்குக் கொண்டுவர, குறிப்பாக அவற்றில் யந்திரத்தொழில்கள் வளர, தீவிர நடவடிக்கைகள் எடுக்கப்படுகின்றன.

"புரட்சி ஏற்படும் வரையில் டாஜிகிஸ்தானில் ஒரு யந்திரத் தொழில்கூட இல்லை. இன்று அங்கு ஸில்க் பாக்டரிகள், உணவுப் பதார்த்தங்கள் பாதுகாப்பு பாக்டரிகள் முதலியன இருக்கின்றன. இவை கடந்த சில வருஷங்களுக்குள் கட்டப்பட்டவை. . . . **வார்ஸ்போஸ்க்** மின்சார விசை ஸ்டேஷன் அமைப்பு இப்பொழுது முடிந்துவிட்டது. இது அந்நகரத்தின் ஆலைகளுக்கு மின்சார விசையளிக்கும் . . . . உடை தயார் செய்யும் பாக்டரிகள் **ஸ்டாலினாபாத்**தில் முழு மூச்சுடன் வேலை செய்கின்றன. **லெனினாபாத்**தில் ஒரு பிரம்மாண்டமான ஸில்க் பாக்டரி இருக்கிறது; இங்கு இந்த வருஷம் ஒரு மாபெரும் பருத்தி ஜவுளி தொழிற்சாலை, மாமிச பாக்டரி, சிமெண்ட் தொழிற்சாலை, சாராயம் காய்ச்சும் பாக்டரி ஆகியவைகளைக் கட்டத் தொடங்கிவிட்டனர். இரண்டு செங்கல் பாக்டரிகள் இரண்டு எண்ணெய் பாக்டரிகள், பத்துப் பருத்தி சுத்தம் செய்யும் பாக்டரிகள், பத்துப் பெரிய அச்சுக்கூடங்கள் முதலியவை வேலை செய்யத் தொடங்கிவிட்டன."

(பிரிட்டனுக்கு வந்த சோவியத் வர்த்தக தூது கோஷ்டி,1936)

புரட்சிக்கு முன், டாஜிகிஸ்தானில் நவீன ரஸ்தாக்கள் கிடையாது. முதல் ஐந்து வருடத்திட்ட காலத்தில், டாஜிகிஸ்தான் 181 கிலோ மீட்டர்கள் நீளமுள்ள ரயில்வே பாதையும், 12 ஆயிரம் கிலோ மீட்டர்கள் உள்ள நல்ல ரஸ்தாக்களும் கட்டி முடிந்தது. அதில் 6000 மைல் நீளமுள்ள ரஸ்தாக்கள் உயர்ந்த மோட்டார் ரோடுகளாகும்.

பொது சுகாதாரத்தை எடுத்துக்கொள்ளுங்கள். 1914ல் டாஜிகிஸ்தானில் 13 டாக்டர்கள் இருந்தனர்; 1939ல் 440 டாக்டர்கள். 1914ல் ஜனங்களனைவருக்கும் நூறு ஆஸ்பத்திரி படுக்கைகளே இருந்தன; 1939-ல் 3675 ஆஸ்பத்திரி படுக்கைகள் இருந்தன. 1914ல் பிரசவ ஆஸ்பத்திரிகளில் கர்ப்பிணிகளுக்கு வசதி இல்லை; 1937ல் 240 படுக்கைகள் அவர்களுக்கென்றிருந்தன. 1914ல் கர்ப்பிணிகளுக்கோ குழந்தைகளுக்கோ சம்ரக்ஷண நிலையங்கள் கிடையா; 1937ல் அவை 36 இருந்தன.

சோஷியலிஸத்தில், டாஜிக் ஜனங்கள் அனுபவிக்கும் **புதிய வாழ்வு** கீழ்க்கண்ட டாஜிக் கூட்டுப் பண்ணை விவசாயியின் கீதத்தில் பிரதிபலிக்கிறது. (இந்த கீதத்தை "ஸாமர்க்கண்ட் மீது சூரியோதயம்" என்ற புத்தகத்தில் ஆசிரியர் எடுத்தாள்கிறார்.):-

"வெப்பமொடு சுதந்திரமாய்த் திகழ்கின்ற தென்மூச்சு
வறண்ட நம் சமவெளி உழப்படில்
தண்ணீர் வயல்வழி பருத்திக்குப் பாயுங்கால்
தீர்ந்ததோர் அணையைக் காணுங்கால்,
புதியதொரு வாழ்க்கைக்காய் முயலுவோர்
பார்க்குங்கால்,
புத்திரனைக் கண்டதொரு பிதாவனையேன்
வாழ்க! புது மனிதரென்று கூவினேன், என் மகன்
வயல்வழி யந்திரத்தை ஓட்டுங்கால்
புழுதியை வேரோடு புரட்டுமேர் கண்டிடில்,

பாட்டாளிக்கு கீர்த்தி எனக் கூவினேன்
பழையதோர் உலகமே திரும்புமென் றஞ்சிடில்
பயத்தால் கீழ்விழுந்து உரைந்தேன்
துப்பாக்கியும் குண்டுகளும் கொடுமென் தோழரே
தாய்நாடு காக்க போர்முனை செல்வேன்"

55 லட்சம் ஜனங்கள் வசிக்கும் உஸ்பெக்கிஸ்தானைப் பார்ப்போம். இதர மத்திய ஆசிய சோவியத் குடியரசுகளைவிடப் பெரியது இது. புரட்சிக்கு முன்னால், 100க்கு 3 முதல் 5 பேரே எழுதப் படிக்கத் தெரிந்திருந்தனர். 1932-ல் ஆரம்பப் பள்ளிக்கூடங்களில் 5,31,000 பேரும், ஸெகண்டரி ஸ்கூல்களில் 1,30,000 பேரும் படித்தனர். இதைத் தவிர கல்லாமையை கருவறுப்பதற்காக ஏற்பட்ட ஸ்கூல்களில் (முதியோர் கல்வித்திட்டம்) 7,10,000 பேர் படித்தனர். கூட்டுப் பண்ணை விவசாயம் வேகமாக வளர்ந்தது; 1913ல், 26 கோடி 90 லட்சம் ரூபிள்கள் மதிப்புள்ள பொருட்களை உற்பத்தி செய்த யந்திரத் தொழில் வளர்ச்சியடைந்த 1936ல் 117 கோடி 50 லட்சம் ரூபிள்கள் பெறுமானமுள்ள பொருட்களை உற்பத்தி செய்தன. 1928ல் 340 லட்சம் யூனிட்டுகள் மின்சார விசை உற்பத்தியாயிற்று. 1936-ல் 23 கோடி யூனிட்டுகள் உற்பத்தியாயிற்று. 51 பஞ்சாலைகள், நிலக்கரி சுரங்கத் தொழில், **டாஷ்கண்**டில் விவசாய யந்திரங்களைச் செய்யும் மாபெரும் தொழிற்சாலை, ஒரு ஸிமெண்ட் பாக்டரி, ஒரு கந்தக சுரங்கம், 'ஆக்ஸிஜன்' தயாரிக்கும் தொழிற்சாலை (ஆக்ஸிஜனையே **பிராணவாயு** என்றும் கூறலாம்; ஆக்ஸிஜனை தனிமைப்படுத்தி சேகரிப்பது இந்தத் தொழிலின் பணி, ஆக்ஸிஜனுக்குப் பல உபயோகங்களுண்டு) காகிதத் தொழிற்சாலை, தோல் பாக்டரி , உடை தயார் செய்யும் பாக்டரிகள் முதலியன ஏற்பட்டன. 1914லிருந்து 1937க்குள்ளாக டாக்டர்களின் எண்ணிக்கை 128லிருந்து 2185 ஆக அதிகரித்தது. புரட்சிக்கு முன் இத் தேசபாஷைக்கு எழுத்துக்களே (லிபியே) கிடையாது.

லத்தீன் லிபி அடிப்படையில், உஸ்பெக் மொழிக்கு லிபி உருவாக்கி, இந்த கஷ்டம் பைசலாக்கப்பட்டது. 1935ல் குடியரசில், ஐந்து பாஷைகளில் 118 செய்திப் பத்திரிகைகள் வெளிவந்தன; அவை வருஷத்திற்கு 10 கோடி பிரதிகளுக்கு மேல் விற்றன.

இந்த மகத்தான மாறுதலில் செலவுக்கு எந்த வகையில் பணம் கிடைக்கிறது? பின் தங்கிய ஜன சமூகங்களைச் சுரண்டிக் கொழுக்கும் ஏகாதிபத்திய முறைகளுக்கும், சோஷியலிஸத்தின்கீழ் தேசிய இனங்களிடையே மலர்ந்திருக்கும் சரிநிகர் சமான கூட்டுறவுகளுக்குமிடையிலுள்ள வேறுபாடுகள் இந்த கேள்வியின் பதிலிலிருந்து உள்ளங்கை நெல்லிக்கனிபோல் விளங்கும். ஏகாதிபத்தியத்தின்கீழ் அடிமைப்பட்டுள்ள நாடுகளின் பின்கட்டத்திலுள்ள மக்களிடமிருந்து, ஆளும் நாட்டின் செல்வம் படைத்த சுரண்டல் கூட்டம் ஏராளமான இறையை (இறை-கப்பம்-அடிமை நாட்டிலிருந்து அரசியல் ஆதிக்கத்தை உபயோகித்து, அடித்துக்கொண்டு போகப்படும் கொள்ளை) வருஷா வருஷம் வசூலிக்கிறது. சோஷியலிஸத்தின் கீழ் பின்கட்டத்திலுள்ள ஜனசமூகங்களை வேகமாக முன்னுக்கு கொண்டுவருவதற்கான உபரி செலவை மத்திய சர்க்கார் அளிக்கிறது. இடைக்காலத்தில் (அதாவது, பின்கட்டத்திலுள்ள தேசிய இனம் முன்னேறியுள்ள தேசிய இனத்துக்குச் சமானமாக வளர்ச்சியடையும் வரையில்) பின் தங்கியுள்ள பிரதேசம் யூனியன் சர்க்காருக்குக் கொடுப்பதைவிட அதிகமாகப் பெற வேண்டுமென்பதற்காக, சோவியத் யூனியன் சர்க்கார் தன் மொத்த பட்ஜெட் செலவில் பின்தங்கியிருக்கும் தேசிய இனத்துக்கு கிரமமாக ஒதுக்க வேண்டியதற்கு அதிகமாகவே நிதி அளிக்கிறது. (கடனாக அல்ல; பின்தங்கியுள்ள தேசிய இனங்கள் மீது கடன் பளுவை சுமத்துவதல்ல; இந்த அதிகப்படியான நிதியை யூனியன் சர்க்கார் இஷ்டபூர்வமாக, இலவசமாக அளிக்கிறது.) 1927-28-ல் பல்வேறு சோவியத் குடியரசுகளுக்காக யூனியன் பட்ஜெட், ஒவ்வொரு பிரஜைக்கும் எவ்வளவு செலவழித்தது என்பதைப் பின் பக்கம் வரும் அட்டவணையில் காணலாம்.

1927-28-ல் ஒவ்வொரு பிரஜைக்கும் சோவியத் குடியரசுகளுடைய பட்ஜெட் செலவு

எந்த இனத்தில்	(ரூபிள்களில்)						
	ருஷ்ய சோஷலிஸ்ட் குடியரசு	உக்ரேன்	வெள்ளை ருஷ்யா	டிரான்ஸ் காகேஷ்யா	உஸ்பெக்கிஸ்தான்	டர்க்மனிஸ்தான்	சராசரி
சர்க்கார்	0.69	0.86	1.06	2.23	1.60	2.45	1.02
பொருளாதார நிர்வாக இலாக்காக்கள்	1.08	0.88	1.57	1.13	1.04	1.46	1.06
சமூக, கலாச்சார தேவைகள்	2.16	1.92	2.57	3.59	2.48	3.84	2.20
தேசியபொருளா தாரத்துக்கு நிதி	1.65	1.62	2.37	4.95	3.39	8.90	1.91
குடியரசுகளின் பட்ஜட்டுகளுக்கு அளித்த வகையில்	5.87	5.56	5.57	6.70	5.77	5.58	5.83
இதர செலவுகள்	0.04	-	-	0.53	0.20	-	0.06
மொத்தம்	11.76	10.84	13.14	19.13	14.48	22.23	12.08

சகல ஜீவாதாரமான தேவைகளிலும் அதிக வசதி படைத்த ருஷிய, உக்ரேனிய குடியரசுகளின் பிரஜைகளுக்கு இதர குடியரசுகளின் பிரஜைகளைவிட குறைவாக நிதி செலவழிக்கப்படுவதைக் காணலாம். பின் தங்கியுள்ள தேசியக் குடியரசுகளின் கலாச்சார, பொருளாதார, வளர்ச்சியைத் துரிதப்படுத்தும் பொறுப்பை யூனியன் சர்க்கார் ஏற்றுக்கொள்கிறது.

1939-ம் வருஷத்திய சோவியத் யூனியன் பட்ஜட்டிலும் இதே சித்திரத்தைக் காண்கிறோம். யூனியனுடைய பட்ஜட்டும் குடியரசுகளுடைய பட்ஜட்டுகளும் மொத்தமாக முந்திய வருஷத்தைவிட 12.4 சதவீதம் அதிகரித்தது. காஸக்ஸ்தானின்

பட்ஜெட் 20.1 சதவீதமும், டர்க்மனிஸ்தானின் பட்ஜெட் 22.4 சதவீதமும் அதிகரித்தன. ருஷிய சோவியத் குடியரசு, தன் பிரதேசத்தில் வசூலான வரிகளில் 18.8 சதவீதமே பெற்றது; டாஜிகிஸ்தானத்துக்கு அதன் தாயகத்தில் வசூலானது முழுவதும் கிடைத்தது. 1928-29 லிருந்து 1939க்குள்ளாக, சமூக, கலாசார செலவு சோவியத் யூனியன் முழுவதற்கும் 25 மடங்கு அதிகரித்தது. டர்க்மனிஸ்தானுக்கு 29 மடங்கு அதிகரித்தது; காஸக்ஸ்தானுக்கு 31 மடங்கு பெருகியது. தேசிய மைனாரிட்டிகள் வசிக்கும் பிரதேசங்களின் யந்திரத் தொழில் வளர்ச்சிக்கும் இதே விசேஷக் கவனம் செலுத்தப் பட்டது. காஸக்ஸ்தானின் மொத்த பட்ஜெட் 151 கோடி 30 லட்சம் ரூபிள்கள். அதன் தாயகத்தில் ஒரு பிரம்மாண்டமான செம்பு உருக்கும் தொழிற்சாலையை **பால்காஷ்** என்றவிடத்தில் கட்ட யூனியன் சர்க்கார் தன் நிதியிலிருந்து 50 கோடி 90 லட்சம் ரூபிள்கள் அளித்தது. **காரகண்டா** சோவியத் யூனியனின் மூன்றாவது பெரிய நிலக்கரி வயலாகிவிட்டது. **சில்கெண்டிலும் ரிட்டர்ஸ்**கிலும் உள்ள காரீயத் தொழிற்சாலைகள் சோவியத் யூனியனின் மொத்த காரீய உற்பத்தியில் முக்கால் பாகத்தை சப்ளை செய்கின்றன.

இந்த விதத்தில் சோவியத்தின் கீழ் யந்திரத் தொழில்களின் புதிய விநியோகம் திட்டமிட்டு நிறைவேற்றப்படுகிறது. **"சோவியத் பூகோளம்"** என்ற புத்தகத்தில், மைகலோவ் எடுத்துக்காட்டுவது போல, இதற்கு முன்னால், ஜார் ஆண்ட சாம்ராஜ்யத்தில், சாம்ராஜ்யத்தின் பகுதிகளில் யந்திரத் தொழில்கள் ஏற்றத்தாழ்வான முறையில் விநியோகிக்கப் பட்டிருந்தன. ருஷ்ய யந்திரத்தொழில் உற்பத்தியில் பாதி, தற்கால மாஸ்கோ, லெனின் கிராடு, ஐவனோவ் முதலிய பிரதேசங்கள் அடங்கிய பாகத்திலேயே இருந்தது. பொருளாதார படத்தில், இந்தப் பகுதி ஒரு தனித்தீவாக காட்சியளித்தது. இங்குதான் யந்திரத் தொழில் மூலதனம் தோன்றி வளர்ந்தது. இங்கிருந்துதான் ஜாரிஸ்டு அடிமைச் சங்கிலிகள் வியாபித்து விவசாயப் பிரதேசங்களை மூலப்பொருட்களை உற்பத்திசெய்யும்

பிரதேசங்களை யந்திரத்தொழில் மையத்துடன் கட்டுப்படுத்தின. மூலப் பொருள்களின் உற்பத்தி ஸ்தலத்திலிருந்து யந்திரத் தொழில் நடக்கும் இடங்கள் தொலைதூரத்திலிருந்தன. ஆகவே, சமூக உழைப்பு வீணாக்கப்பட்டது. ஆனால் அந்த செலவு அடிமை நாடுகள் தலையில் கட்டப்பட்டது. "பருத்தி உற்பத்தி செய்யும் உஸ்பெக்குக்கு (உஸ்பெக்கிஸ்தான் பிரஜை) நியாயமான விலை கொடுக்கப்படவில்லை; ஆனால் (பருத்தியிலிருந்து நெய்யப்பட்ட) ஆடைக்கு அவன் அதிகக்கிரமமான விலை கொடுத்து வாங்கினான். . . . சீரழிந்துபோன கைத்தறித் தொழிலில் வேலை செய்தவன் கைகள் மின்சார விசையைவிட மலிவாகியிருந்தன.

"கூட்டுறவு வளர்ச்சி முறையில், தேசிய இனங்களின் சரிநிகர் சமான முறையில், யந்திரத் தொழிலை விநியோகிக்கும் புதிய கொள்கைகளை திட்டமிடப்பட்ட சோஷியலிஸ்ட் உற்பத்தி அனுஷ்டானத்துக்கு கொண்டு வந்தது:- "**மையத்திலிருந்து** போட்டி வருவதை திட்டமிட்ட சோஷியலிஸ்ட் உற்பத்தியும் விநியோகமும் நீக்கியது. பழைய தடைச்சட்டங்களுக்குப் பதிலாக புதிய கொள்கை, எல்லைப் புறங்களிலுமுள்ள தேசிய பிரதேசங்களில் யந்திரத்தொழிலும் கலாச்சாரமும் வளரவேண்டுமென்ற புதிய கொள்கை அமுலுக்கு வந்தது.

"சோவியத் யூனியனில் வசிக்கும் சகல ஜனங்களுக்கும் சம உரிமைகள் உண்டு. ருஷ்யப் புரட்சியின் ஆரம்ப நாட்களிலேயே, சகல தேசிய இனங்களுடைய சரிநிகர் சமத்துவம் **சட்டரீதியாக** ஸ்தாபிக்கப்பட்டது. ஆனால், **நடைமுறையிலுள்ள** ஏற்றத்தாழ்வை ஒழிப்பதற்கு ருஷ்யாவின் மாஜி காலனிகளிலுள்ள ஜனங்கள் பொருளாதாரத் துறையில் பின்தங்கி நிற்பதை நீக்கவேண்டும்.

(என். மைகலோவ், சோவியத் பூகோளம்)

ஆகவே, 1923-ல் **ருஷிய கம்யூனிஸ்ட்** கட்சியின் 12-வது காங்கிரஸில் **ஸ்டாலின்** இந்தக் கொள்கையைப் பிரகடனப் படுத்தினார்.

"எல்லைப் பிரதேசங்களிலும் கலாச்சார ரீதியில் பின்தங்கியிருக்கும் குடியரசுகளிலும், பள்ளிக்கூடங்களையும் பாஷையையும் தவிர, யந்திரத்தொழில்களை ஸ்தாபிக்க ருஷிய தொழிலாளி வர்க்கம் ஒவ்வொரு நடவடிக்கையும் எடுக்க வேண்டும். அவை பின்தங்கி நிற்பது அவைகளுடைய குற்றமல்ல. இதற்கு முன்னால் அவைகள் மூலப்பொருள்களை உற்பத்தி செய்யும் பிரதேசங்களாகப் பாவிக்கப்பட்டதே காரணம்".

பின் சட்டத்திலுள்ள தேசிய இனங்கள் முகவரிசையிலுள்ள இனத்துக்கு சமானமாக வளர்ச்சியடைவதற்கு வேகமாக உதவி, தேசிய இனங்களின் சரிநிகர் சமானமாக நடைமுறையில் உத்திரவாதம் செய்யும் சோஷியலிஸ்ட் கொள்கைக்கும் அடிமை நாடுகளைச் சுரண்டும் ஏகாதிபத்தியக் கொள்கைக் குமுள்ள வித்தியாசத்தை வேறுபாட்டை இதில் பார்க்கிறோம்.

மத்திய ஆசிய சோவியத் குடியரசுகளுடைய துரித வளர்ச்சியும் சமத்துவ அந்தஸ்தும் இந்திய மக்களுடைய தீவிர சிந்தனையைக் கிளறிவிடாமலிருக்க முடியாது. இந்த சித்திரம், ஏகாதிபத்திய ஆட்சியால் இந்தியா சீரழிவு அடைந்திருப்பதையும் சுரண்டப்படுவதையும் நினைப்பூட்டுகிறது. ஆனால் ஏகாதிபத்திய நுகத்தடியைத் தூக்கி எறிந்துவிட்டு இந்திய உழைப்பாளி மக்கள் தங்கள் தேசத்தின் எஜமானர்களானபின், இந்தியாவிலும் எதிர்காலத்தில் இந்த வளர்ச்சி ஏற்படமுடியுமென்ற ஒளிவீசும் நம்பிக்கையையும் இந்தச் சித்திரம் அளிக்கிறது.

இரண்டாம் பாகம்
இந்தியாவில் பிரிட்டிஷ் ஆட்சி

நான்காவது அத்தியாயம்
இந்திய வறுமையின் ரகசியம்

1. இந்தியாவைப்பற்றி கார்ல்மார்க்ஸ்
2. இந்தியக் கிராமப் பொருளாதாரத்தின் சீரழிவு
3. இந்தியாவில் பிரிட்டிஷ் ஆட்சியால் ஏற்பட்ட அழிவு.
4. இந்தியாவில் பிரிட்டிஷ் ஆட்சியால் ஏற்பட்ட புனருத்தாரணம்.

ஐந்தாவது அத்தியாயம்
இந்தியாவில் பிரிட்டிஷ் ஆட்சி–பழைய அடிப்படை

1. இந்தியாவில் கொள்ளை
2. இந்தியாவும் யந்திரத் தொழில் புரட்சியும்
3. தொழில்நாசம்

ஆறாவது அத்தியாயம்
இந்தியாவில் நவீன ஏகாதிபத்தியம்

1. ரொக்க முதலாளித்துவமாக மாறுதல்
2. இந்தியாவும் ரொக்க முதலாளித்துவமும்
3. தொழில் வளர்ச்சிப் பிரச்சினை
4. இருபது வருஷங்களின் லாப நஷ்டக்கணக்கு
5. ரொக்க முதலாளித்துவத்தின் மரணப்பிடிப்பு
6. ரொக்க முதலாளித்துவமும் இரண்டாவது உலக யுத்தமும்
7. ரொக்க முதலாளித்துவமும் புதிய அரசியல் திட்டமும்
8. இந்தியாவில் ஏகாதிபத்தியத்தால் ஏற்பட்ட விளைவு

நான்காவது அத்தியாயம்

இந்திய வறுமையின் ரகசியம்

பொதுவான வர்க்கமொன் றின்னுமுளது,

பெருமையுமில்லை இருப்பதாய்க் கொள்ளவுமில்லை

சௌக்கியமான இவர் விலாங்குகளை விலாங்கென்பர்

சிந்தியார் அவற்றின் துன்பம் தோலுரிப்பதால்,

விலாங்குகள் உரிக்கப்பட உண்டாக்கப்பட்டன.

விதிப்படி உறிஞ்சப்படுபவ ரிந்தியரென்பர். . . .

ஆனதா லவர்பெரியோரா யுயரும்போது

அதிகமாய் வெறுக்கும் வார்த்தை "ஏன்" என்பதே.

—"இந்தியா' வங்கத்தில் அதிகாரியாயிருந்த ஒருவர்.
எழுதிய கவிதை — 1834

இந்தியாவில் ஏகாதிபத்தியத்தின் பங்கைப் புரிந்துகொள்ள ஓரளவு சரித்திரம் தெரிந்து கொள்வது அவசியமாகும்.

கடந்த சில வருஷங்களாக, இந்தியாவில் பிரிட்டிஷ் ஆட்சியுடைய உண்மையான சரித்திரம் அதிகாரபூர்வமான இரும்புப் படுதாக்களை தகர்த்துக் கிழித்துக்கொண்டு வெளிவரத் துவங்கியிருக்கிறது. எனினும், 1897- **இம்பீரியில் கெஜடியர் ஆப் இந்தியா**வின் (இந்திய சர்க்காரின் செய்திப் பத்திரிக்கை) ஆசிரியர் **ஸர் வில்லியம் ஹண்டர்** எழுதியது இன்றைக்கும் பொருந்தும். அவர் எழுதியதாவது:-

"பிரிட்டிஷ் ஆட்சி நடந்த காலத்திய இந்திய மக்களின் சரித்திரம் பல இடங்களிலுள்ள தஸ்தாவேஜு மண்டிகளிலிருந்து இனித்தான் சேகரிக்கப்படவேண்டும். தொகுக்கப்படவேண்டும். ஒரு தனிமனிதன் உழைப்பால் ஆகக்கூடிய காரியமல்ல அது, தனிமனிதன் செல்வத்தால் அதற்காகும் செலவை ஈடுகட்ட முடியாது".

ஐரிஷ் பிரச்சினையைக் குறிப்பிட்டு, "அது இன்னும் சரித்திரத்தில் இடம் பெறவில்லை. ஏனென்றால் அது இன்னும் அரசியல் உலகை விட்டு மறையவில்லை" என்று **ரோஸ்பரிபிரபு** கூறினார். (அதாவது சரித்திரத்தில் இடம் பெற்றுவிட்டால், உண்மை பகிரங்கமாகிவிட்டால், ஆதிக்கத்துக்கு ஆபத்து வந்துவிடுமென்று பிரிட்டிஷ் ஏகாதிபத்தியவாதிகள், மூடி மறைத்துவைக்கின்றனர்) இதுவே இந்தியாவுக்கும் பொருந்தும். இந்தியர்கள் சுதந்திரம் பெற்ற பின்பே, ஆதிக்கம் வகிப்பவர்களுடைய கண்ணோட்டமல்லாத, வேறு திருஷ்டியில் இந்திய சரித்திரத்தைத் தீவிரமாகப் பரிசீலித்தறிவது சாத்தியம்.

பிரிட்டிஷ் சரித்திரத்தைப்பற்றி 19-வது நூற்றாண்டின் இங்கிலிஷ் கன்ஸர்வேடிவிஸத்தின் தலைவரான (கன்ஸர்வேடிவிஸம்-ஏகாதிபத்திய பிற்போக்காளர் கட்சியின் கொள்கை) **டிஸ்ரேலி** பின்வருமாறு எழுதுகிறார்.-

"தைரியமும் விஷயஞானமும் படைத்த ஒருவர் இங்கிலாந்தின் சரித்திரத்தை எப்பொழுதாவது எழுதினால்-தைரியமும் விஷயஞானமும் இல்லாமல் அந்தச் சாதனையை சாதிக்க முடியாது-**நீபுரின்** சரித்திரத்தை படிப்பதைவிட (திகைப்பும் அதிசயமும் பரவிக்கிடக்கும் பழைய கதைகள்) அதைப் படிப்பதில் உலகத்துக்கு அதிக திகைப்பு ஏற்படும். பொதுவாகச் சொல்வதென்றால், இதுவரை எல்லா முக்கியமான சம்பவங்களும் திரித்துக் கூறப்பட்டிருக்கின்றன; பல முக்கியமான காரணங்கள் மறைத்துவைக்கப்பட்டிருக்கின்றன. முக்கிய பாத்திரங்களில் சிலர் இடமே பெறவில்லை. இடம் பெற்றிருப்பவர்களும் உண்மைக்கு விரோதமான முறையில் வர்ணிக்கப்பட்டிருக்கின்றனர். இவற்றின் விளைவாக (இந்தப் புத்தகங்களை படிப்பவர்களுக்கு) பரிபூரண திகைப்பு ஏற்படுகிறது."

முதலாளித்துவ சகாப்தத்திலிருந்து, குறிப்பாக, 1688-ம் வருஷ பூர்ஷுவா புரட்சியிலிருந்து இங்கிலிஷ் சரித்திரம் ஒரு மறைபொருளாயிருக்கிறது. ஒரு குறுகிய சொற்பஜன ஆதிக்கத்தைப் பணமூட்டைகளின் பேயாதிக்கத்தை கற்பிதமான திரைகளுக்குள் மூடி மறைத்து வைத்திருப்பதின் பிரதிபலிப்பே இது.

இங்கிலிஷ் சரித்திரத்தைப்பற்றிய உண்மை இதுவானால் இங்கிலிஷ் ஆளும் வர்க்கத்தின் அதிகாரத்துக்கு ஆணிவேராக விளங்கும், இங்கிலிஷ் ஆளும் வர்க்கத்துக்கு அத்துடன் போட்டியிட வருபவர்களை எதிர்த்து நிற்கக்கூடிய சக்தியை அளிக்கும் காயாத ஊற்றாக விளங்கும். மூன்று நூற்றாண்டுகளாக அதன் சகல கொள்கைகளையும் நிர்ணயிக்கும் பிரதான நலனாகத் திகழும் பிரிட்டிஷ் சாம்ராஜ்யத்துக்கு பிரதானமாக விளங்கும் இந்தியாவிலுள்ள பிரிட்டிஷ் ஆட்சியின் சரித்திரத்துக்கு எவ்வளவு பொருந்தும்!

இங்கு, நாம் இங்கிலிஷ் கொள்கையின் மூல ஊற்றுகளை நெருங்குகிறோம். 18வது நூற்றாண்டின் பின்பாதியிலும் 19வது நூற்றாண்டிலும் இங்கிலாந்தில் முதலாளித்துவம் திடீரென பிரமாத வலுவடைந்ததின் ரகசியமும் இதில் (இந்தியாவின் பிரிட்டிஷ் ஆட்சி சரித்திரத்தில்) அடங்கியிருக்கிறது. இன்றுவரைக்கும், இங்கிலிஷ் ஆளும்வர்க்கம் அனுஷ்டித்துவரும் அரசியல் கொள்கையின் அடிப்படையான அம்சங்கள் இதில் பொதிந்து கிடக்கின்றன.

இந்தத் துறையில், இந்தியாவின் பிரிட்டிஷ் ஆட்சி சரித்திரத்தில் ஆளும் வர்க்கம் மாயைத் திரைகளை சிருஷ்டிக்கிறது. ஆளும் வர்க்கத்துக்கு பரிந்துப்பேசுவதும், நொண்டிச்சாக்கு கற்பிப்பதும் சகஜமாயிருக்கிறது. பூர்ஷுவா நாகரிகத்தின் உண்மையான குணத்தை பிரத்தியட்சமாகவும் அப்பட்டமாகவும் வெளிப்படுத்தும். சர்வசாதாரண உண்மைகள் கூட இங்கிலிஷ் மக்கள் அறிந்துகொள்ள முடியாதபடி மூடி மறைத்து வைக்கப்பட்டிருக்கிறது. அனுபவத்தில் கொதிப்படைந்த ஐரிஷ்காரர்களும் இந்தியர்களும் அவற்றை நினைவூட்டிக்கொள்ளமுடியும். தீவிரமாக சரித்திரத்தை பரிசீலனை செய்வதற்குப் பதிலாக, பள்ளிக்கூடப்பிள்ளை பாணியில் (விளையாட்டாக) சாம்ராஜ்யத்தை பிடித்துக் கட்டியாளும் சாகஸத்தைப் பற்றி பத்திரிகைகளிலும் மேடைகளிலும் புகழப்படுகிறது. 'ராக்பெல்லர்' என்ற "குபேரன்" விடாப்பிடியாய், நாட்பட்ட சுரண்டல்மூலம் பணம்திரட்டி பணமூட்டையானதைப்போல, விடாமுயற்சியுடன் பிரயத்தனப்பட்டே பிரிட்டிஷ் சாம்ராஜ்யம் உருவாக்கப்

பட்டிருக்கிறது. ஆனால் எதிர்பாராதவிதமாய், தற்செயலாய், சாம்ராஜ்யம் ஏற்பட்டதாக சம்பிரதாய சரித்திரம் வர்ணிக்கிறது. இந்திய மக்களுடைய பயங்கரமான நிலைமைக்காக அவர்கள்மீது ஆட்சி செலுத்தும் எந்த சர்க்காரும் குற்றவாளிக் கூண்டிலேறி நிற்க வேண்டியிருக்க அந்த அவமானகரமான நிலைமையைப் பற்றித் தீவிரமாகச் சிந்திப்பதற்குப் பதிலாக, "பிரிட்டிஷ் சாம்ராஜ்ய மகுடத்தில் ஜகஜோதியாய் பிரகாசிக்கும் ஆபரணம்" (இந்தியா) என்று வாய்ப்பந்தல் போடப்படுகிறது.

இந்திய-பிரிட்டிஷ் உறவுகளின் சரித்திரத்திலுள்ள பித்தலாட்ட மாயாவாதத்துக்கு நிகராக வேறொன்று மில்லை.

நவீன சகாப்தத்தில் இந்த மாயாவாதப் பித்தலாட்டம் அதிகரித்திருப்பதும் குறிப்பிடத்தக்கது. கப்பத்தைப் பற்றியும் கொள்ளையைப் பற்றியும் சர்வநாசத்தைப் பற்றியும் வெல்லிங்டனும், பர்க்கும், கிளைவும், ஹேஸ்டிங்ஸும், ஆடம் ஸ்மித்தும் (19-ம் நூற்றாண்டின் பிரிட்டிஷ் ராஜதந்திரிகள்; ஆடம்ஸ்மித் பொருளாதார நிபுணர்-(மொ-ர்) பகீரங்கமாக பச்சையாக வெட்டொன்று துண்டிரண்டாகப் பேசியவிடத்தில், இந்தியாவின் ரத்தம் உறிஞ்சப்படுகிறது என்று **ஸாலிஸ்பரி** பிரபுகூட பேசியவிடத்தில், அதிகாரத்துக்கு ஆட்டம் கண்டபின், நவீன கால அதிகாரிகள் தீனதயாபர கொக்குகளாக நடிக்கிறார்கள். தாராள தர்மசிந்தனைப் பிரச்சாரத்தின் மூலம் சுரண்டலின் யதார்த்த அடிப்படையையும் விஸ்தாரமான அடக்குமுறை யந்திரத்தையும் மூடிமறைக்கிறார்கள்.

சமீப காலத்தில் இந்திய சரித்திரம் எழுதியவர்களான **ஈ. தாம்ப்ஸ**னும், **ஜி.டி. காரட்**டும் (1934) தங்கள் புத்தகக் குறிப்பில் எழுதுவதாவது - "பிரிட்டிஷ் இந்தியாவின் பொதுச் சரித்திரத்தைப் பொறுத்தவரை, 100 வருஷங்களுக்கு முன்னர் எழுதப்பட்டவை. கடந்த 50 வருஷங்களில் எழுதப்பட்டதைவிட ருசிகரமாகவும் பூர்ணமானதாகவும் பட்டவர்த்தனமாகவும் உள்ளன.

"உனக்கு இந்தியாவில் இருப்பதற்கு என்ன உரிமை இருக்கிறது என்பது போன்ற உண்மையிலேயே ஜீவாதாரமான கேள்விகளை, ராஜத்துவேஷமான கேள்விகளை யாரும் கேட்பார்களென்று கனவு காணாத நாட்களில், பிரிட்டிஷ்

மக்களைத் தவிர, வேறு வாசகர்களைப்பற்றி யாரும் நினைக்காத காலத்தில், விமர்சனம் உண்மையானதாகவும் இருந்தது. அரசியல் அவசியத்தைப்பற்றிக் கவலைப்படாமல், தீர்ப்பு கூறப்பட்டது. சமீப வருஷங்களில் நிர்வாகத்தின் கண்ணோட்டத்திலிருந்து சகல இந்திய பிரச்சினைகளையும் யோசித்துப் பார்க்கும்போது இயற்கையாகவே, அதிகமாயிற்று. அதாவது, நான் அதைச் சொன்னால் அது நிர்வாகத்தை (பிரிட்டிஷ்-ஆட்சியை- மொ-ர்) சுலபமாக்குமா? சமாதானத்தைப் பாதுகாக்க உதவுமா என்ற கேள்விகளே அவர்கள் முன் நிற்கின்றன. தற்கால எழுத்தாளர் முன், தன் மக்களைத் தவிர, ஒரு உலகம் நிற்கிறது. அவனுடைய சொந்த ஜனங்களைப்போலவே, ரோஷமும் மான உணர்ச்சியும் கொண்ட மக்கள், சினந்தெழக் கூடியவர்கள். சிரத்தையாகக் கேட்டுக்கொண்டிருக்கின்றனர். "நம்மை ஆதரிக்காதவர்கள், எல்லோரும் நம்மை எதிர்க்கிறார்கள்" தன்னை ஒட்டுக் கேட்டுக்கொண்டிருக்கிறார்கள் என்ற விஷயம் (எழுத்தாளர்கள்மீது) ஒரு மௌனமான நிரந்தரமான தணிக்கையாயிருக்கிறது. அதனால் நிகழ்கால பாண்டித்தியத்திலே பிரிட்டிஷ் இந்திய சரித்திரம் மிக மோசமானதாக இருக்கிறது."

நமது உடனடி நோக்கங்களைப் பொறுத்தவரை, இந்தியாவின் பிரிட்டிஷ் ஆட்சி சரித்திரத்தை விவரமாக படித்தறிய வேண்டியதில்லை. உபயோகமான முறையில் அதைப் பரிசீலனை செய்யவே, ஒரு தனிப்புத்தகம் எழுதவேண்டும். அதைப்பற்றி சம்பிரதாயமாய் சொல்லப்படும் விஷயங்களை அந்தப் புத்தகத்திலும் படித்துக்கொள்ளலாம். இன்றைய நிலைமைக்கும் பிரச்சினைக்கும் அடிப்படையாயுள்ள ஜீவாதாரமான வளர்ச்சி சக்திகளை காட்டுவதே நம் பணி.

இறந்த காலம், இறந்த காலம், உண்மை வெளிவந்தால் இந்தியாவின் பிரிட்டிஷ் ஆட்சி சரித்திரம் சன்மார்க்கப் போதனை அளிக்கப்போவதில்லை. பள்ளிக்கூடப் புத்தகங்களில் வெளிவராத அந்த சரித்திரத்தின் சில உண்மைகளையாவது

இங்கிலிஷ்காரர்கள் தெரிந்துகொள்வது முக்கியம். ஏனென்றால் அது ஏகாதிபத்திய குருட்டு எண்ணங்களிலிருந்து அவர்களை விடுவிக்கும். இந்தியச் சுதந்திரத்திற்காக இம்மியளவும் விட்டுக்கொடுக்காமல் இணங்காமல் தயங்காமல் போராடு வதற்கான வலுவையும் உறுதியையும் ரோஷத்தையும் பெற இந்தியர்கள் அவற்றைத் தெரிந்துகொள்வது முக்கியம். ஆனால் கடந்த காலத்தைப் பற்றிப் பேசுவதிலும், கடந்த கால அக்கிரமங்களையும் குறைகளையும் பிரதானப்படுத்தி தேசியப் பிரச்சாரம் செய்வதிலும் லாபமில்லை. இறந்த காலத்தில் ஒடுக்கியவர்களும் ஒதுக்கப்பட்டவர்களும் இறந்துவிட்டார்கள். ஒரு பிரபல கவர்னர் ஜெனரல் கூறியதுபோல, 1834-ல் இந்திய நெசவாளர்களின் எலும்புகள் இந்திய சமவெளியை வெண்மையாக்கிக் கொண்டிருந்ததால், இன்று அந்த கவர்னர் ஜெனரலின் எலும்புகள், அவருடைய குடும்ப சமாதியில் அதைவிட நல்ல முறையில் இருக்கவில்லை. நிகழ்கால ஒடுக்குமுறையும் அதிலிருந்து விடுதலை பெறும் பாதையுமே இன்றைய ஜீவாதாரமான பிரச்சினை. இன்றைய நிலைமையில், இயங்கும் சக்திகளைப் பற்றித் தெளிவு பெறுவதற்கு மட்டுமே கடந்தகாலத்தைப்பற்றி நாம் கவனிக்க வேண்டும்.

இந்திய சரித்திரப் பரிசீலனையை இந்தக் கண்ணோட்டத் துடன் முதன் முதலில் அணுகியவர், பிரிட்டிஷ் ஆட்சிக்கு முந்தியும் பிந்தியும் இந்திய வளர்ச்சியின் ஜீவநாடியாக விளங்கும் சமூக சக்திகளை விஞ்ஞான முறையில் புரிந்து கொண்டவர், பிரிட்டிஷ் ஆட்சியினால் ஏற்பட்ட நாசத்தையும், எதிர்காலத்தில் இந்தியா புரட்சிகரமான மறுமலர்ச்சியைக் காண்பதற்கு அதன் முக்கியத்துவத்தைத் தெளிவாக எடுத்துக் கூறியவர் - நவீன சோஷியலிஸத்தின் மூலகர்த்தா கார்ல்மார்க்ஸ் ஆவார்.

மனித வர்க்கத்தின் எதிர்காலத்தை மிகவும் முக்கியமான சாதனைகளிலொன்றாகிய, இதை கார்ல் மார்க்ஸ் 19வது நூற்றாண்டில் செய்துமுடித்தார். சுமார் 50 வருஷகாலம் அது யாருக்கும் தெரியாமல் புதைபட்டுக் கிடந்தது. கடந்த 25 வருஷ காலமாகத்தான், மார்க்ஸ் பரிசீலனையின்

சாராம்சம் இந்திய பிரச்சினையின் மாணவர்களுக்கு பரிச்சயமாகிவருகிறது. இந்திய பிரச்சினைகளைப்பற்றிய சிந்தனையை மேலும் மேலும் உருவாக்கியிருக்கிறது. இன்று, நவீன சரித்திர பரிசீலனைகள், மார்க்ஸினுடைய திருஷ்டிகோணத்தின் பிரதான அம்சங்களை மேன்மேலும் ஊர்ஜிதப்படுத்தி வருகின்றன.

1. இந்தியாவைப் பற்றி கார்ல்மார்க்ஸ்

"மார்க்ஸிஸம், வரையறுக்கும் வரம்புகளுக்குள் இந்தியப் பரிசீலனை செய்யும் முயற்சி சாமர்த்திய வாதமாக இருக்குமேயல்லாது சோஷியலிஸ்ட் முன்னேற்றத்துக்கு அறிவூட்டும் உண்மையான ஒத்தாசையாகாது" என்று பதின்மூன்று வருஷங்களுக்கு முன்னால்கூட, ஒரு முக்கியமான இங்கிலிஷ் சோஷியலிஸ்ட் எழுத்தாளர் (**லாஸ்கி - "கம்யூனிஸம் 1927"**) எழுத முடிந்தது.

கார்ல்மார்க்ஸ் இடைவிடாது இந்தியாவைப்பற்றி சிந்தித்ததையும் ஆராய்ச்சி செய்ததையும் தெரிந்துகொள்ளாத இந்த அறியாமை மேலைய ஐரோப்பிய நாடுகளின் சோஷியலிஸ அறிவுடைய குறைபாடுகளுக்கு ஒரு உதாரணம். உண்மையில் இந்தியாவைப்பற்றி கார்ல் மார்க்ஸ் 1853ல் ஒன்றன்பின் ஒன்றாய் எழுதிய கட்டுரைகள் அவருடைய தலைசிறந்த இலக்கிய திருஷ்டிகளுடன் இடம் பெறக்கூடியவை. அவர் பரிசீலனை செய்து பிரச்சினைகளைப் பற்றிய நவீன சிந்தனைக்கும் நவீன ஆராய்ச்சிக்கும் அவையே முழு முதல் தீபஸ்தம்பங்களாகத் திகழ்கின்றன. ஆசிய பொருளாதார அமைப்பின் குறிப்பாக இந்திய சீனப் பொருளாதார அமைப்புகளின் விசேஷ பிரச்சினைகளையும் இந்த பொருளாதாரத்தின் மீது ஐரோப்பிய முதலாளித்துவம் மோதியதால் விளைந்த பலன்களும், எதிர்கால உலக வளர்ச்சிக்கும் இந்திய, சீன மக்களின் விடுதலைக்கும் இவற்றிலிருந்து எழும் முடிவுகளையும் **மார்க்ஸ்** பிரதானமாக பரிசீலனை செய்திருப்பதை மார்க்ஸ் புத்தகங்களை இன்னும்

பூரணமாகப் படித்தால் தெரியவரும். "மூலதனம்" என்ற அவருடைய பிரசித்திப்பெற்ற ஆராய்ச்சி நூலில், இந்தியாவைப் பற்றி சுமார் 50 இடங்களில் மார்க்ஸ் குறிப்பிடுகிறார்; **மார்க்ஸ்-எங்கெல்ஸ்** கடிதங்களில் இன்னும் அதிகமான இடங்களில் இந்தியாவைப்பற்றி பிரஸ்தாபிக்கப்படுகிறது. மார்க்ஸின் குறிப்பான கவனத்திற்கு இவை அத்தாட்சிகள்.

கம்யூனிஸ்ட் அறிக்கை வெளிவந்தவுடனே (இந்திய, சீன மார்க்கட்டுகளுடன் தொடர்பேற்பட்டிருப்பதால் முதலாளித்துவ உற்பத்திமுறை வளர்வதற்கு பேருதவியாயிருந்ததை கம்யூனிஸ்ட் அறிக்கையில் மார்க்ஸும், எங்கெல்ஸும் சுட்டிக்காட்டியிருக்கின்றனர். 1848-ம் வருஷத்திய புரட்சிகரமான எழுச்சி (மேற்கு ஐரோப்பாவில்) நசுக்கப்பட்ட பிறகு இந்த எழுச்சி வீழ்ச்சியடைந்ததன் காரணங்களை மார்க்ஸ் ஆராய்ந்தார். ஆசியாவிலும், ஆஸ்திரேலியாவிலும் **கலிபோர்னியா**விலும் (அமெரிக்காவிலுள்ளது கலிபோர்னியா) முதலாளித்துவம் புதிதாக விஸ்தரித்து வருவதே பிரதான காரணமென்பதைக் கண்டார். இதைப் பற்றி 1852லேயே மார்க்ஸுக்கு எழுதிய கடிதத்தில் எங்கெல்ஸ் குறிப்பிடுகிறார். 1858 அக்டோர் 8-ம் தேதி, எங்கல்ஸுக்கு எழுதிய கடிதத்தில் மார்க்ஸ் பின்வருமாறு எழுதுகிறார்:-

"பூர்ஷுவா சமூகம் இரண்டாவது தடவையாக அதன் 16-ம் நூற்றாண்டு வாழ்வை அனுபவிக்கிறதென்பதை மறுக்க முடியாது. முதல் தடவை, 16வது நூற்றாண்டில் பூர்ஷுவா சமூகம் பிறந்ததைப் போலவே இந்தத் தடவை நிச்சயமாக அதற்கு சாவுமணியடிக்கப்படுமென்று நான் நம்புகிறேன். உலக மார்க்கட்டை, அதன் பிரதான அம்சங்களையாவது சிருஷ்டிப்பதும், அதன் அடிப்படையில் உற்பத்தியை ஸ்தாபிப்பதும் பூர்ஷுவா சமூக முறையின் விசேஷ கடமை, உலகம் வட்டமாகயிருப்பதால், கலிபோர்னியாவிலும் ஆஸ்திரேலியாவிலும் குடியேறியதுடன், சீனாவுடனும், ஜப்பானுடனும் தொடர்பேற்பட்டதுடன், இந்த நிகழ்ச்சி (சர்வதேச மார்க்கட்டை சிருஷ்டித்து, அதன் அடிப்படையில் உற்பத்தியை ஸ்தாபிக்கும் நிகழ்ச்சி – மொ-ர்) பூர்த்தியாகி

வருவதாகத் தோன்றுகிறது. இப்பொழுது நம்முன் நிற்கும் பிரதான பிரச்சினை இதுதான்:-ஐரோப்பாவில் புரட்சி சமீபித்துக்கொண்டிருக்கிறது. அது தொடக்கத்திலிருந்தே சோஷியலிஸ்ட் புரட்சியாகவிருக்கும். ஆனால், இன்னும் விரிவான பிரதேசத்தில், பூர்ஷுவா சமூகத்தின் இயக்கம் ஓங்கி வளர்வதால், இந்த சிறுமூலையில், புரட்சி நசுக்கப்படுவது தவிர்க்க முடியாததல்லவா?"

(**எங்கெல்ஸுக்கு கடிதம்**:- 1863 அக்டோபர் 8)

ஐரோப்பாவுக்கு வெளியே முதலாளித்துவம் விஸ்தரிப்பதால், ஐரோப்பாவில் முதலாளித்துவமும் சோஷலிஸ்ட் புரட்சியும் எப்படிப் பாதிக்கப்படுகின்றன என்பதைப்பற்றிய தெளிவு இதில் பொதிந்துகிடக்கிறது. இந்த முக்கியமான கருத்தை 1850-60லேயே மார்க்ஸ் கிரகித்துக்கொண்டுவிட்டார். ஆனால் சமீப காலத்தில்தான் ஐரோப்பிய சோஷலிஸத்தின் பிரதானப் பகுதி இதை மெதுவாகப் புரிந்துகொள்ளத் துவங்கியிருக்கிறது.

1853-ல் கிழக்கிந்தியக் கம்பெனி தன் உரிமை சாஸனத்தை பார்லிமெண்டில் கடைசித் தடவையாய்ப் புதுப்பித்தது. அச்சமயம் **நியூயார்க் ஹெரால்டு டிரிபியூன்** என்ற அமெரிக்க பத்திரிகையில் ஒரு தொகுப்பாக எட்டுக் கட்டுரைகளில் இந்தியாவைப்பற்றி மார்க்ஸ் எழுதினார். இதையும் மூலதனம் என்ற புத்தகத்திலும் மார்க்ஸ் எங்கெல்ஸ் கடிதப் போக்குவரத்திலும், இந்தியாவைப்பற்றி வரும் குறிப்புகளையும் ஒன்றாக வைத்து பரிசீலனை செய்தால், இந்தியாவைப் பற்றி மார்க்ஸ் சிந்தனையின் கருப்பொருளைக் காணலாம்.

2. இந்திய கிராம பொருளாதாரத்தின் அழிவு

"ஆசிய பொருளாதாரத்தின்" விசேஷ குணங்களைப் புரிந்துகொள்வதுடன் மார்க்ஸுடைய பரிசீலனை ஆரம்பிக்கிறது. இந்த ஆசிய பொருளாதாரம் அதன் சரித்திரத்திலேயே முதல் தடவையாக, முதலாளித்துவத்துடன் மோதிமுறிந்து தகர்ந்தது. 1853 ஜூனில், எங்கல்ஸுக்கு எழுதும்போது, "கீழ்நாடுகளுடைய பிரச்சினைக்கு திறவுகோல் என்னவென்றால், அங்கு நிலத்தில் தனி உடைமை இல்லாமல் இருப்பதுதான்" என்று

மார்க்ஸ் எழுதுகிறார். ஆனால் நிலத்தில் தனிஉடைமை ஏற்படாமலிருப்பது விசேஷமான விதிவிலக்கான அம்சமா? இல்லை. ஐரோப்பிய பொருளாதார வளர்ச்சியின் ஆரம்ப தசையிலும், நிலம் பொதுச்சொத்தாக இருந்தது. பின்னால் **வளர்ந்த விதத்தில்**தான், ஆசியப் பொருளாதாரத்தின் விசேஷம் அடங்கியிருக்கிறது.

"புராதனகால பொதுச் சொத்துரிமை **ஸ்லாவ்** நாட்டில் மாத்திரம்தான் இருந்தது. குறிப்பாக ருஷியாவில் மாத்திரம் தானிருந்ததென்று-பரிகசிக்கத்தக்க அனுமானத்துக்குச் சமீப காலத்தில் செல்வாக்கு ஏற்பட்டு வருகிறது. இந்த பூர்வீக முறை ரோமானியர்கள், டியூடன்கள் கெல்ட்டுகள் ஆகியோரிடமுமிருந்ததென்பதை நம்மால் ருசுப்பிக்க முடியும். ஓரளவு நாசமடைந்த நிலைமையில், புராதன பொதுச் சொத்துரிமை நிலவுவதற்கு உதாரணங்களை இந்தியாவில் இன்னும் காணமுடியும். ஆசியா கண்டத்தின் பொதுச் சொத்துரிமை முறைகளை விவரமாக ஆராய்ந்தால், குறிப்பாக இந்தியாவின் பொதுச்சொத்துரிமை ரூபங்களை தீர்க்கமாகப் பரிசீலனை செய்தால் எப்படி பல்வேறு புராதன கம்யூனிஸ்ட் முறைகள்* பல்வேறு விதங்களில் அழிந்ததென்பது தெளிவாகும். உதாரணமாக ரோமானியர்களிடமும் டியூட்டன் களிடமும் நிலவிய தனிச் சொத்துரிமையின் பல்வேறு ஆரம்பகால ரூபங்களுக்கும் பல்வேறு இந்திய கம்யூனிஸ்ட் முறைகளுக்கும் தொடர்பிருப்பதைக் காணலாம்.

(மார்க்ஸ்-அரசியல் பொருளாதார விமர்சனம்" முதல் அத்தியாயம்)

---

*புராதன கம்யூனிஸம்: புராதன காலத்தில் நிலவிய சமூக அமைப்பு. பொருளுற்பத்திச் சாதனங்கள் பூராவும் சமூகம் பூராவுக்கும் சொந்தமாயிருந்தது. இந்தச் சமூகத்தில் சுரண்டல் என்பது கிடையாது. வர்க்கங்களும் கிடையாது. உற்பத்திச் சக்திகள் வளராத காலம். இயற்கை சக்திகள் மீதோ மிருகங்கள் மீதோ ஆதிக்கம் ஏற்படாத காலம். அதற்கேற்ற உருவமாக விளங்கியது புராதன கம்யூனிஸம்.

ஆனால், மேல் நாடுகளைப் போலக் கீழ்நாடுகளிலும் ஏன் புராதனக் கம்யூனிஸம் நிலச்சுவான்தாரி முறையாக; நிலப் பிரபுத்துவ முறையாக வளரவில்லை? கீழ்நாடுகளின் சீதோஷ்ண நிலையும் பூகோள நிலையும் இதற்கு காரணமாக இருக்கலாம் என்று எங்கெல்ஸ் அனுமானிக்கிறார்.

"கீழ்நாட்டுச் சமூகங்கள் ஏன் நிலச்சுவான்தாரி முறை - அல்லது *பியூடல் பிரபுத்துவ முறையை அடையவில்லை?

சீதோஷ்ண ஸ்திதியும் பூமிநிலையுமே பிரதான காரணமென்று நான் நினைக்கிறேன். **சஹாரா** பாலைவனத்திலிருந்து **அரேபியா**, **பாரசீகம்**, **இந்தியா**, **டார்டாரி** மூலம் ஆசியா கண்டத்து மேட்டு பூமிவரை பிரம்மாண்டமான பாலைவனப் பிரதேசம் வியாபித்திருப்பது குறிப்பிடத்தக்கது. சாகுபடி செய்வதற்கு, செயற்கை வசதிகள் இங்கு முதலில் தேவையாக இருக்கிறது. இந்த வசதிக்கு கம்யூன்கள் அல்லது மாகாணங்கள் அல்லது மத்திய சர்க்கார் பொறுப்பேற்றுக் கொள்ளுகின்றன".

(மார்க்ஸுக்கு எழுதிய கடிதம் 1853. ஜூன் 6)

சாகுபடியின் தேவைகளுக்கும் நிலத்தில் தனிஉடைமை ஏற்படுவதற்கும் ஒத்துவரவில்லை. ஆகவே "ஆசியப் பொருளாதாரம்" விசேஷ குணங்களுடன் விளங்கியது. கீழே, கிராம அமைப்பில் புராதன கம்யூனிஸத்தின் மிச்ச சொச்சங்கள் நிலைத்து நின்றன. மேலே, யுத்தம்

---

* **பியூடல் பிரபுத்துவ முறை:** நிலப்பிரபுத்துவ முறை என்றும் கூறலாம். இந்தச் சமூக முறையில் நிலப்பிரபு உற்பத்தி சாதனங்களை தன் கையில் வைத்துக் கொண்டிருக்கிறான். அடிமை சமூக அமைப்புவிலிருந்ததைப்போல வேலை செய்பவர்களை இந்த நிலப்பிரபுவால் கொல்ல முடியாதென்றாலும் பியூடல் பிரபுவின் கீழுள்ளவர்கள் அடிமைகளே. அவர்களை வாங்கவும் விற்கவும் நிலப்பிரபுவிற்கு உரிமை உண்டு. நிலப்பிரபு சொத்துரிமையுடன் சொந்த உழைப்பை அடிப்படையாகக்கொண்ட தனிப்பட்ட தொழில்களையும் உற்பத்திக் கருவிகளையும் வைத்துள்ள கைத்தொழிலாளரும் விவசாயிகளும் கூட இருக்கின்றனர். பியூடலிஸத்தை எதிர்த்து நடந்த போராட்டத்தில்தான் முதலாளித்துவ சமூகம் ஏற்பட்டது.

நடத்துவதுடன், கொள்ளையடிப்பதுடன் நீர்ப்பாசன வேலைகளுக்கும் பொது மராமத்து வேலைகளுக்கும் ஜவாப்தாரியாகக் கொடுங்கோன்மை நிறைந்த மத்திய சர்க்கார் விளங்கியது.

ஆக, இந்தியாவைப் புரிந்துகொள்ள கிராம அமைப்பைப் புரிந்துகொள்வதுதான் பிரதானமானது. மார்க்ஸின் இதிகாசமான "மூலதனம்" என்ற புத்தகத்தில் இந்தியக் கிராம அமைப்பின் இலக்கணத்தை ஆசிரியர் அபூர்வமாக விளக்குகிறார்:-

"இந்த இந்திய சமூகங்கள் மிகமிகப் புராதனமானவை. சின்னஞ்சிறு சமூகங்கள் அவை. அவற்றில் சில, இந்நாள்வரை நீடித்து வந்திருக்கின்றன. இந்த சமூகங்களின் அடிப்படைகளாவன: நிலம் அந்தச் சமூகத்திலுள்ள அனைவருக்கும் பொதுவானது; விவசாயமும் கைத்தொழிலும் இரண்டறக் கலந்துள்ளன. மாற்ற முடியாத முறையில் உழைப்பு பிரிக்கப்பட்டிருக்கிறது. (உழைப்புப் பிரிவினையென்றால் எந்தெந்த வேலையை யார் யார் செய்ய வேண்டும் என்ற பிரிவினை என்பது பொருள் மொ-ர்) ஒரு புதிய சமூகம் ஏற்படும்போதெல்லாம் இதே திட்டம், தயாராயுள்ள திட்டம் அதன் உருவத்தை நிர்ணயிக்கிறது. நூறு ஏக்கராக்கள் முதல் பல்லாயிரக்கணக்கான ஏக்கராக்கள்வரை பல்வேறு விஸ்தீரணங்களுடைய பிரதேசங்களில் வாழுமிந்த சமூகங்கள் ஒவ்வொன்றும் ஒரு முழுமையாக விளங்குகின்றன. ஒவ்வொன்றும் தன் சுயதேவைகளைத் தானே பூர்த்தி செய்துகொள்ளுகின்றன. உற்பத்தியாகும் பொருள்களில் பெரும்பாகம் சமூகத்தால் நேரடியாக உபயோகிக்கப்படுகிறது. அதனால் அவை விற்பனை சரக்குகளாவதில்லை. விற்பனைச் சரக்குகளின் பரிவர்த்தனை அடிப்படையில் இந்தியச் சமூகம் முழுவதிலும் ஏற்பட்டிருக்கும் உழைப்புப் பிரிவினைக்கும் இந்த உற்பத்திக்கும் சம்பந்தமில்லை. (சமூகத்தின் உற்பத்தியில் தேவைகள் போக மிச்சப்படும்) உபரிதான் விற்பனைச் சரக்காகிறது. ஆனால் பொருள் வரிமூலமாக, தொன்றுதொட்டு உற்பத்திப் பொருள்களில் ஒரு பகுதி அரசாங்கத்திற்குக்

கிடைக்கிறது. இந்தப் பொருள்கள் அரசாங்கத்தினிடம் வந்தபின்பே, விற்பனைச் சந்தைக்கு வருகின்றன.

"இந்தப் புராதன சமூகங்களின் அமைப்பு இந்தியாவின் வெவ்வேறு பாகங்களில் வெவ்வேறு தினுசாக இருக்கிறது. சர்வசாதாரண உருவமெடுத்துள்ள சமூகங்களில் நிலச்சாகுபடி பொதுவாக நடைபெறுகிறது; பயிரிட்டுக் கண்டு முதலாகும் விளைவை சமூக அங்கத்தினர்களுக்குப் பங்கிட்டுக் கொடுக்கப் படுகிறது. அதே சமயத்தில், ஒவ்வொரு குடும்பத்திலும் நூல் நூற்பதும் துணி நெய்வதும் உபதொழில்களாக நடத்தப்படுகின்றன. இந்த ஒரே ஒரு வேலையில் ஈடுபட்டிருக்கும் ஜனங்களுடன் கீழ்க்கண்டவர்களும் சமூகத்திலிருக்கின்றனர். **சமூக நாட்டாண்மைக்காரர்**, இவர் நீதிபதியாக விளங்குகிறார். இவரே போலீஸ் வேலையும் செய்கிறார். வரி வசூலிப்பதும் இவரே. **கர்ணம்:** சாகுபடி சம்பந்தமான கணக்குகளை இவர் நிர்வகிக்கிறார். இன்னொரு அதிகாரி குற்றவாளிகளைத் தண்டிக்கிறார்; அந்த ஊர் வழியே செல்லும் பிரயாணிகளுக்குப் பாதுகாப்பளித்து அடுத்த கிராமம் செல்லும்வரை அவர்களுக்குத் துணையாகச் செல்லுகிறார்.

காவற்காரர்: அக்கம் பக்கத்து சமூகங்கள் ஆக்கிரமித்து விடாது ஊர் எல்லையைப் பாதுகாக்கிறார். **தண்ணீர் மேஸ்திரி:** பொதுக் குளங்களிலிருக்கும் தண்ணீரை நீர்ப்பாசனத்துக்கு விநியோகிக்கிறார். **பள்ளிக்கூட உபாத்தியாயர்:** குழந்தைகளுக்கு மணல் மீது எழுதப் படிக்கக் கற்றுக்கொடுக்கிறார். **ஜோஸியர்:** அல்லது பஞ்சாங்கப் பிராமணர், விதைவிதைப்பதற்கும், அறுவடை செய்வதற்கும் இதர விவசாய வேலைகளுக்கும் நல்ல நாட்களையும் கெட்ட நாட்களையும் தெரியப்படுத்துகிறார். விவசாயக் கருவிகளை செய்து தரவும் பழுது பார்க்கவும் ஒரு **கொல்லரும்** ஒரு **தச்சரும்** உள்ளனர். கிராமத்திற்குத் தேவையான பாத்திரங்களைச் செய்து தர ஒரு **குயவன்** இருக்கிறார். **அம்பட்டர்:** துணிகளை வெளுத்துத் தருவதற்கு **சலவைத் தொழிலாளி**. தட்டார் சிற்சில இடங்களில் ஒரு கவிராயரும் இருக்கிறார். சில சமூகங்களில் கவிராயர் தட்டாராகவுமிருக்கிறார். அல்லது பள்ளிக்கூட உபாத்தியாயராகவும் இருக்கிறார். இந்த டஜன் நபர்களும் சமூகத்தின் செலவில் போஷிக்கப்

படுகின்றனர். ஜனத்தொகை அதிகரித்தால் இந்த சமூக முறையிலேயே ஒரு புதிய சமூகம் யாரும் குடியேறாத இடத்தில் ஸ்தாபிக்கப்படுகிறது. . . . .

"தன் தேவைகளைத் தானே பூர்த்தி செய்துகொள்ளும் இந்த சமூகங்கள் இதே உருவத்தில் புதிது புதிதாய் உண்டாகின்றன. தற்செயலாக அமிழ்ந்துபோனாலும் அதே இடத்தில் அதே பெயருடன் அவை மீண்டும் முளைக்கின்றன. ஆசிய சமூகங்களின் சிரஞ்சீவித்துவத்தின் ரகசியம் இந்த உற்பத்தி ஸ்தாபனத்தின் சிக்கலற்ற தன்மையில் எளிய தன்மையில் அடங்கியிருக்கிறது. இந்த சமூகங்களின் மாறாத்தன்மை ஆசிய அரசாங்கங்கள் அடிக்கடி கலைந்து போய், மீண்டும் மீண்டும் ஸ்தாபித்துக்கொண்டே இருப்பதற்கு அரச குலங்கள் இடைவிடாது மாறிக்கொண்டே இருப்பதற்கு நேர்மாறாக இருக்கிறது. அரசியல் வானத்தைக் கவ்வும் கரும்புயல் மேகங்களால் சமூகத்தின் பொருளாதார அமைப்பு கொஞ்சம் கூடப் பாதிக்கப்படுவதில்லை."

(மார்க்ஸ் - மூலதனம் முதல் பாகம்)

பிரிட்டிஷ் ஆட்சி பிரதிநிதித்துவப்படுத்திய அன்னிய ஆட்சியால் இந்தியாவின் இந்த பரம்பரைப் பொருளாதாரத்தின் அஸ்திவாரம் தகர்ந்தது. முன்னால் இந்தியாவை ஜெயித்தவர்களுக்கும் பிரிட்டனுக்கும் உள்ள வித்தியாசம் இதுதான். முன்னால் இந்தியாவை ஜெயித்தவர்கள் பொருளாதார அடிப்படையைத் தொடவில்லை; அதன் அமைப்புடனேயே ஒன்றுபட்டு வளர்ந்தார்கள். பிரிட்டிஷார் அந்த அடிப்படையைத் தகர்த்தனர்; இந்தியப் பொருளாதாரத்துடன் ஐக்கியமாகாமல், அன்னிய சக்தியாகவே இருந்தனர். வெளியிலிருந்தே இந்தியப் பொருளாதாரத்தின் மீது ஆதிக்கம் வகித்தனர்; வெளியிலிருந்தபடியே கப்பம் வாங்கினார்கள். ஐரோப்பாவில் முதலாளித்துவம் வெற்றியடைவதற்கும் இந்தியாவில் **அன்னிய** முதலாளித்துவம் வெற்றியடைந்ததற்கும் உள்ள வித்தியாசமும் இதில்தான் அடங்கியிருக்கிறது. ஐரோப்பாவில் பழைய அமைப்பை முதலாளித்துவம் அழித்ததால் அதன்

ஸ்தானத்தில் புதிய சக்திகள் வளர்ந்தன; இங்கே புதிய சக்திகள் வளரவில்லை. இதனால்தான் பிரிட்டிஷ் ஆட்சியின் கீழுள்ள இந்தியன் "அவனுடைய பழைய உலகத்தை இழந்துவிட்டு, புதிய உலகத்தையும் பெறாமல் "கஷ்டப்படுகிறான். இந்த கஷ்டமே "விசேஷ விசனத்துடன்" கூடிய நிலைமையை இந்தியனுக்கு சிருஷ்டிக்கிறது.

மார்க்ஸ் எழுதுகிறார்:-

"இதற்கு முன்னால் ஹிந்துஸ்தான் பட்ட துன்பத்தைவிட உக்ரமானதும் அதற்கு வேறுபட்டதுமான துன்ப துயரம் ஹிந்துஸ்தானத்தில் பிரிட்டிஷாரால் ஏற்பட்டதென்பதில் சந்தேகமிருக்க முடியாது. மகாராஷ்டிரத்தில் ஸால்ஸெட்டி லுள்ள ஆலயத்தின் ராட்சச தேவதைகளின் கூட்டத்தைவிட, கொடுமை நிறைந்த சேர்க்கையாக கிழக்கிந்திய கம்பெனியின் ஐரோப்பியக் கொடுங்கோன்மை ஆசியக் கொடுங்கோன்மையுடன் சேர்ந்து அழுத்துவதை நான் குறிப்பிடவில்லை. . .

"ஹிந்துஸ்தானில் நிகழ்ந்த சகல உள்நாட்டு யுத்தங்களும், படையெடுப்புகளும் புரட்சிகளும், வெற்றிகளும், பஞ்சங்களும் எவ்வளவு விசித்திரமான முறையில் சிக்கலாகவும், வேகமாகவும் நாசம் விளைவிக்கக் கூடியதாகவும், அவைகளுடைய இடைவிடா நடவடிக்கைகள் தோன்றிய போதிலும், மேல்பரப்புக்கும் கீழே ஊடுருவுவதில்லை. ஆனால் இங்கிலாந்து இந்திய சமூகத்தின் அமைப்பு முழுவதையும் தகர்த்துத் தூள்தூளாக்கிவிட்டது. புனர் நிர்மாணக் குறிகள் இன்னும் தோன்றவில்லை. இந்த விதத்தில் பழைய உலகத்தை இழந்து புதிய உலகம் பெறாது நிற்பதானது. இந்தியனின் துன்பத்திற்கு ஒரு விசேஷ விசனத்தை அளிக்கிறது. பிரிட்டனால் ஆளப்படும் ஹிந்துஸ்தானை அதனுடைய சகல புராதன பரம்பரைகளி லிருந்தும் அதன் இறந்தகால சரித்திரம் முழுவதிலிருந்தும் துண்டித்து விட்டிருக்கிறது."

(மார்க்ஸ் - "இந்தியாவில் பிரிட்டிஷ் ஆட்சி" 1853)

3. இந்தியாவில் பிரிட்டிஷ் ஆட்சியால் ஏற்பட்ட அழிவு

இந்த அழிவு எப்படி நிகழ்ந்ததென்று மார்க்ஸ் ஜாக்ரதையாக, கவனமாகப் பரிசீலனை செய்கிறார். 1813க்கு முன்னால்

கிழக்கிந்திய கம்பெனியார் ஏகபோக உரிமை அனுபவித்த காலத்தையும் 1813க்குப் பின் இந்த ஏகபோக உரிமையை ஒழித்துவிட்டு யந்திரத் தொழில் முதலாளிகள் இந்தியா முழுவதையும் பிடித்து கிழக்கிந்தியக் கம்பெனியின் வேலையை செய்துமுடித்த காலத்தையும் இரண்டு கால கட்டங்களாகப் பிரிக்கின்றார் மார்க்ஸ். முதல் கட்டத்தில் அழிவுக்கான ஆரம்ப நடவடிக்கைகள் பூர்த்தியாகிவிட்டன. முதலாவதாக கம்பெனி நேரடியாக அடித்த கொள்ளை (18-ம் நூற்றாண்டு முழுவதிலும் அப்பொழுதிருந்த சொற்ப வர்த்தகத்தால் கிடைத்த வருமானத்தைவிட மிக அதிகமாக அந்த தேசத்தின் நேரடியான சுரண்டல் மூலம் அங்கிருந்த ஐஸ்வரியங்களைப் பறித்து அனுப்புவதன் மூலம் இங்கிலாந்துக்கு செல்வங்கள் ஏற்றுமதியாயிற்று. இரண்டாவதாக மராமத்து வேலைகளும் நீர்ப்பாசன வேலைகளும் புறக்கணிக்கப்பட்டன. பழைய சர்க்கார்கள் இந்த வேலையை நிர்வகித்து வந்தன. இப்பொழுது அவைகளைக் கவனிப்பாரில்லாமல் போய்விட்டது. மூன்றாவதாக இங்கிலிஷ் நில அமைப்பு, நிலச்சுவான்தாரி முறை, விற்பனை-வாங்கல் முறை ஆகியவை புகுத்தப்பட்டன. இங்கிலிஷ் குற்றச் சட்டமும் அப்படியே புகுத்தப்பட்டது. நான்காவதாக, இந்தியாவின் கைத்தொழில்கள் உற்பத்தி செய்யும் பொருள்களின் இறக்குமதிக்கு முதலில் இங்கிலாந்திலும் பின்னர் ஐரோப்பா முழுவதிலுமே தடைபோடப்பட்டது. அல்லது தாக்குப்பிடிக்க முடியாத இறக்குமதி வரிகள் போடப்பட்டன.

எனினும் இவைகளால் "இறுதி அடி", கடைசி சாவுமணி அடிக்கப்படவில்லை. 19-ம் நூற்றாண்டு முதலாவது சகாப்தத்திலே அது வந்தது.

விக்புரட்சியின்* மூலம் இறுதியாக அதிகாரத்தில் ஸ்தாபித்துக்கொண்ட வியாபாரப் பணமூட்டைகளுடன்

---

* விக் புரட்சி பியூடல் பிரபுக்களின் ஆதிக்கத்தை எதிர்த்து வளர்ந்துவரும் வியாபார பூர்ஷுவாக்கள் நடத்திய புரட்சி. 1688-ல் டச்சு இளவரசர் பிரிட்டிஷ் மன்னனாக்கப்பட்டதுடன் வியாபார பூர்ஷுவாக்களின் வெற்றி ஸ்திரமாயிற்று. வியாபார பூர்ஷுவாக்களின் கட்சியுடைய பெயர் விக் கட்சி.

கிழக்கிந்தியக் கம்பெனியின் ஏகபோக உரிமைக்கு நெருங்கிய சம்பந்தம் இருந்தது.

கிழக்கிந்தியக் கம்பெனியின் உண்மைத் தொடக்கத்தை 1702லிருந்து கணக்கிடவேண்டும்; அதற்கு முன்னால் குறிப்பிட முடியாது. கிழக்கிந்திய வியாபாரத்தில் ஏகபோக உரிமை கோரிய பல்வேறு கழகங்களும் 1702-ல்தான் ஒரே கம்பெனியாக ஒன்றுபட்டன. அதுவரையில் பழைய கிழக்கிந்திய கம்பெனிகள் உயிருக்கே மீண்டும் மீண்டும் அபாயம் ஏற்பட்டுக்கொண்டிருந்தது. ஒரு தடவை **கிராம்வெல்** ஆட்சியில் அது சில வருஷங்கள் நிறுத்தி வைக்கப்பட்டது. மூன்றாவது வில்லியம் ஆட்சியில் சட்டசபைத் தலையீட்டால் அது கலைக்கப்பட்டுவிடும் போலிருந்தது. அந்த டச்சு இளவரசன் (1688-ல் பதவிக்கு வந்த 3வது வில்லியம்) அரசு ஓங்கி வளர்ந்தபோதுதான், விக்குகள் பிரிட்டிஷ் சாம்ராஜ்யத்தின் வருமானத்துக்கு உரிமையாளர்களான போதுதான், **இங்கிலாந்து பாங்கு** பிறந்தபோதுதான். சுதேசி உற்பத்திக்குப் பாதுகாப்பு ஏற்பட்டபோதுதான் ஐரோப்பாவில் அதிகார சமநிலை நிச்சயமானபொழுதுதான், பார்லிமெண்ட் கிழக்கிந்தியக் கம்பெனியை நிர்ணயமாக அங்கீகரித்தது. இந்த சகாப்தம் வெளித்தோற்றத்தில் சுதந்திரமான சகாப்தமாக புலப்பட்டபோதிலும் உண்மையில் ஏகபோக உரிமையின் சகாப்தமாகவே விளங்கியது. **எலிசபெத்** ராணியின் காலத்திலும் முதலாவது **சார்லஸி**ன் காலத்திலும் அரண்மனையின் அனுமதியின்பேரில் ஏகபோக உரிமைகள் வழங்கப்பட்டன; இப்பொழுது இவை பார்லிமெண்டால் வழங்கப்பட்டன."

(மார்க்ஸ், "கிழக்கிந்தியக் கம்பெனி; அதன் சரித்திரமும் விளைவும்- 'நியூயார்க் டெய்லி ட்ரிப்யூன்' 1853 ஜூலை".)

இந்திய வர்த்தக ஏகபோக உரிமையை இங்கிலிஷ் தொழில் முதலாளிகள் எதிர்த்தார்கள்; இந்தியப் பொருட்கள் இறக்குமதியாவதை எதிர்த்து அதற்குத் தடைவிதிக்கும்படிச் செய்தார்கள். இவர்களும் லாபகரமான இந்திய வியாபாரத்தில்

குறிப்பு : மார்க்ஸ் ஹிந்துஸ்தான் என்று கூறும்போது இந்தியாவையே குறிப்பிடுகிறார். அதற்கும் இன்றைய அரசியல் தகராறுக்கும் சம்பந்தமே இல்லை - மொ - ர்.

பங்கு பெறாத வியாபாரிகளும் சேர்ந்து கிழக்கிந்தியக் கம்பெனியின் ஏகபோகத்தை எதிர்த்து இடைவிடாது கிளர்ச்சி செய்தனர். கம்பெனியின் "டைரக்டர்கள் போர்டையும்" முதலாளிகளையும் நீக்க முயற்சித்த 1783-ம் வருஷத்திய இந்திய மசோதாவைச் சுற்றி நடந்த போராட்டத்திலும் அதன் விளைவாக பாக்ஸ் (Fox) சர்க்கார் வீழ்ச்சியடைந்தபோதிலும் இது பிரதிபலித்தது. அதன்பின் 1786 முதல் 1795 வரை இந்திய கவர்னர் ஜெனரலாக இருந்த ஹேஸ்டிங்ஸ் பிரபுவின் குற்ற விசாரணையைப் பற்றிய நீண்ட போராட்டத்திலும் இந்தத் தகராறு பிரதிபலித்தது. ஆனால் இங்கிலிஷ் யந்திரத் தொழில் முதலாளிகளை முன்னுக்கு கொண்டுவந்த யந்திரத் தொழில் புரட்சி பூரணமானபின்தான் 1813ல் கிழக்கிந்தியக் கம்பெனியின் ஏகபோக உரிமை ஒழிந்தது.

1813-க்குப் பிறகுதான், இங்கிலிஷ் தொழில் முதலாளிகளின் படையெடுப்பால், இந்தியப் பொருளாதார அமைப்பின் பிரதான அம்சங்கள் தகர்ந்தன. 19வது நூற்றாண்டின் முற்பகுதியில் இந்த அழிவினால் உண்டான பலன்களை மறுக்க முடியாத யதார்த்த உண்மைகளின் மூலம் மார்க்ஸ் நிரூபித்தார். 1780லிருந்து 1850க்குள் இந்தியாவுக்கு அனுப்பப்பட்ட பிரிட்டிஷ் ஏற்றுமதி **3 லட்சத்து 86 ஆயிரத்து 152 பவுன்களிலிருந்து 80 லட்சத்து 24 ஆயிரம் பவுன்களாக** உயர்ந்தது. 1780ல் பிரிட்டிஷ் ஏற்றுமதிகளில் 32ல் ஒரு பாகமே இந்தியாவுக்குப் போயிற்று. 1850ல் பிரிட்டிஷ் ஏற்றுமதிகளில் எட்டில் ஒரு பாகம் இந்தியாவுக்குப் போயிற்று. 1850-ம் வருஷத்தில் பிரிட்டிஷ் ஜவுளி உற்பத்தியில் பிரிட்டிஷ் ஜனத்தொகையில் நாலில் ஒரு பகுதி ஈடுபட்டிருந்தது.

"1818லிருந்து 1836க்குள் பிரிட்டனிலிருந்து இந்தியாவிற்கு ஏற்றுமதியான முறுக்கு நூல் 5200 மடங்கு அதிகமாயிற்று. 1824ல் இந்தியாவுக்கு ஏற்றுமதியான பிரிட்டிஷ் மஸ்லின்கள் 60 லட்சம் கெஜங்கள்கூட இல்லை. ஆனால் 1837ல் 640 லட்சம் கெஜங்களுக்குமேல் ஏற்றுமதியாயிற்று. ஜவுளி ஆடை உற்பத்திக்குப் பிரசித்திபெற்ற இந்திய நகரங்கள் க்ஷீணித்தன. இதைவிட மோசமான விளைவு என்னவென்றால், ஹிந்துஸ்தான் முழுவதும் விவசாயத்துக்கும் கைத்தொழிலுக்கும்

உள்ள ஒற்றுமையை பிரிட்டிஷ் நீராவியும், **விஞ்ஞானமும்***
வேரோடு பிடுங்கி எறிந்தது."

(மார்க்ஸ்-இந்தியாவில் பிரிட்டிஷ் ஆட்சி 1853)

"இங்கிலிஷ் ஜவுளி இயந்திரங்களால் இந்தியாவில் கடுமையான விளைவுகள் ஏற்பட்டன. வர்த்தகத்தின் சரித்திரத்திலேயே இந்தத் துன்பத்திற்கு ஈடு காணமுடியாது. தறிக்காரர்களுடைய எலும்புகள் இந்திய சமவெளிகளை வெண்மையாக்கிக்கொண்டிருக்கின்றன என்று 1834-5ல் கவர்னர் ஜெனரல் ரிப்போர்ட் செய்தார்.

(மார்க்ஸ் "மூலதனம்")

"விவசாயமும், கைத்தொழிலும் ஒரு குடும்பமாக ஒன்றுபட்டிருப்பதன்" அடிப்படையிலிருந்து இந்திய கிராமிய அமைப்பு கைத்தொழிலும் கைராட்டினமும் பழைய இந்திய சமூக அமைப்பின் அச்சுக்களால் இருந்தன. "பிரிட்டிஷ் ஆக்கிரமிப்பாளன்தான் இந்திய கைத்தறியை உடைத்தெறிந்தான். இந்திய ராட்டினத்தை அழித்தான்" இந்த விதத்தில் "ஆசியாவின் மிகப்பெரிய சமுதாயப் புரட்சியை, உண்மையைச் சொல்லப்போனால், ஆசியா கண்டத்தில் சம்பவித்த ஒரே சமுதாயப் புரட்சியை" பிரிட்டன் உண்டுபண்ணியது; இந்தப் புரட்சி கைத்தொழில்கள் நிரம்பிய பழைய நகரங்களை நாசம் செய்து, அங்கிருந்த ஜனங்களை கிராமங்களில் கூட்டம் கூடும்படிச் செய்தது; அது மட்டுமல்ல, கிராமங்களுடைய பொருளாதார வாழ்க்கையின் சமநிலையைத் தகர்த்தது. அதனால் விவசாயத்தின் மீது ஜன அழுத்தம், ஜன நெருக்கம் இன்றுவரை அதிகரித்துக் கொண்டே இருக்கிறது. அதே சமயத்தில் விவசாயிகளிடமிருந்து எவ்வளவு அதிகப்பட்சமாய் முடியுமோ அவ்வளவு வரியை ஈவிரக்கமில்லாமல் பறித்தனர். இதற்குப் பதிலாக அவசியமான மராமத்து வேலைகளைச் செய்தார்களாவென்றால் அதுவுமில்லை. (1850-51-ல் நிலவரி வருமானம் 1 கோடியே 93 லட்சம் பவுன்கள்; சகல மராமத்து

---

* விஞ்ஞான வளர்ச்சியால் நீராவியின் விசை கண்டுபிடிக்கப்பட்டு இங்கிலாந்தில் நீராவி விசையுடன் கூடிய யந்திரத்தொழில் வளர்ந்திருப்பதையே மார்க்ஸ் குறிப்பிடுகிறார்.

வேலைகளுக்கும் 1 லட்சத்து 66 ஆயிரத்து 930 பவுன்கள்தான் செலவழிக்கப்பட்டது. அதாவது வசூலிக்கப்பட்ட வரியிலிருந்து 8 சதவிகிதம்தான் விவசாயத்தின் ஜீவ நாடியான நீர்ப்பாசனத்திற்கு செலவாயிற்று) இதன் விளைவாக விவசாய வளர்ச்சி தடைப்பட்டது.

"உற்பத்திச் சாதனங்களும் உழைப்பும் மீண்டும் மீண்டும் உபயோகப்படுவதற்கே ஆபத்து விளைவிக்கக்கூடிய அளவுக்கு வரி அதிகமாகலாம். உற்பத்தி விஸ்தரிப்பதை வரிக்கொடுமை முடியாத காரியமாக்கிவிடும். நேரடியாக விவசாயம் செய்யும் உற்பத்தியாளர்களை ஜீவனத்துக்கு அத்தியாவசியமுள்ள குறைந்தபட்ச நிலைமைக்குத் தாழ்த்திவிடும். இந்தியாவை இங்கிலிஷ்காரர்கள் ஜெயித்ததைப்போல, ஒரு யந்திரத் தொழில்நாடு அன்னிய நாடு விவசாய அமைப்பைப் பாதிக்கும்போது, சுரண்டும்போது இந்நிலைமை குறிப்பாக ஏற்படுகிறது."

(மார்க்ஸ் "மூலதனம்")

(வரி அதிகரிக்கிறது; அதனால் உழவனுக்கு உயிரைக் காப்பதற்கு அவசர அவசியமான தேவை கிடைப்பதற்கே கஷ்டமாகிவிடுகிறது. அதனால் அடுத்த வருஷத்தில் சாகுபடி செய்வதற்குத் தெம்பு இல்லாமல் போகக் கூடிய அபாயம் அதிகரிக்கிறது. நிலத்தை அபிவிருத்தி செய்ய வசதி இல்லை; மாட்டுக்குத் தீனிபோட சக்தி இல்லை; நீர்ப்பாசனம் கவனிப்பாரற்றுக் கிடக்கிறது. அதனால் நிலமாகிய உற்பத்திச் சாதனத்தைப் பயன்படுத்துவதும் கஷ்டமாகிறது. அன்னிய முதலாளித்துவம், அடிமைப்படுத்திய நாட்டின் விவசாயப் பொருளாதாரத்தைத் தாக்கும்போது இந்த நிலைமை கோர ரூபமெடுக்கிறது. சாதாரணமாக அந்த நாட்டு முதலாளித்துவமே பழைய விவசாய அமைப்பைத் தகர்க்கும்போது அத்தகைய கோரநிலை சிருஷ்டிக்கப்படுவதில்லை:- (மொ-ர்.)

இந்தியாவிலிருந்து பிரிட்டன் வாரிக்கொண்டுபோன கப்பத்தைக் கீழ்க்கண்டவாறு மார்க்ஸ் மதிப்பிடுகிறார்:-

"நல்லாட்சிக்காகவும், பிரிட்டிஷ் மூலதனத்தின் வட்டிக்காகவும், முதல் போட்டுள்ள பிரிட்டிஷ் பங்குதாரர்களின் டிவிடெண்டுக்காகவும் மாத்திரம் இந்தியா 50 லக்ஷம்

பவுன்கள் பிரிட்டனுக்கு அனுப்புகிறது. தங்களது சம்பளத்திலிருந்து மிச்சம் பிடித்து அதிகாரிகள் வருஷா வருஷம் அனுப்பிய பணத்தையும், இங்கிலாந்தில் முதல் போடுவதற்காக இந்தியாவில் சம்பாதித்த லாபத்தின் ஒரு பகுதியை இங்கிலிஷ் வியாபாரிகள் அனுப்பினார்களே, அதையும் இந்த 50 லட்சம் பவுன்களில் சேர்க்கவில்லை."

(மார்க்ஸ் "மூலதனம்")

கிராம அமைப்பு வீழ்ச்சியடைந்ததேயென்று, இந்திய சமூகத்தின் பழைய அடிப்படை அழிந்துவிட்டதேயென்று மார்க்ஸ் கண்ணீர் வடிக்கிறாரா? பூர்ஷுவா சமூகப் புரட்சியால் ஏற்பட்ட அளவுகடந்த கஷ்டத்தை மார்க்ஸ் கண்டார். ஒவ்வொரு தேசமும் இந்தக் கஷ்டத்தை அனுபவித்தது என்றாலும், இந்தியாவில் அன்னிய முதலாளித்துவத்தின் படையெடுப்பின் மூலம் இந்தப் புரட்சி சம்பவித்ததால், இந்தத் துன்பம் இன்னும் அதிகமாக இருந்தது. ஆனால் கிராம அமைப்பு மிகவும் பிற்போக்காக இருந்தது என்பதையும், மனித வர்க்கம் முன்னேற வேண்டுமானால் இது அழியவேண்டியது அத்யாவசியம் என்பதையும் மார்க்ஸ் கண்டார். இந்த கிராம சமூகங்களிலுள்ள ஜனங்கள் அடைந்த "சிறுமையை" ஆவேசத்துடன் கூடிய வார்த்தைகளில் சித்திரிக்கிறார் மார்க்ஸ். ஐரோப்பாவிலுள்ள சிலரைப்போல் இந்தியாவிலும் முன்னோக்கிப் பார்ப்பதற்கு பதிலாகப் பின்னோக்கிப் பார்ப்பவர்களுக்கு- பிரிட்டன் வருவதற்கு முன்னிருந்த பழைய மறைந்துபோன இந்தியாவை,கைராட்டினமும் கைத்தறியும் இயங்கும் இந்தியாவை மீண்டும் சிருஷ்டிக்க வேண்டுமென்ற கோஷத்தின்பேரில் பிரிட்டிஷ் ஆட்சியை எதிர்க்க வேண்டும் என்று விரும்பும் இந்தியர்களுக்கு,- மார்க்ஸின் நிர்ணயிப்பு இன்னும் ஒரு அபூர்வமான படிப்பினையாக விளங்கும். "அந்த லட்சோப லட்சக்கணக்கான சமூகங்கள் சுறுசுறுப்பான, குற்றமற்ற சமூகங்கள் ஸ்தாபன அமைப்பை இழந்து, தனித்தனியாகச் சிதறி, துன்பக்கடலில் ஆதரவில்லாமல் தவிப்பதையும், இந்தச் சமூகங்களின் அங்கத்தினர்கள் தங்கள் புராதன நாகரிகத்தையும் பரம்பரை ஜீவனோபாயத்தையும் ஒரே சமயத்தில் இழந்து நிற்பதையும் பார்க்க பார்க்க, மனித உணர்ச்சிக்கு வேதனை அளிக்கிறது.

எனினும், கலப்பற்ற தனித்தன்மையுடன் திகழ்ந்த இந்தக் கிராமச் சமூகங்கள் குற்றமற்றவையாகத் தோன்றியபோதிலும் கீழ்நாடுகளின் கொடுங்கோன்மைக்கு அவை திடமான அஸ்திவாரமாக இருந்ததை நாம் மறக்க முடியாது; அந்த சமூகங்கள் மனித அறிவை சின்னஞ்சிறு கூட்டுக்குள் அடைத்து, மூடப் பழக்கவழக்கங்களுக்கு எளிய கருவியாக்கியதையும், பரம்பரை வழக்கங்களுக்கு இதை அடிமைப்படுத்தியதையும், சரித்திரபூர்வமான சக்திகளையும், சிறப்பையும் மனித அறிவு பெறாமல் செய்ததையும் நாம் மறக்க முடியாது.

"ஒரு மோசமான நிலச் சதுக்கத்திலிருந்துகொண்டு, சாம்ராஜ்யங்கள் வீழ்ச்சி அடைவதையும், சொல்லற்கரிய கொடுமைகள் இழைக்கப்படுவதையும், பெரிய நகரங்களின் ஜனங்கள் படுகொலை செய்யப்படுவதையும் பார்த்துக் கொண்டிருந்த இந்த சமூகங்களின் காட்டுமிராண்டித்தனமான தன்னகங் காரத்தை நாம் மறக்க முடியாது. இயற்கையில் நிகழும் சம்பவங்களில் எவ்வளவு சிரத்தை எடுத்துக் கொண்டார்களோ அதே சிரத்தைதான் மேற்கூறிய சம்பவங்களில் அவர்கள் எடுத்துக்கொண்டார்கள். தவிர எந்த ஆக்கிரமிப்பாளன் கவனமாவது விழுந்துவிட்டால் இந்த சமூகங்கள் எதிர்க்க வகையில்லாமல் ஆக்கிரமிப்பிற்கு இரையாயின.

"இந்தத் தேக்கம் நிறைந்த வாழ்க்கை, அகௌரவமான வாழ்க்கை இந்த அசேதன வாழ்க்கை, சிருஷ்டிக்க வகையில்லாத வாழ்க்கை, நேர்மாறான விளைவுகளையும் சிருஷ்டித்தது. கட்டுக்கடங்காத நாசகார சக்திகள், நோக்கமில்லாத முறையில் நாசம் செய்யும் அழிவு சக்திகள் குமுறி எழுந்தன. இந்தியாவில் கொலையே ஒரு தெய்வச் சடங்காயிற்று. இதை நாம் மறக்கக்கூடாது.

"இந்தச் சிறு சமூகங்கள் ஜாதி வேறுபாடுகளாலும் அடிமை முறையாலும் களங்கமடைந்திருந்தன. மனிதனை சூழ்நிலையின் எஜமானனாக்குவதற்குப் பதில் அவனை சுற்றுச்சார்புக்கு அடிமைப்படுத்தின. தன்னைத் தானே மாற்றிக்கொண்டிருந்த சமூக அமைப்பை என்றுமே மாறாத விதியாக்கியது. இந்த விதத்தில் இயற்கையையே மனிதன் கும்பிட்டு வணங்கும் மிருகத்தனமான நிலைமையை சிருஷ்டித்தது. இயற்கையின் எஜமானனாகிய மனிதன், குரங்காகிய ஹனுமான்

முன்னால், பசு 'தெய்வத்தின்' முன்னால் தண்டனிட்டு வணங்கியதில் இந்தச் சிறுமை காட்சியளித்தது. இதையும் நாம் மறக்க முடியாது."

(மார்க்ஸ் - "இந்தியாவில் பிரிட்டிஷ் ஆட்சி")

ஆகவே, இந்தியாவில் பிரிட்டன் சிருஷ்டித்த பொருளாதாரத்தை மார்க்ஸ் கண்டித்தபோதிலும், பிரிட்டிஷ் வெற்றியில் "சரித்திரத்தின் கருவியை"க் காண்கிறார். ஆனால் பிரிட்டன் இதை உணர்ந்து செய்யவில்லை யென்பதையும் குறிப்பிடுகிறார்:-

"இந்தியாவில் ஒரு சமூகப் புரட்சி ஏற்படுவதற்கு பிரிட்டன் காரணமாக இருந்தபோது அது இழிவான நலன்களால் மாத்திரமே உந்தப்பட்டதென்பதும், அந்தப் புரட்சியை நிறைவேற்றுவதில் அது திறமையற்ற முறையில் நடந்துகொண்டதென்பதும் உண்மைதான். ஆனால் பிரச்சினை அதுவல்ல. ஆசியாவின் சமூக அமைப்பில் அடிப்படையான புரட்சி ஏற்படாமல், மனித வர்க்கம் அதன் லட்சியத்தை அடைய முடியுமா என்பதே பிரச்சினை. முடியாதென்றால், இங்கிலாந்து எவ்வளவு குற்றங்கள் இழைத்த போதிலும் அது தனக்கே தெரியாமல், சரித்திரத்தின் கருவியாக விளங்கி அந்தப் புரட்சியை சாதித்திருக்கிறது."

(மார்க்ஸ்,- "இந்தியாவில் பிரிட்டிஷ் ஆட்சி")

4. இந்தியாவில் பிரிட்டிஷ் ஆட்சியால் ஏற்பட்ட புனருத்தாரணம்

மார்க்ஸ் அபிப்பிராயப்படி இங்கிலாந்துக்கு "இந்தியாவில் இரு பணிகள் இருந்தன." (1) அழிப்பது, (2) புனருத்தாரணம் செய்வது- பழைய ஆசிய சமூகத்தை அழித்துவிட்டு ஆசியாவில் மேற்கத்திய சமூகத்தின் லோகாயத அஸ்திவாரத்தை ஸ்தாபிப்பது" இதுவரை அதன் அழிவு சக்தியே கண்கூடாக இருந்துவந்திருக்கிறது; எனினும் "புனருத்தாரண வேலையும்" துவக்கிவிட்டது.

"இந்திய நாகரிகத்தைவிட உயர்ந்த நாகரிகத்தைப் பெற்ற முதல் ஆக்கிரமிப்பாளர் பிரிட்டிஷார். ஆகவே, அவர்களை (பழைய ஆக்கிரமிப்பாளர்களைப்போல) இந்திய நாகரிகத்தால் ஆகர்ஷித்து தன்னகத்தே ஜீரணிக்க முடியவில்லை. சுதேசி சமூகங்களை உடைத்தெறிந்து, சுதேசித் தொழிலை வேரோடு

பிடுங்கி எறிந்து, சுதேசி சமூகத்தில் உன்னதமானதாகவும் மேன்மையானதாகவும் கருதப்பட்டவற்றைக் கவிழ்த்து அவர்கள் இந்திய நாகரிகத்தை அழித்தார்கள். இந்தியாவில் அவர்கள் நடத்திய ஆட்சியின் சரித்திரம் முழுவதும் இந்த அழிவுப்படலத்தைத் தவிர வேறொன்றும் காணப்படவில்லை. நாசத்தின் குவியலிலே புனருத்தாரண வேலையைப் பற்றி ஒன்றுமே பார்க்க முடிவதில்லை. எனினும், புனருத்தாரணம் துவங்கிவிட்டது."

(மார்க்ஸ், "இந்தியாவில் பிரிட்டிஷ் ஆட்சியின் எதிர்காலம்" 1853)

இந்தப் புனருத்தாரணத்தின் ஆரம்ப அடையாளங்களை மார்க்ஸ் எங்கே கண்டார்? அவர் சில குறிகளைத் தொகுத்துத் தருகிறார்:-

1."முகலாய மன்னர் காலத்திலிருந்ததைவிட விரிவான, உறுதியான அரசியல் ஒற்றுமை" " மின்சாரத் தந்தி மூலம் இந்த ஒற்றுமை பலப்படும், நீடிக்கும்."

2. "சுதேசி ராணுவம்" (1857-ல் நடந்த சிப்பாய்க் கலகம் என்று சொல்லப்படும் சிப்பாய் புரட்சிக்குப் பின் இந்த ராணுவம் கலைக்கப்பட்டது. மொத்த ராணுவத்தில் மூன்றில் ஒரு பகுதி பிரிட்டிஷ் படைகளாயிற்று. பிரிட்டிஷ் ராணுவ ஆதிக்கம் பலப்பட்டது. மார்க்ஸ் இந்த சம்பவங்களுக்கு முன் இதை எழுதினார்.)

3. "முதன்முதலாக ஆசிய சமூகத்தில் பத்திரிகை சுதந்திரம் அங்கீகரிக்கப்பட்டிருக்கிறது. சுதந்திரமான பத்திரிகைகள் உருவாகின்றன." (1835-ல் இந்தியாவில் பத்திரிகைச் சுதந்திரம் பிரகடனப்படுத்தப்பட்டது. அதற்குப் பின் மார்க்ஸ் இதை எழுதினார். 1873-லிருந்து பத்திரிகை சுதந்திரத்தைக் கட்டுப்படுத்தும் சட்டங்கள் போடப்பட்டன; ஆனால் மார்க்ஸ் எழுதியது 1873-க்கு முன்னால். ஏகாதிபத்தியம் க்ஷீணித்து வரும் நவீன காலத்தில் பத்திரிகை சுதந்திரத்தைப் பறிக்கும் சட்டங்கள் பலமடைந்துள்ளன).

4. "நிலத்தில் தனி சொத்துரிமை ஸ்தாபிக்கப்பட்டது. ஆசிய சமூகத்தின் மாபெரும் தேவை இது."

5. எவ்வளவு அபூர்வமாக இருந்தபோதிலும் அதிருப்தியுடன் செய்யப்பட்டபோதிலும் "நிர்வாகத்தின் தேவைகளைக் கற்றறிந்த, ஐரோப்பிய விஞ்ஞானத்தில் பரிச்சயமுள்ள" ஒரு இந்திய அறிவாளி வர்க்கத்தை சிருஷ்டித்திருக்கிறது.

6. நீராவிக் கப்பல்கள் மூலம் "ஐரோப்பாவுடன் வேகமாக மாமூல் போக்குவரத்து" ஏற்பட்டிருக்கிறது.

இந்தியாவை யந்திரத்தொழில் முதலாளித்துவம் சுரண்டுவதின் தவிர்க்கமுடியாத விளைவுகள்தான், இவை எல்லாவற்றையும்விட முக்கியமானது. இந்திய மார்க்கட் வளருவதற்கு "இந்தியாவை திரும்ப திரும்ப உற்பத்தி செய்யும் தேசமாக மாற்றுவது அவசியம்; அதாவது இறக்குமதியாகும் தொழில்-உற்பத்திப் பொருள்களுக்குப் பதிலாக மூலப் பொருள்களை ஏற்றுமதி செய்யும் தளமாக இந்தியா விளங்கவேண்டும். அதனால் ரயில்வேக்களையும் ரஸ்தாக்களையும் போடவேண்டியது அவசியமாயிற்று; அதனால் நீர்ப்பாசனங்களை அமைப்பதும் அவசியமாயிற்று. மார்க்ஸ் இந்தக் கட்டுரைகளை எழுதும்போது இந்தக் கட்டம் தொடக்கத்திலிருந்தது. இந்தப் புதிய வளர்ச்சியின் விளைவுகளை மதிப்பிட்டு, கார்ல்மார்க்ஸ் தீர்க்கதரிசனத்துடன் கணித்த கணிப்பு இந்தியாவைப் பற்றிய அவரது பிரகடனங்கள் எல்லாவற்றிலும் அதிகப் பிரசித்திப் பெற்றது. மார்க்ஸ் கூறுகிறார்:-

"தங்களுடைய தொழில்களுக்குக் குறைந்த செலவில் பருத்தியையும் இதர மூலப்பொருள்களையும் பறிக்க வேண்டுமென்ற ஒரே நோக்கத்துடன் இங்கிலிஷ் முதலாளிகள் இந்தியாவில் ரயில் பாதைகளை அமைக்க விரும்புகிறார்கள் என்பதை நான் அறிவேன். ஆனால் ஒரு தேசத்தின் போக்குவரத்தில் யந்திர முறையைப் புகுத்தினால் அந்தத் தேசத்திடம் இரும்பும், நிலக்கரிக் கனிகளும் இருக்கும்போது, யந்திரத் தொழில் விஸ்தரிப்பதை உன்னால் தடுக்கமுடியாது. ஒரு பரந்த தேசம் முழுவதும் வலைபோல் பரவியுள்ள ரயில்வே போக்குவரத்து சரிவர நடந்துவரவேண்டுமானால் ரயில்வே போக்குவரத்தின் அன்றாடத் தேவைகளையும் உடனடித் தேவைகளையும் பூர்த்தி செய்வதற்கு அவசியமான தொழில்களை ஆரம்பிக்காமல் சாத்தியமில்லை. இதிலிருந்து ரயில்வேக்களுடன் உடனடியான தொடர்பில்லாத தொழில்களும் யந்திரமயமாகத் தீரும்.

ஆகவே, இந்தியாவில் ரயில்வே அமைப்பு நவீன இயந்திரத் தொழிலின் உண்மையான முன்னோடியாக விளங்கும்.

"......இந்திய முன்னேற்றத்துக்கும் இந்திய சக்திகளுக்கும் குறுக்கே பிரதானமான முட்டுக்கட்டைகளாக விளங்கும் இந்திய ***ஜாதிகளின் அடிப்படை**யில் எழுந்துள்ள பரம்பரை உழைப்புப் பிரிவினைகளை, ரயில்வே அமைப்பிலிருந்து எழும் நவீன யந்திரத் தொழில் ஒழித்துவிடும்."

(மார்க்ஸ்-"இந்தியாவில் பிரிட்டிஷ் ஆட்சியின் எதிர்கால விளைவுகள்").

அப்படியானால் இந்தியாவில், ஏகாதிபத்தியம் இந்திய மக்களை விடுவித்து, சமூக முன்னேற்றப் பாதையில் அவர்களை இட்டுச் செல்லக்கூடிய முற்போக்குச் சக்தியாக இருக்குமென்று மார்க்ஸ் நினைத்தாரென்று அர்த்தமா? இல்லை. அதற்கு நேர்மாறாக அவர் நினைத்தார். இந்தியாவில் நடந்த பிரிட்டிஷ் முதலாளித்துவ ஆட்சியால் விளைந்த "புனருத்தாரணத்தை"ப் பற்றி மார்க்ஸ் பேசும்போது, புதிய முன்னேற்றத்துக்குத் தேவையான லோகாயத சூழ்நிலையை அது சிருஷ்டிக்கின்றது என்ற அர்த்தத்திலேயே அவர் குறிப்பிடுவதாகத் தெளிவுபடுத்தினார். ஆனால், ஏகாதிபத்திய ஆட்சியிலிருந்து விடுதலையைப் பறிப்பதில் வெற்றியடைந்தபின் இந்திய மக்களேதான் இந்தப் புதிய முன்னேற்றத்தை சாதிக்க முடியும். இந்திய மக்களின் வெற்றிகரமான புரட்சிக் கலகத்தின் மூலமோ, அல்லது இந்திய மக்களுக்கு விடுதலை அளிக்கக்கூடிய பிரிட்டிஷ் யந்திரத் தொழிலாளி வர்க்கத்தின் வெற்றியின் மூலமோ இந்திய விடுதலையைப் பெறமுடியும். அதுவரை இந்தியாவில் ஏகாதிபத்தியத்தால் விளைந்துள்ள லோகாயத சாதனைகள் அனைத்தும் இந்திய மக்களுடைய நிலைமையில் எந்தவிதமான மாறுதலையும் ஏற்படுத்தாது; எந்த நன்மையையும் அளிக்காது. மார்க்ஸ் கூறுகிறார்:

"இங்கிலிஷ் பூர்ஷுவா வர்க்கம் கட்டாயப்படுத்தப்பட்டு செய்வதெல்லாம் பொதுமக்களுடைய சமூக நிலைமையிலிருந்து

---

* ஜாதி என்பது பண்டைய ஜாதிகளை - ஒரு சமூகத்தை பிராமணனென்றும், க்ஷத்திரியனென்றும், வைசியனென்றும், தீண்டத்தகாதவனென்றும் பிரிக்கும் சமூக அமைப்பைக் குறிக்கிறது.

விமோசனம் பெற்றுத்தராது; சமூக நிலைமையை உருப்படியான அளவுக்கு அபிவிருத்தியும் செய்யாது. இந்த சமூகநிலை உற்பத்தி சக்தியின் வளர்ச்சியை மாத்திரம் பொறுத்ததல்ல; வளர்ந்திருக்கும் உற்பத்திச் சக்தியால் பெறப்படும் பொருள்கள் பொதுமக்களுடைய உபயோகத்திற்குக் கிடைப்பதையும் பொறுத்திருக்கிறது. ஆனால் இந்த இரண்டும் ஏற்படுவதற்கு அவசியமான லோகாயத அடிப்படையை அமைப்பதில் பூர்ஷுவா வர்க்கம் தவறாது. இதற்கு மேல் எங்காவது பூர்ஷுவா வர்க்கம் செய்திருக்கிறதா?

"தனி நபர்களையும் ஜனங்களையும் ரத்தக்களரியிலும், ஆபாசத்திலும், துன்பத்திலும், சிறையிலும் சிக்கவைத்துக் கஷ்டப்படுத்தாமல் எங்காவது பூர்ஷுவா வர்க்கம் முன்னேற்றத்தை ஏற்படுத்தி இருக்கிறதா?"

"பிரிட்டிஷ் பூர்ஷுவா வர்க்கத்தால் இங்கும் அங்கும் தூவப்பட்டிருக்கும் **புதிய சமூக அம்சங்களின் பலன்களை** இந்தியர்கள் பெறுவதற்கு முன்னால், பிரிட்டனில் இன்றுள்ள ஆளும் வர்க்கங்கள் ஒழிந்து யந்திரத் தொழிலாளி வர்க்கத்தின் அரசு உருவாக வேண்டும் அல்லது இங்கிலிஷ் நுகத்தடியைப் பூர்ணமாகத் தூக்கி எறிவதற்குப் பலமும் சக்தியும் இந்தியர்களிடையே வளரவேண்டும்." (அதுவரை, பிரிட்டிஷ் முதலாளித்துவ ஆட்சி இந்தியாவில் நீடிக்கும்வரை பிரிட்டிஷ் பூர்ஷுவா ஆதிக்கத்தால் ஏற்பட்டுள்ள புதிய சமூக அஸ்திவாரத்தை இந்தியர்களால் பயன்படுத்திக்கொள்ள முடியாது - மொ-ர்).

இத்துடன் 1882-ல், நெருங்கிவரும் இந்தியப் புரட்சியைப் பற்றி எங்கெல்ஸ் எழுதியதை ஒத்திட்டுப் பார்க்கலாம்:-

"ஒருவேளை அநேகமாக இந்தியா ஒரு புரட்சி செய்யலாம். தன் விடுதலைக்காகப் போராடும் தொழிலாளி வர்க்கம் அடிமை நாடுகளின் விடுதலையை எதிர்த்து யுத்தம் செய்யமுடியாது. ஆகையால், இதை நாம் கவனத்தில் இருத்திக்கொள்ள வேண்டும். இந்தியப் புரட்சியால் சகல விதமான நாசங்களும் ஏற்படலாம். ஆனால்,நாசங்கள் ஏற்படுவது சகல புரட்சிகளிலுமுள்ள அம்சம்; பிரிக்க முடியாத அம்சம். இதே புரட்சி இதர

இடங்களிலும் நடக்கலாம். உதாரணமாக, **அல்ஜியர்ஸிலும், எகிப்திலும்** புரட்சி நடக்கலாம். அவை நிச்சயமாக நமக்குச் சாதகமாகவே இருக்கும்."

(காட்ஸ்கிக்கு எழுதிய கடிதம் - 1882 செப்டம்பர் 12).

19-ம் நூற்றாண்டின் மத்திவரை மார்க்ஸ் இந்திய நிலைமையை ஆராய்ந்திருக்கிறார். அவர் பரிசீலனை மூன்று விஷயங்களைச் சுட்டிக்காட்டுகிறது:

1. இந்தியாவில் பிரிட்டிஷ் ஆட்சியால் ஏற்பட்ட அழிவு- பழைய சமூகம் வேரோடு பிடுங்கி எறியப்பட்டது.

2. வர்த்தக-சுதந்திர முதலாளித்துவ காலத்தில் பிரிட்டிஷ் ஆட்சியால் விளைந்த புனருத்தாரணம்-எதிர்கால புதிய சமூகத்தின் லோகாயத அடிப்படைகள் ஸ்தாபிக்கப்படுதல்.

3. இதிலிருந்தெழும் காரிய சாத்தியமான முடிவு- அரசியல் மாறுதல் ஏற்படுவதன் அவசியம். இதன்மூலம் ஏகாதிபத்திய ஆட்சியிலிருந்து இந்திய மக்கள் விடுபடவேண்டும். அந்த விடுதலையின் மூலமே புதிய சமூகத்தை அவர்களால் சிருஷ்டிக்க முடியும்.

வர்த்தக—சுதந்திர முதலாளித்துவ காலத்தில் முதலாளித்துவம், அதன் யதார்த்த விளைவுகளில், முற்போக்காகயிருந்தது. ஆனால் இன்று உலகம் முழுவதும் இருப்பதைப்போல இந்தியாவிலும் ஏகாதிபத்திய ஆட்சி, வல்லமை பொருந்திய பிற்போக்கின் பெட்டகமாக நிற்கிறது; இந்தியப் பிற்போக்கின் இதர உருவங்களையும் முட்டுக்கொடுத்து காத்து நிற்கிறது. ஆகவே, மார்க்ஸ் காட்டிய அரசியல் மாறுதலை செய்யவேண்டிய கடமை-உடனடியான கடமையாகும் கட்டம் வந்துவிட்டது.

ஐந்தாவது அத்தியாயம்

இந்தியாவில் பிரிட்டிஷ் ஆட்சி-பழைய அடிப்படை

"இந்தியாவில் பிரிட்டிஷ் ஆட்சி என்று பெயரிட்டழைக்கப்படும் பலாத்காரத்துக்கும் கொள்ளைக்கும் முடிவே இல்லை."

(லெனின்-"உலக அரசியலில் தீப்பற்றிக்கொள்ளக்கூடிய வஸ்து" 1908).

இந்தியாவைப் பற்றி மார்க்ஸ் எழுதி தொண்ணூறு வருடங்களுக்கு மேலாகிவிட்டன. பல அடிப்படையான மாறுதல்கள் நிகழ்ந்துவிட்டன. எனினும் மார்க்ஸுடைய சரித்திரப் பரிசீலனையின் பிரதான அம்சங்கள் இன்றும் பொருந்தும். இந்தியாவைப் பற்றி 19-ம் நூற்றாண்டில் பல எழுத்தாளர்கள் விமர்சனம் செய்திருக்கிறார்கள். எதிர்காலத்தைப் பற்றிய மார்க்ஸின் தீர்க்க தரிசனத்திற்கு யாரிடமும் அவருக்கு ஈடு இணை காணமுடியாது. மார்க்ஸ் எழுதிய காலத்திலிருந்து ஏற்பட்ட சகல வளர்ச்சிகளிலும் கிடைத்த அனுபவங்கள் முழுவதும் மார்க்ஸின் தீர்க்க தரிசனத்தை மெய்ப்பித்துவிட்டன. அது மாத்திரமல்ல; அவர் தன் விமர்சனத்தின் அடிப்படையில் ஒரு அரசியல் முடிவிற்கு வந்தாரே, அந்த அரசியல் முடிவும் (இந்திய மக்கள் ஏகாதிபத்தியத்திடமிருந்து விடுதலை பெறுவது அவசியம்; போராட்டம் மூலமே விடுதலை பெறமுடியும் என்ற முடிவு) நிகழ்காலத்தில் ஊர்ஜிதமாகும் கட்டத்தில் இருப்பது பிரத்தியட்ச உண்மை.

ஆனால், மார்க்ஸினுடைய விமர்சனத்தையொட்டி அதற்குப்பின் இந்தியாவில் ஏகாதிபத்தியமும் இந்திய மக்களின் சக்திகளும் வளர்ச்சியடைந்திருப்பதை நாம் இன்று விமர்சனம் செய்யமுடியும்.

இந்தியாவின் ஏகாதிபத்திய ஆட்சியுடைய சரித்திரத்தில் மூன்று காலகட்டங்கள் தெளிவாகப் புலப்படுகின்றன. முதல் கட்டம் **வர்த்தக முதலாளித்துவ காலம்**. 18-ம் நூற்றாண்டு முடியும்வரை கிழக்கிந்தியக் கம்பெனியின் மூலம் வர்த்தக முதலாளித்துவம் ஆதிக்கம் வகித்தது. இரண்டாவது கட்டம்- **ஆலை முதலாளித்துவ காலம்**-19வது நூற்றாண்டில் இந்தியாவில் சுரண்டுவதற்கு ஆலை முதலாளித்துவம் புதிய அடிப்படையை ஸ்தாபித்தது. மூன்றாவது கட்டம் ரொக்க முதலாளித்துவம் ஆதிக்கம் வகிக்கும் நவீன கட்டம். பழைய அடிப்படையின் மிச்ச சொச்சங்களின்மேல் தனக்கே பிரத்தியேகமான சுரண்டல் அமைப்பை **ரொக்க முதலாளித்துவம்** வளர்த்தது. 19-ம் நூற்றாண்டின் கடைசி வருஷங்களில் ஆரம்பித்து, சமீப காலத்தில் ரொக்க முதலாளித்துவம் பூர்ணமாக வளர்ச்சியடைந்திருக்கிறது.

முதல் இரண்டு கட்டங்களைப்பற்றி- வர்த்தக முதலாளித்துவம், ஆலை முதலாளித்துவம்-மார்க்ஸ் பரிசீலனை செய்தார். இந்த ஆராய்ச்சியைத் தொடர்ந்து நவீனகால ரொக்க முதலாளித்துவத்தையும் அது இந்தியாவில் அனுஷ்டித்துவரும் கொள்கையையும் நாம் பகுத்தறிய வேண்டும்.

நிகழ்கால அமைப்பிற்கு அடிப்படையாக விளங்கும் முக்கியத்துவம் பெற்றுள்ளதாலும், நிகழ்காலத்தை நோக்கி ஏற்பட்ட வளர்ச்சியின் பாதையை உணர்வதற்காகவும் முதல் இரு கட்டங்களை சுருக்கமாகப் பரிசீலனை செய்துவிட்டு நவீன வளர்ச்சியை விவரமாக ஆராய்வதில் முழுக்கவனத்தையும் செலுத்துவோம்.

1. இந்தியாவில் கொள்ளை

கிழக்கிந்தியக் கம்பெனி 1600-ல் தோன்றியது. 1858-ல் பிரிட்டிஷ் மகுடத்துடன் ஐக்கியமாயிற்று. 1600-லிருந்து 1858வரை கிழக்கிந்தியக் கம்பெனி சகாப்தமாகக் கருதுவதே சம்பிரதாயம். உண்மையில் 18-ம் நூற்றாண்டின் பின்பாகம்தான் அது இந்தியாவில் ஆதிக்கம் வகித்த பிரதான கட்டம். 17-ம் நூற்றாண்டிலேயே வியாபார ஸ்தலங்கள் ஸ்தாபிக்கப்பட்டன. (சூரத் 1612, சென்னைக் கோட்டை 1639, பம்பாய் 1669-ல் கம்பெனி குத்தகைக்கு எடுத்தது. கல்கத்தா கோட்டை 1696

ஆனால் இந்தியாவைப் பிடித்து ஆண்ட புதிய கிழக்கிந்தியக் கம்பெனி அதன் முதல் சாசனத்தை 1698-ல்தான் பார்லி மெண்டிடமிருந்து பெற்றது. 1708வரை அது தன் இறுதியான உருவத்தில் உறுதிப்படவில்லை. விக்புரட்சியுடன் இங்கிலாந்தைத் தன் பிடிப்பிற்குள் கொண்டுவந்த வர்த்தக முதலாளித்துவத்தின் ஏகபோக சிருஷ்டியே இந்தியாவை வென்ற கிழக்கிந்தியக் கம்பெனி.

18-ம் நூற்றாண்டின் மத்தியிலிருந்து கம்பெனி இந்தியாவில் **பிரதேச ஆதிக்கத்தை** சிருஷ்டிக்க முற்பட்டது. மொகலாய சாம்ராஜ்யத்தின் வீழ்ச்சியைத் தொடர்ந்து 18-ம் நூற்றாண்டில் இந்தியா முழுவதும் நடந்த உள்நாட்டு யுத்தங்கள் உள்நாட்டுக் குழப்பத்தைப் பிரதிபலித்தன. பரிணாமத்தின் மாமூலான போக்கிலே பழைய அமைப்பை உடைத்தெறிவதற்கும், இந்திய சமூகத்தின் முன்னேறிக்கொண்டிருக்கும் நலன்களாகிய வர்த்தக, கப்பல், தொழில் நலன்களின் அடிப்படையில் பூர்ஷுவா அதிகாரம் எழுவதற்கும் அவசியமான குழப்பம் அது. எனினும் இந்த நெருக்கடியான காலத்தில் அதிக வளர்ச்சியடைந்த ஐரோப்பிய பூர்ஷுவாக்கள் தங்களுடைய மேன்மையான இயந்திரத் தொழில் வசதிகளுடனும், ராணுவ வசதிகளுடனும், சமூக-அரசியல் ஒற்றுமையுடனும் படை யெடுத்ததால், பரிணாமத்தின் மாமூல்போக்கு இடைமறிக்கப் பட்டது. அதன் விளைவாகப் பழைய அமைப்பின் அழிவின் பேரில் இந்தியாவில் ஏற்பட்ட பூர்ஷுவா ஆட்சி, பழைய அமைப்பின் கூட்டுக்குள்ளிருந்தே வளர்ந்த இந்திய பூர்ஷுவா ஆட்சியல்ல; பழைய சமூகத்தின் மீது பலவந்தமாகத் திணித்துக்கொண்ட அன்னிய பூர்ஷுவா ஆட்சி, வளர்ந்து கொண்டிருக்கும் இந்திய பூர்ஷுவா வர்க்கத்தின் கருவை நாசம் செய்த அன்னிய பூர்ஷுவா ஆட்சி ஏற்பட்டது. இந்திய வளர்ச்சியின் விபத்து இதில்தான் அடங்கியிருக்கிறது. இதற்குப் பிறகு இந்திய சமூக வளர்ச்சிக்கு அன்னிய பூர்ஷுவா வர்க்கத்துக்குச் சாதகமான முறையில் முட்டுக்கட்டை போடப் பட்டது. கோணல் மாணல் பாதையில் திருப்பிவிடப்பட்டது.

18-ம் நூற்றாண்டு இந்தியாவில், இந்த நெருக்கடியான கட்டம், குழப்பம் நேர்ந்த சந்திக்காலம், அன்னிய படையெடுப்பாளர்களுக்கு பிரதேச ஆதிக்கத்திற்காக சண்டைபோடவும், சூழ்ச்சி செய்யவும் சந்தர்ப்பம் அளித்தது. சகலரையும் எதிர்த்து சகலரும் போராடிக் கொண்டிருந்தபோது அதிக வளர்ச்சியடைந்த வல்லரசாகிய பிரிட்டிஷ் பூர்ஷுவா வர்க்கம் வெற்றியடைந்தது. 18-ம் நூற்றாண்டின் மத்தியில் வங்காளத்தை ஜெயித்ததுடன் இந்தியாவில் பிரிட்டனின் பிரதேச ஆதிக்கம் ஸ்தாபிக்கப்பட்டது. ஆரம்பத்தில் பழைய அரசாங்க உருவங்களுக்குள்ளேயே இந்த அதிகாரம் ஸ்தாபிக்கப்பட்ட தென்றாலும், அது பெயரளவில்தான். 19-ம் நூற்றாண்டின் தொடக்க காலத்தில் பிரிட்டிஷ் ஆதிக்கம் விஸ்தரித்தது. இந்தியாவில் பிரதான வல்லரசாக வளர்ந்துவிட்டது. கிழக்கிந்தியக் கம்பெனி 1858வரையில் இந்தியாவுக்குப் பொறுப்பு வகித்தது பெயரளவில்தான். 1773-ல் **நார்த்** பிரபு கொண்டுவந்த சட்டபடி **கவர்னர் ஜெனரலும் அவருடைய கௌன்ஸிலும் மேல் நீதிமன்றமும்** சிருஷ்டிக்கப்பட்டன. 1784-ல் பிட் கொண்டுவந்த சட்டப்படி லண்டனில் இந்தியா காரியதரிசிப் பதவியும், கண்ட்ரோல் போர்டும் சிருஷ்டிக்கப்பட்டன. இவற்றின்மூலம் இந்தியாவில் பிடிபட்ட பிரதேசங்களின் மீது பிரிட்டிஷ் அரசாங்கத்தின் ராஜ்யாதிகாரம் ஸ்தாபிக்கப்பட்டது. 1813 கம்பெனியின் ஏகபோக உரிமைக்கு முற்றுப்புள்ளி வைத்ததன்மூலம் கம்பெனி வகித்த விசேஷ பொருளாதார ஸ்தானமும் ஒழிந்தது. (சீன வியாபாரத்தின் ஏகபோக உரிமை மாத்திரம் கம்பெனியிடமிருந்தது. ஆனால் அதுவும் 1833-ல் ஒழிந்தது) 1857-ம் வருஷம் நடந்த **சிப்பாய்க்கலகம்** கம்பெனியின் கையாலாகாத்தனத்தையும் பத்தாம்பசலித் தன்மையையும் அம்பலப்படுத்தி 1858-ல் கம்பெனி இறுதியாகக் கலைக்கப்படும்வரை இந்த இரட்டை அமைப்பின் கூடு நீடித்தது. (பிரிட்டிஷ் அரசாங்கம், கிழக்கிந்தியக் கம்பெனி இரண்டும் இந்தியாவில் அமைத்திருந்த ஸ்தாபனங்களையே இரட்டை அமைப்பு என்று கூறுகிறார் ஆசிரியர். மொ-ர்).

ஆக, கிழக்கிந்தியக் கம்பெனி தனி அரசு செலுத்தி இந்தியாவை விசேஷமாகச் சுரண்டிய கட்டம் 18-ம் நூற்றாண்டின் பின்பகுதி என்பது கண்கூடு. இந்தக் கட்டத்தில்தான் நவீன முதலாளித்துவம்

முளைத்துத் தளிர்விட்டுக்கொண்டிருந்தது. ஆலை முதலாளித் துவம் பின்னால் 19-ம் நூற்றாண்டில் நடத்திய சுரண்டலுக்கும் இந்தச் சுரண்டலின் குணத்திற்கும் வித்தியாசம் இருக்கிறது. ஆலை முதலாளித்துவத்தின் சுரண்டுதலைத் தனியாக ஆராய்வோம்.

ஒரு கடல்கடந்த தேசத்தின் பொருள்களிலும் சாமான் களிலும் ஏகபோக வியாபாரம் செய்து லாபம் பெறுவதே வர்த்தக முதலாளித்துவத்தின் ஏகபோக கம்பெனிகளின் நோக்கம். இந்தியாவுடன் வியாபாரம் செய்வதில் கிழக்கிந்தியக் கம்பெனி இதே நோக்கத்தைத்தான் கொண்டிருந்தது. பிரிட்டிஷ் தொழில்களில் உற்பத்தியாகும் பொருள்களுக்குச் சந்தையைத் தேடிப்பிடிப்பதல்ல அவர்களது முக்கியமான நோக்கம். இந்தியாவிலும் கிழக்கிந்தியத் தீவுகளிலும் கிடைக்கும் பொருள்களைக் (குறிப்பாகப் பருத்தி ஆடைகள், சில்க் ஆடைகள், வாசனைத் திரவியங்கள்) ஏகபோகமாய்ப் பெறுவதே அவர்களுடைய முயற்சியாய் இருந்தது. இந்தப் பொருள்களுக்கு ஐரோப்பாவிலும் இங்கிலாந்திலும் நல்ல மார்க்கெட் இருந்தது. ஆகவே இந்தப் பிரதேசங்களிலிருந்து இந்தப் பொருள்களை வாங்கிக்கொண்டுபோய் விற்றால், ஒவ்வொரு தடவையும் நல்ல லாபம் கிடைக்கும்.

எனினும், ஆரம்பத்திலிருந்தே கம்பெனியை எதிர்நோக்கி இருந்த பிரச்சினை என்னவென்றால் வியாபாரத்திற்கு வாங்கும் சாமான்களுக்குப் பதிலாக, பரிவர்த்தனையாக இந்தியாவிற்கு ஏதாவது கொடுப்பது அத்யாவசியமாகிறது. அந்தக் காலத்தில், அதாவது 17வது நூற்றாண்டு ஆரம்பக்காலத்தில் இந்தியாவுக்குக் கொடுக்கக்கூடிய மதிப்புள்ள பொருள்கள் எதுவும் தன்மையிலும், தொழில் திறமையிலும் இந்திய உற்பத்தியுடன் ஒப்பிடக்கூடிய பொருள்கள் எதுவும் இங்கிலாந்திடம் இல்லை. அன்றைக்கு இங்கிலாந்து அடைந்திருந்த வளர்ச்சி அவ்வளவுதான். கம்பளி ஆடைகள் உற்பத்தி செய்யும் தொழில் மாத்திரமே இங்கிலாந்தில் முக்கியமான தொழிலாக இருந்தது. இந்தியாவிற்குக் கம்பளிகள் தேவையில்லை ஆகவே இந்தியாவிலிருந்து சாமான்களை வாங்க அபூர்வ உலோகங்களைக் கொண்டுவர வேண்டியிருந்தது. (அபூர்வ உலோகங்கள்: வெள்ளி, தங்கம்)

"கீழ்நாடுகளுடன் வியாபாரம் செய்வதில் உள்ள பெரிய கஷ்டம் என்னவென்றால் கீழ்நாடுகள் விரும்பும் சாமான்களாக - ஐரோப்பா அனுப்புவதற்குக் கொஞ்சமே உள்ளன-ராஜ சபைக்கு வேண்டிய தகரம், தங்கம், தாமிரம், பவளம், தந்தம், பாதரசம் ஆகிய சாமான்கள் மாத்திரமே வெள்ளியைத் தவிர இந்தியா விரும்பி வாங்கக்கூடியவை. அதனால் இந்தியாவிற்குப் பிரதானமாக வெள்ளியை எடுத்துக்கொண்டு போக வேண்டியிருந்தது"

-(எல். ஸி. ஏ. நௌஸ், "கடல்கடந்த சாம்ராஜ்யத்தின் பொருளாதார வளர்ச்சி.")

ஆகவே, கிழக்கிந்தியக் கம்பெனி ஆரம்பிக்கப்பட்ட போது வருஷத்திற்கு 30 ஆயிரம் பவுன்கள் மதிப்பை வெள்ளி ரூபத்திலோ, தங்க ரூபத்திலோ, அயல்நாட்டு நாணய ரூபத்திலோ ஏற்றுமதி செய்யக் கம்பெனிக்கு விசேஷ உரிமை அளிக்கப்பட்டது. ஆனால் இது வர்த்தக முதலாளித்துவத்தைப் புண்படுத்தியது; வர்த்தக முதலாளித்துவத்தின் அமைப்பு முழுமைக்குமே வெறுப்பாக இருந்தது. ஏனென்றால் அபூர்வ உலோகங்கள்தான் ஒரு தேசத்தின் உண்மையான செல்வம் என்பது வர்த்தக முதலாளித்துவத்தின் சித்தாந்தம்-உண்மையான செல்வம் அதிகரிப்பதன் மூலம் அல்லது அபூர்வ உலோகங்கள் குவிந்துகொண்டிருப்பதன் மூலம், சாதகமான நிகர இருப்பு, நிகர மிச்சம் பெறுவதே வர்த்தகத்தின் முக்கியமான நோக்கம்.

இந்தப் பிரச்சினையைத் தீர்ப்பதெப்படி? இந்தியாவிற்குக் குறைவாகக் கொடுத்தோ ஒன்றுமே கொடுக்காமலோ இந்தியாவின் பொருள்களைப் பெறுவதெப்படி? இதற்கான வழியை வகுப்பதே கிழக்கிந்திய கம்பெனியின் வியாபாரிகளுக்கு ஆரம்பத்திலிருந்தே கவலையாய் இருந்தது. சுற்றுவட்டமான வியாபார அமைப்பை சிருஷ்டிப்பது அவர்களுடைய முதல் தந்திரங்களில் ஒன்றாக இருந்தது. குறிப்பாக ஆப்பிரிக்காவிலும் அமெரிக்காவிலும் உள்ள காலனிகளின் கொள்ளையைப் பயன்படுத்தி (நேரடியாகக் கொள்ளையடிக்கும் அதிகாரத்தை இந்தியாவில் இன்னும் பெறவில்லை) இந்தியாவில் வாங்கும் சாமான்களின் விலைக்கு ஈடுகட்டினார்கள்.

"இந்தியாவுடனிருந்த இங்கிலிஷ் வியாபாரம் இந்தியா விரும்புவதைத் தேடிப்பிடிக்கும் வேட்டையாக மாறிற்று. ஸ்பானிஷ் அமெரிக்காவிலும் மேற்கு இந்தியத் தீவுகளிலும் அடிமைகளை விற்பதன் மூலம் கிடைக்கும் வெள்ளி இதற்குச் சர்வ முக்கியமானதாயிற்று.-(நௌல்ஸ்)

ஆனால் 18-ம் நூற்றாண்டின் மத்தியில் இந்தியாவின்மீது பிரிட்டிஷ் ஆதிக்கம் ஸ்தாபிக்கப்பட்டது. உடனே பரிவர்த்தனைத் தராசை தனக்குச் சாதகமாக நிர்ணயம் செய்யக் குறைந்தபட்ச விலைகொடுத்து அதிகபட்சப் பொருள்களை வாங்க கம்பெனி தன் அதிகாரத்தை உபயோகப்படுத்தியது. ஆரம்பத்திலிருந்தே வியாபாரத்திற்கும் கொள்ளைக்குமுள்ள வித்தியாசம் தீர்க்கமாக வரையறுக்கப் படவில்லை. (ஆதி வியாபாரிகள் வியாபாரத்தையும் கடற்கொள்ளைத் தொழிலையும் சேர்த்து செய்தார்கள்) கம்பெனியின் ஆட்சி ஏற்பட்ட பின் வர்த்தகத்திற்கும் கொள்ளைக்குமுள்ள வித்தியாசம் குறுகியது. தனிப்பட்ட உற்பத்தியாளனைவிட வியாபாரி சாதகமான நிலையிலிருந்தான். (இந்த விதிக்கு விலக்கே கிடையாது) தறிக்காரனோ, விவசாயியோ அவன் வியாபாரி முன் அடங்கிப் போகவேண்டியதாக இருந்தது. இப்பொழுதோ, கம்பெனியே ஆட்சிபுரிவதால் வியாபாரியிடம் "கத்தியும்" இருந்தது. ஆகவே வியாபாரிக்குக் கிடைத்த பேரத்தில் பரிவர்த்தனை சமத்துவம் இருப்பதாகப் பாசாங்குகூட செய்யவில்லை. தன் பொருளை விற்பதற்கும் மறுப்பதற்கும் இந்தியனுக்கு உரிமையில்லை. பேரம்பேச வசதி இல்லை. ராஜ்யமே வியாபாரியுடையது. வியாபாரி சொல்வதே சட்டம்! 1762ல் **வங்காள நவாப்** பேடித்தனமாக கம்பெனியிடம் கம்பெனி ஏஜண்டுகளைப்பற்றிப் புகார் செய்தார்.

"விவசாயிகள், வியாபாரிகள் முதலியோருடைய பொருள்களையும், விற்பனைச் சரக்குகளையும், அவற்றின் மதிப்பில் நாலிலொரு பகுதியைக் கொடுத்துவிட்டு அவர்கள் பலவந்தமாக எடுத்துக்கொண்டு போகின்றனர். ஒரு ரூபாய் பெறுமான சாமான்களுக்கு ஐந்து ரூபாய் தரும்படி விவசாயிகள் முதலியோரை பலாத்காரம், அடக்குமுறை முதலிய முறைகள் மூலம் நிர்ப்பந்திக்கின்றனர்."

(**இங்கிலிஷ் சர்க்காருக்கு வங்காள நவாப் சமர்ப்பித்த யாதாஸ்து-1762**)

அதைப்போலவே, 1762ல் பிரசுரிக்கப்பட்ட **"இந்திய விவகாரங்களைப் பற்றிய யோசனைகள்"** என்ற புத்தகத்தில் வில்லியம் **போல்ட்ஸ்** என்ற இங்கிலிஷ் வியாபாரி அந்த நிகழ்ச்சியை வர்ணிக்கிறார்:-

"ஒவ்வொரு கைத்தொழிலாளியும் எவ்வளவு பொருளைத் தரவேண்டும், அதற்கு எவ்வளவு விலை பெறவேண்டும், என்று இங்கிலிஷ்காரர்கள் தங்களுடைய கருப்பு குமாஸ்தாக்களுடன் யதேச்சதிகாரமாக முடிவு செய்கின்றனர்.......பொதுவாக ஏழைத் தறிக்காரனின் சம்மதம் அவசியம் என்று கருதப்படு வதில்லை; ஏனென்றால் கம்பெனியிடம் சம்பளத்துக்கு வேலை செய்யும் குமாஸ்தாக்கள் தங்களிஷ்டப்படி தறிக்காரர்களைக் கையெழுத்திடும்படிச் செய்கிறார்கள். கொடுத்த பணத்தை தறிக்காரர்கள் வாங்கிக்கொள்ள மறுத்தால் அவர்கள் கட்டிவைக்கப்படுகிறார்கள்; கசையடி கொடுத்தனுப்பப் படுகிறார்கள். . . இந்தத் தறிக்காரர்களில் பலரின் பெயர்கள் கம்பெனி குமாஸ்தாக்களின் புஸ்தகங்களில் பதிவாகியுள்ளன. அவர்கள் வேறு யாருக்கும் வேலைசெய்ய அனுமதிக்கப் படுவதில்லை. இந்தக் குமாஸ்தாக்கள் **அவர்களை** அடிமைகளைப் போல மாற்றிக்கொள்ளுகிறார்கள். . இந்த இலாகாவில் நடக்கும் போக்கிரித்தனத்தையும், மோசடியையும் கற்பனை செய்யமுடியாது. எல்லாம் ஏழைத் தறிக்காரனை ஏமாற்றுவதற்காகத்தான். எல்லா இடங்களிலும் பொருள்களுக்கு குமாஸ்தாக்களும் **ஜசேந்தர்**களும் (உடைகளின் தரத்தை பரீட்சை செய்பவர்கள்.) நிர்ணயிக்கும் விலைகள், அதே பொருட்களுக்கு கடைத்தெருவிலோ, மார்க்கெட்டிலோ சுதந்திர விற்பனையில் கிடைக்கும் விலைகளைவிட, 15 சதவிகிதம் குறைவாக இருந்தன. சில இடங்களில் 40 சதவிகிதம் குறைவாக இருந்தன."

ஆக, வர்த்தகம் என்ற பெயரால் வர்த்தகத்தைவிட கொள்ளை அதிகமாக நிகழ்ந்தது.

ஆனால், 1765-ல் வங்காளம், பீஹார், ஒரிஸா ஆகிய மாகாணங்களின் சிவில் நிர்வாகம் கம்பெனிக்குக் கிடைக்கவே, அதன்மூலம் அரசாங்க வருமான நிர்வாகம் அதன் கையில் சிக்கவே வியாபாரக் கொள்ளையுடன்கூட, நேரடியாகவே கணக்கில்லாமல் கொள்ளையடிக்க ஒரு புதிய வழி

ஏற்பட்டது. சிவில் நிர்வாகம் தங்கள் கைக்கு வந்தபின், மானம்கெட்ட முறையில், கணக்கு வழக்கில்லாமல் கம்பெனி அடித்த கொள்ளை, 18-ம் நூற்றாண்டு பிற்பகுதியின் கம்பெனி நிர்வாகத்தை, சரித்திரத்திலேயே ஒரு பழிப்புச் சொல்லாக்கிவிட்டது. 1784-ல் பார்லிமெண்டின் காமன்ஸ் சபை தீர்மானம் கூறியது:-

"பார்லிமெண்டரி விசாரணைகளின் முடிவு என்ன வென்றால், கிழக்கிந்தியக் கம்பெனியில் முழுக்க முழுக்க ஊழல் மலிந்துகிடக்கிறது; அந்த ஸ்தாபனத்தின் நோக்கங்களிலிருந்து-அவை அரசியல் நோக்கமாக இருந்தாலும் சரி, வர்த்தக நோக்கமாக இருந்தாலும் சரி-தவறி, முழுக்க முழுக்க சீர்கெட்டுவிட்டது. தவிர, பார்லிமெண்டின் சாஸனப்படி, யுத்தம் செய்யவும் சமாதானம் செய்துகொள்ளவும் கம்பெனிக்கு அளிக்கப்பட்ட உரிமை, ஒவ்வொரு பாகத்திலும் சண்டை மூட்டிவிட்டு கொள்ளையடிப்பதற்கு துர்விநியோகப் படுத்தப்பட்டிருக்கிறது; அத்துடன் அவர்கள் செய்து கொண்டிருக்கும் சகல ஒப்பந்தங்களும் பொதுஜன நன்மைக்குப் பங்கம் விளைவித்திருக்கின்றன; ஒரு காலத்தில் சுபிட்சமாக இருந்த நாடுகள் சக்தியை இழந்து, க்ஷீணித்து வருகின்றன; அந்த நாடுகளின் குடிகள் அழிந்துவருகின்றன."

1858-ல் பார்லிமெண்டிற்கு சமர்ப்பித்த மகஜரில் (ஆஷாடபூதியம், கர்வியுமான **ஜான் ஸ்டூவார்ட் மில்** எழுதிக்கொடுத்தது.) தன்னைப்பற்றிய கம்பெனியின் சொந்த அபிப்பிராயத்தை பார்லிமெண்ட் தீர்மானத்துடன் ஒத்திட்டுப் பார்க்கலாம்:-

"மனித ஜாதிகளிடையே எக்காலத்திலும் இருந்த சர்க்கார்களுக்குள்ளே, நோக்கத்தில் தூய்மையானவையாயும் பரிசுத்தமானதாகவும் செயலில் நன்மை பயப்பதாகவும் விளங்கிய சர்க்கார்களில் ஒன்றாக அவர்கள் பங்குகொண்ட சர்க்கார், (கம்பெனியின் இந்திய நிர்வாகம்) விளங்கியது."

இதைப்பற்றி 1858ல் **சர் ஜான் காரன்வால் லீவீஸ்** பார்லிமெண்டில் கூறினார்:-

"1765 முதல் 1784வரை ஆட்சிபுரிந்த கிழக்கிந்தியா கம்பெனி சர்க்காரைவிட அதிக ஊழல் நிறைந்ததும் அதிக

நம்பிக்கைத் துரோகம் செய்ததும், அதிகம் கொள்ளைக்குணம் படைத்ததுமான நாகரிக சர்க்கார் உலகத்தின் எந்தப் பாகத்திலும், எக்காலத்திலும் இருந்ததில்லை என்று நான் நிச்சயமாகக் கூறுகிறேன்." கிழக்கிந்தியக் கம்பெனியின் உட்கருத்துகளைப் பற்றி **கிளைவ்** தன் சொந்த அபிப்பிராயத்தை 1772-ல் பார்லிமெண்டில் செய்த பிரசங்கத்தின் மூலம் தெரிவித்தார். (கம்பெனியடித்த கொள்ளையைத் தவிர, கம்பெனி அதிகாரிகளும் தனிப்பட்ட முறையில் கொள்ளையடித்தனர் என்பதை நினைவில் இருத்திக்கொள்ள வேண்டும்). கிளைவ் கூறினார்:-

"பிரான்ஸ், ருஷ்யாவைத் தவிர ஐரோப்பாவில் உள்ள எந்த ராஜ்யத்தையும்விட விஸ்தாரமான சாம்ராஜ்யத்தை கம்பெனி சம்பாதித்திருக்கிறது. கம்பெனி 40 லட்சம் பவுன்கள் அரசாங்க வருமானம் பெறுகிறது. இதே அளவுக்கு வர்த்தகமும் வளர்ந்திருக்கிறது. இத்தகைய கம்பெனி, நிர்வாகத்தின் (பிரிட்டிஷ் சர்க்காரின்-மொ-ர்) தீவிரமான கவனத்தை ஆகர்ஷிக்குமென்று எதிர்ப்பார்ப்பது இயற்கையே..... ஆனால் நிர்வாகம் இதையெல்லாம் யோசித்துப் பார்த்ததா? இல்லை. அவர்கள் யோசிக்கவில்லை. கம்பெனியை உருப்படியானதாகவும், திடமானதாகவும் கருதுவதற்குப் பதிலாக ஒரு **சௌத் ஸீ பப்பிள்** (South Sea Bubble) (தென்கடல் குமிழி என்று பொருள். தென்கடல் வியாபாரத்திற்காக தோன்றிய கம்பெனி ஒன்று நீர்மேல் குமிழிபோல் மறைந்தது- அதையே கிளைவ் இங்கே குறிப்பிடுகிறார் மொ-ர்) என்று எண்ணினார்கள். எதிர்காலத்தைப்பற்றி அவர்கள் கவலைப்படவில்லை. நிகழ்காலத்தைத் தவிர வேறெதையும் பற்றி சிந்திக்க மறுத்தார்கள். இன்றைய தினத்தில் சாத்தியமானதையெல்லாம் நாம் பெறுவோம்; நாளைய தினத்தை நாளைய தினம் பார்த்துக்கொள்ளலாம் என்று அவர்கள் (பிரிட்டிஷ் ஆட்சி) கூறினார்கள்; கிடைத்த மீனைப் பங்குபோடும் உடனடிப் பிரச்சினையைத் தவிர வேறொன்றைப் பற்றியும் அவர்கள் நினைக்கவில்லை."

(கிளைவ், காமன்ஸ் சபையில் மார்ச் 30, 1772)

வங்காளத்தின் சிவில் அதிகாரத்தைப் பெற்றதும், அங்கும் பிடிப்பட்ட இதர பிரதேசங்களிலும் கிழக்கிந்திய

கம்பெனி ஸ்தாபித்த அமைப்பின் தன்மை என்ன? எவ்வளவு லாபம் திரட்டி இங்கிலாந்திற்கனுப்புவது என்று நேரடியாகக் கணக்குப் போடுவதே நிர்வாகத்தை எடுத்துக்கொள்வதின் பிரதான நோக்கம் என்று 1765-ல் டைரக்டர்களுக்கு எழுதிய கடிதத்தில் கிளைவ் குறிப்பிட்டார். பின்காலத்திய தர்மகர்த்தா மோசடிப் பேச்சுக்கு நேர்மாறான முறையில், தெள்ளத் தெளிவாக, சிக்கலில்லாத எளிய பாஷையில் கிளைவ் எழுதினார்:-

"பர்த்வான் முதலிய உங்களுடைய உடைமையான பழைய பிரதேசங்களுடன் இந்த சாதனையின் மூலம் கிடைப்பதையும் சேர்த்தால், வரும் வருஷத்தில் உங்களுடைய வருஷ வருமானம் 250லட்சம் ரூபாய்களுக்குக் குறையாது என்பது எனது முடிவு. அதன்பிறகு, குறைந்தபட்சம் 20 அல்லது 30லட்சம் ரூபாய்களாவது கூடுதலாகக் கிடைக்கும். சமாதான காலத்தில் உங்களுடைய சிவில் நிர்வாகச் செலவுகளும், ராணுவச் செலவுகளும் 60லட்சம் ரூபாய்களுக்குமேல் போகாது. **நவாப்**பின் படியை 42லட்சம் ரூபாய்களுக்குக் குறைத்தாய்விட்டது. (முகலாயச் சக்கரவர்த்தியான) அரசனுக்கு 26லட்சம் ரூபாய் கப்பம் செலுத்தவேண்டும். ஆக, 122லட்ச ரூபாய்கள் அல்லது 16லட்சத்து 50ஆயிரத்து 900பவுன்கள் நிகரான லாபம், நிச்சயமான லாபம் கம்பெனிக்குக் கிடைக்கும்."

(1765 செப்டம்பர் 30, கம்பெனி டைரக்டர்களுக்கு கிளைவ் எழுதிய கடிதம்)

இந்தக் கடிதத்தில் சகல விஷயங்களும் வியாபாரியின் கணக்குப் புத்தகத்தைப்போல பட்டவர்த்தனமாக, கறாராக இருக்கின்றன. ஜனங்களிடமிருந்து பறிக்கப்படும் மொத்த வருமானத்தில் நாலில் ஒரு பகுதி அரசாங்கச் செலவுகளுக்குப் போதுமானதென்று கருதப்படுகிறது; ஸ்தலத்திலுள்ள பெரிய மனுஷர்களின் உரிமைகளைச் சரிகட்டுவதற்கு (நவாப், சக்கரவர்த்தி) நாலில் ஒரு பகுதி இன்னும் தேவையாக இருக்கிறது. மிச்சமிருப்பது வருமானத்தின் சரிபாதி- சுமார் 15லட்சம் பவுன்களென்று மதிப்பிடப்படுகிறது. இது கம்பெனிக்குக் கிடைக்கும் நிச்சயமான லாபம். கம்பெனி நிர்வாகத்தின் முதல் ஆறு வருடங்களுக்கு, வங்காளத்தின் வரவு செலவு கணக்குப்பற்றிய அறிக்கை 1773-ல் பார்லிமெண்டில்

சமர்ப்பிக்கப்பட்டது. மேலே கிளைவ் வகுத்த நோக்கங்களை நடைமுறை சாதனைகளுடன் அந்த அறிக்கையின் உதவியால் ஒப்பிடமுடியும். மொத்த நிகர வருமானம் ஒரு கோடியே 30லட்சத்து 66ஆயிரத்து 761 பவுன்களென்றும், மொத்த செலவு 90லட்சத்து 27ஆயிரத்து 609பவுன்களென்றும், லண்டனுக்குச் செலுத்தப்பட்ட நிகர வருமானம் 40லட்சத்து 37ஆயிரத்து 152பவுன்களென்றும் அந்த அறிக்கை கூறுகிறது. அதாவது, வங்காளத்தின் வருமானத்தில் மூன்றில் ஒரு பகுதி நிகர லாபமாக இந்தியாவிலிருந்து அனுப்பப்பட்டது.

ஆளும் தேசமென்ற முறையில் கொள்ளையடித்த கப்பம் இத்துடன் நிற்கவில்லை. கம்பெனியின் அதிகாரிகள் தனிப்பட்ட முறையில் ஏராளமான ஐசுவரியத்தை சேகரித்தார்கள். 'தகர போணியும் கையுமாக' இந்தியாவிற்கு வந்த கிளைவே வீடு திரும்பும்பொழுது 2½ லட்சம் பவுன்கள் பெறுமான ஐசுவரியத்துடன் சென்றான். தவிர, வருஷத்திற்கு 27 ஆயிரம் பவுன்கள் வருமானம் தரக்கூடிய "எஸ்டேட்" ஒன்றும் இந்தியாவில் அவனுக்குச் சொந்தமாய் இருந்தது. "ஒரு லட்சம் பவுன்கள் பெறுமான ஐசுவரியங்கள் இரண்டு வருஷங்களில் கிடைத்தன" என்று அவனே கூறினான். மொத்தக் கப்பத்தை இறக்குமதி, ஏற்றுமதிக் கணக்கிலிருந்து ஒருவாறு அறியலாம். கவர்னர் வெரில்ஸ்ட் (Verelst) கணக்குப்படி 1766லிருந்து 1768 முடிய மூன்று வருஷங்களில் இந்தியாவிலிருந்து 63லட்சத்து 11ஆயிரத்து 250பவுன்கள் பெறுமானவை ஏற்றுமதியாயிற்று; அதே மூன்று வருஷங்களில் 6லட்சத்து 24ஆயிரத்து 375பவுன்கள்தான் இறக்குமதியாயிற்று. ஒரு தேசத்தை ஆண்ட இந்தப் புதுமாதிரி கம்பெனியின் "நல்லாட்சியில்" அந்த தேசத்திற்கு அனுப்பப்பட்டதை விட **10மடங்கு அதிகமாக** அந்த தேசத்திலிருந்து கொண்டு போகப்பட்டது.

இந்தியாவின் செல்வத்தைப் பதிலுக்கு ஒன்றும் தராமல், இந்தியாவிலிருந்து சுரண்டிக்கொண்டு போகவேண்டுமென்ற கிழக்கிந்தியக் கம்பெனி வியாபாரிகளின் பேராசைக் கனவு இவ்விதமாக நிறைவேறிற்று.

பிளாஸி யுத்தவெற்றி (1757)யைத் தொடர்ந்தாற்போல், முதல் கட்டத்தில் அடித்த கொள்ளையை ஆதாரமாகக்

கொண்டு 1763லேயே கிளைவுடைய கவுன்ஸில் மெம்பரான **எல். ஸ்க்ராப்டன்** என்பவர் ஆர்ப்பரித்தார்; "ஒரு அவுன்ஸ் அபூர்வ உலோகம்கூட அனுப்பாமல்" மூன்று வருஷ காலம் இந்திய வியாபாரத்தை நடத்துவது சாத்தியமாயிற்றென்று கூறி ஆனந்தக் கூத்தாடினார் அவர்:-

"இந்த மகிமை பொருந்திய வெற்றிகளால் தேசத்துக்கு கிட்டத்தட்ட 30லட்சம் பவுன் பணம் கிடைத்தது. இந்தியாவிலிருந்து வரும் ஏராளமான தொகை முழுவதும் இங்கிலாந்தை மையமாகக்கொண்டே புழங்குகிறது.

"அவர்களது சொந்த பாங்குகள் மூலமாகவோ, அல்லது உண்டியல்களுக்காகவும், ரசீதுகளுக்காகவும் கல்கத்தா கஜானாவில் செலுத்தப்பட்ட தொகைகளின் மூலமாகவோ, கம்பெனியின் கையில் சிக்கிய தொகையைக்கொண்டு, இந்தியாவின் வியாபாரம் முழுவதையும் ஒரு அவுன்ஸ் அபூர்வ உலோகம்கூட அனுப்பாமல் மூன்றுவருஷ காலம் நடத்துவது சாத்தியமாயிற்று. அன்னிய நாடுகளின் கம்பெனி களிலும் ஏராளமான தொகை செலுத்தப்பட்டிருக்கிறது. அந்த அயல்நாடுகளின் கணக்கில் இந்தத் தொகை நமக்குச் சாதகமாகப் பதிவாகியுள்ளது."

(எல். ஸ்க்ராப்டன்-ஹிந்துஸ்தான்
சர்க்காரைப்பற்றிய சிந்தனைகள்-1763)

இங்கிலாந்தில் செலுத்தப்பட்ட வங்காள வருமானத்தின் பகுதிக்கு கம்பெனி **முதலீடு** என்று யுத்தியாகப் பெயரிட்டனர். இதைப்பற்றி காமன்ஸ் சபையின் செலக்ட் கமிட்டி 1783-ல் ரிப்போர்ட் செய்ததாவது:-

"இங்கிலாந்துக்கு ஏற்றுமதி செய்வதற்கு வாங்கப்பட்ட பொருட்களில் வங்க வருமானத்தின் ஒரு பகுதி பல வருஷங்களாக ஒதுக்கிவைக்கப்பட்டு வந்திருக்கிறது. இது முதலீடு என்று அழைக்கப்படுகிறது. இந்த முதலீட்டின் தொகையை அளவுகோலாகக்கொண்டு கம்பெனியின் முக்கியமான உத்தியோகஸ்தர்கள் பொதுவான முறையில் மதிப்பிடப்படுகின்றனர். இந்தியாவை வறுமைப்படுத்துவதற்கு முக்கிய காரணமாக விளங்கும் இது(இந்த முதலீடு) இந்தியாவின் செல்வத்துக்கும் சுபிட்சத்துக்கும் அளவுகோலாகக் கருதப்பட்டு

வருகிறது... ஆனால் அந்தத் தேசத்துக்கு நன்மை பயக்கும் வர்த்தகமல்ல - கப்பம் செலுத்தப்படுவதே - இந்தப் போலி ரூபத்தில் ஏமாற்று ரூபத்தில் காட்சியளித்தது.

"வங்காளத்துக்கும் இங்கிலாந்துக்குமிடையேயுள்ள இந்த உறவை (இது வர்த்தகமல்ல) கணக்கிட்டுப் பார்த்தால், வருமானத்திலிருந்து முதலீடு ஒதுக்கும் அமைப்பின் நாசகார விளைவுகள் நன்கு புலனாகும். இந்தக் கருத்தில் பார்த்தால், கம்பெனியைப் பொறுத்தவரை, அந்தத் தேசத்திலிருந்து (இந்தியா) ஏற்றுமதியாகும் பொருள்கள் பண்டமாற்று மூலம் பரிவர்த்தனை செய்யப்படவில்லை; பதிலுக்கு ஒன்றும் கொடுக்காமல், விலை கொடுக்காமல், இந்தப் பொருள்கள் அந்தத் தேசத்திலிருந்து வாரிக்கொண்டு வரப்படுகிறது."

(காமன்ஸ் சபையின் செலக்ட் கமிட்டியின்
9-வது ரிப்போர்ட்-1783)

இந்த அமைப்பால் வங்க மக்களுக்கு நேர்ந்த விளைவுகளைக் கற்பனை செய்யமுடியும். மேலும்மேலும் கொள்ளையடிக்க வேண்டுமென்ற தீரா வெறியினால் இடைவிடாது புதுப்பிக்கப்படும் கோரிக்கையினால் மூர்க்கத்தனமான முறையில் நிலவரி உயர்த்தப்பட்டது. விவசாயிகளிடமிருந்து விதைகளையும் உழவு மாடுகளையும்கூட பறித்துக்கொண்டு போகுமளவுக்கு நிலவரி உயர்ந்தது. 1764-65-ல் வங்காளத்தை ஆண்ட கடைசி இந்திய அரசனின் கடைசி வருஷ நிர்வாகத்தில் 8லட்சத்து 17 ஆயிரம் பவுன்கள் நிலவரி வசூலிக்கப்பட்டது. 1765-66-ல் கம்பெனி ஆட்சியின் முதல் வருஷத்தில் வங்காளத்தில் 14லட்சத்து 70 ஆயிரம் பவுன்கள் நிலவரி வசூலிக்கப்பட்டது. 1771-2-ல், நிலவரி 23லட்சத்து 41ஆயிரம் பவுன்களாக உயர்ந்தது. 1775-6-ல் 28லட்சத்து 18 ஆயிரம் பவுன்களாக உயர்ந்தது. **காரன்வாலீஸ்** பிரபு 1793-ல் சாசுவத நிலவரி முறையை அமுலுக்குக் கொண்டுவந்தபோது, நிரந்தர நிலவரியை 34லட்சம் பவுன்களாக நிர்ணயித்தார்.

இந்த நிகழ்ச்சிப் போக்கால் ஒரு சில வருஷங்களுக்குள் தேசம் வேகமாக அழிந்ததையும், அதனால் ஏற்பட்ட பஞ்சத்தால், ஜனங்களில் மூன்றில் ஒரு பகுதி மடிந்ததையும், தேசத்தின் மூன்றில் ஒரு பகுதி "துஷ்டமிருகங்கள் வசிக்கும் வனாந்திரமாக" மாறியதையும் அக்காலத்திய சாட்சியங்கள் அனைத்தும் ஒருமுகமாக நிரூபிக்கின்றன.

1769-ல் **மூர்ஷிதாபாத்**திலிருந்த கம்பெனி அதிகாரி பெக்கர் கம்பெனிக்குப் பின்வருமாறு ரிப்போர்ட் செய்தார்:-

"சிவில் நிர்வாகம் கம்பெனியின் கைக்கு வந்ததிலிருந்து, இந்தத் தேசமக்களின் நிலைமை முன்னாலிருந்ததைவிட மோசமாகி வருகின்றதென்பதை நினைக்க, இங்கிலிஷ்காரனுக்குக் கஷ்டமாக இருக்கும். எனினும், அது சந்தேகத்துக்கிடமில்லாத உண்மையென்றே நான் நினைக்கிறேன். கொடுங்கோன்மையிலும் யதேச்சதிகாரத்திலும் ஒப்பில்லாத சர்க்காரின் கீழ் கூட செழித்துப் பொலிவுடன் விளங்கிய இந்த மேன்மையான தேசம், அதன் நிர்வாகத்தில் இவ்வளவு பெரிய பங்கு இங்கிலிஷ்காரர்களிடம் இருக்கும்போது, அழிவை அணுகிக்கொண்டிருக்கிறது. . . . .

"வர்த்தகம் சுதந்திரமாக இருந்தபோது, இந்த தேசம் பொலிவுடன் விளங்கியது எனக்கு நன்றாக ஞாபகத்தில் இருக்கிறது. நாசமடைந்துள்ள இன்றைய நிலைமையைக் கவலையுடன் பார்க்கிறேன். இந்த தேசத்திலுள்ள தொழில்களில் அநேகமாக எல்லாவற்றிலும், சமீப காலத்தில் கம்பெனியின் பெயரால் ஏற்பட்டிருக்கும் ஏகபோக உரிமையே இதற்கு (இந்த அழிவிற்கு) முக்கிய காரணம் என்பது என் பகுத்தறிவு பூர்வமான முடிவு."

1770-ல் இந்த அழிவு நிலையைத் தொடர்ந்து பஞ்சம் வந்தது. அந்த பஞ்சம் "வர்ணிக்க முடியாதது. ஒரு காலத்தில் செல்வம் கொழித்த **பூர்னியா** மாகாணத்தில் மூன்றில் ஒரு பகுதி ஜனங்கள் மடிந்தனர். இதர பாகங்களிலும் ஜனங்களின் அவஸ்தை குறைவாக இருக்கவில்லை" என்று கம்பெனியின் அதிகாரப்பூர்வமான ரிப்போர்டே கூறியது. இந்தப் பஞ்சத்தில் ஒரு கோடி மக்கள் இறந்தார்கள் என்று மதிப்பிடப்படுகிறது. எனினும் இப்பஞ்ச காலத்தில், ஈவு இரக்கமில்லாமல், கண்டிப்பான முறையில் நிலவரி வசூலிக்கப்பட்டது. வசூலிக்கப்பட்டது மாத்திரமல்ல உண்மையில் நிலவரி அதிகமாக்கப்பட்டது.

"சமீப காலத்திய பஞ்சம் வெகு கடுமையாக இருந்த போதிலும் அதனால் ஜனத்தொகை பெரிய அளவுக்குக் குறைந்தபோதிலும், இந்த வருஷத்திலும் வங்காளத்திலும் பீகாரிலும் நிலவரி அதிகமாக வசூலிக்கப்பட்டிருக்கிறது"

என்று கம்பெனியின் கல்கத்தா கவுன்ஸில் 1771 பிப்ரவரி 12-ல் ரிப்போர்ட் செய்தது. இது எப்படி சாத்தியமாயிற்றென்பதை 1772-ல் **வாரன் ஹேஸ்டிங்ஸ்**, கம்பெனி டைரக்டர்களுக்கு அனுப்பிய பயங்கரம் தொனிக்கும் குறிப்பு விளங்குகிறது:-

"மாகாணத்தின் ஜனங்களில் மூன்றில் ஒருவர் மடிந்துவிட்ட போதிலும், அதன் விளைவாக சாகுபடியாகும் பிரதேச விஸ்தீரணம் குறைந்த போதிலும், 1771-ம் வருஷத்திய நிகர வசூல் 1768-ல் வசூலைவிட அதிகமாக இருந்தது..... அந்த மகத்தான விபத்தின் இதர விளைவுகளுக்குத் தக்கபடி, நிலவரியும் குறைந்திருக்குமென்று எதிர்பார்ப்பது இயற்கையே. ஆனால் அது குறையவில்லை (அதிகமாயிற்று) பலாத்காரத்தின் மூலம் பழைய அளவைத் தாண்டியதுதான் அதற்குக் காரணம்."

இதற்கு 15 வருஷங்கள் கழிந்தபின் 20 வருஷ கம்பெனி ஆட்சியால் வங்காளத்தில் ஏற்பட்டிருக்கும் மாறுதலை பார்லிமெண்ட் அங்கத்தினர் **வில்லியம் புலர்டன்** கீழ்க்கண்டவாறு விவரித்தார்:-

"முற்காலத்தில் வங்க நாடுகள் (வங்காளம்) பல தேசங்களின் நெற்களஞ்சியமாக விளங்கின. கீழ்நாடுகளிலேயே வர்த்தகத்துக்கும், செல்வத்துக்கும் கைத்தொழிலுக்கும் உறைவிடமாக விளங்கின ......

"ஆனால் நமது அநீத ஆட்சியின் ஓய்வொழிச்சலில்லாத சக்தியால் இந்தக் குறுகிய 20 வருஷ காலத்துக்குள், இந்த நாடுகளின் பல பாகங்கள் பாலைவனத்தைப்போல் தோன்றுகின்றன. வயல்களில் சாகுபடி நடைபெறுவதில்லை. விஸ்தாரமான பிரதேசங்களில் புதர்கள் அடர்ந்திருக்கின்றன; உழவன் கொள்ளையடிக்கப்படுகிறான். கைத்தொழிலாளி ஒடுக்கப்படுகிறான். மீண்டும் மீண்டும் பஞ்சத்தை சகித்துக்கொள்ள வேண்டியிருக்கிறது. இவற்றின் விளைவாக ஜனத்தொகை அழிந்துவருகிறது.

"இன்றைய தினம் நாம் இந்தியாவைவிட்டு விரட்டப்பட்டால், நாம் அரசுபுரிந்த இந்த அவமானகரமான காலத்தில் ஒரு மனிதக் குரங்கு அல்லது புலியைவிட சிறந்த பிராணியின் பிடிப்பில் அந்த தேசம் இருந்தது என்று சொல்லுவதற்கு

ஒன்றுமிருக்காது." என்று **பர்க்** தனது கண்டன சொற்பிரவாகத்தில் குறிப்பிட்டார்.

இந்தச் சொல்லலங்காரத்தின் யதார்த்த உண்மையை கவர்னர் ஜெனரல் **காரன்வாலீஸ்** வாய்மொழியாக வந்த வாக்கியம் ஊர்ஜிதப்படுத்தியது.

"ஹிந்துஸ்தானில் கம்பெனி ஆதிக்கத்திலிருந்த பிரதேசத்தில் மூன்றில் ஒரு பகுதி இப்பொழுது துஷ்ட மிருகங்கள் வசிக்கும் வனாந்திரமாக இருக்கிறதென்று நான் நிச்சயமாகக் கூறமுடியும்".

(காரன்வாலீஸ் பிரபு-18 செப்டம்பர் 1799)

2. இந்தியாவும் யந்திரத்தொழில் புரட்சியும்

18வது நூற்றாண்டின் பின்பாதியில் இந்தியாவில் அடித்த கொள்ளையின் அடிப்படையில், நவீன இங்கிலாந்து வளர்ந்தது.

18வது நூற்றாண்டு மத்தியில், இங்கிலாந்து, ஒரு பிரதானமான விவசாய நாடாகவே இருந்தது. 1750ல், மொத்த ஜனத்தொகையில் மூன்றில் ஒரு பகுதியினரே வட ஜில்லாக்களில் வசித்தனர்; **லங்காஷயரைவிட** (கிளவுஸ் டர்ஷயரில் அதிக ஜனங்கள் வசித்தனர். (**டோயின்பீ**- 'யந்திரத் தொழில் புரட்சி') கம்பளித் தொழிலே இன்னும் பிரதானத் தொழிலாக இருந்தது. 1770ல், மொத்த ஏற்றுமதியில் நான்கில் ஒரு பகுதி முதல் மூன்றில் ஒரு பகுதிவரை கம்பளிப் பொருட்களாகவே இருந்தன என்று "ஜவுளித் தொழில் சரித்திரம்" என்ற புத்தகத்தின் ஆசிரியர் **பெயின்ஸ்** கூறுகிறார். "1760 வரை (இங்கிலாந்தில்) ஜவுளித் தொழிலில் உபயோகிக்கப்பட்ட மெஷின்கள் இந்தியாவிலிருந்தவற்றைப்போலச் சாமான்ய மானவையாகவே இருந்தன" என்று பெயின்ஸ் எழுதுகிறார்.

சமூகத்துறையில் நவீன தொழிலாளி வர்க்கத்தை சிருஷ்டித்து, நிச்சயமான பூர்ஷுவா ஆட்சியை ஸ்தாபிப்பதைப் பொருத்தவரையில், ஆலை முதலாளித்துவத்தை நோக்கி முன்னேற, சூழ்நிலை பக்குவமாயிருந்தது. அதற்கு வேண்டிய வர்த்தக அடிப்படை ஸ்தாபிக்கப்பட்டுவிட்டது. ஆனால் ஆலை முதலாளித்துவ கட்டத்தை அடைவதற்கு, 18வது நூற்றாண்டின் மத்தியில் இங்கிலாந்தில் இருந்ததைவிட

அதிகமான அளவில், மூலதனம் சேகரிப்பது பூர்வாங்க தேவையாயிருந்தது.

பிறகு, 1757-ல் பிளாஸி யுத்தம் வந்தது. அதன் பின் இந்தத் தேசத்தில் (இங்கிலாந்தில்) இந்தியாவின் செல்வம் பெருகிக்கொண்டிருக்கும் ஆற்றோட்டத்தைப்போல் வந்து நிரம்பியது.

உடனே, யந்திரத்தொழில் புரட்சியை அங்குரார்ப்பணம் செய்த புதிய யுக்திகள் கண்டுபிடிக்கப்பட்டன. 1764-ல் **ஹார்கிரீவ்ஸ்** என்பவர் **ஸ்பின்னிங்ஜென்னி** என்ற நூல் நூற்கும் மெஷினை கண்டுபிடித்தார். 1765-ல் **வாட்** நீராவி என்ஜினைக் கண்டுபிடித்தார். 1769ல் அது அரங்கேற்றப்பட்டது. 1769-ல், ஓடும் நீர்ப்பெருக்கியின் சக்தியை உபயோகிக்கும் மெஷினை **ஆர்க்ரைட்** கண்டுபிடித்தார். 1779-ல் **க்ராம்டன்** பஞ்சிலிருந்து நூல்நூற்கும் யந்திரமொன்றைக் கண்டுபிடித்தார். 1785-ல் **கார்ட்ரைட்** என்பவர் மெஷின் தறியைக் கண்டுபிடித்தார். 1788-ல், ஊதுஉலையில் நீராவி என்ஜினை உபயோகிக்கும் விதம் கண்டுபிடிக்கப்பட்டது. (இவை மூலம், ஓடும் நீரின் சக்தியையும் நீராவியின் விசையையும், கொண்டு மெஷின்களை ஓட்டமுடிந்தது).

இவையனைத்தும் இந்த கட்டத்தில் ஒன்றாக கண்டு பிடிக்கப் பட்டதானது. அவைகளைப் பயன்படுத்திக்கொள்ளக்கூடிய சமூக நிலைமை பக்குவமாகிவிட்டதைக் காண்பிக்கிறது. இதற்கு முன்னால் கண்டுபிடிக்கப்பட்ட யுக்திகள் லாபகரமாக உபயோகிக்கப்படவில்லை. "1733ல் **கே** என்பவர் **'பிளைஷட்டில்'** என்ற மெஷினை (Fly-shuttle) கண்டுபிடித்து அரங்கேற்றினார். 1738ல் ஓடும் தண்ணீரின், விசையால் வேலை செய்யக்கூடிய **ரோலர்-ஸ்பின்னிங்** மெஷினை **வியாட்** அரங்கேற்றினார். ஆனால் இவைகளெல்லாம் உபயோகிக்கப்பட்டதாகத் தோன்றவில்லை" (**பெர்ரிஸ்**-"நவீன இங்கிலாந்தின் யந்திரத் தொழில் சரித்திரம்")

"நவீன காலத்தில் இங்கிலிஷ் யந்திரத்தொழிலும் வர்த்தகமும் அடைந்த வளர்ச்சி" என்ற புத்தகத்தில், இங்கிலிஷ் யந்திரத்தொழில் சரித்திர நிபுணரான டாக்டர் **கன்னிங்ஹாம்** இதைப்பற்றிக் கூறுவதாவது இந்த சகாப்தத்தின் வளர்ச்சி "யுக்திமேதை விசேஷமான முறையில்

பீறிட்டெழுவதை" மாத்திரம் பொறுத்ததல்ல; "அவைகளை உபயோகப்படுத்திக்கொள்ளக்கூடிய பிரம்மாண்டமான முதலீட்டை சாத்தியமாக்குவதற்கு அத்தியாவசியமான நிபந்தனையாக, போதுமான அளவு மூலதனம் சேகரிக்கப் பட்டிருப்பதைப்" பொறுத்திருக்கிறது என்கிறார். அவர் எழுதியதாவது.

"புதிதாகக் கண்டுபிடிக்கப்படுபவைகளெல்லாம், புதிய யுக்திகளெல்லாம் தற்செயலாகத் தோன்றியதாகவே அடிக்கடி புலப்படுகின்றன. 18வது நூற்றாண்டில், விவரிக்கமுடியாத முறையில், யுக்திமேதை விசேஷமாக பீறிட்டெழுந்ததின் விளைவாக புதிய மெஷின்கள் சிருஷ்டிக்கப்பட்டதாக ஜனங்கள் நினைக்கக்கூடும். ஆனால் **ஆர்க்ரைட்டுக்கும் வாட்டுக்கும்** (புதிய மெஷின்களைக் கண்டுபிடித்த மேதைகள் மொ-ர்) அதிர்ஷ்டவசமாகக் காலப் பக்குவமாயிருந்ததென்று எடுத்துக்காட்டுவது, அவர்களுடைய மேதையை குறைத்துக் கூறுவதாகாது. **வில்லியம் லீயும் டோடோடட்லியும்** வாழ்ந்த காலத்திலிருந்து பல சாமர்த்தியசாலிகள் இருந்திருக்கிறார்கள். ஆனால் அவர்கள் வாழ்நாட்களின் சூழ்நிலை அவர்கள் வெற்றியடைவதற்குச் சாதகமாக இல்லை.

"ஏராளமாக செலவழித்து, கருவிகளையும், வேலை முறைகளையும் புகுத்துவதற்கு அபரிமிதமான முதலீடு வேண்டும்; ஏராளமான மூலதனமில்லாமல், பெரிய மார்க்கட்டுகளுக்கு வகையில்லாமல் எவ்வளவு சுறுசுறுப்பான மனிதனாயிருந்தாலும் சரி, அவன் முயற்சிப்பதில் பயனில்லை. 18வது நூற்றாண்டில், இந்தச் சூழ்நிலைகள் (மூலதன சேகரமும் மார்க்கட்டுகளும்மொர்) மேலும் மேலும் ஏற்பட்டுக் கொண்டிருந்தன. **இங்கிலாந்து பாங்கும்** இதர பாங்கிகளும் ஏற்பட்டதானது மூலதனம் உருவாவதற்கு பெரிய தூண்டுகோலாயிருந்தது; தன் தொழிலின் நிர்வாகத்தில் விலையுயர்ந்த அபிவிருத்திகளை ஏற்படுத்துவது ஒரு திறமைசாலிக்கு அதற்கு முன்னால் இருந்ததைக் காட்டிலும் அதிக சாத்தியமாயிற்று."

(கன்னிங்ஹாம் - நவீன காலத்தில் இங்கிலிஷ் யந்திரத் தொழிலும் வர்த்தகமும் அடைந்த வளர்ச்சி)

ஆனால் இங்கிலாந்து பாங்கு ஏற்பட்டதனால், மூலதனத்தின் பூர்வாங்கசேகரத்தை உத்தரவாதம் செய்ய முடியவில்லை. 18வது நூற்றாண்டின் மத்திவரை, பாங்கி முதலும் புழங்கும் முதலும் கொஞ்சமாகத்தானிருந்தது. அப்படியானால் பதினெட்டாவது நூற்றாண்டின் பின்பாதியில் மூலதனம் எப்படி சேகரமாயிற்று? பூர்ஷுவா வளர்ச்சியின் ஆரம்ப கட்டங்களிலும் சரி, பின்னால் ஏற்பட்ட பூர்ஷுவா வளர்ச்சியிலும் சரி, காலனி நாடுகளில் அடிக்கப்படும் கொள்ளையின் மூலமே, மெக்ஸிகோவிலிருந்தும் தென்னமெரிக்காவிலிருந்தும் கொண்டுவரப்பட்ட வெள்ளியின் மூலமே அடிமை வியாபாரத்தின் மூலமே, இந்தியாவிலிருந்து கொள்ளையடிக்கபட்டதின் மூலமே, நவீன உலகத்தில் முதன் முதலில் மூலதனம் சேகரிக்கப்பட்டதென்று **மார்க்ஸ்** எடுத்துக்காட்டினார். ***பணம்** என்பது உலகத்தில் பிரவேசிக்கும் பொழுது, பிறப்பின் அடையாளமாக ரத்தக்குறியுடன் வருகிறதென்று **ஆசிரியர்** கூறுகிறார்; ***மூலதனமோ**, தலை முதல் பாதம் வரை, ஒவ்வொரு துவாரத்திலிருந்தும் ரத்தமும் ஆபாசமும் கசிந்துகொண்டே, உலகத்தில் பிரவேசிக்கிறது" என்று மார்க்ஸ் கூறுகிறார். ("மூலதனம்") இங்கிலாந்துக்கு திடீரென்று (18-வது நூற்றாண்டு பின் பாதியில்) கிடைத்த

---

* **பணம், மூலதனம்:** பணம் என்பது ஒரு பரிவர்த்தனை மதிப்பு. உற்பத்தியாளன் தன் உற்பத்திப் பொருளை விற்கிறான்; தன் தேவைகளை வாங்குகிறான். இந்த வாங்கல்-விற்பனை நடவடிக்கைகளில் நாணயம் ஒரு சாதகமாகப் பயன்படுகிறது. முதலாளி தன் சரக்குகளை விற்கிறான். ஆனால் அவனுக்கு அந்த நாணயத்தில் சிரத்தையில்லை. புதிய மூலப்பொருளை வாங்கவும் மெஷின் வாங்கவும், தொழிலாளர்களை வேலைக்கமர்த்தவும், உற்பத்தியை விஸ்தரிப்பதற்கும் அவனுக்கு நாணயம் தேவையாயிருக்கிறது. ஒரு சரக்கின் மதிப்பே நாணயத்தில் அதன் விலையைப் பிரதிபலிக்கிறது. சரக்கின் மதிப்பு அதில் அடங்கியுள்ள உழைப்பின் மதிப்பாகும். ஆகவே பணம் அந்த உழைப்பின் பிரதிபலிப்பாகும்.

* **மூலதனம்:** பணமெல்லாம் மூலதனமாகிவிடாது; இரும்புப் பெட்டியில் பூட்டி வைக்கப்பட்டுள்ள பணம் மூலதனமாகாது. மூலதனம் என்பது சேமிக்கப்பட்ட உழைப்பு- கடந்த கால மனித உழைப்பின் சிருஷ்டிகள். ஆனால் தற்கால உழைப்பை உறிஞ்சுவதன் மூலமே மூலதனம் உயிர் வாழ முடியும். உற்பத்தி சக்திகள் பூர்ஷுவா வர்க்கத்தில் கையிலிருப்பதால் இந்த உற்பத்தி சக்திகள் தொழிலாளரைச் சுரண்டப் பயன்படுகிறது. இந்த நிர்ணயமான சமூக உறவையே மூலதனம் என்கிறோம். முதலாளித்துவ சமூகத்தின் பிரத்தியேக ஜீவன் மூலதனம்; தொழிலாளரைச் சுரண்டும் கருவி. ஆகவே மூலதனம் கேசாதிபாதம் ரத்தம் சொரிந்துகொண்டே பிறக்கிறதென்கிறார் மார்க்ஸ்.

மூலதனமெல்லாம் இந்தியாவில் கொள்ளையடித்ததிலிருந்தே கிடைத்தது.

"இங்கிலாந்து பாங்கி ஸ்தாபிக்கப்பட்டபிறகு, அறுபது வருஷங்களுக்கு மேலாக, அதன் சின்னஞ்சிறு காகித நாணயம் 20 பவுனாகவே இருந்தது. வேகமாக புழங்குவதற்கும் நடமாடுவதற்கும் இந்தக் காகித நாணயம் பெரிதாக இருந்தது. ஆகவே, **லொம்பார்ட்** தெருவைவிட்டு அபூர்வமாகவே இந்த நாணயம் பிரயாணம் செய்தது. இங்கிலாந்துக்கு தான் 1750ல் வந்தபோது மாகாணங்களில் 12 'பாங்கர்களின் கடைகளுக்கு' மேல் இல்லையென்றும் ஆனால் 1790ல் ஒவ்வொரு மார்க்கட் டவுனிலும் பாங்கிகள் இருப்பதாகவும் 1790ல் பர்க் எழுதினார். வங்காளத்திலிருந்து வந்த வெள்ளி, மொத்த நாணயத்தை அதிகரித்தது; அதன் இயக்கத்தையும் (புழக்கத்தை) ஊக்குவித்தது. ஆகவே 1759ல் இங்கிலாந்து பாங்கி, 10 பவுன், 15 பவுன் நோட்டுகளையும் வெளியிட்டது. தேசத்தின் தனி நபர் கம்பெனிகளில் காகித நாணயங்கள் ஏராளமாகப் புழங்கின."

(ப்ரூக்ஸ் ஆடம்ஸ், "**நாகரிகத்தின் விதியும் க்ஷீணத்தின் விதியும்**)

மேலும் அவர் கூறுகிறார்:-

"இந்திய ஐசுவரியத்தின் வரவால் தேசத்தின் ரொக்க மூலதனம் ஏராளமாகப் பெருகியது. அதனால் மொத்த சக்தி (நாணயம்) அதிகரித்தது மாத்திரமல்ல; நாணயத்தின் பரிவர்த்தனை வேகமும் நடமாட்டமும் அதிகரித்தன. **பிளாஸி** யுத்தம் நடந்த உடனேயே, வங்காளத்தில் கொள்ளையடிக்கப்பட்ட சூறை லண்டனுக்கு வரத் துவங்கியது. இதன் பலனும் உடனடியாக ஏற்பட்டதாகத் தோன்றுகிறது-ஏனென்றால் 19வது நூற்றாண்டைப் பழைய காலத்திலிருந்து பிரிக்கும் மகத்தான சம்பவமான 'யந்திரத் தொழில் புரட்சி' 1760-ல் தொடங்கியதென்று எல்லோரும் ஒருமுகமாக கூறுகின்றனர். 1760-க்கு முன்னால் லங்காஷயரில் நூல்நூற்க உபயோகிக்கப்பட்ட மெஷின்கள் இந்தியாவில் உபயோகிக்கப்பட்ட மெஷின்களை போலவே சாமானியமாக இருந்தன என்று பெயின்ஸ் கூறுகிறார். 1750 வாக்கில் இங்கிலாந்தின் இரும்புத் தொழில் க்ஷீணதசையிலிருந்தது. ஏனென்றால் காடுகளெல்லாம்

விறகுக்காக அழிக்கப்பட்டுவிட்டன. அந்த சமயத்தில், இங்கிலாந்தில் உபயோகமான இரும்பில் ஐந்தில் நாலு பகுதி ஸ்வீடனிலிருந்து வந்தது.

1757-ல் பிளாஸி யுத்தம் நடந்தது. அதைத் தொடர்ந்துவந்த மாறுதலின் வேகத்துக்கு இணையாக எதுவும் எப்போதும் நிகழ்ந்ததில்லை என்று அநேகமாகச் சொல்லலாம். 1760-ல் பிளையிங்ஷட்டில் (Flying Shuttle) தோன்றியது; உருக்கும் வேலைகளில் விறகுக்குப் பதிலாக நிலக்கரியை உபயோகிக்கத் தொடங்கினார்கள். 1764-ல் **ஹார்க்ரீவ்ஸ்** ஸ்பின்னிங் ஜென்னியை சிருஷ்டித்தார்; 1776-ல் நூல் நூற்கும் யந்திரமொன்றை **கிராம்டன்** உருவாக்கினார்; 1785-ல் **கார்ட்ரைட்** மெஷின் தறியை சிருஷ்டித்தார். எல்லாவற்றையும்விட முக்கியமானதான நீராவி எஞ்ஜினை 1768ல் வாட் பக்குவம் செய்துவிட்டார். நீராவி சக்தியைப் பயன்படுத்துவதற்குத் தலைசிறந்த சாதனமாயிருந்தது நீராவி எஞ்சின். காலத்தின் இயக்கத்தை (சரித்திரத்தின் இயக்கத்தை-மொ-ர்) துரிதப்படுத்துவதற்கு உதவிசெய்யும் சாதனங்களாக இந்த யந்திரங்கள் பயன்பட்ட போதிலும் அந்த இயக்கத்தை அவை மாத்திரம் துரிதப்படுத்த வில்லை. இந்த சிருஷ்டிகளின் பல அநேக நூற்றாண்டுகளாக மறைந்து கிடந்தன. இந்தச் சிருஷ்டிகள் தாங்களாகவே இயங்க முடியாது. அவைகளை இயங்க வைக்கக்கூடிய சக்தி போதுமான அளவு சேமிக்கப்படும்வரை அவைகள் பயன்படா. அந்தச் சேமிப்பு நாணய ரூபத்தில் இருக்கவேண்டும். முடங்கிக் கிடக்கும் நாணயமாக இல்லை; புழங்கும் நாணயமாக இருக்கவேண்டும். இந்தியாவிலிருந்து ஐசுவரியங்கள் வந்து அதைத் தொடர்ந்து நாணயம் அதிகமாவதற்கு முன்னால், இந்த சிருஷ்டிகளை (விஞ்ஞானிகள் கண்டுபிடித்த இயந்திரப் பொறிகளை) இயங்க வைக்கக்கூடிய சக்தி இருக்கவில்லை. வாட் என்பவர் 50 வருஷங்கள் முன்னால் வசித்திருந்தால், அவரும் அவருடைய சிருஷ்டியும் சேர்ந்தழிந்திருப்பார்கள். அநேகமாக உலகம் ஆரம்பித்த காலத்திலிருந்து இந்தியாவில் கொள்ளையடிக்கப்பட்ட சூறைக்கீடாக எந்த முதலீடும் எந்த சமயத்திலும் லாபம் அளித்ததில்லை. ஏனென்றால் சுமார் 50 வருடகால பிரிட்டனுக்குப் போட்டியாக யாரும் வரவில்லை. 1694லிருந்து பிளாஸி யுத்தம்வரை (1757) வளர்ச்சி வீதாச்சாரம்

மெதுவாக இருந்தது. 1760லிருந்து 1815 வரை வளர்ச்சி வெகுவேகமாகவும் அதிசயிக்கத்தக்க முறையிலும் இருந்தது. "(புருக்ஸ் ஆடம்ஸ்-" நாகரிகத்தின் விதியும் க்ஷீணத்தின் விதியும்.)

இங்கிலாந்தில் இயந்திரத் தொழில்புரட்சியை சாத்தியமாக்குவதில் சர்வ முக்கிய பங்கெடுத்த பூர்வாங்க மூலதன சேகரத்திற்கு இந்தியாவில் கொள்ளையடிக்கப்பட்ட செல்வம் தோற்றுவாயாக விளங்கியது என்பது தெளிவு.

ஆனால் இந்தியாவில் அடிக்கப்பட்ட கொள்ளையின் உதவியுடன் இங்கிலாந்தில் இயந்திரத்தொழில் புரட்சியை சாதித்தபிறகு ஒரு புதிய கடமை அவர்களை எதிர்நோக்கியது. இயந்திரத் தொழில்களில் உற்பத்தியாகும் ஏராளமான பொருட்களை வாங்கிக்கொள்ளப் போதுமான மார்க்கெட் வேண்டும். பொருளாதார அமைப்பில் ஒரு புரட்சியை ஏற்படுத்துவதை இது அவசியமாக்கிற்று. வர்த்தக முதலாளித்துவ கொள்கைகளின் அடிப்படையிலிருந்த பொருளாதார அமைப்பு, வர்த்தக - சுதந்திர முதலாளித் துவத்தின் கொள்கைகளை அடிப்படையாகக் கொண்டதாக மாறவேண்டும். அப்படி மாறுவதால் அதற்கேற்றபடி காலனி அமைப்பு முறைகளிலும் பரிபூர்ண மாறுதல் ஏற்படவேண்டும்.

இந்திய மார்க்கெட்டில் அதுவரையில் இருந்த ஏகபோக முறை ஒழிந்து ஒரு சுதந்திர மார்க்கெட்டை சிருஷ்டிக்க வேண்டும். உலகம் முழுவதற்கும் பஞ்சாடைகளை ஏற்றுமதி செய்துகொண்டிருந்த இந்தியா பிரிட்டிஷ் பஞ்சாடைகளை இறக்குமதி செய்யும் இந்தியாவாக மாறவேண்டும். இந்தியப் பொருளாதாரத்தில் ஒரு புரட்சியை உண்டாக்குவது அவசியமாகிறது. அதே சமயத்தில் கிழக்கிந்தியக் கம்பெனியின் பழைய அமைப்பு முழுவதையும் பரிபூர்ணமாக மாற்றி அமைக்கவேண்டியது அவசியமாகிறது. இந்தியாவில் சுரண்டும் முறைகளில் ஒரு மாறுதலைக் கொண்டுவரவேண்டும். கம்பெனியினுடைய ஏகபோக உரிமையால் லாபம் அடையும் நலன்களுடைய பிடிவாதமான எதிர்ப்பை எதிர்த்துப் போராடுவதின் மூலமே இந்த மாறுதலைக் கொண்டுவரமுடியும்.

இந்த மாறுதலுக்கு வகை செய்யும் முதல் நடவடிக்கைகள் 18-ஆம் நூற்றாண்டின் கடைசிப் பதினைந்து வருடங்களில் எடுத்துக்கொள்ளப்பட்டன.

பயன்படத்தக்க முறையில் சுரண்டுவதற்காக, கிழக்கிந்தியக் கம்பெனியும் அதன் உத்யோகஸ்தர்களும் அப்பட்டமான அராஜக முறையில்-சர்வநாசம் விளைவிக்கும் முறையில்-கொள்ளையடித்துவருவதில் ஓரளவாவது மாறுதல் ஏற்படவேண்டுமென்பது வெளிப்படை. கிழக்கிந்தியக் கம்பெனியும் அவர்களுடைய அதிகாரிகளும் திறமையற்ற விதத்திலும் மூர்க்கத்தனமான பேராசையுடனும் கொள்ளை யடிப்பதானது சுரண்டலின் அடிப்படையையே நாசம் செய்தது. (கம்பெனியின் காட்டுமிராண்டித்தனமான சுரண்டுதலினால் விவசாயம் நசித்துப்போகிறது. ஜனத்தொகை குறைகின்றது. எதிர்காலத்தில் சுரண்டுவதற்கு வகையில்லாமல் போகின்றது). ஆகவே இந்தியாவில் கம்பெனியின் நடவடிக்கைகளை ஒழுங்குபடுத்த 18-ம் நுற்றாண்டின் இறுதியில் அரசாங்கம் (பிரிட்டிஷ் அரசாங்கம்) தலையிட்டது. கம்பெனியின் நிர்வாகத்தை எதிர்த்து கம்பெனிக்குப் போட்டியாக உள்ள நலன்கள் தாக்குதலைத் தொடுத்தன. கிழக்கிந்தியக் கம்பெனியின் ஏகபோக உரிமையை எதிர்த்த சகலரும் ஒன்றுதிரண்டு தொடுத்த தாக்குதல் அது. கிழக்கிந்தியக் கம்பெனியின் அநீத ஆட்சியை எதிர்த்து இந்தக் காலத்தில் வளர்ந்த இலக்கியம் பூர்ணத்துவத்திலும் விவரத்திலும், மறுக்க முடியாத தன்மையிலும் நிகரற்றவையாக விளங்கின-எந்தக் காலத்திலும் ஏகாதிபத்தியத்தை அம்பலப்படுத்தும் இலக்கியம் இத்துடன் ஒப்பிடக்கூடியதாகத் தோன்றவில்லை.

இந்தியாவிலிருந்து இறக்குமதியாகும் உயர்ந்தரக ஆடைகளினால், தங்களுக்கு ஒரு அபாயகரமான போட்டி ஏற்படுவதைக்கண்டு இங்கிலிஷ் தொழில் முதலாளிகள் 18-ஆம் நூற்றாண்டின் தொடக்கத்திலேயே கிழக்கிந்தியக் கம்பெனியை எதிர்த்துக் கிளர்ச்சி செய்தார்கள். 1720லேயே இங்கிலாந்துக்குள் இந்திய சில்க் ஆடைகளும், அச்சடிக்கப்பட்ட பஞ்சாடைகளும் இறக்குமதி செய்யப்படுவதைப் பூர்ணமாகத் தடைசெய்யும்படி செய்தார்கள். இந்தியாவில் உற்பத்தியாகும் பஞ்சு ஆடைகளுக்கு மேலும் மேலும் அதிகமாக இறக்குமதி வரி விதிக்கப்பட்டது. ஆகவே இந்தியப் பொருள்களை இங்கிலிஷ் துறைமுகங்கள் வழியாக ஐரோப்பாவுக்கு ஏற்றுமதி செய்வதே கம்பெனியின் வியாபாரமாயிற்று.

ஆனால், 18வது நூற்றாண்டுக் கடைசியில் வளர்ந்த புதிய தாக்குதல் இந்தியாவிலுள்ள கிழக்கிந்தியக் கம்பெனியின் ஊழல் நிறைந்த ஏகபோக நிர்வாகம் முழுவதையும் எதிர்த்தது. வளர்ந்துவரும் ஆங்கிலேயத் தொழில் முதலாளிகளின் ஆதரவுடன் கிழக்கிந்தியக் கம்பெனியின் ஏகபோக உரிமையினால் இந்திய வியாபாரத்தில் இடம் பெறமுடியாத வர்த்தக நலன்களின் ஆதரவும் இந்தத் தாக்குதலுக்கு கிடைத்தது. உண்மையில் புதிதாக வளர்ந்துவரும் ஆலை முதலாளித்துவத்தின் முன்னாடியே இந்தத் தாக்குதல். இந்தியாவை ஒரு மார்க்கட்டாகப் பாவித்து அந்த மார்க்கட்டில் வியாபாரம் செய்யும் உரிமை எல்லோருக்கும் இருக்க வேண்டுமென்பதே அதன் கோரிக்கை. தனி நபர் ஊழலாலும், தனி நபர் கொள்ளையாலும் அந்த மார்க்கட்டைப் பயன்படத்தக்க முறையில் சுரண்டுவதற்கு முட்டுக்கட்டை போடும் சகல தடைகளையும் நீக்கவேண்டுமென்பது அதன் கோரிக்கை.

வர்த்தக-சுதந்திர ஆலை முதலாளித்துவ பொருளாதாரத்தின் தந்தையும் புதிய சகாப்தத்தின் முன்னோடியுமான **ஆடம்ஸ்மித்** 1776-ல் இந்தத் தாக்குதலை அங்குரார்ப்பணம் செய்தார் என்பது குறிப்பிடத்தக்கது. 1776-ல் அவர் எழுதிய **தேசங்களின் செல்வம்** என்ற புத்தகம் பிரசுரிக்கப்பட்டது. ஆலை முதலாளித்துவ அரசியல்வாதிகளின் வேதப்புத்தகம் அது. அந்தப் புத்தகத்தில் கிழக்கிந்தியக் கம்பெனியின் முழு அடிப்படையையும் தயவுதாட்சண்யமின்றி தாக்குகிறார். தன்னுடைய முதல்தரமான, பட்டவர்த்தனமான நடையில் அவர் எழுதுகிறார்:-

"இத்தகைய ஏகபோக கம்பெனிகள் சகல அம்சங்களிலும் உபத்ரவங்களாகவே இருக்கின்றன. அவைகள் ஸ்தாபிக்கப் பட்டிருக்கும் நாடுகளுக்கு அவைகளால் எப்பொழுதும் அசௌகரியமே ஏற்படுகிறது. அவர்களுடைய ஆட்சி முறைகளின் கீழ் வந்துள்ள துரதிருஷ்டவசமான நாடுகளில் அழிவு ஏற்படுகிறது.

"கிழக்கிந்தியக் கம்பெனியின் நலனை அரசாங்க நிர்வாகிகள் என்ற ஹோதாவில் கவனித்தால் அவர்கள் இந்திய சாம்ராஜ்யத்திற்குக் கொண்டுபோகும் ஐரோப்பிய சாமான்களை எவ்வளவு மலிவாக விற்கவேண்டுமோ அவ்வளவு

மலிவாக விற்க வேண்டும். இந்தியாவிலிருந்து கொண்டு வரப்படும் இந்திய சாமான்களுக்கு எவ்வளவு நல்லவிலை சாத்தியமோ அவ்வளவு நல்லவிலை இந்தியாவுக்கு கிடைக்க வேண்டும். அல்லது இந்திய சாமான்களை எவ்வளவு கிராக்கியாக விற்கமுடியுமோ அவ்வளவு கிராக்கியாக விற்கவேண்டும். ஆனால் வியாபாரிகள் என்ற முறையில் அவர்களுடைய நலன் இதற்கு நேர்மாறானது. அரசாங்க நிர்வாகிகள் என்கிற முறையில் அவர்களுடைய நலன்கள் அவர்களால் ஆளப்படும் தேசத்தின் நலன்களை ஒத்து இருக்கவேண்டும். ஆனால் இந்த நலனுக்கு நேர் எதிரான நலன்களே அவர்களுடைய வியாபார நலன்கள்......

"இது ஒரு அபூர்வமான சர்க்கார். இந்த நிர்வாகத்தில் உள்ள ஒவ்வொருவரும் அந்தச் சர்க்காரை விட்டு எவ்வளவு சீக்கிரமாக வரமுடியுமோ அவ்வளவு சீக்கிரத்தில் துறந்துவிட்டு அந்தத் தேசத்தைவிட்டே வெளியேற விரும்புகின்றனர். தான் திரட்டியிருக்கும் முழு ஐசுவரியத்தையும் எடுத்துக்கொண்டு அவன் கிளம்பிவிட்டால் மறுநாளைக்கு அந்தத் தேசம் முழுவதையுமே ஒரு பூகம்பம் விழுங்கிவிட்டால்கூட அசிரத்தையாக இருப்பான்."

அதே புத்தகத்தில் இன்னொரு இடத்தில் ஆடம்ஸ் ஸ்மித் எழுதுகிறார்:

"முதலாளிகளுடைய கோர்ட்டிடம் ஒரு ஓட்டின் மூலம் செல்வாக்குப் பெற வேண்டுமென்கிற ஒரே நோக்கத்திற்காக ஆயிரம் பவுன் பங்கை (ஷேரை) வாங்கவேண்டுமென்று ஏராளமான ஐசுவரியம் படைத்தவன் ஒருவன் (சில சமயங்களில் கொஞ்சம் ஐசுவரியம் உள்ளவனும்) பிரியப்படுகிறான். கொள்ளையில் அந்த பங்குதாரனுக்குப் பங்கு கிடைக்கா விட்டாலும் இந்தியாவில் கொள்ளைக்காரர்களை நியமிப்பதில் அவனுக்கு அந்தச் செல்வாக்கு பயன்படுகிறது. இந்தச் செல்வாக்கை அவன் சில வருடங்கள் அனுபவிக்கமுடிந்தால் சில நண்பர்களுக்காக இதை பயன்படுத்திக்கொண்டால் அதற்குப் பிறகு அவனுடைய பங்கு வட்டி (டிவிடென்ட்)யைப் பற்றியோ தனக்கு ஓட்டளிக்கும் கம்பெனியின் மதிப்பைப் பற்றியோ அவன் கவலைப்படுவதில்லை. அந்தப் பெரிய சாம்ராஜ்யத்தின் சுபிட்சத்தில்-அந்தச் சாம்ராஜ்ய சர்க்காரில் அந்த ஓட்டு அவனுக்கு ஒரு பங்களித்த போதிலும்-அவன்

கவலைப்படுவதில்லை. தங்களுடைய பிரஜைகளின் சந்தோஷத்தைப் பற்றியோ, துக்கத்தைப்பற்றியோ, தங்களுடைய சாம்ராஜ்யம் வளர்ச்சியடைவதைப் பற்றியோ, நாசமாய்ப் போவதைப் பற்றியோ தங்களுடைய நிர்வாகம் பொலிவுடன் விளங்குவதைப் பற்றியோ, அவமானகரமாக இருப்பதைப் பற்றியோ வேறு எந்த ராஜ்யாதிகாரிகளும் இவ்வளவு அசிரத்தையாக இருந்ததில்லை- இருக்கவும் முடியாது. எதிர்க்க முடியாத தார்மீக காரணங்களினால் இத்தகைய வியாபாரக் கம்பெனியின் பெருவாரியான முதலாளிகள் இந்த முறையில் அரசுபுரிகிறார்கள். அவர்களால் இந்த முறையில்தான் அரசுபுரிய முடியும்."

கிழக்கிந்தியக் கம்பெனியின் வர்த்தக அடிப்படையை எதிர்க்கும் முதலாளியின் குரலையும் பழைய அமைப்பின்மீது ஆலை முதலாளிகள் அடையப்போகும் வெற்றியின் பீடிகையையும் இதில் பார்க்கிறோம். கிழக்கிந்தியக் கம்பெனியின் பழைய அடிப்படையைத் தாக்கி அதை மாற்றி அமைக்க வேண்டுமென்ற கோரிக்கையை 1782-83-ல் காமன்ஸ் சபையின் செலக்ட் கமிட்டியின் நடவடிக்கைகளில் வற்புறுத்தப்பட்டது. 1783-ல் பிரிட்டிஷ் பிரதமமந்திரி பாக்ஸ் (Fox) **இந்தியா மசோதா**வைக் கொண்டுவந்தார். டைரக்டர்களுடைய கோர்ட்டையும் முதலாளிகளுடைய கோர்ட்டையும் நீக்கிவிட்டு அவைகளுக்குப் பதிலாக பார்லிமெண்டே கமிஷனர்களை நியமிக்கவேண்டுமென்று அம்மசோதா கூறியது. கம்பெனியின் எதிர்ப்பால் அம்மசோதா தோற்கடிக்கப்பட்டது. இதன் விளைவாக பாக்ஸ் (Fox) சர்க்கார் வீழ்ந்தது. பிட் என்பவர் தலைமையில் மந்திரிசபை ஏற்பட்டது. அடுத்த இருபது வருடங்களில் பிட் மந்திரிசபை அதிகாரத்தில் இருந்தது. இந்த விதமாக இந்த நெருக்கடியான நிலைமையில் இந்தியா இங்கிலிஷ் அரசியலையே உருவாக்கும் ஜீவாதாரப் பிரச்சினை என்பது வெளியாயிற்று. 1784-ல் பிட் ஒரு இந்தியா சட்டத்தை நிறைவேற்றினார். "பாக்ஸினுடைய யோசனைகளுக்குப் பதிலாக ஒரு ஸ்தூலமான இரட்டை புரட்சிமுறையை ஏற்படுத்திய போதிலும் பிரிட்டிஷ் அரசாங்கம் நேரடியாக ஆதிக்கம் வகிக்கவேண்டுமென்கிற கொள்கை ஸ்தாபிக்கப்பட்டது. ஹேஸ்டிங்ஸூம், கம்பெனியும் எதிர்த்தபோதிலும்,

பார்லிமெண்ட் பிட்டின் இந்தியா மசோதாவை சட்டமாக்கிற்று. நிர்வாகத்தில் தீவிரமான மாறுதல்களைக் கொண்டுவர **காரன்வாலிஸ்பிரபு** 1786 இந்தியாவுக்கு கவர்னர் ஜெனரலாக அனுப்பப்பட்டார். 1772லிருந்து 1785 வரை இந்தியாவில் கவர்னராகவும் கவர்னர் ஜெனரலாகவும் இருந்த வாரன்ஹேஸ்டிங்ஸ் 1788-ல் ஊழலுக்கும், அநீதமான ஆட்சிக்கும் ஜவாப்தாரியாக இருந்ததால் குற்றம் சாட்டப்பட்டார். உண்மையில் இந்த குற்றவிசாரணை சர்க்காருடைய தூண்டுதலின்பேரிலேதான் நடந்தது. பிட்டினுடைய தீர்மானம் மூலம் இதற்கு நேரடியான அனுமதி கிடைத்தது. முக்கியமான பார்லிமெண்ட் தலைவர்களான **பாக்ஸ், பர்க், ஷெரிடன்** ஆகியோர் இதை ஆதரித்தார்கள். ஒரு தனி நபரைவிட ஒரு அமைப்பையே எதிர்த்து நடக்கும் தாக்குதலை அந்த விசாரணை பிரதிபலித்துக் காட்டியது.

*இந்தத் தாக்குதலின் வளர்ச்சியை **பிரஞ்சுப் புரட்சி** யிலிருந்து எழும் உலகப் பிரச்சினைகள் குறுக்கிட்டுத் தடுத்தன. பிட் நிர்வாகத்தின் சீர்திருத்தக் கட்டத்திற்கு முற்றுப்புள்ளி வைக்கப்பட்டது. உலகப் புரட்சி-எதிர்ப்பு முகாமின் தலைவனாக இங்கிலிஷ் பூர்ஷுவா வர்க்கம் நின்றது. இந்தியாவில் நடக்கும் கொடுங்கோலாட்சியைப் பற்றியும், அக்ரமத்தைப் பற்றியும் தீப்பொறி கக்கும் கண்டனங்களைச் செய்து லிபரல் கருத்துள்ளவர்களின் போற்றுதலைப் பெற்றிருந்த பர்க் பிரான்சின் விடுதலைப் போராட்டத்தை இன்னும் ஆணித்தரமாகக் கண்டிப்பதில் முனைந்தார். அதன் மூலம் ஐரோப்பாவில் உள்ள மன்னர் மகுடாதிபதிகளின் புகழ்ச்சிக்கும் ஆசிக்கும் பாத்திரமானார். இந்தியாவின் கவர்னர் கவுன்சிலில் அங்கத்தினராக இருந்து, கவுன்சிலில் ஹேஸ்டிங்சை எதிர்த்துப் போராடிய **பிலிப் பிரான்ஸிஸ் ஹேஸ்டிங்ஸ்,** குற்றவிசாரணையில் வாதாடுவதற்கு பர்க் முதலியோருக்கு விஷயங்களை சேகரித்துத் கொடுத்தவர்,

---

* **பிரஞ்சுப் புரட்சி:** பியூடல் பிரபுத்துவத்தை எதிர்த்து பிரெஞ்சு மக்கள் செய்த புரட்சி; 1789-ல் நிகழ்ந்தது; வளர்ந்து கொண்டிருந்த பூர்ஷுவா வர்க்கம் அந்தப் புரட்சிக்குத் தலைமை தாங்கியது. இதன் விளைவாக, பிரான்ஸில் நிலப்பிரபுத்துவ ஆதிக்கம் ஒழிந்து பூர்ஷுவா வர்க்க ஆட்சி ஏற்பட்டது. (மொ-ர்)

பிரஞ்சுப் புரட்சியைப் பற்றி பிற்போக்கான முறையில் நடந்துகொள்வதற்காக நிந்தனை செய்து பர்க்குக்கு கடிதமெழுதினார் என்பது குறிப்பிடத்தக்கது. ஹேஸ்டிங்ஸ் விசாரணை 7 வருட காலம் இழுத்துக்கொண்டே போயிற்று; 1795-ல் நிரபராதி என்று விடுதலை செய்யப்பட்டார். வர்த்தக சுதந்திரத்திற்காக ஆரம்ப நடவடிக்கை எடுத்த பிட் பிரஞ்சு யுத்தங்கள் நடந்த பொழுது ஒரு பக்கா பாதுகாப்பு அமைப்பை (தன் நாட்டில் உற்பத்தியாகும் பொருள்களுக்குப் பாதுகாப்பை அளிக்கும் அமைப்பு) ஸ்தாபித்தார். பிரஞ்சு யுத்தங்கள் முடிவுற்ற பின்னர், ஆலை முதலாளித்துவம் வலுவாக ஸ்தாபிதமான பின்னர், 1813-ல் இந்தியா பிரச்சினை மீண்டும் எடுத்துக்கொள்ளப்பட்டது. புதிய கட்டத்திற்கு தேவையான நடவடிக்கைகள் எடுத்துக்கொள்ளப்பட்டது.

கவர்னர் ஜெனரலாக இந்தியாவுக்குச் சென்ற காரன்வாலிஸ் பிரபு நிர்வாகத்தைத் திருத்தி அமைத்தார். அதிகாரிகள் தனிப்பட்ட முறையில் கொள்ளையடிக்கும் அராஜகமும், ஊழலும் தலைவிரித்தாடிய பழைய அமைப்பை ஒழித்துவிட்டு நல்ல சம்பளம் பெறும் சிவில் சர்வீஸ் இலாகாவை சிருஷ்டித்தார். அதற்கு முன்னால் நிலவரி தான் தோன்றித்தனமான முறையில் இடைவிடாமல் அதிகரிக்கப்பட்டுவந்தது. இந்த வரிக்கொடுமை தேசத்தை வனாந்திரமாக்கி சுரண்டலின் அடிப்படையையே நாசம் செய்தது. இதற்குப் பதிலாக **சாசுவத நிலவரி அமைப்பை** வங்காளத்தில் ஸ்தாபித்தவர் காரன்வாலிஸ்பிரபு. இந்த சாசுவத நிலவரி அமைப்பின் மூலம் சர்க்காருக்குக் கொடுக்கப்பட வேண்டியதொகை சாசுவதமாக நிர்ணயிக்கப்பட்டது. இதன் மூலம் பிரிட்டிஷ் ஆட்சிக்கு சமூக அடிப்படையாக ஒரு புதிய நிலப்பிரபு வர்க்கம் சிருஷ்டிக்கப்பட்டது.

சீர்திருத்தங்கள் என்ற எண்ணத்தில் இந்த நடவடிக்கைகள் எடுக்கப்பட்டன. உண்மையில் முதலாளி வர்க்கத்தின் நலன்களுக்காக இந்தியாவை சாஸ்திரியமான முறையில் திட்டமான முறையில் சுரண்டுவதற்கு வகைசெய்யும் நடவடிக்கைகளே இவை. ஆலை முதலாளித்துவத்தின் சுரண்டுதலுக்கு இந்த நடவடிக்கைகள் வழி செய்தன. கம்பெனியினுடைய கொள்ளையைவிட ஆலை முதலாளி

வர்க்கத்தின் சுரண்டல் இந்தியாவின் பொருளாதாரம் முழுவதையும் அதிகமாகப் பாழாக்கியது.

3. தொழில் நாசம்

1813-ல் ஆலை முதலாளிகளும், இதர வர்த்தக நலன்களும் சேர்ந்து நடத்திய தாக்குதல் வெற்றியடைந்தது. இந்தியா வியாபாரக் கிழக்கிந்தியக் கம்பெனியின் ஏகபோக உரிமைக்கு முற்றுப்புள்ளி வைக்கப்பட்டது. இந்தியாவில் ஆலை முதலாளித்துவ சுரண்டல் 1813லிருந்து ஆரம்பித்ததாகக் கருதலாம்.

ஒப்பிட்டுப் பார்த்தால் 1813க்கு முன் இந்தியாவுடன் இருந்த வியாபாரம் குறைவாகவே இருந்தது. **"இங்கிலாந்தின் விஸ்தரிப்பு"** என்ற புத்தகத்தில் (இது 1883ல் பிரசுரிக்கப் பட்டது) அதன் ஆசிரியர் **சிலி** 19-ம் நூற்றாண்டில் நிகழ்ந்த இம்மாறுதலைக் குறிப்பிடுகிறார்.-

"1811-ம் வருடவாக்கில் அதாவது கம்பெனியினுடைய ஏகபோக உரிமைக் காலத்தில், இந்தியாவுக்கும் இங்கிலாந்துக்கும் நடந்த வியாபாரம் கொஞ்சமாகவே இருந்தென்றும், இங்கிலாந்துக்கும் **ஜெர்ஸி**க்கும் இங்கிலாந்துக்கும் **ஐல் ஆப் மேனு**க்கும் நடந்த வியாபாரத்தைவிட முக்கியமானதல்ல என்றும் தான் பதிப்பித்த ஆடம்ஸ்மித் புத்தகத்தில் இந்தியாவைப் பற்றிய குறிப்பில் **மக்குலோச்** எழுதுகிறார்..... (ஜெர்ஸி, ஐல் ஆப் மேன் ஆகியவை இரு சிறு தீவுகள்- மொ-ர்)

"ஆனால் இப்பொழுது இந்தியாவுடன் நாம் நடத்தும் வியாபாரத்தை ஜெர்ஸியோடு ஒப்பிடுவதில்லை. அமெரிக்காவுடனும், பிரான்சுடனும் ஒப்பிடுகிறோம். இங்கிலாந்திலிருந்து இறக்குமதி செய்யும் நாடுகளில் அமெரிக்காவைத்தவிர பாக்கி நாடுகளுக்கு இந்தியா தலைமை தாங்குகிறது. பிரான்ஸுக்குக்கூட தலைமை தாங்குகிறது."

அதைப்போலவே, 1812-ல் கம்பெனி பிரசுரித்த அதிகாரபூர்வமான ரிப்போர்ட்டும் அக்காலத்தில் இந்தியாவின் மதிப்பு பிரிட்டிஷ் சாமான்களின் கொள்முதல் மார்க்கட்டாக இந்தியா இருந்ததில் அடங்கியிருக்கவில்லை என்றும், நேரடியான கொள்ளையடிப்பதற்கேற்ற தளமாக விளங்கியதிலேயே அதன் மதிப்பு அடங்கியிருந்ததென்றும் கூறுகிறது:-

இந்தியாவில் பிரிட்டிஷ் ஆட்சி பழைய அடிப்படை 175

"இந்தத் தேசத்துக்கு அந்த மகத்தான சாம்ராஜ்யத்தின் முக்கியத்துவத்தை பிரிட்டிஷ் ராஜ்யத்தின் மூலதனத்திலும் செல்வத்திலும் வருடா வருடம் ஏற்படும் பிரம்மாண்டமான பெருக்கத்தின் மூலம் மதிப்பிட வேண்டுமேயல்லாது, இந்திய சுதேசிகளின் உபயோகத்திலிருந்து இந்த தேச கைத்தொழில் முதலாளிகள் பெறக்கூடிய அனுகூலத்தின் மூலம் மதிப்பிடக்கூடாது."

கிழக்கிந்தியக் கம்பெனியின் சாசனத்தை புதுப்பிப்பதற்கு முன் கம்பெனியின் ஏகபோக உரிமை ஒழிக்கப்படுவதற்குமுன், 1813-ல் நடந்த பார்லிமெண்டரி விசாரணையின் நடவடிக்கைகளைப் பரிசீலனை செய்தால் வளர்ந்துவரும் பிரிட்டிஷ் மெஷின் தொழிலுக்கு இந்தியாவை ஒரு கொள்முதல் சந்தையாக வளர்க்கும் புதிய நோக்கத்திலேயே சிந்தனைப் போக்கு முழுக்க முழுக்கக் குறியாக இருந்தது புலப்படும். வாரன் ஹேஸ்டிங்ஸ் போன்ற பழைய அமைப்பின் பிரதிநிதிகள் அளித்த பதில்கள் இந்தியாவை இத்தகைய கொள்முதல் சந்தையாக்குவது சாத்தியமில்லையென்று மறுத்தனவென்பதும் குறிப்பிடத்தக்கது.

விசாரணைக் காலத்தில் இந்திய காலிகோக்களின் (ஒரு வகை பஞ்சாடை) இறக்குமதி வரி 78 சதவீதமாக இருந்தது. இத்தகைய வரிகளில்லாமல்-இந்திய இறக்குமதியை நடைமுறையில் தடைசெய்யக்கூடிய இத்தகைய வரிகள் இல்லாமல்-பிரிட்டிஷ் ஜவுளித்தொழில் அதன் ஆரம்பக் கட்டங்களில் வளர்ந்திருக்க முடியாது.

"அந்தக் காலம் வரை, இந்தியாவிலிருந்து வரும் பஞ்சாடைகளையும் ஸில்க் ஆடைகளையும், பிரிட்டனில் உற்பத்தியாவதன் விலையைவிட 50 முதல் 60 சதவீதம் குறைந்த விலைக்கு விற்று லாபம் பெற முடியுமென்று சாட்சியத்தில் கூறப்பட்டது. (1813 விசாரணையில்) ஆகவே, பிரிட்டிஷ் உற்பத்தியைப் பாதுகாப்பதற்காக, இந்தியாவிலிருந்து இறக்குமதியாகும் பொருட்களுக்கு, அவற்றின் மதிப்பில் 70 அல்லது 80 சதவீதம் இறக்குமதி வரி விதிப்பதும், அல்லது அந்த இறக்குமதிகளை நேரடியாகத் தடை செய்வதும் அவசியமாயிற்று. அந்த மாதிரிச் செய்யாமலிருந்தால் இப்படிப்பட்ட வரிகள் விதிக்காமலிருந்தால், உத்தரவுகள்

போடாமலிருந்தால் **பெயிஸ்லீ**யிலும், மான்செஸ்டரிலிமுள்ள ஆலைகள் ஆரம்பத்திலேயே நின்றுபோயிருக்கும்; நீராவியின் சக்தியால்கூட அவைகளை ஒட்டியிருக்க முடியாது. இந்தியக் கைத்தொழிலின் தியாகத்தால், அவைகள் சிருஷ்டிக்கப்பட்டன."

(**எச்.எச். வில்ஸன்,** "பிரிட்டிஷ் இந்தியாவின் சரித்திரம்")

பிரிட்டிஷ் ஜவுளித்தொழிலைக் கட்டுவதற்காக, 19-ம் நூற்றாண்டில் முன்பாதியில், இந்திய கைத்தொழில்களுக்கு விரோதமான, இந்த வரிகள் விதிக்கப்பட்டன. 1840-ல் நடந்த பார்லிமெண்டரி விசாரணையில் தெரிவிக்கப்பட்டதென்ன வென்றால், இந்தியாவில் இறக்குமதியாகும் பிரிட்டிஷ் பஞ்சாடைகளும் ஸில்க் ஆடைகளும் 3½ சதவீதமே இறக்குமதி வரி செலுத்தின; பிரிட்டிஷ் கம்பளித் துணிகள் 2 சதவீதமே இறக்குமதி வரி செலுத்தின. ஆனால் பிரிட்டனில் இறக்குமதியாகும் இந்திய பஞ்சாடைகள் 10 சதவீதமும், ஸில்க் ஆடைகள் 20 சதவீதமும் கம்பளித் துணிகள் 30 சதவீதமும் வரி செலுத்தின.

ஆக, மெஷின் தொழிலின் உயர்ந்த உற்பத்தி முறையினால் மாத்திரமல்ல, ஒருதலைப்பட்சமான சுதந்திரத்துடன், வர்த்தகத்தை நடத்துவதற்கு அரசாங்கம் அளித்த நேரடியான உதவியையும்கொண்டுதான் (அரசாங்க உதவியாவது: இந்தியாவில் பிரிட்டிஷ் சாமான்களை கொண்டுவந்து விற்க பரிபூரண சுதந்திரம்; ஆனால் இந்திய உற்பத்திப் பொருள்களுக்கு இங்கிலாந்தில் சுங்கவரி, இறக்குமதி தடைகள், கப்பற்போக்குவரத்து சட்டங்களின்படி இந்தியா வேறு ஐரோப்பிய நாடுகளுடன்-எல்லா அயல் நாடுகளுடனும்-நேரடியாக வியாபாரம் செய்யத் தடை) இந்திய மார்க்கட்டில் பிரிட்டிஷ் உற்பத்திப் பொருட்களின் ஆதிக்கம் ஸ்தாபிக்கப்பட்டது; இந்தியத் தொழில்கள் நாசமாக்கப்பட்டன.

பத்தொன்பதாவது நூற்றாண்டின் முன்பாதியிலேயே இந்த வேலையின் பிரதான பங்கை முடித்துவிட்டார்கள். எனினும் அதன் விளைவுகள் பத்தொன்பதாம் நூற்றாண்டு முழுவதும், இருபதாம் நூற்றாண்டின் தொடக்கத்தில்கூட பிரதிபலித்தன. பிரிட்டிஷ் உற்பத்தி தலைதெறிக்கும் வேகத்தில் முன்னேறுவதுடன், இந்திய உற்பத்தியும் க்ஷீணித்தது.

1814லிருந்து 1835க்குள்ளாக, இந்தியாவுக்கு பிரிட்டிஷ் கைத்தொழில் முதலாளிகள் ஏற்றுமதி செய்த பருத்தி ஆடைகள் 10 லட்சம் கஜங்களிலிருந்து (10 லட்சத்துக்கும் குறைவு) 510 லட்சம் கஜங்களுக்கு மேல் அதிகமாகப் பெருகியது. இதே காலத்தில் (1814-35) பிரிட்டனுக்கு ஏற்றுமதியான இந்தியத் துணிகள் 12 ½ லட்சம் பீஸ்களிலிருந்து 3 லட்சத்து 6 ஆயிரம் பீஸ்களாகக் குறைந்தன. 1844-ல் 63,000 பீஸ்களே பிரிட்டனுக்கு ஏற்றுமதியாயிற்று.

நாணய மதிப்பில் பார்த்தாலும், மாறுபாடு நன்கு விளங்கும். 1815லிருந்து 1832க்குள் பிரிட்டனுக்கு ஏற்றுமதியான இந்தியப் பருத்தி ஆடைகளின் மதிப்பு 13 லட்சம் பவுன்களிலிருந்து ஒரு லட்சம் பவுன்களுக்கும் குறைவாகக் குன்றியது-அதாவது 17 வருஷங்களில், இந்தியா அதன் ஏற்றுமதி வியாபாரத்தில் 13ல் 12 பாகத்தை இழந்தது. இதே பதினேழு வருஷங்களில், இந்தியாவில் இறக்குமதியான பிரிட்டிஷ் பருத்தி ஆடைகளின் மதிப்பு 26 ஆயிரம் பவுன்களிலிருந்து 4 லட்சம் பவுன்களாக உயர்ந்தது - அதாவது 16 மடங்கு பெருகியது. பல நூற்றாண்டுகளாக உலக முழுவதற்கும் பருத்தி ஆடைகளை ஏற்றுமதி செய்துவந்த இந்தியா 1850-ல் பிரிட்டனிலிருந்து ஏற்றுமதியாகும் பஞ்சாடைகளில் நாலிலொரு பகுதியை இறக்குமதி செய்தது.

இங்கிலாந்திலிருந்து வந்த ஆலை ஜவுளி, தறிகாரர்களை நாசம் செய்தது; பஞ்சாலைகளில் தயாரான முறுக்கு நூல் இந்தியாவிலிருந்த நூல் நூற்பவர்களை நாசம் செய்தது. 1818லிருந்து 1836க்குள், இங்கிலாந்திடமிருந்து இந்தியாவுக்கு ஏற்றுமதியான பஞ்சு நூல்-முறுக்கு நூல் 5200 மடங்கு பெருகியது.

ஸில்க் ஆடைகள், கம்பளித் துணிகள், இரும்பு மண்பாத்திரங்கள், கிளாஸ் (கண்ணாடி) காகிதம்-எல்லாவற்றிலும் இதே நிகழ்ச்சியே சம்பவித்திருப்பதைப் பார்க்க முடியும்.

இந்திய கைத்தொழில்களின் பரிபூர்ண நாசத்தால், தேசத்தின் பொருளாதாரத்தில் ஏற்பட்ட விளைவுகளை கற்பனை செய்ய முடியும். இங்கிலாந்தில் பழைய கைத்தறி நெசவுத்தொழிலின் அழிவுடன் புதிய மெஷின் தொழில் வளர்ந்தது. ஆனால் இந்தியாவில் கைத்தொழிலில் வேலை

செய்யும் லட்சக்கணக்கான தொழிலாளர்கள் நாசமானதுடன், புதிய உருவங்களில் தொழில் வளரவில்லை. ஜனநெருக்கம் மிகுந்த பழைய நகரங்களான **டாக்கா, முர்ஷிதாபாத்,** ("லண்டன் நகரத்தைப்போன்று விஸ்தீரணமும் ஜனத்தொகையும் செல்வமும் படைத்த நகரம்" என்று கிளைவ் 1757-ல் முர்ஷிதாபாத்தைப் பற்றி வர்ணித்தார்.) **ஸூரத்** முதலிய நகரங்கள்-நாசகார யுத்தத்தின் சம்ஹார சக்தியாலோ, அன்னிய ஆக்கிரமிப்பாலோ சாதிக்கமுடியாத பூர்ணத்துத்துடன்- சில வருஷங்களில் பிரிட்டிஷ் அதிபர்களின் 'நாகரிகப்படுத்தும் ஆட்சியில்' பாழாகின. "டாக்கா நகரத்தின் ஜனத்தொகை 1½ லட்சத்திலிருந்து முப்பதினாயிரமாகக் குறைந்துவிட்டது". என்று **ஸர் சார்லஸ் டிரிவில்யன்** 1840-ல் நடந்த விசாரணையில் கூறினார். "வனாந்திரமும் மலேரியாவும் நகரத்தை வேகமாக ஆக்கிரமித்து வருகின்றன- இந்தியாவின் **மான்செஸ்ட**ராயிருந்த டாக்கா, பொலிவுடன் விளங்கிய நகரம் மிகவும், ஏழ்மையான சிறு நகரமாகிவிட்டது. அங்குள்ள கஷ்டதுயரம் மகத்தானதாயிருந்தது." என்று அவர் மேலும் குறிப்பிட்டார். அதே விசாரணையில், பிரிட்டிஷ் சாம்ராஜ்யத்தின் முதல் சரித்திராசிரியர்களில் ஒருவரான **மாண்ட்கோமரி மார்ட்டின்** கூறியதாவது.

"சுதேசி கைத்தொழில்கள் தழைத்த ஸூரத், டாக்கா, முர்ஷிதாபாத் முதலிய நகரங்களின் வீழ்ச்சியும் அழிவும் சங்கடத்தையும் வருத்தத்தையும் உண்டாக்கும். உண்மைகளா தலால், அவற்றை விவரிக்க முடியவில்லை. இந்த அழிவு, வர்த்தகத்தின் நேர்மையான போக்கினால் ஏற்பட்டதென்று நான் நினைக்கவில்லை. குறைந்த பலமுள்ளவர்மீது பலசாலிகள் வகித்த **ஆதிக்கமே** காரணமென்பது என் கருத்து." 1890-ல் **ஸர் ஹென்றி காட்டன்** எழுதினார்:- "கிட்டத்தட்ட 100 வருஷங்களுக்கு முன்னால் டாக்காவின் முழுவியாபாரம் ஒருகோடி ரூபாய்களிருக்குமென்று மதிப்பிடப்பட்டது; அதில் 2லட்சம் ஜனங்கள் வசித்தார்கள். 1787-ல் இங்கிலாந்துக்கு 30 லட்ச ரூபாய்கள் பெறுமான டாக்கா மஸ்லின் ஏற்றுமதியாயிற்று; 1817-ல் அந்த ஏற்றுமதி முழுவதும் நின்றுவிட்டது. ஏராளமான கைத்தொழிலாளர் களுக்கு வாழையடி வாழையாக வேலை கொடுத்துவந்த நூற்கும் தொழிலும் நெசவுத் தொழிலும் இப்பொழுது நசிந்துவிட்டன. முன்னால் செல்வந்தர்களாயிருந்த குடும்பங்கள்

டவுன்களிலிருந்து விரட்டப்பட்டு ஜீவனத்துக்கு வழிதேடி கிராமங்களுக்கு போகின்றனர். . . இந்த வீழ்ச்சி டாக்காவில் மாத்திரம் சம்பவிக்கவில்லை. சகல ஜில்லாக்களிலும் ஏற்பட்டிருக்கிறது. தேசத்தின் நாலாபாகங்களிலும் கைத்தொழிலாளர்கள் ஏழ்மைப்பட்டுக் கொண்டிருக்கிறார் களென்று கமிஷனர்களும், ஜில்லா அதிகாரிகளும் சர்க்காரின் கவனத்துக்கு கொண்டுவராது, ஒரு வருஷம்கூட கடக்கவில்லை."

இந்த நிகழ்ச்சிப் போக்கு நீடித்து வருவதை 1911ல் வருஷத்திய ஸென்ஸஸ் ரிப்போர்ட் எடுத்துக்காட்டுகிறது. உதாரணமாக, ஐவுளித் தொழிலை எடுத்துக்கொள்வோம். 1901லிருந்து 1911க்குள்ளாக, இந்தியாவில் ஐவுளி யந்திரத் தொழிற்சாலைகள் மெதுவாக **விஸ்தரித்தபோதிலும்**கூட, ஐவுளித்தொழிலில் ஏற்பட்டுள்ள தொழிலாளர்களின் தொகை, 6 சதவீதம் **சுருங்கிய**தென்று 1911ம் வருஷ ஸென்ஸஸ் ரிப்போர்ட் கூறுகிறது.

"கையால் நூல் நூற்கும் தொழில் அநேகமாக பூர்ணமாக மறைந்தொழிந்ததே" இதற்குக் காரணமென்று ரிப்போர்ட் கூறுகிறது.

தோல் தொழிலிலும், உலோகத் தொழிலிலும் தொழிலாளர் எண்ணிக்கை 6 சதவீதம் குறைந்துவிட்டதாக ரிப்போர்ட் கூறியது. அதே சமயத்தில் உலோகப் பாத்திர வியாபாரிகளின் எண்ணிக்கை 6 மடங்கு அதிகரித்துவிட்டது. இதன் காரணத்தையும் ஸென்ஸஸ் ரிப்போர்ட் பட்டவர்த்தனமாக கூறுகிறது:-

"உள்நாட்டில் செய்யப்பட்ட பித்தளை, தாமிரப் பாத்திரங்களுக்குப் பதிலாக ஐரோப்பாவிலிருந்து இறக்குமதியான எனாமல் பாத்திரங்களும் அலுமினியப் பாத்திரங்களும் ஏராளமாக உபயோகிக்கப்பட்டதால் உலோகப் பாத்திர தொழிலாளர் எண்ணிக்கை குறைந்தது; அதற்கேற்றபடி உலோகப் பாத்திர வியாபாரிகளின் எண்ணிக்கை பெருகியது."

("**இந்தியா ஸென்ஸஸ் ரிப்போர்ட்**"-1911)

இரும்பு, எஃகு தொழிலிலும் இதே கதைதான்:-

"ரயில்வேக்கு அருகாமையிலுள்ள பிரதேசத்தில், வெளிநாடுகளிலிருந்து இறக்குமதியாகும் மலிவான இரும்பும்

எஃகும் உள்நாட்டு இரும்பு உருக்கும் தொழிலை ஒழித்துவிட்டது. தீபகற்பத்தின் (இந்தியாவின்) தொலை தூரப்பகுதிகளில்தான் அந்தத் தொழில் இன்னும் நீடிக்கிறது".

(இம்பீரியல் கெஜடியர் ஆப் இந்தியா-1907)

"இந்தியாவில், உற்பத்திக் கருவிகளுக்கும் ஆயுதங்களுக்கும் அலங்கார வேலைகளுக்கும் எஃகு பயன்படுத்தப்பட்டது. சிறப்பான உயர்ந்தரக பொருட்கள் உற்பத்தி செய்யப்பட்டன. பழைய ஆயுதங்களுக்கு ஈடுஇணை கிடையாது. பிரசித்திப்பெற்ற **டாமஸ்கஸ்** பிளேடுகள் ஹைதராபாத்திலிருந்து இறக்குமதியான எஃகிலிருந்து செய்யப்பட்டதாகக் கூறப்படுகிறது. **டெல்லி**யிலுள்ள **குதுப்** தூண்-பிரசித்திப்பெற்ற இரும்பு ஸ்தம்பம் ஆறு டன்களுக்குமேல் எடையுள்ளது. 415-ம் வருஷத்தில் பொறிக்கப்பட்ட சமாதி சாசனத்துடன் விளங்குகிறது. அந்தக் காலத்தில் இவ்வளவு பெரிய ஸ்தம்பத்தை உருக்கித் திரட்டியது எப்படி என்பது யாருக்கும் இன்னும் புரியவில்லை. இந்தியா முழுவதும் காணப்படும் பழைய உலைகளின் மிச்சங்கள் நவீன காலத்துக்கு முன் ஐரோப்பாவிலிருந்த உலைகளை ஒத்திருக்கின்றன.

"**அகேரியர்கள்**-இரும்பு உருக்கும் ஜாதி-நாடு முழுவதும் பரவலாக வசித்தனர். இரும்புக் கனிகளை உற்பத்தி செய்த பல ஜில்லாக்கள் **லோஹரா** என்று அழைக்கப்படுகின்றன. ஆனால் மலிவாக தயாரிக்கப்பட்ட இரும்பு ஐரோப்பாவிலிருந்து தருவிக்கப்பட்டதும், அவர்களுடைய தொழில் நசித்தது. அகேரியர்களில் பலர் தேர்ச்சி தேவையில்லாத சாதாரண வேலைகளுக்குச் சென்றனர். இரும்பு உருக்கும் இவர்களில் பலரை 125 வருஷங்களுக்கு முன் டாக்டர் **பிரான்ஸிஸ் புக்காணன்** சந்தித்தார்."

(டி.எச். புக்காணன், **"இந்தியாவில் முதலாளித்துவ வளர்ச்சி"**.)

பழைய கைத்தொழில் நகரங்கள் பாழாக்கப்பட்டது மாத்திரமல்ல. அந்த ஜனங்கள் கிராமங்களில்கூடி, கிராமங்களிலே அதிகமான ஜன நெருக்கத்தை சிருஷ்டித்தது மாத்திரமல்ல. எல்லாவற்றிற்கும் மேலாக, பழைய கிராம பொருளாதாரத்தின் அடிப்படையாக விளங்கிய விவசாய-கைத்தொழில்

ஒற்றுமைக்கே மரணவேட்டு வைக்கப்பட்டது. கிராமங்களிலும், நகரங்களிலுமுள்ள லட்சக்கணக்கான கைத்தொழிலாளர்கள், நூல் நூற்பவர்கள், தறிகாரர்கள், குயவர்கள், தோல் பதனிடுபவர்கள், உலோகம் உருக்குபவர்கள், கொல்லர்கள் அனைவரும் தங்கள் தொழில் பாழாகப் போகவே, வேறு வழியில்லாமல், விவசாயத் தொழிலிலே கூட்டமாகக் கூடினார்கள். இந்த விதத்தில், கைத்தொழில்களும் விவசாயமும் சேர்ந்து தழைத்த இந்திய தேசம், பிரிட்டிஷ் ஆலை முதலாளித்துவத்தின் விவசாய காலனியாக, பலவந்தமாக மாற்றப்பட்டது. பிரிட்டிஷ் ஆட்சியின் இந்தச் சகாப்தத்திலிருந்து, பிரிட்டிஷ் ஆட்சியின் நேரடியான விளைவாக, இந்திய விவசாயத்தின் மீது பிராணாபாயமான அழுத்தம் உண்டாகிறது. பிரமசாது வேடம் பூண்டு, அதிகார வர்க்கம் இந்த ஜன நெருக்கத்தை பழைய இந்திய சமூகத்தின் மாமூல் நிகழ்ச்சியாக இன்றும் வர்ணிக்கிறது. மேலெழுந்தவாரியாகப் பார்ப்பவர்களும், அறிவிலிகளும் இந்த அழுத்தத்தை அமித ஜனப்பெருக்கத்தின் "அடையாளமென்று பகுத்தாராய்ந்து" கூறுகின்றனர்! உண்மையில், விவசாயத்தை நம்பியிருக்கும் ஜனத்தொகை வீதாச்சரம் பிரிட்டிஷ் ஆட்சியில் அதிகரித்திருக்கிறது. 19வது நூற்றாண்டில் மாத்திரமல்ல. இருபதாம் நூற்றாண்டிலும் இந்த வீதாச்சாரம் தொடர்ச்சியாய் அதிகரித்து வருவதை ஸென்ஸஸ் புள்ளி விவரங்கள் எடுத்துக் காண்பிக்கின்றன. (1891லிருந்து 1931க்குள் விவசாயத்தை நம்பியிருக்கும் ஜனத்தொகையின் வீதாச்சாரம் 61 சதவீதத்திலிருந்து 73 சதவீதமாகப் பெருகியது; ஏழாவது அத்தியாயத்தில் இதைப்பற்றி விரிவாக பரிசீலனை செய்யப்படும்.)

1840லேயே, முன்னால் நாம் மேற்கோள் காட்டிய பார்லிமெண்டரி விசாரணையில், இந்தியாவை "இங்கிலாந்தின் விவசாயப் பண்ணை"யாக மாற்றுவதற்காக நிகழும் அபாயகரமான மாறுதலைப் பற்றி மாண்ட்கோமரி மார்ட்டின் எச்சரித்தார்-

இந்தியா ஒரு விவசாய நாடு என்று கூறப்படுவதை நான் ஒப்புக்கொள்ளவில்லை; இந்தியா எவ்வளவு தூரம் விவசாய நாடாகயிருக்கிறதோ அவ்வளவு தூரம் கைத்தொழில் நாடாகவும் இருக்கிறது. அந்தத் தேசத்தை ஒரு விவசாய நாடாக்க விரும்புகிறவன் இந்தியாவை நாகரிகத் தராசுத்

தட்டில் தாழ்த்த விரும்புகிறான். இந்தியா இங்கிலாந்தின் விவசாயப் பண்ணையாக வேண்டுமென்று நான் நினைக்கவில்லை. அது ஒரு கைத்தொழில் நாடு. வாழையடி வாழையாக, அது பலவிதப் பொருட்களை உற்பத்தி செய்து வந்திருக்கிறது. இந்தியாவிற்கு நியாயம் வழங்கப்படும்போது, அதன் உற்பத்தியுடன் எந்த தேசமும் இதுவரை போட்டியிட முடிந்ததில்லை.... அந்தத் தேசத்தை ஒரு விவசாய நாடாகத் தாழ்த்துவது இந்தியாவுக்கு அநியாயம் செய்வதாகும்."

தன் ஏகபோக வியாபார உரிமையை இழந்துவிட்டபடியால், கிழக்கிந்தியக் கம்பெனிக்கு வியாபாரத்தைவிட, வருமானத்தில் சிரத்தை அதிகமாயிற்று. 1829ல் அது இந்தியாவில் ஏற்படுத்தப்படும். "வர்த்தகப் புரட்சியை"ப் பற்றி இருளடர்ந்த சித்திரத்தை வரைந்தது. கம்பெனியின் டைரக்டர்களுடைய அபிப்பிராயத்தைப் பற்றி 1829 ல் வருஷம் மே மாதம் 30ம் தேதி, **ஸர் வில்லியம் பெண்டிங்ஸ்** (கவர்னர் ஜெனரல்) எழுதுகிறார்.

"வர்த்தகத்தின் சரித்திரத்திலேயே நிகர் இல்லாத முறையில் இந்தியாவின் பல்வேறு வர்க்கங்களுக்கும் இவ்வளவு கஷ்டத்தை சிருஷ்டித்திருக்கும் வர்த்தகப் புரட்சியின் பலன்களைப் பற்றிய வியாகூலம் நிறைந்த சித்திரத்தை தரும் வர்த்தக போர்டின் ரிப்போர்ட்டைக் கேட்டு கோர்ட் (டைரக்டர்களின் சபை) அனுதாபப்படுகிறது.

ஆனால் முன்னேறுவதென்று ஆலை முதலாளிகள் உறுதிகொண்டுவிட்டார்கள். "கிழக்கு இந்திய தொழிலாளிக்காக நான் இரக்கப்படுகிறேன். ஆனால் அதே சமயத்தில், கிழக்கு இந்திய உழைப்பாளியின் குடும்பத்தைவிட என் சொந்தக் குடும்பத்திடம் எனக்கு அதிகமான உணர்ச்சி ஏற்படுகிறது. கிழக்கு இந்தியத் தொழிலாளியின் நிலைமை என் நிலைமையைவிட மோசமாயிருப்பதனால், அவனுக்காக என் குடும்பத்தின் சௌகரியங்களைத் தியாகம் செய்வது தவறென்று நான் நினைக்கிறேன்" என்று **மாக்கலஸ்பீல்டு** முதலாளி மிஸ்டர் கோப் 1840-ம் வருஷத்திய பார்லிமெண்டரி விசாரணையின் முன் கூறினார். (கிழக்கு இந்தியா என்பது இந்தியாவையே குறிப்பிடுகிறது).

இந்தியாவை பிரிட்டிஷ் முதலாளித்துவத்தின் விவசாய காலனியாக்குவது, இந்தியா பிரிட்டிஷ் உற்பத்திப் பொருட்களை வாங்கிக்கொண்டு மூலப் பொருட்களை சப்ளை செய்ய வேண்டும் - என்று ஆலை முதலாளிகள் தங்களுடைய இந்தியா கொள்கையைத் தீர்க்கமாக வகுத்துவிட்டனர். 1840 பார்லிமெண்டரி விசாரணையில் சாட்சியம் கொடுக்கும் போது, மான்செஸ்டர் வர்த்தக சபைத் தலைவரான **தாமஸ்பெஸ்லி** இந்தக் கொள்கையே தங்களுடைய லட்சியமென்று பட்டவர்த்தனமாக எடுத்துரைத்தார்.

"இந்தியாவில் விஸ்தாரமான பிரதேசம் இருக்கிறது. அங்கு வாழும் ஜனங்கள் பிரிட்டிஷ் தொழில்களில் உற்பத்தியாகும் பொருட்களில் ஏராளமானவற்றை உபயோகிக்க முடியும். நாம் தொழிலுற்பத்திப் பண்டங்களை அனுப்பத் தயாராயிருக்கிறோமே, அந்த சரக்குகளுக்கு பதிலாக தங்கள் பூமியில் கிடைக்கும் மூலப்பொருட்களை அனுப்புவார்களா என்பதுதான் இந்திய வியாபாரத்தைப் பற்றியவரையில் நம் முன்னுள்ள முழுப்பிரச்சினை".

இந்தியாவைச் சுரண்டுவதில், புதிய கட்டத்தைப் பற்றிய கணக்கு 75 வருஷங்களுக்கு முன்னால், முந்திய கட்டத்தைப் பற்றி **கிளைவ்** கணக்குப் போட்டானே (இந்த அத்தியாயத்தின் முதல் பகுதியைப் பார்க்கவும்) அதைப்போலவே, கறாராகவும் தெளிவாகவும் போடப்படுகிறது.

இந்திய மார்க்கட்டை வளர்ப்பதற்கு இந்தியாவின் மூலப்பொருள் உற்பத்தியையும் மூலப்பொருள் ஏற்றுமதியையும் அபிவிருத்தி செய்யவேண்டும். பிரிட்டிஷ் கொள்கை இந்த நோக்கத்தில்தான் திரும்பியது-

"இந்த நூற்றாண்டின் முதல் பாதியில் இங்கிலாந்துக்கு இந்தியாவின் முக்கியத்துவம் எப்படியிருந்ததென்றால், இங்கிலாந்தின் யந்திரத்தொழில் புரட்சிக்கு அவசியமான தோல், எண்ணெய், சாயங்கள், சணல், பருத்தி முதலிய முக்கியமான மூலப்பொருட்களை இந்தியா சப்ளை செய்தது. அதே சமயத்தில், இங்கிலாந்தில், பருத்தியிலிருந்தும்

இரும்பிலிருந்தும் உற்பத்தியான சரக்குகளுக்கு இந்தியா ஒரு வளரும் கொள்முதல் சந்தையாகவும் விளங்கியது".

(**எல்.ஸி.ஏ. நௌல்ஸ், "கடல் கடந்த சாம்ராஜ்யத்தின் பொருளாதார வளர்ச்சி"**)

இந்தியாவில் நிலம் வாங்கி, தோட்ட முதலாளியாக அமர்வதற்கு இங்கிலிஷ்காரர்களை அனுமதித்து 1833-ல் எடுக்கப்பட்ட முடிவு, கொள்கையின் புதிய கட்டத்தை பிரதிபலித்தது. அதே வருஷத்தில், மேற்கு இந்தியத் தீவுகளில் அடிமைமுறை ஒழிக்கப்பட்டது. புதிய தோட்ட அமைப்பு- லேசான முகமூடியிட்ட அடிமைமுறைதான் இது-இந்தியாவில் உடனடியாகத் தோன்றி வளர்ந்தது. முதல் தோட்ட முதலாளிகளில் பலர் மேற்கு இந்திய தீவுகளில் அடிமை எஜமானர்களாயிருந்தவர்களென்பது குறிப்பிடத்தக்கது. ("அனுபவமுள்ள தோட்ட முதலாளிகள் மேற்கு இந்தியத் தீவுகளிலிருந்து கொண்டுவரப்பட்டார்கள். . . மூர்க்கமான முதலாளிகள் வந்தனர். அவர்களில் சிலர் அமெரிக்காவில் அடிமைமுறையை நடத்தியவர்கள். அவர்கள் தங்களுடன் துரதிர்ஷ்டவசமான கருத்துக்களையும், பழக்கங்களையும் கொண்டுவந்தனர்". **புக்காணன் "இந்தியாவில் முதலாளித்துவத்தின் வளர்ச்சி"** இதனால் ஏற்பட்ட கொடுமைகள் 1860-ம் வருஷத்திய இண்டிகோ (அவுரி) கமிஷன் முன் அம்பலமாயின. இன்று, பத்து லட்சம் தொழிலாளர்களுக்குமேல் தேயிலை, காப்பி, ரப்பர் தோட்டங்களில் தளைபட்டுக் கிடக்கின்றனர். ஜவுளி, நிலக்கரிச் சுரங்கம், எஞ்ஜினீயரிங், இரும்பு, எஃகு தொழில்களில் உள்ள மொத்த தொழிலாளர்களைவிட அதிகமான பேர் இந்தத் தோட்டத் தொழிலாளர்கள்.

குறிப்பாக 1833க்குப்பின், மூலப்பொருட்களின் ஏற்றுமதி தாவித் தாவிப் பெருகியது. 1813-ல் 90 லட்சம் பவுண்டுகள் எடையுள்ள பருத்தி (விதையெடுக்காத பச்சைப் பருத்தி) ஏற்றுமதியாயிற்று; 1833-ல் 320 லட்சம் பவுண்டுகளாகவும், 1844-ல் 880 லட்சம் பவுண்டுகளாகவும் இந்த ஏற்றுமதி உயர்ந்தது. 1833ல் 3700 பவுண்டுகள் எடையுள்ள ஆட்டுரோமம் ஏற்றுமதியாயிற்று. 1844-ல் 27 லட்சம் பவுண்டுகள்

ஏற்றுமதியாயிற்று. 1833-ல் 2100 புஷல்கள் (புஷல்-எட்டு காலன்கொண்ட அளக்கும்பறை) சணல் விதை ஏற்றுமதியாயிற்று. 1833லோ 2 லட்சத்து 37 ஆயிரம் புஷல்கள் ஏற்றுமதி செய்யப்பட்டன. (போர்ட்டர் "தேசத்தின் முன்னேற்றம்" 1847).

1849லிருந்து 1914க்குள், பருத்தி ஏற்றுமதியின் மதிப்பு 17 லட்சம் பவுன்களிலிருந்து 220 லட்சம் பவுன்களாக அதிகரித்தது. எடையில் பார்த்தால், பருத்தி ஏற்றுமதி 1833ல் 3 கோடியே 20 லட்சம் பவுண்டுகளாயிருந்தது. 1914ல் 96 கோடியே 30 லட்சம், பவுண்டுகளாயிற்று-முப்பது மடங்கு அதிகம். 1849லிருந்து 1914க்குள், சணல் ஏற்றுமதியின் மதிப்பு 68 ஆயிரம் பவுன்களிலிருந்து 86 லட்சம் பவுன்களாக அதிகரித்தது-126 மடங்கு பெருகியது.

பட்டினிகிடக்கும் இந்தியாவிலிருந்து உணவுப் பொருள் ஏற்றுமதி அதிகரித்துவருவது இதைவிட விசேஷமானது. உணவு தானியங்களின் ஏற்றுமதி, குறிப்பாக கோதுமையும், அரிசியும் 1849-ல் 8 லட்சத்து 58 ஆயிரம் பவுன்கள் மதிப்புள்ளது; 1858-ல் 38 லட்சம் பவுன்கள்; 1877-ல் 79 லட்சம் பவுன்கள். 1901ல் 93 லட்சம் பவுன்கள், 1914-ல் 193 லட்சம் பவுன்கள் மதிப்புள்ளது-அதாவது உணவு தானிய ஏற்றுமதி 22 மடங்கு அதிகரித்திருக்கிறது.

பத்தொன்பதாவது நூற்றாண்டின் பின் பாதியில் இந்த நிகழ்ச்சியுடன், பஞ்சங்களின் எண்ணிக்கையும், உக்ரமும் அதிகரித்தது. 19-வது நூற்றாண்டின் முன் பாதியில் ஏழு பஞ்சங்கள் ஏற்பட்டன; சுமார் 15 லட்சம் சாவுகள் பஞ்சங்களால் ஏற்பட்டதென்று மதிப்பிடப்பட்டது. ஆனால் அந்த நூற்றாண்டின் பின்பாதியில் 24 பஞ்சங்கள் ஏற்பட்டன. (1851க்கும் 1875க்குமிடையே 6 பஞ்சங்கள், 1876க்கும் 1900க்குமிடையே 18 பஞ்சங்கள்) அதிகாரபூர்வமான கணிப்புப்படி, 2 கோடி பட்டினிச்சாவுகள் ஏற்பட்டன.

"உத்தேசமாகச் சொல்வதென்றால், 100 வருஷங்களுக்கு முன்னாலிருந்ததைவிட, கடந்த முப்பது வருஷங்களில் பஞ்சங்களும், உணவு நெருக்கடிகளும் நான்கு மடங்கு அதிகமாயும் நான்குமடங்கு விஸ்தாரமான பிரதேசத்தை பாதிப்பனவாகவும் இருந்திருக்கின்றன."

(டிக்பி, "சுபிட்சமான பிரிட்டிஷ் இந்தியா' 1901)

"இந்தியாவும் அதன் பிரச்சினைகளும்" என்ற புத்தகத்தில், டபிள்யூ எஸ். லில்லி கீழ்க்கண்ட உத்தேசமான புள்ளிவிவரங்களை, அதிகாரபூர்வமான கணிப்புகளின் அடிப்படையில் தருகிறார்:-

வருஷங்கள்	பட்டினிச்சாவுகள்
1800-25	1,000,000
1825-50	400,000
1850-75	5,000,000
1875-1900	15,000,000

2 கோடியே 14 லட்சம்

அதிகரித்துவரும் பஞ்சங்களைப்பற்றி ஆலோசிக்க, 1878ல் ஒரு பஞ்ச கமிஷன் நியமிக்கப்பட்டது. 1880ல் அதன் ரிப்போர்ட் பிரசுரிக்கப்பட்டது. "இந்திய பஞ்சங்களின் அபாயகரமான விளைவுகளுக்குப் பிரதான காரணமாகவும் பயன்படத்தக்க முறையில் நிவாரணம் அளிப்பதற்குக் குறுக்கே நிற்கும் மிகப்பெரிய கஷ்டங்களில் ஒன்றாகவும் விளங்குவதென்னவென்றால், மிகப் பெருவாரியான ஜனங்கள் விவசாயத்தை நேரடியாக நம்பி வாழ்கிறார்கள். ஜனத்தொகையில், பெரும்பங்கு ஆதரவு பெறும் வேறு தொழில் எதுவுமில்லை." என்று அந்த கமிட்டி கண்டது.

"இந்திய மக்களுடைய ஏழ்மைக்கு அடிப்படையில், நெருக்கடி காலங்களில் அவர்களை எதிர்நோக்கும் ஆபத்துக்களுக்கு அடிப்படையில், உள்ள துரதிஷ்டவசமான உண்மை என்னவென்றால் விவசாயம் கிட்டத்தட்ட ஜனங்களின் ஒரே தொழிலாக இருக்கிறது. விவசாயத்திலுள்ள உபரி ஜனத்தொகையை ஆகர்ஷிக்கும் பலதரப்பட்ட தொழில்களை ஏற்படுத்தாமல், தொழில்களிலோ வேறு வேலைகளிலோ ஜீவன வசதிபெற அவர்களுக்கு வகைசெய்யாமல் நிகழ்கால தீமைகளை பூர்ணமாகத் தீர்க்க எந்த பரிகாரமும் பயன்படாது."

(இந்திய பஞ்ச கமிஷன் ரிப்போர்ட்-1880)

இந்த வார்த்தைகளில், ஆலை முதலாளித்துவம் இந்தியாவில் தன் சேர்ந்த கைவேலையின்மீது தானே தீர்ப்புக் கூறிக்கொண்டது.

ஆறாவது அத்தியாயம்
இந்தியாவில் நவீன ஏகாதிபத்தியம்

"அரசாங்க நிர்வாகமும் சுரண்டலும் கைகோர்த்துச் செல்கின்றன.
(கர்ஸான் பிரபு, 1905)

1914-18 யுத்தத்திலிருந்து, அதற்கு முந்திய கட்டத்திற்கு மாறுபட்ட புதிய சகாப்தத்தில் இந்தியாவிலுள்ள ஏகாதிபத்தியம் பிரவேசித்து விட்டதென்று கருதப்பட்டுவருகிறது.

அரசியல் துறையில், "படிப்படியாகச் சுயாட்சிபெற்று, இந்தியா பிரிட்டிஷ் சாம்ராஜ்யத்தின் முக்கியமான பகுதியாக விளங்கும்." என்ற புதிய லட்சியத்தை வாக்களித்த 1917ம் வருஷ பிரகடனத்துடன் பழைய யதேச்சதிகாரம் முடிவுற்றுவிட்டதாகக் கருதப்படுகிறது; ஒன்றன்பின் ஒன்றாக வரும் அரசியல் சீர்திருத்தங்கள் மூலம் படிப்படியாக பரிணமித்து ஜன விரோதமும் ஒத்துழையாமையும் அடிக்கொரு தடவை இந்த பரிணாமத்தைப் பங்கப்படுத்திய போதிலும் 1946-ம் வருஷம் மே மாதம் 16-ந் தேதி பிரிட்டிஷ் மந்திரிகளின் கோஷ்டி விடுத்த பிரகடனத்தின்மூலம் இந்தியா அதன் இறுதி லட்சியத்தை அடைந்துகொண்டிருப்பதாக, 1917ம் வருஷத்துக்குப் பிந்திய சரித்திரம் வியாக்கியானம் செய்யப்படுகிறது.

பொருளாதாரத் துறையில், இந்தியத் தொழில் வளர்ச்சிக்கு விரோதமாக அனுஷ்டிக்கப்பட்ட பழைய வர்த்தக-சுதந்திர கொள்கைக்குப் பதிலாகப் புதிய திருஷ்டிகோணம் மலர்ந்து விட்டதென்று கருதப்படுகிறது. இந்தக் கண்ணோட்டம் பிரிட்டிஷ் மூலதனத்தின் உதவியுடன் பிரிட்டிஷ் ஆட்சியின் சம்ரக்ஷணையின்மூலம், இந்தியாவை ஒரு நவீன யந்திரத் தொழில்நாடாக மாற்றி வருவதாகக் கருதப்படுகிறது.

1918-ம் வருஷத்திற்கு பிந்திய கட்டத்தின் யதார்த்த உண்மைகளைப் பரிசீலனை செய்தால், க்ஷீணதசையில்,

ஏகாதிபத்தியம் முற்போக்கு சக்தியாக நடந்து கொள்கிறதென்ற சித்திரத்தை அந்த உண்மைகள் ஒருக்காலும் மெய்ப்பிக்கவில்லை என்பது புலனாகும்.

இந்தியாவில், பழைய வர்த்தக-சுதந்திர ஆலை முதலாளித் துவச் சுரண்டலில் ஒரு மாறுதல் ஏற்பட்டுவிட்டதென்பதில் ஐயமில்லை. ஆனால் பழைய கட்டத்துக்கும் புதிய கட்டத்துக்கும் இடையேயுள்ள வித்தியாசம் 1914ல் வருஷ யுத்தத்தால் ஏற்பட்டதுபோலத் தோன்றியபோதிலும், உண்மையில் 1914-ம் வருஷ யுத்தம் இந்த மாறுதலை அங்குரார்ப்பணம் செய்யவில்லை. இருபதாம் நூற்றாண்டின் முதல் பதினைந்து வருஷங்களில் வளர்ந்துகொண்டிருந்த மாறுதல் போக்கின்மீது, தன் மகத்தான விளைவுகளுடன் முதல் உலக யுத்தம் சம்பவித்தது. வர்த்தக-சுதந்திர ஆலை முதலாளித்துவ கட்டத்திலிருந்து ரொக்க முதலாளித்துவமாகவும், இந்தியாவில் ரொக்க முதலாளித்துவத்தின் ஆட்சியாகவும் பரிணமித்த மாறுதல்தான் அது. (1900லிருந்து வளர்ந்துவரும் மாறுதல்.) இந்த பரிணாமத்தின் அஸ்திவாரம் முன்னாலேயே ஸ்தாபிக்கப்பட்டுவிட்டது.

இந்த வளர்ச்சி முழுவதையும் 1914-ம் வருஷ யுத்தம் முன்னுக்குத் தள்ளியது; துரிதப்படுத்தியது. அதே சமயத்தில் முதலாளித்துவத்தின் பொதுநெருக்கடி*யைக் கட்டவிழ்த்துவிட்டு, இந்தியா இதற்கு முன் கண்டிராத முறையில் பல அரசியல் பொதுஜனப் போராட்டங்களை, அந்த யுத்தம் துவக்கியது.

---

* **முதலாளித்துவத்தின் பொது நெருக்கடி:** 1914லிருந்து முதலாளித்துவம் அதன் மரண தசையிலிருக்கிறது. அதனுள்ளே வளரும் முரண்பாடுகளை முதலாளித்துவத்துக்கே சாவு மணியடிக்காமல் தீர்க்க முடியாது. க்ஷீண தசையிலுள்ள முதலாளித்துவமே ஏகாதிபத்தியம் என்றார் லெனின். சோஷியலிஸ்ட் புரட்சி அதை 1917ல் மெய்ப்பித்தது. அடிமை நாடுகளின் புரட்சிகரமான இயக்கங்களும், ஐரோப்பாவில் தொழிலாளி வர்க்க இயக்கம் வளர்ந்தோங்கி வருவதும் அதை மீண்டும் நிரூபிக்கின்றன.

ஒரு சரித்திர பூர்வமான கட்டத்திலிருந்து இன்னொரு கட்டத்துக்கு செல்ல ஒரு குறிப்பிட்ட இடைக்காலம் வேண்டியிருக்கிறது. இதையே சந்திக்காலம் என்கிறோம். இந்த சந்திக்காலத்தில் பழைய அமைப்பில் நெருக்கடி முற்றுகிறது; புதிய அமைப்பின் சக்திகள் பலம் பெறுகின்றன. 1914-லிருந்து முதலாளித்துவ சமூகத்துக்குச் சம்பவித்துள்ள நெருக்கடியை சோஷியலிஸத்தை நோக்கி முன்னேறுவதற்குப் பக்குவமாகும் கட்டத்தை முதலாளித்துவத்தின் பொது நெருக்கடி என்கிறோம்.

இந்த இரட்டைத் தன்மையுள்ள நிகழ்ச்சியிலிருந்து இந்தியாவின் நவீன சகாப்தத்தின் குணவிசேஷம் உண்டாகிறது. முந்திய கட்டத்தில் ஓரளவு பூர்த்தியான ரூபத்திலிருந்த ரொக்க முதலாளித்துவத்தின் ஆட்சியுடைய பூர்ண குணாதிசயங்களும் வளர்ச்சியடைந்து நின்ற இதே கட்டத்தில், ஏகாதிபத்திய ஆதிக்கத்தின் அஸ்திவாரத்தையே கிடுகிடுக்க வைத்த பொதுஜனப் போராட்ட அலைகளும் வீசியடித்தன. இந்த இரண்டு சக்திகளுமே-ரொக்க முதலாளித்துவ ஆதிக்கமும் இந்திய மக்களின் போராட்டங்களும்-இன்றைய புதிய இந்தியாவை உருவாக்கியிருக்கின்றன.

இந்தியாவின் அரசியல் சீர்திருத்தங்கள் சமீப காலத்திய யுக்தியல்ல. ஒரு தொடர்ச்சியான பாதையில் அவை விருத்தியடைந்து வந்திருக்கின்றன. 1861-ல் கவுன்சில்கள் ஆக்ட் ("பிரிட்டிஷ் இந்தியாவில் பிரதிநிதித்துவ ஸ்தாபனங்களின் முதல் விதைகளை விதைத்தது" என்று இந்த **கவுன்சில் சட்டத்தைப்** பற்றி "பிரிட்டிஷ் இந்தியாவின் அரசியல்அமைப்பு" என்ற புத்தகம் கூறுகிறது.) 1865லும் 1882லும் முனிசிபல் ஜில்லா போர்டுகளை உருவாக்கும் சட்டங்கள், 1992-ல் கவுன்ஸில்கள் ஆக்ட், 1909ல் மிண்டோ மார்லி சீர்திருத்தங்கள். 1917-ம் வருஷ பிரகடனத்திலிருந்து புதிய கட்டம் துவங்கியதாகப் பொதுவாகக் கருதப்பட்டபோதிலும், உண்மையில், புதிய கட்டம் 1914 யுத்தத்துக்கு முன்னாலேயே, 1909-ம் வருஷ மிண்டோ மார்லி சீர்திருத்தங்களுடன் தொடங்கிவிட்டது. உண்மையான அதிகாரத்தைக் கையில் வைத்துக்கொண்டு, மிதவாத சீர்திருத்தங்களையும் சலுகைகளையும் அளித்து விட்டதாக தம்பட்டமடிக்கும் பழக்கத்தை (கூடவே அடக்குமுறையை அமுல் நடத்தும் முறையை) அந்த மிண்டோ - மார்லி சீர்திருத்தங்கள் ஆரம்பித்துவைத்தது. மாண்டேக்-செல்ம்ஸ்போர்டு ரிப்போர்ட் தன்னுடைய முற்போக்கை கொண்டாடுவதற்காக மிண்டோ- மார்லி சீர்திருத்தங்களைக் குறைத்துக்காட்டி சிறுமைப்படுத்தியது உண்மையே. ("அந்த நேரத்தின் உற்சாகத்தில், தங்கள் சீர்திருத்தங்களின் மதிப்பை அதிகமாக மதிப்பிட்டார்கள்" என்று மாண்டேக்-செல்ம்ஸ் போர்டு ரிப்போர்ட் கூறியது) ஆனால் அதற்கு பின்வந்தவர்கள் அதனுடைய (மாண்டேக்-செல்ம்ஸ்போர்டு ரிப்போர்ட்) இரட்டை ஆட்சி முறைகளைக்

குறைவாகச் சிறுமைப்படுத்தவில்லை. குறைவாகக் கண்டிக்க வில்லை. பழைய திட்டங்கள் சுயாட்சி அளிக்கவில்லை என்பது ஒப்புக்கொள்ளத்தக்கதே; ஆனால் பிந்திய திட்டங்களுக்கும் இந்த கண்டனம் பொருந்தும்.

1918க்கு பிந்திய கட்டத்தில், ஆட்சிமுறை தளர்த்தப்பட்டு வருவதாகவும் அதிகாரம் கைமாற்றிக் கொடுக்கப்பட்டு வருவதாகவும் பிரிட்டிஷ் மக்களிடம் பிரச்சாரம் செய்யப்படலாம். ஆனால் இந்திய மக்களைப் பொறுத்தவரை, சித்திரம் வேறுவிதமானது. சலுகைகளுடன் கூட, இந்தக் கட்டத்தில், விஸ்தாரமான, உயர்தர வேலைப்பாடுடன் கூடிய அடக்குமுறை அலைமேல் அலையாக அடித்துவருகிறது. இதற்குமுன் கேள்விப்படாத அளவில் ஜனங்கள் கைது செய்யப்பட்டனர்; பலாத்காரம் துப்பாக்கிப் பிரயோகமும் தலைவிரித்துத் தாண்டவமாடின; படுமோசமான அடக்குமுறைச் சட்டங்கள் நிறைவேற்றப்பட்டன.

அதைப்போலவே பொருளாதாரத் துறையிலும், புதிய கட்டத்தின் ஆரம்பக் குறிகளை இருபதாம் நூற்றாண்டின் ஆரம்ப வருஷங்களில் பார்க்க முடியும். 1905-ல் புதிய தொழில்-வர்த்தக இலாகாவை கர்ஸான் பிரபு சிருஷ்டித்தார். 1907ல் முதல் தொழில் மகாநாடு நடைபெற்றது. 1914க்கு முந்திய 20 வருஷங்களில் பிந்திய 20 வருஷங்களைவிட அதிகமாக இந்திய ஜவுளி யந்திரத்தொழில் வளர்ந்தது - எண்ணிக்கையில் மாத்திரமல்ல, வளர்ச்சி வீதாச்சாரத்திலும் அதிகமாக இருந்தது. 1918க்கு பிந்தி அதற்கு முன்னைவிட தொழில் வளர்ச்சி நோக்கத்தைப் பற்றிய கொள்கை மாறுதலைக் குறிக்கும் பிரகடனங்கள் அதிகமாகியிருக்கின்றன; புதிய **காப்புவரிக் கொள்கை*** 1918க்கு பிந்திய கட்டத்திலேயே ஏற்பட்டது. ஆனால், இதன் பலன்கள் தேவைகளுடனும், சக்திகளுடனும் ஒப்பிட்டுப்பார்த்தால், மிகவும் கொஞ்சமாகவே யிருக்கின்றன என்பதை எல்லோரும் ஒப்புக்கொள்கிறார்கள்.

---

* **காப்புவரிக் கொள்கைகள்:** சுதேசி தொழில் உற்பத்தியைப் பாதுகாக்க அயல் தேச இறக்குமதி-ஏற்றுமதி வியாபாரத்தைக் கட்டுப்படுத்தும் முறை. அன்னிய துணி சுதேசி துணியைவிட மலிவாக விற்பதைத் தடைசெய்ய, அன்னிய துணிக்கு இறக்குமதி வரி விதித்தது. அதன் போட்டியைத் தணிப்பது ஒரு உதாரணம். இந்தியாவில் காப்புவரி அமைப்பு பிரிட்டிஷ் ஏகாதிபத்தியத்திற்குச் சாதகமாக வேலை செய்ததை ஆசிரியர் பின்னால் விளக்குகிறார்.

மேலும், உற்பத்தி வளர்ச்சியை தடைசெய்யும் முரண்பாடுகள் நீடிக்கின்றன. புதிய உருவங்களில் அவை உக்ரமாகியிருக்கின்றன.

தங்களுடைய சுதந்திரப் போராட்டத்தில் புதிய கட்டத்தைநோக்கி இந்திய மக்கள் முன்னேறியிருக்கும் அரசியல் மாறுதல்தான், நவீன சகாப்தத்தின் பிரதான மாறுதல். ஆனால் இந்த முன்னேற்றம் ஏகாதிபத்திய **எதிர்ப்பு முனையில்** சாதிக்கப்பட்டது.

இந்தியாவின் ஏகாதிபத்திய ஆட்சியுடைய நவீன கட்டத்தை உருவாக்கும் சக்திகளைப் பரிசீலனை செய்வதற்கு, ஆலை முதலாளித்துவ சகாப்தத்திலிருந்து ரொக்க முதலாளித்துவ சகாப்தமாக மாறியதைப் பரிசீலனை செய்யவேண்டும். இந்த நிகழ்ச்சியையும் அதன் விளைவுகளையும் புரிந்துகொள்வதுதான் இந்தக் கட்டத்தைப் புரிந்துகொள்வதற்கு முதல்தேவை.

1. ரொக்க முதலாளித்துவமாக மாறுதல்

19-வது நூற்றாண்டில், இந்தியாவில், ஆலை முதலாளித்துவம் தனக்கே பிரத்தியேகமான உருவங்களில் சுரண்டலை நடத்தியது. ஆனால் முந்திய கட்டத்தில் நிகழ்ந்த நேரடியான கொள்ளை ஆலை முதலாளித்துவ சகாப்தத்தில் நிற்கவில்லை; அது நீடித்தது; புதிய உருவத்தில் மாறியது.

அதிகாரிகள் பத்தொன்பதாவது நூற்றாண்டு மத்திவரை அதை "கப்பம்" என்று பகிரங்கமாகக் குறிப்பிட்டார்கள். **"ஹோம் சார்ஜுகள்"*** என்பதின் பெயராலும், தனி நபர்கள் சேமித்தனுப்பும் பணம் என்பதின் பெயராலும், வருஷா வருஷம் லக்ஷக்கணக்கான பவுன்கள் பெறுமான ஐசுவரியங்கள் இங்கிலாந்துக்கு நேரடியாக எடுத்துச் செல்லப்பட்டது. (இதுவே கப்பம்) இந்த செல்வத்துக்கு பதிலாக (இங்கிலாந்தில் இருந்த இந்திய சர்க்கார் ஸ்டோர்களுக்கு வாங்கப்பட்ட கொஞ்சம் பொருட்களைத் தவிர) இந்தியாவுக்கு எந்தப்

---

* **ஹோம் சார்ஜுகள்:** இந்தியாவில் வேலை செய்த இங்கிலிஷ் ஆபிஸர்களுக்கு பென்ஷன், இந்தியா ஆபீஸ் நிர்வாகச் செலவு முதலிய பல இனங்களில் பிரிட்டன் இந்தியாவிடமிருந்து கறந்துகொண்டு போகும் தொகை. அரசியல் ஆதிக்கத்தாலேயே இந்த மாதிரி கொள்ளையடிக்க பிரிட்டனால் முடிகிறது. உண்மையில் இது மறைமுகமான கப்பமே.

பொருளும் அனுப்பப்படவில்லை. 19-ம் நூற்றாண்டு முழுவதும், வர்த்தக வளர்ச்சியுடன்கூட, இந்த கப்பமும் நீடித்தது. குட்டி போட்டது. இருபதாம் நூற்றாண்டில், வர்த்தக வளர்ச்சியின் வீதாச்சாரம் குறைந்து வருவதுடன் இந்தக் கப்பம் மேலும் அதிகரித்தது.

கிழக்கு இந்தியத் தீவுகளிலும் மேற்கு இந்தியத் தீவுகளிலுமுள்ள காப்பி, கரும்புத் தோட்டங்களைப் பற்றிய பார்லிமெண்டு செலக்ட் கமிட்டி முன், 1848-ல், கிழக்கு இந்தியா கம்பெனியின் டைரக்டரான **கர்னல் ஸிக்ஸ்**, இந்த கப்பம்-அவரே அதைக் கப்பம் என்று குறிப்பிட்டார்-வருஷத்துக்கு 35 லட்சம் பவுன்களாருக்குமென்று மதிப்பிட்டார். "இறக்குமதியைவிட அதிகமாக ஏற்றுமதி செய்வதன் மூலமே இந்தியா இந்தக் கப்பத்தை தாங்க முடியும்" என்றார். அதைப்போலவே, அதே கமிட்டிமுன், கிழக்கு இந்திய வியாபாரியான **என். அலெக்ஸாண்டர்,** "1847 வரை இந்தியாவின் இறக்குமதிகள் 60 லட்சம் பவுன்களாயிருந்தது. ஏற்றுமதிகள், 90 லட்சம் பவுன்களாயிருந்தது. சுமார் 40 லட்சம் பவுன்கள் கம்பெனி கப்பம் வசூலித்ததால், அந்தக் கப்பத்தைக்கொண்டு இந்த வித்தியாசம் ஈடு செய்யப்பட்டது" என்று கூறினார்.

1851லிருந்து 1901க்குள்ளாக, ஆளும் வர்க்கம் ஹோம் சார்ஜுகள் என்ற ஐட்டத்தில் அனுப்பும் தொகை (தனிப்பட்ட முறையில் அதிகாரிகளும் முதலாளிகளும் அனுப்பிய பணத்தை இது குறிக்கவில்லை) ஏழு மடங்காகப் பெருகியது-25 லட்சம் பவுன்களிலிருந்து 173 லட்சம் பவுன்களாக அதிகரித்தது. இந்த 173 லட்சம் பவுன்களில் 20 லட்சம் பவுன்களே லண்டனிலுள்ள ஸ்டோர்களுக்குச் செலவிடப்பட்டன. 1913-14-ல், இது 194 லட்சம் பவுன்களாக உயர்ந்துவிட்டது. அதில் 15 லட்சங்கள்தான் ஸ்டோர்ஸ் பொருட்கள் வாங்கப் பயன்பட்டது. 1933-34-ல், கவர்ன்மெண்ட் கணக்குப்படி இங்கிலாந்தில் ஆன நிகர் செலவு 275 லட்சம் பவுன்கள்- இதில் 15 லட்சம் பவுன்களே ஸ்டோர்ஸுக்கு செலவிடப்பட்டது.

இந்தியாவில் நவீன ஏகாதிபத்தியம்

(1914-ல் ஒரு ரூபாயின் பரிவர்த்தனை மதிப்பு ஒரு ஷில்லிங் 4 பென்ஸாயிருந்தது; 1933-ல் அது 1 ஷில்லிங் 6 பென்ஸாயிற்று. ஆகவே, 1933-ல் 1914ஐவிட, குறைந்த ரூபாய்களை இந்தியா கொடுத்தது. எனினும், இந்தியாவின் விலை மட்டம் 1914-ல் 147 ஆக இருந்தது. 1933-ல் 121 ஆக விழுந்துவிட்டதால், ரூபாயின் பரிவர்த்தனை மதிப்பு உயர்ந்தது; இதனால் ஏற்பட்ட லாபத்தை அது ஈடு செய்துவிட்டது; ஈடு செய்ததுடன் நஷ்டமாக்கிவிட்டது. ஆகவே, 1914 மதிப்புகளின்படி பார்த்தால், இந்தியாவின் மீதிருந்த சுமை மூன்று கோடி பவுன்களாகும்.)

1851-க்கும் 1901க்கும் இடையே இந்தியாவிலிருந்து சென்ற உபரி ஏற்றுமதி (மொத்த ஏற்றுமதியில் மொத்த இறக்குமதி போக மிச்ச ஏற்றுமதி; பொருட்களையும் திரவியத்தையும் சேர்த்து) மூன்று மடங்காகப் பெருகியது. 33 லட்சம் பவுன்களிலிருந்து 110 லட்சம் பவுன்களாகப் பெருகியது. (பொருட்களின் மொத்த ஏற்றுமதி 72 லட்சம் பவுன்களிலிருந்து 274 லட்சம் பவுன்களாக அதிகரித்தது.) ஆனால் இருபதாம் நூற்றாண்டில், இந்த உபரி இன்னும் வேகமாக உயர்ந்தது. 1901க்கும் 1913-14க்குமிடையே உபரி ஏற்றுமதி 110 லட்சத்திலிருந்து 142 லட்சம் பவுன்களாக உயர்ந்தது. (சாமான்களின் மொத்த ஏற்றுமதி 274 லட்சத்திலிருந்து 384 லட்சம் பவுன்களாக அதிகரித்தது.) ஆனால் 1913-14-ல் வருஷத்தின் உபரி ஏற்றுமதி சராசரிக்குக் குறைவு. ஐந்து யுத்த முற்கால வருஷங்களுடைய (1909-10 முதல் 1913-14 முடிய) சராசரியை எடுத்துக்கொண்டால், வருடாந்திர நிகர் உபரி ஏற்றுமதி 225 லட்சம் பவுன்களிலிருந்தது. அதாவது பத்தே வருஷங்களில் உபரி ஏற்றுமதி 1901-ம் வருஷத்தியதைப்போல இரண்டு மடங்காகிவிட்டது.

("இந்திய நிதிக்கமிஷனின் ரிப்போர்ட்" 1922)

1933-34-ல், இந்தியாவிலிருந்து சென்ற நிகர் உபரி ஏற்றுமதி 697 லட்சம் பவுன்களாய் உயர்ந்தது. அதில் விற்பனைச் சரக்குகள் 268 லட்சம் பவுன்கள் பெறுமானமுள்ளவை; மீதி

429 லட்சம் பவுன்கள் பெறுமானது திரவியமாகும். இந்த அசாதாரணமான உயர்ந்த திரவிய ஏற்றுமதி இந்தியாவிலிருந்து தங்கம் ஏற்றுமதியானதை பிரதிபலிக்கிறது. நெருக்கடியில் அகப்பட்டுக்கொண்டிருக்கும் **ஸ்டர்லிங்**(பிரிட்டிஷ் நாணயத்தின் பெயர்)குக்கு உதவவே, தங்கம் இந்நாட்டிலிருந்து எடுத்துச் செல்லப்பட்டது. நன்றாக ஒத்துப்பார்ப்பதற்காக, (இந்த அசாதாரண எண்ணை எடுத்துக்கொள்ளாமல்) 1931-1932 முதல் 1935-36 முடிய, ஐந்து வருஷங்களில் சராசரியை எடுத்துக்கொண்டால், உபரி ஏற்றுமதி 592 லட்சம் பவுன்களாகும். யுத்த முற்கால 5 வருடங்களின் (1910-14) சராசரியைப்போல மும்மடங்காகும். 1901-ம் வருஷ உபரி ஏற்றுமதியைப்போல ஐந்து மடங்குக்கு மேலாகும்.

19-ம் நூற்றாண்டின் மத்தியிலிருந்து இந்தியாவிலிருந்து இங்கிலாந்துக்குச் சென்ற நேரடியான கப்பத்தின் வளர்ச்சியை (இந்திய இறக்குமதி) ஏற்றுமதிகளின் விலை மட்டங்களிலுள்ள வித்தியாசத்தால் இங்கிலாந்து சுரண்டுவதை இதில் சேர்க்கவில்லை. அட்டவணையில் தொகுத்தால், நவீனகால ஏகாதிபத்திய சுரண்டலின் ஒரு பகுதியையே அது பிரதிபலித்த போதிலும், இந்தியாவை நவீன கட்டத்தில் இங்கிலாந்து சுரண்டி வருவதை அதிகரித்துக்கொண்டிருக்கிறது என்பது ஒரு பார்வையில் பளிச்செனத் தைக்கும்.

இங்கிலாந்துக்கு இந்தியாவிலிருந்து செல்லும் கப்பத்தின் பெருக்கம்

(லக்ஷம் பவுன்கள்)

	1851	1901	1913-14	1933-34
ஹோம் சார்ஜுக்கள்	25	173	194	275
உபரி இந்திய ஏற்றுமதி	33	110	142	697

அல்லது, ஐந்து வருஷ காலங்களின் சராசரியை எடுத்துக்கொண்டு பார்க்கலாம்.

ஐந்து வருட காலங்களின் வருடாந்திர சராசரி
(லக்ஷம் பவுன்கள்)

	1851-55	1897-1901	1909-1910 1913-1914	1931-1932 1935-1936
உபரி இந்திய ஏற்றுமதி	43	153	225	592

செங்குத்தாக உயர்ந்துகொண்டுபோகும் இந்த சுரண்டல் வளைவுச் சித்திரம் சுரண்டப்பட்ட செல்வத்தின் கூடுதலை மாத்திரம் பிரதிபலிக்கவில்லை; சுரண்டலின் முறைகளிலும் தன்மையிலும் ஏற்பட்டுள்ள மாறுதலையும் பிரதிபலிக்கிறது.

இங்கிலாந்துக்கு இந்தியாவிலிருந்து செல்லும் கப்பம் பத்தொன்பதாவது நூற்றாண்டின் பின் பாதியில் ஏராளமாகப் பெருகியதும் இருபதாம் நூற்றாண்டில் அது இன்னும் துரிதமாகப் பெருகிவருவதும், உண்மையில் புதிய சுரண்டல்முறைகளை மறைக்கின்றன. 19ம் நூற்றாண்டின் வர்த்தக சுதந்திர முதலாளித்துவ சூழ்நிலையில் தோன்றிய இந்த சுரண்டல் முறைகள் புதிய இருபதாம் நூற்றாண்டு கட்டமாகிய ரொக்க முதலாளித்துவ சுரண்டலினூடே வளர்ந்து வந்திருக்கின்றன.

இந்தியாவில், பிரிட்டிஷ் கொள்கையில் புதிய மாறுதல்களைக் கொண்டுவரும்படி 19-ம் நூற்றாண்டின் வர்த்தக சுதந்திர முதலாளித்துவத்தின் தேவைகள் நிர்ப்பந்தப்படுத்தியது.

முதலாவதாக, கம்பெனியை பூரணமாக ஒழித்துவிட்டு, அதற்குப் பதிலாக, பிரிட்டிஷ் முதலாளிவர்க்கம் முழுவதையும் பிரதிநிதித்துவப்படுத்தும் பிரிட்டிஷ் சர்க்காரின் நேரடியான நிர்வாகத்தை ஏற்படுத்துவது அவசியமாயிற்று. 1833-ம் வருட சாஸனம் இதை ஓரளவுக்கு நிறைவேற்றியது. 1858-ல் இந்த லட்சியம் பூரணமாக நிறைவேறியது.

இரண்டாவதாக, வர்த்தகம் நாடு முழுவதும் ஊடுருவுவதற்கு இந்தியாவில் பூர்ண வசதிகளை சிருஷ்டிப்பது அவசியமாயிற்று. இதற்காக, ரயில்வேக்களைப் போடவேண்டியிருந்தது; ரஸ்தாக்களை விருத்தி செய்ய வேண்டியிருந்தது; பிரிட்டிஷ் ஆட்சியில் பரிபூர்ணமாக புறக்கணிக்கப்பட்ட நீர்ப்பாசனத்தில்

கவனம் செலுத்தத் தொடங்க வேண்டியிருந்தது; மின்சார தந்தியைப் புகுத்த வேண்டும்; ஒரேமாதிரியான தபால் அமைப்பை சிருஷ்டித்தல்; குமாஸ்தாக்களும் ஏஜெண்டுகளும் கிடைப்பதற்காக, இந்தியர்களுக்கு இங்கிலிஷ் கல்வி அளிப்பற்குக் குறிப்பிட்ட சில ஆரம்ப முயற்சிகளை எடுப்பது; ஐரோப்பிய பாங்கிங் முறையை அனுஷ்டானத்தில் கொண்டுவருவது.

அதாவது, எந்த ஆசிய சர்க்காரும் நிறைவேற்ற வேண்டிய சர்வசாதாரணமான கடமையாகிய, முதல் கடமையாகிய, நீர்ப்பாசன வேலையில் 100 வருடகாலம் புறக்கணிக்கப்பட்ட பின்னர், சுரண்டலுடைய தேவைகளின் நிர்ப்பந்தத்தால், ஒரு ஆரம்ப முயற்சி எடுக்கப்படுகிறது. ஆனால் இந்த முயற்சியும் ஒருதலைப்பட்சமானதாக இருந்தது; அதே சமயத்தில் தொழில் வளர்ச்சியைத் தடுத்து சுருக்கிட்டுவிட்டதால், இந்த முயற்சி பொருளாதார வளர்ச்சிக்கு உதவவில்லை. அயல்நாட்டுப் பொருளாதார ஆதிக்கத்தின் வர்த்தக தேவைகளையும் வசதிகளையும் பூர்த்தி செய்வதையே குறியாகக்கொண்டிருந்தது; ஜனங்களை அதிக பணம் கொடுக்கும்படி நிர்ப்பந்தப்படுத்தியது.

ரயில்வே நிர்மாணத்துக்கு முதன் முதலில் ஊக்கமளித்த டெல்ஹவுஸி பிரபுவின் குறிப்பு (1853) வர்த்தக நோக்கத்தைத் தெளிவாக எடுத்துக்கூறுகிறது-அதாவது இந்தியா மூலப் பொருட்களை உற்பத்தி செய்து தரவேண்டும். பிரிட்டிஷ் செய்ப்பொருட்களின் சந்தையாக வளரவேண்டும் என்ற நோக்கத்தைத் தெட்டத்தெளிவாக எடுத்துக்கூறுகிறது:-

"அவை ஸ்தாபிக்கப்படுவதால் இந்தியா அடையக்கூடிய வர்த்தக அனுகூலங்களும் சமூக அனுகூலங்களும் இப்போதைய கணிப்புகளைவிட கூடுதலாயிருக்குமென்று நான் உண்மையாகவே நம்புகிறேன். "பருத்தி தேவை! தேவை!" என்று இங்கிலாந்து கூக்குரலிடுகிறது. இந்த பருத்தி இன்றைய தினமே இந்தியாவில் ஓரளவு உற்பத்தி செய்யப்படுகிறது. கப்பல்களிலேற்றப்படும் இடங்களாகிய பல துறைமுகங்களுக்கும், தொலை தூரத்திலுள்ள சமவெளிகளுக்குமிடையே தக்க போக்குவரத்து வசதிகள் ஏற்பட்டால், ஏராளமாக, மேன்மையான ரகப் பருத்தியை, இந்தியா உற்பத்தி செய்யும். வர்த்தக வசதிகள் பெருகப்

பெருக, இந்தியாவின் தொலைதூரப் பிரதேசங்களிலும் ஐரோப்பிய உற்பத்திப் பொருள்களுக்கு தேவை அதிகரித்து வருவதை நாம் பார்க்கிறோம்.. . . . . .உலகத்தின் இந்த பாகத்தில், புதிய சந்தைகள் ஏற்பட்டுக்கொண்டிருக்கின்றன; மேதைகளின் தீர்க்க தரிசனத்தால்கூட, இந்த மார்க்கட்டுகளின் மதிப்பையோ அவைகளின் எதிர்கால வளர்ச்சியையோ மதிப்பிட முடியாது."

(டெல்ஹவுஸி பிரபு. கவர்னர் ஜெனரல் 1848-56
ரயில்வே பற்றிய குறிப்பு-1853)

ஆனால் இந்த வளர்ச்சிப் போக்கு, குறிப்பாக ரயில்வே நிர்மாண வளர்ச்சி, - இந்தியாவில் ஆலை முதலாளித்துவம் வர்த்தக ஆதிக்கம் பெற வேண்டிய தேவையை முன்னிட்டும், பிரிட்டனின் இரும்பு, எஃகு, என்ஜினியரிங் தொழில்களில் உற்பத்தியாகும் என்ஜின் முதலிய சாமான்களை விற்பதற்கும் துவக்கப்பட்ட இந்த வளர்ச்சிப் போக்கினுடைய தவிர்க்க முடியாத விளைவாக, புதிய கட்டத்துக்கு-இந்தியாவில் பிரிட்டிஷ் மூலதனத்தைக்கொண்டு தொழில்கள் ஆரம்பிக்கும் புதிய கட்டத்துக்கு அஸ்திவாரம் போடப்பட்டது.

ஏகாதிபத்திய விஸ்தரிப்பின், சகஜமான வழக்கில், இதை **மூலதன ஏற்றுமதி** என்பார்கள். (பிரிட்டிஷ் மூலதனம் இந்தியாவுக்கு ஏற்றுமதி செய்யப்பட்டதென்பார்கள்) ஆனால் இந்தியாவைப் பொறுத்தவரையில், இந்தியாவுக்கு பிரிட்டிஷ் மூலதனம் ஏற்றுமதி செய்யப்பட்டதென்று கூறுவது உண்மையை கேலி செய்வதாகும். உண்மையாகவே இந்தியாவுக்கு ஏற்றுமதி செய்யப்பட்ட பிரிட்டிஷ் மூலதனம் மிகவும் குறைவு. 1914 வரை அந்த காலம் முழுவதும், 1856லிருந்து 1862 வரை ஏழு வருஷங்களைத் தவிர, பாக்கி வருஷங்களிலெல்லாம் இறக்குமதியைவிட இந்திய ஏற்றுமதியே அதிகமாயிருந்தது. 1856முதல் 1862 வரைதான், 2¼ கோடி பவுன்கள் ஏழு வருஷங்களிலும் உபரியாக இறக்குமதி செய்யப்பட்டது. 1914 முடிவில், இந்தியாவில் 50 கோடி பவுன் பிரிட்டிஷ் மூலதனம் இருந்ததென்றால், இந்த 2¼ கோடி எவ்வளவு குறுகிய தொகை என்பது தெளிவு. இந்தக் காலம் முழுவதும், இந்தியாவுக்கு ஏற்றுமதியான பிரிட்டிஷ்

மூலதனத்தை ஈடுசெய்து, அதைவிட பன்மடங்கு அதிகமாக, இந்தியாவிலிருந்து பிரிட்டனுக்கு கப்பம் போய்க்கொண்டிருந்தது, -இது பிரிட்டிஷ் முதல் இந்தியாவில் போடப்படும்பொழுதே, ஆக, உண்மையில், இந்தியாவில் போடப்பட்டிருக்கும் பிரிட்டிஷ் மூலதனம் முதலில் இந்தியாவிலே, இந்திய மக்களிடமிருந்து அடிக்கப்பட்ட கொள்ளையிலிருந்தே உருவாக்கப்பட்டது. அதன்பின் இந்த கப்பம் அல்லது கொள்ளை பிரிட்டனுக்கு இந்திய மக்கள் கொடுக்கவேண்டிய கடனாக பதிவு செய்யப்பட்டது. அதற்குப் பிறகு, இந்த மூலதனத்துக்காகவும் கடனுக்காகவும் இந்திய மக்கள் லாபமும் வட்டியும் கொடுக்க வேண்டியிருந்தது.

*அரசாங்கக் கடன்*தான் இந்தியாவிலுள்ள மூலதனத்தின் கரு; பிரிட்டிஷ் முதலாளிவர்க்கம் தன்னாதிக்கத்தை ஏற்படுத்துவதற்கு உபயோகிக்கும் கருவி. கிழக்கு இந்தியா கம்பெனியிடமிருந்து இந்தியாவின் ஆட்சிப் பொறுப்பு பிரிட்டிஷ் சர்க்காரிடம் கைமாறியபோது (1858) கிழக்கு இந்திய கம்பெனியிடமிருந்து 7 கோடி பவுன்கள் கடனையும் எடுத்துக்கொண்டார்கள். (அதாவது கம்பெனி கணக்கில் இந்தியா கம்பெனிக்கு 7 கோடி பவுன்கள் கடன் கொடுக்க வேண்டியிருந்தது) உண்மையில், இந்திய ஆராய்ச்சியாளர்கள் கணக்கிட்டதைப் போல், சுமார் 15 கோடி பவுன்களுக்கு மேலாக கிழக்கு இந்திய கம்பெனி கப்பம் வசூலித்திருக்கிறது. இதைத்தவிர, இந்தியாவுக்கு வெளியே ஆப்கானிஸ்தானம், சீனா முதலிய தேசங்களில் பிரிட்டன் நடத்திய யுத்தங்களுக்கான செலவை இந்தியா தலையில் கட்டியது. ஆகவே, ஒழுங்காக கணக்குப் போட்டால், பிரிட்டனே இந்தியாவுக்கு பாக்கி கொடுக்க வேண்டும். எனினும் கம்பெனிக்கு கொடுக்க வேண்டியதாக கருதப்பட்ட கடனை எடுத்துக்கொண்டு, அதைப் பெருக்க பிரிட்டன் எடுத்த நடவடிக்கையை இந்த உண்மைக் கணக்கு தடை செய்யவில்லை.

பிரிட்டிஷ் சர்க்காரின் கையில், *அரசாங்கக் கடன்* (இந்தியா பிரிட்டனுக்கு தரவேண்டிய கடன்) 18 வருஷங்களில் இரு மடங்காகியது - 7 கோடி பவுன்களிலிருந்து 14 கோடி பவுன்களாயிற்று. 1900-ம் வருஷத்தில் கடன் 22 கோடி 40 லட்சம் பவுன்களாகிவிட்டது. 1913-ல் கடன் 27 கோடி 40 லட்சம் பவுன்களாகிவிட்டது. 1939-ல் யுத்தம் ஆரம்பிப்பதற்கு

இந்தியாவில் நவீன ஏகாதிபத்தியம் 199

முன் அது 1179 கோடி ரூபாய்களாகி (88 கோடி 42 லட்சம் பவுன்கள்) விட்டது. இதில் 709 கோடி 90 லட்சம் ரூபாய்கள் பிரிட்டிஷ் நாணயக் கடனாகவும் இருந்தது. (பிரிட்டிஷ் நாணயக் கடனை ஸ்டர்லிங் கடன் என்று கூறுகிறோம்-இது இந்தியா, பிரிட்டனில் வாங்கிய கடன்.) ஆக, பிரிட்டன் நேரடியாக அரசு புரிந்த சுமார் 75 வருஷங்களில், அரசாங்கக் கடன் 12 மடங்குகளுக்கு மேலாகப் பெருகியது.

இங்கிலாந்தில் வாங்கப்பட்ட ஸ்டர்லிங் கடனின் வீதாச்சாரத்துடைய வளர்ச்சி விசேஷ முக்கியத்துவம் வாய்ந்தது. கம்பெனி ஆட்சி முடிவுற்றபோது 1856-ல், ஸ்டர்லிங் கடன் 40 லட்சம் பவுன்கள்தான் இருந்தது. 1860க்குள் அது 3 கோடி பவுன்களாகிவிட்டது. 1880ல் 7 கோடி 10-லட்சம் பவுன்களாகவும்,. 1900 ல் 13 கோடி 30 லட்சம் பவுன்களாகவும், 1913ல் 17 கோடி 70 லட்சம் பவுன்களாகவும், 1939ல் 35 கோடி 18 லட்சம் பவுன்களாகவும், ஸ்டர்லிங் கடன் (இந்திய அரசாங்கக் கடனில் பிரிட்டனில் வாங்கிய பகுதி) விஷம்போல் ஏறிற்று.

இந்த அரசாங்க கடனின் பூர்வோத்திரம் என்ன? யுத்தங்கள் நடத்துவதிலேற்பட்ட செலவுகளும் இதர செலவுகளும் இந்தியாவின் கணக்கில் எழுதப்பட்டன; பின்னால், ரயில்வே, பொது மராமத்து வேலைகளின் செலவுகளும் இதில் சேர்க்கப்பட்டன. கிழக்கிந்தியக் கம்பெனி ஆட்சியில் இந்தியாவுக்கு ஏற்பட்ட கடனாகிய 7 கோடி பவுன்களும் கவர்னர் ஜெனரல் வெல்லஸ்லி பிரபு நடத்திய யுத்தங்களிலும், ஆப்கானிஸ்தான யுத்தங்களிலும் சீக்கியர்களை எதிர்த்து நடந்த யுத்தங்களிலும், 1857-ம் வருஷ ராணுவப் புரட்சியை ஒடுக்குவதிலும் ஏற்பட்ட செலவாகும். பிரிட்டிஷ் சர்க்காரின் நேரடியான ஆட்சி ஏற்பட்டு (1858) பதினெட்டு வருஷங்களுக்குள் 7 கோடி பவுன்கள் 14 கோடியாயிற்றே-இந்த ஏழு கோடி கூடுதல் எப்படி உண்டாயிற்று? இதில் 2 கோடி 40 லட்சம் பவுன்கள்தான் அரசாங்க ரயில்வே அமைப்பிலும் நீர்ப்பாசன வேலைகளிலும் ஏற்பட்ட செலவுகள் எந்தெந்த முறையில் இந்தியாவின் செலவுக் கணக்கை அதிகரிக்க முடியுமோ, அப்படியெல்லாம் செய்து, மீதிக் கடன் சிருஷ்டிக்கப்பட்டது. உதாரணமாக, லண்டனில் **துருக்கி**யின் சுல்தானுக்கு அளிக்கப்பட்ட வரவேற்பின் செலவுக்காகக்கூட இந்தியா கணக்கில் செலவு எழுதப்பட்டது; சீனாவிலும், பாரசீகத்திலும்

பிரிட்டனுக்குள்ள ஸ்தானிகர் காரியாலயங்களின் செலவுக்காகக்கூட, இந்தியாவிடமிருந்து வசூலித்தார்கள். அபிஸீனியாவில் நடந்த யுத்தத்திற்குகூட இந்தியா கணக்கில் செலவு; மத்தியதரைக் கடற்படையின் செலவுகளில் ஒரு பகுதி இந்தியா தலைமீது, இவ்விதமாக இந்தியா பிரிட்டனுக்கு கொடுக்கவேண்டிய கடன் குட்டிபோட்டது.

"இந்தியாமீது திணிக்கப்பட்டிருக்கும் சுமைகள் பரிகசிக்கத்தக்கவையாயிருக்கின்றன. சிப்பாய் கலகத்தின் செலவு; கம்பெனியின் உரிமைகள் பிரிட்டிஷ் மகுடத்துக்கு மாற்றப்பட்ட திலேற்பட்ட செலவு; சீனாவிலும் அபிஸீனியாவிலும் நடந்த யுத்தங்களின் செலவு; இந்தியாவுடன் எவ்விதத்திலாவது சம்பந்தமிருக்கக்கூடிய பிரிட்டிஷ் சர்க்காரின் செலவு ஐட்டங்கள் ஒவ்வொன்றிலும் - இந்திய ஆபீஸில் வேலை செய்யும் கூலிக்காரியின் சம்பளம் வரை யுத்தத்திற்காகப் பிரயாணம் செய்து சண்டையில் கலந்துகொள்ளாது திரும்பிய கப்பல்களின் செலவுவரை, யுத்தத்திற்கு போவதற்கு முன்னால் இந்திய துருப்புகளுக்கு அளித்த ஆறுமாத பயிற்சியின் செலவு வரை - எல்லாம் அரசாட்சியில் பிரதிநிதித்துவம் இல்லாத இந்திய விவசாயியின் கணக்கில் எழுதப்பட்டது. 1868-ல் துருக்கி சுல்தான் லண்டனில் எழுந்தருளியிருந்தபோது அவரை வரவேற்பதற்காக இந்தியா ஆபீஸில் ஒரு நடன நிகழ்ச்சி ஏற்பாடு செய்யப்பட்டது. இதன் செலவும் இந்தியா கணக்கில் எழுதப்பட்டது. **ஈலிங்கி**லுள்ள பைத்தியக்காரர் சிகிச்சை ஆஸ்பத்திரி, **ஸான்ஸிபர்** கமிஷன் அங்கத்தினர்களுக்களிக்கப்பட்ட வெகுமானங்கள், சீனாவிலும் பாரசீகத்திலும் பிரிட்டனுக்கிருக்கும் ஸ்தானிகர் காரியாலயங்களின் செலவுகள், மத்தியதரைக் கடற்படையின் நிரந்தர செலவில் ஒரு பகுதி, இந்தியாவுக்கும் இங்கிலாந்துக்குமிடையே அமைக்கப்பட்ட தந்திப் போக்குவரத்து அமைப்பின் செலவு இவையெல்லாம் 1870க்கு முன்னாலேயே இந்திய கஜானாவிலிருந்து வசூலிக்கப்பட்டது. பிரிட்டிஷ் சக்கரவர்த்தி ஆட்சியின் முதல் பதின்மூன்று வருஷங்களில் (வருஷாந்திர இந்திய வருமானம் 3 கோடி 30 லட்சம் பவுன்களிலிருந்து 5 கோடி 20 லட்சம் பவுன்களாக பெருகியும் 1866லிருந்து 1870க்குள் பற்றாக்குறையாக 115 லட்சம் பவுன்கள் துண்டு விழுந்தது ஆச்சரியமில்லை. 1857லிருந்து 1860க்குள் 3 கோடி பவுன்கள் கடன் சிருஷ்டிக்கப்

பட்டது. அது பெருகிக்கொண்டே போயிற்று. அதே சமயத்தில், இந்தியாவின் கணக்குகளில் புத்திசாலித்தனமாக ஜோடனை செய்வதன்மூலம் பிரிட்டிஷ் ராஜதந்திரிகள் சிக்கனத்துக்கும் நிதி நிர்வாகத் திறமைக்கும் பெயரெடுத்தார்கள்").

(எல்.எச். ஜன்க்ஸ்; "பிரிட்டிஷ் மூலதனத்தின் குடியேற்றம்")

ரயில்வே நிர்மாணத் தொழிலில் முதல் போட முன்வரும் தனிப்பட்ட கம்பெனிகளுக்கு அளிக்கப்பட்ட அரசாங்க உத்தரவாதங்கள் மூலமும் அரசாங்க உதவி மூலமும், பின்னால் நேரடியாகவே அரசாங்கம் ரயில்வே நிர்மாணத் தொழிலில் பிரவேசித்ததன் மூலமும், அரசாங்க கடன் அபரிமிதமாகப் பெருகியது. ரயில்வே நிர்மாணத்தில் பிரிட்டிஷ் முதலாளிகள் போடும் முதலுக்கு 5 சதவீதம் வட்டி கிடைக்குமென்று அரசாங்கம் உத்தரவாதம் அளித்தது. இந்தக் கொள்கையின் காரணமாக அனாவசியமான வகையில், அளவுக்குமீறிய வகையில், செலவு செய்யப்பட்டது என்பது பகிரங்க ரகசியம். 1872-ம் வருஷத்துக்கு முன், 6000 மைல்கள் ரயில் பாதை போடப்பட்டது; இதற்கு 10 கோடி பவுன்கள் செலவாயிற்று-அதாவது மைலுக்கு 16 ஆயிரம் பவுன்களுக்கு மேல் செலவாயிற்று. "இந்த செலவுகளை உன்னிப்பாக கண்காணிப்பதில்லையென்று ஒருவிதமான உடன்படிக்கை இருந்தது; . . . கணக்குகள் சமர்ப்பிக்கப் படும்வரை செலவான பணத்தைப்பற்றி ஒன்றும் தெரியாது என்று ரயில்வே வரவு செலவு கணக்குகளை பரீட்சை செய்யும் அரசாங்க பரிசோதகர் (ஆடிட்டர்) பதவியை நிர்வகித்தவர் 1872-ல் இந்திய வரவு செலவு நிலைமையைப் பற்றி நடந்த பார்லிமெண்டரி விசாரணையின் முன் கூறினார். "ஏராளமான தொகை வீண் செலவு செய்யப்பட்டது. சிக்கனம் செய்யவேண்டுமென்ற நோக்கமே கண்டிராக்டர்களுக்கில்லை. பணம் முழுவதும் இங்கிலிஷ் முதலாளியிடமிருந்து வந்தது. இந்திய அரசாங்க வருமானத்திலிருந்து தன் முதலீட்டுக்கு 5 சதவீதம் வட்டி கிடைக்குமென்று உத்தரவாதம் இருக்கும்போது, தான் கடன் தந்த பணம் ஹுக்லி நதியில் கொட்டப்பட்டதா அல்லது கற்களும் ஸிமெண்டும் வாங்க பயன்பட்டதாவென்று இங்கிலிஷ் முதலாளிக்கு கவலையில்லை. . . இது வரை எந்தக்

காலத்திலும் நடந்த வேலைகளுக்குள் அதிகமான வீண்செலவில் கட்டப்பட்டவை இவையே (ரயில்வேக்கள்) என்று எனக்குத் தோன்றுகிறது." என்று இந்தியாவின் மாஜி நிதி மந்திரி **டபிள்யு. என். மாஸ்ஸி** அதே விசாரணையில் சாட்சியமளித்தார்.

19-ம் நூற்றாண்டு இறுதிவரை, இந்திய ரயில்வேக்களில் 22 கோடி 60 லட்சம் பவுன்கள் செலவழிக்கப்பட்டது. இதனால் லாபம் கிடைக்கவில்லை. 4 கோடி பவுன்கள் நஷ்டமாயிற்று. இந்த நஷ்டம் இந்திய அரசாங்கத்தின் பட்ஜட் மீது விடிந்தது. புதிய நூற்றாண்டு பிறந்தபின் ரயில்வேக்களிலிருந்து லாபம் பறிக்கப்பட்டது. ரயில்வேக்கள் தர வேண்டிய ஸ்டர்லிங் கடன் அடைக்கப்படும்வரை, அதாவது 1943-44 வரை, ரயில்வே கடனுக்காக, இந்தியா வருடா வருடம் இங்கிலாந்துக்கு கிட்டத்தட்ட ஒரு கோடி பவுன் அனுப்பிவந்தது. (1933-34-ல் 97 லட்சம் பவுன்)

ரயில்வேயின் வளர்ச்சியுடன், தேயிலை, காப்பி, ரப்பர் தோட்டத் தொழில்களின் வளர்ச்சியுடன், இன்னும் சில சிறிய தொழில்களின் வளர்ச்சியுடன், இந்தியாவில் 19ம் நூற்றாண்டின் பிற்பகுதியில் பிரிட்டிஷ் முதலாளிகளின் முதலீடு வேகமாகப் பெருக ஆரம்பித்தது.

அதே காலத்தில் கம்பெனியின் ஏகபோக உரிமையினாலெழுந்த தடைகள் ஒழிந்தபின், பிரிட்டிஷ் பாங்குகள் (தனி நபர்களால் நடத்தப்படுபவை) வளர்ச்சியடைந்தன. 1876-ல் வந்த **ராஜதானி பாங்கிகள்** சட்டம், சர்க்கார் பாதுகாப்பில் மூன்று ராஜதானி பாங்கிகளையும் ஒழுங்குபடுத்தியது. அவை 1921-ல் ஒன்றுபட்டு, சர்வ சக்தி வாய்ந்த **இம்பீரியல் பாங்க் ஆப் இந்தியா** (இந்தியாவின் இம்பீரியல் பாங்க்) வாக ஸ்தாபித்துக் கொண்டன. அயல் நாடுகளில் தலைமைக் காரியாலயம் வைத்துள்ள **நாணய மாற்று பாங்கிகள்**-குறிப்பாக **"சார்டேர்டு பாங்க் ஆப் இந்தியா, ஆஸ்டிரேலியா அண்டு சீனா"** (சர்க்காரிடம் சாஸனம் பெற்ற பாங்க்)- இது 1853-ல் தன் சாஸனத்தைப் பெற்றது; **"மர்க்கண்டைல் பாங்க் ஆப் இந்தியா"** இதுவும் 1853-ல் சாஸனம் பெற்றது; **"நேஷனல் பாங்க் ஆப் இந்தியா"**- 1864-ல் ஏற்பட்டது. **"ஹாங்காங்-ஷாங்காய் பாங்க் கார்பொரேசன்"** இந்த நான்கு பாங்கிகளும் (நாணயமாற்று பாங்கிகளின் வல்லரசுகள் இவை)

இந்தியாவில் தங்களுடைய நடவடிக்கைகளைத் துவக்கின. வர்த்தகத்திலும், தொழிலிலும், நிதியிலும் ஆதிக்கம் வகிக்கும் **ராஜதானி பாங்கி**களுடன்-பிரிட்டிஷ் ஆதிக்கத்திலுள்ள ராஜதானிகளுடன் சேர்ந்து வேலை செய்தன. அவர்களுடைய ஆதிக்கத்தை எதிர்த்து முன்னேற, **இந்திய கூட்டுப்பங்கு பாங்கிகள்** முயற்சித்தன. ஆனால் அன்னிய பாங்கிகள் அனுபவித்த மேன்மையான அனுகூலங்கள் முன், அவைகளால் வெற்றியடைய முடியவில்லை. 1913-ல் அன்னிய பாங்கிகளில் (ராஜதானி பாங்கிகளும் நாணயமாற்று பாங்கிகளும்) மொத்த டெப்பாஸிட்டுகளில் முக்கால் பகுதிக்கு மேல் இருந்தது. இந்தியக் கூட்டுப்பங்கு பாங்கிகளிலிருந்த டெப்பாஸிட் மொத்த டெபாஸிட்டுகளில் நாலிலொரு பகுதிக்கும் குறைவாகவேயிருந்தது.

1911-ல் 'ராயல் ஸ்டாடிஸ்டிகல் ஸொஸைடி' முன் **ஸர்ஜார்ஜ்பெயிஷ்** ஒரு வியாசம் படித்தார். 1909-10-ல் இந்தியாவிலும் இலங்கையிலுமுள்ள பிரிட்டிஷ் மூலதனம் மொத்தம் 36½ கோடி பவுன்கள் இருக்குமென்று மதிப்பிட்டார். (இதில், தனிநபர் முதலீடுகள் சேர்க்கப்படவில்லை; கம்பெனிகளின் முதலுக்கே தஸ்தாவேஜிகள் உள்ளன. தஸ்தாவேஜிகளுள்ள முதலீடுகளே இதில் சேர்க்கப்பட்டுள்ளன.) இந்த 36½ கோடி பவுன்கள் கீழ்க்கண்டவிதத்தில் பரவியிருப்பதாக அவர் கூறினார்:-

லக்ஷம் பவுன்கள்

அரசாங்கத்திலும், முனிசிபாலிட்டிகளிலும்	1,825
ரயில்வேக்கள்	1,365
தோட்டங்கள் (தேயிலை, காப்பி, ரப்பர்)	242
டிராம்கள்	41
சுரங்கங்கள்	35
பாங்குகள்	34
எண்ணெய்	32
வர்த்தகம், யந்திரத் தொழில்	25
ரொக்கம், நிலம், முதலீடு	18
இதர வகைகள்	33
	3,650

36½ கோடி பவுன்கள்

"மூலதன ஏற்றுமதி" என்று சொல்லப்படும் பிரிட்டிஷ், முதலீட்டினால் இந்தியாவில் நவீன யந்திரத்தொழில் வளர்ச்சி அடையவில்லை என்பது இந்த அபூர்வ படிப்பினைகளைத் தரக்கூடிய ஜாபிதாவிலிருந்து தெரிய வரும். 1914-ம் வருட யுத்தத்துக்கு முன் இந்தியாவில் போடப்பட்ட பிரிட்டிஷ் முதலில் 97 சதவீதம் அரசாங்க நடவடிக்கைகளுக்கும் போக்கு வரத்துக்கும் தோட்டக் காடுகளுக்கும் ரொக்க தேவைகளுக்கும் பயன்பட்டது. அதாவது இந்தியாவை வர்த்தக ஆதிக்கத்துக்கு கொண்டுவந்து, அதன் மூலப்பொருளுற்பத்தியைச் சுரண்டவும் அதை பிரிட்டிஷ் செய்பொருள்களின் சந்தையாக்கவும் தேவைப்பட்ட வழிகளிலே பிரிட்டிஷ் முதல் போடப்பட்டது; தொழில் வளர்ச்சிக்கும் பிரிட்டிஷ் முதலுக்கும் சம்பந்தமேயில்லை.

ஸர் ஜார்ஜ்பெயிஷின் கணிப்பு மிகவும் மிதமானது. தெரிந்துகொள்ள முடியாதவை. பல கணக்குகளிலிருந்து தப்பிவிட்டன. 1914க்கு முன்னால் இந்தியாவில் 45 கோடி பவுன்கள் பிரிட்டிஷ் மூலதனம் இருந்ததாக **ஹோவார்டும்,** 47½ கோடி பவுன்கள் இருந்ததாக **எகனாமிஸ்டும்** (பிரிட்டிஷ் முதலாளிகளின் பத்திரிகை; 1909 பிப்ரவரி 20ம் தேதி இதழில்) மதிப்பிட்டன.

2. இந்தியாவும் ரொக்க முதலாளித்துவமும்

இவ்வாறாக முதல் யுத்தத்திற்கு முன்னரே இந்தியாவில் ரொக்க முதலாளித்துவ சுரண்டலுக்குப் பொதுவான அஸ்திவாரம் போடப்பட்ட போதிலும், முதல் உலக யுத்தத்திற்கு பின்னர்தான் ரொக்க முதலாளித்துவம் முழு மூச்சுடன் சுரண்டுவதற்கேற்ற சூழ்நிலை ஏற்பட்டது.

இந்தியாவில் இதற்கு முன்னால் இருந்த வர்த்தகச் சுரண்டலின் சுற்றுச் சார்பிலிருந்தும் ஆலை முதலாளித்துவ சுரண்டலின் சுற்றுச் சார்பிலிருந்தும் வளர்ந்தோங்கிய பிரிட்டிஷ் முதலாளித்துவ சுரண்டலின் புதிய அடிப்படை வர்த்தக நலன்களுக்கு உதவியாகவே நின்றது. அதாவது பிரிட்டிஷ் முதலாளிகளின் வர்த்தக நலன்களுக்கு மாறானதாக ரொக்க முதலாளித்துவ சுரண்டல் வளரவில்லை. இந்தியாவில் உள்ள மூலதனத்தின் கட்டுக்கோப்பைப்பற்றி **சர் ஜார்ஜ்பேயிஷ்** செய்த ஆராய்ச்சி இதை ஊர்ஜிதப்படுத்துகிறது. எனினும் நவீன கட்டத்திற்கு பிரத்தியேக முக்கியத்துவம் அளிக்கக்கூடிய முறையில் வீதாச்சாரங்களில் மாறுதல் ஏற்பட்டது.

19-ம் நூற்றாண்டில் பிரிட்டன், ஆலைத் தொழிலில் ஏகபோக உரிமையுடன் விளங்கியது; உலக மார்க்கட்டில் ஆதிக்கம் வகித்தது. ஆனால் 1875க்குப்பிறகு இந்த ஏகபோகமும் ஆதிக்கமும் பலவீனப்பட்டன. பிரிட்டனுக்குப் போட்டியாக வந்த ஐரோப்பிய, அமெரிக்க நாடுகளின் முன் பிரிட்டிஷ் ஆதிக்கம் குறிப்பிடத்தக்க முறையில் க்ஷீணித்தது. இந்தியாவில் இந்த ஆதிக்கம் மிகவும் மெதுவாகவே குலைந்தது. ஏனென்றால் தன்னுடைய அரசியல் ராஜ்யாதிகாரத்தின் உதவியுடன் இந்திய மார்க்கெட்டின் மீதுள்ள ஆதிக்கத்தை பிரிட்டன் உடும்புப் பிடியாய்ப் பிடித்துக்கொண்டிருந்தது. 1914-ம் வருட யுத்தம் வரையில் கூட உலகத்தின் இதர பாகங்களனைத்துக்கும் எதிராக, இந்திய மார்க்கெட்டின் மூன்றிலிரு பங்கை பிரிட்டன் விடாப்பிடியாகப் பிடித்துக்கொண்டிருந்தது. எனினும் இந்தியாவிலும் 1875லிருந்து பிரிட்டிஷ் ஆதிக்கம் க்ஷீணித்து வந்தது.

1874 முதல் 1879 வரை ஐந்து வருடங்களில் மொத்த இந்திய இறக்குமதிகளில் 82 சதவிகிதம் பிரிட்டனிலிருந்தும் 11 சதவிகிதம் சாம்ராஜ்யத்தின் இதர பகுதிகளிலிருந்தும் இறக்குமதி செய்யப்பட்டது. இந்திய மார்க்கெட்டில் எஞ்சியிருந்த கிட்டத்தட்ட 14-ல் ஒரு பங்குதான் வெளியுலக வியாபாரத்திற்கு கிடைத்தது. ஆனால் 1884-1889 வரை ஐந்து வருடங்களில் பிரிட்டிஷ் பங்கு 82 சதவிகிதத்திலிருந்து 79 சதவிகிதமாக விழுந்துவிட்டது. 1899-1904-ல் இது 66 சதவிகிதமாக வீழ்ந்து விட்டது. 1909-1914-ல் இந்திய இறக்குமதி மார்க்கெட்டில் பிரிட்டனுக்கு இருந்த பங்கு 63 சதவீதமாக குறைந்துவிட்டது.

ஆனால் அதே சமயத்தில் இந்தியாவில் உள்ள பிரிட்டிஷ் மூலதனத்திலிருந்து கிடைக்கும் லாபமும் ஹோம் சார்ஜுகள் என்கின்ற ஐட்டத்தின்கீழ் பிரிட்டனுக்கு கொண்டுபோகப்படும் கப்பமும் மேலும், மேலும் அதிகரித்தன. 1913-1914ல் இந்தியாவுக்கும் பிரிட்டனுக்குமிடையே நடந்த மொத்த வியாபாரம் 11 கோடியே 70 லட்சம் பவுன்களாகும். வியாபாரம் செய்த சாமான்களுக்கு, அவை பிரிட்டனிலிருந்து ஏற்றுமதி செய்யப்பட்டதாயினும் சரி, அல்லது இந்தியாவிலிருந்து ஏற்றுமதி செய்யப்பட்டதாயினும் சரி, 10 சதவீதம் வர்த்தக லாபம் வந்ததாக வைத்துக்கொண்டால் அவ்வருடத்திய மொத்த லாபம் 1 கோடியே 20 லட்சம் பவுன்கள், இந்தியாவுக்கு

ஏற்றுமதி செய்யப்பட்ட பிரிட்டிஷ் சாமான்களுக்காக அந்த சாமான்களை உற்பத்தி செய்த முதலாளிகள் 10 சதவீத லாபம் பெற்றதாக வைத்துக்கொண்டால் இந்த ஐட்டத்தில் 80 லட்சம் பவுன்களாகும். (அந்த வருடத்தில் 7 கோடியே 80 லட்சம் பெறுமான சாமான்கள் பிரிட்டன் இந்தியாவுக்கு ஏற்றுமதி செய்ததால் 10 சதவிகிதப்படி முதலாளிகளுக்குக் கிடைக்கும் லாபம் 80 லட்சம் பவுன்களாகும்) கப்பல் போக்குவரத்தின்மூலம் அந்த வருடத்தில் பிரிட்டிஷ் கப்பல் முதலாளிகளுக்கு 80 லட்சம் பவுன்கள் கிடைத்தது. (பிரிட்டிஷ் வர்த்தக போர்டின் ஆராய்ச்சிப்படி 1913ல் பிரிட்டிஷ் கப்பல்களின் மொத்த வருமானம் 9 கோடியே 40 லட்சம் பவுன்கள். அதில் 9 சதவீதம் இந்தியாவிலிருந்து கிடைத்தது.) ஆக 1913-ல் இந்தியாவிலிருந்து வர்த்தகம் மூலமாகவும், கப்பல் போக்குவரத்து மூலமாகவும் இந்தியாவுக்கு அனுப்பப்பட்ட சாமான்களை உற்பத்தி செய்த பிரிட்டிஷ் முதலாளிகளின் லாபத்தின் மூலமாகவும், மொத்தமாக அதிகபட்சமாக பிரிட்டனுக்கு 2 கோடியே 80 லட்சம் பவுன்கள் கிடைத்திருக்கும்.

ஆனால் 1911-ல் இந்தியாவில் கிட்டத்தட்ட 45 கோடி பவுன்கள் பிரிட்டிஷ் மூலதனம் போடப்பட்டிருந்ததாக **"இந்தியாவும் தங்க நாணய திட்டமும்"** என்ற புத்தகத்தில் ஹோவார்டு மதிப்பிடுகிறார். 1914-ல் வருட யுத்தத்திற்கு முன் பிரிட்டிஷ் மூலதனம் இந்தியாவில் 50 கோடி பவுன்களாகிவிட்டதென்றும் மதிப்பிடுகிறார். இந்த மூலதனத்திற்கு சராசரி 5 சதவீத வட்டிதான் கிடைத்தது என்று வைத்துக்கொள்வோம். இரண்டரைக்கோடி பவுன்கள் வட்டியாகக் கிடைத்திருக்கும். இத்துடன் தேயிலைத் தோட்டங்கள், காப்பித் தோட்டங்கள், நிலக்கரி சுரங்கங்கள் சணல் தொழில் முதலியவற்றில் (இந்த தொழில்களில் அடிக்கடி 50 சதவீதம் டிவிடண்ட் கொடுக்கப்படுகிறது) போடப்பட்டிருக்கும் மூலதனத்திலிருந்து கிடைக்கும் வருமானத்தையும், லாபத்தையும் சேர்க்கவேண்டும். இத்துடன் வரவுசெலவு கமிஷன்கள், நாணயமாற்று நடவடிக்கைகள் உண்டியல் முதலிய பேங்கிங் நடவடிக்கைகள், இன்ஷூரன்ஸ் ஆகியவற்றிலிருந்து வரும் வருமானத்தையும் சேர்த்துக்கொள்ள வேண்டும். இவைகளனைத்திலிருந்தும் ஒன்றரைக் கோடி பவுன்களே கிடைக்குமென்று வைத்துக்கொள்வோம். அப்பொழுதுகூட நிகராக நான்குகோடி பவுன்கள் பிரிட்டனுக்கு

இந்தியாவிலுள்ள ரொக்க மூலதனத்திலிருந்து வருமானமாகக் கிடைத்திருக்கும். அதே சமயத்தில் அரசாங்க கடனுக்காகச் செலுத்தப்படும் வட்டியைத்தவிர "ஹோம் சார்ஜுகள்" என்கின்ற ஐட்டத்தில் 1913-14-ல் தொண்ணூறு லட்சம் பவுன்களைக் கறந்துகொண்டு போயிற்று. ஆக ரொக்க மூலதனத்தின் லாபமாகவும் நேரடியான கப்பமாகவும் பிரிட்டனுக்கு 1913-14-ல் இந்தியாவிலிருந்து கிட்டத்தட்ட **ஐந்து கோடி பவுன்கள்** கிடைத்தது.

இந்த மதிப்பீடுகளெல்லாம் ஒத்திட்டுப் பார்ப்பதற்கே உதவும். ஆனால், 1914லிலேயே ரொக்க முதலீட்டின் வட்டி, லாபம் ஆகியவைகளின் மூலமும், நேரடியான கப்பம் மூலமாகவும் பிரிட்டனுக்குக் கிடைத்தது. அதே வருடத்தில் கிடைத்த வர்த்தகத் தொழில், கப்பல் லாபங்களின் கூட்டுத் தொகையைவிட அதிகமாக இருந்தது என்பது வெளிப்படை. **இருபதாம் நூற்றாண்டில் இந்தியாவில் ரொக்க முதலாளித்துவத்தின் சுரண்டல் பிரதானமாகிவிட்டது.**

முதல் உலக யுத்தமும் அதற்குப் பிந்திய கட்டமும் இந்த நிகழ்ச்சிப் போக்கை தீவிரமாகத் துரிதப்படுத்தின. இந்திய மார்க்கட்டில் பிரிட்டனுக்கிருந்த பங்கு, மூன்றில் இரண்டு பங்கிலிருந்து ஏறத்தாழ மூன்றில் ஒரு பங்காகிவிட்டது. காப்புச் சட்டங்கள் இருந்தபோதிலும், **"சாம்ராஜ்ய சலுகை"*** இருந்த போதிலும் ஜப்பானும் அமெரிக்காவும் இறுதியில் ஜெர்மனியும் இந்திய மார்க்கட்டில் தீவிரமாகப் போட்டிப் போட்டன. ஏராளமான தடைகள் இருந்தபோதிலும், பணக்கஷ்டம் இருந்தபோதிலும், அதிகார வர்க்கத்தின் அசிரத்தை என்ற பாறை மோதியபோதிலும், இந்தியத்

* **சாம்ராஜ்ய சலுகை:** சாம்ராஜ்யம் என்பது பிரிட்டிஷ் சாம்ராஜ்யத்தை குறிக்கிறது. பிரிட்டிஷ் முதலாளித்துவம் தன் அரசியல் ஆதிக்கத்தின் உதவியுடன் சாம்ராஜ்ய மார்க்கட்டுகளை ஏகபோகமாய் சுரண்டி வருகிறது. அமெரிக்கா முதலிய நாடுகள் இந்த மார்க்கட்டில் படையெடுக்கவே, அதைத் தடுக்க பிரிட்டன் கையாண்ட யுக்திக்குப் பெயர் சாம்ராஜ்ய சலுகை. சாம்ராஜ்யம் ஒரு குடும்பம்! ஆகவே சாம்ராஜ்ய நாடுகளின் சரக்குகளுக்கு முதலிடம் கொடுக்க வேண்டும்! என்று பேசி, அயல் தேச சரக்குகளுக்கு அதிக இறக்குமதி வரிவிதித்து, சாம்ராஜ்ய சரக்குகளுக்கு வகை செய்ய வேண்டுமென்றது.

தொழில் உற்பத்தி குறிப்பாக **"லேசான தொழில்களில்"*** வளர்ச்சியடைந்தது. 1914லுக்கு முன்னால் அதிகார வர்க்கம் இந்தியத் தொழில் வளர்ச்சியை பகிரங்கமாக எதிர்த்தது. முதல் உலக யுத்தத்துக்குப் பின்னும் இந்த எதிர்ப்பு மறைமுகமாக நீடித்தது.

1913க்கும் 1931-32க்குமிடையே, இந்திய இறக்குமதிகளில் பிரிட்டனுக்குள்ள பங்கு 64 சதவிகிதத்திலிருந்து 35 சதவிகித மாகக் குறைந்தது. அதற்குப் பிறகு இந்தியர்களின் வன்மையான கண்டனங்களுக்கிடையே திணிக்கப்பட்ட ஒட்டவா மகாநாட்டுத் தீர்மானங்களால் (ஒட்டவா கனடா தேசத்திலுள்ளது.) 1932-ல் அங்கு நடந்த சாம்ராஜ்ய நாடுகளின் மகாநாட்டில் சாம்ராஜ்ய சலுகைக் கொள்கை அரங்கேற்றப்பட்டது. இந்த மகாநாட்டில் இந்தியாவின் சார்பாக ஏகாதிபத்தியத்தின் செல்லப்பிள்ளையான ஸர். ஆர்.கே. ஷண்முகம் செட்டியார் கலந்துகொண்டார்-மொ-ர்) இந்த வீதாச்சாரம் உயர்ந்தது. 1934-35-ல் இந்திய இறக்குமதிகளில் பிரிட்டிஷ் பங்கு 40.6 சதவீதமாயிற்று. ஆனால், 1935-36-ல் அது மீண்டும் 38.8 சதவீதமாகவும், 1936-37-ல் அது 38.5 சதவீதமாகவும் குன்றியது. 1913-14-ல் 2.6 சதவீதமாகயிருந்த ஜப்பானின் விகிதாச்சாரம் 1935-36-ல் 16.3 சதவீதமாக உயர்ந்தது. இதே காலத்தில் ஜெர்மனியின் வீதாச்சாரம் 6.9 லிருந்து 9.2 சதவீதமாக உயர்ந்தது. அமெரிக்காவின் வீதாச்சாரம் 2.6 லிருந்து 6.7 சதவீதமாகப் பெருகியது. (எகனாமிஸ்ட் 13 , பிப்ரவரி 1937)

உண்மையில், இதனால் பிரிட்டனுக்குத்தான் சாதகம். அடிமை இந்தியா பிரிட்டனுக்கு செய்பொருளாக அனுப்பப்போகிறது? இந்திய மார்க்கட்டில் தன்னுடைய எதிரிகளின் சரக்குகளுக்கு அதிக இறக்குமதி வரிவிதித்து, தனது சரக்குகளைக் கொண்டுவந்து விற்க பிரிட்டன் செய்த சூழ்ச்சி. ஆகவே, இதை பேரரசுச் சலுகை என்று சொல்லுதல் பொருந்தும். பேரரசுச் சலுகையால், இந்தியா நஷ்டமடைந்தது. அதுபற்றி பின்னர். . . .(மொ-ர்)

* **லேசானத் தொழில்கள்:** இயந்திரத் தொழில்கள் இரு வகைப்படும். துணி, நூல், செருப்பு, தீப்பெட்டி, காகிதம், சிங்காரப் பொருட்கள் முதலிய உபயோகிக்கக்கூடிய பண்டங்களை- உபயோகப்பண்டங்களை-உற்பத்தி செய்யும் தொழில்கள் லேசான தொழிலாகும். மெஷின்கள், என்ஜின்கள் முதலியவற்றை உற்பத்தி செய்கிற தொழில்கள், மின்சார விசையை உற்பத்தி செய்யும் தொழிற்சாலைகள், ரயில்வேக்கள், கப்பல் கட்டும் தொழில், ரசாயனத் தொழில்கள், சுரங்கத் தொழில் முதலியவற்றை கனதொழில்கள் என்று கூறுகிறோம். (மொ-ர்)

இந்தியாவில் நவீன ஏகாதிபத்தியம்

1937லிருந்து பர்மா இந்தியாவிலிருந்து பிரிக்கப்பட்டு விட்டதால், சமீப காலத்திய புள்ளி விவரங்கள் பாதிக்கப் படுகின்றன. "இந்தியாவின் வியாபாரத்தின் விமர்சனம்" என்ற அறிக்கை (இந்திய சர்க்காரின் பொருளாதார ஆலோசகரால் வருடா வருடம் பிரசுரிக்கப்படும் அறிக்கை) இந்திய மார்க்கட்டில் பல்வேறு நாடுகளுக்குள்ள வீதாச்சாரத்தை கீழ்க்கண்டவாறு கணிக்கிறது:-

இந்திய இறக்குமதிகளின் வீதாச்சாரங்கள் (சதவீதத்தில்)

	1935-36	1937-38	1939-40
பிரிட்டன்	31.7	29.9	25.2
பர்மா	17.5	14.9	19.0
ஜப்பான்	13.0	12.8	11.7
ஜெர்மனி	7.9	8.8	4.0
அமெரிக்கா	5.6	7.4	9.0

இரண்டாவது உலக யுத்த காலத்தில் இந்தியாவின் வியாபாரத்தில் ஒரு பெரிய மாறுதல் ஏற்பட்டது. விரோதி நாடுகளுடன் இருந்த வியாபாரம் நின்றுவிட்டதால் இந்திய வியாபாரத்தில் அமெரிக்கா, கானடா, ஆஸ்திரேலியா, மத்தியகிழக்கு நாடுகளாகிய பாரசீகம், அரேபியா, ஈராக், துருக்கி, எகிப்து முதலியவற்றின் பங்கு அதிகரித்தது. "1942-43-ம் வருடத்திய இந்திய வியாபாரத்தின் விமர்சனம்" கீழ்க்கண்ட புள்ளி விவரங்களைத் தருகின்றது:- இந்திய இறக்குமதியில் 1942-43-ம் பிரிட்டனுடைய பங்கு 26.8 சதவிகிதம், (1939-40-ல் 25.2 சதவீதமாக இருந்தது), அமெரிக்காவின் பங்கு 17.3 சதவிகிதம், (1939-40ல் 9 சதவிகிதமே), கனடாவின் பங்கு 5 சதவிகிதம் (1939-40ல் 0.8 சதவீதமே), ஆஸ்திரேலியாவின் பங்கு 29 சதவிகிதம் (1939-40ல் 1.4 சதவீதமே) எகிப்தைத் தவிர பாக்கி மத்திய கிழக்கு நாடுகளின் பங்கு 20.2 சதவிகிதம் (1939-40ல் 2.9 சதவீதம்) எகிப்தினுடைய பங்கு 7.4 சதவிகிதம்.

எனினும், பிரிட்டன் இந்திய மார்க்கட்டில் பிரதான ஆதிக்கம் வகிக்கிறது. அத்துடன் போட்டியிடும் பிரதான

எதிரிகளின் பங்குகளைக் கூட்டினாலும், அந்தக் கூட்டுத் தொகையைவிட பிரிட்டிஷ் பங்கு அதிகமானது. ஆனால், இந்த பங்கு (பிரிட்டிஷ் பங்கு) மேலும் மேலும் குறைந்து கொண்டிருக்கிறது. தன் வீதாச்சாரத்தைப் பாதுகாக்கும் பொருட்டு பிரிட்டிஷ் சிங்கம் மேலும் மேலும் உக்ரமாக தன் நகங்களால் பிறாண்ட வேண்டியிருக்கிறது. போட்டியிடும் வேற்று நாடுகளை மாத்திரமல்ல, உள்நாட்டு போட்டியையும் (இந்திய தொழிலின் போட்டியையும்) சமாளிக்க வேண்டியிருக்கிறது. நூறாண்டுகளாக இருந்த மாதிரி, 1936லிருந்து இந்தியா பிரிட்டனின் முதன்மையான வாடிக்கைக்காரனாயில்லை; 1937-ல் இந்தியா பிரிட்டனின் இரண்டாவது பெரிய வாடிக்கைக்காரனாயிற்று; 1938-ல் மூன்றாவது ஸ்தானத்துக்கு விழுந்துவிட்டது.

இந்தியாவில் 19-ம் நூற்றாண்டு ஆலை முதலாளித்துவம் பருத்தி ஆடைகளின் ஏற்றுமதியின்மூலம் சுரண்டியது. இந்த பருத்திஆடை ஏற்றுமதிக்கேற்பட்ட உற்பாதம் இந்திய மார்க்கட்டின் பிரிட்டிஷ் பங்கு 1918க்குப்பின் துரிதமாக வீழ்ச்சியடைவதில் பிரதிபலிக்கிறது. தொழிலையும் வியாபாரத்தையும்பற்றி விசாரிப்பதற்காக நியமிக்கப்பட்ட **பால்போர் கமிட்டி** (Balfour Committee) 1913-க்கும், 1923-க்குமிடையே இந்தியாவுக்கு ஏற்றுமதியாகும் பிரிட்டிஷ் பருத்தி ஆடைகளின் அளவு 57 சதவீதம் குறைந்துவிட்டதைக் கண்டது; 1913ல் இந்தியாவுக்கு 305 கோடி 70 லட்சம் கஜங்களாக (அதாவது லங்காஷயரின் மொத்த ஏற்றுமதியில் கிட்டத்தட்ட பாதி) இருந்தது. 1928ல், அது 145 கோடி 20 லட்சம் கஜங்களாக குறைந்துவிட்டது; 1939-40ல் 14 கோடி 40 லட்சம் கஜங்களாக சுருங்கிவிட்டது. 1942-43ல் 110 லட்சம் கஜங்களே இந்தியாவில் இறக்குமதி செய்யப்பட்டன.

ஆனால், பழைய அடிப்படை உடைந்துகொண்டிருக்கும் போதே, புதிய அடிப்படையான ரொக்க முதலாளித்துவ சுரண்டலின்மூலம் கிடைக்கும் லாபம், அளவில் பெருகிக்கொண்டே போயிற்று. 1929-ல் இந்தியாவில் பிரிட்டிஷ் மூலதனத்தின் கூட்டுத்தொகை குறைந்தபட்சம்

இந்தியாவில் நவீன ஏகாதிபத்தியம்

57 கோடி 30 லட்சம் பவுன்களிருக்குமென்றும், அநேகமாக 70 கோடி பவுன்களிருக்கலாமென்றும், பம்பாய் வர்த்தகச் சபையின் மாஜி காரியதரிசி மிஸ்டர் ஸேயர் மதிப்பிட்டார். கீழ்க்கண்ட வினியோகத்தை அவர் கணிப்பில் காண்கிறோம்:—

	கோடி பவுன்கள்
கவர்ன்மெண்ட் ஸ்டர்லிங் கடன்	26.1
அரசாங்க உத்தரவாதம் பெற்ற ரயில்வே கடன்	12.0
5 சதவீத வட்டி கிடைக்கும் யுத்த கடன் பத்திரங்கள்	1.7
இந்தியாவில் ரிஜிஸ்தர் செய்யப்பட்டிருக்கும் கம்பெனிகளிலுள்ள முதலீடு	7.5
இந்தியாவுக்கு வெளியே ரிஜிஸ்தர் செய்துள்ள கம்பெனிகளில் (வெளியே ரிஜிஸ்தர் செய்துகொண்ட போதிலும் இந்தியாவில் வேலை செய்யும் கம்பெனிகள் அவை)	10.0
	57.3

இந்தியாவில் வேலை செய்யும் கம்பெனிகளிலிருக்கும் பிரிட்டிஷ் மூலதனம் 17½ கோடி பவுன்கள் என்பது குறைவான மதிப்பென்றும், இந்தியாவிலுள்ள பிரிட்டிஷ் முதலீடுகள் அனைத்தும் மொத்தமாக 70 கோடி பவுன்களாயிருக்கலாமென்பது"அதிகப்படியாயிருக்காதென்றும் அவர் அபிப்பிராயப்பட்டார். மேலும் அவர் எழுதினார்:-

"இந்தியாவிலுள்ள நமது மூலதனத்தின் முக்கியத்துவத்தை ஒரு குறிப்பிட்ட எண்ணிக்கையுள்ள நிபுணர்களே பூர்ணமாக உணர்ந்திருக்கின்றனர். அந்த மூலதனத்தின் அளவைப்பற்றியோ நானாவிதங்களைப் பற்றியோ பல ஜனங்களுக்கு ஒரு யதார்த்தமான அறிவு ஏற்படவில்லை. மொத்த மூலதனத்தைப் பற்றியோ அந்த மூலதனம் போடப்பட்டிருக்கும் தொழில்களைப்

பற்றியோ, வர்த்தகத்திலீடுபட்டுள்ள வியாபாரிகள், பாங்கர்கள் முதலாளிகள் ஆகியோரில் அநேகரால் உத்தேசமாகக்கூட சொல்ல முடியாது. அன்னிய மூலதனம் இந்தியாவில் பல உருவங்களில் நுழைவதால், எந்தக் கணிப்பும் பெரிய அளவுக்கு ஊகமாகவே இருக்கமுடியும்."

சமீப காலத்தில் இந்தியாவிலுள்ள **பிரிட்டிஷ் அஸ்ஸோஸியேட் சேம்பர் ஆப் காமர்ஸ்** (பிரிட்டிஷ் வர்த்தகர்களின் கூட்டு ஸ்தாபனம்) 1933-ம் வருட நிலைமையை அடிப்படையாக வைத்து கணித்தது. அந்த கணக்குப்படி, இந்தியாவில் பிரிட்டிஷ் மூலதனம் 1933-ல் 100 கோடி பவுன்களிருந்தன. அரசாங்கத்தின் ஸ்டர்லிங் கடன் 37 கோடி 90 லட்சம் பவுன்கள். இந்தியாவுக்கு வெளியே ரிஜிஸ்தர் செய்துகொண்டு இந்தியாவில் வேலை செய்யும் கம்பெனிகளிலுள்ள மூலதனம் 50 கோடி பவுன்கள்; இந்தியாவில் ரிஜிஸ்தரான கம்பெனிகளிலும், இதர வழிகளிலுமுள்ள மூலதனம் மீது 12 கோடி 10 லட்சம் பவுன்களாகும்.

உலகம் முழுவதும் பிரிட்டனுக்கிருந்த மூலதனம் 400 கோடி பவுன்களென்று மதிப்பிடப்படுவதால், வெளிநாட்டு பிரிட்டிஷ் மூலதனத்தில் நாலிலொருபகுதி இந்தியாவில் இருந்ததாக ஆகிறது. 1911ல் உலகம் முழுவதிலுமிருந்த பிரிட்டிஷ் மூலதனத்தில் 11 சதவீதமே இந்தியாவிலிருந்த பிரிட்டிஷ் மூலதனம் என்று **ஸர் ஜார்ஜ் பெயிஷ்** மதிப்பிட்டார். **ஒன்பதில் ஒரு பங்கிலிருந்து நாலிலொரு பங்காக, 11 சதவீதத்திலிருந்து 25 சதவீதமாக பிரிட்டிஷ் மூலதனத்தின் வீதாச்சாரம் இந்தியாவில் வளர்ந்திருப்பதானது இன்றைக்கு பிரிட்டிஷ் ரொக்க முதலாளித்துவத்துக்கு இந்தியாவின் முக்கியத்துவம் அதிகரித்து வருவதற்கு ஒரு அளவுகோல், இந்தியாவிலுள்ள பிரிட்டிஷ் மூலதன நலன்களை பாதுகாப்பதற்கேற்ற பிரத்தியேக ஏற்பாடுகளுடன் கூடிய நவீன ஏகாதிபத்திய கொள்கையின் திறவுகோலும் இந்த வளர்ச்சியே.**

நவீன ஏகாதிபத்திய சுரண்டல் முறைகளின் மூலம் வருஷா வருஷம் இந்தியாவிலிருந்து இங்கிலாந்துக்கு எடுத்துச்

இந்தியாவில் நவீன ஏகாதிபத்தியம்

செல்லப்படும் மொத்த கப்பத்தின் மதிப்பு என்ன? 1924-ல் பிரசுரிக்கப்பட்ட "இந்தியாவின் செல்வமும் வரி கொடுக்கும் திறமையும்" என்ற புத்தகத்தில், இந்திய பொருளாதார நிபுணர்களான, கே.டி.ஷாவும், கே.ஜே.காம்பாடாவும் மதிப்பிட முயற்சித்திருக்கின்றனர். 1921-22-ம் வருஷத்தைப்பற்றி கிடைத்த புள்ளி விவரங்களை அடிப்படையாகக்கொண்டு அவர்கள் கீழ்க்கண்ட முடிவுக்கு வருகிறார்கள். (1921-22-ல் ரூபாயில் ஸ்டர்லிங் மதிப்பு ஒரு ஷில்லிங் 4 பென்ஸாயிருந்தது. அதன் அடிப்படையில் கணக்கு இங்கிலிஷ் நாணயத்திலும் கொடுக்கப்பட்டிருக்கிறது).

பிரிட்டனுக்கும் வெளிநாடுகளுக்கும் இந்தியாவிலிருந்து சென்ற வருடாந்திர கப்பம் (1921-22)

	கோடி ரூபாய்கள்	லக்ஷம் பவுன்கள்
"ஹோம் சார்ஜுகள்"	50	333
இந்தியாவில் ரிஜிஸ்தராயிருக்கும் அன்னிய மூலதனத்தின் வட்டி	60	400
அயல்நாட்டு கம்பெனிகளுக்கு செலுத்திய பிரயாணச் செலவும் சரக்கு எடுகூலியும்	4.63	277
பாங்கிங் கமிஷன்கள் மூலம் செலுத்தியது	15	100
இந்தியாவிலுள்ள அன்னிய கம்பெனிகளின் லாபம் முதலியவையும்; இந்தியாவில் வேலை பார்க்கும் அன்னியர்களுடைய வருமானம் முதலியனவும்	53.25	355
	219.88	1465

அதாவது, 1921-22-ல் இந்தியாவிலிருந்து பிரிட்டனுக்கு போன கப்பம் கிட்டத்தட்ட 220 கோடி ரூபாய்கள் அல்லது 15 கோடி பவுன்களாகும். அந்த வருஷத்தில், ஒவ்வொரு பிரிட்டிஷ் பிரஜைக்கும் 3 பவுனுக்கு மேல் கொடுக்க இந்தத் தொகை போதுமானது; அல்லது அமிதவரி செலுத்தும்

ஒவ்வொருவனுக்கும் அந்த வருஷத்தில் 1700 பவுன்கள் வீதம் கொடுத்திருக்க முடியும்.

1921-22-ன் விலைவாசிகள் வீழ்ந்த பின்னர், 1931ல் பிரசுரிக்கப்பட்ட "இந்தியாவுக்கு திட்டமிட்ட பொருளாதாரம்" என்ற புத்தகத்தில், பேராசிரியர் விசுவேஸ்வரய்யா இந்த கப்பத்தைப்பற்றி கணக்கிட்டிருக்கிறார். (அவருடைய ரூபாய் எஸ்டிமேட்டுகளை இங்கிலிஷ் நாணயத்திலும் கொடுத்திருக்கிறது. இப்போதுள்ளபடி, ஒரு ரூபாயின் மதிப்பு ஸ்டர்லிங் ரூபத்தில் 1 ஷில்லிங் 6 பென்ஸாகும்).

	கோடி ரூபாய்கள்	லக்ஷம் பவுன்கள்
பிரிட்டிஷ் கப்பல்களுக்கும் அன்னிய கப்பல்களுக்கும் செலுத்திய கட்டணங்கள்	35	260
அன்னிய பாங்கிகளில் செலுத்தப்பட்ட நாணய மாற்று கமிஷனும் இதர கமிஷன்களும்	21	160
இந்திய தொழில்களில் உத்தியோகம் பார்க்கும் இங்கிலிஷ்காரர்களின் வருமானமும், வியாபார லாபங்களும்	40	300
இந்தியாவிலுள்ள பிரிட்டிஷ் மூலதனத்தின் வட்டி	65	490
	161	1210

இந்தியாவிலிருந்து ரிடயரான இங்கிலிஷ்காரர்களுக்கு அரசாங்கம் "அதிகாரபூர்வமாக அளிக்கும் பென்ஷன்களையும் இதர ஹோம் சார்ஜுகளையும்" இதில் சேர்க்கவில்லை. "இந்தியாவுடன் வர்த்தக உறவுடையை பிரிட்டிஷார் அல்லாதாரின்" தொகையும் இதில் சேரவில்லை. அரசாங்க கடனின் வட்டியைத் தவிர "ஹோம் சார்ஜுகள்" 1933-34-ல் 1 கோடியே 40 லட்சம் பவுன்களாகும். அதைக் கூட்டினால், மொத்த கப்பம் 13½ கோடி பவுன்களாகும். இந்திய விலைவாசிகளின் புள்ளிகள் 1921க்கும், 1933க்குமிடையே

236 லிருந்து 121க்கு விழுந்துவிட்டதால், இந்த கப்பத்தொகை பத்து வருஷங்களுக்கு முன்னிருந்ததைவிட அதிக மதிப்புடையதாகும் பல ஐட்டங்களைப் பற்றி ஒழுங்கான பிழையில்லாத புள்ளி விவரங்கள் இல்லாததால் இந்த எஸ்டிமேட்டுகளை சுமாரான உத்தேசங்களாகவே கொள்ளமுடியும்.

கடைசி கடைசியாக **மிஸ்டர் லாரன்ஸ் கே. ராஸின்ஜர்** என்பவர் **"கலோனியல் ஆசியாவின் சுதந்திரம்-மேற்கத்திய உலகம் தரவேண்டிய விலை"** என்ற ரிப்போர்ட்டில் - இது அமெரிக்காவில் அயல்நாட்டுக் கொள்கை கழகத்தால் வெளியிடப்பட்டு, 1945-ல் பிரசுரிக்கப்பட்டது. பிரிட்டனுக்கு இந்தியா செலுத்தும் வருஷாந்திர கப்பம் மதிப்பிடப்பட்டிருக்கிறது. அவர் கணிப்புப்படி வருஷாந்திர கப்பம் 13½ கோடி பவுன்கள் கீழ்க்கண்ட ஐட்டங்களை உடையதாயிருக்கிறது:-

பிரிட்டிஷ் வட்டி விகிதமான 6,7,8 சதவீதப்படி, 67 கோடி பவுன்கள் முதலீட்டுக்கு வட்டி	....	4,60,00,000 பவுன்கள்
ஹோம் சார்ஜுகள்	....	3,30,00,000 "
வர்த்தகம்	....	3,00,00,000 "
கப்பல் போக்குவரத்து கட்டணம்	....	2,00,00,000 "
இந்தியாவிலுள்ள பிரிட்டிஷ்காரர்கள் அனுப்பிய பணம்	....	60,00,000 "
மொத்தம்	....	13,50,00,000 பவுன்கள்

சரியாக கணக்கிடமுடியாத அம்சங்களில் ஏற்படக்கூடிய பேதங்களுக்கு விட்டுக்கொடுத்தால்கூட, பழைய காலத்தைவிட நவீன கட்டத்தில் இந்தியா **உக்ரமாக, அதிகமாக** சுரண்டப்பட்டு வருகிறதென்ற பரந்த முடிவு தவிர்க்கமுடியாதது; வெளிப்படையான முடிவும்கூட. பிரிட்டிஷ் மன்னனின் ஆட்சிக்குட்படுவதற்குமுன், கம்பெனி ஆண்ட 75 வருஷங்களில், இந்தியாவிலிருந்து கொண்டுபோகப்பட்ட கப்பம் **மொத்தமாக** 15 கோடி பவுன்கள் என்று மதிப்பிடப்பட்டது. நவீன கட்டத்தில்,

முதல் உலக யுத்தத்துக்கு முந்திய 20 வருஷங்களில் இந்தியாவிலிருந்து **வருஷா வருஷம்** 13½ கோடி முதல் 15 கோடி பவுன்கள் வரை கப்பமாக கறந்துகொண்டுபோகப் பட்டது. ரொக்க முதலாளித்துவத்தின் கீழ் தீவிரப்பட்டிருக்கும் இந்தச் சுரண்டல்தான், குவிந்துகொண்டிருக்கும் நெருக்கடிக்கும் தீவிரமாகிவரும் இந்திய மக்களின் ஏகாதிபத்திய எதிர்ப்பு கலகத்துக்கும் அடிப்படையாக விளங்குகிறது.

3. தொழில் வளர்ச்சிப் பிரச்சினை

வர்த்தக சுதந்திர ஆலை முதலாளித்துவ ஆதிக்கத்தில் க்ஷீணித்துக்கொண்டிருந்த தேசத்தில், ரொக்க முதலாளித்துவ சகாப்தத்தில், குறிப்பாக 1914-18 யுத்தத்திலிருந்து, சுரண்டல் தீவிரப்பட்டபோதிலும் தொழில் வளர்ச்சியும், பொருளாதார வளர்ச்சியுமாவது ஏற்பட்டிருக்கிறதென்று சில சமயங்களில் அபிப்பிராயம் கூறப்படுகிறது. இந்தியாவை உலகத்தின் "பிரதான யந்திரத் தொழில் நாடுகளில்" ஒன்றாக சித்திரிக்க விரும்பும் நவீன ஏகாதிபத்திய பிரச்சாரம் (இண்டர்நேஷனல் லேபர் ஸ்தாபனத்தின் நிர்வாக சபையில் ஒரு கூடுதலான ஸ்தானத்தைப் பெறுவதற்கு 1922-ல் ஜினிவாவில் நடந்த சர்வதேச சங்கக் கூட்டத்தில் இந்தியாவை ஒரு பிரதான தொழில் நாடாக பாவிக்கவேண்டுமென்று நம்ப முடியாத புள்ளி விவரங்களைக்கொண்டு ஜம்பமாக கேட்டது பிரிட்டிஷ் சர்க்கார்.*) இந்த அபிப்பிராயத்தை உற்சாகப்படுத்துகிறது; இந்தியாவின் தொழில் வளர்ச்சிபற்றி பரோபகார நோக்கம் கொண்டிருப்பதாக நவீன ஏகாதிபத்திய பிரச்சாரம் கொள்கையளவில் நடிக்கிறது.

இந்த அபிப்பிராயம் தவறானது என்பது யதார்த்த உண்மைகளை பரிசீலனை செய்தால் தெட்டத் தெளிவாகும்.

---

* **சர்வ தேச தொழில் ஸ்தாபனம்** - முதல் உலக மகாயுத்தம் முடிந்ததும் தோன்றிய சர்வதேச சங்கத்துடன் இதுவும் முளைத்தது. பழைய சர்வதேச சங்கம் செத்துவிட்டது; இது இன்னும் சாகவில்லை. இந்த ஸ்தாவனம் முதலாளிகள் சர்க்கார்கள், தொழிற்சங்கங்கள் மூன்றுக்கும் பிரதிநிதித்துவம் வகிக்கின்றன. சர்க்காரும் முதலாளிகளும் ஒரு கட்சி; ஆகவே தொழில் ஸ்தாபனத்தில் தொழிலாளர் 'மைனாரிட்டி' அப்படிப்பட்ட ஸ்தாபனத்தில் நிறைவேறிய விதிகளைக் கூட பல சர்க்கார்களும் பல தேச முதலாளிகளும் நிறைவேற்றவில்லை; இதற்கு லட்சிய உதாரணமாய் நம் தேசம் விளங்குகிறது.(மொ-ர்) சர்வதேச தொழில் ஸ்தாபனத்தில் ஜினிவா சர்வ தேச

இந்தியாவில் நவீன ஏகாதிபத்தியம்

நவீன கட்டத்தில் 1914 யுத்தத்துக்கு முந்தியும், குறிப்பாக அதற்கு பிந்தியும் இந்தியாவில் ஓரளவு தொழில் வளர்ச்சி ஏற்பட்டிருப்பது உண்மையே; ஆனால் இதர முக்கியமான ஐரோப்பியரல்லாத நாடுகள் இதே கட்டத்தில் அடைந்த வளர்ச்சியுடன் இதை எந்த விதத்திலும் ஒத்திட்டுப் பார்க்க முடியாது. ஏற்பட்டிருக்கும் தொழில் வளர்ச்சியும்கூட, நாணயத்துறையிலும் அரசியல் துறையிலும் பிரிட்டிஷ் ரொக்க முதலாளித்துவத்தின் தீவிர எதிர்ப்பை எதிர்த்து இடைவிடாமல் போராடியதில் ஏற்பட்டதென்பது வெட்ட வெளிச்சமான உண்மை. அதுவும் நாட்டுக்குகந்த முறையில் சகல தொழில்களிலும் ஏற்ற வளர்ச்சி ஏற்படவில்லை. லேசான தொழில்களிலே பிரதானமாக வளர்ச்சி ஏற்பட்டிருக்கிறது. ஜீவாதாரமான கனத்தொழில்களில் மிகவும் குறைவான வளர்ச்சி ஏற்பட்டிருக்கிறது. முதலாவது அத்தியாயத்தின் பூர்வாங்க பரிசீலனை எடுத்துக்காட்டுவதுபோல, இன்னும் இந்தியாவில் ஒரு பொதுவான தொழில்வளர்ச்சி ஏற்பட்டிருப்பதாக சொல்லவே முடியாது.

1914வரை இந்திய தொழில் வளர்ச்சியை ஏகாதிபத்தியம் ஒழிவு மறைவில்லாமல், பகிரங்கமாக எதிர்த்தது. அமெரிக்க சுதந்திரப்போருக்கு முன்னால் அமெரிக்காவிடமிருந்த பிரிட்டிஷ் உறவுகளை நிர்ணயித்த அதே நோக்கம் அமெரிக்க காலனிகளில் எஃகு உலைகள் நிறுவுவதை பூர்ணமாகத் தடைசெய்த அதே நோக்கம் இந்தியாவில் பிரிட்டிஷாரால் 1914 வரை அனுஷ்டித்த கொள்கையை நிர்ணயித்தது. "கலப்பற்ற இந்திய தொழிலிடம் பொறாமை" இருந்ததென்று **ஸர். வாலண்டின்கிரோல்** 1922-ல் எழுதினார்.

_{சங்க மகாநாட்டில் இந்தியாவுக்கு ஒரு ஸ்தாபனம் வேண்டுமென்று வாங்கி, தலையாட்டிப் பொம்மையை உட்கார்த்தி வைப்பதற்காக, இந்திய சர்க்கார் சார்பில் பேசிய செல்ம்ஸ்போர்டு பிரபு இந்தியாவில் 2 கோடி யந்திரத் தொழிலாளர்கள் இருப்பதாகக் கூறினார். உண்மையில் 1921ம் வருஷ ஸென்ஸஸ்படி 10 பேருக்கு மேல் வேலை செய்யும் தொழில் ஸ்தாபனங்களில் வேலை செய்பவர்கள் 26 லட்சம்தான்; அதிலும் 10 லட்சம் பேர் தேயிலை, ரப்பர், காப்பி தோட்டங்களில் வேலை செய்பவர்கள். அவர்கள் யந்திரத் தொழிலாளர்களாகமாட்டார்கள். தோட்டம், குடிசைத் தொழில், கைத்தொழில், யந்திரத்தொழில் அனைத்தும் சேர்த்தால்தான் தொழிலாளர்களாகலாம்.}

இந்த பொறாமை 1914வரைப் பகிரங்கமாக காண்பிக்கப் பட்டது.

"கடந்த காலத்தில், இந்திய தொழில் வளர்ச்சிக்காக நாம் செய்திருப்பது எப்பொழுதுமே பெருமையளிக்கத் தக்கதாயிருக்கவில்லை; முன்னால் அரசுபுரிந்த அசிரத்தைப் போக்கை கலப்பற்ற இந்தியத் தொழில்களைக் கண்டு தனக்கு பங்கம் வந்துவிடுமென்று பயந்த பொறாமையை யுத்தகால நிர்ப்பந்தத்தினால்தான் அரசாங்கம் புறக்கணிக்க வேண்டியதாயிற்று".

(ஸர் வாலண்டின்கிரோல்-1922)

அதைப்போலவே, 1921-ம் வருஷம், சர்க்காரின் வருஷாந்திர ரிப்போர்ட் கூறியதாவது:-

"யுத்தத்திற்கு கொஞ்ச காலம் முன்னால், உதாரண பாக்டரிகளின் மூலமும் அரசாங்க உதவியின் மூலமும் இந்திய யந்திரத் தொழில்களுக்கு ஊக்கமளிப்பதற்கான முயற்சிகளை **ஒயிட்ஹால்** பிரிட்டிஷ் சர்க்கார் காரியாலயம்) அதைரியப்படுத்திவிட்டது."

1907-ல் இந்திய தொழில் மகாநாட்டில், ஐக்கிய மாகாணத்தின் உதவி கவர்னரான **ஸர் ஜான்ஹீவட்** கூறினார்:-

"யந்திர விஞ்ஞானக் கல்விப் பிரச்சினையும், யந்திரத் தொழில் கல்வி பிரச்சினையும் அரசாங்கத்தின் முன்னாலும் பொதுமக்களின் முன்னாலும் இருபது வருஷங்களுக்கு மேலாக இருந்துவருகின்றன. இவ்வளவு அதிகமாக பேசப்பட்டும் எழுதப்பட்டும், அதே சமயத்தில் இவ்வளவு குறைவாக செயலாற்றப்பட்ட விஷயம் வேறொன்றும் இருக்காது."

பிரிட்டிஷ் சர்க்கார் அதைரியப்படுத்தியதாக 1921ம் வருஷ அரசாங்க ரிப்போர்ட் குறிப்பிடும் சம்பவம், கர்ஸான் பிரபுவின் முன் முயற்சியால் வர்த்தகத் தொழில் இலாகா சிருஷ்டிக்கப்பட்டதைத் (1905) தொடர்ந்து 1908-ல் தொழில் இலாகா டைரக்டர் பதவியை சென்னை சர்க்கார் சிருஷ்டித்ததைத் தொடர்ந்து நிகழ்ந்ததாகும். சென்னை மாகாண தொழில் இலாகாவின் நடவடிக்கைகள் "தலத்திலுள்ள ஐரோப்பிய

சமூகத்தின் எதிர்ப்பை கிண்டிவிட்டது. தனிநபர் தொழிலுக்கு தொழில் இலாகாவின் நடவடிக்கைகள் பேராபத்தாக இருப்பதாக வியாக்கியானம் செய்தார்கள். அரசாங்கத்தின் பரிமாணத்துக்கு அப்பாற்பட்ட பிரச்சினைகளில் அரசாங்கம் அகாரணமாக தலையிடுகிறதென்று வியாக்கியானம் செய்தார்கள்". (இண்டியன் இண்டஸ்டிரியல் கமிஷன் ரிப்போர்ட்) 1910-ல், இந்தியா காரியதரிசியான **மார்லி பிரபு** கையொப்பமிட்ட கண்டன உத்தரவு பிரிட்டிஷ் ஆட்சியின் தடையுத்தரவு, அந்தச் சோதனையின் தலைமீது விழுந்தது:-

"மாகாணத்தில் புதிய தொழில்களை அமைக்க எடுக்கப் படும் முயற்சிகளைப்பற்றி சென்னை சர்க்கார் அனுப்பிய செய்தியை நான் பரிசீலனை செய்தேன். ஏராளமான உழைப்பையும், சாமர்த்தியத்தையும் இப்பலன்கள் பிரதிபலிக்கின்றன. ஆனால், வர்த்தக முறையில் திரும்பாமல் தொழில் போதனையுடன் நிற்காவிட்டால், இந்த துறையில் அரசாங்க முயற்சி பலனளிப்பதைப்பற்றிய என் சந்தேகங்களை அவை போக்கக்கூடியதாயில்லை. . . தொழில்களைப் பற்றி செய்தி தரும் சாதனத்தை ஸ்தாபிப்பதை நான் ஆக்ஷேபிக்கவில்லை; தனிநபர் தொழிலில் தலையிடுவதற்கான முறையில் எதுவும் செய்யாமல், புதிய தொழில்களைப்பற்றியும் கருவிகளைப் பற்றியும் உற்பத்தி முறைகளைப்பற்றியும் அறிவும், யோசனைகளும் அளிக்கப்படுவதை நான் ஆட்சேபிக்கவில்லை."

(**மார்லி பிரபு**; ஜூலை 29ல் அனுப்பிய குறிப்பு, 1910)

இந்தக் குறிப்பினாலேற்பட்ட 'விபரீத பலனை' இந்தியன் இண்டஸ்டிரியல் கமிஷன் ரிப்போர்ட்டே பதிவு செய்தது.

அரசாங்கத்தின் நடவடிக்கை மூலமோ, அல்லது அசிரத்தை மூலமோ மாத்திரம் இந்திய தொழில் வளர்ச்சிக்கு முட்டுக்கட்டை போடப்படவில்லை; திட்டமான காப்புவரிக் கொள்கை மூலமும் தடைபோடப்பட்டது. 1860-80-ல், இந்தியாவின் பலவீனமான ஜவுளித்தொழில் வளர்ச்சியடையத் துவங்கியதும், இங்கிலிஷ் ஜவுளிகளின் இறக்குமதியை பாதிக்கும் இறக்குமதி வரிகளை நீக்கவேண்டுமென்று

இங்கிலாந்தில் கிளர்ச்சி செய்யப்பட்டது. 1874-ல் மான்சஸ்டர் வர்த்தகசபை இதைக் குறித்து ஒரு மகஜரும் சமர்ப்பித்தது. 1874-ல் இந்தக் கோரிக்கையை ஆதரித்து காமன்ஸ் சபை ஒரு தீர்மானத்தையும் நிறைவேற்றியது. இந்தத் தீர்மானத்தை இந்திய சர்க்காருக்கு அனுப்புங்கால், இதன் காரணத்தை **ஸாலிஸ்பரி பிரபு** வெட்ட வெளிச்சமாக்கினார். "இன்னும் ஐந்து மில்கள் வேலை செய்யத் துவங்கிவிட்டன; 1877 மார்ச் முடிவில் இந்தியாவில் 12 லட்சத்து 31 ஆயிரத்து 284 நூற்புக் கதிர்கள் இருக்குமென்று மதிப்பிடப்பட்டது" என்று அந்தக் கடிதத்தில் ஸாலிஸ்பரி பிரபு அலறினார். அதன் பிரகாரம், முரட்டுத் துணிகளின் மீதிருந்த இறக்குமதி வரிகள் நீக்கப்பட்டன-முரட்டுத் துணிகளில்தான் இந்திய ஜவுளித்தொழில் இங்கிலிஷ் துணிகளுடன் போட்டியிட்டது. 1882-ல், உப்பையும் சாராயத்தையும் தவிர மீதி சரக்குகளுக்கிருந்த இறக்குமதி வரிகள் நீக்கப்பட்டன. 1894ல், வருமான தேவைகளை முன்னிட்டு, பஞ்சாடைகள் உள்பட இறக்குமதியாகும் சரக்குகள் அனைத்துக்கும் பொதுவான இறக்குமதி வரி மீண்டும் விதிக்கப்பட்டபோது, இந்திய மில்களில் உற்பத்தியாகும் துணிகளுக்கும் உள்நாட்டிலேயே வரிவிதிக்கும் புதிய சூழ்ச்சியை அரசாங்கம் கையாண்டது. இந்த உள்நாட்டுவரி மோசடியை வேறு எந்த நாட்டில் பொருளாதார சரித்திரத்திலும் காணமுடியாது. 1896ல் இந்த வரி 3½ சதவீதமாக விதிக்கப்பட்டது. 1917 வரை இதன் விளைவாக ஜவுளித் தொழில் பாதிக்கப்பட்டது. 1917-ல் அன்னிய இறக்குமதி வரியை 3½ சதவீதத்திலிருந்து 7½ சதவீதமாக உயர்த்தியதன் மூலம், இதன் விபரீத பலன் ஓரளவு தணிந்தது. மில் தொழிலாளர்களுடைய வேலை நிறுத்தத்தின் நிர்ப்பந்தத்தால், இந்த உள்நாட்டு உற்பத்தி வரி 1925-ல் இறுதியாக ஒழிந்தது.

இந்த நிலைமையில், 1914 வரை தொழில் வளர்ச்சி குறைவாகவிருந்தது; மெள்ள மெள்ள வளர்ந்தது; 1914ல், பாக்டரிகள் சட்டத்துக்குட்பட்ட யந்திரத் தொழிலாளர்கள் 9 லட்சத்து 51 ஆயிரம் பேர்தான். இந்திய மூலதனம், முன்னேறுவதற்கு பிரயத்தனப்பட்ட ஜவுளித்தொழிலில் பிரதான வளர்ச்சி ஏற்பட்டிருந்தது; பிரிட்டிஷ் சணல் தொழிலாளர்களுடைய கோரிக்கைகளுக்கு எதிராக,

இந்தியாவின் மலிவான உழைப்பை ஒரு லாபகரமான ஆயுதமாக பிரிட்டிஷ் மூலதனம் பயன்படுத்திக்கொண்ட சணல் தொழிலும் வளர்ச்சியடைந்தது. மெஷின் தொழில்களை எடுத்துக்கொண்டால், ரிப்பேர் செய்யும் **ஒர்க் ஷாப்புகள்** மாத்திரமே-அவைகளும் ரயில்வேயின் மாத்திரம்தான் ஏற்பட்டிருந்தன. 1914க்குமுன், இரும்பு எஃகு தொழில்களில் சாமானியமான ஆரம்ப முயற்சிகள்தான் எடுக்கப்பட்டிருந்தன; மெஷின் உற்பத்தியே கிடையாது.

முதல் உலக யுத்தம் ஏற்பட்டதிலிருந்து, தன் கொள்கையில் பரிபூர்ண மாறுதல் ஏற்பட்டிருப்பதாக அரசாங்கம் பிரகடனப்படுத்தியது. அரசியல் உலகத்தில் பொறுப்பாட்சி அதிகாரபூர்வமான லட்சியமாக வகுக்கப்பட்டதைப்போல, தொழில் வளர்ச்சி பொருளாதாரத் துறையில் அதிகாரபூர்வமான லட்சியமாக வரையறுக்கப்பட்டது. 1915-ல், வைஸ்ராய் ஹார்டின்ஜ் பிரபு இந்த புதிய கொள்கையின் முதல் பிரகடனத்தை வெளியிட்டார்-

"பெரிய தேசங்களின் அரசியல் எதிர்காலம் அவை களுடைய பொருளாதார அந்தஸ்தை பொறுத்ததென்று தெளிவுபடத் தெளிவுபட, அயல்நாடுகள், மார்க்கட்டுகளுக்காக மேலும் மேலும் அதிகரிக்கும் உற்சாகத்துடன் போட்டியிடப் போகின்றன. இந்தியா இந்த அயல்நாடுகளில் சரக்குகளின் சந்தையாக இருக்கவேண்டாமென்றால், இந்தியாவின் தொழில் திறமைகளை அபிவிருத்தி செய்யும் திட்டமான கொள்கையை தன்னுணர்வுடன் கூடிய கொள்கையை, யுத்தம் முடிந்தபிறகு, அனுஷ்டிக்க வேண்டுமென்பது மேலும் மேலும் தெளிவாகிறது. இந்த பிரச்சினையைப் பற்றி இந்திய பொதுஜன அபிப்பிராயம் ஏகமனதாயிருக்கிறது; அதை புறக்கணிக்க முடியாது. . ."
"சந்தர்ப்பங்கள் அனுமதிக்கும் அளவுக்கு ஒரு தொழில் நாடென்ற முறையில் தனக்குரிய ஸ்தானத்தைப் பெறுவதற்கு தன்னுடைய சர்க்கார் தன்னாலியன்ற அளவு அதிகபட்ச உதவி அளிக்க வேண்டுமென்று கோருவதற்கு, இந்தியாவே யுத்தம் முடிந்தபின் உரிமை கொண்டாடும்."

(ஹார்டின்ஜ் பிரபு இந்தியா காரியதரிசிக்கு அனுப்பிய குறிப்பு, நவம்பர் 26, 1915)

இதைத் தொடர்ந்து, சுரங்க என்ஜினியர்களின் கழகத் தலைவரான **ஸர் தாமஸ் ஹாலந்த்** தலைமையில் இந்தியன் இண்டஸ்டிரியல் கமிஷன் (இந்தியன் யந்திரத்தொழில் கமிஷன்) நியமிக்கப்பட்டது. 1918-ல் கமிஷன் அதன் ரிப்போர்ட்டை சமர்ப்பித்தது. 1918-ல், **இந்திய அரசியல் சீர்திருத்தங்களைப் பற்றிய மாண்டேக் செல்ம்ஸ்போர்டு ரிப்போர்ட்டும்** இதே நோக்கத்தை வகுத்தது:-

"இந்தியாவுக்கு பொருளாதார ஸ்திரம் (உறுதிப்பாடு) அளிப்பதற்கு மாத்திரமல்ல, அதன் ஜன சமூகத்துடைய அபிலாஷைகளை திருப்தி செய்வதற்கும், தொழில் வளர்ச்சியில் ஒரு முற்போக்கான கொள்கை அவசியமாகிறது:-

"இந்தியாவின் இயற்கைச் செல்வங்களை இனி சிறந்த முறையில் உபயோகிக்கவேண்டுமென்று பொருளாதாரத் துறையிலும் ராணுவத் துறையிலும், பேரரசு நலன்கள்கூட (பேரரசு நலன் என்பது பிரிட்டிஷ் ஏகாதிபத்திய நலன் என்ற பதத்தின் சிலேடை!-மொ-ர்) கோருகின்றன. தொழில் வளர்ச்சி பெற்ற இந்தியா, சாம்ராஜ்யத்தின் சக்திக்கு அளிக்கக்கூடிய அதிக பலத்தை நாம் அளவிடமுடியாது."

(மாண்டேக்-செல்ம்ஸ்போர்டு ரிப்போர்ட்)

பிரகடனப்படுத்தப்பட்ட இக்கொள்கை மாறுதலின் காரணங்கள் யுத்த நிலைமையிலிருந்தெழுந்தன; அதிகார பூர்வமான அறிக்கைகளிலேயே இந்த காரணங்களைக் காணலாம். மூவகைக் காரணங்கள் இருப்பதைப் பார்க்கிறோம்.

முதலாவதாக, ராணுவ தந்திர காரணங்கள்:- யுத்த நிலைமையும் போக்குவரத்து வசதிகளும் ஸப்ளைகளும் துண்டிக்கப்பட்டதும், மெஸபடோமியாவில் நடந்த யுத்தங்களிலேற்பட்ட அபவாதமும் பழைய ரீதியிலிருந்த இந்திய சாம்ராஜ்யத்தின் பலவீனத்தை அம்பலப்படுத்தின; அதன் விளைவாக கீழ்நாடுகளில் பிரிட்டிஷ் ராணுவ தந்திர நிலைமைக்கேற்பட்ட பலவீனத்தையும் வெளிப்படுத்தின. இந்தியாவில் நவீனத் தொழில் வளர்ச்சிக்கு சர்வ சாதாரண அடிப்படையைக்கூட ஏற்படுத்த தவறியதே இதற்குக் காரணம்; இதன் விளைவாக ஜீவாதாரமான ராணுவ தேவைகளுக்குக்கூட நீண்ட நெடுந்தூரத்திலுள்ள கடல்கடந்த

நாடுகளின் ஸப்ளைகளை நம்பவேண்டியதாயிருந்தது. இந்த உண்மை பிரிட்டிஷ் அதிபர்களிடம் எவ்வளவு உறுதியாக பதிந்ததென்பதை மாண்டேக் செல்ம்ஸ் போர்டு ரிப்போர்ட் பிரதிபலிக்கிறது. "கீழ்நாடுகளின் யுத்தகளங்களுக்கு" தளமாக விளங்க, இந்தியாவை நவீனப்படுத்த வேண்டியதின் அவசியத்தை அது கணக்கிடுவதில் இந்த அபிப்பிராயத்தின் பிரதிபலிப்பைக் காணலாம்:-

"சமுத்திரப் போக்குவரத்து தற்காலிகமாக தடைப்படக் கூடுமாதலால், கீழ்நாடுகளின் யுத்தகளங்களுக்கு ஒரு போர்த் தளவாடக் கிடங்காக இந்தியாவில் நம்பிக்கை வைக்கவேண்டிய நிலைமை ஏற்படுகிறது. இந்தக் காலத்தில் ஒரு தொழில் வளர்ச்சி பெற்ற சமூகத்தின் உற்பத்திப் பொருட்கள், அளவில் இல்லாவிட்டாலும் இனத்தில் போர்த் தளவாடங்களைக் கிட்டத்தட்ட ஒத்திருப்பதால், இந்தியாவில் இயற்கைச் செல்வங்களை பயன்படுத்துவது கிட்டத்தட்ட ஒரு ராணுவ அவசியமாகிறது."

இரண்டாவதாக, பொருளாதாரப் போட்டி காரணங்கள்:- இந்திய மார்க்கெட்டிலுள்ள பிரிட்டிஷ் ஏகபோக உரிமையை அயல் தேசங்களின் போட்டி தகர்க்கத் துவங்கிவிட்டன. யுத்த தேவைகளால் பிரிட்டிஷ் தொழிலின் நிலைமை பலவீனப்பட்டுவிட்டதால், அயல்நாடுகள் யுத்தத்துக்குப்பின் வேகமாக முன்னேறி இந்திய மார்க்கெட்டை பிரிட்டன் இழந்துவிடுமென்ற ஆபத்து பிரிட்டனை பயமுறுத்தியது. இந்தியா "அயல்நாடுகளுடைய உற்பத்திப் பொருட்களின் சந்தையாகலாமென்று" ஹார்டின்ஜ் எடுத்துக்காட்டிய அபாயம் அது. இதைத் தடைசெய்யும் காப்பு வரிகளால் இரண்டு தடைகள் ஏற்படும். முதலாவதாக, வேற்று நாட்டுப் பொருட்களுக்கு இறக்குமதி வரிகள் விதிப்பதால், இந்தியா அன்னிய ஆலை முதலாளிகளின் சந்தையாவதற்கு பதிலாக, இந்தியாவில் தொழில் வளர்ச்சி ஏற்படும்; ஒரு சுதந்திரமான அன்னிய முதலாளித்துவ வல்லரசுக்கு இந்திய மார்க்கெட்டை இழக்காமலிருப்பதைவிட, இந்தியத் தொழில் வளர்ச்சியின் மூலம், பிரிட்டிஷ் ரொக்க

முதலாளித்துவத்துக்கு சாதகமான நிலைமை ஏற்படும். எப்படியென்றால், மூலதனத் துறையிலும் அரசியல் துறையிலும் தனக்குள்ள ஆதிக்கத்தை பயன்படுத்திக்கொண்டு பிரிட்டிஷ் மூலதனத்துக்கு இறுதியான மூலதனத்தைப் பெறமுடியும்.

இரண்டாவது பலன் என்னவென்றால், காப்பு வரி அமைப்பை ஸ்தாபிப்பதன்மூலம் பேரரசுச் சலுகை அமைப்புக்கு வகைசெய்ய முடியும்-இதன்மூலம் இந்திய மார்க்கெட்டை பிரிட்டன் மீண்டும் கைப்பற்ற முடியும்.

மூன்றாவது-உள்நாட்டு அரசியல் காரணங்கள்:- யுத்தகாலத்திலும், யுத்தத்தைத் தொடர்ந்துவந்த கொந்தளிப்பான கட்டத்திலும் இந்தியா மீதுள்ள ஆதிக்கத்தை பாதுகாக்க இந்திய பூர்ஷுவா வர்க்கத்தின் ஒத்துழைப்பைப் பெறுவது அவசியமாயிருந்தது. அதற்காக இந்த பூர்ஷுவா ஒத்துழைப்பைப் பெறக்கூடிய அளவில், அரசியல் ரீதியிலும் பொருளாதார ரீதியிலும் சில சலுகைகள் அளிப்பதும் சில சலுகைகளை அளிப்பதாக வாக்களிப்பதும் அவசியமாயிற்று. "இந்திய பொதுஜன அபிப்பிராயத்தை புறக்கணிக்க முடியாது" என்று இதையே ஹார்டின்ஜ் பிரபு கவலையுடன் சுட்டிக் காட்டினார்.

பாதுகாப்பு வரி அமைப்பின் மூலம் இந்த கொள்கை மாறுதல் அனுஷ்டானத்தில் கொண்டுவரப்பட்டது. இதில் முதல்படியாக, 1917-ல் இறக்குமதியாகும் பருத்தி ஆடைகள் மீதிருந்தவரி 7½ சதவீதமாக உயர்த்தப்பட்டது. அதே சமயத்தில் உள்நாட்டு தொழில் உற்பத்தி மீதிருந்த வரிகள் 3½ சதவீதமாகவே வைக்கப்பட்டது. 1921-ல் அன்னிய துணிகளின் இறக்குமதி வரி 11 சதவீதமாயிற்று. 1925-ல் உள்நாட்டு துணி உற்பத்தியின் மீதிருந்த வரி நீக்கப்பட்டது. 1921-ல் ஒரு **பொது வருமான கமிஷன்** நியமிக்கப்பட்டது. ஒவ்வொரு சரக்கைப்பற்றியும் விவரமாக விசாரித்தறிந்து அதன் அடிப்படையில் பேதம் காட்டும் முறையில் பாதுகாப்பளிக்கவேண்டும். (அதாவது நிலைமைக்கேற்றபடி வெவ்வேறு பொருட்களுக்கு இறக்குமதி வரிகள் வெவ்வேறு அளவில் விதிக்கப்படலாம்) என்று கமிஷன் 1922-ல் சிபாரிசு செய்தது; அதை ஆட்சேபித்து எழுதிய ஐந்து இந்திய அங்கத்தினர்கள் "பரிபூர்ண பாதுகாப்பு" கோரினார்கள். ரிப்போர்ட்டு சிபாரிசின்படி, காப்புவரி போர்டு 1923ல்

நியமிக்கப்பட்டது. ஜீவாதார பிரச்சினையான இரும்பு, எஃகுத் தொழில் அதன்முன்வந்த முதற்பெரும் பிரச்சினையாகும். 1924-ல் இரும்பு எஃகுத் தொழில் பாதுகாப்புப் பெற்றது. $33^{1}/3$ சதவீத பாதுகாப்பு பெற்றதுடன் வேறுசில உதவிகளும் பெற்றது.

அப்பொழுது, சர்க்காரின் உதவி பூர்வமான முற்போக்குக் கொள்கையில் இந்திய ஆலை முதலாளிகளுடைய நம்பிக்கைகள் உயர்ந்தன. இந்த காலத்தில் இந்தியாவின், முற்போக்கான முதலாளித்துவத்துடைய கட்சியாகிய சுயராஜ்ய கட்சி 1920-ல் நடந்த தேசிய காங்கிரஸில் காந்தியத் தலைமையின் ஒத்துழையாமைக் கொள்கைகளைத் தோற்கடித்தது. 1923-26 வருஷங்களில் சுயராஜ்ய கட்சியின் கொள்கைகள் ஆதிக்கம் வகித்தன. முதலில், உள்ளேயிருந்து போராடுவதற்காக கவுன்ஸில்களில் (சட்டசபைகள்) பிரவேசித்தார்கள். இறுதியில், "நாணயமான ஒத்துழைப்பு" என்ற கொள்கையை அனுஷ்டித்தார்கள்.

ஆனால் பிந்திய வருஷங்களில் இந்த நம்பிக்கைகள் (ஏகாதிபத்திய சர்க்காரின் உதவியுடன் வளரலாமென்ற முதலாளித்துவ நம்பிக்கைகள்) சிதறுண்டன.

4. தொழில் வளர்ச்சிக்குத் தடைகள்

1914-18 யுத்தத்துக்கு பிறகு, தொழில் வளர்ச்சிக்கு சர்க்கார் அளித்த உதவி 1924-ல் இரும்பு எஃகு தொழில்களுக்கு பாதுகாப்பும் உதவியும் அளித்ததுடன் உச்சநிலையடைந்தது. அதன்பிறகு, மேலும் மேலும் அதிகமாக பின்வாங்கியது.

ஒவ்வொரு மாகாணத்திலும் ஒரு வலையைப் போல் பின்னப்பட்ட இலாகாக்களை சிருஷ்டித்து, இவையனைத்தையும் ஒன்றுபடுத்தும் **இம்பீரியல் தொழில் இலாகா** (மத்திய சர்க்காரின் இலாகா) ஒன்றை சிருஷ்டிப்பதென்று இந்தியன் இண்டஸ்டிரியல் கமிஷன் போட்ட, பெரிய திட்டங்களெல்லாம் காகிதத்திலேயே நின்றன; மத்திய ஸ்தாபனம் சிருஷ்டிக்கப்படவேயில்லை. மாகாண தொழில் இலாகாக்களோ, கல்வி இலாகாவைப்போல, "மாற்றப்பட்ட" விஷயங்களில்

சேர்க்கப்பட்டது. (மாண்டே செல்ம்ஸ்போர்ட் சீர்திருத்தங்களின் விளைவாக மாகாணங்களில் இரட்டையாட்சி ஏற்பட்டது; சில விஷயங்கள் மாத்திரம் சட்டசபைக்கு பொறுப்பான மந்திரி சபையிடம் ஒப்படைக்கப்பட்டது. தொழில் இலாகாவும் அதில் ஒன்று) ஏனென்றால், நிதி இல்லாமல் தொழில் இலாகா அசக்தனாக நிற்கும்; அதனால் ஏற்படும் தேக்கத்துக்கு பொறுப்பும் இந்திய மந்திரிகள் தலையில் விழும். 1934 வரை தொழில் வளர்ச்சியில் ஏற்பட்ட சாதனையை அன்னிய நாட்டு ஆராய்ச்சியாள நிபுணரான **டி.எச். புக்காணன்** கீழ்கண்டவாறு வர்ணிக்கிறார்:-

"துரதிர்ஷ்டவசமாக, மத்திய ஸ்தாபனம் இன்னும் அமைக்கப்படவில்லை. 1919-ம் வருஷ அரசியல் சீர்திருத் தங்களின் விளைவாக, மாகாண தொழில் இலாகா, கல்வி இலாகாவுடன், "மாற்றப்பட்ட" விஷயங்களிலொன்றாகி விட்டது; தேர்ந்தெடுக் கப்பட்ட சட்டசபைகளுக்கு ஜவாப்தாரியான ஸ்தல ஆட்சிகளிடம் ஒப்படைக்கப்பட்டது. போதுமான பணம் இல்லாததால், துரதிர்ஷ்டவசமாக, முக்கியமான கொள்கை எதையும் அனுஷ்டானத்துக்கு கொண்டுவர முடியவில்லை. மேலும், மூலப் பொருட்களையும் உற்பத்தி முறைகளையும் பற்றி மாத்திரமல்ல, மார்க்கட்டுகளைப் பற்றியும் ஒரு பரந்த ஒருமனப்பட்ட அரசாங்க கொள்கையே தொழில் வளர்ச்சிக்கு உதவும். உண்மையில் அது கல்விக் கொள்கையுடன் இணைக்கப்பட வேண்டும். அநேகமாக ஒவ்வொரு பெரிய தேசிய நலனையும் இந்தத் தொழில் வளர்ச்சிக் கொள்கையுடன் இணைக்க வேண்டும். இந்தியாவில், மாகாணங்களில் காரியாலயங்களை ஏற்படுத்துவதால் மாத்திரம் நல்ல பலன் ஏற்படுமாவென்பது சந்தேகம்தான்."

(டி.எச். புக்காணன், "இந்தியாவில் முதலாளித்துவ வளர்ச்சி")

அதன் பிறகு, **தொழில் அறிவு-ஆராய்ச்சி மத்திய ஸ்தாபனம்** ஒன்று தோற்றுவிக்கப்பட்டது. இதற்கு மூன்று வருஷங்களுக்கு 37,500 பவுன்கள் தாராளமாக ஒதுக்கி வைக்கப்பட்டது! இந்த ஸ்தாபனம் பட்டு சாகுபடியிலும் கைத்தறியிலும் பிரதான கவனம் செலுத்துமென்று அறிவிக்கப்பட்டது!

"இதுவரை அறிவிக்கப்பட்ட உருப்படியான பலன்கள் என்னவென்றால், தொழில் அறிவுக்காகவும் தொழில் ஆராய்ச்சிக்காகவும் ஒரு மத்திய ஸ்தாபனம் ஆரம்பிக்கப்படப் போகிறது; அதற்கு மூன்று வருஷங்களுக்கு 5 லட்ச ரூபாய்கள் (37500) பவுன் ஒதுக்கி வைக்கப்பட்டிருக்கிறது; பட்டு சாகுபடியிலும் கைத்தறி நெசவிலும் புதிய ஸ்தாபனம் தன் கவனத்தை செலுத்தும். இன்றைய மிகப்பெரிய தேவையான கனத்தொழில்களை கவனிப்பாரில்லை; தேசத்தின் பொருளாதார வளர்ச்சிக்கான நீண்டகால திட்டங்கள் இருந்தாலும், அவை தெளிவாக்கப்படாமல், மாயைத் திரைகளில் மறைத்து வைக்கப்பட்டிருக்கின்றன."

(ஸர்.எம். விசுவேசுவரய்யா- இந்தியாவுக்கு திட்டமிட்ட பொருளாதாரம் 1936)

1924-ல் இரும்பு எஃகு தொழில்களுக்கு பாதுகாப்பு அளிக்கப்பட்ட பின்னர், இதர தொழில்களிடமிருந்து பாதுகாப்பு கோரி காப்புவரி போர்டிடம் விண்ணப்பங்கள் குவிந்தன. இவற்றில் பெருவாரியான விண்ணப்பங்கள் அங்கீகரிக்கப்படவேயில்லை; இவற்றில் முக்கியமானவை சிமெண்டும் காகிதமுமாகும். தீப்பெட்டித் தொழிலுக்கு மாத்திரம் விதிவிலக்காக பாதுகாப்பு அளிக்கப்பட்டது; ஏனென்றால் இந்தியாவிலுள்ள தீப்பெட்டித் தொழிலில் அன்னிய மூலதனம் போடப்பட்டிருக்கிறது.

இரும்பு எஃகு தொழிலின் பாதுகாப்பு வரியே 1927-ல் புதுப்பிக்கப்படுவதற்கு வந்தபோது சர்க்கார் என்ன செய்தது என்பது அதிக விசேஷம் வாய்ந்ததாகும். அடிப்படையான இறக்குமதி வரிகள் குறைக்கப்பட்டன; சுதேசித் தொழிலுக்களிக்கப்பட்ட அரசாங்க உதவிகள் நிறுத்தப்பட்டன. இவற்றைவிட முக்கியமானதென்னவென்றால், ஒரு புதிய கொள்கை புகுத்தப்பட்டது. அதுதான் பேரரசுச் சலுகைக் கொள்கை-பிரிட்டிஷ் சரக்குகளின் பிரவேசத்துக்கு சாதகமான முறையில், இறக்குமதி வரி அமைப்பை நிர்ணயிக்கும் கொள்கை.

பேரரசுச் சலுகையே காப்புவரி அமைப்பின் முக்கியமான பணியாயிற்று. 1930-ல் பருத்தி ஆடைகளுக்கும் பேரரசுச்

சலுகை கிடைத்தது. 1932-ல் **ஒட்டவா ஒப்பந்தங்கள்** ஏற்பட்டன; இந்தியாவின் ஒருமுகமான கண்டனங்களுக்கிடையே, இந்திய சட்டசபையின் எதிர்ப்பு வோட்டுக்கிடையே, பேரரசுச் சலுகை அமைப்பு இந்தியாமீது திணிக்கப்பட்டது. இதன் விளைவாக, இந்திய இறக்குமதிகளில் 1931-32-ல் 35.5 சதவீதமாயிருந்த பிரிட்டிஷ் பங்கு 1934-35-ல் 40.6 சதவீதமாக உயர்ந்தது. ஜப்பானிய பருத்தி ஆடைகள் மீதும், பிரிட்டிஷ் சாமான்கள் அல்லாத இதர நாட்டு பருத்தி ஆடைகள் மீதும் 50 சதவீதம் வரை, இறக்குமதி வரி விதிக்கப்பட்டது. (1933ல் வர்த்தகப் போட்டி உச்சநிலையை எட்டியபோது 75 சதவீதம் வரை அந்த வரி உயர்ந்தது). ஆனால் பிரிட்டிஷ் பருத்தி ஆடைகளின் மீதுள்ள வரி 20 சதவீதமாகக் குறைக்கப்பட்டது. ஜவுளித் தொழிலில் பேரரசர் சலுகை கூடாதென்று காப்புவரி போர்டின் ரிப்போர்ட்டே 1933ல் கூறியது; ஆனால் அது உதாசீனம் செய்யப்பட்டது.

பிரிட்டிஷ் தொழிலின் போட்டியிடும் சக்திக்கு இந்த விதமாக காப்புவரிகள் உதவி செய்தன. அது மாத்திரமல்ல; இந்திய தொழில் வளர்ச்சியிலும், அன்னிய மூலதனமுள்ள தொழில்களுக்கே, குறிப்பாக பிரிட்டிஷ் முதலீடுள்ள தொழில்களுக்கே, காப்பு வரியின் பலன்கள் பிரதானமாக நன்மை செய்தது. காப்புவரி அமைப்பை தனக்கு அனுகூலமாக்கிக்கொள்வதற்காக பெரிய பெரிய அன்னிய ஏகபோகத் தொழில்கள் இந்தியாவில் தங்களுடைய கிளைகளை அமைத்து, இந்திய தொழில் வளர்ச்சிக்கு தடையாக நின்றதை நாம் பின்னால் ஆராய்ச்சி செய்வோம்.

இவ்வாறாக, இந்திய தொழிலுக்கு உதவும் முறையென்று பிரகடனப்படுத்தப்பட்டு 1920-30 வருஷங்களில் ஏற்பட்ட காப்புவரி அமைப்பு பிந்திய காலத்தில், பிரிட்டிஷ் தொழிலுக்கு உதவும் பேரரசர் சலுகை அமைப்பாக மாறியது. (அதே சமயத்தில் இந்தியா மூலப்பொருள்களையும், அரைகுறையாக தயாரான சரக்குகளையும் ஏற்றுமதி செய்வதற்கு சாதகமான நிலைமையை ஏற்படுத்தியது-அதாவது 1914க்கு முன்னாலிருந்த அடிப்படைக்கு பின்னோக்கி செல்ல முயற்சி செய்யப்பட்டது) இது காப்புவரி அமைப்பின் முக்கியத்துவத்தையே மாற்றிவிட்டதென்பது வெளிப்படை. 1914-ம் வருஷ யுத்தத்துக்குப் முன்னால் பிற்போக்கான **கர்ஸான்** சர்க்கார்கூட இந்தியாவில் பேரரசுச்

சலுகை அனுஷ்டிக்கப்பட்டால், அதனால் இந்தியாவுக்கு நஷ்டமேற்படுமென்று எதிர்த்தது. அயல்நாட்டுத் தொழில்களின் போட்டியிடமிருந்து மாத்திரம் இந்திய தொழில்கள் பாதுகாப்பு விரும்பவில்லை; இந்திய மார்க்கட்டில் நிகரில்லாத ஆதிக்கம் வகிக்கும் பிரிட்டிஷ் தொழிலிடமிருந்தும், இந்தியத் தொழில் முதலாளிகள் பாதுகாப்பு கோரினார்கள். அதற்கு மாறாக, பிரிட்டிஷ் அல்லாத வேற்று நாடுகள் இந்திய மார்க்கட்டில் படையெடுப்பதை தடுப்பதே காப்புவரிகளின் முதன்மையான பணியாக இருக்க வேண்டுமென்று பிரிட்டிஷ் முதலாளித்துவம் விரும்பியது. ஆகவே, இந்திய முதலாளித்துவத்தின் நலன்களும் பிரிட்டிஷ் முதலாளித்துவத்தின் நலன்களும் மோதிக் கொண்டன. ஒட்டவா ஒப்பந்தங்களை தன்னகத்தே கொண்டுள்ளதும் அவற்றையும்விட விஸ்தாரமான பேரரசுச் சலுகைகளை அளிப்பதுமான **வர்த்தக ஒப்பந்தம்** (1935 ஜனவரி) இந்திய சட்டசபையில் வந்தபோது, அதை ஆதரித்த 58 வோட்டுகளுக்கு எதிராக 68 வோட்டுகள் விழுந்ததில், இந்த மோதுதல் பிரதிபலித்தது. இந்த வோட்டை நிராகரித்துவிட்டு, ஒப்பந்தத்தை அமுலுக்கு கொண்டுவந்தது பிரிட்டிஷ் சர்க்கார். முரண்பாடு பகிரங்கமாகிவிட்டது. 1916-18 வருஷத்திய **'பரோபகார'** சூழ்நிலை மறைந்து காலமாகி விட்டது.

இன்னும் விஸ்தாரமான பொருளாதார உலகத்தில், இதே நிகழ்ச்சியைப் பார்க்கலாம். 1914-18 யுத்தம் முடிந்தவுடன் ஏற்பட்ட கொஞ்ச கால சுபிட்சம் இதர நாடுகளைவிட இந்தியாவில் அதிகமாயிருந்தது. பருத்தி, சணல் மில்களில் ஏராளமாக லாபம் கொழிக்கப்பட்டது. 1920-ல் முக்கியமான பம்பாய் மில்களில் வினியோகிக்கப்பட்ட, சராசரி டிவிடெண்ட் 120 சதவீதம்; சில இடங்களில் 200, 250, 365 சதவீதம்கூட டிவிடெண்ட் தரப்பட்டது. (ஆர்னோ பியர்ஸ்: "இந்தியாவின் பருத்தித்தொழில்") முக்கியமான சணல் மில்களில் வினியோகிக்கப்பட்ட சராசரி டிவிடெண்ட் 140 சதவீதம் போனஸையும் சேர்த்து, 400 சதவீதம் வரைக்கூட அளிக்கப்பட்டது. 41 சணல் மில்களின் நான்கு வருஷ ரிப்போர்டுகளை (1918-1921) பார்த்தால்-இவையனைத்தும்

பிரிட்டிஷ் ஆதிக்கத்திலுள்ளவை - 61 லட்சம் பவுன்கள் முதலுடைய இந்த மில்கள் 4 வருஷங்களிலுமாக 229 லட்சம் பவுன்கள் லாபம் சம்பாதித்தன; இதைத்தவிர, 190 லட்சம் கையிருப்பு நிதியில் வேறு போடப்பட்டது; அதாவது 61 லட்சம் பவுன்கள் முதலுக்கு நான்கு வருஷங்களில் கிடைத்த மொத்த வருமானம், 419 லட்சம் பவுன்கள்.

இந்த பூதாகரமான லாபத்தில் பங்குகொள்ளலாமென்ற நம்பிக்கையில் யுத்தம் முடிந்தவுடன், பிரிட்டிஷ் மூலதனம் இந்தியாவில் புகுந்தது. முன்னால், 1908-10 வருஷங்களில் இந்தியாவுக்கும் இலங்கைக்கும் 140 முதல் 150 லட்சம் பவுன்கள்வரை, பிரிட்டிஷ் மூலதனம் ஏற்றுமதியாயிற்றென்றும், அது மொத்த பிரிட்டிஷ் மூலதன ஏற்றுமதியில் 9 சதவீதமென்றும் **ஸர் ஜார்ஜ் பெயிஷ்** மதிப்பிட்டார். 1921ல் இந்த எண்ணிக்கை 290 லட்சம் பவுன்களாயிற்று-மொத்த பிரிட்டிஷ் மூலதன ஏற்றுமதியில் நாலிலொரு பகுதி; 1922ல் 360 லட்சம் பவுன்கள் மீண்டும் மொத்த பிரிட்டிஷ் மூலதனம் ஏற்றுமதியில் நாலிலொரு பகுதி; 1923-ல் 250 லட்சம் பவுன்கள்- அதாவது பிரிட்டிஷ் மூலதன ஏற்றுமதியில் ஐந்திலொரு பங்காயிற்று. 1920-21, 1921-22 ஆகிய இரு வருஷங்களில், இந்தியாவில் பிரிட்டிஷ் இறக்குமதி (பிரிட்டனுக்கு ஏற்றுமதியானதைவிட) அதிகமாக இருந்தது. (ரயில்வேக்கள் போடப்பட்ட 1856-62க்கு பிறகு இந்த இரு வருஷங்களில்தான் இறக்குமதி உபரியாயிருந்தது). ஆனால் ரூபாயின் நாணயமாற்று மதிப்பை 2 ஷில்லிங்காக்க சர்க்கார் செய்த முயற்சியின் விபரீத விளைவுகளை இது ஓரளவு பிரதிபலித்தது. ரூபாயின் நாணயமாற்ற மதிப்பை 2 ஷில்லிங்காக் கியதால், இந்தியாவில் இறக்குமதி செய்பவர்களின் லாபம் அதிகரித்தது; இந்தியாவிலிருந்து ஏற்றுமதிக்கு பொருட்களை விற்பவர்கள் நாசமடைந்தார்கள். பிரிட்டிஷ் முதலாளிகளுக்கு சாதகமான இந்த அமைப்பை (சட்டரீதியான கொள்ளையை-மொ-ர்) காப்பாற்றும் வீண் முயற்சியில் இந்திய சர்க்கார் 5½ கோடி பவுன்கள் செலவழித்தது.

ஆனால் 1920-21க்கு பிறகு வந்த விபத்து 2 ஷில்லிங் ரூபாயை திடீரென்று 1 ஷில்லிங் 4 பென்ஸ் ரூபாயாக மாற்றிய சர்க்காரின் கொள்கையால் தீவிரப்பட்டது.

இந்தியாவில் இறக்குமதி செய்பவர்களை நாசம் செய்தது. அவர்களுக்கு வரவேண்டிய நிலுவை 3 கோடி பவுன்கள் கிடைக்கவில்லை. யுத்த பிற்கால சுபிட்சகாலத்தில் ஸ்தாபிதமான பல இந்திய கம்பெனிகள் 'திவாலாயின'. யுத்த பிற்கால சுபிட்ச காலத்தில் கிடைத்த அசாதாரணமான லாபம் இனி கிடைக்காதென்று தெரிந்தவுடன் பிரிட்டிஷ் மூலதனம் இந்தியாவிற்கு ஓடி வருவதும் நின்றது. 1924-ல் இந்தியாவுக்கு ஏற்றுமதியான மூலதனம் 26 லட்சம் பவுன்களே. வெளிநாடுகளுக்கு பிரிட்டனிலிருந்து ஏற்றுமதியான மூலதனத்தில் ஐம்பதிலொரு பகுதியே 1925-ல் 34 லட்சம் பவுன்களும் 1926-ல் 20 லட்சம் பவுன்களும் இறக்குமதியாயிற்று. 1927-ல் பிரிட்டன் இந்தியாவுக்கு ஏற்றுமதி செய்த மூலதனம் 10 லட்சம் பவுன்களுக்கும் குறைவே-அதாவது வெளிநாடுகளுக்கு பிரிட்டன் ஏற்றுமதி செய்த மூலதனத்தில் 200-ல் ஒரு பங்குக்கும் குறைவு.

யுத்த முற்காலத்திலும் யுத்த பிற்காலத்திலும் இந்தியாவுக்கும் இலங்கைக்கும் பிரிட்டன் ஏற்றுமதி செய்த மூலதனத்தைப் பற்றிய புள்ளி விவரங்கள் நல்ல படிப்பினைகளை போதிக்கக் கூடியவை:-

இந்தியாவுக்கும் இலங்கைக்கும் பிரிட்டிஷ் மூலதன ஏற்றுமதிகள்

வருடாந்திர சராசரி	இந்தியாவுக்கும் இலங்கைக்கும் (லக்ஷம்-பவுன்கள்)	வெளிநாடுகளுக்கு பிரிட்டன் ஏற்றுமதி செய்த மொத்த மூலதனம் (லக்ஷம்-பவுன்கள்)	மொத்த ஏற்றுமதியில் இந்தியா-இலங்கை ஏற்றுமதியின் சதவீதம்
1908-10	147	1723	8.5
1921-23	302	1290	23.7
1925-27	21	1209	1.7
1932-34	42	1351	3.1
1934-36	10	302	3.3

யுத்த பிற்கால சுபிட்சம் தழைத்த குறுகிய காலத்துக்குப்பின், இந்தியாவுக்கு ஏற்றுமதி செய்யப்பட்ட மூலதனத்தின் வீதாச்சாரம் யுத்த முற்காலத்தியதைவிட குறைந்துவிட்டது.

இந்தியாவில் ரிஜிஸ்டராகியுள்ள கம்பெனிகளின் மொத்த மூலதனத்தின் வளர்ச்சியும் நமது பரிசீலனைக் குதவக்கூடியது; அதிகாரபூர்வமான கணக்குப்படி ,

பிரிட்டிஷ் இந்தியாவில் ரிஜிஸ்தராகியுள்ள கம்பெனிகளில் செலுத்தப்பட்ட முதல்

1914-15	*1924-25*	*1934-35*	*1939-40*
74 கோடி 40 லட்சம் ரூ.	239 கோடி 80 லட்சம் ரூ.	266 கோடி 60 லட்சம் ரூ.	288 கோடி 50 லட்சம் ரூ.

1914 முதல் 1924 வரை பத்து வருடங்களில் 222 சதவீதம் அதிகரித்திருக்கிறது; வருட சராசரி 22 சதவீதம். ஆனால் 1924க்கும் 1934க்குமிடையே 11 சதவீதமே அதிகரித்திருக்கிறது; அதாவது வருட சராசரி 1 சதவீதமே 1934க்கும் 39க்குமிடையேயுள்ள 5 வருடங்களின் வருடாந்திர சராசரி கிட்டத்தட்ட 1½ சதவீதமாகிறது. விலைவாசிகளின் மட்டத்திலேற்பட்ட மாறுதல்களால் புள்ளி விவரங்கள் பாதிக்கப்படுவதால், அதற்கு விட்டுக்கொடுத்தாலும், மாறுபாடு மகத்தானதாயிருக்கிறது; யுத்த பிற்கால சுபிட்சம் தழைத்த குறுகிய காலத்துக்குப்பின் வீழ்ச்சி ஏற்பட்டிருப்பது நிச்சயம்.

1914-ல் ரிஜிஸ்தரான கம்பெனிகளின் மொத்த மூலதனத்தை 100 ஆக வைத்துக்கொண்டு, 1927 வரை வருடா வருடம் ரிஜிஸ்தரான கம்பெனிகளின் முதலுக்கு புள்ளிகள் தயாரித்து, 1927-ல் **ஸ்டாடிஸ்ட்** என்ற லண்டன் பத்திரிகை பிரசுரித்தது:-

பிரிட்டிஷ் இந்தியாவில் புதிதாக போடப்பட்ட முதல்

(ஒவ்வொரு வருடமும் ரிஜிஸ்தரான கம்பெனிகளுடைய முதலின் புள்ளி)

1914	*1921*	*1922*	*1923*	*1924*	*1925*	*1926*	*1927*
100	*221*	*121*	*51*	*40*	*31*	*45*	*29*

1914-ம் வருட மட்டத்துக்கும் குறைந்துவிட்டதைக் குறித்து அது கூறியதாவது:-

"தேசத்தின் பொருளாதார வளர்ச்சியில் ஒரு திட்டமான வீழ்ச்சி ஏற்பட்டிருப்பதை புள்ளி விவரங்கள் பிரதிபலிக்கின்றன என்பதில் சந்தேகம் இருக்க முடியாது. இந்த வீழ்ச்சிக்கு, இந்திய சர்க்கார் அனுஷ்டித்து வரும் நிதிக்கொள்கையும் நாணயமாற்றுக் கொள்கையும் ஓரளவாவது பொறுப்பாளியாகும்". (ஸ்டாடிஸ்ட்; 1927 ஆகஸ்ட் 6).

ஆக, உலக நெருக்கடிக்கு முன்னாலேயே, இந்தியத் தொழில் வளர்ச்சி திட்டமாக விழுந்துவிட்டதென்பது வெளிப்படை. 1923-28 வருடங்களில், இந்தியக் கம்பெனிகள் கஷ்டப்பட்டன. பருத்தித் தொழிலைத் தவிர, இதர தொழில்களில் இந்திய முதலாளித்துவ வளர்ச்சிக்கு தலைவனாக விளங்கிய **டாடா இரும்பு-எஃகுக் கம்பெனியின்** 100 ரூபாய் பங்குகளின் விலை 10 ரூபாயாக 1926-ல் விழுந்தது. டாடா லண்டன் மார்க்கட்டுக்கு ஓடி 20 லட்சம் பவுன்களுக்கு **டெபன்சர்கள்*** விற்கவேண்டியிருந்தது. யுத்த பிற்கால வருடங்களில், தன் பிடிப்பை தளர்த்திய பிரிட்டிஷ் ரொக்க முதலாளித்துவம் இந்த வருடங்களில் இந்திய தொழிலின் மீதுள்ள தன் பிடிப்பை பலப்படுத்தியது.

இதற்குப் பின், 1927-ல் இந்திய தொழில்மீது மீண்டும் ஒரு 'அடி' கொடுக்கப்பட்டது. யுத்த முற்காலத்தில், ரூபாயின் நாணயமாற்று மதிப்பாயிருந்த 16 பென்ஸை 18 பென்ஸாக்க வேண்டுமென்று 1926-ல் **இந்திய நாணய நிதி நிலைமையை** பரிசீலனை செய்த **ஹில்டன்யங் கமிஷன்**

---

* **டெபன்சர்கள்:** கஷ்ட காலத்தில்தான், கம்பெனிகள் சகஜமாக டெபன்சர்கள் வெளியிடுகின்றன. டெபன்சர்கள் கம்பெனியின் பங்குகளே. இதர பங்குகளுக்கும் இந்த டெபன்சர்களுக்கும் வித்தியாசம் என்னவென்றால் டெபன்சர்களுக்கு உத்திரவாதமான டிவிடெண்டு உண்டு. கம்பெனி நஷ்டமடைந்தாலும், டெபன்சர்களுக்கு டிவிடண்ட் உண்டு. ஆனால் டெபன்சர் என்பது பிராமிஸரி நோட்டல்ல (கடன் பத்திரங்கள்) கம்பெனி மூலதனத்தில் இந்த பணமும் சேர்ந்துவிடுகிறது.

ரிப்போர்ட் செய்ததால் விளைந்த விபத்து அது. இந்திய முதலாளித்துவ அபிப்பிராயத்தின் ஒருமுகமான கண்டனத்துக்கெதிரே, இந்தப் பணச் சுருக்கக் கொள்கை அமுலுக்கு கொண்டுவரப்பட்டது. "இது இந்திய உற்பத்தி யாளனை அவனால் தாங்கமுடியாத அளவுக்குப் பாதிக்கும். விவசாயத்தையே ஜீவனோபாயமாகக்கொண்டிருக்கும் தேச ஜனத்தொகையில் ஐந்தில் நாலுபகுதியை இது தாக்கும், மிகவும் கடினமாகத் தாக்கும்" என்று அந்த நாணய கமிஷன் ரிப்போர்ட்டுக்கு எழுதிய ஆட்சேபனைக் குறிப்பில் இந்திய முதலாளித்துவத்தின் தலைவரான **ஸர். புருஷோத்தமதாஸ் தாகூர்தாஸ்** கூறினார். அதே சமயத்தில் நிதி விவகாரங்கள் எந்த விதமான இந்திய செல்வாக்கினாலும் பாதிக்கப்படுவதை பூர்ணமாக தடுப்பதற்கான நடவடிக்கைகள் எடுக்கப்பட்டன. 1921-ல் ஸ்தாபிக்கப்பட்ட இம்பீரியல் பாங்குடன், புதிய **இந்திய ரிஸர்வ் பாங்கு** ஸ்தாபிக்க முடிவு செய்யப்பட்டது. இந்த யோசனையை ஹில்டன் கமிஷன் சிபாரிசு செய்தது. இந்திய எதிர்ப்பை எதிர்த்து நீண்ட காலம் போராடிய பின், இந்த ரிஸர்வ் பாங்கு 1934-ல் ஸ்தாபிக்கப்பட்டது.

முன்னமேயே நிலைமை இவ்வளவு கடினமான பிறகு உலக பொருளாதார நெருக்கடி இந்தியா மீது இடிபோல் வந்து மோதியது. இந்தியாவின் உற்பத்தி பிரதானமாக விலைபொருளாயிருப்பதால் (பருத்தி, சணல், தானியம் முதலிய விளைபொருள்களே இந்தியாவின் பிரதான உற்பத்தி செய்பொருட்கள் குறைவாயிருப்பதன் காரணம் இந்தியாவில் தொழில் வளர்ச்சி ஏற்படாததாகும்-மொ-ர்) வேறெந்த முக்கியமான தேசத்தையும் விட இந்தியா இந்த நெருக்கடியால் அதிகமாகப் பாதிக்கப்பட்டது. இந்திய மக்களில் 80 சதவீதம் நம்பியிருந்த இந்தியாவின் விலைபொருட்களுடைய மதிப்பு ஒன்றுக்கு பாதியாக விழுந்தது. (லேசான தொழில்களின் உற்பத்தியின் மதிப்பும் இதே அளவு விழுந்தது) 1928-29 முதல் 1932-33 முடிய, இந்திய சரக்கு ஏற்றுமதியின் மதிப்பு 339 கோடி ரூபாய்களிலிருந்து 135 கோடி ரூபாய்களுக்கு விழுந்தது. எனினும் செலுத்தப்பட

வேண்டிய கப்பத்தின் கனமோ, கடன் வட்டியோ, ஹோம் சார்ஜுகளோ குறையவில்லை. விலைவாசிகளின் வீழ்ச்சியால், அவைகளின் பளு இரு மடங்காகியது. தயவுதாட்சண்ய மில்லாமல் அவை இந்தியாவிலிருந்து பறிக்கப்பட்டன. ஐரோப்பா கொடுக்கவேண்டிய கடன்களையும் வட்டியையும் நிறுத்தி வைத்த **ஹுவர்மாரடோரியம்** இந்தியாவுக்கு கிடையாது. (ஒரு குறிப்பிட்ட காலத்துக்கு கடன் கொடுக்க வேண்டாம். அதனுடைய வட்டியும் கொடுக்கவேண்டாம் என்று சொல்வதே ஹுவர்மாரடோரியம் அமெரிக்க ஜனாதிபதி ஹுவர் அமெரிக்காவுக்கு ஐரோப்பிய நாடுகள் தர வேண்டிய கடனை, நெருக்கடியை முன்னிட்டு, நிறுத்தி வைத்தார்-மொ-ர்) ஜெர்மனியின் கடன்களை தேக்கிவைக்கும் திட்டம் வந்ததைப் போலவோ, அமெரிக்க கடனை கொடுக்கமாட்டோமென்று பிரிட்டன் கூறியதைப் போலவோ, இந்தியாவில் ஒருவிதமான நடவடிக்கையும் கிடையாது. திரவியத்தை ஏற்றுமதி செய்து கப்பம் செலுத்தப்பட்டது. 1931லிருந்து 1935க்குள்ளாக, இந்தியாவிலிருந்து 3 கோடியே 20 லட்சம் அவுன்ஸ்களுக்கு குறைவில்லாத தங்கம் - 20 கோடி 30 லட்சம் **பவுன்கள்** மதிப்புடைய தங்கம்-இந்தியாவிலிருந்து ஏற்றுமதி செய்யப்பட்டதென்று பிரிட்டிஷ் முதலாளி பத்திரிகை **எகனாமிஸ்ட்** கூறியது. அதாவது, நெருக்கடிக்கு முன்னால், பிரிட்டனிடமிருந்த மொத்த கையிருப்புத் தங்கத்தைவிட அதிகமாக 1931-35-ல் இந்தியாவிலிருந்து வாரிக்கொண்டு போகப்பட்டது. பணம் சேமித்து வைத்துக்கொள்ள பாங்கிகளிலோ, வேறு சாதனங்களிலோ, பழக்கப்படாத தேசத்தில் ஏழை மக்களும் விவசாயிகளும் பரம்பரைப் பழக்கத்தையொட்டி தங்களிடம் சேமித்து வைத்திருந்த தங்கம் இது. 1931-37-ல் இந்த முறையில் தங்கம் கப்பலேறியதன் மூலம், ஏழ்மைப்பட்டிருந்த இந்திய விவசாயிகளிடமும் கொஞ்ச நஞ்சமிருந்த தங்க சேமிப்பும், சாஸ்திரீய ரீதியில் பிரிட்டிஷ் ரொக்க முதலாளித்துவத்தால் பறிக்கப்பட்டது. இதன் மூலம் பிரிட்டிஷ் தங்க ரிஸர்வ் (கையிருப்பிலுள்ள தங்கம்) பெருகியது. 1932 முடிவில் 302 கோடியே 10 லட்சம் **ஸ்விஸ் பிரான்குகள்** (ஸ்விட்ஸர்லாந்து

தேசத்தின் நாணயம் ஸ்விஸ் பிரான்க்) பெறுமானதாயிருந்த தங்க ரிஸர்வ் 1936 முடிவில் 791 கோடியே 10 லட்சம் சுவிஸ்பிரான்குகள் பெறுமானம் உடையதாகப் பெருகியது. அதாவது 162 சதவீதம் அதிகரித்ததென்று **"சர்வதேச பட்டுவாடா பாங்க்"** (Bank of International Settlements) ரிப்போர்ட் கூறியது. இவ்வாறாக, யந்திரத்தொழில்புரட்சி நாட்களில் நிகழ்ந்ததைப் போல, மீண்டும் புதிய உருவத்தில், இந்தியாவில் அடிக்கப்பட்ட கொள்ளையின் மூலமே பிரிட்டிஷ் முதலாளித்துவம் நெருக்கடியிலிருந்து மீளமுடிந்தது.

இந்திய "தொழில் வளர்ச்சி"யைப் பற்றி, 1936 முடிவில், **எகனாமிஸ்ட்** பத்திரிகையில் **விஷேச இந்திய மலர்** குறிப்பிட்டதாவது:-

"தொழிலை நம்பியுள்ள ஜனத்தொகையின் வீதாச்சாரம் குறையப் பார்க்கிறது. சில தொழில்களில்-குறிப்பாக சணல், ஜவுளித் தொழில்களில்-வேலை செய்யும் தொழிலாளர்களின் மொத்த எண்ணிக்கை சில வருஷங்களாக குறைந்துகொண்டு வருகிறது".

"இந்தியா தன் தொழில்களை நவீன அடிப்படையில் அமைக்கத் துவங்கிவிட்டபோதிலும், இந்தியா "தொழில் வளர்ச்சி" அடைந்துவருவதாகச் சொல்லமுடியாது".

(**எகனாமிஸ்ட்**-12-12-1936)

5. இருபது வருஷங்களில் லாப நஷ்டக் கணக்கு

இரண்டு உலக யுத்தங்களுக்கிடையேயிருந்த இருபது வருஷங்களில், இந்தியன் இண்டஸ்டிரியல் கமிஷன் ஏற்பட்டதைத் தொடர்ந்துவந்த இருபது வருஷங்களில், இந்திய பொருளாதார வளர்ச்சி எவ்வளவு தூரம் ஏற்பட்டிருக்கிறதென்று பார்ப்போம்; தொழில் வளர்ச்சியைப் பற்றி தேனொழுகப் பேசி வாய்நிறைய வாக்குறுதி அளித்தார்களே, அந்த வாக்குறுதிகளுடன் ஒப்பிட்டுப் பார்ப்போம்.

இந்த இருபது வருஷங்களில், ஆசியாவிலும், ஐரோப்பாவிலுமுள்ள இதர தேசங்கள் அனைத்தையும் பின்னுக்குத் தள்ளி முன்னேறிய சோவியத் யூனியனின் சோஷியலிஸ்ட் தொழில் வளர்ச்சி ஏற்பட்ட இந்த இருபது வருஷங்களில் இந்தியாவில் ஓரளவு தொழில்வளர்ச்சி ஏற்பட்டதென்பதில் சந்தேகமில்லை; பிரிட்டிஷ் அதிகாரத்தின் எதிர்ப்பை சமாளித்துக்கொண்டு, 1914க்கு முன்னரே ஏற்பட்ட வளர்ச்சிப் போக்கு இந்த இருபது வருஷங்களிலும் நீடித்தது. இந்தியாவின் உள்நாட்டு மார்க்கட்டுடைய தேவைகளைப் பூர்த்தி செய்யக்கூடிய அளவுக்கு சில தொழில்கள் வளர்ச்சி அடைந்தன. 1914-ல் இந்தியாவில் உபயோகிக்கப்பட்ட பஞ்சாடைகளில் நாலிலொரு பகுதியையே உற்பத்தி செய்த இந்திய ஜவுளி மில்கள் 1934-35-ல் உள்நாட்டு தேவையின் முக்கால் பாகத்தை உற்பத்தி செய்தன. யுத்தத்துக்கு முன்னால், இந்திய எஃகுத் தொழில் ஜனனமாகிக்கொண்டிருந்தது; ஆனால் 1932-33-ல் இந்திய மார்க்கட்டில் தேவைப்படும் எஃகில் முக்கால் பங்கை இந்திய எஃகுத் தொழில் சப்ளை செய்ததாக 1934-ம் வருஷத்தில் வெளியிடப்பட்ட காப்புவரி போர்ட் கூறுகிறது. ஆனால், குறைவான தொழில் வளர்ச்சியால் இந்திய மார்க்கட்டில் எஃகுத் தேவை மிகவும் கொஞ்சமாக இருப்பதையே இது எடுத்துக்காட்டுகிறது. (யந்திரத்தொழில் வளர வளர எஃகு தேவை அதிகமாகுமல்லவா?) 1935-36-ல் இந்தியாவின் எஃகு உற்பத்தி 879 ஆயிரம் டன்கள். இந்தியாவின் ஜனத்தொகையில் பத்தில் ஒரு பகுதியினர் வசிக்கும் **போலந்து** தேசத்தில்கூட அதே வருஷத்தில், இதைவிட அதிகமாக எஃகு உற்பத்தியாயிற்று. 1936ல் ஜப்பான் உற்பத்தி செய்ததில் இது ஆறில் ஒரு பகுதிதான்; சோவியத் யூனியனுடைய எஃகு உற்பத்தியில் பத்தொன்பதில் ஒரு பங்குதான்.

1914க்கு முன்னாலேயே அஸ்திவாரம் போட்டுக் கொண்டுவிட்ட ஜவுளித்தொழிலின் வளர்ச்சியல்ல. தொழில் வளர்ச்சி அளவுக்கு பிரதானமானது-கனத்தொழில், இரும்பு, எஃகுத் தொழில், யந்திர உற்பத்தித் தொழில் ஆகியவற்றைக் கொண்டே தொழில் வளர்ச்சியை பிரதானமாக அளந்து பார்க்கவேண்டும். இவற்றில்தான், யுத்தத்துக்கு முன்னால் இந்தியா பலவீனமாக இருந்தது. மெஷின்களுக்கு இந்தியா

அயல்தேசங்களையே முழுக்க முழுக்க நம்பியிருக்க வேண்டியிருந்தது.

"விசையால் ஓட்டப்படும் பாக்டரிகளில் ஜனங்கள் குவிக்கப்பட்டபோதிலும், என்ஜினியரிங் தொழிலும், ஜவுளித்தொழிலும் குடிசைத் தொழிலின் தன்மையையே பெற்றிருக்கின்றன. ஒரு ஜவுளி மில்லில், தறியோடு தறி இணைக்கிறார்கள் அல்லது கதிரோடு கதிர் சேர்க்கிறார்கள். ரிப்பேர் ஷாப்புகளிலோ, எஞ்ஜினியரிங் வேலை தனி நபர் வேலையாகவே இருக்கிறது. . . . கனிப்பொருள்களிலிருந்து உலோகமெடுக்கும் தொழில்களின் வளர்ச்சியே உண்மையான யந்திரத்தொழில் புரட்சியாகும். இங்கிலாந்து, ஜெர்மனி, அமெரிக்க முதலிய நாடுகள் எல்லாம் ஜவுளி மில்களை ஆரம்பிப்பதற்கு முன்னால், இரும்பு, எஃகு தொழில்களை நவீன முறையில் அமைத்தன."

(நௌல்ஸ்; "கடல் கடந்த சாம்ராஜ்யத்தின் பொருளாதார வளர்ச்சி")

உண்மையான தொழில் வளர்ச்சிக்கு அவசியமான முறை இதுவே என்பதை சோவியத் யூனியன் மகத்தான சோஷியலிஸ்ட் தொழில்புரட்சி நன்றாக எடுத்துக்காட்டியது. முதல் ஐந்து வருடத் திட்டத்தில், கனரக தொழில் வளர்ச்சிக்கு விசேஷ கவனம் செலுத்தி அதன்பின் இரண்டாவது ஐந்து வருடத் திட்டத்தில் லேசான தொழில்களில் இந்த வளர்ச்சியை ஏற்படுத்தினார்கள். **அடிமைப்பட்டிருக்கும் காலனி தேசத்தின் தலைகீழ் பொருளாதார வளர்ச்சிக்கு இந்தியா ஒரு உதாரணமாக இருக்கிறது.**

இந்தக் காலத்தில், தொழிலிலும் விவசாயத்திலும் ஈடுபட்டிருக்கும் ஜனத்தொகை வீதாச்சாரங்களை, 1914க்கு முந்திய புள்ளி விவரங்களுடன் ஒப்பிட்டுப் பார்த்தால், தொழில் வளர்ச்சி எவ்வளவு குறைவாக இருக்கிறதென்பது இன்னும் தெளிவாகத் தெரியவரும். 1911க்கும் 1931க்குமிடையே விவசாயத்தில் ஈடுபட்டுள்ள ஜனத்தொகை அதிகரித்ததென்றும், அதே காலகட்டத்தில், தொழிலில் ஈடுபட்டிருந்த ஜனத்தொகை குறைந்ததென்றும் **ஸென்ஸஸ் கணக்குகள்** கூறுகின்றன. மொத்த ஜனத்தொகையில் 11.2 சதவீதம், 1911-ல் தொழிலில்

இந்தியாவில் நவீன ஏகாதிபத்தியம் 239

ஈடுபட்டிருந்தது. இந்த வீதாச்சாரம் 1921-ல் 10.49 சதவீதமாகவும், 1931-ல் 10.38 சதவீதமாகவும் குறைந்தது.

தொழில்களில் ஈடுபட்டுள்ளவர்களின் எண்ணிக்கையைப் பற்றிய அதிகாரப் பூர்வமான கணக்குகள் "தொழில் வளர்ச்சி"யை புட்டுப்புட்டு காட்டுகின்றன. தொழிலாளர்களின் மொத்த எண்ணிக்கை குறைந்திருப்பதையும், மொத்த **உழைப்பாளிகளிலே** (அதாவது தொழிலாளர்களும் வேறு உற்பத்தி வேலைகளில்-விவசாயம் முதலியவற்றில் ஈடுபட்டிருப்பவர்களும் சேர்ந்த மொத்த எண்ணிக்கை) **தொழிலாளர்களுக்குள்ள வீதாச்சாரம் குறைந்திருப்பதையும் அவை எடுத்துக்காட்டுகின்றன.**

தொழிலில் ஈடுபட்டிருக்கும் தொழிலாளர்களின் வீதாச்சாரம் (1911-31)

	1911	*1921*	*1931*	*1911க்கும் 1931க்குமிடையே ஏற்பட்டுள்ள மாறுதலின் வீதாச்சாரம்*
ஜனத்தொகை	*31½ கோடி*	*31 கோடி 90 லட்சம்*	*35 கோடி 30 லட்சம்*	*12.1 சதவீதம் அதிகம்*
உழைப்பாளிகள்	*14 கோடி 90 லட்சம்*	*14 கோடி 60 லட்சம்*	*15 கோடி 40 லட்சம்*	*4 சதவீதம் அதிகம்*
தொழில்களில் ஈடுபட்டிருப்பவர்கள்	*1 கோடி 75 லட்சம்*	*1 கோடி 57 லட்சம்*	*1 கோடி 53 லட்சம்*	*12.6 சதவீதம் குறைவு*
உழைப்பாளிகளில் தொழிலாளரின் சதவீதம்	*11.7*	*11.0*	*10.0*	*9.1 சதவீதம் குறைவு*
மொத்த ஜனத்தொகையில் தொழிலாளரின் சதவீதம்	*5.5*	*4.9*	*4.3*	*21.8 சதவீதம் குறைவு*

ஆக, இருபது வருஷங்களில் (1911க்கும் 1931க்கு மிடையே) தொழிலாளர்களின் மொத்த எண்ணிக்கையில் 23 லட்சம் குறைந்துவிட்டது. நாட்டின் ஜனத்தொகை 12.1 சதவிதம் அதிகரித்திருக்கிறது; ஆனால் தொழிலாளரின் எண்ணிக்கை 12½ சதவீதத்திற்கு மேல் குறைந்துவிட்டது. மொத்த ஜனத்தொகையில் தொழிலாளரின் சதவீதம், 5ல் ஒரு பகுதிக்கு மேல் குறைந்துவிட்டது.

1911லிருந்து பிரதான தொழில்களின் தொழிலாளர் எண்ணிக்கையைப் பார்த்தால், இதே வீழ்ச்சியின் சித்திரத்தைக் காணலாம்.

பிரதான தொழில்களில் தொழிலாளரின் எண்ணிக்கை குறைதல்

	1911	1921	1931
ஜவுளித் தொழில்	4,449,449	4,030,674	4,102,136
ஆடை சிங்காரத் தொழில்கள்	3,747,755	3,403,842	3,380,824
மர வேலைகள்	1,730,920	1,581,006	1,631,723
உணவுத்தொழில்கள்	2,134,045	1,653,464	1,476,995
மண்பாண்டத் தொழில்கள்	1,159,168	1,085,335	1,024,830

இவ்வாறாக இரண்டாவது உலக யுத்தத்திற்கு முன்னால் இந்தியா தொழில் வளர்ச்சியடைந்திருக்கவில்லை. உண்மையில் தொழில் குன்றிபோயிருந்தது. அதாவது பழைய கைத்தொழிலின் வீழ்ச்சி வேகத்தை நவீன மிஷின் தொழிலின் வேகம் ஈடுகட்டவில்லை. 19-ம் நூற்றாண்டில் பிரத்தியேகத் தன்மையாக விளங்கிய கைத்தொழில் நாசம் 20-ம் நூற்றாண்டில் நிற்கவில்லை. 1918க்குப் பிறகு கூட கைத்தொழில்கள் நசித்துக்கொண்டிருந்தன.

இதன் முடிவு தவிர்க்க முடியாதது. ஏகாதிபத்திய ஆட்சியில் இந்தியா தொழில் வளர்ச்சி அடைந்திருப்பதாக

வரையப்படும் சித்திரம் மாயாவாதப் பித்தலாட்டமாகும். ஏகாதிபத்திய ஆட்சியின் சமீப காலத்தில் கூட விவசாயத்தின் மீதுள்ள ஜனநெருக்கம் அதிகரித்துள்ளது.

"உள்ள சில தொழில் கேந்திரங்கள் பெரியவையாக இருந்தபோதிலும், பேக்டரி தோன்றுவதற்குமுன் கைத்தொழிலால் ஆதரிக்கப்பட்ட ஜனத்தொகையைவிட குறைந்த பேர்களையே பேக்டரிகள் நேரடியாக ஆதரிக்கின்றன. இந்த தேசம் இன்னும்கூட வருடா வருடம் ஏற்றுமதி செய்வதைவிட அதிகமான தொழில் உற்பத்திச் சரக்குகளை இறக்குமதி செய்கிறது. இந்த வீதாசாரங்கள் மெதுவாக மாறிக்கொண்டிருந்த போதிலும் இன்றும் மூலப்பொருள்களின் ஏற்றுமதியும் தொழில் உற்பத்திப் பொருள்களின் இறக்குமதியும், இந்தியப் பொருளாதார வாழ்க்கையில் பிரதானமானதாக இருக்கின்றன. பேக்டரிகள் இருந்தும், வாழ்க்கைத் தரம் மிகக் குறைவாக இருந்தும் நூறு வருடங்களுக்கு முன்னால் இருந்ததைவிட குறைவாகவே தொழில் உற்பத்திப் பண்டங்களில் தன் சுய தேவைகள் இந்தியாவால் பூர்த்தி செய்துகொள்ள முடிகிறது."

(டி.எச். புக்காணன், இந்தியாவின் முதலாளித்துவத்தின் வளர்ச்சி -1934)

பேக்டரிச் சட்டத்திற்குட்பட்ட பேக்டரிகளில் 1931ல் வேலை செய்த மொத்த தொழிலாளர்கள் 15 லட்சம். அதாவது மொத்த உழைப்பாளிகளில் ஒரு சதவிகிதத்திற்கும் குறைவு. இந்த எண்ணிக்கையுடன் பாக்டரிச் சட்டத்திற் குட்படாத இரண்டு லட்சத்து அறுபதினாயிரம் சுரங்கத் தொழிலாளிகளையும், எட்டு லட்சத்து இருபதினாயிரம் ரயில்வே தொழிலாளர்களையும் சேர்த்தால் இந்தியாவில் நவீன தொழில்களில் வேலை செய்யும் இயந்திரத் தொழிலாளர்களின் எண்ணிக்கை 26 லட்சமாகும். மொத்த உழைப்பாளிகளின் ஒன்றரை சதவிகிதமே.

அது மாத்திரமல்ல, 1914க்குப் பிந்திய வளர்ச்சியின் விகிதமும் வேகமான தொழில் வளர்ச்சியை பிரதிபலிக்க வில்லை. சில துறைகளில் 1914க்கு முந்தியிருந்த வளர்ச்சியைவிட

குறைவாக இருந்தது. பேக்டரிச் சட்டத்திற்குட்பட்ட தொழிலாளர் தொகையின் வளர்ச்சியை கீழ்க்கண்ட அட்டவணை காட்டுகிறது. (50 தொழிலாளர்களுக்குமேல் வேலை செய்த பேக்டரிகளையே 1922 வரை சட்டம் பாதித்தது. அதற்குப் பிறகு 20 தொழிலாளர்களுக்குமேல் வேலை செய்யும் பேக்டரிகளையும், சில இடங்களில் 10 தொழிலாளர்களுக்கு மேல் வேலை செய்யும் பேக்டரிகளையும் சட்டம் பாதித்தது. இந்த மாறுதலினால் புள்ளி விவரங்கள் பாதிக்கப்பட்டாலும் யுத்த பிற்காலப் புள்ளி விவரங்களுக்கு சாதகமாக இருப்பதால் அது நமது வாத்த்தை பலப்படுத்துகிறது.)

பேக்டரிகளில் தினசரி வேலை செய்யும்
தொழிலாளர்களின் சராசரி எண்ணிக்கை

வருடம்	தொழிலாளர்களின் எண்ணிக்கை
1897	4,21,000
1907	7,29,000
1914	9,51,000
1922	13,61,000
1931	14,31,000

1897க்கும், 1914க்குமிடையே 17 வருடங்களில் பேக்டரித் தொழிலாளர்கள் எண்ணிக்கையில் ஏற்பட்ட கூடுதல் 5 லட்சத்து 30 ஆயிரம்.

1914க்கும் 1931க்குமிடையே 17 வருடங்களில் பேக்டரித் தொழிலாளர்களின் எண்ணிக்கை கூடுதல் நானூற்று எண்பதாயிரம்.

ஆக 1914க்கு முன்னாலிருந்ததைவிட 1914க்குப் பிந்தி வளர்ச்சி விகிதம் குறைவாக இருக்கிறது. அது மாத்திரமல்ல, மொத்த எண்ணிக்கையில் ஏற்பட்ட வளர்ச்சியும் குறைவாக இருக்கிறது.

இதர தொழில்களைவிட முன்னேறியிருக்கும் ஜவுளித் தொழிலில் கூட இந்தியாவில் ஏற்பட்டிருக்கும் வளர்ச்சி ஜப்பானுடையதும், சீனாவுடையதையும்விட குறைவானது. 1914க்கும் 1930க்குமிடையே இந்தியாவிலும், ஜப்பானிலும், சீனாவிலும் நூற்புக் கதிர்களின் எண்ணிக்கையில் ஏற்பட்ட அதிகரிப்பை கீழ்க்கண்ட அட்டவணையில் காணலாம்.

நூற்புக் கதிர்களின் எண்ணிக்கை

தேசம்	1914	1930	அதிகரிப்பு
இந்தியா	63,97,000	88,07,000	24,10,000
ஜப்பான்	24,14,000	68,37,000	44,23,000
சைனா	3,00,000	36,99,000	33,99,000

இந்தியாவில் 37 சதவீதம் வளர்ச்சியடைந்திருக்கிறது. இதே காலத்தில் ஜப்பானிலும், சீனாவிலும் சேர்ந்து 188 சதவீதம் வளர்ச்சியடைந்திருக்கிறது. 1914ல் ஜப்பான், சீனா இரு நாடுகளிலும் இருந்ததைப்போல் இந்தியாவில் இரண்டு மடங்கு நூற்புக்கதிர்கள் இருந்தன. 1930ல் ஜப்பானும், சீனாவும் இந்தியாவைவிட முன்னேறிவிட்டன. இந்தியாவிலிருந்த நூற்புக்கதிர்களைவிட அதிகமாக ஜப்பான் - சீனாவில் இருந்தன. (ஜப்பானிய ஆதிக்கத்திலேயே, சீனாவின் வளர்ச்சி பிரதானமாக ஏற்பட்டது.)

ஏகாதிபத்தியத்தின் கீழ், இந்தியா இவ்வளவு மெதுவாக தொழில் வளர்ச்சியடைவதன் காரணமென்ன? பொருளாதார வளர்ச்சி தடைப்பட்டு இருப்பதற்கு இந்தியாவின் முழு சமூக அமைப்பில் பல காரணங்கள் இருந்தபோதிலும், பிரதான காரணம் ஏகாதிபத்திய அமைப்பிற்குள்ளேயே இருக்கிறது. ஏகாதிபத்திய அமைப்பின் நடைமுறை ஒரு சுதந்திரத் தொழில் வளர்ச்சிக்கு விரோதமாக இருக்கிறது. அதன் நலன்களுக்கு அந்த விரோதக் கொள்கை அவசியமாகிறது. ஆகவே, இதர தடைகளை நீக்கக்கூடிய இந்திய மக்களின்

சக்திகளை நெருக்குகிறது. அதனால் தொழில் வளர்ச்சியைப் பற்றிய கனவுகளும், வாக்குறுதிகளும் இந்த முரண்பாடுகளின்மீது தொடர்ச்சியாக மோதுகின்றன. ஏகாதிபத்திய காலனி அமைப்பு அதன் பிடிப்பிலுள்ள ஜனசமூகத்தின் பொருளாதார வளர்ச்சியைத் தடுத்து பின்னோக்கித் தள்ளுகிறது.

இந்திய தொழில் வளர்ச்சியை எதிர்க்கும் நலன்களுடைய நேரடியான விரோதத்தில் மாத்திரம், இந்திய மார்க்கெட்டில் குறைந்து வந்துகொண்டிருக்கும் பிரிட்டிஷ் பங்கை எப்பாடு பட்டாகிலும் பாதுகாத்து பெறும் வேண்டுமென்ற பிடிவாதத்தில் மாத்திரம், இந்த முரண்பாடுகள் அடங்கியிருக்கவில்லை. ஏகாதிபத்திய சுரண்டலின் சூழ்நிலையில், விவசாய மக்கள் பயங்கர வறுமைக்கு பலியாகியிருப்பதால் இந்திய தொழிலின் உள்நாட்டு மார்க்கட்டில் எழும் தீர்க்க முடியாத பிரச்சினைகளும் இந்த முரண்பாடுகளின் பிரதிபலிப்பேயாகும். காப்புவரி அமைப்பு இந்த உள்நாட்டு மார்க்கட்டின் பிரச்சினைகளைத் தீர்க்கவில்லை. உழைக்கும் விவசாயிகள் மீது அதிக பளுவை சுமத்துவதின்மூலம் காப்புவரி அமைப்பு இந்த முரண்பாட்டை அதிகரிக்கிறது. தீவிரப்படுத்துகிறது. **ஏகாதிபத்திய ஆட்சியின் அஸ்திவாரத்தையே பாதிக்கும் விவசாய பிரச்சினையைத் தீர்க்காமல் இந்திய தொழில் பிரச்சினையைத் தீர்க்க முடியாது**. கடைசியாக, சகல கேந்திரமான இடங்களிலும் ஆதிக்கம் வகிப்பதன்மூலம், இந்தியத் தொழிலை தன்னிஷ்டப்படி ஆட்டி வைக்கும் சக்தியைப் பெற்றுள்ள பிரிட்டிஷ் ரொக்க முதலாளித்துவத்தின் பிடிப்பிலும் இந்த முரண்பாடுகள் அடங்கியிருக்கின்றன.

6. ரொக்க முதலாளித்துவத்தின் மரணப்பிடிப்பு

தொழில் வளர்ச்சியைப் பற்றிய வீண் பேச்சிலும், காப்புவரி அமைப்பினால் இந்திய தொழிலுக்குக் கிடைக்கும் சலுகைகளைப் பற்றிய வாய்வீச்சிலும் இந்திய மார்க்கெட்டின் மீதுள்ள பிரிட்டிஷ் பிடிப்பு தளர்த்தப்படுவதாக செய்யப்படும்

பிரச்சாரத்திலும், இந்தியாவுக்கு வெளியே நடக்கும் விவாதங்களில் கவனம் செலுத்தப்படுகிறது. ஆனால் இந்தியப் பொருளாதாரத்தின்மீது பிரிட்டிஷ் ரொக்க முதலாளித்துவத்தின் பிடிப்பு இறுகிக்கொண்டிருப்பதைப் பற்றியும், இந்திய முன்னேற்றத்துக்கு எதிராக தன் பிடிப்பை பாதுகாக்க ரொக்க முதலாளித்துவம் தீவிர நடவடிக்கைகள் எடுப்பதைப் பற்றியும் விஷய ஞானம் ஏற்படவில்லை.

இந்திய மூலதனம் முன்னேறியிருந்த போதிலும், **பாங்கிங்கிலும்*** வர்த்தகத்திலும் நாணய மாற்றிலும் இன்ஸூரென்ஸிலும், கப்பல் தொழிலிலும், ரயில்வேக்களிலும், காப்பி, ரப்பர், தேயிலைத் தோட்டங்களிலும் சணல் தொழிலிலும் (சணல் தொழிலில் இந்திய முதலீடு எண்ணிக்கையில் அதிகமாயிருந்தாலும், ஆதிக்கம் பிரிட்டிஷ் மூலதனத்திடமேயுள்ளது) பிரிட்டிஷ் மூலதனம் ஏகபோக ஆதிக்கம் வகிக்கிறது. அரசியல் அமைப்பு முழுவதும் இந்த ஆதிக்கத்தை காப்பாற்றுவதற்காக வேலை செய்கிறது. இரும்பு, எஃகு தொழில்களில் பிரிட்டிஷ் மூலதனத்துடன்

* **பாங்கிங்:** முதலாளித்துவ சமூகத்தில் பணமுடையவர்கள் பணத்தை பாங்கியில் போடுகிறார்கள்; இதை "டிபாஸிட்" என்கிறோம்; 'விடுமுதல்' என்றும் சொல்லலாம். இந்த டிபாஸிட்டுகளுக்கு பாங்கி வட்டி தருகிறது.

பாங்கிக்கு வட்டி எப்படி கொடுக்க முடிகிறது? பெட்டியிலுள்ள பணமும் காகிதத்திலுள்ள கணக்கும் தங்க முட்டையிடுமா?

முதலாளித்துவத்தில் மூலதனம் பெருக ஒரே வழிதானிருக்கிறது. அதுதான் உற்பத்திப் பெருக்கம். ஆகவே, நவீன பாங்கி தன்னிடமுள்ள பணத்தை ஒளித்துவைப்பதில்லை; டிபாஸிட்டர்களின் மாமூல் தேவைகளைப் பூர்த்தி செய்ய கொஞ்சம் பணம் வைத்துக்கொண்டு, மீதியை வட்டிக்கு கொடுக்கிறது. முதலாளிகளும், வியாபாரிகளும் பாங்கில் கடன் வாங்குகிறார்கள். ஆகவே, பாங்கர்களால், முதலாளிகளையும் வியாபாரிகளையும் கட்டுப்படுத்த முடிகிறது. இந்திய பாங்கிக்கில் ஆதிக்கம் வகிப்பதன்மூலம் பிரிட்டிஷ் ஏகாதிபத்தியம் இந்திய தொழில் வளர்ச்சிக்கு முட்டுக்கட்டை போட்டு வந்திருக்கிறது.

உடன்படிக்கைக்கு வரவேண்டிய கட்டாயம் இந்திய மூலதனத்துக்கு ஏற்பட்டது. இந்திய முதலாளித்துவத்தின் தாயகமான பருத்தி ஜவுளித் தொழிலில்கூட **"மானேஜிங் ஏஜென்ஸி"*** அமைப்பின் மூலமாக பிரிட்டிஷ் மூலதனம் வகிக்கும் ஆதிக்கம். பொதுவாக உணரப்பட்டிருப்பதைவிட அதிகமாயிருக்கிறது.

இந்தியாவிலும் ஏகாதிபத்திய மூலதனம் தொழில் நடத்தும் இதர ஆசிய நாடுகளிலும் உள்ள விசேஷமான முறை மானேஜிங்-ஏஜென்ஸி அமைப்பு. இந்திய தொழில் வளர்ச்சி மீது பிரிட்டிஷ் ஆதிக்கத்தை பாதுகாப்பதற்கு பயன்படும் பிரதான ஆயுதமாகும். இந்த அமைப்புப்படி, ஒரு சில மானேஜிங் ஏஜென்சி கம்பெனிகள் பல்வேறு கம்பெனிகளையும் தொழில்களையும் ஆரம்பிக்கின்றன; அவற்றின் மூலதனத்தில் பங்கு போடுகின்றன; அவற்றில் ஆதிக்கம் வகிக்கின்றன. அவைகளுடைய நடவடிக்கைகளையும் உற்பத்தியையும் நிர்வகிக்கின்றன; உற்பத்திப் பொருட்களை சந்தைகளில் விற்க ஏற்பாடு செய்கின்றன. அந்த கம்பெனிகளுடைய **டைரக்டர்கள் போர்டுகள்** பெயரளவில்தான் இயங்குகின்றன; அல்லது மானேஜிங் ஏஜென்சிக்கு உட்பட்டு வேலை செய்கின்றன. லாபத்தின் முக்கியப்பங்கு பங்குதாரர்களுக்கு போவதில்லை; மானேஜிங் ஏஜெண்டுகளுக்குப் போகிறது. பம்பாய் பருத்தி ஜவுளி ஆலைகள் அவைகளுடைய

---

*__"மானேஜிங் ஏஜென்ஸி":__ ஒவ்வொரு கம்பெனிக்கும் டைரக்டர்கள் இருக்கிறார்கள்; ஆனால் பொதுவாக அவர்களே கம்பெனியை நிர்வகிப்பதில்லை. கம்பெனி நிர்வாகத்தை நடத்தும் பொறுப்பை "மானேஜிங் ஏஜென்ஸி"யிடம் விட்டுவிடுகிறார்கள். இந்த மானேஜிங் ஏஜென்ஸிக்கு கம்பெனியிலுள்ள பங்குகளுக்கு வட்டி கிடைக்கிறது; தவிர விசேஷ அலவன்ஸ் கிடைக்கிறது; விற்பனை வாங்கலில் கமிஷன் கிடைக்கிறது; இதன் மூலம் மானேஜிங் ஏஜென்ஸிக்கு கம்பெனியில் ஆதிக்கம் ஏற்படுகிறது.ஒரே மானேஜிங் ஏஜென்ஸி பல கம்பெனிகளை நிர்வகிக்கலாம். பிரிட்டிஷ் ஏகாதிபத்தியம் இந்திய தொழிலை தன் கைக்குள் அடக்கி வைக்க இந்த முறையை உபயோகித்து வந்திருக்கிறது. உதாரணமாக மதுரை "ஹார்வி" பல கம்பெனிகளுக்கு மானேஜிங் ஏஜென்டுகள்.

மானேஜிங் ஏஜெண்டுகளுக்கு 1905லிருந்து 1925 வரை, 20 வருஷங்களுக்கு, வருஷா வருஷம் போடப்பட்டுள்ள முதலில் 5.2 சதவீதம் கமிஷன் கொடுத்ததாக 1927ல் காப்புவரி போர்டின் பருத்தி ஜவுளி விசாரணைமுன் சாட்சியத்தில் கூறப்பட்டது. இதைத்தவிர, கம்பெனிகளிலுள்ள பங்குகளுக்காக, அவர்களுக்கு 'டிவிடெண்ட்' கிடைத்திருக்கும்; விற்பனை வாங்கலில் கமிஷன்கள் கிடைத்திருக்கும். பருத்தி மில்கள் நஷ்டமடைந்துகொண்டிருந்தபொழுதே, தாங்கள் நிர்வாகத்திலுள்ள மில்லின் மொத்த நஷ்டத்தைவிட அதிகமான கமிஷன் மானேஜிங் ஏஜென்ஸி பெற்றதைப் பற்றிய பல உதாரணங்கள் ரிப்போர்ட் செய்யப்பட்டிருக்கின்றன. உதாரணமாக, 1927-ல் பம்பாயின் 75 ஜவுளி மில்களுக்கும் 7,36,309 ரூபாய் நிகர் நஷ்டம் ஏற்பட்டது; அதே வருஷத்தில் மானேஜிங் ஏஜெண்டுகளுக்கு கிடைத்த மொத்த அலவன்ஸுகளும் கமிஷன்களும் 30,87,477 ரூ. (**பி.எஸ். லோகநாதன்** "இந்தியாவின் தொழில் ஸ்தாபனம்" 1935).

மானேஜிங் ஏஜென்சி கம்பெனிகளில் இந்திய கம்பெனிகளும் இருக்கின்றன; இங்கிலிஷ் கம்பெனிகளுமிருக்கின்றன. ஆனால் அதிக வல்லமை பொருந்தியதும், நீண்ட நாட்களாக நன்றாக ஸ்தாபிக்கப்பட்டுள்ளதும், இங்கிலிஷ் கம்பெனிகளே. இவைகளுக்குத்தான் அரசாங்கத்துடனும் லண்டனுடனும் பயன்படத்தக்க தொடர்புகளிருக்கின்றன என்று சொல்ல வேண்டியதில்லை. **ஆண்டிரூயூல் கம்பெனி, ஜார்டின் ஸ்கின்னர்** முதலியவை இந்தியாவின் பிரிட்டிஷ் ஆட்சி சரித்திரத்துடைய பாத்திரங்களாகும். பம்பாய் பருத்தித் தொழிலைப் பொறுத்தவரை 1927-ல் வெளியான காப்புவரி போர்டின் பருத்தி ஜவுளி விசாரணை ரிப்போர்ட் "பம்பாயிலுள்ள மில்களில் 100க்கு 99 ஐப் பற்றிய புள்ளிவிவரங்களின் அடிப்படையில் இங்கிலிஷ் மானேஜிங் ஏஜென்ஸி கம்பெனிகளின் சக்தியையும் இந்திய மானேஜிங் ஏஜென்ஸி கம்பெனிகளின் சக்தியையும் வெளிப்படுத்தியது:-

பம்பாய் பருத்தி ஜவுளி மில்கள்

	கம்பெனி கள்	மில்கள்	நூற்புக் கதிர்கள்	தறிகள்	மூலதனம்
இங்கிலிஷ் மானேஜிங் ஏஜென்ஸிகளின் நிர்வாகத்தில் உள்ளவை	9	27	11,12,114	22,121	9கோடியே 89லட்சம் ரூ.
இந்திய மானே ஜிங் ஏஜென்ஸி களில்நிர்வாகத் தில் உள்ளவை	32	56	23,60,528	51,580	9கோடியே 77 லட்சம் ரூ.

இதிலிருந்து தெரிவதென்ன? இங்கிலிஷ் மானேஜிங் ஏஜெண்டுகளின் ஆதிக்கத்தில் உள்ள கம்பெனிகள், மொத்த கம்பெனிகளில் 22 சதவீதமே. ஆனால் மொத்த மில்களில் 33 சதவீதம் அவர்களிடமிருக்கின்றன. மொத்த நூற்புக் கதிர்களின் 32 சதவீதம் அவர்களிடம் இருக்கின்றன. மொத்த தறிகளில் 25 சதவீதம் அவர்கள் நிர்வாகத்தி லிருக்கின்றன; மொத்த மூலதனத்தில் பெருவாரியான பகுதி 50.3 சதவீதம், அவர்கள் ஆதிக்கத்தில் இருக்கின்றன. இந்த தொழிலில்தான் இந்திய மூலதனம் பிரதான வளர்ச்சி அடைந்திருக்கிறது. எனினும், இதிலேயே பிரிட்டிஷ் ஆதிக்கம் இவ்வளவிருக்கிறது.

பின்னால், 1929-ல் வந்த பொருளாதார நெருக்கடி, மில்களின் மீதுள்ள தங்கள் பிடிப்பை விஸ்தரித்துக்கொள்ள மானேஜிங் ஏஜென்ஸிகளுக்கு சந்தர்ப்பம் அளித்தது. சில சமயங்களில், இந்திய பங்குதாரர்களை ஓட்டாண்டிகளாக்கவும் அவர்களால் முடிந்தது. 1931ல் இதை ஸெண்டிரல் பாங்கிங் விசாரணைக் கமிட்டி பின்வருமாறு பதிவு செய்தது:-

"பம்பாய் மில்களுக்கு இன்றைய தினம் சம்பவித்திருப்பதைப் போன்ற நெருக்கடி காலங்களில், தங்கள் ஆதிக்கத்திலுள்ள மில்களுக்கு பணம் கொடுத்து மானேஜிங் ஏஜென்ஸிகள் நஷ்டமடைந்திருப்பது உண்மையென்றாலும், இவர்கள் சில

மில்களில் தாங்கள் அளித்த கடன்களை டெபன்சர்களாக மாற்றிக்கொண்டார்கள். இதன் விளைவாக, அந்த கம்பெனிகள் அவர்கள் கைக்கு மாறிவிட்டன; பங்குதாரர்கள் அவற்றில் போட்டிருந்த முதலீடு முழுவதையும் இழந்துவிட்டார்கள்".

(ஸெண்டிரல் பாங்கில் விசாரணைக் கமிட்டி ரிப்போர்ட் 1931)

இந்திய தொழிலின் மீதுள்ள பிரிட்டிஷ் பிடிப்பு இன்னும் நீடிக்கிறது. 1946 ஜூலையில் காமன்ஸ் சபையில் தொழிற்கட்சி மந்திரி **டால்டன்** கூறியதுபோல, இந்தியாவிலுள்ள பிரிட்டிஷ் சொத்துக்களில் எவ்வளவு விற்கப்பட்டுவிட்டன என்பது தெரியவில்லை என்றாலும், இந்தியர் கைக்கு ஜாஸ்தியாக மாறவில்லை. அதற்கு நேர்மாறான நிகழ்ச்சி நடந்திருக்கிறது-இந்தியாவில் பிரிட்டிஷ் மூலதனம் புதிதாக நுழைந்திருக்கிறது. அன்னிய கம்பெனிகள் இந்தியாவில் தங்கள் கிளைகளை அமைத்து, அவற்றை இந்தியாவில் ரிஜிஸ்தர் செய்திருக்கின்றன. லீவர் சகோதரர்கள், டன்லப், இம்பீரியல் கெமிக்கல்ஸ் போன்ற பூதாகரமான கம்பெனிகள் இந்தியக் கிளைகளை அமைத்திருக்கின்றன. "இந்தியா லிமிடெட்" என்ற பதத்தை தங்கள் கம்பெனி பெயருடன் சேர்த்து, கிளைகள் ஆரம்பிக்கின்றன. இந்த "இந்தியா லிமிடெட்" வகையறாக்களின் எண்ணிக்கை தினசரி வளர்ந்துகொண்டிருக்கிறது. 1939-43-ல்-நான்கு வருஷங்களில்-பிரிட்டிஷ் இந்தியாவுக்கு வெளியே ரிஜிஸ்தரான **ஐந்து** கம்பெனிகள், இந்தியா லிமிடெட் என்ற பதத்தை தங்கள் பெயர்களுடன் சேர்த்துக்கொண்டு இந்தியாவில் தம் தொழிலை ஸ்தாபித்துக்கொண்டிருப்பதாக மத்திய சட்ட சபையில் 1945-ம் வருட பட்ஜெட் கூட்டத்தில் இந்திய சர்க்காரின் வர்த்தக இலாகா அங்கத்தினர் கூறினார். மேலும், 1939-44-ம்-ஐந்து வருஷங்களில், சகலவிதத் தொழில்களிலும் 108 "இந்தியா லிமிடெட்" கம்பெனிகள் **பிரிட்டிஷ் இந்தியாவில்** ரிஜிஸ்தர் செய்துகொண்டிருக்கின்றன. "இந்தியரல்லாதாருக்கு சொந்தமான பாக்டரிகள், பிரம்மாண்டமான மூலதனத்தின் உதவியுடன் தீப்பெட்டி, சிகரெட், சோப், பூட்ஸ், செருப்பு,

ரப்பர், ரசாயனப் பொருட்கள் முதலியவற்றை ஏராளமாக உற்பத்தி செய்யத் தொடங்கிவிட்டன. அவை பெரிய யந்திரத்தொழில்களுடன் போட்டியிடுவதுடன் நமது (இந்திய) சிறு தொழில்களுக்குக் கூட ஆபத்தாக நிற்கின்றன" என்று பேராசிரியர்கள் **வாடியாவும் மர்ச்சண்டும்** குறிப்பிட்டார்கள்."

("நமது பொருளாதார பிரச்சினை" 1945).

இந்த "இந்தியா லிமிடெட்"களால் வளர்ந்துவரும் ஆபத்தைப்பற்றி, **பம்பாய் தொழில்-பொருளாதார விசாரணை கமிட்டி** 1940-ல் பிரசுரிக்கப்பட்டதன் ரிப்போர்ட்டில் கூறியதாவது:-

"பயன்படத்தக்க வரம்புகளில்லாமல் இந்த மாபெரும் அன்னிய கம்பெனிகள் தங்களை ஸ்தாபித்துக்கொள்ள அனுமதிக்கப்பட்டால்... சிறுதொழில்கள் ஸ்தாபிக்கப் படுவதை ஊக்குவிப்பது நமது தொழில் கொள்கையின் லட்சியமானால், அந்த லட்சியம் முறியடிக்கப்பட்டுவிடும்".

சர்க்காரின் வரவு செலவுக்கொள்கையுடனும் நாணயமாற்றுக் கொள்கையுடனும் இணைந்து வேலை செய்யும் அன்னிய பாங்கிங் அமைப்புதான் பிரிட்டிஷ் ரொக்க முதலாளித்துவத்தின் ஆதிக்கம் வகிக்கும் சக்திக்கு மிகவும் முக்கியமானது. வரவு செலவு அதிகாரம், நிதி அதிகாரம் பிரிட்டிஷ் கைகளில் ஒருமிக்கக் குவிந்திருக்கும் வரையில், சுதந்திரமான இந்திய முதலாளித்துவ வளர்ச்சியைப்பற்றி பேசுவதெல்லாம் வெறும் பிரமையாகவே இருக்கிறது; வெறும் பிரமையாகத்தானிருக்க முடியும்.

இந்தியாவில், நவீன பாங்கிங் அமைப்பு நான்கு விதமான ஸ்தாபனங்களில் உருவாகியிருக்கிறது.

1. 1934ம் வருஷ சட்டப்படி ஸ்தாபிக்கப்பட்டு, 1935லிருந்து வேலை செய்யும் **இந்தியாவின் ரிஸர்வ் பாங்கி** கோபுரத்தின் சிகரமாக விளங்குகிறது. **இங்கிலாந்து** பாங்கியைப் போல, இது தனி நபர்களுக்கு சொந்தமானது; தனி நபர்களால் நிர்வகிக்கப்படுகிறது. ஆனால் நாணய வெளியீடும் நாணயமாற்றுக் கட்டுப்பாடும் சர்க்காருடைய

பாங்கிங் நடவடிக்கைகளும் சர்க்கார் கட்டும் பணமும் அதன் கையிலிருக்கிறது. இங்கிலாந்து பாங்கைப் போலவே, இது நாணயத்தை கட்டுப்படுத்துகிறது. இதற்கு ஒரு கவர்னர், இரண்டு உதவி கவர்னர்கள், ஐந்து டைரக்டர்கள் ஆகியோர் அரசாங்கத்தால் நியமிக்கப்படுகின்றனர். ஆனால் இந்த எட்டு பேரில் அறுவருக்குத்தான் வோட்டுகள் உண்டு. அரசாங்கத்தால் நியமிக்கப்படுபவர்களின் 6 வோட்டுகளுக்கு எதிராக, தனிப்பட்ட முறையில் தேர்ந்தெடுக்கப்படும் எட்டு டைரக்டர்களுக்கும் எட்டு வோட்டுகள் உண்டு. இவ்விதமாக அரசியல் ஆதிக்கத்திலிருந்து, பாங்கி சட்டப்படி பாதுகாக்கப்படுகிறது. 1935ம் வருஷ அரசாங்க சட்டம் வரும்பொழுதே, 1935ல் இந்த புதிய ஸென்டிரல் பாங்கி ஸ்தாபிக்கப்பட்டதின் லட்சியமென்ன வென்றால் அரசியல் சீர்திருத்தங்களின் விளைவாக, இறுதியில் மத்திய சர்க்காருக்குள்ளேயே இந்திய அபிப்பிராயம் ஓரளவு பிரதிபலித்தாலும், வரவு செலவு அதிகாரத்தின் கோட்டை, அந்த அபிப்பிராயத்தால் பாதிக்கப்படாமல் இருக்க வேண்டுமென்பதே நாணயமும் வரவு செலவும் அரசியல் நிர்ப்பந்தத்தினால் பாதிக்கப்படாமல் இருப்பது அவசியமென்றும் அதற்காகவே இந்த பாங்கி ஏற்பட்டதென்றும் 1928 பிப்ரவரி 11-ல், பிரிட்டிஷ் ஏகாதிபத்தியப் பத்திரிகையான **லண்டன் டைம்ஸ்** எழுதியது. டைரக்டர்கள் போர்டில் தேர்ந்தெடுக்கப்பட்ட அங்கத்தினர்களுக்கு மெஜாரிட்டி இருக்கிறது என்பது பகட்டுப்பேச்சு என்பதும், உண்மையான அதிகாரம் சர்க்காரிடம் தானிருக்கிறது என்பதும், யுத்த காலத்தில் ரிஸர்வ் பாங்கி ஏகாதிபத்திய கொள்கையின் இஷ்டத்துக்குப் பணிந்து அரசாங்க இலாகாவாக வேலை செய்த முறையிலிருந்து தெளிவாகத் தெரிகிறது. ரிஸர்வ் பாங்கின் முதல் பத்து வருட நடவடிக்கைகளை விமர்சனம் செய்து, இந்திய முதலாளிகளின் பத்திரிகையான **ஈஸ்டர்ன் எகனாமிஸ்ட்** எழுதியதாவது.

"பாங்கிக்காக **சர்க்கார் எடுத்த** முடிவுகளை நிறைவேற்றும் கடமையை ரிஸர்வ் பாங்கி போற்றத்தக்க முறையில் செய்திருக்கிறது. . . . ரிஸர்வ் பாங்கின் மத்திய போர்டு தன்

பொறுப்பின் பூரண பரிமாணத்தையும் உணரவில்லையென்று குறிப்பிடும்படி கிடைத்துள்ள சாட்சியமனைத்தும் அதன் நடவடிக்கைகளிலிருந்தெழும் நியாயமான ஊகமும் நம்மைக் கட்டாயப்படுத்துகின்றன... யதார்த்த உண்மை என்னவென்றால் பாங்கியின் அரசியல் ஆதிக்கம் ஏற்படக்கூடாதென்பது அல்ல சர்க்காரின் நோக்கம்; ஜனநாயக ஆதிக்கம் ஏற்படக்கூடாதென்பதுதான் அதன் நோக்கம்.

(1945, மே 25)

2. **இந்தியாவின் இம்பீரியல் பாங்கி 1920ம் வருடச் சட்டப்படி** அதற்கு முன்னிருந்த மூன்று **ராஜதானி பாங்கி**க்ளையும் ஒன்றுபடுத்தி அமைக்கப்பட்ட ஸ்தாபனம்; 1921லிருந்து வேலை செய்கிறது. அரசாங்க சட்டப்படி ஸ்தாபிக்கப்பட்ட போதிலும், இதுவும் தனிநபர்களுக்கு சொந்தமானது. தனிநபர்களால் நிர்வகிக்கப்படுகிறது. இதன் அங்கீகரிக்கப்பட்ட மூலதனம் 90 லட்சம் பவுன்கள். நாணய வெளியீட்டை நிர்வகிப்பதுடன், அரசாங்க பாங்கராயிருப்பதுடன், பொதுவான பாங்கி நடவடிக்கைகளிலீடுபடுவதையும் சேர்ந்து செய்யும் மத்திய பாங்காக வேலை செய்ய வேண்டுமென்பது அதன் ஆரம்ப நோக்கம். 1934ம் வருட திருத்த சட்டப்படி, அது இப்பொழுது ரிஸர்வ் பாங்கியுடன் ஒத்து வேலைசெய்கிறது. அத்துடன் வெளி பாங்கி விவகாரங்களையும் கவனிக்கிறது. கிட்டத்தட்ட 400 கிளைகளுடனும் உபகிளைகளுடனும், இந்தியாவிலுள்ள மொத்த பாங்கி டிப்பாஸிட்டுகளில் மூன்றில் ஒரு பகுதியுடனும் அது இந்தியாவின் பாங்கிங்கிலேயே ஆதிக்கம் வகிக்கிறது. 1936ல் அதன் டைரக்டர்களாயிருந்தவர்களில் 11 பேர் இங்கிலிஷ்காரர்கள்; 4 பேர் இந்தியர்கள்.

3. **நாணயமாற்று பாங்கிகள்:** இவை பிரிட்டிஷ் பாங்கிகள்; அல்லது இதர அயல்நாட்டினரின் பாங்கிகள்; இவைகளும் தனி நபர்களால் நடத்தப்படுகின்றன. இவைகளின் தலைமைக் காரியாலயங்கள் அயல்நாடுகளில் இருக்கின்றன; இவைகளில் இந்தியருடைய சம்பந்தம்

கொஞ்சங்கூட கிடையாது. *இறக்குமதி ஏற்றுமதி வியாபாரத்தின் பணத்தை இவை கட்டுப்படுத்துகின்றன. 1943ல் 16 நாணயமாற்று பாங்கிகள் இருந்தன-அவைகளில் முக்கியமானவை-**சார்டேர்ட் பாங்க் ஆப் இந்தியா. ஆஸ்டிரேலியா அண்ட் சீனா, மர்க்கண்டைல் பாங்க் ஆப் இந்தியா நேஷனல் பாங்க் ஆப் இந்தியா, ஹாங்காங்-ஷாங்காங் பாங்கிங் கார்ப்பொரேஷன், லாயிட்ஸ்** ஆகியவையாகும். இந்தியாவின் பாங்கி டிப்பாஸிட்டுகளில் கிட்டதட்ட ஐந்திலொரு பகுதி நாணயமாற்று பாங்கிகளிடம் இருக்கிறது.

4. **இந்திய கூட்டுப் பங்கு பாங்குகள்:** தனிநபர்களுக்கு சொந்தமானவை. இந்தியாவிலே ரிஜிஸ்தர் செய்யப்பட்டவை. கோபுரத்தின் அடித்தட்டிலுள்ள பாங்கிகள் இவை. இவற்றில்தான் இந்திய மூலதனத்துக்கு பங்கு உண்டு. ஆனால் இங்கும் சில பாங்குகள் அன்னிய ஆதிக்கத்துக்கு உட்பட்டுவிட்டன. உதாரணமாக பெரிய பாங்கிகளில் ஒன்றாகிய அலகாபாத் பாங்கி இப்பொழுது, **சார்டேர்ட் பாங்க் ஆப் இந்தியா, ஆஸ்டிரேலியா, சீனா**வுடன் இணைக்கப்பட்டிருக்கிறது. ஆகவே இந்திய கூட்டுப் பாங்கிகளின் மொத்த பலத்தைக்கூட இந்திய பாங்கிங் பலத்துக்கு ஒரு அளவாகக் கொள்ள முடியாது. இந்திய பாங்கிகள் பல கஷ்டங்களை சமாளிக்க வேண்டியேற்பட்டது. பல பாங்கிகள் உடைந்துவிட்டன. 1922க்கும் 1928க்குமிடையே 100 இந்திய பாங்கிகளுக்கு குறைவில்லாமல் உடைந்துவிட்டன. (எக்னாமிஸ்ட் 12.4.1930)

இந்த மூன்று கோஷ்டிகளிலுள்ள பாங்கிகளின் இம்பீரியல் பாங்கி நாணயமாற்று பாங்கிகள், இந்திய கூட்டுப் பங்கு பாங்கிகள் மூன்றிலும், 1913, 1920, 1934 வருஷங்களிலிருந்து விடுமுதலின் (டெப்பாஸிட்) வீதாச்சாரத்தை அட்டவணையில் காணலாம்:-

---

* 1936ல் ஸெண்ட்ரல் பாங்கி (இந்தியா), ஸெண்ட்ரல் நாணயமாற்று பாங்கு (இந்தியா) என்ற ஸ்தாபனத்தை ஏற்படுத்தியது. நாணயமாற்று பாங்கிங்கில் இதுவே இந்தியர்களின் முதல் முயற்சி

பாங்கி டிப்பாஸிட்டுகள்

	இம்பீரியல் பாங்கி		நாணயமாற்று பாங்கிகள்		இந்திய கூட்டுப் பங்கு பாங்கிகள்	
வருடம்	தொகை	மொத்த விருத்தியின் வீதாச்சாரம்	தொகை	மொத்த விருத்தியின் வீதாச்சாரம்	தொகை	மொத்த விருத்தியின் வீதாச்சாரம்
1913	42 கோடி 40 லட்சம் ரூ.	43.5 சதவீதம்	31 கோடி ரூ.	31.8 சதவீதம்	24 கோடி 10 லட்சம் ரூ.	24.7 சதவீதம்
1920	87 கோடி ரூ.	36.9 சதவீதம்	74 கோடி 80 லட்சம் ரூ.	31.6 சதவீதம்	73 கோடி 50 லட்சம் ரூ.	31.6 சதவீதம்
1934	74 கோடி 90 லட்சம் ரூ.	33.5 சதவீதம்	71 கோடி 40 லட்சம் ரூ.	32.0 சதவீதம்	76 கோடி 80 லட்சம் ரூ.	34.4 சதவீதம்

(**குறிப்பு:** இம்பீரியல் பாங்கி 1921-ல் ஏற்பட்டது; ஆனால் அதற்கு முன்னும் மூன்று ராஜதானி பாங்கிகளும் இயங்கிக்கொண்டிருந்தன. அவை ஒன்று சேர்ந்தே, இம்பீரியல் பாங்காக உருவெடுத்தன. 1913-ம் வருஷ கணக்கிலும், 20-ம் வருஷ கணக்கிலும் மூன்று ராஜதானி பாங்கிகளின் **கூடுதலை** இம்பீரியல் பாங்கி தலைப்பில் கொடுத்திருக்கிறோம்.

இங்கிலிஷ் பாங்கிகளும் அன்னிய பாங்கிகளும், அதாவது இம்பீரியல் பாங்கும் நாணயமாற்று பாங்கிகளும், ஆதிக்கம் வகிப்பதைக் காணலாம். மேலும், 1913க்கும் 20க்குமிடையேதான் இந்திய கூட்டுப்பங்கு பாங்கிகளில் பிரதான வளர்ச்சி ஏற்பட்டது. (மொத்த டிபாஸிட்டுகளின் வீதாச்சாரம் 4ல் ஒரு பங்கிலிருந்து 3-ல் ஒரு பங்காயிற்று) அதன்பிறகு, இந்திய கூட்டுப் பங்கு பாங்கிகளின் வளர்ச்சி மிகவும் மெதுவாயிருக்கிறது. இதே காலத்தில், இவைகளில்

சில அன்னிய ஆதிக்கத்துக்குட்பட்டதைக் கவனித்தால், இந்திய மூலதனத்தின் கண்ணோட்டத்தில் உண்மையில் ஒரு இறக்கம் ஏற்பட்டிருக்கக்கூடும்.

இரண்டாவது உலக யுத்த காலத்தில்கூட நிலைமை மாறவில்லை. 1938க்குப் பின் மூன்று கோஷ்டிகளிலுள்ள பாங்கிகளின் விடுமுதல்களை ஒத்திட்டுப் பார்ப்போம்.

டிப்பாஸிட்டுகள் (விடுமுதல்கள்)

	1938	1941	1942	1943
1. இம்பீரியல் பாங்கி	81 கோடி 51 லட். ரூ	108 கோடி 92 லட். ரூ	163 கோடி 46 லட். ரூ	214 கோடி 53லட். ரூ
2. நாணய பரிவர்த்தனை பாங்கிகள்	67 கோடி 20 லட். ரூ	106 கோடி 73 லட். ரூ	116 கோடி 85 லட். ரூ.	140 கோடி 19 லட். ரூ
அன்னிய பாங்கிகளிலுள்ள மொத்த டிபாசிட்டுகள்	148 கோடி 71 லட். ரூ	215 கோடி 65 லட். ரூ.	280 கோடி 31 லட். ரு	354 கோடி 72லட். ரூ
3. அரசாங்க அங்கீகாரம் பெற்ற பாங்கிகள்	91 கோடி 87 லட். ரூ	129 கோடி 4 லட். ரூ	189 கோடி 34 லட். ரூ	319 கோடி 65லட். ரூ
4. அரசாங்க அங்கீகாரம் பெறாத பாங்கிகள்	14 கோடி 94 லட். ரூ	20 கோடி 5 லட். ரூ	29 கோடி 1 லட். ரூ	40 கோடி 23லட். ரூ
இந்திய கூட்டு பாங்கிகளிலுள்ள மொத்த டிபாஸிட்டுகள்	106 கோடி 81 லட். ரூ	149 கோடி 9 லட். ரூ	218 கோடி 35 லட். ரூ	359 கோடி 88லட். ரூ

1943 வரை இந்திய கூட்டுப்பங்கு பாங்கின்மீது இம்பீரியல் நாணயமாற்று பாங்கிகள் ஆதிக்கம் வகித்ததை மேற்கண்ட அட்டவணை காட்டுகிறது. 1943ல்தான், இந்திய பாங்கிகள் அவைகளை எட்டிப்பிடித்தன; இம்பீரியல் நாணயமாற்று பாங்கிகளின் விடுமுதலைவிட ஒண்ணரை சதவீதம் அதிகமாக இந்தியன் பாங்கிகளில் டிப்பாஸிட்டுகள் இருந்தன.

இந்தியாவின் பாங்கிங் மீதுள்ள பிரிட்டிஷ் ஆதிக்கம் இந்திய தொழில் வளர்ச்சிக்கும் சுதந்திர பொருளாதார

வளர்ச்சிக்கும் விரோதமாக பிரிட்டிஷ் நலன்களின் நன்மைக்காக பயன்படுத்தப்பட்டு வருகிறதென்பது இந்திய முதலாளிகள் வன்மையாக வற்புறுத்தும் புகாராகும். இதற்கு உதாரணமாக, அன்னிய மூலதனக் கமிட்டியின் ரிப்போர்ட்டுடன், **டிஸி.கோஸ்வாமி** எழுதிய குறிப்பை எடுத்துக்கொள்ளலாம்:-

"கடன் கொடுப்பதில் வர்ண வேற்றுமையும் அரசியல் வேற்றுமையும் பாராட்டப்படுகிறதென்றும், சகஜமாக, கடன் பெறுவதில், இந்தியர்கள் அவர்களுடைய சொத்துக்களுக்கேற்ற முறையில் நடத்தப்படுவதில்லையென்றும், ஆனால் அதற்கு மாறாக சாதாரண வியாபார கொள்கைகளின்படி கொடுக்கக் கூடிய தொகையைவிட அதிகமான கடன் பிரிட்டிஷ் முதலாளிகளுக்கு அடிக்கடி கொடுக்கப்படுகிறதென்றும் - நாட்டில் நிலவும் பொதுவான அபிப்பிராயத்தை நான் எடுத்துக்கூற விரும்புகிறேன். இந்த அபிப்பிராயத்துக்கு யதார்த்த உண்மைகளின் ஆதாரமிருக்கிறதென்று நான் அறிவேன்.

இந்தியன் ஸென்ட்ரல் பாங்கிங் விசாரணைக் கமிட்டியின் மைனாரிட்டி ரிப்போர்ட் இந்த புகாரை ஊர்ஜிதம் செய்தது. மெஜாரிடி ரிப்போர்ட் அதை மௌனமாக பதிவு செய்தது. "இன்னும் விவரமான விஷயஞானம் இல்லாததால்" தீர்ப்பு கூறுவதைத் தள்ளிவைத்தது".

"கடன் விண்ணப்பங்களை கவனிக்கும்போது, இம்பீரியல் பாங்கி அதிகாரிகள் நிறவேற்றுமை பாராட்டுவதாக சில புகார்கள் வந்திருக்கின்றன. பாங்கின் ஐரோப்பிய மானேஜர்கள் தங்களுடைய வாழ்க்கை முறையினாலும் சமூகப் பழக்கங்களாலும் ஐரோப்பிய வாழ்க்கைக்காரர்களுடன் தனிப்பட்ட முறையில் தொடர்பு வைத்துக்கொள்ள இந்திய வாடிக்கைக்காரன் தொடர்பேற்படுத்தி கொள்வதைவிட அதிக சந்தர்ப்பமிருப்பதால் இந்தத் தனிப்பட்ட தொடர்பும் விஷயஞானமும் ஐரோப்பிய கம்பெனிகளை இந்திய கம்பெனிக்களைவிட சிறந்த முறையில் நடத்துவதற்கு உதவுகின்றது என்று கூறப்படுகிறது.

"மேலும் இந்திய கம்பெனிகளைவிட ஐரோப்பிய கம்பெனிகளுக்கு பாங்கி சுலபமாக கடன் கொடுக்கிறதென்றும் பாங்கி உதவியைப் பெற்ற பல இந்திய கம்பெனிகள் கஷ்டம்

அனுபவித்ததெனவென்றும் பொதுவான அபிப்பிராயம் நிலவுகிறது. இந்தியரல்லாத கம்பெனிகள் பூர்ண உதவி பெறுகின்றனவென்றும் ஆனால் இந்திய கம்பெனிகளுக் களிக்கப்படும் உதவி கொஞ்சமாயிருக்கிறதென்றும், இந்திய கம்பெனியின் யதார்த்த தேவைகளுக்கு மிகவும் குறைவாகவே கடன் அளிக்கப்படுகிறதென்றும் கூறப்படுகிறது. இந்திய கம்பெனிகளுக்கும் இந்தியரல்லாத கம்பெனிகளுக்கும் அளிக்கப்பட்ட கடன் விவரங்கள் இம்பீரியல் பாங்கியிடமிருந்து எங்களுக்குக் கிடைத்திருக்கின்றன; ஆனால் தனிப்பட்ட கம்பெனிகளை பற்றி இன்னும் விவரமான விஷய ஞானம் இல்லாமல், இந்த புகாரை பரிசீலனை செய்யமுடியாதவர்களாயிருக்கிறோம்".

(இந்தியன் ஸெண்ட்ரல் பாங்கிங் விசாரணைக் கமிட்டியின் மெஜாரிட்டி ரிப்போர்ட் 1931)

இதைப்போலவே, 1925-ல் சர்க்காரால் நியமிக்கப்பட்ட **இந்திய பொருளாதார விசாரணைக் கமிட்டியின்** தலைவரான **ஸர்.எம். விசுவேஸ்வரய்யா** எழுதுகிறார்:-

"இந்தியாவில் தொழில்கள் ஆரம்பிப்பதில் குறுக்கிடும் பிரதான கஷ்டங்களில் ஒன்று பணம். தொழில் கொள்கைகளைப் பற்றி, இந்திய தலைவர்களுடன் அபிப்பிராய உடன்பாடு இல்லாத சர்க்காரின் ஆதிக்கத்தில் தேசத்தின் பண அதிகாரம் இருப்பதால் இது எழுகின்றது. இந்திய முதலாளிகளின் ஆதிக்கத்திலுள்ள பாங்கிகள் கொஞ்சமாக இருக்கின்றன. பெரிய பாங்கிகளில் பல சர்க்கார் செல்வாக்குக்கு உட்பட்டிருக்கின்றன அல்லது பிரிட்டிஷ் பாங்கிகளின் கிளைகளாக இருக்கின்றன அல்லது வேறு அயல் தேச பாங்கிகளின் கிளைகளாக இருக்கின்றன."

(ஸர்.எம். விசுவேஸ்வரய்யா: "இந்தியாவுக்கு திட்டமிடப்பட்ட பொருளாதாரம்" 1934)

7. ரொக்க முதலாளித்துவமும் இரண்டாவது உலக யுத்தமும்

சுதந்திரமான இந்திய பொருளாதார வளர்ச்சியை தடுத்துவைத்திருப்பதன் மூலம் நவீன கட்டத்தில் பிரிட்டிஷ் ரொக்க முதலாளித்துவத்தின் உண்மையான ஆதிக்கம் நன்கு பாதுகாக்கப்பட்டு வந்திருக்கிறதென்பது மேற்கூறியவற்றிலிருந்து

வெளிப்படையாகிறது. இரண்டாவது உலக யுத்தமும், அதன் விளைவாக இந்தியாவை கீழ்நாட்டு பிரதான சப்ளை தளமாக்க வேண்டிய அவசியம் எழுந்ததும்கூட ஏகாதிபத்தியப் போக்கில் எந்தவிதமான மாறுதலும் ஏற்படுத்தவில்லை. யுத்தகாலம் முழுவதும், இந்தியாவில் எத்தகைய தொழில் வளர்ச்சியும் ஏற்படுவதை தடுப்பதே பிரிட்டிஷ் கொள்கையின் முக்கிய குறியாயிருந்தது. 1945, ஆகஸ்ட் 31ல், **"ஈஸ்டர்ன் எகனாமிஸ்ட்"** எழுதியதாவது:-

"நாம் எல்லாவற்றையும் செய்தோம்; ஆனால் ஒன்றும் செய்யவில்லை. சகலத்தையும், ஒவ்வொன்றையும் சப்ளை செய்வதுதான் நம் வேலை; உலகத்திலுள்ள அத்தனை சாமான்களையும் 'ரிப்பேர்' செய்தோம். (வீணாய்ப் போனவற்றை) சரிபண்ணிக்கொடுத்தோம்; ஒன்றைக்கூட நாமே உற்பத்தி செய்யவில்லை. நமக்கு ஒரு திட்டம் கிடையாது. ஒரு அமைப்புகூட கிடையாது. இல்லை-ஒரு திட்டம் இருந்தது-தெட்டத் தெளிவான திட்டம், பரிபூரணமான திட்டம், -அதுதான் யுத்த பிற்கால கட்டத்தில் இந்த தேசம் தொழில் மயமாகிவிடுவதைத் தடுக்கும் திட்டம்".

எனினும், தவிர்க்க முடியாத வகையில், யுத்த காலத்தில் இந்திய தொழில் நடவடிக்கை ஓரளவு அதிகரித்தது. (சகல சர்க்கார் ராணுவ தளவாட பேக்டரிகள் உள்பட) இந்திய பேக்டரிகளில் வேலை செய்த தொழிலாளர் எண்ணிக்கை 1939ல், 1,751,137; 1944ல் 2,520,000 ஆகப் பெருகிவிட்டது. இந்தியாவிலுள்ள கூட்டு பங்கு கம்பெனிகளின் செலுத்தப்பட்ட மூலதனம் 288½ கோடி ரூபாய்களிலிருந்து (1939-40-ல்) 329 கோடி 20 லட்சம் ரூபாய்களாக (1943-44-ல்) அதிகரித்தது. (இந்தியாவிலுள்ள பிரிட்டிஷ் முதலாளிகளின் பத்திரிகையான **காபிடல்** மாதாமாதம் கணக்கிட்டபடி) தொழில் நடவடிக்கையின் புள்ளிகள் 1939-40-ல் 114.0 ஆக இருந்தது. ஐரோப்பிய யுத்தம் முடிவுற்ற 1945 மே மாதத்தில் 120.5 ஆக இருந்தது. 1945 ஜனவரி மாதத்தின் புள்ளி 132.1. இந்த மாதத்தில்தான் தொழில் நடவடிக்கை உச்சநிலையை எட்டியது. சில ரகங்களைச் சேர்ந்த சாமான்களின் உற்பத்தியும் அதிகரித்தது. யுத்த முற்கால வருஷங்களில் 59000 டன்கள் காகிதம் உற்பத்தி செய்யப்பட்டது. 1943-44-ல் 90 ஆயிரம்

டன்களாக அதிகரித்தது. (பின்னால் 1944 - 45-ல் 75 ஆயிரம் டன்களாகக் குறைந்தது). மில் துணி உற்பத்தி, யுத்த காலத்தில் 380 கோடி கஜங்களிலிருந்து 470 கோடி கஜங்களாக அதிகரித்தது. (ஈஸ்டர்ன் எகனாமிஸ்ட் 4-1-46). யுத்தத் தேவையினால் உந்தப்பட்டு, ரசாயன பொருளுற்பத்தி முதலியவை அதிகரித்தன. (1939ல் 7½ லட்சம் டன்கள் உற்பத்தி செய்த எஃகுத் தொழிலில் 1943-44-ல், $11^1/_4$ லட்சம் டன்கள் உற்பத்தி செய்யப்பட்டன. முதன் முதலாக புதியவித எஃகுகள் உற்பத்தி செய்யப்பட்டன. கப்பல்கள், ஆகாய விமானங்கள் முதலியவற்றின் ரிப்பேர்கள் ஓரளவு செய்யப்பட்டன.

ஆனால், யுத்தகாலத்தில் இந்தியாவில் ஏற்பட்ட உற்பத்திப் பெருக்கமெல்லாம். "உள்ள யந்திரங்களையும் மெஷின்களையும் மூர்க்கத்தனமான முறையில் அளவுக்கு மீறி வேலை செய்ததின் மூலம், தொழிலாளர்களின் "ஷிப்டுகளை அதிகரிப்பதன் மூலம்" ஏற்பட்டதென்றும் சில இடங்களில் தவிர, இதர நாடுகளில் செய்யப்பட்டதைப்போல உற்பத்தித்திறமையை அதிகமாக்கவில்லை" (அதாவது புதிய யந்திரத் தொழில்கள் அமைக்கப்படவில்லை-மொ-ர்) என்றும் இந்தியத் தொழில் வர்த்தக சபைகளின் சம்மேளனத்துக்கு தலைவரான **ஸர்பத்ரிதாஸ் கோயங்கா** கூறியது முற்றிலும் சரியே (1946, மார்ச் 5, ஈஸ்டர்ன் எகனாமிஸ்ட்)

"யுத்தத்துக்கு முன்னால், இந்திய தொழிலில், உற்பத்தியில் ஈடுபடாத உபரி வசதிகள் சும்மா கிடந்தன. உதாரணமாக, சணல் தொழிலில் முக்கால்பாகம் முதல் மூன்றில் இருபாகம் வரை உபரியாக இருந்தது. பம்பாய் மில் முதலாளிகள் சங்கத்தின் கணிப்பு பிரகாரம், தேசத்திலுள்ள 389 மில்களில் (வேலை செய்வதற்கு வசதிகளுள்ளவை) 1939-ம் வருஷத்தில் 22 மில்கள் சும்மா கிடந்தன. அல்லது ஒரு சில சமயங்களிலேயே வேலை செய்தன. யுத்தகாலத்தில், முதன் முதலில், இந்த உபரி திறமை பயன்படுத்தப்பட்டது. அதன் பிறகு, உள்ள யந்திரங்களிலேயே, மேலும் மேலும் அதிகமாக வேலைவாங்கப்பட்டது. புதிய தொழில்களை ஆரம்பிப்பதற்கும், உள்ள தொழில்களின் மெஷின்களை புதுப்பிக்கவும் கூட

யந்திரக் கருவிகளின் இறக்குமதி அனுமதிக்கப்படவில்லை. இதனாலேற்பட்ட சிரமம் ஒரு சில உதாரணங்களில் தெரியவரும். உதாரணமாக ரயில்வே போக்குவரத்தை எடுத்துக்கொள்வோம். யுத்த முற்கால வருஷங்களைவிட ஒவ்வொரு பிரயாணி டிரெயினும் 32 சதவீதம் அதிகமான பாரத்தை தூக்கிச்செல்ல வேண்டியிருந்தது. கூட்ஸ் டிரெயின் (சாமான்கள் ஏற்றிச்செல்லும் ரயில் வண்டி) $8^1/2$ சதவீதம் அதிகமான பாரத்தை தூக்கிச் செல்ல வேண்டி யிருந்தது. ஒவ்வொரு தடவையும் 'ஷெட்'க்கு போவதற்கு முன்னால் ஒவ்வொரு என்ஜினும் யுத்த முற்காலத்தில் ஓடிய தூரத்தைப்போல இரு மடங்கு தூரம் ஓடவேண்டியிருந்தது. என்ஜின்களில் 29 சதவீதம் காலாவதியானவை, ஓடி கொண்டேயிருந்தன. வேறு வாகன்கள் இல்லாததால் ஏராளமான காலாவதியான வாகன்களும் ஓடிக்கொண்டிருந்தன. (ஈஸ்டர்ன் எகனாமிஸ்ட், 15-2-46) பருத்தி ஜவுளித் தொழிலை எடுத்துக்கொள்வோம். இன்று, உள்ள நெசவாலை சாமான்களில் சரிபாதியை எறிந்துவிட்டு, புதிய நெசவாலை சாமான்களை போடவேண்டும். உதாரணமாக, இன்று உபயோகத்திலிருக்கும் 'பிளோ-ரூம்' மெஷின்களில், 11.5 சதவீதம் 1890க்கு முன்னால் நிறுவப்பட்டவை; 11.1 சதவீதம் 1906-10 வருஷங்களில் நிறுவப்பட்டவை; 18.6 சதவீதம் 1921க்கும் 1925க்குமிடையே நிறுவப்பட்டவை; 11.4 சதவீதம் 1936க்கும் 1940க்கும் இடையே நிறுவப்பட்டவை. இன்றுள்ள 'டிராபிரேம்'களிலும் ஸ்பீட்பிரேம்களிலும் (Draw and speed frames) 35.5 சதவீதம் 1910க்கு முன்னால் நிறுவப்பட்டவை. (ஈஸ்டர்ன் எகனாமிஸ்ட், 7-7-44) இந்தப் பழைய மெஷின்கள்தான் யுத்தகால தேவைப் பெருக்கத்தை சமாளிக்க வேண்டியிருந்தது. கப்பலில் இடமில்லை என்று பொய்ச்சாக்கு கூறியும் புதிய முதலீடு வெளியீட்டை கட்டுப்பாடு செய்வதன் மூலமும் (அதாவது தொழிலில் புதிய மூலதனம் போடுவதை கட்டுப்படுத்துவதன் மூலம்- மொ-ர்). இதர வகைகளிலும், யுத்தகாலத்தில் இந்தியாவுக்குள் யந்திர சாமான்கள் வராமல் பார்த்துக்கொண்டது சர்க்கார்.

யுத்த முயற்சிக்கு குந்தகம் ஏற்படுமென்ற ஆபத்திருந்த போதிலும் கூட, தேசத்தின் ஏராளமான செல்வாதாரங்களை

திரட்டுவதற்கு தீவிரமான முயற்சி எதுவும் எடுக்கப்பட வில்லை. மெஷின் இறக்குமதிக்கு வசதிகள் மறுக்கப்படுவதின் மூலமாகவும் உற்பத்தியாவதை ராணுவத்துக்கு வாங்குவோமென்ற உத்தரவாதம் தர மறுத்ததின் மூலமாகவும், மோட்டார் கார் தொழிலும் கப்பல் கட்டும் தொழிலும் ஸ்தாபிக்கப்படுவதை தடுத்தது. அம்மாத்திரமல்ல; அமெரிக்கன் டெக்னிகல் கமிஷன் (தொழில் கமிஷன்) சிபாரிசுகளைக்கூட சர்க்கார் ஏற்றுக்கொள்ளவில்லை. (அமெரிக்கன் டெக்னிகல் மெஷினும் இந்தியாவில் மின்சாரவிசை உற்பத்தி, ஆகாய விமானம் கட்டும் தொழில், கப்பல் கட்டும் தொழில், 'பிராட்கேஜ்' ரயில் வண்டிகள் உற்பத்தி முதலிய ஜீவாதாரமான தொழில்கள் ஸ்தாபிக்கப்படுவதை திட்ட வட்டமாகவும் தீவிரமாகவும் எதிர்த்தது.)

"பெரிய ரிப்பேர்களுக்காகவும் சிறிய ரிப்பேர்களுக்காகவும் 100 கப்பல்களுக்குமேல் துறைமுகத்தில் காத்துக்கொண்டிருந்த போது, பம்பாய் கப்பல்-ரிப்பேர் தொழிற்சாலையில் குதிரை லாடங்களும், ராணுவத்தினருடைய பூட்ஸுகளின் லாடங்களும் ரயில்வேயின் 'ஸ்விட்ச் கியரையும் (switch gear) உற்பத்தி செய்துகொண்டிருந்ததை" அமெரிக்கன் டெக்னிகல் மிஷின் கண்டது. இதர தொழில்களின் அபிவிருத்திகள் செய்ய வேண்டுமென்று சிபாரிசு செய்ததுடன் இந்தியாவில் ஒழுங்கான முறையில் கப்பல் ரிப்பேர்களுக்கும் ஆகாயவிமான ரிப்பேர்களுக்கும் வகைசெய்ய வேண்டுமென்றும், மிஷன் சிபாரிசு செய்தது. அத்துடன் "மீட்டர் கேஜ் ரயில் வண்டிகளும் கூட்ஸ் வண்டிகளும் இதர ஜீவாதாரமான போக்குவரத்து வாகனங்களும்" உற்பத்தி செய்யவேண்டுமென்று மிஷன் கூறியது. தேவையான சகல மெஷின்களையும் யந்திர விஞ்ஞான உதவியையும், அமெரிக்காவிலிருந்து அளிப்பதற்கு ஏற்பாடு செய்வதாக மிஷன் வாக்களித்தது. மிஷன் ரிப்போர்ட் மேலும் கூறியதாவது:-

"இந்தியாவின் தொழில் உற்பத்தி விஸ்தரிப்பு ஓரளவாவது இரவல்கடன் மசோதாப்படி, அமெரிக்காவிலிருந்து கிடைக்கக்கூடிய கருவிகளையும், அமெரிக்க யந்திர விஞ்ஞானிகளின் யோசனையையும் ஆதாரமாகக் கொள்ள வேண்டும்."

எனினும், மிஷனின் இந்த ஜீவாதாரமான யோசனைகளை சர்க்கார் அமுலுக்குக் கொண்டுவர மறுத்தது: அமெரிக்க மெஷின்களில் உதவியுடன், அமெரிக்க யந்திர விஞ்ஞானிகளின் உதவியுடன் இவற்றை அமுலுக்கு கொண்டுவருவதற்குக்கூட மறுத்தது. மறுத்ததுடன், மிஷனுடைய ரிப்போர்ட்டையே பரமரகசியமாக மறைத்து வைத்துவிட்டது.

ஜீவாதாரமான தொழில்களை அமைத்துக்கொள்ளவும் பொருளாதார வளர்ச்சி மட்டத்தை உயர்த்திக்கொள்ளவும் **கானடா, ஆஸ்டிரேலியா** முதலிய டொமீனியன்களுக்கு உதவி அளிக்கப்பட்டது. ஆனால் இந்திய பொருளாதாரத்தின் தன்மை இருந்த மேனி மாறாமல் இருந்தது; கனத்தொழில்கள் வளர்ச்சியடையாமல் இருந்தன.

இந்தியாவின் வளர்ச்சியைத் தடுக்குமிந்த கொள்கைக்கு பிரதான கருவியாக **கீழ் நாடுகள் கோஷ்டியின் சப்ளை கவுன்ஸில்** " உபயோகித்துக்கொள்ளப்பட்டது. இந்த ஸ்தாபனம் இந்தியாவிலிருந்தது. பல்வேறு சாம்ராஜ்ய நாடுகளின் யுத்த சப்ளைகளை ஒருமுகப்படுத்தவும், யுத்த சப்ளைகளின் வினியோகத்தை ஒழுங்குபடுத்தவும், இந்த கவுன்ஸில் சிருஷ்டிக்கப்பட்டது. ஒரு சாம்ராஜ்ய நாட்டில் உற்பத்தி செய்யப்படும் பொருளே இன்னொரு நாட்டில் செய்யவேண்டியதில்லை என்று சாக்கு சொல்லி, இந்த கவுன்ஸில்மூலம் இந்திய தொழில்களை வளரவிடாமல் சர்க்கார் தடுத்தது. இந்தியாவின் சார்பாக இக்கவுன்ஸிலில் அங்கம் வகித்தவர் சர்க்காரால் நியமிக்கப்பட்டவரே. பல்வேறு தேசங்களிடம் யுத்த சப்ளைகளுக்கு 'ஆர்டர்கள்' கொடுக்கும்போது இந்த கவுன்ஸில் வேண்டுமென்றே பாரபட்சம் காட்டியது. அதிகப்பட்ச பாரபட்சம் காட்டியது. அகில இந்திய உற்பத்தியாளர் ஸ்தாபனத்தின் தலைவரான **எம். விசுவேசுவரய்யா** கூறுகிறார்:-

"தற்கால யுத்தத்துக்கு தேவைப்படும் பொருட்களின் ஆர்டர்கள் சாம்ராஜ்யத்துக்குள்ளிருக்கும் பல்வேறு யுத்த நாடுகளிடையே (யுத்தத்திலீடுபட்டிருக்கும் நாடுகளிடையே- மொ-ர்) **ரோஜர் மிஷனின்** யோசனையின் பேரிலும் கீழ் நாடுகள் கோஷ்டியின் சப்ளை கவுன்ஸில் யோசனையின் பேரிலும் பிரித்துக் கொடுக்கப்பட்டிருப்பதாகத் தெரிகிறது.

இந்த ஏற்பாடுகளின்படி, உயர்ந்தரக, யந்திர நுணுக்கத் திறமையோ அல்லது உயர்ந்தரகத் தொழிலோ தேவைப்படாத ஒரு சில பொருட்கள்தான் இந்தியாவின் பேக்டரிகளுக்கும் தொழில் முதலாளிகளுக்கும் ஒதுக்கி வைக்கப்பட்டிருக்கிறது. கனத்தொழில்களில் உற்பத்தியாக வேண்டிய பண்டங்கள் அல்லது உயர்ந்த ரக யந்திர நுணுக்க திறமை தேவைப்படும். பண்டங்கள் அமெரிக்காவுக்கும் கானடாவுக்கும் ஆஸ்டிரேலியாவுக்கும் ஒதுக்கித் தரப்பட்டிருக்கின்றன."

(விசுவேசுவரய்யா, "தொழில் மூலம் சுபிட்சம்" 1943)

கீழ்நாடுகள் கோஷ்டியின் சப்ளை கவுன்ஸிலுடைய இந்த பிற்போக்கான நோக்கத்தையும் நடைமுறையையும் கண்டு பிரிட்டிஷ் பணமூட்டைகள் 1940 டிஸம்பரிலேயே திருப்தி அடைந்தன. **பிரிட்டிஷ் வர்த்தக போர்டின்*** பிரதிநிதியான மிஸ்டர் கய்லாகக் 1940 அக்டோபரில் நிகழ்ந்த கீழ்நாடுகள் கோஷ்டியின் சப்ளை கவுன்ஸில் கூட்டத்துக்கு விஜயம் செய்ததைப்பற்றி லண்டன் பத்திரிகையான **ரயில்வே கெஜட்** பின்வருமாறு எழுதியது:-

"ஜீவாதாரமான யுத்த தேவைகள் முதலிடம் பெறவேண்டிய அவசியத்தை ஞாபகத்தில் வைத்துக்கொண்டு, இப்பொழுது நிகழ்ந்துகொண்டிருக்கும் யுத்த உற்பத்தி விஸ்தரிப்பால் பிரிட்டிஷ் தொழிலுக்கு எதிர் காலத்தில் ஏற்படக்கூடிய விளைவுகளை மதிப்பிட்டுவரும் பொறுப்பு மிஷனில் வர்த்தக போர்டின் பிரதிநிதி என்ற முறையில் அவருக்கு கய்லாகக் அளிக்கப்பட்டது. . . . யுத்த தேவைகளுக்கு அவசியமில்லாத உற்பத்தியை விஸ்தரிக்க மிஷன் விஜயத்தின் விளைவாக எந்தவிதமான நடவடிக்கையும் எடுக்கப்பட வில்லையென்றும், ஒரு காலத்தில் எதிர்பார்த்த அளவுக்கு பிரிட்டிஷ் தொழிலுக்கு இந்தியாவிலுள்ள யுத்த பிற்கால நலன்கள் பாதிக்கப்படாதென்று லாகக் அபிப்பிராயப் படுகிறார்."

யுத்த நிலைமை மாறிவிட்டதால், "கடல் கடந்த நாடுகளின் ஆர்டர்களுக்கு கவுன்ஸில் மூலம் இந்திய சர்க்காரிடம் வாங்க

---

* **வர்த்தக போர்டு:** பிரிட்டிஷ் வர்த்தக விவகாரங்களை நிர்வகிக்கும் அரசாங்க இலாகா.

வேண்டுமென்பது இனி நன்மை பயக்காது." என்று அமெரிக்கன் டெக்னிகல் மிஷன் நினைத்தது. ஆகவே, "கடல் கடந்த நாடுகள் இந்தியாவிடம் கொடுக்கும் ஆர்டர்களையெல்லாம் கீழ்நாடுகள் கோஷ்டியின் சப்ளை கவுன்ஸில் வழியாக வடிகட்டப்படாமல், இந்திய சர்க்காரின் சப்ளை இலாகாவால் நேரடியாக நிறைவேற்றப்படவேண்டும்' என்று மிஷன் சிபாரிசு செய்தது.

ஆனால், இந்திய சர்க்கார் இந்த சிபாரிசையும் நிறைவேற்ற மறுத்தது. "ஆர்டர்களை பிரித்துக்கொடுப்பது கவுன்ஸிலின் கடமை, கவுன்ஸில் தன் கடமையிலிருந்து பிறழ முடியாது" என்று கீழ்நாடுகள் கோஷ்டியின் சப்ளை கவுன்ஸில் சட்டதிட்டத்தைக் காட்டி, இந்திய சர்க்கார் தன்னுடைய யாதாஸ்தில் வாதித்தது.

இந்திய சர்க்கார் இந்தியாவில் ஜீவாதாரமான தொழில்கள் வளர்வதை தடுத்தது; அது மட்டுமல்ல, பல வழிகளில் அன்னிய கம்பெனிகளுக்கு நேரடியான உதவியும் அளித்தது. உதாரணமாக, **'யுனைடெட் கிங்டம் கமர்ஷியல் கார்ப்பொரேஷன்'** என்ற பிரிட்டிஷ் வர்த்தக ஸ்தானத்துக்கு- யுத்த காலத்தில் 50 லட்சம் பவுன்கள் முதலுடன் ஆரம்பிக்கப்பட்ட ஸ்தாபனத்துக்கு- பல்வேறு நாடுகளுடன் வியாபாரம் செய்யும் ஏகபோக உரிமை அளிக்கப்பட்டது. மேலும், இந்தியாவில் இறக்குமதியாகும் மோட்டார் வண்டிகளின் பாகங்களை ஒன்றுசேர்க்கும் வேலைகூட **ஜெனரல் மோட்டார்ஸ்**, போர்டு என்ற இரண்டு அமெரிக்க கம்பெனிகளுக்குக் கொடுக்கப்பட்டது

தொழில் வளர்ச்சி அடைவதற்குப் பதிலாக, இந்த கால கட்டம் முழுவதும் பிரிட்டிஷ் ஆட்சியின் சரித்திரத்திலேயே நிகர் இல்லாத முறையில் இந்தியா சுரண்டப்பட்டது. முந்திய யுத்தங்களை விடவும் அதிகமான பளு இந்திய மக்கள்மீது சுமத்தப்பட்டது. 1939 நவம்பரில், பிரிட்டிஷ் சர்க்கார் தங்களுடைய ஏஜெண்டுகளான இந்திய சர்க்காருடன், பாதுகாப்பு செலவை இந்தியாவுடன் பங்கிட்டுத் கொள்வதைப்பற்றி ஒரு உடன்படிக்கை செய்துகொண்டது. இந்த உடன்படிக்கை ஷரத்துகளின்படி, இந்தியாவில் ஏற்படும் மொத்த பாதுகாப்பு செலவில், இந்தியா செலவழிக்க வேண்டிய பாகம் பின்வருமாறு வரையறுக்கப்பட்டது:-

1. சமாதான காலத்தில் இந்தியா வழக்கமாக செலவழிக்கும் தொகை, நிர்ணயமான வருஷாந்திர தொகை - 36 கோடி 77 லட்சம் ரூ. இந்தியா தரவேண்டும்.

2. விலைவாசிகளின் உயர்வுக்கேற்றபடி, இந்த அடிப்படையான தொகையும் உயரவேண்டும்.

3. இந்தியாவின் நலன்களுக்காக இந்தியா மேற்கொள்ளும் யுத்த நடவடிக்கைகளின் செலவு இந்தியாவுடையது.

4. சாம்ராஜ்ய பாதுகாப்புக்காக கடல் கடந்த நாடுகளில் போராடும் படைகளின் செலவுக்காக, இந்தியா தன் பங்காக ஒரு கோடி ரூபாய் அளிக்க வேண்டும்.

இந்தியாவில் திரட்டப்படும் தரைப்படைகளின் செலவுகள் அனைத்தும்-ஆள் சேர்த்தல், பயிற்சி அளித்தல், ஆயுதமளித்தல் முதலியவை-இந்தியாவுடையது. அவை இந்தியாவில் இருக்கும்வரை, இந்திய பாதுகாப்புக்கு கிடைக்கக்கூடிய நிலைமையில் அவை இருக்கும்வரை, சகல செலவுகளும், இந்தியாவுடையது. அவை கடல் கடந்த நாடுகளுக்குப் போனால், அவற்றைத் திரட்டி பயிற்சி அளித்து ஆயுதங்கள் கொடுப்பதற்கு ஏற்பட்ட செலவை பிரிட்டிஷ் சர்க்காரிடமிருந்து வாங்கிக்கொள்ளலாம். கடல்கடந்து விட்டால், அந்தப் படைகளுக்கு பொறுப்பு பிரிட்டனுடையது.

இதைத் தவிர, இந்தியாவில் வைக்கப்பட்டிருக்கும் அன்னிய துருப்புக்களின் தேவைப் பொருட்கள் அனைத்துக்கும், வசதிகள் அனைத்துக்கும் பிரிட்டன் பணம் தந்துவிடுவதாகக் கூறியது. ஜப்பான் சண்டையில் பிரவேசித்த பிறகு, இந்த இனத்தில் செலவு அபரிமிதமாக அதிகரித்தது.

இந்த ஒப்பந்தம் பார்ப்பதற்கு நேர்மையானதாகவும் நியாயமானதாகவும் தோன்றுகிறது. சாம்ராஜ்ய பாதுகாப்புக்காக இந்தியா மீது பணபாரம் சுமத்த வேண்டாமென்ற எண்ணத்தில் செய்யப்பட்டதாகத் தோன்றுகிறது. உண்மையில், இந்தியாவின் மீது பளுவை சுமத்துவதற்கான மறைமுகமான தந்திரமே இது.

மேற்கண்ட செலவுகளுக்காகவும் இதர செலவுகளுக்காகவும் மாட்சிமை தங்கிய மன்னர் சர்க்கார் செலுத்தவேண்டிய

தொகைகளுக்காக இந்தியாவில் ரிஸர்வ் பாங்கி மேலும் மேலும் காகித நாணயங்களை அச்சிட்டுத் தள்ள வேண்டியதென்றும், இதற்குப் பதிலாக, பிரிட்டிஷ் சர்க்கார் தர வேண்டிய தொகையின் ஸ்டர்லிங் மதிப்பு **இங்கிலாந்து பாங்கியின்** கணக்கு புத்தகங்களில் இந்தியாவுக்கு கொடுக்க வேண்டிய கணக்கில் பதிவு செய்யப்படும் என்றும் ஒரே குடும்பத்தைச் சேர்ந்த மூன்று பேர்கள் மாட்சிமை தங்கிய மன்னர் சர்க்கார், இந்தியா சர்க்கார், ரிஸர்வ் பாங்கி (இந்தியா) மூவரும் ஒரு உடன்பாட்டுக்கு வந்தார்கள். ஆக, எதிர்காலத்தில் பணம் தருவதாகக் கூறும் ஒரு சர்வ சாதாரண வாக்குறுதியாகி விட்டது ஒப்பந்தம். யுத்தத்தினாலேற்பட்ட பெருஞ்செலவு முழுவதையும் இந்தியாவை சுமக்கும்படி செய்தனர்.

இந்தியாவின் பாதுகாப்புச் செலவு புள்ளி விவரங்களையும், பிரிட்டிஷ் சர்க்காரின் சார்பில் இந்தியா செய்த செலவையும் சேர்த்துப் பார்த்தால் இந்திய பொருளாதாரத்துக்கு ஏற்பட்ட சிரமத்தை உணரலாம்.

இந்தியாவின் பாதுகாப்பு செலவு என்று ஒப்பந்தம் வகுத்த ஷரத்தின் கீழ் ஏற்பட்ட செலவு மலைபோல் பெருகியது. சில வருஷங்களில் பாதுகாப்புச் செலவு யுத்த முற்கால தேச வருமானத்தில் மூன்றில் ஒரு பகுதியாயிற்று.

இந்தியாவின் பாதுகாப்புச் செலவு (ரூபாய்கள்)

வருஷம்	மூலதாரச் செலவு	அன்றாடச் செலவு	மொத்தம்
1939-40	-	49 கோடி 54 லட்	49 கோடி 54 லட்
1940-41	-	73 கோடி 61 லட்	73 கோடி 61 லட்
1941-42	-	103 கோடி 93 லட்	103 கோடி 93 லட்
1942-43	52 கோடி 51 லட்	214 கோடி 62 லட்	267 கோடி 13 லட்
1943-44	37 கோடி 46 லட்	358 கோடி 40 லட்	395 கோடி 86 லட்
1944-45	62 கோடி 83 லட்	395 கோடி 49 லட்	458 கோடி 32 லட்
1945-46	14 கோடி 93 லட்	376 கோடி 42 லட்	391 கோடி 35 லட்
மொத்தம்	167 கோடி 73 லட்	1572 கோடி 1 லட்	1739 கோடி 74 லட்

(இந்தியாவின் ரிஸர்வ் பாங்கி - "நாணயத்தைப் பற்றியும் நிதியைப் பற்றியும் ரிப்போர்ட்" 1945-46)

மாட்சிமைத் தங்கிய மன்னர் சர்க்காரிடமிருந்து (பிரிட்டன்) திரும்பப்பெறப் போவதாக கருதப்படும் யுத்த செலவும் கிட்டத்தட்ட இவ்வளவு இருந்தது.

திரும்பப் பெறவேண்டிய யுத்தச் செலவு

வருஷம்		ரூபாய்கள்
1939-40	" " " "	4 கோடி
1940-41	" " " "	53 கோடி
1941-42	" " " "	194 கோடி
1942-43	" " " "	325 கோடி 40 லட்சம்
1943-44	" " " "	377 கோடி 87 லட்சம்
1944-45	" " " "	410 கோடி 84 லட்சம்
1945-46	" " " "	347 கோடி 7 லட்சம்
மொத்தம்		1712 கோடி 26 லட்சம்

(ரிஸர்வ் பாங்கி - "நாணயத்தைப் பற்றியும் நிதியைப் பற்றியும் ரிப்போர்ட்"1945-1946)

1946 ஜூன் முடிய, இந்தியாவுக்குச் சேர வேண்டிய ஸ்டர்லிங் நிதி மொத்தம் 159 கோடி 69 லட்சம் பவுன்கள் (அல்லது $2129^1/4$ கோடி ரூபாய்கள்) இங்கிலாந்து பாங்கிடம் குவிந்தது. இந்த நிதி இன்னும் அதிகரித்துக்கொண்டிருக்கிறது.

யுத்தகாலம் முழுவதும், இந்தத் தொகையில் ஒரு தம்படிகூட இந்திய மக்களுக்கு கிடைக்கவில்லை. தங்க ரூபத்திலும் கிடைக்கவில்லை. பொருள்கள் ரூபத்திலும் கிடைக்கவில்லை. நிதி குவிந்துகொண்டே போயிற்று; ஆனால் அத்தியாவசியமான யந்திரங்கள் முதலிய இறக்குமதி செய்வதற்கு அந்த நிதியின் ஒரு பகுதிகூட கிடைக்கவில்லை.

இந்தியாவில் எஜமானன் என்ற முறையில் தனக்குள்ள அந்தஸ்தை பிரிட்டன் பரிபூரணமாக பயன்படுத்திக்கொண்டது.

இதர நாடுகளிலுள்ள பிரிட்டிஷ் முதலீடுகளுக்கு நிகழ்ந்ததற்கு நேர்மாறாக ஸ்டர்லின் நிதிக்கு எதிராக இந்தியாவிலுள்ள பிரிட்டிஷ் முதலீடுகளையும் அன்னிய முதலீடுகளையும் இந்தியா ஸ்வீகரித்துக்கொள்வதற்குக்கூட அனுமதிக்கப் படவில்லை. இந்தியாவின் அரசாங்கக் கடன் (ஸ்டர்லிங்) மாத்திரம்-32 கோடி 34 லட்சம் பவுன்கள்வரை-தீர்ப்பதற்கு அனுமதிக்கப்பட்டது. அந்தக் கடன் அடைபட்டது போக, மிச்சமிருந்த நிதி 127 கோடி 35 லட்சம் பவுன்களும்-அரசாங்க கடனைப்போல் நாலுமடங்கு தொகை இங்கிலாந்து பாங்கிடமே இருந்தது. யுத்தத்துக்குப் பிறகு, ஸ்டர்லிங் கடனை (இந்தியாவுக்கு பிரிட்டன் தரவேண்டிய ஸ்டர்லிங் நிதியை) பல சாக்குகளைக் கூறி குறைக்க முயற்சிகள் எடுக்கப்பட்டன. ஆங்கிலோ-அமெரிக்க நிதி ஒப்பந்தத்தின் (1946) ஒரு ஷரத்தாக, ஸ்டர்லிங் கடனை குறைப்பதைப்பற்றி பிரிட்டனும் அமெரிக்காவும் ஒரு உடன்பாட்டுக்கு வந்திருக்கின்றன.

மேலும், ஏகாதிபத்திய அதிபர்கள் இந்தியாவின் டாலர் ரிஸர்வுகளையும் அடித்துக்கொண்டு போனார்கள். (டாலர் ரிஸர்வ்=டாலர் நாணயத்தில் இந்தியாவிடமிருந்த கையிருப்பு) யுத்த காலத்தில் "டாலர் சேமிப்பு ஏற்பாடு" என்ற ஒரு ஏற்பாடு உருவாயிற்று. அமெரிக்காவுக்கு சாமான் விற்றுச் சம்பாதிக்கும் டாலர்களையெல்லாம், 'ஸ்டர்லிங் ஏரியா'விலுள்ள நாடுகள் (ஸ்டர்லிங் என்ற பிரிட்டிஷ் நாணயத்துடன் கட்டுப்பட்ட நாடுகள் பிரிட்டிஷ் சாம்ராஜ்ய நாடுகள்-மொர்) ஒன்றாக சேமிக்க வேண்டுமென்று இந்த ஏற்பாடு கட்டாயப்படுத்தியது. இந்த டாலர் ரிஸர்வுகளைக்கொண்டு இந்தியா முதலிய நாடுகள் அமெரிக்காவிடமிருந்து நேரடியாக பொருள் வாங்கமுடியாமல் போயிற்று. யுத்தப் பொருள்கள் பிரிட்டன் வாங்குவதற்கே இவை பயன்பட்டன. இந்தியாவின் டாலர் ரிஸர்வ் எவ்வளவு இருக்கிறதென்பதுகூட தெரியவில்லை. இதைப் பற்றிய ஊகங்களிடையே பெருத்த வித்தியாசங்களிருக்கின்றன.

1942-45 வருஷங்களில்-4 வருஷங்களிலுமாக, அமெரிக்கா வுடன் நடத்திய வியாபாரத்தில் இந்தியாவுக்கு நிகராக 42 கோடி 10 லட்சம் டாலர்கள் கையிருப்பு சேர்ந்திருப்பதாக அமெரிக்க வர்த்தக இலாகா வெளியிட்டது. இந்தியாவுக்கு 114 கோடி ரூபாய்கள் பெறுமானமுள்ள டாலர் ரிஸர்வ் இருப்பதாக **மனுசுபேதார்** (மத்திய சட்டசபை அங்கத்தினர், பொருளாதார நிபுணர்) கூறியிருக்கிறார். 1945 அக்டோபர் வரை **சாம்ராஜ்ய டாலர் சேமிப்புக்கு** இந்தியா குறைந்தபட்சம் 90 கோடி டாலர்கள் கொடுத்திருக் கிறதென்று 1946 மார்ச் 8ம் தேதியில் **ஈஸ்டர்ன் எக்னாமிஸ்ட்** மதிப்பிட்டது. எனினும், 1945 மார்ச் வரை, இந்தியா சாம்ராஜ்ய டாலர் சேமிப்புக்கு நிகராக அளித்திருப்பது 49 கோடி 20 லட்ச ரூபாய் பெறுமானமுள்ளவையே என்று இந்திய சர்க்காரின் நிதிமந்திரி கூறினார்.

ஆக, 1945 மார்ச்சுக்கு முன், டாலர் சேமிப்பு 100 கோடி ரூபாயிலிருந்து 200 கோடி ரூபாய்க்குள் ஏதோ ஒரு தொகையாக இருந்தது. அதற்கு பின்னும் வளர்ந்து கொண்டிருக்கிறது. ஆனால், இந்தியா தொழில் மயமாக்கு வதற்கான யந்திரங்களை இறக்குமதி செய்வதற்கு இதை உபயோகப்படுத்த முடியாமல் தடைப்படுத்தப்பட்டது; இன்றும் இந்தியாவின் உபயோகத்துக்கு இந்த டாலர் ரிஸர்வ் கிடைக்கவில்லை. 1946-ம் வருஷ பட்ஜட் பிரசங்கத்தில், எப்படி டாலர் சேமிப்பு இந்திய மக்களின் நலன்களுக்கு சாதகமானது என்பதை எடுத்துரைக்க இந்திய சர்க்காரின் நிதி இலாகா மெம்பர் முயன்றார்.

காகித நாணயத்தை மேலும் மேலும் அதிகமாக அச்சிட்டு வெளியிடும் இந்த ஏகாதிபத்திய யுத்த நிதிமுறை முழுவதும் இந்திய பொருளாதாரத்தை தீவிரமாக பாதித்தது. யுத்தத்திலிருந்து வெளிவரும்போது இந்தியா பொருளாதாரத் துறையில் பலவீனப்பட்டிருந்தது; வறுமையோ பயங்கரமாகி விட்டது. முன்னாலேயே பட்டினி கிடக்கும் பாமர மக்கள் மீதே யுத்த பளூ முழுவதும் விடிந்தது.

பணப்பெருக்கம் எவ்வளவு தூரத்துக்கு போயிற்றென்று முதலில் பார்ப்போம்.

புழக்கத்திலிருக்கும் காகித நாணயங்கள்

1939 ஆகஸ்ட்	178 கோடி 89 லட்சம் ரூபாய்கள்			
1939-40	209	"	22	"	"
1940-41	241	"	41	"	"
1941-42	307	"	68	"	"
1942-43	513	"	44	"	"
1943-44	777	"	17	"	"
1944-45	968	"	69	"	"
1945-46	1162	"	64	"	"
1946 ஜூன் 28ல்	1237	"	84	"	"

ரிஸர்வ் பாங்கின் ரிப்போர்ட்டுகளிலிருந்தெடுக்கப்பட்ட மேற்கண்ட அட்டவணையிலிருந்து தெரியவருவது என்ன? யுத்த காலத்தில் காகித நாணய வெளியீடு 600 சதவீதம் அதிகரித்திருக்கிறது. இந்த நிகழ்ச்சி இன்னும் நீடிக்கிறது. ஆனால், 1939-40-ல் 114 ஆக இருந்த தொழில் நடவடிக்கையின் புள்ளி, 1945 ஜனவரியில் 132.5 ஆகத்தான் உயர்ந்தது. யுத்த காலத்திலேயே 1945 ஜனவரியில்தான், தொழில் நடவடிக்கைப் புள்ளி உச்ச நிலையடைந்தது. இந்த பணப் பெருக்கத்தின் விளைவாக, முதலாளிகளும் யுத்த கண்டிராக்டர்களும் ஏராளமாக லாபம் சம்பாதித்தார்கள்.

பருத்தி ஜவுளித் தொழிலின் லாபத்தை எடுத்துக்கொள்வோம். அகில இந்திய ரீதியில், இந்தத் தொழிலில் கிடைத்த மொத்த லாப விவரங்கள் கிடைக்காவிட்டாலும் பம்பாய் மில்களின் லாப விவரங்கள் ஒரு நல்ல உதாரணமாகும். 1941ல் பம்பாய் ஜவுளி மில்கள் 6 கோடி 94 லட்ச ரூபாய் லாபம் சம்பாதித்தன- 1940-ல் கிடைத்த லாபத்தைவிட 1288 சதவீதம் அதிகம். ஒரு சில குறிப்பிட்ட மில்களின் லாபம் 1940 லாபத்தை விட 2250 சதவீதம் அதிகரித்திருந்ததாக **வாடியாவும், மர்ச்சண்டும்** கணக்கிட்டிருக்கிறார்கள். ("நமது பொருளாதார பிரச்சினை") பம்பாயில் 15 முக்கியமான ஜவுளி மில்கள் 1940-ல் 90 லட்சம் ரூபாய்களும் 1941-ல் 2 கோடியே 95 லட்சம் ரூபாயும், 1942ல் 8 கோடி 5 லட்சம் ரூபாயும் 1943-ல் 17 கோடி 52 லட்சம் ரூபாயும்,

1944ல் 13 கோடி 6 லட்சம் ரூபாயும் லாபம் சம்பாதித்தன. (**பரேக்**-"காமர்ஸ்" என்ற முதலாளி பத்திரிகையில் 7-7-45) மில் உற்பத்திச் செலவுகள், ஏஜெண்டு கமிஷன்கள் வெகுமானங்கள் தேய்மானம் ஆகியவை போக, கிடைத்த நிகரலாபம் இது.

பிரேம்சாகர் குப்தாவின் கணக்குப்படி பம்பாயிலுள்ள 61 மில்களின் செலுத்தப்பட்ட மூலதனம் 13 கோடி 93 லட்ச ரூபாய்; ஐந்து யுத்த வருஷங்களில் அவை இந்த மூலதனத்தைப்போல 6 1/2 மடங்கு லாபமாக-நிகர லாபமாக சம்பாதித்தன. இந்த வருஷங்களின் வருஷ சராசரியை கணக்கிட்டால் சராசரி வருஷ லாபம் 1939ம் வருஷ லாபத்தைவிட 26 மடங்கு அதிகம்.

பல்வேறு தொழில்களின் லாபப்புள்ளிகள் அதே கொள்ளை லாப சித்திரத்தை பிரதிபலிக்கின்றன:-(1939ம் வருஷ லாபத்தை 100 ஆக வைத்துக்கொண்டு அதன் அடிப்படையில் கணக்கிடப்பட்டிருக்கிறது.

ஒவ்வொரு கம்பெனியுடைய
சராசரி நிகர லாபத்தின் புள்ளிகள்

		1939	1940	1941	1942	1943
சணல்	" " "	100	590	617	896	926
பருத்தி	" " "	100	73	205	313	645
தேயிலை	" " "	100	118	214	252	392
சர்க்கரை	" " "	100	143	122	160	218
நிலக்கரி	" " "	100	88	107	95	124
என்ஜினியரிங்	" " "	100	115	180	36	225
இதர தொழில்கள்	" " "	100	104	326	394	401
சகல தொழில் களுக்கும்	" " "	100	127	282	259	327

(எம்.எச். கோபால்-"1939லிருந்து தொழில்களில் லாபங்கள்" ஈஸ்டர்ன் எகனாமிஸ்ட் 12-5-44)

இந்திய சர்க்காரின் பொருளாதார ஆலோசகர் அதிகார பூர்வமாக கணித்துள்ள லாபப் புள்ளிகளில் லாபங்கள் குறைவாக மதிப்பிடப்பட்டிருக்கின்றன. தவிர, 1942 முடியத்தான், அவர் லாபப் புள்ளிகள் தயாரித்திருக்கிறார். பணப்பெருக்கமும் லாபமும் சிகரத்தை முட்டியது. 1943-ல் எனினும் இந்த கணிப்பால் கூட கொள்ளை லாபப் போக்கை மறைக்க முடியவில்லை.

(1928ம் வருட லாப்த்தை 100 என்று வைத்துக்கொண்டு போடப்பட்ட கணக்குகள் இவை)

லாபங்களின் புள்ளிகள்

	1939	1942
பருத்தி	154.6	760.7
சணல்	13.6	49.2
தேயிலை	96.2	219.5
நிலக்கரி	139.1	110.3
சர்க்கரை	179.4	219.8
இரும்பும் எஃகும்	289.3	403.3
காகிதம்	151.8	488.4
சகல தொழில்களுக்கும் மொத்தம்	72.4	169.4

இந்த நிகழ்ச்சிப்போக்கு முழுவதும் தொழிலாளி மக்களுக்கும் விவசாயி மக்களுக்கும் சொல்லொணாத் துன்ப துயரங்களை அளித்தது. ஆறு நீண்ட வருடங்கள், இந்திய மக்கள் பலவிதமான சம்பள வெட்டுகளினாலும், உணவு, துணி நெருக்கடிகளினாலும், தேசம் பூராவும் பரவிய பஞ்சத்தினாலும் ஏற்பட்ட கஷ்டங்களை சகித்துக் கொள்ள வேண்டியிருந்தது.

இந்திய சர்க்கார் வெளியிடுகிற உணவுப் பொருள்களின் மொத்த விலைப்புள்ளி 1939 ஆகஸ்டில் 100 ஆக இருந்ததிலிருந்து 1941 ஆகஸ்டில் 122.9 ஆகவும்; 1942 ஆகஸ்டில் 163.2 ஆகவும்; 1943 ஜூலையில் 300.2 ஆகவும் உயர்ந்தது. 1944 ஜனவரியில் அது 233 ஆக விழுந்தது வாஸ்தவம்தான்; ஆனால் மார்க்கெட்

விலைகளைவிட குறைவாக விலைகளை நிர்ணயித்ததே (காகிதத்தில்தான் நிர்ணயம்) அதற்குக் காரணம். அதன் பிறகு புள்ளி ஊசலாடியது. 1945 டிசம்பரில் 238.8 ஆக இருந்தது. யதார்த்தத்தில் விலைவாசிகள் இதைவிட அதிகமாக ஏறியிருந்தன. ஏனென்றால் நிர்ணய விலையில் பொருட்கள் கிடைப்பது அபூர்வமாக இருந்தது; தேசம் முழுவதும் கள்ள மார்க்கெட் மாமூல் நிகழ்ச்சியாகிவிட்டது.

சில்லரை விலைகள் இன்னும் அதிகமாக உயர்ந்தன. உதாரணமாக பம்பாயில், பாலின் விலை பவுண்டு 2 அணாவிலிருந்து பவுண்டு 1 ரூபாய், 2 ரூபாயாயிற்று; தக்காளிப் பழத்தின் விலை பவுண்டு 2 அணாவிலிருந்து 10 அணாக்களாக அதிகரித்தது. உருளைக் கிழங்கு விலை பவுண்டு ஓர் அணாவிலிருந்து 4 அணாக்களாக உயர்ந்தது. கோதுமை விளையும் ஐக்கிய மாகாணத்தில் யுத்த முற்காலத்தில் மணு 4 ரூபாய் விற்ற கோதுமை 1946 ஜூலையில் மணு 18 ரூபாய்க்கு விற்கப்பட்டது. யுத்த முற்காலத்தில் ஒரு எட்டு அவுன்ஸ் ரொட்டி ஒரு அணா விற்றது. இப்பொழுது 6 அவுன்ஸ் ரொட்டி 2 ½ அணா விலைக்கு விற்கப்பட்டது.

டிரில் துணி யுத்தத்துக்கு முன் பவுண்டு 7 அணா விற்றது; 1943 ஜூனில் பவுண்டு 42 அணா (ரூ. 2-10-0) விற்றது. 1939 செப்டம்பரில் 93 ஆக இருந்த உணவு தானியங்களின் விலைப் புள்ளி 1943 செப்டம்பரில் 530 ஆயிற்று.

தொழிலாளி வர்க்கத்தின் வாழ்க்கைச் செலவுப் புள்ளி (அநேகமாக நிர்ணய விலைகளிலேயே கணக்கிடப்படுகிறது) உதார்ணமாக பம்பாயில் 100லிருந்து (1939 ஆகஸ்ட்) 238 ஆக (1944 ஆகஸ்ட்) உயர்ந்தது. 1945 மார்ச்சில் 214 ஆக குறைந்தது. 1946 ஜூலையில் மீண்டும் 255 ஆக உயர்ந்தது. அஹமதாபாத்தில், 1943 அக்டோபரில் 329 வரை உயர்ந்தது. அதே வருட ஜூனில் 297 ஆகயிருந்தது.

இதற்கு எதிராக தொழிலாளர்களின் வருமானம் சிறிதளவே உயர்ந்தது. வாழ்க்கைச் செலவு உயர்வுக்கேற்ற பஞ்சப்படி கொடுக்க சகல முதலாளிகளும் மறுத்தனர். இந்திய சர்க்கார் தன் மாதப் பிரசுரமான **இந்தியன் லேபர்**

கெஜட்டில் கொடுக்கும் புள்ளி விவரங்கள் நம்பமுடியாதவை. எனினும் 1944ல் ஜவுளித் தொழிலாளரின் மொத்த வருமான உயர்வு 100 சதவிகிதத்துக்கு கொஞ்சம் அதிகமாகத்தானிருந்த தென்றும், என்ஜீனியரிங் தொழிலாளிகளுக்கு 100 சதவிகிதத் துக்கும் குறைவாகவிருந்ததென்றும், சர்க்கார் இராணுவ தளவாட பேக்டரி தொழிலாளர்களுக்கு 50 சதவிகிதம்தான் என்றும், சுரங்கத் தொழிலாளருக்கு 24 சதவிகிதமே என்றும் அந்தப் பத்திரிகையே எடுத்துக்காட்டியது.

மாமூலாகவே, தொழிலாளர்கள் பெறுவது ஜீவனச் சம்பளமல்ல. பட்டினிச் சம்பளம் என்பதை ஞாபகப்படுத்திக் கொண்டால் அந்த உண்மை சம்பளத்திலும் ஏற்பட்ட வெட்டு-எவ்வளவு பயங்கரமானதென்பது தெரியவரும்.

நாட்டுப்புற ஜனங்களின் நிலைமையும் இதைவிட மோசமாயிருந்ததை பின்னால் பார்ப்போம்.

ஆக, இந்திய பொருளாதாரத்தைப்பற்றிய ஏகாதிபத்திய கொள்கையால்-அதாவது இதர் நேசநாடுகளை, டொமீனியன் களைப் போலல்லாமல் இந்தியாவை பிற்போக்கான காலனி நாடாகவே வைத்திருக்க வேண்டுமென்ற கொள்கையால் - இந்தியா யுத்தத்துக்கு முன்னாலிருந்ததைவிட ஏழ்மைப்பட்டு விட்டது. இந்திய பொருளாதாரத்தைக் கட்டி வளர்க்கக் கூடிய சந்தர்ப்பத்தை இழந்துவிட்டது மாத்திரமல்ல. யுத்தகால சிரமத்தால், இன்றைக்கு இந்தியாவை ஒரு மிக நெருக்கடியான தொழில் நிலைமை எதிர்நோக்குகிறது.

8. ரொக்க முதலாளித்துவமும் புதிய அரசியல் திட்டமும்

இந்தியாவிலுள்ள பிரிட்டிஷ் பணமூட்டைகளின் நலன்களைப் பாதுகாப்பதும் பலப்படுத்துவதுமே பிரிட்டிஷ் ஏகாதிபத்தியவாதிகள் இதுவரை வழங்கிய சகல அரசியல் சீர்திருத்தங்களுக்கும் அடிப்படையாயிருந்து வந்திருக்கிறது. 1946ம் வருஷத்திய பிரிட்டிஷ் மந்திரி கோஷ்டியின் திட்டத்தை ஆராய்ந்து பார்த்தால், இந்திய சுதந்திரம் என்று பெயரளவில் திரையெழுப்பி அதன்பின் பிரிட்டிஷ் ஏகாதிபத்தியம் தன் பொருளாதார ஆதிக்கத்தை காப்பாற்றிக்கொள்ள

இப்பொழுதும் முயற்சிப்பதைப் பார்க்கலாம். பிரிட்டிஷ் மூலதனத்தின் நலன்களுக்காக இந்திய தொழில் வளர்ச்சியைத் தடைசெய்யும் பரம்பரைக் கொள்கை யுத்தபிற்கால கட்டத்திலும், அனுஷ்டிக்கப்படுகிறது -ஆனால் இப்பொழுது புதிய ரூபங்களில் கடைப்பிடிக்கப்படுகிறது. பிரிட்டிஷ் இந்தியாவிலும் சமஸ்தானங்களிலும் இந்திய பிரிட்டிஷ் கூட்டு கம்பெனிகளை ஸ்தாபிப்பதற்கு இந்திய முதலாளிகளுடன் பிரிட்டிஷ் முதலாளிகள் செய்துகொண்டிருக்கும் ஒப்பந்தங்கள் இந்த புதிய உருவத்துக்கு சிறந்த உதாரணம்.

இந்தியாவிலுள்ள பிரிட்டிஷ் பணமூட்டைகளுக்கு 1935-ம் வருஷ இந்தியா சட்டம் திட்டவட்டமான பொருளாதார, செல்வ "பாதுகாப்புகளை" அளித்தது. பிரிட்டிஷ் நலன்களுக்கு எதிராக, இந்திய வர்த்தகத்துக்கும் தொழிலுக்கும் உதவும் முறையில் இந்திய மந்திரிசபைகள் நடவடிக்கை எடுத்தால், வர்த்தகத்திலும் பொருளாதாரத்திலும் பட்சபாதம் காண்பிக்கப்படுகிறதென்று நொண்டிச் சமாதானம் கூறி, அந்த நடவடிக்கையைத் தடுக்க பிரிட்டிஷ் கவர்னர்களுக்கு விசேஷ அதிகாரங்களை இந்த "பாதுகாப்பு" ஷரத்துகள் அளித்தன.

ஆனால், இனி அந்த மந்திரி பிரிட்டிஷ் மூலதனத்துக்கு பகிரங்கமாக ஆதரவு தர முடியாது. இந்த "பாதுகாப்புகளை" ஒழிக்கவேண்டுமென்ற கோரிக்கை எதிர்க்க முடியாத வேகத்தைப் பெற்றுவிட்டது. 1945, ஏப்ரல் மாதம் 4ம் தேதி, **இந்தியா சட்டத்திலிருந்து** இந்த ஷரத்துக்களை நீக்க வேண்டுமென்ற கோரிக்கையை, **மனுசுபேதார்** தீர்மானத்தை பிரிவினை இல்லாமல் நிறைவேற்றியதின் மூலம், மத்திய சட்டசபை வற்புறுத்தியது. அந்த தீர்மானத்தை பிரரேபித்துப் பேசுகையில் (2-3-1945) மனுசுபேதார் கூறினார்.

"இந்த தேசத்தில் ஐரோப்பிய கம்பெனிகள் கோரும் உரிமைகள் அயல்தேசத்தில் அந்த நாட்டு ராஜ்யாதிகாரத்துக்கு கட்டுப்படாமலிருக்க விரும்பும் உரிமைகள், பிரிட்டிஷ் காமன்வெல்த்திலுள்ள வேறு எந்த சட்டத்திலும் கிடையாது".

மேலும், உலக யுத்தம் முழுக்க முழுக்க ஒரு புதிய நிலைமையை சிருஷ்டித்துவிட்டது. யுத்த சுமை முழுவதையும் இந்தியா மீது திணிப்பதை பிரதான நோக்கமாகக்கொண்ட யுத்தகால நிதிக்கொள்கைப் போக்கே ஒரு புதிய நிலைமையை சிருஷ்டித்துவிட்டது-இந்த புதிய நிலைமையில், பழைய முறையில், இனி, தொழில் வளர்ச்சி முழுவதையும் தடை செய்யமுடியாது. அதாவது தொழில் வளர்ச்சிக் கோரிக்கையை நேரடியாக, கறாராக நிராகரிக்க முடியாது.

இந்திய முதலாளிகளின் சக்தி, எப்பொழுதும் இருந்ததைக் காட்டிலும், பன்மடங்கு அதிகரித்துவிட்டது. ஏராளமான யுத்த லாபங்களின் விளைவாக, உடனடியாக முதல் போடுவதற்கு நிறைய மூலபணம் அவர்களிடமிருக்கிறது. எனவே, தொழில் வளர்ச்சிக் கோரிக்கை பன்மடங்கு வலுத்துவிட்டது.

இந்தப் பண உடமையினால், இந்திய முதலாளிகள் இன்று தங்களுடைய பலமான அஸ்திவாரத்தில் நம்பிக்கையுடனிருக்கின்றனர். இந்தியாவுக்குச் சுதந்திர பொருளாதார வளர்ச்சிக்கு திட்டமிடும் பாதையில் அவர்கள் சிந்திக்கத் துவங்கிவிட்டனர். யுத்த பிற்கால கட்டத்துக்காக பல உத்தியோகப் பற்றற்ற திட்டங்கள் வந்திருக்கின்றன; இந்திய முதலாளித்துவத்தின் தலைவர்களே **"இந்தியாவில் பொருளாதார வளர்ச்சிக்கு ஒரு திட்டம்"** (இதுவே பம்பாய் திட்டம் என்றழைக்கப்படுகிறது) என்ற திட்டத்தை வெளியிட்டுள்ளனர். இந்தத் திட்டத்தை நிறைவேற்றுவதன் மூலம், 15 வருஷங்களில் இந்தியனின் சராசரி வருமானத்தை இரட்டிப்பாக்க அவர்கள் விரும்புகின்றனர். திட்டம் எவ்வளவோ பிற்போக்கானதாயிருந்த போதிலும், சக்திமிகுந்த தொழில்வளர்ச்சி ஆர்வத்தை அது பிரதிபலிப்பதால், அது தேசத்தின் கவனத்தை ஆகர்ஷித்திருக்கிறது. மேலும் தங்களிடம் அவசியமான மூலதனம் இருப்பதால் இந்திய முதலாளிகள் பிரிட்டனைக் கேட்காமல் தாங்களாகவே அமெரிக்காவின் உதவியையும் இதர நாடுகளின் உதவியையும் அதிகமாக நாடுகின்றனர்.

இந்த மாறுதல்களை பிரிட்டிஷ் ஏகாதிபத்தியம் புறக்கணிக்கமுடியாது.

காமன்ஸ் சபையில் நடந்த விவாதத்தில் **ராயல் சொஸைடி**யின் காரியதரிசியும் பார்லிமெண்டில் டோரி மெம்பருமான பேராசிரியர் **ஏ.வி. ஹில்** கூறினார்-

"நாம் தைரியத்தையும் தீர்க்க திருஷ்டியையும் தாராளத் தையும் பிரதிபலித்தால், இந்திய தொழிலுடன் ஒத்துழைக்க ஒரு சந்தர்ப்பம் இருக்கிறது. இந்தத் தன்மைகளை நாம் காண்பிக்கா விட்டால், இந்திய தொழில் வளர்ச்சியடையாமல் இருந்துவிடப் போவதில்லை. ஆனால் இந்தியர்கள் நம்மிடம் உதவிகோரி வரமாட்டார்கள்; அமெரிக்காவிடம் செல்வார்கள்.

ஆகவே, இந்த மாறுதல்களை மனதில்கொண்டு, இந்திய தொழில் வளர்ச்சிக்கு தனக்குள்ள எதிர்ப்பின் ரூபத்தை மாற்றிக்கொள்ள வேண்டிய நிர்ப்பந்தம் பிரிட்டிஷ் ஏகாதிபத்தியத்துக்கு ஏற்படுகிறது. அரசியல் துறையைப் போலவே, பொருளாதாரத் துறையிலும், ஏகாதிபத்தியம் புதிய சகாப்தத்துக்கு தக்கபடி தன் கொள்கையை உருவாக்கிக் கொள்கிறது. இந்திய பூர்ஷுவா வர்க்கத்துடன் ஒரு சமரஸம் செய்துகொள்வதன்மூலமே, இந்தியாவில் பிரிட்டிஷ் பணமூட்டைகளை இனி பாதுகாக்க முடியும். தொழில் வளர்ச்சியின்மீது புறத்திலிருந்து தாக்கமுடியாது. உள்ளிருந்துதான் தாக்க வேண்டும். இந்திய ஏகபோக முதலாளிகளின் உதவியுடன்தான், இந்தியாவை பிரிட்டிஷ் செய்பொருட்களின் மார்க்கட்டாக பாதுகாக்கமுடியும். இந்தியாவுக்கு யந்திர நுணுக்க அறிவு மிகவும் தேவையாக இருக்கிறதென்றும் யந்திர விஞ்ஞான அறிவை அளித்து உதவப்போகிறோமென்றும் பகட்டாகப் பேசி தன் ரொக்க நலன்களை பாதுகாக்க ஏகாதிபத்தியம் புதிய தந்திரங்களை- இந்திய முதலாளிகளுடன் பங்காளி உறவுகளை ஸ்தாபித்துக் கொள்ளும் புதிய தந்திரங்களை-கடைப்பிடிக்கிறது. ஏகாதிபத்தியம் ஒரு புதிய பரஸ்பர உதவி சித்தாந்தம் பேசுகிறது. தங்கள் நலன்களும் இந்திய நலன்களும் ஒன்றேயென்று சாதிக்கிறது. ஆனால், இந்தக் கூட்டு பங்காளித்துவ உறவின் மூலம் ஏகாதிபத்தியம் வெளியேறவில்லை. இந்தியா மீதுள்ள தன் பொருளாதாரப் பிடிப்பையும் மூலதனத்தின் பிடிப்பையும்

பலப்படுத்திக்கொள்கிறதென்பதும் இந்த ஒப்பந்தங்கள் இந்தியாவில் சுதந்திரமான பொருளாதார வளர்ச்சியை அனுமதிப்பதற்கு பதிலாக, இந்திய தொழில் வளர்ச்சியை உள்ளிருந்தே குலைக்க திட்டமிட்டு நிறைவேற்றப் படுகிறதென்பதும் சமீபகால பிரகடனங்களிலிருந்தும் நடவடிக்கை களிலிருந்தும் பளிங்குபோல் தெளிவாக எடுத்துக் காண்பிக்கப் படுகிறதை நாம் பின்னால் பார்ப்போம்.

புதிய ஏகாதிபத்தியக் கொள்கையை விளக்கிப் பேசுகையில், இந்திய சர்க்காரின் மாஜி நிதி மந்திரி **ஸர் ஆர்ச்சிபால்ட் ரௌலாண்ட்ஸ்** (இந்தியாவை விட்டுப் போகும்போது செய்த பிரசங்கம்) குறிப்பிட்டதாவது- இரு தேசங்களுக்கு மிடையில் எதிர்காலத்தில் எப்படிப்பட்ட அரசியல் உறவுகள் ஏற்பட்டாலும், "தொழில் வர்த்தகம், கலைத்துறைகளிலுள்ள பிணைப்புகளை கடந்த காலத்தைவிட இன்னும் அன்னியோன்யமாக்குவது" இரு நாடுகளுக்கும் நன்மையளிக்கும்.

வேவல் பிரபு ஒளிவு மறைவில்லாமல் இதை விளக்கினார். 1935-ம் வருட இந்திய சட்டத்திலுள்ள "வர்த்தக பாதுகாப்புகள்" நீக்கப்படமாட்டாது என்று பிரிட்டிஷ் பண மூட்டைகளுக்கு உத்தரவாதமளிக்கும்போது, பரிபூரண எதிர்கால பாதுகாப்புக்கு இந்திய-பிரிட்டிஷ் பங்காளித்துவமே தலைசிறந்த வழி என்று கூறினார். 1945 டிஸம்பர் 10-ல் பிரிட்டிஷ் முதலாளிகளின் சபைக் கூட்டத்தில் வேவல் பிரபு கூறியதாவது:-

"அரசியல் சட்டம் திருத்தியமைக்கப்படும் வரையில் இந்தியாவுக்கும் பிரிட்டனுக்கும் ஒரு வர்த்தக ஒப்பந்தம் ஏற்படும்வரை இந்தியாச் சட்டத்திலுள்ள (1935) பாதுகாப்பு ஷரத்துக்கள் பூரணமாக நீக்கப்படுமென்று நான் நினைக்கவில்லை. ஆனால் முடிந்தவரையில் தங்கள் சொந்த மூலதனத்துடனும் நிர்வாகத்துடனும் ஜீவாதாரமான தொழில்களை வளர்த்து நிர்வகிக்க வேண்டுமென்ற இந்தியர்களுடைய இயற்கையான ஆர்வத்தை இந்திய சர்க்கார் அறிந்திருக்கிறது. அந்த ஆர்வத்தை புறக்கணிக்காது எனினும், ஒரு சட்டத்திலுள்ள ஷரத்துக்களைவிட, பிரிட்டிஷ் முதலாளிகளுக்கும் இந்திய முதலாளிகளுக்குமிடையே நல்லெண்ணமும் சுமூகமான உறவுகளும் ஏற்படுவதே அதிக முக்கியமானதென்று எனக்குத் தோன்றுகிறது. அத்தகைய உறவு ஸ்தாபிக்கப்பட்டால், அது

நிகழ் காலத்திலும் எதிர்காலத்திலும், இருவருடைய நலன்களுக்கும் உண்மையான பாதுகாப்பாக இருக்கும். அதிசீக்கிரத்தில் பயன்படத்தக்க முறையில் இந்தியாவின் தொழில் வளர்ச்சியை உருவாக்க நல்லெண்ண சூழ்நிலையில் இந்திய முதலாளிகளும் பிரிட்டிஷ் முதலாளிகளும் ஒத்துழைப்பதுதான் தலைசிறந்த சாதனமென்று நான் நிச்சயமாய் நம்புகிறேன்."

பரோபகார நோக்கத்துடன் பரஸ்பர ஒத்துழைப்பு கோருவதாக யாரும் நினைத்துவிடக் கூடாதென்பதற்காக, பிரிட்டிஷ் முதலாளித்துவத்தின் திட்டவட்டமான கோரிக்கைகளை அதன் பிரதிநிதிகள் வற்புறுத்தியுள்ளனர்.

பிரிட்டிஷ் மூலதனத்தின் சஞ்சிகையான காபிடல் 1945 நவம்பர் 15ம் தேதி இதழில் எழுதியதாவது:-

"இப்பொழுதோ, இனிமேலோ, இந்தத் தேசத்தைவிட்டு ஓடவேண்டுமென்ற எண்ணம் பிரிட்டிஷ் முதலாளிகளுக்கு இல்லை. . . எதிர்காலத்தில் பிரிட்டிஷ் மூலதனம் இளைய பங்கையே வகிக்கப் போவதாக சிலர் கண்களுக்குப்பட்ட போதிலும்கூட, எந்தத் தேசத்தின் சுபிட்சத்துக்காக ஒரு நிரந்தரமான தொண்டாற்றியிருக்கிறதோ, அதே தேசத்திலிருந்து வெளியேற்றப்படுவதற்கு அது சம்மதிக்காது."

பிரிட்டிஷ் முதலாளிகளின் வர்த்தகசபை **(அஸோஸியேடட் சேம்பர் ஆப் காமர்ஸ்)** தலைவரான **ஸர் ரென்விக் ஹர்டோ** 1945 டிசம்பர்) 10ல் கூறினார்:-

"நியாயம் வழங்கப்படுமென்ற உத்தரவாதமிருந்தால் இந்த தேசத்துக்கு சாசுவதமான நன்மையளிக்கும் ஆலைகளை இந்தியாவில் நிறுவ பிரிட்டனில் பல முதலாளிகள் தயாராயிருப்பார்கள்; ஆனால் வேறு யாரோ பறிமுதல் செய்து கொண்டுபோவதற்கு அவர்களுக்கு பணம் சப்ளை செய்ய இஷ்டமில்லாமலிருப்பது இயற்கையே. பிரிட்டன் யந்திரக்கருவிகளையும் நிபுணர்களையும் அளிக்க வேண்டும்; ஆனால் புதிய கம்பெனிகளை ஆரம்பிக்கவும் அவைகளையும் இருக்கும் தொழில்களையும் நிர்வகிக்கவும் இந்தியாவுக்கு பிரிட்டனிலிருந்து யாரும் வரக்கூடாது என்ற ஒருதலை பட்சமான ஏற்பாடாய் அது இருக்கமுடியாது.

ராயல்சொஸைடியின் காரியதரிசி **ஏ.வி. ஹில்** பிரிட்டிஷ் கோரிக்கைகளை இன்னும் தெளிவாக விளக்கினார்:-

"இவற்றையெல்லாம் பிரிட்டிஷ் தொழில் அன்புக்காக மாத்திரம் செய்யப்போவதில்லையென்பதை அவர்கள் (இந்தியர்கள்) உணரவேண்டும். பிரிட்டிஷ் தொழில்கள் திறமையினாலும் செல்வத்தினாலும் கட்டிவிட்டு தன் ஆதிக்கத்தில் அவர்களுக்கு (பிரிட்டிஷ் முதலாளிகளுக்கு) குறைவான பங்கேயிருக்க வேண்டுமென்று அவர்கள் (இந்தியர்கள்) எதிர்பார்க்கிறார்களென்று நான் நினைக்க வில்லை. அவர்கள் (தொழில்) வளர்ச்சியை விரும்பினால், இங்குள்ளவர்களுக்கு சமபங்கு அளிக்க வேண்டும். பாதி பாதி என்பது நேர்மையான யோசனையாகச் தோன்றுகிறது."

(1-4-1946)

தங்களுடைய பங்காளிகளாகும்படி இந்திய முதலாளிகளை கட்டாயப்படுத்துவதற்கு ஏகாதிபத்தியவாதிகள் இந்தியாவின் அதிபர்கள் என்ற முறையில் தங்களுக்குள்ள அதிகாரத்தை உபயோகிக்கின்றனர். யுத்த காலத்தில் **இந்திய** முதலாளிகள் ஏராளமாக லாபம் கொழித்து பலமடைந்திருந்தபோதிலும், பிரிட்டிஷ் முதலாளிகளின் கையே ஓங்கியிருக்கிறது. அரசாங்க யத்திரம் அவர்கள் ஆதிக்கத்திலிருக்கிறது; ஆகவே யந்திரக் கருவிகளின் இறக்குமதி அவர்கள் ஆதிக்கத்திலிருக்கிறது. இந்தியாவின் ஸ்டர்லிங் நிதி முழுவதும் அவர்களிடமிருக்கிறது. சகலவிதமான உபயோகப் பொருட்களையும் கொண்டுவந்து அவர்களால் இந்திய மார்க்கட்டை நிரப்ப முடியும்; இப்பொழுதே அம்மாதிரி செய்துகொண்டிருக்கிறார்கள்* இந்த விசேஷ அந்தஸ்தை உபயோகித்துகொண்டு, இந்திய முதலாளிகளை தங்களுடன் ஒரு ஒப்பந்தத்துக்கு வரும்படி கட்டாயப்படுத்துகிறார்கள்.

---

* யுத்தம் முடிந்துகொண்டிருக்கும்போதே, இந்திய கம்பெனிகளிடமுள்ள யுத்த ஆர்டர்களை குறைத்துவிட்டு, பிரிட்டனிடம் யுத்த ஆர்டர்கள் கொடுத்தது இந்திய சர்க்கார். 1945 மார்ச்சில் பிரிட்டனுக்கு விஜயம் செய்த ஹைதரி மிஷன் 1945க்குள் 20 கோடி 60 லட்சம் ரூபாய் பெறுமான சாமான்களும் பிரிட்டன் இயற்குமதி செய்ய ஏற்பாடு செய்தது. இவற்றில் பிரதானமானவை உபயோகப் பொருள்களே.

இந்தியா, பர்மா, இலங்கைக்கு பிரிட்டிஷ் வர்த்தக கமிஷனராயிருந்த **ஸர்டி ஏன்ஸ்கப்,** பிரிட்டிஷ் முதலாளிகளின் கூட்டத்தில் பேசும்பொழுது, இந்திய முதலாளிகளுக்கெதிராக பிரிட்டிஷ் முதலாளிகளுக்கிருக்கும் அனுகூலங்களை ஒளிவு மறைவில்லாமல் குறிப்பிட்டார்:-

"...இந்திய வர்த்தகத்தில் நமக்குள்ள ஒப்புவமை இல்லாத அனுபவத்தையும் அந்த தேசத்தின் விசேஷ தேவைகளில் நமக்குள்ள தனிப்பெரும் தேர்ச்சியையும், அந்த மார்க்கட்டில் வேரூன்றியுள்ள நமது நலன்களையும், நமது நிகரில்லாத வியாபார தொடர்புகளையும், நமக்குள்ள பெயரையும், இத்துடன் நாம் **கடன் கொடுக்க வேண்டியிருப் பதால் அதிலிருந்தெழும் கூடுதலான அனுகூலங்களையும்** எண்ணிப் பார்த்தால், இந்தியா மீண்டும் நமது முதன்மையான ஏற்றுமதி மார்க்கட்டாகுமென்று நம்புவது நிச்சயமாக, அளவுக்குமீறி மதிப்பிடுவதாகாது".

(பம்பாய் கிராணிகல்5-3-45)

இந்திய-பிரிட்டிஷ் முதலாளிகளுக்கிடையே பல ஒப்பந்தங்கள் ஏற்பட்டுவிட்டன.

1945 ஜூனில், இந்தியாவின் மிகப் பெரிய ஏகபோக கம்பெனிகளில் ஒன்றாகிய **பிர்லா சகோதரர்களு**க்கும் இங்கிலாந்திலுள்ள **நப்பீல்டு** ஸ்தாபனங்களுக்கும் இந்தியாவில் மோட்டார் கார்கள் உற்பத்தி செய்வதைக் குறித்து ஒரு ஒப்பந்தம் ஏற்பட்டது. இந்த ஒப்பந்தத்தின் ஷரத்துகள் அதிகாரப்பூர்வமாக பிரசுரிக்கப்படவில்லை. பத்திரிகைகளில் பிரசுரமாகியிருக்கிற பிரகாரம், இந்த ஒப்பந்தத்தின் ஷரத்துக்களாவன:-

"இந்தியாவில் ஒரு கூட்டுக் கம்பெனி ஸ்தாபிக்கப்படும். அதில் 25 முதல் 30 சதவீதம் வரை, மூலதனத்தில் நப்பீல்டுகளுக்கு பங்கு உண்டு. லாபத்தில் நியாயமான பங்கு உண்டு. உற்பத்தி முறைகளின் உரிமைக்கான **'மகிமை'** உண்டு முதலியனவாகும். மேலும், நப்பீல்டு ஸ்தாபனம் "இந்தியாவில் சிக்கனமாக தயாரிக்க முடியாத யந்திர பாகங்களை (பிரிட்டனில்) உற்பத்தி செய்து, ஸப்ளை செய்யும்; எந்த

பாகங்கள் இந்தியாவில் செய்வது எந்த பாகங்கள் இங்கிலாந்தில் செய்வதென்று முடிவுகட்டும் பொறுப்பு நப்பீல்டு கம்பெனியின் விஞ்ஞானிகளுடையதென்பது வெளிப்படை.

(காபிடல் 3-1-46)

1945 டிஸம்பரில், 'இந்தியாவின் பெரிய ஏகபோக உரிமைக் கம்பெனியான **டாட்டா**க்களுக்கும் பிரிட்டனின் மிகப் பெரிய ஏகபோகக் கம்பெனியான **இம்பீரியல் கெமிகல் இண்டஸ்ட்ரீசு**க்கும் இந்தியாவில் ரசாயனத் தொழில் ஸ்தாபிப்பதைக் குறித்து மேற்கண்டதைப் போலவே ஒரு ஒப்பந்தம் ஏற்பட்டது. பத்திரிகைச் செய்திகள் கூறுவதாவது:- மூலதனத்தில் 24 சதவீதம் இம்பீரியல் கெமிகல்ஸுக்கும்; அநேகமாக மீதி முழுவதும் டாட்டாக்கள் எடுத்துக் கொள்ளலாம். மேலும், "உள்நாட்டுத் தொழிலால் உள்நாட்டுத் தேவைகளை பூர்ணமாகப் பூர்த்திசெய்ய முடிகிறவரையில், உற்பத்தியான ரசாயனச் சாயங்களும் இம்பீரியல் கெமிக்கல்ஸ் கம்பெனி இறக்குமதிசெய்யும் ரசாயனச் சாயங்களும் சேர்ந்து விற்கப்படும்" (**அசோஸியேடட் பிரஸ்** செய்தி 22-12-1945) உள்நாட்டு தேவையை பூர்த்திசெய்யக்கூடிய அளவுக்கு தொழில் வளர 15,20 வருஷங்கள் பிடிக்குமென்று கூறப்படுகிறது.

இதைப்போல், பல ஒப்பந்தங்கள் இந்திய முதலாளிகளுக்கும் பிரிட்டிஷ் முதலாளிகளுக்கும் ஏற்பட்டுக்கொண்டிருக்கின்றன.

இந்திய முதலாளிகளுடன் இந்த ஒப்பந்தங்களை செய்து கொள்வதுடன் யதேச்சதிகாரம் தலைவிரித்தாடும் இந்திய சமஸ்தானங்களை, பிரதானமாக பொருளாதாரத் துறையில், தங்கள் எதிர்கால தளமாக வளர்க்க ஏகாதிபத்தியவாதிகள் திட்டமிட்டுக்கொண்டிருக்கின்றனர். சமஸ்தான நிர்வாகங்களுக்கு பங்கு கொடுத்தோ, கொடுக்காமலோ இந்திய சமஸ்தானங்களில், மேலும் மேலும் பிரிட்டிஷ் மூலதனத்தை அனுப்ப விரும்புகின்றனர். 1945 ஏப்ரலில் தொழில் கொள்கையைப்பற்றி விடுத்த அறிக்கையில் இந்திய சர்க்கார் சமஸ்தானங்களின் தொழில் வளர்ச்சியைப்பற்றி விசேஷமாகக் குறிப்பிடுகின்றனர். அறிக்கை கூறுவதாவது:-

"தொழில் வளர்ச்சியை விரும்பும் தங்கள் நியாயமான ஆவல் புறக்கணிக்கப்படவில்லை என்று இந்திய சமஸ்தானங்கள் உத்தரவாதம் பெறும் முறையில் **லைசென்ஸிங் முறை**யை நிர்வகிக்கவேண்டுமென்பது தெளிவு.

தொழில் வளர்ச்சியைத் தடுப்பதற்காக ஸ்தாபிக்கப்பட்ட இந்த லைசென்ஸிங் முறை, வளர்ச்சிப் பாதைகளை கட்டுப்படுத்துவதையும் நோக்கமாகக்கொண்டுள்ளது. லைசென்ஸ்களும் யந்திரக் கருவிகளும் ஒதுக்குவதில் மேலும் மேலும் இந்திய சமஸ்தானங்களுக்கு முதற் சலுகையளிப்பது நோக்கமாகயிருக்கலாம். ஏனென்றால் சமஸ்தானாதிபதிகளின் பிற்போக்காட்சியில் பிரிட்டிஷ் மூலதனத்துக்கு நல்ல வரவேற்பு கிடைக்குமல்லவா?

1946, ஜனவரி 24ம் தேதி தலையங்கத்தில் பிரிட்டிஷ் பணமூட்டைகளின் சொந்த பத்திரிகையான காபிடல் பிரிட்டிஷ் நோக்கங்களைப் பச்சையாக கூறிற்று:-

"சமஸ்தானங்கள் தங்கள் எல்லைக்குள் தொழில் மூலதனத்தை ஆகர்ஷிக்க ஆர்வமுடையனவாயிருக்கின்றன. சில சமயங்களில், பிரிட்டிஷ் இந்தியாவில் எதிர்காலம் நிச்சயமில்லாதிருப்பதால், புதிய தொழில்களை ஆரம்பிக்க விரும்புகிறவர்களை இந்த அரசியல் குழப்பத்திலிருந்தும், வளர்கின்ற கட்சிக் கோரிக்கைகளிலிருந்தும் **யூனியன்** கோரிக்கைகளிலிருந்தும் தப்பி, அமைதி நிலவும் இந்திய சமஸ்தானத்துக்கு போகலாமென்று வசியப்படுத்தும் சந்தர்ப்பங்கள் எழலாம். அனாவசியமான அயலார் தலையீடில்லாமல் தொழில் நடத்த விரும்பும் முதலாளிக்கு இந்திய சமஸ்தானத்தின் ஆட்சி மன்றம்-அதன் பரம்பரைக்கும் சுற்றுச் சார்புக்கும் ஒப்ப-அனுதாபம் காட்டுமென்று எதிர்பார்க்கலாம்"

இந்திய சமஸ்தானாதிபதிகள் இந்த உத்தரவாதத்தை அளித்துவிட்டனர். இந்திய முதலாளிகள் தூது கோஷ்டியைத் தொடர்ந்து பிரிட்டனுக்குச் சென்ற சமஸ்தானங்களின் தொழில் தூது கோஷ்டித்தலைவரும், **பாட்டியாலா** சமஸ்தான பிரதம மந்திரியுமான **எச்.எஸ்.மல்லிக்**, அன்னிய முதலாளிகளுடன் பங்காளி உறவு அடிப்படையில்

ஒத்துழைப்பதை பகிரங்கமாக ஆதரித்துப் பேசினார். மல்லிக் கூறுகிறார்:-

"இங்கிலாந்திலிருந்தோ அமெரிக்காவிலிருந்தோ ஒரு முதலாளி இங்கு வருகிறார்; அவருக்கு தொழிலில் ஒரு பங்கு இருக்கிறது-அது 30 சதவீதமாக இருக்கட்டும். 40 சதவீதமாக இருக்கட்டும். அந்தத் தொழில் வெற்றியடைய வேண்டு மென்பதில் அவருக்கு நிச்சயமாக கவலையிருக்குமென்று நாம் நினைக்கிறோம். திறமையும் அனுபவமும் மிக்க முற்போக்கான முதலாளிகளின் முழு மனதுடன்கூடிய ஒத்துழைப்பை- அந்த அளவுக்கு அவர்களை நம்ப நீங்கள் தயாராயில்லாவிட்டால்- நீங்கள் எப்படி எதிர்பார்க்க முடியுமென்று எனக்குப் புரியவில்லை".

("டைம்ஸ் ஆப் இந்தியா"-17-1-1946)

இந்திய சமஸ்தானாதிபதிகளின் சபைக் காரியதரிசி **மீர்மக்பூல் அஹமத்** "ஏஷியாடிக் ரிவ்யூ" என்ற பத்திரிகையில் எழுதிய கட்டுரையில் கூறுகிறார்:-

"சமஸ்தானங்களின் தொழில் வளர்ச்சியில் இந்திய-பிரிட்டிஷ் பங்காளித்துவத்துக்கு ஏராளமான வசதிகள் இருக்கின்றன".

இந்திய மண்ணில் ஆழமாக வேரூன்றிக்கொண்டு இந்தியாவில், பிரிட்டிஷ் ரொக்க முதலாளித்துவத்தின் எதிர்காலத்தை பாதுகாப்பதே ஏகாதிபத்திய முயற்சி என்பது வெளிப்படை. இந்திய முதலாளிகளுடன் செய்துகொள்ளப்படும் சமரசத்தின்மூலம், இந்தியாவிலுள்ள பிரிட்டிஷ் மூலதனம் எப்பொழுதும் ஜாக்கிரதையாயிருக்க முன்னேற்பாடு செய்யப்படுகிறது. அவர்கள் விரும்பிய ஆதரவும் கிடைத்துவருகிறது. இந்தியாவிலுள்ள பிரிட்டிஷ் மூலதனத்தைப் பற்றிப் பேசும்போது, இந்தியாவின் மிகப் பெரிய முதலாளியும் நப்பீல்டின் பங்காளியுமான **ஜி.டி.பிர்லா** கூறியதாவது:-

"இது (இந்தப் பிரிட்டிஷ் மூலதனம்) எப்பொழுதேனும் பறிமுதல் செய்யப்படுமென்று நாம் நம்பவில்லை. பிரிட்டிஷ் கம்பெனிகள் வேலை செய்துகொண்டேயிருக்கும்."

(**ஹிந்துஸ்தான் டைம்ஸ்** -11-4-46)

உள்ள மூலதனத்தை பாதுகாப்பது மாத்திரம் பிரிட்டிஷ் கவலையல்ல இந்திய சமஸ்தானங்களில் யதேச்சதிகார ஆட்சியைக் காப்பாற்றி, அதன் மூலம், பிரிட்டிஷ் மூலதனம் புதிதாக வந்து வேரூன்ற திட்டமிடப்படுகிறது.

இந்த ஒப்பந்தங்களால் ஒரு நாளும் இந்தியா தொழில் மயமாகப் போவதில்லை. பிர்லா-நப்பீல்டு, டாட்டா-இம்பீரியல் கெமிகல்ஸ் ஆகிய இரு முக்கியமான ஒப்பந்தங்களின் ஷரத்துக்களிலிருந்து தெளிவாகத் தெரிவதுபோல, இந்த பங்காளி உறவுகளின்மூலம், இந்தியாவில் ஜீவாதாரமான கனத்தொழில்கள் ஸ்தாபிக்கப்படப் போவதில்லை. நிர்ணயமில்லாத காலத்துக்கு, ரசாயனப் பொருட்கள் இங்கிலாந்தில் தயாரிக்கப்பட்டு இந்தியன் டிரேட் மார்க் தாங்கி, இந்திய மார்க்கட்டில் விற்கப்படும். அதைப்போலவே, பிரிட்டனில் தயாராகும் கருவிகளையும் பாகங்களையும் கோர்த்துத் தரும் ஓர்க்ஷாப்பாக இந்தியா தாழ்த்தப்படும். பிர்லா-நப்பீல்டு ஒப்பந்தத்தில் கூறப்பட்ட "இந்தியாவில் உற்பத்தியாகும்" கார்களின் வள்ளல் "ஹிந்துஸ்தான் பத்து" என்ற மோட்டார்காரின் உற்பத்தி மூலம் விளங்கிவிட்டது. அது இந்தியாவில் செய்யப்பட்ட காரென்று விளம்பரப்படுத்தப்பட்டது. ஆனால் அதன் பாகங்கள் இங்கிலாந்தில், **மாரிஸ்** கம்பெனியில் (நப்பீல்டு டையது) செய்யப்பட்டவை; அவை இந்தியாவில் கோர்க்கப் பட்டன. அவ்வளவுதான்.

ஆக, இந்தச் சமரசங்களெல்லாம் ஒரு முகமூடிதான்-கனத்தொழில்கள், ரசாயனத் தொழில்கள், என்ஜினியரிங் தொழில்கள் ஆகியவற்றை முடிந்தவரையில் ஸ்தாபிதமாகாமல் தடுப்பதற்காக செய்யப்படும் முயற்சிக்கு முகமூடி; பிரிட்டனில் உற்பத்தியாகும் சரக்குகளின் மார்க்கட்டாக, உண்மையிலேயே அபாயமில்லாத மார்க்கட்டாக பாதுகாப்பதற்கு இந்திய முதலாளிகளுடன் செய்துகொள்ளப்பட்டிருக்கும் சமரசங்கள் திரைகளாக விளங்குகின்றன. 1945 டிசம்பர் 27-ல் தேசிய தினசரியான **பம்பாய் கிரானிகல்** எழுதியதுபோல, இந்த ஒப்பந்தங்களின் விளைவாக "புதியரக நலன்கள் சிருஷ்டிக்கப்படும்; அவை தேசம் தொழில் மயமாவதற்கு மாபெரும் தடையாக

நிற்கும். . . . . கடைசியில் தேசிய சர்க்கார் ஏற்பட்டால், இந்த தடையை எதிர்ப்பது அதற்கு கடினமாயிருக்கும்."

இந்திய, பிரிட்டிஷ் ஏகபோக முதலாளிகளுக்கிடையில் 1945ல் பெரிய அளவில் வளர்ந்த இந்த பொருளாதார ஒப்பந்தங்கள், இந்த பொருளாதார ஒப்பந்தங்களுக்கு ஒத்த அரசியல் சமரசத்துக்காக 1946-ல் நிகழ்ந்த அரசியல் சம்பாஷணைகளுக்கு முக்கியமான சூழ்நிலையாக விளங்கியது.

9. இந்தியாவில் ஏகாதிபத்தியத்தால் ஏற்பட்ட விளைவு

பிரிட்டிஷ் ஆட்சி இந்தியாவில் "ஒரு சமூகப் புரட்சிக்கு காரணமாயிருந்ததென்று" மார்க்ஸ் கூறியபோது "அந்த புரட்சியை கொண்டுவரும் சரித்திரக் கருவியாக, தன்னறிவு இல்லாமலே" பிரிட்டன் விளங்கியதென்று மார்க்ஸ் விவரித்தபோது, அவர் விளக்கி கூறியபடி இரு நிகழ்ச்சிகளையே அவர் கருத்தில் கொண்டிருந்தார். அவைகளாவன-

1. பழைய சமூக அமைப்பில் அழிவு.

2. ஒரு புதிய சமூக அமைப்பின் பௌதிக அடிப்படையை ஸ்தாபித்தல்.

இந்த இரு அம்சங்களும் இன்றும் வேலை செய்கின்றன. ஆனால் முந்தைய நிகழ்ச்சியிலிருந்து வளர்ந்த நவீன ஏகாதிபத்தியத்தின் புதிய கட்டங்கள் அவற்றின் முக்கியத்துவத்தை மறைத்துவிட்டன.

பழைய கைத்தொழிலின் அழிவு தொழிலாளர்களின் மொத்த எண்ணிக்கை குறைவதில் இன்னும் பிரதிபலிக்கிறது. (யுத்த காலத்தில் மாத்திரம் குறையவில்லை) ஏனென்றால் கைத்தொழில் அழியும் வேகத்தில் யந்திரத் தொழில் முன்னேறவில்லை. பழைய கிராம அமைப்பின்அழிவினால் விளைந்துள்ள முரண்பாடுகள் ஒரு பொதுவான விவசாய நெருக்கடியை சிருஷ்டித்துக்கொண்டிருக்கின்றன.

அதே சமயத்தில், மார்க்ஸ் தீர்க்க திருஷ்டியுடன் கூறியதுபோல பிரிட்டிஷ் ஆட்சி ஸ்தாபித்த பௌதிக அடிப்படையில் நவீன யந்திரத் தொழில் (மெதுவான

வளர்ச்சியாயிருத்தபோதிலும்) முளைத்துள்ளது. உற்பத்தி சக்திகள் ஒரு புதிய தாவு தாவி, நவீன கட்டத்தை அடைவதற்கு இந்தியாவின் சூழ்நிலை பூர்ண பக்குவமடைந்துவிட்டது; ஒவ்வொரு வருஷமும் இதன் தேவை அதி அவசரமாகிறது; தவிர்க்க முடியாததாகிறது. பிரிட்டிஷ் முதலாளித்துவ ஆதிக்கம் ஆரம்பகாலத்தில் புதிய முன்னேற்றத்துக்கு தன் அழிவு சக்தியின் மூலம் பாதையை செப்பனிட்டு, அந்த புதிய முன்னேற்றத்துக்கு தேவையான லோகாயத அடிப்படையை ஸ்தாபிப்பதன்மூலம், புரட்சிகரமான விளைவுகளுக்கு காரணமாக விளங்கியது. ஆனால் அதற்கு மாறாக, இந்தியாவில் நவீன ஏகாதிபத்தியம் உற்பத்தி சக்திகளின் வளர்ச்சிக்குப் பிரதான முட்டுக்கட்டையாக நிற்கிறது. தன்னுடைய முதலாதிக்கத்தையும், அரசியலாதிக்கத்தையும் சகல விதங்களிலும் பயன்படுத்தி உற்பத்தி சக்திகளின் வளர்ச்சியைத் தடுக்கிறது. பிரிட்டிஷ் முதலாளித்துவ ஆட்சி புரட்சிகரமான பணி செய்த காலம் மலையேறிவிட்டது. இந்தியாவில் நவீன ஏகாதிபத்தியம் முழுக்க முழுக்க பிற்போக்காயிருக்கிறது.

பத்தொன்பதாவது நூற்றாண்டின் முன்பாதியில், வளர்ந்துகொண்டிருந்த முதலாளித்துவம் இந்தியாவின் பழைய சமூக அமைப்பை உடைத்தெறிந்தது. சில பிற்போக்கான மதக்கொடுமைகளையும் சமூகக் கொடுமைகளையும் உணர்வுடன் தாக்கிற்று. தனது ஏக சக்கராதிபத்தியத்தில் தேசம் முழுவதையும் கொண்டுவரும் பொருட்டு, இந்திய அரசர்களை ஒருவர்பின் ஒருவராக பணிய வைத்தது; மேற்கு ஐரோப்பிய கல்வியும் லட்சியங்களும் பரவ ஆரம்ப முயற்சிகள் எடுத்தது; ஒரு குறிப்பிட்ட காலத்தில், பத்திரிகை சுதந்திரக் கொள்கையைக்கூட ஸ்தாபித்தது. இந்தக் காலத்தில் இந்திய சமூகத்தின் முற்போக்காளர்கள் அதாவது வளரும் மத்தியதர வர்க்கம் பிரிட்டிஷ் ஆட்சியை ஆதரித்து, அதன் முயற்சிகளுக்கு உதவினார்கள். இந்த வர்க்கத்துக்கு தலைசிறந்த உதாரணமாய்த் திகழ்கிறார் **ராஜாராம் மோகன்ராய்**. நசித்துக்கொண்டிருந்த பிற்போக்காளர்களும் அதிருப்தியடைந்திருந்த மன்னர்களும் நிலப்பிரபுத்துவ சக்திகளும்தான் பிரிட்டனை எதிர்த்தன. அவர்களுடைய தலைமை 1857 கலகத்துடன் முடிந்தது; அந்த

கலகத்திலேயே மூழ்கிவிட்டது. ஒடுக்கப்பட்ட, சுரண்டப்பட்ட விவசாயிகளின் குரலாக விளங்கி, அவர்களுக்கு தலைமை வகிக்கும் சக்தி ஒன்றும் 1857-ல் இல்லை; அதனால் கலகம் தோற்றுப்போக வேண்டியிருந்தது.

1857 கலகத்துக்கு பிறகு இந்தியாவில் பிரிட்டிஷ் ஆட்சியின் கொள்கை மாறியது. இந்தியாவின் நவீன ஏகாதிபத்தியம் சமஸ்தானாதிபதிகளை தன் பொம்மைகளாக பாதுகாக்கிறது. அவர்களுடைய அரசியல் பங்கை அதிகரிக்கப் பார்க்கிறது. சமீப காலத்தில் பிரிட்டிஷ் மந்திரிகள் தந்த திட்டம், அவர்களுக்கு அளித்திருக்கும் அரசியல் முக்கியத்துவம் அதற்கு அத்தாட்சி. நவீன ஏகாதிபத்தியம் முற்போக்கான இந்திய அபிப்பிராயத்துக்கு எதிராக பழைய பிற்போக்கான சமூக, மத, மூடப்பழக்க வழக்கங்களை பாதுகாக்கிறது (உதாரணம்; குழந்தை மணம், தீண்டாமை முதலியன) உயர்ந்த வேலைப்பாடுடன் கூடிய அடக்குமுறை அமைப்பின் மூலம் பேச்சையும் சிந்தனையையும் அடக்கி வைத்திருக்கிறது. சமூகத் துறையிலும், கல்வித் துறையிலும், தொழில் துறையிலும் முன்னேற வேண்டுமென்ற பெருவாரியான இந்திய அபிப்பிராயத்துக்கு முட்டுக்கட்டை போடுகிறது. இந்த அடையாளங்கள் மூலம், ஏகாதிபத்தியம் (பொருளாதாரத் துறையிலிருப்பது போலவே) சமூக பிற்போக்கின் பெட்டகமாகவும், அரசியல் பிற்போக்கின் அரணாகவும், தன்னைத்தானே அம்பலப்படுத்திக்கொள்கிறது.

ஆகவே, நவீன கட்டத்தில், இந்திய சமூகத்திலுள்ள வளரும் சக்திகள் அனைத்தும், பிற்போக்கின் பெட்டகமாகவும் பிரதான பகைவனாகவும் விளங்கும் ஏகாதிபத்தியத்தை எதிர்த்து "நாளொரு மேனியும் பொழுதொரு வண்ணமுமாக" வளர்ந்துகொண்டிருக்கும் தேசியப் புரட்சி இயக்கத்தில் ஒன்றுபடுகின்றன. நசித்துகொண்டிருக்கும் பிற்போக்கு சக்திகள்தான் இன்று ஏகாதிபத்தியத்திற்கு விசுவாசமுள்ள ஆதரவாளர்களாக விளங்குகின்றன.

ஏகாதிபத்தியத்தின் தளைகளையும் ஏகாதிபத்தியம் பாதுகாக்கும் காலாவதியான பத்தாம்பசலி பொருளாதார

அமைப்பையும் எதிர்த்து இந்தியாவில் வளர்ந்துகொண்டிருக்கும் உற்பத்தி சக்திகள் நெருக்குகின்றன. ஏகாதிபத்திய பொருளாதாரத்தின் கையாலாகாத் தனத்துடைய அடையாளமாகவும் ஜீவாதாரமான மாறுதலைக் கொண்டுவரும் பிரதான சக்தியாகவும் விளங்கும் விவசாய நெருக்கடியில் இது பிரதிபலிக்கிறது. 18-ம் நூற்றாண்டின் பிற்பகுதியில் பிரான்ஸில் காணமுடிந்ததைப் போல் ஜாரிஸ்ட் ருஷ்யாவின் அந்திக்காலத்தில் அங்கு காண முடிந்ததைப்போல இந்தியாவிலும் நெருங்கிக் கொண்டிருக்கும் விவசாயப் புரட்சியின் அறிகுறிகளை காணமுடியும். இந்தியாவில், வளர்ந்துகொண்டிருக்கும் விவசாயப் புரட்சி, ஏகாதிபத்தியத்தை எதிர்த்து வளர்ந்து கொண்டிருக்கும் தேசிய ஜனநாயக இயக்கத்துடன் பின்னிக்கிடக்கிறது. இவை இரண்டின் ஒற்றுமைதான் இந்திய சரித்திரத்தில் தொடங்கும் புதிய சகாப்தத்தின் திறவுகோல்.

ஆகவே, இந்தியாவின் நவீன அரசியல் நிலைமையையும் தேசியப் போராட்டத்தின் பிரச்சினைகளையும் பரிசீலனை செய்வதற்கு விவசாய பிரச்சினை பரிசீலனை செய்வதுடன் ஆரம்பிக்க வேண்டும்.

மூன்றாம் பாகம்
விவசாயப் பிரச்சினை

ஏழாவது அத்தியாயம்
விவசாய நெருக்கடி

1. விவசாயத்தின்மீது அமித அழுத்தம்
2. விவசாயத்தின் மீதுள்ள அமித அழுத்தத்தினால் ஏற்படும் விளைவுகள்
3. விவசாயத்தின் தேக்கமும் சீரழிவும்

எட்டாவது அத்தியாயம்
விவசாயிகள் மீதுள்ள சுமைகள்

1. ஏகபோக நிலச்சுவான்தாரி முறை
2. நில அமைப்பில் மாறுதல்
3. நிலப் பிரபுத்துவம் சிருஷ்டிக்கப்படுதல்
4. விவசாயிகள் ஏழ்மைப்படுதல்
5. கடன் சுமை
6. மூவகைச் சுமை

ஒன்பதாவது அத்தியாயம்
விவசாயப் புரட்சியை நோக்கி

1. விவசாய நெருக்கடியின் வளர்ச்சி
2. விவசாயப் புரட்சியின் அவசியம்
3. அரசாங்க சீர்திருத்தங்களின் தோல்வி.
4. விவசாய இயக்கத்தின் வளர்ச்சி

ஏழாவது அத்தியாயம்

விவசாய நெருக்கடி

"விவசாயியின் நிலைமையிலுள்ள தற்கால சீரழிவு ஒரு விவசாயப் புரட்சியின் 371

முன்னறிவிப்பாய் விளங்குகிறது".

-பேராசிரியர் ராதாகமல் முக்கர்ஜி-"இந்தியாவின் நிலப் பிரச்சினைகள்" 1933

"இந்திய விவசாயி மக்களின் வறுமையும் துன்பமும் உலகத்திலேயே மிக பயங்கரமான ரகத்தைச் சேர்ந்தவையாகும். "இந்தியாவின் நிலப்பிரச்சினைகள்" என்ற பிரசித்திப்பெற்ற புத்தகத்தில் பேராசிரியர் முக்கர்ஜி இந்திய விவசாயியின் நிலைமையைக் கீழ்க்கண்டவாறு வர்ணிக்கிறார்:-

"இந்தியாவில் விவசாயம் செய்யும் ஜனங்கள் சொற்பமான (உற்பத்தி) சாதனங்களில் உழைக்கிறார்கள். விவசாயிகளுடைய சொந்த நல்வாழ்விலிருந்து பார்த்தாலும், இந்த அற்பசொற்பமான சாதனங்களும் மோசமான முறையில் வினியோகிக்கப் பட்டிருக்கின்றது. (அதாவது மோசமான உற்பத்தி முறையை அடிப்படையாகக் கொண்டிருக்கின்றன-மொ-ர்) நிலச்சுவான்தாரி முறையிலும், குடிகளின் நிலபாத்தியதை உரிமையிலும் கடந்த 50 வருஷங்களில் ஏற்பட்டுள்ள மாறுதல்களை நாம் பரிசீலனை செய்யும்போது, இந்த மோசமான விநியோகமுறை இன்னும் படுமோசமாகிக் கொண்டுவருவதைப் பார்க்க முடியும். சிறு நிலச் சொந்தக்காரனின் பொருளாதார நிலைமை க்ஷீணித்து வருகிறது. அதே சமயத்தில், நிலப்பிரபுக்களுக்கும், (சொத்து) பறிமுதல் செய்யப்பட்ட விவசாயிகளுக்குமிடையேயுள்ள மாறுபாடு, அதிகரித்துக்கொண்டிருக்கும் நிலவாடகை (வாரம், குத்தகை முதலிய முறைகள் மூலம் நில உரிமைக்காக விளைவை வாடகையாக வாங்குபவர்கள்-மொ-ர்)

வசூலிப்பவர்களுக்கும் பாடுபடும் விவசாயப் பண்ணை யடிமைகளுக்குமிடையேயுள்ள மாறுபாடு, நமது விவசாய சரித்திரத்தின் ஒரு நெருக்கடியான கட்டத்தைச் சுட்டிக் காட்டுகிறது.... விவசாயிகளுடைய வர்க்கபோதத்தின் தெளிவற்ற முணுமுணுப்புகள், இந்தியாவின் சில பாகங்களில் இப்பொழுதே கேட்கத் தக்கனவாயுள்ள முணுமுணுப்புகள், நிகழ்கால விவசாய அமைப்புக்கே சவால்விடுகின்றன."

மேற்கண்ட வாக்கியங்களின் பரிசீலனையைத் தொடங்கிய பேராசிரியர், கீழ்க்கண்ட முடிவுக்கு வருகிறார்:-

"இந்திய நில அமைப்பில் மாறுதல்கள் ஏற்பட்டே தீருமென்பதை பல்வேறு பட்சபாதமான அரசியல், பொருளாதார அபிப்பிராயங்களை உடையவர்கள் மேலும்மேலும் அங்கீகரிக்கிறார்கள். இந்த அபிப்பிராயம் சமூகத்தின் சகல வர்க்கங்களிடமும் இப்பொழுது பரவிவிட்டது. நிலத்தை ஏராளமான ஜனங்கள் ஜீவனோபாயமாகக் கொண்டிருப்பதால், இவர்கள் சாகுபடி செய்யும் பண்ணைகள் சின்னஞ்சிறியதாகக் குறுகிவிட்டது. ஆகவே, குடும்பத்தின் முழு உழைப்பையும் சாகுபடியாகும் சிறு பண்ணையில் பயன்படுத்த முடியவில்லை; இன்றுள்ள குறைவான வாழ்க்கைத்தர அடிப்படையில்கூட குடும்பத்தை போஷிக்க அந்தப் பண்ணையால் முடியவில்லை. அதே சமயத்தில், நிலப்பிரபு செல்வம் உற்பத்தி செய்பவனாயிருப்பதற்குப் பதிலாக வாடகை வசூலிப்பவனாகி விட்டான். விவசாய உற்பத்தி ஸ்தாபனத்தில், முன் காலத்தில் வகித்த கௌரவமான பங்கை இப்பொழுது இழந்துவிட்டான். இன்று நிலப்பிரபு விவசாய மூலதனத்தை அளிப்பதுமில்லை; பயிர் செலவு வேலைகளை நிர்வகிப்பதுமில்லை. அவனுக்கு கீழே ஒரு தரகர் வர்க்கம் (இடைத்தட்டுக்காரர் வர்க்கம்) வளர்ந்திருக்கிறது. நிகழ்கால நில அமைப்பின் சிக்கல்களைப் பயன்படுத்திக்கொண்டு இந்தத் தரகர் வர்க்கம் நன்மையடைகிறது. யதார்த்தமாக சாகுபடி செய்பவனுடைய கஷ்டமான நிலைமையை மேலும் ஆபத்துள்ளதாக்குகிறது. இது விமர்சனம் இல்லை; யதார்த்த உண்மைகளின் சுருக்கம். பழைய அமைப்பு உடைந்துவிட்டது. தற்கால சூழ்நிலைக்கும், சமூக தேவைகளுக்கும், விவசாய வாழ்க்கையின் தேவைகளுக்கும் ஒத்த முறையில், பழைய அமைப்புக்கு பதிலாகப் புதிய அமைப்பை சிருஷ்டிப்பது அவசியமாகிவிட்டது.

விவசாய நெருக்கடி

இந்தியாவின் நிகழ்கால விவசாய நிலைமையை பரிசீலனை செய்பவர்கள் அனைவரும் இந்த பொதுவான முடிவை ஊர்ஜிதம் செய்கின்றனர். ஆனால் **எத்தகைய** மாறுதல்கள் ஏற்படவேண்டும், அவைகளை **எப்படி** கொண்டுவருவது என்ற பிரச்சினைகள், உடனடியாக ஏகாதிபத்திய ஆட்சியின் கீழ் இந்தியாவிலுள்ள சமூக, பொருளாதார அமைப்பின் பிரச்சினைகள் அனைத்தையும் எழுப்புகின்றன. பொதுஜனங்களின் வாழ்க்கையை நெருக்கிக் கொண்டிருக்கும் நிகழ்கால சமூக அமைப்பின் ஏகாதிபத்தியத்தால் பாதுகாக்கப்படும் நிகழ்கால சமூக அமைப்பின் அஸ்திவாரங்கள் விவசாய உறவுகளில்தான் காணப்படுகின்றன. அதைப் போலவே இங்குதான், நிகழ்கால சமூக அமைப்பை நாசம் செய்து, புதிய அமைப்பின் பாதையை செப்பனிடு வதற்காக, மாறுதலைக் கொண்டுவரக்கூடிய மகத்தான சக்திகள் எழுந்து திரண்டு கொண்டிருக்கின்றன.

ஏகாதிபத்தியத்தின் கீழ் தேசத்திலுள்ள பொருளாதாரத்தி லிருந்தும் ஏகாதிபத்திய ஆட்சியால் பாதுகாக்கப்படும் வர்க்க உறவுகளின் அமைப்பிலிருந்தும் இந்தியாவில் விவசாயப் பிரச்சினையைத் தனிமைப்படுத்திப் பரிசீலனை செய்ய முடியாது.

1926-ல் இந்தியாவின் விவசாயத்தை விசாரணை செய்ய ஒரு **ராயல் கமிஷன்** நியமிக்கப்பட்டது. 800 பக்கங்கள் கொண்ட ரிப்போர்ட்டை 16 புத்தகங்கள் சாட்சியங்களுடன் கமிஷன் 1928-ல் வெளியிட்டது. "விவசாயத்தை அபிவிருத்தி செய்யவும் கிராம மக்களுக்கு நல்வாழ்வையும் சுபிட்சத்தையும் அளிப்பதற்கும் சிபாரிசுகள் செய்யுமாறு" கமிஷனுக்கு அறிவிக்கப்பட்டது. ஆனால், அதே சமயத்தில், விசாரணை கமிஷனுக்கு ஒரு எச்சரிக்கையும் விடுக்கப்பட்டது. என்ன வென்றால், "இன்றுள்ள நில உடைமை, குடிவார அமைப்புகளையும், நிலவரி, நீர்ப்பாசன வரி கணிப்புகளையும் பற்றி சிபாரிசு செய்வது கமிஷனின் கடமையல்ல".

சந்திரமதி இல்லாமல் ஹரிச்சந்திரன் நாடகத்தை நடிப்பதைப்போல்தான் இது. நில அமைப்பின் பிரச்சினைகளைப்

பரிசீலிக்காமல், இந்திய விவசாயத்தின் பிரச்சினையை பரிசீலனை செய்யமுடியாது.

இன்றைய விவசாய நெருக்கடியின் அடிப்படையான பிரச்சினைகளாவன-

1. விவசாயத்தில் அதிகப்படியான ஜனங்கள் ஈடுபடுவதால் ஏற்படும் அமித அழுத்தம்-இதர பொருளாதார பாதைகள் அடைபட்டுக்கிடப்பதால், இந்த நிலைமை ஏற்படுகிறது.

2. ஏகபோக நிலச்சுவான்தாரியின் விளைவுகளும் விவசாயிகள்மீது உள்ள சுமையின் விளைவுகளும்.

3. கீழ்த்தரமான உற்பத்தி சாதனங்களும், அந்த உற்பத்தி சாதனங்களை அபிவிருத்தி செய்வதற்கு முட்டுக்கட்டை போடும் தடைகளும்.

4. பிரிட்டிஷ் ஆட்சியில் விவசாயம் தேங்கிச் சீரழியும் நிலைமை.

5. விவசாயிகளின் ஏழ்மை தீவிரப்படுதல்; நிலங்கள் துண்டு துண்டாக்கப்படுதல்; சின்னஞ்சிறு துண்டுகளாக்கப்படுதல்; பரந்த பகுதிகள் நிலத்தை இழந்து நிற்பது.

6. இதன் விளைவாக வளர்ந்துகொண்டிருக்கும் வர்க்க பாகுபாடுகள். இந்த வர்க்கப் பாகுபாடுகளின் விளைவாக, விவசாயிகளில் மூன்றில் ஒரு பகுதி முதல், சரிபாதி வரை நிலமில்லா உழைப்பாளிகளாக மாறுகின்றனர். இந்த நிலமில்லா உழைப்பாளிகளின் வீதாச்சாரம் வளர்ந்து கொண்டேயிருக்கிறது.

இந்த அம்சங்களை பரிசீலனை செய்தால், அதன் அடிப்படையிலேயே **பரிகாரம்** பற்றி யோசிக்கமுடியும்.

1. விவசாயத்தின்மீது அமித அழுத்தம்

இந்தியா ஒரு "கிராமிய கண்டம்" (கிராமங்கள் நிறைந்த நாடு). துரிதமான சமூக வளர்ச்சிக்கும் ஜனநாயக வளர்ச்சிக்கும் இந்த உண்மை ஒரு தடையாயிருப்பதாக எண்ணுகின்றவர்கள் இந்த உண்மையை நம்பிக்கையுடன் நமக்கு மீண்டும் மீண்டும் நினைவூட்டுகிறார்கள்.

இந்தியாவில் பெரும்பான்மையான ஜனங்கள் விவசாயத்தைச் சார்ந்திருப்பதற்கும், யந்திரத் தொழில் மயமாகியிருக்கும் மேற்கத்திய நாடுகளுக்கும் உள்ள மாறுபாடு ஒரு இயற்கையான நிகழ்ச்சியாக எடுத்துரைக்கப்படுகிறது. இந்திய சமூகம் பின்தங்கியிருப்பதை இந்த மாறுபாடு எடுத்துக் காட்டுவதாகவும், அதனால் மாறுதல்கள் வேண்டு மென்று கூறும்போது அதிஜாக்கிரதையாய் யோசனை சொல்லவேண்டுமென்றும் அவர்கள் கூறுகிறார்கள்.

1918-ம் வருஷத்திய மாண்டேக்-செல்ம்ஸ்போர்டு ரிப்போர்ட்டிலுள்ள அறிக்கை இதற்கு தக்க உதாரணம்:-

"விவசாயம் ஜனங்களின் பெரிய தொழில். சாதாரண காலத்தில், இங்கிலாந்தைப் போன்ற தொழில்மயமான தேசங்களில், 100க்கு 58 பேர் தொழிலில் ஈடுபட்டிருக்கிறார்கள். 100க்கு 8 பேரே விவசாயத்தில் ஈடுபடுகின்றனர்; ஆனால் இந்தியாவில் 100க்கு 71 பேர் விவசாயம் செய்கிறார்கள்.... இந்தியா முழுவதும், $31^1/_2$ கோடி ஜனங்களில் 22 கோடி 60 இலட்சம் பேரை நிலம் ஆதரிக்கிறது. இவர்களில் 20 கோடி 80 லட்சம் ஜனங்கள் நேரடியாக தங்கள் வயல்களை சாகுபடி செய்வதன் மூலமாகவோ, அல்லது இதரர் நிலத்துடைய சாகுபடியையோ தங்கள் ஜீவனத்துக்கு நம்பி வாழ்கிறார்கள்.

அதைப் போலவே, இங்கிலாந்தில் பிரசாரம் செய்வதற்காக தயாரிக்கப்பட்ட 1930-ம் வருஷ **ஸைமன் கமிஷன் ரிப்போர்ட்** மேற்கண்ட அறிக்கையை மேற்கோள் காட்டிவிட்டு, இந்தியாவில் மாறுதல் மெள்ள மெள்ளவே ஏற்பட முடியுமென்ற முடிவில் பூரித்துப் போகிறது:-

"பருவநிலை, தண்ணீர், விளைந்துள்ள தானியம், மாடுகள் ஆகியவற்றையும் திருவிழாக்கள், சந்தைகள், குடும்ப சடங்குகள் ஆகியவற்றையும் பஞ்சத்தையும் வெள்ளத்தையும் பற்றியும் மாத்திரமே வாழையடி வாழையாக சிரத்தைக் கொண்டுள்ள கிராமிய கண்ணோட்டங்கள் விரிவடைவதும் அரசியல் உணர்வு தீவிரப்படுவதைத் தொன்றுதொட்டு வழக்கிலுள்ளவற்றிலேயே அழிந்திருக்கும் சராசரி இந்திய கிராமவாசிகளிடம் ஏற்படக்கூடிய இதர மாறுதல்களும் **மெதுவாகத்**தான் சம்பவிக்கும்."

ஏராளமான இந்தியர்கள் விவசாயத்தை நம்பியிருப்பதும், தொழில்மயமான நாடுகளுக்கும் இந்தியாவுக்குமுள்ள முரண்பாடும் உண்மைதான். ஆனால் இந்த நிலைமைக்கு மூலகாரணமாய் விளங்கும் ஏகாதிபத்தியத்தின் காலனி அமைப்பைப்பற்றி யோசிக்காமல் அதிலிருந்து தனிமைப்படுத்தி இந்த உண்மைகளை கூறுவது தவறான சித்திரத்தை சிருஷ்டிப்பதில் முடிகிறது. அவர்களுடைய முடிவும் (மாறுதல் மெள்ள மெள்ளத்தான் வருமென்ற முடிவு) முழுக்க முழுக்கத் தவறானது. ஏனென்றால் இந்தியாவில் துரிதமான மாறுதலைக் கொண்டுவருவதற்கு வலுவான சக்தியாக விளங்குவதே தீவிரப்பட்டுக்கொண்டிருக்கும் விவசாய நெருக்கடிதான்.

இந்த இழிவான ஏகாதிபத்திய பிரசாரம் மறைக்கும் உண்மை என்னவென்றால் ஜனங்களில் நாலில் மூன்று பகுதி விவசாயத்தையே தங்கள் ஒரே தொழிலாகக் கொண்டிருக்கிறார்களே, இந்த அனாவசியமான அளவுக்கு மீறிய வீதாச்சார பெருக்கத்தால் மனித உழைப்புச் சக்தியும் சிருஷ்டி சக்தியும் விரயமாகிறதே-இந்த குணாதிசயம் பூர்வகால இந்திய சமூகத்தின் பிதுரார்ஜிதமாய் **நவீன** கட்டத்தில் உயிர்வாழவில்லை. அதற்கு மாறாக இன்றைய அளவில் விவசாயத்தின் மீதுள்ள அமித அழுத்தம் ஒரு **நவீன** நிகழ்ச்சி ஏகாதிபத்திய ஆட்சியின் நேரடியான விளைவு, விவசாயத்தின் மீதுள்ள அளவுக்கு மீறிய அழுத்தம் பிரிட்டிஷ் ஆட்சியில் **அதிகரித்துக்கொண்டே**யிருக்கிறது. கைத்தொழிலுக்கும் விவசாயத்துக்கும் இருந்த பழைய ஒற்றுமை அழிந்து, இந்தியா ஏகாதிபத்தியத்தின் விவசாயப் பண்ணையாகத் தாழ்த்தப்பட்டதின் பிரதிபலிப்பு இந்த அமித அழுத்தம்.

கடந்த ஐம்பது வருஷகால ஸென்ஸஸ் கணக்குகள் உண்மை சித்திரத்தை வெளிப்படுத்துகின்றன. அதற்கு முந்திய காலத்தில் புள்ளி விவரங்களும் இருந்தால், இன்னும் தெளிவாக உண்மைகளைப் புரிந்துகொள்ள உதவும். 19வது நுற்றாண்டின் முதல் 75 வருஷங்களில்தான், இந்தியக் கைத்தொழில்களின் பிரதான அழிவுகள் சம்பவித்தன; ஜனத்தொகை மிகுந்த பழைய தொழில் கேந்திரங்கள்

நாசமாக்கப்பட்டன. அந்த ஜனங்கள் கிராமங்களுக்கு விரட்டப்பட்டார்கள். கிராமங்களிலும் லட்சக்கணக்கான கைத்தொழிலாளர்களின் ஜீவனத்துக்கு வேட்டு வைக்கப்பட்டது. ஆனால் இந்த காலத்தைப் பற்றிய புள்ளி விவரங்கள் கிடைக்கவில்லை. எனினும் இந்த நிகழ்ச்சி தொடர்ந்து நடந்துவருவதை கடந்த 50 வருஷ காலத்திய புள்ளிவிவரங்கள் எடுத்துக்காட்டுகின்றன.

1881-ல் முதல் ஸென்ஸஸ் எடுக்கப்பட்டது. ஆனால் அது அரைகுறையாயிருந்தது. ஒப்பிடுவதற்கு அதை, ஆதாரமாகக் கொள்ளமுடியாது. 11½ கோடி ஆண் தொழிலாளர்களை தொழில்வாரியாகப் பாகுபடுத்தி, அதில் 5 கோடி 10 லட்சம் பேர் விவசாயிகள் என்று அந்த ரிப்போர்ட் கூறுகிறது. விவசாயிகளின் வீதாச்சாரம் சரிபாதிகூட இல்லை. இது மிகவும் குறைவு-தவறானது.

1891லிருந்து 1921 முடிய, ஸென்ஸஸ் ரிக்கார்டுகளை ஒப்பிட்டுப் பார்க்கமுடியும்:-

விவசாயத்தை நம்பியுள்ள ஜனங்களின் வீதாச்சாரம்

1891	. . .	61.1 சதவீதம்
1901	. . .	66.5 சதவீதம்
1911	. . .	72.2 சதவீதம்
1921	. . .	73.0 சதவீதம்

1931 ஸென்ஸஸில், விவசாய ஜனத்தொகையின் வீதாச்சாரத்தை 65.6க்கு கொண்டுவரும்படி, பாகுபாட்டின் அடிப்படை மாற்றப்பட்டது. இந்த வீதாச்சாரக் குறைவு காகிதத்தில்தான் இருந்தது. யதார்த்த நிலைமையில் அல்ல. "1921க்கும் 1931க்குமிடையே விவசாயம், ஆடு மாடு மேய்த்தல் ஆகிய தொழில்களை நம்பியிருப்பவர்களின் ஜனத்தொகை குறைந்திருப்பதாக காணப்படுவது வெறும் பிரமைதான். . . . இதற்குக் காரணம் ஜனங்கள் உழைக்கும் தொழில் மாறியதல்ல, பாகுபாடிலுள்ள மாறுதலே. . . . விவசாய, மேய்ச்சல் தொழில்களிலீடுபட்டுள்ள ஜனத்தொகை வீதாச்சாரம் 1921க்கும்31க்குமிடையே மாறவில்லை". (ஆண்ஸ்டீ

"இந்தியாவின் பொருளாதார வளர்ச்சி") 1931-ல் ஸெண்டிரல் பாங்கிங் விசாரணைக் கமிட்டி கூறியதும் குறிப்பிடத்தக்கது.

விவசாயத்தை நம்பி வாழும் ஜனத்தொகை வீதாச்சாரம் அதிகம்; அது பெருகிக்கொண்டேயிருக்கிறது. 1891-ம் வருஷத்தில் அது 61 சதவீதமாயிருந்தது; 1901-ல் 66 சதவீதமாகவும், 1921ல் 73 சதவீதமாகவும் உயர்ந்தது. 1931-ம் வருஷ ஸென்ஸஸ் கணக்குகள் எங்களுக்குக் கிடைக்கவில்லை; ஆனால் வீதாச்சாரம் 1931ல் இன்னும் அதிகரித்திருக்குமென்று நியாயமாக ஊகிக்கலாம்.

"முந்திய ஸென்ஸஸ்களில் அனுஷ்டித்த பழைய பாகுபாடு முறையை கடைப்பிடித்திருந்தால், விவசாயத்தைப் பொறுத்தவரை, 1931-ல் (அதில் ஈடுபட்டிருந்த) உழைப்பாளிகளும் அவர்களைச் சார்ந்தவர்களும் மொத்த ஜனத்தொகையில் 75 சதவீதமாவது (இன்னும் அதிகமாக இல்லாவிட்டால்) இருப்பார்களென்ற முடிவை மறுக்க முடியவில்லை" என்று பேராசிரியர்கள் **வாடியாவும் மர்ச்சண்டும்** எழுதுகின்றனர். (நமது பொருளாதார பிரச்சினை) திருத்தப்பட்ட பாகுபாட்டின் பிரகாரமும் விவசாய ஜனத்தொகையின் வீதாச்சாரம் 66.6 சதவீதமென்பது 1931-ம் வருஷக் கணக்கு 1891-ம் வருஷ வீதாச்சாரமான 61.1ஐ விட இது அதிகமே.

பிரிட்டிஷ் முதலாளித்துவ கொள்கையின் நடைமுறையினால், மேலும் மேலும் அதிகரிக்கும் ஜனத்தொகை விவசாயத்தை நம்பியோட வேண்டியிருப்பதின் காரணங்களை 5வது அத்தியாத்தில் 3வது செக்ஷனில் விளக்கியிருக்கிறோம். இந்த காரணங்களை 1911-ம் வருடத்தில் ஸென்ஸஸ் கமிஷனரே தெளிவாக உணர்ந்தார். அவர் எழுதியதாவது:-

"மலிவான ஐரோப்பிய துணிகளும் சாமான்களும் விஸ்தாரமான முறையில் இறக்குமதி செய்யப்பட்டதும், மேற்கத்திய மாடலில் பல பாக்டரிகள் இந்தியாவிலேயே ஸ்தாபிக்கப்பட்டதும் பல கிராமத் தொழில்களை ஏறத்தாழ அழித்துவிட்டன. விவசாயப் பொருட்களின் உயர்ந்த விலைகளைக் கண்டு, பல கிராம கைத்தொழிலாளர்கள். தங்கள் பரம்பரைத் தொழிலை புறக்கணித்துவிட்டு விவசாயம் செய்ய போய்விட்டனர். இந்தப் பழைய கிராம ஸ்தாபனத்தின்

சீர்குலைவின் அளவு வெவ்வேறு பாகங்களில் வித்தியாசமாயிருக்கிறது. முன்னேற்றமடைந்துள்ள மாகாணங்களில் மாறுதல் அதிகமாயிருக்கிறது."

(இந்தியாவின் ஸென்ஸஸ் ரிப்போர்ட்"1911)

1911லிருந்து இந்தத் தொழில் சீர்குலைவும், இதன் விளைவாக விவசாயத்தின் மீதுள்ள, ஒருதலைப்பட்சமான அழுத்தமும் தீவிரமடைந்துவிட்டன. 1911க்கும் 1931க்குமிடையே தொழிலில் ஈடுபட்டுள்ளவர்களின் எண்ணிக்கையில் 20 லட்சம் குறைந்தது. அதே சமயத்தில் ஜனத்தொகையில் 3 கோடி 80 லட்சம் அதிகமாயிற்று.

தொழிலை நம்பியுள்ள ஜனத்தொகையின் வீதாச்சாரம்

1911	....	5.5 சதவீதம்
1921	...	4.9 சதவீதம்
1931	....	4.3 சதவீதம்

இந்த 20 வருஷங்களில் ஜனத்தொகை 12 சதவீதம் அதிகரித்தது. ஆனால் தொழிலில் ஈடுபட்டுள்ளவர்களின் தொகை 12 சதவீதம் குறைந்தது. ஜனத்தொகையில் தொழிலாளர்களுடைய வீதாச்சாரம் இந்த 20 வருஷங்களில் 20 சதவீதம் குறைந்தது; 1941ல் இது மேலும் 42 சதவீதமாக குறைகிறது. தொடர்ச்சியாய் தொழில் நசித்துவரும் போக்கை இது பிரதிபலிக்கிறது... அதாவது கைத்தொழில் நாசமடைவதற்கு தக்கபடி நவீன யந்திரத்தொழில் முன்னேற்றமடைய வில்லை; ஆகவே விவசாயத்தை நம்பிவாழும் ஜனத்தொகை அதிகரிக்கிறது.

அதே சமயத்தில் உணவுப் பயிர்களுக்கும் வர்த்தகப் பயிர்களுக்கும் உள்ள வீதாச்சாரம் மாறிவிட்டது. வர்த்தகப் பயிர்களின் வீதாச்சாரம் அதிகரித்து வருகிறது. 1892-93க்கும் 1919-20க்குமிடையே உணவு பயிர்கள் சாகுபடியாகும் பிரதேசம் 18 கோடி 70 லட்சம் ஏக்கராக்களிலிருந்து 21 கோடி ஏக்கராக்களாக விஸ்தரித்தது... அதாவது 7 சதவீதம் அதிகரித்தது. வர்த்தகப் பயிர்கள் சாகுபடியாகும் பிரதேசம் 3 கோடியிலிருந்து 4 கோடி 30 லட்சம் ஏக்கராக்களாக

விஸ்தரித்தது. அதாவது 43 சதவீதம் அதிகரித்தது. (வாடியாவும் ஜோஷியும்- "இந்தியாவின் செல்வம்") சமீப காலத்தில் இந்த நிகழ்ச்சிப் போக்கு-வர்த்தகப் பயிர் வீதாச்சார பெருக்கம்-அதிகமாயிருக்கிறது. 1910-11க்கும் 1914-15க்குமிடையேயுள்ள ஐந்து வருஷங்களின் சராசரிக்கும் 1934-35க்குமிடையே, உணவுப் பயிர் சாகுபடியாகும் விஸ்தீரணம் 12.4 சதவீதம் அதிகரித்தது; வர்த்தக பயிர்கள் சாகுபடியாகும் விஸ்தீரணம் 54 சதவீதம் அதிகரித்தது; (முக்கர்ஜி: 40 கோடி மக்களுக்கு உணவுத் திட்டம்) 1934-35க்கும் 1939-40க்குமிடையே வர்த்தகப் பயிர்கள் சாகுபடியாகும் விஸ்தீரணம் 16 லட்சம் ஏக்கராக்கள் அதிகமாயிற்று; அதே காலத்தில் உணவுப் பயிர்களின் சாகுபடிப் பிரதேசம் 15 லட்சம் ஏக்கராக்கள் குறைந்தது. பச்சைப் பருத்தி 1,78,000 டன்கள் 1900-1901-ல் ஏற்றுமதி செய்யப்பட்டது; 1936-1937-ல் 7 லட்சத்து 62 ஆயிரத்து 133 டன்கள் ஏற்றுமதியாயிற்று- அதாவது 328 சதவீதம் அதிகரித்தது. (1939-40-ல் 5 லட்சத்து 26 ஆயிரத்து 411 டன்கள் ஏற்றுமதியாயிற்று) தேயிலை ஏற்றுமதி 19 கோடி பவுண்டுகளிலிருந்து (1900-1901-ல்) 35 கோடி 90 லட்சம் பவுண்டுகளாயிற்று. (1939-40-ல்) எண்ணெய் விதைகள் 1900-1901-ல் 5 லட்சத்து 49 ஆயிரம் டன்கள் ஏற்றுமதி செய்யப்பட்டன. 1938-39ல் 11 லட்சத்து 72 ஆயிரத்து 802 டன்கள் ஏற்றுமதி செய்யப்பட்டன.

ஆக, விவசாயத்தின்மீது அதிகரித்துக்கொண்டே போகும் ஜன நெருக்கமும், ஏற்றுமதிக்காக் வர்த்தகப் பயிர்கள் அதிகமாக சாகுபடி செய்யப்படுவதும் (இந்திய மக்கள் உணவில்லாமல் பட்டினி கிடக்கும்போதே) இந்தியாவை மூலப்பொருள் உற்பத்தி ஸ்தலமாகவும் தன் செய்பண்டங்களின் மார்க்கெட்டாகவும் இருக்கவேண்டுமென்ற பிரிட்டிஷ் முதலாளித்துவ கொள்கையின் நேரடியான விளைவுகளாகும்.

ஆனால், விவசாயத்திலுள்ள இந்த அமித ஜன நெருக்கமும் விவசாயிகள் சுரண்டப்படும் சமூக சூழ்நிலையுமே இந்திய வறுமையின் மூலகாரணங்கள். புராதனகால விவசாயத்தில், சிறுசிறு பாத்திகளில் சாகுபடி செய்யப்படும் விவசாயத்தில், பிரிட்டிஷ் முதலாளித்துவ கொள்கையின் நேரடியான

விளைவாக, தொடர்ச்சியாய் தீவிரப்படுத்தப்படும் அமித அழுத்தமே இந்திய மக்களுடைய வறுமைக்கு மூலகாரணமென்பதை 1880லேயே **பஞ்ச கமிஷன்** அங்கீகரித்தது:-

"இந்திய மக்களுடைய வறுமைக்கு அடிப்படையில், நெருக்கடி காலங்களில் அவர்களை எதிர்நோக்கும் ஆபத்துக்களுக்கு அடிப்படையில், உள்ள துரதிர்ஷ்டவசமான உண்மை என்னவென்றால், விவசாயம் கிட்டத்தட்ட ஜனங்களின் ஒரே தொழிலாக இருக்கிறது."

நூறாண்டுகளுக்குமுன், 1840-ல் காமன்ஸ் சபையின் ஸெலக்ட் கமிட்டி முன், **ஸர் சார்லஸ் டிரிவல்யன்** கூறினார்:-

"நாம் அவர்களுடைய கைத்தொழில்களை ஒழித்துவிட்டோம். நிலத்தின் உற்பத்தியைத் தவிர, அவர்களுக்கு வேறொன்றும் இல்லை."

நூறாண்டுகளுக்குப்பின், 1928ல், விவசாயத்தை பரிசீலனை செய்த ராயல் கமிஷன் அதே வியாகூலம் நிறைந்த ராகத்தை மீண்டும் பாடியது:

"நிலத்தின் மீதுள்ள அமித ஜனநெருக்கம், வேறு ஜீவனோபாயம் இல்லாமை. தப்பிப்போக வழியில்லாத கஷ்டம், இளைய வயதிலேயே தன்னை நம்பியிருப்பவர்களைக் காப்பாற்றும் சுமை ஏற்படுதல்-இவையனைத்தும் சேர்ந்து, முடிகிற இடத்தில், கேட்பதற்கு சம்மதித்து சாகுபடி செய்யும்படி விவசாயியை நிர்ப்பந்தப்படுத்துகிறது".

2. விவசாயத்தின் மீதுள்ள அமித அழுத்தத்தினால் ஏற்படும் விளைவுகள்

விவசாயத்தின் மீது ஜனநெருக்கம் அதிகரிப்பதின் அர்த்தம் என்ன? முதலாவதாக, பெருகிக்கொண்டிருக்கும் ஜனத்தொகையின் அதிகரித்துக்கொண்டிருக்கும் வீதாச்சாரத்துக்கு, இன்றுள்ள பிற்போக்கான விவசாயம் ஜீவன வசதிகளை அளிக்கவேண்டும்.

மறுபுறத்தில், ஏகபோக நிலச்சுவான்தாரி முறையின் விளைவாக, விவசாயிகள் மீது திணிக்கப்பட்டுள்ள சுரண்டல் சுமையின் விளைவாக விவசாய வளர்ச்சி தடைப்படுகிறது.

இன்றுள்ள, விவசாயம் மேலும் மேலும் அசக்தனாகி மேற்கண்ட தேவையைப் பூர்த்திசெய்ய முடியாமலிருக்கிறது.

இந்த விஷச்சக்கரம் விவசாயத்தை தன் பிடிப்பில் இறுக நெருக்குகிறது. இதுவே முற்றிக்கொண்டிருக்கும் நெருக்கடிக்கு காரணம். இதன் விளைவாக, விவசாயம் தேங்கிக்கிடக்கிறது. அளவுக்கு மீறிய சுமைகளை தாங்க முடியாத காரணத்தால் உள்ள உற்பத்தியும் க்ஷீணமடைந்துவரும் அடையாளங்கள் தென்படுகின்றன; சாகுபடி செய்பவர்களின் நிலைமை விபரீதமான முறையில் மோசமாகிவிட்டது.

விவசாயத்தின் மீதுள்ள அமித அழுத்தத்தினால், ஒவ்வொரு விவசாயிக்கும் சாகுபடி செய்வதற்கு கிடைக்கக்கூடிய நிலம் தொடர்ச்சியாய் குறைந்துகொண்டிருக்கிறது.

1911-ல் **ஸர் தாமஸ் ஹோல்டர்னஸ்** எழுதினார்:-

"சமஸ்தானங்கள் உள்பட இந்தியாவின் மொத்த ஜனத்தொகை 31½ கோடி. இவர்களில் முக்கால்வாசிப்பேர் விவசாயத்தால் ஆதரிக்கப்படுகின்றனர். சமஸ்தானங்களிடமிருந்து பூர்த்தியான விவரங்கள் கிடைக்காததால், சாகுபடியாகும் பிரதேசத்தின் விஸ்தீரணத்தை சரியாகச் சொல்லமுடியாது. ஆனால் விவசாயத்தால் நேரடியாக ஆதரிக்கப்படும் ஜனப்பகுதிக்கு, ஆளுக்கு $1^1/_4$ ஏக்கராவுக்கு குறைவாகவே உள்ளது என்று அனுமானித்தால், அது தவறாக இருக்காது. . . ."

இந்தியாவின் நிலம் இந்த மாபெரும் ஜனத்தொகைக்கு உணவளிக்கிறது. அதுமாத்திரமல்ல. ஏற்றுமதி செய்வதற்கான தானிய உற்பத்திக்காக, பெரும்பாகம் ஒதுக்கி வைக்கப்பட்டிருக்கிறது. உண்மையில், தன்னுடைய விவசாய உற்பத்தி விற்பனையின் மூலமே, பிரதானமாக இந்தியா அதன் இறக்குமதிகளின் விலையை செலுத்துகிறது; இதர சர்வதேச கடன்களை அடைக்கிறது. சாகுபடி செய்யப்படும் மொத்த பிரதேசத்திலிருந்து அன்னிய மார்க்கட்டுகளுக்கு சப்ளை செய்வதற்கு பயன்படுத்தப்படும் நில விஸ்தீரணத்தை கழித்தால், மிச்சமிருப்பதிலிருந்து இந்திய மக்களுக்கு ஆளுக்கு $^2/_3$ ஏக்கராவுக்குமேல் கிடைக்காது. இந்த ஆளுக்கு

விவசாய நெருக்கடி

2/3 ஏக்கரா உற்பத்தி செய்வதிலிருந்துதான், இந்தியா அதன் ஜனங்களுக்கு உணவளிக்கிறது; ஓரளவுக்கு துணியும் அளிக்கிறது. நிலத்திலிருந்து இவ்வளவு எதிர்பார்க்கப்படும் நாடு வேறு எதுவும் உலகத்தில் இல்லையெனத் தோன்றுகிறது".

1917-ல், பம்பாய் விவசாய இலாகா டைரக்டர், டாக்டர் **ஹரோல்ட் எச். மான்** பூனாவில் ஒரு உதாரண கிராமத்தில் தான் நடத்திய விசாரணையின் முடிவுகளை பிரசுரித்தார். 1771-ல் சராசரியாக ஒரு விவசாயிக்கு சொந்தமாயிருந்த நிலம் 50 ஏக்கராக்கள் என்பதை அவர் கண்டார். 1818ல் அது $18^{1/2}$ ஏக்கராக்களாகக் குறைந்தது; 1820-40-ல் அது 14 ஏக்கராக்களாக சுருங்கியது. 1914-15-ல் அது 7 ஏக்கராகிவிட்டது. 100க்கு 81 பேருடைய நிலங்கள் "மிகவும் சாதகமான சந்தர்ப்பத்தில்கூட தங்கள் சொந்தக்காரர்களை காப்பாற்றமுடியாது" என்பதை அவர் கண்டார். அவர் இதிலிருந்து கீழ்க்கண்ட முடிவுக்கு வந்தார்.

"கடந்த 60, 70-ல் வருஷங்களில் நிலச்சுவான்தாரிமுறையின் தன்மை மாறியிருக்கிறதென்பது இதிலிருந்து வெளிப்படை. பிரிட்டிஷ் ஆட்சி ஏற்படுவதற்கு முன்னாலும், பிரிட்டிஷ் ஆட்சியின் ஆரம்பகாலத்திலும் ஒவ்வொரு விவசாயிக்கும் சுமாரான அளவு நிலமிருந்தது; அநேகமாக 9 அல்லது 10 ஏக்கராக்கள் இருந்தது. 2 ஏக்கராவுக்கு குறைவாக யாரும் நிலம் வைத்திருந்ததாகத் தெரியவில்லை. இப்பொழுது, பண்ணைகளின் எண்ணிக்கை இரண்டு மடங்காகிவிட்டது. 100க்கு 81 நிலச்சுவான்தார்களுக்கு 10 ஏக்கராக்களுக்கு குறைவான நிலமேயுள்ளது. 100க்கு 60 பேருக்குமேல், 5 ஏக்கராவுக்கு குறைவாக நிலம் வைத்துள்ளனர்".

("ஒரு தக்காண கிராமத்தில் நிலமும் உழைப்பும்" டாக்டர் எச்.எச். மான்-1917)

இதர மாகாணங்களிலும் இதே முடிவுகளுக்கு ஆராய்ச்சியாளர்கள் வந்துள்ளனர். விவசாயக் கமிஷன் ரிப்போர்ட் கூறுவதாவது:-

"பயன்படத்தக்க சாகுபடி சாத்தியமில்லாத முறையில் பம்பாய் ராஜதானியில் பெருவாரியான பண்ணைகளின் நில விஸ்தீரணம் சுருங்கிவிட்டது என்று **கீடிங்கி** அபிப்பிராயப்

படுகிறார். அதைப்போன்ற நிலைமையே சென்னை மாகாணத்தில் பல பாகங்களிலும் நிலவுவதை டாக்டர் **ஸ்லேடர்** கண்டார். இதர மாகாணங்களிலும் அதே நிலைமைதான்".

சாகுபடி செய்பவன் ஒவ்வொருவனுக்குமுள்ள சாகுபடியாகும் பண்ணையின் விஸ்தீரணத்தை 1921-ம் வருட ஸென்ஸஸ் பின்வருமாறு பதிவு செய்தது:-

சென்னை	4.9 ஏக்கராக்கள்	பர்மா	5.6 ஏக்கராக்கள்
வங்காளம்	3.1 "	பாஞ்சாலம்	9.2 "
பீகார்-ஓரிஸ்ஸா	3.1 "	மத்திய மாகாணமும் பிராரும்	8.5 "
அஸ்ஸாம்	3.0 "		
ஐக்கியமாகாணம்	2.5 "	பம்பாய்	12.2 "

இவைகள் **சராசரிக்** கணக்குகள். பெரும்பான்மையோரின் சிறுநிலத்தை சிறுபான்மையோரின் பெரிய 'ஜமீன்கள்' ஓரளவுக்கு மூடி மறைத்துவிடுகின்றன.

(பம்பாய், **மாகாண கோவாபரேடிவ் இன்ஸ்டிடியூட்** பிரசுரித்த) **"ஒரு கொங்கணி கிராமத்தின் சமூக, பொருளாதார பரிசீலனை"**யின் முடிவுகளாவன:- 192 ஏக்கராக்கள் சாகுபடி நிலமுள்ள கிராமத்தில், விவசாயி அல்லாதவர்கள் 24 பேருக்கு 113 ஏக்கராக்கள் சொந்தம்; அதாவது சராசரி தலைக்கு 4.78 ஏக்க்ராக்கள். 28 விவசாயிகளுக்கு 78 ஏக்கராக்கள் சொந்தம்-அதாவது விவசாயியின் சராசரி 2.85 ஏக்கராக்கள்.

சென்னை சர்வகலாசாலையில் பிரசுரிக்கப்பட்ட **"ஒரு மலையாள கிராமத்தின் பொருளாதார வாழ்க்கை"** என்ற பரிசீலனை கூறுவதென்னவென்றால், பரிசீலனைக் குட்பட்ட கிராமத்திலுள்ள பண்ணைகளில் 34 சதவீதம் ஒரு ஏக்கராவுக்கு குறைவானது.

சாகுபடி செய்பவர்களில் பெரும்பான்மையோரான குடிவார பாத்தியதை இல்லாத விவசாயிகளைப் பற்றி, விவசாய கமிஷன் கீழ்க்கண்டவாறு பதிவு செய்தது:-

"பாஞ்சால மாகாணத்தின் புள்ளிவிவரங்கள் (மாகாண ரீதியாக பாஞ்சாலத்துக்குமாத்திரமே புள்ளிவிவரங்கள் கிடைத்துள்ளன) எடுத்துக்காட்டுவதென்னவென்றால், சாகுபடி

செய்பவர்களில் 22.5 சதவீதம் ஒரு ஏக்கரா அல்லது அதற்கு குறைவான நிலத்தையே பயிர்செலவு செய்கின்றனர்; இன்னொரு 15.4 சதவீதம் தலைக்கு ஒரு ஏக்கரா முதல் 2½ ஏக்கராவரை சாகுபடி செய்கின்றனர். 17.9 சதவீதத்தினர் இரண்டரை ஏக்கரா முதல் 5 ஏக்கராக்கள்வரை சாகுபடி செய்கின்றனர்; 20.5 சதவீதத்தினர் 5 முதல் 10 ஏக்கராக்கள்வரை சாகுபடி செய்கின்றனர். பர்மாவில் இவற்றைவிட உயர்ந்த சராசரிகள் இருக்கலாம்; பம்பாயில் பாஞ்சாலத்திய புள்ளிவிவரங்களையே காணலாம். இதர மாகாணங்களில், ஒவ்வொரு விவசாயிக்கும் இவற்றைவிட குறைந்த சராசரியே கிடைக்கும்".

ஆக ஒப்பிட்டுப் பார்க்கும்போது, "சுபிட்சமான" மாகாணம் என்று சொல்லப்படும் பாஞ்சாலத்திலேயே (இதர மாகாணங்களுக்கு பின்னாலேயே பாஞ்சாலம் பிரிட்டிஷ் ஆட்சிக்குட்பட்டது) மூன்றில் ஒரு பகுதியினருக்குமேல், 2½ ஏக்கராவுக்கு குறைவாக சாகுபடி செய்கின்றனர். விவசாயிகளில் சரிபாதிக்கு மேல் 5 ஏக்கராக்களுக்கு குறைவாக பயிர் செய்கிறார்கள்.

வங்காளத்தில், ஒவ்வொரு உழைக்கும் விவசாயிக்கும் சராசரி 2.2 ஏக்கராக்கள் சாகுபடி நிலம் கிடைப்பதாக 1921-ம் வருடத்திய ஸென்ஸஸ் ரிப்போர்ட் பதிவு செய்தது. "இத்தகைய புள்ளி விவரங்களில்தான் விவசாயியுடைய வறுமைக்கு விளக்கம் காணமுடியும்" என்று வங்காள ஸென்ஸஸ் ரிப்போர்ட் (1921) எழுதியது.

இந்த உண்மைகளின் விசேஷ தன்மையிலிருந்து யாரும் தப்பமுடியாது. நாட்பட்ட நிலப்பசியை, நிராசையாகும் நிலப்பசியை, வளர்ந்துகொண்டிருக்கும் நிலப்பசியை அவை பிரதிபலிக்கின்றன. அவை ஒரே ஒரு பாதையில்தான் கைகாட்டுகின்றன; ருஷிய விவசாய சரித்திரத்தில் இவற்றைப்போன்ற உண்மைகள் காட்டியதைப்போல.

3. விவசாயத்தின் தேக்கமும் சீரழிவும்

இந்த நாட்பட்ட நிலப்பசியின், வளர்ந்துகொண்டிருக்கும் நிலப்பசியின் அர்த்தமென்ன? ஜனத்தொகைக்கேற்ற நிலமில்லாத இயற்கை தடையாலுண்டாகும் தவிர்க்கமுடியாத பிரச்சினையா இது?

இல்லை; அதற்கு நேர்மாறான நிலைமை இங்கே. அம்மாதிரி பலர் நினைத்தபோதிலும் உண்மை அதுவல்ல. என்பதை யதார்த்த உண்மைகளின் பரிசீலனையிலிருந்து புரிந்துகொள்ளலாம். (அத்தாட்சிக்கு இரண்டாவது அத்தியாயம் 3-வது பகுதியைப் பார்க்கவும்)

இயற்கையான நிலக்குறைவு அல்ல நமது பிரச்சினை. தடைகளினாலும் வளர்ச்சி புறக்கணிக்கப்படுவதாலும், சாகுபடியாகக்கூடிய பிரதேசமே பயன்படுத்தப்படாததாலும் எழும் பிரச்சினை இது; இரண்டாவதாக, சாகுபடியாகும் பிரதேசத்திலும், உற்பத்திமுறை மட்டமானதாயிருப்பதிலிருந்தும் நிகழ்கால சமூக அமைப்பினால் விவசாயிகள் மீது சுமத்தப்படும் பூதாகரமான பளுவிலிருந்தும் உற்பத்திமுறையை உயர்த்துவதையும் ஸ்தாபனத்தை விரிவுபடுத்துவதையும், தடைசெய்யும் முட்டுக்கட்டைகளிலிருந்தும் எழும் பிரச்சினை இது.

இன்றைய தினம் அமுலிலிருக்கும் உற்பத்தி முறையைக் கொண்டே (சிறு நிலத்தில் பூர்வீக கலப்பைகளைக் கொண்டு உழுது மனித உழைப்பால் மட்டுமே சாகுபடி செய்யும் முறை-மொா-ர்) வீணாகக் கிடக்கும் நிலத்தைப் பண்படுத்தி சீர்செய்தால் தேவையான நீர்ப்பாசன வசதிகள் செய்யப்பட்டால், 44 கோடி 70 லட்சம் ஜனங்களை காப்பாற்ற முடியுமென்று மதிப்பிடப்பட்டிருக்கிறது. (முக்கர்ஜி-40 கோடி மக்களுக்கு உணவுத்திட்டம்) அதாவது இன்றுள்ள ஜனத்தொகையைவிட அதிகமாக 7 கோடி பேருக்கு உணவளிக்க முடியும். (1940-ம் வருஷ ஜனத்தொகையின் பேரில் கூறுகிறார்-மொா-ர்).

சாகுபடிக்கு உபயோகப்படக்கூடிய பிரதேசத்தில் 70 சதவீதம் வீணாக்கப்படுகிறதென்றும் 30 சதவீதமே உற்பத்திக்கு உபயோகப்படுத்தப்படுகிறதென்றும் இந்திய பொருளாதார சாஸ்திரி, **ஆர்.கே. தாஸ்** மதிப்பிட்டிருக்கிறார்.

"பயிர் சாகுபடி செய்யப்படும் பிரதேசம் 22 கோடி 80 லட்சம். ஏக்கராக்கள் விஸ்தீரணம்கொண்டதே - பயிர் செய்யக்கூடிய மொத்த நிலத்தில் 53 சதவீதமே இது. ஆனால், ஒரு போகத்துக்குமேல் சாகுபடியாகும் ஏரியாக்களை ஒவ்வொரு போகத்துக்கும் தனித்தனி ஏரியாக்களாக

கருதினால் சாகுபடியாகும் ஏரியா மொத்தம் 26 கோடி 20 லட்சம் ஏக்கராக்களாகும். சீதோஷ்ண நிலைமையின் காரணமாக, பயிர் செய்யக்கூடிய ஏரியாவில் பெருவாரியான பாகம் வருஷத்துக்கு இரு போகங்களுக்கு மேல் சாகுபடியாகக்கூடிய வசதியைப் பெற்றுள்ளது; ஆனால் மறுபுறத்தில் இந்த ஏரியாவில் ஒரு பகுதி, ஒரு போகம்கூட பயிர் செய்யப்படுவதில்லை; சிலபகுதிகள், சில காலத்துக்கு ஒரு போக சாகுபடிக்குக்கூட கிடைக்காது. ஆகவே, சராசரியாக, பயிர் செய்யக்கூடிய நிலம் முழுவதும் வருஷத்துக்கு இரு போகங்கள் சாகுபடி செய்ய லாயக்கானவை என்று நிச்சயமாக ஊகிக்கலாம். ஆகவே, சாகுபடியாகக்கூடிய பிரதேசம் 86 கோடியே 40 லட்சம் ஏக்கராக்களாகின்றன; இதில் 26 கோடியே 20 லட்சம் ஏக்கராக்கள்தான்-அதாவது 30 சதவீதமே-உற்பத்திக்கு பயன்படுத்தப்படுகிறது. 60 கோடி 20 லட்சம் ஏக்கராக்கள் அல்லது 70 சதவீதம் வீணாக்கப்படுகிறது."*

(ஆர்.கே. தாஸ்: "இந்தியாவின் தொழில் திறமை" 1930)

உண்மையில், 1929-ம் வருஷ நெருக்கடியின் விளைவாக தடைப்படும் வரையில், சாகுபடியாகும் ஏரியா ஜனத்தொகையைவிட வேகமாக அதிகரித்து வந்திருக்கிறது.

சாகுபடியாகும் பிரதேசத்தின், புள்ளிகளும்
ஜனத்தொகையின் புள்ளிகளும்

	ஜனத்தொகை	பயிரிடப்படும் பிரதேசம்	உணவு தானியம் பயிரிடப்படும் பிரதேசம்
யுத்த முற்கால சராசரி (1910-11 முதல் 1914-15 முடிய ஐந்து வருஷங்களின்	100	100	100

---

* ஒரு ஏக்கரா நிலம் இருபோகம் பயிர் செய்யப்பட்டால், அதை இரு ஏக்கர்களாக கணக்கிட்டே, மொத்தம் 86 கோடி 40லட்சம் ஏக்கராக்கள் இருப்பதாகக் கூறுகிறார். (மொ.ர்)

1930-31	107	18.6	113.9
1934-35	120	117.2	112.4

(முக்கா்ஜி - "40 கோடி மக்களுக்கு உணவுத் திட்டம்")

ஆக, 1910-11க்கும், 1930-31க்குமிடையே ஜனத்தொகை 7 சதவீதம் அதிகரித்தது; ஆனால் சாகுபடியாகும் பிரதேசம் 18.6 சதவீதம் அதிகரித்தது. பிந்திய வருஷங்களில்தான், பொருளாதார மந்தத்தின் விளைவாக, சாகுபடியாகும் ஏரியா குறைந்துவிட்டது; அதிலும் உணவு தானியங்கள் பயிரிடப்படும் ஏரியா அதிகமாக குறைந்துவிட்டது.

எனினும், அபரிமிதமாக சாகுபடியாகக்கூடிய நிலம் சாகுபடியாகாமலிருப்பதுதான் மிகவும் முக்கியமானதாகும்; 1939-40ன் அதிகாரபூர்வமான புள்ளி விவரங்களின் அட்டவணை இதோ:-

பிரிட்டிஷ் இந்தியாவின் விவசாய பிரதேசம் 1939–40

	ஏக்கராக்கள்	
ஸர்வேப்படி நிகர் ஏரியா	51 கோடி	27 லட்சம்
காடுகள் உள்ள ஏரியா	6 "	81 "
சாகுபடிக்குக் கிடைக்காத பிரதேசம்	8 "	93 "
சாகுபடியாகக் கூடியது-ஆனால் வீணாகக் கிடப்பது (தரிசு நிலம் இதில் சேராது)	9 "	72 "
தரிசு நிலம்	4 "	73 "
பயிர் செய்யப்படும் பிரதேசம்	20 "	99 "

ஆக, 35½ கோடி ஏக்கராக்கள் விஸ்தீரணமுடைய பயிர் செய்யக்கூடிய பிரதேசத்தில், 59 சதவீதம்தான் சாகுபடி செய்யப்படுகிறது. 13.2 சதவீதம் தரிசாகக் கிடக்கிறது; 27.3 சதவீதத்துக்கு குறைவில்லாமல் சாகுப்படியாகக்கூடியது வீணாகக் கிடக்கிறது. மொத்த ஏரியாவில் 6-ல் ஒரு பகுதியை "சாகுபடிக்கு கிடைக்காது" என்று இந்த அதிகார பூர்வமான கணக்கு தள்ளிவிடுகிறது. ஆனால் இதைப் பற்றிக் கூறும்பொழுது "சாகுபடிக்குக்கிடைக்காது" என்று சொல்லப்படும் ஏரியா முழுவதும் சாகுபடிக்கு

கிடைக்காதென்றோ லாயக்கில்லையென்றோ சொல்வதை நம்புவது கஷ்டமாயிருக்கிறது" என்று விவசாய கமிஷன் ரிப்போர்ட்டே ஒப்புக்கொள்ள வேண்டியதேற்பட்டது. ஆகவே, சாகுபடி யாகக்கூடிய சாகுபடியாகாத பிரதேசம் 27.3 சதவீதத்தைவிட அதிகமாக இருக்குமென்றும், கிட்டத்தட்ட மூன்றில் ஒன்றாகயிருக்குமென்றும் நம்பக் காரணமிருக்கிறது.

இந்தச் சாகுபடியாகாத சாகுபடியாகக்கூடிய பிரதேசம்- இவ்வளவுயிருக்கிறதே- இதன் தன்மை என்ன? இதன் வீதாச்சாரம் வெவ்வேறு மாகாணங்களில் வெவ்வேறாக இருக்கிறது. அதிக ஜனங்கள் வாழும் அதிக வளர்ச்சியடைந்த மாகாணங்களான வங்காளம் சென்னை, ஐக்கிய மாகாணம் ஆகியவற்றிலும் இந்த சாகுபடியாகக்கூடிய சாகுபடியாகாத பிரதேசம் அதிகமாயிருக்கிறது-வங்காளத்தில் 18 சதவீதம், சென்னையில் 21 சதவீதம், ஐக்கிய மாகாணத்தில் 20.3 சதவீதம்.

இந்தியா காரியதரிசிக்கு பஞ்ச கமிஷனைப்பற்றி **ஸர் ஜேம்ஸ்கெய்ர்ட்** 1879-ல் சமர்ப்பித்த ரிப்போர்ட்டிலேயே இந்த நிலத்தின் தன்மை என்ன என்ற கேள்விக்கு பதில் கொடுக்கப்பட்டிருக்கிறது.

"இந்தியாவில் கிடைக்கக்கூடிய நல்ல நிலம் முழுவதும் அநேகமாக சாகுபடி செய்யப்படுகிறது. தேசத்தின் பல பாகங்களில், காடுகள் படர்ந்திருக்கும் விஸ்தாரமான ஏரியாக்களில் வியாபித்திருக்கும் நல்ல நிலம் வீணாகக் கிடக்கிறது. இதை மீட்டு சீர்ப்படுத்தி, சாகுபடிக்கு லாயக்குள்ளதாகச் செய்யமுடியும். ஆனால், அதற்கு மூலதனம் தேவை; ஜனங்களிடமோ இதற்காக ஒதுக்குவதற்கு கொஞ்சம்கூட இல்லை".

இந்த நிலம் சாகுபடிக்கு கொண்டுவரமுடியாதது அல்ல; ஆனால் விவசாயிகளிடமுள்ள ஒவ்வொரு அவுன்ஸ் உபரியும் அதற்கு மேலும் பறிக்கப்படுவதால், அவர்களில் பெரும்பான்மையோர் உயிர் வாழ்வதற்கு அத்தியாவசியமான வாழ்க்கைத்தரத்தை விடவும் தாழ்த்தப்பட்டு நிற்கின்றனர். இப்படிப்பட்ட வறுமையிலுள்ளவர்களிடம் இந்த வேலையை செய்ய (காட்டை வெட்டி, புதரை நீக்கி நிலத்தைப் பண்படுத்தும் வேலை மொ-ர்) சக்தியே கிடையாது. இந்த

அவசர அவசியமான உற்பத்தி விஸ்தரிப்புக்காக சமூகத்தின் உபரி சக்திகளை பயன்படுத்திக்கொண்டு, அரசாங்கத்தின் உதவியுடன், இந்த வேலையைச் செய்யக் கூட்டு ஸ்தாபனத் தால்தான் சாத்தியம். ஆனால், இந்தப் பொறுப்பை சர்க்கார் ஒருபொழுதும் ஏற்கவில்லை. இங்குதான், இன்றைய அரசாங்க, சமூக அமைப்பின் மகத்தான தோல்வியைப் பார்க்கிறோம். பிரிட்டிஷ் ஆட்சிக்கு முன்னாலிருந்த சர்க்கார்களால் நிர்வகிக்கப்பட்ட மராமத்து, நீர்ப்பாசன அமைப்புகளைக்கூட இந்தச் சமூக அரசாங்க அமைப்பு அதன் ஆரம்பக் காலத்தில் பரிபூர்ணமாக புறக்கணித்தது. முடிந்தவரையில் விவசாயிகளிடமிருந்து பறித்ததின் மூலம் நிலத்தையே சாகுபடியாகாமல் செய்துவிட்டது. சமீப காலத்திலோ, நிலத்தை பண்படுத்துவதும் நீர்ப்பாசனவசதி கொடுப்பதும் துளியளவே நடந்திருக்கின்றன. எவ்வளவு தூரம் சாத்தியம் என்பதையும், தேவை எவ்வளவு என்பதையும் எண்ணிப் பார்த்தால், இந்தச் சாதனை கடுகளவாயிருப்பது கருத்தில்படும்.

முதல் கட்டத்தில், ஏகாதிபத்தியம், கடைப்பிடித்த உதாசீனம் சந்தி சிரித்த விஷயம் பல வருஷங்கள் முன்னரே மார்க்ஸ் இதை அபூர்வமாக எடுத்துரைக்கிறார்:-

தொன்றுதொட்டு, ஆசியாவில் மூன்று அரசாங்க இலாகாக்களே இருந்திருக்கின்றன:- நிதி இலாகா அல்லது உள்நாட்டை கொள்ளையடிக்கும் இலாகா; யுத்த இலாகா அல்லது வெளிநாட்டை கொள்ளையடிக்கும் இலாகா; மூன்றாவதாக; பொது மராமத்து இலாகா...... இந்தியாவில் பிரிட்டிஷார், தங்களுக்கு முந்தியிருந்த ராஜ்யாதிகாரி களிடமிருந்து யுத்த இலாகாவையும் நிதி இலாகாவையும் ஸ்வீகரித்துக்கொண்டனர். ஆனால் பொதுமராமத்து இலாகாவை முட்டமுழுக்க புறக்கணித்துவிட்டனர். ஆகவேதான் பிரிட்டிஷ் கொள்கையான போட்டி சுதந்திரத்தாலும் வர்த்தக சுதந்திரத்தாலும் நடத்தமுடியாத விவசாயம் க்ஷீணித்து வருகிறது"*

(மார்க்ஸ்-" இந்தியாவில் பிரிட்டிஷ் ஆட்சி" 1853)

---

* அரசாங்க நீர்ப்பாசன வேலையில்லாமல், இந்திய விவசாயம் நடக்காது. பிரிட்டனைப்போல, தனிநபர் முயற்சியால் ஓரளவுகூட நடக்காது. (மொ-ர்)

விவசாய நெருக்கடி 313

"தேசத்தின் நலனுக்காகவும் ஜனங்களுக்காகவும் ஹிந்து, முஸ்லிம் அரசாங்கங்கள் கட்டிய ரஸ்தாக்களும், குளங்களும், கால்வாய்களும் பாழடையும்படி விடப்பட்டன. இப்பொழுது நீர்ப்பாசன வசதிகள் இல்லாததால். பஞ்சங்கள் ஏற்படுகின்றன" என்று 1838லேயே, ஒரு பார்வையாளர் கூறினார். (ஜி. தாம்ப்ஸன்-"இந்தியாவும் காலனிகளும்")

இந்தியாவின் நவீன நீர்ப்பாசன வேலையின் முன்னோடியாக விளங்கிய **ஸர் ஆர்தர் காட்டன்** அளித்த தீர்ப்பு (1854) மார்க்ஸ் அபிப்ராயத்தைவிட ஆணித்தரமாய் இருந்தது.

இந்தியா முழுவதும் நீர்ப்பாசன வேலைகள் அநேகமாக புறக்கணிக்கப்பட்டுவிட்டன. "ஒன்றும் செய்யமாட்டேன், எதையும் செய்யவிடமாட்டேன். யாரும் எதுவும் செய்யக்கூடாது, எதையும் செய்வதற்குப் பதிலாக, என்ன நஷ்டம் வந்தாலும் ஏற்றுக்கொள். ஜனங்கள் பஞ்சத்தினால் மடியட்டும். தண்ணீர் இல்லாததால், ரோடுகள் இல்லாததால் லட்சக்கணக்கான ரூபாய்கள் வருமானம் போனால் போகட்டும்" என்பதே இதுவரை நோக்கமாயிருந்தது."

(காட்டன்-"இந்தியாவில் பொது மராமத்து வேலைகள்"1853)

1858-ல், "இந்திய சாம்ராஜ்யம்" என்ற புத்தகத்தில், **மாண்ட்கோமரி மார்ட்டின்** குறிப்பிட்டதாவது:-பழைய கிழக்கிந்தியா கம்பெனி" அபிவிருத்திகள் செய்யாததுடன், தேச வருமானத்துக்கு அத்தியாவசியமான பழைய நீர்ப்பாசனங்களைக்கூட ரிப்பேர் செய்யவில்லை". பிரிட்டனில் தனிநபர் வர்த்தக சுதந்திரத்தின் பெயரால், அரசாங்கம் தலையிடாமல் இருந்ததைவிட, இந்தியாவில் உதாசீனப்போக்கு தீவிரமாயிருந்தது. 1858 ஜூன் 24-ல் காமன்ஸ் சபையில் **ஜான்பிரைட்** கூறியதுபோல, 1834 முதல் 1848 வரை, 14 வருஷங்கள் இந்தப் பரந்த சாம்ராஜ்யம் முழுவதும், சகலவிதமான நீர்ப்பாசனங்களுக்கும் கிழக்கிந்திய கம்பெனி செலவழித்ததைவிட மான்செஸ்டர் நகரம் மாத்திரம், அதன் நகரவாசிகளுக்கு தண்ணீர் சப்ளை செய்வதற்கு மாத்திரம் அதிகம் செலவழித்திருக்கிறது."

1900 வரை, பிரிட்டிஷ் வர்த்தக ஆதிக்கத்துக்கு வசதியளித்த ரயில்வேக்களில் சர்க்கார் வருமானத்திலிருந்து 22 ¼ கோடி பவுன்கள் செலவழிக்கப்பட்டிருந்த போதிலும், விவசாயத்தின் ஜீவநாடியான கால்வாய்களுக்கு 2½ கோடி பவுன்கள்தான்-

ரயில்வேக்கான செலவில் ஒன்பதில் ஒரு பகுதிதான்-செலவழிக்கப்பட்டிருந்தது.

இந்த உதாசீனக்கொள்கை இறந்தகாலத்தில்தான் அனுஷ்டிக்கப்பட்டதென்றும் நிகழ்காலத்தில் அனுஷ்டிக்கப்படவில்லையென்றும் நிலைக்காமலிருக்கும் பொருட்டு, 1930-ம் வருஷத்திய **வங்காள நீர்ப்பாசன இலாகா கமிட்டியின் ரிப்போர்ட்டி**லிருந்து மேற்கோள் காட்டுவது நலம்:-

"ஒவ்வொரு ஜில்லாவிலும் உள்நாட்டு படகுப் போக்குவரத்து நடைபெறும் கால்வாய்களில் அடிக்கடி வண்டல் படிந்து, முட்டுக்கட்டை ஏற்படுகிறது. கால்வாய்களும் நதிகளுமே கிழக்கு வங்காளத்தின் ரஸ்தாக்களாகும்; இவற்றை ஒழுங்கான போக்குவரத்துக்கு பயன்படும்படி வைத்திருப்பதினால் இந்த மாகாணப் பகுதியின் பொருளாதார வாழ்க்கைக்குள்ள முக்கியத்துவத்தை அதிகமாக மதிப்பிட முடியாது."

"மத்திய வங்காளம் இப்பொழுது பாழடைந்துவருகிறது. மலேரியா கோரக் கூத்தாடும் பிரதேசம் அது. ஜனத்தொகை குறைந்துகொண்டேயிருக்கிறது. சாகுபடியும் நின்றுபோகிறது. இந்தச் சீரழிவு ரொம்பதூரம் போய்விட்டதால், இனி தடுக்க முடியாததாய் இருக்கலாம். மீண்டும், இந்தப் பாகம், காடாகவும் சதுப்பு நிலமாகவும் மாறுவதைத் தடுக்கமுடியாததாய் இருக்கலாம்."

"சாதாரண கால்வாய்களை புதுப்பிப்பது பற்றியோ, காபந்து செய்வது பற்றியோ, ஒன்றுமே செய்யப்படவில்லை. அதன் விளைவாக, மாகாணத்தில் சில பாகங்களிலாவது, கால்வாய்களில் வண்டல் படிகிறது. படகுப் போக்குவரத்து வருஷத்தில் சில மாதங்களே நடக்கிறது; படகுகள் போய்வரக்கூடிய அளவுக்கு பருவக்காற்றினால் கால்வாய்கள் நிரம்பிய பின்னரே விளைந்த தானியங்களை சந்தைக்கு அனுப்பமுடிகிறது."

வங்காளத்தின் நீர்ப்பாசன அமைப்பின் வீழ்ச்சியைப்பற்றி **ஸர் வில்லியம் வில்காக்ஸ்** (தலை சிறந்த ஜலசலன சாஸ்திர என்ஜினியர் அளித்த தீர்ப்பும் ஆணித்தரமானது:-

"எகிப்திலும் மெஸபடோமியாவிலும் பிரம்மாண்டமான நீர்ப்பாசன வேலைகளை சாதித்தவரான, பிரசித்திப்பெற்ற

ஜலசலன சாஸ்திர எஞ்ஜினியர் **ஸர் வில்லியம் வில்காக்ஸ்** வங்காளத்தின் நிலைமையை பரிசீலனை செய்திருக்கிறார். டெல்டா ஏரியாவிலுள்ள ஏராளமான சின்னஞ்சிறு நதிகள் அடிக்கடி திசைமாறி நாசம் விளைவிக்கின்றன; இந்த நதிகள் பூர்வகாலத்தில் கால்வாய்களாக விளங்கினவென்றும் இங்கிலிஷ் ஆட்சியில் (பராமரிப்பு இல்லாமல்) இக்கால்வாய்கள் இஷ்டப்படி ஓடும்படி விடப்பட்டனவென்றும் அவர் கண்டுபிடித்திருக்கிறார். முன்காலத்தில் இந்த கால்வாய்கள் கங்கை நதியின் வெள்ளப் பெருக்கை விநியோகிக்கும் வாய்கால்களாக விளங்கின; வடிகால்களாகவுமிருந்தன; 18ம் நூற்றாண்டின் முன்பகுதியில், கிழக்கு இந்தியக் கம்பெனியின் பேராசை பிடித்த வியாபாரிகளை வசியப்படுத்திய வங்காள சுபிட்சத்துக்கு இக்கால்வாய்கள் காரணமாயிருந்தன வென்பதில் ஐயமில்லை. . . . . .

"பழைய நீர்ப்பாசன வசதிகளை அபிவிருத்தி செய்யவும் உபயோகிக்கவும் ஒன்றும் செய்யாதது மாத்திரமல்ல, ரயில்வே போடுவதற்கு மேடிட்டு அவற்றை நாசம் செய்தனர். வண்டல் தாங்கிச் செல்லும் கங்கை நதியின் தண்ணீர் சப்ளை இல்லாததால், சில ஏரியாக்கள் உற்பத்தி செய்ய முடியாமல் பாழடைந்துவிட்டன. இதர ஏரியாக்களில் ஒழுங்கான வடிகால் வசதி இல்லாமல், கழிவுநீர் தேக்கம் ஏற்பட்டு மலேரியா பரவுகிறது. கங்கை நதியின் நீரோட்டத்தால் கிராமங்களும் தோப்புகளும் பயிரான வயல்களும் வருஷா வருஷம் விழுங்கப்படுவதை தடுப்பதற்கு, அணைபோடவோ கரை கட்டவோ, ஒரு முயற்சியும் எடுக்கப்படவில்லை. "யந்திர விஞ்ஞான நிபுணர்களின் உதவியைக் கேட்டுப் பெறக்கூடிய சந்தர்ப்பமிருந்தும், வருஷா வருஷா மோசமாகிக்கொண்டிருக்குமிந்த விபரீதமான நிலைமையை சீர்திருத்த இதுவரை ஒன்றும் செய்யாமல் இருந்துவரும் நவீன அதிகாரிகளையும் நிர்வாகிகளையும் ஸர் வில்லியம் வில்காக்ஸ் வன்மையாகக் கண்டிக்கிறார்." (ஜி. எமர்ஸன். 'ஊமை இந்தியா' 1931)

ஆக, நீர்ப்பாசனங்களை புறக்கணித்து உதாசீனம் செய்வது பழைய 150 வருட கால பிரிட்டிஷ் ஆட்சியில் மாத்திரம் அமுலிலிருந்ததல்ல, இன்றும் அதே போக்கு நீடிக்கிறது. தாங்க முடியாத நிலப்பசியும் நிலத்தின் மீது

அமிதமான ஜனநெருக்கம் உள்ள சமயத்தில், 1930-ல் "சாகுபடியாக வேண்டிய நிலம் சாகுபடி செய்யப்பட வில்லை" என்று அதிகார பூர்வமான ரிப்போர்ட் கூறுகிறது! 1789-ல் கம்பெனியின் பிரதேசத்தில் பெரும்பாகம் "துஷ்ட மிருகங்கள் மாத்திரம் வாழும் காடாக" மாறுகிறதென்று **கார்ன்ஸ்வாலிஸ் பிரபு** எழுதினார். 1930-ல் "இந்தச் சீரழிவு ரொம்ப தூரம் போய்விட்டதால் இனி தடுக்க முடியாததாய் இருக்கலாம்; மீண்டும் இந்தப் பாகம் சதுப்பு நிலமாகவும் வனாந்திரமாகவும் மாறுவதைத் தடுக்கமுடியாது" என்று ஒரு அரசாங்க கமிட்டி கூறுகிறது.

ஆனால் இந்தியாவின் விவசாயிகள், சாகுபடியாகக்கூடிய பிரதேசத்தில் 59 சதவீதம்தான் பயிர்ச்செலவு செய்கிறார்கள். இந்த குறைந்த ஏரியாவில் பயிர் செய்வதற்கும், உழவர்களின் மீதுள்ள பூதாகரமான சுமைகள் அவர்களுடைய பயங்கர வறுமை, பூர்வகால உற்பத்திமுறை, இந்த உற்பத்திமுறையை விருத்தி செய்ய வசதியில்லாத நிலைமை இவைகளெல்லாமாக ஒன்றுசேர்ந்து, தேசத்தின் உற்பத்தித்திட்டத்தை குறைக்கிறது. ஆனால் வேறு எந்த தேசத்தையும்விட அதிகமான தேவைகளை நிலம் பூர்த்தி செய்யவேண்டும்.

இந்தியாவின் நெல், கோதுமை விளைவுகளை, அமெரிக்கா, ஜப்பான், சீனா தேசங்களின் விளைவுகளுடன் ஒப்பிட்டுப் பார்த்தால், இந்தியாவின் உற்பத்திவீதம் எவ்வளவு குறைவாகயிருக்கிறதென்பது சட்டென விளங்கும்:-

ஒரு ஏக்கருடைய சராசரி விளைவு

(குவிண்டால்களில்*)

	இந்தியா	சீனா	ஜப்பான்	அமெரிக்கா
கோதுமை	8.1	9.7	13.5	9.9
அரிசி	16.5	25.6	30.7	16.8

(பஸிபிக்கின் பிரச்சினைகள்)

* குவிண்டால்: ஒரு குவிண்டால்=224 பவுண்டுகள்

சர்வதேச சங்க புள்ளி விவரங்களைக்கொண்டும் இந்த வேறுபாட்டை உணரலாம்.

ஒரு ஏக்கருடைய சராசரி விளைவு

(பவுண்டுகளில்)

	அரிசி	**கோதுமை**
இந்தியா	1,357	652
ஜப்பான்	2,767	1,508
எகிப்து	2,356	1,688
அமெரிக்கா	2,112	973
இத்தாலி	4,601	1,241
ஜெர்மனி		1,740
பிரிட்டன்		1,812

(சர்வதேச சங்கத்தின் வருஷாந்திர புள்ளி விவரங்கள்:1932-33)

நிலத்தில் வேலை செய்யும் உழவர்களின் எண்ணிக்கையுடன் ஒட்டிப் பார்த்தால், இந்த வேறுபாட்டின் விசேஷம் விளங்கும். இந்தியாவில் 2.6 ஏக்கராக்கள் கொண்ட நிலத்தை சாகுபடி செய்ய ஒருவர் இருக்கிறார். பிரிட்டனில் 17.3 ஏக்கராக்கள் சாகுபடி செய்ய ஒருவன்; ஜெர்மனியில் 5.4 ஏக்கராக்கள் சாகுபடி செய்ய ஒருவன், இந்தியாவில் ஏராளமான மனித உழைப்பு வீணாக்கப்படுகிறது; இது விவசாயத்தின் மீதுள்ள அமித ஜன நெருக்கத்தையும் அதன் கீழ்த்தரமான உற்பத்தி முறையையும் பிரதிபலிக்கின்றது.

நில்த்தின் உற்பத்தி சக்தி குறைவாயிருப்பதாலுண்டான இயற்கையான பிரதிகூலங்களால் இந்த விளைவுக் குறைவு ஏற்படவில்லை.

"இந்தியாவின் நிலம் இயற்கையாகவே வளமில்லாததாக இருப்பதாக கூறப்பட்டது. இது தவறு. இந்தியாவின் நிலம் வளமிழந்துவிட்டது. பெரிய நதிகளின் பள்ளத்தாக்குகள்

"ஒரு காலத்தில் உலகத்தின் மிகச் செழிப்பான பிரதேசங்களுடன் எண்ணத்தக்கனவையாய் இருந்திருக்க வேண்டும்; **டென்மார்க்கிலும் ஜெர்மனி**யிலுமுள்ள நிலத்தின் பெரும்பாகம், முதன் முதலில், முட்செடிகள் வளரும் பாழடைந்த வெளியாகவே இருந்தது"

(இந்தியன் ஸென்டிரல் பாங்கிங் விசாரணைக் கமிட்டி ரிப்போர்ட்-மாக்டுகல் யாதாஸ்து 1931)

அந்த யாதாஸ்து மேலும் கூறுவதாவது:-

"பிரான்ஸில் ஒரு ஏக்கருக்கு உற்பத்தியாகும் அளவுக்கு இந்தியாவின் உற்பத்தி அதிகரித்தால், தேசத்தின் செல்வம் 66 கோடி 90 லட்சம் பவுன்கள் அதிகமாகும். இங்கிலிஷ் உற்பத்தி வீதத்துக்கு உயர்ந்தால், தேசத்தின் செல்வம் வருஷத்துக்கு 100 கோடி பவுன்கள் அதிகமாகும். எனினும், இங்கிலாந்தில் உயர்ந்த தரமான சாகுபடியில்லை. இந்தியாவில் நிலத்திலொரு பகுதியில் வருஷத்துக்கு இருபோக சாகுபடி நடைபெறுவதையும் இங்கு கணக்கில் சேர்க்கவில்லை. மேற்குறிப்பிட்ட இதர நாடுகளில், ஒரு போகம்தான் பயிர் செய்யமுடியும். வறட்சியால் ஏதாவது நஷ்டம் ஏற்பட்டால், அது இந்த அனுகூலத்தை சரிக்கட்டிவிடும். . . .டேனிஷ் உற்பத்தி வீதாச்சார அளவுக்கு உயர்ந்தால், இந்தியாவின் செல்வ உற்பத்தி வருஷத்துக்கு 150 கோடி பவுன்கள் அதிகமாகும். ஆகவே, நாட்டுப்புற இந்தியாவின் வறுமைக்கு நிலம் பொறுப்பாளியல்ல."

இன்றைய விளைவு குறைவாயிருப்பதுடன், உற்பத்தி சக்தியே குறைந்துகொண்டிருப்பதற்கு அத்தாட்சியுள்ளது. "உரமெல்லாம் விறகுக்கு பதிலாக பயன்படுத்தப்படுவதால்" (காட்டிலாகா சட்டங்களின் காரணமாக ஜனங்களுக்கு வேறு விறகு சுலபமாகக் கிடைப்பதில்லை). "தொடர்ச்சியாக உரமடிக்காமல் சாகுபடி செய்யப்படுவதால்" நிலத்தின் வளங்குன்றி வருவதாக மேலே குறிப்பிட்ட **மாக்டுகல் யாதாஸ்து** குறிப்பிடுகிறது. மேலும் அது கூறுவதாவது:- மேலைய நாடுகளில், வைக்கோலையும் சேதாரத்தையும் உரமாக உபயோகித்து, நிலவளம் குன்றாமல் காபந்து செய்யப்படுகிறது. இந்தியாவில் வைக்கோல் முழுவதும் கால்நடைகளின் உணவாக உபயோகப்படுத்தப்படுகிறது".

(மேய்ச்சல் பூமி குறைவாக இருப்பதினால் ஏற்படும் நிலைமை இது.) மாட்டு சாணத்தை விறகுக்கு பதிலாக (வராட்டி) உபயோகிப்பது இந்திய விவசாயியின் விசித்திரமான வீண்பழக்கமென்று சொல்லப்படுகிறது. இதைக் குறித்து விவசாய கமிஷன் ரிப்போர்ட்டின் முடிவு குறிப்பிடத்தக்கது. காட்டு விறகின் உபயோகத்துக்கும் மரக்கரி உபயோகத்துக்கும் தடைகள் இருப்பதாலும், ரயிலில் விறகு கொண்டுபோவதற்கு போக்குவரத்து கட்டணங்கள் "அளவுக்கு மீறியதாக" இருப்பதாலும், "பெரும்பான்மையான விவசாயிகளுக்கு நிச்சயமாகக் கிடைக்கக்கூடியது மாட்டுச்சாணம் ஒன்றுதான்." தவிர்க்க முடியாத வகையில் நிலவளம் க்ஷீணித்துப் போவதற்கு காரணமாயுள்ள இந்த நிலைமைக்கு ஒரு பரிகாரமும் அளிக்கப்படவில்லை.

வங்காளத்தைப்பற்றி ரிப்போர்ட் செய்யப்பட்டதாவது:-

"உரமில்லாமல், நிலவளம் குன்றிக்கொண்டிருக்கிறது. பல்வேறு பயிர்களின் விளைவு மேலும்மேலும் குறைவாகிக் கொண்டிருக்கிறது."

(வங்க மாகாண பாங்கிங் விசாரணை கமிட்டி ரிப்போர்ட்-1930)

இந்தத் திடவசனத்தை புள்ளி விவரங்களைக்கொண்டு ருசுப்பித்திருக்கின்றனர்:-

வங்காளத்தில் ஒரு ஏக்கராவின் சராசரி விளைவு-பவுண்டுகளில்

	கோதுமை	அரிசி	பருப்பு	எள்ளும் கடுகும்
1906-7	*801*	*1234*	*881*	*492*
1911-12	*861*	*983*	*881*	*492*
1916-17	*698*	*1036*	*867*	*460*
1921-22	*688*	*1029*	*826*	*485*
1926-27	*721*	*1022*	*811*	*483*
20 வருஷங்களில் ஏற்பட்ட குறைவு	*80*	*212*	*70*	*9*

இந்தியா முழுவதற்கும், இதைப்போன்ற புள்ளி விவரங்களை, இந்திய சர்க்காரின் அதிகாரியான **பர்ன்ஸ்** அளித்தார்:-

அரிசியின் சராசரி விளைவு
(ஒவ்வொரு ஏக்கராவுக்கும் பவுண்டுகளில்)

1914-15 முதல் 1918-19 முடிய சராசரி	952
1926-27 முதல் 1930-31 முடிய சராசரி	851
1931-32 முதல் 1935-36 முடிய சராசரி	829
1938-39	728

கோதுமை விளைவின் சராசரியும் குறைந்துகொண்டிருக்கிறது. ஒரு ஏக்கராவின் சராசரி விளைவு 1909-13 வருஷங்களில் 724 பவுண்டுகளாகவிருந்தது. 1924-33ல் 636 பவுண்டுகளாக குறைந்தது.

ஆக, எந்தக் கண்ணோட்டத்திலிருந்து பார்த்தாலும், இந்திய விவசாய உற்பத்தி நிலைமையையும் போக்குகளையும் பரிசீலனை செய்தால் வளர்ந்துகொண்டிருக்கும் சமூக முரண்பாடுகளைப் பார்ப்பதற்கு முன்னரேயே இந்திய விவசாயத்தில் நெருக்கடி முற்றிக்கொண்டிருப்பது வெளிப்படையாய்த் தெரிகிறது.

இந்த வளரும் நெருக்கடியின் காரணங்களை இயற்கை நிலைமையில் காணமுடியாது. சமூக உறவுகளின் சூழ்நிலையில்தான் காணமுடியும். சுரண்டலைப் பாதிக்காமல், விவசாயிகளுக்கு அவர்களுடைய பிற்போக்கைப்பற்றி பிரசாரம் செய்வதும், இன்றைய நில உறவுகளின் அமைப்புக்குள்ளே உற்பத்திச் சாதனத்தை விருத்தி செய்வதற்கு அவர்களுக்கு சக்தியில்லாத போது, அது சாத்தியமாக இல்லாதபோது, உற்பத்திமுறையை விருத்தி செய்யும்படி, உபதேசம் செய்வதும் நல்லெண்ணத்தில் செய்யப்பட்ட போதிலும் குறுகிய கண்ணோட்டத்தில் செய்யப்படும் அந்த முயற்சிகள் பயனற்றவை என்பதை சமீபகால அனுபவம் நன்கு காட்டிவிட்டது.

உண்மையில், இன்றைய சூழ்நிலையின் தடைகளுக்குள்ளே, வரம்புகளுக்குள்ளே, இந்திய விவசாயிகள் வெளிப்படுத்தும் திறமையையும் சாமர்த்தியத்தையும், நிபுணர்கள்

அங்கீகரித்திருக்கிறார்கள். இந்திய விவசாய உற்பத்தி முறையை பரிசீலனை செய்து, சீர்திருத்தங்கள் சிபாரிசு செய்யுமாறு, **டாக்டர் ஜே. ஏ. லால்க்கர்** என்பவரை சர்க்கார் 1889-ல் நியமித்தது. இந்திய விவசாயத்தைப் பற்றிய உயர்ந்த புத்தகங்களிலொன்றான அவருடைய ரிப்போர்ட், 1891ல் பிரசுரிக்கப்பட்டது. அவர் எழுதுகிறார்:-

"ஒரு விஷயத்தில் சந்தேகமிருக்க முடியாது. என்ன வென்றால் இந்திய விவசாயம் முழுவதும் பிற்போக்காயிருக்கிற தென்றும், புராதனமாயிருக்கிறதென்றும், இதைச் சீர்செய்ய ஒன்றும் செய்யப்படவில்லையென்றும் இங்கிலாந்தில் பொதுவாக நிலவும் கருத்துக்கள் இந்தியாவிலும் அடிக்கடி பேசப்படும் கருத்துக்கள் முழுக்க முழுக்க தவறானவை. . . .சிறப்பான அம்சம் என்னவென்றால், இந்திய விவசாயி சராசரி பிரிட்டிஷ் விவசாயியைவிட குறைந்தவனல்ல; சில துறைகளில் உயர்ந்தவன்கூட என்று சொல்லலாம். மோசமான அம்சம் என்னவென்றால், வேறு எந்த நாட்டிலும் காணமுடியாத அளவுக்கு அபிவிருத்தி வசதிகள் இல்லாத குறையினால் இந்த நிலைமை ஏற்பட்டிருக்கிறது. வேறு யாரும் போராடாதவகையில், இந்தக் கஷ்டங்களை இந்திய விவசாயி பொறுமையுடன் வளைந்து கொடுக்காமல், விட்டுக்கொடுக்காமல், போராடுகிறான்.

"நான் சொல்வதைக் கேட்டு பிரிட்டிஷ் விவசாயிகள் ஆச்சரியப்படவேண்டாம். ஏனென்றால் இங்கிலாந்தில் நாம் பயிர் செய்யத் தொடங்குவதற்கு பல நூற்றாண்டுகளுக்கு முன்னமேயே, இந்தியர்கள் கோதுமை சாகுபடி செய்தார்கள் என்பதை ஞாபகப்படுத்திக்கொள்ளவேண்டும். ஆகவே, அவர்களுடைய **வேலைமுறையில்** விருத்தி செய்ய முடியுமெனக் கருத முடியாது. ஆனால் தண்ணீர் சப்ளை உரம் முதலிய **வசதிகள்** அவர்களுக்குக் குறைவாகக் கிடைப்பதனால், அவர்களால், விளைவை அதிகரிக்க முடியவில்லை.

"ஆனால் வேளாண்மையின் சாதாரண நடவடிக் கைகளை எடுத்துக்கொண்டோமானால், வயலில் பூண்டுகள் இல்லாமல் ஜாக்கிரதையாக பார்த்துக்கொள்வதற்கும், மேடான வயலுக்கு தண்ணீர் பாய்ச்ச அவர்கள் அனுஷ்டிக்கும் சாமர்த்தியமான முறைகளுக்கும், நிலங்களின் தராதரங்களைப்

பற்றியும் அவைகளில் என்ன செய்தால் எப்படி விளையுமென்பதைப்பற்றியும் அவர்களுக்குள்ள ஞானத்துக்கும், எந்த நேரத்தில் விதைக்கவேண்டும், எந்த நேரத்தில் அறுவடை செய்யவேண்டுமென்பதைப் பற்றி அவர்களுக்குள்ள பிழையில்லாத தேர்ச்சிக்கும், இணையான உதாரணங்களை காணமுடியாது. இது இந்திய விவசாயிகளில் சிறந்தவர்களுக்கு மாத்திரம் பொருந்தாது; சாதாரண விவசாயிகளுக்கும் பொருந்தும். வயலில் வெவ்வேறு தானியத்தை மாறிமாறி பயிர் செய்வதைப் பற்றியும், ஊடுசாகுபடியைப் பற்றியும் (ஒரே சமயத்தில் இரண்டு தானியங்களை சேர்ந்தாற்போல் ஒரே வயலில் பயிர் செய்வது) தரிசு போடுவதைப்பற்றியும் அவர்களுக்குள்ள அறிவு விசாலம் அதிசயிக்கத் தக்கதாயிருக்கிறது. என் சுற்றுப் பிரயாணத்தில் நான் கண்ட சிறப்பான சாகுபடியைப்போல, கடின உழைப்பும் விடாமுயற்சியும் சாமர்த்தியமும் கூடிய சிறப்பான சாகுபடியைப் போல நான் இதுவரை ஒருபொழுதும் கண்டதில்லை."

டாக்டர் ஜே.ஏ. வால்கர், "இந்திய விவசாய வளர்ச்சியைப் பற்றிய ரிப்போர்ட்" 1891)

வளர்ந்துவரும் விவசாய நெருக்கடியின் ரகசியம் இயற்கையின் பிரதிகூலங்களில் அடங்கியிருக்கவில்லை. தாங்கள் வேலை செய்யவேண்டிய வரம்புக்குள், விவசாயிகளிடம் திறமையோ, சாமர்த்தியமோ இல்லாததாலல்ல, வளரவிடாமல் தடுக்கப்பட்டிருக்கும் விவசாயிகள் இயற்கையாகவே பிற்போக்கானவர்கள் என்று கருதப்படுகிறதே. அதுவுமல்ல. விவசாய நெருக்கடியின் ரகசியம் ஏகாதிபத்தியத்தின் விளைவுகளிலும் அது காத்து வரும் சமூக உறவுகளிலும் அடங்கியிருக்கிறது. அவற்றின் விளைவாக விவசாயத்தின் மீது தாங்கமுடியாத சுமை திணிக்கப்பட்டிருக்கிறது; அதனால் விவசாயம் தேங்கிச் சீரழிகிறது. இந்த சமூக உறவுகள் உழுது பயிர்செய்யும் மக்களின் வாழ்க்கையை அரைப்பட்டினி வாழ்க்கையாக்கி அவர்கள் கஷ்டத்தைப் பெருக்குகிறது. இவ்வாறாக இந்த நிலைமையின் ஒரே விளைவாக, ஒரே பரிகாரமாக, ஒரு ஆழமான சமூகப் புரட்சிக்குத் தேவையான சூழ்நிலையைப் பக்குவப்படுத்துகிறது. விவசாய நெருக்கடியின் மூல சக்திகளை அம்பலப்படுத்த, நாம் விவசாயத்திலுள்ள இந்தச் சமூக உறவுகளைப் பரிசீலனை செய்யவேண்டும்.

எட்டாவது அத்தியாயம்

விவசாயிகள் மீது சுமைகள்

"விவசாய அமைப்பு முன்னரே தகர்ந்துவிட்டது; புதிய சமூக அமைப்பு முன்னரே தவிர்க்க முடியாததாகிவிட்டது".

(ஜவஹர்லால் நேரு-1933)

தற்கால ஆட்சியின் கீழ், அமித ஜனநெருக்கத்திலும், உற்பத்தி வீதக் குறைவிலும் விவசாயத்தின் தேக்கத்திலும், சீரழிவிலும் பிரதிபலிக்கும் விவசாய உற்பத்தியின் நெருக்கடி விவசாயத்திலுள்ள சமுக உறவுகளில் ஏற்பட்டிருக்கும் நெருக்கடியின் பிரதிபிம்பமேயாகும். விவசாயிகளை வர்ஜா வர்ஜமின்றி சுரண்டும் அமைப்பு, வேறெந்த தேசத்திலும் இணையில்லாத அமைப்பு ஏகாதிபத்திய ஆட்சியில் வளர்ந்து வந்திருக்கிறது. ஏகாதிபத்திய சுரண்டலாதிக்கத்தின் ரக்ஷகமான கூட்டிற்குள்ளே, இந்த முழு அமைப்பின் பிரிக்க முடியாத பகுதியாக இந்த அமைப்பின் ஆதரவிலேயே ஏராளமான புல்லுருவிகள் வளர்ந்திருக்கின்றன. இதன் விளைவான நிகழ்ச்சியில், விவசாயிகள்மீது சுமை அதிகரித்துக்கொண்டே போகிறது. அவர்களுடைய கடன் சுமை பெருகுகிறது; வறுமை பயங்கரமாகிறது. அத்துடன் வர்க்கபேதம் தீவிரமாகிறது. மேலும் மேலும் உழவர்கள் தத்தம் நிலங்களிலுள்ள உரிமையை பறிகொடுக்கிறார்கள். நிலத்தை பறிகொடுத்த உழவர்கள் கிட்டத்தட்ட பண்ணையடிமை யந்தஸ்துக்கு தாழ்த்தப்படுகின்றனர் அல்லது அவர்கள் பெருகிக்கொண்டிருக்கும் நிலமில்லா உழைப்பாளிகளின் ராணுவத்தைப் பெருக்குகின்றனர். எதிர்கால சூறை அணுகி வருவதை அறிவிக்கும் நிகழ்ச்சி இதுதான்.

1. ஏகபோக நிலச்சுவான்தாரிமுறை

பிரிட்டிஷ் ஆட்சிக்கு முன்னாலிருந்த இந்தியாவின் பரம்பரை நில அமைப்பில், நிலம் விவசாயிகளுக்கு

சொந்தமாயிருந்தது; உற்பத்தியில் ஒரு வீதாச்சாரத்தை அரசாங்கம் பெற்றுக்கொண்டது; "இந்தியாவில் நிலம் குடிகளுக்கோ அல்லது உட்பிரிவான கிராம சமூகத்துக்கோ- கிராமத்தில் குடியேறி வாழும் பகுதி-சொந்தமாயிருந்தது; அரசனின் சொத்தாக ஒரு நாளும் கருதப்படவில்லை." "பேரரசுத் திட்டத்திலும் சரி, நிலப்பிரபுத்துவ திட்டத்திலும் சரி, நில உடைமை உரிமை விவசாயிகளைத் தவிர வேறு யாருக்காவது அளிக்கவேண்டுமென்ற எண்ணம் ஒரு பொழுதும் இருந்ததில்லை."

(ஆர். முகாஜி, "இந்தியாவின் நிலப் பிரச்சினைகள்")

ராஜபாகம் அல்லத் அரசனுக்கு செலுத்தவேண்டிய பங்கு, விளைவில் பன்னிரண்டிலொரு பகுதியிலிருந்து ஆறில் ஒரு பகுதிக்குள்ளிருக்க வேண்டுமென்று ஹிந்து அரசர்கள் காலத்தில், பரம்பரையாக நிர்ணயிக்கப்பட்டது. யுத்த காலங்களில் மாத்திரம், இதை நாலிலொரு பாகமாக உயர்த்தலாம். **மனுநீதி** வகுத்தது:-

"அட்டையும் கன்றும் தேனீயும் உணவு அருந்துவதுபோல, அரசனும் தன் ராஜ்யத்திலிருந்து மிதமான வரிகளை வசூலிக்கவேண்டும். கால்நடைகளிலும் தங்கத்திலும் ஏற்படுகிற கூடுதலில் ஐந்தில் ஒரு பகுதியை அரசன் எடுத்துக்கொள்வார்; தானிய விளைவில், எட்டில் ஒரு பாகம், ஆறில் ஒரு பாகம் அல்லது பன்னிரண்டில் ஒரு பாகம் அரசனால் எடுத்துக் கொள்ளப்படும். ஆனால், ஒரு க்ஷத்திரிய மன்னன் யுத்தகாலத்தில் பயிரான தானியங்களில் நாலிலொரு பகுதியை எடுத்துக் கொண்டால், தன் பிரஜைகளை தன்னாலியன்ற அளவு பாதுகாக்கும் பட்சத்தில், அவர்மீது குற்றமில்லை".)

முகலாய சக்கரவர்த்திகள் தங்கள் சாம்ராஜ்யத்தை ஸ்தாபித்தபோது இதை மூன்றில் ஒரு பகுதியாக உயர்த்தினார்கள். **அக்பரின்** சாசனம் கூறியதாவது.

"முந்திய காலத்தில், நில உற்பத்தியில் ஆறிலொரு பங்கை; இறையாகவும் வரியாகவும் வசூலித்தார்கள் ஹிந்துஸ்தான் மன்னர்கள். சாகுபடி செய்யப்படும் நடுத்தரமான நிலத்தின் உற்பத்தியில் மூன்றில் ஒரு பகுதியே மாட்சிமை தங்கிய சக்கரவர்த்தி நிர்ணயித்திருக்கும் வரி".

முகலாய சாம்ராஜ்யம் உடைந்துபோன கட்டத்தில், வரிவசூலித்து வந்த கலைக்டர்களும் (இதற்கு முன்னாலேயே நிலப்பிரபுக்களாக உயர்த்திக்கொள்வதில் ஓரளவு வெற்றியடைந்த கலைக்டர்கள்)-சுதந்திர சிற்றரசர்களும் இந்த இறையை உற்பத்தியில் பாதியாக, அடிக்கடி உயர்த்தினார்கள்.

முகலாய சாம்ராஜ்யத்தின் நாசத்தின்மீது, பிரிட்டிஷார் தங்கள் சாம்ராஜ்யத்தை ஸ்தாபித்ததும், இந்தப் பரம்பரை நில வருமானத்தை ஸ்வீகரித்துக்கொண்டார்கள்; ஆனால் அவர்கள் அதன் தன்மையை மாற்றினார்கள். இதன் மூலம் இந்தியாவில் நில அமைப்பை மாற்றினார்கள்.

நில வருமானத்தை வசூலிக்கும் உரிமை பிரிட்டிஷாரிடம் வந்தபொழுது, பழைய ஆளும் வர்க்கம் க்ஷீணித்துக் கொண்டிருந்தது; குழப்பம் மலிந்து கிடந்தது. விவசாயி களிடமிருந்து வரி ஏராளமாக பறிக்கப்பட்டது; ஆனால் கிராம சமூக அமைப்பும் அதன் நில உறவுகளும் தகர்க்கப்படாமலிருந்தன; வருஷ உற்பத்தியின் ஒரு பகுதியே (மாமூலாகப் பொருள் வரி; இஷ்டப்பட்டால் பணமாகத் தரலாம்) இறையாக வசூலிக்கப்பட்டது. உற்பத்தியின் ஏற்றத்தாழ்வுகள் எப்படியிருந்தாலும், நில உடைமை அடிப்படையில், நிர்ணயமான தொகை செலுத்த வேண்டுமென்றமுறை அமுலில் இல்லை.

குழப்பம் மலிந்த காலத்தில் பறிக்கப்படும் அக்கிரமமான இறையே புதிய அதிபர்களுக்கு மாமூல் பழக்கமாகப்பட்டது; ஆரம்ப பீடமாக அமைந்தது. புதிய ராஜ்யாதிகாரிகளின் கணிப்புகள் இறையை அதிகரித்ததென்றும் அல்லது திறமையான முறையில் வசூல் நடத்தியதால், இறையின் பளு நடைமுறையில், அதிகமாயிற்றென்றும் அக்காலத்திய எழுத்தாளர்களின் சாட்சியங்களிலிருந்து தெரியவருகிறது. பத்தொன்பதாம் நூற்றாண்டின் முற்பகுதியில், முதன் முதலாக சிரத்தையுடன் நடத்தப்பட்ட அதிகாரபூர்வமான விசாரணையில், கம்பெனியின் சார்பாக புள்ளி விவரஸர்வே செய்த டாக்டர் புக்காணன் புதிய வசூல் அதிகமாயிருப்பதையும் பளுவாயிருப்பதையும் குறிப்பிடுகிறார். 1800லும் அதற்கடுத்த வருஷங்களிலும் ஸர்வே செய்யப்பட்ட தென் இந்தியாவிலும் சரி 1807-14 வருஷங்களில் சர்வே செய்யப்பட்ட

வட இந்தியாவிலும் சரி, வசூல் சிரமமில்லாத பளுவாக இருப்பதாகக் கூறுகிறார். வங்க மாகாணத்தில் **தினாஜ்பூர்** ஜில்லாவைப் பற்றி அவர் எழுதுவதாவது:-

"முகலாய அதிகாரிகள் தங்களை அடிக்கடி கசக்கிப் பிழிந்தபொழுதிலும், எப்பொழுதுமே இகழ்ச்சியாக நடத்தியபோதிலும், வரி பாக்கியிருந்தால் தங்களுடைய நிலங்களை விற்கும் முறைக்கு-இன்றைக்கு அனுஷ்டானத் திலிருக்கும் முறைக்கு-அந்த கொடுமைகளை சகித்துக் கொள்வதைக்கூட தாங்கள் விரும்புவோமென்று சுதேசிகள் கூறுகிறார்கள். நிலுவைக்காக நிலங்களை விற்கும் முறையை அவர்களால் சகித்துகொண்டிருக்க முடியாது. மேலும் பல சமயங்களில், லஞ்சம் பேருதவி செய்தது. லஞ்சமளித்த தொகைகளை சேர்த்துக்கொண்டாலும், இன்று செலுத்துவதில் ஒரு பாதிகூட அக்காலத்தில் செலுத்தவில்லை யென்று அவர்கள் கூறுகிறார்கள்".

1826 **பிஷப் ஹீபர்** எழுதினார்:-

"இன்றைய வரி விகிதத்தில், சுதேசி விவசாயியும் சரி, ஐரோப்பிய விவசாயியும் சரி, விருத்தியடைய முடியாது என்று நான் நினைக்கிறேன். நிலத்திலிருந்து கிடைக்கும் மொத்த உற்பத்தியில் பாதியை சர்க்கார் கோருகிறது. . . . கம்பெனி மாகாணங்களிலுள்ள விவசாயிகள், சுதேச சமஸ்தானங்களின் பிரஜைகளைவிட மோசமான நிலைமையில், அதிகமான வறுமையில் உழலுகிறார்களென்று ஹிந்துஸ்தானில் (வட இந்தியாவில்) மன்னர்பிரானின் அதிகாரிகளிடம் ஒரு பொதுவான அபிப்பிராயம் நிலவியதை நான் கண்டேன்; சில சந்தர்ப்பங்களினால், நானும் அதே அபிப்பிராயத்தை ஏற்க வேண்டியதாயிற்று. இங்கு சென்னையில் பொதுவாகப் பேசுமிடத்து, நிலத்தின் தரம் குறைவு; இங்கு அந்த வித்தியாசம் (சமஸ்தான பிரஜைக்கும் கம்பெனி மாகாண பிரஜைக்கும்) அதிகமாயிருக்கிறது. உண்மை என்னவென்றால் நாம் கேட்கும் வரி ஒரு சுதேச சமஸ்தானாதிபதியும் கோருவதில்லை".

(பிஷப் ஹீபர்-" ஞாபகார்த்தங்களும் கடிதங்களும்" 1830)

சரித்திராசிரியர்களான **தாம்ப்ஸன், கார்ரட்** இருவரும் எழுதுவதாவது:

"1857-ம் வருஷத்திய கலகத்துக்கு முந்திய நிலவரி நிர்ணயங்கள் "சிக்கனமான வரி" விதிப்பதற்காக செய்யப்பட்டு தோல்வியுற்ற முயற்சிகளாகும். "சிக்கனமான வரி" என்பது அடிக்கடி "நிகர் உற்பத்தி"க்கு சமமாகக் கருதப்பட்டது. நிகர் உற்பத்தியில் எவ்வளவு பெரிய பாகம் கிடைக்குமோ அவ்வளவு பெரிய பங்கு பெறுவதற்காகவே, வங்காளத்தில், முதலில் பண்ணை பண்ணையாக வரி விகிதம் ஏலத்தில் விடப்பட்டு நிர்ணயிக்கப்பட்டது. இந்த முறை தோற்கவே, சாசுவத நிலவரி அமைப்பு ஏற்பட்டது. சென்னையிலும், பம்பாயிலும் நிகர் உற்பத்தியின் 5-ல் 4பங்கை அடிப்படையாகக்கொண்டே, முதலில் வரிவிகிதங்கள் நிர்ணயிக்கப்பட்டன. இது ரொம்ப அதிகம். வடமேற்கு மாகாணங்களிலும் இந்தமுறை தோற்றது. 1842-ல் அந்தமுறை வடமேற்கு மாகாணங்களில் ஒழிந்தது-பத்தொன்பதாம் நூற்றாண்டின் முதல் 25 வருஷங்களில், அளவுக்கு மீறிய வரி விதிக்கப்பட்டதால், சென்னையிலும், பம்பாயிலும் கஷ்டமேற்பட்டதென்பதில் சந்தேகமில்லை.... சீக்கியர்கள் விதித்ததைவிடக் குறைவாக பிரிட்டிஷார் விதித்த பாஞ்சாலத்தில்கூட, வரியை பணமாகச் செலுத்தவேண்டுமென்ற விதியினாலும், வசூலைக் கண்டிப்பாக செய்தமையாலும் விவசாயி தனக்குக் கிடைத்த அனுகூலத்தை (சீக்கிய வரியைவிடக் குறைவாக இருக்கும் அனுகூலம். மொ-ர்) இழந்தான்".

(தாம்ப்ஸனும் கார்ரட்டும்-இந்தியாவில் பிரிட்டிஷ் ஆட்சியின் எழுச்சியும் சாதனையும்")

தக்காணத்திலுள்ள ஒரு கிராமத்தில், தன்னுடைய இரண்டாவது ஸர்வேயில், டாக்டர் **ஹரோல்ட்மான்** *கண்டதாவது:-*

"பிரிட்டிஷாரால் கைப்பற்றப்பட்டபின், ஒரு பரிபூரண மாறுதல் ஏற்பட்டது. 1823-ல் ரூ. 2,121 வசூலிக்கப்பட்டது. அதுவரை கேள்விப்பட்டிராத தொகை இது. கிராமச் செலவுகள் 1817-ல் செலவுகளில் பாதியாகிவிட்டது."

1844 முதல் 74 வரை, 30 வருஷகாலம் கிராமம் முழுவதுக்கும் வருஷத்துக்கு ரூ.1161 வரி விதிக்கப்பட்டது-அதாவது ஏக்கராவுக்கு 9 அணா 8 தம்படி. 1874 முதல் 1904 வரை 30 வருஷ காலம் விதிக்கப்பட்டது. வருஷத்துக்கு

ரூ. 1467- அதாவது ஏக்கராவுக்கு 11 அணா தம்படி 1915ல் புதிய வரி நிர்ணயம் ஏற்பட்டது. அதன்படி வரித்தொகை ரூ.1,581 - ஆயிற்று-அதாவது ஏக்கராவுக்கு 12 அணா 2 தம்படி* இன்னொரு தக்காண கிராமத்தில், 1917ல் நடத்திய ஸர்வேயில் டாக்டர் **மான்** கண்டதாவது:- மொத்த நிலவரி 1829-30ல் 889 ரூபாய்களாயிருந்தது. 1849-50ல் 1,115 ரூபாய்களாயிற்று; 1914-15ல் 1,660 ரூபாய்களாயிற்று.

வங்காளத்தில், முகலாய சக்கரவர்த்தியுடைய ஏஜண்டுகளின் கடைசி நிர்வாக வருஷத்தில் 1764-65ல் மொத்த நில வருமானம் 8 லட்சத்து 18 ஆயிரம் பவுன்களாயிருந்தது. வரவு செலவு நிர்வாகம் கிழக்கு இந்திய கம்பெனியிடம் வந்த முதல் வருஷத்தில், 1765-66-ல் அது 14 லட்சத்து 70 ஆயிரம் பவுன்களாயிற்று. 1793-ல் வங்காளத்துக்கு சாசுவத நிலவரி

ஒரு இந்திய கிராமத்தில் நிலவரிப் பெருக்கம்

வருஷம்	நிலவரி (ரூபாய்)	நிலவரி விதிக்கப்பட்ட ஏரியா(ஏக்கர்கள்)
1698	301	1963
1727	620	2000
1730	1173	2000
1770	1632	2008
1785	552	1954
1790	66	1954
1803	1009	1981
1808	818	1954
1817	792	1954
1823 (பிரிட்டிஷ் ஆட்சிக்குப்பின்)	2121	2089
1844-74	1161	2089
1874-1904	1467	2271
1915	1581	2271

* குறிப்பு: இந்த நிலவரி விகிதங்களின் அட்டவணை, 17ம் நூற்றாண்டுவரை போவதால், ருசிகரமானது.

அமைப்பு ஏற்பட்டபோது, வரித்தொகை 30 லட்சத்து 91 ஆயிரம் பவுன்களாயிற்று.

1800-1-ல் கம்பெனி வசூலித்த மொத்த நிலவரி 42 லட்சம் பவுன்கள். (பிரதேச விஸ்தரிப்பின் மூலமாகவும், வரிவிகித உயர்வின் மூலமாகவும்). இது 1857-58-ல்-பிரிட்டிஷ் மன்னர் ஆட்சி இந்தியாவில் ஏற்பட்டபோது-153 லட்சம் பவுன் களாயிற்று. பிரிட்டிஷ் சக்ரவர்த்தி ஆட்சியில் 1900-1-ல் 175 லட்சம் பவுன்களாகவிருந்த மொத்த நிலவரி 1911-12-ல் 2 கோடி பவுன்களாயிற்று; 1936-37ல் 2 கோடி 39 லட்சம் பவுன்களாயிற்று.

மொத்த உற்பத்தியின் குறைவான வீதாச்சாரமே நவீன காலத்திய வரிவிகிதங்களை நிர்ணயித்திருக்கின்றது. (மாமூலாக நிகர் உற்பத்தி அல்லது குத்தகையில் பாதியை நிர்ணய அடிப்படையாக எடுத்துக்கொள்ளப்படுகிறது). பிரிட்டிஷ் ஆட்சியின் ஆரம்பக் கட்டத்திலும், அதற்கடுத்த கட்டத்திலும் பறித்ததைவிடக் குறைவு; அன்று உபயோகப்படுத்திய பலாத்காரத்தை இப்பொழுது உபயோகிக்க முடியவில்லை. ஆனால் இதற்குள் சுரண்டல் வேறு பல ரூபங்களெடுத்துவிட்டன. நேரடியான அரசாங்க நிலவரியைவிட இந்தப் புதிய ரூபங்கள் பிரதானமாகிவிட்டன. நிலப்பிரபுத்துவத்தின் வளர்ச்சி, வாடகைச் சுமை, வர்த்தக ஆதிக்கம், உபயோக பொருட்கள்மீது அதிகவரி, கடன்சுமை முதலியவையே இந்தப் புதிய ரூபங்கள். ஆரம்பகட்டத்தில் பிரதானமாக நிலவரிமூலமாக, நேரடியாக கப்பம் வசூலிக்கப்பட்டதற்கு பதிலாக, நவீன ரொக்க முதலாளித்துவம், இந்திய பொருளாதாரத்தில் தனக்குட்பட்ட ஏராளமான புல்லுருவிகளுடன் வேறு பல சுரண்டல் முறைகளை கையாள்கிறது.

எனினும், நவீன காலத்திலும், ஒவ்வொரு ரிவிஷனிலும் நிலவரி விகிதங்கள் உயர்ந்துகொண்டிருக்கின்றன; இதனால் விவசாயிகளுக்கு ஏற்படும் சுமைகள் கலகத்தில் கொண்டுவிட்டன. 1928-ல், **பர்தோலி**யில் காங்கிரஸ் தலைமையில், 87 ஆயிரம் ஒன்றுபட்ட விவசாயிகள் வரிவிகித அதிகரிப்பை வெற்றிகரமாக எதிர்த்து, ரிவிஷன் அக்கிரமமானதென்றும் அதை

குறைக்கிறோமென்றும் ஒப்புக்கொள்ளும்படி அரசாங்கத்தை கட்டாயப்படுத்தியது.* குறிப்பாக, சென்னை ஐக்கிய மாகாணங்கள் பம்பாய் ஆகிய மாகாணங்களில், நிலவரி விகிதங்கள் தாவித்தாவி உயர்ந்திருக்கின்றன" என்று முகர்ஜி எழுதுகிறார். (இந்தியாவின் நிலப்பிரச்சினைகள்) 1890-91க்கும் 1918-19க்குமிடையே நிலவரி 24 கோடி ரூபாய்களிலிருந்து 33 கோடி ரூபாய்களாக உயர்ந்துவிட்டதை குறிப்பிட்டுவிட்டு அவர் கூறுவதாவது:-

"இந்த முப்பது வருஷங்களில் ஐக்கிய மாகாணம், சென்னை, பம்பாய் மாகாணங்களில், விவசாய வருமானம் முறையே கிட்டத்தட்ட 30,60,23 சதவீதங்கள் உயர்ந்தது. ஆனால் நிலவரி முறையே 57,22.6,15.5 சதவீதங்கள் உயர்ந்தன. இவ்வளவு பெரிய நிலவரிப் பெருக்கம் அதுவும் பணமாக, அறுவடைக் காலத்தில் வசூலிக்கப்படுவதால், இந்த மாகாணங்களில் பெரும்பான்மையோராயுள்ள கொஞ்ச நில விவசாயிகளின் பொருளாதார நிலைமை பாதகமடைகிறது.

2. நில அமைப்பில் மாறுதல்

ஆரம்ப காலத்தில் ஏற்பட்ட வரிச்சுமைப் பெருக்கத்தைவிட பிரிட்டிஷ் ஆதிக்கத்தால் நில அமைப்பில் ஏற்பட்டுள்ள புரட்சிகரமான மாறுதல் முக்கியமானது. இந்தப் புரட்சியின் முதல்படியாக நிலம் தனி நபர்களின் உடைமையாக ரிஜிஸ்டர் செய்யப்பட்டு வரி நிர்ணயிக்கப்பட்டது. இதன் மூலம்

---

* பர்தோலி வரிகொடா இயக்கத்தின் வெற்றியைக் கண்டு அதிகார வர்க்கம் ஆத்திரப்பட்டுப் பேசியது கவனத்துக்குரியது. குறையின் நியாயத்தை மறுக்கவில்லை. எல்லா வரி நிர்ணயங்களின் நியாயத்தையுமே சந்தேகிப்பதற்கு ஒரு உதாரணம்" ஏற்பட்டுவிடுமென்று புகார் செய்யப்படுகிறது.

" இந்த ஏரியாவின் (பர்தோலி) வரி நிர்ணயம், மாமூல் பழக்கப்படி, மறுமுறை செய்யப்பட்டது. புதிய வரியை அரசியல்வாதிகள் கண்டிக்கிறார்கள்; இறுதியாக மீண்டும் அமைக்கப்பட்ட விசாரணையில் வரிநிர்ணயம் அளவுக்கு மீறியதாக இருக்கும் உண்மை பம்பாய் சர்க்கார் திருப்தியடையும் வண்ணம் ஸ்தாபிக்கப்பட்டது. இங்கு கிளர்ச்சியின் நியாயத்தை முடிவு ஸ்தாபித்தது. ஆனால் ஒரு புதிய உதாரணத்தை ஸ்தாபித்ததுதான் அதன் உண்மையான முக்கியத்துவம். எதிர்கால வரி நிர்ணயங்கள் மேலும் மேலும் அரசியல் விவாதத்தின் விஷயமாகக்கூடும்."

(மோர்லாண்ட். "மாடர்ன் இந்தியா")

வாழையடி வாழையாக இருந்துவந்த இந்திய பொருளாதாரத்தின் கண்ணோட்டங்களுக்கும் ஸ்தாபனங்களுக்கும் முற்றிலும் மாறுபட்ட இங்கிலீஷ் பொருளாதாரக் கண்ணோட்டமும் சட்ட சாஸ்திரங்களும் இந்தியாவின்மீது திணிக்கப்பட்டன.

இதற்கு முன்னால் இந்தியாவில் இருந்த ராஜபாக முறைப்படி வருஷ உற்பத்தியில் ஒரு குறிப்பிட்ட பகுதி இறையாக வசூலிக்கப்பட்டது. அந்தந்த வருஷ உற்பத்திக்குத் தகுந்தபடி இந்த இறையின் அளவும் மாறியது. சுய ஆட்சி புரிந்துகொண்டிருந்த கிராம சமூகமாவது கிராம நிலத்தின் கூட்டுச்சொந்தக்காரர்களாக இருந்த விவசாயிகளாவது இதைச் செலுத்தினார்கள். இந்த முறைக்குப் பதிலாக பிரிட்டிஷ் ஆட்சி அமுலுக்குக் கொண்டுவந்த முறைப்படி நிலத்தின் விஸ்தீரணத்திற்குத் தகுந்தபடி வரி விதிக்கப்பட்டது. இந்த வரியை பண ரூபத்தில் கொடுக்கவேண்டும். அந்த வருஷத்தின் உற்பத்தி எப்படியிருந்தாலும் சரி-நல்ல விளைச்சலாய் இருந்தாலும் சரி, சாவியாய் போனாலும் சரி, நிலம் முழுவதும் சாகுபடி செய்யப்பட்டிருந்தாலும் சரி, அதில் ஒரு பகுதி தரிசு போடப்பட்டிருந்தாலும் சரி-எப்படியிருந்தாலும் அரசாங்கம் விதித்துள்ள நிர்ணயமான தொகையைச் செலுத்தியாக வேண்டும். நேரடியாக சாகுபடி செய்யும் விவசாயிகள் மீதாவது அரசாங்கத்தால் நியமிக்கப்பட்ட நிலப்பிரபுக்கள் மீதாவது இவ்வரிகள் விதிக்கப்பட்டன. அதாவது, பெரும்பான்மையான வரி நிர்ணயங்கள் தனி நபர்கள்மீதே விதிக்கப்பட்டன. ஆரம்பகாலத்தில் அதிகாரிகள் சொல்லிலும் தஸ்தாவேஜிகளிலும் இந்த வரிக்கு **வாடகை** என்று பெயரிட்டனர். விவசாயிகளுக்கு குறிப்பிட்ட சில உரிமைகள் இருந்தபோதிலும் அவர்கள் அரசாங்கத்திற்கோ அல்லது அதனால் நியமிக்கப்பட்ட நிலப்பிரபுக்களுக்கோ வாடகைக்கு வேலை செய்யும் குடியானவர்களாகிவிட்டனர். இங்கிலீஷ் நிலப்பிரபுத்துவ அமைப்பிற்கு ஒத்த முறை இது. இது இதற்கு முன்னால் இந்தியாவில் இருந்ததில்லை. வரி வசூலித்துக்கொண்டிருந்த உத்தியோகஸ்தர்களின் அடிப்படையில் இந்தப் புதிய வர்க்கம் சிருஷ்டிக்கப்பட்டது. தனிநபர் நில உரிமை, நில விற்பனை, நிலத்தை அடமானம் வைத்தல் முதலிய இங்கிலீஷ் பூர்ஷுவா சட்டதிட்டங்கள் அத்தனையும்-இந்தியப் பொருளாதாரத்திற்குப்

புறம்பான சட்டதிட்டங்கள் அத்தனையும்-இந்நாட்டின்மீது திணிக்கப்பட்டு, ஒரு அந்நிய அதிகார வர்க்கத்தினால் நிர்வகிக்கப்பட்டது. சட்டம் செய்வதும் சட்டத்தை நிர்வகிப்பதும் குற்றம் குறைகளை விசாரித்து தண்டிக்கும் உரிமையும் இந்த அந்நிய அதிகார வர்க்கத்திடமே இருந்தன. இவ்வாறாக நில அமைப்பில் பரிபூர்ண மாறுதல் ஏற்பட்டது. ஆதிக்கம் வகித்த அந்நிய அரசாங்கம் நடைமுறையில், நிலத்தின் இறுதி சொந்தக்காரனாக விளங்கியது. விவசாயிகளோ நிலத்தை வாடகைக்கு எடுத்து வேலை செய்யும் குடிகளாக மாறினார்கள். காலா காலத்தில் வாடகை கொடுக்கத் தவறினால் நிலத்திலிருந்து விவசாயிகள் வெளியேற்றப் பட்டார்கள். வேறு சில இடங்களில் தன்னால் நியமிக்கப்பட்ட நிலப்பிரபுக்களுக்கு, அந்நிய ஆட்சி நிலச்சுவாதீன உரிமையை அளித்தது. நிலப்பிரபுக்களும் வாடகை கொடுக்காவிட்டால் வெளியேற்றப்படலாம். இதற்கு முன்னால் தன்னாட்சி செய்துகொண்டிருந்த கிராம சமூகத்தின் பொருளாதாரக் கடமைகளும் நிர்வாக உரிமைகளும் பறிக்கப்பட்டன. பொது நிலங்களில் பெரும்பாகம் தனி நபர்களுக்கு அளிக்கப்பட்டது.

இம்மாதிரியாக காலனி அமைப்பின் விசேஷ அம்சம் இந்தியாவில் தயவு தாட்சணியமில்லாத பூர்ணத்துவத்துடன் நிறைவேற்றப்பட்டது. அதாவது இந்திய மக்களிடமிருந்து அவர்களுடைய நிலம் பறிமுதல் செய்யப்பட்டது. இந்தப் பறிமுதல் நிகழ்ச்சி சிக்கலடைந்துகொண்டு வரும் சட்ட உருவங்களால் ஓரளவு மறைக்கப்பட்டுவருகிறது. நூற்றைம்பது வருடங்கள் கழித்து இந்தச் சட்ட உருவங்கள் பல்வேறு அமைப்புகள், பழக்கவழக்கங்கள் உரிமைகள், குடிவாரச் சட்டங்கள் புதர் புதராக வளர்ந்து நுழைய முடியாத காடாகிவிட்டது. நிலத்தின் சொந்தக்காரர்களாக இருந்த விவசாயிகள் பிறர் நிலத்தில் வாடகைக்கு வேலை செய்யும் வாரதாரர்களாகி விட்டார்கள். அதே சமயத்தில் நில உடமையின் துன்பங்களை அவர்கள் அனுபவிக்கிறார்கள். பெரும்பான்மையான பண்ணைகளின் மீது தாங்கமுடியாத கடன்சுமை ஏற்பட்டிருக்கிறது. இந்த நிகழ்ச்சிப் போக்கின் வளர்ச்சியினால் கடந்த ஒரு நூற்றாண்டில் குறிப்பாக கடந்த ஐம்பது வருஷங்களில்,

விவசாயிகள் நிலமில்லாத உழைப்பாளிகளாக மாறிக் கொண்டு வருகிறார்கள். அவர்களின் தொகை அதிகரித்துக் கொண்டு வருகிறது. இப்போது இவ்விவசாயப் பாட்டாளிகள் மொத்த விவசாய ஜனத்தொகையில் மூன்றில் ஒரு பகுதி முதல் பாதிவரை இருக்கிறார்கள்.

இந்த மாறுதலில் ஆரம்ப கட்டங்களையே பிரசித்திப் பெற்ற **மூலதனம்** என்ற புத்தகத்தில் **மார்க்ஸ்** குறிப்பிடுகிறார். பூர்ஷுவா வர்த்தக ஆதிக்கத்தின் மறைமுக நடவடிக்கைகளினாலும், இயந்திரத் தொழில் உற்பத்தி பண்டங்களின் ஆக்ரமிப்புகளினாலும் மாத்திரம் புராதன கிராம சமூகங்கள் அழிக்கப்படவில்லையென்றும், அந்த நாட்டைப் பிடித்து அரசு புரிந்த இங்கிலிஷ்காரர்கள், "ராஜ்யாதிகாரிகள் என்ற முறையிலும் நிலப் பிரபுக்கள் என்ற முறையிலும்" வகித்த "நேரடியான அரசியல் பொருளாதார அதிகாரமும்" கிராம சமூக அழிவில் பெரும் பங்கெடுத்தது என்றும் மார்க்ஸ் வற்புறுத்தினார். சீனாவில் பழைய சமூக அமைப்பின் அழிவை இங்கிலீஷ்காரர்கள் தங்களுடைய நேரடியான அரசியல் அதிகாரத்தால் துரிதப்படுத்தாததால் சீன சமூக அழிவு மெதுவாகவே சம்பவித்து வந்ததை மார்க்ஸ் சுட்டிக்காட்டினார். "வர்த்தகத்தின் நாசகார செல்வாக்குக்கு, பழைய பொருளுற்பத்தி முறையும் அதன் உள்நாட்டு ஒற்றுமையும் போடும் தடைகளை, இந்தியாவுடனும், சீனாவுடனும் இங்கிலீஷ்காரர்களுக்கு இருந்த உறவு சுட்டிக்காட்டுகிறது. சிறு விவசாயமும் குடிசைத் தொழிலும் சேர்ந்து நிற்கும் ஒற்றுமையே இந்த உற்பத்தி முறையின் அடிப்படை. இத்துடன் இந்தியாவில் நிலத்தின் பொது சொத்துரிமை அடிப்படையில் கம்யூன்கள் இருந்தன. (சீனாவிலும் கம்யூன் ரூபத்தில்தான் உற்பத்தி உறவுகள் முதலில் வடிவெடுத்திருந்தன.) இந்தியாவில் இந்தச் சிறிய பொருளாதார ஸ்தாபனங்களை உடைப்பதற்காக இங்கிலீஷ்காரர்கள் ராஜ்யாதிகாரிகள் என்ற முறையிலும் நிலப்பிரபுக்கள் என்ற முறையிலும் தங்களுடைய நேரடியான அரசியல் அதிகாரத்தையும் பொருளாதார அதிகாரத்தையும் உபயோகப்படுத்தினார்கள்."

மேலும் மார்க்ஸ் எழுதுகிறார்: "இந்தியாவின் இங்கிலிஷ் நிர்வாக சரித்திரம் பொருளாதாரத்தில் செய்யப்பட்ட பரிகசிக்கத்தக்க பரீட்சைகளின் சரித்திரமாகும். அவைகள் வெற்றியடையவில்லை. அபக்கியாதியை விளைவித்தன. வேறு எந்த தேச சரித்திரத்திலும் இத்தகைய வெற்றி யடையாத அபக்கியாதி நிறைந்த பரிகசிக்கத்தக்க பரீட்சையை காணமுடியாது. வங்காளத்தில் இங்கிலிஷ் நில சொத்துரிமை அமைப்பை ஆபாசமான முறையில் காப்பியடித்து ஒரு கேலிக்கூத்தை சிருஷ்டித்தார்கள். தென் கிழக்கு இந்தியாவில் சிறு நில சொத்துரிமை முறையின் கேலிக்கூத்தை சிருஷ்டித்தார்கள். வடமேற்கு இந்தியாவிலோ நிலத்தின் மீது பொது சொத்துரிமை அடிப்படையிலிருந்த இந்தியக் கம்யூனை தங்களால் முடிந்த அளவு விகாரப் படுத்தினார்கள்". (மார்க்ஸ்-"மூலதனம்")

3. நிலப்பிரபுத்துவம் சிருஷ்டிக்கப்படுதல்

இங்கிலிஷ் பிரபுத்துவ அமைப்பை இந்தியாவில் ஏற்படுத்தியதே நிலவரி அமைப்பிற்கு பிரிட்டிஷ் ஆட்சி எடுத்த முதல் முயற்சி. 1793-ல் வங்காளம், பீஹார், ஒரிஸ்ஸா ஆகிய மாகாணங்களில் காரன்வாலிஸ் பிரபு கொண்டுவந்த **சாசுவத நிலவரி அமைப்**பின் தன்மை இதுதான். பின்னால் இந்த முறை வடசென்னையின் சில பாகங்களிலும் அமுலுக்கு வந்தது. வரி வசூலித்துக்கொண்டிருந்தவர்களும் கமிஷன் அடிப்படையில் நிலவரியை வசூலிக்க முந்திய அரசர்களால் நியமிக்கப்பட்ட உத்தியோகஸ்தர்களும் இவர்களுடைய அங்கீகரிக்கப்பட்ட கமிஷன் $2^1/2$ சதவிகிதம். ஆனால் நடைமுறையில் அதிகமாகவே விவசாயிகளிடமிருந்து வரி வசூலித்தனர்.) நிலப்பிரபுக்களாக ஆக்கப்பட்டனர். அவர்களுடைய வம்ச பரம்பரைக்கு நிலப்பிரபுத்துவ உரிமை அளிக்கப்பட்டது. சாசுவதமாக நிர்ணயிக்கப்பட்ட ஒரு குறிப்பிட்ட தொகையை அவர்கள் சர்க்காருக்கு செலுத்த வேண்டும். இந்த முறை அமுலுக்கு வந்தபோது, விவசாயிகளிட மிருந்து வசூலிக்கப்பட்ட மொத்த தொகையில் 10/11 பாகம் சாசுவத நிலவரியாக நிர்ணயிக்கப்பட்டது. மீதி $^1/11$ பாகம் நிலப்பிரபுக்காக ஒதுக்கப்பட்டது.

(பதினொன்று பங்கில் பத்து பங்கு சர்க்காருக்கு ஒரு பங்கு நிலப்பிரபுவுக்கு)

அந்தக் காலத்தில் ஜமீன்தார்களுக்கும், விவசாயிகளுக்கும், நிர்ணயமான வரிகள் அமிதமான சுமையாக இருந்தன. அரசாங்கத்திற்கு மிகவும் லாபகரமாக இருந்தது. வங்காளத்தில் ஜமீன்தார்கள் அரசாங்கத்திற்கு 30 லக்ஷம் பவுன்கள் வசூலித்துக்கொடுக்க வேண்டுமென நிர்ணயிக்கப்பட்டது.

பழைய அரசர்கள் வசூலித்ததை விட இது மிகவும் அதிகம். பழைய பரம்பரை ஜமீன்தார் குடும்பங்கள் பல, கஷ்டப்படும் காலத்தில் விவசாயிகளிடம் தாராளமாக நடந்துகொண்டனர். அவர்கள் கொடுக்கவேண்டிய வரியைத் தள்ளிக்கொடுத்தனர். அது அவர்களுடைய மாமூல் வழக்கம். ஆனால் இப்போது அவர்கள் சாசுவத நிலவரியைக் கொடுக்கமுடியாமல் கஷ்டப்பட்டனர். தயவு தாக்ஷண்ய மில்லாமல் அவர்களுடைய எஸ்டேட்டுகள் ஏலத்தில் விடப்பட்டன. தங்களுக்குட்பட்ட விவசாயிகளிடம் ஓரளவு நல்ல முறையில் நடந்துகொள்ளவேண்டும் என்று கருதிய பழைய ஜமீன்தாரிகளில் சிறந்தவர்கள் அழிவுற்றதைப் பற்றி பல பரிதாபகரமான கதைகள் உலாவுகின்றன. அவர்களுக்கு விதிக்கப்பட்டிருக்கும் வரித்தொகையை வசூலிக்காததால் அவர்கள் புதிய அதிகாரிகளால் ஈவு இரக்கமில்லாமல் வெளியேற்றப்பட்டனர். தாங்கள் கொடுக்கவேண்டிய தொகையை செலுத்துவதற்கும் தங்களுடைய பணப் பெட்டியை நிரப்புவதற்கும் விவசாயிகளிடமுள்ள கடைசி பைசாவைக்கூட பறிப்பதற்குத் தயாராக இருக்கும் ஒரு புதுரகமான பேராசைக்காரர்களும் அட்டைகளும் அந்த எஸ்டேட்டுகளை நிர்வகிக்க முன்வந்தனர். சாசுவத நிலவரியின் மூலம் கண்ணியமான முதலாளிகளின் வர்க்கம் சிருஷ்டிக்கப்படுமென்று அக்காலத்தில் சொல்லப்பட்டதே அந்த கனவான்களின் தன்மை இதுதான். 1802-ல் மிதுனபுரி கலெக்டரின் ரிப்போர்ட் கூறியதாவது:

"விற்பனை முறையும் ஏலம்போடும் முறையும் ஒரு சில வருஷங்களுக்குள் வங்காளத்தின் பெரிய ஜமீன்தார்கள் பலரை துன்பத்திற்காளாக்கிவிட்டது. பிச்சைக்காரர்களாக்கி விட்டது. வங்காளத்தின் நிலசொத்து உரிமையில் உள்நாட்டு சட்டத்தின் சாதாரண விளைவினால் ஏற்பட்ட இவ்வளவு பெரிய மாறுதல், வேறு எந்த தேசத்திலும் எந்த சகாப்தத்திலும்

இவ்வளவு குறுகிய காலத்திற்குள் ஒரு சாதாரண சட்டத்தின் மூலமாக சம்பவிக்கவே இல்லை".

அதன்பின் அரசாங்கத்தால் ஆரம்பத்தில் எதிர் பார்க்கப்படாத முறையில் இம்முறை வேலை செய்தது. விவசாயிகளிடமிருந்து கறக்கப்பட்ட மேல்வாரத்தின் தொகை அதிகரிக்கவே நாணயத்தின் மதிப்பு விழவே சாசுவதமாக 30 லட்சம் பவுன்களாக நிர்ணயிக்கப்பட்ட சர்க்கார் பங்கின் விகிதாசாரம் குறைந்துகொண்டே வந்தது. ஜமீன்தாரின் பங்கு பெரிதாகிக்கொண்டே போயிற்று. இன்றைய தினம் வங்காளத்தில் சாசுவத நிலவரி முறைப்படி மொத்தமாக 120 லட்சம் பவுன்கள் வசூலிக்கப்படுவதாக மதிப்பிடப்படுகிறது. இதில் நான்கில் ஒரு பகுதி அரசாங்கத்திற்குக் கிடைக்கிறது. நான்கில் மூன்று பகுதி ஜமீன்தார்களுக்குக் கிடைக்கிறது.*

இந்த விஷயம் விளங்கியதிலிருந்து சாசுவத நிலவரி முறையை எல்லோரும் தாக்குகிறார்கள். கண்டிக்கிறார்கள். விவசாயிகளும் இந்திய பொதுமக்களும் மாத்திரமல்ல, ஏகாதிபத்தியவாதிகளும்கூட கண்டிக்கிறார்கள். இந்த முறையை மாற்றியமைக்க வேண்டுமென்று வற்புறுத்துகிறார்கள். நவீன காலத்து ஏகாதிபத்தியத்திற்குப் பரிந்து பேசுபவர்கள் இந்த சாசுவத நிலவரி முறையே விஷயம் தெரியாமல் செய்த தவறு என்றும் ஜமீன்தார்கள் முன்னாளில் நிலச்சுவான்தார் களாயில்லை என்ற உண்மையைத் தெரிந்துகொள்ளாத இயற்கையான அறியாமையால் ஏற்பட்டதென்றும் வியாக்யானம் செய்கிறார்கள். இவர்களில் ஒருவரான **ஆண்ஸ்டீ "இந்தியாவின் பொருளாதார வளர்ச்சி"** என்ற புத்தகத்தில் எழுதுகிறார்:-

---

* இந்த வாடகை தொகை சட்டவிரோதமான பறிமுதல்கள் மூலம் அதிகமாகிறது. வங்க சட்டசபையின் இரண்டாவது கூட்டத்தில் (1937) குடிவார உரிமைச்சட்டம் விவாதிக்கப்பட்டபொழுது, வங்காள விவசாயிகளிடமிருந்து பறிக்கப்படும் மொத்த வாடகையை மூன்று பிரசங்கிகள் 29 கோடி ரூபாய்களாகவும் (17 கோடி சட்டரீதியாக, 12 கோடி சட்டவிரோதமாக) 26 கோடி ரூபாய்களாகவும் (20 கோடி சட்டரீதியாக 6 கோடி சட்டவிரோதமாக)' 30 கோடி ரூபாய்களாகவும் (சட்டரீதியாக 20கோடி சட்டவிரோதமாக 10 கோடி) மதிப்பிட்டார்கள். இந்த மதிப்புகளின்படி,மொத்தம் (சட்டவிரோதமான பறிமுதல்களையும் சேர்த்து) 2 கோடி பவுன்களாகும்.

விவசாயிகள்மீது சுமைகள் 337

"முதன் முதலில் கம்பெனியின் உத்தியோகஸ்தர்களுக்கு சிக்கல் நிறைந்த பழைய இந்திய முறையைப்பற்றி ஒன்றுமே தெரியவில்லை. அவர்கள் நிலப்பிரபு எங்கிருக்கிறான் என்று தேட ஆரம்பித்தார்கள். . .அநேகமாக இந்த ஜமீன்தார்கள் இதற்கு முன்னால் நிலச்சுவான்தார்களாகவே இருந்ததில்லை என்பது பின்னால்தான் தெரிந்தது. . . .அக்காலத்தில் அவர்கள் நிலப்பிரபுக்கள், அதாவது நிலச் சொந்தக்காரர்கள் என்று தவறாகக் கருதப்பட்டார்கள்."

இந்தக் கட்டுக்கதை அபத்தமானது. தாங்கள் ஒரு புதிய நிலப்பிரபுக்களின் வர்க்கத்தை சிருஷ்டிக்கிறோமென்பதையும் அப்படிச் செய்வதற்கான காரணத்தையும் காரன்வாலீஸ் பிரபுவும் இதர ராஜதந்திரிகளும் நன்கு உணர்ந்திருந்தார்கள் என்பதை அக்காலத்திய தஸ்தாவேஜுகள் தெட்டத் தெளிவாக்குகின்றன.

இங்கிலிஷ் ஆட்சியின் சமூக அடிப்படையாக இங்கிலிஷ் மாடலில் ஒரு புதிய நிலப்பிரபுக்களின் வர்க்கத்தை சிருஷ்டிப்பதே சாசுவத ஜமீன்தாரி முறையின் நோக்கம். ஒரு சில இங்கிலீஷ்காரர்கள் ஏராளமான ஜனங்களை அடக்கி வைத்திருக்கும்போது, அவர்களுடைய அதிகாரத்துக்கு சமூக அடிப்படையாக ஒரு புதிய வர்க்கத்தை சிருஷ்டிப்பது அத்தியாவசியமென்பதை அவர்கள் உணர்ந்தனர். இந்த வர்க்கக் கொள்ளையில் குறைந்த பகுதியையே பெற்றபோதிலும் (விவசாயிகளிடம் வசூலிப்பதில் பதினொன்றில் ஒரு பங்கு அவர்களுக்கு சேரவேண்டுமென்பது ஆரம்ப நோக்கம்.) அதன் நலன்கள் இங்கிலிஷ் ஆட்சியின் பாதுகாப்புடன் பிணைக்கப்பட்டிருக்கும். இக்கொள்கையை வற்புறுத்தி எழுதிய மகஜரில் தான் ஒரு புதிய வர்க்கத்தை சிருஷ்டிப்பதையும் ஜமீன்தார்களின் பழைய உரிமைகளுக்கு சம்பந்தமில்லாத புதிய உரிமைகளை ஸ்தாபிப்பதையும்பற்றி பூரணமாக உணர்ந்திருந்ததை காரன்வாலிஸ் பிரபு தெளிவாக்கினார். "இங்கிலாந்திலுள்ள நில உரிமை முறைகளை வங்காளத்து சுதேசிகளிடம் வாடிக்கைப்படுத்துவதற்காக எடுக்கப்பட்ட நடவடிக்கையே" கார்ன்வாலிஸ் பிரபுவின் சாசுவத நிலவரி முறை என்பதை ஸர் **ரிச்சர்டுடெம்பிள்** தன் இந்தியாவில்-"என் காலத்திய மனிதர்களும் சம்பவங்களும்"என்ற

புத்தகத்தில் பதிவு செய்கிறார். புரட்சி எதிர்ப்புக் கோட்டையாகவே சாசுவத நிலவரி முறை உருவாக்கப்பட்டதென்பதை 1828 முதல் 35 வரை கவர்னர் ஜெனரலாகவிருந்த **வில்லியம் பெண்டிங்ஸ் பிரபு** பதவி ஏற்றவுடன் நிகழ்த்திய அதிகாரபூர்வமான பிரசங்கத்தில் குறிப்பிட்டார்.

"வேறுபல முறைகளிலும் முக்கியமான அம்சங்களிலும் ஏமாற்றத்தை அளித்திருந்தபோதிலும், பிரிட்டிஷ் ஆட்சி நீடிப்பதில் அக்கறைகொண்ட பணக்கார நில முதலாளிகளை சிருஷ்டித்ததன்மூலம், பொதுமக்கள்மீது பூரண ஆதிக்கமுள்ள பணக்கார நில முதலாளிகளை சிருஷ்டித்ததன் மூலம், சாசுவத நிலவரி முறை, விஸ்தாரமான பொதுஜன கலகத்திலிருந்தும் புரட்சியிலிருந்தும் பாதுகாப்பாக விளங்கியது."

தன் சொந்த நடவடிக்கைகளால் தனது பிரதான சமூக அடிப்படையாக இந்தியாவில் சிருஷ்டிக்கப்பட்ட நிலப்பிரபுத்துவ-பிரிட்டிஷ் ஆட்சி கூட்டணி இன்றும் நீடிக்கிறது. அந்த கூட்டணி இன்றைய தினம் பிரிட்டிஷ் ஆட்சியை சிக்கறுக்க முடியாத முரண்பாடுகளில் சிக்கவைத்து விட்டது. அந்த முரண்பாடுகளே நிலப்பிரபுத்துவத்தின் வீழ்ச்சியுடன் பிரிட்டிஷ் ஆட்சியின் வீழ்ச்சிக்கும் பாதையை பக்குவம் செய்கின்றன. இந்திய மக்கள் தங்கள் சுதந்திரப் போராட்டத்தில் முன்னேறும்பொழுது, ஒவ்வொரு மாகாணத்திலும் நிலச்சுவான்தார் ஸ்தாபனம், நிலச்சுவான்தார் சம்மேளனம் முதலிய ஸ்தாபனங்கள்கூடி பிரிட்டிஷ் ஆட்சியிடம் தங்களுக்குள்ள அழியா பக்தியைத் தெரிவிக்கின்றன. உதாரணமாக 1925-ல் வங்காள நிலச்சுவான்தார்கள் அசோஸியேஷன் தலைவர் வைஸ்ராய்க்கு வாசித்தளித்த வரவேற்பு பத்திரத்தைப் பார்க்கலாம்:-

"மாட்சிமை தங்கிய நீங்கள், நிலப்பிரபுக்களின் நேர்மையான உதவியையும் மனப்பூர்வமான ஆதரவையும் நம்பலாம்."

1928-ல் அகில இந்திய நிலச்சுவான்தார்களின் முதல் மகாநாடு நடைபெற்றது. **மைமன்ஸிங் மகாராஜா**வின் தலைமைப் பிரசங்கத்தில் "நாம் ஒரு வர்க்கமாக உயிர்வாழ வேண்டுமானால், சர்க்காரின் கைகளை பலப்படுத்துவது நமது கடமை" என்று குறிப்பிட்டார். 1935-ம் வருடம்

இந்தியா சட்டத்தில், மாகாண சட்டசபைகளிலும் சமஷ்டி சட்ட சபையிலும் நிலச்சுவான்தார்களுக்கு விசேஷ பிரதிநிதித்துவம் அளிக்கப்பட்டது.

ஆனால் சாசுவத நிலவரி முறையின் தவறு மீண்டும் செய்யப்படவில்லை. பின்னால் வந்த ஜமீன்தாரி ஸெட்டில்மெண்டுகள் தற்காலிகமாக்கப்பட்டன-அதாவது, சர்க்காரின் வரிப் பங்கை உயர்த்துவதை அனுமதிக்கும் "ரிவிஷன்" தவணைக்கு தவணை செய்யப்படும்.

சாசுவத நிலவரி முறைக்கு பிறகு, சென்னையில் ஒரு மாற்றுமுறை அனுஷ்டிக்கப்பட்டது. அரசாங்கம் நேரடியாகவே, விவசாயிகளுடன் ஸெட்டில்மெண்ட் செய்யவேண்டும். அது சாசுவதமாயிருக்கக்கூடாது. தவணைக்குத் தவணை வரித்தொகையை மீண்டும் மீண்டும் நிர்ணயிக்கவேண்டும். இதன் மூலம் சாசுவத நிலவரி முறையில் இரண்டு பிரதிகூலங்களையும் தவிர்க்கலாம்- (1) சாசுவதமாயிருப்பதால் வரி ஏற்ற முடியாது. (2) புதிய முறையில் அரசாங்கத்துக்கே வசூல் தொகை முழுவதும் கிடைக்கிறது. இடைத்தட்டுக் காரர்களுக்கு பங்குதர வேண்டாம்-இதுதான் புதிய கருத்து. இதைத்தான் ரயத்துவாரி முறை என்கிறோம். இதை சென்னையில் கொண்டுவந்தவர் கவர்னராயிருந்த ஸர் **தாமஸ் மன்ரோ**. பழைய இந்திய ஸ்தாபனங்களுடன் நெருங்கிய சம்பந்தமுள்ளதாக இதை அவர் கருதினார். இதை 1807லேயே ஜமீன்தாரி முறைக்கு எதிராக மன்ரோ வற்புறுத்தினார். 1820-ல் சென்னை கவர்னராக வந்ததும், சென்னை மாகாணத்தில் பெரும்பாகத்தில் இதை அமுலுக்குக் கொண்டுவந்தார்.

இந்திய பொருளாதார ஸ்தாபனங்களுடன் ஒட்டிய முறையென ரயத்துவாரி முறையைக் குறித்து பிரசாரம் செய்யப்பட்டபோதிலும் உண்மையில், தனிநபர் விவசாயிகளுக்கு நிலஉரிமை அளித்ததின்மூலம் வரிவிகிதங்களை யதார்த்த உற்பத்தி அடிப்படையில்லாமல், நில விஸ்தீரண அடிப்படையில் நிர்ணயித்ததின்மூலம், ஜமீன்தாரி முறையைப் போல் ரயத்துவாரி முறையும் இந்திய பொருளாதார ஸ்தாபனங்களுக்கு எதிரான போக்கிலேயே சென்றது. வாஸ்தவத்தில் சென்னை ரெவின்யூபோர்டு இந்த முறையை

எதிர்த்து நீண்டகாலம் பயனில்லாமல் போராட்டம் நடத்தியது. முஸாவாரி ஸெட்டில்மெண்டே சிறந்ததென்று-அதாவது கிராம சமூகங்களுடன் கூட்டு ஸெட்டில்மெண்ட் செய்துகொள்வதே சிறந்ததென்று வற்புறுத்தியது. 1818-ல் போர்டு சமர்ப்பித்த யாதாஸ்தில், ரயத்துவாரி முறையின் குறைகளைப்பற்றி கூறியிருப்பது குறிப்பிடத்தக்கது.

"புதிதாக வென்ற தேசங்களின் உண்மையான செல்வாதாரங்களை பற்றியும் நில வாடகை முறைகளின் தன்மையைப் பற்றியும் ஒன்றும் தெரியாமல், மொழியிலும் பழக்கவழக்கங்களிலும் மாறுபட்ட பல்வேறு இனத்தினர் வசிக்கும் பரந்த பிரதேசத்தை சுவாதீனப்படுத்தியவர்கள் ஒரு வேலையைத் தொடங்கியுள்ளார்கள். சர்க்காரும் மக்களும் ஐக்கியமாகியிருக்கும் ஐரோப்பாவின் நாகரிக தேசங்களிலேயே, சகலவிதமான புள்ளிவிவரங்களும் தயாராகக் கிடைக்கக்கூடிய அந்நாடுகளிலேயே கடினமான வேலையென்றோ அல்லது கற்பனைத் திட்டமென்றோ சொல்லக்கூடிய வேலை அது. என்ன வேலையென்றால் ஒவ்வொரு மாகாணத்துக்கும் ஜில்லாவுக்கும் அல்ல; தங்கள் ஆட்சியிலுள்ள ஒவ்வொரு எஸ்டேட்டுக்கும் பண்ணைக்கும் ஒவ்வொரு தனி வயலுக்கும் வரி நிர்ணயிக்கப் பார்க்கிறார்கள்.

"அபிவிருத்தி என்று கருதப்படும் இந்த நடவடிக்கையின் மூலம், ஒவ்வொரு ஹிந்து கிராமத்தின் குடியரசையும் ஒன்றுபடுத்திய புராதன சம்பிரதாயங்களையும் புராதன தொடர்புகளையும் அவர்கள் விஷயம் தெரியாமல் அழிக்கிறார்கள். ஒருவித விவசாய சட்டப்படி, தொன்றுதொட்டு கிராம சமூகத்தின் கூட்டு உடைமையாக விளங்கிய நிலங்களை துண்டுபோட்டு புதிதாக வரி நிர்ணயம் செய்கின்றனர்....

"தங்கள் கோரிக்கையை ஒவ்வொரு வயலுக்கும் தனித்தனியாய் நிர்ணயிப்பதின்மூலம், விவசாயிமீது இஷ்டப்படி வரிவிதித்து, கொடுக்கமுடியாத அதிகபட்ச தொகையை போட்டுள்ளனர். அவர்களுக்கு முன்னாலிருந்த முகலாய சர்க்காரைப்போல, விவசாயியை ஏர் கலப்பையுடன் தளைப்படுத்தி, அதிகமாக வரி நிர்ணயிக்கப்பட்டிருப்பதாக அங்கீகரிக்கப்படும் வயலில் உழுது சாகுபடி செய்யும்படி கட்டாயப்படுத்தி, தப்பி ஓடினால் அவனை பிடித்து

திரும்பக்கொண்டுவந்து அவன் செலுத்தவேண்டிய தொகையை பயிர் பக்குவமாகும்வரை கேட்காமலிருந்து, அதன்பிறகு கிடைத்ததையெல்லாம் சுருட்டிக்கொண்டு போகிறார்கள். அவனிடம் உழவு மாட்டையும் விதை தானியத்தையும் தவிர வேறொன்றும் விட்டுவைப்பதில்லை. இதையும் எதற்காக விட்டு வைக்கிறார்களென்றால் அவன் மீண்டும் தன் சாகுபடித் தொழிலைச் செய்ய வேண்டுமென்பதற்காக-தனக்காக அல்ல; அவர்களுக்காக சாகுபடி செய்யவேண்டு மென்பதற்காக."

(சென்னை ரெவின்யூ போர்டின் குறிப்பு-1818 ஜனவரி 5)

ஸ்தலத்திலுள்ள அதிகாரிகளின் இந்தவாதம் எடுபடவில்லை. லண்டனிலுள்ள கம்பெனி டைரக்டர்கள் ரயத்துவாரி அமைப்பை ஆதரித்தார்கள். விவசாயிகளுக்கு "தனி சொத்துரிமை என்ற வரப்பிரசாதத்தை" வழங்குவதாகக் கூறினார்கள். அவர்கள் உத்தரவுடன், மன்ரோ லண்டனிலிருந்து திரும்பிவந்து ரயத்துவாரி அமைப்பை திணித்தார்.

ஆக, இன்று பிரிட்டிஷ் இந்தியாவிலுள்ள நில உரிமை முறைகள் மூன்று பிரிவுகளாக பிரிக்கப்பட்டிருக்கின்றன. எல்லா பிரிவுகளும் பிரிட்டிஷ் சர்க்காரின் அதிகாரத்திலிருந்தே முத்திரை பெறுகின்றன. பிரிட்டிஷ் சர்க்கார்தான் முதன்மையான நிலப்பிரபு என்பதை இவையனைத்தும் பிரதிபலிக்கின்றன.

முதலாவதாக: சாசுவத ஜமீன்தாரி ஸெட்டில்மெண்டுகள்-வங்காளம், பீகார், ஒரிஸ்ஸா, வடசென்னையின் பாகங்களின்-பிரிட்டிஷ் இந்தியாவின் மொத்த விஸ்தீரணத்தில் 19 சதவீதம்.

இரண்டாவதாக: தற்காலிக ஜமீன்தாரி ஸெட்டில் மெண்டுகள்- ஐக்கிய மாகாணத்தில் மிகப் பெரிய பாகம், வங்காளத்தில் சில பகுதிகள் பம்பாய், பாஞ்சாலம் பிரிட்டிஷ் இந்தியாவில் 30 சதவீதம்.

மூன்றாவதாக: ரயத்துவாரி ஸெட்டில்மெண்டுகள்-பம்பாய், சென்னை, பீரார், ஸிந்து, அஸ்ஸாம் மாகாணங்களிலும் இதர பாகங்களிலும் பிரிட்டிஷ் இந்தியாவில் 51 சதவீதம்.

பிரிட்டிஷ் இந்தியாவில், ஜமீன்தாரி **ஸெட்டில்மெண்டுகள்** *வியாபித்திருக்கும் 49 சதவீத விஸ்தீரணத்தில் மாத்திரம் நிலப்பிரபுத்துவம் நிலவுவதாக எண்ணிவிடக்கூடாது. நடைமுறையில், குத்தகைமூலம், லேவாதேவிக்காரர்களும் இதரரும் விவசாயிகளின் நிலங்களை அபகரித்ததின் மூலம், நிலப்பிரபுத்துவம், ரயத்துவாரி பிரதேசத்தில் விஸ்தாரமாக பரவிவிட்டது. அதிகரிக்கும் வேகத்துடன் பரவிக் கொண்டிருக்கிறது. யதார்த்தத்தில் சாகுபடி செய்யும் விவசாயிகளுடன் ஸெட்டில்மெண்ட் செய்துகொள்வது முதல் நோக்கமாயிருந்திருக்கலாம். ஆனால் இப்பொழுது உறவுகளில் மகத்தான மாறுதல் ஏற்பட்டுவிட்டது. சென்னையிலும் பம்பாயிலும் 30 சதவீதத்துக்கு அதிகமான நிலங்கள் நிலச்சொந்தக்காரர்களால் நேரடியாக சாகுபடி செய்யப்படவில்லை" என்று முகர்ஜி மதிப்பிடுகிறார். சென்னையில் 1901க்கும் 1921க்குமிடையே, சாகுபடி செய்யாத நிலச்சொந்தக்காரர்களின் (மிராசுதார்கள்) எண்ணிக்கை ஆயிரத்துக்கு பத்தொன்பதிலிருந்து 1000க்கு நாற்பத்தி ஒன்பதாக அதிகரித்தது. தானே சாகுபடி செய்யும் நிலச்சொந்தக்காரர்களின் எண்ணிக்கை 1000க்கு 484லிருந்து 1000க்கு 381 ஆகக் குறைந்தது; வாரசாகுபடி செய்பவர்களின் எண்ணிக்கை 1000க்கு 151லிருந்து 1000க்கு 225 ஆக உயர்ந்தது. பாஞ்சாலத்தில், விவசாய நிலத்தின் வாடகையிலிருந்து ஜீவனம் நடத்துபவர்களின் எண்ணிக்கை 1911-ல் 6,26,000 ஆக இருந்தது. 1921-ல் 1,008,000 ஆக உயர்ந்ததாக, 1921ம் வருஷத்திய பாஞ்சால ஸென்ஸஸ் ரிப்போர்ட் கூறுகிறது. ஐக்கிய மாகாணத்தில், 1891க்கும் 1921க்குமிடையே விவசாய வாடகையை பிரதான வருமானமாகக் கொண்டவர்களின் எண்ணிக்கை 46 சதவீதம் அதிகரித்தது. மத்திய மாகாணத்திலும் பீராரிலும், இதே காலத்தில் நிலவாடகை பெறும் மிராசுதார்களின் எண்ணிக்கை 52 சதவீதம் அதிகரித்தது.*

இந்தியாவில் விரிவடைந்துகொண்டிருக்கும் இந்த நிலப்பிரபுத்துவ சங்கிலி. நவீன கட்டத்தில் வெகு வேகமாக விரிவடையும் இந்த நிலப்பிரபுத்துவ சங்கிலி. விவசாயிகள் மேலும் மேலும் நிலத்தை பறிகொடுப்பதை பிரதிபலிக்கிறது. பயன்படத்தக்க தொழிலில் முதல்

போடுவதற்கு வழியில்லாமல் போகவே, நிலத்தில் முதல் போடவிரும்பும் பணமூட்டைகளுடைய படையெடுப்பையும் இது பிரதிபலிக்கிறது. ஏராளமான பகுதிகளில், விபரீதமான உட்குத்தகை முறை - 50 பேர் வரைக்கும் ஒரே நிலத்தை உட்குத்தகை எடுக்கும் முறை ஏற்பட்டிருக்கிறது. (சில ஜில்லாக்களில் மேலேயுள்ள ஜமீன்தாருக்கும் அடித்தட்டிலுள்ள உழவனுக்குமிடையில் 50 இடைத்தட்டுக்காரர்கள் வரை சிருஷ்டிக்கப்பட்டிருக்கின்றனர்" ஸைமன் ரிப்போர்ட்)

இதன் விளைவாக, உழவர்களுக்கு பாதுகாப்பு அளிப்பதற்காக ஏற்படும் குடிவாரச் சட்டங்களெல்லாம் தரகர்களாயிருக்கும் கீழ்த்தர நிலப்பிரபுக்களுக்கே உதவுகிறது. உண்மையில் சாகுபடி செய்யும் உழவர்கள்-நிலமில்லாத உழைப்பாளிகளாக ஆகியிருக்காவிட்டால்- குடிவார பாத்தியதை இல்லாத விவசாயிகளாகவே இருக்கிறார்கள். சர்க்காரின் தேவைகளையும் மகா சேர்ம்பேறிகளின் ஆசைகளையும் பூர்த்தி செய்வதுடன், வேலையில்லாத தரகர் கூட்டத்தையும் பாதுகாப்பதற்காக, இந்த விவசாயிகள் இரத்தம் கசிய கசக்கிப் பிழியப்படுகின்றனர். முழு நிலப் பிரபுத்துவ அமைப்பின் பரிகசிக்கத்தக்க அம்சங்களை பூரணமாக அம்பலப்படுத்தும் இந்த நிகழ்ச்சிப் போக்கு இந்தியாவில் வளர்ந்துவரும் விவசாய நெருக்கடியை கூர்மையான முறையில் பிரதிநிதித்துவப்படுத்துகிறது.

4. விவசாயிகள் ஏழ்மைப்படுதல்

வர்க்கங்களிடையே தீவிரமாகி வளர்ந்துவரும் பேதங்களை இந்திய விவசாய உறவுகளின் மேற்கண்ட சித்திரத்தில் காண்கிறோம்.

இந்திய விவசாயத்திலுள்ள வர்க்கங்களின் பிரிவினைகளைப் பற்றிய கீழ்க்கண்ட சித்திரத்தை 1931-ம் வருஷ ஸென்ஸஸ் தருகிறது:-

சாகுபடி செய்யாமல், வாரம் பெறும் நில முதலாளிகள்	4,150,000
சொந்த நிலத்தில் சாகுபடி செய்பவர்களும் வார, குத்தகை சாகுபடிகள் செய்பவர்களும்	65,495,000
சொந்த நிலமில்லாத விவசாயத் தொழிலாளர்கள்	33,523,000

இந்தப் பாகுபாட்டின் உபயோகமும் குறைவானதே. ஏனெனில் சொந்த நிலத்தில் சாகுபடி செய்பவர்களும், வாரதாரர்களும் குத்தகைதாரர்களும் என்ற பாகுபாடு, நில உடைமையின் விஸ்தீரணத்தை குறிப்பிடாததால் பணக்கார விவசாயிகள், நடுத்தர விவசாயிகள், ஏழை விவசாயிகள் ஆகியோரிடையே பாகுபாடு செய்யவில்லை. குறிப்பாக, சாகுபடி செய்யும் விவசாயிகளில் பெரும்பான்மையோருக்கு சொந்த ஜீவனத்துக்கு கட்டி வராத நிலமே இருப்பதால், அவர்களுடைய வாழ்க்கை நிலைமை கிட்டத்தட்ட விவசாயத் தொழிலாளர் நிலைமையையே ஒத்திருப்பதையும், அவர்கள் கூலிவேலை செய்து வாழ்க்கை நடத்த வேண்டியிருப்பதையும் இந்த பாகுபாடு எடுத்துக்காட்ட வில்லை. நடைமுறையில், சின்னஞ்சிறிய உட்குத்தகைக் காரனுக்கும் கூலித் தொழிலாளிக்குமுள்ள வித்தியாசம் பெயரில்தான். முழு உண்மையும் இன்னும் தெளிவாகப் புரிந்துகொள்ள, ஸென்ஸஸ் கணக்குகளுடன் ஸ்தலவாரியாக எடுத்த கணிப்புகளையும் சேர்த்து வைத்து பரிசீலனை செய்யவேண்டும்.

பாகுபாடு முறைகளையே மாற்றியிருப்பதால், முந்திய ஸென்ஸஸ் கணக்குகள் ஒப்பிடுவது கஷ்டமாகியது. 1931-ம் வருஷ ஸென்ஸஸில் விவசாயத்திலிருந்து ஜீவனம் நடத்துபவர்கள் தொகை 10 கோடியே 30 லட்சம் என்று கணக்கிடப்பட்டது; 1921-ம் வருஷ ஸென்ஸஸில், அவர்களைச் சார்ந்திருப்பவர்களையும் சேர்த்து 22 கோடி 10 லட்சம் என்று கணக்கிடப்பட்டது. ஆகவே, "விவசாய சாகுபடி செய்பவர்கள் மாத்திரம்" 1921ல் 10 கோடி என்று குறிப்பிட்டிருப்பதை கொண்டு 1931-ம் வருஷ 10 கோடி 30 லட்சத்துடன் சுமாராக ஒத்திடலாம். இந்த ரீதியில் ஒத்துப்பார்ப்பதற்கும், இன்னொரு கஷ்டம் குறுக்கிடுகிறது. விவசாயத்தை உபதொழிலாக உடையவர்களின் தொகையை, இந்த தரத்திலிருந்து 1931-ம் வருஷ ஸென்ஸஸில் நீக்கிவிட்டனர். குறிப்பாக சாகுபடி வேலையில் உதவும் விவசாயிகளின் சொந்தக்காரர்களான 70 லட்சம் பெண்கள் "வீட்டுவேலை" என்ற இனத்தில் சேர்க்கப்பட்டுவிட்டனர். இந்த கணித வித்தைகள்மூலம், விவசாயத்தில் ஈடுபட்டுள்ள ஜனத்தொகையின் வீதாச்சாரம் குறைந்துவிட்டதாக ஒரு

பிரமை உண்டாக்கப்பட்டது. எனினும் இந்த மாறுதல், புள்ளி விவரங்களிலிருந்தெழும் முடிவுகளை வலியுறுத்துகிறது:-

	1921	1931
சாகுபடி வேலை செய்யாத நிலச்சுவான்தார்கள்	37 லட்சம்	41 லட்சம்
சாகுபடி செய்பவர்கள் (நிலச் சொந்தக்காரர்கள் அல்லது வார, குத்தகை சாகுபடி செய்பவர்கள்)	746 லட்சம்	655 லட்சம்
விவசாயத் தொழிலாளிகள்	217 லட்சம்	335 லட்சம்

இந்த எண்கள் விவரமாக ஒத்திடுவதற்கு உதவாதென்பதையும், குறிப்பாக சாகுபடி செய்பவர்கள் என்ற பொதுவான பாகுபாட்டிலிருந்து பிரயோஜனகரமான முடிவுகளுக்கு வரமுடியாதென்பதையும் நாம் மேலே எடுத்துக் காட்டியுள்ளோம். ஆனால், **பொதுவான போக்கு** இந்த புள்ளி விவரங்களில் தெளிவு: (1) சாகுபடி செய்யாத நிலச்சுவான்தார் எண்ணிக்கை அதிகரிக்கிறது. (1911-ல் 28 லட்சம்; 1921-ல் 37 லட்சம்; 1931-ல் 41 லட்சம்.) (2) விவசாயத் தொழிலாளிகள் எண்ணிக்கை ஏராளமாகப் பெருகியிருக்கிறது.

சென்னை மாகாணத்தைப்பற்றி, இன்னும் விவரமான புள்ளி விவரங்களை காணலாம்.

சென்னையில் விவசாயத்தில் வர்க்க பாகுபாடு

(விவசாய ஜனத்தொகையில் ஆயிரம் பேரில்)

	1901	1911	1921	1931
வேலை செய்யாத நிலச்சுவான்தார்கள்	19	23	49	34
வேலை செய்யாத குத்தகைதாரர்கள்	1	4	28	16
சாகுபடி வேலை செய்யும் நிலச்சொந்தக்காரர்கள்	481	426	381	390
வேலை செய்யும் குத்தகை வாரதாரர்கள்	151	207	225	120
கூலி வேலை செய்யும் விவசாயத் தொழிலாளர்கள்	345	340	317	429

1901லிருந்து 1931க்குள், முப்பது வருஷங்களில் வேலை செய்யாது வாடகைபெறும் நிலச்சுவான்-குத்தகைக்காரர்கள் எண்ணிக்கை இரண்டரை மடங்கு அதிகரித்துவிட்டது. (1,000க்கு 20லிருந்து 1000க்கு 50) சாகுபடி செய்யும் நிலச் சொந்தக்காரர்கள், வாரதாரர்கள், குத்தகைக்காரர்களின் மொத்த எண்ணிக்கை நாலிலொரு பங்கு குறைந்துவிட்டது. (ஆயிரத்துக்கு 635லிருந்து 510) விவசாயத் தொழிலாளர்கள் எண்ணிக்கை மூன்றில் ஒரு பங்கிலிருந்து கிட்டத்தட்ட சரிபாதியாக அதிகரித்துவிட்டது. (ஆயிரத்துக்கு 345லிருந்து 429).

வங்காளத்தின் விவரங்களைக் காண்போம்:–

	1921	1931	மாறுதல்
சாகுபடி செய்யாமல், நில வாடகை வாங்குபவர்கள்	390,562	633,834	61 சதவீதம் அதிகம்
சாகுபடி செய்யும் நிலச்சொந்தக்காரர்களும் குத்தகைக்காரர்களும்	9,274,924	6,079,717	50 சதவீதம் குறைவு
கூலிக்கு வேலை செய்யும் விவசாயிகள்	1,805,502	2,718,939	34 சதவீதம் அதிகம்

வங்காளத்தின் கணக்குகள், ஸென்ஸஸிலிருந்து எடுக்கப்பட்டவை. இதிலும், விவரங்களை ஒத்துப்பார்க்க முடியாது. விவசாய ஜனத்தொகையில் இருபது லட்சம் குறைந்துவிட்டதுபோல, பிரமை உண்டாக்கும் விதத்தில் பாகுபாடுமுறை மாறியிருக்கிறது. சாகுபடி வேலை செய்யாத புல்லுருவி மிராசுதார்களின் எண்ணிக்கை ஒரு புறத்திலும், கூலி வேலை செய்யும் விவசாயத் தொழிலாளர்களின் எண்ணிக்கை மறுபுறத்திலும் அதிகமாகியிருப்பதையே இது நிரூபிக்கிறது.

திடுக்கிடத்தக்க விதத்தில், சாகுபடி வேலை செய்யாத மிராசுதார்களின் எண்ணிக்கை அதிகரித்திருப்பதை ஏற்கனவேயே குறிப்பிட்டிருக்கிறோம். இந்த உண்மையை சகல சாட்சியங்களும் ஊர்ஜிதம் செய்கின்றன. மேலும்

மேலும் சொந்த நிலமுடைய விவசாயிகள் தம் நிலத்தைப் பறிகொடுத்து வருவதை இது பிரதிபலிக்கிறது.

இன்னொரு முனையில் விவசாயத் தொழிலாளர் எண்ணிக்கை அதிகரிப்பது இதைவிட முக்கியமான உண்மை. 1842ல் ஸென்ஸஸ் கமிஷனராயிருந்த ஸர் தாமஸ் மன்ரோ, இந்தியாவில் நிலமில்லாத விவசாயத்தொழிலாளர்களே இல்லையெனக் குறிப்பிட்டார். (இது தவறு என்பதில் சந்தேகமில்லை; ஆனால், அவர்களின் எண்ணிக்கை ரொம்ப கொஞ்சமாயிருந்திருக்கவேண்டும்) 1882-ல் 75 லட்சம் விவசாயத் தொழிலாளிகள் இருப்பதாக ஸென்ஸஸ் கணக்கு மதிப்பிட்டது. விவசாயத்திலீடுபட்டுள்ளவர்களில் 20 சதவீதம்-அதாவது 210 லட்சம் பேர் விவசாயத் தொழிலாளர்களா யிருப்பதாக 1921-ம் வருஷத்திய ஸென்ஸஸ் மதிப்பிட்டது. விவசாயத்திலீடுபட்டுள்ளவர்களில் மூன்றிலொரு பங்கு-அதாவது 330 லட்சம் பேர் விவசாயத் தொழிலாளர்களா யிருப்பதாக 1931-ம் வருஷ ஸென்ஸஸ் மதிப்பிட்டது. அதன் பிறகு, விவசாயத் தொழிலாளர்கள் மொத்த விவசாயிகளில் கிட்டத்தட்ட சரி பாதியிருப்பதாக மதிப்பிடப்படுகிறது. (மேலே கொடுத்திருக்கும் சென்னை கணக்குகளும், 1938-ல் வங்க சட்டசபை விவாதங்களும் இதை எடுத்துக்காட்டுகின்றன. 1939-ல் வடபீகாரில் கிர்ஹார் என்ற கிராமத்தில் கணக்கெடுத்தபோது, ஜனத்தொகையில் 72 சதவீதம்-5023 பேர் அடங்கிய 760 குடும்பங்கள் விவசாயத் தொழிலாளர்களாயிருந்ததாக மதிப்பிடப்பட்டது.)

இந்த விவசாயத் தொழிலாளர்களின் கூலிகளைப்பற்றிய கீழ்க்கண்ட அட்டவணை பிரயோஜனகரமானது:

	1842	1852	1862	1872	1911	1922
விவசாயத் தொழிலாளியின் தினசரி கூலி (அணாக்களில்)	1	$1^1/2$	2	3	4	4-6வரை
அரிசி விலை ரூபாய்க்கு (சேர்கள்)	40	30	27	23	15	5

(முகர்ஜி" இந்தியாவின் நிலப்பிரச்சினைகள்")

அதாவது, இந்த காலத்தில் (1842-1922) தொழிலாளியின் தினசரி கூலி 4 மடங்கு முதல் 6 மடங்குவரை அதிகரித்தது. ஆனால் அரிசி விலை எட்டு மடங்கு அதிகரித்துவிட்டது. அதாவது இந்த எண்பது வருஷ முன்னேற்றத்தில், விவசாயத் தொழிலாளியின் உண்மைச் சம்பளத்தில் 25 சதவீதம் முதல் 50 சதவீதம் வரை துண்டு விழுந்தது. 1934-ம் வருஷத்திய ஐக்கிய மாகாண ரிப்போர்ட் கூறுவதென்னவெனில் ஒரு விவசாய தொழிலாளியின் சராசரி தினக்கூலி 3 அணா; 326 கிராமங்களில் அது $1^1/2$ அணாவாகயிருந்தது.

இதற்கும் கீழே இறங்குவது சாத்தியமானால், இறங்கிப் பார்த்தால், பண்ணையடிமைத்தனமும், கட்டாய உழைப்பும், கடன் அடிமைத்தனமும் அரசு புரியும் இருளடர்ந்த நரகத்தைக் காண்கிறோம். கூலியில்லாமல் விவசாயத் தொழிலாளர்கள் வேலை செய்வதைப் பார்க்கிறோம். இந்த நரகம் இந்தியா முழுவதுமிருக்கிறது. புள்ளிவிவரங்கள் இதைப்பற்றி மௌனம் சாதிக்கின்றன.

'இந்தியாவின் பொருளாதார ஏணியின் அடித்தட்டில் நிரந்தர விவசாயத் தொழிலாளர்கள் நிற்கின்றனர்; இவர்கள் கூலிப்பணம் பெறுவது அபூர்வம்; இவர்கள் அடிமைகளாக வாழ்கிறார்கள். தேசத்தில் பல பாகங்களிலுள்ள சம்பிரதாயப்படி, ஜமீந்தார் அல்லது மிராசுதார் தங்கள் வேலைக்காரன் கடன் வாங்கும்படிச் செய்து, அதன்மூலம் அவன் மீது ஆதிக்கம் ஏற்படுத்திக்கொள்கிறார்கள். அவன் சந்ததி மீதே இதன் மூலம் அவர்களுக்கு ஆதிக்கம் ஏற்படுகிறது.

பம்பாய் ராஜதானியில் **தூப்ளாக்களும் கோலிக**ளும் இருக்கின்றனர். இவர்கள் ஏறத்தாழ அடிமைகளே. தங்கள் எஜமானர்களிடம் இவர்களில் பல குடும்பங்கள் பல தலைமுறைகளாக வேலைசெய்து வந்திருக்கின்றனர்.... தென்மேற்கு சென்னையில் **ஈழவர்கள், புலையர்கள், செருமன்கள், ஹோலியர்கள்** முதலியவர்களெல்லோரும் நடைமுறையில் அடிமைகளாகவே நடத்தப்படுகின்றனர். கிழக்கு கடற்கரை பிரதேசத்தில், நிலத்தின்மீது பிராமணனுடைய ஆதிக்கம் பலமானது; விவசாயத் தொழிலாளர்களில் பெரும்பான்மையோர் தீண்டத்தகாதவர்களாக நடத்தப் படுகின்றனர். அவர்களில் பலர் 'பண்ணையடிமைகள்'

கடன்வாங்கியதன் மூலம் நிலச் சொந்தக்காரர்களின் பரம்பரை அடிமையானவர்கள்... அந்த கடன் திருப்பிக் கொடுக்கப்படுவதில்லை; தலைமுறை தலைமுறையாக அதே கடன் அவர்கள் பேரிலேயே இருக்கிறது. கடன் கொடுத்தவன் இறந்தாலும், நிலத்தை விற்றாலும், பண்ணையடிமைகள் நிலச்சுவான்தாருக்கு கைமாற்றிக் கொடுக்கப்படுகிறார்கள்....

"பண்ணையடிமைத்தனத்தில் அதலபாதாளத்தில் இருப்பவர்கள் அடிமைகளான **காமீயாக்கள்**; பீகாரில் வசிக்கிறார்கள். வாங்கிய கடனின் வட்டிக்காக, எத்தகைய இழிவான வேலை செய்யவேண்டுமென்று எஜமானர்கள் சொன்னாலும், செய்வதாக கட்டுண்டு நிற்பவர்கள்."

(முகர்ஜி-இந்தியாவின் நிலப்பிரச்சினைகள்)

பல பாகங்களில், இந்த பண்ணையடிமைகளும், கடன் அடிமைகளும் பூர்வீகக் குடியானவர்கள். ஆனால், முன்னால் சுயேச்சையாய் இருந்து கடனுக்குப் பலியாகி, நிலத்தை இழந்துவிட்டு, லேவாதேவிக்காரனிடம் அடிமைப்பட்டு நிற்கும் விவசாயியும் சொந்த நிலத்தை பறிகொடுத்துவிட்டு வார சாகுபடி செய்கிற விவசாயியும், இந்தச் சட்டரீதியான அடிமைத்தனத்திலிருந்து ரொம்ப தூரத்தில் இல்லை.

தோட்ட அடிமைகளின் நிலைமையும், இதைப் போலவேதான் தேயிலை, ரப்பர், காப்பி தோட்டங்களில் 10 லட்சம் பேருக்கு மேல் வேலை செய்கின்றனர். இந்தத் தோட்டங்களில் 90 சதவீதம் ஐரோப்பிய கம்பெனிகளுடையது. இவைகளில் முதலாளிகளுக்கு உயர்ந்த டிவிடெண்டுகள் கிடைக்கின்றன. இந்தத் தோட்டங்களில் வேலை செய்ய இந்தியா முழுவதிலிருந்தும் கூலி உழைப்பாளிகள் திரட்டப்படுகின்றனர். தொழிலாளர்கள் குடும்ப சகிதமாக, கம்பெனியின் பரிபூரண ஆதிக்கத்தில், எஸ்டேட்டுகளிலேயே வசிக்கின்றனர். சர்வ சாதாரணமான பிரஜா உரிமைகள்கூட அவர்களுக்குக் கிடையாது. ஆண், பெண், குழந்தைகளின் உழைப்பு மலிவான ரேட்டுகளில் சுரண்டப்படுகிறது. சமீப காலத்தில் தொழிலாளியை தண்டிக்கக்கூடிய அநாகரிகமான காண்ட்ராக்ட் முறை ஒழிந்துவிட்ட போதிலும், 1930-வருஷத்திய ராயல் கமிஷன் ரிப்போர்ட்டுக்குப் பின் சில சீர்திருத்தங்கள் ஏற்பட்ட போதிலும், தொழிலாளர்கள் நீண்ட காலத்துக்கு-

பலபேர் வாழ்நாட்கள் முழுவதும்-எஜமானர்களிடம் கட்டுண்டு கிடக்கிறார்கள்.

விவசாயிகள் ஏழ்மையாக்கப்படுவதை, நிலமில்லாத கூலிக்காரர்களின் எண்ணிக்கை உயர்வு (விவசாய ஜனத்தொகையில் மூன்றில் ஒரு பகுதியிலிருந்து பாதியாக) எடுத்துக்காட்டுகிறது. ஆனால், சொந்த ஜீவனத்துக்கு கட்டிவராத சிறுநிலக்காரர்கள், வாரதார்கள், குடிவார உரிமை இல்லாத குத்தகைக்காரர்கள் முதலியோருடைய நிலைமை இந்த விவசாயத்தொழிலாளர்களுடையதைவிட மேலானதல்ல. 1930-ல் **சென்னை பாங்க் விசாரணை கமிட்டி** கூறியதாவது:

பண்ணையாட்களின் சாகுபடிக்கும் உட்குத்தகை சாகுபடிக்கும் ஒரு தெளிவான வித்தியாசம் கற்பிப்பது கஷ்டமாயிருக்கிறது. உள்குத்தகை என்பது, பணவாடகையல்ல. பொதுவாக, அது வார சாகுபடி முறையாகவே இருக்கிறது. உற்பத்தியில் நிலச்சுவான்தார் 40 முதல் 60 சதவீதம் வரை.... ஏன், 80 சதவீதம்கூட, பெறுகிறான். மீதி வாரசாகுபடி செய்பவனுக்குக் கிடைக்கிறது. இத்தகைய நிபந்தனைகளில், வாரதார் வருஷா வருஷம் கஷ்ட ஜீவனம் நடத்துகிறான். நிலச்சுவான்தாரிடம் கடன் வாங்குகிறான். நிலச்சுவான் தாரிடமிருந்து விதை, மாடு, கருவிகள் ஆகியவற்றை கடன் வாங்குகிறான். மறுபுறத்தில் பண்ணையாள் நிலச்சுவான்தாரின் விதை உழவுமாடு, கருவிகள் ஆகியவற்றை உபயோகிக்கிறான். சாதாரண தேவைகளுக்கு அடிக்கடி பணம் வாங்கிக்கொள்கிறான். அறுவடையில், மொத்தமாக ஒரு குறிப்பிட்ட அளவு தானியமாவது அல்லது உற்பத்தியில் ஒரு ஒரு பகுதியாவது பெறுகிறான். சில இடங்களில் பண்ணையாளுக்கு கொஞ்சம் பணமும் குறிப்பிட்ட அளவு தானியமும் கிடைப்பதுண்டு. வார சாகுபடிக்காரன் தன் சொந்த கருவிகளைக்கொண்டு சாகுபடி செய்யலாம். ஆனால் இருவருக்குமிடையில், நடைமுறையில், தீர்க்கமான பேதம் இல்லை. நிலச்சுவான்தார்கள் நேரடியாக விவசாயத்தை நடத்தாத இடங்களில், சாகுபடி செய்பவர் பண்ணையாளா அல்லது வாரதாரா என்பது எப்பொழுதும் வெளிப்படையாய் தெரிவதில்லை.

$2\frac{1}{2}$ கோடி விவசாயத் தொழிலாளர்கள் இருப்பதாகவும் 5 கோடி பேர் வருஷத்தில் ஒரு குறிப்பிட்ட காலத்தில், கூலிக்கு விவசாய வேலை செய்வதாகவும் 1927-ல், அகில இந்திய தொழிற்சங்க காங்கிரஸில் என்.எம். ஜோஷி மதிப்பிட்டார். ஆக, இந்திய விவசாயிகளில் பெரும்பான்மையோர் விவசாயத் தொழிலாளிகளை ஒத்திருக்கிறார்களேயல்லாது சிறு நிலக்காரர்களாகவில்லை.

1930-ல், ஏகாதிபத்தியத்தின் அசட்டு அசிரத்தையின் சாசுவத ஞாபகார்த்தமாக விளங்கும் ஷைமன் ரிப்போர்ட் (இரண்டு வருஷங்களுக்கு முந்திய விவசாய கமிஷன் ரிப்போர்ட்டை எதிரொலிக்கும் வகையில்) கூறியதாவது:-

"இப்பொழுது சாதாரண விவசாயி ஒரு ஜோடி உழவு மாடுகள் வைத்துக்கொண்டு தன் குடும்பத்தின் உதவியுடனும், கூலி வேலையாட்களை எப்பொழுதாவது அமர்த்தி வேலை வாங்குவதன் மூலமும் ஒரு சில ஏக்கர்களை சாகுபடி செய்கிறான்."

(ஸைமன் ரிப்போர்ட்)

தற்கால உண்மைகளுடன் ஒத்துப்பார்த்தால் இது எப்படிப்பட்ட அசட்டு கற்பனை என்பது தெளிவாகும். மேலே கொடுக்கப்பட்டிருக்கும் உண்மைகளிலிருந்து இதை நன்கு பார்க்கலாம். வேறு பல ஜில்லாக்களைவிட சாலச் சிறந்தது" என்று கூறி, பம்பாயிலுள்ள 10 லட்சம் ஏக்கர்கள் கொண்ட ஒரு ஜில்லாவைப்பற்றி பகுத்தாராய்ந்து, 1927ல் விவசாய கமிஷன் முன் அளிக்கப்பட்ட சாட்சியத்தில் கூறப்பட்டது. ஐந்து வருஷங்களுக்குள் நில உடைமையில் சம்பவித்த மாறுதல்களை இதிலிருந்து கீழே தருகிறோம்.

நில உடைமையின் விஸ்தீரணம் (ஏக்கர்களில்)	1917 எத்தனை பேருக்கு	1922 எத்தனை பேருக்கு	மாறுதல்
5 ஏக்கராவுக்கு குறைவாக	6272	6446	2.6 சதவீதம் அதிகம்
5 ஏக்கரா முதல் 15 ஏக்கரா வரை	17,909	19,130	6.8 சதவீதம் அதிகம்
15 " 25 "	11,908	12,018	.9 சதவீதம் அதிகம்
25 " 100 "	15,532	15,020	3.3 சதவீதம் குறைவு
100 " 500 "	1,234	1,117	9.5 "
500 ஏக்கராகளுக்கு மேல்	20	19	0.5 "

சாட்சியமளித்த சர்க்கார் உத்தியோகஸ்தர் இதை விமரிசனம் செய்து கூறியதாவது:

"ஐந்து வருஷ காலத்தைக் குறிக்கும். இந்தப் புள்ளி விவரங்கள் பதினைந்து ஏக்கராக்கள்வரை நிலமுள்ளவர்களின் எண்ணிக்கையில் தெளிவான கூடுதல் ஏற்பட்டிருப்பதை காண்பிக்கின்றனவென்று எனக்குத் தோன்றுகிறது. ஒரு சில இடங்களைத்தவிர, 15 ஏக்கராவுக்கு குறைவான நிலத்தில் ஒரு ஜோடி உழவுமாட்டை, சிக்கனமாய் பயன்படுத்த முடியாது 25 முதல் 100 ஏக்கரா வரை நிலமுள்ளவர் எண்ணிக்கை குறைந்துவிட்டது. அதிர்ஷ்டமிருந்தால், கொஞ்சம் முதல் சேர்க்கக்கூடிய ஓரளவுக்கு உருப்படியான வர்க்கம் குறைகிறதென்று இதற்கு அர்த்தம்."

ஆக, 1922 லேயே (நிலமில்லா உழைப்பாளிகளைத் தவிர) சொந்த நிலமுடைய விவசாயிகளில் பாதிப்பேருடைய பண்ணைகளில் ஒவ்வொருவர், பண்ணையிலும் ஒரு ஜதை உழவுமாட்டை சிக்கனமாக பயன்படுத்த முடியாது. இந்த வீதாசாரம் வேகமாக அதிகரித்து வந்தது.

ஆகவே, விவசாயிகளின் உண்மை நிலையை பரிசீலனை செய்வதென்றால், விவசாயிகளின் நிலஉடைமை அளவைப் பற்றி ஆராயவேண்டும். இந்த அத்தியாயத்தில் இரண்டாவது பகுதியில் இதைப்பற்றிய விஷயங்கள் விளக்கப் பட்டிருக்கின்றன.

வங்காள நிலவருமான கமிஷன் **(பிளட் கமிஷன்)** முன் வந்த சாட்சியமெல்லாம் ஒரு சராசரிக் குடும்பம் அதன் ஜீவனச் செலவுகளைச் செய்வதற்கு ஐந்து ஏக்கராக்கள் குறைந்தபட்சமாய் தேவையென அபிப்பிராயப்பட்டது. ஆனால் வங்க விவசாய குடும்பங்களில் முக்கால்வாசிக்கு ஐந்து ஏக்கராவுக்கு குறைவான நிலமே இருப்பதையும், 57. 2 சதவீத குடும்பங்களுக்கு மூன்று ஏக்கராக்களுக்கும் குறைவான நிலமே இருப்பதையும் கமிஷன் தன் பரிசீலனைகளில் கண்டது.

"ஒரு தக்காண கிராமத்தின் வாழ்க்கையும் உழைப்பும்" என்ற அபூர்வமான பரிசீலனையை நடத்திய டாக்டர் **ஹெரால்ட்மான்** அளிக்கும் புள்ளி விவரங்கள் இந்த

நிலைமையை நன்கு விளக்குகின்றன. 1914-15-ல் பம்பாய் விவசாய இலாகா டைரக்டராக இருக்கும்போது தக்காணத்திலுள்ள ஒரு சாதாரண கிராமத்தின் வாழ்க்கை நிலைமைகளைத் தீர்க்கமாக விசாரித்தார். யதார்த்தத்தில் நிலவும் நிலைமைகளான சாகுபடி, பயிர், நில உடைமை, கடன்கள், குடும்ப வருமானம், குடும்பச் செலவு ஆகிய விஷயங்களைப்பற்றி விஞ்ஞான ரீதியாக நடத்தப்பட்ட விசாரணை அது. வானம் பார்த்த பூமிக்கு உதாரணமாக விளங்கும் கிராமத்தில் நடத்தப்பட்ட விசாரணை அது. விவரமாகவும் பரிபூரணமாகவும் நடந்த முதல் விசாரணை அது. அதன் முடிவுகள் எல்லோரையும் திடுக்கிட வைத்தன. "எதிர்பாராதவை" "மனச் சோர்வு தரக்கூடியவை" என்று ஆசிரியரே கூறுகின்றார். உண்மைகளில் பிழை இல்லாததால் அவைகளைப்பற்றிக் குறைகூற முடியவில்லை. ஆகவே அந்த கிராமம் ஒரு விதிவிலக்கான கிராமம் என்று சொல்லி அம்முடிவுகளை நிராகரிக்கப் பார்த்தனர். அதன் பிறகு டாக்டர் மான், இன்னொரு கிராமத்தில் விசாரணை நடத்தினார். 1921-ல் பிரசுரிக்கப்பட்ட இந்தப் பரிசீலனையின் விவரங்களும் முதல் கிராமத்தின் பரிசீலனை முடிவுகளை ஆணித்தரமாக ஊர்ஜிதம் செய்தன. அதன் பிறகு தேசத்தின் பல பாகங்களில் நடந்த பரிசீலனைகள் இந்த முடிவுகளையே மீண்டும் மீண்டும் வற்புறுத்தியிருக்கின்றன.

முதல் கிராமத்தில் நில உடைமைகளில் 81 சதவிகிதம் மிகவும் சாதகமான சூழ்நிலையில்கூட தங்களுடைய ஸ்வாதீனக்காரர்களைப் பாதுகாக்க முடியாது என்பதை அவர் கண்டார். அந்த கிராமத்திலிருந்த 156 நில உடைமைகள் கீழ்க்காணும் சித்திரத்தையே பிரதிபலித்தன.

30 ஏக்கர்களுக்கு மேல்	2
20 முதல் 30 ஏக்கர் வரை	9
10 முதல் 20 ஏக்கர் வரை	18
5 முதல் 10 ஏக்கர் வரை	34
1 முதல் 5 ஏக்கர் வரை	71
ஒரு ஏக்கருக்கும் குறைவாக	22

"மேற்குத் தக்காணத்திலுள்ள இந்த கிராமத்தில் தற்கால வாழ்க்கைத் தரத்தில் ஒரு இந்திய விவசாயி வாழ்வதற்கு 10 முதல் 15 ஏக்கராாவரை உள்ள ஒரு பண்ணை அவசியம்" என்ற **கீட்டிங்** எஸ்டிமேட்டைப் பின்பற்றி டாக்டர் மான் கீழ்க்கண்ட முடிவிற்கு வந்தார்.

"ஒவ்வொரு பண்ணையும் ஒரே வயலாக இருந்தால்கூட 81 சதவிகிதம் இந்த விஸ்தீரணத்திற்கு குறைவாகவே இருக்கும்" அதாவது அந்தக் கிராமத்திலுள்ள 156 நிலச் சொந்தக்காரர்களில் அவர்களுடைய குறைந்தபட்ச ஜீவனத்திற்குத் தேவையான நிலமுடையவர்கள் 29 பேரே. இந்த முடிவும்கூட விவசாயினுடைய வாழ்க்கைத் தரத்துக்கு எவ்வளவு குறைந்தபக்ஷம் அவசியமோ அதை அடிப்படை யாகக்கொண்டு கணிக்கப்பட்டது. மிகக் குறைவான உணவும் உடையுமே இந்தக் கணக்கில் இடம் பெறுகின்றன. மண்ணெண்ணைக்கும்கூட இந்தக் கணக்கில் இடமில்லை. 103 குடும்பங்களில் 8 குடும்பங்களே தங்களது நில வருமானத்தைக்கொண்டு நல்ல பொருளாதார நிலைமையில் இருப்பதாக அவர் கண்டார். 28 குடும்பங்கள் தங்களுடைய நில வரும்படியுடன் வெளி வேலை செய்வதன்மூலம் காலத்தை ஓட்டின. ஆனால், 67 குடும்பங்கள் தங்களது நில வருமானத்தைக்கொண்டும் சரி, வெளி வேலையிலிருந்து கிடைக்கும் வருமானத்தைக் கொண்டும் சரி நல்வாழ்க்கை நடத்த முடியவில்லை. எனினும் இந்த முதல் கிராமத்திற்குப் பக்கத்தில் ஒரு ராணுவ தளவாட பாக்டரி இருந்ததால் கிராம ஜனங்களில் 30 சதவீதத்தினருக்கு வேலை கிடைத்தது. ஆகவே, அந்தக் கிராமத்தின் நிலைமைகள் அவ்வளவு மோசமாக இல்லை.

ஆனால் கைத்தொழில் கேந்திரங்களிலிருந்து தொலை தூரத்திலுள்ள இரண்டாவது கிராமத்தில் நிலைமை இன்னும் மோசமாக இருந்தது. அங்குள்ள குடும்பங்களில் 85 சதவிகிதம் இந்த அபாயகரமான பொருளாதார நிலைமையிலிருந்தன. இந்தக் கிராமத்தில் குறைந்தபக்ஷம் 20 ஏக்கராக்கள் பண்ணையைக் கொண்டுதான் வரவையும் செலவையும் சரிக்கட்டமுடியும். ஆனால் பண்ணைகளில் 77 சதவிகிதம் இதற்குக் குறைவாக இருந்தன. இந்தக் கிராமத்திலுள்ள 147 குடும்பங்களில் தங்கள் பண்ணைகளைக்

கொண்டு நல்ல பொருளாதார நிலைமையில் இருக்கக்கூடிய குடும்பங்கள் பத்துதான். தங்கள் நில வருமானத்துடன் வெளி வேலையும் செய்து காலத்தை ஒட்டக்கூடிய குடும்பங்கள் 12தான். மீதி 125 குடும்பங்கள் அதாவது 85 சதவிகிதம் தங்கள் நிலத்தின் முழு வருமானத்தைக் கொண்டும் வெளி வேலையின் சம்பளத்தைக் கொண்டும்கூட வாழ்க்கை நடத்த முடியாத நிலைமையில் இருந்தன. அந்தக் கிராமத்தில் இருந்த மொத்த ஜனத்தொகை 732-ல் இந்தக் கடைசி ரகத்தைச் சேர்ந்தவர்கள் 624 பேர். அதாவது 100க்கு 91 பேர்.

இந்தத் தாழ்வான. குறைந்தபக்ஷ வாழ்க்கைத் தரத்துக்கும் கீழேயுள்ள 91 சதவிகிதத்தினர் எப்படி ஜீவனம் செய்கிறார்கள்? அவர்களால் முடியவில்லை. தவிர்க்க முடியாத வகையில் அவர்கள் மேலும்மேலும் கடனுக்கு இரையாகிறார்கள். தங்களுடைய நிலத்தை இழக்கிறார்கள். நிலமில்லாத விவசாயத் தொழிலாளர்களாக மாறுகிறார்கள். கிராமங்களில் கடன் சுமையின் பிடிப்பு இறுகிக்கொண்டிருப்பதை இந்தப் பரிசீலனை வெளிப்படுத்தியது. முதல் கிராமத்தில் 8338 ரூபாய் நிகராகக் கிடைத்தது. 2515 ரூபாய் கடனுக்கு வட்டி கொடுப்பதில் வருஷா வருஷம் செலவழிக்கப்பட்டது. "கிராமத்தின் மொத்த மதிப்பில் ஏறத்தாழ 12 சதவிகிதம் அளவுடைய கடன்களை கிராமம் சுமக்கிறது. நிலத்திலிருந்து கிடைக்கும் மொத்த லாபங்களில் 24.5 சதவிகிதம் இந்தக் கடனுடைய வட்டிக்காக செலவழிக்கப்படுகிறது. இரண்டாவது கிராமத்தில் நிலத்திலிருந்து கிடைத்த வருஷ வருமானம் 15807 ரூபாய். அதில் வட்டிக்காக 6755 ரூபாய் கரைந்து போயிற்று. அதாவது நில வருமானத்தில் ஐந்தில் இரண்டு பங்கு லேவாதேவிக்காரனுக்குப் போயிற்று.

தன்னுடைய பரிசீலனையின் இறுதியில் டாக்டர் மான் கீழ்க்கண்ட பொதுவான முடிவிற்கு வருகிறார்:

"(நமது பரிசீலனைகளும் கணக்குகளும் கிராம வாழ்க்கையின் உண்மையான சித்திரத்தை ஓரளவாவது பிரதிபலித்தால்கூட) சராசரி வருஷத்தில் கிராமத்திற்குப் போதுமான உணவு கிடையாது. வருஷ ஆரம்பத்திலிருந்ததைவிட வருஷ முடிவில் கடன் அதிகமாகிறது. இன்றைய சாகுபடி

முறைகளைக்கொண்டு ஒரு உண்மையான பொருளாதார சுதந்திரத்தைத் ஸ்தாபிப்பதற்கு இன்றைய ஜனத்தொகையின் சக்தி குறைந்துகொண்டே போகிறது."

5. கடன் சுமை

விவசாயியின் கஷ்டங்கள் அதிகரிக்க அதிகரிக்க கடன் அதிகமாகி கடன் பளு அவனை ஜாஸ்தியாக அமுக்குகிறது. அதனால் அவனுடைய கஷ்டங்கள் இன்னும் அதிகரிக்கின்றன. இந்த விஷச்சக்கரம் விவசாயியின் நிலம் பறிமுதல் செய்யப்படுவதன் மூலமே தகர்க்கப்படுகிறது. இவ்வாறாக கடன் சுமையின் பெருக்கமும் விவசாயிகள் அல்லாதவர்களுக்கு நிலத்தை அடமானம் வைப்பதும் விற்பனை செய்வதும், விவசாய நெருக்கடியின் முதிர்ச்சியை கூர்மையான முறையில் பிரதிபலிக்கின்றன.

"விவசாயிகளில் மிகப் பெரும்பான்மையோர் லேவாதேவிக்காரரிடம் கடன்பட்டு வாழ்கின்றனர்" என்று சைமன் கமிஷன் ரிப்போர்ட் குறிப்பிட்டது.

பிரிட்டிஷ் ஆட்சியுடன் கூட கடன்பளு பெருகிக் கொண்டிருப்பதும், சமீபகாலத்தில் கடன் பளு பிரச்சினை மிகப் பெரும்பான்மையோரை பாதிக்கும் அவசரப் பிரச்சினையாக இருப்பதும் எல்லோராலும் ஒப்புக்கொள்ளப் படுகிறது. 1911-ல் **சர் எட்வர்ட் மக்ளகான்** எழுதினார்:

"கடன் தொல்லை இந்தியாவிற்கு ஒரு புதுமையல்ல என்பது நீண்ட காலமாக ஏற்றுக்கொள்ளப்பட்டது. நமது ஆட்சியின் ஆரம்பகாலத்திலேயே ஏராளமான கடன் இருந்ததென்பதை **மன்ரோ, எல்பின்ஸ்டன்** முதலியோர் எழுதியிருப்பதிலிருந்து தெளிவாகும். ஆனால், நமது ஆட்சிக் காலத்தில் குறிப்பாக கடந்த 50 வருஷங்களில் கடன் சுமை நிறையப் பெருகி இருப்பதும் எல்லோராலும் ஒப்புக்கொள்ளப்படுகிறது. அடிக்கடி நமக்குக் கிடைக்கும் ரிப்போர்ட்டுகளும் வருஷா வருஷம் நிகழும் விற்பனைகளின் சாட்சியங்களும் அடமானங்களின் சாட்சியங்களும் கடந்த 50 வருஷ காலத்தில் கடன்சுமை ஒரேயடியாக அதிகரித்திருப்பதைத் தெளிவாகக் காட்டுகின்றன".

1880லேயே **பஞ்சக் கமிஷன்** *இதைப்பற்றிக் கூறியதாவது:*

"நிலச் சொந்தக்காரர்களில் மூன்றில் ஒருவர் சிக்கறுத்துக் கொண்டு விடுபட முடியாதவகையில் கடன்பட்டிருக்கின்றனர். இன்னொரு மூன்றில் ஒரு பகுதியாவது கடனுக்கு இரையாகி யிருக்கிறது; ஆனால் இவர்களால் கடனிலிருந்து விடுபடமுடியாது என்று சொல்லமுடியாது."

அதற்குப் பிறகு கடன்சுமை விஷம்போல் ஏறிவருகிறது. 1928ல் விவசாயக் கமிஷன் கூறியதாவது:

"நிகழும் நூற்றாண்டில் நாட்டுப்புறத்தின் மொத்தக் கடன் அதிகரித்திருக்கிறதென்பது நிச்சயமாக இருக்கலாம். ஜனங்களுடைய வளர்ந்துகொண்டிருக்கும் சொத்துக் களுக்கும் இந்த கடன்களுக்குமுள்ள விகிதாசாரம் அதே மட்டத்திலிருக்கிறதா, முன்காலத்தைவிட அதிக சுபிட்சத்தைப் பெற்றிருக்கும் விவசாயியின் மீது இந்தக் கடன்பளு கனமுள்ளதாக இருக்கிறதா? அல்லது லேசாக இருக்கிறதா? ஆகிய கேள்விகளுக்கு எங்களுக்குக் கிடைத்திருக்கும் சாட்சியம் பதிலளிக்கவில்லை."

கடன் சுமையின் வீதாசாரம் அதிகரித்திருக்கிறதென்பதை 1931-ம் வருஷத்திய சென்ட்ரல் பாங்கிங் விசாரணைக் கமிட்டியின் ரிப்போர்ட் ஊர்ஜிதம் செய்கிறது. "விவசாயக் கடன் சுமையின் அளவு அதிகரித்திருக்கிறதா; குறைந்திருக்கிறதா என்ற கேள்விக்கு கடந்த நூற்றாண்டு முழுவதும் அது அதிகரித்து வந்திருக்கிறது என்றே ஒரு முகமாக அபிப்பிராயம் நிலவுகிறது".

மொத்த விவசாயக்கடன் 1931ல் 900 கோடி ரூபாய் அல்லது $67\frac{1}{2}$ கோடி பவுன்கள் இருக்குமென்று கமிட்டியினால் மதிப்பிடப்பட்டது. அதன் பிறகு பொருளாதார நெருக்கடியையும் விவசாயப் பொருள்களின் விலை வீழ்ச்சியையும் தொடர்ந்து கடன் சுமையில் செங்குத்தான உயர்வு ஏற்பட்டிருக்கிறது. 1800 கோடி ரூபாய் விவசாய்க் கடன் இருக்குமென்று சமீப காலத்தில் மதிப்பிடப்பட்டிருக்கிறது. (9-ம் அத்தியாயம் முதல் பகுதியைப் பார்க்கவும்).

பிரிட்டிஷ் ஆட்சியில் குறிப்பாக நவீன கட்டத்தில், கடன் சுமை இவ்வளவு அதிகரித்திருப்பதின் காரணம் என்ன? ஏகாதிபத்தியத்திற்கு பரிந்து பேசுபவர்களும் மேலெழுந்தவாரியாக

எழுதுபவர்களும் விவசாயிகளுடைய முன் யோசனையில்லாத ஊதாரித்தனமான வீண் செலவுகளே கடன் சுமைக்குக் காரணம் என்று கூறுகின்றனர். கல்யாணங்கள் ஈமச்சடங்குகள் இதைப்போன்ற சம்பிரதாயமான சமூகச் சடங்குகளில் தங்கள் சக்திக்கு அதிகமாகச் செலவு செய்யும் சமூக வழக்கங்களும் கோர்ட் வியாஜ்யச் செலவுகளுமே கடன்களுக்குக் காரணமென்று அவர்கள் கூறுகின்றனர். யதார்த்த உண்மைகள் இந்த ஆராய்ச்சியை ஆதரிக்கவில்லை. 1875லேயே **தக்காண கலகக் கமிஷன்** கீழ்க்கண்டவாறு ரிப்போர்ட் செய்தது:

"கல்யாணம் முதலிய சடங்குகளில் நடக்கும் செலவின் முக்கியத்துவம் மிகைப்படுத்திக் கூறப்படுகிறது. . . . . . விவசாயியின் செலவுக் கணக்கில் இந்த ஐட்டம் ஓரளவு முக்கியத்துவம் வகித்தபோதிலும் அவனுடைய கடனின் முக்கியமான காரணமாக ஒருக்காலும் இருப்பதில்லை."

விவரமான கிராம விசாரணைகளுக்குப் பிறகு வங்க மாகாண பாங்கிங் விசாரணைக் கமிட்டியும் அதே முடிவிற்கு வந்தது. உதாரணமாக **பாக்ரா** ஜில்லா **கரீம்பூர்** கிராமத்தில் 52 குடும்பங்கள் கடன்பட்டிருந்தன. 1928-29ல் மாத்திரம் அந்தக் குடும்பங்கள் கடன் வாங்கிய காரணங்கள் பின்வருமாறு:

	ரூபாய்
பழைய கடன்களை அடைப்பதற்கு	389
உழவுமாடு வாங்குவது முதலிய நிரந்தரமான அபிவிருத்திகளை ஏற்படுத்துவதற்கு	1087
நிலவரியும் குத்தகையும் கொடுக்க	573
சாகுபடிச் செலவு	435
சமூக, மத சடங்குகளுக்காக	150
வியாஜ்ய செலவுகளுக்காக	15
இதர காரணங்களுக்காக	66
	2715

ஆக சமூக, மத சடங்குகளுக்காகவும் வியாஜ்யத்திற்காகவும் வாங்கிய கடன், மொத்த கடனில் பதினாறில் ஒரு பாகம்கூட இல்லை. மொத்தக் கடன் தொகையில் ஐந்தில் இரண்டு பங்கான இரண்டாவது ஐட்டம்தான் ஏதோ ஒரு விதத்தில் பிரயோசனகரமானதாகக் கருதமுடியும். விவசாயியினிடம் முதலில்லை என்பதை அது பிரதிநிதித்துவப்படுத்துகிறது. கடன்தொகையில் மிச்சம் முழுவதும் அதாவது மொத்தக்கடனில் பாதிக்குமேல் நிலவரி குத்தகை, பழைய கடனை அடைத்தல், அன்றாட சாகுபடிச் செலவு முதலிய அவசரத் தேவைகளுக்காக வாங்கப்பட்டிருக்கிறது.

வங்காளத்தில் **பிர்பூம்** ஜில்லாவில் **தென்மேற்கு** பாகத்தில் 1933-34ல் நடந்த விசாரணையிலும் இதே முடிவுகள் கிடைத்தன. இங்கு ஆறு கிராமங்களில் இந்த 426 குடும்பங்களில் 234 குடும்பங்கள் அல்லது 55 சதவிகிதம் 53,799 ரூபாய்கள் கடன் கொடுக்கவேண்டியிருந்தது. அதாவது சராசரியாக ஒவ்வொரு குடும்பமும் 230 ரூபாய்கள் கடன்பட்டிருந்தது. கடன் வாங்கியதின் காரணங்களாவன:

	ரூபாய்கள்	மொத்தக்கடனில் சதவிகிதம்
குத்தகை செலுத்துவதற்கு	13007	24.2
விவசாயத்தில் நிரந்தர செலவுகளுக்கு	12736	23.7
சமூக, மத சடங்குகளுக்கு	12021	22.3
பழைய கடன்களை அடைக்க	4503	8.4
அன்றாட சாகுபடிச் செலவுகளுக்கு	2423	4.5
வியாஜ்ய செலவுகளுக்கு	708	1.3
பல்வேறு காரணங்களுக்கு	8401	15.6

-(எஸ். போஸ்) இந்தியன் ஜர்னல் ஆப் ஸ்டாடிஸ்டிக்ஸ் 1937-செப்டம்பர்)

இந்த கடன் தொகையின் பிரதான ஐட்டம்-கிட்டத்தட்ட நாலிலொரு பகுதி, குத்தகை கொடுப்பதற்காகும்; குத்தகையும் பழைய கடன் அடைப்பதும் கடனில் மூன்றில் ஒரு பகுதியாகிறது; விவசாயத்தின் நிரந்தர செலவுகளுக்கு (ஏர் கலப்பை, உழவுமாடு வாங்குதல் போன்றவை) நாலிலொரு

பகுதிக்கும் குறைவாக செலவாகியிருக்கிறது. மத, சமூக சடங்குகளுக்காக வாங்கப்பட்ட கடன் முதல் உதாரணத்தைவிட அதிகம். எனினும் இது ஐந்திலொரு பகுதிக்கு கொஞ்சம் கூடுதல். பொருளாதாரத் தேவைகளுக்காக கடன் பிரதானமாக வாங்கப்பட்டிருக்கிறது; இதில் ஒரு சிறிய அளவே பிரயோஜனகரமான உற்பத்தி செலவுக்காக வாங்கப்பட்ட கடன்.

ஆக, இந்திய விவசாயிகளுடைய கடனின் காரணங்கள் பொருளாதாரக் காரணங்களே. நிலவரிச் சுமையின் மூலமும் நிலக்குத்தகை சுமையின் மூலமும் அவர்கள் சுரண்டப்படுவதுடன் இணைக்கப்பட்டிருக்கிறது. 'கடன்பட்டிருப்பதின் பிரதான காரணம் சாகுபடி செய்பவர்களின் பொதுவான வறுமையே' என்று மேற்கண்ட விசாரணையை நடத்தியவர் எடுத்துக் கூறினார். "விவசாயி கடன்பட்டிருப்பதற்கு நமது நிலவரிமுறை ஓரளவு ஜவாப்தாரி என்பதை பச்சையாக ஒப்புக்கொள்ள வேண்டும்" என்று 1879-ல் தக்காண விவசாயிகள் கடன் நிவாரண மசோதாவை பிரேரித்துப் பேசுகையில் பம்பாய் நில வருமான அதிகாரி **ஸர்.டி. ஹோப்** குறிப்பிட்டார். தக்காண விவசாய கடன் நிவாரண சட்டத்தின் நடைமுறையைப் பற்றி பரிசீலனை செய்த கமிஷன், 1892-ல் தன் ரிப்போர்ட்டில் கூறியதாவது:- "தற்கால (நிலவரி) முறை கண்டிப்பாக இருப்பது தக்காண விவசாயிகளை புதிது புதிதாக (மீண்டும் மீண்டும்) கடன்படச் செய்யும் பிரதான காரணங்களிலொன்று என்பதில் சந்தேகமில்லை" பொருளாதார மாறுதல்கள் எப்படியாயினும் சரி, அறுவடை எப்படியிருந்தாலும் சரி, முப்பது வருஷங்களுக்கு ஒரு குறிப்பிட்ட நிலவரியை கண்டிப்பாக தரவேண்டுமென்று நிர்ணயிப்பதும், அதை பணமாக செலுத்தவேண்டுமென்பதும், ரெவின்யூ கலெக்டர்களுக்கும், பட்ஜெட் தயாரிக்கும் அரசாங்க ராஜதந்திரிகளுக்கும் சௌகரியமாகத் தோன்றலாம்; இந்த முனையிலிருந்து அந்த முனைவரை, இஷ்டப்படி ஊசலாடும் வருமானத்தைக்கொண்டு முன்கூட்டி நிர்ணயிக்கப்பட்ட கண்டிப்பான தொகையை செலுத்தும் விவசாயிகளுக்கு, வேளாண்மை தவறிய வருஷங்களில் விபத்து ஏற்படுகிறது. அவர்களை தவிர்க்கமுடியாத வகையில் லேவாதேவிக்காரன் பிடிப்பில் சிக்கவைக்கிறது. காலம் தாழ்த்தி வரிவசூலை

ஒத்திவைப்பதும், மோசமான நிலைமையில் வரியில் தள்ளிக் கொடுப்பதும் இந்த நிகழ்ச்சிப்போக்கின் கொடுமையை கொஞ்சம் தணிக்குமே ஒழிய நிகழ்ச்சிப்போக்கை தடுத்துவிட முடியாது. நிலவரி எப்படி செலுத்தப்படுகிறதென்பதைப் பற்றி **பூனா ஜில்லா**வில் பல கிராமங்களில், மேற்கண்ட கமிஷன் சாட்சியம் சேகரித்தது. இந்த பதில்களின் சுருக்கத்தைக் கொண்ட அட்டவணையை கீழே தருகிறோம்.

கிராமம்	நிலவரி எப்படி செலுத்தப்படுகிறது?
வைவாண்ட்	வரி செலுத்த விவசாயிகள் கடன் வாங்குகிறார்கள்.
பிம்பல்கான்	நல்ல விளைவுள்ள வருஷங்களிலேயே கொஞ்சம் கடன் வாங்குகிறார்கள்.
டியூல்கான்	சிலர் கடன் வாங்குகிறார்கள்.
கனகான்	வரி செலுத்த வேண்டிய காலத்தில் பயிர் பழுப்பது அபூர்வம்; ஆகவே, விவசாயிகள் கடன் வாங்க வேண்டியிருக்கிறது.
கந்தகான்	மழை மோசம் செய்தால், பந்தகம் வைத்து கடன் வாங்குகின்றனர்.
டாண்ட்	வயலிலுள்ள பயிரை அடகு வைத்து கடன் வாங்குகிறார்கள்.
கிரிம்	கணக்கில் கடன் வாங்குகிறார்கள்; முடியா விட்டால் வயலிலுள்ள தானியங்களை (அறுவடையாவதற்கு முன்பே) விற்கின்றனர்.
ஸான்வாரி	சேமிப்பு இல்லாவிட்டால், மாடு விற்று செலுத்த முடியாவிட்டால், கடன் வாங்கி வரி செலுத்துகின்றனர்.
வாதானா	வயல் தானியப் பயிரை அடகுவைத்து கடன் வாங்கி, முதல் கிஸ்தியை கொடுப்பது; பயிரில்லாதபோது, நிலத்தை அடமானம் வைப்பது அல்லது நிலத்தை விற்பது.
மார்கான்	அதேதான்
அம்பி	அதேதான்

டார்கோலி	வயலிலுள்ள தானியப் பயிரை அடகு வைத்து கடன்; பயிர் இல்லாவிட்டால், வட்டிக்கு கடன் வாங்குவது.
குஸிகான்	அதேதான்

"நிலவரி செலுத்துவதற்கு பிரதான ஊன்றுகோலாக அதிகாரிகள் லேவாதேவிக்காரனை கருதுகிறார்கள் என்பதை என் பம்பாய் விஜயத்தின்போது பூர்ணமாக தெரிந்து கொண்டேன்' என்று **வகான்நாஷ்** "மாபெரும் பஞ்சம்" என்ற புஸ்தகத்தில் மேற்கண்ட அட்டவணையை கமிஷன் ரிப்போர்ட்டிலிருந்து எடுத்துக்கொடுத்துவிட்டுக் கூறுகிறார். (இந்தப் புஸ்தகம் 1900ல் பிரசுரிக்கப்பட்டது).

லேவாதேவிக்காரனும் கடனும் இந்திய சமூகத்தில் புதிய நிகழ்ச்சிகள் அல்ல. ஆனால், முதலாளித்துவ சுரண்டலின்கீழ் குறிப்பாக ஏகாதிபத்ய கட்டத்தில் லேவாதேவிக்காரன் புதிய ஸ்தானத்தையும் புதிய முக்கியத்துவத்தையும் பெற்றுவிட்டான். முன்னாலெல்லாம், விவசாயியிடம் நம்பிக்கை வைத்துத்தான் லேவாதேவிக்காரன் கடன் கொடுக்க முடியும். அதனால் நடைமுறையில் அவன் தொழில் நிச்சயமற்றதாகவும் முதலுக்கே அபாயகரமானதாகவும் இருந்தது; கிராமத்தின் தீர்ப்புக்கு அவன் நடவடிக்கைகள் உட்படவேண்டியிருந்தது. பழைய சட்டங்களின்படி, கடன்காரன் நிலத்தை லேவாதேவிக்காரன் கைப்பற்றமுடியாது. ஆனால், இதெல்லாம் பிரிட்டிஷ் ஆட்சியில் மாற்றப்பட்டுவிட்டது. ஜப்தி செய்யும் உரிமையும் நில சுவாதீனத்தை மாற்றிக்கொள்ளும் உரிமையும் அளித்த பிரிட்டிஷ் சட்ட அமைப்பு லேவாதேவிக்காரன் வேட்டையாடுவதற்கான இன்பகரமான சந்தர்ப்பத்தை அளித்தது. போலீஸின் அதிகாரமும் சட்டத்தின் அதிகாரமும் அவனுக்கு ஏவல் புரிந்தது; அவனை முதலாளித்துவ சுரண்டலின் முழு அமைப்புக்கும் அத்தியாவசியமான அம்சமாக்கியது. எப்படியென்றால், லேவாதேவிக்காரன் நிலவரி வசூலுக்கு அத்தியாவசியமான சாதனமாக அமைவது மட்டுமன்றி, பொதுவாக அவனே நெல் வியாபாரியாகவும் இருக்கிறான். அறுவடைக் காலத்தில் தானியம் வாங்குவது அவன் இஷ்டத்தைப் பொறுத்ததாகிறது-அதாவது அவனுக்கு ஏகபோக உரிமை ஏற்படுகிறது. அடிக்கடி அவனே உழவுக் கருவிகளும் விதைகளும் அட்வான்ஸ்' செய்கிறான்.

விவசாயிகள் தாங்கள் கொடுத்தது எவ்வளவு, கொடுக்க வேண்டிய தொகை பாக்கி எவ்வளவு என்பதை சரிபார்க்க முடியாமலிருப்பதால், மேலும் மேலும் அவன் இஷ்டத்திற்கு தலையாட்ட வேண்டியவர்களாகிறார்கள். லேவாதேவிக்காரன் கிராமத்தில் தனியரசு புரிகிறான். நிலங்கள் அவனுக்கு கைமாற கைமாற, அவன் ஆதிக்கம் வலுக்கிறது. அவனுக்கு வேலைசெய்யும் வாரதார்களாகவும் கூலிக்காரர்களாகவும் விவசாயிகள் (முன்பு நிலம் வைத்திருந்தவர்கள்) மாறுகிறார்கள். தங்கள் உற்பத்தியின் பெரும்பாகத்தை குத்தகையாகவும் பழைய கடன் பாக்கியின் வட்டியாகவும் அவனுக்குச் செலுத்துகிறார்கள். மேலும் மேலும், லேவாதேவிக்காரன் இந்திய கிராம பொருளாதாரத்தின் முதலாளியாக மாறுகிறான்; விவசாயிகள் அவன் தொழிலாளர்களாகிறார்கள். தங்கள் துக்க துயரங்களுக்கு கர்த்தாவாகத் தோன்றும், தங்கள் கண்ணெதிரே நிற்கும் பிரத்தியட்ச கொடுங்கோலனான லேவாதேவிக்காரன்மீது விவசாயிகளின் கோபம் முதலில் பாய்கிறது; நீண்ட காலமாக கஷ்டப்பட்டுவரும் இந்தியாவின் சாத்வீகமான விவசாயிகள்கூட இங்கும் அங்கும் சில லேவாதேவிக்காரர்களை கொலை செய்திருப்பது இதை நிரூபிக்கிறது. ஆனால் லேவாதேவிக்காரன் அவன் பின்னால் பிரிட்டிஷ் ராஜ்யத்தின் முழு சக்தியும் நிற்பதை அவர்கள் சீக்கிரமே காண்கிறார்கள். ரொக்க முதலாளித்துவ யந்திரத்தின் அத்தியாவசியமான பல்லே, உற்பத்தி முனையிலுள்ள பல்லே லேவாதேவிக்காரன்.

லேவாதேவிக்காரன் மேலும் மேலும் சூறையாடுவதைக் கண்டு பொன்முட்டையிடும் வாத்தையே அவன் கொல்வதைத் தடுக்க, பொதுவான சுரண்டல் நலன்களை முன்னிட்டு, அதிகரிக்கும் அவசரத்தில், சர்க்கார் நடவடிக்கைகள் எடுக்கிறது. நிலத்தை பராதீனப்படுத்துவதைத் தடுக்கவும், அக்கிரம வட்டி விகிதங்களை தடை செய்யவும், பாரதம் பாரதமாக விசேஷ சட்டங்கள் இயற்றப்பட்டிருக்கின்றன. ஆனால் சட்டங்கள் பயன்தரவில்லை என்பதை ஒப்புக்கொள்ள வேண்டியிருக்கிறது. (விவசாய கமிஷன் ரிப்போர்ட்டே இதை ஒப்புக்கொண்டது) கடன் சுமை, தடையில்லாமல், துரிதப்படும் வேகத்தில் பெருகிவருவதும் இந்தச் சட்டங்களின் கையாலாகாத்தனத்தை நிரூபிக்கிறது.

பிரிட்டிஷ் ஆட்சியின் கடன் சுமை வளர்ந்துவரும் பிரச்சினை முழுவதையும்பற்றி **எம்.எல். டார்லிங்**, 1925-ல் பிரசுரிக்கப்பட்ட "பாஞ்சால விவசாயியின் சுபிட்சமும் கடனும்" என்ற புத்தகத்திலும், '30, '34ல் பிரசுரிக்கப்பட்ட இரு புத்தகங்களிலும் வெகு விவரமாக ஆராய்ந்திருக்கிறார். ஏகாதிபத்தியத்துக்கு எழுத்தாளர் பரிவுகாட்டியபோதிலும், உண்மைகள்தாமே பேசுகின்றன. பிரிட்டன் பிடித்ததிலிருந்து பாஞ்சாலத்தில் கடன்சுமை பரவியதெப்படி என்று முதல் புத்தகத்தில் காட்டுகிறார்:-

"சீக்கியர் காலத்தில் அபூர்வமாக இருந்த அடமானக் கடன்முறை ஒவ்வொரு கிராமத்திலும் தோன்றியது. 1878க்குள், மாகாண விஸ்தீரணத்தில் 7 சதவீதம் அடமானம் வைக்கப்பட்டுவிட்டது. . . .

"1880க்குள் 'பலவீனமான' சொந்த நிலமுடைய விவசாயிக்கும் 'பலசாலியான' லேவாதேவிக்காரனுக்கும் நடந்த போராட்டத்தில், லேவாதேவிக்காரன் பூர்ண வெற்றியடைந்து விட்டான். . . அடுத்த முப்பது வருஷகாலம், லேவாதேவிக்காரன் சிகரத்திலிருந்தான்; அவன் தொகை ஏராளமாகப் பெருகியது. பாங்கர்கள், லேவாதேவிக்காரர்களின் மொத்த எண்ணிக்கை (அவர்களைச் சார்ந்தவர்கள் உள்பட) 1868-ல் 53, 236 ஆக இருந்தது; 1911ல் 193, 890 ஆக உயர்ந்துவிட்டது".

1911-ல், லேவாதேவிக்காரன் சிகரத்தை எட்டிவிட்டதாக டார்வின் அபிப்ராயப்பட்டார். 1927-ல், விவசாய கமிஷன் முன் சாட்சியம் தருகிறபோது, "பாஞ்சாலத்தில், இரண்டு ஜில்லாக்களைத் தவிர, மீதி இடங்களில் கிராம லேவாதேவிக்காரன் தொழிலை மெள்ள மெள்ள குறைத்துக்கொண்டு வருகிறான். கூட்டுறவு இயக்க வளர்ச்சியும், கடன்வாங்கும் விவசாயிக்கு சட்டம் அளிக்கும் பாதுகாப்பும் **விவசாயி-லேவாதேவிக்காரன்** தோன்றியிருப்பதும் இந்த குறைவுக்கு பிரதான காரணங்கள்" என்று நம்பிக்கையுடன் கூறினார். ஆனால் 1930-ல் பிரசுரிக்கப்பட்ட அடுத்த புத்தகத்தில் அவர் தொனியில் நம்பிக்கை மறையவில்லையென்றாலும், அபாயம் வருவதை அறிவித்தார்:-

"நிலபராதீனத் தடைச்சட்டம் இருந்தபோதிலும் பெரிய அளவில் விவசாயியின் நிலம் பறிமுதல் செய்யப்படலாமென்ற

அபாயம் இருக்கிறது. மேற்கு பாஞ்சாலத்தில், சட்டத்தை உபயோகித்துக்கொண்டு பெருநிலச்சுவான்தார் விவசாயிகளின் நிலங்களை தன்னுடையதுடன் சேர்த்துக்கொள்ளக் கூடுமென்பதற்கு இதற்கு முன்னரே அடையாளங்கள் தென்படுகின்றன."

1935-ல், பாஞ்சால நில வருமான அதிகாரிகள் ரிப்போர்ட் செய்தார்கள்:

"விவசாய லேவாதேவிக்காரன் நாட்டுப்புறத்தில் பலமடைந்தது வருவது வெளிப்படை".

1919-ல் செய்த விசாரணையில், சொந்த நிலமுடைய விவசாயிகளில் 100க்கு 17 பேரே கடன் தொல்லையில்லா மலிருப்பதாகவும், சராசரி கடன் 463 ரூபாய், அதாவது நிலவரியைப்போல் 12 மடங்கென்றும், டார்வின் கண்டார்.

கடன்சுமைப் பெருக்கத்தைப்பற்றி வங்காளத்தின் **பரித்பூர்** ஜில்லாவிலிருந்து ஒரு நல்ல உதாரணம். 1906-ல், இந்த ஜில்லாவில் **ஜே.ஸி. ஜாக்** ஒரு விசாரணை நடத்தினார். இவர் பின்னால் கல்கத்தா ஹைகோர்ட் நீதிபதியாயிருந்தார். இவர் விசாரணையின் முடிவுகள் 1916-ல் புத்தக ரூபமாக பிரசுரிக்கப்பட்டன. அச்சமயத்தில் (1906-ல்) இந்த ஜில்லாவிலுள்ள குடும்பங்களில் 100-க்கு 55 கடன்படாமலிருந்ததாக அவர் புள்ளிவிவரங்களின் முடிவு கூறியது. 25 வருஷங்கள் பின்னர், 1933-34-ல் அதே பரித்பூர் ஜில்லாவில் **வங்காள பொருளாதார விசாரணை போர்டு** ஒரு விசாரணை நடத்தியது. இந்த 25 வருஷங்களுக்குப்பின், பரித்பூர் குடும்பங்களில் 16.9 சதவீதம்தான் கடன்படாமலிருந்ததை இந்த விசாரணை வெட்ட வெளிச்சமாக்கியது.

6. மூவகைச் சுமை

இவ்வாறாக சொந்த நிலமுள்ள விவசாயி, இதுவரையில் நிலமில்லாத உழைப்பாளியாக மாறியிருக்காவிட்டால், மூவகைச் சுமைகளின்கீழ் இன்று வசிக்கிறான். தன்னுடைய சிறுநிலத்தில் அல்லது கையகலமுள்ள துண்டுகளில், போதுமான கருவிகள்கூட இல்லாமல் பயிர்செய்து அவனுக்குக் கிடைக்கிற சொற்ப வருமானம் அவனுக்கும் அவன் குடும்பத்துக்கும் உயிர்வாழ்வதற்கு மாத்திரம் அத்தியாவசியமாக வேண்டியிருக்கும் தேவைகளுக்குக்கூட ரொம்ப குறைவாயிருந்தபோதிலும்,

அந்தச் சொற்ப வருமானத்தை விழுங்குவதற்கு மூவர் அவனை நெருக்குகிறார்கள்.

1. அரசாங்கத்தின் நிலவரிக் கோரிக்கை எல்லோர் தலைமீதும் விழுகிறது; மேலும் அவன் வாங்குவது சில சாமான்களாயிருந்தாலும், அதன் மூலம் மறைமுகமாக வரி கொடுக்கிறான். ("இந்திய கிராமங்களில் சுயதேவைகள் பூர்த்தி செய்யப்படுவதால், வெளியிலிருந்து ஒருசில சாமான்களே உப்பு, மண்ணெண்ணெய், கள் வகையறாக்கள் முதலியனவே. கிராமத்தில் தேவையாயிருப்பதால், உள்நாட்டு வரிகளால் கிடைக்கும் வருமானத்துக்கு வரம்பு ஏற்பட்டுவிடுகிறது" என்று ஸைமன் ரிப்போர்ட் ஒப்பாரி வைத்தது. அப்படியிருந்தும் பரம ஏழைகளின் சர்வ சாமான்யமான முதல் தேவையான **உப்பு** மீது போடும் வரியிலிருந்து மாத்திரம் 1939-40-ல் 81 லட்சம் பவுன்கள் கிடைத்தது-நிலவரியில் ஐந்தில் இருபங்கு இது.)

இரண்டாவதாக, பெரும்பான்மையான விவசாயிகள் அரசாங்கத்துக்கு வரி செலுத்துவதுடன், நிலச்சுவான்தாருக்கு குத்தகை கொடுக்கவேண்டியிருக்கிறது; ஏனெனில், பிரிட்டிஷ் இந்தியாவின் விஸ்தீரணத்தில் பாதி ஜமீன்தாரி முறைக்குட்பட்டிருக்கிறது; ரயத்துவாரி ஏரியாவில் உள்ள பண்ணைகளில் குறைந்தபட்சம் மூன்றில் ஒருபகுதி குத்தகைக்கு அல்லது வாரத்துக்கு விடப்படுகின்றன.

மூன்றாவதாக, மிகப்பெரும்பான்மையான விவசாயிகள் லேவாதேவிக்காரனுக்கு வட்டி கொடுக்க வேண்டியிருக்கிறது. **டார்லிங்** புள்ளி விவரங்களும், பரித்பூர் உதாரணமும் பொதுநிலைமையின் பிரதிபலிப்புகளானால், விவசாயிகளில் 80 சதவீதத்தினர் லேவாதேவிக்காரனுக்கு வட்டி கொடுக்க வேண்டும்.

விவசாயியின் உற்பத்தியில், அவனிடமிருந்து எவ்வளவு பறிக்கப்படுகிறது? அவனது வாழ்க்கையை நடத்த, அவனிடம் மிச்சப்படும் வீதாச்சாரம் எவ்வளவு? இந்திய விவசாயத்தின் இந்த ஜீவாதாரமான பிரச்சினைக்கு பதில்தரும் புள்ளி விவரங்கள் சேகரிக்கப்படவில்லை. நிலவரிக்கு மேல் குத்தகை, மேல்வாரம் ஆகிய இனங்களில் கொடுக்கப்படும் மொத்த தொகையை அறியவோ, கடனுக்காக செலுத்தப்படும்

விவசாயிகள்மீது சுமைகள் 367

வட்டியின் கன பரிமாணத்தை அறியவோ ஒரு முயற்சியும் எடுக்கப்படவில்லை. சரியான விவரங்கள் கிடைக்காமல் போகவே, **ஸெண்டிரல் பாங்கிங் விசாரணைக் கமிட்டியின் மைனாரிட்டி ரிப்போர்ட்** பொதுவாக எஸ்டிமேட் செய்தது. 35 கோடி ரூபாய் நிலவரியை அடிப்படையாக எடுத்துக்கொண்டு, கடனுக்காக கொடுக்கப்படும் வட்டியை நிலவரிபோல் மூன்று பங்கிருக்கும்-100கோடி ரூபாய்கள் இருக்கும் என்று ரொம்பக் குறைவாக மதிப்பிட்டது. நிலவரியைத்தவிர, நிலச்சுவான்தாருக்கு நிலவரியைப்போல ஒன்றரைமடங்கு கிடைக்குமென்று மதிப்பிட்டது. ஆக, விவசாயியிடமிருந்து நிலவரியைப் போல ஐந்துமடங்கு பளுவுள்ள தொகை பறிக்கப்படுகிறது. எனினும், ரிப்போர்ட்டே காட்டுவதுபோல, இந்த கணிப்பு குறைந்தபட்ச மதிப்புதானென்பது நிச்சயம். நிலவரியைப்போல ஒன்றரை மடங்கு நிலச்சுவான்தாருக்கு நிகர் குத்தகை கிடைப்பதென்பது சென்னையில் கொண்டு வரப்பட்ட ஒரு மசோதாவின் பேரில் கணக்கிடப்பட்டது. நிலவரியைப்போல $1^1/_2$ மடங்கே நிலச்சுவான்தாருக்கு அதிகபட்சமாய் சேரலாமென்று சட்டம்செய்து, விவசாயிகள் நிலைமையை சீர்படுத்துவதற்காக, இந்த மசோதா வந்தது; ஆனால் மசோதா சட்டமாகவில்லை. உண்மையான வீதாச்சாரம், இன்னும் அதிகமாயிருக்க வேண்டும். வங்காளத்தில் மொத்த குத்தகை நிலவரியைப்போல குறைந்தபட்சம் நாலு பங்கு இருக்கும்; அநேகமாக ஆறுமடங்காகவும் இருக்கிறது. இதர மாகாணங்களில் இவ்வளவு ஜாஸ்தி இல்லாவிட்டாலும், ரிப்போர்ட் கணிப்பைவிட ஜாஸ்தியாகத்தான் இருக்கிறது. 'குத்தகை முறையிலும் உற்பத்தி சக்தியிலும் பல்வேறு விதங்களிருப்பதால், இடத்துக்கு இடம் ஆளுக்கு ஆள், நிலைமைகளில் பெருத்த வித்தியாசங்களிருந்தபோதிலும், இடைத்தட்டுக்காரர்கள் இருக்குமிடங்களிலெல்லாம், விவசாயிகளின் மீதுள்ள சுமை $1 : 1^1/_2$ வீதாச்சாரத்தைவிட அதிகமாகவே இருக்கும்" என்ற அபிப்ராயத்தை ரிப்போர்ட் ஆதரிக்கிறது. 900 கோடி ரூபாய்கள் கடனுக்கு 100 கோடி ரூபாய் வட்டி என்பது ரொம்ப குறைவாகும். இதன்படி 11 சதவீத வட்டிதான் ஆகிறது. கிராம லேவாதேவிக்காரனின் மாமூல் விகிதம் மாதத்துக்கு ரூபாய்க்கு ஒரு அணா அல்லது 75 சதவீதம் (சில சமயம் $1^1/_2$ அணாகூட வாங்குகிறான்)

இந்தக் கமிட்டி ரிப்போர்ட்டுக்குப் பின், கடன் தொகை இரண்டு ம்டங்காகியிருப்பதாக மதிப்பிடப்பட்டிருப்பதால், விவசாயியின் வட்டிசுமை இன்னும் அதிகமாயிருக்கும். ஆகவே, உண்மையான பளு இந்தக் கணிப்பு காண்பிப்பதைவிட அதிக கனமுள்ளதாக இருக்கிறது. எனினும், இந்த எஸ்டிமேட்படியே, இத்துடன் உப்பு வரியையும் சேர்த்துக்கொண்டால், வருஷத்துக்கு விவசாயிகள் 200 கோடி ரூபாய்கள் லேவாதேவிக்காரனுக்கும் நிலச்சுவான்தாருக்கும் நிலவரிக்கும் உப்புவரிக்கும் கொட்டியளக்கிறார்கள்-அதாவது ஒவ்வொரு விவசாயியும் தன் வருமானத்தில் வருஷத்துக்கு 20 ரூபாய் கொடுத்துவிடுகிறான். இதற்கெதிராக, "பிரிட்டிஷ் இந்தியாவிலுள்ள விவசாயியின் சராசரி வருஷ வருமானம் 42 ரூபாய்களுக்கு மேலில்லை" என்று ஸெண்டிரல் பாங்கிங் விசாரணைக் கமிட்டி எஸ்டிமேட் செய்திருக்கிறது.

"ஒரு தென்னாட்டு கிராமத்தின் ஆராய்ச்சி" என்ற (என். எஸ். சுப்ரமணியம் எழுதியது; காங்கிரஸ் மகா சபையின் பிரசுரம்-1936) புத்தகத்தில் சுரண்டல் வீதத்தை இன்னும் திட்டவட்டமாகக் காண்கிறோம். **நெரூர்** கிராமம், திருச்சி ஜில்லாவிலுள்ளது; கிராம ஜனத்தொகை 6200. இந்தக் கிராமத்தின் பொருளாதாரத்தை பரிசீலனை செய்யும் இப்பிரசுரத்தில், சகல விதங்களிலும் கிராம ஜனத்தொகைக்கு கிடைக்கும் மொத்த வருமானம், கிராமத்திலிருந்து வெளியேறும் தொகை, கிராமத்தில் உபயோகத்துக்காக மிஞ்சுவது ஆகிய விவரங்களடங்கிய வரவு செலவு கணக்கு அப்படியே தரப்படுகிறது. சுரண்டலின் பரிமாணத்தை, பளிங்குபோல் தெட்டத் தெளிவாகக் காணலாம். கிராம அயலார்கள் கிராமத்தில் பிரதான மிராசுகளாக இருப்பதாலும், கிராம அயலார்களே கிராமவாசிகளுக்கு, முக்கியமாக, கடன் கொடுத்திருப்பதாலும் குத்தகையின் பெரும் பகுதியும் வட்டியின் பெரும் பகுதியும் கிராமத்தைவிட்டு வெளியே செல்கின்றன; கிராமத்தின் நிகர வருமானத்திலிருந்து இவை தெளிவான முறையில் கழிக்கப்படுகின்றன.

இந்த விவரமான பரிசீலனை வெளிப்படுத்திய முடிவுகள் என்ன? எல்லா பொருள்களையும், மார்க்கட் விலையில் மதிப்பிட்டு, விவசாயத்திலிருந்து கிடைக்கும் மொத்த வருமானம் 3,44,000 ரூபாயாக மதிப்பிடப்பட்டது. சாகுபடி

செலவுகள் போக (விவசாயிகளின் உழைப்புக்கு சம்பளம் சேர்க்கப்படவில்லை; கிராமத்திலிருந்து கூலிக்கமர்த்தப் பட்டவர்களின் கூலியும் இதன் சாகுபடி செல்வில் சேரவில்லை. அயல் கிராமத்திலிருந்து வந்தவர்களின் கூலிமாத்திரம் சேர்க்கப்பட்டது) நிகராகக் கிடைத்த விவசாய வருமானம் 2,12,000 ரூபாய்கள். விவசாயத்தை தவிர இதர துறைகளில் (வெளி கிராமங்களில் சம்பாதிக்கப்பட்ட கூலி, கிராமத்திலுள்ள சர்க்கார் சிப்பந்திகளின் சம்பளம், பென்ஷன்கள், கடனுக்குக் கிடைத்த வட்டி ஆகியவை) 24,000 ரூபாய் வருமானம் கிடைத்தது. ஆக, கிராமத்தின் நிகர வருமானம் மொத்தமாக 2,36,000 ரூபாய்.

இதற்கெதிராக, கிராமத்திலிருந்து வெளியேறிய தொகைகள்:- நிலவரி, தண்ணீர் ஸெஸ், இதர ஸெஸ் வரிகள் 30,000 ரூபாய். கிராமத்துக்கு வெளியிலுள்ள நிலச்சுவான்தார்களுக்கு அனுப்பிய குத்தகை,70,000; கடனுக்கு வட்டி (மிகக் குறைவான வட்டி விகிதத்தில் 8 சதவீத வட்டி போட்டு கணக்கிடப்பட்டது) 40,000 ரூபாய் கள், சாராயக் கடைகள் மரவரி, மரச் சொந்தக்காரர்களுக்கு வாடகை ஆகியவை 12,000 ரூபாய் ஆக மொத்தமாக, அரசாங்க நிலவரி, இதர வரிகள், குத்தகை, வாடகை, வட்டி ஆகிய ஐட்டங்களில் கிராமம் செலவு செய்தது. 1,52,000 ரூபாய் சில்லரையாக வெளியில் போனது ரூ.4000 சேர்த்தால் மொத்தம் 1,56,000 ரூபாய். கிராமத்தில் மிஞ்சி நிற்பது ரூ.80,000; அதாவது தலைக்கு ரூபாய் 13க்கும் குறைவு.

ஆக, இந்தக் கிராமத்தில், ஒவ்வொருவரும் வருஷத்துக்கு ரூ.38 (2 பவுன் 17 ஷில்லிங்) சம்பாதிக்கின்றனர். வரி வசூலிப்பவரும் நிலச்சுவான்தாரும் லேவாதேவிக்காரனும் தங்கள் பங்குகளை எடுத்துக்கொண்டபிறகு, அவனிடம் வருஷம் முழுவதற்கும் மிஞ்சுவது 13 ரூபாய்க்கும் குறைவு (19 ஷில்லிங்) இதில்தான் அவன் வாழவேண்டும். அதாவது, வருமானத்தில் மூன்றில் ஒரு பாகமே அவனிடம் இருக்கிறது; மீதி, மூன்றில் இரு பாகம் அவனிடமிருந்து பறிபோகிறது.

"நிலவரி, கலால் வரி, பொருள் வரி, வட்டி, கிராமத்திலில்லாத மிராசுதார்களின் குத்தகை ஆகிய ஐட்டங்கள் மூலம், நிகர

வருமானத்தில் மூன்றில் இரு பங்கு கிராமத்தை விட்டு வெளியேறுகிறது:"-மேற்கண்ட புள்ளி விவரங்களில் சுருக்கித் தரப்பட்டிருக்கும் இந்த விவரமான பரிசீலனையின் முடிவு இதுவே.

பிரெஞ்சு புரட்சிக்குமுன் நிலவிய பிரெஞ்சு விவசாயிகளின் வாழ்க்கை நிலைமையை **கார்லே** பின் கண்ட பிரசித்தி பெற்ற வாக்கியங்களில் வர்ணித்தார்:-

"தன் குழந்தைகளின் உணவுக்காக முட்புதர்களின் நடுவேயிருந்து சிரமப்பட்டு பழங்கள் எடுத்து வருகிறாள் விதவை. உல்லாசமாக உலாவிக்கொண்டிருக்கும் எஜமானன் அதில் மூன்றிலொன்றை பிடுங்கிக்கொண்டு விடுகிறான். இந்த இரசவாதத்திற்கு வாடகையென்றும் சட்டம் என்றும் பெயரிடுகிறான் அவன்."

இதைவிட அதிசயமான இரசவாதம் பிரிட்டிஷ் இந்தியாவில் சிருஷ்டிக்கப்பட்டிருக்கிறது. அதன்படி ஒரு பழம் விவசாயிக்கு அளிக்கப்பட்டிருக்கிறது. இரு பழங்களை எஜமானன் பிடுங்கிக்கொண்டு போகிறான்.

ஒன்பதாவது அத்தியாயம்

விவசாயப் புரட்சியை நோக்கி

"எழுந்திரு வீர விவசாயியே! எழுந்து கிருஷ்ணனை பின்பற்று!
விழித்திரு திருடரும் கொள்ளைக்காரரும் வீட்டில் புகுந்தனர்.
எழுந்திரு விவசாயியே! எழுந்து கிருஷ்ணனைப் பின்பற்று!
செழுங்கதிரறுக்க விவசாயி விரையும் வைகாசி மாதத்தில்
சொந்தக்காரன் கதிரைப் பிடுங்க, கடன்காரன் ஜப்தி செய்ய,
சமாதான்ம் ஒருநாளும் கண்டதில்லை.
உன்னுழைப்பின் பலனை உன் கண்முன் கொண்டுபோகிறார்,
உனக்கோ ஒரு மணி தானியமும் விடுவதில்லை.
எழுந்திரு, வீர விவசாயியே! எழுந்து கிருஷ்ணனைப் பின்பற்று!
(-சடோகி சர்மா-கிஸான் கவி; கிராம கவிகள்
ஸ்தாபனத் தலைவர், மத்ரா.)

(மகாபாரத யுத்தத்தில் தயங்கிநின்ற அர்ஜுனனை போராடத் தூண்டிய கிருஷ்ணனனின் உபதேசத்தையே இங்கு கவிதை குறிக்கிறது.) மேற்கண்ட பரிசீலனையிலிருந்து, பிரிட்டிஷ் ஆட்சியில் வளர்ச்சியடைந்த காரணங்களாலும் சூழ்நிலைகளாலும் முற்றிவரும் விவசாய நெருக்கடியின், உச்ச நிலையை எட்டிக்கொண்டிருக்கும் விவசாய நெருக்கடியின் பிரதான அம்சங்களை சுருக்கமாக விவரிக்கலாம்.

1. விவசாய நெருக்கடியின் வளர்ச்சி

முதல் அம்சம்: தேசிய பொருளாதாரத்தில், விவசாயம் சீர் இழந்து நிற்கும் நிலைமை-விவசாயத்தில் வளர்ச்சி இல்லை; தேய்வு ஏற்பட்டிருக்கிறது; அதே சமயத்தில் விவசாயத்தில் அமிதமான ஜனநெருக்கம் ஏற்பட்டு, அதிகமான அழுத்தம் சம்பவித்திருக்கிறது; அத்துடன் இந்தியாவின் கலோனியல் நிலைமையில் பொருளாதாரத்தில் தொழில்களின் பங்கு குறைந்துகொண்டே இருக்கிறது. இந்த பொதுவான நிலைமை இதர அம்சங்களை பாதிக்கிறது. மோசமாக்குகிறது.

இரண்டாவது: விவசாயத்திலுள்ள தேக்கமும் சீரழிவும் உற்பத்தி குறைவு; உழைப்பு வீணாக்கப்படுதல், சாகுபடி செய்யக்கூடிய பிரதேசத்திலும் சாகுபடி செய்யப்படாமை; சாகுபடி செய்யப்படும் பிரதேசத்திலும் அபிவிருத்தியில்லாமை; அபிவிருத்தி செய்யாததுடன், உற்பத்தி வீதம் குறையும் அடையாளங்கள்; சாகுபடி செய்யப்படும் நில விஸ்தீரணம் நிகராகக் குறைதல்.

மூன்றாவது: விவசாயிகளிடையே வளர்ந்துவரும் நிலப்பசி; நில உடைமைகளின் விஸ்தீரணம் தொடர்ச்சியாகக் குறைதல்; நிலம் துண்டு துண்டாக்கப்படுதல்; நிலச் சொந்தக்காரன் ஜீவனத்துக்கு கட்டிவராத நில உடைமைகள் அதிகமாகி மொத்த நில உடைமைகளில் பெரும்பான்மை யானவை இந்நிலைமையை அடைதல்.

நான்காவது: நிலப்பிரபுத்துவத்தின் விஸ்தரிப்பு, குத்தகை, உட்குத்தகை, அதற்குள் குத்தகை-இவ்விதமாக இடைத்தட்டுக் காரர்கள் அதிகரித்தல்; வேலையில்லாமல், சாகுபடி செய்யாமல், குத்தகை (அல்லது மேல்வாரம்) வாங்குபவர்களின் எண்ணிக்கை (இடைத்தட்டுக்காரர்கள், மிராசுதார்கள்) அதிகரித்தல், சாகுபடி செய்யாதவர்கள் கைக்கு மேலும் மேலும் அதிகமாக நிலம் மாறுதல்.

ஐந்தாவது: சொந்த நிலம் இன்னும் வைத்திருப்பவர்களிடம் கூட கடன் பளு அதிகரிப்பு; சமீபகாலத்தில் விவசாயக் கடனில் ஏற்பட்டிருக்கும் பிரமிக்கத்தக்க உயர்வு.

ஆறாவது: சாகுபடி செய்பவர்களின் சொந்த நிலம் பறிமுதல் செய்யப்படும். நிகழ்ச்சியின் விஸ்தரிப்பு கடன் சுமை வளர்ச்சியால், நிலம் லேவாதேவிக்காரர்களுக்கு கை மாறுதல்; இதன் விளைவாக நிலப்பிரபுத்துவம் வளர்கிறது; நிலமில்லா விவசாயத் தொழிலாளி வர்க்கமும் வளர்கிறது.

ஏழாவதாக: விவசாயத் தொழிலாளி வர்க்கம் துரிதமடையும் வேகத்தில் வளர்கிறது. 1921-31 பத்து வருஷங்களில் மாத்திரம், சாகுபடி செய்பவர்களின் எண்ணிக்கையில் ஐந்திலொரு பங்கிலிருந்து மூன்றிலொரு பங்காகிவிட்டனர். அதன்பிறகு இத்தொகை பெருகி கிட்டத்தட்ட 50 சதவீதமாகிவிட்டது.

கடன் வாங்குவதின் விளைவாகவே, விவசாயிகள் நிலம் பறிமுதல் செய்யப்படுகிறதென்பதை அனைவரும் ஒப்புக்கொள்கின்றனர். 1892லேயே விவசாயக் கடன் நிவாரண சட்டத்தைப்பற்றி பரிசீலனை செய்த **தக்காண கமிஷன்**, "ஒரு விவசாய தேசத்தில் நிலத்தின் அபிவிருத்திக்கு ஒன்றும் செய்யாத, வாடகைப் பேராசைகொண்ட அயலார்களுக்கு நிலம் மாற்றப்படும்". உண்மையைக் கசந்துகொண்டே குறிப்பிட்டது. மேலும், "ஒரு பொறுப்பற்ற நிலச்சுவான்தாரின் அதிகாரங்களை உபயோகிக்க" இந்த புதிய நிலச்சுவான்தாரரைப் போல "லாயக்கு குறைவானவன் உலகத்திலேயே இல்லை" என்றும் கூறியது. மேலும், "நிலச்சுவான்தார் என்ற முறையிலும், அவன் அக்கிரம வட்டிக்கார மனப்பான்மையுடன் நடந்துகொள்ளுகிறான். தன்னுடைய கடன்காரனாக இருக்கும் உழவனிடம், ஏறத்தாழ தனது அடிமையாயிருக்கும் உழவனிடம் எவ்வளவு கண்டிப்பாக தண்டமுடியுமோ, அவ்வளவு கண்டிப்பாக, அதிக பட்சமான தொகையை வாங்குகிறான்" என்று குறிப்பிட்டது. 1928ல் "ஜனங்களுக்கு தோன்றுவதைப்போல, கடன்சுமை லேவாதேவிக்காரனுக்கு தவிர்க்க முடியாதவகையில் ஏராளமான அதிகாரத்தை அளிக்கிறது. நிலம் அவன் சுவாதீனத்துக்கு மேலும் மேலும் மாறிக்கொண்டிருப்பதை தெய்வாதீனமென்று ஒப்புக் கொள்ளும்படி செய்கிறது; அவனது தனிப்பெரும் அந்தஸ்தை கேட்பார் கேள்வியில்லாமல் விட்டுவிடுகிறது" என்று விவசாய கமிஷன் குறிப்பிட்டது. இது நிற்க, நிலத்தை அபகரிக்கும் லேவாதேவிக்காரனின் கொடுமையைக் குறித்து இந்த அரசாங்க கமிஷன்களுடைய புண்பட்ட சன்மார்க்க சிந்தனையிலிருந்தெழும் கோபாவேசமெல்லாம் லேவாதேவிக்காரனின் செல்வாக்கு அரசாங்கத்திற்கு சட்டபூர்வமான ஆதரவிலிருந்தெழுவதை குறிப்பிடுவதில்லை. நிலவரியையும் இதர வரிகளையும் அரசாங்கம் தண்டுவதால் சாகுபடிக்காரர்கள் லேவாதேவிக்காரர்கள் காலடியில் சரணடைவதைப்போலவே, கடனுக்காக நிலம் பறிமுதல் செய்யப்படுவதை அரசாங்க சட்டம் ஆதரிப்பதையும் ஆத்திரத் தீ கக்கும் இக்கமிஷன்கள் குறிப்பிடுவதில்லை. 1931ல் ஸெண்டிரல் பாங்கிங் விசாரணை கமிஷன் கூறியதாவது:- "கடன்சுமை காரணமாக, இறுதியில், நிலம்,

விவசாய வர்க்கத்திடமிருந்து விவசாயியல்லாத லேவாதேவிக்காரன் கைக்கு மாறுகிறது. இதனால், தாழ்த்தப்பட்ட பொருளாதார அந்தஸ்துடைய நிலமில்லாத விவசாயத் தொழிலாளி வர்க்கம் சிருஷ்டிக்கப்படுகிறது. அதனால் லேவாதேவிக்காரனின் குத்தகைவிகிதம் நல்ல மகசூல் கிடைப்பதற்கு தக்க வேலை செய்யவேண்டுமென்ற விவசாயியின் ஆர்வத்தை குன்றவைப்பதால், விவசாயத்திறமை, இழக்கப்படுகிறதென்று சொல்லப்படுகிறது."

"விவசாயி அல்லாதவர் கைகளில் நிலம் ஒருமிக்க குவியும் நிகழ்ச்சி சம்பவித்துக்கொண்டிருக்கலாம்" என்ற முடிவுக்கு 1931 ஸென்ஸஸ் ரிப்போர்ட் வந்தது.

ஆனால், இந்த நிகழ்ச்சிப்போக்கு முழுவதும்-விவசாய சீரழிவு, நிலம் பறிமுதல் அதிகரித்துக்கொண்டிருக்கும் வர்க்கப்பேதம் ஆகியவை, உலகப் பொருளாதார நெருக்கடியின் விளைவாக, விவசாயப் பொருட்களின் விலை வீழ்ச்சியின் விளைவாக, அதன்பின் இரண்டாவது உலகயுத்தத்தின் விளைவாக யுத்தகாலத்தில் தேசம் முழுவதும் சம்பவித்த பஞ்சங்களின் விளைவாக தீவிரப்பட்டுவிட்டன; வெகு வேகமாக, மிக துரிதமாக முற்றிக்கொண்டு வந்திருக்கின்றன.

1928-29-ல், பொருளாதார நெருக்கடி ஏற்படுவதற்கு முன் வருஷத்தில், விவசாயப் பயிர்களின் மதிப்பு சராசரி மகசூல் விலையில், 1034 கோடி ரூபாய்கள்; 1933-34-ல், அது 473 கோடி ரூபாய்கள்தான்-55 சதவீதம் குறைந்துவிட்டது.

முன்னாலேயே ஏழ்மைப்பட்டிருக்கும் விவசாயிக்கு அவன் வருமானம் திடுதிப்பென்று ஒன்றுக்கு பாதியான தினாலேற்பட்ட விளைவுகளை கற்பனை செய்ய முடியும். அவன் செலுத்தவேண்டிய பணத்தொகை (வட்டி, நிலவரி முதலியன) அதற்கேற்றபடி குறையவில்லை. அதற்கு மாறாக, 1928-29ல் 33 கோடி 10 லட்ச ரூபாய்களாயிருந்த நிலவரி 1931 - 32-ல் 33 கோடி ரூபாய்களாகவே இருந்தது; விவசாயிக்கு செலுத்துவதற்கு சக்தியே இல்லாத காரணத்தினால், 1933-34-ல் 30 கோடி ரூபாய்களாயிற்று. அதாவது நிலவரியில் 9 சதவீதத்துக்கு கொஞ்சமதிகமான குறைவே ஏற்பட்டது.

1934-ம் வருஷத்திய வங்காள சணல் விசாரணைக் கமிட்டியின் ரிப்போர்ட்டிலிருந்து 1920-21க்கும் 1932-33க்கு

மிடையே வங்க விவசாயிகளின் கொள்முதல் சக்தியில் (வாங்கும் சக்தி) ஏற்பட்ட மாறுதல்களையும் வங்க விவசாயிகளின் நிலைமையையும் புரிந்துகொள்ளலாம். 1920-21க்கும் 1929-30க்குமிடையே, சராசரியாக, வருஷத்தில் 72 கோடி 40 லட்சம் ரூபாய்க்கு வங்க விவசாயிகள் மார்க்கட்டுகளில் விற்றனர்; ஆனால் 1932-33-ல் 32 கோடி 70 லட்சம் ரூபாய்க்குத்தான் விற்கமுடிந்தது. இதே காலத்தில் அவர்கள் செலுத்தவேண்டிய பணம் 27 கோடி 90 லட்சம் ரூபாயிலிருந்து 28 கோடி 30 லட்சம் ரூபாயாக உயர்ந்தது. அதாவது விவசாயிகளின் கொள்முதல் சக்தி 44 ½ கோடியிலிருந்து 4 கோடி 40 லட்சமாகக் குறைந்தது. கல்கத்தா விலைப் புள்ளிகள் இதே காலத்தில் சராசரி 226லிருந்து (1921-30) 126க்கு (1932-33) விழுந்தது; அதாவது விவசாயிகள் வாங்கும் பொருள்களின் விலைகள் 44 சதவீதமே விழுந்தன; ஆனால் அவர்களுடைய "சுயேச்சையான வாங்கும் சக்தி" (கொள்முதல் சக்தி 90 சதவீதம் குறைந்தது).

இந்தக் காலத்தில்தான், கையிலே தம்பிடி இல்லாமல்போகவே, விவசாயிகளிடம் வாழையடி வாழையாய் சேமித்து வைக்கப்பட்டிருந்த கடைசித் தங்க நகைகளும் விற்கப்பட்டன. இந்தியா தன் கப்பத்துக்கு பொருள்கள் ஏற்றுமதி செய்ய முடியாத அக்காலத்தில், இந்த தங்கத்தைக்கொண்டு இந்தியாவிலிருந்து பிரிட்டனுக்கு காணிக்கை செலுத்தப்பட்டது. 1931க்கும் 37க்குமிடையில் 24 கோடி 10 லட்சம் பவுன்களுக்கு குறைவில்லாமல், தங்கம் இந்தியாவிலிருந்து ஏற்றுமதி செய்யப்பட்டது. இந்த கஷ்டகால தங்க விற்பனையால், ஒரு பகுதியே பயனடைந்தது. அவர்களும் கொஞ்ச காலத்துக்குமேல், நெருக்கடியை இதன்மூலம் தள்ளிவைக்க முடியவில்லை.

ஐக்கிய மாகாணத்தில், குத்தகை கொடுக்கமுடியாமல், நிலத்தை விட்டோடிய விவசாயிகளின் எண்ணிக்கை 1931ல் 71,430 ஆக உயர்ந்தது. அதே வருஷத்தில், பலாத்காரமாக நிலவரி வசூல் செய்யும்படி 256, 284 உத்தரவுகள் போடப்பட்டன. வங்காளத்தில் நிலம் சாகுபடி செய்யப்படாமல் போகிறது" என்று நீர்ப்பாசன கமிட்டி 1930ல் ரிப்போர்ட் செய்ததை நாம் முன்னரே கவனித்தோம்.

1934-35-ல் சாகுபடியான நில விஸ்தீரணத்தில், 50 லட்சம் ஏக்கராக்களுக்குமேல் குறைந்துவிட்டது. 1933-34-ல் பயிர் செய்யப்பட்ட விஸ்தீரணம் 23 கோடி 32 லட்சம் ஏக்கராக்கள்; 1934-35ல் 22 கோடி 69 லட்சம் ஏக்கராக்கள்; உணவு தானியங்கள் பயிரான நில விஸ்தீரணத்தில் மாத்திரம் 55 லட்சத்து 89 ஆயிரம் ஏக்கராக்கள் குறைந்தது.

1934லிலிருந்து விலைவாசிகளில் ஓரளவு மறுமலர்ச்சி ஏற்பட்டதால் மந்தம் தணியவில்லை; நெருக்கடியின் நீடித்த விளைவுகளையும் முறியடிக்க முடியவில்லை. "1934லிருந்து ஜனங்களின் கஷ்டங்கள் கடுமையாகிவிட்டன" என்று ஆண்ஸ்டி எழுதுகிறார்.

விவசாயிகளின் வருமானம் பாதியானதால், கடன் தொகையின் கனம் இரண்டு மடங்காகியது. இதனால் கடன் அதிகரிப்பது தவிர்க்க முடியாததாயிற்று. இன்றுள்ள விவசாயக்கடன் 1931லிருந்ததைப் போல இருமடங்காயிருப்பதாக மதிப்பிடப்படுகிறது.

1921ல் மொத்த விவசாயக் கடன் 40 கோடி பவுன்களென்று மதிப்பிடப்பட்டது. (டார்லிங் - "பாஞ்சால விவசாயியின் சுபிட்சமும் கடனும்".)

1931-ல் மொத்தக் கடன் 900 கோடி ரூபாய் (67¾ கோடி பவுன்கள்) என்று செண்ட்ரல் பாங்கிங் விசாரணை கமிட்டி மதிப்பிட்டது.

1937-ல் மொத்தக்கடன் 1800 கோடி ரூபாய் (135 கோடி பவுன்கள்) என்று ரிஸர்வ் பாங்கு விவசாயக்கடன் டிபார்ட்மெண்டின் முதல் ரிப்போர்ட் மதிப்பிட்டது.

1921லிருந்து 31க்குள்-10 வருடத்தில் விவசாயக் கடன் 40 கோடியிலிருந்து 67½ கோடி பவுன்களாயிற்று; 1931லிருந்து 37க்குள் 6 வருடத்தில் 67½ கோடியிலிருந்து 135 கோடியாயிற்று. இக்காலத்தில் குவிந்துகொண்டிருந்த விவசாயக் கடன் தொகையைப்பற்றி இந்த விவரங்கள் முற்றிக்கொண்டிருக்கும் விவசாய நெருக்கடியை கூர்மையான முறையில் பிரதிபலிக்கின்றன.

ஜப்பான் யுத்தத்தில் பிரவேசித்த பின், பர்மாவிலிருந்து இறக்குமதியாகும் அரிசி, நின்றவுடன், இந்திய விவசாய பொருளாதாரத்தின் கையாலாகாத்தனம் அப்பட்டமாக

அம்பலமாயிற்று. உணவு தானிய நெருக்கடியையும் விலைவாசிகளின் உயர்வையும் சிருஷ்டித்தது. சாகுபடி செய்யும் விவசாயியின் குத்தகை பளுவைக் குறைத்து, அவனுக்கு நீர்ப்பாசன வசதிகளும் இதர வசதிகளும் அளிப்பதன்மூலம் உணவு தானிய உற்பத்தியை அதிகரித்தும், விலைவாசிகளைக் கட்டுப்படுத்தி, ரேஷனிங் முறையை எங்கும் அமுலுக்கு கொண்டுவந்தும், கள்ளச்சேமிப்பையும் கள்ளமார்க்கெட்டையும் பிரயோஜனகரமான முறையில் தடுத்தும், இந்த நிலைமையை சமாளித்திருக்க முடியும். இதைச் செய்வதற்கு பதிலாக சாதாரண மக்களைச் சுரண்டி யுத்தத்துக்கு செல்வம் திரட்டுவதிலேயே குறியாக இருந்த ஏகாதிபத்திய சர்க்கார் பணப் பெருக்கத்திலும் விலை உயர்விலும் நம்பிக்கை வைத்தது; உணவை சகல ஜனங்களுக்கும் தேவைக்கேற்ற முறையில் வினியோகிப்பதற்கு ஏற்பாடு செய்வதைப் பற்றிக் கவலைப்படாமல், இராணுவத்துக்கு உணவு சப்ளை பெற கள்ளச் சேமிப்பாளர்களையே உபயோகித்தது. இதன் விளைவாக, 1943ல் தேசத்தில் பதினான்கு லட்சம் டன்கள் தானியமே துண்டு விழுந்தபோதிலும்-இந்தியாவின் தேவையில் கடுகளவாகுமிது-தேசத்தின் பல பாகங்கள் பஞ்சத்தில் மூழ்கி, பல்லாயிரக்கணக்கான மக்கள் பலியானார்கள்.

வங்காளத்தில் மாத்திரம், பேராசிரியர் **கே.பி.சட்டோபாத்தியாயா** செய்த ஸர்வேபடி, பஞ்சத்தின் விளைவாக 35 லட்சம் ஜனங்கள் இறந்தார்கள். அதிகாரப்பூர்வமான பஞ்ச விசாரணைக் கமிஷன்கூட மொத்த சாவுகளை 15 லட்சமாக மதிப்பிட்டது.

பஞ்சத்தின் அடிச்சுவட்டிலே தொத்து நோய்கள் வந்தன; 12 லட்சம் வங்காளிகள் நோய்வாய்ப்பட்டு இறந்தனர். ("நாட்டுப்புற வங்காளத்தின் நாசம்".)

இந்தப் பஞ்சம் மனிதனால் சிருஷ்டிக்கப்பட்ட பஞ்சம். வங்காளத்தில் மொத்த வருடத்தின் 52 வாரத் தேவைக்கு 6 வாரத் தேவையே துண்டுவிழுந்தது. இறக்குமதி மூலமாகவும் நேர்மையான விநியோகம் மூலமாகவும் இதை ஈடு செய்திருக்க முடியும். ஆனால் வங்க ஜனத் தொகையில் மூன்றிலொரு பகுதி பஞ்சத்தால் பீடிக்கப்பட்டது. உள்ள ஸ்டாக் முழுவதும் ஜமீன்தார்களாலும், வியாபாரிகளாலும் ஒளித்துவைக்கப்பட்டது.

அந்த ஸ்டாக்கை அவர்களிடமிருந்து பறிக்க முயற்சிப்பதற்கு பதிலாக, அதிகாரவர்க்கம் விலைகளை விஷம்போல் ஏற்றவும், லட்சக்கணக்கான ஜனங்களின் உயிர்களை பணயம் வைத்து சூதாடவும், ஜமீன்தார்களுக்கும் வியாபாரிகளுக்கும் உதவி செய்தது; கல்கத்தாவில் 1942 ஜனவரியில் ஒரு மணு அரிசி ரூபாய் 6 விற்றது; 1942 நவம்பரில் 11 ரூபாயாகவும், 1943 பிப்ரவரி-மார்ச்-ஏப்ரலில் 24 ரூபாயாகவும், மே மாதத்தில் 30 ரூபாயாகவும், ஜூலையில் 35 ரூபாயாகவும், ஆகஸ்டில் 38 ரூபாயாகவும், அக்டோபரில் 40 ரூபாயாகவும், உயர்ந்தது. ஜில்லாக்களில், மணு அரிசியின் விலை 50 ரூபாய் முதல் 100 ரூபாய்வரை ஏறிற்று. பஞ்சகாலம் முழுவதும் அரிசி கிடைத்தது.-கணக்கில்லாமல் கிடைத்தது-ஆனால் ஒரு மணு அரிசிக்கு 100 ரூபாய் வீதம் கொடுத்தால்தான் கிடைத்தது.

இதன் விளைவாக, பெரிய வியாபாரிகள் பஞ்சகாலத்தில், 150 கோடி ரூபாய் கள்ளமார்க்கெட் லாபம், உபரி லாபம் அடித்தார்கள்.

ஐந்து ஏக்கராவுக்கு குறைவாக நிலமுடையவர்களும், தனது உணவுத் தேவைகளைப் பூர்த்தி செய்ய முடியாதவர்களுமான வங்காளத்தில 75 சதவீத விவசாய குடும்பங்கள் முதலில் பாதிக்கப்பட்டன. 1943 மே மாதத்திலேயே இவர்களிடம் தானியமில்லை. "உணவு ஸ்டாக் ஜொதேதார்கள் (ஜமீன்தார்கள்) வியாபாரிகள், அரசாங்க ஏஜண்டுகள், பாக்டரி முதலாளிகள் ஆகியோரிடமிருந்தது." ஏழை விவசாயிகளை பஞ்சம் முதலில் தாக்கியது. அதன்பின் நடுத்தர விவசாயிகளும் பாதிக்கப்பட்டனர். எவ்வளவுக்கெவ்வளவு விவசாயி ஏழையாயிருக்கிறானோ, அவ்வளவுக்கவ்வளவு துரிதமாக தன் உடைமைகளை விற்கவேண்டிய கட்டாயம் ஏற்பட்டு, அவன் அனாதையாகி சாகிறான். **இந்தியன் ஸ்டாடிஸ்டிகல் இன்ஸ்டிடியூட்டைச்** சேர்ந்த பேராசிரியர் மஹலானோபிஸ் முதலியோர் விசாரணை அறிக்கை கூறுவதைப்போல:-

"உண்மையில், ஒவ்வொரு குடும்பத்துக்கும் பஞ்சத்துக்கு முன் எவ்வளவு நெல் பயிர் நிலம் இருந்ததோ, அதற்கு இணையான முறையில் (சமாந்திரமாக) பஞ்சக் கொடுமையின் உக்ரம் அவர்களை பாதித்தது."

("ஸாம்பிள் ஸர்வே")

இந்தப் பஞ்சத்தின் விளைவாக, விவசாயிகள் மேலும் வறுமைவாய்ப்பட்டனர்; நிலப்பிரபுக்களிடமும் லேவாதேவிக் காரர்களிடமும் அதிகப்படியான நிலம் குவிந்தது.

மேற்கண்ட, ஸர்வேப்படி, பஞ்சத்துக்குமுன், நெல் விளையும் பூமியில் சுவாதீனமுடைய குடும்பங்களில் நாலிலொரு பகுதி-15 லட்சத்து 90 ஆயிரம் குடும்பங்கள் 1943 ஏப்ரலிலிருந்து 44 ஏப்ரலுக்குள், ஒரு வருஷ பஞ்சகாலத்தில் தங்கள் நிலத்தை முழுவதுமோ ஒரு பகுதியையோ விற்றுவிட்டன அல்லது பெந்தகம் (அடமானம்) வைத்துவிட்டன. இவற்றில் 260 ஆயிரம் குடும்பங்கள் நிலம் முழுவதையும் இழந்து, விவசாயத் தொழிலாளர்களாக மாறிவிட்டன; 660 ஆயிரம் குடும்பங்கள் தங்கள் நிலத்தின் ஒரு பகுதியை விற்றுவிட்டன; 670 ஆயிரம் குடும்பங்கள் தங்கள் நெற்பயிர் நிலத்தை பெந்தகம் வைத்துவிட்டன.

இவர்களில், ஒரு சதவீதத்தினருக்கு அதிகமாக யாரும், நிலத்தை சட்ட நடவடிக்கைகளின் மூலம்கூட, திரும்பப்பெற வில்லை.

ஏழு லட்சத்து பத்து ஆயிரம் ஏக்கர்கள் கொண்ட நெல் வயல்கள் பஞ்சகாலத்தில் விற்கப்பட்டன; இதில் 20,000 ஏக்கர்களே கிராமங்களில் திரும்ப வாங்கப்பட்டன. நகரங்களில் வசிக்கும் விவசாயி அல்லாதவர்களிடம், அயலார்களிடம், கிட்டத்தட்ட 4 லட்சத்து 20 ஆயிரம் ஏக்கராக்கள் நெல்வயல் சிக்கியது. ("ஸாம்பிள் ஸர்வே")

இந்தச் சமயம், நிலம் மாத்திரம் விற்கப்படவில்லை. பொதுமக்களின் வாழ்க்கை முழுவதும் பிளவுண்டது. யாராவது பொறுக்கி எடுத்து சோறுபோட்டு வளர்க்கமாட்டார்களா என்ற நம்பிக்கையில், தாய் தந்தையர் தங்களது அருமைக் குழந்தைகளையும் பச்சிளம் சிறுவர் சிறுமிகளையும் தெருக்களிலே விட்டுச் செல்லும்படியான நிலைமை ஏற்பட்டது. கணவர்கள் தங்கள் மனைவிகளையும் குடும்பங்கள் முழுவதையும் விதியின் கூத்துக்கு விட்டோடினார்கள். பெண்மணிகள் தங்கள் மானத்தையும் விற்க வேண்டியதாயிற்று; விபசார மடங்களில் பிரவேசிக்க வேண்டியதாயிற்று. கல்கத்தாவுக்கு வந்த $1^1/_4$ லட்சம் அகதிகளில் (அனாதை) ஏறத்தாழ 30

ஆயிரம் யுவதிகள் சாவைத் தவிர்ப்பதற்காக, மூச்சைக் காப்பாற்றுவதற்காக, விபசார மடங்களில் சேர்ந்தனரென்று மதிப்பிடப்படுகிறது.

பல நூறாயிரக்கணக்கான ஜனங்கள் அகதிகளானார்கள். **ஸாம்பிள் ஸர்வே**யின் கணக்குப்படி, 1944 மே மாதத்தில் 10 லட்சத்து 80 ஆயிரம் அகதிகள் வங்காளத்திலிருந்தனர்; இதில் 480 ஆயிரம்பேர் யுத்தத்தினாலும், பஞ்சத்தினாலும் அனாதைகளானவர்கள். பரிபூரணமாக அகதி நிலைமை அடையாவிட்டாலும், ஏழ்மையின் அடித்தளத்தை அடைந்தவர்கள் 60 லட்சம். (**நாட்டுப்புற வங்கத்தின் நாசம்**).

கிராமப் பொருளாதாரம் முழுவதும் கலகலத்து நொறுங்கியது. மீன் பிடிப்போர், தோல் பதனிடுபவர், கொல்வர், குயவர், தறிகாரர் முதலிய கிராம கைத்தொழிலாளர்கள் பஞ்சத்தின் உக்ரத்தில் அதிகமாக வதைக்கப்பட்டார்கள். உண்மையில், அவர்களே பஞ்சத்தின் முதல் பலியானவர்கள்; பஞ்சம் அவர்களை ஒட்டாண்டிகளாக்கியது.

இந்த விபத்தில் தப்பிப்பிழைத்தவர்கள்கூட அனாதைகளாகும் கட்டத்தை நெருங்கிக்கொண்டிருக்கிறார்கள். கிராம கைத்தொழிலாளர்களுக்கு மீண்டும் தொழில் நடத்த வசதிகளில்லை. அவர்களுக்கு தேவைப்படும் பொருட்கள் அனைத்தும்-நூல், இரும்பு, வலை, தோல் முதலியவை-கள்ள மார்க்கெட்டுக்குள் புகுந்துவிட்டன. விவசாயிகளிடம் நிலத்தை உழுவதற்கு உழவு மாடுகள் இல்லை; நாட்டுப்புற வங்காளத்தின் குடும்பங்களில் 85 சதவீதம், அதாவது 3 லட்சம் குடும்பங்கள், பஞ்சத்துக்கு முன்னால் தங்களிடமிருந்து கால்நடைகளையெல்லாம் பறிகொடுத்துவிட்டனர். இந்த ஒரு வருஷத்தில் மாத்திரம், உழவு மாடுகளில் 20 சதவீதம் மடிந்தன அல்லது விவசாயி அல்லாதவர்களுக்கு கைமாறின.

கடன்பட்டுள்ள குடும்பங்களின் வீதாச்சாரம் ஏராளமாக அதிகரித்தது. பஞ்சத்தின் கொடுமைகளால் பாதகம் அதிகமடைந்த பிரதேசங்களில் இன்னும் வசிக்கும் குடும்பங்களின் கடன் சுமையைப் பற்றிய கீழ்க்கண்ட கணக்கை கிஸான் சபை ஊழியர்கள் எடுத்தார்கள்:-

மொத்த குடும்பங்களில் கடன்பட்டுள்ள குடும்பங்களின் வீதாச்சாரம்

	1943	1944
வேளாண் குடும்பங்கள்	43 சதவீதம்	66 சதவீதம்
பல்வேறு கைத்தொழிலாளர்கள்	27 "	56 "
கிராமத்திலுள்ள இதரர்	17 "	46 "

இன்றைக்கு ஏராளமான விவசாயிகளிடம் நிலமில்லை. விதையில்லை. உழவு மாடுகளில்லை. தம் தேவைகளை வாங்கப் பணமில்லை. கட்டுமஸ்தான உடலுள்ள பலர் நோய் நொடிகளால் மீண்டும் மீண்டும் தாக்கப்பட்டு உழைக்கும் சக்தியை இழந்துவிட்டனர். யதார்த்தத்தில், "சொந்த நிலமுள்ள விவசாயிகூட தன் நிலத்துக்கும், கால்நடைக்கும், பிண்ணாக்குக்கும், விதைக்கும்கூட, இன்றைக்கு கிராமத்திலுள்ள பணக்கார விவசாயியையோ ஜோதேதாரையோ நம்பி வாழவேண்டியிருக்கிறது. நிலமும் உழவு மாடும் விதையும் பெறுவதற்கு, அவன் எத்தகைய கடினமான ஷரத்துகளுக்கும் தன்னை விற்பதற்கு சம்மதிக்கவேண்டும்; இல்லாவிட்டால் அவன் கைக்கூலிக்காரனாக தாழ்த்தப்படுவான்." ("நாட்டுப்புற வங்கத்தின் நாசம்).

தேசம் முழுவதையும் பிடித்த நெருக்கடியின் தீவிரமான உருவமே வங்காளத்தில் நிகழ்ந்த சம்பவம். யுத்தகால விலைவாசி ஏற்றத்தால் விவசாயிகள் ஓரிடத்திலும் நன்மையடையவில்லை. நடுத்தர விவசாயிகளின் ஒரு பகுதிதான் தங்கள் கடனில் ஒரு பகுதியை அடைக்க முடிந்தது. மிகப் பெருவாரியான விவசாயிகள் கடன் உளையில் மேலும் மேலும் அழுந்தி நிலத்தையே இழந்தார்கள். யுத்தகாலத்திய விவசாயக் கடனைப்பற்றி டாக்டர் **பி.வி. நாராயணசாமி நாயுடு** (சென்னை பச்சையப்பன் கல்லூரி பிரின்ஸிபால்) தலைமையில், சென்னை சர்க்கார் சமீபகாலத்தில் ஒரு விசாரணை நடத்தியது. இந்த விசாரணையில் பல்வேறு புள்ளிவிவரங்கள் யதார்த்த சித்திரத்தை பிரதிபலிக்க வேயில்லை; பட்சபாதமான முறையில் உள்ளவை இவை; உதாரணங்கள் தரும்போது, நிலச்சுவான்தாரர்களுக்கு சாய்கால் அதிகம் அளிக்கப்படுகிறது. ஆனால், இந்த

விசாரணைக்கூட உண்மையான போக்கை மறைக்க முடியவில்லை- அதாவது, யுத்தத்தின் விளைவாக சிறு மிராசுதார்கள், குத்தகைக்காரர்கள், வாரத்தார்கள் விவசாயத் தொழிலாளர்கள் ஆகியோரின் கடன் ஏராளமாக அதிகரித்திருப்பதை மறைக்க முடியவில்லை.

யுத்தகாலம் முழுவதும், பயங்கரமான வேகத்தில், சாகுபடி செய்பவர்களின் சொந்த நிலம் பறிமுதலாகிக் கொண்டிருந்தது; இதன் விளைவாக தீராத நெருக்கடியும் பட்டினிக்கொடுமையும், பஞ்சமும் தலைவிரித்தாடும் நிலைமை இந்தியாவில் ஏற்பட்டுவிட்டது. 1946-ல் பஞ்சம் சம்பவித்த மூன்று வருடங்களுக்குள், இந்தியாவில் 60 லட்சம் டன்கள் உணவுதானியம் துண்டுவிழுந்து, ஜனத்தொகையின் நாலிலொரு பகுதியின் ஜீவிதத்துக்கே அபாயம் ஏற்பட்டிருக்கிறது.

2. விவசாயப் புரட்சியின் அவசியம்

இவ்வாறாக, இந்திய விவசாயிகளை அவசர அவசியமான வாழ்க்கைப் பிரச்சினைகள் எதிர்நோக்குகின்றன; இவற்றுக்கு அவர்கள் உடனடியாக பைசல் காணவேண்டும்.

இன்றைய ஆட்சி முறையின் சூழ்நிலையிலேயே, இன்றைய நிலமுறைக்குள்ளேயே, அதன் அடிப்படையிலுள்ள ஏகாதிபத்திய ஆட்சிக்குள்ளேயே ஒரு பரிகாரம் காணமுடியுமா?

விவசாய உற்பத்தி முறையில் மாத்திரமல்ல, இன்றைய நில வினியோகமுறை, நில உரிமை ஆகியவற்றின் அடிப்படை முழுவதையுமே பாதிக்கும் மகத்தான மாறுதல்கள் அவசியமென்பது வெளிப்படை. இதை அனைவரும் ஏற்றுக்கொள்ளுகின்றனர்.

பிளட் கமிஷனுக்கு சமர்ப்பித்த யாதாஸ்தில், வங்க மாகாண கிஸான் சபை கூறுவதாவது:-

"சாசுவதமான நிலவரிமுறை ஜமீன்தார்களுக்கு தங்குதடையில்லாத உரிமையை அளித்துள்ளது. அதன் விளைவாக, அந்த யதேச்சாதிகாரத்தின் அழுத்தத்தால், இந்த நில அமைப்பு ஒரு ஏகபோக உரிமை அமைப்பாக, கொடுங்கோன்மையின் அமைப்பாக மாறிவிட்டது... சாசுவத நிலவரிமுறையின் பயனாக ஏற்பட்டுள்ள

இரும்புக்கூட்டுக்குள் யதார்த்த சீர்திருத்தம் செய்வதற்கு இடமேயில்லை என்பது எங்கள் அனுபவத்தின் படிப்பினை. ஒரு சீர்திருத்த சட்டம் அரசாங்க சட்ட புத்தகத்தில் இடம் பெறலாம். ஆனால் நிலச் சுவான்தாரி வர்க்கத்திடமுள்ள அதிகாரம் அதை பயனற்றதாக்கிவிட முடியும். . . **ஏஜெண்ட்கள் மூலமாக**. . . நிலப்பிரபு, லேவாதேவிக்காரன், போலீஸ் ஆகிய தனது பல்வேறு ஏஜெண்டுகள் மூலமாக இந்த அமைப்புதான், தன்னை நிலத்தைவிட்டு வெளியேற்ற இடைவிடாமல் முயற்சிப்பதாக, அடக்கப்படும் விவசாயிகள் கருதுகின்றனர். இந்த சூழ்நிலையில், சாசுவத நிலவரிமுறை (ஜமீன்தாரி அமைப்பு-மொ-ர்) ஒழிய வேண்டுமென்ற கோரிக்கை, குழம்பிய சிந்தனையின் வினைப்பயனல்ல. இன்றைய நில உரிமை அமைப்பை செப்பனிடுவது சாத்தியமல்லவென்ற ஆழமான விஷய ஞானத்திலிருந் தெழுவதாகும்."

நிலப் பிரபுத்துவம் ஒழியவேண்டும். இந்தியாவில் நிலப்பிரபுத்துவம் இந்திய ஸ்தாபனங்களை திணிப்பதற்காக, அன்னிய ஆட்சி தான் தோன்றித்தனமாக சிருஷ்டித்ததாகும். ஜனங்களுடைய பரம்பரைப் பண்பாட்டில் இதற்கு அடிப்படையில்லை என்பதை நாம் முன்னரே பார்த்தோம். இதன் விளைவாக இதர தேசங்களைவிட, அதிகமாக இங்கு நிலபிரபுத்துவம் உற்பத்தி முறையில் ஒருவித பங்குமில்லாமல் இருக்கிறது. நிலத்தை கெட்டுப்போகாமல் காபந்து செய்வதாகவோ, நிலத்தை வளப்படுத்தவோ, அவசியமான பங்கெடுப்பதாக பாசாங்குக்கூட செய்யப்படவில்லை. அதற்கு மாறாக, குறுகிய கண்ணோட்டத்தில், அளவுக்கு மீறிய குத்தகை, வாரம் கேட்பதின்மூலம், நில உரிமையை துர்வினியோகம் செய்து, விவசாயத்தை சீரழிப்பதற்கு உதவியாகவிருக்கிறது. பிரதிபலன் இல்லாமல், விவசாயிகள் நிலப்பிரபுத்துவத்துக்கு கொட்டியளக்கவேண்டியிருக்கிறது; பொதுவாக, பெரிய எஸ்டேட்டுகளில், நிலப்பிரபுக்கள் ஸ்தலத்திலேயே இருப்பதில்லை. அதனால் உபநிலப்பிரபுக்கள் ஏற்படுகிறார்கள். இந்த இடைத்தட்டுக்காரர்களுக்கு வேறு கொட்டியளக்கவேண்டும். இவர்களாலும் விவசாயத்துக்கு பிரயோஜனமேயில்லை. விவசாயிகளுடைய சொற்ப உற்பத்தியில், இந்த பிரதிபிரயோஜனமில்லாத கோரிக்கைகளுக்கு இடமே

கிடையாது; உற்பத்தியாவதெல்லாம் முதலில் உழைப்பாளிகளின் ஜீவனத்துக்கும், இரண்டாவது சமூக தேவைகளுக்கும், மூன்றாவது விவசாய வளர்ச்சிக்கும் தேவையாகிறது.)

லேவாதேவிக்காரனுக்கும் மலைபோல் குவிந்திருக்கும் கடன் சுமைக்கும் இதுவே பொருந்தும். தீவிரமாக கடன் தொகையை வெட்டுவதும் இறுதியில் கடன் சுமையை ஒழிப்பதும் தவிர்க்க முடியாதவை. ஆனால் இது மாத்திரம் நன்மையளிக்காது; இது ஒரு தற்காலிக உபசாந்தியாகவே இருக்கும். இத்துடன் சேர்ந்தாற்போல், லேவாதேவிக்காரன் இருந்த இடத்தில் கடன்படுவதின் காரணங்களைத் தடுக்கும் மாற்று ஸ்தாபனங்கள் ஏற்படவேண்டும். அதாவது முதலாவதாக, சாகுபடி செய்யும் விவசாயின்மீதுள்ள அளவுக்கு மீறிய கோரிக்கைகள் ஒழியவேண்டும்; வருஷ ஜீவனத்துக்கு கட்டி வரக்கூடிய அளவுள்ள பண்ணைகளாக நில விநியோகத்தை மாற்றவேண்டும். இரண்டாவதாக கடன் தேவையை இறுதியாக நீக்கும் கூட்டுஸ்தாபனம் ஏற்படும்வரை, சரச வட்டியில் கடன் கிடைக்க வசதிகள் செய்துதர வேண்டும்.

குத்தகையை குறைப்பது, தள்ளிக்கொடுப்பது, கடன் தொகையைக் குறைப்பது, வட்டி விகிதத்தைக் குறைப்பது முதலிய தற்காலிக நடவடிக்கைகள், சில்லரை நடவடிக்கைகள், உடனடியாக சாத்தியமானதென்றாலும், பல்வேறு அளவுகளில், மாகாணங்களின் காங்கிரஸ் மந்திரி சபைகள் இந்த நடவடிக்கைகளை எடுக்க முயற்சித்தார்களென்றாலும் (1937-39 மந்திரி சபையை குறிப்பிடுகிறார்-மொ-ர்) இன்னும் அடிப்படையான கண்ணோட்டத்தில் செயலாற்றுவதற்கு, நில அமைப்பு முழுவதையும் பரிபூர்ணமாக மாற்றியமைக்க வேண்டுமென்பதை உணரவேண்டும். முதியோரின் பென்ஷன் பண சேமிப்பையும் குறைந்த வருமானமுள்ள நகரவாசிகளின் சேமிப்பையும் பிரதிநிதித்துவப்படுத்தும் சுமார் 30 லட்சம் சிறு நிலச்சுவான்தார்கள் இருப்பது நிலப்பிரபுத்துவ பிரச்சினையை சிக்கலாக்குகின்றது. ஆகவே, பெரு நிலச்சுவான்தார்கள் பிரதானமாக பாதிக்கப்படும் முறையில், தற்காலிக சீர்திருத்த நடவடிக்கைகள் உருவாக வேண்டும். படிப்படியாக அதிகரிக்கும் விவசாய வருமானவரி (இன்றைய வருமானவரி விவசாய வருமானத்தை பாதிப்பதில்லை,

நிலப்பிரபுக்களின் வருமானத்தில் கைவைப்பதில்லை)யின் மூலம் பெரு நிலச்சுவான்தார்களுக்கு கூடுதலான வீதத்தில் வரி விதித்து, சிறு நிலச்சுவான்தார்களை விதிவிலக்கு செய்ய வேண்டுமென்று யோசனை கூறப்படுகிறது. இதன்மூலம் அரசாங்க வருமானம் அதிகரிக்கும்; அந்த அளவில் ஒரு பொதுஜன சர்க்காரிடம் அல்லது காங்கிரஸ் மந்திரி சபையிடம் விவசாய வளர்ச்சிக்குத் தேவையான நிதி கிடைக்கும். ஆனால் விவசாயிகளின் பளுவை லேசாக்க வேண்டுமென்ற உடனடியான பிரதான தேவைகளை இது பூர்த்தி செய்யாது. அதற்கு, இப்படிக் கிடைக்கும் அதிக வருமானத்தைக்கொண்டு, நிலவரியைக் குறைக்க வேண்டும் நிலவரியை குறைப்பதற்கேற்றபடி வார, குத்தகை வீதங்களிலும் குறைவு ஏற்படுத்த வேண்டும். இதைவிட உயர்ந்த முறையில் திட்டமிட்டு, நிலப்பிரபுத்துவத்தின் தீமையை தீர்ப்பதென்றால் விரிவான பொருளாதார புனர்நிர்மாணம் தேவையாகிறது. அத்தகைய புனர்நிர்மாணமே நிலத்தை இழக்கும. சிறு நிலச்சுவான்தாரிகளுக்கு வேறு ஜீவனோபாயங்களை அளிக்க முடியும்; இன்றைய விவசாயத்தில் அளவுக்கு மீறிக் கூடிக் குழுமியுள்ள லட்சக்கணக்கானவர்கள் தவிர்க்க முடியாத வகையில் விவசாயத்திலிருந்து வெளியேற்றப் படும்போது, அவர்களுக்கு வேறு ஜீவனோபாயத்தை அளிப்பதும் அந்த விரிவான பொருளாதார புனர்நிர்மாணமே. ஆகவே தொழில் வளர்ச்சிக் கடமைகளும் விவசாய வளர்ச்சிக் கடமைகளும் ஒன்றோடொன்று இணைந்து நிற்கின்றன.

முக்கியமான பிரச்சினை நிலப்பிரபுத்துவ பிரச்சினை மாத்திரமல்ல. இன்றைய நில அமைப்பு முழுவதையும் மாற்றியமைப்பதும், பண்ணைகளை புனர் விநியோகம் செய்வதுமாகும். நிலம் துண்டு துண்டாக்கப்படுவதையும், பண்ணையில் உழைக்கும் விவசாயிக்கு ஜீவன வருமானம்கூட தராமல் குறுகி வருவதையும் ஒழிப்பதற்கு, நில உடைமை புனர்விநியோகம் அவசியமாகி நீண்ட காலமாகிவிட்டது. உதாரணமாக, பம்பாய் ராஜதானியில், பண்ணைகளில் 48 சதவீதம் ஐந்து ஏக்கராக்களுக்கு குறைவானவை என்பதையும், அதே சமயத்தில் பண்ணைகளின் எண்ணிக்கையில் 48 சதவீதமுள்ள இவை, சாகுபடியாகும் பிரதேசத்தில் 2.4 சதவீதம்தான் என்பதையும் ஞாபகப்படுத்திக்கொண்டால்,

புனர் விநியோகம் எங்கள் அவசரமான தேவையென்பதை உணரலாம். எனினும், பெரும்பான்மையோர் சார்பில், தவிர்க்க முடியாத வகையில், தனி நபர் நலன்களின் புதரிலே புகுந்து பாதை வகுக்கும் இத்தகைய புனர்விநியோகம், அயல்நாட்டு சர்க்காரின் அதிகார வர்க்க நடவடிக்கையால் அதற்கு எண்ணமிருந்தாலும்கூட, சாதிக்க முடியாது. தங்களுக்கு பிரதிநிதித்துவம் வகிக்கும் தங்களுடைய நலன்களுக்காகப் போராடக்கூடிய அரசாங்கத்தின் தலைமையில் விவசாயி மக்களே முன் முயற்சி எடுப்பதின் மூலம்தான், நடவடிக்கை எடுப்பதன் மூலம்தான், இதை சாதிக்க முடியும்.

புனர்விநியோகம் விவசாய வளர்ச்சி பிரச்சினையின் பூர்வாங்க நடவடிக்கையாகத்தானிருக்க முடியும். விவசாயத்தொழில் முறையை நவீன தரத்துக்கும் உயர்த்த வேண்டும். விவசாய மெஷின்களை உபயோகிக்கவேண்டும், சாகுபடி செய்யப்படாமலிருக்கும் பண்படக்கூடிய பெருவாரியான ஏரியாக்களை பண்படுத்தி, சாகுபடி செய்வதற்கு லாயக்குள்ளதாக்க வேண்டும். இந்த இடத்தில், ஸெண்டிரல் பாங்கிங் விசாரணைக் கமிட்டியின் எஸ்டிமேட்டை நினைவூட்டிக்கொள்வது நலம். இங்கிலிஷ் உற்பத்தி விகிதத்துக்கு இந்திய உற்பத்தி அதிகரித்தால், உடனடியாக வருஷத்துக்கு 100 கோடி பவுன்கள் கூடுதலான வருமானம் கிடைக்கும்; டேனிஷ் கோதுமை உற்பத்தி விகிதத்துக்கு இந்திய உற்பத்தி விகிதம் உயர்ந்தால், வருஷத்துக்கு 150 கோடி பவுன்கள் கூடுதலான வருமானம் கிடைக்கும். (அதாவது 1933-34-ம் வருடத்திய விவசாய தானியங்களின் மொத்த மதிப்பைப்போல் ஐந்து மடங்கு கூடுதலாக கிடைக்கும்; இந்திய மக்களின் யதார்த்த வருமானத்தை இரண்டு மடங்காக்குவதற்கு சமமாயிருக்கும்) எனினும் இந்த வளர்ச்சி ஏற்படுவதற்கு, சிறு நில விவசாய முறையும் அரசாங்க அசிரத்தையும் ஒழியவேண்டும்; பிரம்மாண்டமான பண்ணைகளை நோக்கி இந்திய நிலைமைக்கேற்றவிதத்தில், விவசாயம் வளர வேண்டும்.

பெரிய மிஷின்களை உபயோகிப்பதற்கு பெரிய அளவில் பண்ணைகள் வேண்டியது அவசியமென்பதை ஏகாதிபத்தியத்தின் நிபுணர்கள் **கொள்கையளவில்** ஒப்புக்கொள்கிறார்கள். விவசாய இயந்திரங்களைப் பொறுத்த வரையில், அவைகளை

"பெரிய எஸ்டேட்டுகளில்தான் பிரயோஜனப்படுத்த முடியும். அதற்கு அவசியமான மூலதனம் கிடைக்கவேண்டும். அவைகள் சகஜமாக நல்ல வேலை செய்கின்றன. மேற்கண்ட நிபந்தனைகள் மாத்திரமே அவற்றின் உபயோகத்தை கட்டுப்படுத்துகின்றன. இவைகளின் தேவை விஸ்தரிப்புக்கு கூட்டுறவு உபயோகம் ஒன்றுதான் நம்பிக்கை; கூட்டுறவு உபயோகம் என்பது சமீபத்தில் நிகழக்கூடியதல்ல."

(வின்ஸேயர்-புதுடெல்லி இம்பீரியல் விவசாய ஆராய்ச்சிக் கழகத்தைச் சேர்ந்தவர்)

இந்த ஏகாதிபத்திய நிபுணரின் திருஷ்டிகோணத்தில் அந்த வளர்ச்சி 'சமீபத்தில் நிகழக்கூடியதல்ல'வென்று தோன்றுகிறது. ஆனால் இந்தியாவின் நசுக்கப்பட்ட விவசாயிகளிடையேயும் நிலமிழந்த விவசாயத் தொழிலாளர் களிடையேயும் வளரும் சமூக சக்திகள், இந்த நிபுணர்களின் கற்பனையை எதிர்கால கட்டத்தில் பொய்ப்பிக்கும் சக்தி படைத்தவை; இங்கு, இருபது வருஷங்களில், வறுமை வாய்ப்பட்ட ஜாரிஸத்தின் விவசாயிகள் நிலப்பிரபுத்துவத்தை ஒழிப்பதன்மூலம், புனர் விநியோகம் என்ற பூர்வாங்க கட்டத்தை தண்டி நிகழ்கால சுபிட்சமான கூட்டுப்பண்ணைகளை அடைந்துள்ள சோவியத் யூனியனின் துரித வளர்ச்சி உதாரணம் இந்தியாவுக்கு விசேஷ முக்கியத்துவம் வாய்ந்தது.

3. அரசாங்க சீர்திருத்தங்களின் தோல்வி

ஏகாதிபத்திய சூழ்நிலையில், இம்மாதிரி வளர்ச்சியடைய, விவசாய பிரச்சினையை அடிப்படையான முறையில் சமாளிக்க, வகையிருக்கிறதா? விடையளிக்கும் வினா இது. அம்மாதிரி நினைப்பதே அசட்டுத்தனமான கற்பனை; ஏகாதிபத்திய ஆட்சியின் நிர்வாகத்திற்கு ஜவாப்தாரியாக விளங்குபவர்களின் எண்ணம் என்ன என்ற பிரச்சினை ஒருபுறமிருக்கட்டும்; பொதுமக்களை எதிர்த்து ஆட்சி செய்ய தனக்கு அவசியமான சமூக அடிப்படையாக விளங்கும் நிலப்பிரபுத்துவத்தை பாதுகாப்பதுடன் ஏகாதிபத்திய நலன்கள் பிணைக்கப்பட்டிருக்கின்றன. அத்துடன், இந்தியாவை ஒரு பிற்போக்கான விவசாய காலனியாக தாழ்த்தி, இந்திய மக்களை ரொக்க முதலாளித்துவம் சுரண்டுவதுடனும்

ஏகாதிபத்திய நலன்கள் பின்னிக் கிடக்கின்றன. ஆகையால் விவசாய பிரச்சினையை அடிப்படையான முறையில் தீர்க்க ஏகாதிபத்தியத்தால் முடியாது.

தினந்தோறும் அவசர அவசியமாகிக்கொண்டிருக்கும், விவசாய பிரச்சினையைத் தீர்க்க முடியாத ஏகாதிபத்தியத்தின் கையாலாகாத்தனத்தை ஏகாதிபத்தியவாதிகளே ஒப்புக் கொள்கிறார்கள். இதற்கு தக்க உதாரணமாக, 1927-ல் ராயல் விவசாய கமிஷனுக்கு தரப்பட்ட விசாரணைக் குறிப்புகள் திகழ்கிறது. 170 வருஷ பிரிட்டிஷ் ஆட்சிக்குப்பின் "பிரிட்டிஷ் இந்தியாவின் விவசாயத்தையும், கிராம பொருளாதாரத்தையும்" பரிசீலனை செய்வதற்காக முதன் முதலாக நியமிக்கப்பட்ட இக்கமிஷன் நில அமைப்பைத் தொட்டுப் பார்க்கக்கூடாதென்று தடுக்கப்பட்டது. அதன் ரிப்போர்ட்டும் சாட்சியமும் 17 பாகங்களில் பீரோக்களில் அடுக்கப்பட்டிருக்கிறது. விவசாய நிலைமையைப்பற்றி வற்றாத சாட்சியங்கள் அடங்கியுள்ள இவைகளின் சொற்ப சிபாரிசுகளும், ரிப்போர்ட் பிரசுரமானபின் கூர்மையான முறையில் தீவிரப்பட்டுவரும் விவசாய நெருக்கடியின் வளர்ச்சியை தடுக்க முடியாமல் பயனற்றுப் போயின.

விவசாய பிரச்சினையில் ஏகாதிபத்தியத்தின் கையாலா காத்தனம் அதன் செயலாலும் நிரூபிக்கப்படுகிறது. சமீபகாலத்தில்கூட விவசாய ஆராய்ச்சி கழகங்களுக்கும் ஸ்டேஷன்களுக்கும் லோபியைப்போல் பணம் ஒதுக்குகிறது. (சிகாகோ கோடீஸ்வரன் ஒருவர் அளித்த நன்கொடையைக் கொண்டே இம்பீரியல் விவசாய ஆராய்ச்சிக்கழகம் ஸ்தாபிக்கப்பட்டது. 1936-37-ல் மாகாண சர்க்கார்களும் மத்திய சர்க்காரும் விவசாய இலாக்காக்களுக்கு செய்த செலவு 22½ லட்சம் பவுன்களே-மொத்த பட்ஜெட்டில் 1.4 சதவீதம்தான்)

புதிய கருவிகளை உபயோகிக்க வசதி இல்லாதபோது, அரைப்பட்டினி, அடிமைத்தனம், அறியாமை ஆகிய அம்சங்களடங்கிய பிற்போக்கான நிலைமையில் விவசாயிகளை அமுத்திவைக்கும் சுரண்டல் நீடிக்கும் வரையில் இந்தக் கஞ்சத்தனமான "விவசாய அபிவிருத்தி'யால் விவசாயி மக்களுக்கு நடைமுறையில் யாதொரு உதவியும் கிடைப்பதில்லை.

கடன் சுமைப் பெருக்கத்தைத் தடுக்க விவசாய கடன் நிவாரண மசோதாக்களால் முடியாமல் போனதை முன்னரே விவசாயக் கமிஷன் ரிப்போர்ட் பதிவு செய்து விட்டது. பல குடிவார உரிமைச் சட்டங்களும் நிலப்பிரபுத்துவத்தின் வேகமான விஸ்தரிப்பையும் உட்குத்தகையையும் அக்கிரம குத்தகையையும் தடுக்க முடியவில்லை. குடிவார உரிமை பெற்ற குத்தகைக்காரர்கள் சின்ன மிராசுதார்களாகி, பாதுகாப்பு பெறாத உழவர்களுக்கு உட்குத்தகை விட்டோ, வாரத்துக்குவிட்டோ, அவர்களை சுரண்டுகின்றனர்.

முன்னாலிருந்த நீர்ப்பாசன அமைப்பு எப்படி அலட்சியம் செய்யப்பட்டது. சீரழியும்படி விடப்பட்டது என்பதை முன்னரே பார்த்தோம். 19-ம் நூற்றாண்டின் மத்தியிலிருந்து நிகழ்ந்துவரும் நீர்ப்பாசன வேலைகள் விவசாயத்தின் மகத்தான சாதனையாக எடுத்துக்காட்டப் படுகின்றன. ஆனால் பிரிட்டிஷ் இந்தியாவில், வேளாண்மை செய்யப்படும் பிரதேசத்தில் 23 சதவீதம்தான் இன்றும் நீர்ப்பாசன வசதிகளைப் பெற்றிருக்கிறது. (1939-40-ல் 24½ கோடி ஏக்கராக்களில், 5½ கோடி ஏக்கராக்களே நீர்ப்பாசன வசதி பெற்றிருந்தது.) இந்த அரசாங்க நீர்ப்பாசன வசதிகள் 10 சதவீதத்தில்தான் (1939-40-ல் 2½ கோடி ஏக்கராக்கள்) இதைத்தவிர இந்திய சமஸ்தானங்களில் 105 லட்சம் ஏக்கராக்கள் நீர்ப்பாசன வசதி பெற்றுள்ளன. மொத்தமாக இந்தியாவில் 6 கோடி 55 லட்சம் ஏக்கராக்களே நீர்ப்பாசன வசதி பெற்றுள்ளன. நீர்ப்பாசனத்திற்காக போடப்படும் வரிகள் அதிகமாயிருப்பதால் (பெரும்பான்மையான இடங்களில் இதற்கு தனி ஸெஸ் விதிக்கப்படுகிறது.) ஏழை விவசாயிகள் இதை அனுபவிக்க முடிவதில்லை. விவசாயிகளின் பளு அதிகமாகிறது. 1918-21 வருஷங்களில் அரசாங்க நீர்ப்பாசன வசதிகளில் 7 முதல் 8 சதவீதம் வரை நிகரலாபம் கிடைத்தது; 1935-36-ல்கூட 5.7 சதவீதம் நிகர லாபம் கிடைத்தது.

அரசாங்க இலாகா ஒன்றால் ஸ்தாபிக்கப்பட்டு வளர்க்கப்பட்டுவரும் கூட்டுறவுக் கடன் சொஸைட்டிகள் அடிப்படையில் விவசாயிகள் கூட்டுறவு இயக்கம் வளர்வதே விவசாயத்தின் தீமைகளுக்கு அரசாங்கத்திடமுள்ள இறுதியான பரிகாரம். நிலவரியைப்பற்றியும், குத்தகைவாரம் பற்றியும்

எழக்கூடிய கிளர்ச்சிகளிலிருந்து பாதுகாத்துக்கொள்வதற்கு கூட்டுறவு இயக்கத்தை ஒரு மந்திர ஜாலமாகக் கருதும் சர்க்காரின் விசேஷ சிரத்தையையும் நோக்கத்தையும் நம்பிக்கையையும் **டார்லிங்**, 1934-ல் பிரசுரிக்கப்பட்ட தனது புத்தகத்தில் கள்ளங் கபடமில்லாமல் விவரிக்கிறார். காங்கிரஸ் மகாசபையின் வரிகொடா இயக்கத்தை பிரஸ்தாபித்து, பாஞ்சாலத்தில் ஒரு ஜில்லா "இந்த முட்டாள்தனமான பிரசாரத்தால் பீடிக்கப்பட்டது" என்று கூறி "இந்த ஜில்லாவின் கிராமங்களில் ஒரே ஒரு கிராமத்தில்தான் கோவாப்ரேடிவ் சொஸைட்டி (கூட்டுறவு சொஸைட்டி) இருந்ததென்பது விசேஷமானது" என்று விமர்சனம் செய்கிறார். மேலும் அவர் கூறுவதாவது:-

> "இத்தகைய கிளர்ச்சிக்கு கூட்டுறவு சொஸைட்டியே தக்க மாற்று மருந்து. கடந்த வருஷத்தில் மாகாணத்திலிருந்த 20,000 சொஸைட்டிகளால் கிராமங்களில் அமைதியை காப்பதற்கு நல்ல பலன் ஏற்பட்டதென்பதில் சந்தேகமில்லை; பல நகரங்களை தொந்தரவுக்குள்ளாக்கிய அராஜகம் பொதுவாகப் பரவுவதைத் தடுப்பதற்கு அவை உதவின."

இந்த நம்பிக்கைகளுக்கு அதிர்ஷ்டமில்லை! பாவம்! ஏனெனில், விவசாய கடன் கூட்டுறவு சொஸைட்டிகள் ஏழை விவசாயி மக்களை கட்டிப் பிடிக்க முடியாது. இவற்றில் அங்கத்தினராவதற்கான நிபந்தனைகளைப் பூர்த்தி செய்யக்கூடிய வசதிகள் அவர்களிடம் இல்லை. கூட்டுறவு சொஸைட்டிகள் இப்பொழுதே ஓரளவு நல்ல நிலைமை யிலிருக்கும் நடுத்தர விவசாயிகளைத்தான் ஆகர்ஷிக்கிறது. அவர்களை கிளர்ச்சியிலிருந்து பாதுகாக்கவேண்டிய அவசியம் அவ்வளவில்லை.

> "தராசின் ஒரு முனையில், அங்கத்தினர்களாகி, அதனால் ஏற்படக் கூடிய வரம்பு இல்லாத கடன் தொகையின் ஆபத்தை ஏற்கத் தயாராக இல்லாத - அவ்வளவு நல்ல நிலைமையிலுள்ளவர்கள் இருக்கிறார்கள். மறுமுனையில் உள்ளவர்கள் ஏழைகளாயிருப்பதால் அங்கத்தினராக முடியவில்லை. ஆகவே, கூட்டுறவு இயக்கத்திலுள்ளவர்கள் நடுத்தர விவசாயிகள் தானென ஊகிப்பது தவறாகாது".

(வங்காள மாகாண பாங்கிங் விசாரணைக் கமிட்டி ரிப்போர்ட்)

"இன்னொரு பெரிய கஷ்டமென்னவென்றால், விவசாயிகளுக்கு உதவி அதிக தேவையாயிருக்கும் வறுமைவாய்ப்பட்ட ஜில்லாக்களில் கூட்டுறவு கடன் சங்கங்களால் எவ்வித உபயோகமுமில்லை. பண்ணைகள் சின்னஞ் சிறுசாகயிருப்பதாலும், சீதோஷண கஷ்டத்தாலும், இதர கஷ்டங்களாலும் தங்கள் பண்ணைகளிலிருந்து பணம் திரட்டி கடனை திருப்பிக்கொடுக்கும் சக்தியை சாசுவதமாய் இழந்துநிற்கும் விவசாயிகளுக்கு கடன் கொடுப்பதில் உபயோகமேயில்லை. ஆக, பிரதானமாக, சுபிட்சமான பகுதிக்களில்தான், கூட்டுறவுக் கடன் சொஸைட்டிகள் வெற்றியடைகின்றன."

(ஆண்ட்ஸி - "இந்தியாவின் பொருளாதார வளர்ச்சி")

இன்றைய நிலைமையில், விவசாய கூட்டுறவு கழகங்கள் குறுகியிருப்பது இதை நிரூபிக்கிறது. 1939-40ல், பிரிட்டிஷ் இந்தியாவின் விவசாய கூட்டுறவு சொஸைட்டிகளிலிருந்து மொத்த அங்கத்தினர்கள் 4,098,426 கிராமங்களுடைய ஜனத்தொகையில் 1.6 சதவீதம். விவசாய கமிஷன் ரிப்போர்ட் கூட்டுறவு கழக அங்கத்தினர்களுக்கும் மொத்த குடும்பங்களுக்குமுள்ள வீதாச்சாரத்தை மாகாணம் மாகாணமாக பகுத்துத் தந்திருக்கிறது:-

கிராமங்களில், மொத்த குடும்பங்களில் விவசாய கூட்டுறவுக் கழகங்களுடைய அங்கத்தினர்களின் வீதாச்சாரம்

வங்காளம்	3.8 சதவீதம்	சென்னை	7.9 சதவீதம்
பம்பாய்	8.7 சதவீதம்	பாஞ்சாலம்	10.2 சதவீதம்
மத்திய மாகாணம்	2.3 சதவீதம்	ஐக்கிய மாகாணம்	1.8 சதவீதம்

"பாஞ்சாலம், பம்பாய், சென்னை ஆகிய மாகாணங்களைத் தவிர இதர பெரிய மாகாணங்களில், கூட்டுறவு இயக்கம் கிராம ஜனத்தொகையில் ஒரு சிறு பகுதியைத்தான் இதுவரை ஈடுபடுத்தியிருக்கிறது" என்று அந்த ரிப்போர்ட் விமர்சனம் செய்கிறது. வீதாச்சாரங்கள் எந்த ஜனப்பகுதியை இயக்கம் ஆகர்ஷித்துள்ளதென்பதை காட்டுகிறது. (கடன்சுமையால் அதிகமாக பாதிக்கப்பட்ட மாகாணங்களாகிய வங்காளம், ஐக்கிய மாகாணம் முதலியவற்றில் அங்கத்தினர்கள்

குறைவாயிருப்பது கவனிக்கத்தக்கது. இங்குதான் வறுமையும் அதிகம்). இன்றைய கஷ்டங்களும் சுமைகளும் நீடிக்கும்வரை, விவசாய மக்களின் பிரச்சினைகளை விவசாயக் கூட்டுறவின் மூலம் தீர்க்கலாமென்று நம்பமுடியாதென்பதையே இவை காட்டுகின்றன.

நில அமைப்பின் அஸ்திவாரங்களையே பாதிக்கும் முறையில் ஒரு அடிப்படையான புனரமைப்பு, இந்திய மக்களின் அவசரமான வாழ்க்கை பிரச்சினையாகிய இந்திய விவசாய பிரச்சினையை பைசல் செய்வதற்கு அவசியமென்றும் இந்தப் புனரமைப்பை ஏகாதிபத்தியத்தால் சாதிக்க முடியாதென்றும், தங்களுக்கு சொந்தமான பொறுப் பாட்சியின் கீழ் இந்திய மக்களேதான் இதைச் சாதிக்க முடியுமென்றும் ஏகாதிபத்தியத்தின் வக்கீல்கள் கூட ஏற்றுக்கொள்ளத் தொடங்கியிருப்பது அவர்களுடைய புத்தகங்களில் பிரதிபலிக்கிறது:-

"கிராம வாழ்க்கையை சீர்திருத்துவது அவசரத்தேவை என்பதை அரசியல்வாதிகளும் அதிகாரிகளும் ஒப்புக் கொள்கின்றனர். ஆனால் குறிப்பிட்ட மருந்துகள் அடிக்கடி போதுமான தாயில்லாமல் போய்விட்டது அல்லது புரட்சிகரமான மாறுதல்களைக் கோரின. இந்தியா சுயாட்சி அடையும்வரை, இத்தகைய புரட்சிகரமான மாறுதல்கள் தாமதிக்கத்தான் வேண்டும்."

(தாம்ப்ஸனும் கார்ரட்டும்- "பிரிட்டிஷ்-எழுச்சியும் சாதனையும்" 1934) குறிப்பிட்ட பகுதிக்களை ஒன்றன்பின் ஒன்றாக எடுத்துக்கொண்டு சகலவிதமான குடும்ப உரிமைகள், சட்ட உரிமைகள் உள்பட, அமைப்பு முழுவதையும் பரிபூரணமாக ஒழித்துவிடவேண்டுமென்று, யோசனை கூறப்படுகிறது. எனினும், பூரணமான பொறுப்பாட்சி வழங்கப்படும் வரையில், இது முழுக்க முழுக்க காரியசாத்தியமானதல்லவென்றே தோன்றுகிறது".

(ஆண்ட்ஸி: "இந்தியாவின் பொருளாதார வளர்ச்சி")

"அறிவுக்கு தெரிந்துள்ள அபிவிருத்திகளை விரிவான முறையில் அனுஷ்டானத்துக்கு கொண்டுவருவதே விவசாய உற்பத்தியில் ஒரு புரட்சியைக் கொண்டுவர போதுமான தென்பது உண்மையாயினும், கடந்த காலத்தில் இன்னும்

துரிதமாக வளர்ச்சியடைவதற்கு தடையாகநின்ற அடிப்படையான கஷ்டங்கள் கூடிய சீக்கிரத்தில் நீக்கப்பட்டுவிடுமென்பது சந்தேகம்தான். ஏனென்றால், அதற்கு அவசியமான சீர்திருத்தங்கள் சமூக, மத ஸ்தாபனங்களிலும், சமூக மத சம்பிரதாயங்களிலும் ஓரளவு தலையிட வேண்டியதாயிருக்கும்; ஆளப்படுவோரின் மனப்பூர்வமான நம்பிக்கையையும் ஆதரவையும் பெறாத சர்க்காரால் இத்தகைய காரியத்தைச் செய்யமுடியாது."

(ஆண்ட்ஸி: 'இந்தியாவின் பொருளாதார வளர்ச்சி')

இந்த கண்ணோட்டத்தின் அடிப்படையிலுள்ள கொள்கை சரியானதென்பதில் சந்தேகமில்லை; ஆனால் உடனடியாக ஜீவாதாரமான சீர்திருத்தம் கொண்டுவருவதை தாமதப்படுத்து வதற்கும், மறுப்பதற்குமே இவர்கள் இவ்விதமாக வாதிக்கின்றனர். (". . . . . .தாமதிக்கத்தான் வேண்டும்." ". . . . . வரையில் இது முழுக்க முழுக்க சாத்தியமானதல்ல. . . ." "........ கூடிய சீக்கிரத்தில்........ சந்தேகம்தான்.")

இந்திய விவசாயத்தில், அதாவது இந்தியாவின் பொருளாதாரத்துடைய அடிப்படையில், இந்தியாவின் வாழ்க்கையின் அடிப்படையில் இப்பொழுது அவசர அவசியமாகிவிட்ட மாபெரும் மாறுதல்கள்-எல்லோரும் இந்த மாறுதல்கள் அவசியமென்பதை ஒப்புக்கொள்கின்றனர்- இந்திய மக்களால்தான் சாதிக்கமுடியும்; தங்களால் சிருஷ்டிக்கப்பட்டதும், தங்களுக்கு பிடித்தமானதும், தங்களுடைய நம்பிக்கையைப் பெற்றதும், பொது மக்களுடைய சுயேச்சையான நடவடிக்கையையும் ஒத்துழைப்பையும் பெறக்கூடியதுமான சர்க்காரின் தலைமையில், இந்திய மக்களேதான் இந்த மாறுதல்களைக் கொண்டுவர முடியும்."*

---

* விவசாய கமிஷன் ரிப்போர்ட்டில் ஒரு ருசிகரமான கருத்தைக் காண்கிறோம். அதன் ஆசிரியர்கள் நினைத்ததைவிட அதிகமாக அது முக்கியத்துவம் வாய்ந்தது.

"ஐந்து லட்சம் கிராமங்களின் பிரச்சினையைப் பொறுத்தவரையில், அக்கிராமங்களிலுள்ள ஒவ்வொரு தனிநபருடனும் தொடர்பு வைத்துக்கொள்வதற்கு எந்த அரசாங்க ஸ்தாபனத்தாலும் சாத்தியமில்லை என்பது உடனடியாகத் தெளிவுப்படுகிறது. இதைச் செய்வதற்கு ஜனங்கள் தங்களுக்கு தாங்களே உதவும் பொருட்டு ஸ்தாபன ரீதியாக திரட்டப்படவேண்டும்.

ஆகவே, இப்பொழுது அத்தியாவசியமாகிவிட்ட விவசாய புனரமைப்புச் சாதனை தேசிய விடுதலையைப் பெறுவதுடன், ஜனநாயக சுதந்திரத்தை ஸ்தாபிப்பதுடன் இணைக்கப்பட்டிருக்கிறது.

அவர்களுடைய ஸ்தல ஸ்தாபனங்கள் பெரிய யூனியன்களில் கோஷ்டி கோஷ்டியாக இணைக்கப்பட வேண்டும். இவ்விதமாக பல்வேறு நிபுணர்களுடைய இலாகாக்கள் அனுப்புவதற்குள்ள வற்றையெல்லாம் ஒவ்வொரு கிராமத்துக்கும் எடுத்துச் செல்லக்கூடிய அமைப்பு கட்டப்படவேண்டும்."

இது விவேகம் நிறைந்த வாக்கியம். ஆசிரியர்களே இதன் அர்த்தத்தை கருத்தில் கொள்ளவில்லை. நிலைமையின் பட்டவர்த்தனமான உண்மைகளை எடுத்துச்சொல்வதுதான் அவர்கள் குறி. ஆனால் எதிர்கால கிராம சோவியத்துக்களின் ஜீவாதாரமான அம்சம் இதில் அடங்கிக்கிடக்கிறது.

4. விவசாய இயக்கத்தின் வளர்ச்சி

இந்த நிலைமையில்தான், சமீபகாலத்தில், விவசாயிகள் இயக்கம் வளர்ச்சியடைந்திருப்பது இந்தியாவின் விசேஷமான வளர்ச்சிகளில் ஒன்றாகயிருக்கிறது.

இந்தியாவில் பிரிட்டிஷ் ஆட்சி தொடங்கியதிலிருந்து விவசாயிகளின் கொந்தளிப்பும் எழுச்சியும் அடுத்தடுத்து ஏற்பட்டுவருகின்றன. விவசாயிகளுடைய கோபமும் கொந்தளிப்பும், முதன் முதலில், தெளிவோ பக்குவமோ ஏற்படாதபொழுது, முன்பின் பாராமல், தானாகத் தோன்றியபோது, தனிப்பட்ட லேவாதேவிக்காரர்கள்மீதும் நிலப்பிரபுக்கள்மீதும் பலாத்காரத்தை உபயோகித்து பழிவாங்கும் தனித்தனி நடவடிக்கைகளில் பிரதிபலித்தன. 1852ல் பம்பாய் சர்க்காரின் ரிப்போர்ட் கூறியதாவது.

"நமது ராஜதானியின் இரு கோடிகளில், இரு கிராம லேவாதேவிக்காரர்கள் அவர்களுடைய கடன்காரர்களால் கொலைசெய்யப்பட்டிருப்பதை தனிப்பட்ட லேவாதேவிக் காரர்களின் கொடுமையின் விளைவுகளாக கருதக்கூடா தென்றும், லேவாதேவிக்காரர்களுக்கும் விவசாய மக்களுக்குமிடையே நிலவும் பொதுஉறவுகளே இந்த உதாரணங்களில் தீவிரமான ரூபத்தில் பிரதிபலிப்பதாகக்

கொள்ளவேண்டுமென்றும் நான் நினைக்கிறேன். அப்படியானால் ஒரு புறத்தில் எத்தகைய கொடுமையிருப்பதை அவை வெளிப்படுத்துகின்றன? மறுபுறத்தில் எத்தகைய கஷ்ட துயரத்தை அவை பிரதிபலிக்கின்றன? மூதுரையிலும் பொறுமைக்கு எடுத்துக்காட்டாக விளங்கும் விவசாயிகள், சதாகாலமும் அக்கிரமத்துக்கும் அநியாயத்துக்கும் ஏறத்தாழ பழக்கப்பட்ட விவசாயிகள், கொலை செய்வதின்மூலம் தங்களுக்கிழைக்கப்பட்டுள்ள கொடுமைகளுக்கு பழிவாங்குவதென்றால் அதற்காக அவமானகரமான மரணதண்டனையையும் ஏற்கத் தயாராயிருப்பதென்றால், இத்தகைய முறைக்கு அவர்களை உந்தித்தள்ளிய நிலைமை எப்படியிருக்க வேண்டும்? அவர்களுடைய நியாய உணர்ச்சி எப்படி புண்பட்டிருக்கவேண்டும்? இத்தகைய காரியத்தை செய்வதற்கு தேவையான துணிச்சல் இந்த சாத்வீகமும் பொறுமையும் ததும்பியவர்களுக்கு ஏற்படுவதென்றால், சட்டத்தின் மூலமாகவும் சர்க்கார் மூலமாகவும் பரிகாரம் கிடைக்குமென்ற நம்பிக்கைகள் அனைத்தும் எவ்வளவு தூரம் அவர்களிடம் ஒழிந்திருக்க வேண்டும்?"

(ஸர் ஜார்ஜ் விங்கேட்: பம்பாய் சர்க்காருக்கு ரிப்போர்ட், 1852)

1855-ல் நடந்த **ஸாந்தால்களின் கலகமும்** 1875-ல் நடந்த தக்காண கலவரங்களும் பத்தொன்பதாவது நூற்றாண்டின் பிற்பகுதியில் நிகழ்ந்த விவசாய எழுச்சிகளில் முக்கியமானவை.

முதல் உலக யுத்தத்துக்குப் பிந்திய கடந்த 20 வருஷங்களில்தான், குறிப்பாக உலகப் பொருளாதார நெருக்கடி தோன்றியபின் கடந்த பத்து வருஷங்களில்தான், இந்தியாவில் விவசாயிகளுடைய கொந்தளிப்பு நிகர் இல்லாத வேகத்தில் முன்னேறியிருக்கிறது; மேலும் மேலும் தீவிரப் போராட்டத் தன்மையை பெற்று வந்திருக்கிறது. இதற்கு முன்னாலேயே சக்தியிழந்து நின்ற இந்திய விவசாய பொருளாதாரத்தின் அடித்தளத்தை உலகப் பொருளாதார நெருக்கடி உடைத்தெறிந்தது. இதன் விளைவாக வந்த வாடகைக் கொடுமை, கடன் அடிமைத்தனம், நிலம் பறிமுதல் ஆகிய நிகழ்ச்சிகள், இந்தியா முழுவதும் குமுறியெழும் விவசாயிகளின் வளர்ந்துவரும் இயக்கங்களில் பிரதிபலித்தது. நிலத்திலிருந்து வெளியேற்றப்படுவதை தடுக்கவும்,

நிலவாடகை அல்லது நிலவரி கொடுத்தவர்களின் நிலத்தை ஏலத்தில் விற்றால், அதை பகிஷ்கரிக்கவும், லேவாதேவிக் காரர்களை எதிர்த்து ஒற்றுமையாக நிற்கவும், விவசாயிகள் தாங்களாகவே கிராமக் கமிட்டிகள் அமைத்தார்கள்.

அவர்களுடைய குறைகளின் அடிப்படையிலேயே, விவசாயிகள் இந்திய தேசிய காங்கிரசின் அரசியல் போராட்டத்தில் ஆகர்ஷிக்கப்பட்டார்கள். ஆனால் அரசியல் போராட்டம் ஒரு பொழுதும் கிஸான் கமிட்டிகளுடன் நேரடியாக இணைக்கப்படவில்லை. இந்த கமிட்டிகளை வளர்க்க வேண்டியதின் அவசியத்தையும், தங்களுடைய சொந்த பொதுஜன ஸ்தாபனத்தை சிருஷ்டிப்பதின் அவசியத்தையும் விவசாயிகள் உணரத்தொடங்கினார்கள். மெள்ள மெள்ள விவசாயிகளின் கிராமக் கமிட்டிகள் ஜில்லாக் கமிட்டிகளில் இணைக்கப்பட்டன; இவை மாகாண ஸ்தாபனங்களில் ஒன்றுபட்டன.

1936-ல் **அகில இந்திய கிஸான் சபா** என்ற முதல் அகில இந்திய விவசாயி ஸ்தாபனம் ஸ்தாபிக்கப்பட்டது. 1936 டிசம்பரில், காங்கிரஸ் மகாசபை நடந்த சமயத்திலேயே, **பெயிஸ்பூரில்** அகில இந்திய கிஸான் சபையின் முதல் காங்கிரஸ் கூட்டப்பட்டது. 20 ஆயிரம் கிஸான்கள் விவாதங்களில் கலந்துகொண்டார்கள்; அவர்களில் பலர் நூற்றுக்கணக்கான மைல்கள் நடந்துவந்திருந்தனர். மகாநாட்டில் கலந்துகொள்ளும்பொருட்டு, அதே சமயத்தில் பெயிஸ்பூரில் கூடிய காங்கிரஸ் மகாசபை அதன் விவசாய திட்டத்தை பிரகடனப்படுத்தியது. இரு ஸ்தாபனங்களும் அரசியல் ரீதியில் ஒன்றாய் நிற்குமென்றும் பிரகடனப்படுத்தப்பட்டது.

1938 மே மாதத்தில் அகில இந்திய கிஸான்சபையின் மூன்றாவது காங்கிரஸ் **கோமில்லாவில்** கூடியபோது, அதில் 5½ லட்சம் அங்கத்தினர்கள் திரண்டுவிட்டனர். இருபது பாஷாவாரி மாகாணங்களில், பத்தொன்பது மாகாணங்களில் மாகாண கிஸான் கமிட்டிகள் உருவாகி விட்டன. நிலச்சுவான்தாரி முறையும் ஏகாதிபத்தியத்தையும் எதிர்த்துப் போராடும் லட்சியத்தைக் குறித்தும், விவசாயிகளின் உடனடிக் கோரிக்கைகளைக் குறித்தும், கோமில்லா காங்கிரஸில் தெளிவான திட்டம் வகுக்கப்பட்டது.

1937-ல் காங்கிரஸ் மந்திரி சபைகள் அமைக்கப்பட்டதால் கிஸான் சபை புத்துணர்ச்சியும் புதிய தெம்பும் பெற்றது. நிலவாடகை உயர்வை எதிர்த்தும் நிலத்திலிருந்து வெளியேற்றப்படுவதை எதிர்த்தும், கட்டாய உழைப்பை எதிர்த்தும், சட்ட விரோதமான மாமூல்களை எதிர்த்தும் நில வாடகையை குறைப்பதற்காகவும், 1938-ம் வருஷ முழுவதும் இந்தியாவின் சகல மாகாணங்களிலும் மாபெரும் கிஸான் போராட்டங்கள் நிகழ்ந்தன. அதே சமயத்தில் 30 ஆயிரம், 40 ஆயிரம்வரை திரண்ட மகத்தான கிஸான் ஆர்ப்பாட்டங்களும் அணி வகுப்புகளும் வாரப் பத்திரிகைகள் பிரசுரமும், பாட்டுப் புத்தகங்கள், அறிக்கைகள், சிறு புத்தகங்கள், பிரசுரமும், கிஸான் பயிற்சிக்கூடங்களும், கிஸான் இயக்கத்தின் வளரும் பலத்தையும் அது உருண்டு திரண்டு கெட்டிப்பட்டு வருவதையும் ருசுப்பித்தன. காங்கிரஸ் மந்திரிசபைகள்மீது நிலப்பிரபுக்கள் கொண்டுவரும் நிர்ப்பந்தத்தை முறியடித்து சீர்திருத்தங்கள் கொண்டுவரும்படி செய்ய, மந்திரிசபைகளை கட்டாயப்படுத்தியது கிஸான் இயக்கம்.

1939 ஏப்ரலில் அகில இந்திய கிஸான் சபையின் 4வது காங்கிரஸ் **கயா**வில் கூடியது. அதன் அங்கத்தினர் தொகை எட்டு லக்ஷமாகிவிட்டது. இக்காங்கிரஸின் அரசியல் தீர்மானம் பின்வருமாறு பிரகடனப்படுத்தியது.

"கடந்த வருஷம் இந்திய கிஸானின் மகத்தான விழிப்பையும் ஸ்தாபன பலவளர்ச்சியையும் கண்டது. தேசத்தின் பொதுவான ஜனநாயக இயக்கத்தில் விவசாயிகள் முன்பெடுத்ததைவிட அதிகமான பங்கெடுக்கிறார்கள்; அது மாத்திரமல்ல, தயவுதாட்சண்யமில்லாத ஏகாதிபத்திய நிலப்பிரபுத்துவ சுரண்டலை எதிர்த்து வாழ்க்கைக்காகப் போராடும் வர்க்கம் தங்களுடையது என்ற வர்க்க போதத்தையும் பெற்றுள்ளார்கள். ஆகவே, அவர்களுடைய வர்க்க ஸ்தாபனங்கள் விரிவடைந்துள்ளன. இந்தச் சுரண்டலை எதிர்த்து அவர்கள் நடத்தும் போராட்டங்களின் தரமும் உயர்ந்துள்ளதென்பது பலகோரிக்கைப் போராட்டங்களில் வெளிப்பட்டது. இந்தக் கோரிக்கைப் போராட்டங்கள் அவர்களுக்கு ஒரு புதிய அரசியல் உணர்வையும் புகட்டியிருக்கிறது. தாங்கள் எந்த சக்திகளை எதிர்த்துப்

போராடுகிறார்களோ, அவற்றின் தன்மையை அவர்கள் உணர்ந்துவிட்டார்கள். தங்களுடைய வறுமையும் சுரண்டலும் ஒழிவதெப்படி என்பதையும் உணர்ந்துவிட்டார்கள். தேசத்திலுள்ள இதர ஏகாதிபத்திய எதிர்ப்பு சக்திகளுடன் சேர்ந்து ஈடுபடும் நடவடிக்கைகளிலிருந்தெழும் கண்ணோட்டத்தின் குறைபாடுகளை அவர்கள் நீக்கிவிட்டனர். ஆகவே, தங்களுடைய அன்றாடப் போராட்டத்தின் தவிர்க்க முடியாத முடிவாக, ஏகாதிபத்தியத்தின்மீதே ஒரு சக்திமிகுந்த தாக்குதலைத் தொடுத்து அதை அழிக்க வேண்டுமென்பதையும், அரசாங்கத்துக்கும் (பாடுபடும் விவசாயிகளாகிய) அவர்களுக்குமிடையேயுள்ள இடைத்தட்டுக்காரர்களை ஒழித்து நிலத்தை அவர்களுக்கே அளித்து, கடன் சுமையிலிருந்து அவர்களை விடுதலை செய்து, அவர்கள் உழைப்பின் பயனை அவர்களே பூர்ணமாய் அனுபவிப்பதற்கு உத்தரவாதம் செய்யும் **விவசாயப் புரட்சி** செய்யவேண்டுமென்றும் அவர்கள் முடிவு செய்துவிட்டனர்.

"இரண்டாவதாக், மாகாண சர்க்கார்களிடமிருந்து கடந்த வருஷத்தில் விவசாயிகளுக்கு சிறு சிறு உதவிகள் கிடைத்தன. இந்த உதவிகளின் கருமித்தனமும், இதற்கே பணமுட்டைகள்போட்ட முட்டுக்கட்டைகளும் அடிப்படையான விவசாயப் பிரச்சினைகள் எதையும் மாகாண சுயாட்சியால் தீர்க்க முடியாத கையாலாகாத்தனத்தை பகிரங்கப்படுத்தி விட்டன. மாகாண சுயாட்சி என்பது வெறும் பித்தலாட்டம் என்பதை அம்பலப்படுத்திவிட்டன. பியூடல் ஏகாதிபத்திய கூட்டுச் சுரண்டலிலிருந்து விடுதலை பெறவேண்டுமென்ற இந்திய விவசாயிகள் உறுதியையும், இந்த உறுதியை நிறைவேற்றும் சக்தி என்றையும்விட இன்று அவர்கள் அதிகமாகப் பெற்றிருப்பதையும், இந்த ஸ்தாபனம் இன்றையதினம் பெருமிதத்துடன் பிரகடனப்படுத்தப்படுகிறது.

"...... காங்கிரஸ், சமஸ்தான மக்கள், விவசாயிகள், தொழிலாளர்கள், ஸ்தாபனங்கள், மக்கள் அனைவரும்-தேசத்தின் சக்திகள் அனைத்தும்-ஒன்றுபட்டு, ஒருபடி முன்னேறி, பரிபூர்ண தேசிய சுதந்திரத்திற்காகவும், இறுதியில் **கிஸான் மஸ்தூர் ராஜ்யத்தை** ஸ்தாபிக்கக் கூடிய இந்திய மக்களின் ஜனநாயக அரசாங்கத்தை ஸ்தாபிக்கவும் ஏகாதிபத்ய ஆதிக்கத்தின் அடிமை அரசியல்

சட்டத்தை எதிர்த்து தாக்குதலை தொடுக்கவேண்டிய நேரம் வந்துவிட்டது என்று கிஸான்சபை ஊர்ஜிதமாய்க் கூறுகிறது."

இந்த **கயா** காங்கிரஸுக்குப் பிறகு, ஒரு சில மாதங்களில் இரண்டாவது உலக யுத்தம் மூண்டது. "இந்திய பாதுகாப்புச் சட்டத்தின்" பெயரால், அடக்குமுறை இந்திய மக்களின்மீது கோரநர்த்தனம் செய்தது. தொழிலாளி வர்க்கத்தின் தலைவர்களும் கிஸான் இயக்கத்தின் தவைர்களும் ஏராளமாக கைது செய்யப்பட்டு விசாரணையில்லாமல் பாதுகாப்பில் வைக்கப்பட்டனர். எனினும், தேசம் முழுவதும் ஏகாதிபத்ய-பியூடல் அமைப்பை எதிர்த்து விவசாயிகள் நடத்திய போராட்டம் நிற்கவில்லை. பாஞ்சாலத்தில், லாகூர், **அமிர்தசரஸ்**, கிஸான்களின் பட்டாளங்கள் ஆர்ப்பாட்டங்கள் செய்து, நிலவரி வஜா கோரின. நூற்றுக்கணக்கான மாதர்கள் உள்பட 5000க்கு மேற்பட்ட கிஸான்கள் சிறையிலடைக்கப்பட்டனர்; கோரிக்கைகள் ஓரளவு பூர்த்தியாகி, இயக்கம் முடிய ஆறுமாதம் பிடித்தது. இதற்குள் சிறையிலடைக்கப்பட்டவர்களில் நால்வர் உயிர் இழந்தனர். **பீகார், ஐக்கிய மாகாணம், மத்திய மாகாணம், மலபார், ஸிந்து,** ஸர்மாவேலி (அஸ்ஸாம்) கிஸான்கள் தான் தோன்றித்தனமான வரி நிர்ணயங்களையும் பழிவாங்குதலையும் எதிர்த்து வீரம்செறிந்த போராட்டங்களை நடத்தினர். 1940 மார்ச்சில் **பலாஸா**வில் கூடிய அகில இந்திய கிஸான் சபையின் 3வது மகாநாடு பிரகடனப்படுத்தியது.

"சமாதானத்தை நிலைநாட்டுவதில் அதிகபட்ச அக்கரையுள்ளவர்களாகிய கிஸான்கள் தொழிலாளர்களுடன், சேர்ந்து தேசத்தின் செல்வாதாரங்களை சுரண்டிக் கொண்டுபோவதை எதிர்த்தும் அன்னிய அரசாங்கத்தின் அதிகாரத்துக்கு சவால்விடும் சுதந்திரப் போராட்டத்திலும் முன்னணியில் நிற்பார்கள். இதற்காக கிஸான்கள் உடனடியாக, தத்தம் கிஸான் தலைமையில், பிரிட்டிஷ் சர்க்காரையும் அதன் தூண்களாக இத்தேசத்தில் நிற்கும் சுதேசி மன்னர்களையும் ஜமீன்தார்களையும், லேவாதேவிக்காரர்களையும் எதிர்த்து, அன்றாடப் போராட்டங்களை தீவிரமாக நடத்துவார்கள். இந்த போராட்டங்களின் உக்ரம் வளர்ந்து, இவைகளின் பரிமாணமும் மேலும் மேலும் விரிவடைந்து, ஒரு அகில

இந்திய வரிகொடா இயக்கமாக, வாடகை கொடா இயக்கமாக ஒன்றுபடுத்தப்படும். அதன்மூலம், இந்த ஏகாதிபத்தியத்தின் புல்லுருவிகளுடைய பொருளாதார வல்லமையை ஒழித்து, தேசத்திலுள்ள பிரிட்டிஷ் சர்க்காரின் அரசியல் ஆதிக்கத்தையும் கிடுகிடுக்கச் செய்யும்........"

1942 முதல் 45 முடிய கிஸான் இயக்கம் முழுமைக்குமே ஒரு மகத்தான சோதனை காலமாயிருந்தது. 1942 ஆகஸ்டில் தேசிய இயக்கத்தின் மீது ஏகாதிபத்யம் ஒரு மூர்க்கம் நிறைந்த தாக்குதலைத் தொடுத்தது - காங்கிரஸ் தலைவர்கள் கைது செய்யப்பட்டனர்; அதைத் தொடர்ந்து அடக்குமுறை பேயாட்டமாடியது. இத்துடன், தேசப் பொருளாதாரமும் உடைந்து சீர்குலைந்தது. வஞ்சமில்லாமல் லஞ்சம் வாங்கும் அதிகாரவர்க்கமும், கள்ளத்தனமாய் சேமித்து வைக்கும் நிலச்சுவான்தார்-வியாபாரிகளும் கள்ள மார்க்கெட்டுக் காரர்களும் சேர்ந்து, லட்சோப லட்சக்கணக்கான உயிர்களை பணயம் வைத்து பந்தயமாடினர். பஞ்சமும் விநாசமும் விவசாயி மக்களை கொள்ளைகொண்டது. ஓட்டாண்டிகளாக மாறிய ஏழை விவசாயிகள் வங்காளத்திலும் இன்னும் சில மாகாணங்களிலும் ஈசல்களைப்போல் மடிந்தனர்.

ஆகவே, ஸ்தாபன ரீதியாக திரண்டு நிற்கும் கிஸான் இயக்கத்துக்கு ஒரு மகத்தான பொறுப்பு ஏற்பட்டது. இந்த பொறுப்பை நிறைவேற்றும் பொருட்டு, அகில இந்திய கிஸான் சபையும் அதன் மாகாண கிளைகளும் தேசத்தலைவர்கள் விடுதலைக்காகவும் தேசிய சர்க்கார் ஸ்தாபிதத்துக்காகவும் இடைவிடாமல் கிளர்ச்சி செய்தனர்; அரசாங்க அடக்குமுறையை எதிர்த்துத் தைரியமாகப் போராடினார்கள்; கட்டாய யுத்த நிதி வசூலை எதிர்த்துப் போராடினார்கள்; உணவு உற்பத்தியைப் பெருக்கவும் அதிகாரியையும் கள்ளமார்க்கெட்டுக்காரர்களையும் கள்ள சேமிப்பாளர்களையும் ஒவ்வொரு கிராமத்திலும் முறியடிக்கவும் சுய உதவி இயக்கத்தை கட்டி வளர்த்தார்கள்.

இந்தக் காலம் முழுவதும், இந்திய கிஸான்கள் பெருமைதரக்கூடிய பல சாதனைகளை சாதித்தனர். ஆந்திர சேதத்தில் தரிசாகக்கிடந்த பல்லாயிரக்கணக்கான பல ஏக்கராக்கள் சாகுபடிக்கு கொண்டுவரப்பட்டன. கிஸான்கள்

தாங்களாகவே ஒன்றுசேர்ந்து, பெரிய பெரிய அணைகளைக் கட்டி வெள்ளத்தின் விநாசத்திலிருந்து பெரிய பிரதேசங்கள் பலவற்றை பாதுகாத்தனர். வங்காளத்தில், பஞ்சம் உச்சநிலையை எட்டிய காலத்தில்கூட உபரி ஏரியாக்களில் உள்ள கிராமங்கள் பலவற்றில் கிஸான்கள் கூடி, தங்கள் கையிருப்பை ஒருமுகப்படுத்தி, உபரியை பற்றாக்குறை - ஜில்லாக்களில் பட்டினி கிடக்கும் சொந்த சகோதரர்களுக்கு அனுப்பினார்கள். பஞ்சத்தில் மரணப் பிடிப்பிலிருந்து வங்க மக்களை மீட்பதற்காக அகில இந்திய கிஸான்சபை தலைமையில் ஒரு அகில இந்திய இயக்கம் அங்குரார்ப்பணம் செய்யப்பட்டது. தேசம் முழுவதிலும் கிஸான்கள், சந்தர்ப்பத்திற்கேற்ற விதத்திலெழுந்து, வங்க உதவி நிதிக்கு பிரமாதமான அளவில் வசூல் நடத்தினார்கள். தங்களுடைய மாகாணங்களிலேயே, உணவு கமிட்டிகளில் ஒன்றுபட்டு, கள்ளச் மார்க்கெட்டுக்காரர்களை அம்பலப்படுத்தினார்கள்; கள்ள சேமிப்பு கிடங்குகளைக் கண்டுபிடித்தார்கள்; அதை தேவைப்பட்டவர்களுக்கு விநியோகிக்க ஏற்பாடு செய்தார்கள். ஸ்தல அதிகாரிகளின் முட்டுக்கட்டையும் அடக்குமுறையும் அபாரமான சக்தியுடனும் நம்பிக்கையுடனும் முறியடிக்கப் பட்டது.

தேசத்தின் விடுதலைக்காகவும், சாதாரண மனிதனின் உரிமைகளுக்காகவும் இடைவிடாமல் போராடியதின் விளைவாக, முரணில்லாமல் போராடியதின் பலனாக, பொது ஜனங்களின் உணவைப் பொதுமக்கள் பெறுவதற்காக அவர்கள் நடத்திய போராட்டத்தின் விளைவாக, அகில இந்திய கிஸான் சபையின் சக்தி உயர்ந்தது. அதன் பொதுஜன அடிப்படை விரிவடைந்தது. 1942-ல் 225,781 ஆக இருந்த அதன் அங்கத்தினர் தொகை 1944-ல் 553,427 ஆகி 1945-ல் 829,686 ஆயிற்று. யுத்தம் முடிவுற்றபின் ஏழ்மைப் பட்டிருக்கும் இந்திய விவசாயி மக்களிடையே ஒரு புதிய விழிப்பு ஏற்பட்டிருந்தது. தீவிரமாகிவரும், முற்றிக் கொண்டிருக்கும் உணவு நெருக்கடியும், அத்யாவசியமான பண்டங்களின் நெருக்கடியும், விலை உயர்வும், கிராமங்களில்

அரசாங்கம் இழைக்கும் கொடுமைகளும், நிலப்பிரபுக்களின் ஒடுக்குமுறையும், இந்திய விவசாயிகளை, தங்கள் உரிமைகளை பாதுகாத்துக்கொள்ளும் நடவடிக்கைகளில், மேன்மேலும் அதிகப்படும் போருணர்ச்சியுடன், போர்க்குணத்துடன் ஈடுபடும்படி தூண்டுகின்றன.

நிலச்சுவான்தாரி முறையை ஒழிப்பதற்காக விவசாய சட்டம் உடனடியாக ஏற்படவேண்டுமென்று கோரும் பொழுதே, கிஸான்கள், கிஸான் சபைத்தலைமையில் திரண்டு, நிலப்பிரபுவுக்கு சொந்தமான தரிசு நிலங்களை கைப்பற்றி சாகுபடி செய்ய முன்னரே முன் கை எடுத்துவிட்டார்கள்; நிலத்தைவிட்டு வெளியேற்றப்படுவது எதிர்த்தும், வாடகைகளின் உயர்வை எதிர்த்தும் தீவிரமாகப் போராடுகிறார்கள்.

புத்தகம்—1
நிறைவு

***

பொருளடக்கம்
நான்காம் பாகம்
இந்திய மக்களின் இயக்கம்

பத்தாவது அத்தியாயம்

இந்திய தேசியத்தின் எழுச்சி

1. ஒற்றுமையும் வேற்றுமையும்
2. ஜாதி, மதம், மொழி
3. இந்திய தேசியத்தின் ஆரம்பம்
4. தேசிய காங்கிரசின் உதயம்

பதினோராவது அத்தியாயம்

தேசியப் போராட்டத்தின் மூன்று கட்டங்கள்

1. முதல் போராட்டப் பேரலை 1905-10
2. இரண்டாவது போராட்டப் பேரலை 1919-22
3. மூன்றாவது போராட்டப் பேரலை 1930-34

பன்னிரண்டாவது அத்தியாயம்

தொழிலாளர் எழுச்சியும் சோஷயலிசத்தின் வளர்ச்சியும்

1. இயந்திரத் தொழிலாளி வர்க்கத்தின் வளர்ச்சி
2. தொழிலாளி வர்க்கத்தின் நிலைமை
3. தொழிலாளர் இயக்க ஸ்தாபிதம்

4. அரசியல் விழிப்பு
5. மீரட் வழக்கு
6. மீரட்டுக்குப்பின், தொழிலாளி வர்க்கத்தின் மறுமலர்ச்சி
7. யுத்த முற்காலப் பேரெழுச்சி
8. இரண்டாவது உலக யுத்தத்தில், தொழிலாளி வர்க்கம்

பதின்மூன்றாவது அத்தியாயம்
இந்திய ஜனநாயகத்தின் பிரச்சினைகள்

1. சமஸ்தானாதிபதிகள்
2. வகுப்புப் பிரிவினைகள்
3. பாகிஸ்தானும் தேசிய இனப்பிரச்சினையும்.

பத்தாவது அத்தியாயம்

இந்திய தேசியத்தின் எழுச்சி

"ஒரு கலகம் பயமுறுத்தப்படுகின்ற தருணத்திலேயே, அது வெறும் கலகமாக இல்லாமல், அனைவரையும் ஆகர்ஷித்துள்ள தேசிய உணர்ச்சியின் பிரதிபலிப்பாக இருந்தால், நமது சாம்ராஜ்யத்தை பாதுகாக்க முடியுமென்ற சகல நம்பிக்கைகளுக்கும், பாதுகாக்க வேண்டுமென்ற சகல ஆசைகளுக்கும் அந்த கணத்திலேயே முற்றுப்புள்ளி வைக்கப்படுகிறது".

-ஜே.ஆர். ஸீலீ-"இங்கிலாந்தின் விஸ்தரிப்பு 1883"

முந்தைய அத்தியாயங்களில், சரித்திரத்தின் இலக்காக (பொருளாக) அமைந்த இந்திய மக்களின் நிலைமையையும் துயரம் நிறைந்த வரலாற்றையும் பிரதானமாகப் பரிசீலனை செய்தோம். இப்பொழுது, களிப்பு நிறைந்த கண்ணோட்டம் நம் முன் தோன்றுகிறது-இந்திய மக்களே சரித்திரத்தின் வினை முதலாகவுள்ள விஷயம் அது; அதாவது, இந்திய மக்களே சரித்திரத்தை சிருஷ்டிக்கும் விஷயம் அது.

நாம் இதுவரை செய்த பரிசீலனையின் மூலமாக, தேச நிலைமையை நன்குணர்ந்தோம்; இந்திய மக்களின் விடுதலை இயக்கம் வளர்ச்சியடைவதைத் தவிர்க்க முடியாததாக்கியுள்ள சக்திகளை உணர்ந்தோம். இந்த இயக்கம், அதன் முதல் கட்டங்களில், அன்னிய ஆட்சியிலிருந்து விடுதலை பெறுவதற்காக நிகழும் தேசிய ஜனநாயகப் போராட்டமாக, நிலப்பிரபுக்கள், லேவாதேவிக்காரர்கள் ஆகியோருடைய நுகத்தடியிலிருந்து விடுதலை பெறுவதற்காக விவசாயிகள் நடத்தும் போராட்டத்துடன் பின்னிக்கிடக்கும் இயக்கமாக உருவெடுப்பது அவசியமாகிறது.

குறுகிய நோக்கங்கள்கொண்ட இயக்கமாக, படித்த வர்க்கத்தினரும் வளர்ந்துகொண்டிருக்கும் பூர்ஷுவா வர்க்கமும் மட்டுமே ஈடுபடும் இயக்கமாகத் துவங்கி,

இன்றைக்குத்தான் தேசிய இயக்கம் சரித்திரத்தின் போக்கில் வளர்ச்சியடைந்து, தன் முழு வடிவத்தையும் சாதனையையும் நெருங்கிக்கொண்டிருக்கிறது; இன்னும் ஆழமான சமுதாய விடுதலைக்குப் பாதையை செப்பனிட்டுக்கொண்டிருக்கிறது. இந்தத்தேசிய விடுதலை இயக்கத்தின் வளர்ந்துகொண்டிருக்கும் உணர்வுடைய சரித்திரமே, விரிவடைந்துகொண்டிருக்கும் பொதுஜன அடிப்படையின் சரித்திரமே இந்திய தேசிய இயக்கத்தின் சரித்திரம்.

1. ஒற்றுமையும் வேற்றுமையும்

முதன் முதலிலே, ஒரு விசேஷ கேள்வி நம்மை எதிர்நோக்குகிறது. பல்வேறு கட்டங்களில் அதன் உருவம் மாறிய போதிலும், இன்றும் ஏகாதிபத்தியத்தின் வக்கீல்கள் அக்கேள்வியை அடிக்கடி எழுப்புகின்றனர்.

இந்திய ஜனசமூகம் என்று ஒன்று இருக்கிறதா? இந்தப் பரந்த விஸ்தாரமான உபகண்டமாகிய இந்தியாவில் வசிக்கும் பல்வேறு மதத்தினரையும் வர்ணத்தினரையும், இவ்வளவு ஜாதி வேற்றுமைகளும் ஜாதித் தடைகளும் உள்ளவர்களை, மொழியிலும் இதர விஷயங்களிலும் வித்தியாசங்கள் உள்ளவர்களை ஒன்றுக்கொன்று பெருத்த பேதமுள்ள சமுதாய, கலாசார முறைகளில் வாழுமிவர்களை ஒரு 'ஜனசமூகம்' என்று கருத முடியுமா? அவர்கள் ஒரு ஜனசமூகமாக முடியுமா? முடியுமென்று சொல்வது, மேலைய நாடுகளின் கருத்துக்களை, நேர்மாறுபாடான சூழ்நிலைகளில் தவறாகத் திணிப்பதாகாதா? பிரிட்டிஷ் ஆட்சி திணித்த ராஜ்ய நிர்வாக ஒற்றுமை ஒன்றுதானே இந்தியாவின் ஒற்றுமை?

இந்த அடிப்படையான பிரச்சினையின் கண்ணோட்டம் பல கட்டங்களில் மாறிவந்துள்ளது. இந்தியர்கள் ஒரு ஜனசமூகத்தைச் சேர்ந்தவர்கள் என்ற கருத்தை வீண் பிரமையென்று முன்காலத்திய ஏகாதிபத்யவாதிகள் ஏளனத்துடன் நிராகரித்துவிட்டார்கள். இருபதாம் நூற்றாண்டில், தேசிய இயக்கத்தின் வளர்ந்துவரும் சக்தியால், இந்திய தேசிய ஒற்றுமைக்கான அங்கீகாரம் ஓரளவு ஏற்பட்டது; லிபரல் ஏகாதிபத்தியவாதிகளாவது இந்தியர்கள் ஒரு தேசிய ஜனசமூகத்தைச் சேர்ந்தவர்கள் என்பதை ஒப்புக்கொண்டார்கள். ஆகவே, இந்த வளர்ச்சி (இந்தியர்கள்

ஒரு தேசிய ஜனசமூகமாக பரிணமித்திருக்கும் வளர்ச்சி) பிரிட்டிஷ் ஆட்சியின் வெற்றியென்றும், சாதனையென்றும், பிரிட்டிஷ் ஆட்சியின் நியாயத்தை எடுத்துக்காட்டுகிற தென்றும், பிரிட்டிஷ் லிபரல் கருத்துக்கள் போதிக்கப் பட்டதின் விளைவென்றும் சொல்லப்படும் வாதத்துக்கு செல்வாக்கு ஏற்பட்டது. சமீபகால கட்டத்தில், இந்தியாவின் பாமரமக்கள் அரசியல் உணர்வுபெற்றதும், அவர்களிடையே பல தேசிய இனங்களின் குண விசேஷங்கள் மேலும் மேலும் பிரதிபலிப்பதும், இந்தப் பிரச்சினைக்கு ஒரு புது கண்ணோட்டத்தை அளித்துள்ளன. சரியாகப் புரிந்து கொண்டால் இந்தக் கண்ணோட்டம் இந்தியாவின் ஒற்றுமைக்கு விரோதமானதல்ல. ஹிந்துக்களும் முஸ்லீம்களும் "இரு தேசிய ஜனசமூகங்கள்" என்ற சித்தாந்தத்துடன் கூடிய பாக்கிஸ்தான் பிரசாரம் இக்கண்ணோட்டத்தை திரித்துப் புரட்டி மாறுபடுத்தி வருகிறது; இந்த வாதத்தை ஏகாதிபத்தியத்தின் வக்கீல்கள் பூர்ணமாக பயன்படுத்திக்கொண்டு வருகிறார்கள்.

தேசிய இயக்கத்தின் வளரும் சக்தி அவர்களுடைய சிறு பிள்ளைத்தனமான நம்பிக்கையில் சந்தேகம் உண்டாக்குவதற்கு முன், பழைய ஏகாதிபத்தியவாதிகள் இந்தக் கேள்விக்கு (இந்தியா ஒரு தேசிய ஜன சமூகம் வாழும் தேசமா? என்ற கேள்வி) வெட்டொன்று துண்டிரண்டாக பதிலளித்தார்கள்.

ஒட்டகச்சிவிங்கியை மிருகக்காட்சி சாலையில் முறைத்துப் பார்த்துவிட்டு, 'இதைப் போல் ஒரு மிருகம் இருக்கவே முடியாது' என்று சாதித்த விவசாயியைப்போல, "இந்தியா என்று ஒன்று இருந்ததுமில்லை; இருக்கவுமில்லை" என்று 1888-ல் ஸர் ஜான்ஸ்ட்ராட்சி உறுதியாக ஓங்கியடித்துக் கூறினார்:-

"இந்தியாவைப் பற்றி தெரிந்துகொள்ளவேண்டிய முதன்மையான விஷயம், முக்கியமான விஷயம் என்னவென்றால், ஐரோப்பிய கருத்துக்கள் பிரதிபலிக்கும் முறையில், பிரதேச ஒற்றுமையோ, அரசியல் ஒற்றுமையோ உடைய இந்தியா என்று ஒன்று எப்பொழுதும் இருந்ததில்லை; இப்பொழு திருக்கவு மில்லை; இந்தியாவிற்குள்ளும் அத்தகைய தேசமும் இல்லை."

("இந்தியா: அதன் நிர்வாகமும் வளர்ச்சியும்")

ஸர் ஜான்ஸீலியுடைய அபிப்பிராயமும் இதைப்போலவே ஆணித்தரமாயிருந்தது:-

"இந்தியா ஒரு தேசிய இனம் என்பது அரசியல் விஞ்ஞானம் பிரதான நோக்கமாகக்கொண்டு, நீக்க முயலும் இழிவான தவறை அடிப்படையாகக்கொண்ட எண்ணம். இந்தியா என்பது ஒரு அரசியல் நாமமல்ல; ஐரோப்பா, ஆப்பிரிக்கா என்ற பதங்களைப்போல அதுவும் ஒரு பூகோளப் பெயர். ஒரு தேசிய ஜனசமூகத்தின் பிரதேசத்தை, ஒரு மொழியின் பிரதேசத்தை அது குறிக்கவில்லை. பல தேசிய ஜனசமூகங்களும் பல மொழிகளும் வாழும் பிரதேசத்தை அது குறிக்கிறது."

(ஸர் ஜான்ஸீலீ-"இங்கிலாந்தின் விஸ்தரிப்பு")

"கண்ணியம் என்றால் என்ன?" என்று கேட்டார் ஸர் ஜான்பால் ஸ்டாப்"* "அது ஒரு வார்த்தை; கண்ணியம் என்ற வார்த்தைக்கு என்ன அர்த்தம்? அது ஒரு வார்த்தை-வெறும் வார்த்தை" என்று அவரே பதிலளித்தார். அதே தீர்க்கமான அனுபவ வாதத்தில், இந்திய மக்களுடைய விடுதலைப் போராட்டம் ஒரு "இழிவான தவறு"என்று நமது நவீன ஜான் பால் ஸ்டாப்புகளால் நிரூபிக்கப்படுகிறது! ஆஸ்டிரிய சாம்ராஜ்யத்தின் சித்தாந்திகள்கூட இத்தாலியை ஒரு பூகோளப் பெயர்" என்று தங்களுக்கு திருப்தி ஏற்படும் வண்ணம் நிரூபித்துக்கொண்டார்கள்!

முன் காலத்திய வன்மையான மறுப்புகளால் தேசிய இயக்கத்தின் வெள்ளப்பெருக்குக்கு அணைபோட முடியவில்லை. ராஜ்யாதிகார மமதையில், கடலலைகளை நிற்கவேண்டுமென்று கட்டளையிட்ட **கன்யூட்** மன்னனின் சிஷ்யகோடிகளான இந்த ஏகாதிபத்தியவாதிகள் அதற்குப் பிறகு தங்கள் தந்திரமுறைகளை மாற்றிக்கொண்டு விட்டார்கள். இந்திய தேசியத்தை மறுப்பதற்கும் அடக்குவதற்கும் ஏகாதிபத்தியம் எடுத்த அத்தனை முயற்சிகளும் மண்

* **ஸர் ஜான் பால்ஸ்டாப்:** உலகப் பிரசித்திபெற்ற ஆங்கில நாடகாசிரியரான **ஷேக்ஸ்பியர்** ஆக்கிய 4வது ஹென்ரி, 5வது ஹென்ரி என்ற இரு நாடகங்களிலும் வரும் விதூஷகன்.

கவ்வியபின், "இந்திய தேசிய ஜனசமூகம் உருவாகியிருப்பது, அதை உருவாக்கிய பிரிட்டிஷ் ஆட்சியின் சாதனை யென்பது வெளிப்படை" என்ற மாற்று வாதத்துக்கு செல்வாக்கு ஏற்பட்டது. இந்த வாதத்தில் எவ்வளவு தூரம் சரித்திரப்பூர்வமான நியாயம் இருக்கிறதென்பதை மூன்றாவது செக்ஷனில் ஆலோசிப்போம்.

ஆனால் வேற்றுமையிலிருந்தெழும் வாதம்-இந்திய இனம் என்பதே இல்லையென்று மறுப்பது அல்லது அதை அங்கீகரிக்காமல் காலம் கடத்துவதை சரியென சாதிப்பது-இன்னும் மறையவில்லை. ஸைமன் ரிப்போர்ட்டின் முதல் பாகத்தில், நவீன பிரிட்டிஷ் ஏகாதிபத்தியத்தின் பிரதானமான பிரசார புத்தகத்தில், அது இன்னும் அழியாப் புகழுடன் திகழ்கிறது. இந்திய பிரச்சினைகளைப்பற்றி பொதுஜன அபிப்பிராயத்துக்கு போதிக்கும் யதார்த்த உண்மைகளின் தஸ்தாவேஜியாக கருதப்படும் இந்த ரிப்போர்ட் 1930-ல் தயாரிக்கப்பட்டது. "இந்திய தேசிய இயக்கம்" என்றழைக்கப் படுவது உண்மையிலேயே "இந்தியாவின் ஏராளமான ஜன சமூகங்களில் ஒரு சின்னஞ்சிறு பகுதியின் ஆவல்களைத்தான் நேரடியாக பாதிக்கிறது"என்று சாந்தமாகப் பிரகடனம் செய்வதுடன் இந்த ராஜாங்க அறிக்கை ஆரம்பிக்கிறது. 1930-34-ல் நிகழ்ந்த சட்டமறுப்பு இயக்கத்தின் தன்மையும் 1937-ம் வருஷ தேர்தல் முடிவுகளும் இந்தத் தீர்ப்பு பிரதிபலிக்கும் "அபூர்வ ஞானத்தை" நன்கு நிரூபித்தன! (தேசிய இயக்கத்தின் பொது ஜன அடிப்படை அவற்றில் ருசுப்பிக்கப்பட்டது). பரிசுத்தமான விஞ்ஞானக் கண்ணோட்டத்தில், பாரபட்ச மில்லாமல், நடுநிலை நழுவாமல், அப்பட்டமான உண்மைகளை அப்படியே, உள்ளது உள்ளபடி எடுத்துக்கூறுவதாக நடிக்கும் இந்த ரிப்போர்ட் மேலும் வாசகர் முன்னால் ஒரு பயங்கரமான சித்திரத்தை தீட்டுகிறது:-இந்திய "பிரச்சினை"யின் "விரிவும் கஷ்டமும்", "பிரதேச விஸ்தாரமும், ஜனத்தொகை ஏராளமாயிருப்பதும்", "222 மொழிகளுக்கு" குறைவில்லாத பாஷைகள் பேசப்படுவதால் உண்டாகும் "பாஷைச் சிக்கல்", "ஏராளமான ஜாதிகளும் அவற்றிடையேயுள்ள கண்டிப்பான கட்டுப்பாடும் தோற்றுவிக்கும் சிக்கல்", "மதத்துறைகளிலோ கணக்கில்லாத பேதாபேதங்கள்", ஹிந்துக்களுக்கும் முஸ்லீம் களுக்கு மிடையேயுள்ள "அடிப்படையான எதிர்ப்பு",

"பல்வேறு வர்ணங்களும் சமயக் கோட்பாடுகளும் அடங்கிய கூட்டம்" "பல மதங்களும் வர்ணங்களும் திரண்டுநிற்கும் இந்த ஜனத்தொகை", "இந்த வேற்றியல்புள்ள ஜனத்தொகை" முதலிய மதுர வசனங்கள் அந்த ரிப்போர்ட்டில் நிரம்பிக் கிடக்கின்றன.

இந்தக் கண்ணோட்டத்தின் நோக்கம் வெளிப்படை. இந்தியாவுக்கு துரிதமாக சுயாட்சி அளிக்கக்கூடிய திட்டம் காரிய சாத்தியமானதல்ல என்ற அபிப்பிராயத்தை சாதாரண வாசகர் மனதில் பதிய வைப்பதே இதன் கருத்து. சோஷலிஸ்ட் பத்திரிகையில் இந்த ரிப்போர்ட்டை விமர்சனம் செய்தாரே **நெவின்ஸன்**, அதே அபிப்ராயத்தை பரப்பவேண்டுமென்பது இதன் நோக்கம். நெவின்ஸன் எழுதினார்:-

"பெயரளவில் சுதந்திரமாயிருக்கும் 560 சுதேசி சமஸ்தானங்களும் 222 தனித்தனி பாஷைகளுடைய பல வர்ணத்தினரும், ஒன்றுக்கொன்று விரோதமான இரு பிரதான சமயங்களைச் சேர்ந்த ஜனங்களும் (1,68,000,000 ஹிந்துக்கள்; 60,000,000 முஸ்லீம் மக்கள் பிரிட்டிஷ் இந்தியாவில் மாத்திரமுள்ளனர்) பல லட்சக்கணக்கான தீண்டத்தகாதவர்களும் உள்ள இந்தச்சிறு கண்டத்துக்கு ஏற்ற அரசாங்க உருவத்தையோ, அரசியல் சட்டத்தையோ நிர்மாணிப்பது கிட்டத்தட்ட சமாளிக்கமுடியாத கஷ்டம் வாய்ந்தது. இந்தியாவைப்பற்றி சிந்திப்பவர்கள் ஒவ்வொருவரும் இந்த யதார்த்த உண்மைகளை முதன்முதலில் தெரிந்து கொண்டிருக்க வேண்டும். தெரியாவிட்டால், ஸைமன் ரிப்போர்ட்டின் முதல் பாகத்தை படிக்க வேண்டும். தெரிந்து கொள்ளதாதவர்களும் படிக்காதவர்களும் வாய்பொத்திக் கிடக்கவேண்டும்." (நெவின்ஸன், நியூலீடர்* என்ற பத்திரிகையில் ஸைமன் ரிப்போர்ட்பற்றிய விமர்சனம்).

இந்தியாவிடம் அனுதாபமுள்ள இடதுசாரிவாதியாகிய நெவின்ஸன் ஒரு சோஷயலிஸ்ட் பத்திரிகையில் இத்தகைய முடிவுக்கு வந்தார். அதிகாரபூர்வமான பத்திரிகைகள் மாத்திரமல்ல, இடதுசாரி பத்திரிகைகளில் பல கூட, லிபரல்,

* **நியூலீடர்:** என்பது டிராட்ஸ்கீயவாதிகள் ஆதிக்கம் வகித்த சுயேச்சைத் தொழிற்கட்சியின் பத்திரிகை.

தொழிற்கட்சி, சோஷலிஸ்ட் பத்திரிகைகள் கூட அதிகார வர்க்க பிரசாரத்தை அப்படியே ஏற்றுக்கொண்டுள்ளதற்கு நெவின்ஸன் விமர்சனம் ஒரு ஸாம்பிள்! மேலும், ஸைமன் ரிப்போர்ட்டின்முறை எவ்வளவுதூரம் வெற்றியடைந்த தென்பதையும் இது காட்டுகிறது. பட்சபாதமில்லாத முறையில், ராஜதந்திரியின் அந்தஸ்துக்கொப்ப விரும்பத்தகாத உண்மைகளையும், அங்கீகரிப்பதாக ஸைமன் ரிப்போர்ட் பாசாங்கு செய்தபோதிலும், உண்மையில், இது பிரசாரம்தான்-அப்பட்டமான பிரசாரம். இந்தியாவைப்பற்றி ஒவ்வொருவரும் "அவசியமாய்த் தெரிந்துகொள்ளவேண்டிய," "யதார்த்த உண்மைகளை" சமானியமான உண்மைகளை எடுத்துரைக்கும் ரிப்போர்ட் அல்ல அது. ஒரு **நோக்கத்துடன்** வேண்டுமென்றே சில உண்மைகள் மாத்திரம் பொறுக்கி எடுத்தாளப்பட்டி ருக்கிறது; அத்துடன், இந்த உண்மைகளின் அடிப்படை யிலுள்ளதையும் திரித்துக் கூறப்பட்டிருக்கிறது. இன்றைய இந்தியாவின் இந்த அதிகாரபூர்வமான சித்திரம், பிரச்சினையின் சூழ்நிலைகளாகக் கருதப்படும் இந்தச் சித்திரத்தின் அம்சங்கள் -இன்றைய இந்தியாவின் நிலைமையை உண்மையாகவே புரிந்துகொள்வதற்கு அவசியமானவற்றையெல்லாம் அடக்கி விட்டது; இந்தியாவின் ஏகாதிபத்திய சுரண்டல், இந்தியாவில் பிரிட்டிஷ் ரொக்க முதலாளித்துவம் படுத்திவைக்கும்பாடு, பிரிட்டிஷ் ஆளும்வர்க்கம் கொழிக்கும் லாபம், பொதுஜனங்களின் துயரத்துக்கு காரணமாயிருக்கும் சுரண்டல் முறைகள், பொது மக்களின் போராட்ட எழுச்சி (மத, வர்ண வித்தியாசம் பாராத எழுச்சி) ஏகாதிபத்தியம் அந்தப்போராட்ட எழுச்சியை அடக்குவதற்கு கையாளும் முறைகள் ஆகிய விஷயங்களைப்பற்றிய சகல உண்மைகளையும் ஸைமன் ரிப்போர்ட் மூடி மறைக்கிறது. இந்த முக்கியமான உண்மைகளைத்தான் எல்லோரும் தெரிந்துகொள்ள வேண்டுமென்று ஒவ்வொரு நேர்மையான சோஷலிஸ்ட் பத்திரிகையும் ஜனநாயகப் பத்திரிகையும் கூறவேண்டும். ("ஸைமன் கமிஷன் அதன் வேலையை தைரியமாகவும் பூர்ணமாகவும் செய்துவிட்டது. இந்த ரிப்போர்ட்டை பொறுத்தவரையில், தங்கள் கடமையை ஸர் ஜான் ஸைமனும்

அவர் சகாக்களும் இவ்வளவு சிரத்தையுடன் அணுகியதற்கு, பாராட்டவேண்டும். "முக்கியமான உண்மைகளில் தீவிரமான தேசியவாதிகளால்கூட குற்றம் குறை கண்டுபிடிக்க முடியுமா வென்று நான் சந்தேகிக்கிறேன்" என்று **பென்னர் பிராக்வே** (சுயேச்சை தொழிற்கட்சி தலைவர்) நியூ லீடரில் எழுதினார். ஆனால் உண்மையில், இந்த ரிப்போர்ட், இந்திய மக்களுக்கு பாதகமான முறையில் புரட்டிக் கூறக்கூடிய உண்மைகளிலும், அதிகாரபூர்வமான கொள்கையான "பிரித்தாளும்" தந்திரத்தை ஆதரிக்கும்படி திரித்துக் கூறக்கூடிய உண்மைகளிலும், பூரித்த உள்ளத்துடன் நடமாடுகிறது.

அமெரிக்க ஐக்கிய நாடுகளின் நிலைமையைப்பற்றி கீழ்க்கண்ட பாரபட்சமில்லாத விமர்சனத்தை ஒரு அமெரிக்கன் படித்தால், அவன் அதிசயப்படுவானென்பதில் சந்தேகமில்லை:-

"அமெரிக்க ஐக்கியநாடுகள் என்ற உபகண்டத்தில், சீதோஷ்ண ஸ்திதியிலும், பூபௌதீக அம்சங்களிலும் மிகப்பெரிய பேதாபேதங்கள் இருக்கின்றன. அதைப்போலவே, அங்கு வசிப்பவர்களிடையே, சமயத்திலும், வர்ணத்திலும் மிகப்பெரிய பேதாபேதங்கள் உள்ளன. அமெரிக்க ஐக்கியநாடுகள் ஒருமைத் தன்மை பெற்றதாக மாமூலாக பேசப்படுவதானது, அகஸ்மாத்தாய் கவனிக்கும் பிரிட்டிஷ் பார்வையாளருக்கு, அமெரிக்காவிலுள்ள பல்வேறு வர்ணத்தினரையும் பல்வேறு சமய கோட்பாடுடையவர்களையும் மறைக்கப் பார்க்கிறது.

நியூயார்க் நகரத்தில்மாத்திரம், கிட்டத்தட்ட நூறு தேசிய இனங்கள் வாழ்கின்றன; அவைகளில் பல மிகப்பெரிய எண்ணிக்கையுடையனவாயிருப்பதால், உலகத்திலேயே நியூயார்க் மிகப்பெரிய **இத்தாலிய** நகரமாகவும், மிகப்பெரிய **யூத** நகரமாகவும், மிகப்பெரிய **நீக்ரோ** நகரமாகவும் விளங்குகிறது. இத்தகைய விதவிதமான அம்சங்கள் அக்கம்பக்கத்திலிருப்பதால், ஓயாத வகுப்புச் சச்சரவுகள், உக்ரமான வகுப்புச் சச்சரவுகள் விளைகின்றன. குறிப்பாக தென் நாடுகளில், இதனால் பல வர்ணத்தினரிடையே கலவரங்களும் கொலைகளும் ஏற்பட்டன; சட்டத்தையும் அமைதியையும் காப்பாற்றக்கூடிய பாரபட்சமில்லாத அன்னிய அரசு இருப்பதால்தான், இந்தக் கலவரங்களும்

இந்திய தேசியத்தின் எழுச்சி 413

கொலைகளும் தடுக்கப்பட்டிருக்கின்றன. ஆளும் அரசின் முன்னுள்ள முக்கியமான பிரச்சினைகளாக **யூடா**விலுள்ள **மார்மான்**களின் தனி வாழ்க்கை, மின்னிஸோட்டாவிலுள்ள பின்னிஷ் ஜனங்கள், **மிஸிஸிபி** நதிவரை மெக்ஸிகோ வாசிகள் குடியேறியிருப்பது, மேற்குக் கடற்கரையில் ஜப்பானியர்கள் குடியேறியிருப்பது ஏராளமான எண்ணிக்கையில் பூர்வகுடிகள். . . . உள்ளனர். ("ஸைமன் கமிஷன் ரிப்போர்ட்"டை இந்த விதத்தில் கம்யூனிஸ்ட் தலைவர் **பேஜ்ஆர்னாட், லேபர் மன்த்லி** என்ற பத்திரிகையில் கேலி செய்தார்.)

இந்த விதத்தில்தான் சைமன் கமிஷன் இந்திய நிலைமையை பரிசீலனை செய்திருக்கிறது.

அமெரிக்க புரட்சி ஏற்படும்வரை (அமெரிக்க புரட்சிமூலம் பிரிட்டிஷ் ஆதிக்கத்தை ஒழித்து, சுயராஜ்ய குடியரசை அமெரிக்க ஐக்கிய நாடுகள் ஸ்தாபித்துக்கொண்டன. மொ-ர்) அமெரிக்க புரட்சி ஏற்படும் தறுவாயில்கூட, அமெரிக்க மக்களின் ஒற்றுமை காரிய சாத்தியமானதல்ல வென்பதைப்பற்றி "ஆழமான பரிசீலனைகள்" செய்யப்பட்டன. 'ருஜூக்கள்' தரப்பட்டனவென்பது குறிப்பிடத்தக்கது. சரித்திரத்தில் பதிவு செய்கிறார் **லெக்கீ:**

"இங்கிலீஷ்காரர்களின் வம்சங்களில் வந்தவர்களிடையே ஏராளமான டச்சுக்காரர்களும், ஜெர்மானியர்களும், பிரெஞ்சுக்காரர்களும், ஸ்வீடிஷ்காரர்களும், ஸ்காட்லந்தியர்களும், ஐரிஷ்காரர்களும் சிதறியிருப்பதால் காலனிகள் (அமெரிக்க ஐக்கிய நாடுகள்) வெவ்வேறு இயல்புகள் படைத்திருந்தன; பலவித அரசாங்கங்கள், பலவித மத நம்பிக்கைகள், பலவிதமான வர்த்தக நலன்கள், பல்வேறு சமுதாய ரகத்தைச் சேர்ந்தவர்கள் அங்கு குழுமியிருந்ததால், புரட்சி ஏற்படும் தறுவாயில்கூட, அவர்கள் ஒன்றுபடக்கூடுமென்பதை யாராலும் நம்ப முடியவில்லை."

(லெக்கீ-"18ஆம் நூற்றாண்டு இங்கிலாந்தின் சரித்திரம்")

மீண்டும் அவர் அதே புத்தகத்தில் கூறுகிறார்:-

"பல்வேறு தேசங்களிலிருந்து பல்வேறு கோட்பாடு களுடையவர்கள் சமீப காலத்திலேதான் குடியேறினார்கள்.

இவர்கள் பெரும்பான்மையோராயுள்ள ஒரு தேசம், பிரதேச விஸ்தாரத்தினாலும் போக்குவரத்து வசதிக்குறைவினாலும், இவர்களுக்குள் பரஸ்பர தொடர்பு வெகு சொற்பமாயுள்ள ஒருதேசம், திரவியம் திரட்டும் ஆர்வம் ஆதிக்கம் வகிக்கும் ஒரு தேசம், தேசியமோ, ஒற்றுமை உணர்ச்சியோ பரந்த அளவில் சிருஷ்டிக்க முடியுமென்று எதிர்பார்க்க முடியாது."

1759, 1760 வருஷங்களில் அமெரிக்கன் காலனிகளில் சுற்றுப் பிரயாணம் செய்த **பர்னாபி** எழுதுகிறார்:- "அமெரிக்காவின் பல்வேறு காலனிகளைவிட, **தீயும் நீரும்கூட** ஒன்றுக்கொன்று அதிக பகையுடையதல்ல. . . தன்மையிலும், பழக்கவழக்கங்களிலும் சமயக் கோட்பாட்டிலும், நலன்களிலும், பல்வேறு காலனிகளுக்குள்ளிருக்கும் வித்தியாசத்தைப் பார்த்தால், இவர்களை தன்னிச்சையாய் விட்டுவிட்டால், இந்தக் கண்டத்தின் ஒரு கோடியிலிருந்து இன்னொரு கோடி வரை உள்நாட்டு யுத்தம் உடனடியாக மூளும் என்று நான் நினைக்கிறேன். இவர்கள் ஒருவரையொருவர் அழித்துக் கொள்ளும் சந்தர்ப்பத்துக்காக நீக்ரோக்களும் இந்தியர்களும் (அமெரிக்க பூர்வ குடிகள்) நல்ல காரணத்துடனேயே எதிர்பார்த்துக் கொண்டிருக்கிறார்கள். 1765-ல், பிரபல அமெரிக்க தேசபக்தரான, **ஆடிஸ்** என்பவர் எழுதினார்:-

"இவர்கள் தங்கள் தாய்நாட்டிடம் விசுவாசமில்லாமல் நடப்பதை கடவுள் தடை செய்வாராக! (அதாவது அமெரிக்காவிலுள்ள இங்கிலீஷ்காரர்கள் பிரிட்டிஷ் ஆட்சியை எதிர்த்துப் போராடக் கூடாதென்கிறார்.) அத்தகைய தினம் வந்தால், அது ஒரு பயங்கரமான நிகழ்ச்சியைத் துவக்கி வைக்கும். இந்தக் காலனிகளை சுயேச்சையாய் விட்டுவிட்டால், நாளைக்கே அமெரிக்கா குழப்பமயமாகும்; ரத்தக்களறி மயமாகும்."

இந்தியாவைவிட்டு பிரிட்டிஷார் வெளியேறினால், சர்வ சம்ஹாரமும் குழப்பமும் தனியரசு புரியுமென்று **சர்ச்சில்** முதலியவர்கள் கூறுவது, புதுமையல்ல; பழைய, புளித்துப்போன பாட்டுதான். ஆகவே, ஒரு தேசிய ஜனநாயக இயக்கம் வெற்றியடையும் தருவாயில், அந்த சாம்ராஜ்யத்தின் ஏகாதிபத்தியவாதிகள் கூறும் **சுயநல** ஜோஸ்யங்களைப்

பற்றியும் அவர்கள் குறிப்பிடும் "உண்மை"களைப்பற்றியும் ஜனநாயகவாதி உஷாராயிருக்க வேண்டும்.

சரித்திரத்தில், இந்தியா எந்த அளவுக்கு ஒன்றுபட்டிருந்த தென்ற விஷயத்தை சரித்திராசிரியர்களுக்கு விட்டுவிடலாம்.

ஆதாரமில்லாமல், ஸீலீகளும் ஸ்ட்ராட்ச்சிகளும் கறாராக மறுத்தார்களே, அந்த மறுப்புகளை நவீனகால சரித்திர ஆராய்ச்சியாளர்கள், ஏகாதிபத்திய சரித்திர ஆராய்ச்சி யாளர்கள்கூட, சரியென்று சாதிக்க முயற்சிப்பதில்லையென்பது குறிப்பிடத்தக்கது.

"அகில இந்திய அரசியல் ஒற்றுமை, யதார்த்தத்தில் பூர்ணமாக கைகூடாவிட்டாலும், பல நூற்றாண்டுகளாக ஜனங்களின் லட்சியமாயிருந்துவந்திருக்கிறது. அகில தேச அதிபனே சக்கரவர்த்தி என்ற கருத்து சமஸ்கிருத இலக்கியம் முழுவதிலும், ஏராளமான சிலாசாசனங்களிலும் காணக்கிடக்கிறது. குருக்ஷேத்திர யுத்தகளத்தில் சகல தேசங்களும் ஒன்றுகூடியிருந்ததாக மகாபாரதம் கூறுகிறது. சகல இந்திய ஜன சமூகங்களும், தென்னாட்டு ஜன சமூகங்கள் உள்பட, உண்மையான பிணைப்புகளால் ஒன்றுபட்டிருந்த ஐதீகத்தையும், சகலருக்கும் பொதுவான நலன்கள் இருந்ததென்ற ஐதீகத்தையும் இது குறிக்கிறது. ஐரோப்பிய எழுத்தாளர்கள் இந்திய ஒற்றுமையைவிட இந்திய வேற்றுமையையே அதிகமாக உணர்ந்திருக்கின்றனர். தனியொரு சுதந்திர சிந்தனை படைத்த **ஜோஸப் கன்னிங்ஹாம்** இதற்கு விதிவிலக்கு. 1845-ல், பிரிட்டிஷ் ஆக்கிரமிப்பைப் பற்றிய சீக்கிய பயங்களை அவர் விவரிக்கும்போது, "**காபூல்** முதல் **அஸ்ஸாம்** சமவெளிவரை, **இலங்கைத்** தீவுவரை ஒரே தேசமாக கருதப்படுகிறது; சாம்ராஜ்யமென்பது ஒரு அரசனின் ஆதிக்கமாக, ஒரு வர்ணத்தாரின் ஆதிக்கமாகவே, பொதுமக்களால் கருதப்படுகிறது" என்று உண்மையை கூர்ந்துநோக்கி உணர்ந்து எழுதினார். இரண்டாயிரம் வருஷங்களுக்கு மேலாக, இந்தியா லட்சிய ரீதியாக அரசியல் ஒற்றுமையுள்ளதாய் இருந்து வந்திருக்கிறது. . . . .

"இந்தியா ஒரு ஆழமான அடிப்படையான ஒற்றுமையைப் பெற்றுள்ளதென்பதில் சந்தேகமில்லை; பூகோள தனித்தன்மையோ, அரசியல் ஆதிக்கமோ சிருஷ்டிக்கும்

ஒற்றுமையைவிட ஆழமான ஒற்றுமை அது. ரத்தத்திலும், நிறத்திலும், மொழியிலும், நடையுடை பாவனைகளிலும், ஜாதியிலும் அவர்களுக்கிடையிலுள்ள கணக்கற்ற பேதா பேதங்களைவிட, இந்த ஒற்றுமை மேலோங்கி நிற்கிறது."

(வின்ஸன்ட்ஸ்மித்- "ஆக்ஸ்போர்ட் இந்திய சரித்திரம்" 1919)

இன்றைய ஒற்றுமையின் தரத்தை கவனிப்பதே அதிமுக்கியமானது. நீடித்த பிரிட்டிஷ் ஆட்சியை சரியென்று சாதிப்பதற்காக சொல்லும் ஏகாதிபத்தியவாதங்களை, சுயாட்சிக்கு தடையாயிருப்பதாகக் கூறப்படும் ஏகாதிபத்திய பிரசாரத்தை இங்கு நாம் ஆலோசிப்பது நலம்.

2. ஜாதி, மதம், மொழி

ஒவ்வொரு ஜன சமூகமும் அதன் பிதுரார்ஜித வழியில் வந்த சுமையையும் விசேஷ பிரச்சினைகளையும் சமாளிக்க வேண்டியிருக்கிறது. அதைப்போலவே, கடந்தகால மிச்ச சொச்சங்களும் பேதாபேதங்களும் ஏற்றத்தாழ்வுகளும் கொண்ட சுமையை இந்திய மக்கள் வெல்லவேண்டி யிருக்கிறதென்பதில் சந்தேகமில்லை. இந்திய மக்களின் முற்போக்கான தலைவர்கள் இந்தப் பிரச்சினைகளைப் பைசல்செய்து, இந்திய மக்களை ஜனநாயக, சமுதாய முன்னேற்றப்பாதையில் முன்னழைத்துச் செல்வதற்கு சந்தர்ப்பம் வேண்டுமென்பதே சுயாட்சிக் கோரிக்கையின் அவசியத்தை வற்புறுத்தும் பிரதான காரணங்களிலொன்றாகும். ஏனெனில், கடந்த 50 வருஷகால அனுபவம் முன்னரே எடுத்துக்காட்டியிருப்பதுபோல, ஏகாதிபத்திய சீரழிவின் நவீன கட்டத்தில், (யதார்த்த விளைவுகளில் பிரிட்டிஷ் ஆட்சி முற்போக்காயிருந்த கட்டத்துக்கு 1850க்கு முன்னரே முடிவு ஏற்பட்டது.) தீண்டாமை, ஜாதித்தடைகள், வகுப்புப் பிரிவினைகள், கல்லாமை முதலிய தீமைகளை எதிர்த்து இந்திய தேசிய இயக்கத்தின் பிரதிநிதிகள் மேன்மேலும் தீவிரமாக தாக்கிவருகின்றனர்; அதே சமயத்தில், இந்தியாவின் பிரதிநிதிகள் கோரி வற்புறுத்திய எண்ணற்ற சீர்திருத்த திட்டங்களுக்கு ஏகாதிபத்தியம் முட்டுக்கட்டை போட்டு வந்திருக்கிறது; மேலும், இந்தத் தீமைகளுக்குப் புத்துயிரளிக்கும்

முறையில், அவை தீவிரமாகும் முறையில், ஏகாதிபத்தியம் வேலை செய்து வந்திருக்கிறது.

ஒரு அடிமைப்பட்ட ஜனசமூகத்தின் பிற்போக்கையும் பிரிவினையையும் நடைமுறையில் பாதுகாத்துப் போஷிக்கும் ஒரு கொள்கை, தன் நிர்வாக முறைகள் மூலம்கூட, இந்த தீமைகளை தீவிரப்படுத்தும் ஒரு கொள்கை, அதே சமயத்தில் அந்த ஜனசமூகம் ஒன்றுபடுவதற்கோ, சுயாட்சி செலுத்துவதற்கோ லாயக்கில்லையென்பதற்கு இந்தத் தீமைகளை துக்ககரமான ருசுவாகக் காட்டி பொது மேடையில் உரக்க பிரகடனம் செய்யும் ஒரு கொள்கை தன்னைத்தானே தண்டித்துக் கொள்கிறது.

வகுப்பு பிரிவினை (ஹிந்து-முஸ்லிம் பிரிவினை) இந்திய மக்கள் முன் நிற்கும் மிகவும் அவசரமான பிரச்சினைகளில் ஒன்றாயிருக்கிறது. பின்வரும் அத்தியாயத்தில் (13-வது அத்தியாயம், 2, 3-ஸெக்ஷன்கள்) இதை விவரமாக பகுத்தாராய்வோம். அதிகார வட்டாரங்கள் மறுத்தபோதிலும், இந்த பிரிவினை பிரிட்டிஷ் ஆட்சியின் கொள்கையால் வேண்டுமென்றே தீவிரப்படுத்தப்பட்டது என்பதற்கு ருசுக்கள் கொடுக்கப்படும். ஏன்? ஸைமன் ரிப்போர்ட்டே ஹிந்து-முஸ்லிம் குரோதம் பிரிட்டிஷ் இந்தியாவின் விசேஷ அம்சமாய் விளங்குவதாகவும், பிரிட்டிஷ் ஆட்சியில் அது அதிகரித்திருப்பதாயும் கூறியது. ("பிரிட்டிஷ் இந்தியாவில், ஒரு தலைமுறைக்கு முன்னால், உள்நாட்டுச் சமாதானத்தை பயமுறுத்தக்கூடிய வகுப்பு விரோதம் குறைந்தபட்ச ஸ்திதியில் இருந்தது; ஆனால் சீர்திருத்தங்களின் பிரகடனமும் அதன்பின் என்ன நேரிடுமென்பதைப் பற்றிய ஆவலும் ஹிந்து-முஸ்லிம் போட்டிக்கு புதிய ஊக்கமளித்துவிட்டன"-ஸைமன் ரிப்போர்ட்) ஏகாதிபத்திய ஆட்சி நீக்கப்படும் வரையில், வகுப்பு பிரச்சினையை பூரணமாக தீர்க்க முடியாதென்பதில் சந்தேகமில்லை.

பிரிட்டிஷ் பாதுகாப்பையே நம்பி வாழும் இந்திய சமஸ்தானங்களுக்கும் இதே விதி பொருந்தும்.

ஜாதிக் கட்டுப்பாடுகளையும், தீண்டாமையையும் பற்றி, நிறத் திமிரும் நிறத் துவேஷமும் பாராட்டும் ஏகாதிபத்தியவாதிகள்

ஆவேசமாய்ப் பேசுவதுதான் வேடிக்கை! (ஜாதி என்பதற்கே "நிறம்" என்பதுதான் பொருள். ஆரிய படையெடுப்பாளர்களின் 'உயர்வை' பிரதிபலித்த பதம் அது.) தீண்டத் தகாதவர்களின் எண்ணிக்கையை பெருக்குவதிலும் அதிகரிப்பதிலும் ஏகாதிபத்தியத்தின் பிரதிநிதிகளுக்குள்ள கர்ம சிரத்தையை பாராட்டாமலிருக்க முடியாது! ஒரு தலைமுறைக்கு முன், அரசியல் நிலைமை இவ்வளவு கொதிப்படைவதற்கு முன், தாழ்த்தப்பட்டவர் எண்ணிக்கை 3 கோடியாகக் கருதப்பட்டது. 1910-ல் "இந்தியக்கொந்தளிப்பு" என்ற புத்தகத்தில், தாழ்த்தப் பட்டவர் எண்ணிக்கையை வாலண்டின்கிரோல் 5 கோடி யாக்கினார். 1929-ல் பிரசுரமான ஆண்ஸ்டீயின் "இந்தியாவின் பொருளாதார வளர்ச்சி" தைரியமாக, அத்தாட்சியில்லாமல், 6கோடி என்று கூறிற்று. பார்லிமெண்டிலும், மேடையிலும் இந்த எண்ணுக்கு செல்வாக்கு ஏற்பட்டிருக்கிறது.

ஸர் ஜான் கம்மிங் பதிப்பிட்ட "நவீன இந்தியா"வில் (1931) இது 3 கோடி முதல் 6 கோடி வரை"யிருக்குமென்று மதிப்பிடப்பட்டது. ஸைமன் ரிப்போர்ட் தாழ்த்தப்பட்டவர் எண்ணிக்கையை 4 கோடி 30 லட்சமாக நிர்ணயிக்க முயற்சி செய்தது. அதே சமயத்தில், வங்காளம், ஐக்கிய மாகாணம், பீகார், ஒரிஸ்ஸா ஆகிய மாகாணங்களில் மாத்திரம் 2 கோடி 80 லட்சமாயிருக்குமென்று கூறியது. தாழ்த்தப்பட்டவர் எண்ணிக்கையைவிட, பள்ளிக்கூடங்கள், பொதுக் கிணறுகள், பொதுக் குளங்கள் முதலியவற்றில் சம உரிமை பெறாதவர்கள் எண்ணிக்கை குறைவாயிருக்குமென்றும் அது கூறியது. ஆகவே, தாழ்த்தப்பட்டோர் எண்ணிக்கை இன்னும் நிர்ணயமாகவில்லை.

தீண்டாமை எதிர்ப்புப் போராட்டத்துக்கு பிரிட்டிஷ் சர்க்கார் தலைமை தாங்கவில்லை; முற்போக்கான தேசிய இயக்கமே தலைமை தாங்குகிறது. உண்மையில், தீண்டத் தகாதவருக்கு பிரவேச உரிமை மறுக்கப்பட்டிருந்த சில தென்னாட்டு ஆலயங்கள், காந்திஜியின் இயக்கம் காரணமாக, தாழ்த்தப்பட்டோருக்கு திறந்துவிடப்பட்ட போது, இது ஜனங்களின் சமயக்கோட்பாட்டை புண்படுத்துமென்றும், சமயக்கோட்பாடுகளை பாதுகாப்பது சர்க்காரின் புனிதமான கடமையென்றும் கூறி; அரசாங்கம் தாழ்த்தப்பட்டோர்

இந்திய தேசியத்தின் எழுச்சி 419

ஆலயப் பிரவேசத்தை தடுக்க போலீஸை அனுப்பிய சம்பவத்தை ஞாபக மூட்டிக் கொள்ளலாம்.

ஒரு புதிய பிரிவினையை சிருஷ்டித்து, தேசிய காங்கிரஸை பலவீனப்படுத்துவதற்காக, பிரிட்டிஷ் சர்க்கார் தாழ்த்தப் பட்டோரின் வாக்காளர் ஜாபிதாவை தனியாக தயாரித்து அவர்களுக்கு தனி வோட்டுரிமை உத்திரவாதம் செய்ய அக்கரை எடுத்துக்கொண்டது. இவ்விதமாக, நீண்டு கொண்டிருக்கும் தனி வோட்டுரிமை ஜாபிதாவில், தாழ்த்தப்பட்டோர் பெயரும் சேர்க்கப்பட்டது. (ஆனால் பூனா ஒப்பந்தத்தின் விளைவாக இந்தத் தனிவோட்டுரிமையின் பிரத்தியட்ச பலன்கள் பெரிய அளவுக்கு குறைக்கப்பட்டு விட்டன.) ஆனால், பிரிட்டிஷ் சர்க்காரின் அன்பையும் ஆதரவையும் பற்றி தாழ்த்தப்பட்டோர்கள் என்ன நினைக்கி றார்கள் என்பதற்கு, தாழ்த்தப்பட்டோர் சம்மேளனத்தின் தலைவரும், தாழ்த்தப்பட்டோரின் பிரதிநிதியென்று அரசாங்கத்தால் அங்கீகரிக்கப்பட்டிருப்பவருமான **டாக்டர் அம்பேத்கார் 1930ல், அகில இந்திய தாழ்த்தப்பட்டோர் காங்கிரஸின்** தலைமையுரையில் கூறியதை கவனிக்கலாம்:-

"நமது துரதிர்ஷ்டவசமான நிலைமைகளை பிரிட்டிஷார் விளம்பரப்படுத்துவது அவற்றை நீக்குவதற்காகவல்ல; இந்திய அரசியல் முன்னேற்றத்தை தடுப்பதற்கு அதை ஒரு சாக்காக உபயோகித்துக்கொள்வதற்குத்தான் என்று நான் அஞ்சுகிறேன்."

மேலும் அவர் கூறினார்:-

"பிரிட்டிஷார் வருவதற்குமுன், உங்கள் தீண்டாமையால் நீங்கள் அருவருக்கத்தக்க நிலைமையில் இருந்தீர்கள். உங்கள் தீண்டாமையை நீக்குவதற்கு பிரிட்டிஷ் சர்க்கார் ஏதாவது செய்திருக்கிறதா? பிரிட்டிஷார் வருவதற்குமுன், கிராமக் கிணற்றில் நீங்கள் தண்ணீர் எடுக்க முடியாது. அந்த உரிமையை உங்களுக்கு பிரிட்டிஷார் அளித்திருக்கிறார்களா? பிரிட்டிஷாருக்கு முன், நீங்கள் ஆலயங்களில் பிரவேசிக்க முடியாது. இப்பொழுது நீங்கள் பிரவேசிக்க முடியுமா? பிரிட்டிஷார் வருவதற்கு முன் நீங்கள் போலீஸ் படையில் இடம்பெற முடியாது. பிரிட்டிஷ் சர்க்கார் உங்களை போலீஸ் படையில் அனுமதிக்கிறதா? பிரிட்டிஷார்

வருவதற்கு முன், உங்களுக்கு ராணுவத்தில் சேவைசெய்ய முடியாது. அந்த வாழ்க்கை வழி இப்பொழுது உங்களுக்கு கிடைக்கிறதா? கனவான்களே, இந்தக் கேள்விகளில் ஒன்றுக்கும் நீங்கள் "ஆம்" என்று பதில் தரமுடியாது. இவ்வளவு நீண்ட காலம், தேசத்தில் இவ்வளவு அதிகாரம் செலுத்தியவர்கள் கொஞ்சமாவது நன்மை செய்திருக்கவேண்டும். ஆனால் உங்கள் நிலைமையில் ஜீவாதாரமான அபிவிருத்தி ஒன்றுமில்லையென்பது நிச்சயம். உங்களைப் பொறுத்தவரை, பிரிட்டிஷ் சர்க்கார் பழைய நிலைமையை அப்படியே ஏற்றுக்கொண்டு விசுவாசத்துடன் பாதுகாத்துவருகிறது. புதிய உடுப்பைத் தைப்பதற்கு அளவுக்காக பழைய உடுப்பை கொடுத்தபோது, சீன தையற்காரன் அந்த பழைய கோட்டை அப்படியே காப்பியடித்து, அதிலிருந்த ஓட்டை பொத்தல் துவாரங்களும் ஒட்டு தையல்களும் உள்பட புதிய உடுப்பிலும் செய்து பெருமிதம்கொண்டானே, அதைப்போல பழைய நிலைமையை உள்ளது உள்ளபடியே பாதுகாத்து வருகிறது பிரிட்டிஷ் சர்க்கார். உங்களுக்கிழைக்கப்படும் தீமைகள் ரணப்புண்களாகவே இருக்கின்றன; அவை ஒழியவில்லை..

"உங்கள் குறைகளை உங்களைப்போல வேறு யாராலும் நீக்க முடியாது. உங்கள் கையில் அரசியல் அதிகாரம் வராவிட்டால், நீங்கள் உங்கள் குறைகளை நீக்கிக்கொள்ள முடியாது. இன்றுள்ள வகையில் பிரிட்டிஷ் ஆட்சி நீடிக்கும்வரை, இந்த அரசியல் அதிகாரத்தில் உங்களுக்கு ஒரு பங்கும் கிடைக்காது. உங்கள் சமூகத்துக்கு விமோசனம் அளிக்கக்கூடிய அரசியல் அதிகாரத்தை நீங்கள் பெறுவதற்கான சந்தர்ப்பம் சுயராஜ்ய அரசியலில்தான் கிடைக்கலாம்."

தாழ்த்தப்பட்டோரின் நலன்களும் அவர்களுடைய விடுதலையும் தவிர்க்கமுடியாத வகையில் தேசிய விடுதலை இயக்கத்துடன் பின்னிக்கிடக்கின்றன.

முடமாக்கும் ஜாதி ஸ்தாபனங்கள், கண்டனத்தின் மூலமாகவோ பிரசாரத்தின் மூலமாகவோ ஒழியப் போவதில்லை. நவீன தொழிலும் அரசியல் ஜனநாயகமும் முன்னேறுவதன் மூலமே, புதிய சமூக பிணைப்புகளும் பொதுநலனும் பழைய தொடர்புகளுக்கு பதிலாக

ஏற்படுவதன் மூலமே, இந்த ஜாதி ஸ்தாபனங்கள் ஒழியும். இதைத்தான் **மார்க்ஸு**ம் குறிப்பிட்டார்:-

"இந்திய அதிகாரத்துக்கும் இந்திய வளர்ச்சிக்கும் பெரும் தடைகளாக விளங்கும் இந்திய ஜாதிகளின் அடிப்படையாயுள்ள பரம்பரை உழைப்புப் பிரிவினைகளை நவீன யந்திரத் தொழில் கரைத்துவிடும்." *(1853 - இந்தியாவில் பிரிட்டிஷ் ஆட்சியின் எதிர்கால விளைவுகள்")*

எழுபது வருஷங்களுக்குமுன் மார்க்ஸ் தீர்க்கதரிசனத்துடன் கூறியது கைகூடி வருவதை, ஸென்ஸஸ் ரிப்போர்ட்டுகள் நிரூபிக்கின்றன.

"நவீன சூழ்நிலைகளில் வேலை நடக்கும் **ஜாம்ஷட்பூர்** போன்ற இடங்களில், சகல ஜாதிகளையும் வர்ணங்களையும் சேர்ந்தவர்கள், பக்கத்திலுள்ளவரின் ஜாதியைப்பற்றி சம்சயமில்லாமல், ஆலைக்குள் சேர்ந்தாற்போல் வேலை செய்கின்றனர்."

(பீகார்-ஒரிஸ்ஸா ஸென்ஸஸ் ரிப்போர்ட் 1921)

தாழ்த்தப்பட்டோருக்குள்ள விசேஷ கஷ்டங்களால் பல முக்கியமான பிரச்சினைகள் எழுகின்றன என்பதில் சந்தேகமில்லை. இந்த விசேஷ கஷ்டங்களும் குறைகளும்தான் **தாழ்த்தப்பட்டோர் சம்மேளனம்** என்ற ஸ்தாபனத்தின் வளர்ச்சிக்கு அடிப்படையளித்துள்ளது; இந்த ஸ்தாபனம் சில ஏரியாக்களில் ஆதரவு திரட்டியிருக்கிறது. ஆனால், ஜனநாயக தேசிய இயக்கம் நடத்தும் போராட்டத்தின் மூலமே, தொழிலாளர் இயக்கமும் ஜனநாயகமும் வளர்ச்சியடைவதன் மூலமே இந்தப் பிரச்சினைகளை பைசல்செய்ய முடியும். **தனித்து நின்று** ஏனைய பகுதியினரிடம் பேதம் பாராட்டும், அரசியல், பொருளாதார இயக்கத்தின் மூலம் இவை பைசலாகாது.

பாஷைகளின் பிரிவினையை எடுத்துக்கொள்வோம். 222 தனி பாஷைகள் இருப்பதாகக் கூறி இந்தக் கஷ்டத்தை நம்பமுடியாத முறையில் மிகைப்படுத்தியிருப்பதிலும், ஏகாதிபத்திய பிரசாரம் வெளிப்படையாய்த் தெரிகிறது. இந்தியாவின் பாஷைகளை 16 லிருந்து 300 பாஷைகள் வரை, பலர் பலவிதமாக மதிப்பிட்டிருக்கின்றனர்.

இங்கு மதிப்பீடுகளிலுள்ள பேதா பேதம், அந்த எஸ்டிமேட்டு களின் அடிப்படையிலுள்ள அரசியல் அக்கறையைக் காண்பிக்கிறது. மொத்தமாக 147 பாஷைகள் இந்தியாவில் பேசப்படுவதாக 1901-ம் வருஷ ஸென்ஸஸ் கூறியது; ஸைமன் ரிப்போர்ட் உபயோகித்த 1921-ம் வருஷ சென்ஸஸ் ரிப்போர்ட்டுடன் இதை ஒப்பிட்டுப் பார்த்தால், 1901லிருந்து 1921க்குள் ஜனத்தொகை 29 கோடி 20 லட்சத்திலிருந்து 31 கோடி 60 லட்சமாக அதிகரிக்க (அயலார் குடியேறியதாலல்ல) பேசப்படும் பாஷைகளின் எண்ணிக்கை 147லிருந்து 222 ஆக அதிகரிக்கிறது. (பல பாஷைகள் பேசப்படும் புதிய பிரதேசம் எதுவும் இந்தியாவுடன் சேர்க்கப்படவில்லை) உண்மையில், ஒரு தலைமுறைக்குள், டஜன் கணக்கான புதிய பாஷைகளை இந்திய மக்கள் விருத்திசெய்ய முடியுமென்றால், அவர்களுடைய பாஷா சிருஷ்டித்திறமை அதிசயமானதுதான்!

ஆனால் இந்தியரல்லாதவர்களிடம் செல்வாக்கு ஏற்பட்டுள்ள இந்த 222 பாஷைகளைப் பற்றி பகட்டுக் கதையின் தன்மை, இன்னும் விவரமாக பரிசிலனை செய்தால் விளங்கும். இந்த 222 பாஷைகளில், 134க்கு குறைவில்லாமல், "திபெத்-பர்மன் உபகுடும்பத்தைச்" சேர்ந்தவையென்பது தெரியவரும். இந்த 134 பாஷைகளின் தன்மை என்ன? 1909ம் வருஷத்திய "இம்பீரியல் கெஜடியர் ஆப் இந்தியா" (இந்திய சர்க்காரின் செய்தி சஞ்சிகை) 103 இந்தோ-சீன மொழிகளின் ஜாபிதாவைத் தருகிறது. இந்த ஜாபிதா அவைகளைப் பேசும் ஜனங்களின் எண்ணிக்கையையும் தருகிறது. அவற்றில் சில உதாரணங்கள்:-

மொழி	பேசுபவர்களின் எண்ணிக்கை
காபூய்	4
ஆன்ட்ரோ	1
காஸூய்	11
ப்ரானு	15
ஆகா	26
டெய்ராபுக்	12
நோரா	2

ஆன்ட்ரோ என்ற பாஷையை, ஒருவர் பேசுவதையும், நோரா என்ற பாஷையை மகிமை பொருந்திய இருவர்

பேசுவதையும் பார்த்தால், மனிதர்களுக்குள்ளே தங்கள் எண்ணங்களை பரிமாறிக்கொள்ளும் கருவி பாஷை என்ற சித்தாந்தத்தையே திருத்திக்கொள்ளவேண்டும் போலிருக்கிறது!

இந்த ஏகாதிபத்திய பிரசாரத்தின் குட்டை உடைப்பதற்காக விவரமாக பரிசீலனை செய்வோமேயானால் நாம் காண்பதென்ன? (1) இந்தோ சீன குடும்பத்தைச் சேர்ந்த "மொழிகளின்" எண்ணிக்கை 1901க்கும் 1921க்குமிடையே 92லிருந்து 145 ஆக உயர்ந்தது. (2) இவைகள் இந்தியாவில் பேசப்படுவதேயில்லை; ஹிமாலய மலைகளிலுள்ள ஜில்லாக்களிலும் பர்மிய-சீன எல்லைகளிலுமே இவை பேசப்படுகின்றன. (3) இவைகளில் மிகப் பெரும்பான்மை யானவை மொழிகளேயல்ல; சாமானியமான பாஷா விகாரங்களே; அல்லது பூர்வகுடிகளின் பெயர்களே. (4) இந்த கோஷ்டியிலுள்ள 103 மொழிகளில், 97 "மொழிகள்" இரண்டு லக்ஷத்துக்கு குறைவான மனிதர்களால் பேசப்படுகிறது; இதில் 83 மொழிகள் 50,000க்கும் குறைவான பேர்களால் பேசப்படுகிறது; இதில் 65மொழிகள் 10,000க்கு குறைவான பேர்களால் பேசப்படுகிறது; இதில் 39மொழிகள் 1000-க்கும் குறைவான பேர்களால் பேசப்படுகிறது. இதில் 17 மொழிகள் 100க்கும் குறைவான மனிதர்களால் பேசப்படுகிறது. இவற்றில் உள்ள ஒரே மொழி பர்மிய மொழிதான். (மீதி எல்லாம் பாஷா விகாரங்களே)

எனினும், இத்தகைய ஆதாரங்களைக்கொண்டு, 222 மொழிகளிருப்பதாக ஒரு மகத்தான கணிப்பு செய்யப்படுகிறது! ஒவ்வொரு ஏகாதிபத்திய மேடையிலும் பத்திரிகையிலும் பார்லிமெண்டரி விவாதத்திலும் இந்த வாதம் வியாக்கியானம் செய்யப்படுகிறது.

அதன் பிறகு, 1931-ம் வருஷ சென்ஸஸ் இந்த மொத்த எண்ணிக்கையை 203 ஆகக் குறைத்துவிட்டது. 1, 2 அல்லது 4 பேர் பேசும் மொழிகளைச் சேர்ந்தவர்கள் இந்த 10 வருடத்தில் துரதிர்ஷ்டவசமாக இறந்திருக்கவேண்டும்; தங்களுடைய முன் யோசனையில்லா நடத்தையின் மூலம் ஏகாதிபத்திய வாதத்தை பலவீனப்படுத்தியிருக்க வேண்டும். 1937லிருந்து பர்மா இந்தியாவிலிருந்து பிரிக்கப்பட்டதால், மொழிகளின் எண்ணிக்கை விழுந்துவிட்டது. ஏனெனில்

இந்திய மக்களின் பிரிவினைகளை நிரூபிப்பதற்காக பயன்பட்ட 'பாஷை'களில் பெரும்பான்மையானவை (128) பர்மாவைச் சேர்ந்தவை. பர்மாவின் அடிப்படையில், பாஷைகளின் எண்ணிக்கையை கூட்டிப்பெருக்கி அதை ஒரு தடையாக வர்ணித்தவர்களுக்கு, பர்மாவை பிரிக்க விரும்பியபோது, இந்தத் தடை மாயமாய் மறைந்தது! பர்மாவின் பாஷை ஒற்றுமையைப்பற்றி அதே ஏகாதிபத்தியப் பிரசாரம் வாய் நிறையப் பேசியது. "இந்த மாகாணத்தில் (பர்மா) 128 சுதேசி 'பாஷை'கள் இருந்தபோதிலும், ஜனத்தொகையில் 70 சதவீதத்தினர் பர்மிய பாஷையோ அல்லது அதை ஒட்டிய பாஷையோ பேசுகின்றனர்; இவர்கள் தொகை அதிகரித்து வருகிறது" என்று சைமன் ரிப்போர்ட் எழுதியது. தங்களுடைய கொள்கையின் நலனை முன்னிட்டு, ஏகாதிபத்திய புள்ளிவிவரங்கள் எப்படி வளைந்துகொடுக்கிறது, பாருங்கள்.

காங்கிரஸின் அதிகாரபூர்வமான தேசிய பாஷையான **ஹிந்துஸ்தானி** (உருது அல்லது ஹிந்தி லிபி) அடிப்படையில் இந்தியாவின் பொதுமொழி பிரச்சினை தீர்க்கப்படும் தறுவாயிலிருக்கிறது. இந்தியாவின் பெரும்பான்மையான ஜனங்கள் இந்த மொழியைப் பேசுகிறார்கள். அல்லது புரிந்துகொள்கிறார்கள். "ஹிந்து பிரசாரகர்களும் மகம்மதிய மௌல்விகளும் இந்தியா முழுவதும் ஹிந்தியிலும் உருதுவிலும் உபன்னியாசங்கள் செய்கிறார்கள்." கல்வி கற்றறியாத பாமர மக்கள்கூட அவைகளைப் புரிந்துகொள்கின்றனர்" என்று காந்தி குறிப்பிடுகிறார். அதைப் போலவே, ராணுவத்திலும் (இங்கு 222 மொழிகளைப் பற்றிய அபத்தம் தலைகாட்டுவதில்லை) ஹிந்துஸ்தானியிலேயே ராணுவ உத்தரவுகள் கொடுக்கப் படுகின்றன. இங்கிலீஷ், இந்தியாவின் பொது பாஷையென்று செய்யப்படும் பிரசாரம் வெறும் பித்தலாட்டம். நூறாண்டு இங்கிலிஷ் "கல்வி"க்குப் பிறகு, 100-ல் ஒருவருக்குத்தான் இங்கிலீஷ் எழுதப் படிக்கத்தெரியும். (35 கோடியில் 35 லட்சம் பேர் -1931-ம் வருஷ ஸென்ஸஸ்) இதற்கு எதிராக, "ஹிந்துஸ்தானியையும் அதன் பல்வேறு திரிபுகளையும் 12 கோடி ஜனங்களுக்குமேல் பேசுகிறார்கள்; இவர்கள் எண்ணிக்கை அதிகரிக்கிறது" (ஜவஹர்லால் நேரு- "இந்தியாவும் உலகமும்") இந்தியாவில் 12 அல்லது 13 பாஷைகள்தான்

பிரதான பாஷைகள். ("இந்தியாவில் பன்னிரண்டு பிரதான பாஷைகள் உள்ளன" **ஸர் ஹார்கோர்ட் பட்லர்** - " நவீன இந்தியா") இவற்றில் ஒன்பது வட இந்திய மொழிகள் நெருங்கிய சம்பந்தமுடையவை; 1921-ம் வருஷ ஸென்ஸஸ் ரிப்போர்ட் கீழ்க்கண்டவாறு ஒப்புக்கொண்டது:

"வட இந்திய, மத்திய இந்திய மொழிகளில் ஒரு பொதுவான அம்சம் இருக்கிறதென்பதில் சந்தேகமில்லை. ஆகவே, அந்தப் பாஷைகளைப் பேசுகிறவர்கள், கஷ்டமில்லாமலேயே, ஒருவருக்கொருவர் புரியும்படி பேச முடிகிறது. இந்தப் பொதுவான அடிப்படை இந்தியாவின் பெரும் பாகத்தின் பொதுமொழிக்கு ஆதாரமாயிருக்கிறது."*

பழைய தவறான சித்திரத்தை மீண்டும் தீட்டுவதற்கு பதிலாக, மேற்கண்ட ஸென்ஸஸ் ரிப்போர்ட் முடிவை ஸைமன் ரிப்போர்ட் எடுத்தாண்டிருந்தால், அது நேர்மையாயிருந்திருக்கும்.

இந்திய மக்களின் ஒற்றுமைக்கும், அவர்கள் சுயாட்சியை நோக்கி துரிதமாய் முன்னேறுவதற்கும் முட்டுக்கட்டை போடும் பெரும் தடைகளென்ற எண்ணத்தை பரப்பும் ஏகாதிபத்திய பிரசாரத்தை அம்பலப்படுத்துவதற்காகவே, இந்த விசேஷ பிரச்சினைகளை இவ்வளவு விவரமாக பரிசீலனை செய்தோம். தேசிய அரசியல்வாதிகளால் தீர்க்கப்படவேண்டிய இந்தப் பிரச்சினைகள், அவர்கள் பைசல் செய்யக்கூடிய இந்தப் பிரச்சினைகள் அடிப்படையில் ஏகாதிபத்தியம் கட்டியமைத்திருக்கும் கட்டுக்கதைகளை இந்தியாவுக்கு வெளியிலுள்ள ஜனநாயக அபிப்பிராயம்

---

* இந்திய சுதந்திரத்தை எதிர்ப்பதற்கு பாஷைச் சிக்கலைப்பற்றி கரடி காட்டும் இவர்களுக்கு வர்த்தக நோக்கத்தில் பிரச்சினையே அணுகும்போது, மொழிச்சிக்கல் சுலபமாகிவிடுவது வேடிக்கையாயிருக்கிறது:-

"**டஜன்** கணக்கான **பாஷைகள்** இருப்பதால் சமாளிக்க முடியாத கஷ்டம் ஏற்படக் கூடுமெனத் தோன்றியபோதிலும் உண்மையில் அவ்வளவு பெரிய கஷ்டமல்ல அது."

(பெல்ஸ் :"இந்திய மார்க்கட்-பிரிட்டிஷ் ஏற்றுமதியாளருக்கு சில குறிப்புகள்")

நம்பிவிடாமலிருக்க வேண்டுமென்று எச்சரிக்கை செய்யவே, இவ்வளவு விவரமாக இவற்றை ஆராய்ந்தோம்.

ஏகாதிபத்திய எதிர்ப்புப் போராட்டத்தில், சுதந்திரத்துக் காகவும், தங்களுடைய சொந்த அரசியல் எதிர்காலத்தை தாங்களே நிர்மாணிக்கும் உரிமைக்காகவும் இந்திய மக்கள் நடத்தும் போராட்டத்தில், இந்திய மக்கள் அனைவரும் ஒன்றென்ற பொருளில் இந்தியாவில் ஒரே தேசிய ஜன சமூகமிருப்பதை பார்லிமெண்டுகளின் விவாத மன்றங்களிலும் புள்ளி விவர நிபுணர்களின் அறைகளிலும் ருசுப்பிக்க முடியாது; பொய்ப்பிக்கவும் முடியாது. போர்க்களத்தில் அது நிரூபணமாகும்; நிரூபணமாகிக்கொண்டிருக்கிறது கடந்த 25 வருஷகால அனுபவத்தைக்கொண்டு அது நிரூபிக்கப்பட்டு விட்டதென்று சொல்லமுடியும். ஏனெனில், பேதாபேதங்களின் பிரச்சினைகளோ, இந்திய மக்களிடையே பல்வேறு தேசிய இனங்கள் இருப்பதோ, இந்த அடிப்படையான ஒற்றுமைக்கு (ஏகாதிபத்திய எதிர்ப்பு ஒற்றுமை தங்கள் எதிர்காலத்தை தாங்களே நிர்ணயிக்கும் உரிமையைப் பெறுவதற்கான போராட்ட ஒற்றுமை) முரணானதல்ல; இந்தப் பிரச்சினைகளை இந்திய மக்களே பைசல் செய்யமுடியும்; பைசல் செய்வார்கள்.

3. இந்திய தேசியத்தின் ஆரம்பம்

பழையகால மறுப்புகளின் எதிரொலிகள் இன்னும் ஓயாவிட்டாலும், நவீன கட்டத்தில் இந்திய தேசியத்தை நடைமுறையில் மறுக்கமுடியாது. ஆகவே, ஒரு தலைமுறைக்கு முன்னால் வரையில், இந்தியாவின் தேசிய ஒருமைப்பாட்டை மறுத்து, இந்தியா ஒரு "பூகோளப் பெயர்" என்று வாதித்ததெல்லா வற்றையும் விசித்திரமான முறையில் மறந்துவிட்டார்கள். அதற்கு பதிலாக, இந்திய தேசிய ஒருமைப்பாடு யதார்த்தப் பொருளானால், அதை அங்கீகரிக்க வேண்டிய நிர்ப்பந்தம் ஏற்பட்டிருந்தால், இது ஏகாதிபத்தியத்தின் மகத்தான சாதனையென்றும், ஏகாதிபத்தியமே இந்திய தேசிய உணர்வை உருவாக்கியதென்றும் இந்தியாவில் பிரிட்டிஷ் ஜனநாயகக் கருத்துக்களை விதைத்ததென்றும் ஏகாதிபத்தியத்தின் குதர்க்கவாதிகள் வாதிக்கின்றனர். இதுவே பிரிட்டிஷ்

ஆட்சியின் தொடக்கத்திலிருந்தே அதன் நோக்கமாயிருந்த தென்றும் கூறுகின்றனர்.

"இந்திய மக்களில் அரசியல் உணர்வுபெற்ற பகுதி..... அறிவுத்துறையில் நமது குழந்தைகள். அவர்கள்முன் நாம் வைத்த கருத்துக்களையே அவர்கள் கிரஹித்துக் கொண்டிருக்கிறார்கள். அதற்காக அவர்கள் நற்சாட்சி பெறவேண்டும். இந்தியாவில் இன்றைக்கு அறிவுலகத்திலும் தார்மீக உலகத்திலும் ஏற்பட்டுள்ள கலகலப்பு நம்மீது பழிசொல்லுவதாகாது; நமது வேலையை பாராட்டும் கலகலப்பாகும்".

(மாண்டேக்-செல்ம்ஸ்போர்ட் ரிப்போர்ட் 1918)

ஆக, இந்திய மக்களின் ஏகாதிபத்திய எதிர்ப்புப் போராட்ட எழுச்சியல்ல, சமரஸப்படுத்தமுடியாத போராட்டத்தின் வளர்ச்சியல்ல, தர்மகர்த்தாக்களாகிய ஏகாதிபத்திய அதிகாரிகளுடைய பரோபகாரப்பணி, இந்திய மக்களை தேசிய சுதந்திரத்துக்கு இட்டுச்செல்கிறது! பொது மக்களுக்காக செய்யப்படும் பிரசங்கங்களில் நவீன ஏகாதிபத்திய கலைஞன் தீட்டும் சித்திரம் இது! பழைய பத்தாம்பசலிப் பேச்சுக்கள், (உதாரணமாக, "இந்தியர்களுடைய நன்மைக்காக நாம் இந்தியாவைப் பிடிக்கவில்லை; இந்தியர்களின் தரத்தை உயர்த்துவதற்காக நாம் இந்தியாவை ஜயித்தோமென்று பாதிரிமார்கள் நடத்தும் கூட்டங்களில் சொல்லப்படுவதை நான் அறிவேன். அது பகட்டுப்பேச்சு. நாம் இந்தியாவை கத்தியால் ஜயித்தோம்; நாம் கத்தி கொண்டே அந்த ஆதிக்கத்தைக் காப்பாற்றுவோம்; பிரிட்டிஷ் சரக்குகளுக்கு அபூர்வமான சந்தையாக அதை காப்போம்" என்று **ஜாயின்ஸன்-ஹிக்ஸ்** செய்த பிரகடனம் பிரசித்திபெற்றது: "பிரிட்டனுடைய ஜீவாதாரமான வர்த்தக, பாங்கிங், கப்பல் போக்குவரத்து தொழில்களில் 20 சதவீதம் இந்தியாவுடன் நமக்குள்ள தொடர்பை பொறுத்திருக்கிற தென்று பல நிபுணர்கள் மதிப்பிடுகிறார்கள். இந்தியா பிரிட்டிஷ், சாம்ராஜ்யத்தின் அச்சாணி; (அச்சாணி கழன்று விட்டால் வண்டி குடைசாய்ந்துவிடும்) நாம் இந்தியாவை இழந்தால், முதலில் பொருளாதாரத் துறையிலும் அடுத்தபடி

அரசியல்துறையிலும், சாம்ராஜ்யம் சரிந்து வீழ்ந்துவிடும்" என்று **ராதர்மீர் பிரபு** கூறினார்) நாகரிகமாயில்லையென்றும், முன்னரே போதுமான அளவு தொந்தரவளிக்கக் கூடிய இந்திய நிலைமையில் விரும்பத் தக்கதல்லவென்றும் கருதப்படுகிறது.

நவீன கட்டத்தில், அதிகாரப்பூர்வமான பேச்சின் தொனி மாறியிருக்கிறதென்பதில் சந்தேகமில்லை. ஆனால், இந்த மாறுதல் வளரும் தேசிய இயக்கத்தின் காரணமா? தேசிய இயக்க வளர்ச்சியின் பிரதிபலிப்பல்லவா?

புதிய தொனியைக் கண்டு, ஏகாதிபத்தியக் கொள்கை பற்றியோ ஏகாதிபத்திய அதிகாரத்தைப்பற்றியோ, சகல முறைகளையும் பயன்படுத்தி தன் ஆதிக்கத்தைக் காப்பாற்ற முயலும் ஏகாதிபத்திய நோக்கத்தைப்பற்றியோ, பிரமைகள் எழுந்தால், அதைவிட அபாயகரமானது ஒன்றுமில்லை. இந்த உண்மைகளை புதிய பிரிட்டிஷ் திட்ட பரிசீலனையில் விவரமாக ஆராய்வோம்.

இந்த வாதத்தின் நடைமுறை முக்கியத்துவம் தெளிவு. இந்திய தேசியத்தை தன் வளர்ப்புக் குழந்தையாக தன் மடியில் உட்கார்த்தி வைத்துக்கொள்ள விரும்பும் ஏகாதிபத்தியத்தின் "உபகாரம்" நசித்துக்கொண்டிருக்கும் அரசு ஆத்மதிருப்திக்காக பேசும் பேச்சு அல்ல; க்ஷீணித்துக் கொண்டிருக்கும் அரசு தனக்குத்தானே சிருஷ்டித்துக் கொண்டுள்ள மருள் அல்ல. ஏகாதிபத்தியம் என்பது ஒரு பரோபகார அமைப்பு; ஏகாதிபத்திய அதிபர்கள் பிற்போக்கான ஜன சமூகங்களுக்கு உதவி, தேசிய உணர்வு ஊட்டி, இறுதியில் சுயாட்சி பெறும் பக்குவமுடைய பயிற்சியளிக்கும் நாகரிக தூதர்கள் என்ற சித்தாந்தம் **மாக்டனால்ட்** போன்ற ஏகாதிபத்தியத் தொண்டர்களால், சோஷியலிஸத்துக்கு துரோகம் செய்தவர்களால், முதலில் உருவாக்கப்பட்டது. ஜனநாயக உரிமைகள் கோரியதற்காக இந்திய மக்கள் மீது பயங்கர ஆட்சி நடத்தி, 60 ஆயிரம் இந்தியர்களை கைது செய்ததன்மூலம் ஏகாதிபத்தியத்தின் "நாகரிகப்படுத்தும் "தேவப்பணி"யை நன்றாக புரிந்து கொண்டிருப்பதை மாக்டனால்ட் நடைமுறையில் காட்டினார். ஏகாதிபத்தியத்தின் நவீன பிரதிநிதிகள் இந்தச் சித்தாந்தத்தை வியாக்கியானம்

செய்கின்றனர். ஏனென்றால் இந்தச் சித்தாந்தத்திலிருந்து கிரியாம்சத்தில் எழும் முடிவு அவர்களுக்குச் சாதகமாயிருக்கும். "தெளிந்த புத்தியுள்ள" "நிர்மாணிகமான" இந்திய தேசியம் ஏகாதிபத்தியத்தை தன் பகைவனாகக் கருதுவதை நிறுத்திவிட்டு தேசிய விடுதலைப் போராட்டத்தை துறந்துவிட்டு, ஏகாதிபத்தியத்துடன் ஒத்துப்போவதன் மூலம், ஒத்துழைப்பதன் மூலம், தெளிவில்லாத, வரையறுக்கப்படாத சுயாட்சி லட்சியத்தை என்றோ ஒரு நாளைக்கு அடைய, ஏகாதிபத்தியவாதிகள் நிர்ணயிக்கும் வேகத்தில் இந்திய மக்களை சாந்தமாக முன்னழைத்துச் செல்லும்; ஏகாதிபத்தியத்தை ஆசிரியனாகவும், வழிகாட்டியாகவும்கொள்ளும் என்பதுதானே இதன் முடிவு.

இந்திய தேசியத்தை பிரிட்டிஷ் ஆட்சியின் குழந்தையாக, பிரிட்டிஷ் ஆட்சியின் நற்பயனாககொள்ளுவது சரியா?

இம்மாதிரி சொல்பவர்கள் நோக்கத்திலுள்ள பொருளில் இல்லாவிட்டாலும், வேறு ஒரு அர்த்தத்தில் இது சரியென்பதில் சந்தேகமில்லை.

தங்களுடைய ஆக்கிரமிப்பின் மூலம், படையெடுப்பின் மூலம் சீன மக்களின் தேசிய ஒற்றுமையை உருவாக்க உதவுவதாக, சீனாவில் படையெடுத்திருக்கும் ஜப்பானியர்கள், இஷ்டப்பட்டால் உரிமை கொண்டாடலாம்; யதார்த்த விளைவில், இது சரியாகவே இருக்கும்.

அதைப்போலவே, ஏகாதிபத்திய எதிர்ப்புப் போராட்டத்தில் நவீன இந்திய தேசியம் பிறந்து வளர்ந்திருப்பதால், ஏகாதிபத்தியம் இந்திய தேசியத்தின் பூர்வாங்க நிபந்தனையாக இருந்ததாகக் கொண்டாடமுடியும்; தொழிலாளி வர்க்கத்தின் வெற்றிக்கு ஜாரிஸம் காரணமாயிருந்ததைப் போல; **கிராம்வெல்*** வெற்றிக்கு முதலாவது **சார்லஸ்** காரணமாயிருந்ததைப்போல.

---

* பிரிட்டனின் முதலாவது சார்லஸ் மன்னனை எதிர்த்து 1640-49ல் நடந்த உள்நாட்டு யுத்தத்தில் கிராம்வெல் தலைமை தாங்கினார். மன்னர்கள் தெய்வாம்சம் பெற்றவர்களென்ற தத்துவம் பேசிய முடியாட்சி தத்துவத்தை எதிர்த்து. பூர்ஷுவா ஜனநாயகம் நடத்திய போராட்டம் அது. 1649ல் சார்லஸ் சிரச்சேதம் செய்யப்பட்டார்.

ஆனால் நவீன ஏகாதிபத்திய வக்கீல்கள் மனதிலுள்ள பொருள் இதுவல்ல. இந்தியாவை அரசியல் ரீதியில் ஒன்றுபடுத்தியதும், நவீன நடுநாயகத்துவத்துடன் பிணைக்கப்பட்ட நிர்வாகத்தை ஸ்தாபித்தது மாத்திரம் அவர்கள் சாதனையென்று சொல்லவில்லை. இந்த அளவுக்கு அவர்கள் சொல்வதில் ஓரளவுக்கு நியாயம் இருக்கிறது. ஆனால், பிரிட்டிஷ் சட்ட ஸ்தாபனங்களையும் கலாச்சார ஸ்தாபனங்களையும் இந்தியாவில் திணித்ததன்மூலம், கல்வி கற்றுள்ள சின்னஞ்சிறு மைனாரிட்டிக்கு இங்கிலீஷ் கல்வி ஒன்றே அளித்ததின்மூலம், தவிர்க்கமுடியாத வகையில், இந்திய தேசீயத்துக்கு விதை விதைத்ததாகவும், படித்த வர்க்கத்திடையே ஜனநாயக சுதந்திரத்தைப் பற்றியும் சட்டசபைக்கு பொறுப்பான ஆட்சிமுறையைப் பற்றியும் பிரிட்டிஷார் கொண்டுள்ள கருத்துகளை விதைத்ததாகவும் அவர்கள் கூறுகிறார்கள். "கொஞ்சம் கொஞ்சமாக ஜனநாயக உரிமைகளைப் பெறும் வகையை இங்கிலீஷ் சரித்திரம் கற்றுக்கொடுத்தது; **பர்க்கும் மில்**லும் (இங்கிலீஷ் அரசியல் சாஸ்திரிகள்) பிரதிபலித்த இங்கிலீஷ் அரசியல் சாஸ்திரம் இந்த பாடத்தை வலியுறுத்தியது. கூர்மையான அறிவு படைத்த படித்த இந்தியர்கள், சுலபமாக உற்சாகமடையக் கூடிய படித்த இந்தியர்கள் ஒரு புதிய ஞானத்தை (போதத்தை)க் கண்டார்கள்." (**ருஷ் புரூக் வில்லியம்ஸ்**- "இந்தியாவைப் பற்றி என்ன?" 1938)

இவர்கள் கொண்டாடும் உரிமையில் எவ்வளவு தூரம் உண்மை இருக்கிறது?

நவீன சகாப்தத்தின் ஜனநாயகம் பல நாடுகளில் வளர்ச்சியடைந்தது; இங்கிலாந்து அதன் பிறப்பகங்களிலொன்று; அது இங்கிலாந்துக்கே சொந்தமான தனியொரு வளர்ச்சியல்ல, தவிர, ஒரு தேசத்தில் ஜனநாயகப் புரட்சியின் விதைகளை விதைப்பதற்கு அந்தத் தேசம் அன்னிய ஆதிக்கத்தின் கீழ் வரவேண்டுமென்று சொல்வதும் சரியல்ல. 19-ம் நூற்றாண்டின் ஜனநாயக இயக்கத்துக்கு, அதற்கு முன்னரே முதுமைப் பருவத்தை எய்தியிருந்த இங்கிலீஷ் பார்லிமெண்டரி-

முடியாட்சி சமரசத்தைவிட (இங்கிலீஷ் ஜனநாயகப் புரட்சிக்கு தலைமை தாங்கிய பூர்ஷுவா வர்க்கம் நிலப்பிரபுத்துவ வர்க்கத்துடன் சமரசம் செய்துகொண்டது) சுதந்திரம், சமத்துவம், சகோதரத்துவம் ஆகிய லட்சியங்களை போர்க்கொடியில் பொறித்த மகத்தான பிரெஞ்சுப் புரட்சியும் அமெரிக்க சுதந்திரப் பிரகடனமும் சிறந்த ஆதர்சங்களாக விளங்கின. இருபதாம் நூற்றாண்டில் 1905-ம் வருஷ ருஷிய புரட்சியும், 1917-ம் வருஷ ருஷிய புரட்சியும் உலக மக்களின் விழிப்புக்கு கைகாட்டியாகவும் ஆரம்ப பீடமாகவும் விளங்கின; குறிப்பாக தேசிய சுதந்திரம் கோரியெழுந்த அடிமைப்பட்ட ஆசிய ஜனசமூகங்களின் விழிப்புக்கும் இதர அடிமை நாடுகளின் மக்களுடைய விழிப்புக்கும் உணர்வுக்கும் ஆரம்ப பீடமாகவும் தீப ஸ்தம்பமாகவும் திகழ்ந்தன.

இந்திய விழிப்பு இந்த உலக ஓட்டங்களுடன் ஒட்டி வளர்ந்திருக்கிறதென்பதை இந்திய எழுச்சியுடைய வளர்ச்சியின் கட்டங்களிலிருந்தே நன்கு காணலாம். 1800-50 வருஷங்களின் இந்திய தேசியத்தின் தந்தையாக விளங்கிய **ராஜாராம் மோஹன்ராய்** 1830-ல் இங்கிலாந்துக்குப் போனபொழுது, பிரெஞ்சு புரட்சியின் லட்சியங்களிடமும் தனக்குள்ள உற்சாகத்தை காண்பிப்பதற்காக, பல அசௌகரியங்களிடையே, பிரெஞ்சு கப்பலில்தான் பிரயாணம் செய்வேனென்று வற்புறுத்தினார். பிரிட்டிஷ் ஆட்சியை பாதுகாக்கவும், பொது ஜனங்களுடைய வளரும் எழுச்சியைத் தடுக்கவும் தக்க கருவியாக பயன்படுத்தும் பொருட்டு அதிகார வர்க்கத்தின் முன் முயற்சியால் முதலில் ஸ்தாபிக்கப்பட்ட தேசிய காங்கிரஸ் இருபது வருஷகாலம் உறங்கிக்கிடந்தது; 1905க்குப் பிந்தி ஏற்பட்ட பொது ஜன கொந்தளிப்பில் அது உறக்கம் கலைந்தெழுந்தது. அதன் பிறகு, அந்தக் கொந்தளிப்பு அலை அடங்கியபின், மீண்டும் சாம்ராஜ்ய பக்தியிலும் மிதவாதத்திலும் மூழ்கியது. மீண்டும், இன்னும் பெரிய அளவில், மிகப் பெரிய அளவில், 1917-ம் வருஷத்துக்கு பிந்தி உலகம் முழுவதும் இயக்கம் முன்னேறியவுடன், இதுவும் தாவி முன்னேறியது.

இந்த உலக ஓட்டங்களில் இந்தியாவுக்கு பங்கு இல்லை என்ற எண்ணம், தேசிய, ஜனநாயக சுதந்திரப் போராட்டத்தில் இங்கிலாந்தின் உதவியில்லாமல் முன்னேறியிருக்க முடியாதென்ற எண்ணம். பகுத்தறிவற்ற சுய மயக்கமாகும். அதற்கு மாறாக, ஏகாதிபத்தியத்தின் பூர்வாங்க ஆதிக்கமில்லாவிட்டால், தேசிய ஜனநாயக உணர்வின் சக்தி மிகுதியாயிருப்பதையும், அது துரிதமாக முன்னேறுவதையும் சீனாவின் உதாரணம் விளங்க வைக்கிறது; இந்தச் சீன தேசிய ஜனநாயக விடுதலை இயக்கம் ஏகாதிபத்திய ஆக்கிரமிப்பினாலும் விஸ்தரிப்பினாலும் ஏற்படும் தடைகளை எதிர்த்து இடைவிடாது போராட வேண்டியிருக்கிறது.

இந்தியாவின் படித்த வர்க்கத்துக்கு அவர்களுடைய எஜமானர்கள் **பர்க், மில், மெகாலே** ஆகியோரின் அரசியல் சாஸ்திரத்தை கற்றுத் தந்ததாலா, **கிளாட்ஸ்டன், பிரைட்** ஆகியோரின் சட்டசபை வாதங்களின் வாசாலகத்தில் மெய்மறந்து பூரித்துபோக கற்றுத் தந்ததாலா, இந்திய தேசிய இயக்கம் எழுந்தது? சம்பிரதாயக் கதை அப்படித்தான் சொல்கிறது. இந்தக் கட்டுக்கதை மிகவும் எளியது; நவீன பிரான்ஸ் **நெப்போலியன்** எண்ணத்திலிருந்து பிறந்து வளர்ந்ததென்று கூறுவதைப்போல் இருக்கிறது. இந்திய தேசிய இயக்கம் **சமுதாய** சூழ்நிலைகளிலிருந்தெழுந்தது. ஏகாதிபத்தியமும் அதன் சுரண்டல் அமைப்பும் கூடிய சூழ்நிலையில், அந்தச் சுரண்டலால் இந்திய சமூகத்தில் சிருஷ்டிக்கப்பட்ட சமூக, பொருளாதார சக்திகளிலிருந்து இந்திய தேசிய இயக்கம் எழுந்தது. எத்தகைய கல்வி அமைப்பு இருந்திருந்தாலும் சரி, இந்திய பூர்ஷுவாக்களின் எழுச்சியும், பிரிட்டிஷ் பூர்ஷுவா ஆதிக்கத்தை எதிர்க்கும் அவர்கள் போட்டி அதிகரிப்பதும், தவிர்க்க முடியாதவை. இந்திய பூர்ஷுவா வர்க்கம் சமஸ்கிருத வேதங்களில் மாத்திரம் கல்வியறிவு பெற்றிருந்தாலும், வேறு எந்தச் சிந்தனையுடனும் சம்பந்தப்படாமல் துறவிகளைப்போல தனித்து வைக்கப் பட்டிருந்தாலும், அவர்கள் தங்கள் போராட்டத்தின் கோஷங்களையும் போராட்டத்துக்கு ஊக்கமளிக்கும் லட்சியங்களையும் அந்தச் சமஸ்கிருத வேதங்களிலேயே நிச்சயமாக கண்டிருப்பார்கள்.

ஏகாதிபத்தியத்தின் சார்பில், மெகாலே இங்கிலீஷ் கல்விஅமைப்பை புகுத்தியபோது, இந்திய தேசிய உணர்வை சிருஷ்டிப்பது அவருடைய நோக்கமாயிருக்கவில்லை; இந்திய தேசிய உணர்ச்சியின் ஆணிவேரை அடியோடு கெல்லி எறிவதே அவர் நோக்கம். பழைய ருஷிய சாம்ராஜ்யத்தில், அடிமைப்பட்ட இனங்களை 'ருஷ்ய மயமாகக்க' ஜாரிஸம் முயற்சி செய்ததைப்போல, தங்கள் நாட்டு மக்களுடன் எந்தவிதமான தொடர்புமில்லாத ஒரு வர்க்கத்தை, இங்கிலீஷ் ஆக்கினையை கப்சிப்பென்று நிறைவேற்றி வைக்கும் ஒரு வர்க்கத்தைச் சிருஷ்டிப்பதே மெகாலேயின் நோக்கம். ஜனநாயகத்தின் விதைகளை விதைக்க வேண்டுமென்ற எண்ணத்தை அவர் கனவில்கூட காணவில்லை. இதைப்பற்றி, அவருடைய அபிப்பிராயங்கள் ஆணித்தரமானவையாகும். "இந்தியா ஒரு சுதந்திர சர்க்காரைப் பெற முடியாதென்று நமக்குத் தெரியும். ஆனால் அதற்கு அடுத்த சிறந்த முறையாகிய உறுதியான, பட்சபாதமில்லாத, தனியரசை இந்தியா பெறமுடியும்". என்று கூறியது சாக்ஷாத் இதே மெகாலேதான். ஏகாதிபத்திய நிர்வாகத் திறமையின் நலன்களை முன்னிட்டு ஸ்தாபிக்கப்பட்ட இந்த அமைப்பால், இங்கிலீஷ் ஜனநாயகப் போராட்டங்களைப் பற்றி, **மில்டன்**களும் **ஷெல்லி**களும் **பைரன்**களும் கொடுங்கோன் மைகளை எதிர்த்துப் போராடியதைப்பற்றி, சில சமயங்களில், இந்தியர்களை சுரண்டிய அதே பிட்களையும், வெல்லிங்டன்களையும், ஹேஸ்டிங்ஸுகளையும் எதிர்த்துப் போராடியதைப்பற்றி, இந்தியர்கள் அறிந்துகொள்ள முடிந்தது. ஆனால், ஏகாதிபத்திய அமைப்பின் விசேஷ முரண்பாடு இது; எந்த நாட்டின் ஆளும் வர்க்கம் ஏகாதிபத்தியமாய் வடிவெடுக்கிறதோ, அதே நாட்டின் மக்கள் அந்த ஆளும் வர்க்கத்தை எதிர்த்து தங்கள் விடுதலைக்காகப் போராடுவதிலெழும் முரண்பாடு இது. ஆனால் இந்த முரண்பாட்டை அக்காலத்தவர்கள் முன்கூட்டி எதிர்பார்க்கவில்லை; அதற்கு பிந்திய தலைமுறைகளைச் சேர்ந்த ஏகாதிபத்தியவாதிகள் இதற்காக வருந்தாமல் இருந்ததில்லை.*

---

* இந்தியாவில் மேலைய நாட்டுக் கல்வியை வளர்க்க பிரிட்டிஷ் சர்க்கார் எடுத்துள்ள நடவடிக்கைகளையும் அவற்றின் விளைவுகளையும் இப்புத்தக

இவர்கள் இந்தியாவுக்கு செல்லும் புத்தகங்களை தணிக்கை மூலம் தடைசெய்து, இந்த முரண்பாட்டின் விளைவுகளை தவிர்க்க தங்களாலியன்றவரையில் முயன்றனர்.

இந்திய தேசியத்தை உருவாக்கிய சக்திகளுக்கு, தன்னுணர்வில்லாமல் பிரிட்டிஷ் ஆட்சியினால் ஏற்பட்ட பலன்களையும், இந்தியாவில் நன்மைக்கும், தீமைக்கும் பிரிட்டிஷ் ஆட்சியின் சரித்திரபூர்வமான முக்கியத்துவத்தையும் சாதனையையும் குறைத்துக் கூறவேண்டிய தேவையில்லை. சுயநல பேராசை நலன்களால் உந்தப்பட்ட போதிலும், இந்தியாவின் வளர்ச்சியில் தன்னுணர்வில்லாமலேயே, பிரிட்டிஷ் ஆட்சி, சரித்திரத்தின் கருவியாக விளங்கியதையும், அதன் சாதனையின் இரு அம்சங்களையும் மார்க்ஸ் எடுத்துக் காண்பித்துள்ள வாக்கியங்களை முன்னரே நாம் படித்தறிந்தோம். (4வது அத்தியாயம், 4வது ஸெக்ஷன்)

பிரிட்டன் இந்தியாவில் வெற்றியடைந்து, இந்தியாவைச் சுரண்ட முற்பட்டதின் முதல் முக்கியமான அம்சம், இந்தியாவின் பழைய சமுதாய அமைப்பின் அஸ்திவாரங்கள் அழிக்கப்பட்டதாகும். எத்தகைய புதிய வளர்ச்சிக்கும், அந்த நாசம் அவசியமாயிருந்தது. பிரிட்டிஷ் ஆட்சி ஏற்படாமல் இந்த அழிவு சாத்தியமாயிருந்திராதென்பது இதற்கு அர்த்தமல்ல. அதற்கு மாறாக, பிரிட்டிஷ் படையெடுப்பின்போது உடைந்துகொண்டிருந்த பரம்பரை இந்திய சமூகம், அதன் சக்திகளின் அடிப்படையிலேயே, பூர்ஷுவா புரட்சியின் முதல் கட்டத்தை ஆரம்பிக்கும் தருவாயிலிருந்தபோதுதான், முன்னரே பக்குவமடைந்துள்ள பிரிட்டிஷ் பூர்ஷுவா சமூகம் அந்த அந்திக்காலத்தில், அராஜகம் தலைவிரித்தாடிய காலத்தில் இந்தியாவைப் பிடித்து அதன் ஆதிக்கத்தை நிலைநாட்ட முடிந்தது என்று முடிவு கூறக் காரணமிருக்கிறது. ஆனால் யதார்த்த சரித்திரத்தில், பழைய இந்திய சமூக அமைப்பின் அழிவு பிரிட்டிஷ் ஆட்சியின் சாதனையே.

இரண்டாவது சாதனை என்னவென்றால், புதிய சமுதாயத்துக்கு லோகாயத அடிப்படையை ஸ்தாபிக்கும்

ஆசிரியர் நன்கு ஆராய்ந்தறிந்துள்ளார். அபாயகரமான அரசியல் தவறுகள் அவை"

(ஸர் ஆல்பிரிட்லயால்."இந்திய கொந்தளிப்பு"க்கு முகவுரை)

பணியை ஓரளவு நிறைவேற்றியுள்ளது. புதிய சமூகத்தின் லோகாயத அடிப்படையாவது:- தேசத்தை ஒரு அரசியலில் ஒன்றுபடுத்துதல்; உலக மார்க்கட்டுடன் இந்தியா இணைக்கப்படுதல்; நவீன போக்குவரத்து வசதிகள், குறிப்பாக ரயில்வேக்கள், தந்திப்போக்குவரத்து அமைக்கப்படுதல்; அதன் விளைவாக நவீன யந்திரத்தொழில் ஆரம்பம்; இவற்றுக்கு அவசியமான நிர்வாக பயிற்சியும், விஞ்ஞான தேர்ச்சியும் பெற்ற ஜனப்பகுதி பக்குவமடைதல்.

ஆனால் இந்தச் சாதனைகள் மாத்திரம் இந்திய மக்களுக்கு விடுதலையையோ அவர்களுடைய வாழ்க்கை நிலைமையில் அபிவிருத்தியையோ கொண்டுவர முடியாது. விடுதலைக்கும் வாழ்க்கை வசதி வளர்ச்சிக்கும் அவை லோகாயத அடிப்படையைத்தான் ஸ்தாபிக்க முடியும். ஆனால் "இதற்கு மேல் பூர்ஷுவா வர்க்கம் ஏதாவது செய்திருக்கிறதா? ஜனங்களையும், ஜனசமூகத்தையும் ரத்த ஆற்றிலும், ஆபாச உலையிலும், சிறுமைக்கடலிலும், துன்ப சாகரத்திலும் இழுத்தடிக்காமல், பூர்ஷுவா வர்க்கம் எப்பொழுதாவது வளர்ச்சியை சிருஷ்டித்திருக்கிறதா?" (கார்ல் மார்க்ஸ்).

மூன்றாவது நடவடிக்கையை இனித்தான் நிறைவேற்ற வேண்டும். இந்திய மக்கள் புதிய சக்திகளை தங்கள் ஆதிக்கத்தில் கொண்டுவந்து, தங்களுடைய சொந்த நலன்களுக்குகந்த முறையில் ஸ்தாபிக்க வேண்டிய நடவடிக்கை அது. இந்திய மக்களுடைய சொந்த ஏகாதிபத்திய எதிர்ப்புப் போராட்டம் மூலமே, "இங்கிலீஷ் நுகத்தடியை பூர்ணமாக தூக்கிஎறியும்" பலத்தை அவர்கள் வளர்ப்பதன் மூலமே இதை இந்திய மக்கள் சாதிக்க முடியும். இதையே கார்ல் மார்க்ஸ் வலியுறுத்தினார். இந்திய தேசிய விடுதலை இயக்கத்தின் சரித்திர பூர்வமான பணி அது. அதன் லட்சியமான தேசிய விடுதலை சமுதாய விடுதலைக்கு முதல்படியே.

பிரிட்டிஷ் ஆட்சியின் முதல் கட்டத்தில் அதாவது, 19வது நூற்றாண்டின் முற்பகுதியில், பிரிட்டிஷ் அதிபர்கள் அவர்கள் உண்டாக்கிய சகல துன்ப துயரங்களின் நடுவே, தொழில் நாசத்தின் நடுவே, முற்போக்கான முறையில்

தீவிரமாகப் பணியாற்றினார்கள்; பல துறைகளில், இந்திய சமூகத்திலிலுள்ள நிலப்பிரபுத்துவ சக்திகளையும் கர்னாடக சக்திகளையும் எதிர்த்து தீவிரமாகப் போராடினார்கள். சமஸ்தானங்களையெல்லாம் ஒன்றன்பின் ஒன்றாக முறியடித்து, தனித்தனியாய் நின்ற அரசுகளை ஒரே அரசியலில் கொண்டு வந்தார்கள்; மீதி சமஸ்தானாதிபதிகள் இதைக் கண்டு கதிகலங்கினார்கள். இந்தக் காலத்தில் பிரிட்டிஷார் தைரியமாக சில சீர்திருத்தங்களையும் கொண்டுவந்தார்கள். இந்திய சமுகத்தின் முற்போக்கானவர்களுடைய ஒத்துழைப்புடன் உடன்கட்டை ஏறுதல் என்ற பழக்கத்தை (கணவன் இறந்தவுடன், மனைவி அவனுடன் கட்டை ஏறி, உயிரைப் பலி கொடுத்தல்) ஒழித்தார்கள்; சிசுஹத்தி (குழந்தை வதை)யையும் மதத்தின் பெயரால் மனிதனை கொலை செய்யும் நரபலி என்ற சம்பிரதாயத்தையும் எதிர்த்துப் போராடினார்கள்; மேலைய தேசக் கல்வியை ஸ்தாபித்தார்கள். பத்திரிகை சுதந்திரம் வழங்கினார்கள். கண்டிப்பான கண்ணோட்டம் படைத்த அவர்கள், இந்திய பரம்பரைப் பண்பாடுகளிலிருந்து பிற்போக்கான அம்சங்கள் அத்தனையையும் எதிர்த்தார்கள்; 19-ம் நுற்றாண்டின் பிரிட்டிஷ் பூர்ஷுவா, கிறிஸ்துவ சித்தாந்தமே மனித வர்க்கத்துக்கு ஏற்றதென்ற கொள்கைப் பிடிப்புடன், முற்காலத்திய பிரிட்டிஷ் நிர்வாகிகள், அக்காலத்திய வளர்பிறை பூர்ஷுவா வர்க்கத்தின் ஆர்வத்தை பிரதிபலிக்கும் முறையில், மகத்தான மாறுதல்களை சிருஷ்டித்தார்கள்; அவர்களில் தலைசிறந்தவர்கள், **ஹென்றிலாரென்ஸ்** போன்றவர்கள், அவர்களுடன் பழகும் ஜனங்களின் நன்மதிப்பையும் அன்பையும் பெற்றனர். அக்காலத்திய இந்தியர்களுக்கும் பிரிட்டிஷாருக்கும் தனிப்பட்ட முறையில் அன்னியோன்னியமான நல்லுறவுகளிலிருந்ததை அக்காலத்திய சான்றுகள் சுட்டிக்காட்டுகின்றன. தங்கள் ஆதிக்கத்துக்கு பிராணாபத்தைக் கண்ட பழைய பிற்போக்கான மன்னர் மகுடாதிபதிகள் பிரிட்டிஷாரை நஞ்சென வெறுத்தனர். அக்காலத்தில், இந்திய சமூகத்தில் முற்போக்காயிருந்தவர்களனைவரும்-**ராஜாராம் மோகன்ராயும் பிரம்மசமாஜம்** என்ற சீர்திருத்த இயக்கமும் இந்தப்பகுதியை பிரதிநிதித்துவப்படுத்துகின்றன-பிரிட்டிஷாரை

முன்னேற்றத்தின் வழிகாட்டிகளாக மதித்து, ஒளிவு மறைவில்லாமல் போற்றினார்கள்; பிரிட்டிஷார் கொண்டுவந்த சீர்திருத்தங்களுக்கு தயக்கமில்லாமல், மனப்பூர்வமான ஆதரவளித்தார்கள். பிரிட்டிஷாரை புதிய நாகரிகத்தின் முன்னணிப் படையாகக் கருதினார்கள்.

1857-ம் வருஷ எழுச்சி, அதன் பிரதான தன்மையிலும், அதில் ஆதிக்கம் வகித்த தலைமையிலும், பழைய கர்னாடக, நிலப்பிரபுத்துவ சக்திகளின் கலகத்தையே பிரதிபலித்தது. தங்கள் உரிமைகளும் பேரதிகாரங்களும் நாசமாவதைக் கண்டு, முடி இழந்த மன்னர்களும் இதர கர்னாடக நிலப்பிரபுத்துவ சக்திகளும் சேர்ந்து தலைமை வகித்த கலகம் அது. ஆகவே, அதற்கு அபரிமிதமான பொதுஜன ஆதரவு கிடைக்கவில்லை; அதன் தோல்வி தவிர்க்கமுடியாதது. எனினும் மேற்பரப்பின்கீழ் குமுறிக்கொண்டிருக்கும் பொதுஜன அதிருப்தியின் ஆழத்தையும் அந்த எழுச்சி எடுத்துக்காட்டியது. பிரிட்டிஷ் அதிபர்களை நடுநடுங்க வைத்தது-அந்த நடுக்கம் இன்றும் மறையவில்லை. "அகில இந்தியாவும் நமது வீழ்ச்சியை சதா சர்வகாலமும் எதிர்பார்த்துக் கொண்டிருக் கின்றன; நாம் அழிந்தால், ஜனங்கள் சந்தோஷப்படுவார்கள், அல்லது சந்தோஷமடையலாமென்று நினைக்கிறார்கள். அந்த வீழ்ச்சி கைகூடுவதற்காக, தங்கள் சக்திக்குட்பட்ட சகல முறைகளையும் கையாளக்கூடியவர்களுக்கு குறைவில்லை" என்று 1835-36 சிப்பாய் கலகத்துக்கு முந்தியே, கவர்னர் ஜெனரல் **மெட்காஃப் பிரபு** எழுதினார்.

1857க்கு பிந்தி, பிரிட்டிஷ் கொள்கையிலும் பிரிட்டிஷ் ஆட்சியின் தன்மையிலும் ஒரு பரிபூரண மாறுதல் சம்பவித்தது. இதிலிருந்து பிரிட்டிஷ் கொள்கையின் கவர்ச்சி மையம், மேலும் மேலும் மாறியது; இந்திய மக்களை எதிர்த்து, முற்போக்காளர்களின் ஆதரவைப் பெறுவதையே குறியாகக்கொண்டது. இந்திய பூர்ஷ்வா வர்க்கத்தின் எழுச்சியை பிரதிபலித்த புதிய முற்போக்காளர் சக்திகளுடன் முன்னாலிருந்த நெருங்கிய நல்லுறவு மறைந்தது; சந்தேகமும் அலட்சியமும் அதிகரித்தது. பாமர மக்களை எதிர்த்து, அவசியமேற்பட்டபொழுது, தற்காலிக சமரசங்களை உருவாக்க சிற்சில சமயம் முயற்சிகள் செய்யப்பட்டதைத்

தவிர, இந்திய பூர்ஷுவா வர்க்கத்துக்கும் பிரிட்டிஷாருக்கு மிடையேயிருந்த உறவில் விரோதம் அதிகமாயிற்று. இந்திய சமஸ்தானங்களை பிரிட்டிஷ் இந்தியாவுடன் சேர்க்கும் முறைக்கு திடுதிப்பென்று முற்றுப்புள்ளி வைக்கப்பட்டது. இதன்பிறகு, 'அரசுரிமை' படைத்த நண்பர்களாக சமஸ்தானாதிபதிகளைப் பாவித்து, அவர்களுடைய நிலப்பிரபுத்துவ கொடுமையையும் கொடுங்கோலாட்சியையும் பாதுகாத்து, பாதுகாப்பதுடன் தீவிரப்படுத்துவதற்கும் உதவி செய்து, அந்த கைப் பொம்மைகளை பிரிட்டிஷ் கொள்கை காப்பாற்றியது. இதன் விளைவாக, இந்தியாவில் ஏற்பட்ட அரசியல் படத்தைப் பார்த்தால், அர்த்தமில்லாத வகையில் சிறு சமஸ்தானங்களும் மாகாண நிர்வாகங்களும் ஒட்டிவைக்கப்பட்டிருப்பதை அது பிரதிபலித்தது. முழுக்க முழுக்க ஏகாதிபத்தியத்தின் கருவிகளாகிவிட்ட இந்த ஊழல் உருவங்களாகிய சமஸ்தானாதிபதிகள், சமீப காலத்தில், இந்திய அரசியல் சம்பாஷணைகளில், இந்திய சுதந்திர சக்திகளுக்கு முட்டுக்கட்டைகளாக, முன்னுக்குக் கொண்டுவரப் பட்டிருக்கின்றனர். சமூக சீர்திருத்த திட்டங்களை நிறைவேற்றும் பாதையை பின்பற்றுவதும் நின்றுவிட்டது; ஒவ்வொரு பிற்போக்கான மூடப்பழக்க வழக்கத்துக்கும் பாதுகாப்பு அளிக்கப்பட்டது. (1891-ம் வருஷத்திய சம்மத வயதுச் சட்டம் (Age of Consent Act) ஒன்றுதான் இதற்கு விதிவிலக்கு) இந்தியர்களுக்கும் இங்கிலீஷ்காரர்களுக்கும் சமத்துவம் அளிக்கப் போவதாக 1858ம் வருஷத்திய **விக்டோரியா மகாராணி**யின் பிரகடனம் நடித்தபோதிலும், ("இந்த உரிமைகளும் ஆவல்களும் ஒருபொழுதும் நிறைவேறாது; நிறைவேற முடியாது" என்று இதைப்பற்றி அதன்பின் வந்த வைஸ்ராய் **லிட்டன்பிரபு** பச்சையாய்க் கூறினார்) சமயக் கோட்பாடுகளிலும் தெய்வ வழிபாட்டிலும் தலையிடப் போவதில்லையென்று உறுதியளித்தது; இந்தியாவின் புராதன உரிமைகளுக்கும் சம்பிரதாயங்களுக்கும் பழக்க வழக்கங்களும் மதிப்பளிக்கப்படும்" என்று இந்திய சமூகத்தின் கர்னாடக சக்திகளுக்கு சத்தியம் செய்து கொடுத்தது. 1876ல் நிறைவேறிய சட்டப்படி விக்டோரியா மகாராணி இந்திய சாம்ராஜ்ய சக்ரவர்த்தினியாக மறு வருஷத்தில் பிரகடனப் படுத்தப்பட்டார். அந்தச் சட்டத்தைப் பற்றிப் பேசுகையில், இது "சக்தி மிகுந்த சுதேசி பிரபுக்களின் நலன்களுடனும்

ஆர்வ அபிலாஷைகளுடனும் ஆவல்களுடனும் ஐக்கியப்பட்ட ஒரு புதிய கொள்கையை இங்கிலாந்தின் மகுடம் துவக்குவதை" பிரதிபலிப்பதாக வைஸ்ராய் லிட்டன் பிரபு கூறினார். இதே காலத்தில் ஹிந்துக்களையும் முஸ்லிம்களையும் ஒருவர் மீதொருவர் ஏவிவிடும் முறைகளையும், இதர வகுப்பு பேதங்களை உபயோகப்படுத்திக்கொள்வதைப் பற்றியும் கற்றறியத் துவங்கினார்கள். இறுதியில் வகுப்புவாரி வோட்டுரிமை மூலம் இந்த ஹிந்து-முஸ்லிம் பிரச்சினையும் இதர வகுப்புப் பிரச்சினைகளையும் இந்திய அரசியலின் பிரதான பிரச்சினைகளாக்குவதில் வெற்றியடைந்தார்கள். அதே சமயத்தில், 1857க்கு பிறகு, பிரிட்டிஷ் ராஜ்யாதி காரிகளுக்கும் இந்திய சமூகத்திலுள்ள முற்போக்காளர் களுக்குமிடையே பேதம் வளர்ந்தது; உறவுகளில் மாறுதல் சம்பவித்ததை இருபுறங்களும் ஒப்புக்கொள்கின்றன.

இவ்வாறாக பிரிட்டனிலும், சர்வதேச ரீதியிலும் முதலாளித்துவத்தின் பொதுவான தன்மையிலேற்பட்ட மாறுதலுக்கேற்றாற்போல் வளர்ச்சியடைந்து கொண்டிருந்த முற்போக்கான கட்டத்திலிருந்து, மேலும் மேலும் க்ஷீணிக்கும் பிற்போக்கான முறையாக, இறுதியில் ஏகாதிபத்திய கட்டத்தில் அது பூரணமாய் சீரழிந்துகொண்டிருக்கும் முறையாக மாறியதே அந்த மாறுதலுக்கேற்றாற்போல்-இந்தியாவில் நிகழ்ந்த பிரிட்டிஷ் ஆட்சியின் தன்மையிலும் மாறுதல் ஏற்பட்டது. நசித்துக்கொண்டிருக்கும் முதலாளித் துவமாக, அதாவது நவீன ஏகாதிபத்தியமாக, வளர்ச்சி யடைந்தபின், இந்தப் பிற்போக்குத்தன்மை சிகரத்தை முட்டுகிறது.

மறுபுறத்தில், யதார்த்த விளைவுகளில் முற்போக்காயிருந்த பிரிட்டிஷ் ஆட்சியின் முதல் கட்டம் முடிவுற்றுவரும் போதே, இந்திய சமூகத்தில் புதிய சக்திகள் வளர்ந்துகொண்டிருந்தன. பத்தொன்பதாம் நூற்றாண்டின் பிற்பகுதியில், இந்திய பூர்ஷுவா வர்க்கம் முன்னணிக்கு வந்துகொண்டிருந்தது. 1853-ல் பம்பாயில், முதல் பருத்தி ஜவுளி ஆலை ஆரம்பிக்கப்பட்டது. 1880-ல் நாட்டில், 44,000 தொழிலாளர்கள் வேலை செய்யும் 156 பருத்தி ஜவுளி மில்கள் இருந்தன; 1900-ல் 193 ஆலைகள் ஏற்பட்டிருந்தன; இவற்றில் 1,61,000 தொழிலாளர்கள் வேலை செய்தனர். ஆரம்பத்திலிருந்தே,

புதிய பருத்தி ஜவுளித் தொழிலில் இந்தியர்களே பிரதானமாக முதல் போட்டனர். இந்தியர்களே ஆதிக்கம் வகித்தனர். பல பெருங் கஷ்டங்களை இந்த தொழில் சமாளிக்க வேண்டியிருந்தது. மேலைய தேசக் கல்வியின் லட்சியங்களில் பயின்று, வக்கீல்களாகவும் டாக்டர்களாகவும் உபாத்தியாயர்களாகவும் நிர்வாகிகளாகவும் வளர்ச்சியடைந்து, 19-ம் நூற்றாண்டின் பிரஜா உரிமை சித்தாந்தத்தில் போதம் பெற்ற ஒரு புதிய படித்த மத்தியதர வர்க்கமும் அதே சமயத்தில் தோன்றிக் கொண்டிருந்தது. முதலாளித்துவ தொழிலிலும், புதிய படித்த வர்க்கத்திலும் ஏற்பட்ட வளர்ச்சி இன்னும் குறைவாகவே இருந்தது. ஆனால், பிரிட்டிஷ் பூர்ஷுவா வர்க்கம் தன்னுடன் போட்டியிடும் பகாசுரன் என்பதைக் காண்பதை தவிர்க்க முடியாத புதிய வர்க்கம், தனது முன்னேற்றத்துக்கு பிரிட்டிஷ் பூர்ஷுவா வர்க்கம் முட்டுக்கட்டை போடுவதைக் காணப் போகும் புதிய வர்க்கம் எழுந்துவிட்டது. ஆகவே இந்தியாவின் தேசியக் கோரிக்கைகளுக்கு முதல் பிரதிநிதியாகவும் தலைமையாகவும் விளங்கும் பணி அதற்கு லபித்தது.

இந்திய பூர்ஷுவா வர்க்கத்துக்கும் பிரிட்டிஷ் பூர்ஷுவா வர்க்கத்துக்கும்முள்ள அடிப்படையான முரண்பாடு 1882லேயே வெளிப்பட்டது; வளரும் இந்திய தொழிலின் போட்டியை மடக்குவதற்காக, இந்திய மார்க்கட்டில் தன் ஆதிக்கத்தை ஸ்திரப்படுத்துவதற்காக, லங்காஷயர் (இங்கிலாந்தின் ஜவுளித் தொழில் நகரம்) முதலாளிகள் கோரிக்கைக்கிணங்க இந்தியாவில் பிரிட்டிஷ் பருத்தி ஜவுளிகளுடைய இறக்குமதி வரிகளை பிரிட்டிஷ் ஆதிக்கம் ரத்து செய்தது. மூன்று வருஷங்கள் சென்றபின், இந்திய தேசிய காங்கிரஸ் ஸ்தாபிக்கப்பட்டது.

இறுதியாக, பிரிட்டிஷ் முதலாளித்துவ ஆதிக்கத்தின் விளைவாக, விவசாயிகளின் வறுமை பத்தொன்பதாம் நூற்றாண்டின் பிற்பகுதியில், குறிப்பாக 1870-1900 வருஷங்களில் தீவிரமாக முற்றி, பொதுஜன கொந்தளிப்பில் பிரதிபலித்தது. பத்தொன்பதாவது நூற்றாண்டின் முற்பகுதியில் ஏழு பஞ்சங்கள் சம்பவித்து 15 லட்சம் சாவுகள் ஏற்பட்டதென்றும் பிற்பகுதியில் 24 பஞ்சங்கள் சம்பவித்து 2 கோடி 85 லட்சம் பட்டினிச் சாவுகள் ஏற்பட்டதென்றும், இந்த 24 பஞ்சங்களில்

18 பஞ்சங்கள் 1875-1900-ல் ஏற்பட்டதென்றும் முன்னரே நாம் அறிந்துகொண்டோம். (5வது அத்தியாயம் 3வது ஸெக்ஸன்) இந்தக் கொந்தளிப்பு வளர்ச்சியின் எச்சரிக்கையாய் அமைந்தது. 1875-ம் வருஷத்திய தக்காண விவசாயிகள் கலகங்கள். இந்தக் கொந்தளிப்பின் காரணங்களையும் விவசாயம் நிலைமை முழுவதையும் விவரமாக பரிசீலனை செய்த தக்காண கலவர கமிஷனை 1875-ல் அரசாங்கம் நியமித்ததிலும், 1878-ல் பஞ்ச கமிஷன் நியமிக்கப்பட்டதிலும் அரசாங்கத்தின் தவிப்பு வெளியாயிற்று.

ஆக, பத்தொன்பதாம் நூற்றாண்டின் கடைசி 25 வருஷங்களில் இந்திய தேசிய இயக்கம் ஆரம்பிப்பதற்கேற்ற சூழ்நிலை ஏற்பட்டிருந்தது. இந்தச் சூழ்நிலை 1870-க்கு முந்தி ஏற்படவில்லை.

4. தேசிய காங்கிரஸின் உதயம்

இந்திய தேசிய இயக்கத்தின் முதன்மையான ஸ்தாபனமும், இன்றும் அதன் மிகப்பெரிய ஸ்தாபனமாக விளங்குவதுவமான இந்திய தேசிய காங்கிரஸ் 1885-ல் ஸ்தாபிக்கப்பட்டது.

பிரிட்டிஷ் ஏகாதிபத்தியம் இந்திய தேசியத்தின் வளர்ப்புத் தந்தை என்பதை நிரூபிக்க தேசிய காங்கிரஸின் பிறப்பைப் பற்றிய கதை அடிக்கடி உபயோகிக்கப்படுகிறது. எனினும், உண்மையில், தேசிய காங்கிரஸ் பிறந்த கதையும், அதன் பிந்திய சரித்திரத்தின் முரண்பாடும் இந்திய தேசிய சக்திகளின் பலத்தையும் ஏகாதிபத்திய எதிர்ப்புப் போராட்டத்தின் தவிர்க்க முடியாத வளர்ச்சியையும்தான் சுட்டிக்காட்டுகின்றன.

தேசிய காங்கிரஸ் அதற்கு முந்தி தேசத்தில் ஏற்பட்டிருந்த வளர்ச்சியின் அடிப்படையில், இந்திய நடுத்தர வர்க்கத்தின் ஆரம்ப நடவடிக்கைகளில் பிறந்தபோதிலும், அதற்கு முன் முயற்சி எடுத்து வழிகாட்டியாக விளங்கியது ஒரு இங்கிலீஷ்காரரர் என்பது எல்லோரும் அறிந்த விஷயம். அதைவிட முக்கியமான விஷயம் ஒன்று உள்ளது-இதை அநேகர் அறிந்துகொள்ளவில்லை; அது என்னவென்றால் தேசிய காங்கிரஸ் ஸ்தாபிக்கப்படுவதற்கு பிரிட்டிஷ்

சர்க்காரின் கொள்கை நேரடியாக முன் முயற்சி எடுத்தது; பாதை வகுத்தது; பிரிட்டிஷ் எதிர்ப்பு பொதுஜன கொந்தளிப்பின் எழுச்சியிலிருந்து, பிரிட்டிஷ் ஆட்சியை பாதுகாக்கும் பொருட்டு, இதைக் கருவியாகப் பயன்படுத்தலாமென்று கருதி, வைஸ்ராய் ரகசியமாக முன்கூட்டியே திட்டம் போட்டார்; அதன்பேரில் தேசிய காங்கிரஸ் ஸ்தாபிக்கப்பட்டது.

எனினும், இந்த ஸ்தாபனத்தின் வரம்புகளைப்பற்றி முதல் நோக்கங்கள் எப்படியிருந்தபோதிலும், ஒரு தேசிய ஸ்தாபனம் சட்ட ரீதியாக ஸ்தாபிக்கப்பட்டவுடன், அது தேசிய உணர்ச்சியின் கவர்ச்சி மையமாவது தவிர்க்க முடியாததாயிற்று. ஆரம்பத்தில் எவ்வளவு குறுகிய உருவத்தில் பிரதிபலித்தபோதிலும், அதன் ஆரம்ப வருஷங்களிலிருந்தே தேசிய காங்கிரஸில் தேசியத்தன்மை ஏகாதிபத்திய விசுவாசத்தை விட மேலோங்கி நின்றது. ஒரு சில வருஷங்களுக்குள், அதை "ராஜத்துவேஷத்தின்" கேந்திரமாக அரசாங்கம் கருதியது; அதைக் கண்டு சந்தேகித்தது; அதை வெறுத்தது, விரோதித்தது. பின்னால் வளர்ந்த தேசிய இயக்கத்தில் காங்கிரஸ் தாவி முன்னேறியது. 1914-ம் வருஷ யுத்தத்துக்கு முன்னரேயே போராட்டத்தில் வளர்ந்தது; அதன் பிறகு, விரிவான பொதுஜன அடிப்படையைப் பெற்ற பொதுஜனப் போராட்ட ஸ்தாபனமாக வளர்ந்தது; பரிபூரண தேசிய விடுதலையைப் பெறுவோமென்று பிரதிக்ஞை எடுத்தது; சர்க்கார் அதை சட்டவிரோத ஸ்தாபனமென பிரகடனப்படுத்தி, அடக்க முயற்சித்தது. இன்று, தேசிய இயக்கத்தில் ஸ்தாபன ரீதியாக திரட்டப்பட்டுள்ள கோடிக்கணக்கான மக்களின் பிரதான ஸ்தாபனமாக காங்கிரஸ் திகழ்கிறது; பிரிட்டிஷ் ஆட்சிக்குப்பின் அதிகாரத்துக்கு வரக்கூடிய ஸ்தாபனமாக கருதப்படுகிறது.

ஏகாதிபத்தியத்தின் முதல் நோக்கங்களை முறியடித்த இந்த வளர்ச்சியும் சரித்திரமும் தேசிய இயக்கத்தின் சக்திகளுடைய முன்னேற்றத்தின் தலைதெறிக்கும் வேகத்துக்கு ஒரு அத்தாட்சி; ஏகாதிபத்தியம் வகுத்துத் தந்த குறுகிய கோணத்துக்குள் அதை அடக்க முடியாதென்பதற்கு அனுபவ ரீதியான சான்று.

இந்திய தேசியத்தின் எழுச்சி 443

இந்திய தேசியம் 1885-ல் தேசிய காங்கிரஸ் ஸ்தாபிக்கப் பட்டதுடன் உதயமானதாகவே பொதுவாக கருதப்படுகிறது. உண்மையில், இந்த இயக்கத்தின் முன்னோடிகளை அதற்கு முந்திய 50 வருஷங்களிலேயே காணலாம். 1828ல் ஸ்தாபிக்கப்பட்ட பிரமசமாஜத்தில் பிரதிபலித்த சீர்திருத்த இயக்கத்தைப்பற்றி முன்னரே பிரஸ்தாபித்துள்ளோம். 1843-ல் வங்காளத்தில் "பிரிட்டிஷ் இந்தியா கழகம்" ஸ்தாபிக்கப்பட்டது. "சகல வர்க்கங்களையும் சேர்ந்த நமது சகோதர பிரஜைகளின் நலன்களை முன்னுக்கு கொண்டுவருவதும், அவர்களுடைய நியாயமான உரிமைகளை விரிவுபடுத்துவதும் அவர்களுடைய நல்வாழ்வைப் பெறுவதும்" அதன் நோக்கமாயிருந்தது. 1851-ல் இது பிரிட்டிஷ் இந்தியா அஸ்ஸோஸியேஷன் என்ற ஸ்தாபனத்தில் சங்கமமாயிற்று; 1852-ல் அது பார்லிமெண்டுக்கு ஒரு மகஜர் சமர்ப்பித்தது; அந்த மகஜரில் "பிரிட்டனுடன் அவர்களுக்குள்ள தொடர்பின்மூலம், எவ்வளவு எதிர்பார்ப்பதற்கு அவர்களுக்கு உரிமையுள்ளதோ, அவ்வளவு தூரம் லாபமடையவில்லை யென்று அவர்கள் நினைக்காமலிருக்க முடியாது" என்று கூறி, நிலவரி அமைப்பு, கைத்தொழில்களைப் பற்றிய அலட்சியம், கல்வி, உயர்ந்த நிர்வாக இலாகாக்களில் பிரவேசிப்பதற்கு தடை ஆகியவற்றைப்பற்றி தங்களுடைய குறைகளைத் தொகுத்தது; "ஓரளவுக்குப் பொது மக்களின் அபிலாஷைகளை பிரதிநித்துவப்படுத்தும் ஜனநாயகத் தன்மை பெற்ற" ஒரு லெஜிஸ்லேடிவ் கவுன்ஸில் (சட்டசபை) ஸ்தாபிக்கப்பட வேண்டுமென்று கோரியது. இந்த ஸ்தாபனங்களெல்லாம் நிலப்பிரபுத்துவ நலன்களுடனேயே பிரதானமாக பிணைக்கப்பட்டிருந்தன. பிரிட்டிஷ் இந்திய அஸ்ஸோஸியேஷன் என்ற ஸ்தாபனத்தில் ஒன்றுதிரண்ட ஸ்தாபனங்களுள் வங்காள நிலச்சுவன்தார்கள் கழகமும் ஒன்று. 1875-ல், ஸுரேந்திரநாத் பானர்ஜி ஸ்தாபித்த இந்தியன் அஸ்ஸோஸியேஷன் நிலச்சுவான்தார் ஆதிக்கத்துக்கு எதிராக படித்த நடுத்தர வர்க்கத்தின் முதல் பிரதிநிதித்துவ ஸ்தாபனமாக விளங்கியது. பிற்போக்கான பிரிட்டிஷ் இந்தியா அஸ்ஸோஸியேஷனின் கிளைகளும், அதைவிட முற்போக்கான இந்தியன் அஸ்ஸோஸியேஷனின் கிளைகளும் நாட்டின் பல்வேறு பாகங்களில் ஸ்தாபிக்கப்பட்டன. 1883-ல்,

கல்கத்தாவின் இந்தியன் அஸ்ஸோஸியேஷன் முதல் அகில இந்திய தேசிய மகாநாட்டை கூட்டியது. வங்காளம், சென்னை, பம்பாய், ஐக்கிய மாகாணம் ஆகிய இடங்களிலிருந்து அம்மகாநாட்டுக்கு பிரதிநிதிகள் கூடினார்கள். 1883-ல் நிகழ்ந்த தேசிய மகாநாட்டிக்கு ஆனந்த மோஹன் போஸ் தலைமை வகித்தார்; இவரே 1898-ல் தேசிய காங்கிரஸின் அக்கிராசனரராயிருந்தார். 1883-ம் வருஷத்திய தேசிய மகாநாட்டின் தலைமையுரையில், அந்தத் தேசிய மாநாட்டை தேசிய பார்லிமெண்டின் முதல்படியென்று குறிப்பிட்டார். இவ்வாறாக, இந்திய தேசிய காங்கிரஸைப் பற்றிய ஆதர்சம் இந்திய பிரதிநிதிகளுடைய முன்முயற்சியாலும் நடவடிக்கையாலும் உருவாகிக்கொண்டிருந்தபோதுதான், அரசாங்கம் தலையிட்டது. முன்னால் இல்லாத ஒரு இயக்கத்தையோ முந்தியே அஸ்திவாரம் போடப்படாத ஒரு இயக்கத்தையோ அரசாங்கம் ஸ்தாபிக்கவில்லை. ஒரு இயக்கம் ஏற்பட்டுக்கொண்டிருந்தது; எப்படியிருந்தாலும் அது ஏற்பட்டே தீரும்; அதன் வளர்ச்சியும் தவிர்க்க முடியாதது என்பதை அரசாங்கம் கண்டது; அந்த இயக்கத்தைக் கட்டுப்படுத்தலாமென்றே சர்க்கார் தலையிட்டது.

குமுறிக்கொண்டிருக்கும் புரட்சியை தவிர்ப்பது, தவிர்க்க முடியாவிட்டால் தோற்கடிப்பது என்பதுதான் தேசிய காங்கிரஸ் ஸ்தாபித்ததில் சர்க்காரின் அக்கறை; இந்தப் பணியில் காங்கிரஸ் தன் கருவியாக விளங்கவேண்டு மென்பது அதன் திட்டம். இப்பொழுது கிடைத்திருக்கும் தஸ்தாவேஜுகளே இதை நிரூபிக்கின்றன; இன்னும் ரகசியமாக இருக்கும் மூலப்பிரதிகள் பகிரங்கமானால், ஆட்சிமுறை மாறும்வரையில் ரகசியமாகவே இருக்கக்கூடிய மூலப்பிரதிகள் பகிரங்கமானால், சர்க்காரின் திட்டம் முழுக்க முழுக்க அம்பலமாகும்.

தேசிய காங்கிரஸின் அதிகாரபூர்வமான ஸ்தாபகர் ஒரு இங்கிலீஷ்காரரர். அவர் பெயர் **ஏ.ஓ. ஹ்யூம்**. 1882 வரை அரசாங்க வேலை பார்த்து வந்தவர். 1882-ல் ஓய்வு பெற்று, காங்கிரஸ் ஸ்தாபித்த வேலையை மேற்கொண்டார். அரசாங்கத்தில் வேலை பார்க்கும்போது, நாட்டில் பொது ஜன அதிருப்தி வளர்ந்துவருவதைப் பற்றியும் சட்ட விரோதமான

ரகசிய போலீஸ் ரிப்போர்ட்டுகளைப் பரிசீலிக்க அவருக்கு சந்தர்ப்பம் கிடைத்தது. 1870-80 வருஷங்களில் பஞ்சங்கள் ஏற்பட்டு, ஜனங்கள் கணக்கற்ற கஷ்டங்களை அனுபவித்தனர். பொது ஜன அதிருப்தியின் வளர்ச்சியை தக்காண விவசாயி கலகங்கள் பிரதிபலித்தன. 1877-ல், விக்டோரியா மகாராணியை இந்தியாவின் சக்கிரவர்த்தினியாக பிரகடனப்படுத்தும். சடங்கையொட்டி ஏராளமான செலவில் தர்பார் நடந்தபோது, இரண்டாவது ஆப்கானிய யுத்தத்தில் இந்திய செல்வம் விரயமாகிக் கொண்டிருந்தபோது, 1877-ம் வருஷத்திய பஞ்சம்-வினாசத்தை விளைவித்த விபத்து-ஏற்பட்டது. பொது ஜன கொந்தளிப்பை அடக்குமுறையால் நசுக்கப் பார்த்தனர். 1878ம் வருஷத்திய இந்திய பாஷைகளின் பத்திரிகைச் சட்டத்தின்மூலம் பத்திரிகை சுதந்திரம் பறிக்கப் பட்டது. அடுத்த வருஷம் ஆயுதச் சட்டம் வந்தது; துஷ்ட மிருகங்களின் படையெடுப்பை எதிர்த்துப் பாதுகாத்துக் கொள்வதற்குக் கூட கிராமவாசிகளிடம் ஆயுதமில்லாமல் செய்தது அச்சட்டம். பொதுக்கூட்ட உரிமை பங்கப்படுத்தப் பட்டது. ஹ்யூம் வாழ்க்கைச் சரிதையை எழுதிய **வெட்டர்பர்ன்** அப்புத்தகத்தில் கூறுகிறார்:-

"இந்தப் பிற்போக்கான நடவடிக்கைகளும், ருஷ்ய போலீஸ் அடக்குமுறைகளும், லிட்டன்பிரபு தலைமையில், இந்தியாவை ஒரு புரட்சி பீறிட்டெழும் நிலைமைக்கருகில் கொண்டு வந்தன; அந்தச் சந்தர்ப்பத்தில்தான் ஹ்யூமும் அவருடைய ஆலோசகர்களும் தலையிடவேண்டுமென்ற உற்சாகம் பெற்றனர்."

(ஸர் வில்லியம் வெட்டர்பர்ன்: "ஏ.ஓ. ஹ்யூம், இந்திய தேசிய காங்கிரஸின் தந்தை"1913)

ஹ்யூம் தலையீட்டின் நோக்கத்தை வெட்டர்பர்ன் மேலும் விளக்குகிறார்:-

"லிட்டன் பிரபுவின் வைஸ்ராய் பதவியுடைய கடைசி வருஷங்களில் அதாவது 1878, 1879 வருஷங்களில் வளர்ந்து கொண்டிருக்கும் கொந்தளிப்புக்கு எதிராக ஏதாவது ஒரு நிர்ணயமான நடவடிக்கை அவசியமென்றும் மிஸ்டர் ஹ்யூம் உணர்ந்தார். பாமர மக்களின் பொருளாதார கஷ்டத்தாலும், அறிவாளிகளை விரோதித்துக்கொண்டதாலும், இந்தியாவின் எதிர்கால நன்மைக்கும், அரசாங்கத்துக்கும் ஏற்பட்டிருக்கும்

ஆபத்தைப்பற்றி தேசத்தின் பல பாகங்களிலுள்ள நல்லெண்ண முடையவர்களிடமிருந்து அவருக்கு எச்சரிக்கைகள் வந்தன."

அதிகாரபூர்வமான ஆசியுடன் காங்கிரஸ் ஸ்தாபிக்கப்படுவதற்கு முன்னுரையே, அடக்குமுறை நடவடிக்கைகள் எடுக்கப்பட்டன. இவை இரண்டும் ஒன்றுக்கொன்று முரண்பட்ட நிகழ்ச்சி களல்ல; இரு நிகழ்ச்சிகளும் ஒரே கொள்கையின் பகுதிகளே. புரட்சிகரமான உருவத்தில் வடிவெடுக்கக்கூடிய இயக்கம் நசுக்கப்பட்டபின்னரே, சொல்வதைக் கேட்கும் தலைமையின் கீழ் ஒரு சட்டரீதியான இயக்கத்தை ஸ்தாபிக்க-வளர்ந்து கொண்டிருக்கும் கொந்தளிப்புக்கெதிராக எடுக்கவேண்டிய அடுத்த நடவடிக்கையை எடுக்க-நிலைமை பக்குவமாயிருப்பதாக, கருதப்பட்டது.

இந்த இரட்டை முறை-அடக்குமுறையையும் சமரசத்தையும் மாறி மாறி அனுஷ்டிக்கும் முறை, தீவிரப் போராட்ட வீரர்களை அடக்குவதும், விசுவாசமுள்ள மிதவாதிகளுடன் சமரசம் செய்துகொள்ளுவதும், ஏகாதிபத்திய ராஜதந்திரத்தின் சகஜமான தர்க்கவியல்; மீண்டும் மீண்டும் பல தடவைகள் இந்த முறை அதன்பின் கடைப்பிடிக்கப்பட்டு வருகிறது.

"மிகவும் பயங்கரமான புரட்சி ஏற்படக்கூடிய பேராபத்திலுள்ளோம் என்பதைப்பற்றி எனக்கு கிஞ்சித்தும் சந்தேகமிருந்ததில்லை. இன்றும் சந்தேகமில்லை," என்ற முடிவுக்கு ஹ்யூம் வந்ததின் காரணம் என்ன? அவருடைய வாக்கியங்களிலேயே அதன் காரணங்களைக் காணலாம்.

ஹ்யூமின் நிர்ணயிப்பு இதோ:-

"லிட்டன்பிரபு இந்தியாவை விட்டுப்போவதற்கு 15 மாதங்களுக்கு முன்னரே, ஒரு பயங்கரமான எழுச்சி பீறிட்டெழும் தறுவாயிலிருக்கிறோமென்று எனக்குக் கிடைத்த சாட்சியங்கள் உணர்த்தின, நாட்டின் ஏழு பாகங்களிலிருந்து வந்த ஏழு ரிப்போர்ட் புத்தகங்களை நான் பார்த்தேன். ஜில்லா, தாலுகா, டிவிஷன் வாரியாக, நகரங்கள், டவுன்கள், கிராமங்கள் வாரியாக இந்த ரிப்போர்ட்டுகள் ஒழுங்குபடுத்தப்பட்டிருந்தன; அவைகள் ஏராளமாயிருந்தன; முப்பதினாயிரம் ரிப்போர்ட்டர்களின் ரிப்போர்ட்டு களென்று சொல்லப்பட்டது. சாதாரண பாமர ஜனங்களிடையே நடந்த சம்பாஷணைகளை அவைகளில் பல ரிப்போர்ட்டுகள்

குறித்திருந்தன. இந்த ஏழை ஜனங்கள் உள்ள நிலைமையில் அதிருப்தி அடைந்துள்ளனரென்பதை அவை எடுத்துக்காட்டின; பட்டினி கிடந்து சாகவேண்டியதுதான் என்று அவர்கள் தீர்மானித்துவிட்டார்கள். ஆகவே அவர்கள் சேர்ந்து நின்று ஏதாவது செய்ய விரும்பினார்கள். ஏதாவது என்றால் பலாத்காரம் புரிவது என்றே பொருள். பழைய கத்திகள், கதைகள், கைத்துப்பாக்கிகள் முதலிய ஆயுதங்கள் தேவைப்படும்போது கிடைக்கவேண்டுமென்பதற்காக ரகசியமாய் சேகரம் செய்யப்படுவதை அந்த ரிப்போர்ட்டுகள் எடுத்துக்காட்டின. அதன் ஆரம்ப கட்டங்களில், அது அரசாங்க எதிர்ப்பு கலகமாகவோ வெறும் கலகமாகவோகூட இருக்குமென்று ஊகம் செய்யப்படவில்லை. திடீரென்று எழுந்து, பலாத்கார முறையை கையாள்வார்கள், துஷ்டர்களை கொலை செய்வார்கள், பாங்கர்களை கொள்ளையடிப்பார்கள், கடைத்தெருக்களை சூறையாடுவார்களென்று எதிர்பார்க்கப் பட்டது. பாமர ஜனங்கள் அரைப்பட்டினி கிடக்கும், இன்றைய நிலைமையில் ஒரு சில குற்றங்கள் புரியப்பட்டால், நூற்றுக்கணக்கான குற்றங்கள் புரியவும், அராஜகம் தலைவிரித்தாடி, அதிகார வர்க்கத்தையும் மேல்வகுப்பினரையும் ஸ்தம்பிக்க வைக்கவும், அவை அடிகோலுமென்றும் கருதப்பட்டது. தண்ணீர் துளிகள் ஓர் இலைமீது ஒன்றுசேர்வதைப்போல, சிறு கோஷ்டிகள் எல்லாவிடங்களிலும் ஒன்றுபட்டு பெரிய கோஷ்டிகளாகி வருவதாகவும், தேசத்திலுள்ள போக்கிரிகள் எல்லோரும் இதில் சேர்வார்களென்றும், சீக்கிரத்தில், இந்த கோஷ்டிகள் பிரம்மாண்டமாக வளர்ந்துவிடுமென்றும் கருதப்பட்டது. படித்த வர்க்கத்தினரில் ஒரு குறிப்பிட்ட பகுதி, சர்க்காரிடம் மனக்கசப்படைந்து (இதற்கு காரணமில்லாமலிருக்கலாம்) இயக்கத்தில் சேர்ந்து இங்கும் அங்கும் தலைமைதாங்கி, அந்த எழுச்சிக்கு ஒரு ஒருமைப்பாட்டையும் கட்டுப்பாட்டையும் அளித்து, ஒரு தேசிய கலகமாக நடத்தலாமென்று ஊகிக்கப்பட்டது."

(வெட்டர்பர்ன்-"ஏ.ஓ.ஹ்யூம், இந்திய தேசிய காங்கிரசின் தந்தை")

1885-ன் ஆரம்பத்தில், அப்பொழுது வைஸ்ராய் பதவி வகித்த அனுபவமுள்ள அரசியல்வாதி டப்ரின் பிரபுவை ஏ.ஓ. ஹ்யூம் பேட்டிகண்டு, நிலைமையை விளக்கிக் கூறினார். ஸிம்லாவிலுள்ள ஏகாதிபத்தியத்தின் தலைமைக் காரியாலயத்தில்

நடந்த இந்தப் பேட்டியில்தான், இந்திய தேசிய காங்கிரஸைப் பற்றி திட்டமிடப்பட்டது. இதைப்பற்றி, காங்கிரஸின் முதல் அக்கிராசனராயிருந்த W.C. பானர்ஜி எழுதுகிறார்:-

"இந்தியாவின் கவர்னர் ஜெனரலாயிருந்தபோது டப்ரின் பிரபு செய்த வேலையின் விளைவுதான் இந்திய தேசிய காங்கரஸின் ஸ்தாபிதம் என்பது பலருக்கு புதிய செய்தியாயிருக்கலாம். அரசியல் பிரமுகர்கள் வருஷத்துக்கொரு தடவை கூடி தங்களுக்குள் நேசப்பான்மையை வளர்த்தார்களானால், சமூக விவகாரங்களை விவாதித்தார்களானால், அது தேசத்துக்கு பெரிய அனுகூலமாயிருக்குமென்று ஹ்யூம் எண்ணினார். அவர்களுடைய விவாதத்தில் அரசியல் சம்பந்தம் வேண்டுமென்று அவர் நினைக்கவில்லை...

"இதில் டப்ரின் பிரபு சிரத்தை எடுத்துக்கொண்டார். கொஞ்சகாலம் யோசித்தபின், ஹ்யூமை வரவழைத்து, ஹ்யூம் திட்டம் பிரயோஜனகரமாயிருக்குமென்ற தன் அபிப்பிராயத்தை தெரிவித்தார். இங்கிலாந்தில் அரசாங்கத்துக்கு எதிர்க்கட்சி செய்யும் வேலையைச் செய்யக்கூடிய ஒரு ஸ்தாபனம் இந்தியாவில் இல்லை என்று டப்ரின் பிரபு கூறினார்..... இந்திய அரசியல்வாதிகள் வருஷா வருஷம் கூடி, நிர்வாகத்திலுள்ள குறைபாடுகளை அரசாங்கத்துக்கு தெரிவித்து, அவைகளை அபிவிருத்தி செய்ய யோசனைகள் கூறினால், அது ஆளுவோரின் நலன்களுக்கும் ஆளப்படுவோரின் நலன்களுக்கும் சாதகமாக இருக்குமென்று அவர் தெரிவித்து இத்தகைய கூட்டத்துக்கு ஸ்தல கவர்னர் தலைமை வகித்தால், அவர் முன் அவர்கள் மனம்விட்டு பேசமாட்டார்களாதலால், கவர்னர் தலைமை வகிக்கக் கூடாதென்றும் அவர் கூறினார். டப்ரின் வாதங்கள் சரியென்று உணர்ந்தார் ஹ்யூம். கல்கத்தா, சென்னை, பம்பாய் முதலிய பாகங்களில் அரசியல் பிரமுகர்கள்முன் தன் திட்டத்தையும் டப்ரின் திட்டத்தையும் ஹ்யூம் சமர்ப்பித்தார். அவர்கள் டப்ரின் திட்டத்தை ஏகமனதாக ஏற்றுக்கொண்டு அதன்படி வேலைசெய்யத் தொடங்கினார்கள். தான் இந்தத் தேசத்திலிருக்கும்வரை, தனக்கும் இதற்குமுள்ள

சம்பந்தத்தை வெளியிடக்கூடாதென்று டப்ரின் ஹ்யூமுக்கு நிபந்தனை விதித்திருந்தார்."

(இந்திய அரசியலுக்கு முன்னுரை-W.C. பானர்ஜி, 1898)

லிபரல் ஏகாதிபத்தியத்தின் பரம்பரைக் கொள்கை இங்கு தெளிவாக விளக்கப்பட்டிருக்கிறது. தேசிய இயக்கத்தின் ஆரம்பத்தைப்பற்றி சமீப காலத்தில் சரித்திரம் எழுதியவர்களும் இந்தச் சம்பவத்தை விவரித்துள்ளனர்:-

"1857க்குப் பிறகு காங்கிரஸ் ஸ்தாபிக்கப்படும் தறுவாயில், நிலைமை மிகவும் அபாயகரமானதாயிருந்தது. நெருங்கிக்கொண்டிருக்கும் இந்த விபத்தை இங்கிலீஷ் அதிகாரிகளுக்குள்ளே ஹ்யூம் உணர்ந்தார்; அதைத் தடுக்க முயற்சித்தார். . . நிலைமை எவ்வளவு அபாயகரமான தாயிருக்கிறதென்பதை அதிகாரிகளுக்கு தெரிவிக்க ஸிம்லாவுக்கு சென்றார். விஷயமறிந்த அனுபவஸ்தரான புதிய வைஸ்ராய் நிலைமையின் ஆபத்தை உணர்வதற்கும்; காங்கிரஸை ஸ்தாபிக்கும் பணியில் ஹ்யூமை ஊக்குவிப்பதற்கும் இந்த விஜயம் பயன்பட்டிருக்கலாம். இந்த அகில இந்திய இயக்கத்துக்கு காலம் பூரண பக்குவமடைந்திருந்தது. படித்த வர்க்கத்தினரின் அனுதாபத்தையும் ஆதரவையும் பெற்றிருக்கக் கூடிய ஒரு விவசாய கலகத்துக்குப் பதிலாக, வளர்ந்து கொண்டிருக்கும் வர்க்கங்கள் ஒரு புதிய இந்தியாவை சிருஷ்டிப்பதற்கு இந்த அகில இந்திய இயக்கம் ஒரு தேசிய அரசாங்கத்தை அளித்தது. பலாத்காரத்தை அடிப்படையாகக் கொண்ட ஒரு புரட்சிகரமான நிலைமை மீண்டும் சிருஷ்டிக்கப்படுவதை அனுமதிக்காதது, நாளாவட்டத்தில் நன்மையாகவே முடிந்தது.

(ஆண்ட்ரூஸும் முக்கர்ஜியும், "இந்தியாவில் காங்கிரஸின் எழுச்சியும் வளர்ச்சியும்")

"பலாத்காரத்தை அடிப்படையாகக்கொண்ட புரட்சி கரமான நிலைமைக்கு" எதிர்மறை ஸ்தாபனமாக காங்கிரஸ் நிற்க வேண்டுமென்ற கருத்து காந்தி சகாப்தத்திலிருந்து தொடங்க வில்லை என்பது வெட்ட வெளிச்சம். ஆரம்பத்திலேயே, இந்தப் பாதையை ஏகாதிபத்தியம் வகுத்துத் தந்தது.

காங்கிரஸ் கடமையைப்பற்றிய ஹ்யூமின் கருத்திலேயே இதைக் காணலாம்:-

"நம்முடைய சொந்த செயலால் உற்பத்தியாகும் மகத்தான சக்திகள், வளர்ந்துகொண்டிருக்கும், சக்திகள், தப்புவதற்கு ஒரு குழல்வாய்க் காப்பு மூடி" அவசர அவசியம் (இல்லா விட்டால் ஏகாதிபத்திய சமூக அமைப்பு என்ற குழலே வெடித்து தகர்ந்துவிடும்-மொ-ர்) காங்கிரஸ் இயக்கத்தை விட சிறந்த குழல்வாய் காப்பு மூடியை சிருஷ்டிப்பது சாத்தியமல்ல."

"தீவிரவாதிகளிடமிருந்து" "விசுவாசிகளை "தனிமைப்படுத்தி, காங்கிரஸ் மூலம் அரசாங்கத்துக்கு ஆதரவளிக்கும் அடிப்படையை சிருஷ்டிப்பது டப்ரின் பிரபுவின் நோக்கம்; காங்கிரஸ் ஸ்தாபிக்கப்பட்டதற்கடுத்த வருஷத்தில், 1886ல், படித்த வர்க்கத்தினரின் கோரிக்கைகளைப்பற்றி நிகழ்த்திய பிரசங்கத்தில் இது தெளிவாகத் தெரிகிறது:-

"ஐரோப்பிய ஜனநாயக கிளர்ச்சி முறையை அப்படியே அனுஷ்டிக்கக்கூடிய தேசமல்ல இந்தியா. இங்குள்ள பல்வேறு இயக்கங்களின் விளைவாக வந்துள்ள கோரிக்கைகளை உன்னிப்பாகவும் சிரத்தையாகவும் பரிசீலனை செய்து, எதை எதை பூர்த்தி செய்வது, விரும்பத்தக்கதோ, பூர்த்தி செய்ய முடியுமோ, அவற்றை உடனடியாக வழங்கி அடுத்த 10, 15 வருஷங்களுக்கு இதுதான் இந்திய அமைப்புக்கு இறுதியான சமரஸமென்று பிரகடனம் செய்து, பொதுக்கூட்டங்களையும் தீ கக்கும் பிரசங்கங்களையும் தடை செய்வதுதான் என் சொந்த அபிப்பிராயம்."

"தீவிரவாதிகளின் கோரிக்கைகள் ஒருபுறமிருக்கட்டும். . . . மிக முற்போக்கான கட்சியுடைய லட்சியங்கள் அபாயகர மானவையல்ல; அளவுக்கு மீறியவையுமல்ல. . . . நான் சந்தித்த சுதேசிகளில் திறமையும் விவேகமும் படைத்தவர்கள் பலர் உள்ளனர்; அவர்களுடைய விசுவாசத்திலும் ஒத்துழைப்பிலும் சந்தேகமில்லாமல் நம்பிக்கை வைக்கலாம். இன்று லெஜிஸ்லேடிவ் கவுன்ஸில் மூலம் பலாத்காரமாக திணிக்கப்படுவதாகத் தோன்றும் சட்டங்களுக்கு பொதுஜன ஆதரவு பெறுவதற்கு அவர்கள் அரசாங்கத்தை ஆதரிப்பது

இந்திய தேசியத்தின் எழுச்சி

பிரயோஜனகரமாயிருக்கும். அவர்களுக்குப் பின்னால் அவர்களுக்கு சொந்தமான ஒரு அரசியல் கட்சியுமிருந்தால், இந்திய சர்க்கார் இன்றிருப்பதுபோல, கொந்தளிக்கும் கடல் நடுவேயுள்ள தனிக்குன்றாக, நாலாபுறங்களிலிருந்தும் ஏககாலத்தில் மோதும் பேரலைகளின் நடுவே நிற்கவேண்டாம்."

இங்கு போடப்படும் கணக்கு பளிங்குபோல் தெளிவாயிருக்கிறது. இது பரிபூர்ண வெற்றியடைவது போலவே ஆரம்பத்தில் தோன்றியது. முதல் காங்கிரஸ் ஏகாதிபத்தியத்துக்கு விசுவாசமாகவே நடந்துகொண்டது. அதனுடைய ஒன்பது தீர்மானங்களும் நிர்வாகத்தில் சில்லரை சீர்திருத்தம் செய்வதைப்பற்றிய யோசனைகளே. லெஜிஸ்லேடிவ் கவுன்ஸில்களில் தேர்ந்தெடுக்கப்பட்ட அங்கத்தினர்கள் சிலர் இருக்கவேண்டுமென்ற ஒரு கோரிக்கைதான் தேசிய ஜனநாயக கோரிக்கைக்கு ஓரளவு சம்பந்தமுடையதாயிருந்தது. வெற்றிகரமாக ஹ்யூம் தன் மந்தையைக்கொண்டு சர்க்கார் நடத்தியதை முதல் காங்கிரஸைப்பற்றிய அதிகாரபூர்வமான ரிப்போர்ட்டிலுள்ள கீழ்க்கண்ட சம்பவத்திலிருந்து காணலாம்:-

"தனக்களிக்கப்பட்ட கௌரவத்துக்கு ஹ்யூம் வந்தனம் செலுத்தினார். வாழ்த்து கூற வேண்டிய பணி அவருக்கு ஒப்படைக்கப்பட்டிருப்பதால்.... அவர்கள் எல்லோரையும் நேசிப்பவருக்கு, அவர்கள் எல்லோருக்கும் அன்னையாக விளங்குபவருக்கு மாட்சிமை தங்கிய மகாராணி-சக்கரவர்த்தினிக்கு மும்முறையல்ல. மும்மூன்று, ஒன்பது தடவையல்ல, முடிந்தால் மூவொன்பது, இருபத்தேழு தடவை ஜே கூறவேண்டுமென்று ஹ்யூம் கேட்டுக்கொண்டார்.

"அதற்குமேல் அவர் பேசியது கரகோஷப் புயலிலே காதில் விழவில்லை. அவர் கோரிய ஜேக்கள் மீண்டும் மீண்டும் கோஷிக்கப்பட்டன".

.அத்தகைய அடிமைப்புத்தி (ஆனால் இந்த அடிமைப் புத்தியில் இங்கிலீஷ்காரர்கள் இந்தியர்களைவிட கேவலமா யிருந்தார்களென்பது குறிப்பிடத்தக்கது) இத்தகைய அடிமைப்புத்தி அரசுபுரிந்த காங்கிரஸ் எங்கே? சட்ட விரோதமாக்கப்பட்டு, சர்க்காரால் வேட்டையாடப்பட்டு,

லட்சக்கணக்கான சுதந்திர வீரர்களின் பக்தி விசுவாசத்தை பெற்ற காங்கிரஸ் எங்கே? காங்கிரஸ் எவ்வளவுதூரம் வளர்ச்சியடைந்துவிட்டது!

தேசிய காங்கிரஸின் உதயத்திலுள்ள இந்த இரட்டைத் தன்மை அதன் பிற்காலத்திய சரித்திரத்துக்கு மிகவும் முக்கியமானது. இந்த இரட்டைத்தன்மையை அதன் சரித்திரம் முழுவதும் பார்க்கிறோம்; ஒரு புறத்தில் பொதுஜன இயக்க "ஆபத்தை" எதிர்த்து ஏகாதிபத்தியத்துடன் ஒத்துழைப்பு; மறுபுறத்தில் தேசியப் போராட்டத்தில் பாமர மக்களின் தலைமை. அதன் தலைமையிலுள்ள முரண்பாடுகளி லெல்லாம், பழைய கட்டத்திலிருந்த **கோகலே**யிலிருந்து புதிய கட்டத்தில் அவருடைய சிஷ்யரான **காந்திஜி**வரை இந்த இரட்டைத் தன்மையின் பிரதிபலிப்பை, (காந்திக்கும் கோகலேக்குமுள்ள வித்தியாசம் இருவர் காலத்திலிருந்த இயக்கங்களின் தரத்திலுள்ள வித்தியாசத்திலிருந்து, வளர்ச்சி ஏற்றத்தாழ்வுக்கேற்ற தந்திரங்களை வகுக்க வேண்டிய அவசியத்திலிருந்து எழுகின்றது.) இந்திய பூர்ஷுவா வர்க்கத்தின் ஊசலாட்டத்தின் பிரதிபலிப்பைப் காண்கிறோம். பிரிட்டிஷ் பூர்ஷுவா வர்க்கத்துடன் மோதுதல் ஏற்படுவதால், இந்திய மக்களுக்கு தலைமைவகிக்க இந்திய பூர்ஷுவா வர்க்கம் விரும்புகிறது; அதே சமயத்தில் பொதுஜன இயக்கம் 'ரொம்ப வேகமாக' முன்னேறி, ஏகாதிபத்தியவாதிகளின் நலன்களுடன் தங்களுடைய நலன்களையும் அழித்து விடுமோவென்று பயப்படுகிறது. தேசிய இயக்கம் எவ்வளவு தூரம் ஏகாதிபத்தியத்தையும் அத்துடன் ஒத்துழைக்க விரும்பும் சௌகரியக்கார நலன்களையும் எதிர்த்து, பொதுஜன அடிப்படையில் பூர்ணமாக அமைத்துக்கொள்கிறதோ அவ்வளவுதூரம் இந்த முரண்பாட்டை இறுதியாக நீக்கமுடியும்.

பதினோராவது அத்தியாயம்
தேசியப் போராட்டத்தின் மூன்று கட்டங்கள்

> அரசியல் நெருக்கடிகள் ஏற்பட்டபொழுது, இந்தத் தேச மக்களுக்கு பலாத்காரத்தை வெறுக்க வேண்டுமென்றும், ஒழுங்கை நேசிக்க வேண்டுமென்றும், பொறுமையைக் கடைப்பிடிக்கவேண்டுமென்றும் போதிப்பதைத் தவிர, வேறொன்றும் போதிக்காமலிருந்திருந்தால், இந்தத் தேசத்திலுள்ள உரிமைகளை ஒருக்காலும் பெற்றிருக்க முடியாது என்பதை நான் வருத்தத்துடன் தெரிவித்துக்கொள்கிறேன்.
>
> -W.E. கிளாட்ஸ்டன்

கடந்த 50 வருஷ காலத்துக்குமேல், இந்திய தேசியம் அடைந்திருக்கும் வளர்ச்சியை ஒழுங்காக பரிசீலனை செய்ய, தனி ஆராய்ச்சி நடத்த வேண்டும். ஏனெனில் தேசிய ஒற்றுமைக்காகவும் தேசிய சுதந்திரத்துக்காகவும் இந்தத் தேச மக்கள் நடத்திவரும் போராட்டத்தின் நெருக்கடியான கட்டங்களின் முழுச் சரித்திரமும் அதில் அடங்கும். எனினும், நிகழ்கால அரசியல் நிலைமையை நன்கு உணர்வதற்காக, அந்த வளர்ச்சியின் சகாப்தகரமான மைல் கல்களையும் நிகழ்கால இயக்கத்தின் தன்மையை உருவாக்குவதற்கு உதவிய பிரதான போக்குகளையும் தெள்ளத் தெளிவாக காண்பது அவசியம்.

இந்தத் தேசியத்தின் சரித்திரபூர்வமான வளர்ச்சியில் மூன்று போராட்டப் பேரலைகளைக் காண்கிறோம். ஒன்றைவிட அதற்கு அடுத்த அலை உயர்ந்தோங்கிய தரத்தை உடையதாயிருந்ததைக் காண்கிறோம். ஒவ்வொரு போராட்டமும் இயக்கத்தில் அதன் சாசுவதமான அடையாளங்களை விட்டுச் சென்றதன்மூலம், அடுத்தக் கட்டத்துக்கு வகை செய்தது. இந்திய தேசியத்தின் ஆரம்ப கட்டம் முற்போக்கான நிலச்சுவான்தார்களையும் புதிய ஆலை முதலாளித்துவத்தையும்

சௌகரிய வாழ்க்கை வசதியுள்ள அறிவாளிகளையும் பிரதிபலித்ததை நாம் ஏற்கெனவே பார்த்தோம். தெளிவான அசைவற்ற தேக்கத்தை, 1914க்கு முந்திய கட்டத்தில், குலுக்கிய முதல் போராட்ட பேரலை நகரங்களிலுள்ள நடுத்தர வர்க்கத்தினரின் அதிருப்தியை பிரதிபலித்தது. பாமர மக்கள் இன்னும் ஆகர்ஷிக்கப்படவில்லை. 1914-18 யுத்தத்துக்கு பின்னர்தான், பாமர மக்கள், விவசாயிகளும் சரி, புதிய ஆலைத்தொழிலாளி வர்க்க சக்தியும் சரி, தேசிய இயக்கத்தில் பங்குகொள்கின்றன. யுத்த முடிவைத் தொடர்ந்து ஒரு போராட்ட பேரலையும், உலகப் பொருளாதார நெருக்கடியைத் தொடர்ந்து ஒரு போராட்ட பேரலையும் குமுறியெழுந்தன.

இந்தப் போராட்ட சரிதையின் அடிப்படையில், இன்று ஈடு இணை இல்லாத பலத்துடன் இந்திய தேசியம் திகழ்கிறது. 1946-ம் வருஷ தேர்தலில் கிடைத்த அபரிமிதமான வெற்றியைத் தொடர்ந்து, பெரும்பான்மையான மாகாணங்களின் மந்திரி சபைகள் தேசிய காங்கிரஸின் ஆதிக்கத்திலுள்ளன; பிரதான பிரதிநிதித்துவ அந்தஸ்தை காங்கிரஸ் அடைந்து விட்டது. மிக நெருக்கடியான தலைமைப் பொறுப்புகள் இப்பொழுது அதை எதிர்நோக்குகின்றன. மீண்டும் இன்றைய தினம். தேசிய இயக்கம் பாதைத் திருப்பத்தில் நிற்கிறது. இந்தியாவிலுள்ள பிரிட்டிஷ் ஆட்சிக்கும் இந்திய மக்களின் எதிர்காலத்துக்கும் தீர்மானமான விளைவுகள் சம்பவிக்கக்கூடிய ஒரு புதிய மகத்தான போராட்ட கட்டம் துவங்கியிருப்பது வெளிப்படை இந்த நிகழ்கால நிலைமையின் பிரச்சினைகளுக்கு உதவும் வகையில், முந்திய போராட்ட கட்டங்களையும், அவைகளுடைய படிப்பினைகளையும் துரிதமாகப் பரிசீலனை செய்வது அவசியம்.

1. முதல் போராட்டப் பேரலை 1905-10

இருபது வருஷகாலம், அதன் ஸ்தாபகர்கள் வகுத்த பாதையில் தேசிய காங்கிரஸ் வளர்ச்சியடைந்தது. இந்த இருபது வருஷங்களில், எந்தவிதமான சுயாட்சிக் கோரிக்கையும்-அதாவது எந்தவிதமான அடிப்படை தேசியக் கோரிக்கையும்-அதன் தீர்மானங்களில் கோஷிக்கப்படவில்லை. பிரிட்டிஷ் ஆட்சி அமைப்புக்குள்ளேயே, இந்திய பிரதிநிதித்துவம் கூடுதலாகத் தரவேண்டுமென்பதே அதன் கோரிக்கையாயிருந்தது.

அதன் அதிகப்பட்சமான கோரிக்கை பிரதிநிதித்துவ ஸ்தாபனங்களாகும்; இன்னும் சுயாட்சி கோரிக்கை உருவாகவே யில்லை. இந்த ஆரம்பகால மிதவாதத் தலைவர்களின் கண்ணோட்டத்தை, அவர்களுக்குள்ளே பழுத்த மிதவாதியும் மிகத் திறமைசாலியுமான **ரொமேஷ்சந்திரதத்** என்பவரின் வாக்கியங்கள் பிரதிபலிப்பதைக் காணலாம். 1890-ம் காங்கிரஸ் மகாசபையின் அக்கிராசனராயிருந்த ரொமேஷ்சந்திரதத், 1901ல் "இந்திய மக்களின்" கோரிக்கையைக் கீழ்க்கண்டவாறு வகுத்தார்:-

"திடீர் மாறுதல்களிலும் புரட்சிகளிலும் இந்திய மக்களுக்கு ஆசை கிடையாது. **பிரகஸ்பதியின்** மூளையிலிருந்து கலைமகள் உதயமானதைப்போல, புதிய அரசியல் சட்டங்கள் சட்சட்டென்று வரவேண்டுமென்று அவர்கள் கேட்கவில்லை. முன்னரே வகுக்கப்பட்டிருக்கும் பாதையில் வேலை செய்வதையே அவர்கள் விரும்புகிறார்கள். இந்தச் சர்க்காரைப் பலப்படுத்தவும், பொதுஜனங்களுடன், அதிகமாக அதற்கு தொடர்பேற்படுத்தவும் அவர்கள் விரும்புகிறார்கள்; இந்திய விவசாயத்துக்கும் தொழில்களுக்கும் பிரதிநிதித்துவம் வகிக்கும் சில இந்தியர்கள் இந்தியா காரியதரிசி கவுன்ஸிலிலும் வைஸ்ராய் நிர்வாக சபையிலும் அங்கம் வகிப்பதைக் காண அவர்கள் விரும்புகிறார்கள். ஒவ்வொரு முக்கியமான நிர்வாகப் பிரச்சினையைப் பற்றிய விவாதத்திலும், இந்திய மக்களின் நலன்களை எடுத்துச்சொல்ல அவர்கள் பிரியப்படுகிறார்கள். (இந்திய) சாம்ராஜ்யத்தின் நிர்வாகமும், அதன் பெரிய மாகாணங்களுடைய நிர்வாகமும் ஜனங்களுடைய ஒத்துழைப்புடன் நடத்தப்படவேண்டு மென்று அவர்கள் ஆசைப்படுகிறார்கள்.

"ஒவ்வொரு பெரிய மாகாணத்திலும், ஒரு **லெஜிஸ்லேடிவ் கவுன்ஸில்** இருக்கிறது. இந்தக் கவுன்ஸில்களின் அங்கத்தினர்களில் சிலர் 1892-ம் வருஷ சட்டப்படி தேர்ந்தெடுக்கப் பட்டிருக்கிறார்கள். இந்தப் பரிட்சை வெற்றியடைந்து விட்டது. இந்தக் கவுன்ஸில்களை கொஞ்சம் விஸ்தரித்தால், நிர்வாகம் பலப்படும்; நிர்வாகத்துக்கு ஜனங்களுடன் அதிக தொடர்பு ஏற்படும். . . முப்பது ஜில்லாக்களையும் மூன்று கோடி ஜனத்தொகையையும் உடைய ஒரு மாகாணத்தின் லெஜிஸ்லேடிவ் கவுன்ஸிலில்

நியாயமாக முப்பது தேர்ந்தெடுக்கப்பட்ட அங்கத்தினர்கள் இருக்கலாம். ஒவ்வொரு ஜில்லாவும் மாகாண நிர்வாகத்தில் தனது குரலுக்கு கொஞ்சம் இடமிருக்கிறதென்று நினைக்க வேண்டும்".

(ரொமேஷ் சந்திர தத், 1901 -
"இந்தியாவின் பொருளாதார சரித்திரம்")

ஆரம்பக் காலத்திய இந்திய பூர்ஷுவா வர்க்கத்தின் நிலைமையை இந்தச் சாமானியமான கோரிக்கைகள் நன்கு பிரதிபலித்தன. அக்காலத்திய காங்கிரஸ், மேல்வகுப்பு பூர்ஷுவாக்களுக்கு மாத்திரமே, குறிப்பாக அதன் தத்துவார்த்த பிரதிநிதிகளான படித்த மத்தியதர வர்க்கத்தினருக்கே பிரதிநிதித்துவம் வகித்தது. இந்தப் பகுதிகளிடம் காங்கிரஸுக்கு ஏராளமான ஆதரவு கிடைத்தது; காங்கிரஸ் பிரதிநிதிகள் எண்ணிக்கையைக்கூட எல்லைகட்டவேண்டியதாயிற்று. ஆனால் இந்தச் சமூக பகுதிகள் மாத்திரமே ஆதரவளித்தது. "என்னைச் சுற்றி உட்கார்ந்துகொண்டிருக்கும் நாலாயிரம் கனவான்களும், இந்தியா முழுவதிலுமுள்ள டாக்டர், வக்கீல், என்ஜினீயரிங் தொழில்களின் பொறுக்குமணிகளும் எழுத்தாளர் திலகங்களுமாகும்". என்று 1889-ம் வருஷத்திய காங்கிரசில் பிரசன்னமாயிருந்த பார்லிமெண்ட் மெம்பர் W.S. கெயின் குறிப்பிட்டார். தாங்கள் பாமர மக்களின் பிரதிநிதிகள் அல்லவென்பதையும், பாமர மக்களுடைய வியாக்கியான கர்த்தாக்களாக விளங்க முயற்சிக்கலாமே ஒழிய, அவர்களின் குரலாக தங்களைக் கருதமுடியாதென்றும் அக்காலத்திய மிதவாத தலைவர்கள் உணர்ந்திருந்தனர். "காங்கிரஸ் பாமர மக்களின் குரல் அல்ல; ஆனால் அவர்களுடைய குறைகளை விளக்கி, அவற்றைப் போக்க யோசனைகள் கூறுவது அந்தப் பாமர மக்களின் படித்த சகாக்களுடைய கடமை" என்று ஆரம்பகால காங்கிரஸின் வழிகாட்டியாய் விளங்கிய **ஸர் பிரோஸிஷா மேத்தா** கூறினார்.

பிரிட்டிஷ் ஆட்சிக்கு சவால் விடுக்கக்கூடிய நிலைமையில் தாங்களில்லையென்பதை அக்காலத்திய இந்திய பூர்ஷுவா வர்க்கம் நன்கு உணர்ந்திருந்தது. அதற்கு மாறாக, பிரிட்டிஷ் ஆட்சியை தங்கள் சகாவாகக் கருதினார்கள். அவர்களைப் பொறுத்தவரையில், பிரதான பகைவன் பிரிட்டிஷ்

ஆட்சியல்ல; ஜனங்களுடைய பின்தங்கிய நிலைமை; தேசத்தில் நவீன வளர்ச்சி குறைவாயிருப்பது, மூட சித்தாந்தமும் அறியாமையும் பலமாக வேர்விட்டு நிற்பது, நிலைமைக்கு ஜவாப்தாரியான அதிகார வர்க்க அமைப்பின் நிர்வாகக்குறைபாடுகள் ஆகியவையே பிரதான விரோதியாக அவர்கள் கருதினார்கள். இந்தத் தீமைகளை எதிர்த்து அவர்கள் நடத்தும் போராட்டத்தில், பிரிட்டிஷ் அதிபர்களின் ஒத்துழைப்பை நம்பிக்கையுடன் எதிர்பார்த்தார்கள். "படித்த வர்க்கத்தினர் இங்கிலாந்தின் நண்பர்கள், விரோதிகள் அல்ல; இங்கிலாந்தின் முன்னுள்ள மகத்தான வேலையில் அவர்கள் (படித்த வர்க்கத்தினர்) இயற்கையான நண்பர்கள்; அவசியமான சகாக்கள்" என்று 1898ம் வருஷ காங்கிரசின் அக்கிராசனர் **ஆனந்தமோஹன்போஸ்** குறிப்பிட்டார். "(பிரிட்டிஷ் ராஜதந்திரிகள் இறுதியில் நமது அறைகூவலுக்கு இணங்குவார்களென்பதில் எனக்கு சந்தேகமில்லை" என்று 1890 ஸர் பிரோஸிஷா மேத்தா ஊர்ஜிதமாய்க் கூறினார். "இந்தச் சக்தியை (படித்த இந்தியர்கள்) உங்கள் பக்கத்தில் ஆகர்ஷிக்காமல் உங்களுக்கு எதிர்ப்பு சக்தியாக்கிவிடாதீர்கள்." என்று காங்கிரஸின் தந்தையான **தாதாபாய்நௌரோஜி** இரண்டாவது காங்கிரஸில், பிரிட்டிஷ் அதிபர்களுக்கு வேண்டுகோள் விடுத்தார். பழைய காங்கிரஸ் தலைவர்களிடையே வாசாலகத்தில் சிறந்தவரான ஸுரேந்திரநாத் பானர்ஜி, "பிரிட்டிஷ் தொடர்புக்கு தடுமாற்றமில்லாத விசுவாசத்துடன் வேலை செய்யும்" லட்சியத்தைப் பிரகடனப்படுத்தினார். "ஏனென்றால், இந்தியாவிலுள்ள பிரிட்டிஷ் ஆட்சியை நீக்குவது நமது லட்சியமல்ல; அதன் அடிப்படையை விரிவுபடுத்தி, அதன் ஆதர்சத்தை விசாலப்படுத்தி, அதன் தன்மையை மேன்மைப்படுத்தி, ஒரு தேசமக்களின் அன்பு என்ற மாறமுடியாத அஸ்திவாரத்தில் அதை அமைப்பதே நோக்கம்" என்று அவர் விளக்கினார்.*

---

* இந்தப் பழைய காங்கிரஸ் தலைவர்கள் பிரிட்டிஷ் ஸ்தாபனங்களை மாமூலாக உச்சிமேல் வைத்து மெச்சுவதினிடையே பொதிந்து கிடக்கும் கேலிப்பொருளை கவனிக்கவேண்டும். 1892 காங்கிரஸில் இதே ஸுரேந்திரநாத் பானர்ஜி கூறினார்:-"நாம் ஒரு மகத்தான சுதந்திர சாம்ராஜ்யத்தின் பிரஜைகள். உலகம் கண்டுள்ள அரசியல்களில் உயர்ந்த

இந்தப் பிரகடனங்களின் தொனியிலிருந்து அக்காலத்திய காங்கிரஸ் தலைவர்களை அன்னிய ஆட்சிக்கு சேவகம்செய்யும் பிற்போக்கான தேச விரோதிகள் என்று எண்ணிவிடக்கூடாது. அதற்கு மாறாக, அவர்கள், அக்காலத்தில் இந்திய சமூகத்தில் மிகுந்த முற்போக்கான சக்தியை பிரதிநிதித்துவப் படுத்தினார்கள். புதிதாகத் தோன்றிய தொழிலாளி வர்க்கம் ஸ்தாபனமில்லாமல் ஊமையாயிருக்கும்வரையில், இந்தியாவில் இந்திய பூர்ஷுவா வர்க்கம் மிகவும் முற்போக்கான சக்தியாகவும், யதார்த்த விளைவில் மிகவும் புரட்சிகரமான சக்தியாகவும் விளங்கியது. அவர்கள் சமூக சீர்திருத்தத்துக்காக பாடுபட்டார்கள். கல்வி ஞானம் ஏற்பட உழைத்தார்கள். பிற்போக்கையும் மூட வேதாந்தத்தையும் எதிர்த்து, நவீன விஞ்ஞானத்தைப் பரப்ப வேலை செய்தார்கள். யந்திர விஞ்ஞான ரீதியில், தொழில் வளர்ச்சியும் பொருளாதார வளர்ச்சியும் ஏற்படவேண்டுமென்று வலியுறுத்தினார்கள்.

ஆனால் இந்த வேலையில் பிரிட்டிஷ் ஏகாதிபத்தியம் துணைபுரியுமென்ற அவர்கள் நம்பிக்கை ஏமாற்றத்தில் முடிய வேண்டியதாயிற்று. இந்த முற்போக்கான பணியின் தாத்பரியத்தையும், இதன் விளைவாக ஏகாதிபத்திய சுரண்டல் நலன்கள்மீதும் ஆட்சி நலன்கள் மீதும் ஏற்படக் கூடிய தவிர்க்க முடியாத மோதுதலையும் அவர்கள், இந்திய பூர்ஷுவாக்களைவிட தெளிவாக, உணர்ந்துகொண்டார்கள். ஆகவே, ஆரம்ப சகாப்தத்திலேயே, காங்கிரஸுக்கு அவர்கள் முதலில் அளித்த பராமரிப்பு, சந்தேகமாகவும் விரோதமாகவும் மாறியது. காங்கிரஸ், ஸ்தாபிக்கப்பட்டு மூன்று வருஷங்களாவதற்குள், காங்கிரஸ் ஸ்தாபிதத்துக்கு தூண்டுகோலாக விளங்கிய **டப்ரின்** (வைஸ்ராய்) காங்கிரஸ் "பூதக்கண்ணாடிக்கு மாத்திரமே புலப்படக்கூடிய அவ்வளவு சொற்பமான சிறுபான்மையோருக்கே" பிரதிநிதித்துவம் வகிப்பதாக ஏளனத்துடன் பேசினார். 1887-ல் "தன் ஜில்லா ஆபீஸர் சொல்லை மீறி" காங்கிரஸுக்குச் சென்ற ஒரு பிரதிநிதி "அமைதியை பாதுகாப்பதற்காக 20,000 ரூபாய் ஸெக்யூரிடி

அரசியல் அமைப்பின் பாதுகாப்பில் வாழ்கிறோம். இங்கிலீஷ்காரர்களுடைய உரிமைகள் நம்முடையது. அவர்கள் சௌகரியங்கள் நமது சௌகரியம். அவர்கள் அரசியல் நம்முடையது. ஆனால் நாம் அவற்றிலிருந்து விலக்கப்பட்டிருக்கிறோம்.

கொடுக்கும்படி கட்டளையிடப்பட்டார்)" என்ற சம்பவத்தை **அன்னிபெஸண்ட் அம்மையார்** "இந்தியா சுதந்திரத்துக்காக எப்படி பாடுபட்டது" என்ற புத்தகத்தில் குறிப்பிடுகிறார். காங்கிரஸ் மகாசபைக் கூட்டத்துக்கு அரசாங்க உத்தியோகஸ்தர்கள் பார்வையாளர்களாகக்கூட போகக்கூடாதென்று 1890ல் அரசாங்கம் சுற்றறிக்கை அனுப்பியது. "காங்கிரஸ் அழிந்துபோகும் தருவாயிலிருக்கிறது. நான் இந்தியாவில் இருக்கும்பொழுது, அது அமைதியாக இறந்து போவதற்கு உதவவேண்டுமென்பது என் லட்சியம்" என்று 1900-ல் வைஸ்ராய் கர்ஸான் பிரபு இந்தியா காரியதரிசிக்கு எழுதினார்.

ஆகவே, பிரிட்டிஷ் ஏகாதிபத்தியத்திடம் பழைய தேசியத் தலைவர்கள் வைத்த நம்பிக்கையெல்லாம் வீண் போயிற்று. மிதவாதிகளின் பழுத்த தலைவரான **கோகலே**, "அதிகார வர்க்கத்திடம் மேலும் மேலும் சுயநலம் அதிகரித்துக் கொண்டிருக்கிறது; தேசிய அபிலாஷைகளை பகிரங்கமாக எதிர்க்கிறது; கடந்த காலத்தில் இப்படியில்லை" என்று தன் கடைசி வருஷங்களில் கசந்த மனத்துடன் புகார் செய்தார்.

பழைய கொள்கை தோற்றுப் போகவே, பழைய தலைமையின் குறைகளைக் கண்டித்து, ஏகாதிபத்தியத்துடனுள்ள தொடர்புகளை தீர்மானமாகக் கத்தரித்துக் கொள்ளும் ஒரு உருப்படியான திட்டமும் கொள்கையும் தேவையென்று வற்புறுத்தும், புதிய போக்கு தலையெடுப்பது, தவிர்க்க முடியாததாயிற்று. இந்தப் போக்கின் பிரதான பிரதிநிதி **பாலகங்காதர திலகர்**. 19-ம் நூற்றாண்டில் கடைசி பத்து வருஷங்களிலேயே இந்தப் போக்கு முன்னணிக்கு வந்துவிட்டதென்றாலும், இருபதாம் நூற்றாண்டின் முதல் வருஷங்களில் நிலைமை பக்குவமாகும் வரையில், இந்தப் போக்கு ஆதிக்கம் வகிக்க முடியவில்லை. 1870-80 வருஷங்களில் தீவிரமான விவசாய கலகங்கள் நிகழ்ந்த **மகாராஷ்டிரம்** திலகரின் அடித்தளமாயிருந்தது. திலகரைத் தவிர **விபின் சந்திரபால்**, **அரவிந்தகோஷ்** என்ற வங்காளத் தலைவர்களும், பாஞ்சாலத்தில் **லாலா லஜபதிராய்**ம் இந்தப் புதிய போக்கின் முக்கிய தலைவர்களாய் விளங்கினார்கள்.

இவர்கள் தங்களை "தேசியவாதிகள்" என்றும், "வைதீக தேசியவாதிகள்" என்றும், "சம்பூர்ண தேசியவாதிகள்"

என்றும் அழைத்துக்கொண்டார்கள். மிதவாதிகளுக்கு எதிராக, இவர்கள், பொதுவாக, "தீவிரவாதிகள்" என்று அழைக்கப்பட்டார்கள். ஒரு தீவிர இடதுசாரிக்கும் வைதீக வலதுசாரிகளுக்குமுள்ள சாமானிய வித்தியாசத்தை இவை பிரதிபலிப்பதாக எண்ணுவது தவறாகும். உண்மையில், நிலைமையில் ஒரு முரண்பாடான தன்மையிருந்தது. தேசிய இயக்கம் இன்னும் பக்குவடையாததையே அது காட்டியது.

ஏகாதிபத்தியத்துடன் ஒத்துப்போகும் சமரஸ கொள்கைகளுக்கு முற்றுப்புள்ளி வைத்துவிட்டு, ஏகாதிபத்தியத்தை எதிர்த்து சமரஸமில்லாத போராட்டத்தை நடத்த வேண்டுமென்ற ஆர்வமே எதிர்ப்புத் தலைமையின் ஆரம்பமாயிருந்த தென்பதில் சந்தேகமில்லை. இந்த அளவுக்கு, அது ஒரு முற்போக்கு சக்தியை பிரதிநிதித்துவப் படுத்தியது. ஆனால் இந்த ஆர்வம் அவர்கள் மனதிலெழும் ஆசையாகவே அப்பொழுது இருந்தது. ஏனென்றால், அத்தகைய போராட்டத்தை சாத்தியமாக்கக்கூடிய பொதுஜன இயக்கத்துக்கு இன்னும் அடிப்படை ஏற்படவில்லை. அதிருப்தி அடைந்திருக்கும் ஏழை நடுத்தர வர்க்கத்தினரும், படித்த வாலிபர்களும் குறிப்பாக ஏழை மாணவர்களும், புதிதாக வளர்ந்துகொண்டிருக்கும் வேலையில்லாதோர் பட்டாளமும், சொற்ப சம்பளம் பெறும் அறிவாளிகளும் அந்தத் தலைமையின் அறைகூவலுக்கு விடையளித்தனர். ஏகாதிபத்திய சூழ்நிலையில் முன்னேறுவதற்கு வகையில்லை யென்பது இருபதாம் நூற்றாண்டின் முதல் வருஷங்களில் வெட்ட வெளிச்சமாகவே, இந்த ஏழை நடுத்தர வர்க்கத்தினரின் நிலைமை மேலும்மேலும் கஷ்டமாயிற்று. நல்ல சௌகரிய வசதிபெற்ற மேல்வகுப்பு தலைவர்கள் பையப் பைய முன்னேற வேண்டுமென்று உபதேசிக்கும் மசமச கொள்கைகளை சகித்துக்கொண்டிருக்க அவர்கள் விரும்பவில்லை. சமுதாயத்தின் சந்திக்காலத்தில் பழைய சமூக அமைப்பு உடைந்துபோகும் தறுவாயில், இத்தகைய பகுதிகளால் போராட்டத்துக்கு உதவக்கூடிய கொந்தளிப்பு சக்திகளும் இயங்கு சக்திகளும் கிடைக்கும். ஆனால், பொதுஜன இயக்கத்துடன் உறவு ஏற்படுத்திக்கொள்ளும் வரையில், இருக்கும் நிலைமையின் இயல்பினால், அவர்களால்

தங்கள் அபிலாஷைகளை கிரியாம்சத்தில் சாதிக்கமுடியாது. ஆகவே அவர்கள் மேன்மையான கண்டன உரைகளில் திருப்தி காண வேண்டும். அல்லது அராஜக நடவடிக்கைகளில், தனி நபர் நடவடிக்கைகளில், அரசியல் ரீதியில் பயன்தர முடியாத நடவடிக்கைகளில் திருப்தி காண வேண்டும்.

புதிய தலைவர்களுக்கு ஒரு நவீன அரசியல், சமுதாய கண்ணோட்டமிருந்திருந்தால், தொழிலாளி வர்க்கத்தையும் விவசாயி மக்களையும் அவர்களுடைய சமூக, பொருளாதார அரசியல் விடுதலைப் போராட்டத்தின் அடிப்படையில், ஸ்தாபன ரீதியாக திரட்டி, அவர்களுடைய சக்தியை வளர்ப்பதே தங்களுடைய, தங்களை ஆதரிப்பவர்களுடைய முதன்மையான கடமை என்பதை அவர்கள் புரிந்து கொண்டிருப்பார்கள். 1900-10 வருஷங்களில் இந்தியாவிலிருந்த நிலைமையில், அத்தகைய கண்ணோட்டம் அவர்களுக்கு ஏற்பட்டிருக்க வேண்டுமென்று கோருவது, அன்றைய சமூக வளர்ச்சி கட்டத்தைவிட உயர்ந்த கட்டத்தின் கண்ணோட்டத்தைக் கோருவதாகும்.

ஒரு விஞ்ஞான ரீதியான சமூதாய அரசியல் சித்தாந்த மில்லாமல் புதிய தலைவர்கள் மிதவாதத் தலைவர்களின் பயனற்ற சமரசக்கொள்கையுடைய ரகசியத்தைக் காண முயன்றார்கள்; ஆகவே, "சுதேசி பண்பாட்டை இழந்து" "மேலைய நாடுகளின் போக்குகளுக்கு" இரையாகியதால் மிதவாத தலைவர்கள் இந்த முறையில் போவதாகக் கருதி, இந்தப் போக்குகளை எதிர்த்து தாக்குதலைத் தொடுத்தார்கள். இவ்விதமாக மிதவாத தலைவர்கள் எந்த அம்சங்களில் முற்போக்காயிருந்தார்களோ அதே அம்சங்களை இவர்கள் தாக்கினார்கள். அந்தப் போக்குகளை எதிர்க்கும் பொருட்டு நாட்டில் இன்னும் பலம் பெற்று விளங்கும் சமூக கர்னாடகத்தின் பேரில் வைதிக ஹிந்து சித்தாந்தத்தின் பேரில், நவீன "மேலைய" நாகரிகத்தை விட புராதன ஹிந்து அல்லது "ஆரிய" நாகரிகம் உயர்ந்ததென்ற கோட்பாட்டின் பேரில், அவர்கள் தேசிய இயக்கத்தை சிருஷ்டிக்க முயன்றார்கள். இந்தியாவில் மிக முற்போக்கான இயக்கமாகி யிருந்த தேசிய இயக்கத்தை பழைய புராதனமான மதத்தின் அடிப்படையிலும், மதத்தைச் சார்ந்த மூடப் பழக்க வழக்கங் களின் அடிப்படையிலும் கட்டப் பார்த்தார்கள். இந்தக்

காலத்திலிருந்து, இந்தியாவில் அரசியலில் தீவிரவாதமும் சமுதாய பிற்போக்கும் கைகோர்த்துக் கொண்ட விபரீதமான நிகழ்ச்சி தொடங்கியது. அதனால் தேசிய இயக்கத்தின் நலன்களுக்கு குந்தகம் விளைந்தது. அதன் சின்னங்கள் இன்றுகூட பூரணமாக மறையவில்லை.

பெண்களின் கல்யாண வயதை பத்திலிருந்து பன்னிரண்டாக உயர்த்திய பால்ய விவாக தடை மசோதாவை எதிர்த்து 1890ல் இயக்கம் துவங்கியதன்மூலம் வைதிக ஹிந்து மதத்தின் பிற்போக்கு சக்திகளுடன் தீவிர தேசிய வாதம் சேர்ந்து நிற்பதை பிரபலப்படுத்தினார் திலகர். **ரானடே** முதலிய பழைய காங்கிரஸ் தலைவர்கள் இந்த மசோதாவை ஆதரித்தார்கள். ஹிந்து மதத்திலுள்ள மிக பிற்போக்கான பகுதியின் கோரிக்கைகளை எதிரொலித்துக்கொண்டு, அந்த மசோதாவை எதிர்த்து உக்கிரமான இயக்கமொன்றை திலகர் நடத்தினார். அதன் பின்னால், **பசு பாதுகாப்பு** சங்கம் அமைத்தார். (ஹிந்து மதக் கொள்கைகள் பசுவை புனிதமாகக் கருதுகின்றன; எல்லா மத சம்பிரதாயங்களையும் தோன்றிய காலத்தின் சமூக தேவைகளின் அடிப்படையில் உணர்ந்து கொள்ளலாம். ஆனால் இப்பொழுது, பசு பாதுகாப்புக் கொள்கை பொருளாதாரத் துறையில் பிற்போக்கானது; உதவாக்கரை மாடுகளை போஷிக்க வேண்டியிருப்பதுடனும் கால்நடைகள் க்ஷீணிப்பதற்கும் காரணமாயிருக்கிறது. முஸல்மான்கள் பசு மாட்டிறைச்சி சாப்பிடுவதால், இது ஹிந்து-முஸ்லிம் சச்சரவின் அபாயகரமான தோற்றுவாய்களில் ஒன்றாக இருக்கிறது.) மகாராஷ்டிரர்களின் தேசிய வீரனான **சிவாஜிக்காக** மாத்திரமல்ல; **வினாயகர்** தெய்வத்துக்காகவும் தேசிய திருவிழாக்கள் நடத்தப்பட்டன. வங்காளத்தில், சம்ஹார தெய்வமான காளியைப் பூஜிக்கும் கலை இன்னும் தீவிரமான கோஷ்டிகளால் பயிலப்பட்டது.

இந்த மத உருவங்களின் அடிப்படையிலுள்ள தேசிய நோக்கத்தை அறிந்து கொள்வது அவசியம். மதப்போர்வையின் பாதுகாப்பின் கீழ் வருஷாந்திர விழாக்கள், பொதுக்கூட்டங்கள் மூலம் விரிந்த அளவில் தேசியக் கிளர்ச்சி நடத்தப்பட்டது; மதப் பெயர்களைப் பூண்ட வாலிபர் சிலம்புக் கழகங்கள் மூலம் ஒரு ஸ்தாபனம் கட்டி வளர்க்கப்பட்டது. நேரடியான

தேசியப் போராட்டத்தின் மூன்று கட்டங்கள்

அரசியல் கிளர்ச்சி முழுவதும், அரசியல் ஸ்தாபனம் முழுவதும், நசுக்கப்படும் ஏகாதிபத்திய அடக்குமுறைச் சூழ்நிலையில், தேசிய இயக்கம் ஒரு பொதுஜன அடிப்படையைப் பெறுவதற்கு முன்னால், இத்தகைய முறைகளை உபயோகிப்பது நியாயமானதே. ஆனால் இங்கு இது ஒரு அரசியல் இயக்கத்துடைய உருவத்தைப் பற்றிய பிரச்சினை யல்ல; அதன் சரித்திரபூர்வமான வளர்ச்சியைக் குறித்த பிரச்சினை. வைதிக ஹிந்து மதமே தேசிய இயக்கத்தின் கருப்பொருளென்று வற்புறுத்துவதும், நவீன மேலைய நாகரிகத்தைவிட புராதன ஹிந்து நாகரிகம் உயர்ந்ததென்ற எண்ணத்தை பிரகடனப்படுத்துவதும் தேசிய இயக்கத்தின் உண்மையான வளர்ச்சியையும் அரசியல் உணர்வின் உண்மையான வளர்ச்சியையும், தவிர்க்க முடியாத ரீதியில், முடக்கி பலவீனப்படுத்தியது. தேசிய இயக்கம் பெருவாரியான முஸ்லிம் அபிப்பிராயத்தை விரோதப்படுத்திக்கொண்ட தற்கும் ஹிந்து மதம் வற்புறுத்தப்பட்டது ஒரு காரணம்.

இந்தக் கருத்துக்கள் இந்திய தேசியத்தின் பிந்திய வளர்ச்சிக்கு முக்கியமானவை; ஏனென்றால், நவீன கட்டத்தில், இன்னும் நாகரிகமான உருவத்தில், காந்திய உருவத்தில் அவை மீண்டும் எழுகின்றன. ஆகவே, இந்தக் கருத்துகளை ஜாக்கிரதையாக பரிசீலனை செய்வது பிரயோஜனகரமாய் இருக்கும். இந்திய வளர்ச்சியும் சுதந்திரமும் சமூக வளர்ச்சிப் பாதையில் ஏற்படாதென்றும், பழைய குறைபாடுகளையும் பிரிவினைகளையும் தீங்கான பரம்பரை களையும், நீக்குவதன்மூலம் ஏற்படாதென்றும், வளர்ச்சிப் பாதையில் பின்னோக்கி செல்வதின் மூலமே, கடந்தகால கண்ணோட்டங்களுக்கும் மிச்ச சொச்சங்களுக்கும் புத்துயிரளித்து புத்துணர்ச்சி புகட்டுவதன்மூலமே ஏற்படுமென்றும் நம்பும் கருத்துக்கள் இவை.

இந்தக் கண்ணோட்டம் எப்படி உதயமாயிற்றென்பதை நாம் பார்த்துவிட்டோம். மேல் வகுப்பு மிதவாதத் தலைவர்கள் சுதேசி பண்பாட்டை இழந்து, பிரிட்டிஷ் பூர்ஷுவா வர்க்கத்தின் அரசியலையும் சமுதாய வாழ்க்கையையும் கல்வியையும் கண்ணோட்டத்தையும் கிரஹித்துக் கொண்டிருப்பதாக வைதிக தேசியவாதிகள் கருதினார்கள். பிரிட்டிஷ்

கலாச்சாரத்துக்கு சரணாகதி அடைந்த இப்போக்கை எதிர்த்து கலகம் செய்ய நினைத்தார்கள். எப்படிப்பட்ட அடிப்படையில் இந்தக் கலகத்தை நடத்துவது?

அவர்களே பூர்ஷுவா கண்ணோட்டத்தின் குறுகிய கூட்டுக்குள் அடைபட்டிருந்தார்கள். (அக்கால இந்திய அரசியல் வாழ்க்கை நடைமுறையில் சோஷியலிஸத்தின் தொடர்பு ஏற்படவில்லை.) ஆகவே, முதலாளித்துவ வேலை முறையின் திட்டமான தன்மையையும் அதன் எதிர்மறையையும் விமர்சன ரீதியில் உணர முடியவில்லை. ஆகவே, அவர்கள் "பிரிட்டிஷ்" கலாச்சாரமென்று எதைக் கண்டித்தார்களோ, அது உண்மையில் முதலாளித்துவத்தின் கலாச்சாரமென்பதை அவர்கள் உணரவில்லை. தேசிய இயக்கத்துக்கு பூர்ஷுவா வர்க்கம் தலைமை தாங்கும் வரையில் அது இந்த அடிப்படையிலிருந்து உயர்ந்தோங்க முடியாதென்பதையும் தொழிலாளி வர்க்கம் ஒன்றுதான் இந்தக் கலாசாரத்தை இறுதியாகவும் முற்போக்கான ரீதியிலும் எதிர்க்க முடியுமென்பதையும் அவர்கள் உணரவில்லை. இந்தியாவின் அக்கால அனுபவத்தை ஆதாரமாகக் கொண்டு புதிதாக எழும் தொழிலாளி வர்க்கத்தின் கண்ணோட்டத்தையும் கலாசாரத்தையும் பற்றி அவர்களால் சிந்திக்க முடியவில்லை. பூர்ஷுவா கலாசாரத்துக்கு அது ஒன்றுதான் மாற்று; அதுதான் (தொழிலாளி வர்க்க கலாசாரமும் கண்ணோட்டமும்) முதலாளித்துவ கலாசாரத்தில் உருப்படியாயுள்ளதை கிரஹித்துக்கொண்டு அதற்கு மேலே வளர்ச்சியடைய முடியும். ஆனால், இந்த ஆதர்சம் அவர்களுக்கு ஏற்படவில்லையாதலால், பிரிட்டிஷ் கலாசாரத்தை எதிர்ப்பதற்கு ஒரு உறுதியான அடிப்படையை அவர்கள் தேடியபோது, பிரிட்டிஷ் ஆக்கிரமிப்புக்கு முந்தியிருந்த, முதலாளித்துவத்துக்கு முந்திய இந்திய கலாசாரத்திலேயே அவர்கள் இந்த ஆதாரத்தை காண முடிந்தது.

ஆகவே, க்ஷீணித்துக்கொண்டிருக்கும் ஆத்மார்த்திக வாதத்திலிருந்து துர்நாற்றம் வீசும் பாழடைந்த ஆத்மார்த்திக வாதத்திலிருந்து, தகர்ந்துபோன கிராம சமூக அமைப்பின் மிச்சசொச்சங்களிலிருந்து, மறைந்தொழிந்த நாகரிகத்துடைய

ராஜசபை சோபையின் சடலத்திலிருந்து, ஹிந்து நாகரிகத்தைப்பற்றிய ஒரு பிரகாசம் நிறைந்த கனவை சிருஷ்டிக்க முயன்றார்கள்; லட்சியமாகவும் வழிகாட்டி தீபஸ்தம்பமாகவும் திகழக்கூடிய ஒரு "பரிசுத்தமாக்கப்பட்ட" ஹிந்து நாகரிகத்தை சிருஷ்டிக்க முயன்றார்கள்.

இந்திய பூர்ஷுவா வர்க்கத்தையும் படிப்பாளிகளையும் தன் ஆதிக்கத்தில் கொண்டுவரும் பிரிட்டிஷ் பூர்ஷுவா கலாச்சார-சித்தாந்த வெள்ளப்பெருக்கை எதிர்த்து, யதார்த்த வாழ்க்கை நிலையில் இயற்கையான அடிப்படையைப் பெற்றிராத இந்த ஹிந்து சித்தாந்தமென்ற மெலிந்த கேடயத்தைக்கொண்டு தற்காத்துக்கொள்ள முயன்றனர். இந்த வேதாந்தத்தின் தீவிர பக்தர்கள், சமூக வளர்ச்சி அனைத்தையும் விஞ்ஞான வளர்ச்சி முழுவதையும், ஆட்சிபுரியும் அன்னியர் கலாசாரமென்று கண்டித்தார்கள். பண்டையப் பழக்கங்களெல்லாம், பழுதாகி தவறான வழியில் அமுலிலிருக்கும் பழக்கங்கள்கூட, உயர்வு தாழ்வு பேதம்கூட, மூடசித்தாந்தங்கள்கூட இவர்களுடைய மதிப்புக்கும் வணக்கத்துக்கும் பாத்திரமாயின.

இவ்வாறாக, இந்தத் தீவிரமான தேசிய ஜனத்தலைவர்கள்-இவர்களில் பலர் தீரர்களாகவும் மனப்பூர்வமாக தங்கள் தொண்டில் ஈடுபட்டிருந்தவர்களாகவும் திகழ்ந்தார்கள். எஞ்சி நிற்கும் தீமை நிறைந்த கடந்த கால சின்னங்களை ஒழித்து, விஷய ஞான பாதையில், விமோசன பாதையில் பொது மக்கள் முன்னேறிச் செல்வதற்கு தலைமை தாங்க வேண்டியவர்கள், அதற்கு பதிலாக நடைமுறையில், சமூக பிற்போக்குக்கும் மூடப்பழக்கத்துக்கும் ஜாதி வேற்றுமைக்கும் ஜாதி உயர்வு தாழ்வுக்கும் பாதுகாவலர்களாகவே விளங்கினார்கள்; கற்பிதமான தேசியத்தின் பெயரால், பிற்போக்கு சக்திகள் அனைத்துக்கும் துணைநின்று, பிரிட்டிஷ் ஆட்சிக்கு முந்தியிருந்த பழமையான சமூக, தத்துவ தளைகளின் கீழ் ஜனங்களை அடக்கிவைக்கப் பார்த்தார்கள்.

இந்த முறையில், ஏகாதிபத்தியத்தை எதிர்த்த ஒரு தேசிய பொதுஜன இயக்கத்தைக் கட்டுவதாக வைதிக தேசியவாதிகள் நம்பினார்கள். குழந்தை மணம் ஆதரிப்பு இயக்கம், பசு

பாதுகாப்பு கழகம் முதலிய இயக்கங்களிலும் கிளர்ச்சிகளிலும், அறிவிற் சிறந்த **திலகர்**கூட ஈடுபட்டதை இந்த அர்த்தத்தில்தான் புரிந்துகொள்ள முடியும்.

ஆனால், உண்மையில் இந்தக்கொள்கையின் சித்தாந்தம் தீங்கானதாயிருந்ததுடன், அது தவறான தந்திரமாகவுமிருந்தது. இயக்கத்தின் அரசியல் போதமும் தெளிவும் வளர்ச்சியடைவதை அது பலவீனப்படுத்தியதை தவிர்க்க முடியவில்லை. (அநேகமாக தீவிரவாதத்தின் பிரபல தலைவர்கள் அனைவரும் பின்னால், வெவ்வேறு அளவுக்கு ஏகாதிபத்தியத்துடன் ஒத்துழைத்தனர்; அல்லது பிரத்தியட்ச அரசியலைத் துறந்ததனால், பின்னால் ஏற்பட்ட இயக்க வளர்ச்சியை உணர்ந்து ஆதரவளிக்க அவர்களால் இயலாமல் போயிற்று) அரசியல் போத வளர்ச்சியை பலவீனப்படுத்தியதுடன், முற்போக்கான சக்திகளை அது பிளவுபடுத்தியது. தீவிரமான தேசிய கொள்கையை ஆதரிக்கக்கூடிய பலரை இந்தச் சமூக-பிற்போக்குத்திட்டம் விரோதித்துக்கொண்டது. தெளிந்த பார்வையுடைய அவர்கள் இடதுசாரி திட்டத்துக்கு பதிலாக அளிக்கப்படும் இந்தப் பிற்போக்கான ஆத்மார்த்திக வாத அபத்தத்தை ஏற்றுக்கொள்ளத் தயாராயில்லை. இந்தப் பிளவுக்கு சிறந்த உதாரணமாய்த் திகழ்ந்தார். **பண்டித மோதிலால் நேரு.** தீவிரவாதிகளை எதிர்த்துப் போரிட்ட மிதவாதிகளின் தலைவராக விளங்கிய இவரைப் பற்றி அவர் பிள்ளை **பண்டித ஜவஹர்லால் நேரு** எழுதுகிறார்:-

"உணர்ச்சிவேகமும் பெருஞ்செருக்கும் வைராக்கிய சித்தமும் படைத்திருந்த அவருக்கும் மிதவாத ரகத்துக்கும் ரொம்ப தூரம். எனினும் 1907, 1908லும் அதற்குப்பின் சில வருஷங்களிலும் அவர் மிதவாதிகளுக்குள்ளே சுத்த சுயம்பிரகாச மிதவாதியாய் விளங்கினார்; திலகரை அவர்கள் போற்றிய போதிலும் (திலகரை அவர் போற்றினாரென்று நான் நினைக்கிறேன்) தீவிரவாதிகளிடம் அவருக்கு கசப்பு அதிகமாயிருந்தது.

"இதன் காரணமென்ன?...... வார்த்தைக்கேற்ற காரியம் தொடராவிட்டால், கடினமான வார்த்தைகளாலும் தீவிரமான சொற்களாலும் பயனில்லை என்பதை அவருடைய

தெளிந்த சிந்தனை நன்கு உணர்ந்தது. பயன்படத்தக்க செயல் எதுவும் நடக்குமென்று அவரால் எதிர்பார்க்க முடியவில்லை... இதைத் தவிர, இந்த இயக்கங்களின் பின்னணியிலுள்ள மத தேசியம் அவர் இயல்புக்கு புறம்பானது. புராதனகால இந்தியா புத்துயிர் பெறவேண்டுமென்று அவர் பின்னோக்கிப் பார்க்கவில்லை; அவர் அதற்கு ஆதரவளிக்கவில்லை; பழைய சமூகப் பழக்கவழக்கங்கள் பலவற்றை, சாதி முதலியவற்றை அவர் பிற்போக்கானவையாகக் கருதினார்; முட்டமுழுக்க வெறுத்தார். மேலைய நாடுகளில் அவர் பார்வை விழுந்தது; மேலைய நாடுகளின் முன்னேற்றம் அவரை பெரிதும் வசியப்படுத்தியது. இங்கிலாந்துடைய சேர்க்கையின் மூலம் இந்த முன்னேற்றம் வருமென்று நினைத்தார்.

"சமுதாய ரீதியில் சொல்லப்போனால், 1907ம் வருஷத்திய இந்திய தேசிய மறுமலர்ச்சி தீர்மானமாக பிற்போக்காகவேயிருந்தது."

(ஜவஹர்லால் நேரு, "சுயசரிதை")

இந்த மத அடிப்படையில் தங்கள் கொள்கையை வகுத்த வைதிக தேசியவாதிகளுக்கு, அவர்களுடைய நடைமுறைப் போராட்டத்தில், தனிநபர் பயங்கரவாதத்தைத் தவிர-பொதுஜன இயக்கத்திலிருந்து ஒதுங்கி நிற்கும் ஆக்ரோஷம் மிகுந்த (ஆனால் சக்தியற்ற) நடுத்தர வர்க்கத்தினரின் ஆயுதமான தனிநபர் பயங்கரவாதத்தைத் தவிர, -வேறு ஆயுதமோ திட்டமோ, அவர்களால் உருவாக்க முடியவில்லை. இங்குகூட, புதிய போராட்ட கட்டத்துக்கு பக்குவமடைந்த நிலைமையில் துணைக்கருவியாய் முன்னணிக்கு வரும் வரையில், இந்தக் கட்டத்தில், (1905க்கு முன்) இவைகளினால் ஏற்பட்ட பயன் வெகுகுறைவே, (நடுநடுங்கிய ஏகாதிபத்தியவாதிகள் இதைப்பற்றி ஏகப்பட்ட சத்தம் போட்டார்கள்; அமிருதசரஸிலும் இதர இடங்களிலும் பொதுஜனங்களைக் கூட்டம் கூட்டமாகக் கொலை செய்த அதே ஏகாதிபத்தியம் இதைப்பற்றி சத்தம் போட்டது.)

1905-ல், போராட்டத்தின் புதிய கட்டத்துக்கு நிலைமை பக்குவமானவுடன், பழைய ஆத்மார்த்திகவாத அபத்தங் களுடன் சம்பந்தமில்லாத புதியமுறை, நவீன தன்மையையும்

பொருளாதார தன்மையையும் பெற்ற முறை இந்தக் கட்டத்தில் பிரதான ஸ்தானம் வகித்தது-இதுதான் **பொருளாதார பகிஷ்காரம்**. அக்காலத்தில் பயன்படத்தக்க கருவியாக இது ஒன்றே சாத்தியமாயிருந்தது. இயக்கத்தின் பூர்ஷுவா தன்மையில் இது பிரதிபலித்தது. மிதவாதத் தலைவர்கள் இதை ஆதரித்தார்கள்.

1905-ல் புதிய போராட்ட கட்டத்துக்கு குழுமிய சக்திகள், ஜாரிஸத்தை ஜப்பான் தோற்கடித்ததையும் (நவீன காலத்தில், முதன் முதலாக ஒரு ஐரோப்பிய நாட்டை ஒரு ஆசியநாடு தோற்கடித்ததானது இந்தியாவில் ஒரு கிளர்ச்சியை ஏற்படுத்தியது.) முதல் ருஷிய புரட்சியின் ஆரம்ப வெற்றிகளையும் தொடர்ந்தேற்பட்ட உலக முன்னேற்ற அலையை பிரதிபலித்தது. இந்தப் போராட்டத்துக்கு உடனடிக் காரணமாக விளங்கியது வங்கப் பிரிவினை. அக்காலத்தில் இந்திய அரசியல் முன்னேற்றத்துக்கு நடுநாயக மாக விளங்கிய வங்காளத்தை இரு கூறாக்க **கர்ஸான் பிரபு** போட்ட திட்டத்தை, கர்ஸானைப் பின்பற்றிய வைஸ்ராய் அமுலுக்கு கொண்டுவந்தார். சர்வஜன ஆத்திரத்தை கிளப்பிவிட்ட இந்தப் பிரிவினையை எதிர்த்து, அன்னிய நாட்டு சரக்குகளை பகிஷ்காரம் செய்வதென்ற முடிவு 1905-ம் வருஷம் ஆகஸ்ட் மாதம் ஏழாம் தேதி பிரகடனப் படுத்தப்பட்டது.

இதைத் தொடர்ந்து தேசிய இயக்கம் வெகு துரிதமாக முன்னேறியது. 1905-ம் வருஷத்திய காங்கிரஸ் மகாசபைக் கூட்டம் பகிஷ்காரத்துக்கு நிபந்தனைகளுடன் கூடிய ஆதரவையே அளித்தது. ஆனால் **கல்கத்தா**வில் கூடிய 1906-ம் வருஷத்திய காங்கிரஸ் மகாசபை, தீவிரவாதிகளின் செல்வாக் கினால், ஒரு புதிய திட்டத்தை நிறைவேற்றியது. காங்கிரஸின் தந்தையான வயது முதிர்ந்த **தாதாபாய்நௌரோஜி**யே இதைப் பிரரேபித்தார். முதன் முதலாக, இந்தத் திட்டம், சுயராஜ்யம் அல்லது சுயாட்சியைத் தன் லட்சியமாக பிரகடனப்படுத்தியது; சாம்ராஜ்ய அமைப்புக்குள், சுயாட்சி செலுத்தும் இதர பிரிட்டிஷ் காலனிகளைப்போல் சுயாட்சி செலுத்துவதென்று இந்த லட்சியத்தை விளக்கியது; பகிஷ்கார இயக்கத்தையும் சுதேசி இயக்கத்தையும் (சுதேசி தொழில்களுக்கு ஆதரவுதரும் இயக்கம்) தேசியக் கல்வி

இயக்கத்தையும் ஆதரித்தது. சுயராஜ்யம், சுதேசி, பகிஷ்காரம். தேசியக் கல்வி ஆகியவை காங்கிரஸ் திட்டத்தின் நான்கு முக்கியமான அம்சங்களாயின.

ஒரு வருஷத்துக்குப் பின், 1907-ல் ஸூரத் காங்கிரஸ் மகாசபையில் கோகலே தலைமைதாங்கிய மிதவாதிகளுக்கும், திலகர் தலைமைதாங்கிய தீவிரவாதிகளுக்குமிடையே பிளவு ஏற்பட்டது. நீண்ட காலம் விவாதத்திற்குட்பட்டிருந்த வரலாற்றின்படி, தீவிரவாதிகளின் வளர்ந்துவரும் செல்வாக்கைக் கண்டு பயந்து, மிதவாதிகள் பிளவுபடுத்தினார்களென்பதில் சந்தேகமில்லை. அதன்பின், இரு பகுதிகளும் 1916 வரை தனித்து நின்றன; 1916-ல், இரு பகுதிகளும் ஒன்றுபட்டன. 1918-ல், இறுதியாக, மிதவாதிகள் காங்கிரஸைவிட்டுப் பிரிந்து, லிபரெல் சம்மேளனத்தை ஸ்தாபித்துக்கொண்டார்கள்.

அரசாங்க அடக்குமுறை, இயக்கத்தின் புதிய விழிப்பை துரிதமாகத் தொடர்ந்தது.

1907-ல் ராஜத்துவேஷக் கூட்டங்கள் சட்டம் நிறைவேறியது; 1910-ல் ஒரு புதிய, கடுமையான பத்திரிகைச் சட்டம் நிறைவேறியது. (1878-ல் அமுலுக்கு வந்த பத்திரிகைச் சட்டம், 1882-ல் **ரிப்பன் பிரபு**வின் லிபரெல் நிர்வாகத்தில் ரத்து செய்யப்பட்டது.) 1818-ம் வருஷ சட்டம் ஒன்றின்படி, தீவிரவாதத் தலைவர்கள் விசாரணையில்லாமல் நாடு கடத்தப்பட்டனர். லிபரெல் என்று கூறிக்கொண்ட **மார்லி பிரபு**. இந்தியா காரியதரிசியாயிருந்தபோது, இவ்வளவும் நிகழ்ந்தன. அரசாங்கம் யாரையும்விட அதிகமாக திலகரைக் கண்டு நடுநடுங்கியது; 1908-ல் அவர் பத்திரிகையில் பிரசுரமான ஒரு கட்டுரைக்காக அவருக்கு 6 வருஷ சிறைத்தண்டனை விதித்து, 1914-ம் வருஷ யுத்தம் தொடங்குவதற்கு முந்திய மாதம் வரையில், **மாண்டலே** சிறையில் (பர்மாவிலுள்ளது) அடைத்து வைத்தது. திலகர் கைது செய்யப்பட்டதைக் கண்டித்து பம்பாய் பருத்தி ஜவுளி மில்தொழிலாளர்கள் பொது வேலை நிறுத்தம் செய்தனர்; இந்திய தொழிலாளி வர்க்கத்தின் முதல் அரசியல் நடவடிக்கை இது; அக்காலத்திலேயே, லெனின் இதை எதிர்காலத்தின் குறியென்று போற்றினார். இதர பிரபல தலைவர்களில் பலர் நாடு கடத்தப்பட்டனர். அல்லது

சிறைத்தண்டனை விதிக்கப்பட்டனர்; சிலர் தண்டனையைத் தவிர்க்கும் பொருட்டு தேசாந்திரம் சென்றனர். 1906லிருந்து 1909க்குள் வங்காளத்தின் கோர்ட்டுகளில் மாத்திரம் 550 அரசியல் வழக்குகள் தொடுக்கப்பட்டிருந்தன. கண்டிப்பான முறையில் போலீஸ் நடவடிக்கைகள் எடுக்கப்பட்டன; கூட்டங்கள் பலாத்காரமாய் கலைக்கப்பட்டன; பாஞ்சாலத்தில், விவசாய கலகங்கள் மிருகத்தனமான முறையில் அடக்கப் பட்டன. தேசிய கீதங்களை பாடியதற்காக, பள்ளிச் சிறுவர்கள் கூடக் கைதுசெய்யப்பட்டனர்.

முந்தைய கட்டத்தைப்போல, இப்பொழுதும் அடக்கு முறையைத் தொடர்ந்து சில சலுகைகள் அளிக்கப்பட்டன- "மிதவாதிகளை திரட்டுவது" 1892-ம் வருஷத்திய இந்திய கவுன்ஸில்கள் சட்டத்தில் 1909-ம் வருஷத்திய மிண்டோ-மார்லி சீர்திருத்தங்கள் சின்னஞ்சிறு விஸ்தரிப்பு செய்தது. மத்திய லெஜிஸ்லேடிவ் கவுன்ஸிலுக்கு ஒரு சில அங்கத்தினர்கள் மறைமுகமாக தேர்ந்தெடுக்கப்படுவதை அனுமதித்தது; மாகாண கவுன்ஸில்களில், பெரும் பான்மையோர் மறைமுகமாக தேர்ந்தெடுக்கப்படுவதை அனுமதித்தது; இந்தக் கவுன்ஸில்களுக்கு யோசனை கூறவே அதிகாரமுண்டு; தங்கள் விருப்பத்தை செயலாற்ற அதிகாரமில்லை. காங்கிரஸில் ஏகபோக ஆதிக்கம் வகித்த மிதவாத தலைவர்கள் இந்தச் சந்தர்ப்பத்தை நழுவவிட வில்லை. சர்க்காருக்கும் தங்களுக்குமுள்ள ஐக்கிய பாவத்தை பிரகடனப்படுத்தினார்கள். 1910-ல் இந்தியாவுக்கு வந்த புதிய வைஸ்ராய்க்கு, பக்தி விசுவாசம் தெரிவிக்கும் வரவேற்பு பத்திரம் அளிக்கப்பட்டது.

1911-ல், வங்கப்பிரிவினையை ரத்து செய்துவிட்டதாக மன்னர் சர்க்கார் பிரகடனம் செய்ததும், "பிரிட்டிஷ் ராஜதந்திரத்திடமிருந்த நம்பிக்கை புத்துயிர் பெற்றுவிட்டது; புத்துயிர் பெற்ற நம்பிக்கையுடனும் நன்றி பெருக்குடனும், ஒவ்வொரு இதயமும் பிரிட்டிஷ் சிம்மாசனத்திடம் பக்தி விசுவாசமும் மதிப்பும் காண்பிக்கும் ஒரே நாதத்தில் அடித்துக்கொண்டிருக்கிறது." என்று காங்கிரஸ் பிரதிநிதி கூறினார்.

1911-ல் வங்கப் பிரிவினை ரத்துசெய்யப்பட்டது. பகிஷ்கார இயக்கத்துக்கு ஓரளவு வெற்றியே. 1906-11 வருஷங்களில் குமுறியெழுந்த போராட்ட அலை அதற்கடுத்த வருஷங்களில் தனிந்தது. ஆனால், தேசிய இயக்கத்தின் வடிவத்தில் ஏற்பட்ட சாஸ்வத வளர்ச்சி ஒருபொழுதும் இழக்கப்படவில்லை. 1914க்கு முந்திய தீவிரவாத தலைவர்களிடம் எவ்வளவ்வு குறைபாடுகள் இருந்தபோதிலும், அவர்கள் ஒரு மகத்தான அமரப்பணியை செய்துமுடித்தார்கள். அந்த வருஷங்களில்தான் இந்தியாவின் சுதந்திரக் கோரிக்கை. முதன் முதலாக. உலக அரசியல் பிரச்சினைகளின் முன்னணிக்கு வந்தது; பரிபூர்ண தேசிய விடுதலை லட்சியத்தின் விதையும், அதைப் பெறுவதற்காக நடத்தவேண்டிய உறுதியான போராட்டத்தின் விதையும் அரசியல் இயக்கத்தில் விதைக்கப்பட்டுவிட்டன; பாமர மக்களிடையே இவை பிந்திய வருஷங்களில் வேர்விட்டன.

2. இரண்டாவது போராட்டப் பேரலை-1919-22

ஏகாதிபத்தியத்தின் முழு அமைப்புக்கும் நிரந்தரமான விபத்தை ஏற்படுத்திய முதல் உலக யுத்தத்தின் திடீர் தாக்குதலும், 1917லிருந்து தொடங்கியெழுந்த உலகப் புரட்சி அலைப்பெருக்கும் இந்தியாவில் பொதுஜன கலக இயக்கத்தை கட்டவிழ்த்துவிட்டது.

1905ம் வருஷ எழுச்சி சர்வதேச இயக்கத்தைப் பிரதிபலித்தது. போலவே அதைவிட பன்மடங்கு அதிகமாக, பிரிட்டிஷ் ஆட்சியின் அஸ்திவாரத்தை இந்தியாவில் கிடுகிடுக்க வைத்த (1917ம் வருஷத்தை தொடர்ந்து வந்த) இந்த மாபெரும் பொதுஜன இயக்கமும் உலக இயக்கத்தை பிரதிபலித்தது. இந்தியப் போராட்ட வளர்ச்சிக்கும் சர்வதேச போராட்ட வளர்ச்சிக்குமுள்ள இந்த ஒற்றுமையை உணர்வது அவசியம். இந்திய அரசியல் வாழ்க்கையில் யதார்த்த சூழ்நிலையையும் இயக்கத்தின் தரம் அதைப் பொறுத்திருப் பதையும் உணராமல், ஆழமான இயக்கங்களை தனி நபர்களோ, குறிப்பிட்ட கோஷ்டிகளோ நிர்ணயிப்பதாக கருதும் மனோபாவமும் மலிந்திருப்பதால், இது அவசியமாகிறது. குறிப்பிட்ட பகுதிகளைக் மட்டும் ஆகர்ஷித்திருந்த இந்திய அரசியல் இயக்கம் 1917க்குப் பிந்திய வருஷங்களில் பாமர

மக்களை வசியப்படுத்தியதென்பதில் சந்தேகமில்லை. ஆனால், இந்த மாறுதல் இந்தியாவில் மாத்திரம் நிகழவில்லை.

ருஷ்ய ஜாரிஸத்தை ஜப்பான் தோற்கடித்ததின் படிப்பினையைத் தொடர்ந்து, 10 வருஷங்களில், 1914ம் வருஷ யுத்தம் ஏற்பட்டதானது ஆசிய மக்களிடம் மேலைய ஏகாதிபத்தியத்தின் தோற்கடிக்கப்பட முடியாத சக்தியைப் பற்றி எஞ்சியிருந்த தப்பெண்ணங்கள் ஒழிந்தன. ஏகாதிபத்திய வல்லரசுகள் தற்கொலைப்போரில் ஈடுபட்டிருக்கும் காட்சி, சாம்ராஜ்யங்களின் அந்திக்காலம் அணுகிவிட்டதென்ற நம்பிக்கையை அடிமைப்பட்ட ஜனசமூகங்களின் கோடிக் கணக்கான மக்களிடையே ஏற்படுத்தியது.

ஆரம்பத்திலிருந்தே, நிலைமையை தன்னாதிக்கத்தில் பாதுகாக்க, ஏகாதிபத்தியம் கடுமையான நடவடிக்கைகளை எடுத்தது; விசேஷ சட்டங்கள் நிறைவேற்றப்பட்டன; விசேஷ அதிகாரங்கள் எடுத்துக்கொள்ளப்பட்டன; இவற்றில் பிரதானமானது இந்திய பாதுகாப்புச் சட்டம். தாமதம் தயக்கமில்லாமல் போராடும் வீரர்களும் புரட்சிகரமான கோஷ்டிகளின் அங்கத்தினர்களும் கைது செய்யப்பட்டனர். அல்லது சொந்த வீட்டிலே அடைத்துவைக்கப்பட்டனர். யுத்த வருஷங்களின் முதல் கட்டத்தில் ஏகாதிபத்தியத்தின் மேற்கண்ட நடவடிக்கைகளுக்கு அரசியல் இயக்கத்தின் மேற்பகுதிகள் இஷ்டபூர்வமாக ஒத்துழைத்தன. யுத்தகாலத்தில் நிகழ்ந்த நான்கு வருஷாந்திர காங்கிரஸ் மகாசபைக் கூட்டங்களிலும் மிதவாத தலைவர்களின் ஆதிக்கத்திலிருந்த காங்கிரஸ், யுத்தத்தை ஆதரித்தது; விசுவாசம் தெரிவித்தது. 1918ல் நடந்த **டில்லி** காங்கிரஸில்கூட "யுத்தம் வெற்றிகரமாக முடிந்ததற்கு"மன்னர் பிரானுக்கு பாராட்டுகள் தெரிவித்தும், மன்னரிடமுள்ள விசுவாசத்தை ஊர்ஜிதம் செய்தும் ஒரு தீர்மானம் நிறைவேற்றப்பட்டது. இதற்கு பிரதிப் பிரயோஜனமாக. காங்கிரஸுக்கு அதிகார வட்டாரங்கள் ஆதரவு அளித்தன; 1914-ம் வருஷத்திய காங்கிரஸில் சென்னை கவர்னர் **பென்லாண்ட் பிரபு** பிரசன்னமாயிருந்தார்; 1915-ம் வருஷ காங்கிரஸில்; பம்பாய் கவர்னர் **வெல்லிங்டன் பிரபு** பிரசன்னமாயிருந்தார். 1916-ம் வருஷ காங்கிரஸில் ஐக்கிய மாகாண கவர்னர் ஸர் ஜேம்ஸ் மெஸ்டன் பிரசன்னமா

யிருந்தார். அரசாங்கத்தின் பிரதிநிதிகள் கரகோஷங்களுடன் வரவேற்கப்பட்டனர்.

யுத்தம் மூண்டபோது லண்டனில் இருந்த இந்திய தலைவர்கள், அரசாங்கத்துக்கு ஆதரவு கூற விரைந்தனர். "சாம்ராஜ்யம் துரிதமாக வெற்றியடையும்பொருட்டு, இந்தியாவின் மன்னர்களும் மக்களும் இஷ்டபூர்வமாக தங்களால் இயன்றமட்டும் ஒத்துழைப்பதற்கு தயாராயிருக்கிறார்கள்; அதற்கான வசதிகளைச் செய்வதற்காக, தேசத்தின் செல்வங்கள் அனைத்தையும் மாட்சிமை தங்கிய மன்னர் சர்க்காரிடம் ஒப்படைக்கத் தயாராயிருக்கிறார்கள்" என்று **லாலா லஜபத்ராய், முகமதலி ஜின்னா, ஸின்ஹா** முதலியோரடங்கிய காங்கிரஸ் தூதுகோஷ்டி (அச்சமயத்தில் லண்டனில் இருந்தது) இந்தியா காரியதரிசிக்கு ஒரு கடிதம் அனுப்பினார்கள். தென்னாப்பிரிக்காவிலிருந்து லண்டனுக்கு வந்த காந்தி தனக்களிக்கப்பட்ட வரவேற்பில், இந்திய வாலிப நண்பர்களை "பேரரசின் நலன்களையொட்டி" சிந்தித்து, "அவர்கள் கடமையைச் செய்யுமாறு" கேட்டுக்கொண்டார். இந்திய காரியதரிசிக்கு இன்னும் சிலருடன் சேர்ந்து அவர் எழுதிய கடிதத்தில், தன் சேவையை அர்ப்பணம் செய்யத் தயாராயிருப்பதாகக் கூறினார்.

"சாம்ராஜ்யத்துக்கு நெருக்கடி ஏற்பட்டிருக்கும் பொழுது,... பிரிட்டனில் வசிக்கும் இந்தியர்களில் முடிந்தவர்கள் அதிகாரிகளுக்குத் தங்கள் சேவையை நிபந்தனையில்லாமல் அளிப்பது விரும்பத் தக்கதென்று கருதப்பட்டது. எங்கள் சார்பாகவும் இத்துடன் அனுப்பப்படும் ஜாபிதாவிலுள்ளவர் சார்பாகவும் அதிகாரிகளுக்கு எங்கள் சேவையை அளிக்க விரும்புகிறோம்.

அதன்பின், லண்டனில் அவர் ஒரு இந்தியர் வைத்திய உதவி தொண்டர்படையைத் திரட்டியது பிரபலமான விஷயம். இந்தியாவுக்குத் திரும்பியவுடன், **மெஸபடோமியா** யுத்தகளத்துக்கு, காயம்பட்டவர்களைத் தூக்கிச் செல்லும் தொண்டர்படையைத் திரட்டிக்கொண்டு போக அவர் முன்வந்து வைஸ்ராய்க்கு தன் ஆர்வத்தை தெரிவித்தார். காந்தியின் தேக நிலை காரணமாக அந்தப் பணியை ஏற்கவேண்டாமென்று வைஸ்ராய் பதிலளித்தார். "இந்த

நெருக்கடியான காலத்தில், வெளிநாடுகளில் ஆற்றக்கூடிய சேவையைவிட இந்தியாவில் அவர் பிரசன்னமாயிருப்பதன் மூலமே அதிக சேவை செய்யமுடியும்" என்று காந்திக்கு எழுதிய வைஸ்ராய் குறிப்பிட்டார்; 1917-ல் டில்லியில் வைஸ்ராய் கூட்டிய யுத்த மகாநாட்டில் காந்தி கலந்துகொண்டார். 1918, ஜூலையில்கூட, குஜராத்தில், ராணுவத்துக்கு ஆள் சேர்க்கும் இயக்கத்தில் ஈடுபட்டிருந்தார்; ராணுவத்தில் சேர்ந்து சுயராஜ்யம் பெறும்படி குஜராத்தி விவசாயிகளை அறைகூவி அழைத்தார்.

மிதவாதத் தலைவர்களின் இந்தப் பக்தி விசுவாச செயல்களை பிரிட்டிஷ் ஆட்சியினால் கிடைத்த நன்மைக்கு இந்தியர்கள் நன்றி தெரிவிப்பதின் பிரதிபலிப்பாகவும், அதனால் இந்தியர்களுக்கேற்பட்டிருக்கும் உற்சாகத்தின் விளைவாகவும் பிரிட்டிஷ் அதிகார வட்டாரங்கள் கருதின. எனினும், உண்மையில், இந்திய தலைவர்களுடைய கணக்கு வேறுவிதமாயிருந்தது. இதை அவர்களே பின்னால் எடுத்துரைத்தார்கள். யுத்த காலத்தில் ஏகாதிபத்தியத்துக்கு சேவை செய்வதன்மூலம் இந்திய சுயாட்சியை துரிதப்படுத்தலா மென்பதே அவர்கள் கணக்கு. 1922-ல் தன்னுடைய வழக்கு விசாரணையில், காந்தி கூறினார்:-

"எனது தேச மக்களுக்கு இந்தச் சேவைகள் மூலம் பரிபூர்ண சமத்துவ அந்தஸ்து பெறமுடியுமென்ற நம்பிக்கையால் உந்தப்பட்டு, நான் இந்தச் சேவா முயற்சிகள் அனைத்திலும் ஈடுபட்டேன்."

பின்னால், தாங்கள் ஏமாற்றமடைந்ததை அவர்கள் எடுத்துக்கூற வேண்டியதாயிற்று.

மேல் வர்க்க அரசியல் தலைமையின் கீழ்ப்படியும் தன்மையால், யுத்தகால நிலைமையின் காரணமாக பொதுஜன கொந்தளிப்பு வளர்வதைத் தடுக்க முடியவில்லை. இந்தியாவின் ஏழை மக்கள் யுத்தத்துக்காக தாங்க முடியாத பணச்சுமையை கொட்டிக் கொடுக்கவேண்டி ஏற்பட்டது; விலைவாசிகள் உயர்ந்தன; கேட்பார் கேள்வியில்லாத முறையில், வரைநெறியில்லாமல், கொள்ளை லாபமடிக்கப் பட்டது; இவற்றின் விளைவாக, பொதுஜன வறுமையும்

தேசியப் போராட்டத்தின் மூன்று கட்டங்கள் 475

துயரமும் பெருகின. யுத்த முடிவில் பரவிய **இன்புளூயன்ஸா** என்ற தொத்து நோய்க்கு 140 லட்சம் ஜனங்கள் உயிர்ப் பலியானதில் இது பிரதிபலித்தது. பாஞ்சாலத்தில் **கெதர்** இயக்கத்தின் வளர்ச்சியும் ராணுவத்திலேற்பட்ட கலகங்களும் இந்தக் கொந்தளிப்பு வளர்ச்சியை பிரதிபலித்தன. தயவு தாட்சணியமில்லாத மரண தண்டனைகள் மூலமும் சிறைத் தண்டனைகள் மூலமும் இவை அடக்கப்பட்டன. "இந்தியாவின் புரட்சிகரமான இயக்கங்களுடன் சம்பந்தப்பட்ட குற்ற சதிகளை" விசாரித்தறிவதற்காக மன்னர்பிரானின் பிரிவு கவுன்ஸில் நீதிபதி ஒருவர் தலைமையில் **ரௌலட் கமிட்டி** 1917-ல் நியமிக்கப்பட்டது; அது புதிய அடக்குமுறை சட்டங்களை சிபார்சுசெய்தது.

வளர்ந்துகொண்டிருக்கும் கொந்தளிப்பு அரசியல் இயக்கத்தில் பிரதிபலிக்கத் துவங்கியது; 1916லிருந்து புதிய கலகலப்புகள் ஏற்பட்டன. 1916-ல் **இந்தியாவின் குடியாட்சி லீக்** என்ற சங்கத்தை திலகர் ஸ்தாபித்தார்; இங்கிலீஷ் **தியாஸபிஸ்ட்** (சர்வமத சமரஸத்தில் நம்பிக்கைகொண்டவர்) **பெஸண்ட் அம்மையார்** இந்த இயக்கத்தில் திலகருடன் சேர்ந்துகொண்டார். சாம்ராஜ்ய விசுவாசப் பாதையில் தேசிய இயக்கத்தை நடத்திச்செல்ல விரும்பியவர் அவர்; பின்னால் ஒத்துழையாமை இயக்கத்தை எதிர்த்து தீவிரமாய்ப் போராடினார். 1916-ல் லக்ஷ்மணபுரி காங்கிரஸில், தீவிரவாதிகளும் மிதவாதிகளும் ஒன்றுபட்டனர். இதைவிட முக்கியமானதென்னவென்றால், காங்கிரஸும் முஸ்லிம் லீகும் (லீக் 1905-ல் ஸ்தாபிக்கப்பட்டது) கூட்டணி அமைப்பதற்கு 1913-ல் திட்டம் தயாராகியது; 1916-ல் இறுதியாக ஒப்பந்தம் ஏற்பட்டது.

துருக்கியை எதிர்த்து பிரிட்டன் யுத்தம் செய்ததினால் முஸ்லிம் உணர்ச்சி கொந்தளித்தெழுந்தது, இந்தக்காங்கிரஸ் - லீக் உடன்பாட்டுக்கு உதவிய காரணங்களில் ஒன்றாகும்; 1915இல் நடந்த முஸ்லிம் லீக் மகாநாடு இந்தக் கொந்தளிப்பை பிரதிபலித்தது. சாம்ராஜ்யத்துக்குள் ஓரளவு சுயாட்சி பெறக்கூடிய சீர்திருத்தக் கோரிக்கை அடிப்படையில் இரு ஸ்தாபனங்களும் ஒரு பொதுவான திட்டத்தை ஒத்துக்கொண்டன. (கவுன்ஸில்களில் தேர்ந்தெடுக்கப்பட்ட மெஜாரிட்டிகள்;

கவுன்ஸில்களுக்கு அதிக அதிகாரங்கள்; வைஸ்ராய் நிர்வாகசபையில் 50 சதவீதத்தினர் இந்தியர்கள்) இது காங்கிரஸ் - லீக் திட்டம் எனப் பெயர்பெற்றது. அதே சமயத்தில் இந்தியா சாம்ராஜ்யத்தில் சுயாட்சி செலுத்தும் டொமினியன்களுடன் சம அந்தஸ்து வகிக்கும் பங்காளியாவது" லட்சியமென்று பிரகடனப்படுத்தப்பட்டது.

இந்தச் சூழ்நிலையில்தான், 1917-ம் வருஷத்திய ருஷிய புரட்சியைத் தொடர்ந்து உலக நிலைமையிலேற்பட்ட மாறுதல், சம்பவப் போக்கின் வேகம் முழுவதையும் பாதித்தது; இந்திய - பிரிட்டிஷ் உறவுகளில் துரிதமாக பிரதிபலித்தது. யுத்தத்திலீடுபட்டிருந்த சகல சாம்ராஜ்ய வல்லரசுகளுக்கு சங்கடமுண்டாக்கும் வகையில், ருஷிய புரட்சி தேசிய சுயநிர்ணய உரிமை பிரச்சினையை முன்னணிக்கு கொண்டுவந்தது. ஜாரிஸம் வீழ்ந்து ஐந்து மாதங்களாவதற்குள், ஒரு பிரகடனத்தை வெளியிட பிரிட்டிஷ் சர்க்கார் விரைந்தது. (இதற்கு **மாண்டேக் பிரகடனம்** என்று பெயர்; அச்சமயத்தில் மாண்டேக் இந்தியா காரியதரிசியாயிருந்தார், ஆனால் உண்மையில், இதை கர்ஸானும் ஆஸ்டின் சேம்பர்லேனும் தயாரித்த திட்டம் இது.) "பிரிட்டிஷ் சாம்ராஜ்யத்தின் ஒரு பகுதியாக, இந்தியாவில் பொறுப்பாட்சி படிப்படியாக கைகூடச் செய்வதற்காக சுயாட்சி ஸ்தாபனங்களை மெள்ள மெள்ள வளர்ப்பது" இந்தியாவில் பிரிட்டிஷ் ஆட்சியின் லட்சிய மென்று அது பிரகடனப்படுத்தியது; "இந்தத் துறையில் கூடிய சீக்கிரத்தில் உருப்படியான நடவடிக்கைகள்" எடுக்கப் படுமென்று வாக்களித்தது. பிரகடனத்தை வெளியிட்ட பிறகே இதன் அர்த்தமென்ன என்பதைப்பற்றி உணர்ந்து கொள்ளும் முயற்சி நிகழ்ந்தது. கொள்கை எவ்வளவு அவசரத்தில் பிரகடனப் படுத்தப்பட்டதென்று இதிலிருந்து தெரிகிறது. ஆகவே, **மாண்டேக் - செல்ம்ஸ்போர்ட் ரிப்போர்ட்** ஒரு வருஷத்துக்குப் பின்னரே தயாராயிற்று; புதிய சீர்திருத்தங்கள் (மாகாணங்களில் இரட்டையாட்சி; அதாவது மாகாண நிர்வாக இலாகாக்கள் பிரிட்டிஷ் ஸிவிலியன்களுக்கும் இந்திய மந்திரிகளுக்கும் பங்கிடப்பட்டதால், இதற்கு இரட்டையாட்சி என்று பெயர்) 1919-ம் வருஷத்திய முடிவு

வரை சட்டமாகவில்லை; 1920இல்தான் அது அமுலுக்கு வந்தது. இதற்குள் இந்தியாவின் நிலைமை முழுவதும் மாறிவிட்டது.

10 வருஷங்களுக்கு முன், மிண்டோ மார்லி சீர்திருத்தங்கள் செய்ததைப்போல, தேசிய முகாமின்மேல் வர்க்கங்களிடையே, பிளவை சிருஷ்டிப்பதில் இந்தச் சீர்திருத்தங்களும் ஓரளவு வெற்றியடைந்தது. ஆனால், இந்தத் தடவை, இயக்கத்தின் வளர்ச்சியின் முன், இந்த மிதவாதிகளின் ஆதரவால் கிடைத்த பலன் குறைந்துவிட்டது. "சிம்மாசனத்திடமுள்ள தங்களுடைய ஆழமான விசுவாசத்தையும் பாசத்தையும், பிரிட்டிஷ் தொடர்பிடம் தங்களுக்குள்ள அசையா விசுவாசத்தையும் எத்தகைய கஷ்டம் ஏற்பட்டபோதிலும் பிரிட்டிஷ் சாம்ராஜ்யத்துடன் உறுதியாய் நிற்போமென்ற தீர்மானமான முடிவையும், இந்தியாவின் ஒன்றுபட்ட மக்கள் சார்பில், மாட்சிமை தங்கிய சக்கிரவர்த்தி பெருமானுக்கு காங்கிரஸ் தெரிவித்துக்கொள்கிறது" என்ற தீர்மானத்தை 1917 முடிவில், கல்கத்தா காங்கிரஸுக்கு தலைமை வகித்தபோது பெஸண்ட் அம்மையார் பிரேரித்து நிறைவேற்றினார். ஆனால் மாண்டேக் - செல்ம்ஸ்போர்ட் ரிப்போர்ட் 1918-ம் வருஷத்திய கோடை காலத்தில் வெளிவந்தவுடன், பம்பாயில் கூடிய விசேஷ காங்கிரஸ் மாண்டேக் - செல்ம்ஸ்போர்ட் சீர்திருத்தங்கள் "ஏமாற்றத்தையளிப்பதாயும் திருப்தியற்றவையாகவும்" இருப்பதாகக் கண்டித்தது. இந்த விசேஷ காங்கிரஸில், காந்தியைத் தவிர, மீதி மிதவாதத் தலைவர்கள் அனைவரும் காங்கிரஸை விட்டுப்பிரிந்து, லிபரெல் சம்மேளனத்தை ஸ்தாபித்தனர். ஏகாதிபத்தியத்துடன் ஒத்துழைக்க விரும்பும் பூர்ஷ்வா பகுதிகளை அவர்கள் பிரதிபலித்தனர். 1919 டிசம்பரில் கூட சீர்திருத்தங்களை ஒப்புக்கொள்ள வேண்டுமென்று காங்கிரஸ் கூறியது. ஆனால், பெஸண்ட் அம்மையார் ஆதரவுடன் காந்தி ஒத்துழைக்க வேண்டுமென்று போராடியதால், காங்கிரஸில் இரு பெரும் பகுதிகள் ஏற்பட்டன. ஒத்துழைப்புக் கொள்கையை எதிர்த்தவர்களுக்கு **ஸி. ஆர். தாஸ்** தலைமை தாங்கினார். இறுதியாக நிறைவேற்றப்பட்ட தீர்மானம் சீர்திருத்தங்களிலுள்ள குறைகளை எடுத்துக்காட்டியது.

"சுயநிர்ணய உரிமைக் கொள்கைப்படி பூரண சுயாட்சியை ஸ்தாபிப்பதற்கு சீக்கிரமே நடவடிக்கைகள் எடுக்கவேண்டுமென்று கோரியது. ஆனால், காந்தி பிரேரித்த சீர்திருத்தத்தின் விளைவாக, "இத்தகைய பூரண சுயாட்சி ஏற்படும் வரையில், சாத்தியமான அளவு சீர்திருத்தங்களை நடைமுறைக்கு கொண்டுவர ஜனங்கள் வேலை செய்வதன் மூலம், பூரண சுயாட்சியை சீக்கிரமேபெற உதவுவார்களென்று காங்கிரஸ் நம்புகிறது" என்று தீர்மானம் கூறியது.

1919-ம் வருஷ கடைசி நாட்களில்கூட ஒத்துழைப்புக் கொள்கையை ஆதரித்தார்:-

"இந்திய மக்களுக்கு நியாயம் வழங்க வேண்டுமென்ற பிரிட்டிஷ் நோக்கத்துக்கு சீர்திருத்த சட்டமும் பிரகடனமும் அத்தாட்சிகள்; ஆகவே அதைப்பற்றிய சந்தேகம் நீங்க வேண்டும்.... ஆகவே சீர்திருத்தங்களின் குற்றங்களைப் பற்றிய தர்க்கம் செய்வதல்ல நமது கடமை; சீர்திருத்தங்களை வெற்றியாக்குவதற்கு அமைதியாக பாடுபடுவதே நம் கடமை."

("யுவ இந்தியா"வில் காந்தி. 31-12-1919)

இந்தப் பிரகடனம் வெகு முக்கியமானது. ஏனென்றால், ரௌலட் சட்டங்களுக்கு பிறகு, அமிருதசரஸ் படுகொலைக்கு பிறகு, பாஞ்சால ராணுவச் சட்ட ஆட்சிக்கு பிறகு - அதாவது பின்னால் ஒத்துழையாமை இயக்கத்துக்கு எது எது காரணமென்று சொல்லப்படுகிறதோ அந்தப் பிரச்சினைகள் எழுந்தபின், காந்தி மேற்கண்டவாறு எழுதினார். ஆகவே, அடுத்த வருஷத்தில் ஒத்துழையாமை இயக்கத்தைத் தொடங்குவதென்று தீர்மானித்ததற்கு காரணங்கள் வேறு என்பதை இது வெளிப்படுத்துகிறது.

ஏனென்றால், யதார்த்தத்தில், காங்கிரஸின் ஒத்துழைப்புக் கொள்கை இன்னும் நீடித்தபோதிலும், இந்தியாவின் நிலைமை முழுவதும் 1919-ல் மாறிவிட்டது; ஒத்துழைப்பின் அடிப்படையே மறைந்துவிட்டது. 1919 வருஷத்தில் பொதுஜன கொந்தளிப்பு இந்தியா முழுவதும் பரவியது இதற்கு முன்னரே, 1918-ம் வருஷத்தின் கடைசி மாதங்களிலும் 1919-ம் வருஷத்தின் முதல் மாதங்களிலும், இந்தியா இதுவரை

கண்டறியாத அளவுக்கு ஸ்ட்ரைக் இயக்கம் தொடங்கிவிட்டது. 1918 டிசம்பரிலேயே, பம்பாய் மில் தொழிலாளர் ஸ்ட்ரைக் துவங்கியது. 1919 ஜனவரியில், இந்த ஸ்ட்ரைக்கில் 1 லட்சத்து 25 ஆயிரம் தொழிலாளர்கள் ஈடுபட்டிருந்தனர். 1919 மார்ச்சில் சட்டமாக்கப்பட்ட ரௌலட் சட்டம், காலாவதியான யுத்தகால சட்டத்தின்படி அரசாங்கம் அனுப்வித்த அசாதாரணமான அதிகாரங்களை நீடித்தது; கோர்ட்டில் வழக்கு தொடரும் சாதாரண முறையில்லாமல், விசாரணையின்றி பாதுகாப்பில் வைக்கும் முறையை நீடித்தது. சீர்திருத்தமென்ற வெல்வட் திரையின் பின்னுள்ள ஏகாதிபத்திய அடக்குமுறையின் இரும்புக்கரத்தை காட்டும் இதைக் கண்டு நாட்டில் ஆத்திரம் பொங்கியெழுந்தது. தனது தென் ஆப்பிரிக்க அனுபவத்தை பயன்படுத்திக் கொண்டு, காந்தி ஒரு சாத்வீக சட்டமறுப்பு இயக்கத்துக்காக, ஏற்பாடு செய்ய முயற்சித்தார். இதற்காக, பிப்ரவரியில் ஒரு **சத்தியாக்கிரக சங்கத்தை** ஸ்தாபித்தார். ஏப்ரல் மாதம் 6-ம் தேதி ஹர்த்தால் செய்யுமாறு அறைகூவல் விடுக்கப்பட்டது. இதற்கு பொதுமக்கள் அளித்த ஆதரவு இயக்கத் தலைவர்களையே திடுக்கிடவைத்தது. மார்ச், ஏப்ரல் மாதங்கள் முழுவதும், பொதுஜன ஆர்ப்பாட்டங்களும், ஸ்ட்ரைக்குகளும், கொந்தளிப்பும், ஒரு சில இடங்களில் கலவரங்களும், தேசத்தின் பல பாகங்களில் பரவின; ஏராளமான உயிர்ப்பலி கொடுத்து, பலாத்கார அடக்கு முறையை தைரியமாய் எதிர்த்தார்கள் ஜனங்கள். ஹிந்து - முஸ்லிம் விரோதத்தைப் பற்றிய அதிகாரிகளின் கருத்துகள் சின்னாபின்னமானதையும் பொதுஜனங்களிடையே காணும் புதிய ஒற்றுமையைப் பார்த்து அதிகாரிகள் அதிசயித்து நடுநடுங்கியதையும் அந்த வருஷத்திய அரசாங்க ரிப்போர்ட் கீழ்க்கண்டவாறு குறிப்பிடுகிறது:-

"பொதுவான எழுச்சியின் ஒரு முக்கியமான அம்சம் என்னவென்றால் ஹிந்துக்களும் முஸ்லிம்களும், இதுவரை கண்டிராத முறையில், ஐக்கியப்பட்டதாகும். தலைவர்களைப் பொறுத்தவரை, ஹிந்து - முஸ்லிம் ஒற்றுமை தேசிய திட்டத்தின் நிர்ணயமான பகுதியாக நீண்டகாலமாக இருந்துவருகிறது. இந்தப் பொதுஜன எழுச்சிக் காலத்தில், கீழ்த்தர வகுப்பினர்கூட தங்கள் வித்தியாசங்களை மறந்துவிட

முதன் முதலாக சம்மதித்துவிட்டார்கள். **அசாதாரணமான ஒற்றுமை சம்பவங்கள் நிகழ்ந்தன. ஹிந்துக்கள், பகிரங்கமாக முஸ்லிம்களிடமிருந்து தண்ணீர் வாங்கிச் சாப்பிட்டார்கள்; முஸ்லிம்களும் பகிரங்கமாக ஹிந்துக்களிடமிருந்து தண்ணீர் வாங்கிக்கொண்டனர். ஊர்வலங்களின் குறிக்கோள் ஹிந்து முஸ்லிம் ஒற்றுமையாயிருந்தது; ஊர்வலங்களின் விளம்பரங்களும் கோஷங்களும் இந்தக் குறிக்கோளை எதிரொலித்தன. பள்ளிவாசல் மேடையிலிருந்து பிரசாரம் செய்ய ஹிந்து தலைவர்கள் அனுமதிக்கப்பட்டார்கள்."**

("1919-ல் இந்தியா")

அசாதாரணமான அடக்குமுறை நடவடிக்கைகள் அந்த இயக்கத்தை தொடர்ந்தன; இந்தச் சமயத்தில்தான் அமிருதசரஸ் படுகொலை நிகழ்ந்தது; தப்புவதற்காக வழியில்லாத இடத்தில், நாற்புறமும் அடைக்கப்பட்ட இடத்தில், நிராயுதபாணிகளா யிருந்த ஜனங்கள்மீது **ஜெனரல் டையர்** 1600 ரவுண்டுகள் சுட்டான். அதிகாரிகளுடைய கணக்குப்படி 379 பேர் இறந்தனர்; 1200 பேர் காயம்பட்டு, கவனிப்பாரில்லாமல் விடப்பட்டனர். பின்னால் வெளிவந்த அறிக்கை கூறியது போல, "ராணுவக் கண்ணோட்டத்தில், அங்கு பிரசன்ன மாயிருந்தவர்களிடம் மாத்திரமல்ல, குறிப்பாக பாஞ்சாலம் முழுவதும் ஒரு தார்மீக விளைவை" உண்டாக்குவதே இதன் நோக்கம் - அதாவது பொதுமக்களை பயமுறுத்துவதே இதன் நோக்கம். இந்தப் படுகொலையின் செய்தி விவரம் காங்கிரஸ் கமிட்டி தலைவர்களுக்கே நாலு மாதங்களுக்குப் பின்னர்தான் கிடைத்ததென்றால், எட்டு மாத காலம் இந்தச் செய்தி விவரங்கள் பிரிட்டிஷ் பார்லிமெண்டுக்கும் பொது மக்களுக்கும் அதிகாரிகள் சொல்லாமல் அடக்கிவைத்திருந் தார்களென்றால், அடக்குமுறைபற்றி ஊகித்துக்கொள்ள முடியும். கிளர்ச்சியைக் கண்டு, காங்கிரஸ் விசாரணை நடப்பதைக் கண்டு, ராஜதந்திர காரணங்களுக்காக, இந்த அட்டூழியத்தைக் கண்டிக்க வேண்டியதாயிற்று. அரசாங்கம் ஒரு விசாரணைக் கமிட்டியை நியமிக்க வேண்டியதாயிற்று. ஆனால், ஏகாதிபத்தியவாதிகள் ஜெனரல் டையரின் "வீரத்தை" பாராட்டி மெச்சினார்கள்; 20,000 பவுன்கள் கொண்ட பணமுடிப்பு அளித்தார்கள்; பார்லிமெண்டின் **பிரபுக்கள் சபை** அவன் நடவடிக்கைகளை அதிகார

பூர்வமாக அங்கீகரித்தது. பாஞ்சாலத்தில் ராணுவ சட்டம் பிரகடனப்படுத்தப் பட்டது. அதன்பின், அங்கு நிகழ்ந்த துப்பாக்கி பிரயோகங்கள், தூக்குத் தண்டனைகள், ஆகாயவிமான குண்டுவீச்சுகள், பயங்கர ஆட்சிகாலத்தில் அவசர கோர்ட்டுகள் விதித்த அசாதாரணமான தண்டனைகள் ஆகியவற்றைப் பற்றிய விவரங்களின் ஒரு சிறு பகுதியே பின்னால் நடந்த விசாரணைகளிலிருந்து தெரியவந்தது.

"பிரிட்டிஷ் ராஜ்யத்தை எதிர்த்து ஸ்தாபனரீதியாக நிகழும் கலகமாக இயக்கம் வடிவெடுத்ததென்பதை மறுக்க முடியாது" என்று பிரிட்டிஷ் அதிகாரவட்டாரங்கள் அபிப்பிராயப்பட்டன. ("இந்தியா" - **ஸர் வாலண்டின் கிரால்** 1926) காந்தியோ வளர்ந்துகொண்டிருக்கும் நிலைமையைக் கண்டு திடுக்கிட்டு பயந்தார். கல்கத்தா, பம்பாய், அஹமதாபாத் முதலிய இடங்களில், அன்னிய ஆதிக்கத்தை எதிர்த்து ஜனங்கள் போராடியபொழுது, இங்கும் அங்கும் பலாத்காரம் ஏற்பட்டதால்தான் ஒரு ஹிமாலயத் தவறு" செய்துவிட்டதாகவும் "அதனால் உண்மையான சாத்வீக சத்தியாக்கிரஹி அல்லாத தவறான கருத்துள்ளவர்கள் குழப்பத்தை ஏற்படுத்திவிட்டார்கள்" என்றும் காந்தி கூறினார். ஆகவே, ஹர்த்தால் நடந்த ஒரு வாரத்துக்குள், ஏப்ரல் மத்தியிலேயே, சாத்வீக சட்டமறுப்பு இயக்கத்தை நிறுத்தினார்; இவ்விதமாக, இயக்கம் உச்ச நிலையை அடையத் துவங்கியபோது, இயக்கத்தை நிறுத்திவிட்டார். பின்னால் ஜூலை மாதம் 21-ம் தேதி பத்திரிகைகளுக்கு எழுதிய கடிதத்தில் "ஒரு சாத்வீக சத்யாக்கிரகி ஒரு பொழுதும் அரசாங்கத்திற்கு சங்கடம் விளைவிக்க விரும்பமாட்டார்" என்று இதன் காரணத்தை அவரே விளக்கினார். சத்தியாக்கிரஹ முறையின் இந்த அனுபவம் பின்னால், இன்னும் விரிவான அளவில் மீண்டும் ஊர்ஜிதமாயிற்று.

1919 டிசம்பரில், நாம் முன்னர் பார்த்ததைப்போல, காங்கிரஸ் சீர்திருத்தங்களை ஒப்புக்கொண்டு ஒத்துழைக்க தீர்மானித்துக்கொண்டிருந்தது. "சீர்திருத்தங்கள் வெற்றி யடைவதற்கு அமைதியாக பணியாற்றவேண்டும்" என்று காந்தி தேசிய இயக்கத்தை வற்புறுத்திக்கொண்டிருந்தார். ஆனால் இத்தகைய கனவுகள் ஈடேறுவதற்கு, நிலைமையில்

இடமில்லை. 1919-ல் ஒரு தாவு தாவி முன்னேறிய பொதுஜன கொந்தளிப்பு 1920, 1921-ல் இன்னும் முன்னேறிக்கொண்டிருந்தது. 1920-ம் வருஷ பின் பகுதியிலிருந்து முற்றிக்கொண்டிருந்த பொருளாதார நெருக்கடி இதைத் தீவிரப்படுத்தியது. 1920-ம் வருஷத்திய முதல் ஆறு மாதங்களில் ஸ்ட்ரைக் இயக்கம் உச்சநிலையை அடைந்தது. 15 லட்சம் தொழிலாளர்களுக்குமேல் பங்கெடுத்த 200 ஸ்ட்ரைக்குகள் சம்பவித்தன. அந்தக் கொந்தளிப்பு அலைப்பெருக்கு "அமைதியாக வேலைசெய்ய' வேண்டுமென்ற தர்மோபதேசத்தை கேலி செய்தது. 1920 செப்டம்பரில் கல்கத்தாவில் நடந்த காங்கிரஸ் மகாசபையின் விசேஷ கூட்டத்தில், காங்கிரஸ் அக்கிராசனர் **லாலா லஜபதிராய்** தன் தலைமை உரையில் பின்வருமாறு குறிப்பிட்டார்:-

"நாம் ஒரு புரட்சிகரமான சகாப்தத்திலிருக்கிறோம் என்ற உண்மையைப் பற்றி பாராமுகமாயிருப்பதில் பிரயோஜன மில்லை.... இயல்பாகவே, நாம் புரட்சிகளை வெறுக்கிறோம். நமது பரம்பரை பண்பும் அதுவே, பையப் பைய நடக்கும் ஜனசமூகத்தைச் சேர்ந்தவர்கள் நாம். ஆனால் முன்னேறுவதென்று நாம் தீர்மானித்துவிட்டால், நாம் வேகமாக முன்னேறுகிறோம்; துரிதமான "பாய்ச்சலில்" முன்னேறுகிறோம். எந்த ஜீவராசியும் அதன் வாழ்க்கையில் புரட்சிகள் சம்பவிப்பதைத் தவிர்க்க முடியாது."

காங்கிரஸ் அக்கிராசனருடைய பரிசீலனையின் பிரதான அம்சங்களில் பிழையில்லை. ஒரு ‘புரட்சிகரமான சகாப்தத்தில்’ தான் காங்கிரஸ் அக்கிராசனர் பேசினார்; "புரட்சிகளை வெறுக்கும் இயல்பையும் பரம்பரைப் பண்பையும்" படைத்த தலைமையை இந்த வளரும் இயக்கத்துக்கு தலைமைதாங்கும் பிரச்சினை எதிர்நோக்கியது. இதில்தான், இந்தியாவின் யுத்த பிற்கால நிலைமையிலுள்ள முரண்பாடு அடங்கிக்கிடக்கிறது. இதே சமயத்தில் யுத்தத்தின் விளைவாகத் தோன்றிய சந்தர்ப்பங்களை பயன்படுத்திக்கொள்வதற்கேற்ற பக்குவத்தைப் பெறாத இதர பல நாடுகளின் அரசியல் இயக்கங்களிலும் இதே முரண்பாடு ஏற்பட்டிருந்தது.

இந்த நிலைமையில்தான் காந்தியும் காங்கிரஸ் தலைமையும் (மிதவாதிகள் காங்கிரஸைவிட்டு விலகிவிட்டனர்) தங்கள்

கொள்கையை தலைகீழாக மாற்றிக்கொண்டார்கள். சீர்திருத்தங்களுடன் ஒத்துழைக்கும் கொள்கையை கைவிட்டார்கள். வளர்ந்துகொண்டிருக்கும் பொதுஜன இயக்கத்துக்கு தலைமை தாங்குவதெனத் தீர்மானித்தார்கள்; அதற்காக சாத்வீக ஒத்துழையாமை என்ற திட்டத்தை தயாரித்தார்கள். இதிலிருந்து, பொதுஜனப் போராட்டத்துக்கு காங்கிரஸ் தலைமை கிடைத்தது. ஆனால் போராட்டம் "அஹிம்சை"யை அடிப்படையாய்க்கொண்டிருக்க வேண்டுமென்ற விலைகொடுத்து இந்தத் தலைமையைப் பெறவேண்டியிருந்தது.

கல்கத்தா விசேஷ காங்கிரஸில் (1920 செப்டம்பர்) இந்தப் புதிய திட்டம் ஏற்றுக்கொள்ளப்பட்டது. இதற்கு எதிர்ப்பு இருந்தபோதிலும், காந்தியும் மோதிலால் நேருவும், முஸ்லிம் தலைவர்களான **அலி சகோதரர்**களும் (அச்சமயத்தில் நிகழ்ந்துகொண்டிருந்த கிலாபத் இயக்கத்துக்கு தலைமை வகித்தவர்கள் அலி சகோதரர்கள். துருக்கிக்கு பிரிட்டன் இழைத்த அநீதியைக் கண்டிப்பதற்கு இந்த இயக்கம் தோன்றியதாகக் காணப்பட்டபோதிலும், உண்மையில் அது முஸ்லிம் கொந்தளிப்பின் கவர்ச்சி மையமாக விளங்கியது) சேர்ந்து இந்தத் திட்டத்தை நிறைவேற்றினார்கள். குறிப்பிட்ட அநீதிகள் தீர்க்கப்படும் வரையில், சுயராஜ்யம் ஸ்தாபிக்கப்படும் வரையில், வளர்ச்சியடையும் சாத்வீக ஒத்துழையாமை இயக்கத்தை காந்தி தலைமையில் நடத்துவதென்று பிரகடனப்படுத்தப்பட்டது. இந்தத் திட்டம் பல கட்டங்களைக்கொண்டிருந்தது :- அரசாங்கம் அளித்துள்ள பட்டங்களை துறந்துவிடுவதில் துவங்குவது; மூவகை பகிஷ்கார இயக்கத்தை நடத்துவது; (சட்டசபைகள், கோர்ட்டுகள், கல்வி ஸ்தாபனங்கள் மூன்றையும் பகிஷ்கரிப்பது.) அத்துடன் "ஒவ்வொரு வீட்டிலும் கைராட்டினத்துக்கும், கைநெசவுக்கும் புத்துயிர் அளிப்பது". எதிர்காலத்தில் இவை வரிகொடா இயக்கமென்ற இறுதிக் கட்டத்தை அடையும். ஆகவே, திட்டத்தின் உடனடி நடவடிக்கைகள் நடுத்தர வர்க்கத்தினர் மாத்திரம் ஈடுபட வேண்டிய நடவடிக்கைகளே - அதிகாரிகள், வக்கீல்கள், மாணவர்கள் முதலியோரே மூவகை பகிஷ்காரத்தில் பங்கெடுக்கின்றனர். பாமர மக்களைப் பொறுத்தவரையில்

கைநூற்பிலும், கைநெசவிலும் ஈடுபடவேண்டிய நிர்மாணத் திட்டமே அளிக்கப்பட்டது. வரிகொடா இயக்கத்தின் மூலம் (வரிகொடா இயக்கம் தவிர்க்க முடியாதவகையில் நிலவாடகை கொடா இயக்கமாகப் பரிணமிக்கும்) பாமர மக்கள் போராட்டத்தில் தீவிர பங்கெடுக்கும் விஷயம் பிற்காலத்துக்கு ஒத்திப்போடப்பட்டது.

1920 நவம்பரில், புதிய சட்டசபைத் தேர்தல்கள் பகிஷ்கரிக்கப்பட்டன; பகிஷ்காரம் வெற்றியடைந்தது. வாக்காளர்களில் மூன்றில் இருவர் வோட் பதிவு செய்யவில்லை. கல்வி ஸ்தாபனங்களின் பகிஷ்காரமும் வெற்றிகரமாயிருந்தது. உற்சாகத்தால் உந்தப்பட்டு ஏராளமான மாணவர்கள் ஒத்துழையாமை இயக்கத்தில் குதித்தனர். **மோதிலால் நேரு, ஸி. ஆர். தாஸ்** போன்ற பிரபல உதாரணங்களைத் தவிர, வக்கீல்களுடைய கோர்ட் பகிஷ்காரம் அவ்வளவு வெற்றியடையவில்லை.

1920 டிசம்பரில் நாகபுரியில் நிகழ்ந்த காங்கிரஸ் மகாசபைக் கூட்டத்தில், புதிய திட்டம் இறுதியாக ஏகமனதாக ஏற்றுக்கொள்ளப்பட்டது. "சட்டபூர்வமான முறைகள் மூலம் சாம்ராஜ்ய அமைப்புக்குள் சுயாட்சி பெறுவதென்ற" காங்கிரஸ் லட்சியம் "சாத்வீகமான, நியாயமான முறைகளில் சுயராஜ்யம் பெறுதல்" என்று மாறியது. தளர்ந்துநின்ற காங்கிரஸ் ஸ்தாபனத்துக்கு நவீன கட்சியின் அமைப்பு ஏற்பட்டது; கிராமங்களிலும் வார்டுகளிலும் அதன் யூனிட்டுகள் ஏற்பட்டன. 15 பேர் அடங்கிய **காரியக் கமிட்டி** சிருஷ்டிக்கப்பட்டது.

காந்திஜி ஆரம்பித்துவைத்த புதிய திட்டமும் கொள்கையும் காங்கிரஸுக்கு பீமசேன வளர்ச்சியை ஏற்படுத்துவதற்கு உதவின. தேசிய சுதந்திரத்தைப் பெறுவதற்காக, பொதுஜனங்களுக்குத் தலைமைதாங்கி அரசாங்கத்தை எதிர்த்துப் போராடும் அரசியல் கட்சியாக காங்கிரஸ் விளங்கியது. இதிலிருந்து தேசிய காங்கிரஸ் தேசிய இயக்கத்தின் கவர்ச்சி மையமாக விளங்கியது. (பழைய காலத்தின் தீவிர தேசியவாதிகள் இதைக் கண்டால், பிரமித்துப் போயிருப்பார்கள்.)

ஆனால் இந்தப் புதிய திட்டத்தில் இன்னொரு அம்சமுமிருந்தது; பொதுஜனப் போராட்டத்துக்குப் புறம்பான அம்சம் அது; நடுத்தர வர்க்க தர்மோபதேசமும் சீர்திருத்தவாத **பாஸிபிஸமும்*** அடங்கிய அந்த அம்சம்தான், பார்ப்பதற்கு களங்கமில்லாமல் தோன்றும் அந்த அஹிம்சை என்ற பதத்தில் பிரதிபலிக்கிறது. ஒரு முழு சமய - தத்துவ அமைப்பை பிரதிபலிக்கும் பதமாக காந்தி அதை உபயோகித்தார். அவர் பக்தியுடனும் சொல்திறமையுடனும் அந்தச் சமய - தத்துவ அமைப்பை பிரசாரம் செய்தார். சில துறைகளில் இது புராதன இந்திய மனோராஜ்ய கொள்கைகளை ஒத்திருந்தது; ஆனால் **டால்ஸ்டாய், தொரோ, எமர்ஸன்** ஆகியோருடைய சமீப காலத்திய மேலைய சித்தாந்தங்களுடன் அன்னியோன்னியமான உறவுள்ளதாக இருந்தது. இந்தச் சித்தாந்தங்கள், காந்தி மேலைய நாடுகளில் வாலிப வயதில் வசித்தபோது, அவரைத் தங்கள் செல்வாக்குக்கு உட்படுத்தி, அவர் சித்தாந்தத்தை நிர்ணயித்தன. காந்தியின் சித்தாந்தத்தை ஏற்றுக்கொள்ளாத அவர் சகாக்கள் பலரும் இந்த அகிம்சை என்ற பதத்தை உபயோகித்தனர். ஆயுத வல்லமை படைத்த ஆளும் வல்லரசை எதிர்த்து நிராயுதபாணிகளான ஒரு ஜனசமூகம் போராடும்பொழுது, அந்தப் போராட்ட ஆரம்ப கட்டத்தில், இந்த அஹிம்சையை தகுதியான வழிவகையாக அவர்கள் கருதினார்கள். ஆனால், உண்மையில், பின்னர் நிகழ்ந்த சம்பவங்களின் அனுபவமும், அந்தப் பதத்தின் வளர்ந்துகொண்டிருக்கும் வியாக்கியானமும் வெட்ட வெளிச்சமாக்கியதைப்போல, பார்வைக்கு பழுதில்லாதது போல் புலப்படும் இந்தப் பதம், மனிதாபிமானத்தையோ அல்லது நிலைமைக்கேற்ற தந்திரத்தையோ பிரதிபலிப்பதாக புலப்படும் இந்தப் பதம், இரு விஷயங்களை மூடி மறைத்தது. - இறுதிப் போராட்டத்தை, அதாவது ஏகாதிபத்தியத்தை பூரணமாக ஒழிக்கும் கடைசிப் போராட்டத்தை நடத்துவதற்கு

* பலாத்காரம் கூடாது, யுத்தம் கூடாது என்று வாதிப்பது பாஸிபிஸம். பலாத்காரத்தை ஆதாரமாகக்கொண்ட முதலாளித்துவ சமூக முறையை பலாத்கார புரட்சிமூலமே அழிக்க முடியும்; மனித சமூக உறவுகளில் பலாத்காரமில்லாமல் செய்வதற்கு அது அவசியம். ஆனால் அந்தப் புரட்சியை பாஸிபிஸம் எதிர்க்கிறது. (மொ-ர்.)

அது இடம்கொடுக்கவில்லை. அதுமட்டுமல்ல; பொதுஜன நலன்களையும், தீர்க்கமான பொதுஜனப் போராட்டத்தையும் இயல்பாகவே எதிர்க்கும் நிலப்பிரபுத்துவ நலன்களுடனும், பெரிய பூர்ஷுவாக்களின் நலன்களுடனும் சமரஸப்படுத்த முயற்சி செய்வதன்மூலம், உடனடிப் போராட்டத்தையும்கூட குறுக்கிட்டுத் தடுத்தது; விக்கினஞ் செய்தது, இந்தப் போராட்டத்திலும் சரி, பத்து வருஷங்களுக்குப் பின் நடந்த விரிவான போராட்டத்திலும் சரி, மகத்தான சாதனைகள் சாதிக்கப்பட்டபோதிலும், இயக்கம் தோற்றுப்போனதற்கு காரணமாக விளங்கிய முரண்பாடு, புதிய கொள்கையின் நிச்சயமான விளைவாக சுயராஜ்யத்தை துரிதத்தில் பெறுவோமென்று கூறப்பட்ட உறுதி, ஈடேறாமல் போனதற்கு காரணமாக விளங்கிய முரண்பாடு, இதில் அடங்கியிருக்கிறது.

சுயராஜ்யத்தை சடுதியில் பெறுவதற்காக, அரசாங்கத்தை எதிர்க்கும் ஒரு புதிய தீவிர போராட்டத்தை காங்கிரஸ் ஏற்றுக்கொண்டதைத் தொடர்ந்து, பொதுஜன இயக்கம் பெருக்கெடுத்து முன்னேறியது. பன்னிரண்டு மாதங்களுக்குள், அதாவது 1921ம் வருஷம் டிசம்பர் மாதம் 31ம் தேதிக்குள் நிச்சயமாக சுயராஜ்யம் வந்துவிடுமென்று காந்தி உறுதி கூறினார். (அக்காலத்திலிருந்த உற்சாகப் பெருக்கில், பலர் இந்த சிறுபிள்ளைத்தனமான உறுதியை நம்பினார்கள்). "வருஷம் முடிவதற்குள் சுயராஜ்யம் பெறுவோமென்று அவர் நிச்சயமாயிருப்பதால், சுயராஜ்யம் பெறாமல் டிசம்பர் மாதம் 31ம் தேதிக்குப் பிறகு வசிப்பேனென்று அவரால் கற்பனைகூட செய்யமுடியவில்லை" (சுபாஷ்போஸ், "இந்திய போராட்டம்") என்று 1921 செப்டம்பரில் நடந்த ஒரு மகாநாட்டில் அவர் கூறினார். எனினும், அவர் அதன்பிறகுகூட, சுயராஜ்யம்பெறும் அதிர்ஷ்டத்தை காணாமலேயே, பல வருஷங்கள் அரசியல் நடவடிக்கையில் ஈடுபடவேண்டி யிருந்தது.

வெற்றியடையும் தேதியைப்பற்றி இவ்வளவு நிர்ணயமாயிருந்த காந்திக்கு திட்டத்தைப்பற்றி தெளிவு இல்லை:- "அப்பொழுது பொதுஜன சட்டமறுப்பு இயக்கம் பொதுமக்களை வசியப்படுத்திக்கொண்டிருந்தது. பொதுஜன சட்டமறுப்பு என்றால் என்ன? அது எப்படியிருக்கும்?

அதை காந்தி ஒருபொழுதும் விவரிக்கவில்லை, வியாக்கியானம் செய்யவில்லை; தனக்குள்ளேயேகூட சித்திரித்துக்கொள்ள வில்லை. அடர்ந்த காட்டின் வழியே கால்கடுக்க நடக்கும் நம்பிக்கையிழந்த பாதசாரிக்கு ஒரு ரேகை வெளிச்சம் புதுநம்பிக்கை அளிப்பதைப்போல, அது (பொதுஜன சட்ட மறுப்பு) ஊகிக்க விரும்பும் பார்வைக்கு, பரிசுத்தமான இதயத்துக்கு, படிப்படியாக காட்சியளிக்கும்".

("இந்திய தேசிய காங்கிரஸின் சரித்திரம்" அதிகார பூர்வமான பிரசுரம் 1935).

1921-ம் வருஷத்தின் அந்த நெருக்கடியான நாட்களில் மகாத்மாவைக் கண்ட முதல் பேட்டியில், உற்சாகமுள்ள வாலிப சிஷ்யரான சுபாஷ்போஸ்" இறுதியாக அன்னிய அதிகாரவார்க்கத்திடமிருந்து அதிகாரத்தைக் கைப்பற்றும் அவருடைய திட்டத்தின் கட்டங்களை - விவரங்களை - தெளிவாகப் புரிந்துகொள்ள", தான் முயற்சித்து மனமுடைந்ததைக் கூறுகிறார்:-

"அவர் என்ன எதிர்பார்த்தாரென்பதை என்னால் புரிந்துகொள்ள முடியவில்லை. ஒன்று, அவசரப்பட்டு தன்னுடைய ரகசியங்களை வெளியிட அவர் விரும்பாதிருக்க வேண்டும் அல்லது அரசாங்கத்தின் கரங்களை நிர்ப்பந்துப்படுத்தும் போர்முறைகளைப் பற்றி அவருக்கே தெளிவான கருத்து ஏற்படாமலிருக்க வேண்டும்".

(சுபாஷ் போஸ்: "1920-34ல் இந்திய போராட்டம்")

ஜவஹர்லால் நேரு எழுதுவதாவது:-

சுயராஜ்யம் என்பது விடுதலையைவிட மிகக் குறைவான தென்பதை நமது தலைவர்களில் பலர் வெளிப்படையாய் உணர்ந்திருந்தனர். இந்த விஷயத்தைப்பற்றி காந்தியிடம் தெளிவேயில்லை; இதைப்பற்றி தெளிவாக சிந்திப்பதையும் அவர் ஆதரிக்கவில்லை."

(நேரு, "சுய சரிதை")

எனினும், அவர் கூறுகிறார்:-

"அவர் ஒரு நிகரில்லாத மகாபுருஷரென்றும் மகிமை பொருந்திய தலைவரென்றும் நாங்கள் அனைவரும் கருதினோம்;

அவரிடம் நம்பிக்கை வைத்தபிறகு தற்காலிகமாவது, அவர் இஷ்டப்படி செயலாற்றுவதற்கு ஒப்புக்கொண்டோம்".

(ஜவஹர்லால் நேரு, சுயசரிதை)

1921ம் வருஷத்திய இயக்க வளர்ச்சியை ஒத்துழையாமை இயக்க வளர்ச்சி மாத்திரம் பிரதிபலிக்கவில்லை. **அஸ்ஸாம் - வங்காள ரயில்வே ஸ்ட்ரைக், மிதுனபுரி (வங்காள ஜில்லா) வரிகொடா இயக்கம், மலையாளத்தில் மாப்பிள்ளைமார் கலகம், பஞ்சாலத்தில் அரசாங்க பாதுகாப்புபெற்ற சீக்கிய பூசாரி பணமூட்டைகளை** எதிர்த்து (மஹந்துகள் என்பது இவர்கள் பெயர்) எழுந்த தீவிரப் போருணர்ச்சிகொண்ட அகாலி இயக்கம் முதலிய பொதுஜனப் போராட்டங்களிலும் பிரதிபலித்தது.

1921ம் வருஷத்தின் கடைசி மாதங்களில், போராட்டம் புதிய சிகரங்களுக்கு பாய்ந்தோங்கியது. நிலைமையைக் கண்டு பயந்து நடுங்கி அரசாங்கம் தனது துருப்புச் சீட்டை வைத்து விளையாடியது. வருஷ ஆரம்பத்தில் கான்னாட் கோமகனைக்கொண்டுவந்தது; அதன் பிறகு, இந்தியாவில் சுற்றுப்பிரயாணம் செய்ய பிரிட்டிஷ் இளவரசரையே இட்டுக்கொண்டு வந்தது. பொதுஜனங்களுடன் ஒரு உடன்பாட்டுக்கு வருவதற்காக அல்ல; கீழ்நாட்டு மனிதனின் வணக்கத்துக்கும் மதிப்புக்கும் போற்றுதலுக்கும் ராஜவடிவம் பாத்திரமானது என்பது பிரிட்டிஷ் நிபுணத்துவத்தின் முடிவு. இயல்பாகவே ராஜபக்தியுள்ள இந்தியர்கள் இளவரசர் தரிசனம் கிடைத்தும்; தவறை உணர்ந்து, இயக்கத்தை எதிர்ப்பார்களென்பது ஏகாதிபத்தியத்தின் எண்ணம். அவர்கள் எதிர்பார்த்ததற்கும் அதிகமாக இருந்தது விளைவு. ஆனால் நேர்மாறான விளைவு அது. நவம்பர் மாதம் 17-ம் தேதி இந்தியா வந்து இறங்கிய இளவரசருக்கு 'வரவேற்பு' அளித்த அகில இந்திய ஹர்த்தால் அதுவரை இந்தியா கண்டிராத மகத்தான ஏகாதிபத்திய எதிர்ப்பு ஆர்ப்பாட்டமாக விளங்கியது. பொதுஜனங்களின் விரோதமும் வெகுண்ட அரசாங்கத்தின் அடக்குமுறையும் இரத்தம் சிந்தும் போராட்டங்களில் கொண்டுவிட்டன, இவற்றை - இந்த கைகலப்பு மோதுதல்களை தடுப்பதற்கு காந்தி பகீரதப் பிரயத்தனம் செய்தார்; ஆனால், அவர் முயற்சி வீணாயிற்று;

அதனால்தான் சுயராஜ்யம் என்ற வார்த்தையை கேட்கவே முடியவில்லையென்று கூறினார்.

இந்தப் போராட்ட எழுச்சியிலிருந்து, தேசிய தொண்டர் இயக்கம் கட்டுப்பாடும் உறுதியும் வளர்ப்பதில் முனைந்தது. அவர்கள் இப்பொழுதும், காங்கிரஸில் அல்லது கிலாபத் இயக்கத்தில், "சாத்வீக ஒத்துழையாமை" அடிப்படையில்தான் திரட்டப்பட்டிருந்தனர்; ஆனால் அவர்கள் 'ராணுவ உடை' அணிந்தனர்; படைபடையாய் பயிற்சி பெற்றனர்; ஹர்த்தால்களுக்கு ஏற்பாடுகள் செய்யவும், அன்னிய துணி பகிஷ்கார மறியல் செய்யவும், பிரசாரம் செய்யவும் படைபடையாக 'மார்ச்' செய்தனர்.

அரசாங்க அடக்குமுறையின் முழுசக்தியும் தேசிய தொண்டர் இயக்கத்தின்மீது அவிழ்த்துவிடப்பட்டது. தேசிய தொண்டர்கள் கல்கத்தாவைப் பிடித்துக்கொண்டு விட்டதாகவும், அரசாங்கம் இருக்கிற இடமே தெரிய வில்லையென்றும் ஸ்டேட்ஸ்மென், இங்கிலீஷ் மேன் முதலிய ஏகாதிபத்திய பத்திரிகைகள் ஊளையிட்டன; அவசர நடவடிக்கை எடுக்க வேண்டுமென்று கோரின. தொண்டர் ஸ்தாபனங்களை சட்டவிரோதமாக்கியது. அரசாங்கம்; ஆயிரக்கணக்கான தொண்டர்கள் கைது செய்யப்பட்டனர். ஆயிரக்கணக்கான மாணவர்களும் பாக்டரி தொழிலாளர்களும் தொண்டர் படையில் திரண்டார்கள்.

டிசம்பர் முடிவதற்குள், காந்தியைத் தவிர, இதர பிரபல காங்கிரஸ் தலைவர்கள் அனைவரும் சிறைப்பட்டனர். இருபதினாயிரம் அரசியல் கைதிகள் சிறைகளை நிரப்பினர். அடுத்த வருஷ ஆரம்பத்தில், போராட்டத்தின் உச்சநிலையில், 30,000 அரசியல் கைதிகள் சிறைகளை நிரப்பினார்கள்; உற்சாகம் கொதிப்பேறியிருந்தது.

அரசாங்கம் கவலைப்பட்டது; அதற்கு ஒன்றுமே விளங்கவில்லை; நாடி விழத் துவங்கிவிட்டது. இந்த சர்வஜன அரசாங்க எதிர்ப்பு நகரங்களிலிருந்து கிராமங்களுக்கும் பரவி, கோடிக்கணக்கான விவசாயிகளை வசியப்படுத்திவிட்டால், பிரிட்டிஷ் ஆட்சிக்கு ஒரு விமோசனமும் கிடையாது; 30 கோடி மக்கள் கலகம் செய்யும்போது, பிரிட்டிஷாரின் ஆகாய

விமானங்களும் துப்பாக்கிகளும் என்ன செய்யமுடியும்? **பண்டித மாளவியாவின்** மூலமாக, சிறைப்பட்டுள்ள தலைவர்களுடன் சமரசம் பேச முயற்சித்தார் வைஸ்ராய். சட்ட மறுப்பு இயக்கத்தை வாபஸ் வாங்கினால், தொண்டர் படைமீதுள்ள தடையை நீக்குவதாகவும் அரசியல் கைதிகளை விடுதலை செய்வதாகவும் கூறினார். பேச்சு வார்த்தைகள் முறிந்தன.

இந்த நிலைமையில் 1921-ம் வருஷ கடைசியில், அஹமதாபாத் காங்கிரஸ் கூடியது. தலைமையில் காந்தி மாத்திரமே வெளியிலிருந்தார். காங்கிரஸுக்கு தலைமை வகிக்க வேண்டிய வங்கத் தலைவர், வீரர் **ஸி. ஆர். தாஸ்** சிறைப்பட்டிருந்தார். நடவடிக்கைகள் தொடங்குமுன், காந்தி ஒரு இங்கிலீஷ் பாதிரியாரை அறிமுகப்படுத்தி, தெய்வோபதேச மொழிகள் கூறுமாறு கேட்டுக்கொண்டார். அந்தப் பாதிரியார், அயல்நாட்டு துணியை கொளுத்துவதைக் கண்டிக்கும் பிரசங்கம்செய்ய அந்தச் சந்தர்ப்பத்தை பயன்படுத்திக்கொண்டார்.

"சுயராஜ்யம் ஸ்தாபிக்கப்பட்டு, இந்திய அரசாங்கத்தின் அதிகாரம் ஜனங்களுக்கு கைமாறும் வரையில்,...... சாத்வீக ஒத்துழையாமை இயக்கத்தை கூடுதலான உற்சாகத்துடன் தொடர்ந்து நடத்த காங்கிரஸ் உறுதி," கொண்டிருப்பதை பிரகடனப்படுத்தி **அஹமதாபாத்** காங்கிரஸ் உற்சாகத்திடையே தீர்மானித்தது; மேலும், 18 வயதுக்கு மேற்பட்டவர்கள் அனைவரையும் சட்டவிரோதமாக்கப்பட்டிருக்கும் தேசிய தொண்டர்படையில் சேருமாறு அறைகூவி அழைத்தது. "தாக்குதல் ரீதியில் அல்லது தற்காப்புரீதியில், பொதுஜன அடிப்படையில் அல்லது தனிநபர் அடிப்படையில், சட்ட மறுப்பு இயக்கத்தில் முழு கவனம் செலுத்துவது" என்று சபதமெடுத்தது; இதற்காக, "காங்கிரஸின் ஏக நிர்வாகி என்ற முறையில் மகாத்மாகாந்தி"யின் கரங்களில் சர்வாதிகாரங்களை ஒப்படைப்பதென்று தீர்மானித்தது.

இப்பொழுது, காந்தி காங்கிரஸின் சர்வாதிகாரியாய் விட்டார். இயக்கம் உச்சநிலையிலிருந்தது. வெற்றி அடைவதற்காக, இந்த இயக்கத்துக்கு தலைமை தாங்கும் பூர்ண அதிகாரங்களும் அவரிடம் ஒப்படைக்கப்பட்டுவிட்டன.

போராட்டத்தின் இறுதிக்கட்டத்தைத் தொடங்க, பொது ஜன சட்டமறுப்பு இயக்கத்தை அங்குரார்ப்பணம் செய்ய, சமயம் வந்துவிட்டது. தேசம் முழுவதும் காந்தியையே பார்த்துக்கொண்டிருந்த அவர் என்ன செய்யப்போகிறார்?

இந்தத் தேசிய உற்சாகப் பெருக்கிடையே, தேசிய நம்பிக்கைப் பிரவாகத்திடையே, சம்பவங்களின் வளர்ச்சியைக் கண்டு, துக்கப்படுபவர் ஒருவர், நடுங்குபவர் ஒருவர் காங்கிரஸ் முகாமிலிருந்தார். அவர்தான் காந்தி. அவருடைய இயக்கம், அவர் நினைத்த பாதையில் வளரவேயில்லை. ஏதோ தவறிவிட்டது. அவர் சித்திரித்த பூர்த்தியான, பரிசுத்தமான, தத்துவார்த்த 'அஹிம்சா' இயக்கமல்ல இது. அவர் ஒரு 'ராக்ஷசனை' கட்டவிழ்ந்துவிட்டுவிட்டார். வெறுக்கத்தக்க அம்சங்கள் உட்புகுந்துவிட்டன. முன் பின் யோசிக்காதவர்கள், குறிப்பாக அவருடைய முஸ்லிம் சகாக்களில் பலர், அஹிம்சை ஷரத்தையே ரத்துசெய்ய வேண்டுமென்று கோரத் தொடங்கிவிட்டனர். 1921-ம் வருஷத்தின் கடைசி வாரங்களில், அவர் பெயரை உச்சரித்துக்கொண்டு பத்தாயிரக்கணக்கான வீரர்கள் சிறைசெல்லும்பொழுதே, மேலும் மேலும் பகிரங்கமாக அவர் தனது பயத்தையும் அருவருப்பையும் எடுத்துரைத்தார் சுயராஜ்யம் என்ற வார்த்தையை கேட்கவே முடியவில்லை என்றார்.

அஹமதாபாத் காங்கிரஸில் பின்வாங்குதல் துவங்கியது. பெரிய சுதந்திர யுத்தம் துவங்கப் போகிறதென்று ஆயிரக்கணக்கானவர்கள் பரபரப்புடனும் துடிதுடிப்புடனும் எதிர்பார்த்த அஹமதாபாத் காங்கிரஸில் இந்தப் பின்வாங்குதல் பகிரங்கமாக நிகழவில்லை. ஆனால் அதன் குறிகள் தென்பட்டன. தேசம் முழுவதும் பொதுஜன சட்டமறுப்பு இயக்கத்தைத் தொடங்கும்படி சங்கநாதம் செய்வதற்கு, பொதுமக்கள் காத்துக்கொண்டிருக்கும் இறுதிப் போராட்ட, அறைகூவலை, வெற்றிப் போராட்ட அறைகூவலை முழக்குவதற்கு, அஹமதாபாத் காங்கிரஸ் சரித்திரபூர்வமான சமயமாகவும் அபூர்வமான சந்தர்ப்பமாகவுமிருந்தது. இளம் வயதிலிருந்த **இந்திய கம்யூனிஸ்ட் கட்சி** அஹமதாபாத் காங்கிரஸுக்கு விடுத்த பிரகடனத்தில் கூறியதாவது:

"இந்தியாவின் அஸ்திவாரத்தை ஆட்டிக்கொண்டிருக்கும் புரட்சிக்கு காங்கிரஸ் தலைமைதாங்க விரும்பினால், வெறும் ஆர்ப்பாட்டங்களிலும் தற்காலிக உற்சாகப் பெருக்கிலும் அது நம்பிக்கை வைக்கவேண்டாம். தொழிற்சங்கங்களின் உடனடிக் கோரிக்கைகளை அது தன்னுடைய கோரிக்கைகளாக்கிக்கொள்ளட்டும்; கிஸான்சபைகளின் திட்டத்தைத் தன்னுடைய திட்டமாக்கிக் கொள்ளட்டும். அப்படியானல் எந்தத் தடையும் காங்கிரஸைத் தடுத்து நிறுத்த முடியாத சமயம் வரும். தங்களுடைய லோகாயத நலன்களுக்காக தெளிவான போதத்துடன் போராடும் முழு ஜனத்தொகையின் எதிர்க்க முடியாத சக்தி காங்கிரஸை ஆதரித்து நிற்கும்."

(அஹமதாபாத் தேசிய காங்கிரசுக்கு இந்திய கம்யூனிஸ்ட் கட்சியின் பிரகடனம் - 1921)

அஹமதாபாத்தில் பகிரங்கப் போராட்ட முரசு ஒலிக்கவில்லை. அதற்கு மாறாக, அஹமதாபாத் தீர்மானத்தில் வரிகொடா இயக்கத்தைப் பற்றிய பிரஸ்தாபமே இல்லை என்பதை உன்னிப்பாக கவனித்தவர்கள் கண்டுகொண்டார்கள். பொதுஜன சட்டமறுப்பைப் பற்றிய பிரஸ்தாபங்களுக்கு பல ஆணைகளும் நிபந்தனைகளும் போடப்பட்டிருந்தன. "ஒழுங்கான பாதுகாப்புகளின் கீழ்", "இனி கொடுக்கப்போகும் உத்தரவுகள் பிரகாரம்" "பாமரமக்கள் அஹிம்ஸா முறையில் போதுமான தேர்ச்சியடைத்த பிறகு" முதலிய நிபந்தனைகள் அதற்கு விலங்கிட்டன.

அஹமதாபாத் காங்கிரஸில் முஸ்லிம் தலைவரும் குடியரசுவாதியுமான **ஹஸரத் மோஹனி** ஒரு தீர்மானம் கொண்டுவர விரும்பினார்; "அன்னிய ஆதிக்கம் முழுவதிலிருந்தும் விடுதலையடைந்த பரிபூரண சுதந்திரம்" என்று சுயராஜ்ய லட்சியத்தை விளக்கும் தீர்மானம் அது. காந்தி அதை மூர்த்தண்யமாக எதிர்த்தார். ("அது பொறுப்புக் குறைவைக் காண்பிப்பதால், அது என்னை துயரத்திலாழ்த்தியது" என்றார் காந்தி; பூரண விடுதலை லட்சியத்தை பொறிப்பதை பொறுப்பற்ற செய்கையாகக் கருதினார்.) அந்த தீர்மானத்தை நிராகரிக்கும்படி செய்தார்.

துருவித்துருவி பார்த்துக்கொண்டிருந்த இந்திய அரசாங்கம் அஹமதாபாத்தின் குறிகளைக் கண்டது; அதை ஒரு சகாயமாகக் கருதியது. லண்டனிலுள்ள இந்தியா காரியதரிசிக்கு வைஸ்ராய் கீழ்க்கண்டவாறு தந்தியடித்தார்:-

"கிறிஸ்துமஸ் வாரத்தில், காங்கிரஸ் அதன் வருஷாந்திரக் கூட்டத்தை அஹமதாபாத்தில் கூட்டியது. பம்பாயில் நடந்த கலவரங்கள் காந்தியின் மனதில் பதிந்துவிட்டன. அப்பொழுதே அவர் வெளியிட்ட அறிக்கைகள் இதை சுட்டிக் காண்பித்தன. பொதுஜன சட்டமறுப்பின் ஆபத்துகளை (பம்பாய்) கலவரம் அவருக்கு கற்றுக்கொடுத்துவிட்டது; காங்கிரஸ் தீர்மானங்கள் இதற்குச் சாட்சி கூறுகின்றன. அஹிம்சைக் கொள்கையை கைவிட்டு விடவேண்டுமென்று கிலாபத் கட்சியின் தீவிரபகுதி கூறிய யோசனையை அது நிராகரித்ததுடன், டில்லி நிபந்தனைகள் பூர்த்தியானவுடன் மேற்கொள்ள வேண்டுமென்று வற்புறுத்தப்பட்ட மறுப்பு இயக்கத்தில் வரிகொடா கொள்கையைப் பற்றிய பிரஸ்தாபத்தை விட்டொழித்தது."

காந்தி என்ன செய்யப்போகிறார்? ஒரு திட்டமில்லாமல் அஹமதாபாத் காங்கிரஸ் கலைந்துவிட்டது. எல்லாம் காந்தியின் கையில் ஒப்படைக்கப்பட்டுவிட்டது. பாரிஸ் நகரம் முற்றுகையிடப்பட்டபொழுது, "ஜெனரல் **டிரோகுவிடம் ஒரு திட்டமிருக்கிறது**" என்ற நம்பிக்கையில் பாரிஸ் மக்கள் திருப்தியடைய முயற்சித்ததைப்போல, ஏகாதிபத்ய அடக்கு முறையின் சம்மட்டித் தாக்குதல்களுக்கு இரையாகியிருந்த இந்திய மக்கள் காந்தி தன் போர்த் திட்டத்தை கூறப்போகிறாரென்று நம்பிக்கையுடன் எதிர்பார்த்துக்கொண்டு நின்றனர்.

காந்தியின் நடவடிக்கை விசித்திரமாயிருந்தது. அவர் ஒருமாத காலம் தாமதித்தார். இந்த ஒரு மாதத்துக்குள், வரிகொடா இயக்கம் தொடங்கவேண்டுமென்று பல ஜில்லாக்கள் அவரை அணுகின. ஒரே ஒரு ஜில்லா குண்டூர் ஜில்லா அவர் அனுமதியில்லாமலே தொடங்கிவிட்டது. காலா காலத்தில் சகல வரிகளும் செலுத்தப்பட வேண்டுமென்று காந்தி காங்கிரஸ் அதிகாரிகளுக்கு ஒரு அவசரக் குறிப்பு அனுப்பினார். ஒரே ஒரு சிறு ஜில்லாவில்

வரிகொடா இயக்கத்தைத் தொடங்குவதென்று அவர் முடிவு செய்தார்; அங்கு. "அஹிம்சை" பரிபூரணமாக நிலவுவதற்கு விசேஷ ஏற்பாடுகள் எடுத்தார். அதுதான் **பர்தோலி** ஜில்லா. 87000 ஜனங்கள் வசிக்குமிடம்; அவருடைய தலைமையின் அறைகூவலை ஆவலுடன் எதிர்பார்த்திருந்த ஜனத்தொகையில் நாலாயிரத்திலொரு பங்கு. 1922 பிப்ரவரி முதல் தேதி. வைஸ்ராய்க்கு கடைசி எச்சரிக்கையை அனுப்பினார் காந்தி. அரசியல் கைதிகள் விடுதலை செய்யப்படாவிட்டால், பர்தோலியில் மாத்திரம் "பொது ஜன சட்ட மறுப்பு" தொடங்கும் என்பதே அதன் சாராம்சம். இந்த எச்சரிக்கையை அவர் அனுப்பிய சில நாட்களுக்குள். ஐக்கிய மாகாணத்தில், **கோரக்பூர்** ஜில்லாவில் **செளரி செளரா** என்ற கிராமத்தில் சினம் கொண்டெழுந்த விவசாயிகள் கிராம போலீஸ் ஸ்டேஷனைத் தாக்கி தீக்கிரையாக்கிவிட்டார்களென்றும், அதனால் 22 போலீஸ்காரர்கள் இறந்துவிட்டார்களென்றும் செய்தி வந்தது. விவசாயி களிடையே கொந்தளிப்பு அதிகரித்துக்கொண்டிருக்கும் இச்செய்தி, காலதாமதம் செய்வதற்கில்லை என்று உடனடியாக காந்தி தீர்மானிக்கும்படி செய்தது. பிப்ரவரி 12-ல் பர்தோலியில் நடந்த அவசரக் கூட்டத்தில், "செளரி செளராவில் ஜனக்கூட்டம் சண்டாளத்தனமாக நடந்துகொண்டதை" முன்னிட்டு, பொதுஜன சட்டமறுப்பு இயக்கத்தையும். அத்துடன் வாலண்டியர் ஊர்வலம். தடையை மீறி கூட்டம் நடத்துதல் முதலிய வகைகளில் நிகழ்ந்த சட்டமறுப்பு இயக்கம் முழுவதையும் நிறுத்திவிட முடிவு செய்தது. அதற்குப் பதிலாக நூல் நூற்றல், மதுவிலக்கு, கல்வி சீர்திருத்தம் முதலிய அம்சங்களடங்கிய "நிர்மாண"த் திட்டத்தை அளித்தது. இயக்கம் முழுவதும் முற்றுப்பெற்றது. மலைகல்லி சுண்டெலி பிடித்தாகிவிட்டது.

பர்தோலி தீர்மானம் காங்கிரஸ் முகாமில் கோபக்கனல் கொளுத்தியதென்று சொல்வது, தூண்டப்பட்ட உணர்ச்சிகளை பிரதிபலிப்பதற்கு மொழியின் சக்தி குறைவாகயிருப்பதையே எடுத்துக்காட்டும். சுபாஷ் போஸ் எழுதினார்:-

"பொது ஜன உற்சாகம் கொதிநிலையை அடைந்து கொண்டிருந்த தருணத்தில், பின்வாங்கும்படி உத்தரவிடுவது

ஒரு தேசிய உற்பாதமாகும். மகாத்மாவின் முக்கிய சகாக்களான **தேசபந்து சித்தரஞ்சன் தாஸ், மோதிலால் நேரு. லாலா லஜபதிராய்** ஆகியோர் சிறையிலிருந்தனர்; அவர்களும் இந்த பொது ஜன ஆத்திரத்தை எதிரொலித்தனர். நான் அச்சமயம் தேசபந்துவுடனிருந்தேன். அவர் ஆத்திரவயப்பட்டிருப்பதை, துயரம் அடைந்து நிற்பதை நான் நேரில் கண்டேன்."

(சுபாஷ்போஸ்- "இந்தியப் போராட்டம்")

இந்த முடிவைக் கண்டித்து, சிறையிலிருந்து மோதிலால், லஜபதிராய் முதலியோர் காந்திக்கு நீண்ட கடிதங்களை. கோபாவேசத்துடன் எழுதியனுப்பினார்கள். சிறையிலிருப்பவர்கள், அரசியல் ரிதியில், இறந்துபோன ரகத்தைச் சேர்ந்தவர்க ளென்றும் கொள்கையை உருவாக்குவதில் அவர்களுக்கு ஒரு உரிமையுமில்லையென்றும் பற்றற்ற முறையில் காந்தி பதிலளித்துவிட்டார்.

தானாக எழும் பொதுஜன நடவடிக்கையை முட்ட முழுக்க தடுத்துவிடும் அடிப்படையில், ஒரு மனிதனுடைய எண்ணத்திற்கு மெஷினைப் போல கட்டுப்படுத்தும் அடிப்படையில், ஸ்தாபிக்கப்பட்ட இயக்கம் முழுவதும் பர்தோலி தீர்மானத்தால் கையாலாகாத குழப்பத்துக்கும் மனச்சோர்வுக்கும் இரையானதை தவிர்க்க முடியவில்லை. இந்த முடிவு எடுக்காவிட்டால் இயக்கம் கட்டுமீறிப்போய், பலாத்கார பாதையில். ரத்தக்களறியுடன் கூடிய போராட்டப் பாதையில் நிச்சயம் சென்றுவிடுமென்றும். அப்பொழுது அரசாங்கம் நிச்சயமாய் ஜெயித்துவிடுமென்றும் வாதித்து, இந்த முடிவு சரியென்று கூற முயற்சிக்கும் **பண்டித நேரு** கூட, பின்வருமாறு கூறுகிறார்:-

"தீர்மானத்துக்கு வந்தமுறை, மனச்சோர்வை ஏற்படுத்தியது. ஒரு மாபெரும் இயக்கம் திடுதிப்பென்று அடக்கப்பட்டதால். தேசத்தில் விபரீத வளர்ச்சி ஏற்படுவதற்கு உதவியாயிருந் திருக்கலாம்; அரசியல் போராட்டத்தில், இங்கும் அங்கும் வீண் பலாத்காரம் ஏற்படுவது நிறுத்தப்பட்டது. ஆனால், அடக்கப்பட்ட பலாத்காரம் தப்புவதற்கு வழிவகை

வேண்டும்; பிந்திய வருஷங்களில், ஒரு வேளை, இது வகுப்பு தொந்திரவை தீவிரப்படுத்தியிருக்கலாம்".

(ஜவஹர்லால் நேரு "சுயசரிதை")

இவ்விதமாக, உள்ளிருந்து, இயக்கம் ஸ்தம்பித்து மனச்சோர்வுக்கிரையாகும்படி செய்தானபின், அரசாங்கம் நம்பிக்கையுடன் தாக்கியது. மார்ச் மாதம் 10ந் தேதி, காந்தி கைது செய்யப்பட்டு, ஆறு வருஷ சிறைவாச தண்டனை விதிக்கப்பட்டார். பொதுஜன இயக்கத்தில் கலகலப்புகூட ஏற்படவில்லை. இரண்டு வருஷமாவதற்குள், அவர் விடுதலை செய்யப்பட்டார். நெருக்கடி முற்றுப்பெற்றது.

அதற்கடுத்த ஆறு வருஷங்களில், பர்தோலி தீர்மானத்தைப் பற்றியும் அதன் விளைவுகளைப்பற்றியும் பெரிய விவாதம் நடந்தது. பர்தோலி முடிவின் உண்மையான காரணத்தை ஆராயவேண்டுமென்றும், சௌரி சௌரா சம்பவமே அதன் காரணமென்று அதிகார பூர்வமாக கூறப்பட்டபோதிலும், உண்மையில் அதுவல்ல காரணமென்றும் இயக்கத்தை நிறுத்துவதற்கு நேரம் அணுகிவிட்டதென்றும், ஏனென்றால். "சக்தியுள்ளதாகத் தோன்றியபோதிலும், விரிவான அளவில் உற்சாகம் ஏற்பட்டிருந்தபோதிலும், நமது இயக்கம் சுக்கு நூறாகிக்கொண்டிருந்தது." (நேரு "சுயசரிதை") என்றும் வாதிக்கப்பட்டது. எந்த அர்த்தத்தில் "இயக்கம் சுக்குநூறாகிக் கொண்டிருக்கிறது" என்று கேட்கலாம். இயக்கத்தின் மீதிருந்த பாஸிபிஸ்ட் சீர்திருத்தவாதத்தின் ஆதிக்கம் பலவீனமடைந்து கொண்டிருக்கிறதென்பது அதன் அர்த்தமானால், இது முட்டமுழுக்க உண்மையென்பதில் சந்தேகமில்லை. ஆனால் இயக்கத்தின் வளர்ச்சியில் இதைத் தவிர்க்கமுடியாது; எதிர்கால வெற்றிக்கும் அதுவே உத்தரவாதம். அதற்கு மாறாக (அகில இந்திய பொதுஜன கலகம் ஏற்பட்டால், அரசாங்கம் வெற்றியடைவதைத் தவிர்க்கமுடியாது என்று நேரு ஊகிப்பதை அரசாங்கம்கூட அவ்வளவு நிச்சயமாக ஒப்புக்கொண்டிருக்காது). பொதுஜனப் போராட்ட பலம் உச்சநிலையடைந்து. அதன்பின் க்ஷீணித்துக்கொண்டிருக்கிற தென்பது நேரு வாக்கியத்தின் தாத்பரியமானால், அது தவறு; பர்தோலி முடிவுக்குப் பரிவுகாட்டுபவர்கள்கூட அதை ஒப்புக்கொள்ளமாட்டார்கள். பர்தோலி வீழ்ச்சிக்கு மூன்று

நாட்கள் முன், அரசாங்கம் நிர்ணயித்த "எஸ்டிமேட்"டே இதற்கு தக்க சான்று. 1922, பிப்ரவரி 9ல் வைஸ்ராய் லண்டனுக்கு தந்தியடித்தார்:-

'டவுன்களின் கீழ் வகுப்புகள் ஒத்துழையாமை இயக்கத்தால் தீவிரமாக பாதிக்கப்பட்டுவிட்டனர்... சில ஏரியாக்களில், குறிப்பாக, அஸ்ஸாம், ஐக்கிய மாகாணம். பீகார், ஒரிஸ்ஸா, வங்காளம் ஆகிய மாகாணங்களின் பகுதிகளில் விவசாயிகள் பாதிக்கப்பட்டிருக்கின்றனர். பாஞ்சாலத்தைப் பொறுத்த வரையில், அகாலி கிளர்ச்சி.... நாட்டுப்புற சீக்கியர்களை ஆகர்ஷித்துவிட்டது தேசம் முழுவதிலுமுள்ள முகம்மதிய ஜனத் தொகையின் பெரும்பகுதி மனக் கசப்படைந்துள்ளனர்... விபரீத விளைவுகள் ஏற்படலாம்.... கடந்த காலத்தில் சம்பவித்ததைவிட பயங்கரமான குழப்பத்துக்கும் இந்திய சர்க்கார் தயாராயிருக்கிறது. நிலைமையினால் பெருங்கவலை ஏற்பட்டிருக்கிறதென்ற உண்மையை குறைத்துக்கூற விரும்பவில்லை".

பிப்ரவரி மாதம் 12-ம் தேதி, பர்தோலி தீர்மானம் சட்டமறுப்பு இயக்கத்தை ரத்து செய்வதற்கு மூன்று நாட்கள் முன்னால், நிலைமையைப்பற்றி அரசாங்கம் சித்தரித்த நிர்ணயிப்பு இது.*

---

* 1922-ம் வருஷ நெருக்கடியில், காந்தி இயக்கத்தை வாபஸ் வாங்கியதின் மூலமே, அரசாங்கம் தப்பிப் பிழைத்ததென்பதை, பின்னால், பம்பாய், கவர்னர் "லாயிட்பிரபு" ஒரு பேட்டியில் கூறினார்:

"அவர் எங்களிடம் பீதியை உண்டுபண்ணினார்! அவர் திட்டம் நமது சிறைகளை நிரப்பியது. நீங்கள் ஜனங்களை கைது செய்துகொண்டே போகமுடியாது! அதுவும் 31 கோடி 90 லட்சம் பேர் இருக்கும்போது, அவருடைய அடுத்த நடவடிக்கையை அவர்கள் மேற்கொண்டு, வரி கொடுக்க மறுத்திருந்தால் நாம் எங்கிருப்போமோ. ஆண்டவனுக்குத்தான் வெளிச்சம்!

"உலக சரித்திரத்தில் மிகப்பெரிய பரீட்சை காந்தியுடைய பரீட்சை; அது வெற்றியடையும் தருவாயிலிருந்தது. ஆனால் அவரால் ஜனங்களின் உணர்ச்சிகளை கட்டுப்படுத்த முடியவில்லை. அவர்கள் பலாத்கார முறையில் இறங்கினார்கள். அவர் தன் திட்டத்தை ரத்து செய்தார். மீதி உங்களுக்குத் தெரியும். நாங்கள் அவரை சிறையிலடைத்தோம்".

பொதுஜன இயக்கம் போராட்டத்துக்கு ஆயத்தமாய் நின்றதும், அதிலிருந்த கட்டுப்பாடும் குண்டூர் உதாரணத்தால் நன்கு விளங்குகிறது. காந்தியின் கட்டளையிருந்தும். ஏதோ தப்பர்த்தம் காரணமாக அங்கு வரிகொடா இயக்கம் தொடங்கப்பட்டது . வரிகளில் 100க்கு 5 பங்குகூட வசூலிக்க முடியவில்லை. அதன்பின் வரிகொடுக்க வேண்டுமென்ற காந்தி கட்டளை வந்த பிறகே வரி வசூலாயிற்று. காங்கிரஸ் கமிட்டியின் வார்த்தையை கேட்ட மாத்திரத்திலேயே, தேசம் முழுவதும் இந்த ரீதியில் வரிகொடா இயக்கம் தொடங்கியிருக்குமென்பதில் சந்தேகமில்லை. சர்வஜன வரிகொடா இயக்கமாக. வாடகை கொடா இயக்கமாக அது பரிணமித்திருக்கும். இந்த நிகழ்ச்சிப் போக்கின்மூலம் ஏகாதிபத்தியம் மாத்திரமல்ல. நிலப்பிரபுத்துவமும் வழித்தெறியப்பட்டிருக்கும்.

இவைதான் பர்தோலி தீர்மானத்துக்கு காரணமாயிருந்த முக்கிய பிரச்சினைகள் என்பது தீர்மானமான வாசகத்திலிருந்தே விளங்கும். பிப்ரவரி மாதம் 12-ம் தேதி, பர்தோலியில் காரியக் கமிட்டி நிறைவேற்றிய தீர்மானம் வெகு முக்கியமானதால் அதை அப்படியே தருகிறோம். அதை ஜாக்கிரதையாய் பரிசீலனை செய்தால், இந்திய தேசிய இயக்கத்தின் சக்திகளை பற்றியும் முரண்பாடுகளைப் பற்றியும் விஷய ஞானம் ஏற்பட உதவுவதால். அது பிரயோஜனகரமாயிருக்கும். முக்கியமான ஷரத்துக்களாவன:-

"முதல் ஷரத்து: சௌரி சௌராவில், கான்ஸ்டேபிள்களை மிருகத்தனமாக கொலைசெய்து போலீஸ் தாணாவை வேண்டுமென்றே கொளுத்திய ஜனக்கூட்டத்தின் சண்டாளத்தனமான நடத்தையைக் கண்டு காரிய கமிட்டி வருந்துகிறது.

"2வது ஷரத்து: தேசம் போதுமான அஹிம்சையைப் பெற்றிருக்கவில்லையென்பதை காட்டும் முறையில் பொதுஜன சட்டமறுப்பு தொடங்கப்படும். ஒவ்வொரு சந்தர்ப்பத்திலும் பலாத்கார நிகழ்ச்சிகள் சம்பவிப்பதை முன்னிட்டு, பொதுஜன சட்டமறுப்பை ஒத்திவைப்பதென்று காங்கிரஸ் காரியக் கமிட்டி முடிவு செய்கிறது. **நிலவரியையும் அரசாங்கத்துக்கு செலுத்த வேண்டிய இதர வரிகளையும்**

தேசியப் போராட்டத்தின் மூன்று கட்டங்கள்

செலுத்தும்படி விவசாயிகளுக்கு யோசனை கூறும்படி ஸ்தல காங்கிரஸ் கமிட்டிகளுக்கு அறிவிக்கிறது. தாக்குதல் ரீதியான இதர நடவடிக்கைகள் அனைத்தையும் ஒத்திவைக்குமாறும் யோசனை கூறும்படி ஸ்தல காங்கிரஸ் கமிட்டிகளுக்கு அறிவிக்கிறது.

"3வது ஷரத்து: கோரக்பூரில் நடந்த அட்டூழியங்களோ நவம்பர் 17லும், ஜனவரி 13லும் பம்பாயிலும் சென்னையிலும் நிகழ்ந்ததைப் போன்ற ரௌடித்தனமோ மீண்டும் சம்பவிக்காதென்று உத்தரவாதமளிக்கக்கூடிய. அஹிம்சா சூழ்நிலை ஏற்படும்வரை. பொதுஜன சட்டமறுப்பு ஒத்திவைக்கப்படும்.. . . ."

"5வது ஷரத்து: அதிகாரிகளின் உத்தரவுகளை மீறி நடத்தப்படும் தொண்டர் ஊர்வலங்களும் பொதுக்கூட்டங்களும் நிறுத்தப்படவேண்டும்.

"6வது ஷரத்து: **ஜமீன்தார்களுக்கு செலுத்தவேண்டிய வாடகையை கொடுக்காமலிருப்பது காங்கிரஸ் தீர்மானங்களுக்கு விரோதமானதென்றும், தேசத்தின் சிறந்த நலன்களுக்கு பாதகமானதென்றும் விவசாயிகளுக்கு எடுத்துக் கூறும்படி காங்கிரஸ் ஸ்தாபனங்களுக்கும் ஊழியர்களுக்கும் காரியக் கமிட்டி யோசனை கூறுகிறது.**"

"7வது ஷரத்து: காங்கிரஸ் இயக்கம் எந்த விதத்திலும் ஜமீன்தார்களின் சட்டபூர்வமான உரிமைகளை பாதிக்க விரும்பவில்லையென்றும், விவசாயிகளுக்கு குறைகளிருக்கும், இடங்களில்கூட, பரஸ்பர சம்பாஷணை மூலமும் மத்தியஸ்தம் மூலமுமே குறைகளைத் தீர்க்க விரும்புகிறதென்றும், காரியக் கமிட்டி ஜமீன்தார்களுக்கு உத்தரவாதம் அளிக்க விரும்புகிறது."

அஹிம்சா தத்துவம் தீர்மான கர்த்தாக்களின் முடிவை நிர்ணயிக்கவில்லையென்பதை தீர்மானம் தெளிவுபடுத்துகிறது. விவசாயிகள் நிலப்பிரபுக்களுக்கும் அரசாங்கத்துக்கும் வரியும் வாடகையும் செலுத்தவேண்டும் என்று மூன்று ஷரத்துக்கள் குறிப்பாக, வன்மையாக, அவசரமாக வலியுறுத்துவது குறிப்பிடத்தக்கது. இதில் பலாத்காரமோ அஹிம்சையோ எழவில்லை. இது வர்க்க நலன்களின் பிரச்சினை;

சுரண்டப்படுபவர், சுரண்டுபவர் பிரச்சினை. வாடகை செலுத்தாமலிருப்பதை யாரும் 'பலாத்கார' நடவடிக்கையென்று கூறமுடியாது. அதற்கு மாறாக, அது புரட்சிகரமான முறையுமாயிருந்த போதிலும், சாத்வீகமான கண்டன முறையாகும். பின்னர், பெயரளவில், "பலாத்காரத்தைக் கண்டிக்கும் தீர்மானம் ஏன் வாடகை கொடுப்பதைப்பற்றியும், நிலப்பிரபுக்களின் "சட்டபூர்வமான உரிமைகளை"ப் பற்றியும் இவ்வளவு அழுத்தம் திருத்தமாக வலியுறுத்தவேண்டும். இதற்கு ஒரே ஒரு பதில்தான் தரமுடியும். தெரிந்தோ, தெரியாமலோ, வர்க்க நலன்களுக்கும் வர்க்க சுரண்டல் பாதுகாப்புக்கும் "அஹிம்சை" ஒரு திரையாக விளங்குகிறதென்ற உண்மை வெளிப்படுகிறது.

காந்தியைச் சேர்ந்த காங்கிரஸ் தலைமை, விழிப்படைந்து கொண்டிருக்கும் பொதுஜன நடவடிக்கையைக் கண்டு பயந்ததால், இயக்கத்தை வாபஸ் வாங்கியது. இந்த பொதுஜன நடவடிக்கை தங்களுடன் இணைக்கப்பட்டிருந்த சொத்துரிமை படைத்த வர்க்க நலன்களுக்கு ஆபத்து விளைவிக்கத் தொடங்கியதால், காங்கிரஸ் தலைமை பொதுஜன நடவடிக்கையைக் கண்டு பயந்தது.

ஹிம்சை, அஹிம்சை பிரச்சினையல்ல. பொதுஜன, இயக்கத்தை எதிர்க்கும் வர்க்க நலனின் பிரச்சினைதான் 1922-ல் தேசியப் போராட்டத்தை உடைத்தது. அந்தக் குன்றின்மீதுதான், இயக்கம் தகர்ந்தது. "அஹிம்சை"யின் உண்மைப் பொருள் இதுதான்.

3. மூன்றாவது போராட்ட பேரலை, 1930-34

பர்தோலி வீழ்ச்சிக்குப் பிறகு, ஐந்து வருஷகாலம், தேசிய இயக்கம் வீழ்ந்து கிடந்தது. காங்கிரஸ் கீழ்மட்டத்துக்கு தாழ்ந்தது. ஒரு கோடி அங்கத்தினர்கள் சேர்க்க வேண்டுமென்று பிரகடனப்படுத்தப்பட்டும், 1924-ல் 2 லட்சம் அங்கத்தினர்களுக்கு மேல் எதிர்பார்க்கமுடியாதென்று காந்தி கூறினார்; "அரசாங்கத்தை எதிர்க்கும்போது, தவிர, அரசியல்வாதிகளாகிய நாம் பாமரர்களுக்கு பிரதிநிதித்துவம் வகிக்கவில்லை" என்று பிரகடனம் செய்துகொண்டிருந்தார். காங்கிரஸ் கமிட்டிகளுக்கு தேர்ந்தெடுக்கப்படுபவர்கள்

ஒவ்வொருவரும் மாதாமாதம் இரண்டாயிரம் கெஜம் தன் கையால் நூற்ற நூலை அனுப்பவேண்டுமென்ற ஷரத்தை அதே வருஷத்தில் காந்தி கொண்டுவந்தார். இதன் விளைவாக. 1925 இலையுதிர் காலத்துக்குள் 10 ஆயிரம் அங்கத்தினர்களே சேர்ந்தனர். அதன் பின் நூல் நூற்பு கட்டாய நிபந்தனையாக இல்லாமல் அங்கத்தினர்களின் இஷ்டத்துக்கு விடப்பட்டது. "பொதுவான ஸ்தம்மிப்பும், தேக்கமும்" ஏற்பட்டிருப்பதாக. 1925-ல் பம்பாய் கிராணிகள், (தேசிய தினசரி) கூறியது. அதே வருஷத்தில் நிலைமையில், "குழப்பமும் தடுமாற்றமும்' நிலவுவதாக லஜபத்ராய் குறிப்பிட்டார். "அரசியல் நிலைமை நம்பிக்கையளிக்க வில்லை, தைரியமூட்டவில்லை. பொதுமக்கள் தளர்ச்சியடைந்து கிடக்கின்றனர். லட்சியங்கள், நடைமுறைகள், கட்சிகள், அரசியல் கொள்கைகள் எல்லாம் சின்னாபின்னமாகி சீரழிந்துகொண்டிருக்கின்றன" என்று அவர் கூறினார். தேசிய இயக்கம் இவ்விதமாக தளர்ச்சியடைந்து கிடக்கும் தருணத்தில் வகுப்புக்கலவரங்கள் நாடெங்கும் பரவ முடிந்தது. முஸ்லிம் லீக் மீண்டும் காங்கிரஸிடமிருந்து பிரிந்தது. இந்துமகாசபை ஒரு பிற்போக்கான குறுகிய எதிர்ப்பிரசாரம் நடத்தியது.

ஒரு புதிய கட்சி ஸ்தாபிப்பதின் மூலம். காந்தியின் காரியசாத்தியமில்லாத, மலட்டுத்தனமான கொள்கையிலிருந்து வேறு பாதையில் திரும்ப ஸி.ஆர். தாஸும், மோதிலால் நேருவும் பிரிதிநிதித்துவம் வகித்த காங்கிரஸ் தலைமையின் பகுதி, பர்தோலி முடிவுக்குப் பிறகு முயற்சித்தது. அதே சமயத்தில் அந்தக் கட்சி காங்கிரஸுக்குள்ளேயே இருப்பதென்றும், தேர்தல்களில் போட்டியிட்டு புதிய சட்டசபைகளில் பார்லிமெண்டரி முறையில் போராட்டத்தை தொடர்ந்து நடத்துவதென்றும், அவர்கள் முடிவு செய்தனர். இந்தப் புதிய கட்சிக்கு **சுயராஜ்யக் கட்சி** எனப் பெயரிடப்பட்டது.

பொதுஜன இயக்கம் பலம் குன்றி நின்றதை முன்னிட்டு. தேர்தல்களையும் சட்டசபைகளையும் பகிஷ்காரம் செய்வதென்ற முடிவை ரத்து செய்தது ஒரு முற்போக்கு நடவடிக்கையென்பதில் சந்தேகமில்லை. நூல் நூற்றல், மதுவிலக்கு, தீண்டாமை

ஒழிப்பு முதலிய சமூக சீர்திருத்தங்களடங்கிய காந்தியின் நிர்மாணத் திட்டமே விமோசனப் பாதையென்று கருதி, மாறுதல் ஏதும் விரும்பாத வைதிக காங்கிரஸ்வாதிகள் இதை எதிர்த்தனர். ஆனால் இன்னும் உருப்படியான கொள்கை வேண்டும் என்று விரும்பிய காங்கிரஸ் பகுதி சுயராஜ்யகட்சி கொள்கையை அங்கீகரிப்பதை அவர்களால் தடுக்கமுடிய வில்லை 1925க்குள், காங்கிரஸ் சுயராஜ்ய கட்சிக்கு, பரிபூரணமாக, நிபந்தனையில்லாமல் சரணடைந்தது. சுயராஜ்ய கட்சிக்கு காங்கிரஸில் மெஜாரிட்டி கிடைத்தது. அதன் தலைவர்கள் காங்கிரஸில் ஆதிக்கம் வகித்தனர். தற்காலிகமாக, காந்தி பின்னணிக்குச் சென்றார்.

ஆனால் ஸ்தம்பிப்பு என்ற உலையில் இயக்கத்தை சிக்கவைத்த காந்தி கொள்கைகளிலிருந்து இயக்கத்தை திருப்ப முயற்சித்தபோதே, சுயராஜ்ய கட்சி தலைவர்கள் இயக்கத்தை மேலும் பொதுஜன அடிப்படையிலிருந்து விலகும்படி செய்தனர். தேசியப் போராட்டத்தை காட்டிக் கொடுத்த மேல்வர்க்க நலன்களின் ஆதிக்கத்திலிருந்து, ஜன சமூகத்தின் பிரதான பகுதியான தொழிலாளர்-விவசாயிகள் நலன்களின் புதிய அடிப்படைக்கு, ஏகாதிபத்தியத்துடன் சமரஸம் செய்துகொள்வதற்கு இடமளிக்காத தொழிலாளர் விவசாயிகள் நலன்களின் புதிய அடிப்படைக்கு முன்னேறுவதே, காந்தி கொள்கையிலிருந்து ஏற்படக்கூடிய உண்மையான முன்னேற்றமாயிருந்திருக்கும். லட்சிய ரீதியில் இதை அங்கீகரிக்கும் பாதையில், புதிய சுயராஜ்ய கட்சி ஓரளவு முன்னேறியது. "98 சதவீதத்தினருக்கு சுயராஜ்யம்" தேவையென்ற ஸி.ஆர். தாஸ் வாக்கியம் நாடெங்கும் எதிரொலித்தது. தொழிலாளர், கிஸான் ஸ்தாபனங்களைப் பற்றிய புதிய திட்டத்தை பொதுப்படையாக பிரஸ்தாபித்தது. ஆனால் நடைமுறையில் சுயராஜ்ய கட்சி முற்போக்கான பூர்ஷுவாக்களின் கட்சியாகவே விளங்கியது; அதன் வாழ்க்கையே அவர்களுடைய ஆதரவைப் பொறுத்திருந்தது; அதன் தலைவர்களும். அந்த வர்க்கத்திலிருந்தே வந்தனர். தொழிலாளர்-விவசாயிகளைப் பற்றி அவர்கள் எவ்வளவு தூரம் உணர்ச்சிப் பூர்வமாய்ப் பேசியபோதிலும், மேல் வர்க்க நலன்களின் ஆதரவைப் பெறுவதற்கு, அவர்களுடைய கட்சி

நிலப்பிரபுத்துவத்தின் ஆதாரத்திலும் முதலாளித்துவத்தின் ஆதாரத்திலும் திடமாக விளங்குகிறதென்பதை அவர்கள் தெளிவுபடுத்த வேண்டியிருந்தது. "தனி நபர் சொத்துரிமை அங்கீகரிக்கப்பட்டு பாதுகாக்கப்படும்; தனி நபருடைய ஸ்தாவர சொத்துக்களும் ஜங்கம சொத்துக்களும் அதிகரிக்கப் படுவது அனுமதிக்கப்படும்" என்ற ஷரத்தை தங்களுடைய கட்சியின் ஸ்தாபிதத் திட்டத்தின் லட்சியங்களில் குறிப்பாக சேர்த்தார்கள். அந்தத் திட்டத்துடன் வெளியிட்ட வியாக்கியான அறிக்கையில், சுயராஜ்ய கட்சி நிலப்பிரபுக்களை எதிர்ப்பதாக "குற்றம்" சாட்டும் "அவதூறை" தவறென்று எடுத்துக் காட்டினார்கள்; "குடியானவருக்கு நியாயம் வழங்க வேண்டுமென்று கட்சி சொல்வது வாஸ்தவம்தான். ஆனால் அது நிலப்பிரபுவுக்கு அநீதி இழைப்பதானால், அந்த நியாயம் பஞ்சையாகவே இருக்கும்" என்று கூறியது அந்த அறிக்கை.

ஆகவே, ஒரு முற்போக்கான நடவடிக்கை பிரதிபலிப்பது நோக்கமாயிருந்தபோதிலும், நடைமுறையில், சுயராஜ்யக் கட்சி பொதுஜனப் போராட்ட அலையின் தாழ்வைத்தான் பிரதிபலித்தது. முற்போக்கான பூர்ஷுவாக்களின் கட்சியாக விளங்கிய சுயராஜ்யக்கட்சி **பார்லிமெண்டரிஸம்*** என்ற சாய்வு மட்டத்தின் வழியாக, ஏகாதிபத்தியத்துடன் ஒத்துழைக்கும் குறியை நோக்கி சரிந்துகொண்டிருந்தது. தோன்றிய காலம்தொட்டு, பகைவனாக கருதப்பட்டவனை நெருங்கும் பாதையில் சரிந்துகொண்டிருந்தது. "தொடர்ச்சியாக முட்டுக்கட்டை போடுவதே" கவுன்சில்களில் பிரவேசிப்பதின்

---

* பார்லிமெண்டரிஸம்: ஜனப்பிரதிநிதி சபையே பார்லிமெண்ட்; சட்டசபை பிரவேசம் மூலம் அதிகாரம் பெறலாமென்பது பார்லிமெண்டரிஸம். அந்த முதலாளித்துவ நாட்டிலும் இது சாத்தியமல்ல; அதிகாரவர்க்கமும் பொருளுற்பத்தி உடைமையும் பார்லிமெண்டை தன்னிஷ்டப்படி ஆட்டிவைக்கும். அடிமை நாட்டில் இதற்கு இடமேயில்லை. முதலில், சட்டசபைகளுக்கு அதிகாரம் கிடையாது. இரண்டாவது, சர்வஜன வாக்குரிமை கிடையாது. மூன்றாவதாக, ஏகாதிபத்தியம் வகுப்புவாரி அடிப்படையில் சட்டசபை பிரதிநிதித்துவத்தை நிர்ணயித்து தீரா நெருக்கடிக்கு வகைசெய்கிறது. ஆகவே பார்லிமெண்டரிஸம் ஏகாதிபத்தியத்துக்கு உதவக்கூடிய முறையே.

நோக்கமாக ஆரம்பத்தில் பிரகடனப்படுத்தப்பட்டது. இந்த அடிப்படையில், 1923-ம் வருஷ தேர்தலில், அபரிமிதமான வெற்றியடைந்தது. மத்திய சட்டசபையில் முதன்மையான பெரிய கட்சியாக சுயராஜ்ய கட்சி பிரவேசித்தது. சுயேச்சையாக தேர்ந்தெடுக்கப்பட்ட லிபரெல்களுடன் சேர்ந்து (காங்கிரஸில் முன்னால் மிதவாதிகளாயிருந்த கோகலே கட்சியினரே இப்பொழுது லிபரெல்கள் என்றழைக்கப்பட்டனர்) ஏறத்தாழ ஒரு மெஜாரிட்டியை ஸ்தாபிக்க முடிந்தது. "அவருடைய கட்சி தங்கள் ஒத்துழைப்பை அளிக்க அங்கு வந்திருக்கிறது. அரசாங்கம் அவர்கள் ஒத்துழைப்பை ஏற்றுக்கொண்டால், சுயராஜ்ய கட்சியினர் தங்களுக்கு வேண்டியவர்களாக இருப்பதை அரசாங்கத்தினர் காண்பார்கள்" என்று மத்திய சட்டசபையில் பிரவேசித்தவுடன், அதன் தலைவர் ஸி. ஆர். தாஸ் கூறினார். 1925-ல், பரீத்பூரில் வெளியிட்ட ஒரு பிரபல அறிக்கையில், அரசாங்கத்திடம் "மனமாறுதலுக்கான" அடையாளங்களைக் காண்பதாய் ஸி. ஆர். தாஸ் கூறினார். (அப்பொழுது இந்தியா காரியதரிசியாயிருந்த **பெர்க்கின் ஹெட்பிரபு**வுடைய போக்கு இந்த அறிக்கையை ருசுப்பிக்கவில்லை. ஒளிவுமறைவில்லாத ஏளனத்துடன், பொதுமேடையில் "இந்திய தேசியத்தின் பொருளில்லாத ஆவி" என்று குறிப்பிட்டவர் இவர்.) சில நிபந்தனைகளுக் குட்பட்டு அரசாங்கத்துடன் ஒத்துழைக்க ஸி. ஆர். தாஸ் முன்வந்தார். புரட்சிகரமான இயக்கத்தை எதிர்த்து பொதுப் போராட்டம் நடத்துவது அந்த நிபந்தனைகளிலொன்று. சுயராஜ்ய கட்சியினருக்கும் தங்களுக்கும் ஒரு முக்கியமான வித்தியாசமில்லையென்று லிபரெல்கள் ஊர்ஜிதமாய் கூறினார்கள். 1926-ம் வருஷத்தின் வசந்தகாலத்திலேற்பட்ட **ஸபர்மதி ஒப்பந்தம்** பதவிஏற்புக் கொள்கையை ஆதரித்தது. ஆனால், (சுயராஜ்ய) கட்சியின் சாதாரண அங்கத்தினர் களுடைய எதிர்ப்பு இதை முறியடித்தது, 1926-ம் வருஷத்தின் இலையுதிர் காலத்தில் நடந்த தேர்தலில், சென்னையைத் தவிர, இதர மாகாணங்களில், சுயராஜ்ய கட்சிக்கு குறிப்பிடத்தக்க அளவு தோல்வியேற்பட்டது.

ஆனால், ஏகாதிபத்தியத்துடன் ஒருமித்து ஒத்துழைக் கலாமென்ற பூர்ஷுவாக்களின் நம்பிக்கைகளுக்கு ஏமாற்றம்

ஏற்படவேண்டியதாயிற்று. தேசியப் போராட்ட சக்திகள் பலவீனமடைந்துவிட்டதென்பது தெளிவானவுடன், பொதுஜன இயக்கத்திலிருந்து தனிமைப்பட்டுநின்ற சுயராஜ்ய கட்சியினர் சமரஸத்துக்கு காவடி தூக்க வேண்டிய நிலைமைக்கு தாழ்த்தப்பட்டவுடன், ஏகாதிபத்தியக்கொள்கை திசை மாறியது. முந்திய வருஷங்களில் இந்திய பூர்ஷுவாக்களுக்கு வழங்கிய சில சலுகைகளையும் பறிக்கத்தொடங்கியது; தன் பரிபூர்ண ஆதிக்கத்தை மீண்டும் ஸ்தாபிக்க, புதிய பொருளாதாரத் தாக்குதலைத் தொடுத்தது: 1927-ம் வருஷ நாணய மசோதாவின்மூலம், ஒருமுகமான இந்திய கண்டனத்தை சட்டைசெய்யாமல், ரூபாயின் வீதாச்சாரத்தை 1 ஷில்லிங் 6 பென்ஸாக்கியது; பிரிட்டிஷ் எஃகுக்கு சலுகை யளிக்கும் இறக்குமதி வரிவிகிதங்களை நிர்ணயித்ததின் மூலம் (பேரரசுச் சலுகைக் கொள்கை), 1924-ம் வருஷ சட்டப்படி சுதேசி எஃகுக்கு கிடைத்த பாதுகாப்புக்கு குந்தகம் விளைவித்த புதிய எஃகு பாதுகாப்பு மசோதா 1927-ல் கொண்டுவரப்பட்டது. 1927 முடிவில், இந்தியாவின் எதிர்கால அரசியல் அமைப்பின் விதியை நிர்ணயிப்பதற்காக, இந்திய பிரதிநிதித்துவம் அங்கம் வகிக்காத ஸைமன் கமிஷன் நியமிக்கப்பட்டது.

ஆகவே, அவர்களுக்கு இஷ்டமில்லாவிட்டாலும் ஒத்துழைப்பு நம்பிக்கைகளை ஒதுக்கிவிடவேண்டிய நிர்ப்பந்தம் மீண்டும் இந்திய பூர்ஷுவா வர்க்கத்துக்கு ஏற்பட்டது. வெற்றிகரமாக பேரம் செய்வதற்கு தங்களுக்கு ஆதரவாக, பொதுஜன சக்திகளை மீண்டும் திரட்ட முடியுமா வென்று பார்க்கவேண்டியதாயிற்று. ஆனால், 10 வருஷங்களுக்கு முன்னாலிருந்ததைவிட நிலைமை கடினமானதாகவும் சிக்கலுள்ளதாகவும் விளங்கியது. தாங்களாகவே ஒரு புதிய வாழ்வில் விழிப்படையத் தொடங்கி விட்டார்கள்; சுயேச்சையான அரசியல் நோக்கங்களையும் முறைகளையும் கடைப்பிடிக்கத் தொடங்கிவிட்டார்கள்; ஏகாதிபத்தியத்தை மாத்திரமல்ல, இந்தியச் சுரண்டல் வர்க்கத்தை எதிர்த்தும் தீவிரமாய் போராடத் தொடங்கி விட்டார்கள். போராட்டத்தின் முக்கோணத்தன்மை (இந்திய பூர்ஷுவாக்கள், ஏகாதிபத்தியம், இந்திய மக்கள்), அல்லது

இன்னும் சரியாகச் சொல்ல வேண்டுமானால், ஏகாதிபத்தியத் துக்கும் இந்திய மக்களுக்குமுள்ள ஆழமான மோதுதலும் இந்திய பூர்ஷுவா வர்க்கத்தின் தயக்கம் நிறைந்த ஊசலாட்டமும், முன்னைவிட தெளிவாக முன்னணிக்கு வந்தன. ஆகவே, 1927-ம் வருஷ பிற்பகுதியிலேயே தோன்றிய முதற் குறிகளிலிருந்து 1930-34-ல் பூர்ண பலத்துக்கு வளர்ந்த போராட்டத்தின் புதிய கட்டம் விசித்திரமாயிருந்தது. என்னவென்றால், ஒரு புறத்தில், முந்தைய போராட்டத்தைவிட விரிவான அளவில், உக்ரமான, கடினமான நாட்பட்ட போராட்டமாக வடிவெடுத்தது; மறுபுறத்தில், வளர்ச்சியின் வேகம் புண்படக்கூடிய விதத்தில் தடைப்பட்டது. நோக்கங்கள் வளைந்து வளைந்து ஊசலாடின; அடிக்கடி சமரச சம்பாஷணைகள் நிகழ்ந்தன; திடீரென்று சமரசமில்லாமல் போர்நிறுத்தங்கள் அறிவிக்கப்பட்டன; இவற்றின் விளைவாக இறுதியில் இயக்கம் வீழ்ச்சியடைந்தது.

1922-27-ல், முதன்முதலாக, ஒரு புதிய அம்சம் வளர்ச்சி யடைந்து, புதிய போராட்ட பேரலைக்கு - அதன் தலைமைக்கில்லாவிட்டாலும் - பிரதான தூண்டுகோலாக விளங்கியது. இயந்திரத் தொழிலாளிவர்க்கம் ஒரு சுதந்திர சக்தியாக உதயமானதுதான் அந்த அம்சம். ஈடு இணையில்லாத சக்தியுடனும் வீரத்துடனும் அது தனது சொந்தப் போராட்டத்தை நடத்திக்கொண்டிருந்தது; தனது சொந்த தலைமையை வார்த்தெடுத்துக்கொண்டிருந்தது. இந்த முன்னேற்றத்துடன், தொழிலாளி வர்க்கத்தின் புதிய சித்தாந்தமான சோஷியலிஸம் இந்தியாவில், முதன்முதலில், ஒரு அரசியல் சக்தியாக வளரத்தொடங்கியது. அதன் கருத்துகளுடைய செல்வாக்கு வாலிபர்களிடமும் இந்திய தேசியத்தின் இடதுசாரியினரிடமும் பரவத்தொடங்கியது; அதன்மூலம் புதிய ஜீவனும் சக்தியும் விரிவான கண்ணோட்டமும் மலர்ந்தன. புரட்சிகரமான தொழிலாளிவர்க்கத்தின் முதல் சின்னங்களை அழித்தொழிப்பதற்கு ஏகாதிபத்தியம் உஷாராய் நடவடிக்கை எடுப்பதை 1924-ம் வருஷத்திய **கான்பூர் சதிவழக்கு** காட்டியது. 1926 - 27ல் முன்னணிக்கு வந்த **தொழிலாளர்கள் - விவசாயிகள் கட்சி**யின் வளர்ச்சியைத் தொடர்ந்து தொழிற்சங்க இயக்கமும் ஸ்ட்ரைக் இயக்கமும் 1928-ல் வெகுதூரம் முன்னேறியது; 1928-ல் மாத்திரம்

3 கோடியே 16 லட்சத்து 47 ஆயிரம் வேலைநாட்கள் ஸ்ட்ரைக் நடந்தது; அதாவது முந்தைய ஐந்து வருஷங்களில் மொத்தமாக எத்தனை வேலைநாட்கள் ஸ்ட்ரைக்கில் இழக்கப்பட்டதோ, அவ்வளவு நாட்கள்; பம்பாய் பஞ்சாலைத் தொழிலாளர்களின் புதிய போராட்ட ஸ்தாபனமாகிய **கிர்னிகாம்கார் யூனியன்** அல்லது செங்கொடி யூனியனில் ஒரு வருஷத்துக்குள் 65 ஆயிரம் அங்கத்தினர்கள் சேர்ந்தனர்; தொழிற்சங்க காங்கிரஸின் அங்கத்தினர்கள் எண்ணிக்கை 70 சதவீதம் அதிகரித்தது; அந்த வருஷத்தில், ஸைமன் கமிஷனை பகிஷ்கரிக்கும் ஆர்ப்பாட்டங்களில் தொழிலாளிவர்க்கம் முதன்மையான அரசியல் பங்கு வகித்தது; தொழிற்சங்கங்களின் போராட்டபோதம் வளர்ந்தது; 1929-ல் தொழிற்சங்க காங்கிரஸில் இடதுசாரி அடைந்த வெற்றி - இவை எல்லாம் இந்திய மக்களுடைய புதிய போராட்டப் பேரலையின் முன்னோடிகளாகவும் தூண்டுகோல்களாகவும் விளங்கின.

தேசிய இயக்கத்திலும் காங்கிரஸிலும் ஒரு புதிய இடதுசாரி உதயமாவதின்மூலம் இந்த முன்னேற்றம் பிரதிபலிக்கத் தொடங்கியது. ஒன்றரை வருஷம் ஐரோப்பாவில் சுற்றுப் பிரயாணம் செய்துவிட்டு, சோஷியலிஸ்ட் கருத்துக்களுடனும் வட்டாரங்களுடனும் பரிச்சயம் ஏற்படுத்திக்கொண்டு, ஜவஹர்லால் நேரு 1927 இறுதியில் திரும்பிவந்தார். புதிய இடதுசாரிப் போக்குகளின் வளர்ச்சியை, குறிப்பாக வாலிபர்களிடையே இந்த போக்கு வளர்ந்திருப்பதை 1927 இறுதியில் நடந்த சென்னை காங்கிரஸ்காட்டியது. தலைமை எப்பொழுதுமே எதிர்த்துவந்த பரிபூர்ண சுதந்திர லட்சியத் தீர்மானம் ஏகமனதாக நிறைவேற்றப்பட்டது. (இந்தக் காங்கிரஸுக்கு காந்தி வரவில்லை; இந்த தீர்மானம் "அவசரத்தில் உருவாகி, யோசனையில்லாமல் நிறைவேற்றப் பட்டிருக்கிறது" என்று அதை பின்னால் கண்டித்தார்) ஸைமன் கமிஷனை பகிஷ்கரிப்பதென்று முடிவுசெய்யப் பட்டது. அதே சமயத்தில், ஒரு மாற்று அரசியல் திட்டத்தை தயாரிப்பதற்காக, ஒரு **சர்வகட்சி மகாநாட்டி**ல் கலந்து கொள்வதென்று தீர்மானிக்கப்பட்டது. **ஏகாதிபத்திய எதிர்ப்பு சர்வதேச லீக்** என்ற புதிதாக ஸ்தாபிக்கப்பட்ட உலக ஸ்தாபனத்துடன், காங்கிரஸ் இணைக்கப்பட்டது.

வாலிபர்களுக்கும் காங்கிரஸில் வளர்ந்துகொண்டிருக்கும் இடதுசாரிப் போக்குகளுக்கும் பிரதான தலைவர்களாயிருந்த ஜவஹர்லால் நேருவும் சுபாஷ்போஸும்பொதுக்காரியதரிசிகளாகத் தேர்ந்தெடுக்கப் பட்டனர்.

1927 காங்கிரஸில் இடதுசாரிக்கு கிடைத்த வெற்றி மேலெழுந்தவாரியானதாகும்; எதிர்ப்பு இல்லாததால் ஏற்பட்ட வெற்றியாகும். ஆனால் 1928-ம் வருஷத்திய சம்பவங்கள் நிகழ நிகழ, ஸைமன் கமிஷன் எதிர்ப்பு ஆர்ப்பாட்டங்களுடைய வெற்றியையும், ஸ்ட்ரைக் இயக்க வளர்ச்சியையும், புதிதாக ஸ்தாபிக்கப்பட்ட **சுதந்திர லீக்** மாணவர், வாலிபர் ஸ்தாபனங்கள் ஆகியவற்றின் வளர்ச்சியையும் கண்ட பழைய தலைமைக்கு இடதுசாரி ஒரு சக்தியாக வளர்கிறதென்பதும் அது துரிதமாக காங்கிரசையே அடித்துக்கொண்டு போகலாமென்பதும் தெட்டத் தெளிவாயிற்று. சர்வகட்சி மகாநாட்டில், காங்கிரஸுக்கு வெளியேயுள்ள பிற்போக்காளர்களுடன் சேர்ந்து பழைய தலைமை ஒரு திட்டத்தை உருவாக்கிற்று. (இந்த மாநாட்டுத் தலைவர் மோதிலால்நேரு பெயரையொட்டி, இதற்கு **நேரு ரிப்போர்ட்** என பெயரிடப்பட்டது). பிரிட்டிஷ் சாம்ராஜ்யத்துக்குள்ளேயே பொறுப்பாட்சி அளிக்கும் ஒரு அரசியலை இந்த நேரு ரிப்போர்ட் சிபாரிசு செய்தது; இதன்மூலம் சுதந்திரக் கோரிக்கையை ஊறுகாய்ப் பானையிலிட்டது: வளர்ந்துகொண்டிருக்கும் உணர்ச்சிப் பிரவாகத்தின்முன், இந்தத் திட்டத்தை காங்கிரஸ் ஒப்புக்கொள்ளுமா என்பதைப்பற்றி சந்தேகம் இருந்தது.

வர்க்க சக்திகளுடைய தராசின் முள் இப்பக்கம் சாயுமா, அப்பக்கம் சாயுமா என்ற இந்த நெருக்கடியான, நிச்சயமற்ற நிலையில், பத்து வருஷத்துக்கு முந்தைய நிலையைவிட முன்னேறியுள்ள சூழ்நிலையில் புதிய பெரிய போராட்டங்கள் நடக்கப்போவது நிச்சயமாகியுள்ள சமயத்தில், தாங்கள் முன்னர் ஒதுக்கித்தள்ளிய காந்தியிடம் மீண்டும் வலதுசாரி தலைமை திரும்பியது; காந்தியின் புகழ் மீண்டும் ஓங்கியது. 1928 முடிவில், கல்கத்தாவில் நிகழ்ந்த காங்கிரஸ் வருஷாந்திரக்கூட்டத்தில், காந்தி காங்கிரஸ் தலைமையில் தீவிரமாய் செயலாற்றுவதற்கு திரும்பிவந்தார். அவருடைய சொந்த விசித்திர அபிப்பிராயங்களைப்பற்றி மிதவாதத்

தலைவர்கள் என்ன நினைத்தாலும், பழைய கோஷ்டியில், அவரே அனுபவமும் சாமர்த்தியமும் மிக்க தலைவரென்பதில் சந்தேகமில்லை; நிகரில்லாத பொதுஜன பிரபல்யம் பெற்றிருந்தார். உலக விளம்பரம் அவரை இந்தியாவின் மிகப் பெரிய தலைவனாக்கிவிட்டது. தரித்திரத்தை நேசிக்க வேண்டும், பணிவுடன் நடத்தல் வேண்டும் என்ற தெய்வபக்தி நிறைந்த மாயாவாதக் கொள்கைகளின் பெயரால் சொத்துரிமையை பாதுகாக்கும் துறவி அவர். ஒவ்வொரு விஷயத்தையும், எந்த விஷயத்தையும், அதிசயிக்கத்தக்க வாத-வியாக்கியானச் சிக்கல்மூலம், சரியென்று சாதித்து, முரண்களை மூடி மறைக்கும் சக்தி படைத்த, தோற்கடிக்கப் படமுடியாத வேதாந்த - ஆத் மார்த்திகவாத **சந்தேக நிவாரணி** அவர்; சாதாரண மனிதர்கள் இம் மாதிரி வாதவியாக்கியானம் செய்தால் அவர்களை புரளிசெய்யும் அயோக்கியர்கள் என்று உலகம் கூறும்; ஆனால், பூவுலகத்தின் மகா புருஷர்களான காந்தி அல்லது மாக்டனால்ட் போன்றவர்கள் வாதித்து வியாக்கியானம் செய்தால் அது ஆத்மீக விசாரணையாக அங்கீகரிக்கப்படும். தன்னுடைய தேவபக்தியின் மூலமும் தன்னலமற்ற தன்மையின் மூலமும், மிதவாத பூர்ஷுவா தலைவர்களால் எட்டமுடியாத பாமர மக்களின் இதயங்களை திறக்கக்கூடிய தேவதூதராக விளங்கினார் காந்தி. அவருடைய சகாயத்தின் ஆசியைப் பெற்றுள்ள எந்த பொதுஜன இயக்கமும் உடைந்தொழிந்து விடுமென்பதற்குச் சிறந்த உத்தரவாதமாக விளங்கினார். புரட்சிக்கு சனீஸ்வரனாக வாய்த்த இவர், இடைவிடா விபத்துகளுக்கு தளபதியான இவர், வளரும் இந்தியப் போராட்டத்தின் ஒவ்வொரு அலையிலும், பூர்ஷுவா வர்க்கத்தின் அதிர்ஷ்ட மனிதனாக விளங்கினார். ஆகவே, நவீன இந்திய அரசியலின் விசேஷ அம்சமான காந்தியின் அத்தியாவசியம் மீண்டும் எழுந்தது. (வர்க்க சக்திகளின் நிச்சயமற்ற பலாபலத்தையே காந்தியின் அவசர தேவை பிரதிபலிக்கிறது.) பூர்ஷுவா வர்க்கத்தின் நம்பிக்கைகள் அனைத்தும் (ஏகாதிபத்தியத்தின் நம்பிக்கைகள் என்று விரோதிகள் கூறலாம்). காந்தியிடமே மொய்த்திருந்தது. அலைப்பெருக்கின் மேல் சவாரி செய்யக்கூடியவர் அவரே என்றும், வெற்றிகரமான பேரத்துக்கு தேவையான அளவுக்கு மாத்திரம் பொதுஜன இயக்கத்தை அவிழ்த்துவிட்டு, அதே

சமயத்தில் இந்தியாவை புரட்சியிலிருந்து காப்பாற்றக்கூடியவரும் அவரே என்றும் பூர்ஷுவா வர்க்கம் நம்பிநின்றது.

1928 டிசம்பரில் நடந்த கல்கத்தா காங்கிரஸ் நேரு ரிப்போர்ட்டை ஒப்புக்கொள்ளும்படி செய்வது காந்திக்கு கஷ்டமாயிருந்தது. பூரண சுதந்திர லட்சியத்திலிருந்து வாபஸ் செய்வதாக இந்த ரிப்போர்ட்டை அர்த்தப்படுத்திக் கொள்ளக்கூடாதென்றும், 1929 டிசம்பர் 31-க்குள் இந்த ரிப்போர்ட் அரசாங்கத்தால் ஏற்றுக்கொள்ளப்படா விட்டால், (1930 டிசம்பர் 31 வரை, இரண்டு வருஷ அவகாசம் கொடுக்க வேண்டுமென்று காந்தியின் முதல் நகல் குறிப்பிட்டது. இறுதியில் ஒரு வருஷ சாவகாசம் கொடுக்கப்பட்டது.) காங்கிரஸ் சாத்வீக ஒத்துழையாமை இயக்கத்தை மீண்டும் தொடங்குமென்றும், இந்தத் தடவை வரிகொடா இயக்கத்துடன் தொடங்குமென்றும், காந்தியின் தீர்மானம் கூறியது. இந்த தீர்மானத்துக்குக்கூட குறுகிய மெஜாரிட்டியே கிடைத்தது. 1350 பேர் இதை ஆதரித்தார்கள்; சுபாஷ் போஸும், ஜவஹர்லால் நேருவும் கொண்டுவந்த இடதுசாரி **திருத்தத்துக்கு**, நேரு ரிப்போர்ட்டுக்குப் பதிலாக பரிபூரண சுதந்திரத்தை உடனடி லட்சியமாக பிரகடனப்படுத்த வேண்டும் என்று வற்புறுத்திய இடதுசாரி திருத்தத்துக்கு 973 வோட்டுகள் கிடைத்தன. இவ்விதமாக, 1928-ம் வருஷ சம்பவங்கள் பொதுஜன கொந்தளிப்பின் உச்ச நிலையை பிரதிபலித்த தருணத்தில், போராட்டம் 12 மாதத்துக்கு தள்ளிவைக்கப்பட்டது. ஏகாதிபத்தியம் தயாராவதற்கு, அதற்கு 12 மாத அவகாசம் அளிக்கப்பட்டது. "கல்கத்தா காங்கிரஸின் தாமதப்படுத்தும் தீர்மானம் விலைமதிப்பற்ற நேரத்தை வீணாக்குவதற்கே உதவியது" என்று சுபாஷ்போஸ் ("இந்திய போராட்டம்") கூறுகிறார். இதே சமயத்தில், இருபதினாயிரம் கல்கத்தா தொழிலாளர்கள் (50,000 என்பது காங்கிரஸ் கணிப்பு) தேசிய விடுதலை, இந்திய சுதந்திர சோஷலிஸ்ட் குடியரசு ஆகிய கோஷங்களை கோஷித்துக் கொண்டு கல்கத்தா காங்கிரஸுக்கு வந்து, இரண்டு மணி நேரம் பந்தலில் அரசு புரிந்தனர். அது ஒரு எச்சரிக்கையாய் அமைந்தது. சீர்திருத்தவாதத் தலைவர்கள் அவர்களுக்கு இடமளித்து, சமரசமில்லாத சுதந்திரப் போர் நடத்த

வேண்டுமென்ற தொழிலாளி வர்க்கத்தின் கோரிக்கையை கேட்கவேண்டியதாயிற்று.

பன்னிரண்டுமாத தவக்கம், ஏகாதிபத்தியம் செயலாற்றுவதற்கு அவகாசமளித்தது. ஏகாதிபத்தியம் அதன் சந்தர்ப்பத்தை விரயம் செய்யவில்லை. 1929 மார்ச்சில், வளர்ந்துகொண்டிருக்கும் தொழிலாளிவர்க்க இயக்கத்தின் பிரபல தலைவர்கள் அனைவரும் நாட்டின் சகல பாகங்களிலும் கைதுசெய்யப்பட்டு, ஒரு மூலையிலுள்ள மீரட் கோர்ட்டுக்கு விசாரணைக்குக் கொண்டுவரப்பட்டனர். (இங்கு அவர்களை பஞ்சாயத்தார் இல்லாமல் விசாரணை செய்யமுடியும்). நான்கு வருஷங்கள் விசாரணை நீடித்துக் கொண்டே போயிற்று; நாலு வருஷ காலமும் அவர்கள் கைதானபின் நடந்த போராட்ட காலம் முழுவதும், அவர்கள் சிறையிலேயே வைக்கப்பட்டிருந்தனர். அதன் பின்னரே தண்டனையளிக்கப்பட்டது. தொழிற்சங்கங்களின் தலைவர்கள் அவர்கள்; தொழிலாளர் - விவசாயிகள் கட்சியின் தலைவர்கள் அவர்கள்; அவர்களில் மூவர் அகில இந்திய காங்கிரஸ் கமிட்டியின் அங்கத்தினர்கள். இவ்விதமாக, காங்கிரஸ் தலைமை, போராட்டம் தொடங்குவதற்கு அனுமதிப்பதற்கு முன், தொழிலாளிவர்க்கம் சிரச்சேதம் செய்யப்பட்டது; இடதுசாரியின் தெளிவான போதம்பெற்ற உறுதியான தலைவர்கள், உண்மையான பொதுஜன அடிப்படையைப்பெற்ற தலைவர்கள், போரரங்கத்திலிருந்து நீக்கப்பட்டனர். அதே சமயத்தில் போராட்ட சக்திகளை எதிர்க்கும்பொருட்டு, வைஸ்ராய் பிரகடனத்தின்மூலம் **பொது பந்தோபஸ்து அவசரச் சட்டம்** அமுலுக்கு வந்தது.

நெருக்கடியான காங்கிரசும், போராட்ட வருஷமும் நெருங்கிவரும் தருவாயில், காந்தி காங்கிரஸ் அக்கிராசனராக தேர்ந்தெடுக்கப்பட்டார். எனினும் நிலவிய நிலைமையையும் சக்திகளின் உறவுகளையும் சாமர்த்தியமாய் கணக்கிட்ட காந்தி, தனக்கு பதிலாக, வாலிபர் தலைவரும் சுதந்திர லீக் தலைவரும், சோஷியலிஸ்ட் அனுதாபங்களுடையவரென்று சொல்லிக்கொண்டவருமான ஜவஹர்லால் நேருவை அக்கிராசனர் ஸ்தானத்துக்கு சிபார்சு செய்தார். தன் சிபார்சு சரியென்றுகூறி, தன்னால் நியமிக்கப்பட்ட நேருவைப்பற்றி கீழ்க்கண்டவாறு குறிப்பிட்டார்:-

"தேசபக்தியில் அவரை யாரும் மிஞ்சமுடியாது; அவர் தைரியசாலி; ஆவேச உள்ளம் படைத்தவர்; இப்பொழுது இந்த குணாதிசயங்கள் மிகவும் அவசியம். ஆனால் அவர் போராட்டத்தில் உறுதியாயும் உணர்ச்சிகரமாகவும் இருந்தபோதிலும், ஒரு ராஜதந்திரியின் பகுத்தறிவைப் பெற்றிருக்கிறார். கட்டுப்பாட்டுக்கு உட்பட்டு நடப்பவர் அவர்; தன் மனமொப்பாத முடிவுகளுக்கும் இணங்கி நடக்கக்கூடிய திறமையை அவர் செயலில் நிரூபித்திருக்கிறார். இப்பக்கமோ, அப்பக்கமோ ரொம்ப தீவிரமாகப் போகாமலிருப்பதற்குத் தேவையான பணியையும் அனுபவ அறிவையும் பெற்றவர். அவர் கரங்களில் தேசம் பரிபூரணமாக பந்தோபஸ்தாக இருக்கும்."

ஏகாதிபத்தியத்துடன் சமரசத்துக்கு வர மிதவாதத் தலைமை ஒரு கடைசி முயற்சி செய்தது. ஏதோ ஒரு எதிர்கால தேதியில், "டொமினியன் அந்தஸ்து* லட்சியத்தை" அடையலாமென்று 1929, அக்டோபர் மாதம் 31-ம் தேதி வைஸ்ராய் வெளியிட்ட தெளிவற்ற அறிக்கையில் பிரஸ்தாபிக்கப்பட்டிருப்பதைத் தொடர்ந்து (இந்த அறிக்கை "கொள்கையில் எந்தவிதமான மாறுதலையும் வெளிப்படுத்த வில்லை; (அதில்) எந்தவிதமான வாக்குறுதியுமில்லை" என்று மறுநாளே லண்டன் டைம்ஸ் கூறியது) இந்தியாவின் கட்சித் தலைவர்கள் ஒன்றுசேர்ந்து **டெல்லி அறிக்கை** என்ற அறிக்கையை வெளியிட்டனர். அதில் மனப்பூர்வமாக ஒத்துழைக்கத் தயாரென்று கூறினார்கள்; "(வைஸ்ராய்) பிரகடனத்தின் நேர்மையை நாங்கள் மெச்சுகிறோம்..... இந்தியாவின் தேவைகளுக்கேற்ற டொமினியன் அரசியலுக்கான திட்டத்தை வகுக்கும் அவர்கள் முயற்சியில் மாட்சிமை

---

* கானடா, ஆஸ்திரேலியா முதலிய நாடுகளின் அரசியலே டொமினியன் அந்தஸ்து என்று கூறப்படுகிறது. சாம்ராஜ்யத்தில், அவை பிரிட்டனுக்குச் சமபங்காளியாக இருப்பதாகப் பெயர். உண்மையில், அந்த நாடுகளின் அரசாங்கத் தலைவர் பிரிட்டிஷ் சர்க்காரால் நியமிக்கப்படுகிறார். பழைய ஏகாதிபத்திய பொருளாதார உறவுகளே நீடிக்கின்றன. டொமினியன் அந்தஸ்து என்பதின்மூலம், ஏகாதிபத்திய முதலாளிகள் சுதேசி பணமூட்டைகளுடன் சேர்ந்து கூட்டுச் சுரண்டல் நடத்துகின்றனர். தேசிய சுயநிர்ணய உரிமைக்கு, ஜனநாயக சுயநிர்ணய உரிமைக்கு எதிராக ஏகாதிபத்தியம் அனுஷ்டிக்கும் தந்திரம் அது.

தங்கிய அரசாங்கத்துக்கு எங்கள் ஒத்துழைப்பை அளிக்க முடியுமென்று நாங்கள் நம்புகிறோம்". காந்தி, பெஸண்ட் அம்மையார், மோதிலால் நேரு, ஸர் டெஜ்பகதூர் ஸாப்ரு, ஜவஹர்லால் நேரு முதலியோர் அந்த அறிக்கையில் கையொப்பமிட்டனர். ஜவஹர்லால் அதை ஆதரிக்கவில்லை. அதை "தவறானதென்றும் அபாயகரமானதென்றும்" பின்னால் கருதினார். ஆனால் அந்தச் சமயத்தில், அவரே கூறுவதுபோல "பேசிப் பேசி கையொப்பமிடும்படி" செய்தார்கள். காங்கிரஸ் அக்கிராசனராகத் தேர்ந்தெடுக்கப் பட்டவர் என்ற முறையில், கையெழுத்திடாவிட்டால் ஒற்றுமையை உடைத்தவராவாரென்று கூறி கையெழுத் திடும்படி செய்ததாகக் கூறுகிறார். "காந்தியிடமிருந்து வந்த ஒரு ஆறுதல் கடிதம்" அவர் சந்தேகங்களை சாந்தப்படுத் துவதற்கு உதவியதாகக் கூறுகிறார். டில்லி அறிக்கையை பலவீனத்தின் குறியாக கருதி ஏகாதிபத்தியம் மகிழ்ந்தது. (காங்கிரஸ் லாகூரில் எந்த திட்டத்தின் அடிப்படையில் கூடப்போகிறதாக இருந்ததோ, அந்தத் திட்டம் கிழித்தெறியப் பட்டுவிட்டதென்பதே நேற்றிரவு அறிக்கையின் அர்த்தம்) - (லண்டன் டைம்ஸ் 1929, நவம்பர் 4) காங்கிரஸ்காரர்களை குழம்பி நிற்கச் செய்ததைத் தவிர, இதனால் வேறு உருப்படியான பலன் எதுவும் ஏற்படவில்லை. லாகூர் காங்கிரஸ் கூடும் தருவாயில், வைஸ்ராயை பேட்டி கண்டதும் பயனற்றுப்போயிற்று.

ஆகவே, 1929 கடைசியில், லாகூர் காங்கிரஸில் நடவடிக்கையிலிறங்குவதென்று முடிவு செய்யப்பட்டது. டொமினியன் அந்தஸ்தை குறியாகக்கொண்ட நேரு ரிப்போர்ட் காலாவதியாகிவிட்டதாக அறிவிக்கப்பட்டது. இனி காங்கிரஸ் லட்சியம் பரிபூரண சுதந்திரம் என்பது அங்கீகரிக்கப்பட்டது. "தகுதியான நேரத்தில், வரி கொடா இயக்கம் உட்பட சட்டமறுப்பு இயக்கத்தை தொடங்க" அகில இந்திய காங்கிரஸ் கமிட்டி (அ. இ. கா. க.)க்கு அதிகாரமளிக்கப்பட்டது. நட்ட நடுநிசியில், 1930-ம் வருஷம் பிறந்துகொண்டிருந்தபோது, இந்திய சுதந்திரத்தின் கொடி (சிவப்பு, வெள்ளை, பச்சை ஆகிய மூவர்ணங்களைக் கொண்டிருந்தது; பின்னால் கேசரி, வெள்ளை, பச்சையாயிற்று) ஏற்றுவிக்கப்பட்டது. 1930-ம் வருஷம் ஜனவரி மாதம் 26-ம்

தேதி, முதல் முதலாக, இந்தியா முழுவதும் சுதந்திரதினம் கொண்டாடப்பட்டது; மாபெரும் ஆர்ப்பாட்டங்களில், பரிபூர்ண சுதந்திரப் போராட்ட பிரதிக்ஞை எடுத்துக்கொள்ளப் பட்டது. பிரிட்டிஷ் ஆட்சிக்கு "இனி பணிந்துகிடப்பது மனிதத் தன்மைக்கும் தெய்வத் தன்மைக்கும் இழைக்கும் குற்றம்" என்றும், "ஆத்திரமூட்டப்பட்ட போதிலும் பலாத்காரம் செய்யாமல், நமது இஷ்டபூர்வமான உதவியை வாபஸ் செய்து, வரிகள் செலுத்துவதை நிறுத்தினால் மட்டும், இந்தச் சண்டாளத்தனமான ஆட்சியின் முடிவு நிச்சயம்" என்றும் சுதந்திரதின பிரதிக்ஞை பிரகடனம் செய்தது.

தொடங்கப் போகும் போராட்டத்தின் நோக்கம் என்ன? இயக்கத்தின் திட்டம் என்ன? சமரசத்தை ஏற்றுக்கொள்வதற் குரிய குறைந்தபட்ச நிபந்தனைகள் என்ன? "இந்தச் சண்டாளத் தனமான ஆட்சியின் முடிவை" கட்டாயப்படுத்துவதற்கேற்ற வெல்ல முடியாத நிர்ப்பந்தத்தை பிரிட்டிஷ் சர்க்காருக்கு ஏற்படுத்தும் வகை வழி என்ன? ஆரம்பத்தில் இருந்தே, இந்தப் பிரச்சினைகளில் தெளிவு இல்லை.

பூர்ணசுதந்திரம் இயக்கத்தின் லட்சியமாக வரையறுக்கப் பட்டிருக்கலாம்; பெரும்பான்மையான காங்கிரஸ் அங்கத்தினர்களும், காங்கிரஸ் அறைகூவலுக்கு விடையளித்த பொதுமக்களும் அவ்விதமே கருதியிருக்கலாம். காந்தி - இர்வின் சமரசம் ஏற்படும் தறுவாயில் உயிர்நீத்த மோதிலால் நேருவின் கடைசி வாக்கியங்களைப் பார்த்தால், போராட்டத்தைப் பற்றிய அவர் கருத்தும் அவ்விதமே இருந்ததென்று ஊகிக்க இடம் தருகிறது: "நான் உயிர் நீக்க வேண்டுமானால், சுதந்திர இந்தியாவின் மடியில் இறக்க விரும்புகிறேன்; எனது கடைசி தூக்கத்தை, அடிமை தேசத்தில் அல்ல, சுதந்திர இந்தியாவில் தூங்க விரும்புகிறேன்."

எனினும், காந்தியின் கருத்து இதுவல்ல. "லாகூர் காங்கிரஸ் முடிந்தவுடனே, ஜனவரி மாதம் 9-ம் தேதி "நியூயார்க் ஒர்ல்ட்" பத்திரிகையில், "சுதந்திர தீர்மானத்தைக் கண்டு யாரும் பயப்படவேண்டியதில்லை" என்று அவர் அறிக்கை வெளியிட்டார். (மார்ச் மாதம் வைஸ்ராய்க்கும் இதையே கூறினார்.) ஜனவரி மாதம் 30-ம் தேதி, தன்னுடைய

"யுவ இந்தியா" பத்திரிகையில், சட்டமறுப்பு இயக்கத்தை வாபஸ் செய்ய, பதினொன்று நிபந்தனைகள்கொண்ட திட்டத்தை வெளியிட்டார். (ரூபாயின் வீதாச்சாரம் 1 ஷில்லிங் 4 பென்ஸாயிருக்க வேண்டும், பூரண மதுவிலக்கு, நிலவரி வஜா, ராணுவச் செலவுச் சுருக்கம், அன்னிய துணி இறக்குமதியை கட்டுப்படுத்தி, சுதேசித் துணிக்கு பாதுகாப்பு அளித்தல் முதலிய சீர்திருத்தங்கள் அடங்கியது.) சுதந்திரக் கோரிக்கை ஒரு பேரம் பேசும் கருவிதானென்பதையும், அதிகப்பட்சமாய் விலையைச் சொல்லி பேரம் பேசத் தொடங்கும் கடைத்தெரு வியாபாரியைப்போல, இந்தக் கோரிக்கை போடப்பட்டிருக்கிறதென்றும், உருப்படியான சலுகை அளித்தால், இதை கைவிடலாமென்றும் எதிரிக்கு காண்பிப்பதற்கு, போராட்ட தருவாயில் வெளியிடப்பட்ட இந்த பதினோரு அம்ச அறிக்கை உதவியது.

1930 பிப்ரவரியில் ஸபர்மதியில் கூடிய காங்கிரஸ் கமிட்டி, "மகாத்மா காந்தியிடமும் அவருடன் வேலை செய்யும் சகாக்களிடமும்" மீண்டும் அதிகாரத்தை ஒப்படைத்தது. (காங்கிரஸால் தேர்ந்தெடுக்கப்பட்ட கமிட்டியிடமல்ல) "அஹிம்சையை ஒரு கோட்பாடாக ஏற்றுக்கொள்பவர்களே சட்டமறுப்பு இயக்கத்தை துவக்கி நடத்தவேண்டும்" என்று காரணம் கூறி, இயக்கத்தை நடத்தவேண்டிய அதிகாரம் அவர்களிடம் ஒப்படைக்கப்பட்டது. ஆனால், தேர்ந்தெடுக்கப்பட்ட காங்கிரஸ் தலைமை (அ. இ. கா. க.)யின் திட்டம் எதுவும் இல்லாமல், அவர்களிடம் ஒப்படைக்கப்பட்ட இயக்கத்தின் வகை வழி என்ன? லாகூர் காங்கிரஸை பிரஸ்தாபித்து. சுபாஷ் போஸ் எழுதுவதாவது:-

"தேசத்தில் போட்டி சர்க்காரை அமைப்பதை காங்கிரஸ் தன் நோக்கமாகக்கொண்டு இதற்காக, தொழிலாளர்கள், விவசாயிகள், வாலிபர்கள் ஆகியோரை ஸ்தாபனதீரியாக திரட்டும் கடமையில் ஈடுபடவேண்டுமென்று, இடதுசாரியின் சார்பில் ஆசிரியரால் (சுபாஷ் போஸ்) ஒரு தீர்மானம் பிரேரிபிக்கப்பட்டது. இந்தத் தீர்மானம் தோற்கடிக்கப் பட்டது. ஆகவே, காங்கிரஸ் அதன் நோக்கமாக பூர்ணசுதந்திர லட்சியத்தை ஏற்றுக்கொண்டபோதிலும், அந்த லட்சியத்தை அடைவதற்கு திட்டம் வகுக்கப்படவில்லை;

வரும் வருஷத்துக்கான வேலைத்திட்டமும் நிர்ணயிக்கப் படவில்லை. இதைவிட பரிகசிக்கத்தக்க நிலைமையை கற்பனை செய்ய முடியாது."

(சுபாஷ் போஸ், "இந்தியப் போராட்டம்")

ஜவஹர்லால் நேரு எழுதுகிறார்:-

"இப்பொழுதும் எதிர்காலத்தைப்பற்றி தெளிவில்லா மலிருந்தோம். காங்கிரஸ் மகாநாட்டில் அவ்வளவு உற்சாகம் காண்பிக்கப்பட்ட போதிலும், ஒரு செயல் திட்டத்துக்கு தேசத்தில் என்ன ஆதரவு கிடைக்குமென்று ஒருவருக்கும் தெரியவில்லை. நாங்கள் தீர்மானமாய் இறங்கிவிட்டோம், இனி திரும்பமுடியாது. ஆனால் எங்களுக்கு முன்னாலுள்ள தேசம் புதிய பிரதேசமாயிருந்தது."

(ஜவஹர்லால் நேரு, "சுயசரிதை")

இயக்கத்தின் திட்டத்தை கோரியவர்களை காங்கிரஸ் சரித்திரம் கண்டிக்கிறது:-

"ஸபர்மதியில் கூடியவர்கள் காந்தியை அவருடைய திட்டத்தைப்பற்றி கேட்டார்கள். முதல் மகாயுத்தம் தொடங்கும் தறுவாயில், **கிட்சனர்** பிரபுவையோ (பிரிட்டிஷ் தளபதி) **மார்ஷல் போச்** (பிரெஞ்சு தளபதி) சையோ, **வான்ஹிண்டன்பர்க்** (ஜெர்மன் அரசாங்கத் தலைவர்) கையோ யாரும் கேட்டிருக்கமாட்டார்களென்றாலும், இவர்கள் கேட்டது சரியே. அந்தத் தளபதிகளிடம் திட்டங்கள் இருந்தன; ஆனால் அவர்கள் வெளியிடமாட்டார்கள்; ஆனால் சத்தியாக்கிரகத்தில் அப்படியில்லை. நமது திட்டங்களில் ரகசியம் கிடையாது. ஆனால் அவைகள் தெளிவாகவுமில்லை. மூடுபனி படர்ந்த அதிகாலையில், வேகமாகச் செல்லும் மோட்டாருக்கு, பாதை **கஜத்துக்கு கஜமே** தெளிவாவதைப்போல, சத்தியாக்கிரஹ திட்டங்கள் கொஞ்சம் கொஞ்சமாக வெளியாகும். சத்தியாக்கிரகி அவன் முகத்தில் ஒரு தீபத்தை தூக்கிச் செல்கிறான். அது அவனுடைய அடுத்தபடிக்கு வழி காண்பிக்கிறது."

(காங்கிரஸ் சரித்திரம்)

இவ்விதமாக, அனைத்தும் காந்தியின் இயக்க திட்டத்தைப் பொறுத்திருந்தது. தேசமும் அதன் நலன்களும் அவருடைய கரங்களில் ஒப்படைக்கப்பட்டன.

நோக்கத்தைப்பற்றிய கருத்துக்கு தக்கபடி, ஒன்றுக்கொன்று விரோதமான இரு இயக்கத் திட்டங்கள் சாத்தியமென்பது வெளிப்படை. ஒன்று பிரிட்டிஷ் ஆட்சிக்கு முடிவேற்படுத்தி, பரிபூர்ண சுதந்திரத்தை ஸ்தாபிப்பதற்கு, இந்திய மக்களின் சக்திகள் அனைத்தும் சேர்ந்து உக்ரமான போராட்டம் நடத்துவதாயிருக்க வேண்டும். அல்லது பிரிட்டிஷ் ஆட்சியிலிருந்து இன்னும் நல்ல சலுகைகளைப் பெறுவதற்கு பொதுஜன நிர்ப்பந்தத்தை ஒரு குறிப்பிட்ட அளவுக்கு பயன்படுத்துவ தாயிருக்கவேண்டும். முந்தைய கருத்தே லாகூர் காங்கிரஸ் கருத்தாயிருந்ததென்பது தெளிவு; இந்தியாவின் பொதுமக்களும் அதையே எதிர்பார்த்தார்கள். ஆனால், இது நோக்கமாயிருந்தால், இத்தகைய பிரம்மாண்டமான கடமையை செய்துமுடிக்க வேண்டுமானால், வலுவுள்ள எதிரியை சக்தியற்றவனாக்க வேண்டுமானால், அதிகப்பட்ச சக்திகளை தாக்குதலில் துரிதமாக ஈடுபடுத்தி, பயன்படத்தக்க எதிர் நடவடிக்கைகளை எடுப்பதற்குமுன், எதிரியை அமிழ்த்தி மூழ்கடிப்பதே, வெற்றியடைவதற்கு சந்தர்ப்பமளிக்கும்:- காங்கிரஸின் முழுபலத்தையும் தொழிலாளிவர்க்க இயக்கத்தின் முழுபலத்தையும்கொண்டு பொது **வேலைநிறுத்தத்தை** கொண்டுவருதல்; வரிகொடா, வாடகை கொடா இயக்கத்தில் ஈடுபடுமாறு விவசாயிகள் அனைவரையும் அறைகூவி அழைத்தல்; போட்டி சர்க்காரை ஸ்தாபித்து, அதன் அங்கங்களாகிய கோர்ட்டுகள், தொண்டர் படை முதலியவற்றை தேசம் முழுவதும் ஸ்தாபித்தல். அன்றைக்கு தேசிய உணர்ச்சியும் பொதுஜன உணர்ச்சியும் உச்சநிலையிலிருந்த தருணத்தில், துரிதவேகத்துடனும் உறுதியுடனும் இத்தகைய இயக்கத்தை நடத்தினால், பொதுமக்களை திரட்டி ஏகாதிபத்தியத்தை தனிமைப்படுத்தி, (கார்வாலி கலகம், பெஷாவார், ஷோலாப்பூர் அனுபவங்கள் ஆகியவை இது எவ்வளவு தூரம் சாத்தியமென்பதைக் காட்டின) சுதந்திரத்தை கைப்பற்றுவதற்கு நல்ல சந்தர்ப்பமிருந்தது.

இது காந்தியின் கண்ணோட்டமல்ல. இந்த முறையில் போராட்டம் வளர்ச்சியடைவதை தடுப்பது எப்படி என்பதே அவர் பிரதான பிரச்சினையாயிருந்ததென்பது அப்பொழுதும், அதன் பிறகும் அவர் எழுதியவற்றிலும் பேசியவற்றிலும் தெளிவாகப் பிரதிபலித்தது. 1931 மே மாதத்தில் எழுதிய கட்டுரையில், அஹிம்சைக் கொள்கையிலிருந்து "மயிரளவு" நழுவுவது வெற்றியின் விலையானால்கூட, அந்த வெற்றிக்கு தோல்வியையே விரும்புவேனென்று அவர் விளக்கினார்:-

"அஹிம்சையிலிருந்து ஒரு மயிரிழையளவு நழுவி சந்தேகாஸ்பதமான வெற்றியைப் பெறுவதற்கு, அஹிம்சையில் களங்கம் காணாமல் பரிபூர்ண தோல்வியடைவதை நான் வரவேற்பேன்."

1930 மார்ச்சில், வைஸ்ராய்க்கு எழுதிய கடிதத்தில், போராட்டத்துக்கு உந்தித்தள்ளும் சக்திகளைப் பற்றிய அவருடைய பரிசீலனையையும், அதன் தலைமையை ஏற்றுக்கொண்டதின் நோக்கத்தையும் தெளிவுபடுத்தினார்.

"(நாட்டில்) பலாத்காரத்தின் கட்சி பலம் பெற்றுக் கொண்டிருக்கிறது; அதன் சக்தியை உணரும்படி செய்துவருகிறது..., பிரிட்டிஷ் ஆட்சியின் கட்டுப்பாடான பலாத்கார சக்தியையும் வளர்ந்துகொண்டிருக்கும் பலாத்கார கட்சியுடைய கட்டுப்பாடில்லாத பலாத்காரத்தையும் எதிர்த்து, அந்த சக்தியை (அஹிம்சை) இயங்க வைப்பதே என் நோக்கம். சும்மா உட்கார்ந்துகொண்டிருப்பது, மேற்சொன்ன இரு சக்திகளுக்கும் லகானை அளிப்பதாகும்! (காந்தி, வைஸ்ராய்க்கு கடிதம், 2-3-1930) ஆக, பொது ஜனப்போராட்டம் குமுறியெழும் தருவாயில், காந்தி இரு முனைகளில் போராடப்போவதாய் பிரகடனம் செய்தார். பிரிட்டிஷ் ஆட்சியை எதிர்ப்பது மாத்திரமல்ல; இந்தியாவின் உள் நாட்டு விரோதியையும் எதிர்ப்பது, இந்த இரு முனைப் போராட்ட கண்ணோட்டம் இந்திய பூர்ஷ்வா வர்க்கத்தின் நலன்களுக்கு ஏற்றாற்போலமைந்திருந்தது. ஏகாதிபத்தியத்துக்கும் பொதுஜன இயக்கத்துக்குமுள்ள மோதுதல் வளர்ந்து கொண்டிருப்பதைக் கண்டு, தன் செல்வாக்குக்கும் நலன்களுக்கும் குழி பறிக்கப்படுகிறதென்று அது பயப்படுகிறது. ஆகவே, "மதிகெட்ட முறையில் ஆபத்தை

வரவழைத்துக் கொள்வதாயிருந்த போதிலும்" (காந்தி போராட்டத்துக்கு தலைமை வகிக்க வேண்டுமென்ற நிர்ப்பந்தம் ஏற்படுகிறது. அதன் மூலம் இயக்கத்தை கட்டுப்படுத்தி ("சும்மா உட்கார்ந்திருந்தால் மேற்சொன்ன இரு சக்திகளுக்கும் லகானை அளிப்பதாகும்") ஏகாதி பத்தியத்தையும் பொதுஜன இயக்கத்தையும் அஹிம்சை என்ற மாயாஜாலத்தின் மூலம் சமாதானப்படுத்தப் பார்க்கிறது. எனினும், பிற்காலத்தில் ஸ்பெயினிடம் ஜனநாயக வல்லரசுகள் அனுஷ்டித்த தலையிடா கொள்கையைப்போல, "அஹிம்சை" "ஒரு வழி அஹிம்சை" யாகவே இருந்தது. இந்திய மக்களுக்குத்தான் அஹிம்சை எல்லாம்; ஏகாதி பத்தியத்துக்கல்ல. ஏகாதிபத்தியம் தனது மனப்பூர்வமாய் திருப்தியடையும் வரையில், பலாத்காரத்தை பிரயோகித்து, போராட்டத்தில் ஜெயித்தது.*

இந்தப் போராட்ட கண்ணோட்டத்துக்கு காந்தியின் போர்முறை ஒத்திருந்தது. சுதந்திரப்போரில் வெற்றியடைவதை நோக்கமாகக்கொண்ட தந்திரம் அல்ல அது; மகத்தான புரட்சிப் பேரெழுச்சியின் நடுவே, பொதுஜன இயக்கத்துக்கு தலைமைதாங்கி, அதே சமயத்தில் அதன்பேரில் அதிகபட்ச தடைகளையும் வரம்புகளையும் விதிப்பதையே நோக்கமாகக் கொண்ட சாமர்த்தியமான, திறமைமிக்க போர்த்தந்திரம்

---

* 1930-ல் ஒத்துழையாமை இயக்கத்தை நடத்தியதின் நோக்கத்தை காந்தி தன் கடிதங்களிலும் அறிக்கைகளிலும் தெளிவாக்கியிருக்கிறார். அவருடைய பிரதம சீடர்களில் ஒருவரான காலஞ்சென்ற ஸி. எப். ஆண்ட்ரூஸ் கூறுவதாவது:

"அவருடைய சொந்த நோக்கங்களை விளக்கி பல கடிதங்கள் எனக்கு வந்திருக்கின்றன; அபாயகரமான நடவடிக்கையாகத் தோன்றும் தன் காரணங்களை அவர் பத்திரிகைகளுக்கு விளக்கியிருக்கிறார். உதாரணமாக, இந்திய சர்க்காரின் பலாத்கார கொள்கை தினே தினே வளர்வதால் அதன் எதிர்மறையாக, குறிப்பாக யுவ இந்தியாவில், பலாத்கார சக்தி வளர்ந்துவருகிறது என்று அவர் எனக்கு எழுதியிருக்கிறார். ஒரு அஹிம்ஸா இயக்கம் நடத்துவதன்மூலம், அதில் எவ்வளவு ஆபத்து இருந்தபோதிலும் அவரே தலைமை வகிப்பதன்மூலம், இந்த பலாத்காரத்தைத் தவிர்ப்பது ஒன்றுதான் அத்தகைய நிலைமையை சமாளிக்கும் வகைவழி."

(ஆண்ட்ரூஸ் "ஸ்பெக்டேடர்" பத்திரிகையில், 1930 செப்டம்பர் 27)

அது. இயக்கத்தின் முதல் நோக்கமாக அவர் பொறுக்கியதிலும் அந்த இயக்கத்தை அவர் நடத்தியதிலும் இது அபூர்வமாக வெளிப்பட்டது. அரசாங்கத்தின் உப்பு ஏகபோகத்தை எதிர்த்துப் போராட அவர் தீர்மானித்தார். இயந்திரத் தொழிலாளி வர்க்கம் போராட்டத்தில் ஈடுபடுவதை இது தவிர்த்தது; தொழிலாளி வர்க்கம் ஒன்றைத்தான் அவர் அதிகமாக பயப்படுவதாக காந்தி பல தடவைகள் தெளிவாக்கியுள்ளார். அதே சமயத்தில் இந்தப் போராட்டம் விவசாயிகளுடைய ஆதரவையும் சிரத்தையையும் பெற முடியும்; நிலச்சுவான்தார்களை எதிர்த்து விவசாயிகள் போராட்டம் நடத்துவதையும் தவிர்க்க முடியும். இன்னும் பந்தோபஸ்தாக இருக்கும் பொருட்டு, இந்த இயக்கத்தில் தானும், தன்னால் தேர்ந்தெடுக்கப்பட்ட சீடர்கள் சிலரும்தான் முதலில் கலந்துகொள்ள வேண்டுமென்று தீர்மானித்தார்:-

"என்னைப் பொறுத்தவரையில், ஆசிரமவாசிகள் மூலமாகவும், ஆசிரமத்தின் கட்டுப்பாட்டுக்குட்பட்டு, அதன் முறைகளை கிரஹித்துக்கொண்டுள்ளவர் மூலமாகவுமே இயக்கத்தை தொடங்குவதென்பது என்நோக்கம்."

(யுவ இந்தியா, 27-2-1930).

அதைத்தொடர்ந்து **தண்டியாத்திரை**. காந்தியும், அவரால் பொறுக்கி எடுக்கப்பட்ட எழுபத்தெட்டு சீடர்களும் கடற்கரையிலுள்ள **தண்டி**க்கு யாத்திரை தொடங்கினார்கள். மூன்று வார கால பிரயாணத்தை உலகம் முழுவதிலுமிருந்து வந்த செய்திச் சுருள் காமிராக்கள் படம்பிடித்தன. பொது மக்கள் ஆவலுடன் காத்திருக்க வேண்டியதாயிற்று. அந்த உப்பு யாத்திரைக்கு பத்திரிகை, சினிமா முதலிய சகல ஸாதனங்கள் மூலமும் கிடைத்த பெரிய விளம்பரத்தை தங்கள் போர் முறையின் வெற்றியாக, பொதுமக்களை விழிப்படையச் செய்து திரட்டும் தங்கள் போர்முறையின் வெற்றியாகக் காங்கிரஸ் தலைமையினர் கருதினார்கள். ஆனால், பாமர ஜனங்களிலே பின்தங்கி யுள்ளவர்களை இது விழிப்படையச் செய்தது சந்தேக மில்லாத உண்மை என்றாலும், ஏகாதிபத்திய அதிகாரிகள் இந்த விளம்பரத்துக்கு கொடுத்த அனுமதியும் அளித்த

ஊக்கமும், அவர்களுடைய பிந்திய போக்குக்கு நேர்முரணாக இருந்தது; (போராட்டம் தொடங்குவதற்கு முன்பே, சுதந்திரதினத்துக்கு முன்பே இடதுசாரி தலைவர் சுபாஷ் போஸை கைது செய்ததற்கும் இது நேர்மாறாயிருந்தது). இந்த ஏகாதிபத்திய ஆதரவு ஏகாதிபத்திய சிறுபிள்ளைத் தனத்தையோ, அதன் முக்கியத்துவத்தை அதிகாரிகள் உணராததையோ காண்பிக்கவில்லை. அதற்கு மாறாக, இந்த விளம்பரத்தின் முக்கியத்துவத்தை நன்றாக புரிந்து கொண்டிருந்தது ஏகாதிபத்தியம் பொதுஜன இயக்கத்தை வேறு பாதைகளில் திருப்பிவிடும் காந்தி முயற்சிகளுக்கு நேரடியாக உதவுவதற்கே, உப்பு யாத்திரையைப் பற்றிய விளம்பரத்துக்கு ஊக்கமளித்தது.

எனினும், மூன்று வாரங்கள் முடிந்து, ஏப்ரல் மாதம் 6-ந்தேதி, கடற்கரையில் காந்தி உப்பு காய்ச்சியதும் (அப்பொழுது அவரை கைது செய்யவில்லை.) பொதுஜன இயக்கம் நாடு முழுவதும் கட்டவிழ்த்துக்கொண்டு பாய்ந்தது; ஏகாதிபத்தி யத்தையும் காங்கிரஸ் தலைமையையும் பிரமிக்கவைத்தது. தீங்கில்லாத சில குறிப்பிட்ட விஷயங்களில்தான், உப்பு சட்டத்தை மீறுதல், அன்னிய துணி பகிஷ்காரம், அன்னிய துணிக்கடைகளில் மறியல், அரசாங்ககள், சாராயக் கடைகளில் மறியல் ஆகிய விஷயங்களில்தான் சட்டமறுப்பு இயக்கம் நடத்த வேண்டுமென்று காந்தி கூறியிருந்தார். ஏப்ரல் மாதம் 9-ம் தேதி காந்தி அளித்த உத்தரவுகள், போராட்டத்தைப்பற்றிய அவர் கருத்தை காண்பிக்கின்றன:-

"நமது பாதையை, நாம் முன்னரே வகுத்துவிட்டோம். ஒவ்வொரு கிராமமும் சட்டவிரோதமாக உப்பு தயாரிக்கட்டும். அல்லது சட்ட விரோதமான உப்பைக் கொண்டுவரட்டும். சகோதரிகள் கள், சாராயக்கடைகளையும், அபினிக் கடைகளையும், அன்னிய துணிக்கடைகளையும் மறியல் செய்யவேண்டும். ஒவ்வொரு குடும்பத்திலும், வாலிபர்களும் முதியோரும் தக்ளியைக்கொண்டு தினே தினே நூல்நூற்று குவிக்கவேண்டும். விதேசித் துணியை கொளுத்திவிட வேண்டும். இந்துக்கள் தீண்டாமையை விலக்க வேண்டும். இந்துக்கள், முஸ்லிம்கள், சீக்கியர்கள், பார்ஸிகள், கிறித்தவர்கள் அனைவரும் மனவொற்றுமையை சாதிக்க வேண்டும். மைனாரிட்டிகள் திருப்தியடைந்த பிறகு,

கிடைப்பதைக்கொண்டு மெஜாரிட்டியினர் திருப்தியடையட்டும். மாணவர்கள் அரசாங்க ஸ்கூல்களையும் காலேஜ்களையும் விட்டுவரட்டும். அரசாங்க உத்தியோகஸ்தர்கள் ராஜினாமா செய்துவிட்டு, பொதுஜன சேவையில் ஈடுபடட்டும். அப்பொழுது, சீக்கிரத்திலேயே பூரண சுயராஜ்யம் நமது கதவை இடித்துக்கொண்டு வருவதை நாம் பார்ப்போம்."

ஏப்ரலிலேயே, பொதுஜன இயக்கம் இந்த எளிய வரம்புகளைத் தாண்டிவிட்டது. வேலை நிறுத்தங்கள் குமுறியெழுந்தன; மாபெரும் பொதுஜன ஆர்ப்பாட்டங்கள் நிகழ்ந்தன; வங்காளத்தில், சிட்டகாங் ஆயுதசாலையைக் கைப்பற்றி, ஆயுதங்களை எடுத்துக்கொண்டனர்; பெஷாவரில் நடந்த சம்பவங்களின் விளைவாக, பத்து நாட்களுக்கு அந்த நகரம் ஜனங்கள் வசத்திலிருந்தது; விவசாயிகளுடைய வரிகொடா இயக்கம் பல ஸ்தலங்களில் குறிப்பாக ஐக்கிய மாகாணத்தில் தானாகத் தோன்றியெழுந்தது; சரிவார அடிப்படையில் சமரசம் செய்துவைக்க காங்கிரஸ் ஐக்கிய மாகாணத்தில் முயற்சித்தது; ஆனால், அதன் முயற்சி முறிந்தது.

பெஷாவரில், ஜனங்கள்மீது **கார்வாலி சோல்ஜார்கள்** சுட மறுத்தது எதிர்கால முழுவதுக்கும் முக்கியமான நிகழ்ச்சி. ஸ்தல தலைவர்கள் கைது செய்யப்பட்டதைத் தொடர்ந்து வெகுண்டெழுந்த பொதுஜன ஆர்ப்பாட்டங்களை பணியவைக்க ஆயுதகவச மோட்டார்கார்கள் அனுப்பப்பட்டன, ஒரு கார் தீக்கிரையாயிற்று; அதிலுள்ளவர் தப்பியோடினார்கள். அதன்பின், கூட்டங்கள்மீது நடந்த ஏகதேசமான துப்பாக்கி பிரயோகத்தில் நூற்றுக்கணக்கான ஜனங்கள் இறந்தனர் அல்லது படுகாயமுற்றனர். 18-வது ராயல் கார்வாலி துப்பாக்கிகளின் இரண்டாவது படையின் இரு பகுதிகள், (இவர்கள் இந்து துருப்புகள்) முஸ்லிம் கூட்டத்தின்மீது சுட மறுத்தனர்; கலைந்துபோய், ஜனங்களுடன் சேர்ந்து கொண்டனர்; பலர் தங்கள் ஆயுதங்களை ஜனங்களுக்கு அளித்தனர். இதன்பின் ராணுவமும் போலீஸும் பூரணமாக பெஷாவரிலிருந்து வாபஸாயிற்று. ஏப்ரல் 25 முதல் மே 4 வரை, நகரம் ஜனங்கள் கையில் இருந்தது. அதன்பின், ஆகாய விமான படைகளுடன் பிரிட்டிஷ் படைகள் "பெஷாவரை திரும்பப் பிடிக்க" ஒருமிக்க பாய்ந்தன; அவர்களுக்கு

எதிர்ப்பு இல்லை. அரசாங்கம் சம்பவத்தைப்பற்றி விசாரணை நடத்த வேண்டுமென்ற கோரிக்கைகளை நிராகரித்தது. கார்வாலி படையினரில் 17 பேர்க்கு ராணுவ விசாரணையில் மிருகத்தனமான தண்டனைகள் அளிக்கப் பட்டன, ஒருவருக்கு ஆயுள் தண்டனை, தீவாந்திர சிட்சை; ஒருவருக்கு 15 வருட கடுங்காவல் 15 பேருக்கு 3 முதல் 10 வருஷம் சிறை தண்டனை.

தங்கள் சொந்த தேசத்தினர்மீது சுட மறுத்த கார்வாலி சோல்ஜர்களின் உதாரணம், குறைந்தபட்சமாக மதிப்பிட்டால் கூட, அஹிம்சையின் வெற்றியாக கருதப்படலாம்; ஆகவே காந்தி அதை இதயபூர்வமாக ஆதரிக்கவேண்டுமென்று நினைக்கலாம். எனினும், காந்தியின் அபிப்ராயம் இதுவல்ல. இந்த அஹிம்சை பிரிட்டிஷ் ஆட்சியின் அஸ்திவாரத்தை உண்மையிலேயே பயமுறுத்தியது. இர்வின் - காந்தி ஒப்பந்தத்தில், அரசியல் கைதிகள் விடுதலை ஷரத்தில், கார்வாலி கைதிகள் குறிப்பாக விலக்கப்பட்டது. பல சிறிய பயங்கர செயல்களைப்பற்றியும் அவை தேசிய உணர்ச்சியைத் தட்டி எழுப்பியதைப்பற்றியும் காங்கிரஸ் சரித்திரம் விவரமாக எழுதியிருக்கிறது. ஆனால் கார்வாலி வீரர்கள் சம்பவம் அதில் பிரஸ்தாபிக்கப்படவேயில்லை. கார்வாலி வீரர்கள் நீண்ட காலம் தண்டனைகளை அனுபவிக்கும்படி விடப்பட்டனர்; 1937-ம் வருட பின் பகுதியில்தான், காங்கிரஸ் மந்திரிகளுடைய செல்வாக்கின் மூலம் அவர்கள் விடுதலை செய்யப்பட்டனர். அவர்களுடைய நினைவு பொதுமக்களின் இதயங்களில் பசுமையாக இருக்கிறது. சுதந்திர இந்தியாவின் எதிர்கால சரிதையில், பல அரசியல்வாதிகள் நினைவு மறைந்து போகும்; ஆனால் இந்த வீரர்களுடைய நினைவு உச்சிமேல் வைத்து மெச்சப்படும். லண்டனில் நடந்த வட்டமேஜை மகாநாட்டுக்கு விஜயம் செய்தபோது, தன்னை பேட்டிகண்ட ஒரு பிரெஞ்சுக்காரரிடம், கார்வாலி வீரர்களைதான் விரும்பாத காரணங்களை, காந்தி விளக்கினார்:-

"சுடவேண்டுமென்ற உத்தரவை மீறும் சோல்ஜர் தனது விசுவாச பிரதிக்ஞையை மீறுகிறான்; கீழ்ப்படிய மறுத்த குற்றத்துக்கு உள்ளாகிறான். அதிகாரிகளையும் சோல்ஜர் களையும் கீழ்ப்படிய மறுக்குமாறு நான் கூறமுடியாது. ஏனென்றால், நான் அதிகாரத்திலிருக்கும்போது, அதே

அதிகாரிகளையும் வீரர்களையும் அநேகமாக உபயோகிப்பேன். கீழ்ப்படிய மறுப்பதற்கு நான் அவர்களுக்குக் கற்றுக்கொடுத் தேனானால், நான் அதிகாரத்திலிருக்கும்போது அவர்கள் அதையே செய்வார்களென்று நான் பயப்படவேண்டும்."

(காந்தி, பிரெஞ்சு பத்திரிகையாளர் **சார்லஸ் பிட்ராஸ்** என்பவருக்கு அளித்த பதில், 'மோண்டி' பத்திரிகை, 20-2-1932)

இந்த வாக்கியங்கள் (காந்தியைப் போற்றும் ஒவ்வொரு பாஸிபிஸ்ட்டும் இதைப் படித்தறியவேண்டுமென்று சிபாரிசு செய்யலாம்) முந்தைய பர்தோலி முடிவைப் போலவே, "அஹிம்சை"யின் உண்மையான அர்த்தத்தை பளிங்குபோல் தெளிவாக்குகிறது.

பொதுஜன இயக்கம் அதற்கு வகுக்கப்பட்ட எல்லைகளை தாண்டிவிட்டதென்பது தெளிவானவுடன், வெளியிலிருந்த காந்தியின் செல்வாக்கு க்ஷீணிக்கும் அபாயம் ஏற்பட்டதும், மே மாதம் 5-ம் தேதி, அரசாங்கம் காந்தியை கைது செய்தது. அரசாங்க அறிக்கை, காந்தி கைதுசெய்யப்பட்டது சரியானதென்பதற்கு கீழ்க்கண்டவாறு காரணம் கூறியது:-

"இந்தப் பலாத்கார சம்பவங்களைப்பற்றி காந்தி வருத்தம் தெரிவித்தபோதிலும், அவரைப் பின்பற்றுபவர்கள் அடங்கி நடக்கவில்லை; அவருடைய கண்டனங்களுக்கு அவர்களிட முள்ள செல்வாக்கு குறைந்துகொண்டே வருகிறது. அவர்களை அவரால் கட்டுப்படுத்த முடியவில்லையென்பது வெளிப்படை.... அவர் பாதுகாப்பிலிருக்கும்போது, அவருடைய தேக சுகத்துக்கும் சௌகரியத்துக்கும் ஒவ்வொரு வசதியும் செய்யப்படும்."

அகில இந்தியாவிலும் நிகழ்ந்த பொதுஜன ஹர்த்தால்களும் பொது வேலைநிறுத்தங்களும் இதற்கு விடையளித்தன. 1,40,000 பேர் வசிக்கும் ஷோலாப்பூர் என்ற தொழில்நகரத்தில், 50,000 பேர் பஞ்சாலைத் தொழிலாளர்கள்; தொழிலாளர்கள் ஒருவார காலம் நகரத்தை தம் வசப்படுத்திக்கொண்டார்கள். போலீஸை நீக்கிவிட்டு, மே 12-ல் ராணுவ ஆட்சி பிரகடன மாகும் வரையில், தங்கள் சொந்த நிர்வாகத்தில், நகரத்தை வைத்திருந்தார்கள். "தன்னுடைய சொந்த ஆட்சியை

ஸ்தாபிக்க விரும்பும் ஜனக்கூட்டத்திடம் காங்கிரஸ் தலைவர்கள்கூட தங்கள் செல்வாக்கை இழந்துவிட்டனர்" என்று 1930 மே 14-ல், **லண்டன் டைம்ஸ்** நிருபர் ரிப்போர்ட் செய்தார். "அவர்கள் நிர்வாகப் பொறுப்பை மேற்கொண்டார்கள்; தங்களுடைய சொந்த சட்ட திட்டங்களை ஸ்தாபிக்க முயன்றார்கள்" என்று பூனா **ஸ்டார்** பத்திரிகை கூறியது. பரிபூர்ண ஒழுங்கு பாதுகாக்கப்பட்டதென்பதற்கு அக்காலத்திய சாட்சியம் அத்தாட்சியாக விளங்குகிறது.

ஏகாதிபத்திய அடக்குமுறை எல்லையற்றிருந்தது, அவசரச் சட்டங்கள் ஒன்றன்பின் ஒன்றாகத் தொடர்ந்து வந்தன. ராணுவ ஆட்சியை ஒத்த நிலைமை சிஷ்டிக்கப் பட்டது. ஜூன் மாதத்தின், காங்கிரஸும் அதன் கிளைகளும் சட்டவிரோதமாக்கப்பட்டன. 1931-ம் வருஷ வசந்த காலத்தில் காந்தி - இர்வின் ஒப்பந்தம் ஏற்படும்வரையில், ஒரு வருஷத்துக்கும் குறைவான காலத்தில், 60,000 சத்தியாக்கிரஹிகள் தண்டிக்கப்பட்டதாக அதிகாரவட்டார புள்ளிவிவரங்கள் கூறுகின்றன. பயமுறுத்தல், கலகம், கலவரம் முதலிய குற்றங்களுக்காக தண்டிக்கப்பட்ட ஏராளமான ஜனங்கள் இக்கணக்கில் சேரவில்லை, அரசாங்கம் அரசியல் கைதிகளாய் அங்கீகரித்தவர்களின் தொகையே இது. "1930-31-ல், பத்துமாத காலத்துக்குள் 90,000 ஆண் பெண் குழந்தைகள் தண்டிக்கப்பட்டனர்" என்று காங்கிரஸ் சரித்திரம் கூறுகிறது. இவையெல்லாம், தொழிற்கட்சி பிரிட்டனில் ஆட்சி செய்துகொண்டிருந்தபோது நடந்தன. 1930 ஏப்ரல் 27-ம் தேதி, பிரிட்டிஷ் பிற்போக்காளர் பத்திரிகையான அப்ஸர்வர், தொழிற்கட்சி பதவியிலிருப்பது "தெய்வாதீனமான சம்பவம்" என்றும், "இந்தியாவை முன்னிட்டு, தொழிற்கட்சி மந்திரி சபையை அதிகாரத்தில் வைத்திருப்பது அத்தியாவசியம்" என்றும் கூறியதில் வியப்பில்லை.

சிறைப்படுத்துவதென்பது அடக்குமுறையின் சாமானியமான உருவம், சிறைகளெல்லாம் நிரம்பிவிட்டன. ஏகதேசமாய் கைது செய்வதன்மூலம் இயக்கத்தை தடுக்க முடியாதென்பது தெளிவாகிவிட்டது. ஆகவே, சரீரவதை பிரதான ஆயுதமாயிற்று. தான்தோன்றித்தனமான தடியடிப் பிரயோகங்கள்,

பலாத்காரம், நிராயுதபாணிகளின் கூட்டத்தின் மேல் துப்பாக்கி பிரயோகம் செய்து ஆண்களையும் பெண்களையும் கொலைசெய்தல், சித்திரவதை செய்தல், தண்டனை, படையெடுப்புகள் ஆகியவை மாமூலாயின*. இவை வெளிவரா மலிருப்பதற்கு, செய்தித் தணிக்கை கண்டிப்பாயிருந்தது. ஆனால் காங்கிரஸ் ஜாக்கிரதையாய் வைத்திருக்கும் தஸ்தவேஜிகள் பாரதம் பாரதமாக அளிக்கும் நிரூபிக்கப்பட்ட உண்மைகளும் சம்பவ விவரங்களும், அடக்குமுறையின் மிருகத்தனத்தை ஓரளவு உணர்த்துகின்றன.

எனினும், அதிகாரிகளுடைய ஒவ்வொரு கணிப்பையும் மீறி, அடக்குமுறையையும் பொருட்படுத்தாமல் வளர்ந்த இயக்கத்தின் சக்தியைக் கண்டு, ஏகாதிபத்திய முகாமில் நடுநடுக்கம் ஏற்பட்டது. 1930 கோடையில், பகிஷ்காரத்தால் வெகுவாக பாதிக்கப்பட்ட பிரிட்டிஷ் வர்த்தக வர்க்கம் இந்த நடுநடுக்கத்தை பகிரங்கமாக பிரதிநிதித்துவப்படுத்தியது. இயந்திரத் தொழிலாளி வர்க்கத்தின் நடுநாயகமான பம்பாயில், அடக்குமுறை மிகவும் கொடூரமாக இருந்த பம்பாயில், இயக்கமும் பலமாக இருந்த பம்பாயில், போலீஸ் பலாத்காரம் தலைவிரித்தாடிய போதிலும், கலைந்து போகும்படி காங்கிரஸ் தலைவர்கள் கெஞ்சியபோதிலும் காங்கிரஸ் கொடிகள், செங்கொடிகள் சகிதமாக ஜனங்கள் மீண்டும் மீண்டும் ஆர்ப்பாட்டம் செய்து தெருக்களை கைப்பற்றிய பம்பாயில், பிரிட்டிஷ் வர்த்தக வர்க்கத்தின் பீதி அதிகமாயிருந்தது. “கல்கத்தாவிலிருந்தும் இதர பெரிய நகரங்களிலிருந்தும் வரும் பார்வையாளர்கள் பம்பாய் தாழ்த்தப்பட்டிருக்கும் நிலைமையைக்கண்டு மலைத்துப் போகின்றனர்” என்று, ஜூன் 29-ல் அப்ஸர்வர் நிருபர் எழுதினார். “ராணுவமும் ஆயுத போலீஸும் இல்லாவிட்டால், ஒரு நாளில் பம்பாய் சர்க்கார் கவிழ்க்கப்பட்டிருக்கும்; எல்லோருடைய அங்கீகாரத்தையும் பெற்று, காங்கிரஸ் நிர்வாகத்தை மேற்கொண்டிருக்கும்” என்று ஜூலை மாதம்

* 1930-ம் வருஷம் ஜூலை மாதம் 14-ம் தேதி, மத்திய சட்டசபையில் அரசாங்க தரப்பினர் அளித்த பதிலின்படி, 1930 ஏப்ரல் முதல் தேதி முதல் ஜூலை 14வரை, 24 துப்பாக்கிப் பிரயோகங்கள் நடந்தன. 103 பேர் கொல்லப்பட்டனர். 420பேர் காயமடைந்தனர்.

5-ம் தேதி ஸ்பெக்டேடர் பத்திரிகையில் (பிரிட்டிஷ் டோரி பத்திரிகை) பிரசுரிக்கப்பட்ட "பம்பாய் கடிதம்" கூறியது. பம்பாயில், இந்திய முதலாளிகளுடன் பிரிட்டிஷ் முதலாளிகளும் சேர்ந்துகொண்டு மில் முதலாளிகள் அஸ்ஸோஸியேஷன் (இதில் மூன்றில் ஒருவர் ஐரோப்பியர்) மூலமாகவும், வர்த்தக சபை மூலமாகவும், டொமினியன் அந்தஸ்து அடிப்படையில் இந்தியாவுக்கு உடனடியாக சுயாட்சி அளிக்கவேண்டுமென்று கோரினர். மத்திய பார்லிமெண்டரி சர்க்கார் ஏற்படவேண்டுமென்று **டைம்ஸ் ஆப் இந்தியா** (பம்பாயிலிருந்து வெளிவந்த பிரிட்டிஷ் ஏகாதிபத்திய முதலாளி பத்திரிகை) கூக்குரலிடும் அதிசயமான காட்சியைக் கண்டோம். ஜூலை மாதம் 6-ம் தேதி, இந்தியாவிலுள்ள "ஐரோப்பியர்களின் மனச்சோர்வை"ப் பற்றிய அப்ஸர்வர் அச்சத்துடன் எழுதியது:-

"**கல்கத்தா ஸ்டேட்ஸ்மன்** பத்திரிகையைத் தவிர, பாக்கி இடங்களில் தோல்வி மனப்பான்மை பரவியிருந்தது. பகிஷ்காரம் முதலிய தற்காலிகத் தீமைகளை உடனடியாகப் போக்குவதற்கு பதிலாக சாசுவத அரசியல் சரணாகதிகளைச் செய்வதற்கு கல்கத்தாவிலும் பம்பாயிலுமுள்ள பிரிட்டிஷ் முதலாளிகள் காங்கிரஸ் வட்டாரங்களுடன் பேச்சுவார்த்தை நடத்துவதாக நம்பத்தகுந்த வதந்திகள் உலாவின...... ஐரோப்பியர்களுடைய மனச்சோர்வு.... ஆனால் இந்த மனச்சோர்வு பொதுப்படையானதல்ல; கல்கத்தாவில், இதை எதிர்க்கும் அபிப்ராயம் பலமாக இருக்கிறது."

(அப்ஸர்வர், 6-7-1930).

ஆகஸ்ட் மாதத்தில், அப்ஸர்வரின் கல்கத்தா நிருபர் "பம்பாயில் பலவீனம்" என்ற தலைப்பில் பின்வருமாறு ரிப்போர்ட் செய்துகொண்டிருந்தார்:-

"பிரிட்டிஷ் நிர்வாகத்திலுள்ள சில மில்கள் காங்கிரஸ் நிபந்தனைகளை ஒப்புக்கொள்ளவேண்டி ஏற்பட்டதென்று பம்பாயிலிருந்துவரும் செய்தி இங்கு திடுக்கிடவைத்தது. ஐரோப்பிய அஸ்ஸோஸியேஷனின் பம்பாய் கிளை, இந்திய அபிப்ராயம் ஒப்புக்கொள்ளாத காரணத்தால், ஸைமன் கமிஷன் ரிப்போர்ட்டைப்பற்றி அபிப்ராயம் கூறமறுத்து மெஜாரிட்டி முடிவெடுத்ததும் இங்கு திடுக்கிடவைத்தது.

பம்பாய் கிளை வட்டமேஜை மகாநாட்டுக்கு நியமித்திருந்த தன் அபேட்சகரையும் வாபஸ் வாங்கிவிட்டது."

(24-8-1930, அப்ஸர்வர்)

ஆக, ஜபர்தஸ்தும் அடக்குமுறையும் அரசுபுரிந்தபோதிலும், பீதிக்கொப்பான "தோல்வி மனப்பான்மை'யும் "மனச்சோர்வு"ம் ஏகாதிபத்திய முகாமிலேயே தோன்றியது; எவ்வகையிலாயினும், ஒரு சமரஸத்துக்கு பேச்சுவார்த்தை நடத்துவது ஏகாதிபத்தியத்துக்கு அவசியமாயிற்று. இந்திய மக்களுடைய போராட்டத்தின் அடிப்படையில், தியாகத்தின் அடிப்படையில், காங்கிரஸ் தலைமையின் பேரசக்தி அதிகமாயிற்று. மிதவாத தேசியத் தலைமை பொதுஜனப் போராட்டத்தின் விஸ்தரிப்பையும், அதனால் ஏற்படக்கூடிய விளைவுகளையும் கண்டு உண்மையாகவே பயப்படுகிறதென்பதை ஏகாதிபத்தியம் அறிந்திருந்தது. மிதவாத தேசியத் தலைமைதான் ஏகாதிபத்தியத்தை காப்பாற்றுவதற்கு ஒரே நம்பிக்கையாயிருந்தது. 1930 செப்டம்பர் மாதத்தில் காந்தியை பேட்டி கண்ட பின்னர், பிரிட்டனிலுள்ள **பர்மிங்ஹாம் ஸெல்லிஓக்** கல்லூரியில் சர்வதேச உறவுகள் பேராசிரியராயிருந்த **அலெக்ஸாண்டர்** காந்தியின் கருத்துக்களைப்பற்றி பின்வருமாறு ரிப்போர்ட் செய்தார்:-

"சிறையின் தனிமையில்கூட, இத்தகைய மனக்கசப்பு வளர்ந்துகொண்டிருக்கிறதென்று அவர் நன்கு உணர்ந்திருக்கிறார். அந்தக் காரணத்துக்காகவே, எவ்வளவு சீக்கிரத்தில், நேர்மையாக ஏற்படுமோ அவ்வளவு சீக்கிரத்தில், சமாதானமும் ஒத்துழைப்பும் மீண்டும் ஏற்படுவதை அவர் வரவேற்பார். . அவருடைய செல்வாக்கு இன்னும் மகத்தானதாயிருக்கிறது. ஆனால் இன்னும் அபாயகரமான சக்திகள், கட்டுப்படுத்த முடியாத சக்திகள் தினந்தோறும் பலம்பெற்று வருகின்றன."

("காந்தியின் தற்கால கண்ணோட்டம்" - ஸ்பெக்டேடர் 3-1-1931)

இவ்விதமாக, இருபுறத்திலும் பயம் அதிகமாயிற்று. இந்த பரஸ்பர பயத்தின் அடிப்படையில், இந்திய மக்களுக்கு எதிராக ஒரு சமரசத்துக்கு வருவது சாத்தியமாயிற்று.

1930 இலையுதிர் காலத்தில் பேச்சுவார்த்தைகள் தொடங்கின; ஆனால் வீணாயிற்று. 1931 ஜனவரியில் 20-ல், வட்டமேஜை

மகாநாட்டில், பிரிட்டிஷ் பிரதம மந்திரி **மாக்டொனால்ட்** கீழ்க்கண்டவாறு பிரகடனப்படுத்தினார்:-

"பிரிட்டிஷ் காமன்வெல்த்தின் தேசங்களிடையே டொமினியன் அந்தஸ்தைப் பெறுவதற்கு தேவையாயுள்ள ஒரே விஷயத்தை நமது உழைப்பின்மூலம் இந்தியா பெறுமென்று நான் பிரார்த்திக்கிறேன். அதாவது, பொறுப்பு வாய்ந்த சுயாட்சியின் பொறுப்பும் கவலையும் சுமையும் கஷ்டங்களும் மாத்திரமல்ல, அதன் பெருமிதமும் கௌரவமும்கூட" (பெறவேண்டும்)

இவ்விதமாக, சக்கர வட்டமான வாக்கியங்களில் தலைமையை வசியப்படுத்த இரைகாட்டப்பட்டது. பின்னர் நிகழ்ந்த சம்பவங்கள் காண்பித்ததைப்போல, இந்தச் சக்கரவட்டமான வார்த்தைகள் நடைமுறையில் சர்க்காரை எந்த விதத்திலும் கட்டுப்படுத்தவில்லை. காங்கிரஸ் கலந்துகொள்வதற்கு வசதி செய்யும்பொருட்டு வட்டமேஜை மகாநாடு ஒத்திவைக்கப்பட்டது.

1931, ஜனவரி மாதம் 26-ம் தேதி, காந்தியும் காரியக் கமிட்டியும் நிபந்தனையின்றி விடுதலை செய்யப்பட்டனர். கூடுவதற்கு உரிமையளிக்கப்பட்டனர். "திறந்த மனதுடன்" சிறையை விட்டு வருவதாக காந்தி கூறினார். நாட்பட்ட பேச்சுவார்த்தைகள் தொடர்ந்தன. மார்ச் மாதம் 4-ம் தேதி, இர்வின் - காந்தி ஒப்பந்தம் கையெழுத்தாயிற்று. தற்காலிகமாக போராட்டம் நிறுத்திவைக்கப்பட்டிருப்பதாக பிரகடனப் படுத்தப்பட்டது.

இர்வின் - காந்தி ஒப்பந்தம் காங்கிரஸ் போராட்டத்தின் நோக்கங்களில் ஒன்றைக்கூட பூர்த்திச் செய்யவில்லை. (உப்பு வரிகூட ரத்தாகவில்லை) சட்டமறுப்பு இயக்கம் வாபஸ் செய்யப்படவேண்டும். பகீஷ்கரிக்கப் போவதாக சபதமெடுத்த அதே வட்டமேஜை மகாநாட்டில் காங்கிரஸ் கலந்துகொள்ள வேண்டும். சுயாட்சியடைய ஒரு உருப்படியான நடவடிக்கை கூட உத்தரவாதம் செய்யப்படவில்லை. "இந்தியர் பொறுப்பு வகிக்கும்" சமஷ்டி அரசியல், வட்டமேஜை மகாநாட்டின் விவாதத்துக்கு அடிப்படையாயிருக்கும்; ஆனால் அதில் "இந்தியாவின் நலன்களை முன்னிட்டு பாதுகாப்புகள்

ஒதுக்கி வைக்கப்படும்.” அவசரச் சட்டங்கள் வாபஸாகும்; அரசியல் கைதிகள் விடுதலை செய்யப்படுவார்கள்; ஆனால் 'பலாத்கார' குற்றத்துக்காகவோ, “பலாத்காரத்தை தூண்டிவிட்ட” குற்றத்துக்காகவோ தண்டிக்கப்பட்டவர்களும், உத்தரவுகளை மீறிய குற்றத்துக்காக தண்டிக்கப்பட்ட சோல்ஜர்களும் விடுதலையாகமாட்டார்கள். அன்னிய சாமான்களை பகிஷ்கரிப்பது அனுமதிக்கப்படும்; ஆனால் அரசியல் காரணங்களுக்காகக் கூடாது, பிரிட்டிஷ் சாமான்களை மாத்திரம் பகிஷ்கரிக்கக்கூடாது, “பலாத்காரம், பயமுறுத்தல், தடுத்தல், விரோதமான ஆர்ப்பாட்டம், பொதுஜனங்களுக்கு இடையூறு” ஆகிய வகை வழிகளில் மறியல்செய்து பகிஷ்கரிக்கக்கூடாது. இவ்விதமே, சகல ஷரத்துகளும் ஒரு கையால் அளித்ததை இன்னொரு கையால் பறித்தன. அன்னிய துணியை சாத்வீக பகிஷ்காரம் செய்யும் உரிமையே அதிகபட்சமாய் கிடைத்த லாபம்; ஒப்பந்தம் செய்துகொண்ட இந்திய தரப்பினரின் நலன்களை தெளிவாகக் காண்பித்த திட்டவட்டமான அம்சம் இது.

முன்னால் சட்ட விரோதமான ஸ்தாபனமென்று பிரகடனப்படுத்தி, அழிப்பதற்கு முயன்ற அதே தேசிய காங்கிரஸின் தலைவருடன் பகிரங்கமாக ஒப்பந்தத்தில் கையொப்பமிடும்படி பிரிட்டிஷ் சர்க்கார் கட்டாயப்படுத்தப் பட்டதென்ற உண்மை தேசிய இயக்கத்தின் பலத்தை நன்கு காட்டியதென்பதில் சந்தேகமில்லை. நிகழ்ச்சிகளைப் புரிந்துகொண்டு, எல்லாப் போராட்டமும் தியாகமும் பேரம் பேசும் மேஜையில் தூரத்தள்ளப்பட்டதைக் கண்ட அரசியல் போதம்பெற்ற பகுதிகளைத் தவிர, மீதிப் பேரிடம் இந்த உண்மை (பிரிட்டன் காங்கிரஸுடன் உடன்படிக்கை செய்யவேண்டி ஏற்பட்ட உண்மை) முதலில் ஒரு வெற்றி உணர்ச்சியையும் மகிழ்ச்சியையும் அளித்தது. மெதுவாகத்தான், ஷரத்துகளின் அர்த்தம் புரியத் தொடங்கியபின்னே லாபம் பூஜ்யம் என்ற விஷய ஞானம் உதயமாயிற்று. லாகூரில் உரக்கக் கூவப்பட்ட பூரண சுதந்திர நோக்கங்களெல்லாம், ஏகாதிபத்தியத்துடன் சமரசம் செய்வதில்லையென்ற பேச்செல்லாம் புகைந்து போய்விட்டது. காங்கிரஸ் சம்மதம் பெறாமல், காங்கிரஸுக்குப் பின்னால், அளிக்கப்பட்ட சமரச சரணாகதித் திட்டமான காந்தியின் 11 அம்சங்களும்

மாயமாய் மறைந்தன; அவற்றில் ஒன்றுகூட பூர்த்தியாகவில்லை. முந்தி கலந்துகொள்ள மறுத்த வட்டமேஜை மகாநாட்டில் கலந்துகொள்வதற்கு காங்கிரஸ் இணங்க வேண்டியதாயிற்று. போராட்டமில்லாமலேயே இதில் கலந்துகொண்டிருக்கலாம். (ஆரம்பத்திலிருந்தே இதை மாத்திரம் கோரியிருந்தால், மகாநாட்டில் அதிக பிரதிநிதித்துவம் பெற்றிருக்கலாம்).

இவ்வாறாக, இர்வின் - காந்தி ஒப்பந்தம் பர்தோலி அனுபவத்தை இன்னும் விரிவான அளவில் மீண்டும் நிகழ்த்தியது. மீண்டும், திடீரென்று யாதொரு காரணமு மில்லாமல், சிகரத்தை அடைந்துகொண்டிருக்கும் இயக்கத்துக்கு 'பிரேக்' போடப்பட்டது. ("நமது இயக்கம் வீழ்ச்சியடையும் தறுவாயிலிருந்ததென்று சொல்வது தவறு; தளர்ச்சிக் குறிகளே இயக்கத்தில் காணப்படவில்லை" - காந்தி, ஒப்பந்தகால நிலைமையைப்பற்றி; 20-2-1932 **மோண்பேக்கு** பேட்டி). "இத்தகைய வெற்றி வேறு எந்த வைஸ்ராயையும் அனுக்கிரகிக்கவில்லை" என்று ஏகாதிபத்திய **டைம்ஸ்** (மார்ச் 5-ம் தேதி) ஆனந்தக் கூத்தாடியது. "காங்கிரஸ் வெற்றியடைய முயற்சிக்கவே இல்லை" என்று ஒப்பந்தத்தைப் பார்த்து பிரமித்து நின்ற பத்திரிகையாளர்களுக்கு விடுத்த அறிக்கையில் காந்தி கூறினார்; அவர் போர் முறையின் உண்மையை இந்த வாக்கியம் சுருங்கச்சொல்லி விளங்கவைக்கிறது. பின்னால், தன் கருத்தை இன்னும் விவரமாக விளக்கினார். "ஒரு சுயராஜ்ய அரசியல் பெறவேண்டுமென்ற முயற்சியை தற்காலம் நாம் கைவிட்டுவிட வேண்டும்; அரசியல் அதிகாரம் இல்லாமலேயே நாம் நமது லட்சியத்தை அடைய முடியும்" என்று 1931 ஜூனில் **யுவஇந்தியா**வில் எழுதினார். மார்ச் மாதம் 6-ம் தேதி, பத்திரிகையாளர்களுக்கு அளித்த பேட்டியில் இதையே வேறுவிதமாக விளக்கினார்: "தனக்குள்ளே கட்டுப்பாடாக தன்னரசு" செலுத்துவதுதான் பூரண சுயராஜ்யம்; "இங்கிலாந்துடன் சகவாசம்" கூடாதென்று இதற்கு அர்த்தமே யில்லை. ("சகவாசம்" மென்மையானது; குறிப்பாக, துப்பாக்கிக் கூர்முனையிலுள்ள சகவாசம் எவ்வளவு மென்மையானது!) இவ்விதமாக, வேதாந்த சந்தேக நிவாரண விசாரணைமூலமும், சட்டவியாக்கியானம்மூலமும், லாகூரில் பிரகடனப்படுத்தப்பட்ட தீர்க்கமான நோக்கமான பூர்ண

சுதந்திரத்தை ("பிரிட்டிஷ் ஆதிக்கத்திலிருந்தும் பிரிட்டிஷ் ஏகாதிபத்தியத்திலிருந்தும் பரிபூரண விடுதலை") குழப்புவதற்காக, ஒரு பக்கத்தில் காந்தியும் மறுபக்கத்தில் மாக்டொனால்டும் சொற்றொடர்களை கொட்டியளந்தார்கள். கடைசியில், முதற் பரிசை காந்திக்கு கொடுப்பதா, மாக்டொனால்டுக்கு கொடுப்பதா என்று அறிவதே கஷ்டமாக முடிந்தது. சரணாகதியையும் அடிமைத்தனத்தையும் பற்றிய உண்மைகளை வானத்தில் சஞ்சரிக்கும் ஆத்மீக விசாரணையிலும், திகைக்கவைக்கும் பதப்பிரயோகங்களிலும் மூடிமறைக்கும் கலையில் இருவரும் விற்பன்னர்கள்.

அதே மாதத்தில், அவசர அவசரமாக கூட்டப்பட்ட கராச்சி காங்கிரஸ் ஒப்பந்தத்தை ஒருமுகமாக ஊர்ஜிதம் செய்தது. அந்த தீர்மானத்தை பிரேரிக்கும் வேலை நேருவுக்கு அளிக்கப்பட்டது.

"மனத்தில் பெரிய மோதுதலும், சரீரத்தில் கஷ்டமும் இல்லாமல்" அந்த வேலையைச் செய்யமுடியவில்லை என்று அவர் கூறுகிறார். "ஒரு வருஷ காலமாக நமது மக்கள் வீரத்துடன் நடந்துகொண்டது இதற்காகத்தானா? நமது வீர வார்த்தைகளும் தீரச் செயல்களும் இப்படியா முடியவேண்டும்?" என்று அவர் நினைத்தார். எனினும், தனது அபிப்பிராய பேதத்தை வெளியிடுவது "சுய மமதை"யாகுமென்று எண்ணினார். ஒப்பந்தத்தைத் தீவிரமாகக் கண்டித்த சுபாஷ் போஸ், காங்கிரஸில் ஒப்பந்தத்தை எதிர்ப்பது சாத்தியமில்லை என்றெண்ணினார்; ஏனென்றால், தேசிய ஒற்றுமையில் பிளவு ஏற்பட்டிருப்பதாக தோன்றுமென்று கருதினார். நேருவின் கணிப்புப்படி, இந்த ஒப்பந்தத்துக்கு "செல்வாக்கு இல்லை". ஆனால் காங்கிரஸில் அதை எதிர்ப்பதற்கு சில குரல்களே எழுந்தன. காந்தியைத் தவிர வேறு யாராவது இந்த ஒப்பந்தத்தைக்கொண்டு வந்திருந்தால் அவரைக் கடலில் தூக்கி எறிந்திருப்போமென்று ஒரு பிரதிநிதி கூறினார். ஆனால் பொது மகாநாடுகளில் இவ்வளவு தீர்க்கமாக அபிப்பிராயம் கூறப்பட்டது அபூர்வமே. கண்டிதமான காங்கிரஸ் இயந்திரத்துக்கும் பொதுஜன இயக்கத்துக்குமிடையே வெடிப்பு ஏற்பட்டிருப்பதை கராச்சி காங்கிரஸ் சுட்டிக்காண்பித்தது. ஒப்பந்தத்தை எதிர்ப்பவர்கள்

"பொது ஜனங்களிடம், குறிப்பாக வாலிபர்களிடம் அதிக ஆதரவு பெற்றிருந்தபோதிலும், காங்கிரஸில் வோட்டளிக்கக் கூடிய தேர்ந்தெடுக்கப்பட்ட பிரதிநிதிகளிடம் அவ்வளவு ஆதரவு பெற்றிருக்கமுடியாது" என்று சுபாஷ் போஸ் குறிப்பிடுகிறார். பொதுஜனங்களிடையேயுள்ள "அதிக ஆதரவை" காங்கிரஸில் எதிரொலிப்பதற்கு ஒரு குரல்கூட இல்லை. கராச்சி காங்கிரஸில், இடதுசாரி தேசியத்துக் கேற்பட்ட இந்த வீழ்ச்சி காந்தியின் பலத்தை கோடிட்டுக் காட்டியது.

இதற்கு பதிலாக, "ஜீவாதார உரிமைகள்" தீர்மானத்தில், ஒரு முற்போக்கான சமூக, பொருளாதார திட்டத்தை ஏற்றுக் கொள்வதன்மூலம் இடதுசாரி தேசியத்துக்கு ஒரு சலுகையளிக்கப்பட்டது. முற்போக்கான ரகத்தைச் சேர்ந்த அடிப்படையான ஜனநாயக சாசனம், கேந்திரத் தொழில் களையும் போக்குவரத்து தொழிலையும் தேசம் ஸ்வீகரித்தல், தொழிலாளர் உரிமைகள், விவசாய சீர்திருத்தம் முதலிய அம்சங்கள் அடங்கிய திட்டம் அது. இன்றும் காங்கிரஸை கட்டுப்படுத்தும் திட்டம் அது. காங்கிரஸுக்கு ஒரு முக்கியமான முற்போக்கான நடவடிக்கை; எனினும், இர்வின் - காந்தி ஒப்பந்தத்திலடங்கியுள்ள சரணாகதிக்கு இது நஷ்டஈடு ஆகாது.

காங்கிரஸுக்கு வெளியே, வாலிபர்களிடமிருந்தும் தொழிலாளிவர்க்க இயக்கத்திடமிருந்தும் ஒப்பந்தத்தைப் பற்றிய தீவிர கண்டனங்கள் வந்தன. வாலிபர் ஸ்தாபனங்களிலும் மகாநாடுகளிலும் நிறைவேற்றப்பட்ட பல தீர்மானங்களிலும். காந்தி வட்டமேஜை மகாநாட்டுக்குச் செல்லும்போது, அதற்கு எதிராக, பம்பாய் தொழிலாளர்கள் நடத்திய ஆர்ப்பாட்டங்களிலும் இது பிரதிபலித்தது. பத்து வருஷங்களுக்கு முன்னால், இத்தகைய நடவடிக்கைகள் நிகழுமென்று நினைத்துக்கூடப் பார்க்கமுடியாதென்று 'டைம்ஸ்' கூறியது முற்றிலும் உண்மையே.

ஏமாற்றம் பரவியது. 1931-ல், லண்டன் வட்டமேஜை மகாநாட்டில் காந்தி நடந்துகொண்ட முறை (இங்கிலாந்தின் 'உயர்தர தார்மீக சிந்தனையாளர்கள்' இடைவேளைகளில்

சர்வதேச குருவின் உபதேசத்தைக் கேட்க அவரிடம் கூடியது உள்பட) ஒரு விசனம் தரும் கேலிக்கூத்தாகவே யிருந்தது. ஆகவே, இதை மூடிமறைப்பது நலம். ரோமாபுரி சாம்ராஜ்யத்தின் கைதிகளைப்போல, வெஸ்ம்மினிஸ்டர் சட்டகர்த்தாக்களுடைய (சட்டம் இயற்றும் பிரிட்டிஷ் பார்லிமெண்ட் அங்கத்தினர்கள்) பொழுது போக்குக்காக கொண்டுவரப்பட்ட அரசாங்க பொம்மைகளின் பல நிறமுள்ள அணியில் ஒரு 'இட்டமாக' காங்கிரஸும் சேர்க்கப்பட்டதன் மூலம், காங்கிரஸின் கௌரவம் வீழ்ந்தது. வழியில் முஸ்ஸோலினியை சந்தித்துவிட்டு, காந்தி இந்தியாவுக்கு திரும்பினார். வட்டமேஜை மகாநாட்டிலிருந்து அவர் எந்த பலனையும் கொண்டுவரவில்லை.

திரும்பு பாதையில், போராட்டத்தை மீண்டும் நடத்துவது தேவையில்லை என்ற தன் நம்பிக்கையை காந்தி தெரிவித்தார். செட் துறைமுகத்திலிருந்து சமாதானத்துக்காக தன்னா லியன்றதைச் செய்வேனென்று லண்டன் இந்தியா காரியாலயத்துக்கு தந்தியடித்தார். திரும்பியவுடன், இந்தக் கருத்தைக்கொண்ட ஒரு தீர்மானத்தை தயாரித்தார். ஆனால் எதிரியை மறந்துவிட்டு போடப்பட்ட கணக்கு அது.

சாட்டை தன் கையில் கிடைத்தவுடனே, அதை தனக்கு பூர்ண பயன் அளிப்பதற்கு ஏகாதிபத்தியம் உபயோகிக்க விரும்பியது. "போர் நிறுத்தம்" ஆரம்பத்திலிருந்தே ஒருதலைப்பட்சமானதாக இருந்தது; அடக்குமுறை நீடித்துக்கொண்டே வந்தது. 1931-ம் வருஷத்தின் கடைசி நாட்களில் இந்தியா திரும்பிய காந்தி தன்னுடைய சகாக்களிடம் ஒரு பரிதாபகரமான கதையை கேட்கவேண்டியதாயிற்று. ஒரு பேட்டி வேண்டுமென்று கெஞ்சி, வைஸ்ராய்க்கு உடனே தந்தியடித்தார். அது மறுக்கப்பட்டது. (லண்டனில் வட்டமேஜை மகாநாடு என்ற கேலிக்கூத்து நடிக்கப்பட்ட போதே) ஒரு பெரிய போராட்டத்துக்கான பயங்கர ஏற்பாடுகளை பூர்த்தி செய்வதற்கு, ஏகாதிபத்தியம் ஒன்பது மாதப் போர் நிறுத்தத்தின் ஒவ்வொரு நாளையும் பயன்படுத்திக் கொண்டிருந்தது. ஐயர்லாந்தின் கறுப்பு ஆட்சியில் அனுபவம் பெற்றிருந்த **ஸர் ஜான் ஆண்டர்ஸன்** வங்காளத்தின் கவர்னராக நியமிக்கப்பட்டிருந்தார். இந்தத்

தடவை, எதிர்பாராதது நேரிடக்கூடாதென்பது ஏகாதிபத்தியத்தின் முடிவு. காங்கிரஸுக்கு ஒரு பாடம் கற்பித்தாக வேண்டும். நிபந்தனையில்லாமல் சரணாகதி அடையும்வரை, இறுதிப் போராட்டமாக நடத்தவேண்டும்.

1932, ஜனவரி 4-ம் தேதி, தீவிரமாகவும் துரிதமாகவும் தாக்குதல் தொடுக்கப்பட்டது. அதே தினத்தில், பேச்சு வார்த்தைகள் முறிந்தன, வைஸ்ராய் தன் அறிக்கையை வெளியிட்டார், காந்தி கைது செய்யப்பட்டார், ஒரே தொகுப்பாக பல அவசரச் சட்டங்கள் வெளிவந்தன, 1930-ஐப் போல், நினைத்து நினைத்து ஒன்றன்பின் ஒன்றாக வெளியிடுவதில்லை; முதல் நாளே, புறாக்கூட்டிலிருந்து அனைத்தும் வெளிவந்தன), முக்கியமான காங்கிரஸ் தலைவர்கள், ஆர்கனைஸர்கள் அனைவரும் தேசம் முழுவதும் கைது செய்யப்பட்டனர்; காங்கிரஸும் அதன் கிளை ஸ்தாபனங்களும் சட்டவிரோதமாக்கப்பட்டன. அவைகளுடைய பத்திரிகைகளுக்குத் தடை; அவைகளுடைய காரியாலயங்களும் நிதிகளும் சொத்துகளும் பறிமுதலாயின; ஏகாதிபத்தியத்துக்கு ஒரு ஸ்தாபன வெற்றி.

மரணத்தாக்குதலே தன் நோக்கமென்பதை அரசாங்கம் தெளிவுபடுத்தியது. அவசரச்சட்டங்கள் "மிகவும் கடுமையானவை, வலுவானவை" என்றும், இந்தத் தடவை "இழுத்துக் கொண்டு போகும் போராட்டம்" இல்லையென்றும் காமன்ஸ் சபைக்கு **ஸர் ஸாமுவேல் ஹோர்** தெரிவித்தார். "நாங்கள் இயற்கைக்கு விரோதமான விதிகளை பாராட்டப் போவதில்லை" என்றும் சர்க்காரைப் பொறுத்தவரை காலவரையறை கிடையாதென்றும் இந்திய சர்க்காரின் உள் நாட்டிலாகா மெம்பர் **ஸர் ஹாரிஹெய்க்** கூறினார். "கையுறை போட்டுக்கொண்டு யுத்தம் செய்வதில்லை" என்று சட்டசபைக்கு பம்பாய் அரசாங்க பிரதிநிதி அறிவித்தார்.

காங்கிரஸ் தலைமை பிரமித்துப்போய்விட்டது. வட்டமேஜை மகாநாட்டு சூழ்நிலை திடீரென்று இப்படி மாறிவிட்டது. அவர்கள் எந்தவிதமான ஏற்பாடும் செய்யவில்லை. 1930-ல் காங்கிரஸ் தாக்கியது. இப்பொழுது அதற்கு தற்காத்துக்கொள்ள வேண்டிய நிர்ப்பந்தம் ஏற்பட்டது.

இர்வின் - காந்தி ஒப்பந்தத்தின் நிலையை அவர்கள் புரிந்து கொள்ளவில்லை. காங்கிரஸ் காரியக்கமிட்டி அங்கத்தினர் டாக்டர் **ஸையத் மஹமத்** இந்தியா லீக் தூது கோஷ்டியிடம் கீழ்க்கண்டவாறு கூறினார்:-

"மகாத்மாகாந்தி தயாரித்து காரியக்கமிட்டி முன் வைத்த தீர்மானத்தைப்பற்றி உலகத்துக்கு ஒன்றும் தெரியாது. ஒத்துழைப்பதிலேயே மகாத்மா குறியாயிருந்தார். . . . . அரசாங்கம் ஒத்துழைப்பை விரும்பவில்லை. எனது உள் விஷயஞானத்தைக்கொண்டே, காங்கிரஸ் இந்த மோதுதலுக்கு தயாராயிருக்கவில்லை என்று நான் சொல்லமுடியும். லண்டனிலிருந்து திரும்பி வருங்கால், மகாத்மா எப்படியாவது சமாதானத்தைக்கொண்டு வருவாரென்று நாங்கள் நம்பிக்கையுடனிருந்தோம்."

("இந்தியாவின் நிலைமை" இந்தியா லீக் தூதுகோஷ்டியின் ரிப்போர்ட் 1933.)

"காந்தி லண்டனில் இருக்கும்போதே, நவம்பரிலேயே அரசாங்கத்தின் அடக்குமுறைத் திட்டம் தயாராயிருக்கிற தென்றும், அவருக்கும் அவருடைய சகாக்களுக்கும் நிர்ணயமான செய்தி கிடைத்திருக்கிறதென்றும், அரசாங்கத்தின் திடீர் தாக்குதல் காங்கிரஸை தள்ளாட வைத்துவிட்டதென்றும்" மஹ்மத் அவர்களிடம் கூறினார்.

இந்தத் தடவை, 1932-33-ல், 1930-31-ஐவிட அடக்குமுறை அதிகமாயிருந்தது. முதல் நான்கு மாதங்களில் மாத்திரம், பண்டித மாளவியாவின் அறிக்கையின்படி (2-5-1932). 80,000 பேர் கைது செய்யப்பட்டனர். பதினைந்து மாதத்தில் 1933, மார்ச் வரை, கல்கத்தாவில் கூடிய சட்ட விரோதமான காங்கிரஸ் (ஏப்ரல் 1933) ரிப்போர்ட்படி, கைது செய்யப்பட்டவர் மொத்த எண்ணிக்கை 1,20,000. இத்துடன் நடந்த ஏகதேச பலாத்காரம், சரீர சித்திரவதை, துப்பாக்கிப் பிரயோகம், தடியடிப் பிரயோகம், தண்டனை, படையெடுப்புக்கள் கிராமங்கள்மீது கூட்டு அபராதங்கள், கிராமவாசிகளின் சொத்தையும் நிலங்களையும் கைப்பற்றுதல் முதலிய கொடுமைகளின் ரிப்போர்ட்டில் "இந்தியாவின் நிலைமை" என்ற இந்தியா லீக் தூதுகோஷ்டி விவரங்களை ஓரளவு காணலாம். (1933)

ஆறுவாரங்களில் இறுதியாக ஒழித்துவிடலாமென்பது அரசாங்கத்தின் கணக்கு. ஆனால், பாதகமான சூழ்நிலையில்கூட, தேசிய இயக்கத்தின் உரத்தின் காரணத்தால், போராட்டம், இறுதியாக சரணடைவதற்குமுன், இருபத்தியொன்பது மாத காலம் நீண்டுகொண்டே போயிற்று. ஆனால் போர்த்திட்டம் வகுக்கும் தலைமையில்லாத, தளபதியில்லாத சோல்ஜர்கள் யுத்தம் அது. சட்ட விரோதமாக்கப்பட்ட சூழ்நிலையில், பலாத்கார அடக்குமுறையின் சுற்றுச்சார்பில், தலைமையின் கடமை கடினமானதாயிருந்தது. ஆனால், காந்தியும் மேலிடமும் நடந்துகொண்ட விதம் அதை சுலபமாக்கவில்லை. அவர்களுடைய நடவடிக்கைகள் தலைமைப் பொறுப்பை கைவிடுவதாய் மாத்திரமில்லை, தலைமைப் பொறுப்பையே மறுப்பதாயிருந்தது. ரகசிய வேலை செய்வது காங்கிரஸ் கொள்கைகளுக்கு மாறுபட்டதாகு மென்று (சட்ட விரோத காலத்தில்!) கட்டளைகள் பிறப்பிக்கப்பட்டன. ஜமீன்தார் நலன்களை எதிர்க்கும் நடவடிக்கைகள் அங்கீகரிக்கப்பட மாட்டாதென்று ஜமீன்தார்களுக்கு உத்தரவாதமளித்து தீர்மானம் வெளியிடப்பட்டது. 1932 கோடையில், காந்தி தேசியப்போராட்டத்திலுள்ள பொதுநலனை விட்டொழித்து விட்டு, ஹரிஜன பிரச்சினையில் ஈடுபட்டார். செப்டம்பரில் அவர் மேற்கொண்ட "சாகும்வரை உண்ணாவிரதம்" அடக்கு முறையை எதிர்த்தல்ல; தேசிய இயக்கம் நடத்திக் கொண்டிருக்கும் ஜீவ மரணப் போராட்டத்தின் பிரச்சினை எதையும் குறித்ததல்ல; தாழ்த்தப்பட்ட வகுப்பினருக்கு தனிப் பிரதிநிதித்துவம் அளிப்பதை எதிர்த்தே அதை மேற்கொண்டார். அந்த உண்ணாவிரதம் லட்சிய சித்தியிலோ, சாவிலோ முடியவில்லை; பூனா ஒப்பந்தத்தில் முடிந்தது. இதன் மூலம் தாழ்த்தப்பட்டவருக்கு ஒதுக்கி வைக்கப்பட்ட ஸ்தானங்கள் இரு மடங்காகின. எந்த தேசியப் போராட்டத்துக்கு இவர் பொறுப்பு வாய்ந்த தலைவராக கருதப்பட்டாரோ, அந்த போராட்டத்திலிருந்து நாட்டின் கவனத்தை திருப்புவதற்கு இந்தச் சம்பவம் உதவியது.

1933 மே மாதத்தில், காந்தி ஒரு புதிய உண்ணாவிரதம் தொடங்கினார். அரசாங்கத்தை எதிர்த்தல்ல, தனது தேச மக்களிடையே மனமாறுதல் ஏற்படுத்த; "ஹரிஜன பிரச்சினையில் அதிக கண்காணிப்பாகவும் உஷாராகவு

மிருப்பதற்கு நானும் என் சகாக்களும் பரிசுத்தமடைவதற்காக இந்த இதய பிரார்த்தனை" என்று அவரே அந்த உண்ணாவிரத தாத்பரியத்தை விளக்கினார். மகிழ்ச்சியடைந்த சர்க்கார் அவரை நிபந்தனையின்றி விடுதலை செய்தது. உடனே, காந்தியுடைய யோசனையின் பேரில், காங்கிரஸின் தற்காலிக அக்கிராசனர், சட்டமறுப்பு இயக்கம் ஆறு வாரங்கள் ஒத்திவைக்கப்பட்டிருப்பதாக அறிவித்தார். அரசாங்கத்திடம் ஏற்பட்ட சமரசத்தின் விளைவல்ல இது, சமரசம் ஏற்படுமென்ற நம்பிக்கையின் விளைவுமல்ல. ஆனால் காந்தி கூறியதைப்போல, தேசம் "பயங்கர சம்சய நிலை"யிலிருக்கும்; ஆகவே, அதற்காக இயக்கத்தை நிறுத்தி வைப்பது நலம், (சர்க்கார் அதன் அடக்குமுறையை நிறுத்தாவிட்டால்கூட).*

1933 ஜூலையில், சட்டமறுப்பு இயக்கத்தை முதலில் இறுதியாக நிறுத்தும்வரை, பேட்டிதர முடியாதென்று, காந்தியின் வேண்டுகோளுக்கு வைஸ்ராய் பதிலளித்த பின்னர், பொதுஜன சட்டமறுப்பை நிறுத்திவிட்டு, தனி நபர் சட்ட மறுப்பை மேற்கொள்வதென்று காங்கிரஸ் தலைமை முடிவு செய்தது. அதே சமயத்தில், சகல காங்கிரஸ் ஸ்தாபனங்களையும் கலைத்துவிடுமாறு காங்கிரஸ் தற்காலிகத் தலைவர் உத்தரவிட்டார். தனிப்பட்ட சத்தியாக்கிரகிகள்மீது அடக்குமுறையை அதிகப்படுத்துவதே அரசாங்கத்தின் பதிலாயிருந்தது. ஆகஸ்ட் மாதத்தில் காந்தி மீண்டும் கைது செய்யப்பட்டார். ஆனால் அவர் உண்ணாவிரதமிருக்கவே அந்த மாத முடிவுக்குள் விடுதலை செய்யப்பட்டார். இலையுதிர்காலத்தில், மனச்சாட்சி சொற்படி அரசியல் உலகத்திலிருந்து கொஞ்சகாலம் விலகி நிற்க முடிவு செய்து,

---

* இந்த முடிவின் கடைசி தாக்குதல்தான், இந்தியாவுக்கு வெளியிலிருந்து வித்தல்பாய் படேலையும், சுபாஷ் போஸையும் ஒரு பகிரங்க அறிக்கை வெளியிடும்படி செய்தது. அதில் அவர்கள் கூறியதாவது:. . . "சட்ட மறுப்பை நிறுத்திவைக்கும் கடைசி நடவடிக்கை தோல்வியை ஒப்புக்கொள்வதாகும். . . ஒரு அரசியல் தலைவர் என்ற முறையில் காந்தி தோல்வியடைந்துவிட்டார் என்பது எங்கள் தெளிவான அபிப்ராயம். ஒரு புதிய கொள்கை அடிப்படையில், ஒரு புதிய முறையில், காங்கிரஸை தீவிரமாக மாற்றியமைக்கும் நேரம் வந்துவிட்டது. அதற்கு ஒரு புதிய தலைவர் அவசியம்."

ஹரிஜன சுற்றுப் பிரயாணத்தில் ஈடுபட்டார். இதே சமயத்தில், போராட்டம் இழுத்துக்கொண்டேயிருந்தது; ஓயவில்லை.

1930-ல் அவ்வளவு சிறப்பான சக்தியுடன் தொடங்கிய போராட்டம் 1934 மே மாதத்தில் இறுதியாக நின்றது. இயக்கம் தோற்றுப் போனதின் காரணங்களைப்பற்றி தன் அபிப்ராயத்தை விளக்கி, ஏப்ரலில் காந்தி ஒரு அறிக்கை விட்டார்; "பொதுமக்கள் தவறு செய்தனர். சத்தியாக்கிரகச் செய்தியை ஜனங்களுக்கு எடுத்துச் சொல்லப்படும்போது அது களங்கமடைவதால், ஜனங்கள் அதை சரியாக தெரிந்துகொள்ளவில்லையென்று நான் நினைக்கிறேன். ஆத்மீக கருவிகள் ஆத்மீகமில்லாத வழிகளில் உபதேசிக்கப் பட்டால் அவைகளுடைய சக்தி பாதிக்கப்டுகிறதென்பது எனக்கு தெளிவாகிவிட்டது. . . . பலருடைய அசிரத்தை யுடன் கூடிய சட்டமறுப்பு. . . . ஆளுவோரின் இதயத்தைத் தொடவில்லை". பொதுஜன சட்டமறுப்பு தனிநபர் சட்டமறுப்பாக மாறியதால்கூட பொதுஜன இயக்கத்தின் கட்டுப்பாடற்ற தன்மையாலெழும் பிரச்சினையைத் தீர்க்கவில்லை. தவறில்லாத தர்க்கரீதியில், இதன் முடிவை தெரிந்துகொண்டார். "ஒரு சமயத்தில் ஒரு தகுதியான நபரே சத்தியாக்கிரகத்தில் ஈடுபடவேண்டும்." "நிகழ்கால சூழ்நிலையில், ஒரே ஒருவர், அதுவும் நான்தான் தற்காலிகமாக, சட்டமறுப்பின் பொறுப்பை ஏற்கவேண்டும்." இந்திய மக்களின் விடுதலைப் பாதையென்று கூறப்பட்ட "சாத்வீக ஒத்துழையாமை" என்று காந்திய சித்தாந்தத்தின் இறுதி முடிவு இது.

1934 மே மாதத்தில், சட்டமறுப்பை நிபந்தனையின்றி நிறுத்துவதற்கு அகில இந்திய காங்கிரஸ் கமிட்டி பாட்னாவில் கூட அனுமதிபெற்றது. (காந்திக்கு மாத்திரம் சட்டமறுப்பு செய்ய அனுமதி தரப்பட்டது.) அரசாங்கத்திடமிருந்து சமரச யோசனை எதுவும் கிடையாது, சலுகை எதுவுமில்லை. எனினும், முன்னரே பூர்வாங்க நடவடிக்கைகள் எடுக்கப்பட்டதற்கேற்ப, காங்கிரஸ் சார்பில் வரப்போகும் தேர்தல்களில் போட்டியிடுவதென்று புதிய முடிவுகள் எடுக்கப்பட்டன. புதிய கட்டம் ஆரம்பிக்கிறது.

1934 ஜூனில் அரசாங்கம் காங்கிரஸ் மீதிருந்த தடையை நீக்கியது. ஆனால் அதற்குட்பட்ட ஸ்தாபனங்கள் பலவற்றின் மீதிருந்த தடை, வாலிபர் ஸ்தாபனங்கள், விவசாயி யூனியன்கள், எல்லைப்புற மாகாணத்தின் சிவப்பு சட்டைப் படையினர் ஆகியவற்றின் மீது தடைகள் நீடித்தன. 1934 ஜூலையில், அரசாங்கம் இந்திய கம்யூனிஸ்ட் கட்சியை சட்ட விரோதமானதென்று பிரகடனப்படுத்தியது. புதிய கட்டம் ஆரம்பித்துக்கொண்டிருந்தது.

1934 இலையுதிர் காலத்தில், அவருடைய வேலை தற்காலிகமாக முடிந்துவிட்டதால், காந்தி காங்கிரஸ் அங்கத்தினர் பதவியை ராஜிநாமா செய்தார். காங்கிரஸிலிருந்து விலகும்போது விடுத்த அறிக்கையில், "பல காங்கிரஸ் வாதிகளுக்கும் எனக்கும், கண்ணோட்டத்தில் ஜீவாதாரமான வித்தியாசம் இருக்கிறது; அது அதிகரித்து வருகிறது" என்று விளக்கினார். "பெரும்பான்மையான காங்கிரஸ்வாதிகளுக்கு" அஹிம்சை "ஒரு அடிப்படையான கோட்பாடு" இல்லை; ஒரு "வகைவழி"தான். (அதாவது அவசியமில்லாவிட்டால், இந்த முறையை மாற்றிக்கொள்ளக் கூடியவர்) காங்கிரஸில் சோஷியலிஸ்ட் கோஷ்டிகள் எண்ணிக்கையிலும் செல்வாக்கிலும் வளர்ச்சியடைந்துகொண்டிருந்தன; "அவர்கள் காங்கிரஸில் ஆதிக்கம் பெற்றால் - அவர்கள் அநேகமாகப் பெறலாம் - நான் காங்கிரஸில் இருக்க முடியாது". புதிய சகாப்தத்தின் குறிகள் பழைய கருத்துகளுக்கு பிடிக்கவில்லை.

காந்தி காங்கிரஸிலிருந்து விலகினார். ஆனால் அதன் அமைப்பையும் ஸ்தாபனத்தையும் பிற்போக்கான வகையில் திருத்தாமல், அவர் போகவில்லை. இந்தத் திருத்தம் முற்போக்கான வளர்ச்சியை தடைசெய்கிறது. திரைமறைவின் பின் வழிகாட்டும் சக்தியாகவே அவர் விளங்கினார். தேவைப்பட்டபொழுது நேரடியாக தலைமையை ஏற்கத் தயாராயிருந்தார். 1939 - 40 நெருக்கடியிலும், 1942லும் அவர் தலைமையை மேற்கொண்டார்.

1930 - 34 போராட்ட பேரலையின் விசனகரமான இறுதி முடிவு, அதனுடைய இதிகாசபூர்வமான சாதனையையும், அதன் ஆழமான நிரந்தர படிப்பினைகளையும், அதன் மகத்தான சாசுவத லாபத்தையும் நம்மிடமிருந்து மறைத்து

விடக்கூடாது. இவ்வளவு கணக்கற்ற பொதுஜன ஆதரவையும் உற்சாகத்தையும் ஈடுபாட்டையும் தியாகத்தையும் பெற்ற இயக்கம், சந்தேகமில்லாமல் வெற்றியடையும் தறுவாயிலிருந்த இயக்கம், தற்காலிகமாக தோற்றதற்கு, முறைகளிலும் தந்திரங்களிலும் உள்ள காரணங்கள் ஒரு படிப்பினையாகும். அதை கற்றுக்கொள்ள வேண்டும். எதிர்காலத்துக்காக அதை மீண்டும் மீண்டும் ஆராய்ந்தறிய வேண்டும். இந்தக் காரணங்கள் மேற்கண்ட வரலாற்றிலேயே உள்ளடங்கியிருக்கின்றன. ஆனால் அந்த வருஷங்களுடைய சாதனையில் தேசிய இயக்கம் பெருமைப்பட முடியும். அந்த வருஷங்களில், தனது நவீன அடக்குமுறைப் பாசறையிலுள்ள ஒவ்வொரு ஆயுதத்தையும் முறையையும் கடைப்பிடித்து, இந்திய மக்களை நசுக்கவும் தன்னிஷ்டத்துக்கு பணியவைக்கவும், சுதந்திர இயக்கத்தை ஒழிக்கவும் ஏகாதிபத்தியம் கனவு கண்டது. ஆனால் அது தோற்றது. இந்தக் கடினமான தாக்குதல்கள் அனைத்துக்கும் பின்னர், இரண்டு வருஷங்களுக்குள், முன்னைவிட அதிக பலம்பெற்றுள்ளதாய், தேசிய இயக்கம் முன்னேறிக் கொண்டிருந்தது. போராட்டம் வீணாகிவிடவில்லை. அந்தப் போராட்ட வருஷங்களின் உலை, ஒரு புதிய, பெரிய தேசிய ஒற்றுமையையும் தன்னம்பிக்கையையும் பெருமிதத்தையும் உறுதியையும் தட்டியெழுப்பி வார்த்தெடுப்பதற்கு உத்வியது. இன்றைய முன்னேற்றத்தில் அதன் பயன்களை அனுபவிக்கிறோம். இறுதிப் போராட்டம் இன்னும் முன்னால் இருக்கிறது. ஆனால் முன்னைவிட அதிகமான ஆயத்தம் செய்யப்பட்டு வருகிறது.

பன்னிரண்டாவது அத்தியாயம்

தொழிலாளர் எழுச்சியும் சோஷியலிஸத்தின் வளர்ச்சியும்

> "ஒரு வர்க்கபோதம் பெற்ற அரசியல் போராட்டத்தில் ஈடுபடுவதற்குத் தேவையான பக்குவத்தை இந்தியத் தொழிலாளி வர்க்கம் ஏற்கனவேயே பெற்றுவிட்டது - உண்மை அப்படியிருக்க, இந்தியாவில் ஆங்கிலோ - ருஷ்ய* முறைகள் செல்லுபடியாகாது."
>
> —1908இல் லெனின்.

பிரிட்டிஷ் தொழிலாளி வர்க்க ஸ்தாபனத்துக்கும் சோஷியலிஸ்ட் விழிப்புக்கும் முன்னோடியாய் நின்று பணியாற்றியவரும், பிரிட்டிஷ் ஆட்சியை எதிர்க்கும் இந்திய மக்களின் நண்பராக இந்தியா சென்று வந்தவருமான ஒரு பிரிட்டிஷ், சோஷியலிஸ்ட் தலைவர், இந்திய தொழிலாளி வர்க்கத்தைப் பற்றிய பிரஸ்தாபமே இல்லாமல் இந்திய தொழிலாளர் இயக்கம் எதிர்காலத்தில் ஏற்படுவது சாத்தியமென்று அனுமானிக்கவும் இல்லாமல், இந்தியாவைப் பற்றி புத்தகம் எழுதுவது 37 வருஷங்களுக்கு முன் சாத்தியமாயிருந்தது. (கீர்ஹார்டி - "**இந்தியா : நினைவுகளும் யோசனைகளும்**") அதைப்போலவே, "இந்தியாவின் விழிப்பு" என்ற மாக்டொனால்டின் புத்தகத்திலும், இந்திய இயந்திரத் தொழிலாளர்கள் எதிர்காலத்தில் ஏதோ ஒருநாளில் ஏதோ ஒருவிதத்தில் யூனியன்கள் - அமைக்கலாமென்றும், அவை "அநேகமாக, இந்திய ஜாதி ஸ்தாபனங்களுக்கும் பிரிட்டிஷ் தொழிற் சங்கங்களுக்கும் நடுவாந்தரமாக இருக்கும்" என்றும்

---

* பிரிட்டிஷ் ஏகாதிபத்திய அடக்குமுறையும் ருஷ்ய ஜாரிஸ்ட் அடக்குமுறையும் கொடூரத்துக்கும் நய வஞ்சகத்துக்கும் பெயர்போனவை. இதையே ஆங்கிலோ - ருஷ்ய முறைகள் என்று லெனின் குறிப்பிடுகிறார். (மொ-ர்)

ஒரே ஒரு அனுமானம் மாத்திரம் இருப்பதை நாம் காண்கிறோம்.

இந்திய வளர்ச்சிக்கு ஜீவாதாரமான எதிர்கால சக்திகளைப் பற்றிய இந்த குறுகிய திருஷ்டியும் குருட்டுத்தனமும் காரணார்த்தமானவையல்ல. மேற்பரப்புக்கு கீழே, குமுமிக்கொண்டிருக்கும் சக்திகளையும் அவைகளுடைய எதிர்கால முக்கியத்துவத்தையும், அக்காலத்தில், மார்க்ஸிஸ்ட் ஞானத்தால்தான் புரிந்துகொண்டிருக்க முடியும்.

"ஒரு வர்க்க போதம் பெற்ற அரசியல் போராட்டத்தில் ஈடுபடுவதற்கு தேவையான பக்குவத்தைப் பெற்ற" வர்க்கமென்று, 1908-லேயே, லெனின் 'இந்திய தொழிலாளி வர்க்கத்தின்' எழுச்சியை வாழ்த்தினார். அந்த வருஷம் திலகர் கைது செய்யப்பட்டதைக் கண்டித்து, பம்பாய் மில் தொழிலாளர்கள் செய்த அரசியல் வேலை நிறுத்தத்தை மதிப்பிட்டு, இந்த நிர்ணயிப்புக்கு வந்தார். இந்தியாவில், பிரிட்டிஷ் ஆட்சியின் அழிவை இந்திய தொழிலாளி வர்க்கம் அறிவிக்கிறதென்று இதிலிருந்து அவர் தீர்க்கதரிசனத்துடன் பகன்றார்.

இன்று, சம்பவங்களின் சக்தி, இந்தத் தீர்க்க தரிசனத்தின், உண்மையை உணர்த்துகிறது. பழைய குருட்டுத்தனம் இனி சாத்தியமில்லை; ஒன்றன் பின் ஒன்றாக வரும் இந்திய தேசியப் போராட்டக் கட்டங்களில், தொழிலாளி வர்க்கத்தின் முக்கியத்துவமும் சக்தியும் அதிகரித்து வருவது தேசிய இயக்க சரிதையிலிருந்து கண்கூடு. சோஷியலிஸமும், கம்யூனிஸமும் இப்பொழுது இந்திய அரசியல் விவாதத்தில் முன்னணி ஸ்தானம் வகிக்கின்றன.

1914-க்கு முந்தைய கட்டத்தில், தொழிலாளிவர்க்கம் பின்னணியிலேயே நின்றது; தொழிலாளி வர்க்க இயக்சம் தேசிய இயக்கத்தை பின்தொடர்ந்தது; திலகருக்கு விதிக்கப்பட்ட ஆறுவருஷத் தண்டனையை எதிர்த்து நிகழ்ந்த பம்பாய் பொது வேலைநிறுத்தம் ஒன்றுதான், அக்காலத்தில் இந்திய தொழிலாளி வர்க்கம் ஈடுபட்ட பெரிய அரசியல் நடவடிக்கை.

முதல் உலக யுத்த முடிவில் ஏற்பட்ட புதிய விழிப்பு சகாப்தத்தில் 1918 - 21-ம் வருஷத்திய ஸ்ட்ரைக் இயக்கம்,

ஒத்துழையாமை இயக்கத்தில் காங்கிரஸை ஈடுபடுத்திய தேசிய அலைப்பெருக்கின் முன்னோடியாக, விளங்கியது.

பத்து வருஷங்களுக்குப் பின் பார்க்கும்பொழுது, தொழிலாளிவர்க்கம் கட்டுப்பாட்டுடன் கூடிய ஒரு சுதந்திர சக்தியாக மலர்ந்துவிட்டதைக் காண்கிறோம். தொழிலாளி வர்க்க சித்தாந்தம் தேசிய இயக்கத்தில் (அதன் தலைமையில் நிர்ணயமான பங்கெடுக்காவிட்டாலும்) நேரடியாக பங்குகொண்டது. 1928-ல், போர்க்குணமும் வர்க்க போதமும் படைத்த தொழிலாளி வர்க்கப் பகுதியின் தலைமையில் நிகழ்ந்த ஸ்ட்ரைக் இயக்கம் வாலிபர்களிடையேயும், நடுத்தர வர்க்கத்தினரிடையேயும் ஏற்பட்ட விழிப்புக்கு உதவி, புதிய தேசியப் போராட்டத்துக்கு அடிகோலியது. புதிய போராட்ட பேரலையில், அதாவது 1930-34-ல், பூர்ஷுவா தலைமை, தான் இரு முனைகளிலும் போராடப்போவதாக ஏகாதிபத்தியத்தை எதிர்ப்பதைப் போலவே, பாமர மக்களின் எழுச்சியையும் எதிர்க்கப்போவதாக, பகிரங்கமாகக் கூறியது.

இரண்டாவது உலகயுத்தம் தொடங்கியதிலிருந்து, இந்திய அரசியலின் எதிர்கால பிரதான சக்தியாக, தொழிலாளிவர்க்க மேன்மேலும் தெளிவாகத் திகழ்கிறது.

1. இயந்திரத் தொழிலாளி வர்க்கத்தின் வளர்ச்சி

ஜனத்தொகையுடன் ஒப்பிட்டால், இந்தியாவின் இயந்திரத்தொழிலாளிவர்க்கம், எண்ணிக்கையில், அதிகமாயில்லை; ஆனால் கேந்திரமான இடங்களில் அது கூடிநிற்கிறது; மேலும் பரஸ்பர பற்றுதலும், உறுதியும், அடிப்படையான புரட்சி போதமும் வேறெந்த ஜனப்பகுதியையும் விட அதிகமாக பெற்று நிற்கும், மிக முற்போக்கான வர்க்கம் அது.

1922 அக்டோபரில், சர்வதேச சங்கத்தின் கவுன்ஸிலில், பிரிட்டிஷ் சர்க்காரின் சார்பில் பேசிய **செல்ம்ஸ்போர்ட் பிரபு**, இந்தியாவில் 2 கோடி "இயந்திரத் தொழிலாளிகள்" இருப்பதாகக் கூறினார்:-

"பிரதான தொழில் முக்கியத்துவம் வகிக்கும் எட்டு அரசாங்கங்களுடன் இந்தியாவையும் சேர்க்க வேண்டுமென்ற குறிப்பான கோரிக்கையின் நியாயத்தை எடுத்துக்காட்ட

வேண்டும். விரிவான பொதுப்படையான ஆதாரத்தில் அதன் கோரிக்கை நிற்கிறது; விவரமான புள்ளி விவர முறைகள் மூலம் தன் நியாயத்தை எடுத்துக்காட்ட வேண்டியதில்லை. இயந்திரத் தொழிலில் வேலை செய்யும் அதன் ஜனத்தொகை ஏறத்தாழ 2 கோடியிருக்குமென்று மதிப்பிடலாம். மேலும், விவசாய வேலையில் ஒரு பெரிய கூலித்தொழிலாளி வர்க்கம் ஈடுபட்டிருக்கிறது."

இந்தியாவை உலகத்தின் முன்னணித் தொழில் நாடுகளுடன் சேர்க்க வேண்டுமென்ற இந்த நம்பமுடியாத கோரிக்கை, ஜினிவாவில் தனக்கு கூடுதலாக ஒரு வோட் பெறுவதற்காக பிரிட்டன் செய்த ராஜதந்திர ஜபர்தஸ்தாகும். இந்த 2 கோடி பேரில் பெரும்பான்மையோர் கைத் தொழிலாளிகள், குடிசைத் தொழில்களில் வேலை செய்பவர்கள், அவைகளுக்கும் நவீன மெஷின் தொழிலுக்கும் சம்பந்தமேயில்லை.

அதைப்போலவே, 1927 - 28-ல் இந்தியா சென்றுவந்த பிரிட்டிஷ் தொழிற்சங்க தூதுகோஷ்டி, இந்தியாவில் 2½ கோடிக்கு மேல், "ஸ்தாபன ரீதியாக திரளக்கூடிய தொழிலாளர்கள்" இருப்பதாக அதன் ரிப்போர்ட்டில் மதிப்பிட்டது. ஆனால், இந்த 2½ கோடியில், 2 கோடி 15 லட்சத்துக்கு குறைவில்லாதவர்கள் விவசாயத் தொழிலாளர் களாகும். இதில், தேயிலை முதலிய தோட்டக்காடுகளில் வேலைசெய்யும் 10 லட்சம்பேரைத் தவிர, மீதிப்பேர் பெரிய முதலாளித்துவ பண்ணைகளில் வேலை செய்யவில்லை. வறுமை குமிழிவிடும் விவசாயிகளிடம், கிடைக்கும்பொழுது, கூலிவேலை செய்பவர்கள். விவசாயி இயக்கத்தில் இவர்களால் முக்கிய பங்கெடுக்க முடியுமென்றாலும், சம்பிரதாயமான தொழிற்சங்க ரீதியில் சேர்வதற்கு இவர்களுக்கு யதார்த்த வசதி இல்லை. பிரிட்டிஷ் தூதுகோஷ்டி தன் பரிசீலனையில் குறிப்பிடும் "ஸ்தாபன ரீதியாக திரளக்கூடிய "தொழிலாளர்" தலைப்பில் அவர்கள் கணக்குப்படியே 35 லட்சம் இயந்திரத் தொழிலாளர்களேயுள்ளனர்.

இந்திய தொழிலாளி வர்க்கத்தின் தொகையை மதிப்பிடும் பொழுது, சொத்தில்லாத கூலிவேலைக்காரர்கள் ஏராளமா யிருக்கின்றார்களே அவர்களையும், நவீன இயந்திரத்

தொழிலில் ஈடுபட்டுள்ள கூலித் தொழிலாளிகளையும் பகுத்துப் பார்க்கவேண்டும். இந்தியத் தொழிலாளி வர்க்கத்துக்கு தலைமை தாங்கக்கூடிய, தெளிவான போதம்பெற்ற பிரதான சக்தி, ஸ்தாபன உருவம்பெற்ற சக்தி, இயந்திரத் தொழிலாளி வர்க்கமாகும்.

இந்திய தொழிலாளிவர்க்கத்தின் எண்ணிக்கையைப் பற்றி புள்ளி விவரங்கள் கிடைக்கவில்லை. 1931-ம் வருஷத்திய ஸென்ஸஸ் ரிப்போர்ட் கூறுவதாவது:-

"கட்டுப்பாடுள்ள தொழில்களில் வேலைசெய்யும் தொழிலாளர் எண்ணிக்கை இந்தியாவின் ஜனத்தொகையுடன் ஒட்டிப்பார்க்குமிடத்து மிகவும் குறைவாகவிருக்கிறது. பாக்டரி சட்டத்துக்குட்பட்ட பாக்டரிகளில், பிரிட்டிஷ் இந்தியாவில், சராசரியாக தினசரி வேலைசெய்யும் தொழிலாளர் எண்ணிக்கை 1,553,169 தான். . . .

"1921-ல், இந்தியா முழுவதும் தோட்டக்காடுகளிலும் சுரங்கங்களிலும் இயந்திரத்தொழிலிலும் போக்குவரத்திலும் வேலைசெய்த தொழிலாளர்கள் 24,239,555. அதில், 10பேர் அல்லது 10பேருக்குமேல் வேலைசெய்யும் கட்டுப்பாடான ஸ்தாபனங்களில் மாத்திரம் வேலை செய்பவர்கள் 2,685,909 பேர்தான்.

"1931-ம் வருஷத்திய மொத்த எண்ணிக்கை 26,187,689. ஒவ்வொரு பகுதியிலும் தொழிலாளர் எண்ணிக்கை ஒரே வீதாச்சாரத்தில் அதிகரித்திருந்தால், கட்டுப்பாடன ஸ்தாபனங்களின் தொழிலாளர் எண்ணிக்கை 2,90,1776 ஆக இருக்கும். சராசரியாக தினசரி வேலை செய்யும் தொழிலாளர் எண்ணிக்கையைப் பார்த்தால், கடந்த பத்து வருஷத்தில் அது 30 சதவீதம் அதிகரித்திருக்கிறது; ஆகவே அது இப்பொழுது 35 லட்சமாக இருக்கலாம். 1931-ல் இந்தியாவின் ஸ்தாபன ரீதியான தொழில்களில் வேலை செய்யும் தொழிலாளர்கள் அநேகமாக 50 லட்சமாகயிருக்கலாம்."

விரிவான அர்த்தத்தில் பார்த்தால், இந்தியாவில் 6 கோடி கூலித்தொழிலாளர்கள் இருப்பதாக மதிப்பிடலாம்.

5 கோடி 65 லட்சம் இருக்குமென்று 1931இல் இந்திய வோட்டுரிமைக் கமிட்டி கூறியது.

"விவசாயத் தொழிலாளர் எண்ணிக்கை 1921இல் 2 கோடி 15 லட்சமாக இருந்தது; 1931 ஸென்ஸஸ்படி 3 கோடி 15 லட்சமாயிற்று. இதில், 2 கோடி 30 லட்சம் பேர் "நிலமில்லாதவர்கள்" என்று இந்திய வோட்டுரிமைக் கமிட்டி மதிப்பிட்டது. விவசாயத் தொழிலாளியல்லாத இதர தொழிலாளிகள் 2 ½ கோடி இருக்குமென்று இந்திய வோட்டுரிமைக் கமிட்டி மதிப்பிட்டது. ஆகவே, இந்தியா முழுவதிலும் பல்வேறு தொழில்களில் வேலை செய்யும் 15 கோடி 40 லட்சம்பேரில், 5 கோடி 65 லட்சம் பேர் கூலிக்கு வேலை செய்வதையே பிழைப்பாகக்கொண்ட தொழிலாளர்கள். அதாவது சகல தொழில்களிலும் உள்ளவர்களில் 36 சதவீதம் கூலி வேலையையே ஜீவனோபாய மாகக் கொண்டிருக்கின்றனர்."

(சர்வதேச தொழிலாளர் ஸ்தாபனம், 1938, "இந்தியாவின் இயந்திரத் தொழிலாளர்")

சிறு தொழில் அல்லாத நவீன இயந்திரத் தொழிலில் வேலை செய்பவர்கள் எண்ணிக்கையைப் பொறுத்தவரை, 1921ஆம் வருஷ ஸென்ஸஸ்படி 10 அல்லது 10 பேருக்குமேல் வேலைசெய்யும் தொழில் ஸ்தாபனங்களில் 26 லட்சம் தொழிலாளர் இருந்தனர்; அதன்பின் இயந்திரத் தொழிலாளர் ஸென்ஸஸ் எடுக்கப்படவில்லை. 1931-ம் வருஷ ஸென்ஸஸ்படிப் பார்த்தால் 1931-ல் 35 லட்சமென்று மதிப்பிடலாம். பாக்டரி சட்ட நிர்வாக ரிக்கார்டுகளைத்தான் பிழையில்லாத கணிப்புகளாகக் கொள்ளமுடியும். விசையால் ஓட்டப்படும் பாக்டரிகளில் 20 பேருக்குமேல் வேலை செய்யும் பாக்டரிகளும் 10 பேருக்குமேல் வேலை செய்யும் பாக்டரிகளில் சிலவும் 1934-ம் வருஷத்திய பாக்டரி சட்டத்தால் கட்டுப்படுத்தப் படுகின்றன. இந்த பாக்டரிகளில் 1938இல் வேலைசெய்தவர் மொதத எண்ணிக்கை 17,37,755. இந்திய சமஸ்தானங்களில் "பெரிய தொழில் ஸ்தாபனங்களில்" வேலை செய்பவர்கள் 2,99,003 பேரையும் சேர்த்தால், இந்தியாவில் பாக்டரிகளில்

வேலை செய்பவர்களின் மொத்த எண்ணிக்கை 20,36,758 ஆகிறது.

இந்த அடிப்படையில் நாம் கீழ்க்கண்ட முடிவுக்கு வருகிறோம்:-

பாக்டரி தொழிலாளர்கள்	20,36,758
சுரங்கத் தொழிலாளர்கள்	4,13,458
ரயில்வே தொழிலாளர்கள்	7,01,307
நீர் போக்குவரத்து (துறைமுகத் தொழிலாளிகள், மாலுமிகள்)	3,61,000
மொத்தம்	35,12,523

இன்று நவீன இயந்திரத் தொழிலிலுள்ள இயந்திரத் தொழிலாளி வர்க்கத்தின் முக்கியமான பகுதி இந்த 35 லட்சம் பேர். பத்து தொழிலாளிகளுக்கு குறைவாக வேலைசெய்யும் சிறு தொழில்களின் தொழிலாளர்களும், விசையால் ஓட்டப்படும் மெஷின் தொழில் அல்லாத பெரிய தொழில்களில் வேலை செய்பவர்களும் (உதாரணமாக பீடி, சுருட்டுத் தொழில்) இந்தக் கணக்கில் சேர்க்கப்படவில்லை. தொழிலாளர் ஸ்தாபன இயக்கத்தின் பலத்தை மனதில்கொண்டால், தோட்டக் காடுகளிலுள்ள 10 லட்சம் தொழிலாளரையும் இதில் சேர்க்கவேண்டும். இவர்கள் பெரிய பண்ணைகளில் சாஸ்திரீய ரீதியான சுரண்டல் சூழ்நிலையில் வேலை செய்கின்றனர். கொந்தளிப்புக் காலத்தில், போராட்ட நடவடிக்கைகளில் அக்கறைகாட்டி வந்துள்ளனர். ஆனால், இவர்கள் ஸ்தாபனம் அமைத்துக் கொள்வதற்கு தடை விதிக்கப்பட்டு, இதர தொழிலாளர் ஸ்தாபனங்களிலிருந்து தனிமைப்படுத்தப்பட்டு, அடிமைப் படுத்தப்பட்டிருக்கின்றனர். இந்தப் பத்து லட்சம் தொழிலாளர்களைத் தவிர, சின்னஞ் சிறு பாக்டரிகளில் வேலை செய்பவர்களில் ஒரு பகுதியையும், பாக்டரி சட்டத்தால் கட்டுப்படுத்தப்படாத தொழில்களில் (பீடி முதலியவை) வேலை செய்பவர்களில் ஒரு பகுதியையும் தொழிலாளர் இயக்கத்தில் ஸ்தாபன ரீதியாக திரட்ட முடியும். ஆக, இந்திய தொழிலாளி வர்க்கத்தில் உடனடியாக

தொழிலாளர் எழுச்சியும் சோஷியலிஸத்தின் வளர்ச்சியும் 549

ஸ்தாபனத்தில் திரளக்கூடிய பலம், பயன்படத்தக்க முறையில் சங்க ரீதியான இயக்கத்தில் ஈடுபடக்கூடிய பலம், 50 லட்சம் தொழிலாளர்களுக்குமேல் இருக்குமென்று மதிப்பிடலாம்.

இயந்திரத் தொழிலாளி வர்க்கத்தின் வளர்ச்சியை பாக்டரி சட்ட புள்ளி விவரங்கள் காட்டுகின்றன. (பாக்டரி சட்டத்தின் பரிமாணம் விஸ்தரித்ததையும் இது பிரதிபலிக்கிறது.)

வருஷம்	பாக்டரிகளின் எண்ணிக்கை	சராசரியாக தினசரி வேலை செய்பவர்கள்
1894	815	349,810
1902	1533	541,634
1914	2936	950,973
1918	3436	11,22,922
1922	5144	13,61,002
1926	7251	15,18,391
1930	9148	15,28,302
1935	8831	16,10,932
1936	9323	16,52,147
1938	9743	17,37,755
1939	10466	17,51,137
1943	13,209	24,36,310
1944	14,071	25,22,753

2. தொழிலாளி வர்க்கத்தின் நிலைமை

இந்தியாவின் இயந்திரத் தொழிலாளி வர்க்கத்தின் வாழ்க்கை நிலைமையைப்பற்றி இரண்டாவது அத்தியாயத்தில் பொதுப்படையாக கொடுக்கப்பட்டிருக்கிறது. இந்தியாவுக்கு வந்த பிரிட்டிஷ் தொழிற்சங்க காங்கிரஸ் தூதுகோஷ்டி 1928-ல் ரிப்போர்ட் செய்ததின் முடிவுகளை நினைவூட்டிக் கொள்வது பிரயோஜனகரமாயிருக்கும்:-

"இந்தியாவில் மிகப் பெரும்பான்மையான தொழிலாளர்கள் தினசரி ஒரு ஷில்லிங்குக்குமேல் (கூலி) பெறுவதில்லையென்பதை சகல சாட்சியங்களும் ஊர்ஜிதம் செய்கின்றன. அதிகமான இயந்திரத் தொழிலாளருள்ள வங்காளத்தில், விசாரணை நடத்தியவர்கள், அவர்கள் தெரிந்துகொண்ட வரையில், 60 சதவீத தொழிலாளர்கள், அதிகப்பட்சமாகப் பெற்றால் தினசரி 14 பென்ஸே பெறுவதாகவும், இந்தக் கூலி ஆண்களுக்கு 7 முதல் 9 பென்ஸ் வரையிலும், சிறுவர்களுக்கும் பெண்களுக்கும் 3 முதல் 7 பென்ஸ் வரையிலும்கூட தாழ்ந்துவிடுகிறதென்றும் கூறுகின்றனர். . . . எங்களுடைய சொந்த விசாரணைகள் இந்த புள்ளி விவரங்களை ஊர்ஜிதம் செய்கின்றன. அது மாத்திரமல்ல, பெண்களுக்கு 3¼ பென்ஸுக்கும், ஆண்களுக்கு 7 பென்ஸுக்கும் குறைவாகவும், தினசரிக் கூலி கொடுக்கப்படும் பல அத்தாட்சிகள் எங்கள் முன் சமர்ப்பிக்கப்பட்டன."

("இந்தியாவின் தொழிலாளர் நிலைமையைப்பற்றிய ரிப்போர்ட்"
பிரிட்டிஷ் தொழிற்சங்க காங்கிரஸ்-1928)

தொழிலாளர் குடியிருப்பு வசதியைப்பற்றி அதே தூதுகோஷ்டி கீழ்க்கண்டவாறு ரிப்போர்ட் செய்தது:-

"நாங்கள் தங்கிய இடங்களிலெல்லாம், தொழிலாளர் குடியிருப்பு வட்டாரங்களுக்கு சென்று பார்த்தோம். அவைகளைப் பார்த்திருக்காவிட்டால், இத்தகைய கேவலமான இடங்களிருக்குமென்று நாங்கள் நம்பியிருக்க முடியாது. . . . . வரிசைக் கிராமமாக, கோஷ்டி கோஷ்டியாக 'வீடுகள்' கட்டப்பட்டிருக்கின்றன; ஒவ்வொரு வாசஸ் தலத்துக்கும் மாதத்துக்கு 4 ஷில்லிங் 6 பென்ஸ் வாடகை வாங்கப்படுகிறது. ஒவ்வொரு வீடும் ஒரே ஒரு இருட்டறையைக் கொண்டதாக இருக்கிறது. இதிலேயேதான் சமைக்க வேண்டும், வசிக்கவேண்டும், தூங்கவேண்டும், எல்லாம் இங்குதான். 9 அடி சதுரமான இந்த வீட்டைச்சுற்றி மண் சுவர்கள், மேலே விட்டுவிட்டு வேயப்பட்டிருக்கும் ஓடு; வீட்டு முன்னால் ஒரு சிறு சவுக்கம்; இந்தச் சவுக்கத்தின் ஒரு மூலை கக்கூஸாக உபயோகிக்கப்படுகிறது. கூரையிலுள்ள துவாரத்தைத் தவிர, வாசற்கதவை திறந்துவைக்கும்போது

தவிர, வேறு காற்றோட்ட வசதி கிடையாது. வீட்டுக்கு வெளியே, ஒரு நீண்ட குறுகிய வாய்க்கால் - இங்குதான் குப்பை கூளமனைத்தும் குவிகிறது; இங்கு ஈக்களும் இதர கிருமிகளும் ஏராளமாய் உற்பத்தியாகின்றன..... வீடுகளின் வரிசைக்கு வெளியே, இரு பத்திகளுக்கு இடையே, திறந்து கிடக்கும் சாக்கடை ஓடுகிறது; கழிவு, குப்பை, கூளம் முதலியவை இந்தச் சாக்கடை ஓட்டத்தை சில இடங்களில் அடைத்துத் தடுத்து, சகிக்க முடியாத பயங்கர நாற்றத்தை எழுப்புகின்றது. இந்தச் சாக்கடைகள் அடிக்கடி மல ஜலம் கழிக்கும் இடங்களாக, குறிப்பாக குழந்தைகளால் உபயோகிக்கப்படுகின்றன வென்பது வெளிப்படை....

"எங்கு பார்த்தாலும், சுகாதாரமில்லை; கூட்டம் அதிகம். சம்பந்தப்பட்ட அதிகாரிகள் தங்களுடைய சாமானியமான கடமைகளைக்கூட எவ்வளவு தடிப்புத் தனத்துடன் புறக்கணிக்கின்றனர், அலட்சியம் செய்கின்றனர் என்பதை இவை எடுத்துக்காண்பிக்கின்றன."

பதினோரு வருஷங்களுக்கு முன் இந்த ரிப்போர்ட் பிரசுரிக்கப்பட்டது. அதிலிருந்து, இந்தியாவுக்கு பிரிட்டிஷ் தொழிற்சங்க காங்கிரஸ் வேறு தூது கோஷ்டி ஒன்றையும் அனுப்பவில்லை.

இந்த நிலைமைகள் மாறவில்லையென்பதற்கு, இன்னும் மோசமாகியிருப்பதற்கு, **1938-ல், ஜினீவாவில் நிகழ்ந்த சர்வதேச தொழிலாளர் மகாநாட்டில்**, இந்திய தொழிலாளர் பிரதிநிதி, **எஸ்.வி. பருலேகர்** சமர்ப்பித்த ரிப்போர்ட்டைப் பார்க்கலாம்:-

"இந்தியாவில், தொழிலாளர்களில் மிகப் பெரும் பான்மையோர் பெறும் கூலி அவர்களுக்கு சர்வ சாமானியமான வாழ்க்கைத் தேவைகளை வாங்குவதற்குகூட போதவில்லை. பஞ்சகாலத்தில் அனாதைகளுக்கு கொடுக்க வேண்டிய தானிய அளவு பஞ்ச சட்டத்தால் வகுக்கப்பட்டிருக்கிறதே, அந்த அளவு தானியமே பம்பாய் மில் தொழிலாளி சாப்பிடுவதாகவும், அது பம்பாய் சிறைச் சட்டப்படி சிறையிலுள்ள குற்றவாளிக் கைதிகளுக்கு கொடுக்கப்படும் உணவையும் விடக் குறைவானதென்றும், 1921-ல் **பின்லேஷிர்ராஸ்** என்பவர் பம்பாய் தொழிலாளிவர்க்க பட்ஜட்டுகளைப் பற்றி

விசாரணை நடத்தி வெளியிட்ட ரிப்போர்ட் கூறுகிறது. 1921 லிருந்ததைவிட வருவாய் இப்பொழுது குறைந்துவிட்டபடியால், அந்த ரிப்போர்ட் பிரசுரமான பின், வாழ்க்கை நிலைமை மோசமாகிவிட்டது.

“1935-ல் பம்பாய் சர்க்கார் கூலி விகிதங்களைப் பற்றி ஒரு கணக்கு எடுத்தது. முதன்மையான தொழிலும், நல்ல ஸ்தாபன அமைப்புபெற்ற தொழிலுமான பருத்தி ஜவுளித் தொழிலில், கோகக் என்னுமிடத்திலுள்ள தொழிலாளர்களில் 100-க்கு 18 பேரின் மாத வருமானம் 3 ஷில்லிங் முதல் 9 ஷில்லிங் வரை; ஷோலாப்பூரில், தொழிலாளர்களில் 100-க்கு 32 பேரின் மாத வருமானம் 7½ ஷில்லிங் முதல் 15 ஷில்லிங்வரை; பம்பாய் நகரத்தில், 100-க்கு 20 தொழிலாளர் களின் மாதவருவாய் 22½ ஷில்லிங்குக்கு குறைவு; 100-க்கு 32 பேருக்கு 22½ முதல் 30 ஷில்லிங் வரை.

“இந்தியாவில், கட்டுப்பாடு இல்லாத தொழில்கள் அதிகம்; இவைகளிலுள்ள கூலிவிகிதங்களை விவரிப்பதைவிட கற்பனை செய்வது சுலபம். சொந்த நிலத்தை பறிகொடுத்து விட்டு தெருவில் திக்கற்று நிற்கும் விவசாயிகள் தொகை தொடர்ச்சியாய் பெருகி வருவதை பயன்படுத்திக்கொண்டு, உடலுடன் உயிர் ஒட்டியிருப்பதற்கு தேவையான கூலிவிகிதத்தை விடவும் தாழ்வாக, முதலாளிகள் கூலிவிகிதத்தைக் குறைத்து விடுகின்றனர்; தொழில் நிலைமை அனுமதிக்கக்கூடிய அளவுக்கு கூலி விகிதங்கள் உயர்வதை அனுமதிக்க மறுக்கின்றனர். . . . .

“வியாதி, வேலையில்லாத் திண்டாட்டம், தள்ளா வயது, மரணம் முதலிய ஆபத்துகளை எதிர்க்க இந்திய தொழிலாளர்களுக்கு எந்தவிதமான பாதுகாப்பும் கிடையாது.. வேலையில்லாமல் திண்டாடுபவருக்கு உதவக்கூடிய எந்த திட்டத்தையும் வகுக்க, இந்திய சர்க்கார் மறுத்துவருகிறது... வேலையில்லாத் திண்டாட்டத்தைத் தவிர்க்கும்பொருட்டு தொழிலாளர்கள் தற்கொலை செய்துகொள்கின்றனர். பம்பாய் நகரத்தின் முனிசிபல் ரிப்போர்ட்டுகள் பட்டினிச் சாவுகள் ஏற்படுவதை பதிவு செய்கின்றன.

“இந்தியாவின் முதன்மையான தொழில் நகரமான பம்பாயில் நிலவும் குடியிருப்பு வசதிநிலைமை எந்த நாகரிக

சமூகத்துக்குமே அவமானகரமானது என்று 1931-ம் வருஷ ஸென்ஸஸ் ரிப்போர்ட் கூறியது. பம்பாய் நகரத்திலுள்ள தொழிலாளர் குடும்பங்களில் 100-க்கு 95 ஒரு அறைக் குடிசைகளிலே வசிக்கின்றனர்; இந்தக் குடிசைகளின் சராசரி விஸ்தீரணம் 110 சதுர அடிகள்தான். பம்பாயில், ஆயிரக்கணக்கான தொழிலாளர்களுக்கு தெருவோரமே குடியிருக்குமிடமாக இருக்கிறது.

"1933 - 34-ல், பம்பாய் நகரத்தில் ஏற்பட்ட குழந்தை மரண விகித அட்டவணை (1000 குழந்தைகள் பிறந்தால் எத்தனை ஒரு வருஷத்துக்குள் இறக்கின்றன என்ற கணக்கு) தொழிலாளி வர்க்கத்திடையே நிலவும் குழந்தை மரண விகிதத்துக்கும், இதர வகுப்பாரிடையேயுள்ள விகிதத்துக்குமுள்ள திடுக்கிடத்தக்க மாறுபாட்டை வெளிப்படுத்துகின்றது:-

குழந்தை மரண விகிதங்கள்

ஒரு அறையிலும், அதற்கு குறைவான இடத்திலும் வாழ்பவர்களிடையே	524.0
இரு அறைக் குடிசைகள்	394.5
மூன்று அறைகள்	255.4
நான்கு அறைகளும் அதற்கு அதிகமான இடத்திலும் வசிப்பவர்கள்	246.5

இதன் பிறகு, நிலைமை சீர்திருந்தவில்லை. சுகாதாரமான வீடுகளில் தொழிலாளர்கள் வசிப்பதற்கு தங்கள் சக்திக்கு மீறிய வாடகைப் பணம் கொடுக்கவேண்டிய நிர்ப்பந்துமில்லாமல், சுகாதாரமான வாசஸ்தலங்களை தொழிலாளர்கள் பெறுவதற்கு; இதன் மூலம் குழந்தை மரண விகிதத்தை குறைப்பதற்கு, - அல்லது பொருத்தமான பதத்தை உபயோகிப்பதென்றால், தொழிலாளிவர்க்க குழந்தைகள் **படுகொலை** செய்யப்படுவதைத் தடுப்பதற்கு - அரசாங்கம் ஒன்றும் செய்யவில்லை."

இந்திய தொழிலிலுள்ள கூலிவிகிதங்களைப் பற்றியும், அவற்றின் இயக்கத்தைப் பற்றியும், விட்லி கமிஷன் ரிப்போர்ட்டில் (1931) பூர்ணமான தகவல்கள் கிடைக்கும்; 1934-ல் பிரசுரிக்கப்பட்ட "இந்தியாவில் முதலாளித்துவத்தின் வளர்ச்சி" என்ற புத்தகத்திலும் (**புக்காணன்** என்பவர் எழுதியது)

கட்டுப்பாடான தொழில்களில், ஓரளவு திறமை தேவைப்படும் வேலை செய்யும் வயது வந்த தொழிலாளர்களின் சராசரி மாத வருமானம்

	13 ரூபாய்க்கு குறைவான வருமான முள்ளவர்கள்	13ரூ. முதல் ரூ.17-8-0 வரைவருமான முள்ளவர்கள்	ரூ.17-8-0 முதல் ரூபாய் 27.8.0வரை வருமான முள்ளவர்கள்	ரூ.22-8-0 முதல் ரூபாய் 27.8.0 வரை வருமான முள்ளவர்கள்	ரூ.27-8-0 முதல் ரூபாய் 32.8.0 வரை வருமான முள்ளவர்கள்	ரூ.32.8.0-க்கு குறைவில்லாத வருமான முள்ளவர்கள்
ஐக்கிய மாகாணம்	26 சதவீதம்	27 சதவீதம்	15 சதவீதம்	9 சதவீதம்	7 சதவீதம்	16 சதவீதம்
சென்னை	22 சதவீதம்	25 சதவீதம்	19 சதவீதம்	15 சதவீதம்	4 சதவீதம்	15 சதவீதம்
மத்திய மாகாணம்	18 சதவீதம்	38 சதவீதம்	17 சதவீதம்	8 சதவீதம்	4 சதவீதம்	15 சதவீதம்
பீகார் - ஒரிஸ்ஸா	21 சதவீதம்	24 சதவீதம்	21 சதவீதம்	12 சதவீதம்	8 சதவீதம்	14 சதவீதம்
வங்காளம்	13 சதவீதம்	18 சதவீதம்	18 சதவீதம்	15 சதவீதம்	10 சதவீதம்	26 சதவீதம்
பம்பாய்	3 சதவீதம்	10 சதவீதம்	19 சதவீதம்	23 சதவீதம்	13 சதவீதம்	32 சதவீதம்

(இந்திய தொழிலாளர்களைப் பற்றிய விட்லி கமிஷன் ரிப்போர்ட்)

காணலாம். "1860-க்கும் 1890-க்குடடையே, இந்திய பாக்டரி தொழிலாளர்களின் யதார்த்த வருவாய்களில் துளிக்கூட மாறுதல் ஏற்பட்டதாகத் தெரியவில்லை" என்ற முடிவுக்கு அந்தப் புத்தகாசிரியர் வருகிறார்; 1890-க்கும் 1914-க்குமிடையே "விலைவாசிகள் குறிப்பிடத்தக்க அளவு உயர்ந்தன; கூலிவிகிதங்கள் அதற்கேற்றவாறு உயரவில்லை." "யுத்தகால தொழில் சுபிட்சத்தில், பல வருஷங்களாக பின்தங்கிய கூலிவிகிதங்கள் உயர்ந்தன; ஆனால் எல்லா பகுதிகளிலும் ஒரேமாதிரியாக உயரவில்லை; சிலவற்றில் மாத்திரம், விலைவாசி உயர்வுக்கேற்ற கூலிவிகிதங்கள் ஏற்பட்டன." ஆக, 1914-18 யுத்தம் முடிகிறவரையில், யதார்த்த வருமானத்தில் முன்னேற்றம் ஏற்படவில்லை; ஏதாவது மாறுதல் ஏற்பட்டிருந்தாலும், யதார்த்த வருமானத்தில் துண்டுவிழுந்தது அதற்கு பின்தான், மாறுதல் ஏற்பட்டது. "யுத்தத்துக்குப் பின், ஏராளமான கூலி தகராறுகள் ஏற்பட்டன. சில இடங்களில் கொஞ்சம் குறைவு ஏற்பட்டபோதிலும், சில இடங்களில் நல்ல வளர்ச்சியும் ஏற்பட்டது." "ஒரு சில தொழில்களில், குறிப்பாக பம்பாய் பருத்தி ஜவுளி ஆலைகளில், வாழ்க்கைச் செலவைவிட அதிகமாக கூலி உயர்ந்தது. சமீப வருஷங்களில் கூட, விலைவாசிகள் வீழ்ந்தபோதிலும், கூலிவிகிதங்கள் குன்றவில்லை. கூலி வெட்டுகளை கடினமாக்குவதற்குத் தேவையான விழிப்பு தொழிலாளர்களிடம் ஏற்பட்டுவிட்டது" என்று புக்காணன் கூறுகிறார். உலகப் பொருளாதார நெருக்கடியின் விளைவாக, கூலிவெட்டு, **ராஷனலிஸேஷன்.*** வேலையில்லாத் திண்டாட்டம் முதலியவற்றின் மூலம் தொழிலாளர்கள் ஏராளமாக நஷ்டமடைந்தனர். எனினும், யதார்த்த சம்பளத்தில் ஏற்பட்ட சில லாபங்கள் பறிபோகாமல் பாதுகாக்கப்பட்டன. 1938-ல் நிகழ்ந்த கான்பூர் தொழிலாளர்களின் வெற்றிகரமான

---

* **ராஷனலிஸேஷன்** : மெஷினைப்பற்றிய அறிவை விருத்தி செய்து, மனித உழைப்பை சுலபமாக்கி, உற்பத்தியைப் பெருக்குவதே ராஷனலிஸேஷன். ஆனால் முதலாளித்துவம் இதற்கு நேர்மாறான அர்த்தத்தில் இந்த பதத்தை பிரயோகிக்கிறது. மனித உழைப்பின் சிரமத்தை அதிகரித்து, 10 பேர் வேலையை 6பேர் செய்யும்படி செய்து, மீதி 4 பேரை வேலையைவிட்டு விரட்டும் சூழ்ச்சியை ராஷனலிஸேஷன் என்று கூறுகிறது. 8 மணி நேரத்தில் 12 மணி நேர வேலையை வாங்குகிறது.

ஸ்ட்ரைக்கைப்போல பல போராட்டங்களில், இரண்டாவது உலக யுத்த முற்காலத்தில், புதிய வெற்றிகள் கிடைத்தன. ஆக, இந்தியாவின் இயந்திரத் தொழிலாளர்களுடைய யதார்த்த கூலியில் ஏற்பட்ட வளர்ச்சியெல்லாம், தொழிற்சங்க இயக்க வளர்ச்சியுடன் ஒட்டி நிற்கிறதென்பதும், தொழிற்சங்க இயக்கத்தின் பலத்தையும் சூழ்நிலையையும் பொறுத்திருந்த தென்பதும் கண்கூடு. ஆனால், பின் கட்டத்தில் தங்கிநிற்கும் தொழிலாளர்கள் இவற்றால் பலனடையவில்லை.

இந்தியாவில், கூலியைப்பற்றிய பொதுவான புள்ளி விவரங்கள் கிடையாது. ஒரேமாதிரியான கூலிவிகிதங்களும் இந்தியாவில் இல்லை; ஒரே நகரத்தில், ஒரே ரகவேலை செய்பவர்களுக்குக்கூட ஒரேமாதிரியான கூலி விகிதம் கிடையாது. **தொழிலாளர் நஷ்டஈடுச் சட்டத்தின்*** அமுலில் கிடைத்த விவரங்களிலிருந்து, ஓரளவு திறமைபெற்ற இயந்திரத் தொழிலாளர்களின் சராசரி விகிதங்களை உணர முடியும்; 1925 - 29 ஆகிய ஐந்து வருஷங்களின் விவரங்களை விட்லி கமிஷன் ரிப்போர்ட் பகுத்தாராய்ந்தது. திறமையில்லா வேலைசெய்து குறைந்த கூலி வாங்கும் தொழிலாளர்கள் நிலைமை இந்த விவரங்களில் தெரியவராது; ஏனென்றால், நஷ்டஈடு கோருவதற்கு அவர்களுக்கு விஷயம் தெரியாது; இந்தமாதிரி சட்டமிருப்பதையே அறியாதவர்கள் அவர்கள். "இயந்திரத்தொழிலில் ஓரளவு திறமை தேவைப்படும் வேலை செய்யும் தொழிலாளர்களுடைய கூலி விகிதங்களைப் பற்றிய பொதுப்படையான அனுமானத்தை" பிரதிபலிப்பதாக அதிகாரிகளால் வர்ணிக்கப்படும் இந்த புள்ளிவிவரங்களே, (சிறுவர் சிறுமிகள் கூலி விகிதங்கள் இதில் சேரவில்லை; திறமையில்லாத வேலை செய்பவர்களின் கூலி இதில் சேரவில்லை; கட்டுப்பாடில்லாத தொழில்களில் கேவலமான கூலிக்கு உழைப்பவர்கள் இந்த புள்ளி விவரத்தில் அடங்கவில்லை) திடுக்கிடத்தக்கனவையாக இருக்கின்றன.

---

* தொழிலாளர் நஷ்டஈடு சட்டம்: வேலை செய்யுங்கால், வேலை ஸ்தலத்தில், தொழிலாளர்களுக்கு விபத்துகள் ஏற்பட்டால், அந்த விபத்துகளுக்கு தக்கபடி நஷ்டஈடு தரவேண்டுமென்று நிர்வாகங்களை கட்டுப்படுத்தும் சட்டம் இது.

ஆக, ஐக்கிய மாகாணத்தில், இந்தத் தொழிலாளர்களில் நாலிலொரு பகுதி, மாதத்துக்கு 13ரூபாய்க்கும் குறைவான வருமானமுடையவர்கள்; பாதிப்பேருக்குமேல், 17-8-0 ரூபாய்க்கும் குறைவாக சம்பாதிக்கிறார்கள். மத்திய மாகாணத்தில் இவர்களில் பாதிப்பேருக்குமேலும், பீகார்-ஒரிஸாவிலும் சென்னையிலும் இவர்களில் பாதிப்பேரும் 17-8-0 ரூபாய்க்கு குறைவான மாத வருமானமுள்ளவர்கள். வங்காளத்தில், இவர்களில் பாதிப்பேருக்கு, மாதவருமானம் ரூ.22-8-0-க்கும் குறைவு; விலைவாசிகள் அதிகமாயுள்ள பம்பாயில்கூட, பாதிப்பேருக்குமேல், ரூ.27-8-0-க்கும் குறைவான மாத வருமானமுடையவர்கள்.

ஒப்பிட்டுப் பார்க்கும்பொழுது, நல்ல நிலைமையிலுள்ள தொழிலாளர்களைப் பற்றிய புள்ளி விவரங்கள் இவை; **அதிகாரிகளின்** புள்ளி விவரங்கள் இவை; சகல தொழிலாளர்களுக்கும் பொதுப்படையான விகிதங்களல்ல, சமீப வருஷங்களில், மாகாண தொழிலாளர் இலாக்காக்களின் ஆதரவில், தொழிலாளிவர்க்க பட்ஜெட்டுகளைப் பற்றி பல பரிசீலனைகள் நடந்திருக்கின்றன. (1932 - 33-ம் வருஷத்திய நிலைமையை பரிசீலனை செய்த) பம்பாய் ரிப்போர்ட் 1935லும், அஹமதாபாத் ரிப்போர்ட் 1937லும், சென்னை ரிப்போர்ட் 1938லும், பிரசுரிக்கப்பட்டன; இதற்குமுன், ஷோலாப்பூரில் 1925-ம் வருஷ நிலைமையை பரிசீலனை செய்த ரிப்போர்ட் 1928-ல் பிரசுரிக்கப்பட்டது.

இந்த ரிப்போர்ட்டுகள் கணித்த முடிவுகளாவன:- தொழிலாளர்களின் சராசரி **குடும்ப வருமானம்** (தனி நபர் வருமானமல்ல) பம்பாயில் மாதத்துக்கு 50 ரூ அஹமதாபாத்தில் மாதத்துக்கு 46ரூ., ஷோலாப்பூரில் மாதத்துக்கு 40ரூ., சென்னையில் கட்டுப்பாடான தொழில்களில் மாதத்துக்கு 37 ரூபாய்களும், கட்டுப்பாடில்லாத தொழில்களில் (பீடி முதலியவை) 20 முதல் 27ரூ. வரையும் (பம்பாய், ஷோலாப்பூர், அஹமதாபாத் பரிசீலனைகளின்படி) ஒரு சராசரி குடும்பத்தில் நால்வர் உள்ளனர். அதில் ஒண்ணரை முதல் இரண்டுபேர் வரை வேலை செய்கிறவர்கள். ஆகவே ஒரு தொழிலாளியின் சராசரிக்கூலி கிடைக்க வேண்டுமானால் மேற்கண்ட குடும்ப வருமானத்தில் 7இல் 4 பாகத்தைத்தான் எடுத்துக்கொள்ள முடியும். ஆக, ஒரு தொழிலாளியின்

சராசரி மாதக்கூலி பம்பாயில் 28 ½ ரூ.; அகமதாபாத்தில் 26¼ ரூ; ஷோலாப்பூரில் 23 ரூ; சென்னையில் கட்டுப்பாடான தொழில்களில் 21 ரூ; கட்டுப்பாடில்லாத தொழில்களில் 11 ½ ரூ. முதல் 15 ½ ரூ. வரையில்.

இந்தக் கூலி விகிதங்களும் பெயரளவில்தானென்பதை உணர்வது அவசியம், பல விதங்களில் இது குறைக்கப்படும்; கமிஷன்கள், அபராதங்கள் போர்மேன்களுக்கு மாமூல், லஞ்சம் முதலிய தில்லுமுல்லுகள் இந்த கூலியை குறைத்துவிடுகின்றன. தவிர, கடனுக்கு வேறே பகாசுர வட்டி செலுத்தவேண்டும். (பெரும்பான்மையான இடங்களில் மாதா மாதமே கூலி கொடுக்கப்படுவதாலும், சில இடங்களில் தான் 15 நாளைக்கொரு தடவை கொடுக்கப்படுகிறது. இந்த மாதாவாரி பட்டுவாடாவும் மாதம் முடிந்தபின் 10 நாள், 14 நாள் கழித்தே செய்யப்படுவதாலும், மாமூலாக கடன் வாங்குவது தொழிலாளிக்கு கட்டாயமாகிறது. இவ்விதமாக, தான் செய்த வேலையின் கூலி 6 வாரங்கள் கழித்தே கிடைப்பதால், 6 வாரங்களுக்கு வட்டி கொடுக்கவேண்டிய நிர்ப்பந்தம் தொழிலாளிக்கு ஏற்படுகிறது.)

"தொழில் கேந்திரங்களில், அநேக இடங்களில், தொழிலாளர்களில் மூன்றிலிருவருக்கு குறைவில்லாமல் கடன்பட்டிருக்கிறார்கள்" என்று விட்லி கமிஷன் மதிப்பிட்டது. "கடன்பட்டிருப்பவர்களில் மிகப்பெரும் பான்மையோர் தங்கள் மாதச் சம்பளத்தைப்போல மும்மடங்குக்கு மேலாக, அதைவிடவும் அதிகமாக கடன்பட்டிருக்கின்றனர்" என்றும் அது கூறியது. மூன்றில் இருவர்தான் கடன்பட்டிருக்கின்றன ரென்பது குறைந்த நிர்ணயிப்பாகுமென்று பிற்காலத்திய விசாரணைகள் எடுத்துக்காட்டின. மேலே குறிப்பிடப்பட்ட பம்பாய் விசாரணையில், தொழிலாளர் குடும்பங்களில் 100-க்கு 75 கடன்பட்டிருப்பதாகக் கணக்கிடப்பட்டது. கட்டுப்பாடான தொழில்களிலுள்ளவர்களில் 100-க்கு 90பேர் கடன்பட்டிருப்பதாகவும், அவர்களுடைய சராசரி கடன் அவர்களுடைய ஆறுமாத சம்பளத்தின் அளவு இருக்கு மென்றும் சென்னை ரிப்போர்ட் கணக்கிட்டது.

துறைமுகத் தொழிலாளர்களின் கூலியும் மிகக்குறைவானது. 1946-ம் வருஷத்தில் பிரசுரமான **ரீகி கமிட்டி** ரிப்போர்ட்

கூறுவதாவது; கொச்சி துறைமுகத்தில், தொழிலாளர்களில் 30 1/2 சதவீதத்தினர் தினசரி ஒரு ரூபாய்க்கு குறைவாக கூலி பெறுகின்றனர்; 68 சதவீதத்தினர் ஒரு ரூபாயிலிருந்து 2 ரூபாய்க்குள் தினசரி கூலி பெறுகின்றனர். ஸிந்தியா கப்பல் தளத்தில், 100-க்கு 82பேர், தினசரி 1 ரூபாய்க்கும் குறைவாகக் கூலி பெறுகின்றனர்.

சுரங்கத் தொழிலாளிகளின் கூலி ரொம்பக் குறைவு; சமீப வருஷங்களில், அவர்களுடைய கூலியில் பெரும் வெட்டு ஏற்பட்டது. இந்தியாவின் நிலக்கரி சுரங்கத் தொழிலாளர்களின் ஐந்தில் நான்கு பங்கினர் **ராணிக்கஞ்ச் ஜாரியா** நிலக்கரி வயல்களில் உள்ளனர். 1914-க்கு முன் ராணிக்கஞ்சிலுள்ள தொழிலாளர்களின் தினசரிக் கூலி 6 அணா; முதல் உலக யுத்தத்துக்குப் பின், அது உயர்ந்தது. 1929இல் 13 அணாக்களாயிற்று. ஆனால் 1936இல் 7¼ அணாவாகக் குறைந்துவிட்டது. "தொழிலாளர்களின் கூலி மிகக் குறைவாயிருக்கிறது; பரிகசிக்கத்தக்கதாயிருக்கிறது" என்று 1937 பிப்ரவரியில் நிலக்கரி சுரங்க மானேஜர்களின் ஸ்தாபன தலைவர் கூறியதில் வியப்பில்லை. இந்திய நிலக்கரி சுரங்கத் தொழிலாளியின் சராசரி வருஷ உற்பத்தி 131 டன்கள்; ஜப்பானில் 207 டன்கள்; பிரிட்டனில் 298 டன்கள்; அமெரிக்காவில் 671 டன்கள்.

தோட்டத் தொழிலாளர்கள் அதலபாதாளத்தில் அழுந்திக்கிடக்கின்றனர். "அஸ்ஸாம் சமவெளி தேயிலைத் தோட்டங்களில், (இந்தியாவில் தேயிலை உற்பத்தியின் பெரும் பாகம் அஸ்ஸாமிலும் வங்கத்திலும் உற்பத்தியாகிறது.) தோட்டங்களிலேயே குடியேறியிருக்கும் ஆண் தொழிலாளர்களின் சராசரி மாத வருமானம் ரூ. 7-13-0; பெண்களின் சராசரி மாத வருமானம் ரூ.5-14-0; வேலை செய்யும் சிறுவர் சிறுமிகளின் மாத வருமானம் ரூ.4-4-0" என்று **"இந்தியாவின் இயந்திரத்தொழிலாளி"** என்ற புத்தகத்தில் ஷிவராவ் கூறுகிறார்" இதைத்தவிர, தொழிலாளர்களுக்கு அளிக்கப்படும் "வீட்டுவசதி" (பேர்தான் வீடு என்று பெத்தப் பேர்). வைத்திய உதவி முதலிய சலுகைகள் தொழிலாளர்கள் அடிமைப்பட்டிருப்பதை எடுத்துக்காட்டுகின்றன. **ஸுர்மா சமவெளியில்** (இதுவும் அஸ்ஸாமிலுள்ளது) கூலி விகிதங்கள் இன்னும் குறைவு. அஸ்ஸாம் சமவெளியின்

மாதக் கூலி விகிதங்களைவிட ஸுர்மா சமவெளியில் 2 ரூ. குறைவாயிருப்பதாக **ரீகி கமிட்டி** கூறுகிறது. தென்னிந்தியாவின் தோட்டங்களில், ஆண்களின் தினசரிக் கூலி 4 அல்லது 5 அணாக்கள்; பெண்களுக்கு மூன்று அணாக்களுக்கும் குறைவு.

இத்தகைய சுரண்டல் அடிப்படையில் பறிக்கப்பட்ட கொள்ளை லாபங்கள், சந்திசிரித்த விவகாரமாகும். முதல் உலகயுத்த இறுதியிலேற்பட்ட தொழில் சுபிட்சத்தில் இந்த கொள்ளை லாபங்கள் சிகரங்களை முட்டின. இந்தியாவுக்கு சென்றுவந்த **டண்டி*** சணல் தொழிற்சங்கங்களின் தூதுகோஷ்டி 1925இல் சணல் தொழிலைப்பற்றி ரிப்போர்ட் செய்தது;

"கையிருப்பு நிதிகளையும், லாபங்களையும் ஒன்று கூட்டினால், பத்து வருஷங்களில் (1915 - 24) பங்குதாரர்களுக்கு கிடைத்த மொத்த லாபம் 30 கோடி பவுன்களாகும். அதாவது, வருஷத்துக்கு 90 சதவீதம் லாபம் கிடைத்துள்ளது. இந்த தொழிலில் 3 லட்சம் தொழிலாளர்களுக்கு மேல் (கிட்டத்தட்ட 3 லட்சத்து 27 ஆயிரம் பேர் வரை) வேலை செய்கின்றனர். இவர்களுடைய சராசரி வருஷச் சம்பளம் 12 பவுன்கள் 10 ஷில்லிங்குகளாகும். 3 லட்சம் தொழிலாளர் களிடமிருந்து பத்து வருஷத்தில் 30 கோடி பவுன்கள் லாபம் கிடைத்ததென்றால், ஆளுக்கு ஆயிரம் பவுன்கள் லாபம்; அதாவது ஒரு தொழிலாளியின் உழைப்பில் ஒரு வருஷத்தில் கிடைத்த லாபம் 100 பவுன்கள். தொழிலாளியின் சராசரி வருஷக் கூலி கிட்டத்தட்ட 12 பவுன் 10 ஷில்லிங்கானபடியால், சராசரி வருஷ லாபம் சம்பளத் தொகையைவிட எட்டு மடங்கு அதிகம்."

(ஜான்ஸ்டனும் ஸைமும் "இந்தியாவில் சுரண்டல்")

பருத்தி ஜவுளித் தொழிலைப் பொறுத்தவரை, 1927இல், **காப்புவரி போர் டின் விசாரணை ரிப்போர்ட்** கூறியதாவது:

"பம்பாய் மில்கள் பிரசுரித்துள்ள வரவு செலவுக் கணக்குகளை பரிசீலனை செய்ததிலிருந்து தெரியவருவ தென்னவென்றால், 1920-ல், 42 மில்களில் 40 சதவீதம் அல்லது அதைவிட அதிகமாக பங்கு லாபம் (டிவிடெண்ட்) விநியோகிக்கப்பட்டது; இதில் 14 மில்கள் 200 சதவீதத்துக்கு

* **டண்டி:** பிரிட்டனிலுள்ள சணல் தொழில் நகரம்.

மேல் டிவிடெண்ட் அளித்தன; இரண்டு மில்களில் 200 சதவீதத்துக்கு மேல் டிவிடெண்ட் தரப்பட்டது. 1921இல், 47 மில்கள் 40 சதவீதத்துக்கு மேல் டிவிடெண்ட் தந்தன. இதில் 11 மில்கள் 100 சதவீதத்துக்கு மேல் டிவிடெண்ட் தந்தன."

365 சதவீதம் வரைகூட டிவிடெண்டுகள் அளிக்கப்பட்ட மில்களின் பெயர்கள் வெளிவந்தன. 1927இல், **நாகபுரி**யிலுள்ள **எம்பிரஸ் மில்** தனது தங்கவிழாக் கொண்டாட்ட ஞாபகார்த்த பிரசுரத்தில், பெருமிதத்துடன் பீத்திக்கொண்டது.

"முதல் இருபது வருஷங்களில் (1877-97) டிவிடெண்டுகள் சராசரியாக கிட்டத்தட்ட 16 சதவீதமாயிருந்தன; உலக யுத்தத்துடன் வந்த தொழில் சுபீட்சத்துக்கு முன், பங்குதாரர்கள் சராசரியாக வருஷத்துக்கு 23 சதவீதம் பெற்றனர். தொழில் சுபீட்சக் காலத்தில் 90 சதவீதம் சராசரி டிவிடெண்ட் தரக்கூடிய அளவுக்கு லாபம் பெருகியது. எம்பிரஸ் மில் 100 சதவீதம் டிவிடெண்ட் கொடுக்க வேண்டுமென்பது டாட்டாவின் பேராவலாயிருந்தது. அவர் மரணமடையும்வரை, இந்த அளவுக்கு லாபம் கிடைக்கவில்லையென்றாலும், அதன்பின்னராவது போட்ட முதல் அளவு ஒரு வருஷத்தில் லாபமெடுக்கக்கூடிய நிலைமையை எய்தினோமென்றார். மில் ஸ்தாபகரின் பரம்பரையையொட்டி கம்பெனி வெற்றிகரமாக வேலை செய்துவருவதை காட்டுவதற்கு அது போதுமானது. 1919-ல், 500 ரூபாய் சாதாரண பங்கு ஒவ்வொன்றுக்கும் 350 ரூ. டிவிடெண்ட் கிடைத்தது; பல கஷ்டங்களிடையே மில் வேலை செய்த போதிலும், 1922-ல் 500 ரூபாய் சாதாரண பங்கு ஒன்றுக்கு 526 ரூபாய் டிவிடெண்ட் தரப்பட்டது. . . 1923-ல் பருத்தி ஜவுளி வர்த்தகத்தில் மந்தமேற்பட்ட போதிலும், ஸ்ட்ரைக்குகளால் தொந்தரவு ஏற்பட்ட போதிலும், ஒரு சாதாரண 500 ரூ. பங்குக்கு 280ரூ. டிவிடெண்ட் தரப்பட்டது.

முதலில் பங்கு வாங்கியவர்கள் பெற்ற ***போனஸ் பங்கு**களுக்கும் அதே டிவிடெண்டுகள் கொடுக்கப்பட்டதால்

* **போனஸ் பங்கு:** லாபத்தில் ஒரு பகுதியை மூலதனத்தில் சேர்த்துவிட்டு, அதற்காக, பங்குதாரர்களுக்கு கொடுக்கப்படும் புதிய பங்குகளை போனஸ் பங்குகளென்கிறோம். (மொ – ர்)

1920இல் அந்த பங்குதாரர்களுக்கு யதார்த்தத்தில் 488 சதவீதம் கிடைத்தது. . . . .

"பொதுப்படையாக, 1926 ஜூன் 30 முடிய எம்பிரஸ் மில்லுக்கு கிடைத்த மொத்தலாபம் 92,214,527 ரூபாய்க்கும் அதிகம் என்பது உற்சாகம் தரும் உண்மை; அதாவது முதலில் போடப்பட்ட சாதாரண பங்கு மூலதனத்தைப்போல் கிட்டத்தட்ட 61.47 மடங்கு, அந்த தேதிவரை, சாதாரண பங்குகளின் டிவிடெண்டாக 59,431,267ரூ. கம்பெனி அளித்திருக்கிறது. அதாவது முதலில் செலுத்தப்பட்ட மூலதனத்துக்கு சராசரி 80.86சதவீதம் வருஷா வருஷம் டிவிடெண்ட் கிடைத்து வந்திருக்கிறது. ஆகவே ஆரம்பத்தில் பங்குவாங்கிய பங்குதாரனுக்கு, முதலில் பங்கு கிடைத்த அதிர்ஷ்டத்தின் விளைவாக நல்ல லாபம் கிடைத்திருக்கிறது. 500ரூ. மதிப்புள்ள பங்கை வாங்கிய அவனுக்கு இன்றைய மார்க்கட் நிலவரத்தில் 7,838ரூ. மதிப்புள்ள 2.05 பங்குகள் இலவசமாகக் கிடைத்திருக்கிறது; மேலும், டிவிடெண்டுகள் மூலம் அவனுக்கு 19,810 ரூ. கிடைத்துள்ளது."

(எம்பிரஸ் மில், நாகபுரி, தங்கவிழா, 1877 - 1927)

குபேரப்பட்டணத்து கொள்ளையைப் போன்ற இந்த லாபம் எப்பொழுதுமே நீடிக்க முடியாது. எனினும், உலகப் பொருளாதார நெருக்கடி வரும்வரையில் இந்த உயர்ந்த லாபவிகிதங்கள் பழுதுபடவில்லை. 1928, 29, 30 வருஷங்களில்கூட மேற்கண்ட எம்பிரஸ் மில் முறையே 28, 26, 24 சதவீதங்கள் டிவிடெண்ட் அளித்துவந்தது. சணலில் பார்த்தால், பிரதான மில்லாகிய **கூர்பூர் மில்** (இது 1918இல் 250 சதவீதம் டிவிடெண்ட் அளித்தது) 1927இல் 100 சதவீதமும், 1928இல் 60 சதவீதமும் 1929இல் 50 சதவீதமும் டிவிடெண்ட் அளித்தது. நிலக்கரித்தொழிலை நோக்கினால், 1929இல் நான்கு முக்கியமான நிலக்கரி சுரங்க கம்பெனிகள் 70, 55, 36, 30 சதவீதங்கள் டிவிடெண்ட் அளித்தன. தேயிலையில், இந்தியாவில் ஸ்தாபிக்கப்பட்டிருந்த 98 கம்பெனிகள், 1928இல் சகட்டுக்கு 23 சதவீதம் டிவிடெண்ட் தந்தன; 1929இல் 74 கம்பெனிகள் சகட்டுக்கு 20 சதவீதம் டிவிடெண்ட் தந்தன.

நெருக்கடியும் பொருளாதார மந்தமும் இந்திய தொழிலை பலமாகத் தாக்கியது. லாபம் குறையாமலிருட

பதற்காக, ராஷனலிஸேஷன் நடவடிக்கைகளும் கூலிவெட்டு நடவடிக்கைகளும் தயவு தாட்சண்யமில்லாமல், முர்த்தண்யமாக எடுக்கப்பட்டன. இது பருத்தி ஜவுளித் தொழிலில் விசேஷமாயிருந்தது. 1922 - 23-க்கும் 1934 - 35-க்குமிடையே, பருத்தி ஜவுளி மில்களில் உபயோகிக்கப்பட்ட பருத்தியின் அளவு 235 ஆயிரம் டன்களிலிருந்து, 545 ஆயிரம் டன்களாக அதிகரித்தது; ஆனால் மில்களில் வேலை செய்தவர் எண்ணிக்கை 356 ஆயிரத்திலிருந்து 414 ஆயிரமாகவே உயர்ந்தது - அதாவது 16 சதவீதம்தான் அதிகம். சணல் தொழிலில், 1222-23-ல் 47 லக்ஷம் பேர்கள் சணல் மில்களில் உபயோகிக்கப்பட்டது. 1935-36-ல் இது 60 லட்சம் பேல்களாயிற்று, அதாவது 28 சதவீதம் அதிகம். ஆனால் சணல் மில்களில் வேலைப்பார்த்தவர்கள் எண்ணிக்தை யதார்த்தத்தில் குறைந்தது, 3,21,000லிருந்து 2,78,000 ஆயிற்று, அதாவது 13 சதவீதம் குறைந்தது, ரயில்வேயில், 1929 - 30லிருந்து 8,17,000 சிப்பந்திகள் 1936-37இல் 7,10,000 மாகக் குறைக்கப்பட்டனர். 1921-ல் 193 லட்சம் டன்கள் நிலக்கரி உற்பத்தியாயிற்று; 1935-ல் இது 230 லட்சம் டன்களாகப் பெருகிறது. ஆனால் நிலக்கரி சுரங்கத் தொழிலாளர் தொகை 2,05,000லிருந்து 1,79,000மாகக் குறைந்தது.

இரண்டாவது உலக யுத்தத்துக்கு முன்பிருந்த லாப விகிதங்கள் - 1918க்குப் பிந்திய தொழில் சுபீட்சக் கட்டத்தின் பகாசுரக் கொள்ளைக்கு சமமாயில்லாவிட்டாலும் - விசேஷமான சுரண்டலை நன்கு எடுத்துக்காட்டின. சணல் தொழிலில், **ரிலையன்ஸ் சணல் மில் கம்பெனி** 1935-ல் 50 சதவீதமும், 1936-ல் 42¼ சதவீதமும், 1937-ல் 30 சதவீதமும் டிவிடெண்ட் அளித்தது. பருத்தியில் **மூர் மில் கம்பெனி** 1935-ல் 35 சதவீதமும் 1936-ல் 27 ½ சதவீதமும் 1937-ல் 22 ½ சதவீதமும் டிவிடெண்ட் தந்தது. தேயிலையில் **நியூ டூ ஆர்ஸ் தேயிலை கம்பெனி** 1935லும் 1936லும் 50, 50 சதவீதமும் டிவிடண்ட் தந்தது; **நாகைஸூரக் தேயிலை கம்பெனி** 1935-ல் 60 சதவீதமும், 1936-ல் 50 சதவீதமும் டிவிடண்ட் தந்தது; **ஈஸ்ட்ஹோப் எஸ்டேட்டுகள் கம்பெனி** 1935-ல் 23 சதவீதமும் 1936-ல் 33 சதவீதமும் 1937-ல் 40 சதவீதமும் டிவிடெண்ட் தந்தது. யுத்த காலத்தில் இதையும்விட பன்மடங்கு அதிகமான டிவிடெண்டுகள் அளிக்கப்பட்டன. (6வது அத்தியாயம், 7வது செக்ஷன் பார்க்கவும்)

1914-18 யுத்தத்திலிருந்து இந்த முப்பது வருஷங்களில் கிடைத்த அசுர லாபத்தில், ஆயிரமாயிரம் கோடிக்கணக்கில் கிடைத்த லாபத்தில் ஒரு பகுதியை செலவழித்தால்கூட, தொழிலாளர்களின் வீட்டுவசதி பிரச்சினையை, நாட்டையே கேவலப்படுத்தும், அவமானப்படுத்தும் பிரச்சினையை ஓரளவுக்கு தீர்த்திருக்க முடியும்; சமூக பாதுகாப்புக்கும் சுகாதாரத்துக்காகவும் சில சர்வ சாதாரணமான நடவடிக்கைகளை தொடங்கியிருக்க முடியும். ஆனால் இதை சாத்தியமாக்கக்கூடிய நடவடிக்கைகளை எடுக்கும் பொறுப்பை இந்தியாவில் நிலவும் அரசாட்சி ஏற்றுக்கொள்ளவேயில்லை. உலகத்தில் வேறெந்த பெரிய தேசத்திலும், இந்தியாவிலிருப்பதைப்போல, பணக்காரர்கள் இவ்வளவு குறைவாக வரிகொடுத்துவிட்டு தப்புவதற்கு அனுமதிக்கப்படுவதில்லை; இங்கு வரியின் பிரதான சுமை ஏழைகள்மீது விடிந்திருக்கிறது. விவசாயிகள் நிலவரி செலுத்தவேண்டும்; ஆனால் நிலப்பிரபுக்களின் வருமானத்துக்கு வருமான வரி கிடையாது. தாங்க முடியாத **மறைமுகவரிச்*** சுமை தொழிலாளிகளை அழுத்துகிறது; அதிக வருமானம் உள்ளவர்களின் வருமான வரியோ மிக லேசாக இருக்கிறது. 1938 ஏப்ரலில் பேசும்பொழுது, இந்திய சர்க்காரின் நிதி இலாகா மெம்பராயிருந்த **ஸர் ஜேம்ஸ் கிரிக்** கொடுத்த கணக்குப்படி, நேரடியான வரி மூலம் வசூலாவதைப்போல எட்டு மடங்கு மறைமுக வரி மூலம் வசூலிக்கப்படுகிறது. 1936-37இல், வருமான வரிமூலம் கிடைத்த தொகை 115 லட்சம் பவுன்களாகும், அதாவது மொத்த வருமானத்தில் 14இல் ஒரு பகுதி; தேசவருமானத்தில் 100-க்கு ஒரு பங்கையும் விட குறைவானதென்பது அதே கிரிக்கின் கணிப்பு. ஆனால் பிரிட்டனில், அதே வருஷத்தில் வருமானவரி, உபரிவரி, மரணவரி ஆகிய இனங்களில் வசூலான தொகை தேச வருமானத்தில் 100-க்கு 10 பங்குக்கு மேலிருந்தது.

---

* **மறைமுகவரி** : நிலவரி, வருமானவரி, தொழில் வரி முதலியவை நேரடியான வரிகள்; உப்புவரி முதலிய வரிகள், பண்டங்கள் மீது போட்டு, நம்மிடமிருந்து வாங்கப்படுகின்றன. இவைகளை மறைமுக வரிகள் என்கிறோம். . . நேரடியாக வாங்காமல், மறைமுகமாக வசூலிக்கப்படும் வரிகள்.

இந்தியாவில், தொழிலாளர் சட்டமும் சமூக சட்டத்திட்டமும் இதைப்போலவே பிற்போக்காயுள்ளன; காகிதத்தின் தோற்றத்திற்கு ரொம்பதூரம் கீழே போனால்தான் யதார்த்த உண்மையை உணரமுடியும். இந்திய மில் தொழிலின் வளர்ச்சியைக்கண்டு குலை நடுங்கிய லங்காஷயர் முதலாளிகளின் நிர்ப்பந்தம், 1881-ல் இந்தியாவில் ஏதோ ஒரு ரக பாக்டரி சட்டத்தைக்கொண்டு வருவதற்கு பிரதான காரணமாக விளங்கியது. இந்தச் சட்டம் வகுத்த சொற்ப சீர்திருத்தங்கள்கூட, அமுலுக்கு கொண்டுவர வசதி ஏற்படுத்தாத காரணத்தால், பல வருஷகாலம் ஏட்டோடு நின்றது. "1905 ஆரம்பத்தில், இந்தியாவில், பாக்டரி இன்ஸ்பெக்ஷன்முறை ஓரளவுக்கு உடைந்துகிடந்தது. ஒரு பாக்டரி சட்டமிருந்தது; ஆனால் சில துறைகளில் அது ஏட்டோடு நின்றது. . . . பம்பாய் நகரத்தில் 79 பருத்தி ஜவுளி மில்களில் தினசரி, சராசரியாக 1,14,000 பேர் வேலை செய்தனர்; எனினும் பம்பாய் பாக்டரிகளை பரிசீலனை செய்வதுடன் சம்பந்தப்பட்ட ஒவ்வொரு ஆபீஸருக்கும் வேறு பல ஜோலிகள் இருந்தன. "பாக்டரிகளின் சீப் இன்ஸ்பெக்டர்" (தலைமை இன்ஸ்பெக்டர்) உதவி கலெக்டராகவுமிருந்தார், சகஜமாக இவர் ஒரு வாலிப ஐ. ஸி. எஸ். உத்தியோகஸ்தராக இருப்பார். 1905ஆம் வருஷத்தில் மாத்திரம் இந்த பதவியை 6 பேர்வழிகள் நிர்வகித்தனர். சகலரும் அனுபவமில்லாதவர்கள். தங்களுக்குள்ள பல ஜோலிகளிடையே பாக்டரி பரிசீலனையை அக்கறை காட்டவேண்டிய அலுவலாகக் கருதாதவர்கள். பாக்டரி பரிசீலனையை முழுநேர அலுவலாகக்கொண்ட இன்ஸ்பெக்டர் ஒரே ஒருவர்தான்; பருத்தி வரிச் சட்டம் மீறப்படாமலிருக்கிறதாவென்று உற்பத்திக் கணக்குகளை பரிசோதிப்பதே அவருடைய பிரதான அலுவலாக இருந்தது. . . . இத்தகைய அமைப்பின்கீழ், பாக்டரி சட்ட ஷரத்துக்கள் திட்டவட்டமாக தட்டிக்கழிக்கப்பட்டது இயற்கையே. பாக்டரி பரிசீலனை தோல்வியுற்றதும், அதைத் தொடர்ந்த தீமைகளும் கல்கத்தாவில் இன்னும் வெளிப்படையாயிருந்தன. பாக்டரி சட்டமிருப்பதையே, தான் கவனிக்கவில்லையென்று கல்கத்தாவிலுள்ள ஒரு மில் மானேஜர் இரண்டாவது பாக்டரி தொழிலாளர் கமிஷனிடம் பகிரங்கமாக ஒப்புக்கொண்டார். சுமார் 400

சிறுவர்களை தன் மில்லில் வேலை வாங்கும் மானேஜர், சிறுவர் உழைப்பைத் தடைசெய்யும் பாக்டரி சட்டம் ஒன்றிருப்பதாக, தான் ஒரு பொழுதும் கேள்விப்பட்டதேயில்லை" யென்று ஊர்ஜிதமாய்க் கூறினார்.

(லோவட்பிரேஸர், "கர்ஸான் காலத்திலும் அதன் பின்னரும், இந்தியா")

1924-ல் கூட வருஷாந்திர பாக்டரிகள் ரிப்போர்ட்டை வெளியிட்ட பம்பாய் கலெக்டர் ("கிட்டத்தட்ட ஒவ்வொரு பாக்டரியிலும் ஒழுங்கீனங்கள்" இருப்பதாக இந்த ரிப்போர்ட் கூறியது). அதன் முன்னுரைக் குறிப்பில், அதிகாரபூர்வமான கருத்தை கீழ்க்கண்டவாறு விவரித்தார் :-

"பாக்டரி சட்டத்தையும் விதிகளையும் தளர்த்தாமல் அமுல் நடத்துவது ரொம்ப கண்டிப்பானதாகிறதென்பது என் அபிப்பிராயம்; இது தொழிலுக்கு குந்தகம் விளைவிக்கிறது.... விசேஷ வேலைகள் உள்ளபோது, விடுமுறை நாட்களிலும், வேலை நேரம் கழிந்த பிற்பாடும், சில சமயங்களில் வேலை செய்யக்கூடாதென்று சொல்வது முதலாளிகளுக்கும் தொழிலாளிகளுக்கும் கஷ்டம் தருவதாகும். அந்த சந்தர்ப்பங்களில், தொழிலாளிகள் வேலை செய்வதற்கு இஷ்டப்படுகிறார்கள். அதனால் அவர்களுக்குத் தீமை ஏற்படுவதில்லை. அதிக நேரக் கூலி பெறுகிறார்கள். ஆகவே, நியாயமான விதிவிலக்குகளை சிபார்சு செய்வது இலாகாவின் கொள்கையாயிருந்து வந்திருக்கிறது."

(பம்பாய் ராஜதானியின் வருஷாந்திர பாக்டரி ரிப்போர்ட், 1924, பம்பாய் கலெக்டரின் முன்னுரை.)

இப்பொழுது அமுலிலிருக்கும் 1934-ம் வருஷத்திய பாக்டரிகள் சட்டம் நிரந்தர பாக்டரிகளின் (வருஷம் முழுவதும் வேலைசெய்யும் பாக்டரிகள் சட்டம் வேலை நேரத்தை 10 மணி வேலை நேர தினமாகவும் 54 மணி நேர வாரமாகவும் (அதாவது நாளைக்கு ஒரு தொழிலாளி 10 மணி நேரமே வேலை செய்ய வேண்டும் வாரத்துக்கு 54 மணி நேரமே வேலை செய்யவேண்டும்). நிர்ணயித்திருக்கிறது. ஸீஸனல் பாக்டரிகள் (வருஷத்துக்கு 6 மாதத்துக்கு மேல் வேலை செய்யாத பாக்டரிகள்) வேலை நேரத்தை 11 மணி

நேர தினமாகவும் (பெண்களுக்கு 10 மணி) 64 மணி நேரவாரமாகவும் நிர்ணயித்துள்ளது; அதிக நேரம் வேலைவாங்கவும் வசதியுண்டு. இரவில் பெண்கள் வேலைவாங்கப்படுவதை தடை செய்திருக்கிறது. 12 வயதுக்கு குறைவான சிறுவர்கள் வேலை வாங்கப்படுவதை தடை செய்திருக்கிறது; 12 வயது முதல் 15 வயது வரையுள்ள சிறுவர்கள் பகலில் மாத்திரம் 5 மணி நேரம் வேலை செய்யலாம். இந்தச் சட்டம் 25 லட்சம் தொழிலாளிகளையே பாதிக்கிறது.

1935-ம் வருஷத்திய **சுரங்கச் சட்டம்**, பூமிக்குமேல் வேலை செய்பவர் தினசரி வேலை நேரத்தை 10 மணியாகவும், பூமிக்கு கீழே வேலை செய்பவர் வேலை நேரத்தை ஒன்பது மணியாகவும் நிர்ணயித்துள்ளது; பதினைந்து வயதுக்குக் குறைவானவர்கள் வேலைசெய்யக்கூடாது. இந்தச் சட்டம் $2^{1}/2$ லட்சம் தொழிலாளர்களையே பாதிக்கிறது. சுரங்கங்களில் (பூமிக்கு கீழே) பெண்கள் வேலை செய்வது 1937-ல் தடைசெய்யப்பட்டது. ஆனால் 1943-ம் வருஷத்தில் ஒரு அவசரச் சட்டம் மூலம், யுத்த காலத்துக்கு மட்டும் இந்த தடை மீண்டும் நீக்கப்பட்டது.

ரயில்வேக்களில் வாரத்துக்கு 60 மணி நேரமாக வேலை நேரம் நிர்ணயிக்கப்பட்டிருக்கிறது.

1931-ம் வருஷத்தில் **இந்திய துறைமுகங்கள் சட்டம்**, பன்னிரண்டு வயதுக்கு குறைந்தவர்கள் வேலை செய்வதை தடை செய்கிறது; துறைமுகத் தொழிலாளர்களுக்கு சொற்ப பாதுகாப்புக்களை அளிக்கிறது.

1934-ம் வருஷத்திய **தொழிலாளர் நஷ்டஈடு சட்டம்** 60 லட்சம் தொழிலாளர்களை பாதிக்கிறது; ஆனால், பழிவாங்குதலுக்கு பயப்படுவதால், தொழிலாளர்கள் இதை நடைமுறையில் பயன்படுத்திக்கொள்வது மிகக் குறைவே.

1936-ம் வருஷத்திய **சம்பள பட்டுவாடா சட்டம்** அதிகபட்சமாய மாதாமாதம் கூலிகொடுக்க வேண்டுமென்றது. (வாராந்திரமாகவோ, இரு வாரத்துக்கு ஒரு தடவையோ கொடுக்க வேண்டுமென்பது மறுக்கப்பட்டது) மாதம் முடிந்தபின் ஒரு வாரத்துக்குள் சம்பளத்தை பட்டுவாடா

செய்யவேண்டுமென்றது. அபராதம், யதேச்சாதிகாரமாக சம்பளத்தில் கைவைப்பது முதலியவற்றைக் கட்டுப்படுத்தியது.

ஆக, இந்தியாவில் தொழிலாளர் சட்டம் எவ்வளவு குறைவாயுள்ளதென்பது கண்கூடு.

"பாக்டரிகள், சுரங்கங்கள், தோட்டங்கள், ரயில்வேக்கள். துறைமுகங்கள் முதலியவற்றை பாதிக்கும் சகல தொழிலாளர் சட்டங்களையும் சேர்த்துப் பார்த்தால்கூட, 70, 80 - லட்சம் பேருக்குமேல் அவற்றின் பாதுகாப்பைப் பெறுகிறார்களா வென்பது சந்தேகம்தான். மீதிப்பேர் - இவர்கள் தொழிலாளர்களில் மிகப் பெரும்பான்மையோர்- சிறு தொழில்கள் அல்லது கட்டுப்படுத்தப்படாத தொழில்களில் வேலை செய்கின்றனர்".

(ஷிவராவ், "இந்தியாவில் இயந்திரத் தொழிலாளி"1939)

1944-ல், பாக்டரிகளைப் பற்றிய பிரதான சட்டங்கள் 25, 22, 753 தொழிலாளரை மட்டுமே பாதித்தது. இந்திய தொழிலாளி வர்க்கத்தின் கடுகளவு கூட இல்லை. இங்கு கூட, இவற்றை அமுல் நடத்தி கண்காணிக்கும் அமைப்புக்கு பலமில்லாததால், இந்தச் சட்டங்களின் பயன் பாதிக்கப் படுகிறது. 1944-ல் பாக்டரிகள் சட்டத்தின்கீழ் - ரிஜிஸ்தர் செய்யப்பட்டிருந்த பாக்டரிகள், 14,071 இருந்தபோதிலும். 11,713தான். அதாவது 83.2 சதவிகிதம்தான், பரிசீலனை செய்யப்பட்டது. 2,358 பாக்டரிகள் வருஷம் முழுவதும் பரிசோதிக்கப்படவே இல்லை; பல பாக்டரிகள் வருஷத்தில் ஒரே ஒரு தடவைதான் பரிசோதிக்கப்பட்டன. பாக்டரி சட்ட ஷரத்துக்கள் பயன்படத்தக்க முறையில் நிறைவேறுவதை இது எவ்வளவு தூரம் சாத்தியமாக்கும் என்பதை கற்பனை செய்ய முடியும்? (இந்த சட்டத்தை மீறிய வழக்குகளில் 1,775 தண்டனைகள் விதிக்கப்பட்டன; ஆனால் இவற்றில்கூட, லேசான அபராதங்களே போடப்பட்டன. இந்த லேசான அபராதங்கள். சட்டத்தை மீறுவதற்கு முதலாளிகளுக்கு தூண்டுகோல்களாக அமைந்தன. "செலுத்தவேண்டிய அபராதத்தைவிட, சட்டத்தை மீறியதால் கிடைக்கும் நன்மை கூடுதலாயிருக்கும்போது, இந்த மாதிரி அபராதம் விதிப்பது குற்றவாளிகள் சீர்திருந்துவதற்கு உதவாது" என்று ஐக்கிய மாகாணத்தின் ரிப்போர்ட் (**இந்தியன் லேபர் கெஜட்**, 1946

செப்டம்பர்) அபிப்பிராயப்பட்டது. (வேறு சில மாகாணங்களும் இதை ஆமோதிக்கின்றன.)

இந்திய சமஸ்தானங்களிலுள்ள தொழில்கள் பாக்டரிகள் சட்டத்தால் பாதிக்கப்படவேயில்லை.

இந்தியாவின் தொழிலில் பிரதான பகுதிக்கு கட்டுப்பாடு கிடையாது. இங்கு பச்சிளம் சிறுவர்கள் வேலை செய்வது கூட சகஜமாயிருக்கிறது. வேலை நேரத்திற்கு வரம்பு இல்லை. சுகாதார ஆரோக்கியத்துக்கான சர்வ சாமானிய வசதிகள்கூட கிடையாது. முன்னரே எடுத்தாளப்பட்ட 1938-ம் வருஷத்திய சென்னை ரிப்போர்ட் கட்டுப்பாடில்லாத தொழில்களில் சிறுவர் உழைப்பு, அதிகரித்திருப்பதைக் கண்டது. தோல் பதனிடும் தொழிலும் ஜமக்காள பாக்டரிகளிலும், பீடி, சிகரெட் பாக்டரிகளிலும், நிலவும் நிலைமையை விவரிக்கமுடியாது, பீடி, சிகரெட் பாக்டரிகளிலும் ஐந்து ஆறு வயதிலேயே குழந்தைகள் வேலை செய்யத் தொடங்குவது சகஜமாயிருக்கிறது; தினசரி 10, 12 மணி நேரம் வேலை செய்கின்றனர்; வாரத்துக்கு ஒருநாள் கூட விடுமுறை கிடையாது.; இந்த 10, 12 மணி நேர தினத்துக்கு இந்தக் குழந்தைகள் பெறும் கூலி தினசரி 2 அணாக்கள்.

நவீன அர்த்தத்தில் பார்த்தால், சமூக சட்டமே கிடையாது. ஆரோக்கிய இன்ஷுரன்ஸ் இல்லை, வைத்திய வசதி இல்லை. நோய்வாய்ப்பட்ட காலத்துக்கு உதவி இல்லை. தள்ளாத வயதுக்கு வசதி இல்லை; வேலையில்லா திண்டாட்ட காலத்துக்கு வசதி இல்லை; பொதுவான கல்வி அமைப்பு இல்லை. தெருக்களை சுத்தம் செய்தல். தண்ணீர் சப்ளை, விளக்குவசதி, மலஜலத்தை அப்புறப்படுத்துதல் ஆகிய சர்வ சாமானிய பொது சுகாதாரத் தேவைகள்கூட தொழிலாளர் குடியிருப்பு பிரதேசங்களில் அறவே புறக்கணிக்கப்படுகின்றன. அதே சமயத்தில் ஐரோப்பியர்களும் மேல் வகுப்பு இந்தியர்களும் வசிக்கும் பணக்கார பங்களாக்களின் வட்டாரங்களுக்கு உயர்ந்த வசதிகள் செய்யப்படுகின்றன. வரிகள் மூலம் வசூலிக்கப்பட்ட தொகை இவற்றுக்கு செலவழிக்கப்படுகிறது. சீரழிந்து நாறிக்கொண்டிருக்கும் தொழிலாளர் குப்பங்கள் அங்கு வாழ்பவர்களுக்கு நோயையும் அற்பாயுசு மரணத்தையும்

கொண்டுவருகின்றன. அவற்றின் நிலச்சொந்தக்காரர்களுக்குச் 30, 40 சதவீதம் வாடகை கொடுக்கின்றனர், அதிகாரிகள் இவை அழுகி நாசமாவதை அனுமதிக்கின்றனர். தனி நபர்களுக்கும் கம்பெனிகளுக்கும் சொந்தமாயுள்ள இந்தக் குப்பங்களில் தெருக்களை சுத்தம் செய்வது கூட கிடையாது. குடிசைகளுள்ள இரு வரிசைக்குமிடையேயுள்ள குறுகிய சந்துக்களில் மலஜலமும் கழிவும் நிரம்பிக் கிடக்கின்றன. **அலஹாபாத்** மேயராயிருந்தபோது, தனக்கு கிடைத்த அனுபவத்தை பற்றி ஜவஹர்லால் நேரு கூறுகிறார்:-

"அநேக இந்திய நகரங்களை இரு பகுதிகளாகப் பிரிக்கலாம். அடர்த்தியுள்ள ஜனநெருக்கமுள்ள நகரப்பகுதி, விஸ்தாரமான தோட்டங்கள் அல்லது காம்பவுண்டுகளுக்கிடையேயுள்ள பங்களாக்களுடன் கூடிய பிரதேசம் இரண்டாவது பகுதியைத்தான் இங்கிலீஷ்காரர்கள் சகஜமாக **"ஸிவில் லைன்கள்"** என்று குறிப்பிடுகிறார்கள். இந்த ஸிவில் லைன்களில்தான் இங்கிலிஷ் அதிகாரிகளும் முதலாளிகளும் பல மேல்வர்க்க இந்தியர்களும் இந்திய அதிகாரிகளும் வசிக்கின்றனர். ஸிவில் லைன்களிலிருந்து கிடைப்பதைவிட நகரப்பகுதியிலிருந்தே முனிசிபாலிட்டிக்கு அதிக வருமானம் கிடைக்கிறது. ஆனால் நகரப்பகுதியைவிட ஸிவிப் லைன்களுக்கு முனிசிபாலிடி அதிகமாக செலவழிக்கிறது. ஸிவில் லைன்கள் உள்ள பிரதேசம் அதிக விஸ்தாரமானவை; அங்கு ரஸ்தாக்கள் அதிகம்; அவைகளை சுத்தம் செய்ய வேண்டும்; தண்ணீரடிக்கவேண்டும்; ரிபேர் செய்யவேண்டும், விளக்கு வசதி செய்யவேண்டும், சுகாதார அமைப்பு, தண்ணீர் சப்ளை, கழிவுநீர், வடிகால்வசதி ஆகியவையும் விஸ்தாரமாயிருக்க வேண்டும். நகரப் பகுதி அலட்சியப் படுத்தப்படுகிறது; ஏழைகள் வசிக்கும் பகுதி கவனிப்பாரில்லாமல் கிடக்கிறதென்று சொல்லவேண்டியதில்லை. இங்கு நல்ல ரஸ்தாக்கள் இருப்பதே அபூர்வம்; குறுகிய சந்துகளில் பலவற்றுக்கு நல்ல விளக்கு வசதி கிடையாது. ஒழுங்கான சுகாதார வசதி இல்லை. சாக்கடை வசதி இல்லை."

(ஜவஹர்லால் நேரு, "சுயசரிதை")

இந்த நிலைமையில் அபிவிருத்தி செய்யவேண்டுமென்று, நில மதிப்புகளின் அடிப்படையில் ஒரு வரிவிதிக்க நேரு

முயற்சித்தார். ஆனால் நில உரிமையைப் பற்றிய பல சட்டங்களுக்கு விரோதமான போக்கு அது என்று உடனுக்குடன் ஜில்லா மாஜிஸ்ட்ரேட் தடுத்துவிட்டார். அத்தகைய வரி விதித்திருந்தால். ஸிவில் லைன்களிலுள்ள பங்களாக்களின் சொந்தக்காரர்களை அது பிரதானமாக பாதித்திருக்கும்.

ஆக, இவ்விதமாக "நாகரிகமான' பிரிட்டிஷ் ராஜ்யத்தில் இந்திய தொழிலாளர்களின் ஆபாசமான நிலைமையும் வரம்பில்லாத சுரண்டலும் அடிமைத்தனமும் பாதுகாக்கப் படுகின்றன. சர்வ ஜாக்கிரதையாக பாதுகாக்கப்படும் மாளிகைகளிலிருந்து. அபூர்வமான சுகாதார வசதிகளுடன் கூடிய அரண்மனைகளிலிருந்து. ஐரோப்பிய முதலாளிகள் ஆபாசமும் துயரமும் நிறைந்த தங்கள் ராஜ்யத்தை அரசு புரிகிறார்கள்.

"துர்நாற்றத்துக்கும் ஆபாசத்துக்கும் அழுக்குக்கும் ஹௌராவிலும் கல்கத்தாவின் வடபுறத்திலுமுள்ள பஸ்திகளுக்கும் (தொழிலாளர் குடியிருப்பு பிரதேசம்) சமானமாக ஏதுவுமில்லை. சணல் மில்களின் தொழிலாளர்களில் பெரும்பாலோர் தனி நபர்களுக்கு சொந்தமான பஸ்திகளில் வசிக்கும்படி கட்டாயப்படுத்தப்படுகின்றனர். **வங்காள முனிஸிபாலிட்டிகள் சட்டப்படி** இந்தச் சேரி பிரதேசங்களை அபிவிருத்தி செய்யும் கடமை. அந்தக் குப்பங்களில் வாழும் ஏழைகளிடமிருந்து ஏராளமாய் வாடகை வாங்கும் சொந்தக்காரர்களைச் சேர்ந்தது. ஆனால் இந்தச் சட்டத்தின்படி முனிசிபாலிட்டிக்குள்ள அதிகாரங்கள் (குப்பத்தின் சொந்தக்காரர்களை கட்டாயப்படுத்தும் அதிகாரங்கள்) அமுலுக்கு வராமல் பணமூட்டைகள் பார்த்துக்கொள்கின்றன. இந்த **பஸ்திகளின்** நிலைமையை வர்ணிக்க முடியாது. "அழுக்கடைந்த, வியாதிகளால் பீடிக்கப்பட்ட குடிசைகள்" என்று அழைக்கப்படும் இவைகளுக்கு . ஜன்னல்கள் இல்லை. புகை போக்கிகள் இல்லை. அடுப்பங்கரை இல்லை; குடிசைவாயில்கள் மிகவும் சிறியதாகவிருப்பதால், முழங்காலை மண்டி போட்டுக்கொண்டு உள்ளே போக வேண்டியிருக்கிறது. தண்ணீர் சப்ளையில்லை. வெளிச்சம் கிடையாது. சுகாதார

வசதிகள் இல்லையென்று சொல்லவேண்டியதில்லை. இந்த மஸ்திகளென்ற சேரிகளுக்கு போகும் பாதைகள் குறுகியவை. கழிவு அடர்ந்த பாதைகள்; வருஷம் முழுவதும். குறிப்பாக மழைக்காலத்தில். கோடிக் கணக்கான ஈக்களையும். கொசுக்களையும் உற்பத்தி செய்யும் பாதைகள் அவை... .

"வங்காளத்தின் இரண்டாவது பெரிய நகரமான **ஹௌராவின்** சில பாகங்களிலுள்ள நிலைமை கல்கத்தாவுக்கு வடபுறத்திலுள்ளதைவிட மோசமானவை; நிலத்துக்கு கிராக்கி அதிகமாயிருப்பதால், கிடைக்கக்கூடிய கடைசி அடி நிலத்தில்கூட குடிசைகள் கட்டப்பட்டுவிட்டன. இரு புறத்திலுமுள்ள குடிசைகளுக்கிடையிலுள்ள சந்துகள் 3 அடி அகலத்துக்கு மேல் இல்லை. ஆனால், இதர மில் ஏரியாக்களைப் போல இந்த சந்துகளிலும். திறந்த சாக்கடைகள் ஓடிக்கொண்டிருக்கின்றன."

(ஷிவராவ் : "இந்தியாவில் யந்திரத் தொழிலாளி")

போட்ட மூலதனத்தைப் போல பன்மடங்கு மதிப்புள்ள டிவிடெண்டுகளைக் கொழித்த, நூற்றுக்கணக்கான சதவீத டிவிடெண்டுகளை பறித்துவரும். ஐரோப்பிய கம்பெனிகளில் உழைக்கும் சணல் தொழிலாளர்களுடைய வாழ்க்கை நிலைமைகள் இவை.

இந்திய தொழிலாளர் இயக்கத்தின் சூழ்நிலை இது. இத்தகைய நிலைமைகளில் வசிக்கும் கோடிக்கணக்கான தொழிலாளர்களுக்குத்தான். சோஷியலிஸமும் தொழிற்சங்க இயக்கமும். முதன் முதலாக நம்பிக்கையளித்திருக்கின்றன. ஒற்றுமையின் சக்தியை உணர்த்தியுள்ளன; அவர்கள் துன்ப துயரத்துக்கு முற்றுப்புள்ளி வைக்கக்கூடிய லட்சியத்தின் முதல் தரிசனத்தை காணுவதற்கு உதவியுள்ளன.

3. தொழிலாளர் இயக்கம் ஸ்தாபிதம்

ஐம்பது வருஷங்களுக்கு முன்னால், இந்தியாவில் தொழிலாளர் இயக்கம் தோன்றியது; ஆனால் முதல் உலக யுத்த முடிவிலிருந்துதான், ஒரு ஸ்தாபன ரீதியான இயக்கமாக, அது தொடாச்சியாய் வளர்ந்துவருகிறது.

1870 - 80-ல் பாக்டரி தொழில் இந்தியாவில் ஸ்தாபிக்கப் பட்டதும் ஸ்ட்ரைக்குகள் சம்பவிப்பது தவிர்க்க முடியாத தாயிற்று. முதலில், அவை சாமானியமான வடிவத்தில், ஸ்தாபனமில்லாத முறையில் சம்பவித்தன. கூலி விகிதங்களைப் பற்றி நாகபுரி எம்பிராஸ் மில்லில் 1877-ல் ஒரு ஸ்ட்ரைக் நடந்ததாக வரலாற்றில் பதிவாகியுள்ளது. 1882க்கும் 1890க்குமிடையே சென்னை, பம்பாய் ராஜதானிகளில் இருபத்தி ஐந்து வேலை நிறுத்தங்கள் நடந்ததாக 'ரிகார்டு' செய்யப்பட்டிருக்கிறது.

1884-ல் நிகழ்ந்த பம்பாய் மில் தொழிலாளர் கூட்டத்தையே இந்திய தொழிலாளர் இயக்கத்தின் ஆரம்ப சம்பவமாக, சம்பிரதாய சரித்திரம் பொதுப்படையாகக் கூறுகிறது. இந்தக் கூட்டத்தை பம்பாய் பத்திரிகையாசிரியர் ஒருவர், **என்.எம். லோகண்டே** என்பவர் கூட்டினார். வேலை நேரத்தை கட்டுப்படுத்துவது, வார விடுமுறை தினம், இடைவேளை, ஓய்வு, தொழிலாளர்களுக்கு விபத்துக்கள் ஏற்பட்டால் நஷ்டஈடு தருவது முதலிய கோரிக்கைகளடங்கிய மகஜரை தயாரித்து, அதை பம்பாய் தொழிலாளர்கள் சார்பாக பாக்டரிகள் கமிஷன் முன் சமர்ப்பிக்கவே அவர் இக்கூட்டத்தைக் கூட்டினார். "பம்பாய் மில் தொழிலாளர் ஸ்தாபனத் தலைவர்"என்று லோகண்டே தன்னைத்தானே அழைத்துக்கொண்டார். ஆகவே ஸ்தாபனம் இந்திய தொழிலாளர்களின் முதல் ஸ்தாபனமாக குறிப்பிடப்படுகிறது பின்னால் **தீனபந்து** என்று ஒரு பத்திரிகையை அவர் ஆரம்பித்தார்.

லோகண்டேயின் ஸ்தாபனத்தை இந்திய தொழிலாளர் இயக்கத்தின் ஆரம்பபீடமாகக்கொள்ளும் இந்த சித்திரம் தவறானது. "பம்பாய் மில் தொழிலாளர் ஸ்தாபனம்" என்பதை தொழிற்சங்கமென்று எந்த அர்த்தத்திலும் சொல்லமுடியாது. அதற்கு அங்கத்தினர்கள் கிடையாது. சங்க விதிகள் கிடையாது. சங்க நிதியுமில்லை. "பம்பாய் மில் தொழிலாளர்களுக்கு தொழிற்சங்க ஸ்தாபனம் ஒன்றுமில்லை. போன பாக்டரி கமிஷனில் அங்கம் வகித்த ஸ்ரீ என்.எம். லோகண்டே தன்னை பம்பாய் மில் தொழிலாளர் ஸ்தாபனத்தின் தலைவரென்று அழைத்துக்கொண்ட போதிலும், அந்த ஸ்தாபனம் ஒரு ஸ்தாபனமாகவேயிருக்கவில்லை; அதற்கு

அங்கத்தினர் ஜாப்தா கிடையாது, விதிகள் இல்லை. நிதி இல்லை, தன்னிடம் வரும் எந்த மில் தொழிலாளிக்கும் லோகண்டே ஆலோசகராயிருக்கிறாரென்று நான் அறிகிறேன்" (பாக்டரி சட்ட அமுல் பற்றிய ரிப்போர்ட், பம்பாய், 1892) தொழிலாளர் சட்டங்களுக்காகவும் தொழிலாளர் நல் வாழ்வுக்காகவும் சேவை செய்த பரோபகாரி லோகண்டே; அவர் தொழிலாளர் ஸ்தாபனத்துக்கோ தொழிலாளர் போராட்டத்துக்கோ முன்னோடியல்ல.

இந்திய தொழிலாளர் இயக்கத்தின் முதல் கூட்ட சரிதையை அறிய 1880க்குப் பிறகு நடந்த ஸ்ட்ரைக் இயக்கத்தைப் பற்றிய விவரங்களை அக்காலத்திய தஸ்தவேஜிகளிலிருந்து தொகுக்கவேண்டும். 1914-க்கு முன்னால், ஸ்தாபனமில்லாவிட்டாலும். இந்திய இயந்திரத் தொழிலாளர்களிடையே கூட்டு நடவடிக்கைகளில் வளர்ந்த ஐக்கியத்தையும், சாமானியமான வர்க்கப்போதத்தையும் குறைத்து மதிப்பிடுவது தவறாகும். "இந்த ஆறு மாதத்தில் கிட்டதட்ட ஆறு வாரங்கள் மில்லை மூடி வைக்கும் படியான நிலைமையை ஏற்படுத்திய தொழிலாளர் வேலை நிறுத்தம் சம்பவித்தது" என்று 1895-ம் வருஷத்திய **பட்ஜ்பட்ஜ் சணல் மில்** டைரக்டர்கள் ரிப்போர்ட் கூறுகிறது. 1895ல் அஹமதாபாத்தில் 8000 நெசவாலைத் தொழிலாளர்கள் அஹமதாபாத் மில் முதலாளிகள் சங்கத்தை எதிர்த்து ஸ்ட்ரைக் செய்திருந்ததாக பம்பாய் பாக்டரி ரிப்போர்ட் (1895)கூறுகிறது.

"1880 முதல் 1908 வரை நியமிக்கப்பட்ட கமிஷன்கள் அனைத்துக்கும் கிடைத்த சாட்சியங்கள் முழுவதும். தொழிலாளர்களுக்கு யதார்த்தத்தில் யூனியன்களில்லையென்று ஒரு முகமாகக் கூறியபோதிலும் , மில்களில் தொழிலாளர்கள் சுதந்திரமாக, ஒன்றுபட்டு நடவடிக்கையெடுக்கும் சக்தி பெற்றிருப்பதாக பலர் கூறினார்கள். "தொழிலாளர்களிடையே ஒரு விசித்திரமான ஒற்றுமைப்பிணைப்பு, பேப்பரிலில்லாத. எழுத்திலில்லாத ஐக்கியப் பிணை 'நிலவுவதாக' பாயிலர்களின் இன்ஸ்பெக்டர் 1892லேயே கூறினார். இந்த ஒற்றுமைப் பிணைப்பு இன்னும் உருவாகாவிட்டாலும் அது சக்திகரமாக விளங்குவதாக பம்பாய் கலெக்டர் எழுதினார். கூலி நிர்ணயத்தில் நீண்டகாலமாக இருந்துவரும் முறைதான்

(முதலாளிகள் இஷ்டப்படி நடந்துவரும் ஏகபோகமுறைதான்) இதற்கு முக்கியமான காரணமாயிருக்குமென்றுதான் நம்புவதாக அவர் அரசாங்கத்துக்கு எழுதினார். தொழிலாளர்களுக்கு 'ஒழுங்கான ஸ்தாபனம் இல்லாவிட்டாலும். அவர்களுக்கிடையே உடன்பாடான கருத்து ஏற்பட்டிருக்கிறது' என்று 1908ல் **ஸர் ஸஸுன்டேவிட்** கூறினார்; 'தொழிற்சங்கமில்லாவிட்டாலும் முதலாளிகளுக்கு எதிராக தொழிலாளர்கள் சர்வசக்தர்களாக விளங்கினார்கள். அவர்களால் ஒன்றுபட முடிந்தது' என்று சமீப காலத்தில் பம்பாய் மாகாணத் தொழில் இலாக டைரக்டராக இருந்த பருச்சா கூறினார். இந்த அறிக்கைகளில் நிலைமை ஓரளவு மிகைப்படுத்தப்பட்டிருந்ததால். வர்தாவிலுள்ள பிரிட்டிஷ் உதவி கமிஷனர் இவற்றை தூக்கியடித்துவிட்டார். தொழிலாளர்கள் நிலைமையின் எஜமானர்களாகவிருந்தனர்; தொழிலாளிகளைவிட மில் முதலாளிகளுக்குத்தான், உண்மையில் அதிகமாக பாதுகாப்பு தேவையாயிருந்தது" என்று அவர் கூறினார்.

(புக்காணன், "இந்தியாவில் முதலாளித்துவத்தின் வளர்ச்சி")

இந்திய தொழிலாளர்களிடையே வர்க்கபோதம் **உதயமாவதைக் கண்டே**, எஜமானர்கள் நடுநடுங்கியதை இந்த வாக்கியங்கள் பிரதிபலிக்கின்றன.

1905-9 வருஷங்களில், தேசியப் பேரெழுச்சியுடன் தொழிலாளர் இயக்கமும் முன்னேறியது. வேலை நேர அதிகரிப்பை எதிர்த்து பம்பாய் மில்களில் வேலை நிறுத்தம். ரயில்வேக்களில், குறிப்பாக கீழ் வங்காள அரசாங்க ரயில்வேயிலும், ரயில்வே ஓர்க்ஷாப்புகளிலும் வேலை நிறுத்தங்கள் கல்கத்தாவிலுள்ள கவர்ன்மென்ட் பிரஸ் வேலை நிறுத்தம் முதலியவை இக்காலகட்டத்தில் நிகழ்ந்த சம்பவங்கள். 1908ல் திலகர் 6 வருஷம் தண்டிக்கப்பட்டதை எதிர்த்து பம்பாயில் நடந்த ஆறு நாள் அரசியல் பொதுவேலை நிறுத்தத்தில் இது உச்சநிலையடைந்தது.

நிரந்தரமான ஸ்தாபனம் எதுவும் சாத்தியமில்லாமலிருந்தது. தொழிலாளர் பிற்போக்கோ, போர்க்குணமின்மையோ இதற்கு காரணமில்லை; தொழிலாளர்களின் அப்பட்டமான வறுமையும் கல்லாமையும் வசதியில்லாமையுமே இதற்குக்

காரணம். அக்காலத்தில் வேற்று மனிதர்களே தொழிலாளர் களுக்காக ஏதேனும் உருவாகச் செய்ய முடியும். 1910ல் பம்பாயில் பரோபகார நோக்கமுடைய சிலர், 'தொழிலாளர் க்ஷேமாபி விருத்தி சங்கம்" ஒன்றை ஸ்தாபித்தனர். அரசாங்கத்துக்கு மகஜர்கள் சமர்ப்பிப்பதும், தொழிலாளர் களுக்கும் முதலாளிகளுக்குமிடையே எழும் தகராறுகளை தீர்த்து வைப்பதும். அதன் நோக்கங்களாயிருந்தன. ரயில்வே சர்க்கார் சிப்பந்திகளிலே, வசதி படைத்த பகுதியினர் மாத்திரமே (ஆங்கிலோ இந்தியர்களும் ஐரோப்பியர்களும்) 1914க்கு முன், தொழிற்சங்கம் வைத்திருந்தனர். (மாமூல் அர்த்தத்தில் தொழிற்சங்கம் என்ற பதம் இங்கு பிரயோகிக்கப் படுகிறது) ரெயில்வே சிப்பந்திகளின் கூட்டுக்கழகம் 1897-ல் ஸ்தாபிக்கப்பட்டது. கம்பெனிகள் சட்டத்தின்கீழ் ரிஜிஸ்தர் செய்யப்பட்டது. பரஸ்பர உதவியளிப்பது அதன் முக்கிய வேலையாயிருந்தது; அது இன்றுவரை தொடர்ச்சியாக நிலைத்துள்ளபோதிலும் (1928ல் அதன் பெயர் 'ரயில்வே சிப்பந்திகளின் தேசிய யூனியன்' என்று மாற்றியமைக்கப் பட்டது) அது இந்திய தொழிலாளர் இயக்கத்தில் எந்த விதமான பங்குமெடுக்கவில்லை.

முதல் உலக யுத்த முடிவிலேற்பட்ட சூழ்நிலைதான், ருஷியப் புரட்சியின் விளைவாகத்தான், உலகப் புரட்சி எழுச்சியுடன், இந்திய தொழிலாளி வர்க்கமும் விசுவரூபமெடுத்தது. செயலாற்றத் தொடங்கியது. அத்துடன் இந்தியாவில் நவீன தொழிலாளர் இயக்கம் அங்குரார்ப்பணம் செய்யப்பட்டது. புதிய விழிப்புக்கு அரசியல் சூழ்நிலை பொருளாதார சூழ்நிலை இரண்டும் காரணமாயிருந்தன. யுத்தகாலத்தில் விலைவாசிகள் இரட்டிப்பாக உயர்ந்துவிட்டன. அதற்கேற்றபடி கூலி உயர்வு ஏற்படவில்லை; முதலாளிகள் கணக்கு வழக்கு இல்லாத லாபத்தை திரட்டிக்கொண்டிருந்தனர்; அரசியல் துறையில், புதிய கோரிக்கைகள் அரங்கேறின; உடனடியாக சுயாட்சி அடையும் திட்டத்தின் அடிப்படையில் காங்கிரஸ்-முஸ்லிம்லீக் ஒற்றுமை உருவாகியிருந்தது. புரட்சிகரமான கருத்துக்கள் பரவத் தொடங்கியிருந்தன.

1918-ல் தொடங்கி, 1919-20ல் தேச முழுவதும் வீசியடித்த வேலை நிறுத்த புயல் மிகவும் உக்ரமானதாயிருந்தது. 1918ம் வருஷ கடைசியில், முதன்முதலாக. ஒரு முக்கியமான நகரத்தில்

ஒரு தொழில் முழுவதும் வேலை நிறுத்தம் ஏற்பட்டது. அதுதான் பம்பாயில் பருத்தி ஜவுளி மில்களின் ஸ்ட்ரைக். 1919ஜனவரிக்குள், பம்பாய் நகர பருத்தி மில்களிலுள்ள தொழிலாளர்களனைவரும்-1,25,000 பேர் - வேலை நிறுத்தம் செய்துவிட்டனர். 1919-ம் வருஷ வசந்த காலத்தில், ரௌலட் சட்டங்களைக் கண்டித்து ஹர்த்தால் செய்யவேண்டுமென்ற அறைகூவலுக்கு தொழிலாளர்கள் தந்த விடை போதுமான தேசியப் போராட்டத்தில் தொழிலாளர்கள் முன்னணியி லிருப்பதை நிதரிசனப்படுத்தியது. 1919-ல் தேசம் முழுவதும் ஸ்ட்ரைக்குகள் பரவின. 1919 இறுதியிலும். 1920-ம் வருஷ முற்பகுதியிலும். ஸ்ட்ரைக் பேரலை அதன் சிகரத்தை எய்தியது.

“கீழ்க்கண்ட புள்ளி விவரங்களிலிருந்து. இந்த காலத்திய ஸ்ட்ரைக்குகளின் தன்மையையும் பரிணாமத்தையும் உணரலாம்:-

1919 நவம்பர் 4 முதல் டிசம்பர் 2 வரை, கான்பூர் கம்பளி மில்லில், 17,000 தொழிலாளர் வேலை நிறுத்தம்.

1919 டிசம்பர் 7 முதல் 1920 ஜனவரி 9 வரை, ஜமால்புரி ரயில்வே தொழிலாளர்கள் 16.,000 பேர் ஸ்ட்ரைக்.

1920 ஜனவரி 9 முதல் 18 வரை கல்கத்தா சணல் மில்களில் 35,000 தொழிலாளர் ஸ்ட்ரைக்.

1920 ஜனவரி 2 முதல் பிப்ரவரி 3 வரை, பம்பாயில் பொதுவேலை நிறுத்தம், 2,00,000 தொழிலாளர்கள் ஸ்ட்ரைக்.

1920 ஜனவரி 20 முதல் ஜனவரி 31 வரை. ரங்கூனில் 20,000 மில் தொழிலாளர் ஸ்ட்ரைக்

ஜனவரி 31, பம்பாயில் பிரிட்டிஷ் இந்தியா கப்பற் போக்குவரத்து கம்பெனியில் 10,000 தொழிலாளர் ஸ்ட்ரைக்.

ஜனவரி 26 முதல் பிப்ரவரி 16 வரை. ஷோலாப்பூரில் 16,000 மில் தொழிலாளர்கள் ஸ்ட்ரைக்.

பிப்ரவரி 2 முதல் 16 வரை. 20,000 கப்பல் தொழிலாளர் ஸ்ட்ரைக்.

பிப்ரவரி 24 முதல் மார்ச் 29 வரை. டாட்டா இரும்பு, எஃகு தொழிலாளர்கள் 40,000 பேர் ஸ்ட்ரைக்.

மார்ச் 9, பம்பாய் மில் தொழிலாளர் 60,000 பேர் ஸ்ட்ரைக்.

மார்ச் 20 முதல் 26 வரை, சென்னையில் 17,000 மில் தொழிலாளர் வேலை நிறுத்தம்.

1920 மே, அஹமதாபாத்தில் 25,000 மில் தொழிலாளர் ஸ்ட்ரைக்" (ஆர். கே. தாஸ் "இந்தியாவில் தொழிலாளர் இயக்கம்")

1920, ஜனவரி-ஜூனுக்குள் 15 லட்சம் தொழிலாளர்கள் கலந்துகொண்ட 200 வேலை நிறுத்தங்கள் ஏற்பட்டன.

இந்தச் சூழ்நிலையில் இந்தியத் தொழிற் சங்க இயக்கம் பிறந்தது. பிரதான தொழில்களிலும் நகரங்களிலுமுள்ள இந்திய தொழிற் சங்கங்களில் பெரும்பாலானவை இக்காலத் திலே பிறந்தன - ஆனால் தவிர்க்க முடியாத காரணங்களினால். இவை தொடர்ச்சியாய் இயங்க முடியவில்லை. இந்த மகத்தான போராட்ட கட்டமே நவீன இந்திய தொழிலாளர் இயக்கத்தின் ஜனன கட்டம்.

இக்காலத்தில், டஜன் கணக்கான தொழிற்சங்கங்கள் ஸ்தாபிக்கப்பட்டன. இவைகளில் பல உடனடியாக நடத்த வேண்டிய போராட்டத்தை முன்னிட்டுத் தோன்றிய ஸ்ட்ரைக் கமிட்டிகளே; தொடர்ச்சியாய், வேலை செய்யும் சக்தியை பெறவில்லை. தொழிலாளர்கள் போராடத் தயாராகயிருந்தார்கள். ஆனால் அதே சமயத்தில் ஆபீஸ் நிர்வாக வசதிகள் அயலாரிடம் இருப்பதை தவிர்க்க முடியவில்லை. ஆகவே, இந்திய தொழிலாளர் இயக்கத்தின் ஆரம்பக் கட்டத்தில் ஒரு முரண்பாடு தோன்றியது. சோஷியலிஸத்தின் அடிப்படையில், தொழிலாளி வர்க்க கண்ணோட்டத்தினடிப்படையில், ஒரு அரசியல் இயக்கம் இன்னும் உருவாகவில்லை. ஆகவே ஸ்தாபன வேலையில் உதவுவதற்காக. பல்வேறு நோக்கங்களுடன் வேறு வர்க்கத்தினர்- "அயலார்கள்" முன் வந்தனர். முதல் கட்டத்தில் அவர்கள் உதவி உண்மையில் அத்தியாவசியமாயிருந்தது. எனினும், அவர்கள் தொழிலாளர் இயக்கத்தின் நோக்கங்களையோ தேவைகளையோ புரிந்துகொள்ளாதவர்கள்; அவர்களுடன் தொழிலாளர் இயக்கத்துக்கு நடுத்தர வர்க்க அரசியல்

கருத்துக்களைக்கொண்டுவந்தனர். அவர்களில் சிலர் பரோபகார நோக்கம் கொண்டவர்கள். இன்னும் சிலர் சுயநலமிகள். இன்னும் சிலர் தேசிய அரசியல் போராட்டத் திலுள்ள ஈடுபாட்டால் உந்தப்பட்டு வந்தவர்கள். அனைவரும். ஒரு அயலார் கண்ணோட்டத்தைக் கொண்டுவந்தனர். தொழிலாளர்கள், யதார்த்தத்தில் நிகழ்த்திக்கொண்டிருக்கும், வர்க்கப் போராட்டத்தினடிப்படையில், இளம்பருவத்திலிருந்த தொழிலாளர் இயக்கத்துக்கு வழிகாட்ட அவர்களால் இயலவில்லை. இந்தத் துரதிர்ஷ்டம் இந்திய தொழிலாளர் இயக்கத்தை நீண்ட காலம் பீடித்திருந்தது. தொழிலாளர்களின் அபூர்வமான போர்க்குணத்துக்கும் வீரத்துக்கும் பெரிய குந்தகம் விளைவித்தது. இப்பொழுதும் அதன் செல்வாக்கு பூர்ணமாக மறையவில்லை.

அன்னிபெஸண்ட் அம்மையாரின் சகாவான பிபிவாடியா 1918-ல் ஸ்தாபித்த **சென்னை தொழிலாளர் சங்கம்** இந்திய தொழிற்சங்க இயக்கத்தின் முதல் ஸ்தாபனமென்று பொதுவாக கருதப்படுகிறது. ஆனால் இந்திய தொழிலாளி வர்க்கத்தின் யதார்த்த சரித்திரத்தைப் பார்த்தால், இது ஓரளவுக்கு தவறாகும். இந்தக் காலத்தில், நாடு முழுவதும் தொழிற்சங்க ஸ்தாபனங்கள் அமைக்க முயற்சிகள் எடுக்கப்பட்டன. அஹமதாபாத் நெசவாலைத் தொழிலாளர்கள் 1917-லேயே தொழிற்சங்கம் அமைந்ததாகத் தெரியவருகிறது. ஆனால் ஸ்தாபனத்தின் அடிப்படை இன்னும் பலவீனமாக இருந்தது. தொழிலாளி வர்க்கத்தின் செயலுக்கும் போர்க் குணத்துக்கும் ஏற்றதாயில்லை. நிச்சயமாக, சென்னை தொழிலாளர் சங்கம்தான், ஒரு தொழில் ஸ்தலத்தில் இந்திய தொழிலாளர்களை ஒழுங்கான முறைப்படி தொழிற்சங்க ஸ்தாபனத்தில் திரட்டுவதற்கு எடுக்கப்பட்ட முதல் முயற்சி. அங்கத்தினர்கள் சேர்ப்பதும். சந்தா வசூலிப்பதும் அமுலுக்கு வந்தன. இந்த முன் முயற்சிக்காக, அதன் ஸ்பாதகர்கள் பாராட்டப்படவேண்டும். ஆனால் இதர தொழில் ஸ்தலங்களுடன் ஒத்திட்டுப் பார்க்கும்போது, சென்னையில் தொழிலாளர் இயக்கம் பலவீனமாயிருந்தது; (1921-33) வருஷங்களில். சென்னையின் வேலைநிறுத்த நாட்கள் 28லட்சம்; வங்காளத்துடையது 2 கோடி; பம்பாயுடையது

6 கோடி ஸ்ட்ரைக் நாட்கள்). ஆகவே, இந்த முன் முயற்சி ஒரு தற்செயலான தனிப்பட்ட சம்பவமே; இந்திய தொழிலாளர் இயக்கத்தின் பொது வளர்ச்சியில் அதன் செல்வாக்கை மிகைப்படுத்துவது தவறாகும். சென்னை தொழிலாளர்கள் 1918ஏப்ரலில் வாடியா தலைமையில் சங்கம் ஸ்தாபித்து, தங்கள் முதலாளிகளுக்கு தம் கோரிக்கைகளை சமர்ப்பித்து, திருப்திகரமான பதில் கிடைக்காமல் போகவே, ஸ்ட்ரைக் செய்ய வேண்டுமென்றபொழுது, சங்க ஸ்தாபகர் வாடியாவின் கண்ணோட்டத்துடைய குறைபாடுகள் வெளிப்பட்டது. பிரிட்டிஷ் ஏகாதிபத்தியத்திடம் விசுவாசமாய் நடந்துகொள்ள வேண்டுமென்ற காரணம் காட்டி (தேசிய இயக்கத்தில் பெஸண்டம்மை செய்ததை போல) 1918 ஜூலை 3-ம் தேதி செய்த பிரசங்கத்தில் வாடியா ஸ்ட்ரைக்கை எதிர்த்தார்.

"வேலை நிறுத்தம் செய்வதன் மூலம் நீங்கள் பின்னி கம்பெனியின்* வருவாயை பாதித்தால், நான் அதை பொருட்படுத்தமாட்டேன்; ஏனென்றால் அவர்கள் ஏராளமாக சம்பாதித்துக்கொண்டிருக்கிறார்கள். ஆனால் இந்த நடவடிக்கையின் மூலம் ஸ்ட்ரைக் மூலம்) நீங்கள் **நேச நாடுகளின்** லட்சியத்துக்கு குந்தகம் செய்வீர்கள். உடை உடுத்தவேண்டிய நமது சோல்ஜர்கள் அசௌகரியத்துக் காளாவார்கள். இந்த மில்லைச் சேர்ந்த சில ஐரோப்பியர்களும் இந்த அரசாங்கமும் கெட்ட வழியில் நடந்தால். அதற்காக. நமது மன்னர்பிரானின் யுத்தங்களில் ஈடுபட்டிருக்கும் சோல்ஜர்களுக்கு தொந்தரவு ஏற்படுத்த நமக்கு உரிமையில்லை. ஆக, நமக்கு ஸ்ட்ரைக்குகளே கூடாது"

ஸ்ட்ரைக் ஏற்படுவதைத் தவிர்ப்பதில் அவர் வெற்றிய டைந்தார்; ஆனால் வாடியாவின் "தேசபக்த' வாதங்களால் வசீகரிக்கப்படாத பின்னி கம்பெனி கதவடைப்பு செய்தது; தொழிலாளர்கள் ஆயத்தமில்லாமல் சிக்கிவிட்டனர். ஆகவே, தங்கள் கோரிக்கைகளில் அவர்கள் பின்வாங்க நேர்ந்தது. சென்னையில் 1921-ல்தான் பிரதான மோதுதல்

---

* பின்னி கம்பெனி: பக்கிங்ஹாம் கர்னாடிக் மில். டிராம்வே முதலிய தொழில்களின் மானேஜிங் ஏஜண்டுகள்: இது இங்கிலிஷ் முதலாளிகளின் கம்பெனி.

ஏற்பட்டது. கதவடைப்பு நடந்தது; அதைத் தொடர்ந்து ஸ்ட்ரைக் ஏற்பட்டது. கம்பெனி ஹைகோர்ட்டில் யூனியன் மீது வழக்கு தொடுத்தது. ஹைகோர்ட் யூனியல் மீது 1000 பவுன்கள் அபராதம் விதித்தது. இந்தத் தீர்ப்பை கம்பெனி நிறைவேற்றாமலிருப்பதற்கு விலையாக, வாடியா தொழிலாளர் இயக்கத்துடன் தனக்குள்ள தொடர்பை கத்தரித்துக்கொள்ளவேண்டிய கட்டாயம் ஏற்பட்டது; இந்தியாவின் தொழிலாளர் இயக்கத்தை அடக்குவதற்கு, அதன் ஆரம்ப காலத்தில் அனுஷ்டிக்கப்பட்ட முறைகளுக்கு இது ஒரு உதாரணம்.

இதர ஸ்தலங்களில், பலரகத்தினர் தொழிலாளர் ஸ்தாபனப் பொறுப்பை மேற்கொள்ள முன்வந்தனர். சிலசமயம் முதலாளிகளுடன் நெருங்கிய தொடர்புள்ளவர்களே முன்வந்தனர். அஹமதாபாத்தில் மில் முதலாளிகளின் அன்னியோன்னிய ஒத்துழைப்புடன். காந்தி வர்க்க சமாதானத்தின் அடிப்படையில் ஒரு தொழிலாளர் ஸ்தாபனத்தை அமைத்தார். இன்றுவரை அஹமதாபாத் தொழிற் ஸ்தாபனம் இந்தியத் தொழிலாளர் இயக்கத்திலிருந்து தனிமைப்பட்டு நிற்கிறது.

இந்தக் காலகட்டத்தில்தான். 1920-ல், இந்திய தொழிற்சங்க காங்கிரஸ் ஸ்தாபிக்கப்பட்டது. ஆரம்ப மகாநாடு 1920 அக்டோபரில் பம்பாயில் கூடியது. தேசிய தலைவர் **லாலாலஜபதிராய்** அதன் தலைவர், **ஜோஸப் பாப்டிஸ்டா** அதன் உபதலைவர். இதன் முதல் வருஷங்களில். இது பிரதானமாக, "தலைவர்கள்" ஸ்தாபனமாகவே இருந்தது. அதன் தலைவர்கள் பலர் தொழிலாளி வர்க்க இயக்கத்துடன் சொற்ப தொடர்புகளே வைத்திருந்தனர். ஜினிவாவில் நிகழ்ந்த சர்வதேசத் தொழிலாளர் மகாநாட்டுக்கு பிரதிநிதிகளை நியமிக்க ஒரு தொழிலாளர் ஸ்தாபனம் தேவையாயிருந்ததே தொழிற்சங்க காங்கிரஸ் ஸ்தாபிதத்துக்கு முக்கியமான காரணம். இதன் ஆரம்ப தலைவர்களில் ஒருவரான **என்.எம்.ஜோஷி**, வாஷிங்டன் லேபர் மகாநாட்டின் விளைவாக தொழிற்சங்க காங்கிரஸ் ஸ்தாபிக்கப்பட்ட தென்று கூறுகிறார்:- "தொழிலாளர் ஸ்தாபனங்களை ஆரம்பிப்பதன் அவசியத்தை இது தெளிவாக உணர்த்தியது.

அது மட்டுமல்ல, இந்த ஸ்தாபனங்களுக்குள் ஒருவித இணைப்பை ஏற்படுத்தி, அதன் விளைவாக அவைகள் ஒரே குரலில் தங்கள் சிபாரிசுகளை செய்யும்படியான நிலைமையை ஏற்படுத்துவதன் அவசியத்தையும் அது உணர்த்தியது. நான்காவது மகாநாட்டில், 1924-ல் சுயராஜ்ய கட்சித்தலைவர் ஸி.ஆர்.தாஸ், தொழிற்சங்கக் காங்கிரஸ் அக்கிராசரானார். தலைமைப் பிரசங்கங்களும் இதர அதிகாரப்பூர்வமான உரைகளும், வர்க்க சமாதானக் கொள்கைகளையும். தொழிலாளர்களுடைய தார்மீக, சமூக வளர்ச்சியையும் நல்வாழ்வையும் பற்றிப் பேசின; தொழிலாளர் சட்டங்களும் சீர்திருத்தங்களும் கோரின. ஆரம்ப வருஷங்களில், தொழிற்சங்க காங்கிரஸுக்கு தலைமைதாங்கிய நடுத்தர வர்க்க தலைமையின் பழைய கண்ணோட்டத்துக்கு இது உதாரணமாய். தொழிற்சங்க காங்கிரஸின் சென்னை மகாநாட்டில் (6வது மகாநாடு) 1926-ல், அதன் அக்கிராசனர் வி.வி.கிரி நிகழ்த்திய தலைமை உரையிலிருந்து இந்தப் பகுதியை எடுத்துக்கொள்ளலாம்:-

"பம்பாய் மத்திய லேபர் போர்ட் தொடங்கியுள்ள **"பரிசுத்த மிஷன்"** செய்திருக்கும் நற்பணியை நான் உங்களுக்கு எடுத்துக்காட்டாக காட்ட மனப்பூர்வமாக விரும்புகிறேன். தொழிலாளி தன் தீய பழக்கங்களை கைவிட்டுவிட்டு நேர்மையான, திருப்தியான, சாத்வீகமான வாழ்க்கையை மேற்கொள்ள உதவுவதே அந்த மிஷனின் நோக்கம். . . சமூக ஊழியர்கள் ஸ்தலங்களுக்குச் சென்று குடி, சூது முதலிய துர்ப்பழக்கங்களின் தீமைகளை விளக்குகிறார்கள். தொழிலாளி விரும்பும் கல்வி இதுவே; சமுதாய ரீதியிலும், பொருளாதார ரீதியிலும், இதுவே அவனை இன்னும் சிறந்த மனிதனாக்கும்."

வேலை நிறுத்தங்களைப் பற்றிய அவர்கள் கொள்கையை கான்பூர் காங்கிரஸில் பொதுக்காரியதரிசி சமர்ப்பித்த ரிப்போர்டில் காணலாம்.

'இந்த வருஷத்தில், நிர்வாக கவுன்ஸில், ஒரு ஸ்ட்ரைக்கையும். அங்கீகரிக்கவில்லை; ஆனால், இந்தியாவின் பல்வேறு பாகங்களில். பல்வேறு தொழில்களில் தீவிரமான

தொழில் நிலைமை காரணமாக சில வேலை நிறுத்தங்களும் கதவடைப்புகளும் ஏற்பட்டன; தொழிற்சங்க காங்கிரஸ் அதிகாரிகள் அவற்றில் சிரத்தை எடுக்கவேண்டியதாயிற்று."

"(1927-ல் கான்பூரில் நடந்த தொழிற்சங்க காங்கிரஸ் 8வது மகாநாட்டுக்கு பொதுக்காரியதரிசி என்.எம்.ஜோஷி சமர்ப்பித்த ரிப்போர்ட்)

1927 வரை, தொழிற்சங்க காங்கிரஸுக்கு நடைமுறையில் தொழிலாளி வர்க்கப்போராட்டத்துடன் சொற்ப தொடர்பே இருந்தது. எனினும் புதிதாக உருவாகிக்கொண்டிருந்த தொழிற்சங்க தலைவர்கள் ஒன்றுகூட அது ஒரு தளமாக அமைந்தது. ஆகவே, தொழிலாளி வர்க்கப்போராட்ட மூச்சு அதை எட்டிப் பிடிக்கத் தேவைப்பட்டது கொஞ்சம் அவகாசம்தான். இந்தப் புதிய கட்டம் 1927-ல் தொடங்கியது. 1927-ல், தொழிற்சங்க காங்கிரஸ் 57 இணைக்கப்பட்ட சங்கங்களை ஒன்றுபடுத்தி நின்றது; அவற்றில் 1,50,555-ல் அங்கத்தினர்கள் பதிவாகியிருந்தனர்.

4. அரசியல் விழிப்பு

இந்திய தொழிலாளர் இயக்கத்துக்கு பெயரளவில் தலைமை தாங்கிய ஆரம்பகாலத் தலைவர்களின் தன்மை இப்படியிருந்த போதிலும், கடந்த 20 வருஷங்களில் தோன்றி வளர்ந்துவரும் தொழிலாளி வர்க்க இயக்கத்தைப்பற்றி சர்க்கார் பிரமைதட்டி நிற்கவில்லை. 1921-ல் தொழிலாளர் கொந்தளிப்பைக் குறித்து வங்காளத்தில் கமிட்டி நியமிக்கப்பட்டதும். 1922-ல் பம்பாய் தொழில் தகராறுகள் கமிட்டி நியமிக்கப்பட்டதும், 1919-20-ல் சென்னை சர்க்காரின் தொழிலாளர் இலாகா ஸ்தாபிக்கப்பட்டதும் அதைத் தொடர்ந்து பம்பாயிலும் தொழிலாளர் இலாகா ஸ்தாபிக்கப்பட்டதும் அரசாங்கத்தின் கவலையை சுட்டிக்காட்டின. 1921லேயே ஒரு **தொழிற்சங்க மசோதா** தயாராயிற்று; 1926லே அது சட்டமாயிற்று. 1921லிருந்து தொழில் தகராறுகளைப் பற்றிய புள்ளிவிவரங்கள் பதிவு செய்யப்பட்டன. இயக்கத்தின் வளர்ச்சியை இந்த ரிகார்டு பிரதிபலிக்கிறது:-

தொழில் தகராறுகள்

வருஷம்	ஸ்ட்ரைக்குகள், கதவடைப்புகள் எண்ணிக்கை	பாதிக்கப்பட்ட தொழிலாளர் எண்ணிக்கை	இழக்கப்பட்ட வேலைநேர நாட்களின் எண்ணிக்கை
1921	396	6,00,351	69,84,426
1922	278	4,33,434	39,72,727
1923	213	3,01,044	50,51,704
1924	133	3,12,462	87,30,918
1925	134	2,70,423	1,25,78,129
1926	128	1,86,811	10,97,478
1927	129	1,31,655	20,19,970
1928	203	5,06,851	3,16,47,404
1929	141	5,32,016	1,21,65,691
1930	148	1,96,301	2,261,731
1931	166	2,03,008	24,08,123
1932	118	1,28,099	19,22,437
1933	146	1,64,938	21,68,961
1934	159	2,20,808	47,75,559
1935	145	1,14,217	9,73,457
1936	157	1,69,029	23,58,062
1937	379	6,47,801	89,82,000
1938	399	4,01,075	91,98,708
1939	406	4,09,189	49,92,795
1940	322	4,52,529	75,77,281
1941	359	2,91,054	33,30,503
1942	694	7,72,653	57,79,965
1943	716	5,25,088	23,42,287
1944	658	5,50,015	34,47,306
1945	848	7,82,192	33,40,892

இதில், வேலை நிறுத்தங்களாலும். கதவடைப்புகளாலும் இழக்கப்பட்ட வேலைநிறுத்த நாட்களில் பாதிக்குமேல் பருத்தி ஜவுளி மில்களில்; மொத்தத்தில் பாதிக்குமேல் பம்பாயில்.

மூன்று முக்கியமான போராட்ட கட்டங்களை அட்டவணையிலிருந்து காண்கிறோம். முதல் உலக யுத்த முடிவில் ஏற்பட்ட பேரலை முதல் கட்டம்; 1925-ல், கூலிவெட்டு திட்டத்தை எதிர்த்து பம்பாய் பருத்தி ஜவுளி மில் தொழிலாளர்கள் மூன்று மாதகாலம் நடத்திய மகத்தான வெற்றிகரமான ஸ்ட்ரைக் போராட்டத்தில் இது சிகரத்தை அடைந்தது. (மூன்று மாதத்துக்குப் பின்னர். அந்த ஸ்ட்ரைக் வாபஸ் வாங்கப்பட்டது. இரண்டாவது 1928-29-ல் அரசியல் ரீதியிலும் பொருளாதார ரீதியிலும் ஏற்பட்ட விழிப்பு மூன்றாவது. 1937-ல் காங்கிரஸ் மந்திரி சபைகள் ஸ்தாபிக்கப் பட்டதுடன் தொடங்கிய புது எழுச்சி. இப்பொழுதும் இது முன்னேறிக்கொண்டிருக்கிறது.

தொழிலாளி வர்க்க இயக்கத்தின் போராட்ட பலம் முதல் உலக யுத்த இறுதியில் நிதர்சனமாக்கப்பட்டது. இந்த இயக்கம் வர்க்கபோதம் பெற்ற தலைமையின்கீழ் அரசியல் விழிப்பும் உறுதியான ஸ்தாபனமும் பெற்றுவிட்டால், அதனால் ஏகாதிபத்தியத்தின் முழு அடிப்படைக்கும் ஏற்படக்கூடிய ஆபத்தை அரசாங்கம் நன்குணர்ந்திருந்தது. இந்தக் காலம் முழுவதும் நியமிக்கப்பட்ட பல்வேறு விசாரணை கமிஷன்கள், கமிட்டிகள் ஆகியவையும் இந்த உணர்வை வெளிப்படுத்தின. இயக்கத்தை "பந்தோபஸ்தான" பாதையில் திருப்பிவிடுவதெப்படி என்பதே அதன் கவலையாயிருந்தது. "சரியான ரக" தொழிற்சங்கம் தேவை யென்று ஒரு கமிஷன் ரிப்போர்ட் பச்சையாகக் கூறியது. இந்தச் "சரியான ரக"த்தை உற்பத்தி செய்வது ஏகாதிபத்திய நாட்டைவிட அடிமை நாட்டில் அதிக கஷ்டமான காரியம். தொழிற்சங்கங்களின் அரசியல் நடவடிக்கைகளுக்கு விசேஷ தடைகளைப் போட்ட 1926ம் வருஷத்திய தொழிற்சங்க சட்டத்தின் மூலநோக்கம் இதுதான். இந்த உணர்வினால் உந்தப்பட்டு, அரசாங்கம். தொழிலாளி வர்க்கத்தினிடையே அரசியல் விழிப்பு ஏற்படுகிறதாவென்று உஷாராய் கண்காணித்துவந்தது.

எனினும், சகல தடைகளையும் சமாளித்துக்கொண்டு. யுத்த பிற்கால வருஷங்களில், சோஷியலிஸ்ட், கம்யூனிஸ்ட் கருத்துகளும் தொழிலாளி வர்க்க அரசியல் விழிப்பும், ஆரம்ப காலத்தில் குழப்பங்கள் இருந்தபோதிலும், மெதுவாகப் பரவத் தொடங்கின. 1920லிருந்து, அப்பொழுதும் பலவீனமாயிருந்த இந்திய கம்யூனிஸ்ட் கட்சியின் பிரசுரங்கள் பரவத் தொடங்கின. பின்னால் அகில இந்திய தொழிற்சங்க காங்கிரஸின் உதவித் காரியதரிசியான, எஸ். ஏ. டாங்கேயை ஆசிரியராகக்கொண்டு, 1924லிருந்து சோஷியலிஸ்ட் என்ற பத்திரிகை பம்பாயிலிருந்து வரத்தொடங்கியது. தாக்குவதற்கு தாமதிக்கவில்லை சர்க்கார். 1924ல் (பிரிட்டனில் தொழிற்கட்சி சர்க்கார் நடந்து கொண்டிருந்தபோது) டாங்கே, சௌகத் உஸ்மானி, முஸாபர் அஹமத், தாஸ்குப்தா ஆகிய நான்கு கம்யூனிஸ்ட் தலைவர்கள் மீது கான்பூர் வழக்கு ஜோடிக்கப்பட்டது. நால்வருக்கும் தலா நான்கு வருஷம் சிறைத்தண்டனை விதிக்கப்பட்டது. இந்தியாவில், தொழிலாளி வர்க்க அரசியல் இயக்கத்துக்கு இதுதான் ஞானஸ்தானம்.

அடக்குமுறையாக இயக்க வளர்ச்சியை தடுக்க முடியவில்லை. 1926-27ல் சோஷியலிஸ்ட் கருத்துக்கள் நாலாபுறமும் பரவின. தொழிலாளி வர்க்க அரசியல் ஸ்தாபனத்தின் ஆரம்ப உருவமாக, சோஷியலிஸ்ட் ஸ்தாபனத்தின் ஆரம்ப உருவமாக தொழிலாளர்-விவசாயி கட்சி ஏற்பட்டது. தொழிற்சங்க இயக்கத்திலுள்ள போராட்ட மனோபாவ முள்ளவர்களையும் தேசிய காங்கிரஸில் இடதுசாரிகளையும் இது ஐக்கியப்படுத்தியது. முதன் முதலாக. 1926 பிப்ரவரியில், வங்காளத்தில் தொழிலாளர்- விவசாயி கட்சி ஏற்பட்டது; அதன்பின் பம்பாயிலும், ஐக்கிய மாகாணத்திலும் பாஞ்சாலத்திலும் ஏற்பட்டன. அகில இந்திய தொழிலாளர், விவசாயிகள் கட்சியில் இவை 1928-ல் ஒன்றுபட்டன; இக்கட்சியின் முதல் அகில இந்திய காங்கிரஸ் 1928 டிசம்பரில் நடந்தது. 1927-ல் தொடங்கிய தொழிலாளி வர்க்கத்தின் புதிய பேரெழுச்சியுடன் இந்த அரசியல் இயக்கமும் சேர்ந்து வளர்ந்தது. ஆரம்பத்தில், இதில் பல குழப்பங்கள் நிலவியபோதிலும். வளர்ந்துகொண்டிருக்கும் புதிய சக்திகளை இது பிரதிபலித்தது.

1927-ல் டெல்லியில் கூடிய தொழிற்சங்க காங்கிரஸிலும் (இக்கூட்டத்துக்கு. பிரிட்டிஷ் பார்லிமெண்டில் கம்யூனிஸ்ட் அங்கத்தினராயிருந்த இந்தியர் சக்லத்வாலா விஜயம் செய்தார்). அதைவிட அதிகமாக அதே வருஷ இறுதியில் கான்பூரில் கூடிய காங்கிரஸிலும், தொழிற்சங்க தலைமையில் புதிய போராட்டக் குரல்களின் சவால்கள் எதிரொலித்தன. புதிய தொழிலாளி வர்க்கத் தலைமைக்கு இந்திய தொழிற்சங்கவாதிகளில் பெரும்பான்மையோருடைய ஆதரவிருக்கிறதென்பது துரிதமாக நிதர்சனமாயிற்று. 1929 வரை இது அதிகாரபூர்வமாக அங்கீகரிக்கப்படாததற்கு காரணம் தொழிற் சங்கங்களை காங்கிரஸில் இணைப்பதிலுள்ள மெதுவான முறையேயாகும். 1927-ம் வருஷ மே தினம், முதன் முதலாக, பம்பாயில், தொழிலாளர் தினமாகக் கொண்டாடப்பட்டது-சர்வதேச தொழிலாளர் இயக்கத்தின் பகுதியென்ற உணர்வுடன் இயங்கும் புதிய சகாப்தம் இந்திய தொழிலாளர் இயக்கத்தில் தொடங்கிவிட்டது.

யுத்த பிற்கால கட்டத்தில், எந்த வருஷமும் கண்டிராத தொழிலாளி வர்க்க முன்னேற்றத்தை 1928 கண்டது. இந்த முன்னேற்றத்தின் நடுநாயகமாய் விளங்கியது பம்பாய். முதன் முதலாக, ஒரு தொழிலாளி வர்க்கத் தலைமை எழுந்தது. பாக்டரி தொழிலாளர்களுடன் நெருங்கிய தொடர்புடைய தலைமை அது; வர்க்கப் போராட்ட கொள்கைகளை தழுவிய தலைமை அது; அரசியல் துறையிலும் பொருளாதாரத் துறையிலும் ஒரே சக்தியாக செயலாற்றும் தலைமை அது. தொழிலாளர்களின் ஆதரவு மகத்தானதாயிருந்தது. பிப்ரவரி மாதத்தில் சைமன் கமிஷன் வருகையை எதிர்த்து நடந்த அரசியல் வேலை நிறுத்தங்களும், ஆர்ப்பாட்டங்களும் தற்காலிகமாக தொழிலாளி வர்க்கத்தை தேசியப் போராட்டத்தின் முன்னணியில் நிறுத்தின; ஏனெனில் காங்கிரஸ் தலைமையும் தொழிற்சங்க இயக்கத்திலுள்ள சீர்திருத்தவாதத் தலைமையும். அரசியல் ஸ்ட்ரைக் ஆர்ப்பாட்ட யோசனை மீது எரிந்துவிழுந்தன. அதன் வெற்றியைக் கண்டு திடுக்கிட்டன. இந்த சைமன் எதிர்ப்பு ஸ்ட்ரைக் ஆர்ப்பாட்டத்தில் கலந்துகொண்டதற்காக, பம்பாய் முனிசிபல் தொழிலாளர்கள் பலர் பழிவாங்கப் பட்டனர்; அவர்களை மீண்டும் வேலைக்கு எடுத்துக்

கொள்ளும்படி கட்டாயப்படுத்த, இன்னொரு ஸ்ட்ரைக் அடிக்கவேண்டியிருந்தது.

தொழிற்சங்க ஸ்தாபனம் வளர்ந்தது. அரசாங்க புள்ளி விவரப்படி, பம்பாயில் தொழிற்சங்க அங்கத்தினர் தொகை 1923லிருந்து. 1926க்குள் மூன்று வருஷத்தில் 48,669 லிருந்து 59,544 ஆகத்தான் உயர்ந்திருந்தது; ஆனால் 1927-ல் 75,602க்கு தாவியது; 1928 மார்ச்சில் 95,321க்கு பாய்ந்தது; 1929 மார்ச்சில் 200,325 ஆகிவிட்டது. இந்த முன்னேற்றத்தின் முன்னணியில் நின்றது. பம்பாய் மில் தொழிலாளர்களின் **கிர்னிகாம்கார் யூனியன்** (செங்கொடி யூனியன்) 1928-ல், 324 அங்கத்தினர்களுடன் தொடங்கிய யூனியன் இது. வருஷம் முடிவதற்குள், அரசாங்கத்தின் **லேபர் கெஜட்** கணக்குப்படி. 54,000 அங்கத்தினர்கள் அடங்கியதாக வளர்ந்துவிட்டது. 1929 மார்ச்சுக்குள் 65,000 அங்கத்தினர்களுடையதாக வளர்ந்துவிட்டது. இதே சமயத்தில். 1926ல், ஸ்தாபிக்கப்பட்ட பழைய **ஜவுளி மில் தொழிலாளர் யூனியன்** தேங்கியது. தொழிற்சங்க காங்கிரஸ் காரியதரிசியான **என் எம். ஜோஷி**யின் சீர்திருத்தவாதத் தலைமையிலிருந்த இந்த யூனியனுக்கு முதலாளிகளும் அரசாங்கமும் அதிகாரபூர்வமாக ஆதரவளித்தபோதிலும். 1928 அக்டோபரி லிருந்து 1928 டிசம்பருக்குள்ளாக 8436 அங்கத்தினர்களிலிருந்து 6749 ஆகக் குறைந்துவிட்டதை அரசாங்க லேபர் கெஜட் வெளிப்படுத்தியது. தொழிலாளர் எதை விரும்புகின்றனர் என்பது வெளிப்படை, தொழிலாளர்களுடன் அன்னியோன்னிய தொடர்புடைய மில் கமிட்டிகளை ஒவ்வொரு மில்லிலும் கிர்னிகாம்கார் யூனியன் அமைந்திருந்தது. அவைகளே அதன் பலத்துக்கு தோற்றுவாய்களாக விளங்கின.

1928-ல் ஸ்ட்ரைக் இயக்கத்தால் 315லட்சம் வேலை தினங்கள் இழக்கப்பட்டன. அதாவது முந்திய ஐந்து வருஷங்களின் மொத்தத்தை விடவும் அதிகம். பம்பாய் ஜவுளியில் தொழிலாளர்களிடையே இயக்கம் பிரதானமா யிருந்தபோதிலும், இயக்கம் இந்தியா முழுவதும் பரவியது. இந்த வருஷத்திலேற்பட்ட 203 தகராறுகளில். பம்பாயில் 111. வங்காளத்தில் 60, பீகார்-ஒரிஸ்ஸாவில் 8, சென்னையில் 7, பாஞ்சாலத்தில் 2 நிகழ்ந்தன. தொழில் வாரியாகப் பார்த்தால், 203 தகராறுகளில், பருத்தி, கம்பளி மில்களில் 110, சணலில் 19,

என்ஜினியரிங் ஒர்க்ஷாப்புகளில் 11, ரயில்வேக்களிலும் ரயில்வே ஒர்க்ஷாப்புகளிலும். நிலக்கரி சுரங்கத்தில் 1, எல்லாவற்றுக்கும் மேலே, இமயம்போல் விளங்கியது. பம்பாய் பருத்திமில் தொழிலாளர் வேலைநிறுத்தம், இந்திய சரித்திரத்தில் மிகப்பெரிய வேலை நிறுத்தம் அது. ஒன்றரை லட்சம் தொழிலாளர்களும், ஏப்ரல் முதல் அக்டோபர்வரை, ஆறு மாதகாலம் சகல நிர்ப்பந்தங்களையும் எதிர்த்து, ஒன்றுபட்டு நின்றனர். ராஷனலிஸேஷன் நடவடிக்கைகளையும் 7 ½ சதவீத கூலி வெட்டையும் எதிர்த்து ஸ்ட்ரைக் முதலில் தொடங்கியது. ஸ்ட்ரைக் இயக்க வளர்ச்சியுடன் வேறுபல கோரிக்கைகளும் சேர்க்கப்பட்டன. சீர்திருத்தவாதத் தலைவர்கள் முதலில் ஸ்ட்ரைக்கை எதிர்த்தனர். வெளியில் நின்று கொண்டிருக்கப்போகும் "பார்வையாளர்கள்" என்று தங்கள் நிலைமையை என்.எம். ஜோஷி விவரித்தார். ஆனால் அவர்களும் இயக்கத்தில் இழுக்கப்பட்டார்கள். ஸ்ட்ரைக்கை உடைப்பதற்கு எடுக்கப்பட்ட சகல முயற்சிகளும் வியர்த்தமானபின், அரசாங்கம் **பாஸட்** கமிட்டியை நியமித்தது. 7½ சதவீத கூலிவெட்டை வாபஸ் செய்யவேண்டுமென்று கமிட்டி சிபாரிசு செய்தது; வேறு சில தொழிலாளர் கோரிக்கைகளையும் அது ஆதரித்தது.

இவ்விதமாக, 1929 தொடங்கும்போது, நெருக்கடியான நிலை எய்திவிட்டது. அரசியல் அரங்கத்திலும். பொருளாதார அரங்கத்திலும் தொழிலாளி வர்க்க இயக்கம் முன்னணி ஸ்தானத்துக்கு விரைந்துகொண்டிருந்தது. பழைய சீர்திருத்தவாதத் தலைமை அப்புறப்படுத்தப்பட்டது. 1927-28-ல் பிரிட்டிஷ் தொழிற்சங்க காங்கிரஸின் மிஷன் இந்தியாவுக்கு விஜயம் செய்தபோது, அதில் ஏகாதிபத்தியம் நம்பிக்கை வைத்தது. ("சமீப காலத்தில், இந்திய தொழிலாளர் நிலைமையில், பிரிட்டிஷ் தொழிற்சங்க காங்கிரஸ் காட்டும் அக்கறையின் விளைவாக, இந்திய தொழிற்சங்கங்கள் இன்னும் சிறந்த முறையில் உருவானால், கம்யூனிஸ்ட்டுகள் அவற்றிலிருந்து வெளியேற்றப்பட்டால், அது நன்மை பயப்பதாயிருக்கும்" என்று லண்டன் டைம்ஸ் 1928 ஜூன் 14-ல் எழுதியது). ஐரோப்பாவிலிருந்து சீர்திருத்தவாத தொழிற்சங்க இன்டர்நேஷனலுடன் இந்திய தொழிற்சங்க காங்கிரஸை இணைக்க வேண்டுமென்ற பிரிட்டிஷ்

தொழிற்சங்க மிஷனின் முயற்சி தோற்றது. அரசாங்கம் தன் நடுக்கத்தை மறைக்கவில்லை. 1929 ஜனவரியில். சட்டசபையில் செய்த பிரசங்கத்தில். "கம்யூனிஸ்ட் கொள்கைகள் பரவுவது கவலையை உண்டாக்கியிருக்கிறது" என்று குறிப்பிட்டு அரசாங்கம் நடவடிக்கைகள் எடுக்குமென்று அறிவித்தார். வைஸ்ராய் இர்வின் பிரபு, "கம்யூனிஸ்ட் பிரசாரத்துக்கும் செல்வாக்குக்கும் ஏற்பட்டிருக்கும் வளர்ச்சி, குறிப்பாக சில பெரிய நகரங்களில் தொழிலாளர்கள் மத்தியில் அதற்கேற்பட்டிருக்கும் வளர்ச்சி, அதிகாரிகளுக்கு கவலையை உண்டாக்கியிருக்கிறது" என்று "1928-29ல் இந்தியா" என்ற வருஷாந்திர அரசாங்க ரிப்போர்ட் குறிப்பிட்டது. இங்கிலாந்தின் லிபரெலிஸமும் இதை எதிரொலித்தது. "பெரிய நகரங்களிலுள்ள தொழிலாளர்கள் எதற்கும் தயங்காத கம்யூனிஸ்ட் ஆர்கனைசர்கள் இஷ்டப்படி வார்த்தெடுக்கக்கூடிய பொருளாக விளங்குகிறார்களென்பதை கடந்த இரண்டு வருஷகால அனுபவம் காட்டுகிறது." என்று 1929 ஆகஸ்டில் **மான்செஸ்டர் கார்டியன்** எழுதியது. இந்திய தேசியப் பத்திரிகைகளும் இந்தக் கூச்சலில் சேர்ந்துகொண்டன. "கடந்த பல மாதங்களாக, இந்தியாவில் பல்வேறு மகாநாடுகளில். குறிப்பாக - தொழிலாளர் விவசாயிகள் மகாநாடுகளில் சோஷியலிஸ்ட் கொள்கைகள் பிரசாரம் செய்யப்படுகின்றன" என்று 1929 மே மாதத்தில். **பாம்பே கிராணிகல்** அலறியது. தங்கள் அடிப்படை நழுவுவதைக் கண்ட சீர்திருத்தவாதத் தலைவர்கள் தீவிர நடவடிக்கை எடுக்க வேண்டுமென்றனர். 1928மே மாதத்திலேயே. தொழிற்சங்க காங்கிரஸ் நிர்வாகக் கமிட்டி தலைவரான **ஷிலாராவ்** "இந்தியத் தொழிற்சங்க இயக்கம், தன் ஸ்தாபனத்திலுள்ள விஷமிகளை களைந்தெறிய வேண்டிய காலம் வந்துவிட்டது. சில தனிநபர்கள் ஸ்ட்ரைக் பிரசாரம் செய்துகொண்டு திரிவதால் ஒரு எச்சரிக்கை செய்வது அவசர அவசியமாகிவிட்டது" என்று கூறினார்.

1929-ல் அரசாங்கம் நடவடிக்கை எடுத்தது; தொழிலாள வர்க்க இயக்கத்தின் எழுச்சிக்கு எதிராக தன் புராண தாக்குதலைத் தொடுத்தது. 1928 ஸெப்டம்பரிலேயே பொது பந்தோபஸ்து மசோதா மத்திய சட்டசபையில் கொண்டு வரப்பட்டது. "இந்தியாவில் கம்யூனிஸ்ட் நடவடிக்கைகளை

அடக்குவது" அதன் நோக்கமென்று அதிகாரிகளின் ரிப்போர்ட்டே கூறியது. ஆனால் சட்டசபை இந்த மசோதாவை நிராகரித்துவிட்டது. 1929-ம் வருஷ வசந்த காலத்தில். அதுவே ஒரு அவசரச் சட்டமாய் வைஸ்ராயால் பிரகடனப்படுத்தப்பட்டது. தொழிலாளர் நிலைமையை விசாரணை செய்வதற்காக **விட்லி கமிஷன்** நியமிக்கப்பட்டது. சமரச முறையை அமைக்கவும். அனுதாப வேலை நிறுத்தங்களை தடைசெய்யவும், பொதுநல உபயோகத்துக்கான இலாகாக்களின் வேலை நிறுத்த உரிமையை கட்டுப்படுத்தவும் தொழில் தகராறுகள் சட்டம் நிறைவேற்றப்பட்டது, பம்பாய் கலக விசாரணைக் கமிட்டி நியமிக்கப்பட்டது. "பம்பாய் கம்யூனிஸ்டுகளின் நடவடிக்கைகளை எதிர்த்து அரசாங்கம் தீவிர நடவடிக்கை எடுக்க வேண்டும்" என்று அது சிபாரிசு செய்தது. "ரிஜிஸ்டர் செய்யப்பட்டுள்ள தொழிற் சங்கங்களின் நிர்வாகத்திலிருந்து கம்யூனிஸ்ட்களை விலக்கி வைக்கும் முறையில்' தொழிற்சங்க சட்டத்தைத் திருத்த முடியுமா வென்ற பிரச்சினையையும் அது எழுப்பியது.

5. மீரட் வழக்கு

1929 மார்ச்சில் அரசாங்கத்தின் பிரதான தாக்குதல் தொடுக்கப்பட்டது. இந்தியா முழுவதிலுமிருந்து, தொழிலாள வர்க்க இயக்கத்தின் பிரதான தலைவர்கள் கைது செய்யப்பட்டு, மீரட் என்ற சின்னஞ்சிறு நகரத்துக்கு, எந்த தொழில் ஸ்தலத்திற்கும் தொலை தூரத்திலுள்ள இடத்துக்கு விசாரணைக்குக் கொண்டுவரப்பட்டனர். மீரட் விசாரணையைப்போல் இவ்வளவு நீண்ட காலம் நடந்த அரசாங்க விசாரணைகள், இவ்வளவு உயர்ந்த ஏற்பாட்டுடன் கூடிய அரசாங்க விசாரணைகள், சரித்திரத்திலேயே ஒருசிலரே இருக்க முடியும்.

முதலில் முப்பத்தியொரு தலைவர்கள் கைது செய்யப்பட்டனர். பின்னால் ஒருவர் கூட சேர்க்கப்பட்டார். அவர்கள் பெயரை நாம் "ரிகார்டு" செய்வோம். ஏனென்றால். பிற்காலத்தில் அவர்களுடைய நடவடிக்கைகள் எப்படி இருந்தபோதிலும் அவர்கள் இந்திய தொழிலாளி வர்க்க இயக்கத்தின் முன்னோடிகளாய் திகழ்ந்தார்கள். அவர்களில் பலர் இப்பொழுதும் இந்திய தொழிலாள வர்க்கத்தின் அரும்பெரும் தலைவர்களாய் திகழ்கின்றனர். அவர்கள் பின்வருமாறு:-

எஸ்.ஏ. டாங்கே: *தொழிற் சங்க காங்கிரஸ் உதவிக் காரியதரிசி; முன்னால் கான்பூர் வழக்கில் தண்டிக்கப் பட்டவர்; கிர்னிகாம்கார் யூனியனின் பொதுக்காரியதரிசி.*

கிஷோரிலால் கோஷ்: *வங்க மாகாண தொழிற் சங்க சம்மேளனத்தின் காரியதரிசி.*

டி.ஆர்.தெங்டி: *தொழிற்சங்க காங்கிரஸின் மாஜி தலைவர். நிர்வாகக் கமிட்டி மெம்பர்.; அகில இந்திய காங்கிரஸ் கமிட்டி அங்கத்தினர்.*

எஸ்.வி. காட்டே: *தொழிற்சங்க காங்கிரஸின் உதவி காரியதரிசி. (1927) பம்பாய் முனிசிபல் தொழிலாளர்கள் யூனியன் உபதலைவர்.*

கே.என்., ஜொக்லேகர்: *ஜி. ஐ. பி. ரயில்வே தொழிலாளர் யூனியனின் ஆர்கனைஸிங் ஸெகரட்டரி; அகில இந்திய காங்கிரஸ் கமிட்டி அங்கத்தினர்.*

எஸ்.எச். ஜாப்வாலா: *அகில இந்திய ரயில்வே தொழிலாளர் சம்மேளனத்தின் ஆர்கனைஸிங் ஸெகரட்டரி; கிர்னிகாம்கார் யூனியனின் மாஜி உபதலைவர்.*

ஷௌகத் உஸ்மானி: *கான்பூர் வழக்கில் தண்டிக்கப் பட்டவர்; பம்பாயிலுள்ள உருது தொழிலாளி வர்க்கப் பத்திரிகையின் ஆசிரியர்.*

முஸாபர் அஹமத்: *தொழிற் சங்க காங்கிரஸின் உபதலைவர்; கான்பூர் வழக்கில் தண்டிக்கப்பட்டவர்; வங்காள தொழிலாளர் - விவசாயிகள் கட்சிக் காரியதரிசி.*

பிலிப் ஸ்ப்ராட்: *தொழிற்சங்க காங்கிரஸின் மாஜி நிர்வாகி.*

பி. எப். பிராட்லி: *பிரிட்டனிலுள்ள **அமால்கமேட்டட் என்ஜினீயரிங் யூனியன்** (என்ஜினீயரிங் தொழிலாளரின் ஒன்றுபட்ட சங்கம்) லண்டன் ஜில்லாக் கமிட்டியில் அங்கம் வகித்தவர்; ஜி.ஐ.பி. ரயில்வே தொழிலாளர் யூனியனிலும். கிரினிகாம்கார் யூனியனிலும் நிர்வாகி; அகில இந்திய ரயில்வே தொழிலாளர் சம்மேளனத்தின்*

உபதலைவர்; பம்பாய் பருத்தி ஜவுளி மில் தொழிலாளர் வேலை நிறுத்தத்தில். அதன் கூட்டு ஸ்ட்ரைக் கமிட்டிக்கு பொக்கிஷதாரர்.

எஸ்.எஸ். மிராஜ்கர்: கிர்னிகாம்கார் யூனியனின் உதவி காரியதரிசி.

பி.ஸி. ஜோஷி: ஐக்கிய மாகாண தொழிலாளர்-விவசாயிகள் கட்சியின் காரியதரிசி.

ஏ.ஏ. ஆல்வி: கிர்னிகாம்கார் யூனியனின் தலைவர்

ஜிஆர். கேஸல்: கிர்னிகாம்கார் யூனியனில் பதவி வகிப்பவர்.

கோபால் பாஸர்: 1928-ம் வருஷ சோஷியலிஸ்ட் வாலிபர் மகாநாட்டின் அக்கிராசனார்.

ஜி.எம். அதிகாரி: (பி.எச்.டி. பௌதீக சாஸ்திரத்தில் டாக்டர் பட்டம் பெற்றவர்.) **ஸ்பார்க்** என்ற பம்பாய் சோஷியலிஸ்ட் பத்திரிகையின் கட்டுரையாளர்.

எம். ஏ. மஜீத்: 1920-ல், கிலாபத் இயக்கத்துடன் இந்தியாவை விட்டுச்சென்றார். ருஷியாவுக்குப் போய்வந்தார். இந்தியாவுக்கு திரும்பும்கால் கைது செய்யப்பட்டார். பாஞ்சாலத்தில் **கீர்த்தி கிஸான் கட்சி**யின் காரியதரிசி. பாஞ்சால வாலிபர் லீகின் ஸ்தாபகர்.

ஆர்.எஸ். நிம்கார்: பம்பாய் தொழிற்சங்க கவுன்ஸிலின் காரியதரிசி; பம்பாய் மாகாண காங்கிரஸ் கமிட்டியின் காரியதரிசி; அகில இந்திய தொழிலாளர் விவசாயிகள் கட்சியின் பொதுக்காரியதரிசி; அகில இந்திய காங்கிரஸ் கமிட்டி அங்கத்தினர்.

விசுவநாத் முக்கர்ஜி: ஐக்கிய மாகாண தொழிலாளர்-விவசாயிகள் கட்சியின் தலைவர்

கிதர்நாத் ஷெகால்: பாஞ்சால தொழிற் சங்க காங்கிரஸ் தலைவர்; பாஞ்சால மாகாண காங்கிரஸ் கமிட்டியின் நிதிக்காரியதரிசி அகில இந்திய வாலிபர் லீகின் அங்கத்தினர்.

ராதாராமன் மித்ரா: வங்க மாகாண சணல் தொழிலாளர் யூனியன் செயலாளர்.

தர்னி கே. கோஸ்வாமி: பிரபல தொழிற் சங்கவாதி; வங்காள தொழிலாளர்-விவசாயிகள் கட்சியின் உதவி காரியதரிசி.

கௌரிசங்கர்: ஐக்கிய மாகாண தொழிலாளர்-விவசாயிகள் கட்சியின் நிர்வாகி

ஷம்ஷுல்ஹுதா: வங்காள போக்குவரத்துத் தொழிலாளர் யூனியன் காரியதரிசி

ஷிபநாத் பானர்ஜி: வங்காள சணல் தொழிலாளர் யூனியன் தலைவர்; கரக்பூர் ரயில்வே ஸ்ட்ரைக்கில், முன்னர் ஒரு வருஷம் தண்டிக்கப்பட்டவர்.

கோபேந்திர சக்கரவர்த்தி: கிழக்கிந்திய ரயில்வே யூனியனின் உத்தியோகஸ்தர்; கரக்பூர் ரயில்வே ஸ்ட்ரைக்கில் 18 மாதம் தண்டிக்கப்பட்டவர்.

ஸோஹன் ஸிங் ஜோஷ்: அகில இந்திய தொழிலாளர்-விவசாயிகள் முதல் மகாநாட்டின் தலைவர்.

எம்.ஜி.தேசாய்: பம்பாய் சோஷியலிஸ்ட் பத்திரிகை **"ஸ்பார்க்"**கின் ஆசிரியர்.

அஜுத்ய பிரஸாத்: வங்காள தொழிலாளர்-விவசாயிகள் கட்சியின் தீவிர ஊழியர்.

லக்ஷ்மணராவ் கடம்: ஜான்ஸி முனிசிபல் தொழிலாளர் யூனியனின் ஆர்கனைஸர்.

எச்.எல்.ஹட்சின்ஸன்: 'நியூ ஸ்பார்க்' என்ற பத்திரிகையின் ஆசிரியர்.

பின்னால் கைது செய்யப்பட்ட 32-வது நபர். **லீஸ்டர் ஹட்சின்லைன்** என்பவர் ஒரு இங்கிலீஷ் பத்திரிகையாளர். மற்றவர்கள் கைது செய்யப்பட்டவுடன், 'நியூஸ்பார்க்' பத்திரிகையை மேற்கொண்டார்; அதற்காக அவரும் மீரத் வழக்கில் குற்றஞ்சாட்டப்பட்டார்.

கைது செய்யப்பட்டவர்களில் தொழிற்சங்க காங்கிரஸின் மாஜி தலைவர் ஒருவர். உபதலைவர் ஒருவர் உதவிக்

காரியதரிசிகள் இருவர்; பம்பாய், வங்காள மாகாண தொழிற்சங்க கவுன்ஸில்களின் காரியதரிசிகள்; **கிர்னிகாம்கார்** யூனியன் உத்தியோகஸ்தர்கள் அனைவரும்; ஜி.ஐபி. ரயில்வே தொழிலாளர் யூனியன் உத்தியோகஸ்தர்களில் பெரும்பாலோர்; வேறு பல யூனியன் தலைவர்கள்; பம்பாய் ஐ. மா. வங்காளம் ஆகிய மாகாணங்களிலுள்ள தொழிலாளர்-விவசாயிகள் கட்சியின் காரியதரிசிகளும் இதர உத்தியோகஸ்தர்களும் இருப்பதைக் காணலாம். அவர்களில் மூவர் அகில இந்திய காங்கிரஸ் கமிட்டி அங்கத்தினர்கள்; இந்த மூவரில் ஒருவர் பம்பாய் மாகாண காங்கிரஸ் கமிட்டி காரியதரிசி. கான்பூர் வழக்கில் தண்டிக்கப்பட்டவர்கள் நால்வரில் மூவர் இந்த வழக்கிலுள்ளனர். மூன்று இங்கிலீஷ்காரர்களும் இதிலிருந்தனர். இங்கிலீஷ் தொழிலாளி வர்க்க இயக்கத்தின் பிரதிநிதிகளாகிய இம் மூவரும் இந்தியத் தொழிலாளி வர்க்கத் தலைவர்களுடன் சேர்ந்தாற்போல் கூண்டில் நின்று. பின்னர் சிறை சென்றது. சர்வதேச தொழிலாளி வர்க்க ஒற்றுமைக்கு யதார்த்த உதாரணமாக. சரித்திரப்பூர்வமான உதாரணமாகத் திகழ்ந்தது. பழைய தடைகளை உடைத்தெறிந்து இந்திய-பிரிட்டிஷ் ஜனசமூகங்களிடையே எதிர்காலத்தில் ஏற்படப்போகும் சகோதர உறவுகளுக்கு முக்கியத்துவம் வாய்ந்த மைல் கல்லாக திகழ்ந்தது.

இந்திய தொழிலாளிவர்க்க இயக்கம், ஸ்தாபனத்தில் ஆரம்ப கட்டத்திலே இருந்தபோதிலும், தனது பங்கைப் பற்றிய பூரண உணர்வைப் பெற்றுள்ளது என்பதைத் தனது பெருமையை உணர்ந்துள்ளது என்பதை, கைது செய்யப்பட்ட இந்திய தொழிலாளத் தலைவர்கள் நடந்து கொண்டவிதம் நிதர்சனப்படுத்தியது. அவர்களுடைய அறிக்கைகள் இந்திய தொழிலாளர் இயக்கத்தின் அபூர்வமான தஸ்தாவேஜுகளுடன் சேர்த்து மதிப்பிடத் தக்கவையாக விளங்குகின்றன. ஒரு புதிய இந்தியாவை வெளிப்படுத்தின.

இந்திய தொழிலாளர் இயக்கம் சர்வதேச தொழிலாளர் இயக்கத்தின் உயர்ந்த பண்பாட்டுக்கொப்ப இந்த வழக்கில் நடந்துகொண்டது. இன்று இந்தியாவில் தொழிலாளர் கொடியை, சோஷியலிஸத்தின் கொடியை தாங்கி முன்

செல்லவேண்டிய பொறுப்பை மேற்கொண்டுள்ளவர்களுக்கு உதாரணமாகவும் உற்சாகமாகவும் விளங்குகிறது.

3 ½ வருஷகாலம் அரசாங்கம் வழக்கை இழுத்தடித்தது- இந்திய சரித்திரத்தில் நான்கு நெருக்கடியான வருஷங்கள் இவை; இந்த வருஷங்களில் தொழிலாளி வர்க்கத்தின் சிறந்த தலைவர்கள் சிறைப்படுத்தப்பட்டனர். பெனல் கோடின் (Penal Code) 121ஏ. ஸெக்ஷன் கீழ் கொண்டுவரப்பட்ட குற்றச்சாட்டை நிரூபிக்க, பெயரளவிலாவது, சாட்சியம் கொண்டுவரப்படவில்லை. 121 ஏ கூறுவதாவது:-

"பிரிட்டிஷ் இந்தியாவிலாவது. அதற்கு வெளியிலாவது வசிப்பவர் ஒருவர், 121-வது ஸெக்ஷன் கீழ் தண்டிக்கப் படக்கூடிய குற்றங்களைச் செய்ய சதி செய்தால் அல்லது மன்னர்பிரானுக்கு பிரிட்டிஷ் இந்தியா மீதுள்ள அரசுரிமையையோ அதன் ஒரு பக்கத்தின் மீதுள்ள அரசுரிமையையோ பறிக்க சதி செய்தால், கிரிமினல் பலாத்காரம் மூலமாகவோ அல்லது கிரிமினல் பலாத்காரத்தைக் காட்டியோ. இந்திய சர்க்காரையோ அல்லது ஏதாவது ஒரு ஸ்தல சர்க்காரையோ கவிழ்க்க சதி செய்தால், அவர் மீது ஆயுள் தண்டனையாக தீவாந்திரசிட்சை விதிக்கலாம். அல்லது அதற்குக் குறைவான கால்லத்துக்கும் தீவாந்திர தண்டனை விதிக்கலாம் அல்லது பத்து வருஷங்கள் வரை, கடின காவலோ சாதாரண காவலோ, சிறைத்தண்டனை விதிக்கலாம்.

இந்தக் குற்றச்சாட்டை நிரூபிக்க எந்த சம்பவத்தையும் காட்ட முடியவில்லையென்பது ஒப்புக்கொள்ளப்பட்டது. **ஹைகோர்ட் நீதிபதி** சுருக்கிக் கூறினார்.

"குற்றம் சாட்டப்பட்ட சதியைத் தொடர்ந்து ஏதாவது ரகசியமான நடவடிக்கையில் ஈடுபட்டிருப்பதாக எதிரிகள் மீது குற்றம் சாட்டப்படவில்லை என்பது ஒப்புக்கொள்ளப் படுகிறது".

பிராஸிக்யூட்டர் கூறினார்:-

"கம்யூனிஸ்ட் அபிப்ராயங்களைக் கொண்டிருக்கிறார் களென்பது அல்ல எதிரிகள் மீது சாட்டப்பட்டிருக்கும் குற்றம். இந்தியாவில், மன்னர் பிரானுக்குள்ள அரசுரிமையைப்

பறிக்க சதி செய்தார்களென்றே குற்றம் சாட்டப்பட்டுள்ளனர். எதிரிகள் - யதார்த்தத்தில் ஏதாவது செய்தார்களென்பது நிரூபிப்பது அவசியமல்ல. சதியாலோசனை நிரூபிக்கப்பட்டால் போதுமானது."

"சதியாலோசனை" ஒன்றுமில்லை. எதிரிகளின் சோஷியலிஸ்ட் கொள்கைகளில் ஒளிவு மறைவில்லை. அவை பகிரங்கமாக பிரகடனப்படுத்தப்பட்டவை. "கிரிமினல் பலாத்காரம்" ஏதுமில்லை. தொழிலாளர் இயக்கத்தின் ஸ்தாபனமும் தலைமையுமே அவர்கள் செய்த வேலை.

உண்மையான குற்றச்சாட்டு "சார்ஜ்ஷீட்டில்' வெளியாயிற்று. "முதலுக்கும் தொழிலுக்கும் விரோதத்தை தூண்டிவிடுவதாக"வும், "தொழிலாளர்-விவசாயிகள் கட்சிகள், வாலிபர் சங்கங்கள், யூனியன்கள் முதலியவைகளை ஸ்தாபிப்பதாக"வும் "ஸ்ட்ரைக்குகளை ஊக்குவிப்பதாக"வும் அது குற்றம் சாட்டியது. இந்த நடவடிக்கையை, குறிப்பாக தொழிற்சங்க நடவடிக்கையை, ருசுப்பிப்பதிலேயே பிராஸிக்யூஷன் முழுகவனம் செலுத்தியது. கைதிகளில் ஒருவராகிய வங்காள சணல் தொழிலாளர் காரியதரிசியைப் பற்றிக் குறிப்பிடும்பொழுது. "கல்கத்தா நகரசுத்தித் தொழிலாளர் ஸ்ட்ரைக்கில் கலந்துகொண்டபொழுது. சதியாலோசனையில் அவர் பங்கு தொடங்கியது" என்று பிராஸிக்யூட்டர் கூறினார்.

"பம்பாய் பஞ்சாலைத் தொழிலாளர்கள்மீது அவர்களுக்குள்ள செல்வாக்கும்-இதை 1928-ம் வருஷ ஸ்ட்ரைக் நிதரிசனப்படுத்தியது. கிர்னிகாம்கார் யூனியனுடைய புரட்சிகரமான கொள்கையும் ஒருவேளை அதிக விசேஷத்துவம் பொருந்தியதாயிருக்கலாம்" என்று நீதிபதி வழக்கில் இறுதியில், சுருக்கிக் கூறியபோது குறிப்பிட்டது, வழக்கின் பிரதான நோக்கத்தை அம்பலப்படுத்தியது.

எனினும், எழுச்சியடையும் தொழிலாளர் இயக்கத்தை அடக்குவதற்காக நடிக்கப்பட்ட இந்தச் சரித்திர முக்கியத்துவம் வாய்ந்த வழக்கில் சூத்திரதாரியாக இருந்தது பிரிட்டிஷ் **தொழிற் கட்சி** சர்க்கார். அது வழக்குக்கு "பூரண பொறுப்பு" எடுத்துக்கொண்டது. ("நாங்கள் முழுப் பொறுப்பையும் ஏற்றுக்கொள்கிறோம். . . . இந்தியா காரியதரிசி இந்திய சர்க்காரை தீவிரமாக ஆதரிக்கிறார்" என்று 1929-ம்

வருஷத்திய தொழிற்கட்சி மகாநாட்டில் டாக்டர் **டிரம்மண்ட்ஷீல்** கூறினார். "சட்ட இயந்திரம் தங்கு தடையின்றி செயலாற்றவேண்டும்" என்று தொழிற்கட்சிப் பத்திரிகை **டெயிலி ஹெரால்ட்** தீர்ப்பு கூறியது.

"வழக்கு விசாரணையை எவ்வளவு சீக்கிரம் முடிக்க முடியுமோ அவ்வளவு சீக்கிரம் முடிக்க வேண்டும். எதிரிகள் மீது சாட் டப்பட்டிருக்கும் குற்றம் ஒரு அரசியல் குற்றம். இது இந்திய தொழிற் சங்க இயக்கத்தை நேரடியாக பாதிக்காது என்பது (எங்கள்) ஜனரல் கவுன்ஸிலின் அபிப்பிராயம்" என்று (இந்திய தொழிற்சங்க காங்கிரஸ், பிரிட்டிஷ் தொழிற்சங்க காங்கிரஸுக்கு விதித்த வேண்டுகோளுக்குப் பதிலாக,) 1929 அக்டோபர் முதல் தேதி. பிரிட்டிஷ் தொழிற் சங்க காங்கிரஸ் சார்பில் **ஸர் வால்டர் ஸிட்ரின்** எழுதினார். பின்னால், வழக்கு விசாரணை முடிந்தபின், தொழிற்கட்சி, சர்க்காரிலிருந்து விலகியபின் 1933-ல் தொழிற்சங்க காங்கிரஸும் தொழிற்கட்சியும் சேர்ந்து அமைத்திருந்த அகில தேச கூட்டு கவுன்ஸில் ஒரு பிரசுரம் வெளியிட்டது. அதில் "வழக்கு விசாரணை விவரங்கள் ஆதிமுதல் அந்தம் முடிய முழுக்க முழுக்க அக்கிரமமாயிருக்கிறது; இது நியாயத்தின் பெயரால் நடக்கும் அபவாதமாகவேயிருக்கிறது" என்று எழுதியது.

1933 ஜனவரியில், மிருகத்தனமான தண்டனைகள் விதிக்கப்பட்டன-முஸாபர் அஹமதுக்கு தீவாந்திர சிட்சை; டாங்கே, காட்டே, ஜொக்லேகர், நிம்கார், ஸ்ப்ராட் ஆகியோருக்கு பன்னிரண்டு வருஷ தீவாந்திர தண்டனை. பிராட்லி, மிராஜ்கர், உஸ்மானி ஆகியோருக்கு பத்து வருஷ தீவாந்திர தண்டனை. தீர்ப்பிலேயே ரொம்ப லேசான தண்டனை மூன்று வருஷ கடுங்காவல். இதைத் தொடர்ந்தெழுந்த சர்வதேசக் கிளர்ச்சியின் விளைவாக, அப்பீலில் தண்டனைகள் குறைக்கப்பட்டன.

6. மீரட்டுக்குப்பின் தொழிலாளி வர்க்க மறுமலர்ச்சி

மீரட் கைதுகளைத் தொடர்ந்த சில வருஷங்கள் இந்திய தொழிலாளர் இயக்கத்துக்கு கடினமான காலமாயிருந்தது.

இயக்கத்தின் எதிர்காலத்துக்கும் வெற்றிக்கும் மீரட் வழக்கு விதை விதைத்தபோதிலும் உடனடி காலத்துக்கு அது பெரிய தாக்குதலாகவே இருந்தது.

இத்தகைய ஆரம்பகட்டத்தில், இந்திய தொழிலாளி வர்க்கம் சுலபமாகவோ உடனடியாகவோ புதிய தலைமையை உற்பத்தி செய்ய முடியவில்லை. பொருளாதார நெருக்கடி வருஷங்களில் ஸ்ட்ரைக் இயக்கத்துக்கு பல தோல்விகள் ஏற்பட்டன. தேசியப் போராட்டம் நடந்த நெருக்கடியான வருஷங்களில். ஏகாதிபத்தியம் எண்ணமிட்டதைப்போலவே. தொழிலாளி வர்க்கத்தின் அரசியல் பங்கு பலவீனப் பட்டுவிட்டது.

தொழிற்சங்க இயக்கத்திலும் கஷ்டங்கள் ஏற்பட்டன. இரண்டு வருஷ காலம் செய்த ஸ்தாபன வேலையின் விளைவாக, அதிக பலத்தின் அடிப்படையில், நாகபுரியில். 1929 இறுதியில் நடந்த தொழிற்சங்க காங்கிரஸில் இடதுசாரி மெஜாரிட்டி இறுதியாக ஸ்தாபிக்கப்பட்டது. பழைய சீர்திருத்தவாதத் தலைமை, தான் மைனாரிட்டியாயிருப்பதைக் கண்டது; மெஜாரிட்டியின் ஜனநாயக முடிவை ஏற்க மறுத்தது; தன்னை ஆதரிக்கும் யூனியன்களுடன், பிரிந்து சென்று **தொழிற் சங்க சம்மேளனம்** என்ற தனி ஸ்தாபனம் ஒன்றை அமைக்க முற்பட்டது. , "மெஜாரிட்டியாயிருக்கும் அங்கத்தினர்கள் காங்கிரஸை ஒரு கொள்கைக்கு கட்டுப்படுத்த உறுதிகொண்டிருக்கிறார்களென்பதும் அந்த கொள்கை முழுக்க முழுக்க நாங்கள் ஒப்புக்கொள்ள முடியாதென்பதும் அகில இந்திய தொழிற்சங்க காங்கிரஸின் நிர்வாக கவுன்ஸில் நடவடிக்கைகள் சந்தேகத்துக்குக்கிடமில்லாமல் காண்பிக்கின்றன. காங்கிரஸில் அந்த முடிவுகள் தீர்மானமான பெரு மெஜாரிட்டியுடன் நிறைவேற்றப்படுமென்பதில் எங்களுக்கு ஐயமில்லை. இந்தச் சூழ்நிலையில், நாங்கள் நிர்வாக கவுன்ஸிலின் தீர்மானங்களிலிருந்து பூர்ணமாக விலகிக்கொள்ள வேண்டியிருக்கிறது. மேலும் காங்கிரஸ் நடவடிக்கைகளில் தொடர்ந்து கலந்துகொள்வதால் ஒருவித உபயோகமுமில்லையென்று நாங்கள் நினைக்கிறோம்" என்று என். எம். ஜோஷி, ஷிவராவ், கிரி, திவான் சாமன்லால் முதலியோர் அறிக்கைவிட்டனர்.

எனினும், தொழிற்சங்க காங்கிரஸில் ஆதிக்கம் வகித்த இடதுசாரி தலைமையில் வெவ்வேறு போக்குகள் இருந்ததால், அவைகளுக்குள் ஒரு பிணைப்பு ஏற்படவில்லை. தொழிலாளி வர்க்கத்துக்கு சுதந்திரமான அரசியல் பங்கு உண்டா என்ற பிரச்சினையில், இன்னொரு பிளவு ஏற்பட்டது. தொழிலாளி வர்க்கத்தின் சுயேச்சையான அரசியல் பங்கை ஏற்றுக்கொண்ட கம்யூனிஸ்ட் பகுதி **சிவப்பு தொழிற்சங்க காங்கிரஸ்** என்ற ஸ்தாபனத்தை அமைத்தது.

இந்தப் பிளவுகள் தொழிற்சங்க இயக்கத்தை தீவிரமாக பலவீனப்படுத்தின. ஆனால் தொழிலாளி வர்க்கம். தனித்தனியாய் ஸ்ட்ரைக் போராட்டங்களை நடத்தியது. பொருளாதாரக் கோரிக்கைகளுக்காகப் போராடுவதுடன். பழிவாங்குதலை எதிர்த்தும் போராடியது-அதாவது ஜனநாயக சங்க உரிமைக்காகப் போராடியது. வேலை நிறுத்தங்களின் எண்ணிக்கை அதிகரித்ததில் இதைக் காணலாம். 1929-ல் 141 வேலை நிறுத்தங்கள்; 1930ல் 148; 1931ல் 166; வருஷா வருஷம் ஒரு லட்சம் தொழிலாளர்களுக்குமேல் ஈடுபட்டனர். சிவப்பு தொழிற்சங்க காங்கிரஸின் கம்யூனிஸ்ட்டுகள் இந்தப் போராட்டங்களுக்கு தலைமை தாங்கினார்கள்; மீரட் தலைமை இன்னும் சிறைப்பட்டிருந்த போதிலும் கம்யூனிஸ்ட் "ஆபத்து நீங்கவில்லை; அதிகரித்திருக்கிறது" என்று 1933-ல் அரசாங்கம் ஏமாற்றத்துடன் ஒப்புக்கொள்ள வேண்டியிருந்தது. ("இந்தியா 1932-33")

இந்தத் தனிப்பட்ட ஸ்ட்ரைக் போராட்டங்கள், 1934ம் வருஷத்திய ஸ்ட்ரைக் பேரலைக்கு அடிகோலின. தொழிலாளர் உழைப்பை அதி உக்ரமாகச் சுரண்டும் மில் முதலாளிகளின் ரேஷனலிஸேஷனை எதிர்த்து நடந்த ஸ்ட்ரைக் இயக்கம் அது. 1933ல் 1,64,938 தொழிலாளர்கள் 146 ஸ்ட்ரைக்குகளில் கலந்துகொண்டதின் விளைவாக 2,168,961 வேலை நாட்கள் இழக்கப்பட்டன; ஆனால் 1934லோ 220,808 தொழிலாளர்கள் 159 ஸ்ட்ரைக்குகளில் கலந்து கொண்டதின் விளைவாக 4,775,559 வேலை நாட்கள் இழக்கப்பட்டன. அதாவது 1933ஐப் போல் இருமடங்கு நாட்கள் இழக்கப்பட்டன. 1934-ம் வருஷத்திய ஸ்ட்ரைக் பேரலையின் பரிமாணத்தை இது நன்கு எடுத்துக்காட்டுகிறது.

அசுரத்தனமான அடக்குமுறைக்கும் ஈடுகொடுத்துக்கொண்டு. ஏப்ரல் முதல் ஜூன் வரை பம்பாய் பஞ்சாலை-நெசவாலைத் தொழிலாளர்கள் நடத்திய ஸ்ட்ரைக்கும். பிப்ரவரி முதல் மே மாதம் வரை ஷோலாப்பூர் மில்களின் தொழிலாளர்கள் நடத்திய ஸ்ட்ரைக்கும் தொழிலாளி வர்க்கம் மறுமலர்ச்சி யடைந்துவிட்டதையும். சிதறிக்கிடந்த சக்திகளை ஒருமுகப்படுத்தி ஒன்றுபடுத்தி விட்டதையும், புதிய போராட்டத் தலைமையை உற்பத்தி செய்துவிட்டதையும். தெள்ளத் தெளிவாக நிரூபித்துக் காட்டின.

அரசாங்கம் மீண்டும் தாக்கியது. அவசரச் சட்டம் ஒன்று வந்தது; கம்யூனிஸ்ட்களும் தொழிற்சங்க தலைவர்களும் விசாரணையின்றி பாதுகாப்பில் வைக்கப்பட்டனர். கம்யூனிஸ்ட் கட்சி சட்ட விரோதமாக்கப்பட்டது. சட்ட பூர்வமாக ரிஜிஸ்டர் செய்யப்பட்ட சுமார் 12 தொழிற் சங்கங்கள் சட்ட விரோதமாக்கப்பட்டன; வாலிபத் தொழிலாளர் லீக் தடைசெய்யப்பட்டது. தொழிலாளி வர்க்கத்தின் புரட்சிகரமான போராட்ட ஸ்தாபனத்தை நசுக்க துப்பாக்கிப் பிரயோகம் உபயோகிக்கப்பட்டது.

இந்தச் சக்திமிகுந்த ஸ்ட்ரைக் போராட்ட பேரலையின் விளைவாகவே, தொழிலாளி வர்க்க ஸ்தாபனங்கள் மீண்டும் ஒன்றுபட வேண்டுமென்ற யோசனை எழுந்தது. 1935ல் சிவப்பு தொழிற்சங்க காங்கிரஸும் அகில இந்திய தொழிற்சங்க காரங்கிரஸும் ஒன்றுபட்டன. 1936 மே மாதத்தில் பம்பாயில் நடந்த அகில இந்திய தொழிற்சங்க காங்கிரஸில், வரவேற்புக் கமிட்டி தலைவர் **எஸ்.எச். ஜாப்வாலா** கூறினார்:-

"கம்யூனிஸ்ட்களுடன் சேர்ந்து வேலை செய்வது எனக்கு மகிழ்ச்சியளித்ததென்று நான் என் சொந்த அனுபவத்திலிருந்து. மிகைப்படுத்திச் சொல்கிறோமோவென்ற பயமில்லாமல், சுலபமாகக் கூறமுடியும். ஒற்றுமையைப் பாதுகாக்கவும் தொழிலாளி வர்க்கத்தின் அன்றாட நலன்களை பாதுகாக்கவும் அவர்கள் இடைவிடாது பாடுபடுவதை நான் கண்டேன்."

"தொழிலாளி வர்க்கத்தில் அகில இந்திய தாக்குதலைத் தவிர வேறெதுவும்" அரசாங்கத்தின் தாக்குதலையும் முதலாளிகளின் தாக்குதலையும் எதிர்த்து முறியடிக்க

முடியாததால், தொழிலாளர்களின் மத்திய தலைமையை ஒன்றுபடுத்துவதற்கு சம்மதிக்குமாறு **தொழிற்சங்க சம்மேளனத்தின்** சீர்திருத்தவாத தலைவர்களுக்கு மேற்கண்ட பம்பாய் கூட்டத்தில் வேண்டுகோள் விடப்பட்டது. ஒற்றுமையை முன்னிட்டு. அவர்களுடைய நிபந்தனைகளை ஒப்புக்கொள்வோமென்று உத்தரவாதமளித்தது; ஆனால் சீர்திருத்தவாதிகள் இரு நிபந்தனைகளை ஒப்புக்கொள்ள வேண்டுமென்றனர்; (1) தொழிற்சங்க இயக்கத்தின் அடிப்படை வர்க்கப் போராட்டம் என்பதை ஒப்புக்கொள்வது, (2) தொழிற்சங்க ஜனநாயகத்தை ஏற்றுக்கொள்வது. உடனடியாக, ஸ்தாபனங்கள் சங்கமமாவதை சீர்திருத்த வாதிகள்ஆதரிக்கவில்லை. ஆகவே, 1936-ல் ஒரு கூட்டு போர்ட் ஸ்தாபிக்கப்பட்டது. 1938-ல்தான், நாகபுரி காங்கிரஸில், சீர்திருத்தவாதிகளின் தலைமையிலிருந்த சம்மேளனத் தொழிற்சங்க காங்கிரஸுடன் சேர்ந்துகொண்டது; காங்கிரஸின் நிர்வாக கவுன்ஸில் சம்மேளனத்துக்கு 50 சதவீத ஸ்தாபனங்கள் அளிக்கப்பட்டன. மீண்டும் தொழிற்சங்க காங்கிரஸ் இந்திய தொழிற்சங்க இயக்கம் முழுமையையும் இணைக்கும் ஸ்தாபனமாகிவிட்டது; காந்தியத் தலைமை யிலுள்ள அஹமதாபாத் பருத்தி ஜவுளி மில் தொழிலாளர் அஸ்ஸோஸியேஷன் மாத்திரமே வெளியிலிருந்தது.

அரசியல் துறையிலும் புதிய அபிவிருத்திகள் ஏற்பட்டன. முன்னாலிருந்த தொழிலாளர்-விவசாயிகள் கட்சி இரு வர்க்க அடிப்படையைக்கொண்டிருந்ததால் தற்காலிகமாகவே இருக்கமுடிந்தது; தொழிலாளி வர்க்க அரசியல் ஸ்தாபனத்துக்கு அது ஒரு நிரந்தமான அடிப்படையாயிருக்க முடியாது; ஆகவே மீரட்டுக்குப் பின் அது மறைந்தது. கம்யூனிஸ்ட் கட்சி சட்டவிரோதமாக்கப்பட்டிருந்தது; எனினும். இத்தகைய நடவடிக்கைகள் சோஷியலிஸ்ட், கம்யூனிஸ்ட் கட்சி சட்டவிரோதமாக்கப்பட்டிருந்தது; எனினும், இத்தகைய நடவடிக்கைகள் சோஷியலிஸ்ட், கம்யூனிஸ்ட் செல்வாக்கு வளர்வதையோ மார்க்ஸிஸ்ட் கருத்துகள் பரவுவதையோ தடுக்க முடியாது. 1930-34ம் வருஷத்திய தேசிய சட்டமறுப்புப் போராட்டம் முடிந்தபின். தேசிய வாலிபர்கள் அதன் படிப்பினைகளை ஆராய்ந்தறியத் தொடங்கியதால், சோஷியலிஸத்துக்கு புதிய பலம் கிடைத்தது.

1934-ல் ஓரளவு மார்க்ஸிஸ்ட் கருத்துக்களின் செல்வாக்கின் கீழ் வந்த இடதுசாரி தேசியவாதிகளின் கோஷ்டி **காங்கிரஸ் சோஷியலிஸ்ட் கட்சியை** அமைத்தது. தேசிய காங்கிரஸின் அங்கத்தினர்களாயிருப்பவர்களே காங்கிரஸ் சோஷியலிஸ்ட் கட்சியில் அங்கத்தினர்களாயிருக்க முடியும். ஆக இந்தக் கட்சி காங்கிரஸில் ஒரு பகுதியாகவே விளங்கியது; பொது ஜனங்களிடையே அங்கத்தினர்கள் சேர்ப்பதை இது ஆதரிக்கவில்லை. இந்தக் கட்சியை ஸ்தாபித்தவர்களிடையே இருந்த சில முற்போக்காளர் எண்ணம் எதுவாயினும், காங்கிரஸ் சோஷியலிஸ்ட் கட்சியின் அமைப்பிலும் திட்டத்திலும் அடிப்படையாயிருந்ததின் (அதாவது காங்கிரஸ் அங்கத்தினர்களே இதில் சேரலாம் என்ற அடிப்படை; பொது மக்களைப் பெருவாரியாக கட்சிக்குள் ஆகர்ஷிக்க மறுக்கும் அடிப்படை) யதார்த்த விளைவாக, இது தொழிலாளிவர்க்க இயக்கத்தின் சுதந்திரத்தை காங்கிரஸில் ஆதிக்கம் வகிக்கும் தலைமைக்கு-அதாவது நடைமுறையில், பூர்ஷுவா வர்க்கத்துக்கு-உட்படுத்தி கட்டுப்படுத்தும் முயற்சியை இது தவிர்க்க முடியாத வகையில் பிரதிநிதித்துவப்படுத்தியது. தொழிலாளி வர்க்கப் போராட்டத்தின் ஒவ்வொரு நெருக்கடியான கட்டத்திலும், காங்கிரஸ் சோஷியலிஸ்ட் கட்சியின் அடிப்படையிலுள்ள இந்த முரண்பாடு வெளிப்பட்டது. கம்யூனிஸ்ட் கட்சியுடனும் தொழிலாளி வர்க்க சக்திகளுடனும் ஒத்துழைக்க விரும்பிய காங்கிரஸ் சோஷியலிஸ்ட் இடதுசாரிக்கும், கம்யூனிஸ்ட் கட்சியையும் தொழிலாளி வர்க்கத்தின் சுதந்திரமான நடவடிக்கை பூராவையும் எதிர்த்த காங்கிரஸ் சோஷியலிஸ்ட் வலதுசாரிக்கும் (வலது சாரியே கட்சியில் ஆதிக்கம் வகித்தது) இடையிலிருந்த மோதலிலும் இந்த முரண்பாடு (சோஷியலிஸ்ட் கட்சி பூர்ஷுவா தலைமையின் கட்டுப்பாட்டுக்கு உட்பட வேண்டுமென்பதாலெழும் முரண்பாடு) பிரதிபலித்தது.

7. யுத்த-முற்கால பேரெழுச்சி

தேசிய காங்கிரஸின் தேர்தல் வெற்றிகளுடன், மாகாணங் களில் காங்கிரஸ் மந்திரிசபைகள் ஸ்தாபிதமானதுடன், தொழிற்சங்க இயக்கத்தில் ஒரு புதிய எழுச்சி ஏற்பட்டது; இதன் விளைவாக 1937-38-ல் ஒரு வேலை நிறுத்த பேரலை

வீசியது; ராணுவ தளவாட உற்பத்திப் போட்டியால் முதலாளித்துவம் தற்காலிகமாக புத்துயிர் பெற்றதின் விளைவாக உலகம் முழுவதும் ஏற்பட்ட வேலை நிறுத்தப் புயலின் பகுதி அது.

தொழிற்சங்க இயக்கம் பரவியது. பல புதிய யூனியன்கள் ஸ்தாபிக்கப்பட்டன. ஸீஸனல் பாக்டரிகளிலும் கட்டுப் பாடில்லாத தொழில்களிலும் வேலை செய்யும் தொழிலாளர் களிடையே கூட தொழிற்சங்க செல்வாக்கு பரவியது. ரிஜிஸ்டரான தொழிற்சங்கங்களின் எண்ணிக்கை 1928-ல் 29; 1929ல் 75, 1934ல் 191, 1938ல் 296 ஆக உயர்ந்தது; 296 யூனியன்களிலும் 261,000 அங்கத்தினர்கள் பதிவாகியிருந்தனர்; ஆனால் இவைகளால் இதைவிட பன்மடங்கு தொழிலாளர்களைத் திரட்ட முடிந்தது.

1921க்குப் பிறகு, அதிகமான வேலை நிறுத்தங்கள் 1937ல் ஏற்பட்டன-379 வேலை நிறுத்தங்கள் ஏற்பட்டன. 1921ஐ விட 17 தான் குறைவு. 676,000 தொழிலாளர்கள் இந்த வேலை நிறுத்தங்களில் கலந்துகொண்டனர். அதுவரை வேறெந்த வருஷத்திலும் இவ்வளவு தொழிலாளர்கள் ஸ்ட்ரைக் செய்யவில்லை. தொழிற்சங்க அங்கத்தினர்களைப் போல மும்மடங்கு தொழிலாளர்கள் ஸ்ட்ரைக் செய்தனர். 8,983,000 வேலை நாட்கள் ஸ்ட்ரைக்குகளால் இழக்கப் பட்டன; 1929க்குப்பின் இதுவே அதிக எண்ணிக்கை.

100க்கு 45 வேலை நிறுத்தங்களில், சலுகைகள் பெறுவதில் தொழிலாளர்கள் வெற்றியடைந்தனர்.

வங்காள சணல் ஸ்ட்ரைக்தான் இந்த ஸ்ட்ரைக் இயக்கத்தின் சிகரம். உக்கிரமான அடக்குமுறை நடவடிக்கைகள் எடுக்கப் பட்டபோதிலும், இந்த ஸ்ட்ரைக் சணல் தொழிலின் பொது வேலை நிறுத்தமாக வளர்ந்து 2 ¼ லட்சம் தொழிலாளர்களை ஈடுபடுத்தியது. 1929-ம் வருஷ மந்தத்திலிருந்தே அதிருப்தி குவிந்துகொண்டு வந்தது; 1929-ல் 1,30,000 தொழிலாளர்கள் வேலைகளை விட்டு கல்தா கொடுக்கப்பட்டனர்; கூலி வெட்டப்பட்டது; 'ராஷனலிஸேஷன்' என்ற பெயரால், தொழிலாளி உழைப்பின் சிரமத்தை அதிகரித்துச்

சுரண்டினார்கள். 1931க்கும் 1936க்குமிடையே தறிகளின் எண்ணிக்கை 13 சதவீதமே அதிகரித்தது; ஆனால் சணல் உற்பத்தி 65 சதவீதம் அதிகரித்தது; "உலக ரீதியாகப் பரவிய மந்தம் விடிந்தபொழுது கூட, ஒரு நியாயமான லாப விகிதத்தை அவர்களால் காப்பாற்ற முடிந்தது" என்று வங்காள சணல் முதலாளி **ஸர் அலெக்ஸாண்டர் மர்ரே** கூறினார். 1936லிருந்து சணல் தொழில் மலர்ச்சியடைந்து கொண்டிருந்தது. கூலி வெட்டுகளை ரத்து செய்யவும் போதுமான கூலிபெறவும் தொழிலாளர்கள் 1938 பிப்ரவரியில் ஸ்ட்ரைக் செய்தார்கள். இதற்கு பொருளாதார அடிப்படையில்லையென்றும், இது "இந்தியாவில் புரட்சிக்கு வகை செய்ய கம்யூனிஸ்ட் தலைவர்களால் உபயோகிக்கப்படுகிறது" என்றும் நொண்டிச் சாக்கு கூறி, **பஸ்லுல் ஹக்** தலைமையிலிருந்த பிற்போக்கான மந்திரிசபை அதை அடக்குவதற்கு சகல பிரயத்தனங்களும் நடவடிக்கைகளும். எடுத்துக்கொண்டபோதிலும், மே மாதம் வரை ஸ்ட்ரைக் நீடித்தது. தொழிலாளர்கள் இறுதிவரை ஒன்றுபட்டு நின்றனர். வங்க மாகாண காங்கிரஸ் கமிட்டியின் ஆதரவையும் பெற்றனர். சணல் தொழிலாளர்களின் ஸ்ட்ரைக் நிதிக்கு உதவுமாறு பொது மக்களை வேண்டி மாகாண காங்கிரஸ் கமிட்டி அறிக்கை விடுத்தது. இறுதியில் முதலாளிகள் தங்கள் யூனியனை அங்கீகரிக்கும்படி செய்தார்கள் சணல் தொழிலாளர்கள். யூனியன் அங்கீகாரத்துடன், கூலி வெட்டை ரத்து செய்யும் கொள்கையையும் முதலாளிகள் ஏற்றுக்கொள்ள வேண்டியிருந்தது.

காந்திய வர்க்க சமாதான (தர்மகர்த்தா) யூனியனின் கோட்டையான அஹமதாபாத்திலும் ஸ்ட்ரைக் இயக்கம் பரவியது குறிப்பிடத்தக்கது. இங்கு, எல்லோராலும் வெறுக்கப்படும் 144வது செக்ஷன் கீழ் காங்கிரஸ் சர்க்கார் தடை உத்திரவு பிறப்பித்தது. ஐவர் அல்லது ஐவருக்குமேல் கூட்டம் கூடக்கூடாதென்று தடைபோடப்பட்டது. காங்கிரஸ் இந்த 144 தடையை எதிர்த்து தொடர்ச்சியாய் கண்டித்து வந்திருந்தபோதிலும் இங்கு காங்கிரஸ் சர்க்கார் அதே உத்தரவை பிறப்பித்தது.

கான்பூர் பாஞ்சாலை ஸ்ட்ரைக் இந்த பேரலையின் உச்சநிலை. 1937-ல் தொடங்கிய இந்த ஸ்ட்ரைக், 40,000

தொழிலாளர்களின் பொது வேலை நிறுத்தமாக வளர்ந்தது. தவிர. தீப்பெட்டி பாக்டரி, இரும்பு பவுண்டரி, பர்மா ஷெல், டெப்போ முதலிய இதர தொழில்களிலுள்ள தொழிலாளர்கள் அனுதாப வேலை நிறுத்தம் செய்தனர். காங்கிரஸ் விசாரணைக் கமிட்டியின் தீர்ப்பை தொழிலாளர்கள் ஏற்றுக்கொண்டனர். ஆனால் அதை நிறைவேற்ற முதலாளிகள் மறுத்தார்கள். ஆகவே, தீர்ப்பை நிறைவேற்றும்படி முதலாளிகளை கட்டாயப்படுத்துவதற்காக, 1938ல் இன்னொரு ஸ்ட்ரைக் தொடங்கியது. இங்கு காங்கிரஸ்-தொழிலாளர் ஒற்றுமை மலர்ந்தது - இது ஒரு உதாரணமாகவும் திகழ்ந்தது. "கான்பூர் தொழிலாளர்கள் தங்களுக்காக மட்டும் போராட வில்லை; இந்திய தொழிலாளி வர்க்கம் முழுவதற்குமே போராடுகிறார்கள். மனித உரிமைகளுக்காகப் போராடு கிறார்கள்" என்று ஐக்கிய மாகாண காங்கிரஸ் கமிட்டி ஒரு தீர்மானத்தில் பிரகடனம் செய்தது. "அவர்கள் ஆரம்பித்துள்ள மகத்தான போராட்டத்தில் ஸ்ட்ரைக்கில் ஈடுபடுபவர்களுக்கு ஒவ்வொரு உதவியும் அளிக்கும்படி" பொதுமக்களை அத்தீர்மானம் கேட்டுக்கொண்டது. முதலாளிகளுடைய ஏஜண்டுகள் வகுப்புக் கலவரங்களைத் தூண்டிவிடுவதற்கு செய்த பிரயத்தனங்களை இந்து முஸ்லிம் தொழிலாளர்கள் ஒன்றுபட்டுநின்று முறியடித்தனர். 55 நாள் போராட்டத் துக்குப்பின், தொழிலாளர்கள் ஜயமடைந்தனர்; யூனியன் அங்கீகாரத்தையும் பெற்றனர்.

1938 நவம்பரில், ஒன்றுபட்ட தொழிற்சங்க காங்கிரஸின் பூர்ண ஆதரவுடன், பம்பாயில் 90,000 தொழிலாளர்களுக்குமேல் கண்டன வேலை நிறுத்தம் செய்தனர். **அபாயகரமான தொழில் தகராறு மசோதாவை** எதிர்த்து (நான்கு மாதம் தாமதப்படுத்தக்கூடிய சமரஸ முறையை கட்டாயமாக்கி வேலை நிறுத்த உரிமையை அந்த மசோதா கட்டுப்படுத்தியது. யூனியன்களை ரிஜிஸ்டர் செய்வதற்குப் பல நிபந்தனைகளைப் போட்டது. இந்த நிபந்தனைகள் கம்பெனி யூனியன்களுக்கு சாதகமானவை). நடந்த இந்த வேலை நிறுத்தம் தொழிலாளி வர்க்கத்தின் உணர்வை எடுத்துக்காட்டியதுடன் தொழிற்சங்க உரிமைகளைப் பற்றிய காங்கிரஸ் தேர்தல் வாக்குறுதிகளை

நிறைவேற்ற வேண்டுமென்றும் பம்பாய் காங்கிரஸ் மந்திரி சபைக்கு விடுக்கப்பட்ட எச்சரிக்கையாகவும் அமைந்தது.

ரயில்வே தொழிலாளர்களிடையே கூட, மேலிடத்தில் சீர்திருத்தவாதத் தலைமையிருந்தபோதிலும், ஒரு சக்திகரமான மறுமலர்ச்சி ஏற்பட்டது. 40,000 தொழிலாளர்கள் கலந்து கொண்ட வங்காள-நாகபுரி ரயில்வே ஸ்ட்ரைக் ஒரு மாதகாலம் நீடித்தது; **பெய்ஸ்பூர் காங்கிரஸின்** ஆதரவையும் பெற்றது. தொழிலாளர்களில் 17 சதவீதம் கல்தா கொடுக்கப் படுவதையும். கூலி வெட்டப்படுவதையும், தொழிலாளர்கள் வேலையில் உக்ரமாக வதைக்கப்படுவதையும் (இதன் பயனாய் விபத்துகள் 50 சதவீதம் அதிகமாயிற்று; ரயில்வே கம்பெனிகளின் லாபம் அதிகரித்தது) சீர்திருத்தவாதிகள் ஆதிக்கம் வகித்த அகில இந்திய ரயில்வே தொழிலாளர் சம்மேளனம் பார்த்தும் கைகட்டிக்கொண்டிருந்தது; ஆனால் தொழிற்சங்க இயக்க வளர்ச்சியின் விளைவாக ஜி.ஐ.பி. ரயில்வேயில். சீர்திருத்தவாத யூனியனும் செங்கொடி யூனியனும் ஒன்றுபட்டன; 20,000 தொழிலாளர்கள் ஒன்றுபட்ட யூனியனில் அங்கத்தினரானார்கள். பி.பி. அண்டு ஸி; ஐ.எம் எஸ். எம். தென்னிந்திய ரயில்வேக்களிலும் மறுமலர்ச்சி ஏற்பட்டது. போராட்ட தொழிற்சங்கம் என்ற ஆபத்து வளர்ந்துவருவதை எதிர்த்து ரயில்வே நிர்வாகங்கள் கையாண்ட முறைக்கு ஒரு உதாரணம் இதோ காட்டப்படுகிறது; பி. பி. அண்டு. ஸி. ஐ. நிர்வாகம், தன் ரயில்வேயிலுள்ள சீர்திருத்த யூனியனை அங்கீகரிக்க முன்வந்தபோது, “அதில் ஜம்னதாஸ் மேத்தா உள்ளவரை, அது கம்யூனிஸ்ட்களை விலக்கி வைக்கும் வரை” மாத்திரமே அங்கீகாரம் நீடிக்குமென்று நிபந்தனை விதித்தது. ஆனால் தொழிற்சங்க **காங்கிரஸூம்** தொழிற்சங்க சம்மேளனமும் ஒன்றுபட்டதும். போட்டி சங்கங்களை ஒன்றுபடுத்த வேண்டுமென்ற ரயில்வே தொழிலாளர் ஆர்வமும் இந்த சீர்குலைவு சூழ்ச்சிகளை முறியடிக்க உதவின.

1938 அக்டோபர் 30-ல், தொழிற்சங்க காங்கிரஸின் ஸ்தாபகத் தினம் கொண்டாடப்பட்டபோது, 3 ¼ லட்சம் தொழிலாளர்கள் அதில் அங்கத்தினர்களாய் சேர்ந்திருந்தனர். ஏகாதிபத்திய அக்கிரமங்களை எதிர்த்தும், தேசியக்

கோரிக்கைகளை ஆதரித்தும் நடத்திய அரசியல் நடவடிக்கைகள் மூலமும் ஏகாதிபத்திய அடக்குமுறையை எதிர்த்து தினசரி போராடுவதன் மூலமும், தொழிலாளி வர்க்கம் ஏகாதிபத்திய எதிர்ப்பு சக்திகளிடையே பலம் மிகுந்த ஸ்தாபன சக்தியாக திகழ்ந்தது.

இந்த வளர்ச்சிகளுடன் இந்த வளர்ச்சிகளின் விளைவாக, தொழிலாளர் இயக்கத்தின் அரசியல் பங்கும் செல்வாக்கும் தேசிய இயக்கத்தில் பிரதிபலித்தது. கம்யூனிஸ்ட் கட்சியின் மீதுள்ள தடையை நீக்கவேண்டுமென்று பல தொழிற் சங்கங்களின் ஆதரவுடன், தீவிர காங்கிரஸ்வாதிகளின் தலைமையில், ஒரு இயக்கம் வலுத்தது. கட்சி மீது தடையிருந்த போதிலும், காங்கிரஸ் மந்திரி சபைகள் ஏற்பட்டபின், பிரஜா உரிமைகள் விரிவடைந்ததின் விளைவாக கம்யூனிஸ்ட் கட்சி **'நேஷனல் பிரண்ட்'** (தேசிய முன்னணி) என்ற இங்கிலீஷ் வாரப் பத்திரிகையையும் பம்பாய் தொழிலாளர்களில் பெரும்பான்மையோர் தாய்மொழியான மராத்தியில் **க்ரான்தி** ('புரட்சி') என்ற வாரப் பத்திரிகையையும் நடத்தியது. பாஸிஸ்ட் ஆபத்து முற்றி வருவதையும், ஏகாதிபத்தியத்தை எதிர்க்கும் ஐக்கிய தேசிய முன்னணியின் அவசியத்தையும் இந்த பத்திரிகைகள் பிரபலப்படுத்தின. தொழிலாளர்கள், விவசாயிகள், சமஸ்தான மக்கள் ஆகியோரின் போராட்டங் களுக்கும் சர்வஜன பகுதிகளிடமும் ஆதரவு தேடின. பல்வேறு காங்கிரஸ் கமிட்டிகளின் முக்கியமான நிர்வாக பகுதிகளுக்கு கம்யூனிஸ்டுகள் தேர்ந்தெடுக்கப்பட்டனர். காங்கிரஸின் தேர்ந்தெடுக்கப்பட்ட சபைகளிலே உயர்ந்த சபையான அகில இந்திய காங்கிரஸ் கமிட்டியில் கம்யூனிஸ்டுகள் இருபதுக்கு குறையாமலிருந்தனர். காங்கிரஸில் ஆதிக்கம் வகித்த வலதுசாரி தலைமையின் சமரச கொள்கைகளை எதிர்த்துப் போராட, கம்யூனிஸ்ட்களுக்கும் காங்கிரஸ் சோஷியலிஸ்டுகளுக்குமிடையே இடதுசாரி ஒற்றுமை உருவாக வேண்டுமென்று மீண்டும் மீண்டும் முயற்சி செய்யப்பட்டது. காங்கிரஸ் சோஷியலிஸ்ட் கட்சியின் தலைமையில் இருந்த பிற்போக்காளர் பகுதியின் பிடிவாதமான எதிர்ப்பால், இவை வெற்றியடையவில்லை.

8. இரண்டாவது உலக யுத்தத்தில் தொழிலாளி வர்க்கம்

1939 ஸெப்டம்பரில் யுத்தம் மூண்டதும், இந்திய தேசிய விடுதலை இயக்கத்துக்கும் இந்திய தொழிலாளி வர்க்கத்துக்கும் ஒரு விசேஷமான சகாப்தம் தொடங்கியது.

தேசிய தலைமை காலம் கடத்திக்கொண்டிருந்தபோது, தொழிலாளர் இயக்கம்தான்,தாக்குதலை தொடுத்தது-1939 அக்டோபர் 2-ம் தேதி. பம்பாயில் 90,000 தொழிலாளர்கள் வேலை நிறுத்தம் செய்தனர். இந்த ஒரு நாள் அரசியல் வேலை நிறுத்தமே உலக தொழிலாளர் இயக்கத்தின் முதல் யுத்த எதிர்ப்பு ஸ்ட்ரைக். தொழிலாளி வர்க்கம் இந்தியாவின் ஏகாதிபத்திய எதிர்ப்பு சக்திகளிடையே முன்னணி ஸ்தானத்துக்கு விரைந்துகொண்டிருந்தது.

யுத்தத்தினால், வாழ்க்கைச் செலவு அதிகரித்தது; ஆனால் அதற்கேற்றபடி கூலி உயரவில்லை. 1939 ஸெப்டம்பர் மாத விலைகளை 100 என்று வைத்துக் கணக்கிட்டால். டிஸம்பரில் விலைவாசிப்புள்ளிகள் 137ஆகிவிட்டதென்று இந்திய சர்க்காரின் பொருளாதார ஆலோசகர் டாக்டர் **டி. ஈ. கிரிகரி** கூறினார். இதுவல்ல தொழிலாளி கொடுக்கும் விலை. இத்துடன் சில்லரை வியாபாரிகளின் லாபத்தையும் சேர்த்துக்கொள்ள வேண்டும். 'பஜ்ரா, கோதுமை, அரிசி முதலிய உணவு தானியங்களில் பறிக்கப்படும் லாபம் செப்டம்பர் விலைகள் அடிப்படையில் பார்த்தால் 28 சதவீதம் அதிகம். இதற்கு மேல் சில்லரை வியாபாரிகள் 8 முதல் 14 சதவீதம் லாபமடிப்பதைச் சேர்த்துக்கொண்டால், ஏழைக்கு ஏற்படும் சிரமத்தைப் புரிந்துகொள்ளலாம்" என்று **பம்பாய் கிரானிகல்** பத்திரிகையின் விசேஷ நிருபர் கூறினார். (6-12-39)

யுத்தத்தினால் ஏற்பட்ட பொருளாதார சுமைகளை எதிர்த்து தொழிலாளி வர்க்கம் தம் தாக்குதலை தொடுத்தது-1940-ம் வருஷம் மார்ச் மாதம் 5-ம் தேதி. பம்பாய் நகரத்தில் 1 ¾ லட்சம் பருத்தி மில் தொழிலாளர்கள் கிராக்கிப் படி ஸ்ட்ரைக்கை (பஞ்சப்படி, யுத்தப்படி என்றும் சொல்வதுண்டு) தொடங்கினார்கள். ஸ்ட்ரைக்கில் 100க்கு 100 பேரும் கலந்துகொண்டனர். ஸ்ட்ரைக் தலைவர்கள் ஏகதேசமாய் கைது செய்யப்பட்டபொழுதிலும், போலீஸ்,

தொழிலாளர் குடிசைகளில் புகுந்து, உள்ளேயிருந்தவர்களை அடித்து, தொழிலாளர்களை பயமுறுத்தியபோதிலும். ஸ்ட்ரைக் 40 நாட்கள் நீடித்தது. தொழிற்சங்க காங்கிரஸின் அறைகூவலுக்கிணங்க, மார்ச் மாதம் பத்தாம் தேதி 3 1/2 லட்சம் தொழிலாளர்கள் ஒரு நாள் வேலை நிறுத்தம் செய்தனர். இதன் மூலம் சகல தொழிலாளர்களும் தங்கள் ஆதரவைத் தெரிவித்துக்கொண்டனர்.

பம்பாய் ஸ்ட்ரைக்கைத் தொடர்ந்து தேசம் முழுவதும் ஸ்ட்ரைக் அலையடித்தது-கான்பூரில் 20,000 பருத்தி மில் தொழிலாளர், கல்கத்தாவில் 20,000 முனிசிபல் தொழிலாளர்கள். வங்காளத்திலும் பீகாரிலும் சணல் தொழிலாளர்கள் (அஸ்ஸாமில்) **டிக்பாய்** என்ற இடத்தில் எண்ணைத் தொழிலாளர்கள். டான்பாத், ஜாரியாவிலுள்ள நிலக்கரி சுரங்கத் தொழிலாளர்கள், ஜாம்ஷெட்பூரிலுள்ள இரும்பு எஃகு தொழிலாளர்கள், இன்னும் பல தொழில்களிலுள்ள தொழிலாளர்கள் அனைவரும் கிராக்கிப்படி கோரி வேலை நிறுத்தம் செய்தனர். தொழிலாளி வர்க்கம் முழுவதும் இயங்கிக்கொண்டிருக்கிறதென்பது நிதரிசனமாகிவிட்டது.

அரசாங்கம் மீண்டும் தாக்கியது. நாஷனல் பிராண்ட், க்ராந்தி என்ற இரு பத்திரிகைகள் மீதும் தடை விதிக்கப்பட்டன. இந்திய பாதுகாப்பு சட்டவிதிகள் அமுலுக்குக் கொண்டுவரப் பட்டன. தேசம் முழுவதும். இதர தீவிரவாதிகளும் கைது செய்யப்பட்டனர். விசாரணை இல்லாமல் பாதுகாப்பு கைதிகளாய் வைக்கப்பட்டிருக்கும் 700 பேரில், "கம்யூனிஸ்ட்கள் அல்லது பலாத்காரமான பொதுஜன புரட்சி என்ற கம்யூனிஸ்ட் திட்டத்தை ஆதரித்து செயலாற்றுபவர்கள் சுமார் 480-பேர்" என்று 1941 ஜனவரியில், இந்திய சர்க்காரின் உள்நாட்டிலாகா மந்திரி **ஸர் ரெஜினால்ட் மாக்ஸ்வெல்** சட்ட சபையில் கூறினார். தவிர. 1664 பேர் மீது தடைகள் விதிக்கப்பட்டிருந்தன. (கிராமத்தைவிட்டுப் போகாதே! மாகாணத்திருக்காதே! போன்ற தடைகள்) 6,466 பேர் குற்றங்களுக்காக தண்டிக்கப்பட்டிருந்தனர்.

அதிகாரிகள் கம்யூனிஸ்ட் கட்சியை எதிர்த்துத் தொடுத்த தாக்குதலுடன், காங்கிரஸ் சோஷியலிஸ்ட் தலைமையும் கம்யூனிஸ்டுகள் மீது தாக்கியது; கம்யூனிஸ்டாயிருப்பவர் அல்லது கம்யூனிஸத்திடம் அனுதாபமுடையவர் என்று அது

சந்தேகப்பட்ட பேர்வழிகளை கட்சியிலிருந்து வெளியேற்றியது. காந்திய அஹிம்சையை ஏற்கவில்லையென்று அவர்கள் மீது குற்றம் சாட்டியது. "பொறுப்பற்றவர்கள் இருக்கிறார்கள் . . . பலாத்கார ஆர்வத்தை ஊக்குவிக்குமளவுக்கு யோசனையில்லா தவர்கள்; எதற்கும் தயாரானவர்கள். . . சாத்வீகமான, ஒழுங்கான பொதுஜன போராட்டத்தின் பக்கத்திலேயே நமது (காங்கிரஸ் சோர்ஷியலிஸ்ட்) செல்வாக்கு உபயோகப் படுத்தப்படுகிறதென்பதை அவரால் (காந்தி) பார்க்க முடிந்தது" என்று காங்கிரஸ் சோஷியலிஸ்ட் கட்சியினருக்கு பொதுக்காரியதரிசி **ஜயப்பிரகாஷ் நாராயணன்** அனுப்பிய சுற்றறிக்கை குறிப்பிட்டது. இந்த காலத்தில் போராட்ட மனோபாவங்கொண்டவர்களில் பெரும்பாலோர் காங்கிரஸ் சோஷியலிஸ்ட் கட்சியிலிருந்து விலகி சட்ட விரோதமான கம்யூனிஸ்ட் கட்சியில் சேர்ந்தனர். சோஷியலிஸ்ட் தலைமை வர்க்கப் போராட்ட அடிப்படையைத் துறந்துவிட்டு, காந்திய அஹிம்சா சித்தாந்தங்களுக்கு சரணடைந்ததினால் எழுந்த அதிருப்தியே இதற்குக் காரணம். தொழிலாளி வர்க்கத்தி னிடையே ஸ்தாபனமோ உண்மையான அடிப்படையோ இல்லாமல். கா.சோ.கட்சி. பிரதானமாக. தலைவர்களின் கோஷ்டியாகவே விளங்கியது.

அதிகாரிகளின் தாக்குதல் கம்யூனிஸ்ட் கட்சியின் ஸ்தாபனத்தையோ தீவிர அரசியல் பங்கையோ உடைப்பதில் வெற்றியடையவில்லை. கிட்டத்தட்ட அதன் தலைமை முழுவதும் பறிபோய்விட்டபோதிலும், கட்சி தொடர்ச்சியாய் செயலாற்றியது; ஒரு சிலர் கண்காணிப்பான போலீஸ் வேட்டைக்கு வெற்றிகரமாக 'டிமிக்கி' கொடுத்தார்கள்; சட்டரீதியான பொதுஜன நடவடிக்கையுடன் சட்ட விரோதமான புரட்சிப் பிரசாரமும் சேர்த்து நடத்தப்பட்டது. எண்ணிக்கையில் சிலரே இருந்தனர்; இடுக்கண்கள், இடையூறுகளோ கடினமானவை; ஆகவே. சம்பவப் போக்கை தீர்மானமாக நிர்ணயிக்க கட்சியால் இயலவில்லை; ஆனால் சம்பவப் போக்கை தீர்மானமாக நிர்ணயிக்க கட்சியால் இயலவில்லை. ஆனால் தொழிலாளி வர்க்கத்தின் பிரதான கட்சியாக இந்திய அரசியலின் ஜீவாதாரமான சக்தியாக. அது திகழ்ந்தது.

அதே சமயத்தில், தொழிலாளி வர்க்கம் தேசம் முழுவதும் ஐக்கிய நடவடிக்கையில் ஈடுபட்டதின் பலனாக, மத்திய தொழிற்சங்க ஸ்தாபனத்தில் ஒற்றுமை பூரணமாயிற்று. தொழிற்சங்க சம்மேளனம் அகில இந்திய தொழிற்சங்க காங்கிரஸில் பரிபூரணமாக சங்கமமாயிற்று ஆனால் அதற்கு முன் அவர்கள் தொழிற்சங்க காங்கிரஸின் சட்ட திட்டத்தில் ஒரு ஷரத்தை புகுத்த வேண்டுமென்று பிடிவாதம் பிடித்தார்கள்; "அரசியல் பிரச்சினைகள் அனைத்திலும், வேலை நிறுத்தங் களைப் பற்றிய பிரச்சினைகள் அனைத்திலும், ஏதாவது ஒரு அன்னிய ஸ்தாபனத்துடன் இணைத்துக்கொள்ளும் பிரச்சினையிலும், 100க்கு 75க்கு குறைவில்லாத மெஜாரிட்டி யுடன்தான் முடிவுகள் எடுக்கவேண்டும்" என்பதே அந்த ஷரத்து. ஒற்றுமையை முன்னிட்டு, தீவிரவாதிகள் இதை ஒப்புக்கொண்டார்கள். அடுத்த கட்டத்தில், தெளிவான அரசியல் பாதையை காட்டமுடியாமல் தொழிற்சங்க இயக்கத்துக்கு இந்த ஷரத்து இடையூறாயிருந்தது.

சோவியத் யூனியன் மீது நாஸிகள் படையெடுத்ததைத் தொடர்ந்து, ஜப்பான் யுத்தத்திலிறங்கி தென்கிழக்கு ஆசியாவை கபளீகரம் செய்ததைத் தொடர்ந்து, ஐக்கிய நாடுகளின் நட்பு ஸ்தாபிக்கப்பட்டதுடன், இந்தியாவுக்கு ஜப்பானிய ஆபத்து அதிகரித்ததுடன் ஏற்பட்ட புதிய பிரச்சினைகளைப் பற்றி முடிவுகள் எடுக்கவேண்டிய சமயத்தில் மேற்கண்ட ஷரத்தின் பிரதிகூலங்கள் வெட்டவெளிச்சமாயின.

1942 பிப்ரவரியில், அகில இந்திய தொழிற்சங்க காங்கிரஸின் மகாநாடு கான்பூரில் கூடியது. இதற்குள் தொழிலாளி வர்க்கத்துக்கு-வாழ்க்கை நிலைமைகள் படுமோசமாகிவிட்டன. ஜப்பானிய ராணுவங்கள் மலேயாவையும் பர்மாவையும் கைப்பற்றிக்கொண்டிருந்தன. இந்தியாவை பயமுறுத்திக்கொண்டிருந்தன.

எனினும். ஒரு தெளிவான அரசியல் பாதையை வகுக்க தொழிற்சங்கத்தின் மத்திய தலைமை தவறியது. தேசியப் பாதுகாப்பு நலன்களை முன்னிட்டு, யுத்தத்தில் நிபந்தனை யில்லாமல் ஒத்துழைப்பதென்று கூறி தேசியப் பாதுகாப்பை பயன்படத்தக்கதாக்க **தேசியக் கோரிக்கைகளின் சாஸனத்துக்காக** (தேசிய சர்க்கார் முதலியன) போராடும்படி

தொழிலாளி வர்க்கத்தை அறைகூவி அழைத்த கம்யூனிஸ்ட் தீர்மானத்துக்கு மெஜாரிட்டியின் ஆதரவு கிடைத்தது. ஆனால். தேவையான 75 சதவீத ஆதரவு கிடைக்காததால் மெஜாரிட்டி ஆதரவு கிடை த்தபோதிலும், இந்த தீர்மானம் நிறைவேறவில்லை. ஆகவே, தொழிற்சங்க இயக்கத்திலுள்ள ஒவ்வொரு அரசியல் கோஷ்டிக்கும் தத்தம் கொள்கைகளை பிரசாரம் செய்ய உரிமை அளிக்கப்பட்டது.

1942-45 வருஷங்கள் தொழிலாளி வர்க்கத்துக்கும் தேசம் முழுவதற்கும் ஒரு கடுஞ்சோதனைக்காலம்; யுத்தத்தின் செலவுகளுக்கு ஈடுகட்டுவதற்காக அரசாங்கம் தங்குதடையில்லாமலெடுத்த பணப்பெருக்க நடவடிக்கைகள் ஜீவாதாரமான அத்தியாவசியப் பண்டங்களில் கள்ள சேமிப்பும் கள்ளமார்க்கெட்டும் ஆதிக்கம் வகித்தல், வாழ்க்கைச் செலவு 200 சதவீதம் அதிகரித்தல்; தேசியத் தலைவர்கள் கைது செய்யப்பட்டதும் அதைத் தொடர்ந்து தேசம் முழுவதும் பேய் நர்த்தனமாடிய கோர அடக்குமுறை; அரசாங்கக் கொள்கையால் வெகுண்டெழுந்த தேசிய வெஞ்சினம் முதலியவை மக்கத்தானவையாயிருந்தன; இவைகளில் ஒரு சம்பவம் கூட தொழிலாளி வர்க்கத்தை வேலை நிறுத்தம் செய்யும்படி தூண்டிவிடுவதற்கு போதுமானது. ஆனால், மாறிய நிலைமையை உணர்ந்து தேசிய பாதுகாப்பின் தேவைகளைப் புரிந்து, ஸ்ட்ரைக் செய்யாமல் நின்றது. தொழிலாளி வர்க்கம். ஒரு பகுதியை ஸ்ட்ரைக் செய்யும்படி லஞ்சம் கொடுத்து விலைக்கு வாங்க முயற்சிக்கப்பட்ட ஏராளமான சமயங்களிலும் சரி. ஆத்திரமூட்டப்பட்ட ஏராளமான சந்தர்ப்பங்களிலும் சரி. அவர்கள் வேலை நிறுத்தம் செய்யவில்லை. தொழிலாளி வர்க்கத்தின் வர்க்க உணர்வுக்கும் முற்போக்கான தேசிய உணர்வுக்கும், அதற்கு தலைமை தாங்கிய கம்யூனிஸ்ட் கட்சியின் வர்க்கபோதத்துக்கும் வளர்ச்சியடைந்த தேசிய உணர்வுக்கும் இது பெருமையளிக்கும் அத்தாட்சி உண்மையிலேயே பெரிய ஸ்ட்டிரைக்குகள் இரண்டே இரண்டு இடங்களில்தான் நடந்தன-காந்திய யூனியனின் கோட்டையான அஹமதாபாத்தில் ஸ்ட்ரைக் மூன்று மாத காலம் நீடித்தது; ஜாம்ஷெட்பூரில் ஏற்பட்ட வேலை நிறுத்தத்திற்கு முதலாளிகள் ஜவாப்தாரி-

குறைந்தபட்சம் தொழிலாளிக்குள்ள பொறுப்பு முதலாளி களுக்குமுண்டு.

இந்தக் காலகட்டத்தில், கம்யூனிஸ்ட் கட்சி தலைமையில் தொழிலாளி வர்க்கம் ஏகாதிபத்திய அடக்குமுறையை உறுதியுடன் எதிர்க்க முன்வந்தது. 1942-ம் வருஷம் ஸெப்டம்பர் மாதம் 25-ம் தேதியை அடக்குமுறை எதிர்ப்பு தினமாகக் கொண்டாடும்படி தொழிற்சங்க காங்கிரஸ் அறைகூவி அழைத்தது. தேசியப் பாதுகாப்புக்கு எப்படியெப்படி உதவுவதென்று கம்யூனிஸ்ட் கட்சி பிரசாரம் செய்தது. விலைக்கட்டுப்பாடு, ரேஷனிங் கள்ள மார்க்கெட் எதிர்ப்பு முதலில் அன்றாட பொதுஜன தேவைகளைக் குறித்து கிளர்ச்சி செய்தது. ஏகாதிபத்திய ஆத்திரமூட்டலுக்கோ ஜப்பானிய கபட ஸ்தோத்திரத்துக்கோ இரையாகாதீர்களென்று ஜனங்களை எச்சரித்தது.

இதன் விளைவாக, தொழிற்சங்க இயக்கமும் இயக்கத்திலுள்ள கம்யூனிஸ்ட் செல்வாக்கும் வளர்ந்தன. எட்டு வருஷகாலம், சட்டவிரோதமாக்கப்பட்டபின், 1942-ல் கம்யூனிஸ்ட் கட்சி மீதிருந்த தடை நீக்கப்பட்டது. தொழிலாளி வர்க்க இயக்கத்தின் வெற்றியாகும். அகில இந்திய தொழிற்சங்க காங்கிரஸின் அங்கத்தினர் தொகையிலிருந்து தொழிற்சங்க இயக்கத்தின் வளர்ச்சியைக் காணலாம்:-

வருஷம்	தொழிற்சங்கங்களின் எண்ணிக்கை	ரிஜிஸ்டரான அங்கத்தினர் தொகை
1938	188	3,63,450
1940	195	3,74,256
1941	182	3,37,695
1942(பிப்ரவரி)	191	2,69,803
1943	259	3,32,079
1944*	515	5,09,084

* 1947 பிப்ரவரியில் கல்கத்தாவில் அகில இந்திய தொழிற்சங்க காங்கிரஸ் கூடியபோது, அதில் 608 யூனியன்கள் இணைக்கப்பட்டிருப்பதாகும், மொத்த அங்கத்தினர் தொகை 7,26,439 என்றும் பொதுக் காரியதரிசி என்.எம். ஜோஷி கூறினார். (மொ-ர்)

பல்வேறு கஷ்டங்களிலிருந்த போதிலும். கம்யூனிஸ்ட்களுடைய வேலையின் காரணமாக கட்சி அங்கத்தினர் தொகை ஏராளமாகப் பெருகியது. 1942 ஜூலையில் 4000 அங்கத்தினர்களுடன் தொடங்கிய கட்சியில், 1943 மே மாதத்தில் 15,000 அங்கத்தினர்களிருந்தனர்; 1944 ஜனவரியில் 30,000; 1946 கோடையில் 53,000க்கு மேலாகிவிட்டது.

யுத்த காலத்தில் பிரிட்டிஷ் ஏகாதிபத்திய நலன்களுடன் பரிபூர்ணமாக ஒருமித்து நின்ற எம்.என்.ராய் கோஷ்டி தொழிற்சங்க இயக்கத்தை பிளவுபடுத்த முயற்சித்தது; ஆனால் அது வெற்றியடையவில்லை. 1941ல் ராயிஸ்ட்கள் "இந்திய தொழிலாளர் சம்மேளனம்" என்று கூறிக்கொண்டு ஒன்றை ஸ்தாபித்தார்கள். இதற்கு அரசாங்கம் மாதத்துக்கு 13,000 ரூபாய் படியளந்தது. விளம்பரமும் பலமாயிருந்தது. எனினும் இதற்கு தொழிலாளி வர்க்கத்திடம் அடிப்படை கிடைக்கவில்லை. 1946 செப்டம்பரில் நடந்த அரசாங்க விசாரணை 7 லட்சம் அங்கத்தினர்களையுடைய தொழிற்சங்க காங்கிரஸே இந்திய தொழிற்சங்க இயக்கத்தின் பிரதிநிதித்துவ ஸ்தாபனம் என்று இறுதியாக ஸ்தாபித்து விட்டது.

1940க்குப் பின் தலைவர்களின் கோஷ்டியாக விளங்கிய காங்கிரஸ் சோஷியலிஸ்ட் கட்சி, 1942 ஆகஸ்ட் தீர்மானத்துக்குப் பின், காங்கிரஸ் தலைவர்கள் கைது செய்யப்பட்டபின் (16வது அத்தியாயத்தைப் பார்க்கவும்) ஒரு ரகசிய ஸ்தாபனத்தை அமைக்க முயற்சித்தது. காங்கிரஸ் தலைவர்கள் கைது செய்யப்பட்டதைத் தொடர்ந்து தானாகவெழுந்த கொந்தளிப்பை இதனடிப்படையில் திரட்டப்பார்த்தது. இந்த முயற்சிகளில் அவர்களால் தொழிலாளி வர்க்கத்தின் ஆதரவைப் பெற முடியவில்லை. ஆகஸ்ட் எழுச்சி அடங்க அடங்க அவர்கள் முயற்சிகள் பயனற்றுப்போவதற்கேற்றாற்போல். அவர்கள் நடுநிலைமைக் கொள்கையிலிருந்து, பாஸிஸ்ட் முகாமை நோக்கி நகர்ந்தனர். (இந்தியாவின் சுதந்திரத்தை பாஸிஸ்ட் உதவியுடன் பெறமுடியுமென்ற நம்பிக்கையுடன், ஜெர்மன், ஜப்பானிய பாஸிஸத்துடன் சேர்ந்துகொண்ட) சுபாஷ்போஸ் கொள்கைக்கு சோஷியலிஸ்ட் தலைமையின் யுத்த கொள்கை கிட்டத்தட்ட ஒத்திருந்தது. எனினும், சோஷியலிஸ்ட் கட்சி, பொது

மக்களுடைய வீரத்தைப் போற்றிப் புகழ்ந்து ரகசிய பிரசுரங்களை வெளியிட்டதாலும், ஓரளவு நாசவேலை நடவடிக்கைகளை திட்டமிட்டு நிறைவேற்றியதாலும். தேசிய வாலிபர்களிடையே. குறிப்பாக மாணவர்களிடையே, அதற்கு நல்ல செல்வாக்கு ஏற்பட்டது. ஆனால் தொழிலாளி வர்க்கத்திடம் செல்வாக்கு ஏற்படவில்லை. யுத்தம் முடிந்தபின், சோஷியலிஸ்ட் தலைமை தீவிரமான கம்யூனிஸ்ட் எதிர்ப்பு, சோவியத் எதிர்ப்பு பிரசாரத்தில் ஈடுபட்டிருந்தது.

யுத்த காலத்தில் தொழிலாளி வர்க்க இயக்கம் அடைந்த முன்னேற்றமும் சாதித்த சாதனையும் அதன் வளர்ச்சியில் ஒரு முக்கியமான கட்டம். யுத்தம் முடியும்பொழுது, பாஸிஸத்தின் தோல்வி பிரகடனமாகும்பொழுது, தொழிலாளர் இயக்கம் ஏகாதிபத்திய எதிர்ப்பு முகாமிலே, ஈடு இணையில்லாத கட்டுப்பாட்டையும் ஸ்தாபனத்தையும். தயவுதாட்சணியமில்லாத போர்க்குணத்தையும் உடைய சக்தியாக வளர்ந்துவிட்டது. யுத்த பிற்கால பொது ஜனப் போராட்டங்கள் இதை தெட்டத் தெளிவாக நிரூபித்தன. பொது அரசியல் இயக்கத்தில். மேலிடத்து தலைமைகளுக்கும் மோதுதல் தீவிரமாகிக் கொண்டிருந்தும், ஹிந்துக்கள், முஸ்லிம்கள், தீண்டத் தகாதவர்கள் அனைவரையும் ஒன்றுபடுத்துவதிலும் அந்த ஒற்றுமையைப் பாதுகாப்பதிலும் தொழிற்சங்க காங்கிரஸ் வெற்றியடைந்துள்ளது. தேசிய விடுதலைக்காகவும் சமுதாய விடுதலைக்காகவும் நடக்கவிருக்கும் எதிர்காலப் போராட்டங் களின் முன்னணி ஸ்தானத்தை தொழிலாளி வர்க்கம் பெற்றுவிட்டது.

பொதுஜன செல்வாக்கில் கம்யூனிஸ்ட் கட்சியை முஸ்லிம்லீக்குடனோ காங்கிரஸுடனோ ஒப்பிட முடியாதென்றாலும், அது இந்திய அரசியலில் மூன்றாவது கட்சியாக விளங்குவது தொழிலாளி வர்க்கத்தின் வளர்ச்சியைப் பிரதிபலிக்கிறது.

யுத்தத்துக்கு பின்னுள்ள சண்டமாருதக் காலத்தில், தேசிய எழுச்சியும் ஸ்ட்ரைக் இயக்கமும் புதுவேகத்துடனும் தெம்புடனும் பரவி வரும்பொழுது, தொழிலாளி வர்க்கத்தின் வளர்ச்சியும் பொதுஜனப் போராட்டத்தில் அதற்குள்ள முன்னணி ஸ்தானமும் ஓங்கி வருகின்றன.

பதின்மூன்றாவது அத்தியாயம்

இந்திய ஜனநாயகத்தின் பிரச்சினைகள்

"பிரித்தாளும் கொள்கையே பழைய ரோமாபுரி சாம்ராஜ்யத்தின் குறிக்கோளாயிருந்தது; அதுவே நமது கொள்கையாகவுமிருக்க வேண்டும்."

-(பம்பாய் கவர்னர் எல்பின்ஸ்டன் பிரபுவின் குறிப்பு: 1859, மே 14)

வளர்ந்துகொண்டிருக்கும் இந்திய தேசிய இயக்கமும் கிஸான் இயக்கமும் தொழிலாளி வர்க்க இயக்கமும் இந்திய சமூகத்தின் முற்போக்கான சக்திகளை பிரதிநிதித்துவப் படுத்துகின்றன. ஆனால் அவை மாத்திரம் இந்திய சமூகத்தின் முழுச் சித்திரமாகா. இந்திய ஜன சமூகத்தின் மிகப் பெருவாரியானவர்களை இந்த இயக்கங்கள் பிரதிநிதித்துவப் படுத்தியபோதிலும், இந்திய ஜனசமூகம் முழுவதற்கும் அவை பிரதிநிதிகளல்ல. அப்படியிருந்திருந்தால், ஒன்றுபட்ட இந்திய மக்கள் அனைவரும் ஒரு முகாமிலும், ஒரு சில பிரிட்டிஷ் அதிபர்கள் இன்னொரு முகாமிலுமிருந்தால், போராட்டம் மிகவும் எளியதாயிருக்கும்; இந்த மோதுதல் என்றோ முற்றுப்பெற்றிருக்கும். அல்லது, பிரிட்டிஷ் ஆதிக்கம் ஒரு பொழுதும் ஏற்பட்டிருக்கவே முடியாது.

வளர்ச்சி முடக்கப்பட்டிருக்கும் சமூகத்தில். சமூக பிற்போக்கு சக்திகள், தங்கள் பலத்தைவிட மிகுதியான முக்கியத்துவம் பெறுவதைத் தவிர்க்க முடியாது. ஆகவே ஏகாதிபத்திய ஆட்சியின் கீழ், இயற்கையான வளர்ச்சி தடுக்கப்பட்டு நிற்கும் இந்திய சமூகத்தில், பிற்போக்கு சக்திகள் விசேஷமான முக்கியத்துவம் பெற்றுள்ளன. முதலில், பிரிட்டிஷ் ஆதிக்கத்தை சாத்தியமாக்குவதற்கு, நசித்துக்

கொண்டிருந்த இந்தப் பிற்போக்கு சக்திகளே பேருதவி செய்தன. தேசிய எழுச்சி ஓங்க ஓங்க, இந்தக் கடந்த காலச் சின்னங்களின் முக்கியத்துவம் அதிகரிக்கப்படுகிறது; ஏனென்றால், ஏகாதிபத்திய ஆட்சிக்கு அவை மாத்திரமே சமூக அடிப்படையாக எஞ்சி நிற்கின்றன.

ஸைமன் ரிப்போர்ட் கணிப்புப் பிரகாரம், இந்தியாவிலுள்ள பிரிட்டிஷாரின் எண்ணிக்கை 156, 000. (இவர்கள் ஐரோப்பியர்கள் என்று பதிவு செய்யப்பட்டிருக்கிறார்கள்; ஆனால் பெரும்பான்மையோர் பிரிட்டிஷாரே) 1931-ம் வருஷ ஸென்ஸஸ் கணக்குப்படி, இவர்களின் எண்ணிக்கை 168,000. இவர்களில், 60,000 பேர் ராணுவத்திலிருந்தனர்; 21,000 பேர் தொழிலிலோ, தனிப்பட்ட இதர அலுவல்களிலோ இருந்தனர். 12,000 பேர் அரசாங்கத்தின் சிவில் இலாகாக்களின் உத்தியோகஸ்தர்களாயிருந்தனர். அதாவது கிட்டத்தட்ட ஒரு லட்சம் பிரிட்டிஷார், இந்தத் தேசத்தின் மீதுள்ள ஏகாதிபத்திய ஆதிக்கத்தை நேரடியாக அமல் நடத்தி வந்தனர். அதாவது இவர்கள் இந்திய ஜனத்தொகையில் நாலாயிரத்திலொருவர் இந்திய மக்களை நிராயுதபாணிகளாகவே வைத்திருக்க சகல முன்னேற்பாடுகள் செய்தபின் கூட, ஆகாயப் படையும், பீரங்கிப் படையும் இதர முக்கியமான ராணுவப் பகுதிகளும் முட்ட முழுக்க பிரிட்டிஷ் பொறுப்பிலேயே வைக்கப்பட்டிருந்தபோதிலும், இந்தியாவின் 40 கோடி மக்களை இத்தகைய சக்தி, அதிகாரத்தின் அடிப்படையில் மாத்திரம், தொடர்ச்சியாய் அடக்கி வைத்திருக்க முடியாதென்பது வெள்ளிடைமலை. இந்திய ஜனசமுதாயத்திலேயே, ஒரு சமூக அடிப்படையை பிரிட்டிஷ் ஆட்சி பெற்றுத்தீரவேண்டும்.

இந்திய சமுதாயத்தில் ஏகாதிபத்தியத்தைச் சார்ந்து நிற்கும் ஒரு சமூக அடிப்படையை பாதுகாப்பது, ஏகாதிபத்திய ஆட்சி பாதுகாப்புக்கு அத்தியாவசியமான நிபந்தனையாகும். ஒவ்வொரு பிற்போக்கான ஆட்சியிலும் குறிப்பாக அன்னிய ஆட்சியில், ஆளப்படும் ஜன சமூகத்தை பிரித்துவைப்பது ஆளுவோருடைய அரசாட்சி முறையின் அவசியமான விதி. ஆனால், ஏகாதிபத்தியத்தை எதிர்த்து நெருங்கிக்கொண்டிருக்கும் முற்போக்கு சக்திகளிடையே

இத்தகைய சமூக அடிப்படையைக் காணமுடியாது. ஜன சமூகத்தின் நலன்களுக்கு விரோதமான நலன்களுள்ள பிற்போக்கு சக்திகளிடமே ஏகாதிபத்தியத்துக்கு தேவையான சமூக அடிப்படை கிடைக்கும். நிலப்பிரபுத்துவ வர்க்கத்தை தன்னுடைய சமூக அடிப்படையாக பிரிட்டிஷ் ஆட்சி எப்படி நிர்மாணித்ததென்பதை நாம் முன்னரே கவனித்தோம். இத்தகைய வர்க்கத்தை சிருஷ்டிக்க வேண்டுமென்று பிரிட்டிஷ் அரசாட்சி கொள்கை நிர்ணயம் செய்தது; அதன் விளைவாக அது பிறப்பித்த சட்டங்களே இந்த வர்க்கத்தை சிருஷ்டித்தன. இந்த நிலப்பிரபு வர்க்கத்தைத் தவிர, ஏகாதிபத்திய சுரண்டல் அமைப்புடன் ஒட்டி நிற்கும் வர்த்தக நலன்களும் லேவா தேவிக்காரர்களும் உள்ளனர்; இவர்கள் ஏகாதிபத்தியத்தின் பாதுகாப்பை வேண்டி நிற்பவர்கள், தவிர, அதிகார வர்க்கத்தில் இடம் பெற்றுள்ள பகுதி இருக்கிறது. மேலும், நூறாண்டுகளுக்கு முன்னரே, ஏகாதிபத்தியம் எப்படி சமூக சீர்திருத்தக் கொள்கையைப் புறக்கணித்து விட்டதென்பதை நாம் பார்த்தோம். சீர்திருத்தம் வேண்டுமென்ற தேசியக் கோரிக்கைகளுக்கு எதிராக, சமூக வாழ்க்கையில் உள்ள கலாசார பிற்போக்கு முழுவதையும், முடிந்தவரையில் பாதுகாக்கிறது. (நாட்டு மக்களின் சமூகப் பழக்க வழக்கங்களிலும் மத நம்பிக்கை களிலும் தலையிடமாட்டோமென்றும், தாங்கள் பட்சபாத மில்லாதவர்களென்றும் நடித்துக்கொண்டே, பிற்போக்கின் பெட்டகமாக திகழ்கிறது பிரிட்டிஷ்ஆட்சி) ஜாதியைப் போன்ற பிற்போக்கான பிரிவினைகள் மிஞ்சி நிற்பதையும் ஏகாதிப்த்தியம் பயன்படுத்திக்கொள்கிறது. (தாழ்த்தப் பட்டோருக்கு தனி வோட்டுரிமை; இந்தத் தனி வோட்டுரிமை அடிப்படையில் ஸ்தாபிக்கப்படும் கட்சிகளுக்கு ஊக்கம் அளித்தல்). ஆனால், சமீப காலத்தில் பிரபலமடைந்திருக்கும் இரு துறைகளில், இதர துறைகளைவிட இந்த ஏகாதிபத்தியக் கொள்கை தெள்ளத் தெளிவாக நிதர்சனமாகிறது; இவையே- இந்திய சமஸ்தானாதிபதிகளின் பிரச்சினை; வகுப்பு பிரிவினைகளின் பிரச்சினை; இதிலும் குறிப்பாக ஹிந்து-முஸ்லிம் விரோதம்.

தேசிய இயக்கத்தை எதிர்நோக்கும், பொதுவான பிரச்சினைகள் இரு பகுதிகளே இவை. தேசிய விடுதலை

இயக்கத்தின் வளர்ச்சியைக் கண்டு, இந்தப் பிற்போக்கு சக்திகளை பயன்படுத்திக்கொள்வதற்கு பகீரத முயற்சிகள் செய்யப்படுகின்றன. நிகழ்கால கட்டத்தின் தன்மையில் இது அடங்கிக்கிடக்கிறது. ஏகாதிபத்திய ஆட்சி சீர்குலைவைப் பிரதிபலிக்கும் நிகழ்ச்சிகள் இவை. கடைசி கையிருப்பு சக்திகளை உபயோகப்படுத்தி. தேசிய விடுதலை வெள்ளத்துக்கு அணைபோட ஏகாதிபத்தியம் பிரயத்தனம் செய்வதையே இந்த நிகழ்ச்சிகள் பிரதிபலிக்கின்றன.

இந்தியாவில் ஜனநாயகம் வெற்றியடைவதற்கு இந்த பிரச்சினைகளை பைசல் செய்வது அத்தியாவசியம்.

1. சமஸ்தானாதிபதிகள்

ஏகாதிபத்தியம் இந்தியாவை இரண்டு பாகங்களாக துண்டாடியிருக்கிறது; பிரிட்டிஷ் இந்தியா - இந்திய சமஸ்தானங்கள். இது நிர்வாக பிரிவினை மாத்திரமல்ல. சமூக, பொருளாதார, அரசியல் நிலைமைகளையும் இந்தப் பிரிவினை பாதிக்கிறது. இந்தப் பிரிவினை எவ்வளவு தூரம் அர்த்தமற்றது, காரணமில்லாதது என்பதை படத்தின் பரிசீலனையில் காணலாம். சின்னஞ்சிறு "சமஸ்தானங்கள்" இங்கும் அங்கும் சிதறிக்கிடக்கும் இந்த அராஜக குழப்பத்துக்கு, உலக சரித்திரத்திலேயே ஈடுகாணமுடியாது.

மேல் கோடியிலிருந்து கீழ்க்கோடிவரை, வடகோடியிலிருந்து தென்கோடி வரை, மேற்கே கத்தியவாரிலுள்ள 200 சமஸ்தானங்களிலிருந்து ராஜபுதனத்திலுள்ள இருபது சமஸ்தானங்களிலிருந்து, கீழ்க்கோடியிலுள்ள **மணிபுரி** சமஸ்தானம் வரை, **காசி** தர்பார்கள்வரை, வடகோடியிலுள்ள **காஷ்மீரிலிருந்து**, ஸிம்லாகுன்றத்தின் மீதுள்ள கையகலமுள்ள சமஸ்தானங்களிலிருந்து, தெற்கே மைசூர், புதுக்கோட்டை திருவாங்கூர், கொச்சிவரை விதவிதமான வடிவத்தில். ரகரகமான விஸ்தீரணத்தில், எத்தகைய பூகோள பட சாஸ்திரியையும் திகைக்க வைக்கக்கூடிய எல்லைகளுடன், நூற்றுக்கணக்கான சமஸ்தானங்கள் இருப்பதைக் காணலாம். இந்தியாவின் நிலப்பரப்பில் 100க்கு 45 பாகத்தில் இவை வியாபித்திருக்கின்றன. மொத்தமாக 563 சமஸ்தானங்கள்

உள்ளன. இவைகளின் மொத்த விஸ்தீரணம் 7,12,000 சதுர மைல்கள்; இவைகளில் 8 கோடி பத்து லட்சம் ஜனங்கள் வசிக்கின்றனர். (1931-ம் வருஷ ஸென்ஸஸ் கணக்கு) அதாவது இந்தியர்களில் நூற்றுக்கு 24 பேர் சமஸ்தானங்களில் வாழ்கின்றனர். **ஹைதராபாத்தைப்** போன்ற பெரிய சமஸ்தானங்களும் உள்ளன. ஹைதராபாத் இத்தாலி தேசத்தின் விஸ்தீரணத்தை உடையது; ஒரு கோடியே 40 லட்சம் ஜனங்கள் வசிக்கின்றனர்; 19 சதுர மைல் விஸ்தீரணம் கொண்ட **லாவா** சமஸ்தானம் மாதிரி அல்லது குட்டி ஜமீன்களைப்போல், காட்சியளிக்கும் **ஸிம்லா மலை** சமஸ்தானங்கள் மாதிரி, பல 'ராஜ்யங்கள்' உள்ளன. அவைகளுடைய அந்தஸ்திலும் அதிகாரத்திலுமுள்ள பல்வேறு தரங்களைப் பார்த்தால், பொதுப்படையாக அவைகளை வர்ணிக்க முடியாது. இவைகளில் 108 பெரிய சமஸ்தானங்கள் இருக்கின்றன; இந்த 108 சமஸ்தானங்களும் நேரடியாக, சமஸ்தானாதிபதிகளின் சபைக்கு ('நரேந்திர மண்டலம்') அங்கத்தினர்களாவார்கள். 127 சிறு சமஸ்தானங்கள், மறைமுகமாக 12 பிரதிநிதிகளை, தங்கள் சார்பில் நரேந்திரமண்டலத்துக்கு அனுப்புகின்றன. மீதி 328 சமஸ்தானங்களும் நடைமுறையில் பார்த்தால், நிலச்சுவான்தாரியின் விசேஷ உருவங்கள்தான். அவைகளுக்கு சில பியூடல் உரிமைகள் (ஜனங்களிடம் அதிக வரி தண்ட, வழக்குகளை விசாரிக்க..) உண்டு; ஆனால் அவைகளுக்குள்ள அதிகாரம் கொஞ்சமே. முக்கியமான சமஸ்தானங்கள் ஒவ்வொன்றிலும் பிரிட்டிஷ் ரெஸிடெண்ட் ஒருவர் உண்மையான அதிகாரத்தை செலுத்துகிறார். குட்டி சமஸ்தானங்களைப் பொருத்தவரை, பிரதேசவாரியாகவுள்ள பிரிட்டிஷ் அரசியல் ஏஜெண்ட்கள் அந்தந்தப் பிரதேசத் திலுள்ள சமஸ்தானங்களை நிர்வகிக்கிறார்கள். (இந்த அரசியல் ஏஜண்டுகளும் ரெஸிடெண்டுகளும் ராஜ்ய இலாகாவின் உறுப்புகள்).

இவைகளை "சமஸ்தானங்கள்" என்று அழைப்பதே தவறு. முன்னொரு காலத்திலிருந்த ராஜ்யங்களின் ஆவிகள் அவை; அவை இயற்கைக்கு விரோதமான முறையில் பாதுகாக்கப்படுகின்றன. முன் கால ராஜ்யங்களின் அழிவுகளான

இவைகளுடைய அதிபர்கள், கைப்பொம்மை சமஸ்தானாதிபதிகள், அரசியல் காரணங்களுக்காக, வேறு ஒரு அரசால் பாதுகாக்கப்படுகின்றனர். இழிவான கொடுங்கோன்மையும் யதேச்சாதிகாரமும் காட்டு ராஜா தர்பாரும் அனுமதிக்கப் பட்டபோதிலும் உண்மையான அதிகாரம் பிரிட்டிஷாரிடமேயுள்ளது. 1853-ல் மார்க்ஸ் எழுதிய வாக்கியங்கள் இன்றைய நிலைமைக்கு அதிக பொருத்தமாயுள்ளன:-

"சுதேசி சமஸ்தானங்களைப் பொறுத்தவரை, அவை கம்பெனியின் பாதுகாப்புக்கு (ஆதிக்கத்துக்கு) உட்பட்ட கணத்திலிருந்து, தங்களுடைய அரசுரிமை அந்தஸ்தை நடைமுறையில் இழந்துவிட்டன.

எந்த நிலைமையில் அவர்கள் வெளிக்கு சுதந்திரமாயிருக்க அனுமதிக்கப்பட்டார்களோ அந்த நிலைமையே நிரந்தரமான சீரழிவின் நிலைமையாகும்; சீர்திருத்தம் செய்வதற்கு கடுகளவும் சக்தியில்லாத நிலைமையாகும். இன்னொருவர் தயவில் வாழும் எல்லா ஜீவன்களையும்போல, இந்தத் சுதேச சமஸ்தானங்களும் பலமின்றி நிற்கின்றன. ஆகவே, **சுதேசி ராஜ்யங்கள்** என்பதேயில்லை; **சுதேசி ராஜாக்களையும்** அவர்களுடைய ராஜ தர்பார்களையும் பாதுகாப்பதுதான் பிரச்சினை. வெறுக்கத்தக்க நிகழ்கால இங்கிலீஷ் அமைப்பின் பலமாக சுதேசி ராஜாக்கள் விளங்குகிறார்கள்; இந்திய முன்னேற்றத்துக்கு அவர்கள் மிகப் பெரிய தடைகளாய் நிற்கிறார்கள்".

(மார்க்ஸ்; "சுதேசி சமஸ்தானங்கள்" 25-7-1853).

86, வருஷங்களுக்கு முன், மார்க்ஸ் எழுதிய வாக்கியங்கள் இவை. இந்திய "சமஸ்தானங்கள்", அல்லது, யதார்த்தத்துக்கு பொருத்தமாகச் சொல்வதென்றால், இந்திய சமஸ்தானாதிபதிகள் தங்களுடைய "நிரந்தரமான சீரழிவில்" இன்னும் காலம் தள்ளுகிறார்கள். அரசியல் அமைப்பு நாடகத்தில் பாத்திரங்களாக, இந்தப் பிணங்களை அசைய வைக்க இப்பொழுது புது முயற்சிகள் செய்யப்படுகின்றன.

பிரிட்டிஷ் ஆட்சிக்கு முன், இந்தியாவில், மூலைக்கு மூலை விதவிதமான வகையில் ராஜ்யங்களிருந்தன; இந்திய

அரசியல் படத்தைப் பார்த்தால், அதில் ஒரு முறையையோ. திட்டத்தையோ காணமுடியாது. இந்த அவியலுக்குப் பதிலாக, ஒரே மாதிரியான அரசியல், நிர்வாக அமைப்பை ஸ்தாபிக்க பிரிட்டிஷ் ஆட்சி முயற்சித்தது; ஸ்தாபித்திருப்பதாக பீத்திக்கொள்ளுகிறது. ஆனால் அதே பிரிட்டிஷ் ஆட்சி, இந்தத் தள்ளாடிக்கொண்டிருக்கும் சமஸ்தானங்களை, முன்காலத்திய ராஜ்யங்களின் ஆவிகளை, இன்றுவரை, ஆர்வத்துடன் பாதுகாத்து வருவதேன்? இந்தச் சமஸ்தானங்கள் இருப்பதால். நிர்வாக ஒற்றுமைக்கு உலைவைக்கப்படுகிறதே; சட்ட திட்டங்கள் கூட ஒரே மாதிரியாய் இருப்பதற்கு இவை தடையாய் இருக்கின்றனவே. மிகவும் சர்வ சாமானியமான குறைந்தபட்ச நிலைமையை உத்திரவாதம் செய்வதற்கு-தடையாயிருக்கின்றனவே. யதார்த்த நிலைமையுடன் ஒட்டிப்பாராமல் கொள்கை ரீதியாக கவனித்தால் பூர்ஷுவா ஆட்சியின் கண்ணோட்டத்தில், இது அர்த்தமில்லாததாகவே புலப்படும்; தேசம் முழுவதும் ஊடுருவி ஆதிக்கம் வகிப்பதற்கு, மூலதனக்காரருக்கும் வியாபாரிக்கும், ஒரே மாதிரியான நிர்வாக அமைப்பு, மிகவும் சிக்கனமான நிர்வாக அமைப்பு தேவையாயிருக்கிறது. எனினும், பூர்ஷுவா இங்கிலாந்தில், முடியாட்சியும் நிலப்பிரபுத்துவமும் (இந்திய ராஜாக்களைப் போலவே, ஆண்மையிழந்த ஆவிகளாகவே அவை இங்கிலாந்திலுள்ளன) பாதுகாக்கப்படுவதைப் போல, இந்தியாவில் சுதேசி ராஜாக்களும் காரணத்துடனேயே பாதுகாக்கப்படுகின்றனர். "ராஜாங்கக் காரணங்கள்" அவை. இந்தியாவில் அன்னிய பூர்ஷுவா ஆட்சிக்கு ஆதரவு அளிக்க ஒரு நிலப்பிரபுத்துவ அடிப்படை தேவையாயிருக்கிறது.

நவீன காலகட்டம் வரை, இந்தக் கொள்கை-சுதேசி ராஜாக்களை கைப்பொம்மைகளாகக் காப்பாற்றும் கொள்கை-தொடர்ச்சியாய் அனுஷ்டிக்கப்படவில்லை. 19ம் நூற்றாண்டின் முற்பகுதியில், பிரிட்டிஷ் ஆதிக்கம் சக்திகரமாக விளங்கியபோது, நம்பிக்கையுடன் முன்னேறியபோது, எந்த சாக்கிலாவது, எந்தக் காரணம் காட்டியாவது, க்ஷீணித்துக் கொண்டிருக்கும் சமஸ்தானங்களை பிரிட்டிஷ் ராஜ்யத்தில் சேர்த்துக்கொள்ளும் கொள்கை கடைப்பிடிக்கப்பட்டது.

ஆனால் 1857-ம் வருஷ கலகத்துக்குப் பின் கொள்கை மாறியது. அன்னிய ஆதிக்கத்தை தோற்கடிப்பதற்கு, இந்தியாவின் பழைய அரசர்கள் செய்த கடைசி முயற்சி. 1857-ம் வருஷ கலகமாகும். முன்னரே எடுத்துக்காட்டியதைப்போல, அக்காலத்திய முற்போக்கு சக்திகள்-புதிதாகப் பிறந்த பூர்ஷுவா வர்க்கத்தை பிரதிநிதித்துவப்படுத்திய படித்த வர்க்கம் - கலகத்துக்கு எதிராக பிரிட்டிஷ் ஆட்சியை ஆதரித்தன. கலகம் அடக்கப் பட்டது; ஆனால் பிரிட்டிஷ் ஆட்சி அதன் படிப்பினையைக் கற்றுக்கொண்டது. இதற்குப்பின் இந்த நிலப்பிரபுத்துவ சக்திகள் (சுதேசி-ராஜாக்கள் முதலியோர்) பிரிட்டிஷ் ஆட்சிக்கு போட்டியாக நிற்கும் ஆபத்தாகவிருக்கவில்லை; விழிப்படைந்து கொண்டிருக்கும் பாமர மக்களின் முன்னேற்றத்துக்கு பிரதான தடையாக நின்றுவருகின்றனர். முன்னால் ஆதரவுடன் நடத்தப்பட்ட முற்போக்கு சக்திகள் சந்தேகிக்கப்பட்டன; இந்த முற்போக்கு சக்திகள் விழிப்படைந்துகொண்டிருக்கும் ஜனங்களுக்கு புதிய தலைமையாவார்களோவென்ற பிரிட்டிஷ் சந்தேகம் வலுத்தது. பிரிட்டிஷ் ஆட்சியின் பிரதான பாதுகாப்பாக, சுதேசி ராஜாக்களையும் அவர்களுடைய சமஸ்தானங்களையும் வைத்திருப்பதென்ற கொள்கையை பிரிட்டன் உணர்வுடன் அனுஷ்டித்தது.

"அயோத்தி ராஜ்யத்தை (பிரிட்டிஷ் இந்தியாவில்) சேர்ப்பதாலேற்படும் நஷ்டம், இதைப்போன்ற பத்து ராஜ்யங்களின் மதிப்பைவிட அதிகமாயிருக்கும்; இதன் விளைவாக சிப்பாய்கள் கலகம் செய்வதை தவிர்க்க முடியாது" என்று 1857ம் வருஷ கலகத்துக்கு சில வருஷங்கள் முன்னரே, கவர்னர் ஜெனரல் **டெல்ஹவுஸி** பிரபுவை **ஸர் வில்லியம் ஸ்லீமான்** எச்சரித்திருந்தார். இந்திய சமஸ்தானங்களை தங்கள் ஆட்சியின் பாதுகாப்புகளாக பாவிக்கவேண்டுமென்று அவர் அபிப்பிராயப்பட்டார். ஏனென்றால், இந்தச் சமஸ்தானங்கள் 'வழித்தெறியப்பட்டு விட்டால், நாம் சுதேசி ராணுவத்தின் தயவிலிருக்க வேண்டும்; சுதேசி சேனை எப்பொழுதுமே, போதுமான அளவுக்கு நமது ஆதிக்கத்தில் இல்லாமலிருக்கலாம்" என்று அவர் கூறினார். விஸ்தரிப்பு கொள்கையில் முழுமனதுடன் ஈடுபட்டிருந்த

டெல்ஹவுஸி, இதை ஆதரிக்கவில்லை. 1857-ம் வருஷ கலகத்தின் அனுபவத்துக்கு பிறகே கொள்கை மாறியது.

விக்டோரியா மகாராணியின் 1858-ம் வருஷ பிரகடனம் புதிய கொள்கையை பிரகடனப்படுத்தியது. "சுதேசி ராஜாக்களின் உரிமைகளையும் கௌரவத்தையும் அந்தஸ்தையும் நம்முடையதைப்போல மதித்து நடப்போம்". டெல்ஹவுஸிக்குப் பின் கவர்னர் ஜெனரலாய் வந்த **கானிங் பிரபு** இந்தக் கொள்கையின் நோக்கத்தை ஒளிவு மறைவில்லாமல் கூறினார்:-

"அகில இந்தியாவையும் (பிரிட்டிஷ்) ஜில்லாக்களாக்கி விட்டால், நமது சாம்ராஜ்யம் ஐம்பது வருஷங்கள் கூட வாழாதென்று நீண்ட காலத்திற்கு முன் ஸர்ஜான் மால்கால்ம் கூறினார். ஆனால், சுதேசி சமஸ்தானங்களை அரசியல் அதிகாரம் இல்லாத ராஜாங்க கருவிகளாக வைத்திருந்தோமானால், நமது கடலாதிக்கத்தைக் காப்பாற்ற முடிகிற வரையில், நாம் இந்தியாவில் இருக்கமுடியுமென்று அவர் கருதினார். இந்த அபிப்பிராயத்தின் சாராம்சத்தைப்பற்றி எனக்கு ஐயமில்லை; எப்பொழுதையும்விட அந்த அபிப்ராயத்தின்மீது அதிக கவனம் செலுத்தும்படி சமீப காலத்திய சம்பவங்கள் நம்மைத் தூண்டுகின்றன." (கானிங் பிரபு; ஏப்ரல் 30, 1860)

ஆக, பிரிட்டிஷ் ஆட்சியை பாதுகாப்பதற்காக, இந்திய ராஜாக்களை, "அரசியல் அதிகாரமில்லாத" "ராஜாங்க கருவிகளாக" வைத்திருப்பதே ஏகாதிபத்தியத்தின் திட்டம். பதினைந்து வருஷங்களுக்குப் பின்னர், விக்டோரியா மகாராணி இந்தியாவின் சக்கரவர்த்தினியாக முடிசூட்டிக் கொண்டபோது, "சக்தியுள்ள சுதேசிப் பிரபுக்களின் ஆர்வ அபிலாஷைகளுடனும், ஆவல்களுடனும் நலன்களுடனும் ஐக்கியப்பட்ட ஒரு புதிய கொள்கையை இங்கிலாந்தின் மகுடம்" இந்தச் சம்பவத்தின்மூலம் அங்குரார்ப்பணம் செய்வதாக வைஸ்ராய் லிட்டன் பிரபு கூறினார்.

ஆகவே, உடனடியாகவோ கொஞ்சகாலம் கழித்த பின்னரோ, அழிந்தொழிந்து போயிருக்கவேண்டிய இந்திய சமஸ்தானங்களின் அமைப்பு பாதுகாக்கப்படுவது, நவீன பிரிட்டிஷ் கொள்கையின் விளைவாகுமே அல்லாமல்,

இந்தியாவின் புராதனகால ஸ்தாபனங்களும் பரம்பரைப் பண்புகளும் எஞ்சி நிற்பதை அவை பிரதிபலிக்கவில்லை. சமஸ்தானாதிபதிகளின் பிரதான அரசாங்க பிரசாரகரான பேராசிரியர் **ருஷ்புரூக் வில்லியம்ஸ்** (இந்திய சமஸ்தானாதி பதிகளுடைய விசேஷ ஸ்தாபனத்துக்கு கூட்டு டைரக்டராக இருந்தவர்; வட்டமேஜை மகாநாட்டில் இந்திய சமஸ்தானாதிபதிகள் கோஷ்டிக்கு ஆலோசகராயிருந்தவர்; 1925 வரை இந்திய சர்க்காரின் செய்தி இலாகா டைரக்டராக இருந்தவர்) 1930-ல் கூறியதைப்போல.

"சுதேசி சமஸ்தானங்களின் மன்னர்கள் பிரிட்டிஷ் தொடர்புக்கு மிகுந்த விசுவாசமுடையவர்களாயிருக்கிறார்கள். பிரிட்டிஷ் நியாயத்தாலும், பிரிட்டிஷ் ராணுவத்தாலும் அவர்களில் பலர் இன்று வாழ்கின்றனர். 18-ம் நூற்றாண்டின் பிற்பகுதியிலும் 19-ம் நூற்றாண்டின் முற்பகுதியிலும் நடந்த போராட்டங்களில் பிரிட்டிஷ் ஆதரவைப் பெறாதிருந்தால், இவர்களில் பலர் இன்று இருக்க முடியாது. நிகழ்கால தொந்தரவுகளிலும், வருங்கால சீரமைப்புகளிலும்கூட, இந்தச் சமஸ்தானாதிபதிகளுடைய அன்பும் விசுவாசமும் பிரிட்டனுக்கு முக்கியமான ஆஸ்திகளாகும்.

அகில இந்தியாவிலும் குறுக்கிடும் இந்தச் சமஸ்தானங்கள் பெரிய பாதுகாப்பாகும். சந்தேகாஸ்பதமான பிரதேசத்தில் மகத்தான வலைப்பின்னல் போன்ற கோட்டைகளை, நண்பர்களாயுள்ள கோட்டைகளை ஸ்தாபிப்பதைப் போல வலுவுடைய, விசுவாசமான சுதேசி சமஸ்தானங்கள் இருப்பதால், பிரிட்டிஷாரை எதிர்த்துவரும் ஒரு கலகம் இந்தியா முழுவதும் வியாபிப்பது கஷ்டமாகும்".

(ருஷ்புரூக் வில்லியம்ஸ், "ஈவினிங் ஸ்டாண்டர்ட்"
பத்திரிகையில், 1930 மே 28)

இந்தப் பிற்போக்கான அடிமை—சமஸ்தானங்களின் அரசாங்க பிரசாரகர் கூறுவதைப்போல, "கோட்டைகள்" அவ்வளவு வலுவுள்ளதாயில்லை. பொது மக்களுடைய அபிப்பிராயத்துக்கு விரோதமாகவுள்ள சமஸ்தானாதிபதிகளின் ஆட்சி பிரிட்டிஷ் பாதுகாப்பில்தான் காலந்தள்ளுகிறதென்ற உண்மை பரந்த ரீதியில் ஏற்றுக்கொள்ளப்பட்டிருக்கிறது.

இந்திய ஜனநாயகத்தின் பிரச்சினைகள் 627

"இன்று பிரஜைகளிடையே வோட் எடுத்தால், அவர்கள் சமஸ்தானங்களை பிரிட்டிஷ் இந்தியாவுடன் சேர்க்க வேண்டுமென்று மகிழ்ச்சியுடன் வோட் செய்வார்கள். பிரிட்டிஷ் தயவினால், சமஸ்தானங்கள் வாழ்கின்றன." (எஸ்.ஸி. ரங்க அய்யர்; "இந்தியா, யுத்தமா, சமாதானமா")

"ஒரு நவீன தேசிய அரசாங்கத்தை சிருஷ்டிப்பதற்கு தேவையான லட்சணங்களை அநேகமாக ஒரு சமஸ்தானம் கூட பெற்றிருக்கவில்லை. சமஸ்தான எல்லைகள் இயற்கைக்கு விரோதமானவை; வர்ணத்திலோ, மொழியிலோ, கலாச்சாரத் திலோ உள்ள பேதங்களை ஒத்து அவை இருக்கவில்லை. மேலும். ராஜபரம்பரையை, சமஸ்தானத்துடன் பிணைக்கும் தொடர்புகளும், சகஜமாக, அகஸ்மாத்தாக ஏற்பட்டவை. அல்லது இயற்கைக்கு விரோதமானவை. மேலும், இந்தத் தொடர்புகள் ஏற்பட்டு, அநேகமாக, இருநூறு வருஷங்கள்கூட ஆகவில்லை. மறுபுறத்தில் சமஸ்தான பிரஜைகளை, பிரிட்டிஷ் இந்தியாவிலுள்ள அவர்களுடைய சகோதரர்களுடன் பிணைக்கும் சமுதாய, கலாசார தொடர்புள்ள புராதன மானவை; மிகுந்த சக்தி வாய்ந்தவை. தன் பிரஜைகளின் அன்பில் சாஸ்தானாதிபதிக்குள்ள பிடிப்பு, சொல்லப்படுவதைக் காட்டிலும் பலவீனமாகவிருக்கிறதென்பதை இதிலிருந்து அறியலாம்."

(ஜே.டி. க்வின்: "காங்கிரஸும் சமஸ்தானங்களும்"-மான்செஸ்டர் கார்டியன் பத்திரிகை. 12-5-39)

"கலகம் அல்லது புரட்சி"யை எதிர்த்து, சமஸ்தானாதி பதிகளை பாதுகாப்பதில் பிரிட்டனுக்குள்ள பொறுப்பை 1929ம் வருஷத்தில் பிரசுரமான **பட்லர் கமிட்டி** (இந்திய சமஸ்தானங்கள் கமிட்டி) ரிப்போர்ட் கீழ்க்கண்டவாறு வர்ணித்தது.:-

"சமஸ்தானாதிபதிகளின் உரிமைகளையும் கௌரவங் களையும் விசேஷ உரிமைகளையும் குந்தகமில்லாமல் பாதுகாப்பதாக சக்கரவர்த்தி அளித்துள்ள வாக்குறுதியி லிருந்தும், சம்பிரதாயத்திலிருந்தும், ஒப்பந்தங்கள், சன்னத்துகள் ஆகியவற்றின் ஷரத்துக்களிலிருந்தும், கலகம் அல்லது புரட்சியை எதிர்த்து சமஸ்தானங்களை பாதுகாக்க வேண்டிய

(பிரிட்டிஷ் அரசாங்கத்தின்) 'மேலதிகாரம் படைத்த அச்சின் கடமை எழுகின்றது... ராஜாக்களின் உரிமைகளையும் கௌரவங்களையும் விசேஷ உரிமைகளையும் குந்தகமில்லாமல் பாதுகாப்பதாக சக்கரவர்த்தி அளித்துள்ள வாக்குறுதியுடன், சமஸ்தானாதிபதியை விலக்கவும் வேறுவிதமான அரசாங்கத்தை ஏற்படுத்தவும் செய்யப்படும் முயற்சிகளை எதிர்த்து சமஸ்தானாதிபதியை பாதுகாக்கும் கடமை கூடவே ஏற்படுகிறது."

இவ்விதமாக பிரிட்டிஷ் ஆட்சி பாதுகாக்கும் சமஸ்தானங்களின் அரசாட்சி எப்படிப்பட்டது? ஒரு இந்திய சமஸ்தானத்தின் பொதுப்படையான சுற்றுணர்ச்சியை ஜவஹர்லால் நேரு தன் சுயசரிதையில், கீழ்க்கண்டவாறு விவரிக்கிறார்.

"ஒடுக்கப்படுகிறோமென்ற உணர்ச்சி நம்மை கவ்வுகிறது; மூச்சுவிடுவதுகூட கஷ்டமாயிருக்கிறது. மூச்சுத் திணறுகிறது; அசையா நீர்ப்பரப்பின் கீழே தேங்கிச் சீரழிந்து அழுகிக் கொண்டிருக்கின்றன. உடலும் மனதும் கட்டுப்பட்டிருப்பதைப்போ, உணர்ச்சி ஏற்படுகிறது. அரசனின் அரண்மனையில் 'டால்'வீசும் படாடோபத்துக்கு நேர்மாறாக, ஜனங்கள் துன்ப துயரத்திலும், அப்பட்டமான பிற்போக்கிலும், அழுந்திக்கிடக்கின்றனர். சமஸ்தானாதிபதியின் சொந்த தேவைகளுக்காகவும் ஊதாரிச் செலவுகளுக்காகவும், சமஸ்தானத்தின் செலவும் எவ்வளவு அரண்மனைக்குப் போகிறது; எவ்வளவு கொஞ்சமாக ஜனங்களுக்கு திரும்பக் கிடைக்கிறது.....

"ஒரு மாயைத் திரை சமஸ்தானங்களைச் சூழ்ந்திருக்கிறது; அங்கு செய்திப் பத்திரிகைகளுக்கு ஆதரவு காட்டப்படுவதில்லை. அதிகப்பட்சமாக ஒரு இலக்கிய சஞ்சிகை இருக்கலாம். அல்லது அதிகார வட்டாரங்களின் பிரசாரத்துக்குதவும் பத்திரிகை ஒன்று இருக்கலாம். வெளியிலிருந்து வரும் பத்திரிகைகளுக்கு அடிக்கடி தடைபோடப்படுகிறது. எழுதப் படிக்கத் தெரிந்தவர் எண்ணிக்கை மிகவும் குறைவு-பிரிட்டிஷ் இந்தியாவைவிட அதிகமான பேர் எழுதப் படிக்கத் தெரிந்துள்ள திருவாங்கூர், கொச்சி முதலிய சில தென்னிந்திய சமஸ்தானங்கள் இதற்கு விதிவிலக்கு.

வைஸ்ராய் விஜயம், அவருக்களிக்கப்பட்ட பிரமாதமான வரவேற்பு. தர்பாரில் வைஸ்ராயும், சமஸ்தானாதிபதியும் செய்த பரஸ்பர புகழ்ச்சி, பிரசங்கங்கள் ஆகியவைகளைப் பற்றிய செய்தி, சமஸ்தானாதிபதியின் பிறந்த தினக் கொண்டாட்டம் அல்லது திருமணம் விமரிசையாக நடந்ததைப் பற்றிய செய்தி அல்லது விவசாயக் கலகம் இவைதான் சமஸ்தானங்களிலிருந்து வரும் பிரதான செய்திகள். சமஸ்தானாதிபதிகளை கண்டனத்திலிருந்து பாதுகாக்க பிரிட்டிஷ் இந்தியாவில் கூட விசேஷ சட்டங்கள் இருக்கின்றன. சமஸ்தானங்களுக்குள்ளே, சர்வ சாமானியமான முறையில் குற்றங்குறை கூறப்பட்டாலும். அது மூர்த்தண்யமாக அடக்கி ஒடுக்கப்படுகிறது. அநேகமாக, பொதுக்கூட்டங்கள் யாரும் அறியாத சேதி; சமூக காரணங்களுக்காக போடப்படும் கூட்டங்கள்கூட அடிக்கடி தடை செய்யப்படுகின்றன."

1891, ஜூன் 25-ல் இந்திய சர்க்கார் வெளியிட்ட அறிக்கையின் மூலம் இந்திய சமஸ்தானங்களின் பிரசுரங்களுக்கு விசேஷ தடை பகிரங்கமாக விதிக்கப்பட்டது:-

"கவர்னர் ஜெனரலால் நிர்வகிக்கப்படும் எந்தப் பகுதியிலும், இந்தப் பகுதி பிரிட்டிஷ் இந்தியாவில் இல்லாமலிருந்தால் அங்கு 1891-ம் வருஷம் ஆகஸ்டு மாதம் முதல் தேதிக்குப் பிறகு, அரசியல் ஏஜெண்ட் எழுத்து மூலம் அளிக்கும் அனுமதியின்றி, பொதுச் செய்தியோ அல்லது பொது செய்தியின் விமர்சனமோ கொண்ட பத்திரிகை, சஞ்சிகை அல்லது அச்சடிக்கப்பட்ட பிரசுரம் எதையும் அச்சிடக்கூடாது, பிரசுரிக்கக்கூடாது". சமஸ்தாங்களின் நிலைமையைப் பற்றி பிரிட்டிஷ் இந்தியாவில் கிளர்ச்சி செய்வதற்கு 1934-ம் வருஷத்திய **மன்னர்கள் பாதுகாப்பு சட்டத்தின்மூலம்** பிரத்தியேக தடைவிதிக்கப்பட்டது.

பிரிட்டிஷ் பாதுகாப்பிலுள்ள இந்திய மன்னர்களென்ற கைப்பொம்மைகளின் ஆட்சி முறைக்கு நிகராக சரித்திரத்தில் ஏதாவது அரசாட்சி இருந்திருக்கிறதா என்பது சந்தேகம்தான். பிரிட்டிஷ் இந்தியாவின் கீழ்த்தரங்களை விட உயர்ந்த முறையில் ஒரு சில சமஸ்தானங்கள் ராஜ்யம் நடத்துகின்றன; இவைகளில் கட்டாய கல்வி ஓரளவுக்கு கைகூடியிருக்கிறது.

அல்லது ஆலோசனை கூறும் பிரதிநிதித்துவ ஸ்தாபனங்கள் பல வரம்புகளுக்குட்பட்ட ஸ்தாபனங்கள், ஏற்பட்டிருக்கலாம். ஆனால் அவை விதிவிலக்குகளே, பெரும்பான்மையான சமஸ்தானங்களில் நிலவும் அடிமைத்தனத்தையும் கொடுங்கோன்மையையும் சர்வாதிகாரத்தையும் ஒழுங்கு முறையையும் வர்ணிக்க முடியாது. ஆசியாவில் நீண்ட காலமாக இருந்து வந்த சர்வாதிகார ராஜ்யங்களில், ஊழலும் ஒடுக்குமுறையும் போதுமான அளவுக்கு பரிச்சயமாகியிருக்கின்றன. ஆனால் வெளிநாட்டு ஆக்கிரமிப்பு அல்லது உள்நாட்டு கலகம் ஏற்படுமென்ற பயத்தால் தங்கள் சர்வாதிகாரத்தை கட்டுப்படுத்திக்கொள்ளவேண்டிய கட்டாயத்துக்கு அவை உட்பட்டிருந்தன. ஆனால் இந்தக் கைப்பாவை ராஜாக்களுக்கு பிரிட்டிஷ் பாதுகாப்பு இருப்பதால், இந்த இரண்டு பயங்களும் நீங்கிவிட்டன. துன்மார்க்க அரசாட்சி நடந்தால், இந்த ராஜாக்களை கட்டுப்படுத்துவதற்கும் நீக்குவதற்கும் பிரிட்டிஷ் ஆட்சிக்கு அதிகாரமிருக்கிறது. ஆனால் நடைமுறையில், இந்த அதிகாரம் துன்மார்க்க ஆட்சியை கண்டிப்பதற்கும் நிறுத்துவதற்கும் உபயோகிக்கப்படவில்லை, சாம்ராஜ்ய விசுவாசத்துக்கு விரோதமான போக்குகளைத் தடுப்பதற்கே உபயோகிக்கப்படுகிறது. இந்தச் சமஸ்தானாதிபதி களுக்கு உபயோககரமான வேலை எதுவும் கிடையாது; சிறுமை நிறைந்த வேலை செய்யும் கைப்பாவைகள் அவர்கள். அதனால்தான், இந்திய சமஸ்தானங்களில் வசிக்கும் மக்கள் சிறுமைக்கடலிலும் துன்ப சாகரத்திலும் அழுந்திக் கிடக்கின்றனர்; இந்தியாவில் கூட மிகவும் கேவலமானது என்ற கருதப்படக்கூடிய பிற்போக்கில் உழலுகின்றனர்.

1939-ல், சமஸ்தானாதிபதிகளின் ஆட்சி முறையைப் பற்றி, அகில இந்திய சமஸ்தான பிரஜைகள் மகாநாட்டின் நிரந்தரக் கமிட்டி கீழ்க்கண்டவாறு பிரகடனப்படுத்தியது:-

ஒரு சில சமஸ்தானங்களைத் தவிர, மீதி சமஸ்தானங்கள் அனைத்திலும், பெரியவை சிறியவை எல்லாவற்றிலும் தனிநபரின் யதேச்சாதிகார ஆட்சி நடக்கிறது. சட்டத்தின் ஆட்சியே கிடையாது. வசூலிக்கப்படும் வரித் தொகை அளவுக்கு மீறியதாகவும் தாங்கமுடியாததாகவுமிருக்கிறது.

பிரஜா உரிமைகள் நசுக்கித் தேய்க்கப்படுகின்றன. ராஜாவின் சொந்தச் செலவுத்தொகை சகஜமாக, நிர்ணயமாகவிருப் பதில்லை; நிர்ணயமானதாயிருந்தாலும், அந்தத் தொகைப்படி எடுத்துக்கொள்வது இல்லை. ஒருபுறத்தில் சமஸ்தானாதி பதிகளின் டாம்பீகமும் ஊதாரித்தனமும். மறுபுறத்தில் பொதுமக்களின் பயங்கர வறுமை.

"ஏழ்மைப்பட்டு, துயரப்பட்டு நிற்கும் ஜனங்கள் கஷ்டப்பட்டு சம்பாதித்த பணத்தைக்கொண்டு, சமஸ்தானாதிபதிகள் இந்தியாவிலும், அயல்நாடுகளிலும், கேளிக்கை, களியாட்டங்களை அனுபவிக்கிறார்கள்; டாம்பீக வாழ்க்கை நடத்துகிறார்கள். இந்த முறை இனி நீடிக்க முடியாது. எந்த நாகரிக ஜனசமூகமும் இதை சகிக்க முடியாது. சரித்திரத்தின் பாடம் முழுவதும் இதற்கு விரோதமானது. இந்திய மக்களின் மனோபாவம் இதற்குப் பணிய முடியாது."

சமஸ்தான நிர்வாகங்களின் தன்மையை அவைகளுடைய பட்ஜெட்டுகளில் தெளிவாகக் காணலாம்:-

'இங்கிலாந்தின் அரசன், தேச வருமானத்தில் கிட்டத்தட்ட 1600ல் ஒரு பாகத்தைப் பெறுகிறார்; பெல்ஜியத்தின் அரசன் 1000ல் ஒரு பாகத்தைப் பெறுகிறார். இத்தாலி மன்னன் 500ல் ஒரு பாகத்தைப் பெறுகிறார்; டென்மார்க் ராஜா 300ல் ஒரு பாகத்தைப் பெறுகிறார்; ஜப்பானிய சக்கரவர்த்தி 400ல் ஒரு பாகத்தைப் பெறுகிறார்... எந்த ராஜாவும் திருவாங்கூர் மகாராஜாவைப்போல 17ல் ஒரு பாகத்தைப் பெறவில்லை. (இந்தியாவில் இதுவே முற்போக்கான சமஸ்தானம்). ஹைதராபாத் நிஜாமும் பரோடா மகாராஜாவும் பெறுவதைப்போல எந்த ராஜாவும் 13-ல் ஒரு பாகத்தைப் பெறுவதில்லை; பிகானிர் காஷ்மீர் மகாராஜாக்களைப்போல 5-ல் ஒரு பாகத்தைப் பெறுவதில்லை. சமஸ்தான வருமானத்தில் மூன்றில் ஒரு பகுதியையும், சரிபாதியையும் கபளீகரம் செய்யும் ராஜாக்களின் எண்ணிக்கை சொற்பமில்லை என்பதைக் கேட்டால் உலகம் திடுக்கிட்டுப்போகும்."

(ஏ.ஆர்.தேஸாய், "இந்திய நிலப்பிரபுத்துவ சமஸ்தானங்களும் தேசிய விடுதலைப் போராட்டமும்")

ஏகாதிபத்தியத்தால் ஆதரிக்கப்படும், புகழப்படும், *பிகானிர். சமஸ்தானத்தின் 1929-30 வருஷ பட்ஜெட் இதோ இருக்கிறது:-

	ரூபாய்
"ஸிவில் லிஸ்ட்"	1,255,000
ராஜாவின் திருமணம்	82,500
கட்டடங்களும் ரஸ்தாக்களும்	6,18,384
ராஜமாளிகைகளின் விஸ்தரிப்பு	4,26,614
ராஜ குடும்பத்துக்கு	2,24,864
கல்வி	2,22,979
வைத்திய இலாகா	1,88,138
பொதுஜன உபயோகம்	30,761
சுகாதாரம்	5,729

கல்வி, வைத்திய இலாகா, பொதுஜன உபயோகங்கள், சுகாதாரம் ஆகிய பொதுஜனங்களுக்கு உதவும் இலாகாக்களுக்கு ஒதுக்கப்பட்டுள்ள தொகைகள் ராஜாவுக்கும் அவருடைய குடும்பத்துக்கும் அரண்மனைகளுக்கும் ஒதுக்கப்பட்டுள்ள தொகைகளில் நாலில் ஒரு பங்குகூட இல்லை. **ஜாம் நகர்** சமஸ்தானத்தில், 1926-27-ல், 10 லட்சம் பவுன்கள் வருமானம்; இதில் 7 லட்சம் பவுன்கள் ராஜாவின் சொந்த செலவுகளுக்குப் போயிற்று; கல்விக்கு 15,000 பவுன்களும் வைத்திய உதவிக்கு 9,000 பவுன்களும் செலவாயிற்று.

இந்த நிர்வாகத்தின் கீழ் வாழும் பாக்கியதைப் பெற்ற ஜனங்களின் வாழ்க்கை நிலைமை என்ன? நிலப்பிரபுத்துவ ரகத்தைச் சேர்ந்த, மிகுந்த பிற்போக்கான விவசாய பொருளாதார அமைப்பு சமஸ்தானங்களில் நிலவுகிறது. ஒரு சிலவற்றில்தான், ஏதாவது கொஞ்சம் தொழில் வளர்ச்சி ஏற்பட்டிருக்கிறது. அடிமைத்தனம் பல சமஸ்தானங்களில் அரசுபுரிகிறது.

---

* பிகானிர் சமஸ்தான மன்னர் சமீப காலத்தில் 'முற்போக்கான' மன்னர் என்ற பட்டம் பெற்றிருப்பதையும், அவர் தேசபக்தர் என்று புகழப்படுவதையும் நினைவூட்டிக்கொள்ளலாம். (மொர்)

"பல ராஜபுதன சமஸ்தானங்களிலும், மேற்கத்திய இந்தியா சமஸ்தானங்கள் பலவற்றிலும் (கத்தியவார் சமஸ்தானங்களிலும் கூட) **அடிமை ஜாதிகள்*** இருக்கின்றன. 1921ம் வருஷ ஸென்ஸஸ் ரிப்போர்ட்படி ராஜபுதனத்திலும் மத்திய இந்தியாவிலும் மாத்திரம், **சாகர், டரோகா** ஜாதிகளைச் சேர்ந்த லட்சத்து அறுபதாயிரத்து எழுநூற்று முப்பத்தி ஐந்து அடிமைகள் இருந்தனர்".

(பி.எல்.சுட்கார், "பிரிட்டிஷ் பாதுகாப்பிலுள்ள இந்திய சமஸ்தானாதிபதிகள்" 1929).

உணவைத் தவிர, வேறு எந்தவிதமான பிரதிப் பிரயோஜனமுமில்லாமல், கட்டாய உழைப்பு வாங்கப்படுவது சகஜமாயிருக்கிறது.

"அநேகமாக எல்லா இந்திய சமஸ்தானங்களிலும் கட்டாய உழைப்பு முறை அமுலில் இருக்கிறது. சகல பிரிவுகளைச் சேர்ந்த தொழிலாளர்களும் உழைப்பாளிகளும் கைத்தொழிலாளிகளும் சமஸ்தானாதிபதிகளுக்காகவும் அவர்களுடைய அதிகாரிகளுக்காகவும் வேலை செய்ய வேண்டுமென்று கட்டாயப்படுத்தப்படுகிறார்கள். அநேகமாக, இதற்காக இவர்களுக்கு கிடைக்கும் பிரதிப் பிரயோஜன மெல்லாம், அத்தியாவசியமான உணவு மாத்திரம்தான், சமஸ்தானம் தேவைப்படும்போது, எந்த நேரத்திலும், எவ்வளவு காலத்துக்கு வேண்டுமானாலும் வேலை செய்யும்படி இவர்கள் கட்டாயப்படுத்தப்படுகின்றனர்.... பெண்கள், சிறு பெண்கள், கிழவிகள், கல்யாணமானவர்கள், விதவைகள் யாருக்கும் விதிவிலக்கு கிடையாது. (இந்தக் கட்டாய உழைப்பிலிருந்து தப்பமுடியாது.) இவர்கள் யாராவது ஆணோ, பெண்ணோ, தள்ளாமை காரணத்தால் சரியாக வேலை செய்யமுடியாவிட்டால், அவர்கள் கசையடி

---

* அடிமைகளென்றால், அவர்கள் எஜமானர்களிடமிருந்து விடுதலை பெறமுடியாது: பரம்பரையாகக் கட்டுப்பட்டு உழைக்க வேண்டும். அவர்களை அடிக்கவும், விற்கவும். கொல்லவும் எஜமானர்களுக்கு உரிமையுண்டு. அடிமைகளை மனிதர்களாகவே கருதுவதில்லை. மிருகங்களாக நடத்தப்படுகிறார்கள். (மொ-ர்)

தண்டனைக்குட்படுவார்கள் அல்லது வேறுவிதமாக வதைக்கப்படுவார்கள்.

"அறுபது வயது ஏழைக் கிழவிகள், போலீஸ்காரர்களிடம் அடிபட்டதை ஆசிரியரே அறிவார். பொது தெருக்களில் மூங்கில் கழிகளால் அவர்கள் அடிக்கப்பட்டனர். அவர்கள் செய்த குற்றமென்னவென்றால் தள்ளாமை காரணத்தால் கட்டாய உழைப்பிலிருந்து விலக்கும்படி கேட்டுக் கொண்டதுதான்".

(பி.எல்.சுட்கார், "பிரிட்டிஷ் பாதுகாப்பில் இந்திய சமஸ்தானங்கள்")

பிரஜா உரிமைகள் பறிக்கப்பட்டிருப்பதைப் பற்றி அதே புத்தகத்தில் சுட்கார் கூறுகிறார்:

"சமஸ்தானம் அல்லது பிரதம மந்திரி அல்லது சமஸ்தானாதிபதி தன் உரிமைகளை ஆக்கிரமித்தால், அதற்கு பரிகாரம் தேட எந்தப் பிரஜைக்கும் உரிமை கிடையாது. எந்தப் பிரஜையின் உரிமைகளையும் அல்லது சொத்துக்களையும் சமஸ்தானாதிபதி யதேச்சாதிகாரமாக பறிமுதல் செய்யலாம். அவர் எவ்வளவு வேண்டுமானாலும் அபராதம் விதிக்கலாம். அந்தத் தொகையை பறிப்பதற்கு எப்படிப்பட்ட முறையையும் அனுஷ்டிக்கலாம். குற்றச்சாட்டு இல்லாமல், வழக்கு தொடராமல், யாரையும் காலவரையறை இல்லாமல் சமஸ்தானாதிபதி சிறையில் தள்ளலாம்.

அரண்மனையின் பகாசுரத் தேவைகளை பூர்த்தி செய்வதற்காக, பரம ஏழைகளையும் நொறுங்கவைக்கும் முறையில் வரிகள் விதிக்கப்படுகின்றன; மனம்போன போக்கில் விதிக்கப்படுகின்றன. இதைப்பற்றி சுட்கார் கூறுகிறார்.

"நவநகர் சமஸ்தானத்தில் வசூலிக்கப்படும் வரிகளைக் கொண்டு, சகல சமஸ்தானங்களுக்கும் பொதுவான வரி நிர்ணயங்களை புரிந்துகொள்ளமுடியும். முதல் ஜாபிதாவில் தொழில்கள் மீதும் நபர்கள் மீதும் வரிகள் வீதிக்கப் பட்டிருக்கின்றன-அதாவது தொழிலாளர்கள், கைத்தொழி

லாளர்கள், மாடுகள், கல்யாணங்கள், திருமண நிச்சயதார்த்தங்கள், பிறப்புகள், இறப்புகள், ஈமச்சடங்குகள் முதலியவற்றுக்கெல்லாம் வரிகள் விதிக்கப்படுகின்றன. ஏழை விதவைகளின் ஒரே ஜீவனோபாயமான கை இயந்திரங்களுக்குக்கூட (மாவு அரைக்கும் கை இயந்திரம்) வரிகள் விதிக்கப்படுகின்றனவென்பது குறிப்பிடத்தக்கது.

"நிலவரிக்குத் திரும்பினால்..... நிலவரி பணரூபத்தில் செலுத்தப்பட்டால், ஏகராவுக்கு நான்கு ஷில்லிங் வீதம் நிர்ணயிக்கப்பட்டிருக்கிறது. தானியத்தில் செலுத்துவதென்றால், விளைவில் நாலிலொரு பகுதியாக நிர்ணயிக்கப்பட்டுள்ளது. நடைமுறையில், இந்த வீதாச்சாரம் அதிகரிக்கிறது. கிட்டத்தட்ட 40 சதவீதம். சமஸ்தானத்துக்கு கிடைக்கிறது. மீதி வரிகளெல்லாம், குறைந்தபட்சமாக கணக்கிட்டாலும் 10 சதவீதமாக மதிப்பிடலாம். ஆக, விவசாயிக்கு விளைவில் பாதிதான் மிச்சப்படுகிறது . . . .

"மேலும். ராஜாவின் திருமணச் செலவுக்கும். ராஜ குடும்ப அங்கத்தினர்கள் யாராவது மணம் செய்து கொண்டால் அதன் செலவுக்கும் அவன் தன் பங்கை செலுத்தவேண்டும். ராஜாவுக்கு பிள்ளை பிறக்கும்போதும், ராஜாவின் மனைவி அல்லது தாயாரின் ஈமக்கிரியைகள் முதலிய சடங்குகளும், அவன் காணிக்கை செலுத்த வேண்டும்.

இந்திய சமஸ்தானங்களின் ஆட்சியில் மகா மோசமான ஒடுக்குமுறையும் மகா கேவலமான துன்ப துயரமும் நிலவுகின்றன. நவீன உலகத்திலேயே இவைகளுக்கு இணையில்லை. ஏனென்றால். இந்த சமஸ்தானங்களில். மிகவும் புராதனமான நிலப்பிரபுத்துவ கொடுமையுடன் அடிமை முறையின் மிச்ச சொச்சங்கள் கூடி அடித்தளத்தில் அரசுபுரிகின்றன) மிகவும் வளர்ச்சியடைந்த ஏகாதிபத்திய சுரண்டலும் இணைந்து நிற்பதால்தான்.

இந்த அரசாட்சியைத்தான் இந்தியாவின் ஐந்திலிரு பாகத்தில் பிரிட்டிஷ் ஆட்சி இயற்கைக்கு விரோதமாய் நீடித்து வைத்திருக்கிறது. அது மாத்திரமல்ல. நவீன கட்டத்தில் இதை மேலும் மேலும் முன்னணிக்கு கொண்டு

வருகிறது. அகில இந்திய பிரச்சினைகளில் சமஸ்தானாதி பதிகளுக்கு மிகுதியான முக்கியத்துவத்தையும் பிரபலத்தையும் அளிக்க முயற்சிக்கிறது. தேசிய விடுதலை இயக்கம் வளரவளர ஏகாதிபத்தியம் தன் கொள்கை பலம் முழுவதையும். சமஸ்தானாதிபதிகளுடன் சேர்ந்து நிற்கும் கூட்டணியில் ஈடுபடுத்தி, தேசிய இயக்கத்துக்கு எதிராக சமஸ்தானாதிபதிகளை உபயோகிக்க பிரயத்தனப்படுகிறது. 1921ல் நரேந்திர மண்டலம் சிருஷ்டிக்கப்பட்டது. 1935ம் வருஷ சட்டத்தின சமஷ்டி அரசியலில் சமஸ்தானாதிபதிகள் அஸ்திவாரக் கல்லாக விளங்கினார்கள். சமஸ்டி சட்ட சபையில் அவர்களுக்கு மூன்றில் ஒரு பகுதியும், சமஷ்டி மேல் சபையில் ஐந்திலிரு பகுதியும் பிரதிநிதித்துவம் அளிக்கப்பட்டது. இதன் நோக்கத்தை பார்லிமெண்டரி விவாதங்களில். ரீடிங் பிரபு தெள்ளத் தெளிவாகக் கூறினார்.

"சமஸ்தானாதிபதிகள் அகில இந்திய சமஸ்டிக்குள் வந்தால். அவர்களால் நிதானமான போக்குக்கு செல்வாக்கு ஏற்படும். . . . நாம் எதைக் கண்டு பயப்படவேண்டும்? இந்திய சுதந்திரத்துக்காகவும், சாம்ராஜ்யத்திலிருந்து பரிபூரணமாக பிரிந்துபோகும் உரிமைக்காகவும் கிளர்ச்சி செய்பவர்கள் இருக்கிறார்கள். இதை ஆதரிப்பவர்கள் சின்னஞ்சிறு மைனாரிட்டியே யென்பதுதான் என் சொந்த அபிப்பிராயம் கூட. ஆனால் இந்த மைனாரிட்டி. **கிளர்ச்சி** செய்யும் மைனார்ட்டி. காங்கிரஸின் ஸ்தாபனம் அதற்கு பலமாகவிருக் கிறது. இந்த அபிப்பிராயத்துக்கு எதிராக. எத்தகைய நிதான சக்தியைக் கொண்டுவரலாமென்பது முக்கியமானதாகிறது. . . . சட்டசபை அங்கத்தினர்களில் 33 சதவீதமும், மேல்சபை அங்கத்தினர்களில் 40 சதவீதமும் சமஸ்தானாதிபதிகளா யிருப்பார்கள். காங்கிரஸ் அபிப்பிராயத்தை அங்கீகரிக்காத இந்தியர்கள் ஏராளமாகயிருப்பதைச் சொல்லவேண்டியதில்லை. அவர்களுக்கு சமஸ்டி சட்டசபையில் செல்வாக்கு இருக்கும். ஆகவே, காங்கிரஸுக்கு அதிகமான விகிதாச்சாரத்தில், வோட்டுகள் கிடைத்தாலும், என்ன நடக்கவேண்டு மென்பதைப் பற்றி நான் துளிகூட பயப்படவில்லை."

மிகவும் சமீபகாலத்தில், தேசிய ஜனநாயக இயக்கம் சமஸ்தானங்களின் தடைகளை வழித்தெறிந்து கொண்டிருக்

கின்றன. சமஸ்தானங்களின் பொதுஜன இயக்கத்தை ஸ்தாபன ரீதியாகத் திரட்டும் அகில இந்திய சமஸ்தான பிரஜைகள் மகாநாடு துரிதமாக பலமடைந்துவருகிறது. சாமானியமான பிரஜா உரிமைகளுக்காக, பல சமஸ்தானங்களில், தீவிரமான போராட்டங்கள் மூண்டுவிட்டன.

சமஸ்தானங்களில், பொதுஜன இயக்கத்துக்கு ஏற்பட்டுள்ள இந்த வளர்ச்சி, தேசிய காங்கிரஸ் கொள்கையின் மாறுதல்களிலும் பிரதிபலிக்கிறது. கடந்த காலத்தில் காங்கிரஸ் நேரடியாக இந்திய சமஸ்தானங்களில் கிளர்ச்சி செய்வதோ, வேறு நடவடிக்கைகளில் ஈடுபடுவதோ கிடையாது. தவறான எண்ணத்தில் "தலையிடாக் கொள்கை" அனுஷ்டிக்கப் பட்டது. சமஸ்தானாதிபதிகளின் கொடுங்கோலாட்சிக் குட்பட்டுள்ள 8 கோடி மக்களுக்குப் பதிலாக. கைப்பாவை ராஜாக்களுடன் ஏதோ ஒரு வகையில் ஒற்றுமை ஏற்படுத்தலாம் என்ற கற்பிதமான ஆவலே இந்தத் தலையிடாக் கொள்கைக்குக் காரணம். "இதுவரையில் சமஸ்தானங்களின் உள்நாட்டு விவகாரங்களிலும் குடும்ப விவகாரங்களிலும் தலையிடாமலிருப்பதின் மூலம். காங்கிரஸ் சமஸ்தானாதி பதிகளுக்கு தொண்டாற்ற முயன்றிருக்கிறது" என்று காந்தி வட்டமேஜை மகாநாட்டில் கூறினார். மேலும், அவர் கூறியதாவது:- "தங்கள் பிரஜைகளின் நலன்களை அவர்கள் மனதில் கொண்டுள்ளார்களென்பதை நான் அறிவேன். அவர்களுக்கும் எனக்கும் வித்தியாசம் ஒன்றுமில்லை - ஒரே ஒரு வித்தியாசம்தான். நாம் சாதாரண ஜனங்கள். ஆண்டவன் அருளால் அவர்கள் அரசர்களாக, பிரபுக்களாக இருக்கிறார்கள். அவர்களுக்கு நான் நல்வாழ்த்து கூறுகிறேன். அவர்களுக்கு சகல செளபாக்கிய சுபிட்சங்களும் உண்டாகட்டும்."

இந்த விபரீதமான கொள்கை சம்பவப்போக்கால் முறியடிக்கப்பட்டது. காங்கிரஸ், பிரிட்டிஷ் இந்தியாவை மாத்திரம் தன்னுடைய பரிமாணமாக நிர்ணயித்துக் கொண்டது. அகில இந்திய தேசிய ஸ்தாபனமென்று கூறியபோதிலும், இந்திய சமஸ்தானங்களில் தன் தலைமையில் ஸ்தாபனம் அமைக்க பிரயத்தனப்படவில்லை. சர்வ

சாமான்யமான பொதுஜன இயக்கங்களை எதிர்த்து. தேசியப் போராட்டத்துக்கு அனுதாபமும் ஆதரவும் காட்டிய சர்வ சாதாரணமான பொதுஜன ஆர்வத்தை எதிர்த்து சமீப காலத்தில் சமஸ்தானங்கள் நடத்திய பலாத்கார அடக்குமுறை முற்போக்கானவை என்று பெத்தப் பேர் வாங்கிய திருவாங்கூர், மைசூர் முதலிய சமஸ்தானங்கள் இதில் சேர்ந்துகொண்டன-ஆகியவற்றின் விளைவாக. சமஸ்தானாதிபதிகளின் சவாலுக்கு விடையளிக்கவேண்டிய கட்டாயம் தேசிய இயக்கத்துக்கு ஏற்பட்டது. இந்திய சமஸ்தானங்களில் வாழும் உரிமைக்காகவும் போராட்டம் நடத்துவதற்கு 1938-39-ல் தேசிய காங்கிரஸ் முதல் நடவடிக்கைகளை எடுத்துக்கொண்டது. சமஸ்தானங்களில் சட்ட மறுப்பு இயக்கங்களுக்கு ஆதரவளிக்கும் பிரச்சினை தேசிய காங்கிரஸில் பெரும் பிரச்சினையாயிற்று.

சமஸ்தானங்களைப் பொறுத்தவரை, காங்கிரஸ் கொள்கையின் பொதுப்படையான லட்சியங்களை 1938ல் **ஹரிபுராவில்** கூடிய தேசிய காங்கிரஸ் பிரகடனப்படுத்தியது;

"இந்தியாவின் இதர பாகங்களுக்கு காங்கிரஸ் விரும்புகிற அதே அரசியல், சமூக, பொருளாதார சுதந்திரம் சமஸ்தானங்களுக்கும் வேண்டும் என்பதே காங்கிரஸ் லட்சியம். சமஸ்தானங்களை இந்தியாவின் பிரிக்க முடியாத பகுதியாக காங்கிரஸ் கருதுகிறது. காங்கிரஸ் லட்சியமான பூரண சுயராஜ்யம். இந்தியா முழுவதற்கும்தான் சமஸ்தானங் களையும் உள்ளிட்டுத்தான்"; ஏனென்றால் இந்தியாவின் ஒருமைப்பாடும் ஐக்கியமும் பராதீனத்தில் பாதுகாக்கப் பட்டதைப்போல சுதந்திரமடைந்த பின்னரும் பாதுகாக்கப் படவேண்டும்;

"இந்தியாவின் இதர பாகங்களில் உள்ள அளவுக்கு, ஜனநாயகத்தையும், சுதந்திரத்தையும் அனுபவிக்கும் சமஸ்தானங்கள் இஷ்டபூர்வமாக கலந்துகொள்ளும் சமஷ்டியைத்தான் காங்கிரஸ் ஒப்புக்கொள்ள முடியும்"

"ஆகவே, சமஸ்தானங்களில் பிரஜா உரிமைகள் உத்திரவாதம் செய்யப்படவேண்டுமென்பதும் பூரண

பொறுப்பாட்சி ஸ்தாபிக்கப்படவேண்டுமென்பதும் காங்கிரஸ் லட்சியமாகும். பல சமஸ்தானங்களில் பிற்போக்கான நிலைமைகள் நிலவுவதையும் சுதந்திரமே இல்லாதிருப்பதையும் பிரஜா உரிமை அடக்கப்படுவதையும் கண்டு காங்கிரஸ் வருந்துகிறது."

அதே சமயத்தில், சமஸ்தானங்களின் அரங்கத்தில், காங்கிரஸ் தன் நடவடிக்கையை தானே ஓரளவுக்கு கட்டுப்படுத்திக்கொண்டது.

"சமஸ்தானங்களில் பொதுமக்கள் நடத்தும் போராட்டம் காங்கிரஸ் பெயரில் நடக்கக்கூடாது. அதற்காக, சுதந்திரமான ஸ்தாபனங்கள் துவக்கப்படவேண்டும்; முன்னாலேயே இருந்தால், அந்தச் சுயேச்சையான ஸ்தபானங்களை தொடர்ச்சியாய் நடத்தவேண்டும்."

1939-ல், **திரிபுரி** காங்கிரஸ் இந்தச் சுயக்கட்டுப்பாட்டை ஓரளவு தளர்த்தியது:-

"சமஸ்தானங்களைப் பற்றிய ஹரிபுரா தீர்மானத்திலிருந்து எதிர்பார்க்கப்பட்டது நிறைவேறிவிட்டதென்றும், சமஸ்தான மக்கள் தாங்களாக ஸ்தாபனம் அமைத்து சுதந்திரத்துக்காக இயக்கம் நடத்துவதற்கு ஊக்கமளித்ததின் மூலம் அந்தத் தீர்மானம் சரியென்பது நிரூபிக்கப்பட்டுவிட்டுதென்றும் காங்கிரஸ் அபிப்பிராயப்படுகிறது. சமஸ்தான மக்கள் தன்னம்பிக்கையையும், சுயபலத்தையும் வளர்க்கவேண்டு மென்பதற்காக ஜனங்களின் சிறந்த நலன்களை முன்னிட்டு, ஹரிபுரா கொள்கை உருவாக்கப்பட்டது. சூழ்நிலையின் காரணமாக இக்கொள்கை கடைப்பிடிக்கப்பட்டது; எப்பொழுதுமே இக்கொள்கையை அனுஷ்டிக்க வேண்டிய கடமையாக அதை ஒருபொழுதும் கருதவில்லை. சமஸ்தான மக்களுக்கு வழிகாட்டும் உரிமையும், தன் செல்வாக்கை அளித்து அவர்களுக்கு ஆதரவு தரும் உரிமையும் எப்பொழுதுமே காங்கிரஸுக்கு உண்டு; அவை காங்கிரஸின் கடமைகளும் கூட, பொதுமக்களிடையே சம்பவித்துக் கொண்டிருக்கும் மகத்தான விழிப்பின் விளைவாக, காங்கிரஸ் தானாக விதித்துக்கொண்டிருக்கும் சுயகட்டுப்பாடு தளர்த்தப்படலாம், அல்லது அறவே ரத்து செய்யப்படலாம்.

அதன் மூலம், காங்கிரஸுக்கும் சமஸ்தான மக்களுக்குமிடையே ஒற்றுமை வளர்ச்சியடையும்."

இந்தக் கொள்கையை பின்பற்றி, தேசியத் தலைவர்கள் சமஸ்தான மக்களின் இயக்கங்களில் தீவிர பங்கெடுத்தார்கள். அகில இந்திய சமஸ்தான பிரஜைகள் மகாநாடு லூதியானாவில், 1939 பிப்ரவரியில் கூடியபோது, ஜவஹர்லால் நேரு தலைவராகவும் பாட்டாபி சீத்தாராமய்யா உபதலைவராகவும் தேர்ந்தெடுக்கப்பட்டனர். பொறுப்பாட்சிப் போராட்டத்தில் சமஸ்தான மக்கள் அடைந்திருக்கும் முன்னேற்றத்தை லூதியானா மகாநாடு வரவேற்றது. மேலும்,

"இந்தப் போராட்டம், இன்னும் விரிவான இந்திய சுதந்திரப் போராட்டத்துடன் ஒன்றுபடுத்தப்படவேண்டிய நேரம் வந்துவிட்டது. இந்தப் போராட்டமே இந்திய சுதந்திரப் போராட்டத்தில் பிரிக்க முடியாத பகுதியாகும். அத்தகைய ஒன்றுபடுத்தப்பட்ட அகில இந்திய போராட்டம், அவசியமாக காங்கிரஸ் தலைமையில்தான் நடக்கவேண்டும்" என்று அது பிரகடனப்படுத்தியது.

யுத்தத்துக்குப் பிறகு, அகில இந்திய சமஸ்தான பிரஜைகள் மகாநாடு உதயபூரில் 1945 டிசம்பரில் கூடியது. "சுதந்திர இந்திய சமஷ்டியின் பிரிக்க முடியாத பகுதியாக சமஸ்தானங்களின் மக்கள் பூரண பொறுப்பாட்சியை சாத்வீகமான, நியாயமான முறைகளில் அடைவது" என்ற லட்சியத்தை அந்த மகாநாடு ஏற்றுக்கொண்டது. தன் தலைமையுரையில் நேரு கூறினார்.

"பெரும்பான்மையான சமஸ்தானங்கள் நிமிர்ந்து நிற்கக்கூடிய பொருளாதார யூனிட்டுகளாயிருக்க முடியாது; அவைகள் பக்கத்து பகுதிகளில் ஐக்யமாவதைத் தவிர்க்க முடியாது. அத்தகைய சிறு சமஸ்தானங்களின் மன்னர்களுக்கு பென்ஷன்கள் மாதிரி ஏதாவது அளிக்கலாம்; அவர்களுக்கு தகுதியிருந்தால், வேறு விதத்தில், ஜனங்களுக்குக் தொண்டாற்றும்படி அவர்களை ஊக்குவிக்கலாம்.

"இதர சமஸ்தானங்கள் சுமார் பதினைந்து அல்லது இருபது இருக்கலாம். அவை சமஷ்டியின் சுயேச்சை யூனிட்

இந்திய ஜனநாயகத்தின் பிரச்சினைகள் 641

களாயிருக்கும். அவைகளின் மன்னர்கள், **அரசியலமைப்பின் கௌரவத் தலைவர்களாகவே** ஜனநாயக அரசாங்க அமைப்புக்குட்பட்டவர்களாகவே இருக்கமுடியும். இந்த மன்னர் மகுடாதிபதிகளில் சிலர் புராதன பரம்பரைகளைச் சேர்ந்தவர்கள்; சரித்திரத்துடனும், பரம்பரைப் பண்பாட்டுடனும் தொடர்புடையவர்கள்.

மாகாணங்களில் பொதுஜன மந்திரிசபைகள் ஏற்பட்ட பின், வளர்ந்துகொண்டிருக்கும் புரட்சிகரமான பேரெழுச்சியை முன்னிட்டு, அரசியல் சம்பாஷணைகள் தொடங்கப் பட்டிருப்பதுடன், இந்திய சமஸ்தானங்கள் இந்திய அரசியலின் போர்த்தளங்களாகிவிட்டன. சமஸ்தானங்களின் நிலப்பிரபுத்துவ சர்வாதிகார கொடுமையை எதிர்த்து போராட்டங்கள் தானாக, குமுறியெழுகின்றன. பிரிட்டிஷ், அரசியல் இலாகாவின் ஆதரவுடன், சமஸ்தானாதிபதிகள் இந்தப் போராட்டங்கள் மீது அசுரத்தனமான அடக்குமுறையை அவிழ்த்துவிட்டிருக்கின்றனர். "காஷ்மீரை விட்டு வெளியேறு" என்ற தெளிவான சந்தேகத்துக்கிடமில்லாத, நிர்த்தாரணமான கோஷத்துடன், டோக்ரா ராஜவம்சத்தின் யதேச்சாதிகார தர்பாரை எதிர்த்து காஷ்மீர் மக்கள் நடத்திவரும் போராட்டத்தில் இது உச்சநிலை எட்டியிருக்கிறது.

சமஸ்தானங்களின் கட்டுக்கோப்புக்குள்ளேயே, மன்னர் களின் ஆட்சியின் கீழே, சிர்திருத்தங்கள் பெறுவதுதான் நிகழ்காலக் காங்கிரஸ் கொள்கையாயிருந்து வருகிறது என்பது கண்கூடு. ஆனால் இது இடைவழி விடுதியாகவே இருக்கமுடியும். இந்தப் பிரச்சினையைக் குறித்து தேசிய இயக்கம் அடைந்திருக்கும் விழிப்பின் ஒரு கட்டத்தையே குறிக்கும்; விழிப்பின் பூரணத்துவத்தைக் குறிக்காது.

1946-ம் வருஷத்திய பிரிட்டிஷ் அரசியல் திட்டம் மன்னர்களுடைய எதிர்காலத்தைப் பற்றிய பிரச்சினையை ஒரு புதிய கட்டத்துக்குக் கொண்டுவந்தது. அந்தத் திட்டப்படி கூடும் அரசியல் நிர்ணய சபையில், மொத்தம் 389 ஸ்தானங்களில் 93 ஸ்தானங்கள்-நாலிலொரு பங்கு சமஸ்தானாதிபதிகளுக்கு அளிக்கப்படும். எந்தவிதமான ஜனநாயக தேர்தலுக்கும் திட்டம் வசதி செய்யவில்லை. 1935-ம்

வருஷ சமஷ்டி அரசியலைப் போலவே, புதிய திட்டத்தின் அகில இந்திய யூனியனிலும் சமஸ்தானாதிபதிகள் கொண்டுவரப்படுவார்கள். ஆனால் அவர்கள் யூனியனுக்கு எந்த அடிப்படையில் வருவதென்ற விஷயம் இஷ்டபூர்வமான சம்பாஷணைகளுக்கு விடப்பட்டது. எனினும், பிரிட்டிஷாரிடமிருந்து அதிகாரம் கைமாற்றித் தரப்பட்டபின், (பிரிட்டன் சமஸ்தானங்கள் மீது இப்பொழுது அனுபவிக்கும்) மேலதிகாரம் காலாவதியாகிவிடுமென்றும், (அதாவது சுதந்திர இந்திய சர்காருக்கு அந்த அதிகாரம் கிடைக்காது) இஷ்டபூர்வமான சம்பாஷணைகள் மூலம் மாற்று ஏற்பாடுகள் செய்யப்படாவிட்டால் சட்ட பூர்வமாகவும் ராஜ்ய ரீதியிலும், சமஸ்தானாதிபதிகள் “சுதந்திரமாகவும், அரசுரிமையுள்ளவர்களாகவும்' ஆகிவிடுவார்களென்றும் தெளிவாக்கப்பட்டது.

சமஸ்தானாதிபதிகளையும் இயற்கைக்கு விரோதமான சமஸ்தானங்களின் அமைப்பையும் ஒரு வழியாகத் தொலைத்து முழுகுவது, இந்திய ஜனநாயகத்தின் எதிர் காலத்துக்கு அத்தியாவசியமான தேவையாகும். சுதந்திர இந்தியாவில் இந்திய சமஸ்தானங்களுக்கு இடமே இருக்க முடியாது. பிரிட்டிஷ் இந்தியா, சமஸ்தான இந்தியா என்று பிரிப்பது, எந்தவிதமான இயற்கைப் பிரிவினைக்கோ, சரித்திரபூர்வமான அவசியத்துக்கோ, பொது மக்களின் அபிலாஷைக்கோ, ஒத்ததில்லை. இந்திய மக்களை பிரித்து வைப்பதற்கு ஏகாதிபத்தியம் செய்த நிர்வாக சூழ்ச்சி அது பிரஜைகளின் சமத்துவத்தையும் உரிமைகளின் சமத்துவத்தையும் கொண்ட ஜனநாயகத்தை இந்தியா முழுவதும் ஸ்தாபிப்பதே. தேசிய இயக்கத்தில் ஏக லட்சியமாக இருக்க முடியும்.

நிலப்பிரபுத்துவக் கொடுமையின் மிச்ச சொச்சங்களான இந்திய சமஸ்தானங்களின் அமைப்பை பூரணமாக ஒழித்துவிட்டு, இயற்கையான பிரதேச, பொருளாதார - கலாச்சார பிரிவுகளின் அடிப்படையில், ஜனங்களின் கோஷ்டியுணர்ச்சிகளின் அடிப்படையில், இந்திய மக்களை ஒரு உண்மையான சமஷ்டியில் ஒன்றுபடுத்துவது (இன்றைய யதேச்சாதிகார கொடுங்கோன்மையை காப்பாற்றுவதற்கும்,

பொது ஜன அபிப்பிராயத்தை அடக்குவதற்கும் உயர்ந்த வேலைப்பாடுடன் அமைக்கப்படும் இயந்திரமும் "சமஷ்டி" என்று ஏகாதிபத்தியத்தால் கூறப்படுகிறது. அப்படிப்பட்ட சமஷ்டியல்ல) இந்திய ஜனசமூகத்தின் ஒற்றுமைக்கும், இந்தியாவின் முற்போக்கான வளர்ச்சிக்கும், இந்தியாவில் ஜனநாயகம் கைகூடுவதற்கும் ஜீவாதாரமானதாகும்.

2. வகுப்புப் பிரிவினைகள்

இந்து-முஸ்லிம் பிரச்சினையைப் பற்றிய பிரிட்டிஷ் கொள்கை, சமஸ்தானாதிபதிகள் மூலம் இந்திய மக்களை பிளவுபடுத்தும் கொள்கைக்கு ஒத்திருக்கிறது.

வகுப்பு பிரிவினை என்ற பொதுவான பிரச்சினையை, முஸ்லிம் லீக் வளர்ச்சி, பாகிஸ்தான் கோரிக்கை ஆகிய அரசியல் இயக்கங்களிலிருந்து பேதப்படுத்திக் கொள்வது அவசியம். முஸ்லிம் லீக் வளர்ச்சியும் பாகிஸ்தான் கோரிக்கையும் முக்கியமான அரசியல் பிரச்சினைகளை எழுப்புகின்றன; அவற்றை நாம் அடுத்த பிரிவில் பரிசீலனை செய்வோம். ஆனால் முதலில், வகுப்பு பிரிவினை, குறிப்பாக இந்து-முஸ்லிம் விரோதம் என்ற பொதுவான பிரச்சினையைப் பற்றி சில விஷயங்களைத் தெரிந்து கொள்வது அவசியம்.

இந்திய ஜனத்தொகையில் மூன்றிலிருவர் ஹிந்துக்கள்; நாலிலொருவர் முஸ்லிம்கள்; பத்திலொருவர் இதர மதத்தினர். இவர்களுடைய உறவுகளைப் பற்றிய பிரச்சினையே வகுப்பு பிரச்சினை. இந்தியாவில் விசேஷ அம்சங்களைப் படைத்துள்ள இந்தப் பிரச்சினை அதன் தேசிய இயக்கத்துக்கு மிகவும் முக்கியமானது. ஆனால் இந்தியாவுக்கு மாத்திரம் பிரத்தியேகமான பிரச்சினையல்ல இது.

குறிப்பிட்ட சுற்றுச்சார்புகளில், விதவிதமான வர்ணத்தினரும் மதத்தினரும் ஒரு தேசத்தில் கலந்து வசிப்பதால் தீவிரமான கஷ்டங்கள் விளைகின்றன; சில சமயம், ரத்தக்களறியும் கலவரங்களும் கூட சம்பவிக்கின்றன. வட அயர்லாந்தில் கத்தோலிக்கர்களும் பிராடஸ்டண்டுகளுக்கும், மாண்டேட் ஆட்சியின்கீழ் பாலஸ்தீனத்தில் யூதர்களுக்கும் அரபுகளுக்கும் ஏற்பட்டுள்ள விரோதம்; ஜாரிஸ்ட் ருஷ்யாவில் ஸலாவ்களுக்கும்

யூதர்களுக்குமிருந்த விரோதம்; நாஸி ஜெர்மனியில் 'ஆரியர்கள்' என்று சொல்லிக்கொண்டவர்களுக்கும் யூதர்களுக்குமிருந்த தகராறு-இருபதாம் நூற்றாண்டின் உலகம் நன்கு பரிச்சயமடைந்திருக்கும் இந்த உதாரணங் களிலிருக்கும்போது, முந்தையகால கட்டங்களின் உதாரணங்களைக் கொடுக்க வேண்டியதில்லை. இன்று, ஐரோப்பாவில் நிலவும் யூத-எதிர்ப்பு மனப்பான்மை இத்தகைய மத-வர்ணபேதங்களின், விரோதங்களின் தீவிரமான பிரதிபலிப்பாகும்.

இத்தகைய பிரச்சினை எப்படிப்பட்ட சூழ்நிலையிலெழு மென்பதை தீர்க்கமாக எடுத்துக்கூறி, பிழையில்லாமல் நிர்ணயிப்பதை சரித்திரத்தின் அனுபவம் சாத்தியமாக்கி யிருக்கிறது.

பாலஸ்தீனத்தில், **பிரிட்டிஷ் மாண்டேட் ஆட்சி***
ஏற்படுவதற்கு முன், வாழையடி வாழையாக, அரபுகளும் யூதர்களும் சௌஜன்யமாகவும், ஒற்றுமையாகவும் வசித்தனர். பிரிட்டிஷ் ஆட்சி ஸ்தாபிக்கப்பட்டபின், மேலைய நாடுகளின் ரொக்க முதலாளித்துவத்தின் ஆதரவில், ஏகாதிபத்திய ராணுவ அதிகாரத்தைக்கொண்டு, இதர நாடுகளிலிருந்து யூதர்கள் பலவந்தமாக இறக்குமதி செய்யப்பட்டதின் விளைவாக, (இந்த யூதர்கள் பாலஸ்தீனம் தங்கள் புராதனதாயகம் என்று கூறுபவர்கள்; இவர்கள் மூலம் பாலஸ்தீனத்தை அடிமைப்படுத்துவது ஏகாதிபத்திய சூழ்ச்சி மொ-ர்) பலாத்காரம் நிறைந்த மோதுதல்கள் நிகழ்ந்திருக்கின்றன; நிகழ்கின்றன. அவைகள் வகுப்பு கலவரங்களென்று சிலசமயம் வர்ணிக்கப்படுகின்றன. ஆனால் யதார்த்தத்தில், படையெடுப்பையும் அன்னிய ஆதிக்கத்தையும் எதிர்க்கும் தேசிய விடுதலைப் போராட்டத்தையே அவை பிரதிநிதித்துவப்படுத்துகின்றன.

---

* முதல் உலக யுத்த முடிவில், சர்வதேச சங்கம் பாலஸ்தீனத்தை 'சுயாட்சிக்கு பக்குவப்படுத்தும் பொறுப்பை" பிரிட்டனுக்கு வழங்கியது. இந்தத் தர்மகர்த்தா ஆட்சியை மாண்டேட் ஆட்சி என்கிறோம். ஏகாதிபத்தியத்தின் கபட உருவமே மாண்டேட் என்பது. (மொ-ர்)

ஜாரிஸ்ட் ருஷ்யாவில், ஜாரிஸம் க்ஷீணித்துக்கொண்டிருந்த காலத்தில், ஜாரிஸம் வீழ்ச்சியடையும் தருவாயில், யூதர்களை படுகொலை செய்யும் சம்பவங்கள் ஏராளமாக நிகழ்ந்தன. அந்தச் சம்பவங்கள் ஜாரிஸ்ட் ருஷ்யாவின் சரித்திரத்தை கறைப்படுத்தின. உலகத்தின் மனச்சாட்சியே புண்படுத்தின. ஒன்றுமறியாத ருஷ்ய பாமரர்களின் மிருக சுபாவமே இத்தகைய கட்டுப்படுத்த முடியாத சம்பவங்களுக்கு காரணமென்று கருதப்பட்டது. இந்த யூத படுகொலைகளை அரசாங்கமே நேரடியாக முன்முயற்சி எடுத்து நடத்தியதென்பதை ஜாரிஸ்ட் அரசாங்கத்துக்கும் **'பிளாக் ஹண்ட்ரட்ஸ்'** (Black Hundreds) என்ற "தேசிய" ரௌடி ஸ்தாபனத்துக்குமிருந்த விசித்திரமான உறவில் போதுமான அளவு கண்கூடாயிருந்தபோதிலும், அது ஒரு குற்றச்சாட்டாகவே இருந்தது. ஆனால் ருஷ்ய புரட்சிக்குப்பின், ரகசிய போலீஸ் ரிக்கார்டுகள் பகிரங்கமாக பிரசுரிக்கப்பட்ட பொழுது, இந்தக் குற்றச்சாட்டு நிரூபிக்கப்பட்டது. ருஷ்ய மக்கள் தங்களுடைய தேசத்தின் அதிகாரத்தை கைப்பற்றிய தினத்திலிருந்து, இந்த யூத படுகொலைகள் பரிபூர்ணமாக நின்றுவிட்டன. சோவியத் குடியரசுகளின் சோஷியலிஸ்ட் யூனியனில் பல்வேறு பேதாபேதங்களை உடைய வர்ணங் களையும் மதங்களையும் சேர்ந்தவர்கள் சௌஜன்யமாகவும் ஒற்றுமையாகவும் வாழ்கின்றனர்.

ஜெர்மனியில் **வீமார் குடியரசின்** கீழ் (முதல் உலக யுத்த முடிவில் உருவான ஜனநாயக குடியரசு; 1933ல் அதன் அழிவின்மேல் ஹிட்லரிஸம் அதிகாரத்துக்கு வந்தது) ஜெர்மனியர்களும் யூதர்களும் சௌஜன்யமாய் சேர்ந்து வாழ்ந்தனர். முன்னால் ஜாரிஸ்ட் ருஷ்யாவில் அரசுபுரிந்த யூதர் படுகொலைக் கொள்கை, நாஜி ஜெர்மனியில் அரியாசனத்தில் அமர்ந்தது.

ஆகவே, வெவ்வேறான வர்ணத்தினரும் மதத்தினரும் ஒரே தேசத்தில் சேர்ந்து வசிப்பதால் இயற்கையாகவே, தவிர்க்க முடியாத கஷ்டம் எதுவும் இருக்கவில்லை. சமூக அரசியல் சூழ்நிலைகளிலிருந்துதான், கஷ்டங்கள் எழுகின்றன. குறிப்பாக பொதுஜன இயக்கத்தை எதிர்த்து தற்காத்துக் கொள்ள பிற்போக்காட்சி முயற்சிக்குமிடங்களில் இந்தக்

கஷ்டங்கள் எழுகின்றன. அந்தப் பிற்போக்காட்சிக்கு சாவு மணியடிக்கப்படபோகிறதென்பதற்கு நிச்சயமான குறிகள் அவை.

இந்தியாவில், இத்தகைய பிரச்சினை நம்மை எதிர்நோக்குகிறது.

இந்தியாவில், 25 கோடி 40 லட்சம் இந்துக்கள் இருக்கிறார்கள். அதாவது ஜனத்தொகையில் 65-93 சதவீதம். இதில் பிரிட்டிஷ் இந்தியாவில் 19 கோடி பேர் வசிக்கிறார்கள். அதாவது, பிரிட்டிஷ் இந்திய ஜனத்தொகையில் 645 சதவீதம்; சமஸ்தானங்களில் 6½ கோடி. ஜனங்கள் (சமஸ்தான ஜனத்தொகையில் 70.57 சதவீதம்) வசிக்கின்றனர். இந்திய முஸ்லிம்களின் தொகை 9 கோடி 20 லட்சம். அதாவது இந்திய ஜனத்தொகையில் 23.81 சதவீதம். இதில் பிரிட்டிஷ் இந்தியாவில் 7 கோடி 90 லட்சம். (26.84 சதவீதம்); சமஸ்தானங்களில், 1 கோடி 20 லட்சத்துக்கு கொஞ்சம் கூடுதல் (13.93) சதவீதம்.

(இவை 1941ல் வருஷ ஸென்ஸஸ் கணக்கு)

பிரிட்டிஷ் ஆட்சியில், குறிப்பாக சமீப கால கூட்டத்தில் நிகழும் இந்து-முஸ்லிம் மோதுதல்களைப் போன்றவை பிரிட்டிஷ் ஆட்சிக்கு முன் இந்தியாவில் நிகழ்ந்ததாக கிஞ்சித்தும் ஆதாரம் இல்லை. இந்து அல்லது முஸ்லிம் மன்னர்களையுடைய சமஸ்தானங்களுக்கிடையே யுத்தங்கள் நிகழ்ந்தன. ஆனால், அவை ஒரு பொழுதும் இந்து-முஸ்லிம் விரோதத்தின் தன்மையை பெற்றிருக்கவில்லை. முஸ்லிம் மன்னர்கள் உயர்ந்த அரசாங்கப் பொறுப்புகளுக்கு இந்துக்களை நியமித்தனர்; இந்து மன்னர்கள் முஸ்லிம்களை நியமித்தனர்.

இந்தப் பரம்பரைப் பண்பு இப்பொழுதும் இந்திய சமஸ்தானங்களில் எஞ்சி நிற்பதை காணலாம். பிரிட்டிஷ் இந்தியாவுடன் ஒப்பிட்டுப் பார்க்கும்பொழுது, "இப்பொழுது இந்திய சமஸ்தானங்களில் வகுப்புக் கலவரம் இல்லாமல் இருப்பதை" சைமன் கமிஷன் குறிப்பிட்டது. சில இந்திய சமஸ்தானங்களிலிருந்து வகுப்புக் கலவரங்கள் நிகழ்ந்ததாக வந்த செய்திகள் தவறானவை. உதாரணமாக, 1931-32-ல் காஷ்மீரில் நிகழ்ந்த சம்பவங்களை வகுப்புக் கலவரமென்று சொல்லப்பட்டது. ஆனால் அங்கு நடந்த போராட்டத்துக்கும்

வகுப்பு கலவரங்களுக்கும் சம்பந்தமேயில்லை. காஷ்மீர் மன்னர் இந்துவாயிருந்தார். காஷுமீரிகளில் 100க்கு 80 முஸ்லிம்கள். ஆகவே சமஸ்தானாதிபதியின் பொறுப்பற்ற நிர்வாகத்தை எதிர்த்து எழுந்த பொது ஜனப்போராட்டம் "வகுப்பு மோதுதல்" என்ற திரித்துக் கூறப்பட்டது. எனினும் "வகுப்பு கலகத்தில் ஒரு இந்துகூட கொல்லப்படாதது" விசித்திரமான நிலைமைதான் என்று **டெயிலி டெலிகிராப்** (பிரிட்டிஷ் டோரி பத்திரிகை) ஒப்புக்கொள்ள வேண்டியிருந்தது. உண்மையில் பொதுஜன இயக்கம் இந்திய சமஸ்தானங்களில் விஸ்தரித்து பலம் பெறுவதைக் கண்டு, இங்கும் பிற்போக்கான வகுப்புப் பிரிவினை சூழ்ச்சிகள் செய்யப்படுகின்றன.

நாம் முன்னரே பார்த்தோம். இந்து முஸ்லிம் விரோதத்தைப் பற்றி விவாதிக்குபோது, ஸைமன் கமிஷன் இரு விசித்திரமான யதார்த்த உண்மைகளை குறிப்பிட வேண்டியிருந்தது. முதலாவதாக, பிரிட்டிஷ் இந்தியாவுக்கும் சுதேசி சமஸ்தானங்களுக்கும் உள்ள எல்லைகள் சாதாரணமான நிர்வாக எல்லைகளாகவேயிருந்தபோதிலும், இரு இடங்களிலும் இந்து-முஸ்லிம்கள் ஒரே மாதிரியாக கலந்திருந்த போதிலும், இந்து-முஸ்லிம் கலவரம் பிரிட்டிஷ் இந்தியாவில் அதிகமாயிருப்பதையும், சுதேசி சமஸ்தானங்களில் குறைவாக விருப்பதையும் அது உலக கவனத்துக்கு கொண்டுவர வேண்டியிருந்தது. இரண்டாவதாக, சமீப காலத்தில், வகுப்பு கலவரம் பிரிட்டிஷ் இந்தியாவில் வளர்ந்திருக்கிறதென்றும், 'ஒரு தலைமுறைக்கு முன்னால். பிரிட்டிஷ் இந்தியாவில், உள்நாட்டு சமாதானத்தை பயமுறுத்தக்கூடிய விதத்தில் வகுப்புக் கலவரம் இல்லை- குறைந்தபட்சமாகவே யிருந்தது' என்றும் அது குறிப்பிட்டது. **ஆகவே வகுப்புக் கலவரம் பிரிட்டிஷ் ஆட்சியின் விசேஷ சிருஷ்டி. குறிப்பாக, பிரிட்டிஷ் ஆட்சியின் க்ஷீணதசையின், விசேஷ சிருஷ்டி**.

இந்தியாவில் வகுப்புக் கலவரத்தை வளர்ப்பதில் பிரிட்டிஷ் ஆட்சி முதன்மையான பொறுப்பு வகிக்கிறது. (வேறு யாருக்கும் எந்தவிதமான பொறுப்புமில்லை என்று இதிலிருந்து அர்த்தமாகாது; அதைப் பின்னால் பார்ப்போம்) என்று சொன்னால், அதிகார வட்டாரங்கள் திடுக்கிட்டு வெஞ்சினம்கொண்டு வெகுண்டெழுகின்றன. ஆனால்,

யதார்த்த உண்மைகளிலிருந்து யாரும் தப்பமுடியாது. சரித்திர பூர்வமான ஆதாரமும், சாட்சிகளின் அத்தாட்சியும் சமர்ப்பிக்கும் யாதார்த்த உண்மைகளிலிருந்து தப்ப முடியாது. திடுக்கிடும் வெஞ்சினம் வாதமாகாது. ஏனெனில், ஏகாதிபத்தியம் என்பது பழுதுபடாத பத்தினித் தன்மையுடைய கற்புக்கரசியல்ல; ஏகாதிபத்திய தில்லுமுல்லு, திருகுதாள ஏமாற்றுகளைப் பற்றிய ஆதாரங்கள் ஏராளமாய் இருப்பதால், உலக அபிப்பிராயம் ருத்ராட்ச வேஷத்தில் மயங்கிவிடாது.

முந்திய காலகட்டத்தில், பிற்காலத்தைவிட பகிரங்கமாக, பிரித்தாளும் கொள்கை பிரகடனப்படுத்தப்பட்டது. 1821லேயே, **'கர்னாடிகஸ்'** என்ற புனைபெயரில், மே மாதத்திய **ஏஷியாடிக்** ரிவ்யூ பத்திரிகையில், "அரசியலிலோ, சிவிலிலோ, ராணுவத்திலோ, நமது இந்திய நிர்வாகம் முழுவதிலும் பிரித்தாளும் கொள்கையே பிரதானமாயிருக்க வேண்டும்' என்று ஒரு பிரிட்டிஷ் அதிகாரி எழுதினார். **மோரதாபாத்** தளபதி, **கோக்** என்பவர், பத்தொன்பதாம் நுற்றாண்டின் மத்தியில், கீழ்க்கண்டவாறு எழுதினார்:

"நம்முடைய அதிர்ஷ்டம், பல்வேறு வர்ணத்தினரிடையே. மதத்தினரிடையே, பிரிவினை இருக்கிறது. அதை முழு பலத்துடன் காப்பாற்றுவதுதான் நமது முயற்சியாயிருக்க வேண்டும்; அவர்களை ஒருமனப்படுத்துவது நமது முயற்சியாயிருக்கக்கூடாது. பிரித்தாளும் திட்டம் இந்திய சர்க்காரின் கொள்கையாயிருக்கவேண்டும்".

1888-ல், இந்தியாவைப்பற்றிய பிரிட்டிஷ் நிபுணரான **ஸர் ஜான்ஸ் ராட்ச்சி** எழுதினார்:

"உண்மையைப் பச்சையாகச் சொல்லவேண்டுமானால் இந்த விரோதமான கோட்பாடுகள் பக்கத்தில் பக்கத்தில் இருப்பது, இந்தியாவில் நம்முடைய அரசியல் ஸ்தானத்துக்கு மிகவும் சாதகமான அம்சமாகும்."*

("இந்தியா"1888)

* இந்தப் புத்தகத்தின் மறுபதிப்பு ஒன்றில், இந்த ஒளிவு மறைவில்லாத வாக்கியத்தை மழுப்புவதற்கு புத்தகாசிரியர் முயற்சித்தார்; ஆனால் பலனில்லை. மறுபகுதியில் அவர் கூறியதாவது:- "நமது இந்திய சர்க்காரின்

இந்திய ஜனநாயகத்தின் பிரச்சினைகள் 649

பிரிட்டிஷ் சர்க்கார் பிரித்தாளும் கொள்கையை கடைப்பிடிக்கிறதென்று காங்கிரஸ் ஸ்தாபகர் **ஹுமும்** தன்னிடம் மனம் விட்டுக் கூறியதை காந்தி பகிரங்கப்படுத்தி யிருக்கிறார்.

முஸ்லிம் லீக் ஸ்தாபித்ததைப் பற்றி, 1910ல், **ராம்ஸே மாக்டொனால்ட்** பின்வருமாறு எழுதினார்:-

"1906-ம் வருஷம் டிசம்பர் மாதம் 30ம் தேதி, அகில இந்திய முஸ்லிம் லீக் ஸ்தாபிக்கப்பட்டது. லீகின் முயற்சிகளுக்கு கிடைத்த வெற்றி .... சகாப்தகரமானதாக யிருக்கிறபடியால், அது சந்தேகத்துக்கு ஆதரவளித்திருக்கிறது. விரோதமான நலன்கள் திரைமறைவில் வேலை செய்திருக் கின்றனதென்றும், சில ஆங்கிலோ-இந்திய அதிகாரிகள் முகம்மதிய தலைவர்களுக்கு ஊக்கமளித்தனரென்றும், இந்த அதிகாரிகள் லண்டனிலும் ஸில்லாவிலும் திரைமறைவில்

கொள்கைக்கும் செயலுக்கும் முற்றிலும் விரோதமானதாக பழைய பிரித்தாளும் கோட்பாட்டைவிட வேறொன்றுமிருக்க முடியாது. சகல வர்க்கங்களிடையேயும் சமாதானத்தை நிலவச்செய்வது நமது "போராட்ட நாகரிகத்தின்" முக்கியமான கடமைகளிலொன்றாய் ஏற்றுக்கொள்ளப் பட்டிருக்கிறது. ஆனால் விரோதமான கோட்பாடுகள் பக்கத்தில் பக்கத்தில் இருப்பது இந்தியாவில் நமது அரசியல் ஸ்தாபனத்துக்கு மிகவும் சாதகமான அம்சமாகுமென்ற உண்மையைப் பார்க்க மறுக்க வேண்டாம். மேல்வகுப்பு முகம்மதியர்கள் நமக்கு பலமே ஒழிய பலவீனமல்ல. அவர்கள் தொகையில் குறைவாயிருந்த போதிலும் சுறுசுறுப்பு- நிறைந்த மைனாரிட்டியாக விளங்குகின்றனர். மேலும், அவர்களுடைய அரசியல் நலன்களும் நம் அரசியல் நலன்களும் ஒன்றே எத்தகைய சுற்றுச்சார்பிலும் அவர்கள் நமது ஆதிக்கத்தைப் விட ஹிந்து ஆதிக்கத்தை லேசாகக் கருதமாட்டார்கள்".

இந்த இருவித விளக்கங்களையும் ஒப்பிட்டுப் பாருங்கள். முதலாவது. உண்மையை பச்சையாகச் சொல்கிறது. மேற்கண்ட மேற்கோளில் ஏகாதிபத்திய சாணக்கியம் நேரிழை குறுக்கிழையாக பின்னிக்கிடக்கிறது. இது ஏகாதிபத்திய வியாக்கியான கர்த்தாக்களின் வளர்ச்சிப் பாதையைக் காண்பிக்கிறது. உருவத்தில் சாணக்கிய சாமர்த்தியத்தை உபயோகித்த போதிலும், இந்திய மகாஜனங்களின் ஒற்றுமைக்காக முதலைக் கண்ணீர் வடிக்கிறதே ஒழிய, ஏகாதிபத்தியத்தின் கொள்கை மாறவில்லை என்ற உண்மையையும் இது எடுத்துக்காட்டுகிறது.

ஆதரவு தேடினரென்றும், முகம்மதியர்களுக்கு விசேஷ சலுகை காட்டுவதன்மூலம் இந்து, முகம்மதிய வகுப்புகளிடையே பிளவுபடுத்தும் கெட்ட எண்ணத்துடன் இந்த அதிகாரிகள் வேலை செய்தனரென்றும் சந்தேகிக்கப்படுகிறது."

(மாக்டனால்ட் "இந்தியாவின் விழிப்பு" 1910)

பிற்காலத்திய சாட்சியம் இந்தச் "சந்தேகத்தை" ஊர்ஜிதப்படுத்திவிட்டது.

இந்தியாவின் காரியதரிசியாயிருந்து, இந்தியாவைப்பற்றிய சகல தஸ்தாவேஜுகளையும் நன்கறிந்துகொள்ள வசதி பெற்றிருந்ததற்கு பின் 1926-ல், **ஆலிவர் பிரபு லண்டன் டைம்ஸு**க்கு எழுதிய கடிதத்தில் கீழ்க்கண்டவாறு குறிப்பிட்டார்:-

"இந்தியாவிலுள்ள பிரிட்டிஷ் அதிகார வர்க்கம் முஸ்லிம் வகுப்பிடம் விசேஷ சலுகை காண்பிக்கிறதென்பதை, இந்திய விவகாரங்களில், நெருங்கிய பரிச்சயமுள்ள யாரும் மறுக்கத் துணியமாட்டார்கள். முஸ்லிம்களிடம் உள்ள நெருங்கிய அனுதாபம் இதற்கு ஒரு காரணம். அதைவிட முக்கியமான காரணம் என்னவென்றால். இந்து தேசியத்தை எதிர்ப்பதற்கு முஸ்லிம் வகுப்பைப் பயன்படுத்திக்கொள்ளலாமென்ற எண்ணமேயாகும்."

சமீப காலத்தில், இதே அடிப்படையான கண்ணோட்டம், இன்னும் சாமர்த்தியமான உருவத்தில் விளக்கப்பட்டிருக்கிறது.

"இந்து-முஸ்லிம் ஒற்றுமை ஏற்படவேண்டுமென்று, அதன் முக்கியத்துவத்தை வற்புறுத்துவதால், பிரிட்டிஷார் பிரித்தாளும் கொள்கையை அனுஷ்டிக்கிறார்களென்று அர்த்தமில்லை. **பிரிவினைகள் இருக்கின்றன; அவை உள்ளவரையில், பிரிட்டிஷ் ஆட்சி நிச்சயம்.**"

(லண்டன், டைம்ஸ்; 1941, ஜனவரி 21)

ஆக, அதிகாரபூர்வமான கொள்கை பிரித்தாளும் கொள்கை என்பதற்கு அத்தாட்சி அதிகாரிகளில் அதிகார பூர்வமான அறிக்கைகளை ஆதாரமாகக்கொண்டிருக்கிறது.

எனினும், நவீன கட்டத்தில்தான், இந்தப் பொதுப்படையான கொள்கை நிர்வாக முறையாகவே மாறிவிட்டது.

தேசியப் போராட்ட வளர்ச்சியுடன், அரசியல் சீர்திருத்தப் படலத்தின் கட்டங்களுடன், வகுப்புவாரி பிரிவினைகளுக்கு தூபம்போடும் போக்கும் வளர்ந்து வருகிறது சீர்திருத்தங் களையொட்டி அமுலுக்கு வந்த விசித்திரமான தேர்தல் முறையின் மூலம் இந்தப் போக்கு வளர்ந்துவருகிறது. இந்தப் புதிய திட்டம்-1906இல் ஆரம்பிக்கப்பட்டது. அதாவது, தேசிய கொந்தளிப்பின் முதல் கட்டத்திலே.

இந்த வளர்ச்சியின் பகைப்புலனைப் புரிந்துகொள்ள சமூக-பொருளாதார போட்டியின் விதைகளைப் பார்க்கவேண்டும். இந்த சமூக-பொருளாதார போட்டி இந்து, முஸ்லிம் பாமர மக்களை பாதிக்கவில்லை; புதிதாக எழும் நடுத்தர வர்க்கத்தைப் பாதிக்கிறது. வடக்கேயுள்ள முஸ்லிம் பிரதேசங்களைவிட பல வருஷங்கள் முந்தியே இந்து மெஜாரிட்டி பிரதேசங்களிலுள்ள பம்பாய், கல்கத்தா, சென்னை ஆகிய இடங்களில் வர்த்தகம், வியாபாரம், கல்வி ஆகியவை வளரத் தொடங்கின. சர்வ கலாசாலை கல்வி கற்பவர்களில் சராசரியாக முஸ்லிம்களின் பங்கு 100க்கு 3.65தானென்பதை 1882ம் வருஷத்திய **ஹண்டர் கமிஷன்** ரிப்போர்ட் கண்டது. இன்றுவரை, முஸ்லிம்களிடையே யிருப்பதைவிட இந்துக்களிடையே கல்வி கற்றவர் வீகிதாச்சாரம் அதிகம். ஆகவே, இந்திய பூர்ஷுவாக்களின் எழுச்சியுடன், ஒருவருக்கொருவர் பொறாமைப்பட்டு போட்டியிடுவதற்கேற்ற சூழ்நிலை பிரத்தியட்சமாய் நிலவியிருந்தது. இந்தப் போட்டி வகுப்புவாத ரூபமெடுப்பது சுலபமாயிற்று. முஸ்லிம் மேல் வகுப்பில் பிரதான ஸ்தானம் வகித்த பெருநிலச்சுவான்தார்கள், வர்த்தக பூர்ஷுவாக்களும் ஆலை முதலாளிகளும் வளர்ச்சியடைவதைக் கண்டு அதிருப்தி அடைந்தனர். அதை 'இந்து' வளர்ச்சியென்றும் "இந்து பனியா" வின் ஆபத்தென்றும் (பனியா; கொள்ளை லாபமடிக்கும் வியாபாரி) கருதினார்கள். ஆக, இந்து-முஸ்லிம் வியாபாரிகளுக்குள் போட்டி; இந்த போட்டியில், அதிகமாக பிற்போக்கடைந்திருந்த முஸ்லிம் பகுதிகளுக்கு பிரதிகூலம் அதிகம்; படிப்பு யோக்கிதாம்சங்களை அடிப்படையாகக்கொண்ட நிர்வாக பதவிகளுக்கு போட்டி; இங்கும் முஸ்லிம்களுக்கும் பிரதிகூலம்; பிரதிநிதித்துவ ஸ்தாபனங்கள் (சட்டசபை, ஸ்தல ஸ்தாபனங்கள் முதலியன)

வளர்ச்சியடையத் தொடங்கியபோது வோட்டுரிமை சொத்துரிமையையும் படிப்பையும் ஆதாரமாகக் கொண்டிருந்த தாதலால். இங்கும் முஸ்லிம்களுக்கு பிரதிகூலமாயிருந்தது; அதன் விளைவாக, தனிவோட்டுரிமைக் கோரிக்கை தோன்றியது. இவ்விதமாக, நிர்வாகம், பொருளாதாரம், அரசியல் ஆகிய துறைகளில் புதிய நடுத்தர வர்க்கத்திடையே வகுப்பு விரோதம் ஏற்படுவதற்கு அடிப்படை ஏற்பட்டிருந்தது. இந்த அடிப்படையை உபயோகித்து. ஒரு முழு அரசியல் அமைப்பையே சிருஷ்டிப்பது ஏகாதிபத்தியத்துக்கு சுலபமாயிருந்தது.

1890லேயே, அரசாங்கத்துடன் நெருங்கிய தொடர்புடைய ஒரு முஸ்லிம் கோஷ்டி **ஸர் ஸையத் அஹமத்கான்** தலைமையில், முஸ்லிம்களுக்கு விசேஷ உரிமைகளும் ஸ்தானங்களும் கோரும் யோசனைகளை வெளியிட்டனர். ஆனால் பொறுப்புள்ள முஸ்லிம் அபிப்பிராயம் இதை எதிர்த்தது. "ஜில்லாக்களிலும், கிராமங்களிலும் சமூக வாழ்க்கையில் விஷமிடும்" யோசனையென்றும், இது. 'இந்தியாவை நரகமாக்கிவிடும்'என்றும் **முஸ்லிம் ஹெரால்ட்** கூறியது. அதற்குப் பிறகு, அந்த யோசனைகளைப் பற்றிய பிரஸ்தாபமே ஏற்படவில்லை.

எனினும், 1906-ல் இந்தியாவில் தோன்றிய விஸ்தாரமான முதல் பொதுஜன தேசிய இயக்கத்தைக் கண்ட பிரிட்டிஷ் சர்க்கார். ஜில்லாக்களிலும் கிராமங்களிலும் சமூக வாழ்க்கைக்கு விஷமிட்டு. இந்தியாவை நரகமாக்கும் ஒரு கொள்கையை அங்குரார்ப்பணம் செய்யும் பொறுப்பை மேற்கொண்டது. புதிய தேர்தல் அமைப்பில் முஸ்லிம்களுக்கு தனிவோட்டுரிமையும் விசேஷ பிரதிநிதித்துவமும் அளிக்க வேண்டுமென்று ஒரு முஸ்லிம் தூது கோஷ்டி வைஸ்ராயை பேட்டி கண்டு கோரிக்கையை சமர்ப்பித்தது. அந்தக் கோரிக்கையை ஒப்புக்கொண்டுவிட்டதாக, வைஸ்ராய் மிண்டோ பிரபு உடனடியாக பிரகடனப்படுத்தினார்.

"உங்கள் ஸ்தானம் உங்களுடைய எண்ணிக்கை பலத்தை மாத்திரம்ஆதாரமாகக்கொண்டு மதிப்பிடப்படாதென்றும், உங்கள் வகுப்பின் அரசியல் முக்கியத்துவத்தையும், உங்கள் வகுப்பு சாம்ராஜ்யத்திற்கு செய்திருக்கும் சேவையையும் மனதில்கொண்டு மதிப்பிடவேண்டுமென்றும் நீங்கள்

நியாயமாகக் கேட்கிறீர்கள். நான் உங்கள் அபிப்பிராயத்தை பரிபூரணமாக ஏற்றுக்கொள்கிறேன்.”

1923-ம் வருஷம், தேசிய காங்கிரஸின் தலைமை உரையை நிகழ்த்தியபோது, அதன் அக்கிராசனரும் முஸ்லிம் தலைவருமான மௌலானா மகமத் அலி. இந்தத் தூது கோஷ்டி. சர்க்கார் ஒத்திகை செய்து நடத்திய நாடகமென்ற உண்மையை பகிரங்கப்படுத்தினார். 1906-ம் வருஷ கடைசியில், மிண்டோவுக்கு மார்லி எழுதிய கடிதத்தில், அரசாங்க அதிகாரிகளே இந்தத் திட்டத்தின் சூத்திரதாரிகளென்பது புலனாகும்:-

“மகம்மதியர்களைப் பற்றிய நமது தகராறில், நமது விவாதத்தை நிறுத்திக்கொண்டுவிடலாம். முஸ்லிம்களுடைய அதிகப்படியான உரிமை பற்றி நீங்கள் செய்த பிரசுரம்தான் இந்து-முஸ்லிம் கிளர்ச்சியை தூண்டிவிட்டதென்பதை நான் உங்களுக்கு மரியாதையுடன் நினைவூட்டுகிறேன்.”

இவ்விதமாக ஜனநாயக தேர்தல் முறையில் ஆணி வேரிலேயே விஷம் வைக்கும் வகுப்புவாரி ஓட்டுரிமையும் வகுப்புவாரி பிரதிநிதித்துவமும் புகுத்தப்பட்டது. பிரிவினை போதம் பெற்ற வகுப்புவாத ஸ்தாபனமும் வகுப்புகளிடையே விரோதமும் வளர்க்கப்படுவதற்கு, இதைவிட உயர்ந்த சாதனத்தை கற்பனை செய்வது கடினம். தனித்து நிற்கும் ஸ்தாபனம் அதே 1906ல் தோன்றியதில் வியப்பில்லை.

இந்து மெஜாரிட்டி முஸ்லிம்களை அமுக்கிவிடாமல் இருப்பதற்காக தனிவோட்டுரிமையும் வகுப்புவாரி பிரதிநிதித்துவமும் அத்தியாவசியமாயிருந்ததென்று வாதிக்கப் படுகிறது. அதே காலத்தில் கூட்டு வோட்டுரிமை அடிப்படையில் நடந்த ஸ்தல ஸ்தாபன தேர்தல்கள் இந்த வாதத்தை பொய்ப்பிக்கின்றன. 1910-ல் வருஷத்தில், ஐக்கிய மாகாணத்தில், மொத்த ஜனத்தொகையில் ஏழில் ஒரு பகுதியே முஸ்லிம்களாயிருந்த போதிலும் கூட்டு வோட்டுரிமை அடிப்படையில், ஜில்லா போர்டுகளுக்கு 445 இந்துக்களும் 189 முஸ்லிம்களும் தேர்ந்தெடுக்கப்பட்டனர். முனிசிபாலிட்டிகளுக்கு 310 முஸ்லிம்களும் 562 இந்துக்களும் தேர்ந்தெடுக்கப்பட்டனர்.

வகுப்புவாரி பிரதிநிதித்துவத்துடன், முஸ்லிம்களுக்கு விசேஷ பிரதிநிதித்துவ சலுகைகள் அளிக்கப்பட்டதன்

மூலம் இந்து-முஸ்லிம் குரோதத்தை தூண்டிவிடுவதே ஏகாதிபத்திய நோக்கம் என்பது தெள்ளத் தெளிவாயிற்று. மிண்டோ-மார்லி சீர்திருத்தங்களின் பிரகாரம், குறைந்தபட்சம் மூவாயிரம் ரூபாய் வருஷ வருமானத்தின்மீது வருமானவரி செலுத்தும் முஸ்லிம்கள் வாக்காளர்களாக முடியும்; ஆனால் முஸ்லிம் அல்லாதவர்கள் குறைந்தபட்சம் 3 லட்சம் ரூபாய் வருஷ வருவாய் மீது வருமானவரி செலுத்தினால்தான் வோட்டராக முடியும். பி.ஏ. பரிட்சையில் தேறி மூன்று வருஷங்களாகிவிட்டால், முஸ்லிமுக்கு வோட்டுரிமை உண்டு. முஸ்லிம் அல்லாதவருக்கோ பி.ஏ. பரிட்சையில் தேறி முப்பது வருஷங்கள் கழிந்த பின்னரே, வோட்டர் ஜாப்தாவில் இடமுண்டு. பிரதிநிதித்துவத்தின் அளவிலும், இதைப்போலவே முஸ்லிம்களுக்கு சலுகை காண்பிக்கப் பட்டது. விசேஷ சலுகைகள் அளித்து, அந்த மைனாரிட்டியின் ஆதரவைப் பெறலாமென்பது அரசாங்கத்தின் நம்பிக்கை. மேலும், மெஜாரிட்டியின் கோபம் அரசாங்கத்தின்மீது பாய்வதற்குப் பதிலாக, மைனாரிட்டி மீது திரும்புமென்பது ஆளும் வர்க்கத்தின் கணக்கு.

பின்னர் வந்த அரசியல் சீர்திருத்தங்களில் இந்தத் தனி வோட்டுரிமை முறை வளர்ச்சியடைந்தது. விரிவடைந்தது; 1935-ம் வருஷ இந்தியா சட்டத்தில் உச்ச நிலையை எட்டியது. இதுதான் இப்பொழுது அமுலிலிருக்கும் சட்டம் (1946) இந்தச் சட்டத்தின் கீழ் மறைமுக தேர்தல் மூலம், புதிய அரசியலைத் தயாரிக்கும் அரசியல் நிர்ணயசபை அங்கத்தினர்கள் தேர்ந்தெடுக்கப்படப் போகின்றனர். 1935-ம் வருஷ சட்டப்படி, முஸ்லிம்களுக்கு மாத்திரம் தனி பிரதிநிதித்துவம் வழங்கப்படவில்லை; சீக்கியர்கள், ஆங்கிலோ இந்தியர்கள், இந்திய கிறிஸ்துவர்கள்"* தாழ்த்தப்பட்டோர் ஆகியோருக்கும் ஐரோப்பியர்கள்; நிலச்சுவான்தார்கள், வர்த்தகர்கள், ஆலை

* இந்திய கிறிஸ்துவத் தலைவர்கள் தனி வோட்டுரிமை முறையை வன்மையாகக் கண்டித்து வருகின்றனரென்பது குறிப்பிடத்தக்கது. இந்திய கிறிஸ்துவர் ஆவலைப் பூர்த்தி செய்வதற்கல்ல. தங்கள் காரியத்துக்காகவே, அரசாங்கம் அவர்களுக்கு தனி வோட்டுரிமை அளித்தது. 1938-ல் அகில இந்திய கிறிஸ்துவ மகாநாட்டில் தலைவர் டாக்டர் எச்.ஸி. முக்கர்ஜி. தன் தலைமை உரையில் கூறினார்:-

முதலாளிகள் முதலியோருக்கும் தனி வோட்டுரிமை வழங்கப்பட்டது. சமஷ்டி சட்டசபையில் 250 ஸ்தானங்களில், 82 ஸ்தானங்கள் (மூன்றிலொரு பகுதி) ஜனத்தொகையில் நாலிலொரு பகுதியினரான முஸ்லிம்களுக்கு ஒதுக்கிவைக்கப் பட்டது. ஜனத்தொகையின் பெரும்பான்மையோருக்கு பிரதிநிதித்துவம் வகிக்கும் "பொதுஸ்தானங்கள்" 105 ஆகக் குறைக்கப்பட்டது-அதாவது சட்டசபையில் ஐந்திலிரு பகுதி. இதிலும் 19 ஸ்தானங்கள் தாழ்த்தப்பட்ட வகுப்பினருக்கு ஒதுக்கிவைக்கப் பட்டது. ஏகாதிபத்தியம் ஜோடித்த தேர்தல் பித்தலாட்டம் எப்படி?*

"இதர வகுப்புகளுடன் நெருங்கிய தொடர்பு ஏற்படுத்திக்கொள்வதைத் தடுக்கிறதென்பது தனி வோட்டுரிமைக்கு எனது முக்கியமான ஆட்சேபணை. நமது ஆவல்களுக்கு எதிராக, நம்மீது திணிக்கப்பட்ட விசேஷ பிரதிநிதித்துவ முறைகளை நாம் நமது பழைய தலைவர்கள் காட்டிய வழியில் எதிர்த்து வந்திருக்கிறோம். . . . தேசத்தின் நற்பெயருக்கேற்பட்டிருக்கும் களங்கமான இந்தத் தனி வோட்டுரிமையை, அடுத்த சந்தர்ப்பத்திலேயே நீக்குவதற்கு தீவிர முயற்சிகளை ஒன்றுபட்டெடுக்கவேண்டுமென்று சகல வகுப்புகளின் தலைவர்களையும் நாம் மீண்டும் மீண்டும் வேண்டிக்கொள்வது விரும்பத்தக்கதென்று நான் நினைக்கிறேன்."

* முஸ்லிம் பகுதிக்கு, அதன் ஜனத்தொகையின் விகிதாச்சாரத்திற்கு அதிகமாக அளிக்கப்பட்டிருக்குமிந்த பிரதிநிதித்துவத்தை சரியென்று சாதிக்க ஒருவாதம் கூறப்படுகிறது. மைனாரிட்டியாயுள்ள வகுப்பின் நலன்களை பாதுகாக்க வேண்டுமென்ற தூய நோக்கத்தால் உந்தப்பட்டு இவ்வாறு தரப்பட்டதென்பதே அந்த வாதம். ஆனால் 1935ஆம் வருஷத்திய இந்திய சட்டப்படி வங்காள மாகாண சட்டசபையில் வகுப்புகளுக்கு அளிக்கப்பட்டிருக்கும் பிரதிநிதித்துவம் இந்த வாதத்தை பொய்ப்பிக்கிறது. இன்றைக்கு அமுலிலிருக்கும் எல்லைகளுக்குள்ளிட்ட வங்காளத்தில் மெஜாரிட்டியாயிருப்பது முஸ்லிம்கள்: 100க்கு 55 பேர் முஸ்லிம்கள்; 43 பேர் இந்துக்கள் ஏகாதிபத்தியம் கூறும் வாதப்படி இங்கு இந்துக்களுக்கு அதிக பிரதிநிதித்தும் அளிக்கப்பட்டிருக்கவேண்டும். ஆனால் சட்ட சபையில் முஸ்லிம்களுக்கே அதிக பிரதிநிதித்துவம். முஸ்லிம்களுக்கு 117 ஸ்தானங்கள்; இந்துக்கள் வோட் செய்யக்கூடிய பொது ஸ்தானங்கள் 78தான். (இதில்கூட 30 ஸ்தானங்கள் தாழ்த்தப்பட்ட வகுப்பினருக்கு ஒதுக்கி வைக்கப்பட் டுள்ளது. பொது ஸ்தானங்கள் 48தான்)

இந்தத் தேர்தல் கொள்கைக்கு ஒத்த முறையில் நிர்வாகத்துறை முழுவதும் ஏகாதிபத்தியம் நடந்துகொண்டது. இதன் விளைவாக, வகுப்பு விரோதத்துக்குத் தீவிரமான முறையில் தூபம் போடப்பட்டது.

ஏகாதிபத்திய சுரண்டல் ஆட்சி அமைப்பைப் பாதுகாப்பதற்காக ஊக்குவிக்கப்பட்டிருக்கும் இந்த வகுப்பு விரோதத்துக்குப் பின்னால், சமுதாய, பொருளாதாரப் பிரச்சினைகள் நிற்கின்றன. பதவிகளுக்காகவும் உத்தியோகங்களுக்காகவும் போட்டிபோடும் நடுத்தர வர்க்க வகுப்புவாதியைப் பொறுத்தவரையில், இதை வெட்ட வெளிச்சமாய் பார்க்கலாம். வகுப்புவாதம் பாமர மக்களை வசியப்படுத்துமிடங்களுக்கும் இதன் உண்மை பொருந்தும்.

ஜனத்தொகை விகிதாசாரப்படிப் பார்த்தால், இந்துக்களுக்கு 78 ஸ்தானங்களென்றால் முஸ்லிம்களுக்கு 99 ஸ்தானங்களே கிடைத்திருக்கும். ஆகவே மெஜாரிட்டியாயுள்ள மாகாணங்களிலும் முஸ்லிம்களுக்கு அதிக பிரதிநிதித்துவம் அளிக்கப்பட்டிருக்கிறது. ஆகவே மைனாரிட்டி பாதுகாப்பு பற்றி ஏகாதிபத்தியம் வடிக்கும் கண்ணீர் முதலைக் கண்ணீர்தான்.

1916-ல் காங்கிரஸும். லீகும் செய்துகொண்ட லக்ஷ்மணபுரி ஒப்பந்தத்தின் சிபார்சுகளைக் கொண்டு., மாண்டேக் - செல்ம்ஸ்போர்ட் ரிப்போட்டும் ஸைமன் ரிப்போர்டும் வகுப்புவாரி பிரதிநிதித்துவத்தை நியாயமென்று நிலைநாட்டப் பார்க்கிறது. இதையும் மேற்கண்ட உதாரணத்தைக்கொண்டு பொய்ப்பிக்கலாம். மிண்டோ பிரபுவும் மார்லி பிரபுவும் கிளப்பிவிட்ட வகுப்புவாரி பிரதிநிதித்துவ முறையை தவிர்க்க முடியாதென ஒப்புக்கொண்டதின் மூலம் லக்ஷ்மணபுரி ஒப்பந்தம் பெருந்தவறை இழைத்தது. எனினும், அந்த ஒப்பந்தமாவது மைனாரிட்டிக்கு விசேஷ பிரதிநிதித்துவம் கோரியது. அதாவது, எந்த வகுப்பு மைனாரிட்டியாயிருக்கிறதோ அதற்கு விசேஷ பிரதிநிதித்துவம் அளிக்க வேண்டுமென்றது. முஸ்லிம்கள் மைனாரிட்டியாயுள்ள மாகாணங்களில் அவர்களுக்கு அதிக பிரதிநிதித்துவம் கிடைக்கும். ஆனால் முஸ்லிம்கள் மெஜாரிட்டியாயுள்ள மாகாணங்களில் (உதாரணம் வங்காளம்) அவர்களுக்கு குறைந்த பிரதிநிதித்துவம் கிடைக்கும். எனினும் லக்ஷ்மணபுரி ஒப்பந்தத்தின் பாதையை பின்பற்றுவதாக பசப்பிக்கொண்டு, ஏகாதிபத்திய அதிகாரிகள்

வங்காளத்திலும், பாஞ்சாலத்திலும் பணம் படைத்த நிலச்சுவான்தாரி, வியாபார, லேவாதேவி நலன்களில் இந்துக்களிருக்கின்றனர். (எல்லா இந்துக்களும் பண மூட்டைகளென்று இதன் அர்த்தமல்ல; பணமூட் டைகளில் பலர் இந்துக்கள். இந்துக்களில் பெருவாரியானவர்களும் ஏழைகளே). மாகாணங்களில், அநேகமாக, முஸ்லிம்கள் ஏழை விவசாயிகளாகவும் கடன்காரர்களாகவுமிருக்கின்றனர். அப்படியில்லாவிட்டால் பெரிய முஸ்லிம் நிலப்பிரபுக்களின் சுரண்டலுக்கு இந்து விவசாயிகள் உட்பட்டிருக்கிறார்கள். ஆகவே, மீண்டும் மீண்டும் "வகுப்புவாதப் போராட்டம்" என்று வர்ணிக்கப்பட்டு பிரசுரிக்கப்படும் போராட்டம் உண்மையிலேயே, இந்து நிலச்சுவான்தார்களை எதிர்த்து முஸ்லிம் விவசாயிகள் நடத்தும் போராட்டமாக அல்லது இறக்குமதி செய்யப்பட்ட பட்டாணிய கருங்காலிகளை எதிர்த்து இந்து தொழிலாளர்கள் நடத்தும் போராட்டமாக இருக்கும். தொழிலாளர்கள் முன்னேறிக்கொண்டிருக்கும் தருணத்தில், யாருக்கும் தெரியாத தீவட்டிக்காரர்கள் கரங்களால் வகுப்பு கலவரங்கள் தூண்டிவிடப்படுவதும், அதைத் தொடர்ந்து போலீஸ் துப்பாக்கி பிரயோகம் செய்து படுகொலை தர்பார் நடத்துவதும் கூட விசேஷ முக்கியத்துவம் வாய்ந்தது. மகத்தான ஸ்ட்ரைக் இயக்கத்தைத் தொடர்ந்து, 1929-ல் பம்பாயிலும், 1938ம் வருஷத்தின் மகத்தான வெற்றிக்குப்பின் 1939-ல் கான்பூரிலும், இந்த நிகழ்ச்சியைக் கண்டோம். தொழிலாளர்களின் ஒற்றுமையைக் குலைப்பதற்கு பிற்போக்காளர்கள் வகுப்புக் கலவரத்தை தூண்டிவிடுவது

ஒவ்வொரு இடத்திலும், முஸ்லிம்களுக்கு அதிக பிரதிநிதித்துவம் அளித்தார்கள். அவர்கள் மைனாரிட்டியாயிருந்தாலும் சரி, மெஜாரிட்டியாயிருந்தாலும் சரி, அதிகப்படியான பிரதிநிதித்துவம் தந்தார்கள். இதன் மூலம் தங்கள் உண்மையான நோக்கம் மைனாரிட்டிகளை பாதுகாப்பதல்லவென்பதை வெளிப்படுத்தினார்கள். தான்தோன்றித்தனமான பட்சபாதம் மூலமாக, ஒரு ஜனப்பகுதியையும் இன்னொரு ஜனப்பகுதியையும் முட்டி மோதவிட்டு ஜனங்களை பிளவுபடுத்துவதே ஏகாதிபத்தியத்தின் யதார்த்த நோக்கமென்பது அம்பலப்படுத்தப்பட்டது.

பகிரங்க ரகசியம். வகுப்புக் கலவரத்தின் சமூக, பொருளாதார நோக்கம் வெளிப்படையான விஷயம்.*

இந்தியாவில், இந்து பொதுமக்களுடைய லட்சியங்களும் முஸ்லிம் பொதுமக்களுடைய லட்சியங்களும் வெவ்வேறா யில்லை, வெவ்வேறாயிருக்கவும் முடியாது. முஸ்லிம் ஏழ்மையென்றோ, முஸ்லிம் அடிமைத்தனமென்றோ பிரத்தியேகமானதொன்றுமில்லை. அதைப்போலவே, இந்து வறுமையென்றோ, இந்து அடிமைத்தனமென்றோ, தனிப்பட்டதாகவொன்றுமில்லை. நூறாயிரக்கணக்கான இந்திய கிராமங்களில் மிகப் பெருவாரியான இந்துக்களும் முஸ்லிம்களும், ஒரே நிலச்சுவான்தாரியின் சுமைகளின் கீழ், ஒரே லேவாதேவிக் காரர்களின் கொடுமைகளுக்குட்பட்டு, ஒரே ஏகாதிபத்திய பேய்ச் சுரண்டலின்கீழ் வாழ்கிறார்கள். இந்த நிலச்சுவான்தாரி - லேவாதேவி - ஏகாதிபத்திய

* வகுப்புக் கலவரங்களுக்கு அதிகாரிகள் உடந்தையாயிருப்பதை 1931ம் வருஷத்திய **கான்பூர் கலக விசாரணைக் கமிட்டி** அங்கீகரிக்க வேண்டியிருந்தது.

"கலவரக் காலத்தில் நிகழ்ந்த பல்வேறு சம்பவங்களை சமாளிப்பதில் போலீஸ் அசிரத்தை காட்டியதென்பதிலும், ஒன்றும் செய்யாமலிருந்த தென்பதிலும், சகல சாட்சியங்களும் ஒருமனப்பட்ட அபிப்பிராயத்தை தெரிவித்தன. ஐரோப்பிய வியாபாரிகளும், பல்வேறு அபிப்பிராயங்களை உடைய இந்துக்களும் முஸ்லிம்களும், ராணுவ அதிகாரிகளும், இந்திய கிறிஸ்துவ சமூகத்தின் பிரதிநிதிகளும் ஏன் இந்திய அதிகாரிகளும்கூட, இந்த அபிப்பிராயத்தை ஒருமுகமாகத் தெரிவித்தனர். இத்தகைய ஏகமனதான சாட்சியத்தை புறக்கணித்துவிட முடியாது. . . கலவரத்தின் முதல் மூன்று நாட்களில் போலீஸ் அவர்களிடம் எதிர்பார்க்கப்பட்ட கடமையைச் செய்யத் தவறினார்களென்பதில் எங்களுக்குச் சந்தேகமில்லை. போலீஸ் கண்ணெதிரேயே மோசமான குற்றங்கள் புரியப்பட்டும் போலீஸ் தீவிர சிரத்தை எடுக்காம லிருந்ததைப் பற்றிய பல உதாரணங்களை பல சாட்சிகள் கூறினார்கள்... அந்த நேரத்திலேயே, போலீஸ் அசிரத்தையாயிருப்பது பற்றியும், நடவடிக்கை எடுக்காமலிருப்பது பற்றியும் புகார்கள் செய்யப் பட்டனவென்று, பல சாட்சிகள் கூறினார்கள்; ஜில்லா மாஜிஸ்ட்ரேட் கூட தன் சாட்சியத்தில் அதை ஒத்துக் கொண்டிருக்கிறார். இந்த புகார்களைப்பற்றி அக்கறை காட்டப்படாதது வருந்தத்தக்கது."

(கான்பூர் கலவரங்களைப் பற்றிய ரிப்போர்ட், 1931)

பேயாதிக்கத்தைப் பாதுகாப்பதே இந்து - முஸ்லிம் பிரிவினைகளைத் தூண்டிவிடுவதின் நோக்கம்.

சமுதாய, பொருளாதார வளர்ச்சியின் மூலமே, வகுப்பு பிரச்சினையை இறுதியாக பைசல் செய்யமுடியும். தொழிற் சங்கங்களிலும், கிஸான் சபைகளிலும், இந்துக்களும் முஸ்லிம்களும் ஜாதிமத வித்தியாசத்தைப் பாராமல், (தனி வோட்டுரிமை தேவையென்ற எண்ணமில்லாமல்) ஒன்றுபடுகிறார்கள். வர்க்க ஒற்றுமையின் பொதுவான பிணைப்புகள் பொதுவான, சமூக பொருளாதார தேவைகளின் பிணைப்புகள் இயற்கைக்கு விரோதமான, ஜாதித்தடைகளையும் வகுப்புத் தடைகளையும் நிர்மூலம் செய்கின்றன. வகுப்பு பிரச்சினைக்கு இறுதியான பரிகாரத்தைக் கொண்டுவரும் நிர்ணயமான பாதை இதுவே. பாமர மக்களின் நலன்களை அடிப்படையாகக்கொண்ட பொதுஜன இயக்கத்தின் வளர்ச்சியின் மூலமே ஜனநாயக இயக்கத்தின் வளர்ச்சியின் மூலமே, வகுப்பு குரோதங்களை பூரணமாகவும் இறுதியாகவும் ஒழித்துக் கட்டமுடியும்.

மதத்தின் அடிப்படையில், இந்திய மக்களை "இருதேசிய சமூகங்களாகப் பிரிக்கும் இயற்கைக்கு விரோதமான முயற்சி, யதார்த்தத்தில், பிற்போக்கானதாகும்; ஜனநாயக சுதந்திரத்தின் நலன்களுக்கு முரண்பட்டதாகும். 1931-ல், கராச்சியில் கூடிய காங்கிரஸ் மகாசபை பிரகடனப்படுத்திய ஜீவாதார உரிமைகளின் சாசன ஜாதி, மத, வித்தியாசம் பாராத, ஆண் பெண் பேதம் பாராட்டாத, சமத்துவ ஜனநாயக பிரஜா உரிமையை அஸ்திவாரமாகக் கொண்டிருக்கிறது; மனசாட்சி சுதந்திரத்தை ஏற்றுக்கொண்டிருப்பதுடன். மைனாரிட்டிகளுக்கு கலாச்சார பாதுகாப்பு அளிப்பதாக உத்தரவாதம் செய்கிறது. இதில் பிழையில்லை.

ஆனால், அதே சமயத்தில், பரிபூரணமான ஜனநாயக பைசல் செய்வதற்கு, புதியதாக எழுந்துகொண்டிருக்கும் தேசிய இன சுய நிர்ணய பிரச்சினைகளை கவனத்தில் கொள்ள்வேண்டும். சமீப காலத்தில் இவை இந்து-முஸ்லிம் பிரச்சினையுடன் பின்னி சிக்கலடைந்துவிட்டன. சமீப காலத்தில் முஸ்லிம் லீக் பொதுஜன ஸ்தாபனமாக

வளர்ச்சியடைந்திருப்பதிலும், அதன் கோரிக்கையான பாகிஸ்தானுக்கு கிடைத்த ஆதரவிலும், தேசிய இன பிரச்சினைகள் பிரதிபலிக்கின்றன. சமீப வருஷங்களில், காங்கிரஸ்-லீக் உறவுகளைப் பற்றிய பிரச்சினைகள் மேன்மேலும் அதிகமாக முன்னணிக்கு வருகின்றன. இந்தப் பிரச்சினைகளை அவசரமாகப் பைசல் செய்யவேண்டும். ஏனெனில், 1946-ம் வருஷத்தில் பிரிட்டிஷ் மந்திரிசபை தூதுகோஷ்டியின் சம்பாஷணைகள் காட்டியதைப் போல், சமீப காலத்தில், இந்தக் காங்கிரஸ்-லீக் பேதம் ஏகாதிபத்தியக் கொள்கையின் பிரதான நெம்பு மையமாகிவிட்டது. இந்தக் பிரச்சினைக்கு பரிகாரம் தேடுவதற்கு, இந்து - முஸ்லிம் ஒற்றுமை என்ற பொதுப்படையான லட்சியம் மாத்திரம், வகுப்பு விரோதங்களுக்கு முற்றுப்புள்ளி வைக்கவேண்டுமென்ற பொதுவான நோக்கம் மாத்திரம் போதாது. புத்தம்புதிதாக எழுந்திருக்கும் விசேஷமான அரசியல் பிரச்சினைகளையும் பரிசீலனை செய்து பைசல் காணவேண்டும்.

3. பாகிஸ்தானும் தேசிய இனப்பிரச்சினையும்

பாகிஸ்தான், தேசிய இனங்களின் எழுச்சி. காங்கிரஸ்-லீக் ஒற்றுமை ஆகிய சமீப காலத்திய பிரச்சினைகளுக்கு வருவதற்குமுன், முஸ்லீம்-லீக் வளர்ச்சியின் பகைப்புலனையும் காங்கிரஸ்-லீக் உறவுகளின் வரலாற்றையும் சுருக்கமாகப் பரிசீலனை செய்வது அத்தியாவசியம்.

1906, டிசம்பரில் முஸ்லிம் லீக் ஸ்தாபிக்கப்பட்டது. தேசிய காங்கிரஸை முதலில் ஸ்தாபிப்பதில், பிரிட்டிஷ் அதிகார வர்க்கத்தின் கொள்கை பெரும் பங்கெடுத்ததைப் போல, முஸ்லிம் லீக் ஸ்தாபிப்பதிலும் பிரிட்டிஷ் ஆளும் வர்க்கத்தின் கொள்கை பெரும் பங்கெடுத்தது. வகுப்புவாரி, பிரதிநிதித்துவ முறையை ஸ்தாபிப்பதுடன் முஸ்லிம்களுக்கு ஒரு தனிப்பட்ட வகுப்புவாத அரசியல் ஸ்தாபனம் தோன்றுவதன்மூலம், தேசிய, இயக்கம் பிளவுபடுமென்றும் காங்கிஸுடைய வளர்ச்சி பலவீனப்படுமென்றும் பிரிட்டிஷ் சதிகார வட்டாரங்கள் நம்பின. வைஸ்ராயாயிருந்த மிண்டோ பிரபுவுக்கு, ஒரு பிரிட்டிஷ் அதிகாரி, லீக் ஸ்தாபிதத்தை பற்றிக் கீழ்க்கண்டவாறு "ரிப்போர்ட்" செய்தார்.

'ஒரு பெரிய, மிகப் பெரிய மகத்தான விஷயம் இன்றைய தினம் நிகழ்ந்திருக்கிறதென்று மேன்மை தங்கிய உங்களுக்கு தெரியப்படுத்தவேண்டும். இந்தியாவையும், இந்திய சரித்திரத்தையும் பல வருஷகாலம் பாதிக்கக்கூடிய ராஜதந்திர சாதனை அது. ராஜத்துவேஷ எதிர்ப்பில் (காங்கிரஸ்) சேராமல், 6 கோடி 20 லட்சம் மக்களை (முஸ்லிம்கள்) இழுத்துவிடும் பணியே அது."

இதை மேற்கோள் காட்டிவிட்டு, பிரிட்டிஷ் அரசாங்கமும் இதே அபிப்பிராயத்தைக் கொண்டிருக்கிறதென்று **மிண்டோ சீமாட்டி** கூறுகிறார்.

முதல் வருஷங்களில், முஸ்லிம் லீக் ஒரு குறுகிய வகுப்புவாத ஸ்தாபனமாகயிருந்தது. மேல்தர முஸ்லிம் நிலச்சுவான்தார்கள் மாத்திரமே கவர்ச்சிக்கப்பட்டனர். ஆனால், காங்கிரஸைப் போலவே, முஸ்லிம் லீக்குக்குள்ளும், தேசிய ஏகாதிபத்திய எதிர்ப்பு உணர்ச்சி பரவத் தொடங்கியது. "சாம்ராஜ்யத்துக்குள் சுயாட்சி" பெறுவதை முஸ்லிம் லீக் தன் லட்சியமாக 1913க்குள்ளாகவே பிரகடனப்படுத்தியது. இதற்காக, "இதர வகுப்புகளுடன் ஒத்துழைப்பது" என்று முடிவு செய்தது. காங்கிரஸ்-லீக் பேச்சு வார்த்தைகள் தொடங்கின. 1916ல், காங்கிரஸ்-லீக் ஒப்பந்தம் லஷ்மணபுரியில் கையொப்பமாயிற்று. தனிவோட்டுரிமையை இந்த ஒப்பந்தம் ஏற்றுக்கொண்டது. அதே சமயத்தில் டொமீனியன் அந்தஸ்து என்ற பொதுவான லட்சியத்தை அடைய இரு ஸ்தாபனங்களும் பிரயத்தனப்படப் போவதாக ஒப்பந்தம் கூறியது.

காங்கிரஸும் லீகும் லக்ஷ்மணபுரியில் மகாநாடு கூடின. காங்கிரஸ் மகாநாட்டில் திலகர் கூறினார்:-

"கனவான்களே, இந்துக்களாகிய நாம் நமது முகம்மதிய சகோதரர்களுக்கு அமிதமாக விட்டுக்கொடுத்து விட்டதாக சொல்லப்படுகிறது. நாம் அதிகமாக விட்டுக்கொடுத்து விடவில்லை என்று நான் கூறும்பொழுது, அகில இந்தியாவிலுமுள்ள இந்து வகுப்பின் அபிப்பிராயத்தை பிரநிதித்துவப்படுத்துகிறேன் என்பது நிச்சயம். . . நாம் ஒரு மூன்றாவது கட்சியுடன் சண்டைபோட வேண்டிய சமயத்தில், வர்ணத்திலும், மதத்திலும், அரசியல் கோட்பாட்டின் சகலவிதமான அம்சங்களிலும் ஒன்றுபட்டு

இந்த மேடைமீது ஐக்கியமாக நிற்பது ஒரு மிகப் பெரிய விஷயமாகும். மிகவும் முக்கியமான சம்பவமாகும்.

அதைப் போலவே, காங்கிரஸ்-லீக் ஒற்றுமைக்கு பிரதானமான பணியாற்றிய லீக் தலைவர் மகமதலி ஜின்னா லீக் மகாநாட்டில் தலைமை வகித்துக் கூறினார்:-

"என் வாழ்நாட்கள் முழுவதும் நான் ஒரு உறுதியான காங்கிரஸ்வாதியாய் இருந்திருக்கிறேன். பிரிவினை கோஷங்களை நான் என்றுமே ஆதரித்ததில்லை. இந்த மகத்தான வகுப்பு ஸ்தாபனம் (முஸ்லிம்லீக்) ஐக்கிய இந்தியாவுக்காகப் பாடுபடும் மகத்தான சக்தியாக துரிதமாக வளர்ந்து கொண்டிருப்பதைப் பார்க்குங்கால், முஸல்மான்கள் பிரிவினைக்காரர்களென்று கூறப்படும் தூஷணை மிகவும் அற்பத்தனமானதாகவும் பரிகசிக்கத்தக்கதாகவும் எனக்குத் தோன்றுகிறது."

முதல் உலக யுத்தத்தைத் தொடர்ந்த சண்டமாருதப் பேரெழுச்சியில், இந்து-முஸ்லிம் ஒற்றுமையின் பிணைப்புகள் உறுதியடைந்தன. காந்தி தலைமையிலிருந்த காங்கிரஸும், தீவிரப் போராட்ட போதம்கொண்ட முஸ்லிம் தலைவர்களின் கிலாபத் கமிட்டியும் (அலி சகோதரர்கள் இதன் தலைவர்கள்) ஒன்றுபட்டு, சுயராஜ்ய லட்சியத்துக்காக, அரசாங்கத்தை எதிர்த்து, ஒரு ஐக்கிய முன்னணிப் போராட்டத்தை வளர்த்தனர். இந்து-முஸ்லிம் ஒற்றுமையை உற்சாகத்துடன் வாழ்த்தும் ஜனத்திரள்கள் தெருக்களில் ஆர்ப்பாட்டம் செய்தன. "என்றுமே கண்டிராத முறையில், இந்துக்களும் முஸ்லிம்களும் சகோதர உறவு பூண்டனர்... அசாதாரணமான சகோதர சௌஜன்யம்" என்று 1919ம் வருஷத்திய அரசாங்க ரிப்போர்ட்டே குறிப்பிட வேண்டியிருந்தது.

இந்தத் தேசியப் பேரெழுச்சிக் கட்டத்தில், முஸ்லிம் தலைவர்களும் முஸ்லிம் மக்களும், காங்கிரஸுடன், தங்கள் போர்க்குணத்தை ருசுப்பித்தனர். முஸ்லிம் தலைவர்களான அலி சகோதரர்களும் **ஹுஸேன் அகமத்மதனி***யும் ராணுவத்திலேயே தைரியமாக ராஜத்துவேஷ பிரச்சாரம்

* ஹுசேன் அஹமத் மதனி-தேசிய முஸ்லிம் ஸ்தாபனமாகிய **ஜமயத்-உல்-உலேமா-ஹிந்த்**தின் தலைவராக விளங்குகிறார்.

செய்தார்கள். அதற்காக, 6 வருஷ சிறைவாச தண்டனை பெற்றார்கள். நிலச்சுவான்தாரி-ஏகாதிபத்தியக் கொடுமையை எதிர்த்து, தாங்களாகவே எழுந்த மலையாள மாப்பிள்ளை மார்கள் (விவசாயிகள்) அச்சமில்லாமல் போராடினார்கள். அதிசயிக்கத்தக்க வீரத்தையும், பிரமிக்கத்தக்க போராட்ட திறமையையும், தியாக சக்தியையும், அவர்கள் காண்பித்தார்கள்.

சுயராஜ்யம் என்ற லட்சியத்தை பரிபூரண விடுதலையென்று விளக்க வேண்டுமென கிலாபத் தலைவர்களே முதன் முதலில் கோரினார்கள். 1921-ல் அஹமதாபாத் காங்கிரஸில், **மௌலானா ஹஸரத்மோஹனி*** இந்தக் கோரிக்கையை எழுப்பினார். "இந்தக் கோரிக்கை என்னை விசனத்திலாழ்த்தி விட்டது; ஏனென்றால் அது பொறுப்பற்ற தன்மையைக் காண்பிக்கிறது" என்று கூறி காந்தி அதை எதிர்த்தாரென்பது கவனிக்கத்தக்கது.

அதைப்போலவே, 1919லேயே அமிருதசரஸில் கூடிய முஸ்லிம் லீக் மகாநாடு, முஸ்லிம்களை ராணுவத்தில் சேரக்கூடாதென்று அறைகூவும் தீர்மானத்தை நிறைவேற்றியது.

1922 ஜூனில், கிலாபத்தும் ஜமயத் உல் உலேமாவும் லக்ஷ்மணபுரியில் நடத்திய கூட்டு மகாநாட்டில், "காங்கிரஸ் லட்சியத்தில்" சுயராஜ்யம் என்ற பதத்துக்கு பதிலாக "பரிபூரண சுதந்திரம்" என்ற பதத்தை இனி உபயோகிப்பது, இந்தியாவின் சிறந்த நலன்களுக்கும் முஸ்லிம்களின் சிறந்த நலன்களுக்கும் தேவையாகும்" என்று தீர்மானிக்கப்பட்டது.

துரதிஷ்டவசமாக, அந்தக் காலத்தில், காங்கிரஸ் தலைமை இந்த யோசனையை எதிர்த்தது. "காங்கிரஸ் சட்டதிட்டத்தில் அடிப்படையான மாறுதலை" கொண்டுவருகிற தென்று காரணம் காட்டி எதிர்த்தது.

காங்கிரஸ்-கிலாபத் போராட்டத்தில் உருவான ஒற்றுமை பாதுகாக்கப்படவில்லை. காந்தி தலைமையில், காங்கிரஸ், போராட்டத்தை திடுதிப்பென்று வாபஸ் வாங்கியதால் பிளவு ஏற்பட்டது. 1922 பிப்ரவரியில், காந்தி ஒத்துழையாமை இயக்கத்தை வாபஸ் வாங்கியபோது,

* **மௌலானா மோஹனி:** முஸ்லிம் லீகில் சேவை செய்கிறார். முற்போக்கான லீக் தலைவர் அவர் (மொ-ர்).

போராட்டம் கைவிடப்படுவதை சகல கிலாபத் தலைவர்களும் கண்டித்தனர்.

அதன் பின்னர் வந்த தோல்வி மனப்பான்மைக் கட்டத்தில், காங்கிரஸ்-லீக் பிரிவினையும் இந்து-முஸ்லிம் விரோதமும் மீண்டும் ஏற்படுவதற்கு பாதை செப்பனிடப்பட்டது. இந்தச் சாதகமான நிலைமையை, ஏகாதிபத்தியவாதிகள் முழுக்க முழுக்க பயன்படுத்திக்கொண்டார்கள். பிந்திய வருஷங்களில், ஐக்கிய சுதந்திரப் போராட்டத்துக்கு பதிலாக, மாபெரும் வகுப்புவாத பிற்போக்காளர்கள் முன்னணிக்கு வந்தனர். முஸ்லிம் லீகுக்கு எதிராக, அகில இந்திய ரீதியில், லஜபத்ராய் தலைமையில், இந்து மகாசபை ஸ்தாபிக்கப்பட்டது. தேசிய காங்கிரஸும் முஸ்லிம் லீகும், 1927-ல் ஸைமன் கமிஷனை பகிஷ்கரிப்பதில் ஒன்றுபட்டன. எனினும், 1928-ம் வருஷத்திய சர்வகட்சி மகாநாட்டில், காங்கிரஸ்-லீக் உடன்பாட்டுக்காக எடுக்கப்பட்ட முயற்சிகள் பலிதமாகவில்லை.

ஆக, 1935-ம் வருஷ இந்திய சட்டத்தின் கீழ், ஓரளவு விரிவான வோட்டுரிமை மூலம் தேர்ந்தெடுக்கப்படும் மாகாண சட்டசபைகளுக்கு 1937-ல் தேர்தல் வந்தபோது, காங்கிரஸும் லீகும் முழுக்க முழுக்க ஒன்றையொன்று எதிர்த்து நின்றன. பொது ஸ்தானங்களில், காங்கிரஸ் மிகப் பெரும்பான்மையான ஸ்தானங்களை கைப்பற்றியது. சகல மாகாண சட்டசபைகளுடைய மொத்த ஸ்தானங்களில் கிட்டத்தட்ட பாதியை (1585 ஸ்தானங்களில் 715) காங்கிரஸ் பெற்றது. ஆனால், முஸ்லிம் ஸ்தானங்களில் அதற்கு சொற்ப வெற்றியே கிடைத்தது; 482 முஸ்லிம் ஸ்தானங்களில், காங்கிரஸ் 58 ஸ்தானங்களுக்குத்தான் போட்டியிட்டது. இதில் 26-ல்தான் வெற்றியடைந்தது. (எல்லைப்புற மாகாணத்தில் 15; மீதி 11 ஸ்தானங்களே தேசம் முழுவதும்). மறுபுறத்தில், முஸ்லிம் கோஷ்டிகளிடையேயிருந்த வித்தியாசங்களின் காரணமாக, முஸ்லிம் லீகும் சொற்ப வெற்றியே பெற்றது. மொத்த முஸ்லிம் வோட்டுகளில், லீகுக்கு 4.6 சதவீதமே கிடைத்தது. (மொத்த முஸ்லிம் வோட்டுகள் 73,19,445; லீக் வோட்டுகள் 3,21,782).

1937 தேர்தலைத் தொடர்ந்து, மாகாண மந்திரி சபைகளைப் பற்றி ஒரு உடன்பாட்டுக்கு வருவதற்காக,

முஸ்லிம் தலைமை காங்கிரஸ் தலைமையை அணுகியது. எனினும், முஸ்லிம் லீகின் யோசனையை நிராகரிப்பதற்கும், இந்திய தேசம் முழுவதற்கும் பிரதிநிதித்துவம் வகிக்க உரிமை கொண்டாடுவதற்கும் காங்கிரஸ் தனக்கு பலமிருப்பதாக எண்ணியது. 1937 ஜனவரியில், ஜின்னாவுக்கு எழுதிய கடிதத்தில், நேரு கூறினார்:-

"இறுதியான பரிசீலனையில், இந்தியாவில் இரண்டே இரண்டு சக்திகள்தான் இருக்கின்றன-பிரிட்டிஷ் ஏகாதிபத்தியம்; இந்திய தேசியத்தை பிரதிநிதித்துவப்படுத்தும் காங்கிரஸ்.... முஸ்லிம் லீக் ஒரு முஸ்லிம் கோஷ்டியை பிரதிநிதித்துவப் படுத்துகிறது. அவர்கள் மதிப்புக்கு பாத்திரமானவர் களென்பதில் ஐயமில்லை; ஆனால் மத்திய மத்தியதர வர்க்கங்களின் உயர்ந்த பகுதிகளிடையே செயலாற்றுபவர்கள். முஸ்லிம் பாமர மக்களுடன் தொடர்பில்லாதவர்கள்; முஸ்லிம் நடுத்தரவர்க்கத்தினரின் ஏழைப்பகுதிகளுடன் கூட அவர்கள் தொடர்பு ரொம்ப கொஞ்சம்தான்."

இந்தக் கட்டத்திலிருந்து, காங்கிரஸ்-லீக் மோதுதல் தீவிரமாகி முற்றியது. ஜின்னாவின் சாமர்த்தியமான தலைமையின்கீழ், முஸ்லிம் லீக் தன் ஸ்தாபனத்தை பலப்படுத்திக்கொள்வதில் முனைந்தது; முஸ்லிம் பாமர மக்களிடம் தனக்கு ஆதரவளிக்கும் அடிப்படையை விஸ்தரிப்பதிலும், வெவ்வேறு முஸ்லிம் கோஷ்டிகளையும் ஸ்தாபனங்களையும் ஒன்றுபடுத்தி, இந்திய முஸ்லிம்களின் பிரதான ஸ்தாபனமாக முஸ்லிம் லீகை வளர்ப்பதிலும் முனைந்தது. இந்தக் கொள்கை வெற்றியடையாமல் போகவில்லை. 1937-45-ல், முஸ்லிம் லீக் முஸ்லிம்களிடம் மேன்மேலும் அதிகமாகும் ஆதரவைப் பெற்றது. இந்தக் காலகட்டத்தில் முஸ்லிம் லீகின் பலத்திலும் அரசியல் ஸ்தாபனத்திலும் தீர்மானமான மாறுதல் ஏற்பட்டது. 1927-ல் முஸ்லிம் லீகில் 1,330 அங்கத்தினர்களேயிருந்தனர். 1938-ல் நூறாயிரக்கணக்கான அங்கத்தினர்களிருப்பதாக லீக் கூறியது. 1944-ல், ஏறத்தாழ 20 லட்சம் அங்கத்தினர் களிருப்பதாக அதிகாரபூர்வமாக கூறப்பட்டது. 1946-ம் வருஷத்திய தேர்தல்கள், இந்த மாறுதலைப் பிரதிபலித்தன. மத்திய சட்டசபையிலும், மாகாண சட்டசபைகளிலும், 533

முஸ்லிம் ஸ்தானங்களில் முஸ்லிம் லீக் 460 ஸ்தானங்களில் வெற்றியடைந்தது. இந்தக் காலத்தில் (1937-46) இந்திய முஸ்லிம்களின் பிரதான அரசியல் ஸ்தாபனமாக முஸ்லிம் லீக் ஸ்தாபித்துக்கொண்டுவிட்டதென்பதில் சந்தேகம் இல்லை.

இந்தக் காலத்தில் முஸ்லிம் லீகுக்கு ஏற்பட்ட அபரிமிதமான பொது ஜன ஆதரவின் காரணங்கள் என்ன? பல காரணங்களைக் காணலாம்.

முதலாவதாக, கடந்த பத்து வருஷ காலத்திய அரசியல் கொந்தளிப்பில், புதிய ஜனப்பகுதிகள், இதற்குமுன் பிற்போக்காயிருந்த பகுதிகள் உள்ளிட்டு புதிய ஜனப் பகுதிகள், சர்வசாமானியமான அரசியல் போதம் பெற்றன. இந்தக் காலத்தில், காங்கிரஸ், முஸ்லிம் லீக் இரண்டும் துரிதமாய் வளர்ச்சியடைந்தன. 1935-36க்கும் 1938-39க்கு மிடையே, காங்கிரஸ் அங்கத்தினர் தொகை ஒன்பது மடங்கு அதிகரித்தது. 1938-39-ல், காங்கிரஸில் 44 லட்சம் அங்கத்தினர் களிருந்தனர். ஆனால், இதில் சொற்ப விகிதாச்சாரமே முஸ்லிம்கள். 1938 ஜனவரியில், காங்கிரஸ் அங்கத்தினர் களாயிருந்த 31 லட்சம் பேரில் ஒரு லட்சம் பேரே (3.2 சதவீதம்) முஸ்லிம்களென்று நேரு விடுத்த அறிக்கை கூறியது. புதிதாக விழிப்படைந்த முஸ்லிம்களில் மிகப் பெருவாரியானவர்கள் முஸ்லிம் லீகை தங்கள் அரசியல் ஸ்தாபனமாக ஆதரித்தனர்.

இரண்டாவதாக, முஸ்லிம் லீகுக்குள்ளேயே, ஒரு இளையபகுதி, தீவிரமான பகுதி வளர்ந்தது. மேலிடத்திலுள்ள பழைய பிற்போக்கான தலைமையின் எதிர்ப்புக்கெதிராக, ஒரு ஜனநாயகத் திட்டத்தை அந்தப் பகுதி வற்புறுத்தியது. பாஞ்சாலம், வங்காளம் ஆகிய மாகாணங்களிலும் சில ஜில்லாக்களிலும் இந்த இளைய பகுதிகள் சமூக, பொருளாதார, பொதுஜன பிரச்சினைகளையொட்டி தீவிரமாக இயக்கம் நடத்தின. ஏழை முஸ்லிம்களின் ஆதரவைப் பெற்றன. இந்தக் கொள்கையின் வெற்றியை, 1946-ம் வருஷத்திய பாஞ்சால தேர்தல்கள் நிதரிசனப்படுத்தியன. இதற்கு முன் ஆதிக்கம் வகித்த யூனியனிஸ்ட் கட்சி முஸ்லிம் லீக் தாக்குதலுக்கு முன்னால் அழிந்தது.

மூன்றாவதாக, முஸ்லிம் லீகுக்கு ஏற்பட்ட வளர்ச்சியும், காங்கிரசுக்கு முஸ்லிம்களிடம் கிடைத்த சொற்ப ஆதரவும், காங்கிரஸ் கண்ணோட்டத்திலிருந்த சில அரசியல், ஸ்தாபன குறைபாடுகளை பிரதிபலித்ததென்பதில் சந்தேகமில்லை. இந்துக்களையும் முஸ்லிம்களையும், மதபேதம் பாராது, ஒன்றுபடுத்துவதே காங்கிரஸின் பூர்வ நோக்கமாயிருந்தது. ஆனால் நடைமுறையில், அங்கத்தினர் தொகையின் வீதாச்சாரத்தில், இந்த நோக்கம் நிறைவேறவேயில்லை. போராட்டத்தின் உச்சநிலையில், ஒத்துழையாமை இயக்கம் 1922ல் கைவிடப்பட்டதால் காங்கிரஸ்-கிலாபத் கூட்டணி ஒன்றுதிரட்டிய ஒற்றுமைக்கு எப்படி உலைவைக்கப் பட்டதென்று முன்னரே பார்த்தோம். மாகாணங்களில் காங்கிரஸ் பதவியேற்றபோது, ஒன்றுபட வேண்டுமென்ற லீக் யோசனையை காங்கிரஸ் நிராகரித்தது. லீகின் பலத்தை குறைவாக மதிப்பட்டதே இதற்குக் காரணம். பின்னால், லீக் காங்கிரஸ்-எதிர்ப்புக் கிளர்ச்சி நடத்துவதற்கு இது உதவியது. யுத்தத்துக்கு சற்று முன்பும், யுத்த காலத்திலும், நிலவிய சிக்கலான நிலைமையும், அதில் மலிந்து கிடந்த குழப்பமும், காங்கிரஸின் அரசியல் தலைமையிலிருந்த மோதுதல்களும் தயக்கமும் (சுபாஷ் போஸ் தலைவராகத் தேர்ந்தெடுக்கப் பட்டார், பின்னால் வெளியேற்றப்பட்டார், ஏகாதிபத்திய யுத்த காலத்தில், காங்கிரஸ் தலைமை சும்மாவிருந்தது; யுத்த முயற்சியை எதிர்க்கவுமில்லை, ஆதரிக்கவுமில்லை; தனிநபர் சத்தியாக்கிரஹம்; ஜப்பானிய ஆக்கிரமிப்புக் காலத்தில் ஆகஸ்ட் தீர்மானம்; அதைத் தொடர்ந்து தலைவர்கள் கைது செய்யப்பட்டனர்; கடினமான காலம், பிரஜா உரிமைகள் படுகொலை; தானாகத் தோன்றும் அராஜக சம்பவங்கள்; அந்த அராஜக சம்பவங்களுக்கு அக்காலத்தில், தலைமை பொறுப்பேற்க மறுத்தது. பின்னால் அதை தேசியப் போராட்டமென்று வர்ணித்தது.) யுத்தகால பொருளாதார கஷ்டங்களும் பஞ்சமும் சம்பவித்த காலையில், அவற்றை எதிர்க்கும் இயக்கத்துக்கு தலைமை தாங்கும் பொறுப்பு புறக்கணிக்கப்பட்டதும், யுத்தத்தின் கடைசி வருஷங்களில், ஓரளவுக்கு அரசியல் சீர்குலைவையும் மனச்சோர்வையும் ஏற்படுத்தின. ஆகவே, இந்தக் காலத்தில், ஐக்கிய தேசிய இயக்கத்தைப் பற்றிய கிளர்ச்சி அதிகமாக எடுபடவில்லை.

முஸ்லிம் பாமர மக்களுடன் தொடர்பு ஏற்படுத்திக் கொண்டு அவர்களை ஆகர்ஷிக்க காங்கிரஸ் தீவிரமாக அக்கறை காண்பித்து முயற்சிக்காததை, முக்கியமாக, முஸ்லிம் லீக் வளர்ச்சி பிரதிபலிக்கிறது. இதற்கு நேர்மாறாக, **கான் அப்துல் கபார்கான்** தலைமையிலுள்ள செஞ்சட்டைப் படையினர் முஸ்லிம் மக்களிடையே செய்த வேலையின் மூலம், அவர்களிடம் உறுதியான பிடிப்பு ஏற்பட்டிருக்கும் வடமேற்கு எல்லைப்புற மாகாண நிலைமை இந்த உண்மையை எடுத்துக்காட்டுகிறது. காங்கிரஸ் பிரச்சாரத்திலிருந்த மறுக்கமுடியாத ஹிந்துமணம், முக்கியமாக வலதுசாரி தலைமையும் காந்தியும் செய்த பிரச்சாரத்தில் கமழ்ந்த ஹிந்து மணம் முஸ்லிம் பாமர மக்களை வசியப்படுத்த வில்லை. காங்கிரஸின் வகுப்புவாதமில்லாத திட்டமும், காங்கிரஸில் பிரபல தேசபக்த முஸ்லிம்கள் அங்கம் வகித்ததும்கூட இந்த காங்கிரஸ் பிரச்சாரத்தின் ஹிந்து மணத்துடைய விளைவை குறைக்க முடியவில்லை.

தேசிய இயக்கத்தின் தலைமை, இந்தப் பொறுப்பின் முக்கியமான பகுதியை ஏற்கவேண்டும். முதல் உலக யுத்த முற்காலத்திய தேசிய பேரெழுச்சியில், போராட்ட தேசிய இயக்கத்தின் தலைவர்களான திலகர், அரவிந்த் கோஷ் முதலியோர், இந்து மதத்தை தங்கள் கிளர்ச்சியின் அடிப்படையாகக்கொண்டு, தேசிய விழிப்பை இந்துமத மறுமலர்ச்சியுடன் ஐக்கியப்படுத்தி, தேசியப் போராட்ட இயக்கத்தை பிணைக்கப் பார்த்தார்களென்பதை நாம் முன்னரே பார்த்தோம். இதன்மூலம், முஸ்லிம் மக்களை தேசிய இயக்கத்திலிருந்து துண்டித்துவிட்டார்கள். 1906-ல் முஸ்லிம் லீகை ஸ்தாபிப்பதற்கு உதவிய அரசாங்கத்தின் சூழ்ச்சித்திறன் பலிப்பதற்கு பாதையை செப்பனிட்டுத் தந்தார்கள்.

பழையகால வைதீக தேசியவாதிகள் மாத்திரம் இந்த விபரீதமான தவறை இழைக்கவில்லை. நவீன கட்டத்திலும் இந்தத் தவறு நீடித்தது. காந்தியின் கிளர்ச்சி முழுவதிலும் பிரச்சாரம், முழுவதிலும் இந்தத் தவறு பிரதானமாயிருந்தது. காந்தியின் பிரச்சாரம் முழுவதிலும், பொதுப்படையான

அரசியல் லட்சியங்களைப் பற்றிய அவருடைய மத ரீதியான கருத்தும் பிரச்சாரமும் இந்துமத பிரச்சாரத்துடன் பிரிக்கமுடியாதபடி பின்னிக்கிடந்தன. 1920-22ம் வருஷங்களின் தேசிய ஒத்துழையாமை இயக்கம் சிகரத்தை முட்டிய காலத்தில், காந்தி ஐக்கிய தேசிய இயக்கத்தின் தனிப்பெரும் தலைமை ஸ்தானத்தில் வீற்றிருந்தபோது, ஒன்றுபட்ட இயக்கத்தின் தலைவரென்ற ஹோதாவில் ஒவ்வொரு வார்த்தையும் உச்சரிக்க வேண்டிய பொறுப்பு அவரிடமிருந்த போது, அவர் தன்னை ஒரு "ஹிந்து சனாதனி" என்று பகிரங்கமாக பிரகடனப்படுத்திக்கொண்டார்:-

"நான் என்னை ஒரு ஹிந்து சனாதனி என்று அழைத்துக் கொள்ளுகிறேன்; ஏனென்றால்:-

1. வேதங்கள், உபநிஷத்துகள், புராணங்கள், ஹிந்து வேதாகமங்களென்று சொல்லப்படும் சகலத்திலும் எனக்கு நம்பிக்கை உண்டு. ஆகவே, அவதாரங்களிலும் புனர்ஜென்மத்திலும் எனக்கு நம்பிக்கை உண்டு.

2. வேதம் வகுத்துள்ள வர்ணாசிரம தர்மத்தில் எனக்கு நம்பிக்கை உண்டு. நிகழ்காலத்தில் பிரபலப்பட்டிருக்கும் அர்த்தத்திலல்ல; வேதம் வகுத்துள்ளதென்று என் அபிப்பிராயத்துக்கு படும் பொருளில், வர்ணாசிரம தர்மத்தை நான் நம்புகிறேன்.

3. இன்று பிரபலமாயிருப்பதைவிட விரிவான பொருளில், பசு பாதுகாப்பு கோட்பாட்டில் எனக்கு நம்பிக்கையுண்டு.

4. விக்கிரக ஆராதனையை நான் நம்பாமல் இல்லை."

(காந்தி "யுவ இந்தியா" 1921, அக்டோபர் 12)

சனாதனி என்ற பதத்தை ஜனங்கள் எவ்வாறு அர்த்தப்படுத்திக்கொள்கிறார்கள்? இதைப் புரிந்துகொள்ள நேருவின் விளக்கத்தை நினைவூட்டிக்கொள்வது போதுமானது:

"பின்னோக்கிச் செல்லுமிந்த ஓட்டப் பந்தயத்தில், ஹிந்து மகாசபையை ரொம்பதூரம் முந்திக்கொண்டு விடுகிறார்கள் சனாதனிகள். இவர்கள் பிரிட்டிஷ் ஆட்சியிடம் பக்தி விசுவாசம் காண்பித்து உரக்கப் பிரகடனப்படுத்து

பவர்கள்; தீவிரமான வைதீக மௌடீகத்தை தழுவி நிற்பவர்கள்."

(ஜ. நேரு, சுயசரிதை)

ஹிந்து-முஸ்லிம் ஒற்றுமைக்காக வேண்டுகோள் விடும்போதும், தேசத் தலைவர் என்ற ஹோதாவில் இருபகுதிகளையும் காந்தி அறைகூவி அழைப்பதில்லை; ஹிந்து தலைவர் என்ற ரீதியில்தான் பிரகடனப்படுத்துவார். ஹிந்துக்களை "நாம்" என்றும், முஸ்லிம்களை "அவர்கள்" என்றும் குறிப்பிடுவார்.

"முஸ்லிம்களின் இதயத்தை நாம் வெல்ல வேண்டுமானால், நாம் தவம் செய்யவேண்டும்."

('யுவ இந்தியா'வில் காந்தி, 1924 செப்டம்பர்)

நவீன தேசிய போராட்ட இயக்கத்தில், எந்த நிமிஷமும் காந்தி, காங்கிரஸ் அரசியலிலிருந்து, ஹிந்து சீர்த்திருத்த இயக்கத்துக்குப் போய்விடுவார்; (உதாரணமாக 1932-33 போராட்ட காலத்தில், அவர் ஹரிஜன இயக்கத்துக்குப் போனதை குறிப்பிடலாம்) எந்த நிமிஷமும் ஹிந்து சீர்த்திருத்த இயக்கத்திலிருந்து காங்கிரஸ் அரசியலுக்கு திரும்புவார்.

இவ்வாறாக காங்கிரஸின் தனிப்பெரும் தலைவரான காந்தி, காங்கிரஸின் பிரதான பிரதிநிதி என்று பொது ஜனங்களால் கருதப்பட்ட காந்தி, ஹிந்து மதத்தின், ஹிந்து மறுமலர்ச்சியின் தலைவராகவும் விளங்கினார். இந்தத் துறையில், காந்தி பிரதான குற்றவாளியாயிருந்தபோதிலும், காங்கிரஸ் முகாமிலுள்ள வேறு பல தலைவர்களும், குறிப்பாக காந்தியவாதிகள் பலரும், இந்த முறையில்தான் நடந்துகொண்டார்கள். இந்தச் சூழ்நிலையில் பகைவர்கள் மாத்திரமல்ல, பொதுவான அபிப்பிராயத்தின் பெரும்பகுதியும் காங்கிரஸை "ஹிந்து இயக்கம்" என்று பட்டம் சூட்டியதில் வியப்பென்ன? இந்த நிலைமையில்கூட சில முஸ்லிம் தலைவர்கள் காங்கிரஸை விட்டுப் பிரியாமலிருந்தார்களென்றால் அது அவர்களின் தேசிய ஆர்வத்தை எடுத்துக் காட்டுகிறது. ஆனால் இந்த முறைகளால் முஸ்லிம் ஜனங்களுடைய ஆதரவைப் பெறமுடியவில்லை.

இந்திய ஜனநாயகத்தின் பிரச்சினைகள் 671

பொதுஜன இயக்கத்தை உடைப்பதற்காக, வகுப்புப் பிரிவினைகளை உபயோகப்படுத்திக்கொள்ளும் சூழ்ச்சியை பிரிட்டிஷ் சர்க்கார் அனுஷ்டித்தது. ஆனால் இந்த ஆயுதத்தை பிரிட்டிஷ் சர்க்கார் உபயோகிக்க, திலகருடைய சித்தாந்த நடைமுறையும் காந்தியமும் பேருதவி புரிந்தன.

முஸ்லிம் லீகுடைய பொதுஜன ஆதரவு, 1940-ம் வருஷத்துக்கு பிறகு, பாகிஸ்தான் தீர்மானம் நிறைவேறியபின், அபரிமிதமாக அதிகரித்திருக்கிறது. இந்த வளர்ச்சியில் இன்னொரு விசேஷ அம்சத்தை நாம் காணவேண்டும். பாகிஸ்தான் திட்டத்தை விவரமாக பரிசீலனை செய்ய வேண்டும்.

வடமேற்கு, வடகிழக்கு இந்தியாவிலுள்ள முஸ்லிம் மெஜாரிட்டி பிரதேசங்களில் பூரண அரசுரிமை படைத்த அரசாங்கங்களை ஸ்தாபிப்பதையே பாகிஸ்தான் திட்டம் முதலில் வற்புறுத்தியது.

ஆறு மாகாணங்களும் உள்ளிட்ட ஒரு தனி முஸ்லிம் ராஜ்யத்தை ஸ்தாபிக்கும் கோரிக்கையாக அது பின்னால் பரிணமித்தது. இந்த திட்டத்தைக் கண்டிப்பதற்கு நியாயமான காரணங்கள் இருக்கின்றன. ஆனால் சமீபகாலத்தில் இந்தத் திட்டம் அரசியல் முன்னணிக்கு வந்து, முஸ்லிம் மெஜாரிட்டி பிரதேசங்களிலுள்ள முஸ்லிம்களின் பெருவாரியான ஆதரவைப் பெற்றிருப்பதானது, நியாயமான, உண்மையான பொதுஜன ஆர்வங்களையும் அபிலாசைகளையும், இது ஓரளவுக்கு பிரதிபலிப்பதைத்தான் வெளிப்படுத்துகிறது. இந்தப் பிரதிபலிப்பு குழம்பிய ரூபத்தில் இருக்கலாம். எனினும், பாகிஸ்தான் திட்டத்துக்குப் பின்னால், அது பெற்றிருக்கும் பொதுஜன ஆதரவுக்குப் பின்னால், இந்திய வாழ்வில் தோன்றியிருக்கும் ஒரு புதிய அம்சத்தைக் காணமுடியும்.

தேசிய இயக்கத்தின் பொதுஜன அடிப்படை விஸ்தரித்ததின் விளைவாக, இந்திய ஜன சமூகத்தில் வெவ்வேறு தேசிய இனங்களின் உணர்வுகள் வளர்ச்சியடைந்தன. இஸ்லாமிய மதம் ஜனங்கள் மீது ஆதிக்கம் வகிக்கும்

வடகிழக்கு, வடமேற்கு இந்தியாவிலுள்ள தேசிய இனங்களிடையே, பாகிஸ்தான் சுலோகம் ஓரளவுக்கு இந்த இன உணர்வை பிரதிபலித்தது. பாகிஸ்தான் சுலோகம் தேசிய இன உணர்வை புரட்டித் திரித்து மாறுபடுத்தியபோதிலும், அந்த இன உணர்வின் கவர்ச்சியை மையமாக்கிற்று. தேசிய இயக்கம் வளரவளர, இந்திய ஜன சமூகத்திலுள்ள பல்வேறு தேசிய இனங்களும் உணர்வு பெற்றெழுமென்பதை 1912லேயே ஸ்டாலின் தீர்க்கதரிசனத்துடன் எடுத்துரைத்தார்:-

"இந்தியாவிலும்கூட, பூர்ஷுவா வளர்ச்சியின் விளைவாக, அதுவரை மறைந்து கிடக்கும் பல தேசிய இனங்கள் உயிர்பெற்றெழுவதை அநேகமாகக் காணலாம்."

ஏகாதிபத்திய எதிர்ப்புப் போராட்டத்தில், சுதந்திரம் கோரி, இந்திய மக்கள் ஒன்றுபட்டு நிற்கவேண்டுமென்பது வாஸ்தவம்; எதிர்கால சுதந்திர இந்தியாவில், அரசியல், பொருளாதார ஒற்றுமை மலர வேண்டுமென்ற முற்போக்கான லட்சியமும் அவசியமே. ஆனால், இந்திய மக்கள் ஒரே இனத்தைச் சேர்ந்தவர்களென்று இவற்றிலிருந்து அர்த்தப்படுத்த முடியாது. அதற்கு மாறாக, இந்திய ஜன சமுதாயத்தில், பல்வேறு தேசிய இனங்களிருப்பதை அங்கீகரிப்பதற்கு நியாயமான காரணங்கள் இருக்கின்றன. தான் தோன்றித் தனமாக, இந்தியாவின் மாகாண எல்லைகள் பிரிட்டிஷ் ஆட்சியில் வகுக்கப்பட்டிருப்பதற்கு எதிராக, இந்திய மக்களை கலாச்சார ரீதியிலும் மொழிவாரியாகவும் பிரித்து, அந்த மொழிவாரி மாகாணங்களுக்கு சுதந்திர இந்தியாவில் பூரண சுயாட்சி அளிக்கவேண்டுமென்பதை காங்கிரஸ் அங்கீகரித்திருக்கிறது; இதன்முலம் பல தேசிய கோஷ்டிகள் உள்ளதை ஓரளவுக்கு ஒப்புக்கொண்டுவிட்டது. ஆனால் காங்கிரஸ் இந்த மொழிவாரி கலாச்சார சமூகத்தின் தேசிய இனத்தன்மையை ஏற்கவில்லை; சுயநிர்ணய உரிமையை பரிபூரணமாய் ஏற்க மறுத்தது.

எனினும், இந்தியாவின் தேசிய இனங்களுடைய பிரச்சினையை முஸ்லிம் லீகின் பாகிஸ்தான் திட்டத்திலிருந்து தீர்க்கமாக வேறுபடுத்திக்கொள்வது அவசியம்.

பாகிஸ்தான் கோரிக்கையை 1940-ல் முதன்முதலில், முஸ்லிம் லீக் ஏற்றுக்கொண்டது. 1930, 33-ல் சில நபர்கள் இந்த யோசனையை வெளியிட்டார்கள். (1930-ல் இக்பால், 1933-ல் கேம்பிரிட்ஜ் மாணவர்கள் சிலர்). அச்சமயம், 1933-ல் **அரசியல் சீர்திருத்தத்தைப் பற்றிய கூட்டுக் கமிட்டி** முன், முஸ்லிம் லீக் தலைவர்கள் இதை "மாணவர் கனவு" என்றும், "காரிய சாத்தியமானதல்ல" என்றும் கூறி, நிராகரித்தார்கள். 1937-ல் கூட "சுதந்திர ஜனநாயக ராஜ்யங்களடங்கிய சமஷ்டி உருவத்தில் இந்தியாவில் பூரண சுதந்திரத்தை ஸ்தாபிப்பது" என்று முஸ்லிம் லீக் தன் லட்சியத்தை பிரகடனப்படுத்தியது. ஆனால் 1940-ல், லாகூரில் கூடிய அகில இந்திய முஸ்லிம் லீக் மகாநாடு கீழ்க்கண்ட தீர்மானத்தை நிறைவேற்றியது.

"கீழ்க்கண்ட ஜீவாதாரமான கொள்கைகளை ஒப்புக் கொள்ளாத எந்த அரசியல் திட்டத்தையும் இந்தத் தேசத்தில் அமுல் நடத்தமுடியாதென்றும், அதை முஸ்லிம்கள் ஒப்புக்கொள்ள மாட்டார்களென்றும் அகில இந்திய முஸ்லிம் லீக் மகாநாடு தீர்க்கமாக அபிப்ராயப்படுகிறது; எண்ணிக்கையில், முஸ்லிம்கள் பெரும்பான்மையோராயுள்ள இந்தியாவின் வடமேற்கு வடகிழக்கு பிரதேசங்களில் சுதந்திர ராஜ்யங்களை ஸ்தாபிக்கக்கூடிய முறையில், பூகோள முறையில், ஒட்டினாற்போலுள்ள யூனிட்டுகளை, அவசியமான பிரதேச மாறுபாடுகளைச் செய்து, தனிமைப்படுத்த வேண்டும். அந்தச் சுதந்திர ராஜ்யங்களின் அங்கங்கள் சுதந்திரமாகவும் அரசுரிமை கொண்டதாகவும் விளங்கும்."

தெளிவில்லாத இந்தத் தீர்மானம் பின்னால் திட்ட வட்டமாக விளக்கப்பட்டது. 1945-ம் வருஷம் டிசம்பர் மாதம் 10-ம் தேதி, ஒரு பேட்டியில், ஜின்னா முஸ்லிம் லீக் கோரிக்கையை கீழ்க்கண்டவாறு விளக்கினார்:-

"இந்தியாவில் பிரதானமானது இந்திய-பிரிட்டிஷ் ஸ்தம்பிப்பு அல்ல. ஹிந்து காங்கிரஸுக்கும் முஸ்லிம் லீகுக்கும்தான் இந்தியாவில் ஸ்தம்பிப்பு ஏற்பட்டிருக்கிறது..... பாகிஸ்தான் அளிக்கப்படும்வரை, ஒரு பிரச்சினையும் பைசலாகாது, பைசலாக முடியாது....... ஒன்றல்ல, இரண்டு அரசியல் நிர்ணய ஸ்தாபனங்கள் ஏற்படவேண்டும்-ஒன்று ஹிந்துஸ்தானின் அரசியலை தீர்மானித்து உருவாக்கும்;

இன்னொன்று பாகிஸ்தானின் அரசியலை தீர்மானித்து உருவாக்கும்.

"பாகிஸ்தான் ராஜ்யம் ஏற்படவேண்டுமென்று நான் ஒத்துக்கொள்கிறேன். இந்தியாவின் நாலிலொரு பகுதி, அஸ்ஸாம், வங்காளம், வடமேற்கு எல்லைப்புற மாகாணம், பாஞ்சாலம், ஸிந்து, பலுச்சிஸ்தான் ஆகிய ஆறு மாகாணங்களடங்கிய பகுதி-இன்றைய எல்லைகளுடன், பாகிஸ்தான் ராஜ்யமாக மலரவேண்டுமென்பதற்கு நான் சம்மதிக்கிறேன்" என்று காந்தி சொன்னால் இந்திய பிரச்சினை பத்து நிமிஷங்களில் பைசாலாகிவிடும்.

"இஷ்ட பூர்வமான அடிப்படையில் முடிந்தால், ஜனங்களை பரிவர்த்தனை செய்யவேண்டியிருக்கலாம். எல்லைகளில், சில மாறுதல்கள் செய்ய வேண்டுமென்பதிலும் சந்தேகமில்லை....... அவைகளை பின்னால் பார்த்துக் கொள்ளலாம். ஆனால் முதலில், தற்கால மாகாண எல்லைகளை எதிர்கால பாகிஸ்தானின் எல்லைகளாக ஏற்றுக்கொள்வது அவசியம். அநேகமாக, நமது பாகிஸ்தான் சர்க்கார் சுயாட்சி புரியும் மாகாணங்கள் அடங்கிய சமஷ்டி சர்க்காராக இருக்கும்.......

"என்னைப் பொறுத்தவரையில், நான் பிரிட்டிஷ் சர்க்காரின் நேர்மையை சந்தேகிக்கவில்லை. ஆனால், இந்திய முஸ்லிம்களுக்கு முழு பாகிஸ்தான் அளிக்காமல், சமரசம் செய்துவிடலாமென்று நம்புவதாக கூறுபவர்களின் நேர்மையை நான் சந்தேகிக்கிறேன்."

கடைசியாக, 1946 ஏப்ரலில் கூடிய முஸ்லிம் சட்டசபை அங்கத்தினர்களின் மகாநாடு கீழ்க்கண்டவாறு பாகிஸ்தானை விவரித்தது:-

"வங்காளம், அஸ்ஸாம் ஆகிய மாகாணங்களடங்கிய வடகிழக்கு பிரதேசமும், வடமேற்கு இந்தியாவிலுள்ள எல்லைப்புற மாகாணம், பாஞ்சாலம், ஸிந்து, பலுச்சிஸ்தான் ஆகிய மாகாணங்களடக்கிய பிரதேசமும், அதாவது முஸ்லிம்கள் மிகப் பெரும்பான்மையாய் வசிக்குமிந்த இரு பாகிஸ்தான் பிரதேசங்களும், பரிபூரண அரசுரிமை படைத்த ஒரு சுதந்திர ராஜ்யமாக ஸ்தாபிக்கப்படவேண்டும்."

இந்துக்களும் முஸ்லிம்களும் இரண்டு தனித்தனி தேசிய ஜன சமூகங்களைச் சேர்ந்தவர்களென்பது பாகிஸ்தானின் தத்துவம். இந்தியா முழுவதிலும், இந்தியாவின் ஒவ்வொரு பாகத்திலும், இந்துக்களும் முஸ்லிம்களும் கலந்து வாழலாம்; இந்துக்களும் முஸ்லிம்களும் ஒரே குடும்பத்தின் அங்கத்தினர் களாகக் கூட இருக்கலாம்; ஆனாலும் அவர்கள் தனித்தனி தேசிய இனத்தவரென்று பிரகடனப்படுத்தப்பட்டனர். மதத்தையும், மதத்தின் விளைவாக ஒரு குறிப்பிட்ட அளவுக்கு ஏற்பட்டிருக்கும் பொதுவான கலாச்சாரத்தையும் தேசிய இனத்துக்கு அடிப்படையென்று கூறுமிந்த முயற்சி, தேசிய இனத்தின் தன்மையைப் பற்றிய சரித்திர பூர்வமான, சர்வதேச அனுபவம் முழுவதற்கும், யாவராலும் ஒப்புப் கொள்ளப்பட்ட அனுபவத்துக்கு முற்றிலும் முரணானது. இந்து, முஸ்லிம்கள் தனித்தனி இனத்தவரென்றால், ஐரோப்பிய கத்தோலிக்கர்களை ஒரே இனத்தவரென்று கூறலாம். ஒரு முஸ்லிமாயிருப்பதே முஸ்லிம் இனத்தவராவதற்கு யோக்கிய தாம்சமானால், வட ஆப்பிரிக்காவிலிருந்து, இந்தியா வரையுள்ள முஸ்லிம்களனைவரும் ஓரினத்தவராவார்கள்! பாகிஸ்தானின் தத்துவம் **அகண்ட இஸ்லாம்** (உலக முஸ்லிம்கள் அனைவரும் ஒரு இனம் என்ற தத்துவம்) சித்தாந்தத்தில் பூரணத்துவம் அடையும்.

"மார்க்ஸியமும், தேசிய பிரச்சினையும், காலனி பிரச்சினையும்" என்ற இதிகாசத்தில், தேசிய இனத்தின் இலக்கணத்தைப் பற்றிய மார்க்ஸிஸ்ட் போதனையை ஸ்டாலின் வரையறுத்துக் கூறினார்:

"ஒரு பொதுவான கலாச்சாரத்தில் பிரதிபலிக்கும் மொழி ஒற்றுமையையும் பிரதேச ஒற்றுமையையும் பொருளாதார வாழ்க்கை ஒருமைப்பாட்டையும், பொதுவான மனப்பாங்கையும் படைத்த சாசுவத சமூகமாக சரித்திர பூர்வமாய் பரிணமித்திருப்பதே ஒரு தேசிய இனம் அல்லது தேசிய ஜன சமூகம்."

"மேலும், ஒரு முக்கியமான விஷயத்தை ஸ்டாலின் வற்புறுத்தினார்:-

"மேற்கண்ட அம்சங்களில் எதுவும் தனியாக ஒரு இனத்தின் இலக்கணமாக அமைய முடியாதென்பதை வற்புறுத்த வேண்டும்.

அதற்கு மாறாக, மேற்கண்ட அம்சங்களில் ஒன்று இல்லா விட்டாலும் போதுமானது, அப்பொழுது அந்தச் சமூகம் ஒரு தேசிய இனமாகாது."

இந்தப் பரீட்சைப்படி பார்த்தால், இந்திய முஸ்லிம்களை ஓரினமென்று சொல்லமுடியாதென்பது வெளிப்படை. அவர்களுடைய மொழிகள் வெவ்வேறானவை, அவர்கள் தாயகங்கள் வெவ்வேறானவை, அவர்களுடைய கலாச்சாரங்கள் வெவ்வேறானவை. வெவ்வேறான வர்ணத்தினர் அவர்கள். பட்டாணியனுக்கும் வங்காள முஸ்லிமுக்கும் பொதுவாயிருப்ப தெல்லாம் அவர்களுடைய மதமும் பழைய கலாச்சாரத்தின் சில மிச்ச சொச்சங்களும்தான். ஆனால் அவர்கள் ஓரினத்தவ ராவதற்கு இது போதாது. பழைய ருஷ்ய சாம்ராஜ்யத்தில் யூதர்கள் வெவ்வேறான பிரதேசங்களில் வசித்தார்கள், வெவ்வேறு பாஷைகளைப் பேசினார்கள்; ஸ்டாலின் அவர்களை ஓரினத்தவரென்று ஏற்றுக்கொள்ள மறுத்தார்:-

"அவர்கள் வாழ்வில் ஏதாவது பொதுவாக இருக்கிற தென்றால், அது அவர்களுடைய மதமும் பொதுவான பூர்வோத்திரமும், தேசிய தன்மையின் சில மிச்ச சொச்சங் களுமேயாகும். ஆனால், அர்த்தமற்றுப் போய்விட்ட மத சடங்குகளும், மறைந்துகொண்டிருக்கும் மனப்பாங்கின் மிச்ச சொச்சங்களும், இன்று யூதர்களை யதார்த்தத்தில் சூழ்ந்திருக்கும் சமூக, பொருளாதார, கலாச்சார சுற்றுச் சார்பைவிட சக்திகரமாக யூதர்களின் விதியை பாதிக்கிறதென்று உண்மையாகக் கூறமுடியுமா?"

ஒரு தேசிய இனத்தின் இலக்கணத்தைப் பற்றிய பிரச்சினையல்ல இது. பெயரைப் பற்றிய பிரச்சினையா யிருந்தால், விவாதத்தினால் லாபமில்லை. ஆனால் தேசிய இனத்துக்கு மதத்தை அடிப்படையாகக்கொள்ளும் முயற்சியின் தவறால், அரசியல் முக்கியத்துவம் வாய்ந்த பிரச்சினை எழுகிறது. யதார்த்த உலகத்தில், ஒரு தேசிய ஜனசமூகம் ஒரு நிர்ணயமான பிரதேசத்தில்தான் வாழமுடியும்; ஆகவே, பௌதீக உலகத்திலிருந்து ஜனனமாகாத இந்தத் தத்துவம் (இனம், மதத்தை அடிப்படையாகக் கொண்டதென்ற தத்துவம்) அரசியல் ஞானிகளால் சிருஷ்டிக்கப்பட்ட இந்தத் தத்துவம், இந்த இனமென்று சொல்லப்படும் சமூகத்துக்கு

ஒரு பிரதேசத்தை இயற்கைக்கு விரோதமான முறையில் உருவாக்கும் முயற்சியில் முடிந்தது. பாகிஸ்தானின் தாயகத்தைப் பற்றிய பிரச்சினையை கவனித்தால், இந்தச் சித்தாந்தத்தின் குறைபாடு வெட்டவெளிச்சமாகும்.

"இன்றைய எல்லைகளுடன் கூடிய" ஆறு பாகிஸ்தான் மாகாணங்களிலும் 10 கோடி 70 லட்சம் ஜனங்கள் வசிக்கிறார்கள். இவர்களில் முஸ்லிம்கள் 5 கோடி 90 லட்சம் அல்லது 55 சதவீதத்தினர் முஸ்லிம் அல்லாதவர்கள் 4 கோடி 80 லட்சம் அல்லது 45 சதவீதத்தினர். ஆக, முஸ்லிம் ராஜ்யத்தில், முஸ்லிம் அல்லாதார் கிட்டத்தட்ட சரிபாதியா யிருப்பார்கள்; அதே சமயத்தில் 3 ½ கோடி முஸ்லிம்கள், அதாவது இந்திய முஸ்லிம்களில் ஐந்திலிருவர், பாகிஸ்தானுக்கு வெளியிலிருப்பார்கள். இந்துக்களும் முஸ்லிம்களும் கலந்து வாழும்பொழுது, இயற்கைக்கு விரோதமான பிரதேச அடிப்படையில் வகுப்பு பிரச்சினையை தீர்ப்பதற்காக எடுக்கப்படும் முயற்சியின் வெளிப்படையான குறைபாடுகளுக்கு இது ஒரு உதாரணம். கிழக்கு பாஞ்சாலத்தில் முஸ்லிம் அல்லாதார் அதிகம்; எந்த முஸ்லிம் ராஜ்யத்தில் சேர்க்கப்பட்டாலும், எதிர்ப்போமென்று சீக்கியர்கள் பிரகடனப்படுத்துகிறார்கள்; கல்கத்தா உள்பட மேல் வங்காளம் முழுவதும் முஸ்லிம் அல்லாதார் அதிகம். அஸ்ஸாம் தேர்தலில், முஸ்லிம் அல்லாதார் மெஜாரிட்டியாக தேர்ந்தெடுக்கப்பட்டனர்; முஸ்லிம்கள் மிகப் பெருவாரியாயுள்ள எல்லைப்புற மாகாணம் காங்கிரஸ் கோட்டையாக விளங்குகிறது.

இந்தப் பிரதேசங்களில் வாழும் மக்களில் தீர்மானமான மெஜாரிட்டி பிரிவினையை விரும்புகிறதென்று ஸ்தாபிக்கப் பட்டால்தான், இந்தப் பிரதேசங்களின் ராஜ்யப் பிரிவினைக் கோரிக்கையை நியாயமானதென்று கூறமுடியும். பிரிட்டிஷ் ஆட்சியிலிருந்து விடுதலையடைய வேண்டுமென்ற இந்திய மக்களின் கோரிக்கையைப் போன்ற, அடிமைப்பட் டிருக்குமொரு ஜனசமூகத்தின் தேசியக் கோரிக்கையல்ல இது; நீண்டகாலமாக ஸ்தாபிக்கப்பட்ட, அங்கீகரிக்கப்பட்ட தேசியக் கோரிக்கையல்ல இந்தப் பாகிஸ்தான் கோரிக்கை. இது தீவிரமான அபிப்ராய பேதங்களை எழுப்பும் கோரிக்கை;

மேலிடத்திலுள்ள அரசியல் தத்துவஞானிகளால், கடந்த சில வருஷங்களில் உருவாக்கப்பட்ட புத்தம் புதிய கோரிக்கை; வகுப்பு விரோதம் முற்றியுள்ள நிலைமையில், அரசியலுக்குள் இறக்குமதி செய்யப்பட்ட கோரிக்கையைப் பற்றிய தீவிரமான அபிப்பிராயபேதத்தை முன்னிட்டும், இந்தப் பிரேதசங்களில் வாழும் ஜனங்கள் பிரிந்து நிற்பதை முன்னிட்டும், இந்தப் பிரதேசங்களை பிரிவினை செய்வதற்குமுன், பொதுஜன வோட் மூலமாகவோ அல்லது வேறு ஜனநாயக முறை மூலமாகவோ, சம்பந்தப்பட்ட ஜனங்களின் அபிப்ராயத்தை கொள்ளவேண்டுமென்பது நியாயமானது. முஸ்லிம் மெஜாரிட்டி பிரதேசங்களில், பிரிவினையைப்பற்றி பொதுஜன வோட் எடுக்கவேண்டுமென்ற யோசனையை 1942-ல் ஸி. ராஜகோபாலாச்சாரியார் பிரரேபித்தார். 1944-ல் காந்தி-ஜின்னா சம்பாஷணைகளின்பொழுது, காந்தியும் இதே யோசனையை வலியுறுத்தினார். ஆனால், முஸ்லிம் லீகின் சார்பில், ஜின்னா அதை நிராகரித்தார். மிகப் பெருவாரியான முஸ்லிம்கள் வசிக்கும் சேர்ந்தாற்போலுள்ள ஜில்லாக்கள் மாத்திரமே பாகிஸ்தானில் சேரலாமென்றால் அது ஒரு "முடமாக்கப்பட்ட செல்லரித்த பாகிஸ்தானாகவே" இருக்குமென்று ஜின்னா வாதித்தார். மேலும், அந்தப் பிரதேசத்தில் வசிக்கும் ஜனங்கள் அனைவரும் (இந்து, முஸ்லிம்கள் அனைவரும்) பொதுஜன வாக்கு மூலம் பிரிவினையைப் பற்றி நிர்ணயிப்பதென்றால், அது முஸ்லிம்களென்ற ஹோதாவில் முஸ்லிம்கள் மாத்திரமே அனுபவிக்க வேண்டிய சுயநிர்ணய உரிமையை புறக்கணிப்பதாகுமென்று வாதித்தார். அதாவது, ஜனத்தொகையில் 100க்கு 55பேராயுள்ள முஸ்லிம்கள் மாத்திரமே பொதுஜன வோட்டில் கலந்துகொள்ள முடியுமென்றாகிறது. இந்த முஸ்லிம்களில் 51 சதவீதம்-அதாவது மொத்தத்தில் 100க்கு 28 பேர், சகலருடைய விதியையும் நிர்ணயிக்கவேண்டுமென்பது அவர் வாதத்தின் முடிவாகிறது. எந்த ஜனநாயகவாதியும் இந்த யோசனைகளை ஒப்புக்கொள்ளமுடியாதென்பது வெளிப்படை. அதிகாரபூர்வமாக, முஸ்லிம் லீக் வெளியிடும் பாகிஸ்தான் கோரிக்கை-பொதுஜன அபிப்பிராயத்தை மதியாமல், ஜனநாயக பைசலுக்கான எத்தகைய யோசனைக்கும் செவிகொடாமல், பாகிஸ்தானை கொடுத்துத்தானாக

வேண்டுமென்று எச்சரிக்கை ரூபத்தில் வெளியிடப்படும் பாகிஸ்தான் கோரிக்கை நடைமுறையில் பிற்போக்கானதாகிறது; ஜனநாயகத்துக்கு விரோதமானதாகிறது; பிளவுபடுத்தும் கோரிக்கையாகிறது; ஏகாதிபத்தியத்தின் சூழ்ச்சிக்கு உதவுகிறது.

எனினும், பாகிஸ்தான் கோரிக்கையின் பின்னால் மறைந்துகிடக்கும் உண்மையான தேசிய இன ஆர்வத்தை நாம் பார்க்காமலிருக்கக்கூடாது.

இந்தப் பிரச்சினையின் இறுதியான பரிகாரம் எத்தகையதாயிருந்தாலும், அது ஜனநாயக ரீதியில்தான் இருந்தாகவேண்டும். சுயநிர்ணய உரிமை என்ற ஜனநாயக கொள்கை ஏற்றுக்கொள்வதென்னவென்றால், ஒரு குறிப்பிட்ட பிரதேசத்தில் சுயநிர்ணய உரிமை கோரும் தெளிவான தேசியக் கோரிக்கையிருந்தால், அதாவது, ஒரு குறிப்பிட்ட பிரதேசத்தில் வாழும் ஜனங்களின் தனித்த தேசிய பண்பாட்டையும் கலாச்சாரத்தையும் உத்தேசித்து, தனித்த அரசியல் ஸ்தாபனங்கள் வேண்டுமென்று தெள்ளத் தெளிவாகக் கோரினால், பூகோள ரீதியிலும் பொருளாதார ரீதியிலும் அது சாத்தியமானால், தனித்த அரசியல் ஸ்தாபனங்கள் அமைத்துக்கொள்ளும் உரிமை அவர்களுக்கு உண்டு; ஏனென்றால் அவர்களுடைய அபிப்ராயத்துக்கு விரோதமான அரசியல் ஸ்தாபனங்களை திணிக்கும் முயற்சியை யாரும் சரியென்று கூறத் துணியமாட்டார்கள். சுயநிர்ணய உரிமை என்ற ஜனநாயகக் கொள்கையை முரணில்லாமல் அனுஷ்டிப்பதன் மூலம் இந்தியாவில் பல தேசிய இனங்கள் வாழ்வதாலெழும் பிரச்சினையை சமாளிக்கமுடியும்; இஷ்டபூர்வமான இந்திய யூனியன் ஏற்படுவதற்கு சாதகமான சூழ்நிலையை சிருஷ்டித்துத் தரும். பல தேசிய இனங்கள் வாழும் சோவியத் யூனியனில், தேசிய பிரச்சினை இந்த முறையில் வெற்றிகரமாக பைசல் செய்யப்பட்டிருக்கிறது.

இந்தக் கொள்கையை அங்கீகரிப்பதென்றால், பொதுவான சரித்திரம், பொதுவான மொழி, கலாச்சாரம், மனோதத்துவ அமைப்பு, பொதுவான பொருளாதார வாழ்க்கை, தொடர்ச்சியாகவுள்ள தாயகம் ஆகியவற்றைப் படைத்த இந்திய ஜனசமூகத்தின் ஒவ்வொரு பகுதியும், ஒரு தனிப்பட்ட

தேசிய இனமாக சுதந்திர இந்தியாவில் தன் பங்கை நிர்வகிப்பதற்குரிய நியாயமான உரிமையுடையதாய் அங்கீகரிக்கப்படும். சுதந்திர இந்திய யூனியனில் சுயாட்சி செலுத்தும் ராஜ்யமாகவிருப்பதற்கு அதற்கு உரிமையுண்டு; யூனியன் அல்லது சமஸ்டியிலிருந்து பிரிந்துபோகும் உரிமையும் அதற்கு உண்டு.

ஆக, பட்டாணியர்கள், பஞ்சாபிகள், ஸிந்திகள், ஹிந்துஸ்தானிகள், ராஜஸ்தானிகள், குஜராத்திகள், வங்காளிகள், அஸ்ஸாமியர்கள், பீகாரிகள், ஒரியாக்கள், தெலுங்கர்கள், தமிழர்கள், கன்னடியர்கள், மலையாளிகள், மகாராஷ்டிரர்கள் முதலிய பல இனத்தினரின் சுயாட்சி ராஜ்யங்கள் அடங்கிய யூனியனாக அல்லது சமஷ்டியாக எதிர்கால சுதந்திர இந்தியா உருவெடுக்கலாம். இந்த முறையில் ஸ்தாபிக்கப்படும் தேசிய இன ராஜ்யங்களில், வேற்றின மைனாரிட்டிகள் இருந்தால், அவர்களுடைய கலாச்சார உரிமைகள், தாய்மொழி வளர்ச்சி உரிமைகள், கல்வி உரிமை முதலியவை அரசியல் சட்டத்தின்மூலம் உத்தரவாதம் செய்யப்படும்; அவைகளை மீறுபவர்கள் சட்டப்படி தண்டிக்கப்படுவார்கள். ஜாதி, வகுப்பு அல்லது வர்ணத்தின் அடிப்படையில் நிலவும் சகலவிதமான உயர்வு தாழ்வுகளும் விசேஷ உரிமைகளுக்கும் தடைகளும், அரசியல் சட்டத்தின் மூலம் ஒழிக்கப்படும்; இந்தச் சட்டம் மீறப்பட்டால், தண்டிக்கப்படுவார்கள்.

1931-ம் வருஷத்திய காங்கிரஸ் ஜீவாதார உரிமைப் பிரகடனத்திலும் 1946-ம் வருஷத்திய தேர்தல் விஞ்ஞாபனத்திலும், காங்கிரஸ் வகுத்திருக்கும் ஜனநாயகக் கொள்கைகள் மேற்கண்ட ஜனநாயக திட்டத்தின்மூலம் பூரணத்துவம் அடையும். காங்கிரஸ் தேர்தல் விஞ்ஞாபனம் கூறியதாவது:

"இந்தியாவின் ஒவ்வொரு பிரஜைக்கும், ஆணாயிருந்தாலும் சரி, பெண்ணாயிருந்தாலும் சரி, சம உரிமைகளும், சம சந்தர்ப்பங்களும் இருக்கவேண்டுமென்பது காங்கிரஸ் கொள்கை. சகல வகுப்புகளும், மதத்தினரும் ஒன்றுபட்டிருக்க வேண்டுமென்றும், அவர்களுக்கிடையில் சகிப்புத் தன்மையும் நல்லெண்ணமும் நிலவவேண்டுமென்றும் காங்கிரஸ் விரும்புகிறது. எல்லா ஜனங்களும் தங்களுடைய சொந்த விருப்பப்படியும், அபிலாசைப்படியும், வளர்ச்சியடைவதற்கு

முழுசந்தர்ப்பங்களுமிருக்கவேண்டுமென்று காங்கிரஸ் விரும்புகிறது. தேசிய ஜன சமூகத்திலுள்ள ஒவ்வொரு கோஷ்டியும் பிரதேசமும், விரிவான கட்டுக்கோப்புக்குள்ளேயே தங்களுடைய வாழ்க்கையையும், கலாச்சாரத்தையும் விருத்தி செய்வதற்கு சுதந்திரம் பெற்றிருக்கவேண்டுமென்று அது விரும்புகிறது. இதற்காக சாத்தியமான அளவுக்கு, மொழிவாரியாகவும் கலாச்சார அடிப்படையிலும் மாகாணங்களைப் பிரிக்கவேண்டுமென்று காங்கிரஸ் கூறுகிறது. சமூக அநீதியாலும் சமுதாயக் கொடுமையாலும் கஷ்டப்படும் அனைவருடைய உரிமைகளுக்காகவும், அவர்களுடைய சம அந்தஸ்துக்கு குறுக்கே நிற்கும் தடைகளை அகற்றுவதற்காகவும் காங்கிரஸ் பாடுபட்டு வந்திருக்கிறது.

"ஜீவாதாரமான உரிமைகளை அரசியல் சட்டத்தின் மூலம் உத்திரவாதம் செய்யும் சுதந்திர ஜனநாயக அரசாங்கத்தை காங்கிரஸ் சித்திரித்திருக்கிறது. அதன் அபிப்ராயத்தில், இந்த இந்திய அரசியல், அரசியலாக இருக்கவேண்டும்; அரசியலின் சட்டசபைகள் சர்வஜன வோட்டுரிமை மூலம் தேர்ந்தெடுக்கப்படவேண்டும். இந்தி சமஷ்டி அதன் பல்வேறு அங்கங்களுடைய இஷ்டபூர்வமான யூனியனாயிருக்கவேண்டும். சமஷ்டியின் அங்கங்களுக்கு அதிகபட்ச சுதந்திரத்தை அளிப்பதற்காக, சமஷ்டியின் நிர்வாகத்தில் சகல யூனிட்டுகளும் விட்டுத்தரவேண்டிய குறைந்தபட்ச "விஷயங்களின்" ஜாப்தாவைத் தயாரிக்கலாம்; எந்தெந்த யூனிட்டுகள் விரும்புகின்றனவோ, அந்த யூனிட்டுகள் ஒப்புக்கொள்வதற்காக, வேறு சில பொது விஷயங்களின் இஷ்ட பூர்வமான ஜாப்தாவைத் தயாரிக்கலாம்."

எதிர்கால வளர்ச்சிக்கு இந்திய ஒற்றுமை மிகுந்த முக்கியத்துவம் வாய்ந்ததாகையால், ஒற்றுமை குலையக் கூடாதென்ற நியாயமான கவலையால் உந்தப்பட்டு, தேசிய இன சுயநிர்ணய உரிமையை பரிபூரணமாக அனுஷ்டிப்பதை காங்கிரஸ் இதுவரை எதிர்த்து வந்திருக்கிறது. 1945-ம் வருஷ பூனா தீர்மானம் பின்வருமாறு காங்கிரஸ் கொள்கைக்கு விளக்கம் தந்தது:-

"இந்திய யூனியன் அல்லது சமஷ்டியிலிருந்து எந்த அங்கமும் பிரிந்து போவதற்கு உரிமையளிப்பதன்மூலம் இந்தியாவைத் துண்டாடும் எத்தகைய யோசனைக்கும் காங்கிரஸ் இணங்கமுடியாது. 1942-ம் வருஷ ஏப்ரலில் காங்கிரஸ் காரியக் கமிட்டி கூறியதைப்போல, காங்கிரஸ் இந்திய சுதந்திரத்துக்கும் இந்திய ஒற்றுமைக்கும் கட்டுப்பட்டிருக்கிறது. நவீன உலகத்தில் இன்னும் விரிவான சமஷ்டிகள் ஏற்படவேண்டுமென்ற தோரணையில் ஜனங்கள் சிந்திப்பது தவிர்க்க முடியாததாகிவிட்ட நேரத்தில், இந்திய ஒற்றுமையை உடைப்பதால், அனைவருக்கும் பாதகம் ஏற்படும்; இதை மனதில் எண்ணிப்பார்ப்பதே சங்கடத்தையும் வேதனையையும் உண்டு பண்ணுகிறது. எனினும், தங்களுடைய ஸ்தாபிக்கப்பட்ட கருத்துக்கு விரோதமாக, எந்த யூனிட்டிலுள்ள ஜனங்களையும் யூனியனுக்குள்ளிருக்கும்படி கட்டாயப்படுத்தும் ரீதியில்தான் நினைக்கவே முடியாதென்று காங்கிரஸ் மேலும் பிரகடனப்படுத்துகிறது."

இந்தத் தீர்மானத்தின் இரு பகுதிகளுக்குமிடையே ஒரு முரண்பாடு இருப்பதைப் பார்க்கலாம். ஒருபுறத்தில், பிரிந்து போகும் உரிமையை அங்கீகரிக்க மறுக்கிறது; மறுபுறத்தில் எந்த யூனிட்டையும் யூனியனுக்குள்ளிருக்க வேண்டுமென்று கட்டாயப்படுத்த மறுக்கிறது.

பிரிந்துபோகும் உரிமை உள்ளிட்ட சுயநிர்ணய உரிமையை அங்கீகரிப்பதால், பிரிவினையை விரும்புகிறோமென்று அர்த்தமல்ல. அதற்கு மாறாக, முற்போக்கான பாதையில், இந்திய ஜனநாயக வளர்ச்சி ஏற்படுவதற்கு இந்திய ஒற்றுமை முக்கியமான தேவையாகும். குறிப்பாக, பொது ஒத்துழைப்பின் மூலம் சகல பகுதிகளும் துரிதமாக முன்னேறுவதற்கும், பொருளாதார வளர்ச்சியை சாதிப்பதற்கும், சமூக வாழ்க்கைத் தரத்தையும் இதர சமூக வசதிகளையும் விருத்தி செய்வதற்கும் இந்திய ஒற்றுமை முக்கியமாயிருக்கிறது. ஆனால் அந்த யூனியன் இஷ்டபூர்வமான யூனியனாயிருக்க வேண்டும்.

இந்திய கம்யூனிஸ்ட் கட்சி இந்தக் கொள்கையைத்தான் வற்புறுத்துகிறது. 1942-ல் ஒரு தீர்மானத்தின் மூலம் இந்தக் கொள்கையை முதன்முதலில் அக்கட்சி எடுத்துக்கூறியது. அது இந்தியாவில் தேசிய இனங்களுடைய எழுச்சியைப்

பற்றிய முதல் பரிசீலனையாகும். 1946-ல் பிரிட்டிஷ் மந்திரிகளின் கோஷ்டிக்கு சமர்ப்பித்த யாதாஸ்தில் இந்தக் கொள்கையை கம்யூனிஸ்ட் கட்சி கீழ்க்கண்டவாறு எடுத்துக்கூறியது:-

"அரசியல் நிர்ணய சபையைப் பற்றி காங்கிரஸுக்கும் முஸ்லிம் லீகுக்குமுள்ள தீவிரமான வித்தியாசத்தை சுயநிர்ணய உரிமைக் கொள்கையின் நியாயமான அனுஷ்டானத்தின் மூலமே தீர்க்கமுடியும். "ஒவ்வொரு தேசிய ஜனசமூகத்தின் இயற்கையான புராதன தாயகத்தின் அடிப்படையில் மாகாணங்களின் எல்லைகளை மாற்றியமைக்க ஒரு எல்லைக் கமிஷனை நியமிக்கும் பொறுப்பு தற்காலிக சர்க்காருக்கு அளிக்கப்படவேண்டும். இவ்விதமாக மாற்றியமைக்கப்பட்ட மாகாணங்கள், முடிந்த அளவுக்கு, மொழி ஒற்றுமையும் கலாச்சார ஒற்றுமையுமுடைய தேசிய யூனிட்டுகளாகவிருக்கும். உதாரணம்: பட்டாணியர் நாடு, ஸிந்து, பலுச்சிஸ்தான் முதலியன.* ஒவ்வொரு யூனிட்டுடைய ஜனங்களுக்கும் நிபந்தனையற்ற சுயநிர்ணய உரிமை இருக்கவேண்டும். அதாவது, இந்திய யூனியனில் சேர்வதா அல்லது பரிபூரண ராஜ்யாதிகாரம் படைத்த தனி ராஜ்யத்தை ஸ்தாபிப்பதா அல்லது வேறு இந்திய யூனியனில் சேர்வதா என்பதை சுதந்திரமாகத் தீர்மானிக்கும் உரிமையிருக்கவேண்டும்.

"ஆகவே, அரசியல் நிர்ணய சபையின் தேர்தல்கள் இந்த ஜீவாதாரமான உரிமையின் அங்கீகாரத்தின்பேரில் நடக்கவேண்டும்; தேர்தல் காலத்தில், பிரிவினையா, ஐக்கியமா என்ற பிரச்சினையை அரசியல் கட்சிகள் பொதுமக்கள் முன்வைக்கவேண்டும். அகில இந்திய அரசியல் நிர்ணய சபையில் சேர்வதா அல்லது தனி ராஜ்யத்தை ஸ்தாபிப்பதா அல்லது வேறு இந்திய யூனியனில்

---

* இந்திய சமஸ்தானங்களை கலைத்துவிட்டு, மேற்கண்ட இன அடிப்படையில் இந்தியாவின் யூனிட்டுகள் உருவாக்கப்பட்டால் கீழ்க்கண்டவை ஏற்படும். தமிழ்நாடு, ஆந்திரதேசம், கேரளம், கர்னாடகம், மகாராஷ்டிரம், குஜராத், ராஜஸ்தான், ஸிந்து, பலுசிஸ்தான், பட்டாணியர் நாடு, காஷ்மீர், பாஞ்சாலம், ஹிந்துஸ்தான், பீகார், அஸ்ஸாம், வங்காளம், ஒரிஸ்ஸா.

சேர்வதா என்பதை ஒவ்வொரு தேசிய யூனிட்டிலிருந்தும் தேர்ந்தெடுக்கப்பட்ட பிரதிநிதிகள் பெரும்பான்மையான வோட்டுகளின் மூலம் தீர்மானிக்கவேண்டும்.

"அரசுரிமையுள்ள யூனிட்டுகள் இஷ்டபூர்வமாய் இணைந்து நிற்கும் சுதந்திர ஜனநாயக இந்திய யூனியனையே கம்யூனிஸ்ட் கட்சி விரும்புகிறது. சுதந்திரத்தைப் பாது காப்பதற்கும், எல்லோருடைய ஒத்துழைப்பும் தேவைப்படும். ஏழ்மையின் பிரச்சினைகளைத் தீர்ப்பதற்கும், பொதுவான குடும்பத்தில், ஒரே யூனியனில் இந்திய மக்கள் ஒன்று பட்டிருப்பதானது, இந்திய மகாஜனங்களின் சிறந்த நலன்களுக்கு உகந்தது என்று கம்யூனிஸ்ட் கட்சி உறுதியாய் நம்புகிறது. மேற்கண்ட விதத்தில் சுயநிர்ணய உரிமைக் கொள்கையைக் கடைப்பிடித்தால்தான் இந்திய ஒற்றுமையை பாதுகாக்க முடியும்."

இந்தப் பிரச்சினைகளின் பைசலுக்கு சாதகமான திட்டத்தை மேற்கண்ட கண்ணோட்டம் அளிக்கிறது.

ஐந்தாவது பாகம்
ஏகாதிபத்தியமும் தேசியமும்

பதினான்காவது அத்தியாயம்
அரசியல் சீர்திருத்த படலம்

1. ஏகாதிபத்தியமும் சுயாட்சியும்
2. 1917-க்கு முந்தி
3. டொமினியன் அந்தஸ்து
4. 1935-ம் வருஷத்திய இந்திய அரசாங்க சட்டம்

பதினைந்தாவது அத்தியாயம்
1934–39-ல் தேசிய இயக்கத்தின் வளர்ச்சி

1. புதிய எழுச்சி
2. தேர்தல் வெற்றி
3. காங்கிரஸ் மந்திரி சபைகள்
4. சமஷ்டியும் நெருக்கடியும்

பதினாறாவது அத்தியாயம்
இந்தியாவும் இரண்டாவது உலக யுத்தமும்

1. பிரிட்டிஷாரின் உலகத் தந்திரமும் இந்தியாவும்
2. தேசியமும் அந்நியநாட்டுக் கொள்கையும்
3. இந்தியாவும் யுத்தமும் (1939-1942)
4. ஆகஸ்ட் தீர்மானமும் அதன் பின்னரும்

பதினேழாவது அத்தியாயம்
இது சுதந்திரமா?

1. மாறிக்கொண்டிருக்கும் உலகத்தில் இந்தியா
2. தேசிய எழுச்சி (1945-46)
3. காபினெட் மிஷன்
4. புதிய அரசியல் திட்டம் (1946)

பதினான்காவது அத்தியாயம்

அரசியல் சீர்திருத்த படலம்

"பிரிட்டன் தன் காலனிகள் மீது தான் செலுத்தும் சகல அதிகாரங்களையும் தானாகவே துறந்துவிட்டு, காலனிகளை தங்களுடைய மாஜிஸ்ட்ரேட்டுகளைத் தாங்களே தேர்ந்தெடுப்பதற்கும், தங்களுடைய சட்டங்களைத் தாங்களே வகுப்பதற்கும், தங்கள் கருத்துக்கு உகந்தபடி யுத்தம் செய்வதற்கும், சமாதானம் செய்துகொள்வதற்கும் விட்டுவிட வேண்டுமென்று சொல்வது, உலகத்தில் இதுவரை எந்த தேசமும் எப்பொழுதுமே அனுஷ்டித்திராத, யோசனையைக் கூறுவதாகும். இனியும் எந்த தேசமும் இத்தகைய யோசனையை ஒருபொழுதும் கடைப்பிடிக்காது. எந்த தேசமும், எந்த மாகாணத்தின் மீதுள்ள சாம்ராஜ்ய ஆதிக்கத்தையும் தானாகவே துறந்ததில்லை, ஒருபொழுதும் துறந்ததில்லை."

- ஆடம்ஸ்மித் - "தேசங்களின் செல்வம்" 1776.

1906-ம் வருஷத்தில் பிரசுரிக்கப்பட்ட "சீர்திருத்தவாதிகளின்" வருஷாந்திர புத்தகம் (வருஷா வருஷம், அந்த வருஷ சம்பவங்களை தொகுத்துத்தரும் புத்தகம்) 1905-ம் வருஷத்திய ரஷ்யாவைப்பற்றி ஒரு பக்கத்தில் செய்தி தருகிறது. சரித்திரப் பிரசித்திபெற்ற சம்பவங்கள் நிகழ்ந்த 1905-ம் வருஷத்திய ரஷ்யாவைப்பற்றி முப்பது வரிகளில் அடக்கினார்கள் அப்புத்தகாசிரிய மேதைகள். இந்த முப்பது வரிகளிலும் இருபத்து மூன்று வரிகளில் டூமாவைப்பற்றி விவரித்தார்கள். (டூமா என்பது ஜாரிஸ்ட் போலி சட்டசபை) அதன் தோற்றம், லட்சணங்கள், தேர்தல்முறை, அதிகாரங்கள், அதன் எதிர்காலம் ஆகியவற்றைப் பற்றி விஸ்தரித்தார்கள். இதைத்தவிர, ரஷ்யாவை குலுக்கிய 1905-ம் வருஷப் புரட்சியைப் பற்றி ஒன்றுமே எழுதவில்லையா? எழுதினார்கள். "தொழிலாளர் ஸ்தாபனங்கள் இந்த வருஷம் விறுவிறுப்பாக வளர்ச்சியடைய

வில்லை. தேசிய நெருக்கடியும் அளவுக்கு மீறிய போலிஸ் மிருகத்தனமுமே இதற்கு காரணம். ரஷ்யாவின் ஒவ்வொரு பகுதியிலும் கலகமும், கலவரமும் சம்பவித்தன" என்ற வாக்கியங்களில் அந்தச் சகாப்தகரமான புரட்சியைப்பற்றி சொல்லித் தீர்த்துவிட்டார்கள்! அக்காலத்திய மேற்கத்திய முற்போக்காளர்களுக்கு ரஷ்ய புரட்சி இவ்வளவு சாமானியமாகப்பட்டது!

இதைப்போலவே, 'இந்திய பிரச்சினை'யைப் பற்றிய பிரிட்டிஷ் விவாதத்தில் பாரதம் பாரதமாகக் குவிந்திருக்கும் இலக்கியத்தைப் பார்த்தால், இந்திய மக்களுக்கு ஏகாதிபத்தியம் வழங்கியிருக்கும் "அரசியல் அமைப்பு"களைப் பற்றிய பிரச்சினையாகவே, இந்தப் புத்தகங்களில் நூற்றுக்கு தொண்ணூறு இந்திய பிரச்சினையை நோக்குகின்றன. இதற்கு திருஷ்டி பரிகாரமாக நடப்பதைப்போல, "கொந்தளிப்பை"ப் பற்றி, "தீவிரவாதிகளின்" சொல்வாக்கில் கட்டுண்ட ஜனங்களின் விரும்பத்தகாத கிளர்ச்சியைப் பற்றி, காந்தி என்ற புதிரான மனுஷரைப்பற்றி சில வார்த்தைகள் பிரஸ்தாபிக்கப் படுகின்றன. இந்த அரசியல் சட்டங்களைப்பற்றிய பதப்பிரயோகங் களின் நடுவே, இந்தக் கட்டாந்தரை பாலைவனத்திலே, இந்திய புரட்சியின் வளர்ச்சிக்கு காரணமாக விளங்கும் சமூக, அரசியல் பிரச்சினைகள் மூடி புதைக்கப்படுகின்றன. இந்தச் சட்ட விவகார விசாரணைகளைக் கண்டு அலுத்து, அருவருப்படையும் பிரிட்டிஷ் பொதுமக்கள், இந்திய விவகாரங்களில் தங்களுக்குள்ள அக்கறையை இழந்து விடுகின்றனர். 'புதிய அரசியல் சட்டம்" என்ற புகைபடிந்த கண்ணாடியை சிருஷ்டித்து, அதை மையமாகக்கொண்டு, இயங்கிக்கொண்டிருக்கும் (மனித சமுதாயத்தின் ஐந்திலொருவரான) இந்திய மக்களின் பிரச்சினைகளைப் பார்த்தால், அந்தக் காட்சி மங்கலாகவேயிருப்பதில் வியப்பில்லை.

ஏகாதிபத்தியம் இந்தியாவுக்குப் பல அரசியல் சட்டங் களையும் பல அரசியல் சீர்திருத்த யோசனைகளையும் வழங்கியிருக்கிறது. இவை இந்திய பிரச்சினையின் பரிகாரங் களல்ல. இந்திய பிரச்சினையைப் பைசல் செய்வதற்காக எடுக்கப்பட்ட முயற்சிகள் அல்ல. அவை ஏகாதிபத்தியத்துக்கும்

தேசியத்துக்குமிடையே நடக்கும் போராட்டத்தின் உருவங்கள். ஏகாதிபத்தியத்துக்கும் தேசியத்துக்குமிடையே நிகழும் போராட்டத்தின் கட்டங்களை அவை பிரதிபலிக்கின்றன. அவை போராட்டத்தின் பிரதான போர்க்களம்கூட இல்லை. போராட்டமே யாதார்த்த உண்மை; அதன் ஆவிதான் அரசியல் சட்டம்.

1. ஏகாதிபத்தியமும் சுயாட்சியும்

இந்திய மக்களுக்கு சுயாட்சி செலுத்தும் கலையில் பயிற்சியளிப்பதே பிரிட்டிஷ் ஆட்சியின் உண்மையான நோக்கமென்று ஏகாதிபத்திய வக்கீல்கள் சில சமயம் கூறுகிறார்கள்.

இந்தியாவை ஆரம்பகாலத்தில் அரசு புரிந்த பிரிட்டிஷாரின் அபிப்பிராயம் இதுவல்ல. தேசிய விடுதலை இயக்கத்தின் பலம் சுயாட்சி பிரச்சினையை அரசியல் அரங்கத்துக்கு கொண்டுவரும் வரையில், எப்பொழுதாவது இந்தியா சுயாட்சி செலுத்தலாமென்ற கருத்தை பிரிட்டிஷ் ஆளும் வர்க்கம் ஏளனத்துடன் நிராகரித்தது.

பிரிட்டிஷ் ஆதிபத்தியம் ஓங்கி நின்ற காலையில், கன்ஸர்வேடிவ்கள் மாத்திரமல்ல, லிபரல்களும் இந்த அபிப்பிராயத்தை ஏற்றுக்கொண்டார்கள். 1833-ல், பார்லிமெண்ட் கூட்டத்தில், **மெக்காலே** கூறினார்:

“இந்தியாவில், பிரதிநிதித்துவ ஸ்தாபனங்களை ஏற்படுத்த முடியாது. இந்திய அரசியலைப்பற்றி சிந்தனையில்லாமல், இஷ்டப்பட்ட யோசனையை ஏராளமான பேர் அளித்துள்ளனர். எனக்குத் தெரிந்தவரையில், அவர்களில் ஒருவர்கூட, அவர்களுடைய அபிப்பிராயம் எவ்வளவு ஜனநாயகமாயிருந்த போதிலும், இந்தியாவுக்கு நிகழ்காலத்தில் பிரதிநிதித்துவ ஸ்தாபனங்களை வழங்க முடியுமென்று கருதவில்லை.”

லிபரெல் சித்தாந்தத்தின் தனியொரு ஞானியும், பிரதிநிதித்துவ ஸ்தாபனங்கள் கோரும் பிரமுகருமான ஜான் **ஸ்டூவர்டுமில்லும்** இந்தியாவுக்கு பிரதிநிதித்துவ ஸ்தாபனங்கள் வழங்க முடியாதென்று அழுத்தம் திருத்தமாய் வற்புறுத்தினார்.

மேற்கண்ட பிரசங்கத்திலேயே, மெக்காலே மில்லின் கருத்தை எடுத்துக்காட்டினார்:-

"பரிசுத்தமான ஜனநாயகத்துக்கு சாதகமாக அவர் (மில்) வன்மையாக எழுதியிருக்கிறார். அதிகப்படியாக அதை வற்புறுத்தியிருக்கிறாரென்பது என் அபிப்பிராயம். ஆனால், இந்தியாவில் பிரதிநிதித்துவ ஆட்சி காரியசாத்திய மானதென்று அவர் நினைக்கிறாரா என்று போன வருடத்திய கமிட்டி முன் அவர் கேட்கப்பட்டபோது, "பேச்சு மூச்சு கூடாது" என்று அவர் பதிலளித்தார்."

இந்திய பிரச்சினையைப் பற்றி பத்தொன்பதாவது நூற்றாண்டின் லிபரலிஸம் எவ்வளவு சூன்யமாய் இருந்ததென்பது **கிளாட்ஸ்டனுக்கும் பிரைட்டுக்கும்** நடந்த சம்பாஷணையிலிருந்து நன்கு தெரிகிறது:-

"இன்று மாலை, நான் பிரைட்டுடன் இந்தியாவைப்பற்றி நீண்ட சம்பாஷணை நடத்தினேன்......ஜனங்கள் தங்களைத் தாங்களே அரசாட்சி செய்வதிலுள்ள கஷ்டத்தை-அதாவது இந்தியா ஒரு பார்லிமெண்டரி சர்க்காரால் ஆளப்படுவதிலுள்ள கஷ்டத்தை அவர் ஒப்புக்கொள்ளுகிறார்."

(ஸர் ஜேம்ஸ் கிரஹாம் என்பவருக்கு கிளாட்ஸ்டன் எழுதிய கடிதம், - 1858, ஏப்ரல் 23)

பத்தொன்பதாவது நூற்றாண்டில், லிபரெலிஸத்தின் தலைவர்களாக விளங்கிய இவர்கள் இருவருக்கும் (இந்தியாவில் நடந்த துன்மார்க்க ஆட்சியைப்பற்றி கிளர்ச்சி செய்து, பிரைட் நற்தொண்டாற்றினார்.) இந்திய மக்கள் தாங்களாகவே அரசு புரிய முடியுமென்று தோன்றவில்லை.

முதல் உலக யுத்தம் மூளும் தறுவாயில், ஏகாதிபத்தியத்தின் கொள்கையை **க்ரோமர்** பிரபு விளக்கினார்:-

"இத்தகைய நிலைமையில் இந்தியாவுக்கு சுயாட்சி அளிக்கவேண்டுமென்று சொல்லுவது, **ஐக்கிய ஐரோப்பாவுக்கு** சுயாட்சி அளிக்கவேண்டுமென்று கூறுவதற்கொப்பாகும்....... அந்த யோசனை பரிகசிக்கத்தக்கது மாத்திரமல்ல; அது

காரியசாத்தியமில்லாத யோசனை என்பது மாத்திரமல்ல; அத்தகைய யோசனையைக் கூறுவது நாகரிகத்துக்கு விரோதமான குற்றமென்று கூடக் கூறுவேன்; குறிப்பாக, நமது பொறுப்பில் விடப்பட்டிருக்கும் கோடிக்கணக்கான ஊமை இந்தியர்களுக்கு எதிரான குற்றமென்று கூறுவேன்."

(க்ரோமர் பிரபு: "புராதன ஏகாதிபத்தியமும் நவீன ஏகாதிபத்தியமும்" 1910)

இதே காலத்திலிருந்த லிபரெல் மார்லி பிரபுவின் அபிப்பிராயமும் இதைப்போலவே அழுத்தம் திருத்தமாக விருந்தது. மிண்டோ-மார்லி சீர்திருத்தங்களை பிரரேபிக்கும் பொழுது, இந்தச் சீர்திருத்தங்கள் பார்லிமெண்டரி ஸ்தாபனங்கள் ஏற்படுவதற்கு பாதை வகுப்பதாக எண்ணிவிடக் கூடாதென்று வலியுறுத்தினார்.

"இந்தியாவில் பார்லிமெண்டரி முறையை ஸ்தாபிப்பதற்கு இந்தச் சீர்திருத்தங்கள் நேரடியாகவோ மறைமுகமாகவோ உதவுமென்று கூற முடியுமானால், என்னைப் பற்றிய வரையில், நான் இந்தச் சீர்திருத்தங்களுடன் எந்த வகையிலும் தொடர்பு கொள்ளமாட்டேன்."

(மார்லி பிரபுவின் பிரசங்கம், பிரபுக்கள் சபையில் 1908, டிசம்பர் 17).

1917 வரையில், இந்தியாவைப் பற்றிய ஏகாதிபத்தியக் கொள்கை இப்படியிருந்தது. 1917-க்குப் பிறகு, கொள்கை விளக்கத்தில் திடீரென்று மாறுதல் ஏற்பட்டிருக்குமானால், "நாகரிகத்துக்கு விரோதமான குற்றமாக" கருதப்பட்ட சுயாட்சி, பெயரளவில் பிரகடனப்படுத்தப்பட்ட லட்சியமாகி விட்டால், கொள்கையில்-இல்லை-பிரகடனப்படுத்தப்பட்ட கொள்கையில் ஏற்பட்ட இந்தத் திடீர் மாறுதலுக்கு பிரிட்டிஷாரின் பூர்வ நோக்கம் காரணமாயிருக்கமுடியாது; அவர்கள் கட்டுப்பாட்டுக்கு உட்படாத சம்பவங்களே காரணமாயிருக்கவேண்டும்.

யதார்த்தமான மாறுதல் ஏற்பட்டிருக்கிறதா?

அல்லது, 1917-க்குப் பிறகு, கண்ணோட்டத்திலும் கொள்கையிலும் வெளிப்படையாகக் காணப்படும் மாறுதல்

சந்தர்ப்ப சூழ்நிலைக்கு ஒத்துப்போகும் தந்திரமாயிருக்கிறதா? பிரிட்டிஷ் ஆட்சியை நீடிக்கவேண்டுமென்ற அடிப்படையான லட்சியத்தை துறப்பதற்குப் பதிலாக, உடும்புப் பிடியாய்ப் பிடித்துக்கொண்டு, மேலுக்கு மாத்திரம், சுற்றுச்சார்பை உத்தேசித்து, கொள்கையும் கண்ணோட்டமும் மாறிவிட்டதாக நடிக்கப்படுகிறதா?

இப்பொழுது நாம் முக்கியமாக பரிசீலனை செய்யவேண்டிய பிரச்சினை இது.

2. 1917-க்கு முந்தி

முதல் உலக யுத்தம் வரையில், இந்தியர்களை கொஞ்சம் கொஞ்சமாக ஏகாதிபத்திய நிர்வாக யந்திரத்துடன் இணைப்பதே ஏகாதிபத்தியத்தின் பிரகடனப்படுத்தப்பட்ட லட்சியமாயிருந்தது. எத்தகைய ஏகாதிபத்திய அமைப்பும் வெற்றிகரமாக வேலை செய்வதற்கவசியமான இந்த லட்சியம் (இந்திய அரசாங்க நிர்வாகத்தில் உத்தியோகம் வகிக்கும் 15 லட்சம் பேரில், ஒரு சின்னஞ்சிறு பகுதிக்குமேல் இங்கிலீஷ்காரர்களாக இருக்கமுடியாது) ஒரு நூற்றாண்டுக்கு மேலாக தொடர்ச்சியாக பிரகடனப்படுத்தப்பட்டு வருகிறது; நிர்வாகத்தின் கேந்திர ஸ்தானங்கள் மீதுள்ள ஆதிக்கத்தை பாதுகாப்பதற்கு தேவையான முன்னெச்சரிக்கையுடன், மேற்கண்ட லட்சியம் கடைப்பிடிக்கப்பட்டுவருகிறது. இந்த லட்சியத்தை (ஏகாதிபத்திய யந்திரத்துடன் இந்தியர்களை இணைக்கும் லட்சியத்தை) சுயாட்சி லட்சியத்துடன் குழப்பக்கூடாது. சுயாட்சி லட்சியத்துக்கு விரோதமான லட்சியம் இது. இந்த லட்சியத்தை முன்னுக்குப்பின் முரணில்லாமல் அமுல் நடத்தியதைப்போலவே, சுயாட்சி லட்சியத்தையும் 1917 வரை ஏகாதிபத்தியம் நிராகரித்து வந்தது. இந்த இரண்டையும் ஒன்றென்று எண்ணும் குழப்பம், இந்தியா பொறுப்பாட்சி லட்சியத்தை நோக்கி மெள்ள மெள்ள முன்னேறுகிறதென்ற கற்பனைக்கு இடம் கொடுக்கிறது.

1833-ம் வருஷ சாசனம் கூறியதாவது:- "எந்த இந்தியனுக்கும், அவனுடைய மதம் காரணமாகவோ, பிறப்பிடம் காரணமாகவோ, வம்சம் காரணமாகவோ, நிறம் காரணமாகவோ, சர்க்காரின் கீழ் (கிழக்கிந்திய கம்பெனி

அரசியல் சீர்திருத்த படலம்

சர்க்காரின் கீழ்-மொ-ர்.) எந்த ஸ்தானத்தையும், பதவியையும், உத்தியோகத்தையும் வகிப்பதற்கு தடை விதிக்கப்படமாட்டாது." கிழக்கிந்திய கம்பெனியின் கோர்ட் மேற்கண்ட வாக்கியத்துக்கு கீழ்க்கண்டவாறு வியாக்கியானம் தந்தது:-

"பிரிட்டிஷ் இந்தியாவில் ஆளும் ஜாதி ஒன்றுமிருக்கக் கூடாதென்பதே இந்த வாக்கியத்தின் அர்த்தமென்று கருதுகிறது. எத்தகைய யோக்கியதாம்ச பரீட்சைகள் அனுஷ்டிக்கப்பட்டாலும், மதவேறுபாடு அல்லது மத வித்தியாசம் அந்தப் பரீட்சைகளில் சேராது."

புதிய கொள்கையின் ஆரம்ப ஸ்தானமாக பொதுவாக வர்ணிக்கப்படும் 1858-ம் வருஷத்திய விக்டோரியா மகாராணியின் பிரகடனம் உண்மையில் மேற்சொன்ன வாக்கியத்தை விளக்கிக் கூறியது:-

"நமது பிரஜைகள், எத்தகைய வர்ணத்தினராயிருந்தாலும் சரி, எப்படிப்பட்ட கோட்பாடு உடையவராயிருந்தாலும் சரி, தங்களுடைய கடமைகளைச் செய்வதற்கேற்ற கல்வி, திறமை, நாணயம் ஆகிய யோக்கியதாம்சங்களைப் பெற்றிருந்தால், அவர்களை பாரபட்சமில்லாமல், இஷ்டபூர்வமாக, நமது நிர்வாகத்தின் உத்தியோகங்களுக்கு அனுமதிப்பதென்ற கொள்கையை முடிந்தவரையில் கடைப்பிடிப்பதென்பது நமது கருத்து."

ஆளுவோருக்கும் ஆளப்படுவோருக்குமிடையேயுள்ள பேதங்கள் மறைந்து, பரிபூரண சமத்துவம் நிலவுமென்ற இந்த வாக்குறுதிகளெல்லாம், பரந்த அர்த்தத்தில் நிறைவேற்றப்பட வேண்டுமென்ற எண்ணத்தில் கொடுக்கப்படவில்லை. அதனால்தான், இந்தியா காரியதரிசி **க்ரான்புருக் பிரபுவுக்கு** 1876-80-ல் வைஸ்ராயாகவிருந்த லிட்டன் பிரபு எழுதிய அந்தரங்கக் கடிதத்தில், அவர் கீழ்க்கண்டவாறு குறிப்பிட்டார்:-

"இந்தக் கோரிக்கைகளும் ஆவல்களும் ஒருபொழுதும் நிறைவேற்றப்படாதென்றும் எப்பொழுதுமே நிறைவேற்ற முடியாதென்றும் நாம் அனைவரும் அறிவோம். இந்த ஆர்வ அபிலாசைகளை தடை செய்வதா அல்லது ஜனங்களை ஏமாற்றுவதா என்ற இரண்டே பாதைகள் நம் முன் நின்றன. நேர்மை குறைவான பாதையை நாம் மேற்கொண்டோம்.....

இதை நான் ரகசியமாக எழுதுகிறேன், செவிக்கு அளித்த வாக்குறுதிகளையெல்லாம் மனத்திடம் மீறுவதற்கு தங்கள் அதிகாரத்திற்குட்பட்ட சகல முறைகளையும் அனுஷ்டிக் கிறார்களென்ற குற்றச்சாட்டுக்கு இதுவரை இந்திய சர்க்காரும் பிரிட்டிஷ் சர்க்காரும் திருப்திகரமாக பதிலளிக்க முடியவில்லையென்று எனக்கு தோன்றுகிறதென்று நான் தயக்கமில்லாமல் கூறுகிறேன்."

ஸாலிஸ்பரி பிரபு, தன்னுடைய வெட்டொன்று துண்டிரண்டு தோரணையில், இந்தியாவுக்கு பிரிட்டன் அளித்த வாக்குறுதிகளை "ராஜ்ய ஏமாற்று" என்றார். (நம் காலத்திய பால்ட்வின்கள், லாயிட் ஜார்ஜுகள், மாக்டொனால்டுகள், சேம்பர்லேன்கள் ஆகியோர்களைப் பற்றி ஸாலிஸ்பரி பிரபு என்ன கூறியிருப்பாரென்று யோசிப்பதே ருசிகரமாயிருக்கும்).

இந்த ஒழிந்துபோன சகாப்தத்தின் வாக்குறுதிகளும் பிரகடனங்களும் ஜகஜோதியான வார்த்தைகளில் வடிவெடுத்தபோதிலும், அவைகளின் உண்மை நோக்கம் இதுதான்:- சர்வ ஜாக்கிரதையான கட்டுப்பாட்டுக்கு உட்பட்ட முறையில், ஏகாதிபத்திய நிர்வாக யந்திரத்தில், இந்தியர்களின் ஒத்துழைப்பை பையப்பைய விஸ்தரிப்பது. இதன்மூலம், பாமர மக்களை அடிமைப்படுத்தி வைக்கும் பணியில் தனக்கு பேராதரவாய், பயிற்சி பெற்ற மேல்தர, நடுத்தர வர்க்க இந்தியர்களைத் திரட்டுவது.

இந்த லட்சியத்தைப் பின்பற்றியே, ஸிவில் ஸர்வீஸில் (ஐ.ஸி.எஸ். வர்க்கத்தில்) இந்தியர்களுக்குள்ள ஸ்தானங்கள் அதிகரிக்கப்பட்டன; (ஆனால் கேந்திர ஸ்தானங்களில் இந்தியர்கள் நியமிக்கப்படவில்லை; தவிர, இந்தியர்களை ஐ.ஸி.எஸ்.ஸில் எடுத்துக்கொள்வதில், ஆளும் வர்க்கம் சர்வ ஜாக்கிரதையாயிருந்தது.) இத்துடன், 1861-க்குப் பிறகு, சில சீர்திருத்த நடவடிக்கைகள் எடுக்கப்பட்டன.

1861-ம் வருஷத்தில், **இந்திய கவுன்ஸில்**கள் சட்டம் நிறைவேறிற்று. வைஸ்ராயினுடைய லெஜிஸ்லேடிவ் கவுன்ஸிலில், உத்தியோகப் பற்றற்ற அங்கத்தினர்கள் ஆறுபேர் நியமிக்கப்படுவார்கள்; இவர்களில் சிலர் சர்வ

ஜாக்கிரதையாய் பொறுக்கப்பட்ட இந்தியர்களாயிருப்பார்கள். இதன் பின்னால் வந்த ஒவ்வொரு சீர்திருத்தத்துடனும் ஒரு புதிய அடக்குமுறை ஆயுதம் ஏகாதிபத்திய பாசறையிலிருந்து ஜனனமானதைப்போல, இந்தச் சீர்திருத்தத்துடனும் ஒரு அடக்குமுறை ஆயுதம் பிறந்தது. ஆறு மாத காலத்துக்கு சட்டமாயிருக்கக்கூடிய **அவசர சட்டங்களை** பிரயோகிக்கும் அதிகாரம் வைஸ்ராய்க்கு அளிக்கப்பட்டது- நவீன கட்டத்தில் சர்வ சகஜமாக உபயோகிக்கப்பட்டுவரும் அதிகாரம் இது.

1883-84-ல், ஸ்தலஸ்தாபனச் சட்டங்கள் ஏற்பட்டன; முனிசிபல் நிர்வாகத்தில் தேர்தல் கொள்கையை அமுலுக்கு கொண்டுவந்தன; ஜில்லா போர்டுகளையும் தாலுகா போர்டுகளையும் அமைத்தன.

1892-ல் இந்திய கவுன்ஸில்கள் சட்டம் இன்னொன்று வந்தது. இதன்படி மாகாண லெஜிஸ்லேடிவ் கவுன்ஸில்களுக்கு சில அங்கத்தினர்கள் மறைமுகமாக "தேர்ந்தெடுக்கப்படுவர்". (இது உண்மையில் தேர்தலேயில்லை. அங்கீகாரத்துக்காக ஸ்தலஸ்தாபனங்களும் இதர ஸ்தாபனங்களும் சில நபர்களை சிபார்சு செய்யும், அவ்வளவுதான்.) இந்த முறையில் மாகாண கவுன்ஸில்களுக்கு "தேர்ந்தெடுக்கப்படும்" நபர்கள் மூலம் வைஸ்ராயின் லெஜிஸ்லேடிவ் கவுன்ஸிலுக்கு சிலர் தேர்ந்தெடுக்கப்படுவர்.

1909-ல், வந்த இந்திய கவுன்ஸில்கள் சட்டமே மிண்டோ-மார்லி சீர்திருத்தங்கள் என்று அழைக்கப்படுகிறது. இதன்படி மாகாணங்களில் லெஜிஸ் லேடிவ் கவுன்ஸில்களில் தேர்ந்தெடுக்கப்பட்டவர்கள் மெஜாரிட்டியாயிருப்பார்கள். (இவர்களில் ஒரு பகுதி நேரடியாகவும், மிச்சமிருப்பவர்கள் மறைமுகமாகவும் தேர்ந்தெடுக்கப்படுவர்) மத்திய லெஜிஸ்லேடிவ் கவுன்ஸிலில் தேர்ந்தெடுக்கப்படுபவர்கள் மைனாரிட்டியாக இருப்பார்கள். (நிலச்சுவான்தார், முஸ்லிம் தொகுதிகளைத் தவிர, இதர தொகுதிகளுக்கு மறைமுகமாகவே தேர்தல் நடைபெறும்.) இந்தக் கவுன்ஸில்களின் வேலைகள் வெகுவாக கட்டுப்படுத்தப்பட்டேயிருந்தன. நிர்வாகத்தின் மீதோ, நிதி விவகாரங்கள் மீதோ அவர்களுக்கு அதிகாரமில்லை; இந்தக் கவுன்ஸில்கள் நிறைவேற்றும் தீர்மானங்களை ரத்து

செய்வதற்கு சர்க்கார்களுக்கு அதிகாரமுண்டு; வோட்டுரிமை மிகக் குறுகியதாயிருந்தது. இருக்கும் தேர்தல் தொகுதிகள் போதாதென்றால், முஸ்லிம்களுக்கு தனித்தொகுதிகள் ஸ்தாபிக்கப்பட்டது.

விஸ்தாரமான தேசியக் கிளர்ச்சியின் விளைவாக, அந்தச் சுயாட்சிக் கிளர்ச்சியினிடையே வந்த முதல் சீர்திருத்தம் மிண்டோ-மார்லி சீர்திருத்தம். அந்தத் தேசியக் கிளர்ச்சியை முறியடிக்கும் அரசியல் நோக்கத்துடன் இந்தச் சீர்திருத்தம் பிரகடனப்படுத்தப்பட்டது. "மிதவாதிகளை திரட்டுவதற்காக" என்று மார்லி பிரபுவே சீர்திருத்தங்களின் நோக்கத்தை எடுத்துரைத்தார். 1905-ம் வருட தேசிய எழுச்சியையும் பகிஷ்கார இயக்கத்தையும் சுதேசி இயக்கத்தையும் தொடர்ந்து, பிரிட்டிஷ் கொடுங்கோன்மையைத் தவிர இன்னொரு பெரிய கொடுங்கோன்மையாக கீழ்நாடுகளில் நிலைத்து நின்ற ஜாராட்சியை கிடுகிடுக்க வைத்த 1905-ம் வருடப் புரட்சியைத் தொடர்ந்து, 1906-ல் இந்தச் சீர்திருத்த யோசனை பிறந்தது. புதிய சகாப்தத்தை அங்குரார்ப்பணம் செய்வதாக இந்தச் சீர்திருத்தங்கள் மேளதாள வாத்தியக் கொண்டாட்டத்துடன் பார்லிமெண்டில் அரங்கேற்றப்பட்டன. இந்த முறையைப் பின்பற்றிய மாண்டேக்-செல்ம்ஸ்போர்டு ரிப்போர்ட் மிண்டோ-மார்லி சீர்திருத்தத்தை பிரஸ்தாபித்து, "அந்த நேரத்தின் உற்சாகத்தில், அதைப்பற்றி அளவுக்கு மீறி பேசப்பட்டது......... நம்பிக்கையுடன் எதிர்பார்க்கப்பட்ட தெல்லாம் ஏமாற்றத்தில் முடிந்தது" என்று தீர்ப்பளித்தது.

தன் சீர்திருத்தங்கள் மூலம் சுயாட்சி இயக்கத்தை முறியடிக்க முடியுமென்று மார்லி பகிரங்கமாகக் கணக்குப் போட்டார். பின்வருமாறு அவர் நிலைமையை பரிசீலனை செய்தார்:-

"இத்தகைய திட்டத்தைப் பற்றி விவாதிக்கும்பொழுது, மூன்று ஜனப்பகுதிகளைப் பற்றி நாம் யோசிக்கவேண்டும். என்றாவது நம்மை இந்தியாவை விட்டு அவர்களால் விரட்டிவிட முடியுமென்று கனவு காணும் தீவிரவாதிகள் இருக்கிறார்கள்....... இரண்டாவது கோஷ்டி இத்தகைய நம்பிக்கைகளை ஆதரிக்கவில்லை. ஆனால் அவர்கள் சாம்ராஜ்யத்துக்குள்ளே சுயாட்சி கிடைக்குமென்று

நம்புகிறார்கள். தவிர, மூன்றாவது பகுதி இருக்கிறது. நமது நிர்வாகத்துடன் ஒத்துழைப்பதற்கு அனுமதிக்கப்பட வேண்டுமென்பதைத் தவிர வேறெதுவும் கேட்காதவர்கள் இந்த மூன்றாவது பகுதியினர்.

"சீர்திருத்தங்களால் ஏற்பட்டிருக்கும், ஏற்பட்டுக் கொண்டிருக்கும், ஏற்படப்போகும் பயனென்னவென்றால், நேர்மையான பூரண ஒத்துழைப்பு அனுமதிக்கப்பட்டால், அத்துடன் திருப்தியடையக்கூடிய மூன்றாவது பகுதியுடன், சுயாட்சி விரும்பும் இரண்டாவது பகுதியை கவர்ச்சித்து இணைத்துவிடும்."

(மார்லி, பிரபுக்கள் சபையில் பிரசங்கம், 1909 பிப்ரவரி 23)

ஆக, அரசியல் சீர்திருத்தங்கள் மூலம், "நமது நிர்வாகத்துடன் ஒத்துழைப்பை"ப் பெறுவது ஏகாதிபத்தியம் விரும்பிப் பொறுக்கி கையாண்ட முறையாக விளங்கியது. இதன்மூலம் தேசிய லட்சியமான சுயாட்சியை தோற்கடிக்க முடியுமென்று நம்பினார்கள்.

"சுயாட்சிப் பாதையில் ஒரு படி" யாக சீர்திருத்தங்கள் கருதப்படவில்லை என்பதைக் குறிப்பாகக் கவனிக்கவேண்டும். "இந்தியாவில் பார்லிமெண்டரி முறையை அமைப்பதற்கு நேரடியாகவோ மறைமுகமாகவோ" சீர்திருத்தங்கள் உதவாதென்பதை மார்லி வெட்டவெளிச்சமாக்கியதை நாம் முன்னரே பார்த்தோம். அப்பொழுதோ, எதிர்காலத்திலோ, இந்தியா சுயாட்சி நோக்கி முன்னேறப் போவதாகவோ, முன்னேறுவது தங்கள் லட்சியமென்றோ, அவர்கள் நினைக்கவேயில்லை. வைஸ்ராய் மிண்டோ பிரபு தன் சர்க்கார் ஒருநாளும் பொறுப்பாட்சியை லட்சியமாகக் கொள்ளவில்லையென்று கூறியதை ஆதரித்து, மார்லி பிரபு மிண்டோவுக்கு பின்வருமாறு எழுதினார்:-

"இந்தியாவுக்கு மேற்கத்திய மாடல் பிரதிநிதித்துவ சர்க்காரை ஏற்படுத்தவேண்டுமென்று உங்கள் சர்க்கார் ஒருபொழுதும் நினைத்ததில்லையென்று நீங்கள் விடுத்துள்ள மறுப்பு எதிர்பார்க்கப்பட்டதே. ஐரோப்பாவில், பிரதிநிதித்துவ ஆட்சி வேண்டுமென்று தீவிரமாக கிளர்ச்சி செய்பவர்கள்கூட, தங்களுடைய சொந்த அனுபவங்களின் படிப்பினையால்,

பிரதிநிதித்துவ ஆட்சி இந்திய சாம்ராஜ்யத்திலுள்ள பல்வேறு வர்ணத்தவரின் அபிலாஷைகளுக்கு ஒத்துவரா தென்று உணர்ந்துவிட்டனர்..... இந்திய மண்ணில், ஐரோப்பிய மாடல் பிரதிநிதித்துவ சர்க்காரை திணிக்கும் நோக்கமோ ஆவலோ கிடையாதென்று மறுப்பு கூறும்பொழுதே, உள்ள நிர்வாக யந்திரத்தை அபிவிருத்தி செய்ய நீங்கள் விரும்புகிறீர்கள்.

"தங்கள் தேச அரசாட்சியில் பங்குபெறவேண்டுமென்ற படித்தவர்களின் இயற்கையான ஆர்வங்களை அங்கீகரிக்க" நீங்கள் விரும்புகிறீர்கள். மாட்சிமை தங்கிய மன்னர் சர்க்கார் உங்கள் விருப்பத்தை ஆதரிக்கிறதென்று நான் சொல்லத் தேவையில்லை.

"இந்திய கொள்கையை நிர்ணயிப்பதில் பங்குள்ளவர்கள் லண்டனிலிருந்தாலும் கல்கத்தாவிலிருந்தாலும் (அக்காலத்தில் கல்கத்தா இந்திய சர்க்காரின் தலைநகராயிருந்தது; 1911-ல் டெல்லி இந்திய சர்க்காரின் தலைநகராயிற்று) அவர்களுக்கு ஒரு பிரதான உரைகல்லிருக்கவேண்டும். அதாவது, எந்தச் சமயத்தில், எத்தகைய புதிய யோசனை வெளியிடப்பட்டாலும், அது மேலதிகாரம் செலுத்தும் அரசின் (பிரிட்டனின்-மொ-ர்) பலத்தையும் உறுதியையும் அடிப்படையாகக் கொண்டிருக்க வேண்டும்."

(மிண்டோ பிரபுக்கு மார்லி பிரபு எழுதியது)

இதுவரையில், ஏகாதிபத்தியக் கொள்கை சந்தேகத்துக் கிடமில்லாமல், தெள்ளத் தெளிவாயிருக்கிறது. சுயாட்சியை நோக்கி முன்னேறும் பிரச்சினையே கிடையாது. மேலதிகார அரசின்-பிரிட்டனின்-நலன்கள்தான் தீர்மானமானவை. ஏகாதிபத்தியத்தின் நலன்களுக்கு மேல் வர்க்க மைனாரிட்டியின் ஆதரவைத் திரட்டுவதுதான் அரசியல் சீர்திருத்தங்களின் லட்சியம்.

3. டொமினியன் அந்தஸ்து

அதன் பிறகு, 1914-18 யுத்தம் வந்தது; ஏகாதிபத்தியத்தின் அஸ்திவாரம் பலவீனப்பட்டது; இந்தியாவிலும் இதர காலனிகளைப்போல, மகத்தான விழிப்பு ஏற்பட்டது; இந்து-

முஸ்லிம் ஒற்றுமை ஏற்பட்டது. 1916-ம் வருடத்தில், சுயாட்சியைக் குறித்து காங்கிரஸ்-லீக் ஒப்பந்தம் உருவாயிற்று; 1917 மார்ச்சில் ரஷ்யப் புரட்சி ஏற்பட்டது. சகல தேசங்களிலும் வியாபித்த பொதுஜனப் புரட்சி அலை அதைத் தொடர்ந்து ஓங்கியது.

ரஷ்யப் புரட்சியின் பின், தேசிய சுயநிர்ணய உரிமை ஸ்லோகங்கள் எட்டுத் திக்குமெட்ட எதிரொலித்தன.

இந்த நிலைமையை முன்னிட்டு, 1917-ம் வருடம் ஆகஸ்ட் மாதம் 20-ந் தேதி, பிரிட்டிஷ் சர்க்கார் புதிய கொள்கையை பிரகடனம் செய்தது. இந்தப் புதிய பிரகடனமே நவீன ஏகாதிபத்திய அரசியலமைப்புக் கொள்கையில் அஸ்திவார பீடமாக பாவிக்கப்படுகிறது. அதன் முக்கிய பகுதிகளை கீழே தருகிறோம்:-

"நிர்வாகத்தின் ஒவ்வொரு கிளையிலும் மேன்மேலும் இந்தியர்களுடைய ஒத்துழைப்பை அதிகரிப்பதும், பிரிட்டிஷ் சாம்ராஜ்யத்தின் பிரிக்கமுடியாத பகுதியாக இந்தியாவில் பொறுப்பாட்சி லட்சியத்தை பையப் பைய கைகூடச் செய்யும் நோக்கத்துடன் சுயாட்சி ஸ்தாபனங்களை மெள்ள மெள்ள அபிவிருத்தி செய்வதும் மன்னர் சர்க்காரின் கொள்கையாயிருக்கிறது. இந்திய சர்க்கார் அதைப் பூரணமாய் ஆதரிக்கிறது. இந்தத் துறையில், எவ்வளவு சீக்கிரத்தில் முடியுமோ, அவ்வளவு சீக்கிரம் உருப்படியான நடவடிக்கைகளை எடுப்பதென்று மன்னர் சர்க்கார் முடிவு செய்துவிட்டது......... பல கட்டங்கள் மூலம்தான் இந்தக் கொள்கையில் முன்னேற்றம் காணமுடியும். இந்திய ஜன சமூகங்களின் நல்வாழ்வுக்கும், முன்னேற்றத்திற்கும் பொறுப்பாயுள்ள இந்திய சர்க்காரும், பிரிட்டிஷ் சர்க்காரும் ஒவ்வொரு முன்னேற்றத்தின் அளவையும் நேரத்தையும் நிர்ணயிப்பார்கள். அந்த முன்னேற்றத்தின் மூலம் சேவை செய்வதற்கு புதிய சந்தர்ப்பங்களைப் பெறும் பகுதிகளின் ஒத்துழைப்பையும், அந்தப் பகுதிகளின் பொறுப்புணர்ச்சியில் வைக்கக்கூடிய நம்பிக்கையின் அளவையும் பொறுத்தே, பிரிட்டிஷ் சர்க்காரும் இந்திய சர்க்காரும் முன்னேற்றத்தின் அளவையும் நேரத்தையும் நிர்ணயிப்பார்கள்."

இந்தப் பிரகடனம், பொதுவாக மாண்டேக் பிரகடனம் என்று அழைக்கப்படுகிறது. இதை வெளியிட்ட கருவியாக விளங்கிய இந்தியா காரியதரிசியின் பெயர் மாண்டேக். ஆனால் உண்மையில், வடிகட்டிய ஏகாதிபத்திய நிபுணர்களான கர்ஸானும் ஆஸ்டின் சேம்பர்லேனும் இதைத் தயாரித்தனர். பொறுப்பாட்சியைப் பற்றிய பிரஸ்தானத்தை தாஸ்தாவேஜியில் கொண்டுவந்ததே கர்ஸான் பிரபுதான். இதே கர்ஸான் 1905-ல் இந்தியாவை விட்டு செல்லும்பொழுது, "இந்தியாவின் வைஸ்ராய் சகல விதங்களிலும் இந்திய சர்க்காரின் தலைவராக ஒருக்காலும் இல்லாமலிருக்க மாட்டாரென்று நான் ஆவலுடன் நம்புகிறேன்" என்று கூறியதை நினைவூட்டிக்கொள்ளலாம்.

இந்தப் பிரகடனம் வெளியிட்ட பின்னர்தான், இதன் அர்த்தமென்னவென்று உயர்ந்த வேலைப்பாடுடன் கூடிய அரசாங்க விசாரணை நடந்ததென்றால், (இந்த விசாரணையின் விளைவே 1919-ம் வருஷத்திய இந்திய அரசாங்க சட்டம்) அரசாங்கத்தின் அவசரக்கோலம் நன்கு தெரியவரும்.

இந்தப் பிரகடனத்தின் அர்த்தமென்ன? சுயாட்சி செலுத்தும் இதர டொமினியன்களைப் போல (கனடா, ஆஸ்டிரேலியா முதலியவை) இந்தியாவும் டொமினியனாவ தென்ற லட்சியம் இதில் பிரகடனப்படுத்தப்பட்டதா? (பிரகடனத்தில் டொமினியன் அந்தஸ்து என்ற வார்த்தையே இல்லை) டொமினியன் அந்தஸ்து லட்சியமானால், அதை ஒரு கணக்கிடக்கூடிய காலத்துக்குள் அடைவதென்ற நோக்கமிருந்ததா? இந்தக் கேள்விகளெல்லாம் விவாத மேடைப் பிரச்சினைகளாகவே இருந்துவருகின்றன.

இந்தக் கொள்கையின் கருப்பொருள் என்ன? திடுதிப்பென்று சுயாட்சி உலகத்தில் குதிக்க முடியாது. பல "கட்டங்கள்" வழியாகவே முன்னேறவேண்டும்; "ஒவ்வொரு கட்டத்தின் அளவையும் நேரத்தையும்" தீர்மானிப்பவர்கள் பிரிட்டிஷ் ஆளும் வர்க்கத்தார். இவைதான் முக்கியமான அம்சங்கள். முதல் கட்டத்தை அடைய இரு வருஷங்களாயிற்று. இரண்டாவது கட்டம் அடைவதற்கான நேரத்துடன் ஒப்பிட்டுப்பார்த்தால், இதை மின்னல் வேகமென்று சொல்லவேண்டும். பத்து வருஷத்திற்கொரு தடவை

நிலைமையை பரிசீலனைசெய்து புதிய கட்டத்தை நோக்கி முன்னேறவேண்டுமென்று மாண்டேக்-செல்ம்ஸ்போர்ட் ரிப்போர்ட் கருதியது. எனினும், இரண்டாவது கட்டத்தை அடைய 16 வருஷங்களாயிற்று. 1935-ம் வருஷத்தில் இந்திய அரசாங்க சட்டம், ஏழு வருஷ விவர விசாரணைக்குப்பின் வெளிவந்தது. பத்து வருஷ அவகாசம் மிகவும் குறைந்த அவகாசமென்று ஸைமன் ரிப்போர்ட் கருதியது; அதை ரத்து செய்ய வேண்டுமென்று சிபார்சு செய்தது: "புதிய அமைப்பினால்" நிர்வாகத்தில் ஏற்படும் உண்மையான விளைவைப் பார்ப்பதற்கு பத்து வருஷங்கள் போதாது."

1924-ல் பிரதம மந்திரியாயிருந்த மாக்டொனால்ட், புதிய ஏகாதிபத்தியக் கொள்கையின் பரிணாம சித்தாந்தத்தையும் படிப்படியான முன்னேற்ற தத்துவத்தையும் ஆதரித்தார். (ஆனால் உருப்படியான நடவடிக்கைகள் தேவைப்பட்டபொழுது-உதாரணமாக, விசாரணையில்லாமல் வங்காள அவசரச் சட்டங்கள் அவர் காலத்தில்தான் வந்தன-பரிணாம சித்தாந்தமும் இழுக்கடிக்கும் தந்திரமும் மறைந்துவிட்டன-மின்னல் வேகத்தில் காரியம் நடந்தது). 1924 ஏப்ரலில் மாக்டொனால்ட் இந்தியாவுக்கு விடுத்த வேண்டுகோளில் கூறினார்:-

"பிரிட்டிஷ் ஜனநாயகத்தில் நம்பிக்கை வையுங்கள்; தொழிற்கட்சி சர்க்காரில் நிச்சயமாய் நம்பிக்கை வையுங்கள். இந்திய சர்க்கார் ஒரு விசாரணை நடத்தி வருகிறது. இந்திய அரசாங்க சட்டத்தின் அடிப்படையைப் பற்றியும், அது வேலை செய்யும் விதத்தைப் பற்றியும், அது செய்யக்கூடியதைப் பற்றியும் ஆலோசிப்பதற்கு அந்த விசாரணை உதவுமென்று தொழிற்கட்சி சர்க்கார் நம்புகிறது. சுயாட்சி முறையை சிருஷ்டிக்கும் பாதையில், பிரயாணத்தில் இந்தியர்கள் ஒத்துழைப்பதற்கு அந்த ஆலோசனைகள் உதவுமென்று நம்பப்படுகிறது."

இந்தியாவைப் பற்றிய நவீன ஏகாதிபத்தியக் கொள்கையின் சாராம்சத்தை, இந்த வாக்குறுதியின் 'நிர்ணயத்திலும்' திட்டத்தின் 'தீர்மானத்திலும்' காண்கிறோம்! அபூர்வமான வாக்கியங்களில், மாக்டொனால்ட் விசேஷ நிபுணத்துவம்

பெற்றுள்ள ஈடுஜோடியில்லாத நடையில், நவீன ஏகாதிபத்திய கொள்கை விளக்கப்பட்டிருக்கிறது!

இந்தப் புதிய கொள்கையை நிறைவேற்றுவதற்கு இரு சட்டங்கள் இயற்றப்பட்டிருக்கின்றன.

முதலாவது, 1919-ம் வருஷத்திய இந்திய அரசாங்க சட்டம் இரட்டையாட்சி என்று கூறப்படும் முறையை இது அமைத்தது. மத்திய சர்க்காரில் இது எத்தகைய மாறுதலையும் ஏற்படுத்தவில்லை. ஆனால் மாகாண சர்க்காரில், சுகாதாரம், கல்வி முதலிய நிர்மாண 'விஷயங்கள்', மாகாண சட்ட சபைகளுக்கு பொறுப்புவாய்ந்த இந்திய மந்திரிகளுக்கு மாற்றிக் கொடுக்கப்பட்டன. இந்த விஷயங்களை செவ்வனே நிர்வகிப்பதற்கு பணம் கிடையாது. கேந்திரமான விஷயங்களான நிலவரி, போலீஸ் முதலியவை 'ஒதுக்கி வைக்கப்பட்டன.' அதாவது, கவர்னருக்கே பொறுப்பாயுள்ள மந்திரிகள் இவற்றை நிர்வகித்தனர். (இதையே இரட்டையாட்சி என்று அழைத்தார்கள்) மாகாண சட்டசபைகளில், தேர்ந் தெடுக்கப்பட்டவர்கள் பெரும்பான்மையாயிருந்தார்கள்; ஆனால் வோட்டுரிமை மிகவும் குறுகியது. 100-க்கு 2.8 பேருக்குத்தான் வோட்டி ருந்தது. சட்டசபைகள் நிறைவேற்றும் மசோதாக்களை ரத்து செய்யும் அதிகாரம் கவர்னருக்குண்டு. கவர்னர் விரும்பும் மசோதாக்களை சட்டசபை நிராகரித்தால், அதை சட்டமாக்கும் அதிகாரம் கவர்னருக்குண்டு. மத்திய சர்க்காரில், இரு சட்டசபைகள் ஸ்தாபிக்கப்பட்டன- முதலாவது, ஒரு ராஜாங்க சபை. இதில் பாதிப்பேர் நியமிக்கப்படுவார்கள். மீதி பாதிப்பேர் மேல்வர்க்க மைனாரிட்டியால் தேர்ந்தெடுக்கப்படுவார்கள். (நாடு பூராவுமே 18,000 பேருக்கே ராஜாங்க சபை வோட்டுரிமை உண்டு) இரண்டாவது, மத்திய சட்டசபை; இந்த மத்திய சட்டசபையில், தேர்ந்தெடுக்கப்பட்டவர்கள் மெஜாரிட்டியா யிருப்பார்கள்; ஆனால், இதற்கான வோட்டுரிமை மாகாண சட்டசபை வோட்டுரிமையைவிட குறுகியது. 100க்கு ஒருவருக்குகூட வோட் கிடையாது. மசோதாக்களை நிராகரிக்கவும், சட்டசபை விரும்பாதவற்றை சட்டமாக்கவும் வைஸ்ராய்க்கு மேலதிகாரமுண்டு.

மாகாணங்களின் இரட்டையாட்சி ஒருமுகமாக கண்டிக்கப்பட்டது. இந்தியர்கள் மாத்திரம் கண்டிக்கவில்லை. ஒரு சில வருஷ அனுபவத்துக்கு பிறகு, ஆளும் ஏகாதிபத்தியமே அதில் குறைகண்டது. அதன் குறைபாடுகளை பரிசீலனை செய்வது இப்பொழுது நமக்கு அவசியமில்லை. "இத்தகைய குறுகிய கூண்டிலடைபட்டிருக்கும் டாம்பீக அரசாங்க சட்டத்தை, ஆங்கிலோ ஸாக்ஸன் இனத்தவர் (இங்கிலீஷ் காரர்கள்) பொதுவாக ஆதரித்ததில்லை........ ஆங்கிலோ ஸாக்ஸன் மாடல்களிலிருந்து அரசியல் கருத்துகளை கிரஹித்துள்ள இனத்தவரிடம் அது வெற்றியடையுமென்று எதிர்பார்க்கமுடியாது" என்று 1925-ல் இந்தியா காரியதரிசி **பெர்க்கின் ஹெட் பிரபுவே** மாண்டேக்-செல்ம்ஸ்போர்ட் சீர்திருத்தத்தை குறை கூறினார். இந்திய மந்திரிகளுக்கு அளிக்கப்பட்ட "பொறுப்பு" ஒரு கேலிக்கூத்து. இந்த இரட்டையாட்சி முறையில் குறைபாடுகளை-நடைமுறையில், இந்திய மந்திரிகள் "அதிகாரிகளின் கோஷ்டியை நம்பியிருக்க வேண்டிய நிலைமையை", "அரசாங்க மனுஷர்களாக" அவர்கள் கருதப்படுவதை-ஸைமன் ரிப்போர்ட் தயவு தாட்சணியமில்லாமல் அம்பலப்படுத்தியது. "அரசாங்க ஒருமைப்பாட்டை நோக்கி வேலை செய்யும் எதிர்க்க முடியாத உணர்வு" இரட்டையாட்சியைப் பற்றிய காகிதத் திட்டங்களை தோற்கடிப்பதை எடுத்துக்காட்டியது. உண்மையாகப் பார்க்கப்போனால், ஒரு கட்டத்தின் ஏகாதிபத்திய அரசியல் நிருபணவாதிகள், அதற்கு முந்தைய கட்டத்தின் அரசியல் சட்டத்தின் பாசாங்குகளை பாரபட்சமில்லாத நியாயத்துடன் அம்பலப்படுத்துவதை நோக்க நோக்க ருசிகரமாயிருக்கிறது. மாண்டேக்-செல்ம்ஸ்போர்ட் ரிப்போர்ட் மிண்டோ-மார்லி சீர்திருத்தங்களின் பிரமைகளை ஈவு இரக்கமில்லாமல் அம்பலப்படுத்தியது. அதைப்போலவே, மாண்டேக்-செல்ம்ஸ்போர்ட் சீர்திருத்தங்களின் தோல்வியையும் குறைபாடுகளையும் அம்பலப்படுத்துவதில் ஸைமன் ரிப்போர்ட் லவலேசமும் விட்டுக்கொடுக்கவில்லை. எப்பொழுதும் போல, இப்பொழுதும், நிகழ்கால அரசாங்க சட்டம் மேன்மையானதாகக் கருதப்படுகிறது; குறுகிய

கண்ணோட்டமுடைய இந்திய அபிப்ராயம் விஷயமறியாமல் இதை கண்டிக்கிறதாக சொல்லப்படுகிறது!

1919-ம் வருஷ சட்டத்தைத் தொடர்ந்து வந்த 1935-ம் வருஷத்திய இந்திய அரசாங்க சட்டம் இரண்டாவது கட்டமாகும். 1937லிருந்து அமுலிலிருக்கும் சட்டம் இது. (இதன் சமஷ்டி பகுதி மாத்திரம் அமுலுக்கு வரவில்லை. யுத்தகாலத்திலிருந்து, அது காலவரையறையின்றி ஒத்தி வைக்கப்பட்டுவிட்டது). ஆகவே, இந்தச் சட்டத்தை அடுத்த ஸெக்ஷனில் விவரமாக பரிசீலனை செய்வது அவசியம். எவ்வளவு தூரம் சுயாட்சியை நோக்கி அதன்மூலம் முன்னேற்றம் ஏற்பட்டிருக்கிறது அல்லது ஏகாதிபத்திய ஆதிக்கத்தை அது எவ்வளவு தூரம் பலப்படுத்துகிறது என்பதை அப்பொழுது பார்க்கலாம்.

ஆக, 1917லிருந்து கடந்த 29 வருஷங்களாக, தொடர்ச்சியாய், அரசாங்க சட்டத்தில் பரீட்சைகள் நடந்திருக்கின்றன; அரசாங்க சட்டங்கள் இயற்றப்பட்டிருக்கின்றன. எனினும், கிட்டத்தட்ட 25 வருஷங்களுக்குப் பின்னரும், ஏகாதிபத்தி யத்தின் சக்தி இதுவரை வரம்பற்றதாகவேயிருக்கிறது.

இந்தியாவில், நவீன ஏகாதிபத்திய கொள்கையின் லட்சியம் டொமினியன் அந்தஸ்தா? அப்படியானால், என்ன அர்த்தத்தில்? கனடா அல்லது ஆஸ்திரேலியா அனுபவிக்கும் டொமினியன் அந்தஸ்தா இந்தியாவில் ஏகாதிபத்திய கொள்கையின் லட்சியம்? சாதாரண மனிதன் எந்த அர்த்தத்தில் புரிந்துகொள்ளுகிறானோ, அதே அர்த்தத்திலா ஏகாதிபத்தியம் இப்பதத்தை உபயோகிக்கிறது? அல்லது வேறு விசித்திரமான பொருளிலா? "இந்தியா" சுதந்திரமாக சர்வதேச சங்கத்தில் "பிரதிநிதித்துவம்" வகிப்பதாலும், இந்தியா **வர்ஸேல்ஸ்** ஒப்பந்தத்தில் (முதல் மகா யுத்த முடிவிலேற்பட்ட சமாதான ஒப்பந்தம்) கையெழுத் திட்டதாலும், இந்தியா முன்னரே "டொமினியன் அந்தஸ்தை" அனுபவித்துக் கொண்டிருக்கிறதென்று 1929-ல் இந்தியா காரியதரிசியாயிருந்த **வெட்ஜ்வுட்பென்** கூறி, கேட்பவர் களைத் திடுக்கிடவைத்தாரோ, அத்தகைய விசித்திரமான அர்த்தத்தில், டொமினியன் அந்தஸ்து இந்தியாவில் ஏகாதிபத்திய கொள்கையின் லட்சியமா? யாருக்கும் பிடிபடாத இந்த லட்சியத்தை எவ்வளவு காலத்துக்குள்

அடைவது? இந்தக் கேள்விகளைப் பற்றியெல்லாம், விதவிதமான விடைகளும், முரணான வியாக்கியானங்களும் வந்துள்ளன; பிரச்சினை முழுவதும் ராஜதந்திர வசனம் என்ற நுழையமுடியாத மூடு பனியில் மறைத்துவைக்கப் பட்டிருக்கிறது.

1917-ம் வருஷத்திய பிரகடனத்தில் டொமினியன் அந்தஸ்தைப்பற்றி பிரஸ்தாபமேயில்லை; 1919-ம் வருஷ இந்திய அரசாங்க சட்டத்திலுமில்லை. 1921 மார்ச்சில் வைஸ்ராய்க்கு மாட்சிமை தங்கிய மன்னர் சர்க்கார் தந்த ஆக்கினைப் பத்திரத்தில், புதிய சட்டத்தை பிரஸ்தாபித்து, "பிரிட்டிஷ் இந்தியா டொமினியன்களிடையே தனக்குரித்தான ஸ்தானத்தை அடையலாம்" என்று குறிப்பிட்டது. இதற்கு என்ன அர்த்தம் வேண்டுமானாலும் கொடுக்கப்படலா மென்பதும், இதற்கு அர்த்தமே இல்லாமலிருக்கலாம் என்பதும் வெளிப்படை. டொமினியன் அந்தஸ்து அளிக்கப்படுமென்ற வாக்குறுதியைப் பட்டவர்த்தனமாக பிரஸ்தாபிக்கும் பீடிகையொன்று 1935-ம் வருஷத்திய இந்திய அரசாங்க சட்டத்தில் சேர்க்கப்பட வேண்டுமென்ற கோரிக்கை நிராகரிக்கப்பட்டது.

இந்தத் தஸ்தாவேஜிகளைத் தவிர, அடிக்கடி பல பிரசங்கங்களில் இந்த பிரச்சினையைக் குறித்து அறிவிப்புகள் செய்யப்பட்டிருக்கின்றன. ஒன்றாவது அரசாங்கத்தை தீர்மானமாய் பிணைக்கும் அறிவிப்பு இல்லை; 1928-ல், பதவியை விட்டுச் சென்றபின் மாக்டொனால்ட் கூறினார்:-

"ஒரு சில வருஷங்களில் இல்லை, ஒரு சில மாதங்களுக்குள்ளேயே, நமது காமன்வெல்த்தில் ஒரு புதிய டொமினியன், வேறு வர்ணத்தினர் வாழும் ஒரு டொமினியன் சேருமென்று நான் நம்புகிறேன். காமன்வெல்த்தின் சமபங்காளியாக அது தன் மதிப்பைக் காணும் என்று நம்புகிறேன். நான் இந்தியாவைக் குறிப்பிடுகிறேன்."

"ஒரு சில வருஷங்களில் இல்லை, ஒரு சில மாதங்களில்" சம்பவித்தது என்னவென்றால், இந்தியா பயங்கர ஆட்சிக்குட் பட்டது, சுயாட்சிக்காக கிளர்ச்சி செய்த குற்றத்துக்காக மாக்டொனால்ட் ஏறத்தாழ ஒரு லட்சம் இந்தியர்களைச் சிறைப்படுத்தினார்.

வட்டமேஜை மகாநாட்டுக்கு சூழ்நிலையை பக்குவப் படுத்தும் நோக்கத்துடன், 1929-ல், வைஸ்ராய் இர்வின் பிரபு ஒரு அறிக்கை வெளியிட்டார். அவர் கூறினார்:-

"இந்தியாவின் அரசாங்க சீர்திருத்த முன்னேற்றத்தின் இயற்கையான விளைவு டொமினியன் அந்தஸ்து என்பது 1917-ம் வருஷ பிரகடனத்தில் உள்ளடக்கியிருக்கிறதென்று, மன்னர் சர்க்கார் கருதுகின்றனர்; மன்னர் சர்க்கார் சார்பில், இதை வெளியிட நான் அங்கீகாரம் பெற்றுள்ளேன்."

(இர்வின் பிரபு, 1929 அக்டோபர் 31.)

பிரிட்டிஷ் பார்லிமெண்டிலுள்ள முத்தண்ணா ராஜதந்திரிகளிடையே இந்த அறிக்கை ஒரு கண்டனப் புயலை கிளப்பிவிட்டது. அப்பொழுது அந்த அறிக்கை சரியானதென்று அரசாங்கம் வாதிக்கவில்லை. கஷ்டம் நிறைந்த இந்திய அரசியல் நிலைமையில் அது 'நல்ல விளைவு' ஏற்படுத்தியதாக மட்டும் வாதிக்கப்பட்டது. இதன் அர்த்தமென்னவென்று குறுக்கு விசாரணை செய்வதை அனுமதிக்க முடியாதென்றார் இந்தியக் காரியதரிசி. "கஷ்டங்களை சிருஷ்டிக்கும் நோக்கத்துடன், என்னை குறுக்கு விசாரணை செய்யாதீர்களென்று கனவான்களை நான் கேட்டுக்கொள்ளவேண்டும்" என்று கூறினார்.

'டொமினியன் அந்தஸ்து' என்பதின் அர்த்தம் என்ன? இந்த கேள்வியின் பதில்களும் விதவிதமாயிருந்தன. 'இந்தியா' வெர்ஸேல்ஸ் ஒப்பந்தத்தில் கையொப்பமிட்டது முதல், சர்வதேச சங்கத்தின் அங்கத்தினரானது முதல், இந்தியா டொமினியன் அந்தஸ்தை அனுபவித்து வருவதாக 1929 டிசம்பரில் இந்திய காரியதரிசி சாமர்த்தியமாய் வாதித்ததை நாம் முன்னரே பார்த்தோம். ஒருபுறத்தில் டொமினியன் அந்தஸ்தை இந்தியா முன்னரே அடைந்து விட்டதாக கூறிவிட்டு, மறுபுறத்தில் இந்திய அரசியல் முன்னேற்றத்தின் எதிர்கால லட்சியம் டொமினியன் அந்தஸ்து என்று அதே சமயத்தில் வாக்களித்தால், (வைஸ்ராய் பிரகடனம்) இந்த இரண்டும் எப்படி ஒன்றுக்கொன்று பொருந்தும் என்பதுதான் விளக்கப்படவில்லை.

இன்னொரு மாற்றுவாதமும் செல்வாக்கு பெற்றிருக்கிறது. டொமினியன் அந்தஸ்து என்பதை திட்டவட்டமாக விவரிக்க முடியாதென்பதே அந்த வாதம். (வெஸ்ட்மின்ஸ்டர் சாஸனம் அதை விளக்கியிருப்பதாகத்தான் தோன்றுகிறது) இந்திய அரசாங்க மசோதாவின் பீடிகையாக டொமினியன் அந்தஸ்து லட்சியத்தைக் குறிப்பிடவேண்டுமென்ற கோரிக்கையைக் குறித்து லண்டன் டைம்ஸ் எழுதியதாவது:-

ஒரு திட்டவட்டமான ராஜாங்க தஸ்தாவேஜில் 'டொமினியன் அந்தஸ்து' என்ற லட்சியத்துக்கு இலக்கணம் கூறமுடியாது....... பல்வேறு காலங்களில் 'டொமினியன் அந்தஸ்து' பலதரப்பட்ட பொருளுடன் விளங்கி வந்திருக்கிறது. இன்று பலவித ராஜாங்கங்களுக்கு, அந்த பதம் உபயோகிக்கப் பட்டுவருகிறது. ஆகவே, ஒரு பார்லிமென்டரி மசோதாவின் பீடிகையில் கூட, இந்தப் பதத்துக்கு ஒருமுகமான உடன்பாட்டுடன் விளக்கம் தர முயற்சிப்பதில் பயனில்லை." (டைம்ஸ், ஜனவரி 1935)

ஆகவே, ஜகஜோதியாய் பிரகாசிக்கும் லட்சியம் யாருமறிய முடியாத உலகத்தில் மறைந்துவிடுகிறது. வெஸ்ட்மின்ஸ்டர் சாஸனம் டொமினியன் அந்தஸ்து என்ற பதத்துக்கு, ஒரு 'ராஜாங்க தாஸ்தாவேஜிலும்' பார்லிமென்டிரி மசோதாவிலும்' அளிக்கப்படவேண்டிய அர்த்தத்தை திட்டவட்டமாக விளங்கியபின், டைம்ஸ் இம்மாதிரி எழுதுகிறது. ஆனால் வெஸ்ட்மின்ஸ்டர் சாஸனம் கனடாவுக்கும் ஆஸ்திரேலியாவுக்கும் தென் ஆப்பிரிக்கா வுக்கும்தான்.... இந்தியாவுக்கு கிடையாது.

விவரிக்கப்படாத, விவரிக்க முடியாத இந்த டொமினியன் அந்தஸ்து லட்சியம் எவ்வளவு தூரத்தில் இருக்கிறது? யாருக்கும் தெரியாது. தேதியே குறிப்பிடப்படவில்லை. ஆனால் அது ரொம்ப தூரத்திலிருக்கிறதென்பதைத் தெளிவாக்க, பொறுப்புவாய்ந்த ஏகாதிபத்திய ராஜதந்திரிகள் தவறிவிடவில்லை.

மாஜி இந்தியா காரியதரிசியான பெர்க்கின்ஹெட் பிரபு 1929-ல் கூறினார்:-

"இந்தியா எப்பொழுது டொமினியன் அந்தஸ்தை அடையப்போகிறதென்று ஒரு குறிப்பிட்ட காலவரையறையை எந்த விவேகமுள்ள மனிதனும் நிர்ணயிக்கமுடியாது. இந்திய மக்களைப் பார்த்து, அவர்கள் அநேகமாக டொமினியன் அந்தஸ்தை அதிசீக்கிரத்தில் எய்தலாமென்று சொல்வதற்கு யாருக்கும் உரிமையில்லை."

(பெர்க்கின்ஹெட் பிரபு, பிரபுக்கள் சபையில் செய்த பிரசங்கம், 1929, நவம்பர் 5)

அதைப்போலவே, **பால்ட்வினும்** அழுத்தம் திருத்தமாக கூறினார்:-

"பொறுப்பாட்சி எப்பொழுது ஸ்தாபிக்கப்படுமென்று யாராலும் சொல்லமுடியாது. அது என்ன உருவத்தில் தோன்றுமென்று யாரும் சொல்லமுடியாது. இந்தியா பொறுப்பாட்சி பெறும்போது டொமினியன் அந்தஸ்து எப்படியிருக்குமென்று யாருக்கும் தெரியாது; அந்த தேதி அண்மையில் இருக்கிறதா, தொலைவிலிருக்கிறதாவென்றும் யாருக்கும் தெரியாது."

(ஸ்டான்லிபால்ட்வின், காமன்ஸ் சபையில், 1929 நவம்பர் 7)

ஆக, யாருமறியாத லட்சியம், எதிர்காலத்தின் தொலைதூரத்தில் மறைந்துவிடுகிறது! 1939-ல் யுத்தம் மூண்டதிலிருந்து, டொமினியன் அந்தஸ்து பிரச்சினை முன்னணிக்கு வந்தது; ஏனென்றால், சுதந்திரக் கோரிக்கைக்கு மாற்றுத் திட்டமாக இந்த டொமினியன் அந்தஸ்தைப் பற்றி அரசாங்கத்தின் பிரதிநிதிகள் பிரச்சாரம் செய்தார்கள். 1939 அக்டோபர் 17-ல், வைஸ்ராய் லின்லித்கோ பிரபு கூறினார்:-

"சாம்ராஜ்யத்துக்குள் இந்தியாவுக்கும் பிரிட்டனுக்கு மிடையேயுள்ள பங்காளித்துவத்தை வளர்ப்பதும், அதன் விளைவாக, பெரிய டொமினியன்களுக்கிடையே இந்தியா தனக்குரித்தான ஸ்தானத்தை அடையலாமென்பதுமே மாட்சிமை தங்கிய மன்னர் சர்க்காரின் நோக்கமாயும் கவலையாயுமிருந்து வருகிறது. கவர்னர் ஜெனரலுக்களித்த ஆக்கினாப்பத்திரத்திலே இதைக் காணலாம்."

அந்த "உரித்தான ஸ்தானம்" என்பதென்ன? இது விளக்கப்படவில்லை. வைஸ்ராய் பிரகடனத்தைத் தொடர்ந்து பிரிட்டிஷ் பார்லிமென்டில் நடந்த விவாதத்தில், அரசாங்கத்தின் சார்பாக பேசிய ஸர் ஸாமுவேல் ஹோர் குறிப்பிட்டார்:-

"சில ஜனங்கள் நினைப்பதாகத் தோன்றுவதைப்போல, டொமினியன் அந்தஸ்தில் இருவகைகளில்லை. நாம் மனதில் கொண்டுள்ள டொமினியன் அந்தஸ்து 1926-ம் வருடத்திய டொமினியன் அந்தஸ்துதான்."

ஆனால், அவர் இத்துடன் நிறுத்திக்கொள்ளவில்லை. ஒரு புதிய மௌடீகமான சூத்திரத்தையும் சேர்த்துக்கொண்டார்:-

"டொமினியன் அந்தஸ்து என்பது தகுதியுள்ள சமூகத்துக்கு கொடுக்கப்படும் பரிசு அல்ல. யதார்த்தத் திலுள்ள உண்மைகளின் அங்கீகாரமே அது. அத்தகைய யதார்த்த உண்மைகள் இந்தியாவில் ஏற்பட்டவுடன்-அவை எவ்வளவு சீக்கிரத்தில் ஏற்படுகிறதோ அவ்வளவுக்கவ்வளவு நல்லது என்பது என் அபிப்பிராயம்-நமது கொள்கையின் லட்சியத்தை சாதிக்கமுடியும்."

இந்த வாசாலகத்தின் கருத்து என்ன? ஸர்ஸாமுவேல் ஹோர் அதே பிரசங்கத்தில் இதைத் தெளிவுபடுத்தினார்.

"பாதையில் கஷ்டங்கள் இருந்தால், அவற்றுக்கு நாம் பொறுப்பாளிகள் அல்ல. ஒரு பெரிய உபகண்டத்திலுள்ள வகுப்புகளுக்கும் வர்க்கங்களுக்கும் மத்தியிலுள்ள பல பிரிவினைகளில், இந்தக் கஷ்டங்கள் இயல்பானவை. பிரிட்டிஷ் இந்தியாவின் ஆதிக்கம் ஏற்படுமென்று சமஸ்தானாதிபதிகள் பயப்படுகிறார்கள். மத்திய சர்க்காரில் ஹிந்து மெஜாரிட்டி ஏற்படுவதை முஸ்லிம்கள் உறுதியாக எதிர்க்கிறார்கள். பொறுப்பாட்சி என்றால் ஹிந்து மெஜாரிட்டியை சார்ந்து நிற்கும் சர்க்காராகவேயிருக்கு மாதலால் அது தங்களுடைய நலன்களை பலிகொடுத்து விடுமென்று தாழ்த்தப்பட்ட வகுப்பினரும் இதர மைனாரிட்டிகளும் நினைக்கிறார்கள். இந்தக் கவலைகள் இப்பொழுதும் நீடிக்கின்றன. அவை நீடிக்காமலிருக்க

வேண்டுமென்பது என் விருப்பம். ஆனால் அவை உள்ளஎவும் உடனடியான ஒரு குறிப்பிட்ட தேதியில், மத்திய சர்க்காரின் முழுப் பொறுப்பும் வேண்டுமென்ற கோரிக்கையை அரசாங்கம் ஒப்புக்கொள்ள முடியாது."

ஆக, சூழ்ச்சி நமக்குப் பரிச்சயமான சூழ்ச்சிதான். குறிப்பிட்ட திட்டமோ தேதியோ இல்லாமல், பொதுப்படையாக, டொமினியன் அந்தஸ்து வாக்களிக்கப்படுகிறது. மறுபுறத்தில், இந்த டொமினியன் யதார்த்தமாகவே கைகூடச் செய்யும் பிரச்சினை வந்தால், இந்திய மக்களின் "பிரிவினைகளை'ப் பற்றி சாக்குப்போக்கு கூறப்படுகிறது.

நெருக்கடியான நிலைமையை சமாளிக்கவும், சுதந்திரக் கோரிக்கையை எதிர்க்கவும், டொமினியன் அந்தஸ்து வாக்குறுதி ஏகாதிபத்தியத்தின் ராஜதந்திரக் கருவியாக பயன்படுத்தப்படுகிறது. ஆனால் அதைச்சுற்றி பல நிபந்தனைகளிட்டு, அந்த வாக்குறுதியை நிறைவேற்றும் பிரச்சினையை யாருமறியாத எதிர்காலத்தின் பிரச்சினையாக்கிவிடுகிறது.

1917-ம் வருட பிரகடனத்தை நிறைவேற்றுவதென்றாலோ, பொறுப்பாட்சியை காரியசித்தியாக்குவதென்றாலோ, இத்தகைய நிச்சயமற்ற குரலைக் கேட்கிறோம். ஆனால் இந்தியாவில் பிரிட்டிஷ் ஆட்சி எதிர்காலத்தில் பாதுகாக்கப் படவேண்டிய பிரச்சினை வந்தால், குரலில் உறுதியும் நிச்சயமும் எதிரொலிக்கின்றன. நம்பிக்கையுடன் பேசுகிறார்கள் பிரிட்டிஷ் ராஜதந்திரிகள்.

1922-ல், பிரதம மந்திரியாயிருந்த லாயிட் ஜார்ஜ் கூறினார்:-

"எத்தகைய சூழ்நிலையிலும், இந்தியாவில் தனக்குள்ள பொறுப்பை பிரிட்டன் ரத்து செய்யக்கூடாதென்பது, இந்தச் சர்க்காருக்கு மாத்திரமல்ல, இந்தத் தேச மக்களின் நம்பிக்கையைப் பெற்ற எந்த சர்க்காருக்கும் பிரதான கொள்கையாகவிருக்கும்..........

"பிரிட்டிஷ் சிவில் சர்வீஸின் உதவியைப் பெறாமல் இந்தியா எந்தக் காலத்திலும் இருக்க முடியுமென்று

அரசியல் சீர்திருத்த படலம் 711

என்னால் பார்க்க முடியவில்லை. அமைப்பு முழுவதற்கும் அவர்கள்தான் (பிரிட்டிஷ் ஸிவில் ஸர்வீஸ்) எஃகுக் கூடு."

(லாயிட் ஜார்ஜ், காமன்ஸ் சபையில், 1922, ஆகஸ்ட்)

அதைப்போலவே 1930-ல் சர்ச்சில் கூறினார்:-

"இந்திய வாழ்க்கையின் மீதும் முன்னேற்றத்தின் மீதுள்ள உருவான ஆதிக்கத்தை துறந்துவிடும் நோக்கம் பிரிட்டிஷாருக்கு கிடையாது.

"நமது இதர டொமினியன்களையும் காலனிகளையும்விட அதிகமாக, பிரிட்டிஷ் சாம்ராஜ்யத்தின் பலமாகவும் பெருமைபாகவும் விளங்கும் இந்த ஆபரணத்தை, (இந்தியா) ராஜமகுடத்தின் அதி பிரகாசமான அபூர்வமான ஆபரணத்தை தூர எறியும் நோக்கம் நமக்கு கிடையாது."

பிரதம மந்திரி என்ற ஹோதாவில், 1934-ல், பால்ட்வின் குறிப்பிட்டார்:-

"இன்றைக்கு, இந்தப் பரந்த உலகத்தில் பல மாறுதல்களும் தற்செயலான சம்பவங்களும் ஏற்படும்பொழுதே, இந்தியா என்ற உபகண்டம் முழுவதையும் சதாசர்வகாலமும் சாம்ராஜ்ஜியத்திலேயே வைத்திருப்பதற்கு நல்ல சந்தர்ப்பமிருக்கிறதென்பது என்னுடைய தீர்மானமான அபிப்பிராயம்." இதைப்போலவே 1931-ல், புதிய அரசியல் சீர்திருத்தங்களின் நோக்கத்தை அவர் பின்வருமாறு விளக்கினார்:-

"பிரிட்டனையும் இந்தியாவையும் ஒன்றுபடுத்தும் பிணைப்புகளை பலவீனப்படுத்துவது நமது எண்ணமல்ல; இதற்கு முன்னர் இருந்ததைவிட அந்நியோன்னியமான ஒற்றுமையைச்சாதிக்கும் வேலையில்தான் நாம் இப்பொழுது ஈடுபட்டிருக்கிறோம்."

நாம் இதுவரை செய்த பரிசீலனையின் முடிவிலிருந்து யாரும் தப்பமுடியாது. மேற்கண்ட அறிக்கைகளையும், இவைகளைப்போன்ற கணக்கில்லாத இதர அறிக்கைகளையும் பரிசீலனை செய்துவிட்டு, பொறுப்பாட்சியைப்பற்றி இவைகளின் தில்லுமுல்லுகளையும் திருகுதாளங்களையும் கண்டபின், பிரிட்டிஷ் ஆட்சியை உடும்புப் பிடிபோல்

பாதுகாக்க வேண்டுமென்ற தீர்மானத்தைக் கண்டபின், பல்வேறு அரசியல் சீர்திருத்தங்களும் கேந்திர ஸ்தானங்களை பிரிட்டிஷ் கரங்களிலேயே விட்டுவைப்பதுடன், பிரிட்டிஷ் ஆதிக்கத்தை பாதுகாப்பதைக் கண்டபின், இந்தியாவில் நவீன கட்டத்தில் அனுஷ்டிக்கப்படும் பிரிட்டிஷ் கொள்கையின் யதார்த்த தன்மையைப் பற்றிய முடிவு கட்டுவதில் தயக்கமிருக்க முடியாது. கண்மூடித்தனத்துக்கோ, சஞ்சல புத்திக்கோ, சிறுபிள்ளைத்தனமான பிரமைகளுக்கோ இடமில்லை.

அடிப்படையான ஏகாதிபத்திய கொள்கை மாறவில்லை. தந்திரம்தான் மாறியிருக்கிறது.

யாருமறியாத, விளக்கமில்லாத, தேதியில்லாத டொமினியன் அந்தஸ்து என்ற கற்பிதமான தோற்றத்தைக் கொண்டு இந்திய அரசியல்வாதிகளை வசியப்படுத்தி, ஏகாதிபத்தியத்துடன் ஒத்துழைக்கும் வலையில் சிக்கவைப்பது பிரிட்டிஷ் கொள்கை. உண்மையில் அரசியல் சீர்த்திருத்தங்களின் தன்மை வேறுவிதமாயிருந்தது.

முந்தைய கட்டத்தைப்போல, இந்தக் கட்டத்திலும் ஏகாதிபத்திய ஆதிக்கத்தை பாதுகாக்க வேண்டுமென்ற அடிப்படையான நோக்கம் நீடிக்கிறது. 1917-ம் வருஷத்துக்கு முந்தைய சீர்திருத்த பாதையும், பிந்திய சீர்திருத்தப் பாதையும் ஒன்றுதான். இந்தியாவில் ஏகாதிபத்தியத்தை படிப்படியாய் கலைத்துவிட்டு, இந்தியாவை இந்திய மக்களிடம் ஒப்படைப்பதல்ல பிரிட்டிஷ் கொள்கையின் நோக்கம். ஏகாதிபத்திய ஆட்சியையும் சுரண்டலையும் பாதுகாக்கும் பொருட்டு இந்திய மக்களை அடிமைப்படுத்தி வைப்பதில் உதவ, மேல்வர்க்க மைனாரிட்டியின் ஒத்துழைப்பை, முன் ஜாக்கிரதையான பாதுகாப்புகளுடன், பெற்று ஏகாதிபத்தியத்தை பாதுகாப்பதே பிரிட்டிஷ் நோக்கம். கூரை உச்சிகளிலிருந்து கொண்டாடப்பட்ட அரசியல் சீர்திருத்தங்களுடைய, "புதிய கண்ணோட்டத்துடைய", முக்கியமான நோக்கம் இதுதான். 1935-ம் வருஷ அரசாங்க சட்டத்தின் கர்த்தாவான பால்ட்வின் கூறினார்:-

"**நாம் எண்ணும் காரியங்களுக்காக** இந்திய மந்திரிகளும் சட்டசபைகளும் தங்கள் அரசியல் அதிகாரத்தை பயன்

படுத்துகின்றனவாவென்று பார்க்கும் கடமையும், பயன்படுத்துபடி செய்யும் சக்தியும் நமது வைஸ்ராய் களுக்கும் கவர்னர்களுக்கும் உண்டு; அவர்களுக்கு கீழ் வேலைசெய்யும் ஸெர்விஸ்களுக்கும் இந்திய காரியதரிசியால் திரட்டப்பட்டு, பார்லிமென்டால் பாதுகாப்பளிக்கப்பட்ட ஸெர்விஸுகளுக்கும் உண்டு."

(-ஸ்டான்லி பால்ட்வின்-இந்திய அரசாங்க மசோதாவைப்பற்றி ரேடியோ பிரசங்கம், 1935 பிப்ரவரி 5)

4. 1935-ம் வருஷத்திய இந்திய அரசாங்க சட்டம்

1935-ம் வருஷத்திய இந்திய அரசாங்க சட்டம், மாண்டேக் பிரகடனம் செய்யப்பட்டு இருபது வருஷங்கள் கழிந்தபின், 1937-ல் அமுலுக்கு வந்தது. மிண்டோ-மார்லி சீர்திருத்தங்களை நவீன கட்டத்தின் முதல் ஏகாதிபத்திய அரசியல் சட்டமாகக் கருதினால், இது இந்தியாவுக்கு ஏகாதிபத்தியம் தயாரித்த மூன்றாவது அரசியல் சட்டமாகும். நீண்டகாலக் கர்ப்பத்துக்குப் பின், ஏழு வருஷ கர்ப்பத்துக்குப்பின், பிறந்த சட்டமிது. சைமன் கமிஷன் நியமிக்கப்பட்டதிலிருந்து, பிரிட்டனில் இதைக்குறித்து பலத்த வாதப்பிரதிவாதம் நடந்தன; இந்தியாவில் உக்ரமான போராட்டங்கள் நிகழ்ந்தன.

பொதுவாக, இது நடைமுறையில் சுயாட்சியை அளிக்கும் சட்டமாக பிரிட்டனில் கருதப்பட்டது. அதிகார மாற்றமேற்பட்டு, சுயாட்சி நிலைக்கும்வரை, சந்திக் காலத்துக்கு, சில பாதுகாப்புகள்-அவசியமான பாதுகாப்புகள், இருப்பதைத் தவிர, இந்தச் சட்டம் சுயாட்சிக்கு பங்கம் விளைவிக்கவில்லையென்று கருதப்பட்டது. குறைந்த பட்சமாகப் பார்த்தால், இது சுயாட்சிக் கோரிக்கையின் பெரும்பங்கை அளித்துவிட்டதாக கருதப்பட்டது. ஆகவே, தேசிய காங்கிரஸ் மாத்திரமல்ல, இந்தியாவின் மிதவாத அபிப்பிராயம்கூட ஒருமுகமாக இந்தச் சட்டத்தை நிராகரித்ததைக் கண்டு, பிரிட்டனில் ஆச்சரியமேற்பட்டது. கலோனியல் பிரச்சினையைத் தவிர, இதர பிரச்சினைகளில் லிபரெல் ஜனநாயக அபிப்பிராயங்களை உடையவர்கள் பலர்கூட இந்த ஒருமுகமாக நிராகரிப்பை காரணமற்ற செயலாகக் கருதினார்கள்.

இந்தச் சட்டத்தின் யதார்த்த ஷரத்துகளை கவனமாகப் பரிசீலனை செய்தால், இந்திய எதிர்ப்பின் காரணங்கள் வெளிப்படும். இந்திய அரசியல் தலைவர்கள் இந்தச் சட்டத்தின் அமைப்பில் கிடைக்கும் வசதிகளை, குறிப்பாக மாகாணங்களில் கிடைக்கும் வசதிகளை, தேசிய இயக்கத்தின் வளர்ச்சிக்கு பூரணமாகப் பயன்படுத்திக்கொண்ட போதிலும், இந்தச் சட்டம் முழுவதையும், குறிப்பாக அதன் சமஷ்டி பகுதிகளை ஏன் எதிர்த்தார்கள், அது சுயாட்சித் திட்டமல்லவென்றும் ஏகாதிபத்தியத்தின் பிடிப்பை பலப்படுத்தும் திட்டமென்றும் ஏன் எண்ணினார்கள் என்பது தெளிவுபடும்.

இந்தச் சட்டத்தில் இரு பிரதான பகுதிகளுண்டு. சமஷ்டி பகுதி-பிரிட்டிஷ் இந்தியாவும் இந்திய சமஸ்தானங்களும் சேர்ந்த அகிய இந்திய சமஷ்டியின் மத்திய சர்க்காரைப்பற்றிய திட்டம்; மாகாண பகுதி-பிரிட்டிஷ் இந்தியாவின் மாகாணங்களுக்கான திட்டம். மாகாண பகுதி 1937-ல் அமுலுக்கு வந்தது. சமஷ்டி பகுதி அமுலுக்கு வரவேயில்லை. (ஆனால் இன்றைய மத்திய சர்க்கார் ஓரளவு சமஷ்டி திட்டத்தின் ஷரத்துகளின்படி வேலை செய்கிறது) மாகாண பகுதியின்கீழ், பெரும்பான்மையான மாகாணங்களில் பதவியேற்ற தேசிய காங்கிரஸ், சமஷ்டி பகுதி அமுலுக்கு வருவதை எதிர்த்தது.

இந்தச் சட்டத்தின் திறவுகோலே அதன் சமஷ்டித் திட்டம்தான். இந்தச் சட்டத்தின் புதுமை இதில்தான் அடங்கியிருக்கிறது; இதன் பிற்போக்குத் தன்மையும் இந்த சமஷ்டியிலே அடங்கியிருக்கிறது.

இந்தியா அரசியல், சமுதாய அல்லது பொருளாதார வளர்ச்சியடைய, இந்தியாவின் அரசியல் ஐக்கியம் முக்கியமானது. ஒவ்வொரு அரசியல் கொள்கையின் பிரதிநிதிகளும் இதை ஏற்றுக்கொள்கிறார்கள். அர்த்த மில்லாத முறையில், நூற்றுக்கணக்கான சிறு சமஸ்தானங்கள் தேசம் முழுவதும் பரவிக்கிடப்பது; இந்தியாவின் ஒற்றுமையைப் பரிபூரணமாகப் பிரிக்கும் இரண்டு வெவ்வேறான நிர்வாக முறைகள் (பிரிட்டிஷ் இந்தியா; சுதேசி சமஸ்தானங்கள்) பூகோள பிரதேச ரீதியிலோ,

பொருளாதார ரீதியிலோ, இனம், மொழி அல்லது கலாச்சார ரீதியிலோ, காரணமில்லாதபடி, குறுக்கும் நெடுக்குமாக வெவ்வேறு நிர்வாகங்களின் எல்லைகள் வெட்டிக்கொள்ளுதல்-இவையெல்லாம் நீடிப்பதற்கு பிரமேயமேயில்லை; இவைகளை என்றோ ஒழித்திருக்கவேண்டும். பிரிட்டிஷ் ஆட்சியின்கீழ், இந்தியாவில் பிற்போக்கு பிண்டங்கள் அனைத்தும் பாதுகாக்கப்படுவதற்கு இந்த சமஸ்தானங்கள் ஒரு உதாரணம். நாம் முன்னரே பகுத்தறிந்ததைப்போல, இந்த இந்திய சமஸ்தானங்கள் பிரிட்டிஷ் ராணுவத்தின் பலத்தால் பாதுகாக்கப்பட்டு வருகின்றன. என்றோ அழிந்தொழிந்துபோக வேண்டிய கர்னாடக பிண்டங்கள், இயற்கைக்கு விரோதமான முறையில், முட்டுக்கொடுத்து நிறுத்திவைக்கப்பட்டிருக்கின்றன. இந்திய மக்களுடைய தேவைகளை உத்தேசித்து அல்ல; பிரிட்டிஷ் ஆட்சியின் தூண்களாக "சந்தேகாஸ்பதமான பூமியிலுள்ள நேசக்கோட்டைகளாக" என்று அரசாங்க பிரதிநிதியே கூறவில்லையா?

ஆனால் இந்தப் பிரிவினையை ஒழிக்கும் யோசனைகள். இந்த கர்னாடக கொடுங்கோன்மைகளை ஒழித்துவிட்டு, சர்வ சாமானியமான அத்தியாவசியமான விஷயங்களிலாவது ஒரே மாதிரியான நிர்வாகத்தை ஸ்தாபிப்பது சமஷ்டி திட்டத்தின் நோக்கமல்ல, அதற்கு மாறாக, இந்தப் பிற்போக்கின் பெட்டகங்களுடைய, இறந்தகால சின்னங்களுடைய, சக்தியை அதிகரிக்கும் திட்டம் அது. இவர்களை மத்திய சர்க்காருக்கு கொண்டுவந்து, பிரிட்டிஷ் இந்தியாவில் பலவீனப்பட்டுக் கொண்டிருக்கும், பிரிட்டிஷ் பிடிப்பை பலப்படுத்தி, தேசிய இயக்கத்தை அதாவது உண்மையான தேசிய ஐக்கியத்துக்காகப் பாடுபடும் இயக்கத்தை எதிர்ப்பதே சமஷ்டி திட்டத்தின் நோக்கம்.

சமஷ்டி என்றால் என்ன? ஒரு உண்மையான சமஷ்டியின் சர்வ சாதாரணமான கொள்கைகள் என்ன? அமெரிக்க ஐக்கியநாடுகள், ஸ்விஸ் குடியரசு, சோவியத் சோஷலிஸ்ட் குடியரசுகளின் யூனியன் ஆகிய சரித்திர பூர்வமான உதாரணங்களை பரிசீலனை செய்தால் போதும், இக்கேள்விக்கு பதிலளிக்க முடியும்.

ராஜ்யாதிகாரம் செலுத்தும் சுதந்திர யூனிட்டுகளுடைய இஷ்டபூர்வமான யூனியனே சமஷ்டி, பொதுவான அரசியல் நோக்கங்கள் அல்லது லட்சியங்கள் அல்லது வெளித்தேவைகள் ஆகியவற்றால் உந்தப்பட்டு, யூனிட்டுகளின் அடிப்படையில் (ஒன்றுசேரும் ராஜ்யங்களையே யூனிட்டுகள் என்று சொல்லப்படுகிறது) யூனிட்டுகளுக்காவது, அவைகளின் வசிக்கும் பொதுமக்களுக்காவது பொறுப்புள்ளதாய் அமைக்கப்படும் அரசுரிமை படைத்த மத்திய ஸ்தாபனம் அது. ஒரு குறிப்பிட்ட அளவுக்கே இந்தப் பொது ஸ்தாபனம் உருவாகிறது. அதாவது சகல விஷயங்களையும் நிர்வகிக்கும் நடுநாயகத்துவமாய் அது இருக்காது. ஆனால் இஷ்டபூர்வ மாக ஒப்புக்கொள்ளப்பட்ட வரையறைகளுக்குட்பட்டு, யூனியனிலுள்ள சகல பிரஜைகளுக்கும் பொதுவான ஒரு சமஷ்டி சட்டத்தை ஸ்தாபிப்பதற்கேற்ற பொது ஸ்தாபனம் அது.

> இந்தப் பரீட்சைகளைக்கொண்டு பார்த்தால், இந்தியாவுக்கு 1935-ம் வருஷ சட்டம் வகுத்த திட்டத்தை சமஷ்டி என்று சொல்வதே தவறாகும். விசேஷமான சில பிற்போக்குத் தூண்களை தன்னகத்தேகொண்ட இயற்கைக்கு விரோதமான சர்வாதிகாரக் கொடுங் கோன்மையை சமஷ்டி என்று சொல்வது குயுக்தியே தவிர வேறில்லை.

முதலாவதாக சமஷ்டிக்கு அரசுரிமை கிடையாது. சமஷ்டிக்கு வெளியேயுள்ள பிரிட்டிஷ் ஆதிக்கத்திடம், பிரிட்டிஷ் மகுடத்திடம், லண்டனிலிருந்து நியமிக்கப்படும் பிரிட்டிஷ் கவர்னர் ஜெனரலிடம் அரசுரிமையிருப்பதாக, அரசியல் சட்டம் தெள்ளத் தெளிவாக கூறுகிறது. பிரிட்டிஷ் கவர்னர் ஜெனரல் பிரிட்டிஷ் சர்க்காருக்கு மாத்திரமே ஜவாப்தாரி. அவரும் பிரிட்டிஷ் பார்லிமெண்டுக்கு பொறுப்புள்ள இந்திய காரியதரிசியும் சேர்ந்து பரிபூரண ராஜ்யாதிகாரம் செலுத்துவார்கள்; அவர்களுக்கும் மேலே, ராஜ்யாதிகாரத்தைச் செலுத்தக்கூடிய எஜமானனாக பிரிட்டிஷ் பார்லிமெண்ட் விளங்கும். சமஷ்டியிலேயோ, சமஷ்டியில் இணைந்திருக்கும் யூனிட்டுகளிலேயோ அரசுரிமை கிடையாது. சுருங்கச் சொன்னால், அது சமஷ்டியேயல்ல; ஒரு சர்வாதிகார ஆட்சியின் குறிப்பிட்ட நிர்வாக தந்திரம்.

இரண்டாவதாக, இந்த யூனியன், அரசுரிமை படைத்த யூனிட்டுகளின் இஷ்டபூர்வமான யூனியன் அல்ல. நடைமுறையில் பிரிட்டிஷ் உத்தரவுகளை நிறைவேற்ற வேண்டியிருக்கும் கைப்பாவை சமஸ்தானாதிபதிகள், பிரிட்டிஷ் அபிப்பிராயத்தின் ஒலிபரப்புக் கருவிகளான சுதேசி ராஜாக்கள், சமஷ்டியில் சேர்வதை 'இஷ்டபூர்வமான' செயலாக மதித்தாலும் (இந்தச் சமஸ்தானங்களில் வாழும் 9 கோடி மக்களுக்கு இதை நிர்ணயிப்பதில் பங்கு இல்லை) சமஷ்டியில் 4-ல் 3 பகுதிகளான பிரிட்டிஷ் இந்திய மாகாணங்கள் சமஷ்டியில் இஷ்டபூர்வமாகச் சேர்வதாகாது; வெளியாரால் திணிக்கப்படும் முடிவுப்படி, சமஷ்டிக்குள் சேரும்படி கட்டாயப்படுத்தப்படுகிறார்கள்.

மூன்றாவதாக, இதுதான் எந்த சமஷ்டித் திட்டத்துக்கும் மிகவும் அசாதாரணமான அம்சம்; சமஷ்டி சட்டம் கிடையாது; சமஷ்டி முழுவதுக்கும் சட்டம் இயற்ற வகையில்லை; சமஷ்டி முழுவதற்கும் குறைந்தபட்ச விஷயங்களில் சமஷ்டி நிர்வாகம் கிடையாது. சமஷ்டி யிலுள்ள பிரஜைகளுக்கு ஜீவாதார உரிமைகள் உத்தரவாதம் செய்யப்படுவதில்லை. சமஸ்தான பிரஜைகளுக்கு எவ்வித உரிமையும் கிடையாது; அவர்கள் சமஷ்டியில் பாதிக்கப் படாமல், உரிமை இல்லா வாழ்வை நடத்தவேண்டும். ஆனால் தனியாட்சி நடத்தும் சமஸ்தானாதிபதிகள் சமஷ்டியின் சட்டசபைகளில் கலந்துகொள்வார்கள். எதற்காக? ஓரளவுக்கு வாக்குரிமை பெற்றுள்ள பிரிட்டிஷ் இந்திய பிரஜைகளுக்கு சட்டம் இயற்றுவதற்காக, சமஷ்டி சட்டசபை சமஷ்டி முழுவதற்கும் சட்டம் செய்யமுடியாது; சமஷ்டியின் ஒரு பகுதியான பிரிட்டிஷ் இந்தியாவுக்குத்தான் சட்டம் செய்யமுடியும். சமஷ்டியின் திட்டத்திலேயே இத்தகைய முரண்பாட்டை இதுவரை எங்காவது கண்டிருக்கிறீர்களா? ஆகவே சமஷ்டி என்பது ஒரு மாறுதலைக் குறிக்கவில்லை. இந்தியா முழுவதும் முன்னர் இருந்ததைவிட நெருங்கிய யூனியனுக்குள் வருவதைக் குறிப்பிடவில்லை; புதிய பிற்போக்கான சக்திகளை பிரிட்டிஷ் இந்தியாவுக்குள் கொண்டுவருவதையே குறிக்கிறதென்பது மீண்டும் வெட்டவெளிச்சமாகிறது.

ஆகவே, நாம் முதன்முதலில் புரிந்துகொள்ள வேண்டியதென்னவென்றால், இந்த சமஷ்டியைப் பற்றிய பிரச்சினை, இந்தியாவின் அரசியல் ஐக்கியத்தைப் பற்றிய பிரச்சினையல்ல; ஐக்கிய இந்தியா அவசியம்; இதன் அவசியத்தை அனைவரும் ஏற்றுக்கொள்கிறார்கள்; இந்தியா ஐக்கியமாகியே தீரும்; அந்த ஐக்கியம் ஏற்படும்பொழுது, அது, அநேகமாக, ஒரு உண்மையான அரசியல் சமஷ்டியாகவிருக்கும். ஆனால் இந்த 1935-ம் வருஷ அரசியல் சட்டத்தில் சமஷ்டி என்று நாமமிடப்பட்டிருக்கும் திட்டம் ஜனநாயகத்துக்கு விரோதமான ஒரு சூழ்ச்சி; தீமைகள் நிறைந்த இன்றைய அரசியல் பிரிவினையும் சர்வாதிகார சமஸ்தானங்களின் கட்டுக்கோப்பை'யும் அப்படியே விட்டுவிட்டு, தேசிய இயக்கம் முன்னேறி அரைகுறையாக ஜனநாயகம் நிலவும் ஸ்தாபனங்கள் சிலவற்றைப் பெற்றிருக்கும் பிரிட்டிஷ் இந்தியாவுக்குள் ஒரு புதிய பிற்போக்கான சக்தியை நுழைக்கமுயலும் சதி அது.

ஆகவே, சமஷ்டி என்று அழைக்கப்படும் இந்த திட்டத்தின் யதார்த்த தன்மையென்னவென்றால், பிரிட்டிஷ் இந்தியாவின் வசிக்கும் 27 கோடி மக்களுக்கு சட்டம் செய்யும் அதிகாரத்தை சர்வாதிகார சமஸ்தானாதிபதிகளுக்கு-பிரிட்டிஷ் எஜமானர்களுக்கு மாத்திரம் பொறுப்பாயுள்ள சமஸ்தானாதிபதிகளுக்கு- அளிக்கிறது.

பிரிட்டிஷ் இந்தியாவில் பிற்போக்கு சக்திகளின் பலத்தை அதிகரிக்க வேண்டுமென்ற இந்த யதார்த்த நோக்கம், சமஷ்டி சட்ட சபைகளில் சமஸ்தானாதிபதிகளுக்கு அளிக்கப்பட்ட விசேஷ பிரதிநிதித்துவ சலுகைகளில் தெரியவரும்.

சமஷ்டி மன்றத்தில் இரு சட்டசபைகள் உண்டு-ராஜாங்க சபை அல்லது மேல்சபை; சமஷ்டிசபை அல்லது கீழ்சபை. சமஸ்தானாதிபதிகள் இரண்டிலும் பிரதிநிதித்துவம் வகிப்பார்கள். அம்மட்டோடு நிற்கவில்லை. ராஜாங்க சபையில் மொத்தம் 264 ஸ்தானங்களில், ஐந்தில் இரு பகுதி அல்லது 104 ஸ்தானங்கள் சமஸ்தானாதிபதிகளுக்கு ஒதுக்கி வைக்கப்பட்டது.

சமஷ்டி சபையில், மொத்தம் 375 ஸ்தானங்களில், மூன்றிலொரு பகுதி அல்லது 125 ஸ்தானங்கள் சமஸ்தானாதி பதிகளுக்கு ஒதுக்கி வைக்கப்பட்டது.

ஆனால் இந்திய ஜனத்தொகையில் இந்திய சமஸ்தானங்களின் ஜனத்தொகையுடைய வீதாச்சாரம் 24 சதவீதமே- நாலிலொரு பங்குக்கும் குறைவு.

நிதி அடிப்படையில் பார்த்தால், இந்தப் பேதம் இன்னும் தெளிவாகத் தெரியும். சமஷ்டியின் வருவாயில் 100-க்கு 90 பகுதி பிரிட்டிஷ் இந்தியாவிலிருந்தும் 10 சதவீதமே சமஸ்தானங்களிலிருந்தும் கிடைக்குமென்றும் மதிப்பிடப்பட்டது. எனினும் சமஸ்தானாதிபதிகளுக்கு மேல் சபையில் ஐந்திலிரு பகுதியும், கீழ் சபையில் மூன்றிலொரு பகுதியும் பிரதிநிதித்துவமுண்டு.

ஆகவே, பிரதிநிதித்துவமுறை என்றழைக்கப்பட்ட திட்டம், ஆரம்பத்திலேயே, பொய்ப்பிக்கப்பட்டுவிட்டது. தேர்ந்தெடுக்கப்படாத, யாருக்கும் பிரதிநிதித்துவம் வகிக்காத, பிற்போக்காளர் பகுதி ஒன்றை இரு சபைகளில் நுழைத்ததின் மூலம் பிரநிதித்துவ ஜபர்தஸ்தின் குட்டு வெளிப்பட்டுவிட்டது. மாண்டேக்-செம்ஸ்போர்ட் சட்டத்தில் கூட தேர்ந்தெடுக்கப்படாத, நியமிக்கப்பட்டவர் வீதாச்சாரம் இவ்வளவில்லை. (பழைய மத்திய சட்டசபையில், 145 அங்கத்தினர்களில், நியமிக்கப்பட்டவர் எண்ணிக்கை 40 தான்; அதாவது 25 சதவீதத்துக்கு கொஞ்சம் அதிகம்.)

இந்த அபூர்வமான சட்டசபைகளின் "அதிகாரங்களை" நாம் இனித்தான் பரிசீலனை செய்யவேண்டும். அதையும் பார்த்துவிட்டால், இந்தச் சட்டத்தால் வழங்கப்பட்டிருப்பதாகச் சொல்லப்படும் பொறுப்பாட்சியின் கடைசி துளிகூட மாயமாய் மறைந்துவிடுகிறது.

கவர்னர் ஜெனரலால் பொறுக்கப்பட்ட மந்திரி சபை ஒன்று ஏற்படும்; அது கவர்னர் ஜெனரலுக்கே ஜவாப்தாரியாய் விளங்கும்; அதன் அதிகாரங்களும் ரொம்ப குறைவானவை. பாதுகாப்பு, வெளிநாட்டு விவகாரங்கள், மத விவகாரங்கள், ஒதுக்கப்பட்ட பிரதேசங்கள் ஆகிய நான்கு இலாகாக்களும், கவர்னர் ஜெனரலின் தனியாதிக்கத்திலேயேயிருக்கும். தவிர,

வேறு பல விஷயங்களுக்கு விசேஷ அதிகாரிகள் நியமிக்கப்படுவார்கள்-நிதி ஸ்திரத்தையும் நாணயத்தையும் பாதுகாக்கும் நிதி ஆலோசகர் ஒருவர்; சட்ட விவகாரங்களுக்கு ஒரு அட்வகேட் ஜெனரல்; சமஷ்டி பாங்கிக்கு ஒருவர்; ரயில்வேக்களுக்கு ஒருவர் இத்தியாதி. சிவில் ஸர்விஸும் போலீஸும் இந்தியா காரியதரிசியால் (பிரிட்டிஷ் பார்லிமெண்டுக்கு ஜவாப்தாரியான பிரிட்டிஷ் மந்திரி இவர்) நியமிக்கப்படுவார்கள். பிரிட்டிஷ் ஆதிக்கத்தின் அடிப்படையான சட்டங்களுக்குக் குந்தகம் விளையாது தடுப்பதற்கும், பிரிட்டிஷ் பொருளாதார நலன்களையோ சமஸ்தானங்களின் நலன்களையோ மைனாரிட்டிகளின் நலன்களையோ பாதிக்கும் எத்தகைய நடவடிக்கையையும் தடுப்பதற்கும் ஏராளமான விசேஷ ஷரத்துகள் சட்டத்திலிடம் பெற்றுள்ளன. எல்லாவற்றுக்கும் மேலாக, கவர்னர் ஜெனரலின் மேலதிகாரம் இருக்கிறது. மந்திரிகளின் பரிமாணத்துக்குட்பட்டுள்ள விஷயம் என்னதான் இருக்கிறது என்பதை நிர்ணயிப்பதே கஷ்டமாயிருக்கிறது. எனினும் தபால் அலுவலகம் சரிவர வேலை செய்கிறதாவென்று மேற்பார்வை பார்க்க அவர்களுக்கு அநேகமாக உரிமை இருக்கலாம்.

மந்திரிகள் சமஷ்டி சபைகளுக்கு ஜவாப்தாரியாயிருக்க வேண்டுமென்று சட்டத்தில் எந்த ஷரத்தும் கூறவில்லை. மந்திரிகளின் சம்பள மானியத்துக்கு சட்டசபைகளின் வோட் தேவையில்லை. மெஜாரிட்டி, மந்திரி சபையை எதிர்த்து வோட் செய்தாலும், மந்திரி சபை ராஜினாமா செய்ய வேண்டியதில்லை. சட்டசபைகளில் சாசுவத மெஜாரிட்டியின் ஆதரவைப் பெறக்கூடிய மந்திரிகளை பொறுக்கும்படியாக, கவர்னர் ஜெனரலுக்கு பிரிட்டிஷ் சர்க்கார் **தந்த ஆக்கினைப் பத்திரம் மாத்திரமே சிபார்சு** செய்தது. ஆனால், சமஸ்தானாதிகளின் பிரதிநிதிகளையும் மைனாரிட்டிகளின் பிரதிநிதிகளையும் சேர்த்துக்கொள்ள வேண்டுமென்றும் ஆக்கினைப் பத்திரம் சிபார்சு செய்தது.

சட்டசபைகளின் அதிகாரங்கள் என்ன? ஒரு பிரதிநிதித்துவ ஸ்தாபனம் கட்டுப்பாடு செய்யவேண்டிய முதல் விஷயம் நிதி. நிதியைப் பற்றிய நிலைமை என்ன?

பட்ஜட் இரு பகுதிகளாகப் பிரிக்கப்பட்டது:- "சமஷ்டியின் வருவாயிலிருந்து செய்யப்பட்ட செலவு", "இதர செலவுகள்". முதல் வகையில் பாதுகாப்புச் செலவுகள், கடன் வட்டி, அதிகாரிகளின் சம்பளங்கள், பென்ஷன் முதலிய பிரதான செலவுகள் அடங்கின; இவைகள் சமஷ்டி சட்டசபைகளின் வோட்டுக்கு விடப்படா; சமஷ்டி சட்டசபைகளுடைய வோட்டுக்கு விடப்படாதவைகள் மொத்த செலவில் 75 சதவீதம் முதல் 80 சதவீதம் வரை இருக்கும்; இந்திய நிர்வாகம் என்ற புத்தகத்தில், 75 சதவீதமென்று அதன் பேராசிரியர் ஜி.என். ஜோஷி மதிப்பிடுகிறார். 80 சதவீத மென்பது தேசிய காங்கிரஸின் கணிப்பு. எந்த செலவு வகையையும் 'வோட்டுக்கு விடப்படாத' இனத்தில் சேருமென்று கவர்னர் ஜெனரல் தன்னிஷ்டப்படி தீர்மானிக்கலாம்.

ஆகவே, மொத்த செலவில் 20 அல்லது 25 சதவீதம்-மைனர் செலவுகள்-மீதே சமஷ்டி சட்டசபைகள் அபிப்பிராயம் கூறமுடியும். ஆம், அபிப்பிராயம்தான் கூறமுடியும். இந்தச் சிறு பரிமாணத்தில்கூட, சட்டசபைகளுக்கு அதிகாரம் கிடையாது. முதலில் கவர்னர் ஜெனரலுடைய சிபார்சைப் பெறாமல், எந்த நிதி மசோதாவையும் எந்த மானிய சோதனையையும் சமஷ்டி சபைகளில் பிரேரேபிக்க முடியாது. ஒரு மானியத்தை சமஷ்டி சபை நிராகரித்தாலோ குறைத்தாலோ, அந்தச் சமஷ்டி சபையின் வோட்டைப் பொருட்படுத்தாமல், அந்த மானியம் தனது விசேஷப் பொறுப்புகளை நிறைவேற்றுவதற்கு அவசியமென்று கூறி, அந்தச் செலவை அங்கீகரிப்பதற்கு கவர்னர் ஜெனரலுக்கு அதிகாரம் உண்டு. இவ்வாறாக, எந்தப் பிரதிநிதித்துவ சபைக்கும் முதல் தேவையான, சாமானிய தேவையான நிதி அதிகாரம் சமஷ்டி சட்டசபைகளுக்கு துளிகூட கிடையாது.

ராஜாங்க இயந்திரமாகிய அதிகாரவர்க்கத்தையும் இராணுவத்தையும் தனது கட்டுப்பாட்டுக்குள் வைத்திருப்பது ஒரு பிரதிநிதித்துவ சபைக்கு இன்றியமையாத இரண்டாவது அதிகாரமாகும்.

பாதுகாப்பு, சமஷ்டி சபைகளின் திருஷ்டிகோணத்துக்குள் வராது சிவில் சர்வீசும் போலீசும் இந்தியா காரியதரிசியால்

நியமிக்கப்படும். அவைகளுடைய சர்வீஸ் நிபந்தனைகளும் உரிமைகளும் விசேஷ ஷரத்துக்கள் மூலம் பாதுகாக்கப்படும். போலீஸைப் பற்றிய விதிகள் முழுவதும் கவர்னர் ஜெனரலிடம் ஒப்படைக்கப்பட்டிருந்தன. ரகசிய போலீஸ் (அரசியல் கண்காணிப்பு போலீஸ்) கவர்னர் ஜெனரலுடைய கட்டுப்பாட்டுக்கு உட்பட்டிருக்கும்.

மூன்றாவது முக்கியமான அதிகாரம் சட்டம் இயற்றும் அதிகாரம் அதாவது, மசோதாக்களை சட்டமாக்க மறுக்கவும், சட்டங்களை இயற்றவும் பிரதிநிதித்துவ சபைக்கு அதிகாரமிருக்கவேண்டும்.

ஒரு குறிப்பிட்ட பரிமாணத்துக்கு உட்பட்ட விஷயங்களில் சமஷ்டி சபை சட்டங்களியற்றலாமென்பதில் சந்தேகமில்லை. ஆனால் ஏராளமான ஷரத்துக்கள் இந்தப் பரிமாணத்தைக் குறுக்கின. கவர்னர் ஜெனரலின் முந்தைய அனுமதி பெறாமல், நிதி விவகாரங்களைப்பற்றிய மசோதாக்களை சமஷ்டி சபை விவாதிக்கவும் முடியாது. பிரிட்டிஷ் ஆதிக்கத்தின் ஜீவாதாரமான அஸ்திவாரங்கள் எதையும், இராணுவ பிரச்சினைகள், சிவில் சர்வீஸின் உரிமைகள், சமஸ்தானங்கள், மைனாரிட்டிகள், பிரிட்டிஷ் பொருளாதார நலன்கள் முதலியவற்றில் எதையும் பாதிக்கக்கூடிய சட்டங்களை இயற்றமுடியாது. குறிப்பாக, சமஷ்டி சபைகள்.

1. பிரிட்டிஷ் இந்தியாவில் பிரவேசிப்பதற்கு, பிரயாணம் செய்வதற்கு, வசிப்பதற்கு, சொத்து வாங்குவதற்கு, சொத்து அனுபவிப்பதற்கு, சொத்து விற்பனை செய்வதற்கு, பதவி வகிப்பதற்கு, தொழில், உத்தியோகம் அல்லது வியாபாரம் செய்வதற்கு, பிரிட்டிஷ் பிரஜைகளுக்குள்ள உரிமைக்கு தடை விதிக்கும் சட்டமியற்றக்கூடாது.

2. இந்தியாவில் விதிக்கப்படும் வரி விகிதங்களில், பிரிட்டிஷ் பிரஜைகளை எதிர்த்தோ, பிரிட்டனில் ஸ்தாபிக்கப்பட்ட கம்பெனியை எதிர்த்தோ, பாரபட்சம் காண்பிக்கும் சட்டமியற்றக்கூடாது.

3. பிரிட்டனில் ரிஜிஸ்டர் செய்யப்பட்டிருக்கும் கப்பல்களை எதிர்த்தோ அவற்றின் சிப்பந்திகளை எதிர்த்தோ பிரயாணிகளை எதிர்த்தோ பாரபட்சம் காண்பிக்கும் சட்டமியற்றக்கூடாது.

4. சமஷ்டியின் வருவாயிலிருந்து கொடுக்கப்படும் மானியம் அல்லது சலுகை அல்லது உதவியைக் குறித்து, பிரிட்டனில் ரிஜிஸ்டர் செய்துகொண்ட இந்தியாவில் தொழில் நடத்தும் கம்பெனிகளுக்கு எதிராக பாரபட்சம் காண்பிக்கும் சட்டமியற்றக்கூடாது.

பிரிட்டனில் பிரிட்டிஷ் தொழிலும் வியாபாரமும் கப்பல் போக்குவரத்தும் வளர்ச்சியடைவதற்கு பிரிட்டிஷ் சர்க்கார் விசேஷ சலுகைகளும் மானியங்களும் அளிப்பதைப் போல, இந்திய தொழிலும் வியாபாரமும் கப்பல் போக்கு வரத்தும் வளர்ச்சியடைவதற்காக விசேஷ சலுகைகளோ மானியங்களோ அளிப்பதென்றால், அதே சலுகைகளை இந்தியாவிலுள்ள பிரிட்டிஷ் தொழில் நலன்களுக்கும் வர்த்தக நலன்களுக்கும் அளிக்கப்பட வேண்டுமாம். பிரிட்டிஷ் ரொக்க முதலாளித்துவத்தின் நலன்களைப் பாதுகாக்க வேண்டுமென்ற கவலையை இது வெளிப்படுத்துகிறது.

சட்டமியற்ற அனுமதிக்கப்பட்டுள்ள மிச்ச பரிமாணத் தில்கூட, சமஷ்டி சபைகளுக்கு சுயேச்சையான அதிகாரங்கள் கிடையாது. அரசாங்கம் விரும்பாத ஒரு மசோதாவை சமஷ்டிசபை நிறைவேற்றியதென்று வைத்துக்கொள்வோம். வடிகட்டிய பிற்போக்காளர் சபையான ராஜாங்க சபையும் இதை நிறைவேற்றியதென்று வைத்துக்கொள்வோம். அப்பொழுதும், கவர்னர் ஜெனரல் அதை அங்கீகரித்து சட்டமாக்குவதற்கு மறுக்கலாம்; அல்லது மேலும் யோசனை செய்வதற்காக, அதை சட்டமாக்குவதை ஒத்திவைக்கலாம்; ஒரு வருஷகாலம் அவர் அதைப்பற்றி யோசனை செய்யா விட்டால், அந்த மசோதா தானாகவே காலாவதியாகிவிடும். இல்லாவிட்டால், அவர் அந்த மசோதாவை அங்கீகரித்து விட்டாலும், பின்னால் அவருடைய கருத்து மாறிவிட்டால், அப்பொழுதும் அவர் அதை நிராகரித்துவிடலாம்; மசோதா சட்டமாக முடியாது.

மறுபுறத்தில், அரசாங்கம் அவசியமென்று கருதும் ஒரு மசோதாவை சமஷ்டி சபை நிறைவேற்றாவிட்டால், அதை "கவர்னர் ஜெனரலின் சட்டம்" ஆக கவர்னர் ஜெனரல் சட்டமாக்கிவிடலாம்; சாதாரண சட்டத்தின் சக்தி அதற்குமுண்டு. இல்லாவிட்டால், கவர்னர் ஜெனரல் அவசரச்

சட்டங்கள் பிறப்பிக்கலாம். இந்த அவசரச் சட்டங்கள் ஆறு மாதகாலம் சட்டங்களின் சக்தியுடையதாயிருக்கும்.

சமஷ்டி சபையின் "அதிகாரங்கள்" இத்தகையது.

ஆனால் ஏகாதிபத்தியவாதிகளின் கவலை மிகுந்த முன்னேற்பாடுகள் இத்துடன் தீரவில்லை. இந்த அமைப்பின் தாழிட்ட கதவுகள் மூலம் எந்தவிதத்திலும் சுயாட்சியைப் பற்றிய முணுமுணுப்புகூட கேட்க முடியாமலிருப்பதற்கு மும்மடங்கு உத்தரவாதம் செய்துகொள்ளவேண்டுமென்பது அவர்களுடைய கவலை. ஒதுக்கப்பட்ட அதிகாரங்களையும் "பாதுகாப்புகளையும்" நாம் இன்னும் பரிசீலனை செய்ய வேண்டும்.

சட்டசபையின் "அதிகாரங்களுடைய" பரிசீலனை யிலிருந்து கவர்னர் ஜெனரலுடைய அதிகாரங்களின் பரிசீலனைக்குப் போவது, இருளடர்ந்த இரவிலிருந்து பகலவனின் கதிரொளிக்கு செல்வதைப்போல,

இந்தச் சட்டத்தில் 94 ஸெக்ஷன்களுக்கு குறைவில்லாமல், கவர்னர் ஜெனரலுக்கு விசேஷ அதிகாரங்கள் அளிக்கும் ஸெக்ஷன்களிருந்தன. தேர்ந்தெடுக்கப்பட்ட சபைகளோ மந்திரிகளோ என்ன சொன்னாலும், அதை பொருட் படுத்தாமல், தன்னிஷ்டப்படி கவர்னர் ஜெனரல்.

1. மந்திரிகளை நியமிக்கலாம், டிஸ்மிஸ் செய்யலாம்.
2. சட்டசபை நிறைவேற்றிய மசோதாவை ரத்து செய்யலாம்.
3. சட்டசபை நிராகரித்த மசோதாவை சட்டமாக்கலாம்.
4. சட்டசபையின் மசோதா விவாதத்தை தடை செய்யலாம்.
5. அவசரச் சட்டங்களை பிறப்பிக்கலாம்.
6. அவசரச் சட்டங்களை பிறப்பிக்கும்படி மாகாண கவர்னர்களுக்கு உத்தரவிடலாம்.
7. மாகாண சர்க்கார்கள் இயற்றும் சட்டங்களை ரத்து செய்யலாம்.

8. போலீஸுக்கு விதிகள் பிறப்பிக்கலாம்.
9. இராணுவத்தின் உபயோகத்தை கட்டுப்படுத்தலாம்.
10. சமஷ்டி சபைகளை கலைக்கலாம்.
11. அரசியல் சட்டத்தையே தற்காலிகமாக அமுலிலில் லாமல் செய்யலாம்.

அவருடைய இஷ்டப்படி செய்யக்கூடிய பல விஷயங்களில் மேற்கண்ட தொகுப்பு வெகு சிலவே.

இத்துடன் ஒதுக்கப்பட்டுள்ள அதிகாரங்கள் வேறு இருக்கின்றன. பாதுகாப்பு, வெளிநாட்டு விவகாரங்கள், மதவிவகாரங்கள், ஒதுக்கப்பட்ட பகுதிகள் ஆகிய ஒதுக்கப்பட்ட இலாகாக்களை அவர் தன்னுடைய தனியாதிக்கத்தில் வைத்திருக்கிறார்.

இறுதியாக, இன்னும் தப்பித்தவறி ஏதாவது ஓட்டைபொத்தல்கள் இருக்கமுடியுமென்று கற்பனை செய்யக்கூடுமானால், அவைகளை அடைக்க வேண்டுமே. அதற்காகத்தான் விசேஷ அதிகாரங்களும் பொறுப்புகளும். கவர்னர் ஜெனரலுக்கு எட்டு "விசேஷ பொறுப்புகள்" இருந்தன; இந்த விசேஷ பொறுப்புகளை நிறைவேற்றுவதற்கு அவசியமான நடவடிக்கையென்று அவர் கருதக்கூடிய நடவடிக்கைகளை அவர் எடுக்கலாம். இந்த விசேஷ பொறுப்புகள் (இவற்றை பாதுகாப்புகள் என்றும் சொல்வதுண்டு; ஆனால் சட்டம் முழுவதும்தான் பாதுகாப்புகள் நேரிழை குறுக்கிழையாக பின்னிக் கிடக்கின்றனவே) ஆவன:-

1. "இந்தியாவின் அமைதிக்கோ அல்லது சமாதானத்துக்கோ, இந்தியாவின் ஒரு பகுதியின் அமைதிக்கோ அல்லது சமாதானத்துக்கோ, தீவிரமான ஆபத்து எதுவும் வருவதைத் தடுப்பது."

2. "சமஷ்டி சர்க்காரின் நிதி ஸ்திரத்தையும் நாணயத்தையும் பாதுகாப்பது."

3. "மைனாரிட்டிகளின் நியாயமான நலன்களை பாதுகாப்பது."

4. ஸர்வீஸுகளுடைய அங்கத்தினர்கள், மாஜி அங்கத்தினர்கள் அல்லது அவர்களைச் சார்ந்து நிற்பவர்களின் உரிமைகளையும் "நியாயமான நலன்களையும்" பாதுகாப்பது.

5. இந்தியாவில் தொழில் செய்துகொண்டிருக்கும் பிரிட்டிஷ் நபர்கள் அல்லது கம்பெனிகளுக்கு எதிராக, இந்தக் கம்பெனிகள் பிரிட்டனில் ரிஜிஸ்டர் செய்யப்பட்டிருந்தாலும் சரி, இந்தியாவில் ரிஜிஸ்டர் செய்யப்பட்டிருந்தாலும் சரி, வர்த்தகரீதியிலோ ரொக்கரீதியிலோ, பாரபட்சம் காட்டப்படுவதைத் தடுப்பது.

6. இந்தியாவுக்கு வரும் பிரிட்டிஷ் இறக்குமதிகளை எதிர்த்து பாரபட்சம் செய்யப்படுவதைத் தடுப்பது.

7. சமஸ்தானங்கள், சமஸ்தானாதிபதிகள் ஆகியோரின் உரிமைகளை பாதுகாப்பது.

8. எட்டாவது இறுதிப் பாதுகாப்பு சர்வசக்தி வாய்ந்தது.

"இந்தச் சட்டத்தின்படி, தன்னிஷ்டப்படி நடக்கவேண்டுமென்று தனக்கு விடப்பட்டுள்ள விஷயங்களில், தன் கடமையை நிறைவேற்றுவதற்கு வேறு விஷயத்தைக் குறித்து எடுக்கப்படும் நடவடிக்கையால் குந்தகம் ஏற்படா மலிருக்கும்படி பார்த்துக்கொள்ள வேண்டும்."

இந்தச் சட்டத்தின் விசேஷ செக்ஷன்களில் (இவைதான் நீண்ட செக்ஷன்கள்கூட) பிரிட்டிஷ் ரொக்க முதலாளித்துவத்தின், இந்தியாவில் தொழில் செய்யும் பிரிட்டிஷ் கம்பெனிகளுடைய வர்த்தகம், முதலீடு ஆகியவற்றின், பிரிட்டிஷ் கடனின், ரயில்வேக்களின், பாங்கிங்கின் நேரடியான நலன்களுக்கு, குறிப்பாக பாதுகாப்பு அளிக்கப்பட்டிருக்கின்றன அல்லது சுயேச்சையான நிர்வாகங்கள் அமைக்கப்பட்டிருக்கின்றன. இவற்றை பரிசீலனை செய்வது நீண்டு போகும்; அரசியல் சட்டம் முழுவதையும் பொதுவாகப் பரிசீலனை செய்யும் நோக்கத்துக்கு அது ஒத்துவராது. எனினும், இந்தியாவில் பிரிட்டிஷ் ரொக்க முதலாளித்துவ சுரண்டலை பாதுகாப்பதற்காகத் தயாரிக்கப்பட்ட உயர்ந்த வேலைப்பாடுடன் கூடிய கருவியாக விளங்குவதுதான் 1935-ம் வருடச் சட்டம் முழுவதின் உண்மையான பணி என்பதை வெளிப்படுத்தும் பிரகாசம் நிறைந்த பகுதிகள் இவை என்பதை சொல்லித்தானாக வேண்டும்.

மத்தியிலுள்ள பிற்போக்கான, யதார்த்தத்தில் யதேச்சாதிகாரமான கருவிக்கு சட்டத்தின் மாகாண பகுதிகள் உட்பட்டிருக்கின்றன. மாகாணங்களிலும் கவர்னர்களுக்கு மேலதிகாரங்கள் உண்டு சட்டசபையின் மசோதாக்களை நிராகரிப்பதற்கும், தானாகவே சட்டம் செய்வதற்கும், போலீஸ், சட்டம், ஒழுங்கு, நீதி ஆகியவற்றின்மீது உருவான ஆதிக்கம் செலுத்தவும் அவருக்கு அதிகாரமுண்டு. மேலும், அவருக்கு ஏழு விசேஷ பொறுப்புகள் உண்டு. சமஷ்டி சபையைப் போலவே, மாகாண சட்ட சபைகளும் வகுப்புவாரி பிரதிநிதித்துவத்தை அடிப்படையாகக்கொண்டவை. இதற்குமுன் எந்த மாகாணத்திலும் மேல்சபை இல்லாமலிருந்தபோதிலும், இப்பொழுது, முக்கியமான மாகாணங்களாகிய வங்காளம், பம்பாய், சென்னை, ஐக்கிய மாகாணங்கள், பீகார் ஆகியவற்றில் மேல்சபைகள் திணிக்கப்பட்டன.

எனினும், மத்திய ஸ்தாபனத்தைவிட மாகாணங்களின் ஸ்தாபன அமைப்பு கொஞ்சம் மேலானது. பொதுஜன இயக்கத்துக்கு அசைந்து கொடுக்கக்கூடியது. ஏனென்றால்,

முதலாவதாக, மாகாண சட்டசபைகளில் சமஸ்தானாதிபதிகள் கிடையாது; சட்டசபைகள் முழுக்க முழுக்க தேர்ந்தெடுக்கப்படுகின்றன; நேரடியாக தேர்ந்தெடுக்கப்படுகின்றன. மேல்சபைகள்தான் மிகக் குறுகிய வோட்டுரிமை அடிப்படையில் தேர்ந்தெடுக்கப்படும் பிற்போக்கான கருவிகள்.

இரண்டாவதாக, போலீஸைக் குறித்து விசேஷ ஏற்பாடுகளிலிருந்த போதிலும், சமஷ்டியிலிருப்பதைப்போல, இங்கு **ஒதுக்கப்பட்ட இலாகாக்கள்** கிடையா. போலீஸின் விதிகள் கவர்னருடைய தனியாதிக்கத்துக்குட்பட்டவை. ரகசிய போலீஸ் (அரசியல் கண்காணிப்பு போலீஸ்) விசேஷ ஷரத்துகள் மூலம் பாதுகாப்பு பெற்றிருக்கிறது. இந்திய மந்திரிகளால் இந்த ரகசிய போலீஸின் தஸ்தவேஜிகளைக்கூட பார்க்கமுடியாது. சட்டப்படி ஸ்தாபிக்கப்பட்டிருக்கும் அரசாங்கத்தை கவிழ்க்கும் நோக்கத்தைக் கொண்டிருப்பதாக கருதப்படக்கூடிய எந்த இயக்கத்தையும் எதிர்ப்பதற்கு,

"மாகாணத்தின் அமைதி அல்லது சமாதானத்துக்கு ஆபத்தேற்பட்டிருக்கிறதென்று" கவர்னர் கருதினால், அவர் இஷ்டப்பட்ட மார்க்கத்தில் தானே ஏகதேசமாய் அதிகாரம் செலுத்தலாம். உண்மையான அதிகாரத்தை வெகுவாக கட்டுப்படுத்தும் இந்த நிபந்தனைகளுக்குட்பட்டு, மாகாண மந்திரிசபை நிர்வாகம் முழுவதற்குமாக வேலை செய்கிறது; ஓரளவுக்கு கூட்டுப்பொறுப்பை வளர்க்க முடியும்.

மூன்றாவதாக, சட்டமியற்றும் அதிகாரத்துக்கு சமஷ்டியிலிருப்பதைப்போல், அவ்வளவு தடைகள் கிடையாது. சட்ட அதிகாரங்கள் அதிகமாயிருப்பதாலல்ல; சட்ட அதிகாரங்கள் குறைவாயிருப்பதால், பிரிட்டிஷ் விசேஷ நலன்களையோ, பொருளாதார ஆட்சி முறையையோ, நிதிக் கொள்கையையோ பாதிக்கும் பிரச்சினைகள் அகில இந்திய பிரச்சினைகளானபடியால், அவை மாகாணங்களில் எழமுடியாது. ஆகவே, மாகாண சட்ட சபைகளின் அதிகாரங்களுக்கு அவ்வளவு தளைகளில்லை.

ஆகவே, குறுகிய வரம்புகளுக்குள் மாகாணங்களின் பொதுஜன மந்திரி சபைகளால் ஆட்சி செலுத்தமுடியாது; பிரயோஜனகரமாக பணியாற்ற முடியும்.

பிரிட்டிஷ் இந்தியாவின் பதினோரு மாகாணங்களிலும் மாகாண சட்டசபைகளின் வோட்டர்கள் 3 கோடி ஒரு லட்சம் பேர் இருந்தார்கள். அதாவது ஜனத்தொகையில் பதினோரு சதவீதம். (மாண்டேக் செல்ம்ஸ்போர்ட் சட்டப்படி வோட்டுரிமை பெற்றவர்கள் 2.8 சதவீதம்தான்.) பிரிட்டனில் ஜனத்தொகையில் 67 சதவீதம் வாக்குரிமை பெற்றிருப்பதுடன் இதை ஒப்பிட்டுப் பார்க்கவேண்டும். ஒரு குறிப்பிட்ட மதிப்புக்கு வரி செலுத்தக்கூடிய குடிவார உரிமையோ அல்லது குறிப்பிடப்பட்ட கல்வி யோக்கிய தாம்சமோ பெற்றவர்கள்தான் வோட்டர்களாவார்கள். பெண் வோட்டர்கள் 43 லட்சம். 1937 தேர்தலில், போட்டியிடப்பட்ட தொகுதிகளில், பதிவு செய்யப்பட்ட வோட்டுகளின் எண்ணிக்கை ஒரு கோடி 55 லட்சமாகும்; அதாவது அந்தத் தொகுதிகளின் மொத்த வோட்டர்களில் 55 சதவீதத்தினர் வோட் செய்தார்கள்.

பதினோரு மாகாண சட்டசபைகளிலும் மொத்தம் 1585 ஸ்தானங்கள் இருந்தன. அவை பின்வருமாறு பிரிக்கப்பட்டிருந்தன.

பொது ஸ்தானங்கள்	657
முஸ்லிம்கள்	482
தாழ்த்தப்பட்டோர்	151
வர்த்தகமும் தொழிலும்....	56
மாதர்கள்	41
தொழிலாளர்	38
நிலச்சுவான்தார்	37
சீக்கியர்கள்	34
ஐரோப்பியர்கள்	26
பின்தங்கிய பிரதேசங்களும் மலை ஜாதியினரும்	24
இந்திய கிறிஸ்துவர்கள்	20
ஆங்கிலோ இந்தியர்கள்	11
சர்வகலாசாலை	8
	1585

பிற்போக்கான உபபிரிவுகளிருந்தபோதிலும், சமஷ்டி சபையைவிட இது மேலானதென்பதைப் பார்க்கலாம்.

பெரும்பான்மையான மாகாணங்களில் காங்கிரஸ் மந்திரி சபைகள் உதயமாவதை சாத்தியமாக்கிய சூழ்நிலைகள் இவை. எனினும் மாகாண மந்திரி சபைகளுக்கு குறைந்தபட்ச அதிகாரங்களைவிடக் கூடுதலாகவிருந்ததென்றோ. சுயாட்சியை எதிர்பார்த்து நிற்கும் ஜீவாதாரமான பிரச்சினைகளை அவர்களால் தொடமுடிந்ததென்றோ கற்பனை செய்வது தவறாகும்.

யதேச்சாதிகார மத்திய சர்க்காரில் பிரிட்டிஷார் நிர்ணயமான ஆதிக்கம் செலுத்த, பிரிட்டிஷ் நலன்களையோ, இன்றைய அமைப்பின் அடிப்படையையோ பாதிக்கும் பிரச்சினைகளில் தலையிடவும் செயலாற்றவும் முடியாதபடி சட்டம் தடைபோட, மாகாண கவர்னரின் மேலதிகாரம் திரைமறைவிலிருக்க, பணத்துக்கு வேறு கஷ்டப்பட்டுக் கொண்டு, மாகாண மந்திரி சபைகள் செயலாற்றக்கூடியது அதிகமில்லை. நிதியைப் பொறுத்தவரையில், இதைக்

குறிப்பாகக் காணலாம். வருமானவரி, சுங்கவரி போன்ற அதிகரித்துக்கொண்டிருக்கும் வருமானங்கள் பிரதானமாக மத்திய சர்க்காரைச் சேரும்; அந்த மத்திய சர்க்காரின் பட்ஜெட்டில் 80 சதவீதம் இந்திய பிரதிநிதிகளுடைய வோட்டுக்கு விடப்படமாட்டாது என்பதை நாம் பார்த்தோம். மறுபுறத்தில், சுகாதாரம், கல்வி முதலிய சகல நிர்மாண செலவுகளும் மாகாணங்களிடம் ஒப்படைக்கப் படுகின்றன. ஆனால் நிலவரி ஒன்றுதான் மாகாணங்களின் பிரதான வருமானம். இந்த நிலவரி வசூல் ஒரு பெரிய சுமை; அது அபக்கியாதிபெற்றது; அதை அதிகரிக்கவும் முடியாது; நிலவரி பளுவை உடனடியாக குறைப்பது அவசர அவசியமாகும். நிதியிலுள்ள இந்தப் பிரிவினையின் நோக்கமென்னவென்றால், இது மாகாண மந்திரி சபைகளுக்கு தளைபோடுகிறது; அதே சமயத்தில், சுகாதாரம், கல்வி, முதலிய சகல சமூக க்ஷேமாபிவிருத்திகளையும் நிர்மாண வளர்ச்சியையும் ஏகாதிபத்தியம் புறக்கணித்து வந்ததின் கெட்ட பெயர் மந்திரிசபைகளுக்கு கிடைக்கும்.

ஆகவே, தங்களுடைய குறிப்பிட்ட பரிமாணங்களில்கூட மாகாண மந்திரிசபைகளின் அதிகாரங்களுக்கு தலையிடப் பட்டிருக்கிறபடியாலும், இந்திய மக்களை எதிர்நோக்கும் ஜீவாதாரமான அவசர பிரச்சினைகளை அவர்களால் தொடமுடியாததாலும், மாகாண மந்திரி சபைகளை எந்த அர்த்தத்திலும் சுயாட்சியாகக் கருதமுடியாது. சுயாட்சிப் போராட்டத்தில், முந்தியிருந்ததைவிட உயர்ந்த கேந்திர ஸ்தானத்துக்கு தேசிய இயக்கம் முன்னேறியதை பிரதான மாகாணங்களில் காங்கிரஸ் மந்திரிசபைகள் அமைந்த நடவடிக்கை பிரதிநிதித்துவப்படுத்தியது. ஆனால் சுயாட்சிப் போராட்டம், உண்மையான தேசிய சுதந்திரப் போராட்டம் இன்னும் நடத்தப்படவேண்டும்.

நாம் பரிசீலனை செய்யச் செய்ய, அரசியல் சட்டம் முழுவதும், குறிப்பாக, அதன் சமஷ்டி பகுதி அப்பட்டமாக காட்சியளிக்கிறது. அது ஜனநாயகத்தையே மறுப்பது மாத்திரம் அம்பலப்படவில்லை. இந்தியாவில் ஏகாதிபத்திய பிடிப்பை பலப்படுத்தும் கருவியாக, ஏகாதிபத்திய ஆட்சி

அமைப்புக்குள் பிற்போக்கு சத்திகளின் பலத்தைப்பெருக்கும் கருவியாக அம்பலப்பட்டு நிற்கிறது. "பொறுப்பாட்சி" என்பதெல்லாம் கேலிக்கூத்து. ஏகாதிபத்தியத்தின் அதிகாரம் ஊர்ஜிதம் செய்யப்பட்டது; பலப்படுத்தப்பட்டது. சுயாட்சிக்கான உண்மைப் போராட்டத்தை இந்த அரசியல் சட்டத்தின் நான்கு எல்லைகளுக்குள் நடத்தமுடியாது. அதன் அமைப்பின் மூலம், உபயோககரமான வேலை, சுயாட்சிப் போராட்டத்துக்கு ஆயத்தம் செய்யும் வேலையை செய்ய முடிந்ததெனினும், இந்த அரசியலுக்கு வெளியே நடக்கும் போராட்டம்தான். இந்த அரசியலை எதிர்த்து நடத்தும் போராட்டம்தான் தீர்மானமான போராட்டமா யிருக்கமுடியும்.

பிரிட்டனிலுள்ள அரசியல் சட்ட விவகாரங்களின் நிபுணரான பேராசிரியர் ஏ.பி. கீத் இந்தச் சட்டத்தின் தன்மையை ஒளிவு மறைவோ தயவு தாட்சணியமோ இல்லாமல் விவரிக்கிறார். ஒவ்வொரு ஜனநாயகவாதியும் அதை ஒத்துக்கொண்டுதானாகவேண்டும். அவர் கூறுகிறார்:

"பொறுப்பாட்சி சாத்தியமானதல்லவென்று பச்சையாகக் கூறியிருக்கவேண்டும் அல்லது உண்மையான பொறுப் பாட்சியை வழங்கியிருக்கவேண்டும். இந்த அபிப்பிராயம் ஏற்படுவதைத் தடுப்பது கஷ்டமாயிருக்கிறது. தனிநபர் தீர்ப்புப்படி நடவடிக்கைகள் எடுத்து விசேஷ பொறுப்புகளை நிறைவேற்றும் இந்த முறை ஒரு இரண்டுங்கெட்டான் பிறவியாயிருப்பதால், நன்றியோ ஒத்துழைப்போ முன்வரா மலிருப்பதில் ஆச்சரியமில்லை.

"சமஷ்டி திட்டத்தில் திருப்தியடைவது கஷ்டம். அதன் யூனிட்டுகள் வெவ்வேறான தன்மைகளை உடையவை; ஒன்றாக இணைக்கப்படுவதற்கு தகுதியில்லாதவை. பிரிட்டிஷ் இந்தியாவிலிருந்து அபாயகரமான ஜனநாயக அம்சங்கள் ஏதாவது வந்தால், அவற்றை எதிர்த்துப் போராடக்கூடிய கலப்பில்லாத பிற்போக்கு சக்திக்கு இடமிருக்க வேண்டுமென்ற காரணத்துக்காகவே இந்த சமஷ்டி திட்டம் பிரிட்டிஷாரால் ஆதரிக்கப்படுகிறதென்பது

வெள்ளிடைமலை........ பிரிட்டிஷ் இந்தியாவின் மத்திய சர்க்காருக்கு பொறுப்பாட்சி அளிக்கும் பிரச்சினையை தட்டிக்கழிக்கவேண்டுமென்ற ஆர்வம்தான் சமஷ்டி யோசனையின் பிரதான காரணமென்று இந்தியாவில் சொல்லப்படும் கூற்றை மறுப்பது கஷ்டம். மேலும், பாதுகாப்பும் வெளிநாட்டு விவகாரங்களும் சமஷ்டி சர்க்காரின் பொறுப்பிலிருந்து விலக்கப்பட்டபின், பொறுப்பாட்சி வழங்கப்பட்டிருப்பதாக சொல்லப்படுவ தெல்லாம் அர்த்தமற்றதாகி விடுகிறது."

(பேராசிரியர் ஏ.பி. கீத்; "இந்தியாவின் அரசியல் சீர்திருத்த சரிதை-
1600-1935-1936)"

பதினைந்தாவது அத்தியாயம்
1934-39-ல் தேசிய இயக்கத்தின் வளர்ச்சி

"சுதந்திரம் என்ற பதத்தை காங்கிரஸ் பிரதிநிதிகள் அளவுக்கு மீறிக் கொண்டாடுவது துரதிஷ்டமான விஷயம்."

இந்தியா காரியதரிசி ஜெட்லாந்து பிரபு 1940 பிப். 11

1930-34ல் நிகழ்ந்த மகத்தான பொதுஜனப் போராட்டங்களுக்குப் பிந்திய இந்திய தேசிய வளர்ச்சியை இரு கட்டங்களாக பிரிக்கலாம். முதலாவதாக, அசுரத்தனமான அடக்குமுறைக்குப்பின் ஸ்தாபனம் சீரமைக்கப்பட்டது. புதிய மார்க்கங்கள் வகுக்கப்பட்டன, தேர்தல்களில் வெற்றியடைந்ததைத் தொடர்ந்து பெரும்பான்மையான. மாகாணங்களில் காங்கிரஸ் மந்திரிசபைகள் அமைந்தன. என்றைக்குமே அடைந்திராத உயர்ந்த ஸ்தானத்தை காங்கிரஸ் எய்தியது. 1934-39 வருஷங்களின் சாதனை இது. இதைத் தொடர்ந்து இரண்டாவது கட்டத்தில் நெருக்கடி முற்றியது. இந்த நெருக்கடியின் ஆரம்பக்குறிகள் 1938-39 லேயே தென்பட்டன. யுத்தம் மூண்டதிலிருந்து இந்த நெருக்கடி புதிய மோதுதலை நோக்கி முற்றியது.

1. புதிய எழுச்சி

1936 வசந்த காலத்தில், தேசிய காங்கிரஸ் லக்ஷ்மணபுரியில் கூடிற்று. அப்பொழுதுகூட, அரசாங்க அடக்குமுறையால் ஸ்தம்பிக்கப்பட்ட சக்திகளை காங்கிரஸ் இன்னும் ஒருமுகப்படுத்த வேண்டியிருந்தது. லக்ஷ்மணபுரி காங்கிரஸ் கூடிய சமயம், காங்கிரஸில் 4,57,000 அங்கத்தினர்களே இருந்தனர். 1934-36 வருஷங்கள் காங்கிரஸ் வாழ்க்கையில் மகிழ்ச்சியளிக்கும் காலமாயில்லை. 1934-ம் வருஷ தோல்வி

புதிய முன்னேற்றத்துக்கு இடம் தரவில்லை. காந்தி காங்கிரஸிலிருந்து விலகுவதற்கு முன் அளித்த கடைசி பரிசான காங்கிரஸின் புதிய அமைப்பும் காங்கிரஸ் வளர்ச்சிக்கு விலங்கிட்டது. (லக்ஷ்மணபுரி காங்கிரஸில் இந்த புதிய அமைப்பை ஓரளவு மாற்றவேண்டியதாயிற்று.) 1934-ம் வருஷக் கடைசியில் காங்கிரஸ், மத்திய சட்டசபை தேர்தலில் கலந்துகொண்டது. இதிலிருந்து காங்கிரஸ் பார்லிமெண்டரி முனையில் செயலாற்றியது. பார்லிமெண்டரி நடவடிக்கை சப்பென்றிருந்தது. பொதுஜனங்களுக்கு சிரத்தை ஏற்படவில்லை. அப்பொழுது நிலவிய நிலைமையின் பலவீனத்தை லக்ஷ்மணபுரி காங்கிரஸுக்கு அக்கிராசனம் வகித்த நேரு தலைமையுரையில் தயவு தாட்சணிய மில்லாமல் கண்டித்தார். "பெரிய அளவுக்கு நாம் பொதுஜன தொடர்புகளை இழந்துவிட்டோம்" என்று குறிப்பிட்டார்.

லக்ஷ்மணபுரி காங்கிரஸுக்கு தலைமை வகித்த ஜவஹர்லாலின் தலைமையுரை நினைவுக்குரியது. ஏனெனில் அது சோஷியலிஸ்ட் லட்சியத்தை பிரகடனப்படுத்தியது; பாஸிஸத்தையும் பிற்போக்கையும் எதிர்த்து திரண்டு கொண்டிருக்கும் உலகப் போராட்டத்தின் பகைப்புலனில் இந்திய போராட்டதின் முக்கியத்துவத்தை உணர்த்தியது; காங்கிரஸ் பிரதானமாக பிரதிநிதித்துவப்படுத்தும் நடுத்தர வர்க்கத்தினருடன் தொழிலாளரையும் விவசாயிகளையும் ஒன்றுபடுத்தி, சகல ஏகாதிபத்திய எதிர்ப்பு சக்திகளையும் ஐக்கியப்படுத்தும் "கூட்டு பொதுஜன முன்னணி'யை அமைக்கவேண்டுமென்று கோரியது. நாலாபுறத்திலும் புதிய கலகலப்புகள் காணப்பட்டன. சோஷியலிஸ்ட் பகுதி முன்னேறிக் கொண்டிருந்தது. லக்ஷ்மணபுரி காங்கிரஸி லேயே, சோஷியலிஸ்ட் பகுதி சிறுகோஷ்டியாயிருந்த போதிலும் முக்கியஸ்தானம் வகித்தது; 1936 டிசம்பரில் நடந்த பெயிஸ்பூர் காங்கிரஸில், காங்கிரஸ் கமிட்டியில் சோஷியலிஸ்ட் கோஷ்டி கிட்டத்தட்ட மூன்றிலொரு பகுதி ஸ்தானங்களைப்பெற்றது. கிஸான் சபைகளையும் தொழிற்சங்கங்களையும் ஸ்தாபனரீதியாக காங்கிரஸுடன் இணைக்கவேண்டுமென்று லக்ஷ்மணபுரியில் நேரு கொண்டுவந்த யோசனைக்கு ஆதரவாக 16 வோட்டுகளும் எதிர்த்து 35 வோட்டுகளும் கிடைத்தபடியால், அது தோற்றது.

அந்தப் பிரச்சினையைப் பற்றி மேலும் ஆலோசிக்கும் பொருட்டு பொதுஜன தொடர்புகள் கமிட்டி ஸ்தாபிக்கப் பட்டது. ஆனால் பாமர மக்களுடன் அவர்களுடைய சமூக, பொருளாதார நலன்களுடனும் உருவான, நெருங்கிய தொடர்புகள் ஸ்தாபித்துக் கொள்ளப்படவேண்டுமென்று நாலாபுறத்திலும் கருதப்பட்டது. கைத்தறியையும் கிராம புனருத்தாரணத்தையும் பற்றி பேசிவந்ததற்கு பதிலாக, விவசாயிகளின் உண்மையான கோரிக்கைகள் அடங்கிய உருப்படியான விவசாயிகள் திட்டத்தை வகுக்க பிரயத்தனங்கள் எடுக்கபட்டன. பெயிஸ்பூர் காங்கிரஸில், பதின்மூன்று அம்சங்களடங்கிய ஒரு விவசாயத்திட்டமும் வகுக்கப்பட்டது. நிலவரி, குத்தகை, வாரம் ஆகியவற்றை வஜாசெய்தல், கட்டாய உழைப்பையும் இதர சட்ட விரோதமான வசூல்களையும் ஒழிப்பது, கடன்களை ரத்து செய்வது அல்லது குறைப்பது, விவசாயக் கூலிகளுக்கு ஜீவனச்சம்பளம், கிஸான்சபை அமைக்கும் உரிமை, அங்கீகாரம் ஆகிய அம்சங்கள் பொதுப்படையாக வகுக்கப்பட்டுள்ள திட்டம் அது.

1936 ஏப்ரலில் நிகழ்ந்த லக்ஷ்மணபுரி காங்கிரஸிலிருந்துதான், தேசிய காங்கிரஸின் நவீன சரித்திரம் தொடங்குகிறது. அதிலிருந்து, காங்கிரஸ் துரிதமாக வளர்ச்சியடைந்து வருகிறது. 1936 டிசம்பரில் பெயிஸ்பூர் காங்கிரஸ் கூடிய பொழுது, அங்கத்தினர் தொகை 6,36,000 ஆகிவிட்டது. 1937 இறுதியில், தேர்தல் முடிந்து காங்கிரஸ் மந்திரிசபைகள் ஸ்தாபிக்கப்பட்டபின், அங்கத்தினர் தொகை 30 லட்சத்துக்கும் அதிகமாயிற்று. 1938 பிப்ரவரியில் ஹரிபுராவில் காங்கிரஸ் கூடியபொழுது அதன் அங்கத்தினர் எண்ணிக்கை 3,102,000. 1938 இறுதியில், 40 லட்சத்தையும் தாண்டிவிட்டது அங்கத்தினர் ஜாப்தா; ஐக்கிய மாகாணத்தில் மாத்திரம் $12^1/_2$ லட்சம் அங்கத்தினர்கள் இருந்தனர். 1939-ல் திரிபுரியில் கூடிய பொழுது, அங்கத்தினர் ஜாப்தா 50 லட்சம் என்ற எண்ணைத் தொட்டது.

2. தேர்தல் வெற்றி

1934-லேயே அரசியல் நிர்ணய சபைக் கோரிக்கை ஏற்றுக்கொள்ளப்பட்டபொழுதே, புதிய அரசியல் சட்டத்தைப் பற்றிய காங்கிரஸ் கொள்கை லட்சிய ரீதியில் பிரகடனம்

ஆகிவிட்டது. 1937-ம் வருஷத்திய தேர்தல்களில்-புதிய சட்டத்தின் கீழ் நடக்கும் தேர்தல்களில்-கலந்துகொள்வதென்ற முடிவு லக்ஷ்மணபுரி காங்கிரஸ் ஊர்ஜிதம் செய்தது. 1936 ஆகஸ்டில் தேர்தல் விக்ஞாபனம் வெளியிடப்பட்டது. பெய்ஸ்பூரில் அது ஊர்ஜிதம் செய்யப்பட்டது. .தேர்தலில் கலந்து கொள்வதில் காங்கிரஸ் கருத்து என்ன என்பதை பெய்ஸ்பூர் தீர்மானம் (1936 டிசம்பர்) நிர்ணயமாகக் கூறிற்று:-

"இந்திய தேசமக்களின் பிரகடனப்படுத்தப்பட்ட முடிவுக்கு எதிராக, இந்தத் தேசத்தின்மீது திணிக்கப்படும் 1935-ம் வருஷத்திய இந்திய அரசாங்க சட்டத்தை பரிபூரணமாக நிராகரிப்பதென்ற முடிவை காங்கிரஸ் மீண்டும் ஊர்ஜிதம் செய்கிறது. இந்த அரசியல் சட்டத்துடன் எவ்விதத்தில் ஒத்துழைத்தாலும், அது இந்தியாவின் சுதந்திரப் போராட்டத்துக்கு துரோகம் செய்வதாகுமென்றும் பிரிட்டிஷ் ஏகாதிபத்தியத்தின் பிடிப்பை பலப்படுத்துவதாகுமென்றும், முன்னரே ஏகாதிபத்திய ஆதிக்கத்தில் பயங்கர வறுமைக்கு தாழ்த்தப்பட்டிருக்கும் இந்திய பாமர மக்களை மேலும் சுரண்டுவதற்கு உதவுவதாகுமென்றும், காங்கிரஸ் அபிப்பிராயப் படுகிறது. ஆகவே இந்த அரசியல சட்டத்திற்கு பணிவது மில்லை, ஒத்துழைப்பதுமில்லை என்ற தீர்மானத்தை காங்கிரஸ் மீண்டும் வலியுறுத்துகிறது. இந்த அரசியல் சட்டத்தை ஒழிப்பதற்காக, சட்ட சபைக்குள்ளேயும் வெளியேயும் இந்தச் சட்டத்தை எதிர்த்துப் போராடுவதென்ற முடிவை மீண்டும் வற்புறுத்துகிறது. இந்தியாவின் அரசியல் அமைப்பும் பொருளாதார அமைப்பும் எப்படி இருக்க வேண்டுமென்று வெளியார் யாரும் தீர்மானிப்பதை காங்கிரஸ் அங்கீகரிக்காது; அங்கீகரிக்கப்போவதுமில்லை. அன்னியர் செய்யும் அத்தகைய முயற்சிகள் ஒவ்வொன்றையும் எதிர்த்து, இந்திய மக்கள் சமரசப்படுத்த முடியாத போராட்டத்தில் ஸ்தாபனரீதியாக திரண்டு நிற்பார்கள். தாங்களே தயாரிக்கும் ஒரே அரசியல் அமைப்பைத்தான், ஒரு தேசிய ஜனசமூகம் என்ற முறையில் இந்தியாவின் சுதந்திரத்தை அடிப்படையாகக்கொண்டு, தங்களுடைய தேவைகளுக்கும் ஆவல்களுக்கும் தக்கபடி வளர்ச்சியடைய தங்களுக்கு பூரண வசதிகளை அளிக்கும் ஒரு அரசியல் அமைப்பைத்தான், இந்திய மக்கள் அங்கீகரிக்கமுடியும்.

"இந்தியாவில் ஒரு உண்மையான ஜனநாயக அரசாங்கம் ஏற்பட வேண்டுமென்பது காங்கிரஸ் லட்சியம். அந்த அரசாங்கத்தில், அரசியல் அதிகாரம் ஜனசமூகம் முழுவதற்கும் மாற்றப்பட்டிருக்கும்; அரசாங்கம் ஜனங்களுடைய ஆதிக்கத்துக்குட்பட்டிருக்கும் வயதுவந்தோர் அனைவருக்கும் வோட்டுரிமை அளித்து, அவர்களால் தேர்ந்தெடுக்கப்படும் ஒரு அரசியல் நிர்ணய சபையின் மூலமே இந்த தேசத்தின் அரசியலை இறுதியாக தீர்மானிக்கும் அதிகாரத்தையுடைய அரசியல் நிர்ணயசபையின் மூலமாகத்தான், மேற்கண்ட விதத்தில் ஒரு ஜனநாய்க ராஜாங்கம் ஏற்படமுடியும். இந்த லட்சியத்துக்காக காங்கிரஸ் தேசத்தில் வேலை செய்கிறது. பொதுமக்களைத் திரட்டுகிறது. சட்டசபைகளிலுள்ள காங்கிரஸ் பிரதிநிதிகள் இதை கருத்திலூன்றிக்கொள்ள வேண்டும். . . .

"புதிய அரசியல் சட்டத்தின்கீழ் சட்டசபைகளுக்கு தேர்ந்தெடுக்கப்படும் காங்கிரஸ் அங்கத்தினர்கள் பதவி ஏற்பதா கூடாதா என்ற பிரச்சினையை, மாகாண சட்ட சபைகளின் தேர்தல் முடிந்தபின் எவ்வளவு சீக்கிரத்தில், சாத்தியமோ அவ்வளவு சீக்கிரத்தில் அகில இந்திய காங்கிரஸ் கமிட்டி கூடித் தீர்மானிக்கும்."

பதவி ஏற்பைக் குறித்து பெய்ஸ்பூர் காங்கிரஸில் அபிப்பிராய பேதமிருந்தது. பிரச்சினையில் முடிவெடுப்பதை ஒத்திப் போடவேண்டுமென்று மெஜாரிட்டி கருதியது. அரசியல் நிர்ணயசபை லட்சியம் கைகூடுவதை சாத்தியமாக்கும் பொருட்டு, பொதுஜனப் போராட்டத்துக்கு ஆயத்தம் செய்யவேண்டுமென்று கம்யூனிஸ்ட் தலைவரும் மாஜி மீரத் சதிவழக்கு கைதியுமான டாங்கே கொண்டுவந்த திருத்தம் தோற்கடிக்கப்பட்டது. காங்கிரஸ் கமிட்டியில் அதை எதிர்த்து 83 ஓட்டுகளும் ஆதரித்து 45 வோட்டுகளும் பதிவாயின; காங்கிரஸ் பிரதிநிதிகள் கூட்டத்தில் ஆதரித்து 62 வோட்டுகளும், எதிர்த்து 451 வோட்டுகளும் பதிவாயின. பதவியேற்பு கூடாதென்ற திருத்தம் காங்கிரஸ் கமிட்டியில் தோற்கடிக்கப்பட்டது. அதை ஆதரித்து 48 வோட்டுகளும் எதிர்த்து 87 வோட்டுகளும் கிடைத்தன.

அகில இந்திய அடிப்படையில் போட்டியிடும் ஒரே ஸ்தாபனமாக தேசிய காங்கிரஸ் தேர்தலில் கலந்துகொண்டது. பலவிதமான வகுப்பு வாத கோஷ்டிகளையும், அவசரமாக சிருஷ்டிக்கப்பட்ட "கட்சிகளையும்" எதிர்த்து, ஐக்கிய தேசிய முன்னணியின் பிரதிநிதியாக தேசிய காங்கிரஸ் நின்றது. காங்கிரஸை எதிர்த்த கட்சிகளுக்கு அதிகாரவர்க்கம் அளித்த ஊக்கம் பகிரங்க ரகசியம். காங்கிரஸ் பிரதிபலித்த தேசிய ஒற்றுமையும் பரிபூரண தேசிய சுதந்திர லட்சிய பிரகடனமும், வருஷக்கணக்காக நடத்திய போராட்டத்தின் ரிக்கார்டும், ராக்ஷஸத்தனமான அடக்குமுறையை எதிர்த்து நின்று உறுதியும் சேர்ந்து காங்கிரஸ் தேர்தல் வெற்றிக்கு முதற் காரணமாக அமைந்தது.

பரிபூரண தேசிய சுதந்திர லட்சியத்தையும் அரசியல் நிர்ணயசபை லட்சியத்தையும் முன்னணியில் வைத்தது காங்கிரஸ் தேர்தல் விக்ஞாபனம். ஏகாதிபத்திய அரசியல் சட்டத்தை முழுக்க முழுக்க கண்டித்தது. சட்டசபைகளுக்கு காங்கிரஸ் பிரதிநிதிகளை அனுப்புவது "அரசியல் சட்டத்துடன் எவ்விதத்திலும் ஒத்துழைப்பதற்காகவல்ல; அந்த சட்டத்தை எதிர்த்துப் போராடி, அதை ஒழிக்க முயற்சிப்பதற்காக." அதே சமயத்தில் பொதுப்படையான கொள்கைகளை மாத்திரம் தேர்தல் விக்ஞாபனம் வகுக்க வில்லை. ஒரு உடனடித் திட்டத்தையும் அந்த தாஸ்தாவேஜி வகுத்திருந்தது. பிரஜா உரிமைகளும் சமஉரிமைகளும் கோரும் ஜனநாயகக் கோரிக்கைளும், ஏராளமான ஜனங்களை கவர்ச்சிக்கக்கூடிய சமூக பொருளாதார திட்டமும் அந்த உடனடித் திட்டத்தில் வகுக்கப்பட்டிருந்தன. காங்கிரஸ் தேர்தல் வெற்றிக்கு உதவிய இரண்டாவது அம்சம் இது.

பின்னால் ஏற்பட்ட காங்கிரஸ் மந்திரி சபைகளுக்கு தேர்தல் விக்ஞாபனத்தின் சமூக பொருளாதாரத் திட்டம் கொள்கை வகுத்திருப்பதால், அந்த திட்டத்தை பரிசீலனை செய்வது முக்கியம். அதன் பகுதிகள் பின்வருமாறு:-

"இந்தச் சட்டசபைகளின் மூலம் சுதந்திரத்தை பெற்று விடமுடியாதென்றும், ஏழ்மை, வேலையில்லாத் திண்டாட்டம் ஆகிய பிரச்சினைகளை உருப்படியாகத் தீர்க்க முடியாதென்றும்

காங்கிரஸ் உணர்கிறது; காங்கிரஸ் எந்த லட்சியங்களுக்காக நிற்கிறது, அதிகாரம் கிடைத்தால் அது என்ன செய்வதற்கு முயற்சிக்கும் என்பனவற்றை இந்திய மக்கள் தெரிந்துகொள்ள வேண்டுமென்று காங்கிரஸ் தன் பொதுவான திட்டத்தை அவர்கள் முன்வைக்கிறது.

"கராச்சியில் *1931*-ல் நடந்த காங்கிரஸ் மகாசபைக் கூட்டத்தில், ஜீவாதார உரிமைகள் தீர்மானத்தில் காங்கிரஸ் லட்சியம் விவரிக்கப்பட்டது. அதுவேதான் இன்றைக்கும் காங்கிரஸ் நிலைமை. எனினும், கடந்த ஐந்து வருஷங்களில் முற்றிவரும் நெருக்கடியானது, ஏழ்மை, வேலையில்லாத் திண்டாட்டம் முதலிய பொருளாதார பிரச்சினைகளைப்பற்றி மேலும் ஆலோசிப்பதை அவசியமாக்கிவிட்டது."

"தேசத்தின் முன் நிற்கும் மிகவும் முக்கியமான, மிகவும் அவசரமான பிரச்சினை என்னவென்றால், அது விவசாயிகளின் பயங்கரமான வறுமையும் வேலையில்லாத் திண்டாட்டமும், கடன் சுமையுமாகும். விவசாயிகளை நசுக்கும் கர்னாடகமான, காலத்துக்கு ஒவ்வாத நில உரிமை முறையும் நிலவரி முறையுமே இதன் அடிப்படையான காரணங்கள். விவசாய உற்பத்தியின் விலைகளுக்கு சமீபகாலத்திலேற்பட்ட மந்தம் விவசாயிகளின் நிலைமையை மோசமாக்கிவிட்டது.

"கராச்சியில் செய்த பிரகடனத்தை காங்கிரஸ் மீண்டும் வலியுறுத்துகிறது - நிலஉரிமை, நிலவரி, நிலவாடகை முறைகளை சீர்திருத்த வேண்டுமென்பது காங்கிரஸ் லட்சியம்; சொந்த ஜீவனத்துக்கே கட்டிவராத நிலமுள்ளவர்களுக்கு குத்தகையோ வரியோ கொடுக்கவேண்டாமென்று விதிவிலக்கு அளித்து, சிறு நில விவசாயிகளுக்கு விவசாய குத்தகையிலும் வரியிலும் உருப்படியான வஜா தருவதின்மூலம் அவர்களுக்கும் உடனடியாய் உதவி அளித்து, விவசாய நிலத்தின் மீதுள்ள சுமையை நேர்மையான முறையில் விநியோகிக்க வேண்டுமென்பதே காங்கிரஸ் கொள்கை."

"கடன் சுமை பிரச்சினையை அவசரமாக பரிசீலனை செய்யவேண்டும். கடன் (முதல், வட்டி, இரண்டையும்) வசூல் செய்யப்படுவதை ஒத்திவைக்கும் மாரடோரியம் பிரகடனம் செய்வதுடன் வேறுசில நடவடிக்கைகளையும் எடுக்கவேண்டும். கடன்களை பரிசீலனை செய்து, குறைக்க

வேண்டும். சரசமான வட்டியில் கடன்கொடுக்க அரசாங்கமே வசதிகள் செய்யவேண்டும். இந்த கடன் நிவாரண வசதி வாரம்தாரர்கள், குத்தகைதாரர்கள், சொந்த நிலத்தில் சாகுபடி செய்யும் விவசாயிகள், சிறுநிலச் சொந்தக்காரர்கள், சிறு வியாபாரிகள் ஆகியோருக்கு கிடைக்கவேண்டும்.

"யந்திரத் தொழிலாளர்களைப் பொறுத்தவரையில், அவர்களுக்கு ஒரு கண்ணியமான வாழ்க்கைத்தரத்தையும் தேசத்தின் பொருளாதார நிலைமை அனுமதிக்குமளவுக்கு, சர்வதேச அளவுகளுக்குத் தகுந்த தொழில் நிலைமைகளையும் வேலை நேரத்தையும் காங்கிரஸ் பெற்றுக்கொடுக்கும்; முதலாளிகளுக்கும் தொழிலாளர்களுக்குமிடையேயுள்ள தகரா றுகளைத் தீர்ப்பதற்கு தகுதியான வசதிகளை பெற்றுத் தரும். தள்ளாமை, வியாதி, வேலையில்லாமை ஆகியவற்றின் பொருளாதார விளைவுகளை எதிர்த்து பாதுகாப்புகளைப் பெற்றுத்தரும் காங்கிரஸ். தொழிலாளர்களின் சங்க உரிமையையும், தங்கள் நலன்களை பாதுகாப்பதற்காக ஸ்ட்ரைக் செய்யும் உரிமையையும் பெற்றுத்தரும்."

சட்டத்திலும், சமூகத் துறையிலும் பொது வாழ்க்கையின் எந்த துறையிலும், பெண்களுக்குள்ள சகல தடைகளையும் அகற்றுவதே தன் கொள்கையென்று காங்கிரஸ் முன்னரே பிரகடனப்படுத்தியிருக்கிறது. கர்ப்பவதிகளுக்கு உதவியும், பெண் தொழிலாளர்களுக்கு பாதுகாப்பும் அளிக்க வேண்டுமென்ற கோரிக்கையை காங்கிரஸ் ஆதரித்திருக்கிறது. இந்திய மாதர்கள் சுதந்திரப் போராட்டத்தில் ஒரு முக்கியமான பங்கெடுத்திருக்கிறார்கள். சுதந்திர இந்தியாவின் உரிமைகளையும் கடமைகளையும் இந்திய ஆண்களுடன் சரிநிகர் சமானமாக மாதர்கள் பங்குகொள்வார்களென்று காங்கிரஸ் ஆவலுடன் எதிர்பார்க்கிறது.

தீண்டாமை ஒழிப்பிலும், ஹரிஜனங்களும் இதர பின் தங்கிய வகுப்பினரும் சமூக பொருளாதார விமோசனமடைய வேண்டுமென்பதிலும் காங்கிரஸ் காட்டிவரும் அக்கறை எல்லோரும் நன்கறிந்த விஷயம். அவர்கள் இதரருடன் சம அந்தஸ்துள்ள பிரஜைகளாயிருக்கவேண்டுமென்றும் சகல பொது விஷயங்களிலும் சம உரிமைகள் பெற்றிருக்க வேண்டுமென்றும் காங்கிரஸ் கருதுகிறது.

கிராமத் தொழில்களுக்கும் கதருக்கும் ஊக்கமளிப்பது காங்கிரஸ் திட்டத்தில் பிரதானமாயிருந்து வந்திருக்கிறது. பெரிய தொழில்களைப் பொறுத்தவரை, அவைகளுக்கு பாதுகாப்பு அளிக்கவேண்டும். ஆனால், தொழிலாளர்களுடைய உரிமைகளும் மூலப்பொருட்களை உற்பத்தி செய்பவர்களுடைய உரிமைகளும் பாதுகாக்கப்படவேண்டும்; மேலும் கிராமத் தொழில்களின் நலன்களுக்கு போதுமான கவனம் செலுத்தப்படவேண்டும்."

இந்த விரிவான ஜனநாயகத் திட்டம் விவசாயிகள், யந்திரத் தொழிலாளர்கள் ஆகியோரின் கோரிக்கைகளை நேரடியாக பிரதிநிதித்துவப்படுத்தியது. ஆகவே, வாக்காளர் களாயில்லாத பாமர மக்களையும் திரட்டி, விரிவான பொதுஜன ஆதரவை காங்கிரஸுக்கு அளித்தது.

தேர்தல் முடிவுகள் காங்கிரஸுக்கு ஒரு மகத்தான வெற்றி கிடைத்திருப்பதை பிரதிநிதித்துவப்படுத்தியது. அதைக்கண்டு, அரசாங்கமும் அதிகாரவர்க்கமும் திடுக்கிட்டது. சுதந்திரம் கோரும் ஐக்கிய தேசிய கருத்தின் சக்திகரமான ஆர்ப்பாட்டமாக தேர்தல் முடிவுகள் விளங்கின. காங்கிரஸை எதிர்த்து யார் யாரைத் திரட்டமுடியுமோ அத்தனை பேரையும் திரட்டுவதற்கு தன் சக்திக்குட்பட்ட சகல முறைகளையும் அரசாங்கம் கையாண்டது. காங்கிரஸை தோற்கடிக்கும் முயற்சியில் அரசாங்கம் தன் செல்வாக்கை தீவிரமாக உபயோகித்ததாக, தேசிய காங்கிரஸின் பொதுக் காரியதரிசியுடைய ரிப்போர்ட் கூறுகிறது:

"அரசாங்கம் உஷாராயிருந்தது. காங்கிரஸ் வெற்றி புதிய அரசியல் சட்டத்துக்கு கேட்டை விளைவிக்குமென்று அதற்குதெரியும். ஆகவே அவர்கள் மறுத்துச் சொல்லிய போதிலும், நேரடியாகவும் மறைமுகமாகவும் தங்கள் செல்வாக்கை ஆரம்ப முதல் முடிவுவரை உபயோகித்தார்கள். கட்சிகள் சிருஷ்டிக்கப்படுவதற்கு, அவர்கள் உதவினார்கள். ஐக்கிய மாகாணத்தில் தேசிய விவசாயிகள் கட்சி, பாஞ்சாலத்தில் யூனியனிஸ்ட் கட்சி முதலிய கட்சிகளுக்கு மாகாண சர்க்கார்களின் முழு ஆதரவும் கிடைத்தது"

(ஹரிபுரா காங்கிரஸுக்கு பொதுக் காரியதரிசியின் ரிப்போர்ட். 1938)

ஐக்கிய மாகாணத்தில், கோர்ட் ஆப் வார்டுகள்*
(Court of Wards) காரியதரிசி அதிகாரபூர்வமாக கீழ்க்கண்ட சுற்றறிக்கையை வெளியிட்டார்.

"பொதுவாக, விவசாய நலன்களை முன்னிட்டும், குறிப்பாக கோர்ட் ஆப் வார்ட்ஸ் பிரதிநிதித்துவப்படுத்தும் வர்க்கத்தின் நலன்களை முன்னிட்டும், காங்கிரஸுக்கு எவ்வளவு கடுமையான தோல்வியை ஏற்படுத்தமுடியுமோ, அத்தகைய தோல்வியை ஏற்படுத்துவது முக்கியம்......ஆகவே காங்கிரஸ் அபேட்சகரை தீவிரமாக எதிர்க்கும் அபேட்சகருக்கு ஆதரவளிப்பதென்று கோர்ட் தீர்மானித்துவிட்டது... மாகாணத்தில் தொகுதி தொகுதியாக திட்டவட்டமான பரிசீலனை நடத்தி, ஒவ்வொரு தொகுதியிலும், ராஜ விசுவாசமுள்ள அபேட்சகருக்கு ஆதரவு திரட்ட ஆயத்தமாகும்படி ஜில்லா அதிகாரிகளுக்கு அறிவிக்கப்படுகிறது."

இந்த சுற்றறிக்கைக்கு அதிகார பூர்வமாக வருத்தம் தெரிவித்து மன்னிப்பு கோர வேண்டியதாயிற்று. எனினும், எப்பொழுதுமே இவ்வளவு பகிரங்கமாக காரியம் செய்யாவிட்டாலும், காங்கிரஸை தோற்கடிப்பதற்கு அரசாங்கம் சகல முறைகளையும் கையாண்டதென்பதில் சந்தேகமில்லை.

தேர்தல் முடிவுகளிலிருந்து காங்கிரஸ் வெற்றியை அளவிடமுடியும். மொத்தம் 1585 ஸ்தானங்களிலிருந்த போதிலும், விசேஷ தொகுதிகளெல்லாம் போக, பொதுத் தொகுதிகள் 657 தான் என்பதை நினைவூட்டிக்கொண்டால் காங்கிரஸுக்கு கிடைத்த 715 ஸ்தாபனங்களின் முக்கியத்துவத்தை புரிந்து கொள்ளமுடியும்:-

---

* கோர்ட் ஆப் வார்ட்ஸ்: சுதேசி சமஸ்தானங்களில், மன்னர்கள் இறந்தவுடன் இளவரசர்களுக்கு வயதாகும்வரை, இடைக்காலத்தில் சமஸ்தானங்களின் நிர்வாகத்தை இளவரசர்கள் சார்பில் வகிப்பது கோர்ட் ஆப் வார்ட்ஸ். பெரிய ஜமீன்களில், ஜமீன்தாரின் ஊதாரித்தனத்தால், ஜமீன் கடன்பட்டு நெருக்கடியிலகப்படும்பொழுது, அந்த ஜமீன் நிர்வாகத்தை "கோர்ட் ஆப் வார்ட்ஸ்" மேற்கொள்ளும்-மொ-ர்.

மாகாண தேர்தல்களின் முடிவு, 1947

மாகாணம்	மொத்த ஸ்தானங்கள்	பொது தொகுதிகள்	காங்கிரஸ்	லீக்	முஸ்லிம் சுயேச்சை	இதரர்
சென்னை	215	116	159	11		45*[1]
பம்பாய்	175	99	88	20	10	57
வங்காளம்	250	48	50	40	43	117*[2]
ஐக்கிய மாகாணம்	228	120	134	27	30	37*[3]
பாஞ்சாலம்	175	34	18	1		156*[4]
பீகார்	152	71	98		15	39
மத்திய மாகாணம்	112	64	71		14	27
அஸ்ஸாம்	108	40	35	9	14	50
எல்லைப்புற மாகாணம்	50	9	19		2	29
ஒரிஸா	60	38	36			24
ஸிந்து	60	18	7			53
	1,585	657	715	108	128	634

சென்னை, பம்பாய், ஐக்கிய மாகாணம், பீகார், மத்திய மாகாணம், ஒரிஸா ஆகியவற்றில் காங்கிரஸுக்கு நிச்சயமான மெஜாரிட்டி கிடைத்தது. (பீகாரிலும் சென்னையிலும் மேல்சபையில்கூட காங்கிரஸுக்கு உறுதியான மெஜாரிட்டி கிடைத்தது.) வங்காளத்திலும் அஸ்ஸாமிலும் சட்டசபைகளில் அதுவே அதிக பலம்கொண்ட கட்சியாக விளங்கியது. மிதவாதிகளுக்கு எல்லாவிடங்களிலும் கிரஹணம் ஏற்பட்டது. ஒரு காலத்தில் சென்னையில் சர்வ சக்தி உள்ளவர்களாக

குறிப்பு:

* 1. இந்த 45 பேரில் ஜஸ்டிஸ் கட்சியினர் 17.
* 2. இந்த 117 பேரில் பிரோஜா கட்சியினர் 38.
* 3. இந்த 37பேரில் தேசிய விவசாயி கட்சியினர் 16.
* 4. இந்த 156 பேரில் அனேகம் பேர் யூனியனிஸ்ட் கட்சியினர்.

விளங்கிய ஜஸ்டிஸ் கட்சி, அதிகாரவர்க்கத்தின் ஆதரவு பெற்ற கட்சி, மண் கவ்வியது. சட்ட சபையின் ஸ்தானங்களில் பன்னிரண்டில் ஒரு பங்குகூட கிடைக்கவில்லை. ஐக்கிய மாகாணத்திலோ, அதிகாரிகளின் ஆசிபெற்ற தேசிய விவசாயிக் கட்சி இதைவிடக் கேவலமாக பல்டி அடித்தது. பாஞ்சாலத்திலும் ஸிந்துவிலும்தான், காங்கிரஸ் வெற்றியடையவில்லை.

காங்கிரஸ் வெற்றியடைந்த தொகுதிகளெல்லாம் அநேகமாக பொதுத்தொகுதிகள்தான். காங்கிரஸ் 58 முஸ்லிம் தொகுதிகளில் அபேட்சகர்களை நியமித்தது, 26 ஸ்தானங்களைப் பெற்றது. (இதில் பதினைந்து வடமேற்கு எல்லைப்புற மாகாணத்திலாகும்.) ஒரு சில சீக்கிய, கிருஸ்துவ, தொழிலாளர் ஸ்தானங்களையும் கைப்பற்றியது. 4 நிலச்சுவான்தான் தொகுதிகளிலும் வர்த்தக-தொழில் தொகுதிகள் மூன்றிலும் காங்கிரஸ் ஜயமடைந்தது.

காங்கிரஸ் தேர்தல் வெற்றியின் முக்கியத்துவம் ஏகாதிபத்திய வட்டாரங்களில் மிகப் பெரிய கிளர்ச்சியை உண்டுபண்ணியது தேசிய காங்கிரஸ் "கண்ணுக்குத் தெரியாத சிறு மைனாரிட்டி"யின் பிரதிநிதியென்ற பழைய பாசாங்கை விட்டுத் தொலைக்கவேண்டிய நிர்ப்பந்தம் ஏற்பட்டது. லண்டன் டைம்ஸ் எழுதியதாவது:-

"ஒரு மாகாணத்தில் மாத்திரமல்லாமல், அதைவிட பரந்த ரீதியில் ஸ்தாபிக்கப்பட்டிருப்பது காங்கிரஸ் கட்சி ஒன்றுதான் என்பதை இந்திய தேர்தல்கள் மீண்டும் காட்டிவிட்டன. அதன் வெற்றிகள் பிரமாதமானவை யாயிருக்கின்றன. . . மொத்தமாகப் பார்த்தால், காங்கிரஸ் நல்ல வெற்றியடைந்திருக்கிறது. மிதவாதிகளிடையே ஸ்தாபனமில்லாததும், பிரிவினைகள் ஏற்பட்டிருந்ததும், காங்கிரஸுக்கு அபூர்வ ஸ்தாபனமிருந்ததும் காங்கிரஸ் வெற்றிக்கு உதவியபோதிலும், அதன் ஏராளமான வெற்றி களுக்கு அந்த அம்சங்கள் மாத்திரம் காரணங்களாகாது. . . எதிரிகளுடையதைவிட காங்கிரஸ் கட்சியின் திட்டங்கள் உருப்படியானதாகவும் நிர்மாணிகமானதாகவுமிருந்தன. எதிர்பாராத வெற்றியடைந்த விவசாயத் தொகுதிகளில், ஒரு விஸ்தாரமான சீர்திருத்தத் திட்டத்தை அது

முன்வைத்திருந்தது. . . லட்சக்கணக்கான இந்திய விவசாய வோட்டர்களும், வோட்டில்லாத லட்சோப லட்சக்கணக்கான இந்திய விவசாயிகளும் அக்கறை காட்டக்கூடிய பிரச்சினைகளின் பேரில் காங்கிரஸ் அதன் வெற்றிகளைப் பெற்றது." (டைம்ஸ், 1937 மார்ச் 9)

கடைசி அம்சம்தான் விசேஷ முக்கியத்துவம் வாய்ந்தது. தேர்தல் தொகுதிகளை பல்வேறு விதங்களில் பிளவுபடுத்திய போதிலும், வாக்குரிமை மிகக் குறுகியதாயிருந்தபோதிலும், இந்த குறைபாடுகளும் விலக்குகளுமிருந்தும், ஒரு கோடி 55 லட்சம் பேர் வோட் செய்தது, அதில் மிகப் பெரும்பான்மையோர் காங்கிரஸுக்கு வோட் செய்தது, சுதந்திரமும் சமுதாய முன்னேற்றமும் விரும்பும் தேசிய கருத்தின் பொதுஜன ஆதரவைக் காட்டும் பொதுஜன வோட்டாக விளங்கியது. எனினும், டைம்ஸ் கூறுவது போல, இந்த திட்டத்தால் கவர்ச்சிக்கப்பட்ட பாமர மக்களுக்கு வோட்டுரிமையிருந்திருந்தால், விளைவுகள் இன்னும் பிரமாதமானவையாயிருக்கும் என்று சொல்ல வேண்டியதில்லை.

3. காங்கிரஸ் மந்திரி சபைகள்

தேர்தல்களுக்குப் பின், காங்கிரஸ் மெஜாரிட்டியாயுள்ள மாகாணங்களில் மந்திரி சபைகளை அமைக்கும் பிரச்சினையைக் குறித்து முடிவெடுக்க வேண்டியிருந்தது. நீண்டகால வாதப் பிரதிவாதத்துக்குப் பின், 1937 மார்ச்சில், அகில இந்திய காங்கிரஸ் கமிட்டி, குறிப்பிட்ட நிபந்தனைக்குட்பட்டு பதவி ஏற்பை அங்கீகரித்து முடிவு செய்தது:-

"சட்டசபையில் மெஜாரிட்டியாயுள்ள மாகாணங்களில் பதவி ஏற்பதை அகில இந்திய காங்கிரஸ் கமிட்டி அங்கீகரித்த அனுமதிக்கிறது. ஆனால், தலையிடுவதற்கு தனக்குள்ள விசேஷ அதிகாரங்களை கவர்னர் உபயோகிக்க மாட்டாரென்றும், மந்திரிகளுடைய ராஜாங்க நடவடிக்கைகளில் மந்திரிகளின் யோசனையை அவர் புறக்கணிக்கமாட்டாரென்றும் சட்டசபை காங்கிரஸ் கட்சித் தலைவருக்கு திருப்தி ஏற்பட்டு, அவர் (கட்சி தலைவர்) அதை பகிரங்கமாக கூற முடிந்தால்தான், மந்திரிசபை அமைக்க ஒப்புக்கொள்ளலாம்."

காந்தி தயாரித்த தீர்மானம் இது. இதை ஆதரித்து 127 வோட்டுகளும் எதிர்த்து 70 வோட்டுகளும் பதிவாயின; தீர்மானம் நிறைவேறியது. பதவி ஏற்பு ஏகாதிபத்தியத்துடன் ஒத்துழைக்கும் பாதையில் ஒரு சலுகையாகுமென்றும் அது பொதுஜனப் போராட்ட பாதைக்கு மாற்றுப்பாதையாகு மென்றும் பயந்த சோஷியலிஸ்டுகளும், இடதுசாரிகளும் பொதுவாக பதவி ஏற்பு கொள்கையை எதிர்த்தனர். பதவி ஏற்பை எதிர்த்து அவர்கள் கொண்டுவந்த திருத்தத்துக்கு ஆதரவாக 78 வோட்டுகளும் எதிராக 135 வோட்டுகளும் பதிவாகவே, திருத்தம் தோற்றுப்போயிற்று. ஏகாதிபத்தியத்துடன் மேன்மேலும் சமரசம் செய்துகொள்ளும் கொள்கைக்கு தலைமையிலுள்ள மிதவாதிகள் பதவி ஏற்பை உபயோகித்துக் கொள்வார்களென்ற பயமே, மிதவாத தலைவர்களிடமுள்ள நம்பிக்கைக் குறைவே பதவி ஏற்பு-எதிர்ப்புக்கு பிரதான காரணம்.

நிபந்தனைகளுடன் பதவி ஏற்பதென்று காங்கிரஸ் முடிவு செய்த பின்னர், காங்கிரஸ் மந்திரிசபைகள் அமைவதற்கு மூன்று மாத தாமதம் ஏற்பட்டது. மந்திரிகளின் அரசாங்க நடவடிக்கைகளைத் தடை செய்யும் வண்ணம் கவர்னர்களுடைய விசேஷ அதிகாரங்கள் எவ்விதத்திலும் உபயோகிக்கப்படமாட்டாது என்று அரசாங்கம் முதலில் பிரகடனம் செய்யவேண்டுமென்று காங்கிரஸ் வற்புறுத்தியது. இதற்குள், முட்டாள்கள் தினமாகிய ஏப்ரல் முதல் தேதி (இந்த தேதியை நிச்சயித்த பிரகஸ்பதி யாரென்று தெரியவில்லை.) புதிய அரசியல் சட்டம் அங்குரார்ப்பணம் செய்யப்பட்டது. பிரமிக்கத்தக்க விதத்தில் நிகழ்ந்த சர்வஜன ஹர்த்தால் இந்த அங்குரார்ப்பணத்தை வரவேற்றது! காங்கிரஸ்-அரசாங்க பேச்சு வார்த்தைகளில் முட்டுக்கட்டை ஏற்பட்டதால், இடைக்கால பினாமி மந்திரி சபைகள் ஏற்பட்டன. கடைசியில், ஜூன் மாதம் 22-ம் தேதி வைஸ்ராய் செய்த பிரகடனத்தின் மூலம் நெருக்கடி தீர்ந்தது. "தங்களுடைய மந்திரிகள் எந்த கட்சியைச் சேர்ந்தவராயினும் சரி, மந்திரிகளுடன் மோதுதல்களைத் தூண்டிவிடாமலிருக்க வேண்டுமென்று மாத்திரமல்ல; அத்தகைய மோதுதல்கள் ஏற்படாதவாறு பார்த்துக்கொள்ளவும், ஏற்பட்டால் தீர்ப்பதற்கும் சகல பிரயத்தனங்களும் செய்வதற்கு" கவர்னர்கள்

ஊக்கமாயிருப்பார்களென்று வைஸ்ராய் கூறினார். இதன் பேரில் காங்கிரஸ் பதவி ஏற்றது. எனினும் வைஸ்ராயும் இதரரும் செய்த பிரகடனங்கள் "காங்கிரஸ் கோரிக்கையை அணுகுவதற்கு ஆவலுள்ளதாக காட்டியபோதிலும், அகில இந்திய காங்கிரஸ் கமிட்டியின் தீர்மானத்தின்படி கோரப்பட்ட உத்தரவாதங்களுக்கு அவை மிகவும் குறைவு" என்று காரியக் கமிட்டியின் இறுதித் தீர்மானத்தின் மூலம் தெளிவுபடுத்தப்பட்டது.

சட்டசபையில் நிச்சயமான மெஜாரிட்டியாயுள்ள பம்பாய், சென்னை, பீகார், ஐக்கிய மாகாணம், மத்திய மாகாணம், ஒரிஸா ஆகிய ஆறு மாகாணங்களில் 1937 ஜூலையில் காங்கிரஸ் மந்திரிசபைகள் ஏற்பட்டன. அதன்பின், உடனடியாக, வடமேற்கு எல்லைப்புற மாகாணத்தில், காங்கிரஸல்லாத எட்டு சட்டசபை அங்கத்தினர்கள் காங்கிரஸுடன் ஒத்துழைப்பதற்கு முன்வந்து, காங்கிரஸ் கட்டுப்பாட்டுக்கு உட்படுவதாக கையொப்பமிடவே, அங்கும் காங்கிரஸுக்கு நிச்சயமான மெஜாரிட்டி கிடைத்தது; காங்கிரஸ் மந்திரிசபை ஏற்பட்டது. ஆக பிரிட்டிஷ் இந்தியாவின் பதினோரு மாகாணங்களில் ஏழு மாகாணங்களில், பிரிட்டிஷ், இந்திய ஜனத்தொகையில் 60 சதவீதமும், இந்திய ஜனத்தொகையில் 40 சதவீதத்துக்கு மேற்பட்டதுமான ஏறத்தாழ பதினாறு கோடி மக்கள் வசிக்கும் பிரதேசத்தில் காங்கிரஸ் மந்திரிசபைகள் ஏற்பட்டன. இதன் பின், அஸ்ஸாமிலும் ஸிந்திலும், காங்கிரஸ் கூட்டாட்சி (அதாவது காங்கிரஸும் இதர கட்சிகளும் சேர்ந்தமைந்த கூட்டு மந்திரிசபை) ஏற்பட்டது.

இரண்டு வருஷங்களுக்கு மேலாக, காங்கிரஸ் மந்திரி சபைகள் பதவி வகித்தன. யுத்தம் மூண்டபின், மத்திய சர்க்காருடன் ஏற்பட்ட மோதுதலின் விளைவாக, 1939 நவம்பரில் அவை ராஜினாமா செய்தன. அந்த இரு வருஷங்களிலும், காங்கிரஸ் மந்திரிசபைகளின் சாதனைகளைப்பற்றி தேசிய இயக்கத்துக்குள் தீவிரமான வாதப்பிரதிவாதமும் கிளர்ச்சியும் அதிகரித்து வந்தது.

மாகாணங்களிலுள்ள காங்கிரஸ் மந்திரிசபைகள் நவீன காலத்திய பார்லிமெண்டரி சர்க்கார்களல்ல. 1938

ஆகஸ்டிலேயே, ஹரிஜன் பத்திரிகையில் எழுதிய கட்டுரையில், மந்திரி சபைகளுடைய குறைவான அதிகாரங்களையும், உண்மையான விடுதலைப் போராட்டத்தின் கருவிகளாக அவைகள் விளங்கவேண்டியதின் அவசியத்தையும் காந்தி தெள்ளத் தெளிவாக்கியிருந்தார்:

"ஜனநாயக பிரிட்டன் இந்தியாவில் ஒரு சாதுரியமான அமைப்பை சிருஷ்டித்திருக்கிறது. அதை அப்பட்டமாகப் பார்த்தால், (பிரிட்டிஷ் வாசாலகமென்ற துகிலை உரிந்துவிட்டு, உள்ளதை உள்ளபடியே பார்த்தால்-மொ-ர்) உயர்தரமான ஸ்தாபன அமைப்புடன் கூடிய ராணுவ ஆதிக்கமே அது. நிகழ்கால இந்திய அரசாங்கச் சட்டத்தின் கீழும் அது (ராணுவ ஆதிக்கம்-மொ-ர்) குறைந்துவிட வில்லை. உண்மையான அதிகாரத்தைப் பொறுத்தவரையில், மந்திரிகள் வெறும் பொம்மைகளே. கவர்னர்கள் ஒரு உத்தரவு போட்டால், கலெக்டர்களும் போலீஸும் அவர்களை (மந்திரிகளை) பதவிகளிலிருந்து வெளியேற்றி கைதுசெய்து, உள்ளே தள்ளி பூட்டிவிடலாம். ஆகவேதான், சட்டத்தை இயற்றிய கர்த்தாக்கள் எதிர்பார்த்தபடி சட்டத்தை அமுல் நடத்துவதற்காக காங்கிரஸ் பதவியேற்கவில்லை யென்றும், இந்தியா தனக்குத்தானே சிருஷ்டித்துக்கொண்ட ஒரு உண்மையான அரசியல் சட்டம் இந்த சட்டத்தின இடத்தில் ஏற்படும் தினத்தை துரிதப்படுத்தும் முறையில் வேலைசெய்யவே காங்கிரஸ் பதவி ஏற்றிருக்கிறதென்றும் நான் கூறிவந்திருக்கிறேன்." (காந்தி, ஹரிஜன், 1938 ஆகஸ்ட்)

எனினும், அத்தகைய கொள்கையை ஒரு புரட்சிகரமான தலைமையே நிறைவேற்றமுடியும். மந்திரிசபைகள் மீது ஆதிக்கம் செலுத்திய மிதவாதத் தலைமை வேறுவிதமான கொள்கையை அனுஷ்டித்தது. நடைமுறையில், "சட்டத்தை இயற்றிய கர்த்தாக்கள் எதிர்பார்த்தபடி சட்டத்தை அமுல் நடத்துவதில்" காங்கிரஸ் மந்திரி சபைகள் ஈடுபட்டன. பரீட்சையின் "வெற்றி"யிலேற்பட்ட திருப்தியை ஏகாதிபத்தியத்தின் பிரதிநிதிகள் மறைக்கவில்லை.

குறிப்பாக, முதல் கட்டத்தில், பிரஜா உரிமைத்துறையிலும், விவசாய சட்டத்தைப் பொறுத்தவரையிலும் சில குறிப்பிட்ட

சாதனைகளை மந்திரி சபைகள் சாதித்தன. சமுதாய, கல்வி, சுகாதார சீர்திருத்தங்களைக்கொண்டு வருவதற்கும் சில முயற்சிகள் எடுக்கப்பட்டன. ஏகாதிபத்திய அதிகாரத்துக்கும் சுரண்டலுக்கும் பிரதான தளங்களாக உள்ளவற்றையோ, பொதுமக்களின் வறுமைக்கு பிரதான காரணங்களாக விளங்குபவற்றையோ, இந்தச் சீர்திருத்தங்களால் தொட முடியாது, தொடவில்லை. இந்தச் சீர்திருத்தங்களின் விளைவாக, பதவியிலுள்ள காங்கிரஸ் மந்திரிசபைகள், பாமர மக்களை எதிர்க்கும் ஏகாதிபத்திய நிர்வாகத்தின் கருவிகளாக, மேன்மேலும் பகிரங்கமாக செயலாற்றின.

பிரஜா உரிமைத்துறையில்தான், காங்கிரஸ் மந்திரி சபைகளுடைய முக்கியமான சாதனை அடங்கியிருக்கிறது. முதற்கட்டத்தில் முன்னேற்றம் குறிப்பிடத்தக்கதாயிருந்தது. படிப்படியாக, கிட்டத்தட்ட சகல அரசியல் கைதிகளும் விடுதலையானார்கள். 1922-ல் நடந்த சௌரிசௌரா சம்பவத்துக்காகவோ, 1921-ல் நடந்த மாப்பிள்ளைமார் கலகத்துக்காகவோ இன்னும் தண்டனை அனுபவித்துக் கொண்டிருந்தவர்களும் விடுதலையடைந்தனர். இன்னும் தண்டனை அனுபவித்துக்கொண்டிருந்த கார்வாலி போர் வீரர்களும் விடுதலையானார்கள். பல அரசியல் ஸ்தாபனங்கள் மீதிருந்த தடைகள் நீக்கப்பட்டன. (ஆனால் கம்யூனிஸ்ட் கட்சிமீது மத்திய சர்க்கார் விதித்திருந்த தடை நீடித்தது.) அரசியல் ஊழியர்கள் மீது போடப்பட்டிருந்த தடையுத் தரவுகள் எடுக்கப்பட்டன. பத்திரிகைகளிடமிருந்து வசூலிக்கப்பட்ட ஜாமீன்கள் ('ஸெக்யூரிடிகள்') திரும்பக் கொடுக்கப்பட்டன. குறிப்பிட்ட பத்திரிகைகளின் அரசியல் அபிப்பிராயங்களை உத்தேசித்து அவைகளுக்கு அரசாங்கம் விளம்பரம் கொடுக்கக்கூடாது, அச்சடிக்க உதவக் கூடாதென்ற கறுப்பு ஜாப்தாக்கள் ஒழிந்தன. காங்கிரஸ் மாகாணங்களில் பத்திரிகைகளுக்கும் பிரச்சாரங்களுக்கும் ஓரளவு உரிமை கிடைத்தது. அரசியல் விளக்க இலக்கியத்தின் பிரமாதமான வளர்ச்சியில் இது பிரதிபலித்தது.

எனினும், ஏகாதிபத்தியத்தின் போலீஸ் நிர்வாகத்துடைய கருவிகளாக காங்கிரஸ் மந்திரி சபைகள் ஆரம்பத்திலிருந்தே பயன்பட்டன. முதல் சில மாதங்களிலேயே, ஒரு காங்கிரஸ்

சோஷியலிஸ்ட் தலைவர் ராஜத்துவஷேத்துக்காக சென்னை சர்க்காரால் ஆறு மாதம் தண்டிக்கப்பட்ட செய்தியைக் கேட்டு தேசிய இயக்கம் திடுக்கிட்டது. இதற்குமுன், காங்கிரஸால் தயவு தாட்சணியமில்லாமல் கண்டிக்கப்பட்ட 124ஏ. செக்ஷனும் 144 செக்ஷனும் (ராஜத்துவேஷ பிரச்சாரம் கிரிமினல் பெனல்கோடின் 124ஏ செக்ஷன்படி குற்றமாகும். 144வது செக்ஷன் கீழ் கூட்டங்களைத் தடைசெய்ய முடியும்.) உபயோகப்படுத்தப்பட்டது. காங்கிரஸ் கமிட்டிகளுக்குள்ளேயே இவைகளைப் பற்றி கிளர்ச்சியும் தீவிர விவாதமும் ஏற்பட்டன. பிரமிக்கத் தக்கவிதத்தில் வளைந்து நெளிந்து கொடுக்கக்கூடிய அஹிம்சைக்கொள்கை இப்பொழுது விரிவடைந்தது. "பலாத்கார பிரச்சாரம்" என்று குற்றம் புரிந்ததாக கருதப்படுபவர்கள்மீது போலீஸ் நடவடிக்கை எடுத்து சிறைத்தண்டனை விதிப்பது அஹிம்சையாயிற்று. ஆட்சிமுறைக்கு விரோதமான அபிப்பிராயங்களெல்லாம், சர்வ சாமானியமான பொதுஜனப் போராட்டங்களை ஆதரிப்பவர்களெல்லாம் "பலாத்காரவாதிகள்" என்று பட்டம் சூட்டப்பட்டனர். தொழிலாளி வர்க்க இயக்கமும் கிஸான் இயக்கமும் துரிதமாக வளர்ச்சியடைவதைக்கண்டு காங்கிரஸிலுள்ள மேல்வர்க்கத்தினரும் மிதவாதிகளும் மேன்மேலும் அதிகமாக நடுநடுங்குவதே இந்த நிலைமைக்குக் காரணம்.

சமுதாயத்துறையிலும் பொருளாதாரத் துறையிலும், புதிய மந்திரி சபைகள் மிகக் குறைவான திட்டத்தையே அமுல் நடத்த முயற்சித்தன. ஏகாதிபத்தியத்தின் கீழ் நிலவிய பொருளாதார அமைப்பும், விவசாயத்தில் அரசு புரிந்த நில அமைப்பும் பிரதிநிதித்துவப்படுத்திய பெரும் தடைகளை சமாளிக்க அவை (மந்திரி சபைகள்) முயற்சிக்கவில்லை. காங்கிரஸ் தலைமையின் மிதவாதப்பகுதியிடம் செல்வாக்கு பெற்றிருந்த நிலப்பிரபுவிடமும் பணமூட்டையிடமும் மந்திரி சபைகள் மிகுந்த பரிவுகாட்டின.

குறிப்பாக, விவசாயிகளைக் குறித்து, சில சட்டங்கள் நிறைவேற்றப்பட்டன. கடன் பிரச்சினையில், பழைய பாக்கிகளில் ஒரு பகுதியை ரத்து செய்வதற்கு சென்னை விவசாயிகள் கடன் நிவாரணச் சட்டம் நிறைவேற்றப்பட்டது. பம்பாயிலும் ஐக்கிய மாகாணத்திலும், மாரடோரியம்

கொண்டு வரப்பட்டது. கடன்களை குறைப்பதற்கும், வட்டி விகிதத்தை குறைப்பதற்கும் சட்டம் செய்யப்பட்டது. நிலச்சுவான்தார் குடிகளை வெளியேற்றுவதையும், குத்தகையை கூட்டுவதையும், இதர வகைகளில் குடிகளிடமிருந்து 'மாமூல்' வசூலிப்பதையும் தடுப்பதற்கும், குத்தகை வார பாக்கியின் வட்டியை கட்டுப்படுத்தவும் சட்டங்கள் செய்யப்பட்டன. சில இடங்களில் நிலவரி வஜா செய்யப்பட்டது. பம்பாயில், 40,000 கட்டுப்பட்ட அடிமைகளும் விடுதலை பெற்றனர்.

விவசாய சட்டங்களின் பரிமாணமும் விஸ்தாரமும் குறைவானவையே. இவைகளைச் செய்வதற்கும் விவசாயிகள் பலத்த கிளர்ச்சி செய்து, ஆர்ப்பாட்டங்கள் நடத்த வேண்டியிருந்தது. நிலப்பிரபுக்கள் பிடிவாதமாக எதிர்த்தனர், சட்டங்களை பயனற்றதாக்க தங்களுடைய செல்வாக்கை உபயோகப்படுத்தினர். கடன் நிவாரண சட்டங்கள் மூலம் மொத்த கடன் தொகையில் ஒரு சின்னஞ்சிறு பகுதியே வஜாவாயிற்று. குடிவாரச் சட்டங்கள் விவசாயிகளில் ஒரு சில பகுதியையே பாதித்தது (வேலை செய்யும் விவசாயிகளில் 4 சதவீதத்தினரையே மசோதா பாதிக்குமென்று எதிர்பார்ப்பதாக பம்பாய் குடிவார மசோதாவுடன் பிரசுரிக்கப்பட்ட அரசாங்க அறிக்கை கூறியது) குத்தகை சுமையை அந்த சட்டங்கள் பாதிக்கவில்லை. விவசாயத் தொழிலாளர்கள் எவ்வித நன்மையும் பெறவில்லை. சென்னை மாகாணத்தில், ஜனத்தொகையில் 42 சதவீதம் விவசாயத் தொழிலாளர் களாயிருந்தபோதிலும், விவசாயிகள் கடன் நிவாரணச் சட்டம் அவர்களை ஒதுக்கியது. இந்த குறைபாடுகள் சகல விவசாய சட்டங்களிலுமிருந்தன. ஒரு சில உடனடிச் சலுகைகளை இம்முறையில் பெறமுடிந்தாலும், தீவிரமான நடவடிக்கைகள் மூலமே நன்மை கிடைக்குமென்பதை இந்த சட்டங்களே வற்புறுத்தின. பீகார், ஒரிஸா, ஐக்கிய மாகாணம் ஆகிய இடங்களில், நிலப்பிரபுக்களின் எதிர்ப்பை சமாளிக்கத் தவறிய மந்திரிசபையின் பலவீனத்தில் அதிருப்தி கொண்டதால், விவசாயிகள் கிளர்ச்சி செய்தனர்; கிஸான் கிளர்ச்சி பரவியது. பீகாரில் 'காங்கிரஸ் ஜமீன்தார் ஒப்பந்தம்" கண்டிக்கப்பட்டது. பொதுவாக, குடிவாரச் சட்டங்களால் மிகக் குறைவான பயனே ஏற்பட்டது. உட்குத்தகைக்

காரர்களுக்கும் நிலத்தை இழந்து நிற்கும் விவசாயிகளுக்கும் உதவுவதற்கு பதிலாக, அவை பணக்கார விவசாயிகளுக்கே பாதுகாப்பு அளித்தன.

யந்திரத் தொழிலாளி வர்க்கத்தைப் பொறுத்தவரையில், காங்கிரஸ் மந்திரிசபைகள் ஏற்பட்டதால், தொழிலாளர் நடவடிக்கையில் துரிதமான முன்னேற்றம் ஏற்படவும், கூலிக்கோரிக்கை இயக்கமும் தொழிற்சங்க ஸ்தாபனமும் வேகமாக வளர்வதற்கும் உத்வேகம் கிடைத்தது. 1937-ம் வருஷத்திய வேலைநிறுத்தங்களால் 90 லட்சம் வேலை நாட்கள் இழக்கப்பட்டன; 1934, 35, 36 மூன்று வருஷங்களின் மொத்தத்தைவிட கூடுதல்; 1929-க்குப் பின், எந்த வருஷத்திலும் இவ்வளவு வேலைநாட்கள் இழக்கப்பட வில்லை. 1937-ல் 647,000 தொழிலாளர்கள் வேலை நிறுத்தத்தில் ஈடுபட்டார்கள். அதுவரை எந்த வருஷத்திலும் இவ்வளவு தொழிலாளர்கள் வேலைநிறுத்தம் செய்யவில்லை. தொழில் தகராறுகளை சமரசமாய் தீர்த்துவைக்க மந்திரிசபைகள் முயன்றன. இதற்காக தொழில் தகராறுகள் சட்டத்தை பயன்படுத்திக்கொண்டன. அத்துடன் சம்பள உயர்வு கிடைக்கவும் தொழிலாளர் நிலைமையில் விருத்தி காணவும் மந்திரிசபைகள் தம் செல்வாக்கை உபயோகித்தன. பம்பாய் பருத்தி ஜவுளி ஆலைத்தொழிலாளர் விசாரணைக் கமிட்டி மில் தொழிலாளர்களுக்கு கூலி உயர்வு அளித்தது. மில் முதலாளிகளின் கண்டனத்துக்கெதிரே, அக்கமிட்டியின் சிபார்சு நிறைவேற்றப்பட்டது. கூலி உயர்வு, யூனியன் அங்கீகாரம் ஆகியவற்றின் அடிப்படையில் கான்பூர் வேலைநிறுத்தத்தில் சமரசம் காண ஐக்கிய மாகாண காங்கிரஸ் மந்திரிசபை உதவியது. 1938-ம் வருஷத்தில், விசாரணைக் கமிட்டியின் தீர்ப்பை முதலாளிகள் எதிர்த்தபோது, காங்கிரஸ்-தொழிலாளர் ஒற்றுமை வெற்றியடைந்தது.

ஸ்ட்ரைக் இயக்கம், ஸ்ட்ரைக் செய்யும் உரிமை, தொழிற்சங்க அங்கீகாரம் ஆகியவற்றைக் குறித்து தீவிர பிரச்சினைகள் எழுந்தன. தொழில் தகராறுகளில், தொழிலாளர்களை எதிர்த்தே சென்னை அரசாங்கம் தலையிட்டுக்கொண்டிருந்தது. 144வது ஸெக்ஷனை ஷோலாப்பூரில் உபயோகித்தாலும், தொழிலாளிவர்க்க உரிமையையும் ஸ்ட்ரைக் இயக்கத்தையும் எதிர்த்தெடுக்கப்பட்ட

தேசிய இயக்கத்தின் வளர்ச்சி 753

இதர நிர்வாக நடவடிக்கைகளாலும், பம்பாய் சர்க்காரிடம் தீவிர கஷ்டங்கள் எழுந்தன. 1938-ம் வருஷ பிற்பகுதியில், பம்பாய் தொழிற்தகராறு மசோதா வந்ததும் இது உச்ச நிலையையடைந்தது. இந்த மசோதா ஸ்ட்ரைக் உரிமையை தீவிரமாகக் கட்டுப்படுத்தியது. சமரச யந்திரம் வேலை செய்யும் நான்கு மாத இடைக்காலத்தில் ஸ்ட்ரைக் செய்யக்கூடாதென்றும், செய்தால் சட்டவிரோதமென்றும் மசோதா கூறியது. யூனியன்களை ரிஜிஸ்டர் செய்வதற்கு சிக்கல்கள் நிறைந்த விதிகளை வகுத்தது; கம்பெனி யூனியன்களுக்கும் முதலாளிகளின் செல்லப் பிள்ளைகளுடைய யூனியன்களுக்கும் அந்த விதிகள் சாதமாயிருந்தன. தொழிற்சங்க வற்புறுத்தலின் விளைவாக சில மாறுதல்கள் ஏற்பட்டன. எனினும், பிரதான கொள்கைகள் அப்படியே இருந்தன. ஆகவே, அதை எதிர்த்து நவம்பர் மாதம் 7-ம் தேதி கண்டன ஆர்ப்பாட்டம் செய்யும்படி பம்பாய் மாகாண தொழிற்சங்க காங்கிரஸ் அறைகூவியது. தொழிலாளர்களின் கண்டன வேலைநிறுத்த தினத்தன்று போலீஸ் துப்பாக்கி பிரயோகம் செய்தது. பலர் காயமடைந்தனர். ஒரு தொழிலாளி கொல்லப்பட்டார்.

சமூகச் சீத்திருத்தத் துறையில், காங்கிரஸ் மந்திரிசபைகள் மதுவிலக்கு திட்டத்தில் பிரதான கவனம் செலுத்தின. ஜில்லா ஜில்லாவாக மதுவிற்பனைக்கு ஊக்கமளித்து வந்தது. (ஏகாதிபத்திய சர்க்கார் மதுவிற்பனைக்கு ஊக்கமளித்து வந்தது. கலால் வருமானம் அரசாங்கத்தின் முக்கியமான வருவாயாக விளங்கியது. மதுவிலக்கால் பண நஷ்டம் உண்டாயிற்று) ஒரு கல்வி சீர்திருத்த திட்டத்தை தயாரிக்க முயற்சிகள் செய்யப்பட்டன. ஆனால் உருப்படியான கல்வித் திட்டத்துக்கு பணம்வேண்டும் பணம்தான் கிடையாது. சமூகச் சட்டங்கள் இயற்ற சில ஆரம்ப முயற்சிகள் எடுக்கப்பட்டன. உதாரணமாக, ஐக்கிய மாகாணத்தில், பாக்டரிகளிலுள்ள பெண் தொழிலாளர்களுக்கு பிரசவகால உதவி செய்ய ஏற்பாடு செய்யப்பட்டது. நிதியின் வரம்புகளுக்குட்பட்டு, பொது சுகாதார நடவடிக்கைகள் சில எடுக்கப்பட்டன; குறிப்பாக, கிராமங்களில் சுகாதார வசதியும் தண்ணீர் சப்ளையும் விரிவடைவதற்கான நடவடிக்கைகள் எடுக்கப்பட்டன.

காங்கிரஸ் மந்திரி சபைகள் எங்கு நோக்கினும் அவர்களை எதிர்நோக்கிய பிரச்சினை பணம்தான். அவர்களுடைய வேலைக்கு விலங்கிட்ட பிரச்சினை: ஏகாதிபத்திய ஆதிக்கத்தின்கீழ், அவர்களுக்கு யதார்த்தமாக சக்தியேயில்லையென்பதை வெளிப்படுத்திய பிரச்சினை அது. மாகாண அரசாங்கங்களுடைய பட்ஜட்டுகளைப் பரிசீலனை செய்தால், பணக்கஷ்டத்தினாலேற்படும் தடைகளை உணரமுடியும். யதார்த்தத்தில் சாதிக்கப்பட்டது எவ்வளவு கொஞ்சம் என்பதைப் பார்க்கமுடியும்.

கல்வி இனத்தில் செலவு

(ஆயிரம் ரூபாய்கள்)

மாகாணம்	1937-38	1938-39	1939-40
ஐக்கிய மாகாணம்	20,615	20,852	21,242
பம்பாய்	16,805	19,064	20,017
சென்னை	25,796	26,198	26,357

பொது சுகாதார இனத்தில் செலவு

(ஆயிரம் ரூபாய்கள்)

மாகாணம்	1937-38	1938-39	1939-40
ஐக்கிய மாகாணம்	2,252	2,458	2,365
பம்பாய்	2,406	2,754	2,810
சென்னை	4,407	2,657	2,730

காங்கிரஸ் மந்திரி சபைகள் ஸ்தாபிக்கப்பட்டதால் ஏற்பட்ட நம்பிக்கையும் உத்வேகமும் தேசிய இயக்கம் வளர்ச்சியடைவதற்கு உதவின. ஆனால் லாப நஷ்டக் கணக்கில், நஷ்டமும் அதிகமாயிருந்தது. முன்னரே சமரசத்தில் ஆர்வமுள்ள தலைமையின்கீழ், ஏகாதிபத்திய நிர்வாகத்தில் சிக்கிக் கொள்வதின் ஆபத்துக்களை மந்திரி சபைகளின் அனுபவம் உணர்த்தியது. காங்கிரஸ் அமைப்பிலும் மந்திரி சபைகளின் மீதும் உருவான ஆதிக்கம் வகித்த மிதவாதத் தலைவர்கள் (தலைமையில் இவர்களே

ஆதிக்கம் வகித்தனர்.) நடைமுறையில், ஏகாதிபத்தியத்துடன் மேன்மேலும் அதிகமாக ஒத்துழைத்தனர். மேல்வர்க்க முதலாளிகள், நிலச்சுவான்தார்கள் ஆகியோருடைய நலன்களுக்கு ஆதரவாக மேன்மேலும் பகிரங்கமாக செயலாற்றினார்கள். சகலவிதமான பொதுஜனப் போராட்டங்களையும் தீவிர வாதத்தையும் எதிர்த்தனர், விரோதம் பாராட்டினார்கள். மந்திரி சபைகளுடைய நடைமுறை அனுபவத்துடன் அதிருப்தியும் வளர்ந்தது. தேசிய சுதந்திரப் போராட்டத்தின் பிரதான கடமைகள் முன்நிற்பதும், அவை காங்கிரஸ் மந்திரி சபைகள் மூலம் பைசல் செய்யப்படமுடியாததும் மேன்மேலும் வெளிப்படையாயிற்று. ஆகவே, தேசிய இயக்கத்தில், ஒரு புதிய நெருக்கடி வளரத் தொடங்கியது.

4. சமஷ்டியும் நெருக்கடியும்

1935-ம் வருஷ அரசாங்க சட்டத்தின் சமஷ்டிபகுதியைக் குறித்தும், அதை அமுலுக்குக் கொண்டுவருவதற்காகச் செய்யப்படும் பிரயத்தனங்களைக் குறித்தும், 1938 பிப்ரவரியில் கூடிய ஹரிபுரா காங்கிரஸ், காங்கிரஸ் கொள்கையை விளக்கியது. ஏகமனதாக நிறைவேற்றப்பட்ட அத்தீர்மானம் கூறியதாவது:-

"காங்கிரஸ் புதிய அரசாங்க சட்டத்தை நிராகரித்திருக்கிறது மேலும், இந்தியாவின் அரசியல் சட்டம் சுதந்திரத்தை அடிப்படையாகக் கொண்டிருந்தால்தான், எத்தகைய அன்னிய அதிகாரமும் தலையிடாத ஒரு அரசியல் நிர்ணய சபையின் மூலம் பொதுமக்களால் வகுக்கப்பட்டால்தான், பொதுமக்கள் அதை ஒப்புக்கொள்வார்களென்றும் காங்கிரஸ் பிரகடனப்படுத்தியிருக்கிறது. இந்த நிராகரிப்புக் கொள்கையிலிருந்து பிறழாமலேயே, சுதந்திரப் போராட்டத்தில் தேசத்தை பலப்படுத்தும் நோக்கத்துடன் மாகாணங்களில் காங்கிரஸ் மந்திரிசபைகளை அமைப்பதை காங்கிரஸ் அனுமதித்தது. சமஷ்டி திட்டத்தைப் பொறுத்தவரையில், இத்தகைய யோசனை தற்காலிகமாகவோ, ஒரு குறிப்பிட்ட காலத்துக்கோ கூட பொருந்தாது. இந்தச் சமஷ்டி திணிக்கப்பட்டால், அது இந்தியாவுக்கு மாபெரும் தீமையை விளைவிக்கும்; ஏகாதிபத்திய ஆட்சிக்கு இந்தியாவை அடிமைப்படுத்தி வைத்திருக்கும் விலங்குகளை இறுக்கிவிடும்.

அரசாங்கத்தின் பிரதான கடமைகளை பொறுப்பாட்சியின் பரிமாணத்திலிருந்து இந்த சமஷ்டி விலக்கிவிடுகிறது...

ஆகவே, சமஷ்டி திட்டத்தை காங்கிரஸ் மீண்டும் வன்மையாகக் கண்டிக்கிறது. அது அங்குரார்ப்பணம் செய்யப்படுவதைத் தடுக்குமாறு, மாகாண, ஸ்தல காங்கிரஸ் கமிட்டிகளையும் பொதுமக்களையும் மாகாணங்களின் சர்க்கார்களையும் மந்திரி சபைகளையும் அறைகூவுகிறது. பொதுமக்களின் பிரகடனப்படுத்தப்பட்ட கருத்தையும் பொருட்படுத்தாமல், இந்த சமஷ்டி திட்டத்தைத் திணிக்க முயற்சி செய்யப்படுமானால், அத்தகைய முயற்சியை எதிர்த்து ஒவ்வொரு விதத்திலும் போராடவேண்டும். மாகாணங்களின் சர்க்கார்களும் மந்திரிசபைகளும் அத்துடன் ஒத்துழைக்க மறுக்கவேண்டும். அத்தகைய நிலைமை எழுந்தால், அதைக் குறித்து அனுஷ்டிக்க வேலைத்திட்டத்தை நிர்ணயிக்குமாறு அகில இந்திய காங்கிரஸ் கமிட்டிக்கு அதிகாரமளித்து ஆக்கினையிடுகிறது."

இந்தத் தீர்மானத்தில், சமஷ்டித் திட்டம் கறாராக நிராகரிக்கப்பட்டிருப்பதையும், பேச்சு வார்த்தைகளுக்கே இடம் வைக்கவில்லையென்பதையும், காணலாம். சமஷ்டித் திட்டம் சுயாட்சிப்பாதையில் ஒருபடியாயில்லை. ஏகாதிபத்தியத்தின் பிடிப்பைத்தான் பலப்படுத்தும் என்ற கண்ணோட்டமே இந்த கறாரான நிராகரிப்பின் அடிப்படை.

ஏகாதிபத்தியம் சமஷ்டி அரசியலை திணிக்க முயன்றால், காங்கிரசுடைய வேலைத்திட்டமும் நிர்ணயமான கொள்கையும் என்னவாயிருக்கவேண்டும்? புதிய போராட்ட கட்டத்தின் முழு பிரச்சினையையும் எழுப்பும் இந்த முக்கியமான கேள்விக்கு லட்சியரீதியான பதிலைத்தவிர, குறிப்பான பதிலெதுவும் ஹரிபுரா காங்கிரஸில் கிடைக்கவில்லை.

இந்தப் பூரண நிராகரிப்பு ஒரு பூர்வாங்க சூசகம்தானென்றும், மாகாணங்களைப்போல இங்கும் கடைசியில் காங்கிரஸ் ஏதோ ஒருவிதத்தில் ஒப்புக்கொண்டுவிடுமென்றும் அரசாங்க வட்டாரங்கள் கருதின. தேசிய எதிர்ப்பின் சக்தியை இந்தக் கணிப்பு குறைவாக மதிப்பிட்டபோதிலும், அதற்கு ஆதாரமில்லாமல் போகவில்லை. சமரசத்துக்கு ஒரே மாற்றுத்திட்டம் போராட்டம், உக்கிரமான

பிடிவாதமான மகத்தான போராட்டம்; ஆனால் அதற்கான ஆயத்தம் செய்யப்படவில்லை. தவிர, தலைமையில் ஆதிக்கம் வகிக்கும் மிதவாதிகளின் போக்குகள் ஊர் அறிந்த விஷயம். அரசாங்க சட்டத்தின் ஷரத்துக்களிலோ நடைமுறைகளிலோ திருத்தம் செய்வதின் அடிப்படையில் பேரம்பேச சந்தர்ப்பமிருந்தால், அதை ஆலோசிக்க வேண்டுமென்பதே அவர்களுடைய ஆர்வம். ஆகவேதான், காங்கிரஸ் வழிக்கு வந்துவிடுமென்ற அரசாங்க கணக்குக்கு ஆதாரமில்லாமல் இல்லை.

1938-ம் வருஷத்தில், ஏகாதிபத்தியத்தின் பிரபல பிரதிநிதிகளுக்கும் தனிப்பட்ட காங்கிரஸ் தலைவர்களுக்கும் பல சம்பாஷணைகள் நிகழ்ந்தன; சமரசம் ஏற்படப் போகிறதென்ற வதந்திகள் பரவத் தொடங்கின. அதிகார பூர்வமான பிரகடனமெதிலும் இந்த வதந்திகளுக்கு ஆதாரமில்லை. எனினும், சமஷ்டி அரசியல் திருத்தப் பட்டால் அதன்பேரில் சமரசம் சாத்தியமென்ற அறிக்கைகள் தனிப்பட்ட வலதுசாரித் தலைவர்களால் வெளியிடப்பட்டன. 'சட்டப்பற்றுவாதத்தை நோக்கி சரிந்துகொண்டிருப்பதைக் கண்டு" முன்னரே நடுங்கிக்கொண்டிருந்த இடதுசாரி வாதிகள், வலதுசாரி மேலிடத்தில் ஆதிக்கம் வகிப்பதைத் தெரிந்தவர்களாகையால், தீப்பொறி கக்கும் பதப்பிர யோகத்தின் பின் சரணாகதி தொடருமென்று பயப் பட்டார்கள்.

உண்மையில், காங்கிரசுடைய பொதுஜன அடிப் படையையும், வளர்ந்துகொண்டிருக்கும் தொழிலாளர்-விவசாயிகளின் போராட்டத்தைக் குறித்து காங்கிரஸ் கடைப்பிடிக்கும் கொள்கையையும் பொறுத்த பிரச்சினை இது; காங்கிரஸ் தன்னுடைய பொதுஜன அடிப்படையை எவ்வளவு தூரம் பலப்படுத்திக்கொள்கிறதோ, பொதுஜனப் போராட்டத்துடன் தன் உறவை எவ்வளவு தூரம் உறுதிப் படுத்திக்கொள்கிறதோ, அவ்வளவு தூரம் சமஷ்டியை தோற்கடித்து, ஏகாதிபத்தியத்தின்மீது தன் நிபந்தனைகளை திணிக்கக்கூடிய பலத்தை காங்கிரஸ் வளர்க்கமுடியும். தொழிலாளர்-விவசாயிகள் இயக்கங்களின் துரித வளர்ச்சியைக் குறித்து தலைமையில் ஆதிக்கம் வகிப்பவர்களுக்கு ஏற்பட்ட நடுக்கம், "அஹிம்சை"யை மீறுவதாகுமென்றுகூறி வர்க்கப்

போராட்டத்தைக் கண்டிப்பது, ஆர்ப்பாட்டத்துக்கும் கொந்தளிப்புக்கும் எதிராக போலீஸ் அடக்குமுறை நடவடிக்கைகளை உபயோகிக்கவும், உபயோகிக்கப்படுவதை சரியென்று சாதிக்கவும் முன்வருதல். இவைகளின் அர்த்தமென்னவென்றால், ஏகாதிபத்தியத்துடன் மேன்மேலும் அதிகமாக ஒத்துழைக்கும் நிலைமைக்கு அவர்களைக்கொண்டு விடும் பாதையில் அவர்கள் செல்லுகிறார்களென்பதே.

இந்த நிலைமையில்தான், இதற்கு முந்திய வருஷம் போட்டியின்றி அக்கிராசனரான சுபாஸ் சந்திரபோஸ் 1939-ல் காங்கிரஸ் அக்கிராசனர் தேர்தலில் போட்டியிடத் தீர்மானித்தார். சமரசப்போக்குகள் வலதுசாரி தலைமையி லிருப்பதாக அவர் கூறினார்; அந்தப் போக்குகளை எதிர்ப்பதும், சமஷ்டியை எதிர்த்து அகில தேசியப் போராட்டத்தை அங்குரார்ப்பணம் செய்வதும் அவர் சுலோகங்களாக விளங்கின. இந்த அரசியல் சுலோகங்களை முன்வைத்தே மறு தேர்தலில் போட்டியிட்டார். முதன்முதலாக, காங்கிரஸ் தலைவர் பதவிக்கு போட்டி ஏற்பட்டது. காங்கிரஸை ஆளும் கருவியான காாியக்கமிட்டி தேர்ந்தெடுக்கப்படுவதில்லை யாதலால், தலைவரால் நியமிக்கப்படுவதால், காங்கிரஸ் தலைமையின் தன்மையைக் குறித்து அங்கத்தினர்கள் அபிப்பிராயம் தெரிவிப்பதற்கு தலைவர் தேர்தலே சட்டரீதியான சந்தர்ப்பமாகும். போஸை எதிர்த்து நின்ற அபேட்சகர் காந்தியாலும் பழைய காரியக் கமிட்டி அங்கத்தினர்களில் பெரும்பான்மையோராலும் ஆதரிக்கப் பட்டனர். இடதுசாரி தேசியவாதிகளும் சோஷ்யலிஸ் டுகளும் கம்யூனிஸ்டுகளும் போஸை ஆதரித்தனர். 1,575 வோட்டுகளால் போஸ் தேர்ந்தெடுக்கப்பட்டார். (போஸுக்கு எதிராக 1,376 வோட்டுகள்.)

காங்கிரஸ் மெஷினின் எதிர்ப்பையும் சமாளித்து, போஸ் தேர்ந்தெடுக்கப்பட்டதானது ஒரு தீவிரமான நெருக்கடியில் கொண்டுவிட்டது. உண்மையில், சாதாரண அங்கத்தினர்களின் உணர்ச்சிகளை அளவிடுவதற்கு இந்த அக்கிராசனர் தேர்தல் முக்கியமானதென்றாலும், அங்கத்தினர் களுடைய நிர்ணயமான அரசியல் அபிப்பிராயத்தை காட்டுவதாகவோ அல்லது அங்கத்தினர்களின் நிச்சயமான மெஜாரிட்டி இடதுசாரி ஆர்வமுடையவர்களாக

இருப்பதாகவோ இதைக் கொள்முடியாது. பின்னால், திரிபுரியில் நிகழ்ந்த சம்பவங்கள் இதை நிரூபித்தன. ஆனால் இடது பக்கமாகவே காங்கிரஸ் அபிப்பிராயம் மேன்மேலும் அதிகமாக இயங்கிக் கொண்டிருக்கிறதென்பதை தேர்தல் முடிவு காட்சியதென்பதில் சந்தேகமில்லை. போஸ் தேர்தலை தன் சொந்த தோல்வியாக காந்தி பாவித்தார். "நான் எந்த கொள்கைக்காகவும் லட்சியங்களுக்காகவும் நிற்கிறேனோ, அவற்றை பிரதிநிதிகள் அங்கீகரிக்கவில்லை என்பது எனக்கு வெட்டவெளிச்சமாகிவிட்டது" என்று காந்தி கூறினார். "போஸ் தேர்தல் காங்கிரஸுடைய இடதுசாரிப் போக்கை பிரதிநிதித்துவப்படுத்துகிறது" என்று டைம்ஸ் ஆப் இந்தியா எழுதியது. "பொதுஜன முன்முயற்சியையும் தீவிரவாதத்தையும் நோக்கும் போக்கை தேர்தல் தெளிவாகக் காண்பிக்கிறது" என்றது பம்பாய் கிராணிகல். பம்பாய் மாகாண காங்கிரஸ் கமிட்டியின் தேர்தல்களில், ஏராளமான வோட்டுகளுடன் கம்யூனிஸ்ட்கள் தேர்ந்தெடுக்கப் பட்டது விசேஷமான சம்பவமாகும். மாஜி மீரட் கைதியான அதிகாரிக்கு பம்பாய் நகரத்தில் அதிகப்பட்சமான வோட்டுகள் கிடைத்தன. (வேறு எந்த அபேட்சகருக்கும் அவருக்கு கிடைத்த வோட்டுகள் கிடைக்கவில்லை).

இதைத் தொடர்ந்து வந்த பம்பாய் முனிசிபல் தேர்தலில், அபேட்சகர்களாய் நின்ற நான்கு கம்யூனிஸ்டுகளும் இதர அபேட்சகர்கள் அனைவரையும்விட அதிக வோட்டுகள் வாங்கினார்கள்.

அக்கிராசனர் தேர்தலின் இந்த விளைவு காந்திக்கும் மிதவாத தலைவர்களுக்கும் ஏமாற்றத்தை அளித்தது; அவர்கள் தங்களுடைய அதிருப்தியை மறைக்கவில்லை. "போலி அங்கத்தினர்கள்" உடைய "ஊழல் மண்டிக்கிடக்கும் ஸ்தாபனமாக" காங்கிரஸ் மாறிக்கொண்டிருக்கிறதென்று காந்தி குற்றம் சாட்டினார். மெஜாரிட்டியின் கொள்கை வலதுசாரிக்கு பிடிக்காவிட்டால், வலதுசாரி காங்கிரஸைவிட்டு விலகுமென்று பயமுறுத்தினார். "காங்கிரஸ் மனோபாவ முடையவர்கள், திட்டப்படி காங்கிரஸுக்கு வெளியிலிருந் தாலும் காங்கிரஸை அதிகமாக பிரதிநிதித்துவப்படுத் துவார்கள். ஆகவே, காங்கிரஸில் இருப்பது யார் யாருக்கு

அசௌகரியமாயிருக்கிறதோ அவர்கள் வெளியே வந்து விடலாம்” என்று எழுதினார் காந்தி.

பதினைந்து காரியக்கமிட்டி அங்கத்தினர்களில் பன்னிரண்டுபேர் ராஜினாமா செய்தார்கள். தேர்தல் காலத்தில் போஸ் தங்களுடைய யோக்கியப் பொறுப்பின் மீதே குற்றம் சாட்டியதாக தாங்கள் கருதுவதை உத்தேசித்தும், புது வருஷ அக்கிராசனரென்ற முறையில் போஸுக்கு எவ்வித தடையுமிருக்கக்கூடாதென்பதற்காகவும், தாங்கள் ராஜினாமா செய்வதாக அவர்கள் கூறினார்கள்.

1939 மார்ச்சில் கூடிய திரிபுரி காங்கிரஸ் காங்கிரஸ் ஸ்தாபன ஒற்றுமையைக் காப்பாற்ற முடிந்தது. ஆனால் இந்தத் தகராறைத் தீர்க்கமுடியவில்லை. “தேசியக் கோரிக்கை”யைப் பற்றிய பிரதான தீர்மானத்தில் 1935-ம் வருஷ சட்டத்தின் சமஷ்டி திட்டத்துக்கு லவலேசமும் இடம் கொடுக்காமல் எதிர்ப்பதென்றும் அது திணிக்கப்பட்டால் அதை எதிர்த்துப் போராடுவது உறுதியென்றும் மீண்டும் பிரகடனப்படுத்தப்பட்டது.

தலைமையிலுள்ள பிளவைக் குறித்து, காந்தியின் ஆதரவாளர்கள் கொண்டுவந்த தீர்மானம் தீவிரமான விவாதத்தைக் கிளப்பிவிட்டது. இந்த தீர்மானம் காந்தியின் தலைமையிலும் கொள்கைகளிலும் காங்கிரஸுக்குள்ள நம்பிக்கையை ஊர்ஜிதம் செய்தது; காந்தியின் அபிப்பிராயப்படி காரியக்கமிட்டியை நியமிக்கும்படி அக்கிராசனரை கேட்டுக்கொண்டது. காங்கிரஸின் அங்கத்தினராகக்கூட இல்லாத காந்தியின் தனிப்பட்ட சர்வாதிகாரத்தை இந்தத் தீர்மானம் நடைமுறையில் ஸ்தாபித்தது. விஷயாலோசனைக் கமிட்டியில் இது 218 வோட்டுகளை ஆதரவாகவும் 135 வோட்டுகள் எதிர்ப்பாகவும் பெற்று நிறைவேறியது; பின்னர் பிரதிநிதிகள் கூட்டத்திலும் ஏற்றுக்கொள்ளப் பட்டது.

உண்மையில் தகராறுக்கு பரிகாரம் ஏற்படவில்லை யென்பதை திரிபுரிக்கு பிந்திய அனுபவம் உணர்த்திற்று. நியமிக்கப்படவேண்டிய காரியக் கமிட்டியைக் குறித்து போஸுக்கும் காந்திக்கும் நடந்த சம்பாஷணைகள் முறிந்தன.

1939, ஏப்ரலில், போஸ் அக்கிராசனர் பதவியை ராஜினாமா செய்தார். ராஜேந்திரபிரஸாத்தை அக்கிராசனராகத் தேர்ந்தெடுத்தது அகில இந்திய காங்கிரஸ் கமிட்டி, தன்னை ஆதரிப்பவர்களைக்கொண்டு, காங்கிரஸுக்குள்ளேயே பார்வார்ட் பிளாக் என்ற சங்கத்தை போஸ் ஆரம்பித்தார். "காங்கிரஸுக்குள் உள்ள தீவிரவாதிகளையும் ஏகாதிபத்திய எதிர்ப்புவாதிகளையும் திரட்டுவதே" தன் நோக்கமென்று பார்வார்ட் பிளாக் பிரகடனப்படுத்தியது.

காங்கிரஸுடைய அமைப்பு, கோட்பாடு, திட்டம் கொள்கை ஆகியவற்றைப்பற்றி அடிப்படையான கருத்து வேற்றுமையை பார்வார்ட் பிளாக் கொண்டிருக்கவில்லை. தலைமையிடம் அதிருப்தி தெரிவித்தது; சமஷ்டி அந்தஸ்தை எதிர்த்து, சுதந்திரத்துக்காக தீவிரப்போர் நடத்துவதற்கு தயாராக வேண்டுமென்றது. 1939-ம் வருஷத்தின் கோடை காலத்தில், தகராறு முற்றியது. காங்கிரஸ் அமைப்பில் கண்டிப்பை அதிகரித்தும், காங்கிரஸ் மந்திரிசபைகளைக் குறித்து மாகாண காங்கிரஸ் கமிட்டிகளின் அதிகாரங்களை குறுக்கியும், சம்பந்தப்பட்ட காங்கிரஸ் கமிட்டிகளின் அனுமதியில்லாமல் சாத்வீக சட்டமறுப்பு இயக்கங்களுக்கு காங்கிரஸ்வாதிகள் தலைமை வகிப்பதைத் தடுத்தும் அகில இந்திய காங்கிரஸ் கமிட்டி தீர்மானித்தது. கிஸான் தொழிலாளர் இயக்கங்கள் மேன்மேலும் காங்கிரஸ் கட்டுப்பாட்டிலிருந்து விடுபட்டு சுதந்திரமாக வளர்வதை தடுப்பதே கடைசி தீர்மானத்தின் நோக்கம். தொழிலாளர் விவசாயிகளுடைய அன்றாடப் போராட்டங்களுக்குத் தடை செய்வதே அதன் நோக்கமென்று பொதுவாகக் கருதப்பட்டது. இந்த தீர்மானத்தைக் கண்டித்து, ஜூலை மாதம் ஒன்பதாம் தேதி நாடெங்கும் ஆர்ப்பாட்டங்களை நடத்துமாறு போஸும் இடதுசாரி ஐக்கிய கமிட்டியும் (சோஷியலிஸ்ட்கள், பார்வார்ட் பிளாக், கம்யூனிஸ்ட்கள் அடங்கியது) அறைகூவின. இந்த நடவடிக்கை காங்கிரஸ் கட்டுப்பாட்டை மீறுவதாகுமென்று போஸ்மீது ஒழுங்கு நடவடிக்கை எடுக்கப்பட்டது. போஸ் வங்க மாகாண காங்கிரஸ் கமிட்டி தலைவர் பதவியை வகிக்கக்கூடாதென்றும், மூன்று வருஷ காலத்துக்கு காங்கிரஸில் எந்த பதவியையும் வகிக்க முடியாதென்றும் முடிவு செய்யப்பட்டது.

காங்கிரஸுக்குள்ளிருந்த பிரிவினைகள் முற்றிவருவது தேசத்தில் நெருக்கடி வளர்ந்துவருவதின் அறிகுறியே. காங்கிரஸ் மந்திரிசபைகளை உபயோகித்துக்கொண்டு முன்னேறுவதற்கு இனி வசதியில்லையென்பது வெளிப்படையாகிவிட்டது. ஏகாதிபத்தியத்துக்கும் தேசிய இயக்கத்துக்கு மிடையே ஒரு பிரம்மாண்டமான போராட்டம் மூளும் தறுவாயிலிருந்தது. காங்கிரஸின் மேலிடத்திலுள்ள பிரிவினைகளில் சொந்த தகராறுகளும் கலந்திருந்தன. அந்தப் பிரிவினைகள் தெளிவான அரசியல் கொள்கை வேற்றுமைகளை பிரதிநிதித்துவப் படுத்தவில்லை. எனினும், காங்கிரஸ் அங்கத்தினர்களிடையேயும் பொதுமக்களிடையேயும் வளர்ந்து வரும் கிளர்ச்சியைக் குறித்து சந்தேகமில்லை. காந்திய தலைமைக்கும் பார்வர்ட் பிளாக்குக்கும் காங்கிரஸ் திட்டத்திலும் கொள்கையிலும் கோட்பாட்டிலும் அடிப்படையான கருத்து வேற்றுமை எதுவுமில்லை. "காந்தியின் புருஷத்துவத்துக்கும் சாத்வீக ஒத்துழையாமை என்ற அவருடைய அரசியல் கொள்கைக்கும் பார்வார்ட் பிளாக் உயர்ந்த மதிப்பும் மரியாதையும் கொண்டிருந்தபோதிலும், தற்காலத்தில் காங்கிரஸின் மேலிடத்திலுள்ள தலைமையிடம் நம்பிக்கை இருக்கமுடியாது" என்று போஸ் கூறினார். பொதுஜன இயக்கத்தின் அடிப்படையான திட்டமும் தலைமையும் இனித்தான் பண்படவேண்டும். ஆனால் தேசிய இயக்கத்தில் புதிய கட்டத்தை நோக்கி முன்னேற சூழ்நிலை பக்குவமாகிக் கொண்டிருக்கிறதென்பதை யதார்த்த உண்மைகள் எடுத்துக்காட்டின;

இந்த நிலைமையில்தான் யுத்தம் மூண்டது; ஏகாதிபத்தியத்துக்கும் தேசிய இயக்கத்துக்குமிடையே குவிந்து கொண்டிருந்த மோதுதலை உடனடியாக உச்ச நிலைக்குக் கொண்டுவந்து புதிய பிரச்சினைகள் எழுப்பிற்று.

பதினாறாவது அத்தியாயம்

இந்தியாவும் இரண்டாவது உலக யுத்தமும்

"பூகோளத்தில் இந்தியா வகிக்கும் ஸ்தானம், அதை மேன்மேலும் சர்வதேச அரசியலின் முன்னணிக்கு உந்தித்தள்ளும்"

- கர்ஸான் பிரபு, 1905 மார்ச் 23.

இரண்டாவது உலக யுத்தத்தின் போக்கு இந்தியாவை சர்வதேச அரசியலில் பூரணமாக ஈடுபடுத்திவிட்டது. 1914-ம் வருஷ யுத்தத்தில் இந்தியாவின் செல்வங்களும் துருப்புகளும் சுடல்சுடந்த போர்க்களங்களில் பயன்பட்டபோதிலும், அந்த யுத்தம் இந்தியாவை அவ்வளவாக நெருங்கவில்லை. ஆனால் 1942-44-ல், யுத்தமும் படையெடுப்பும் இந்தியாவின் அக்கம்பக்கத்துக்கு தேசங்களை பலிவாங்கிவிட்டு, இந்தியாவின் எல்லையையே அணுகின. 1914-ம் வருஷ யுத்தத்தால், மிகப்பெரிய பொருளாதார பளு பன்மடங்கு அதிகமானது மாத்திரமல்ல; இரண்டாவது உலக யுத்தத்தால் மகா மோசமான பணப்பெருக்கமும் பொருளாதார ஸ்தாபன சீர்குலைவும் பஞ்சமும் ஏற்பட்டன. 1914-ம் வருஷ யுத்தம் இந்தியாவில் அரசியல் பிரச்சினைகளுக்கு ஊக்கமும் உத்வேகமும் அளித்தது. ஆனால் இரண்டாவது உலக யுத்தம் இந்திய சுதந்திரம் என்ற அடிப்படையான பிரச்சினையை இந்திய அரசியலின் முன்னணிக்குக் கொண்டுவந்தது. அது இந்திய அரசியலில், புதிய பிரச்சினைகளையும் கருத்துகளையும் மோதுதல்களையும் கொண்டு வந்து, சகல அரசியல் கொள்கைகளையும் பாதித்தது.

1914-க்கு முன், உலக அரசியலில் இந்தியாவின் பங்கு என்ன? என்ற பிரச்சினை பிரிட்டிஷ் கொள்கையின் பிரச்சினையாகவே தோன்றியிருக்கும். தேசிய இயக்கத்தின் கவனம் முழுவதும் இந்தியாவுக்குள் நடந்த போராட்டத்

திலேயே மொய்த்திருந்தது இயல்பே. இந்தியா விடுதலை யடையும் வரையில், உலக அரசியலில் இந்தியா சுதந்திரமாக செயலாற்றவேண்டுமென்று இந்திய மக்களிடம் சொல்வது பொருத்தமற்றதாகத் தோன்றியது.

ஆனால், உலக பாஸிஸ்ட் தாக்குதல் தொடங்கிய 1931லிருந்து, நிலைமை மாறிவிட்டது. அன்னிய நாட்டுக் கொள்கையைப் பற்றிய பிரச்சினைகள் தேசிய இயக்கத்துக்குள்ளே முன்னணிக்கு வந்துவிட்டது.

இரண்டாவது உலக யுத்தத்தின் விசேஷ பிரச்சினைகளை பரிசீலனை செய்வதற்கு முன்னால், பிரிட்டிஷாரின் சர்வதேசத் தந்திரத்தில், இந்தியா வகிக்கும் ஸ்தானத்தைக் குறித்தும், அன்னிய நாட்டு கொள்கைப் பிரச்சினைகளைக் குறித்தும், தேசிய இயக்கம் அனுஷ்டித்துவரும் போக்கை குறித்தும் சுருக்கமாகத் தெரிந்துகொள்வது பிரயோஜனகர மாயிருக்கும்.

1. பிரிட்டிஷாரின் உலகத் தந்திரமும் இந்தியாவும்

இந்தியா பிரிட்டிஷ் ஆதிக்கத்துக்குட்பட்டிருக்கும் பிரச்சினை, அதன் விரிவான பொருளில், ஒரு உலக அரசியல் பிரச்சினையாகவே எப்பொழுதும் இருந்து வந்திருக்கிறது; உலக அரசியலின் மாபெரும் பிரச்சினையாகவிருந்து வந்திருக்கிறது.

இந்தியா மீதுள்ள ஆதிக்கம் என்ற அச்சைச்சுற்றியே பிரிட்டன் தன் உலக தந்திரத்தை நிர்ணயித்து வந்திருப்பதை கடந்த இரு நூற்றாண்டுகளின் சரிதையில் காணலாம். பதினெட்டாம் நூற்றாண்டில், பிரிட்டனுக்கும் பிரான்ஸுக்கும் நடந்த யுத்தங்களெல்லாம் இந்தியா மீது யார் ஆதிக்கம் வகிப்பதென்ற பிரச்சினையையும் அமெரிக்கா யாருடைய உடைமையாவதென்ற பிரச்சினையையும் முடிவு கட்டுவதற்காகவே நடந்தன. அமெரிக்கா (அமெரிக்க ஐக்கிய நாடுகளையே குறிப்படுகிறது)வை அமெரிக்கர்களிடமே இழந்தபின், இந்தியாவின் முக்கியத்துவம் அதிகரித்தது. எகிப்து மீது நெப்போலியன் படையெடுத்தபோது, இந்தியாவை நோக்கி முன்னேற வேண்டுமென்ற உத்வேகம் அவனை உந்தித்தள்ளியது. பத்தொன்பதாவது நூற்றாண்டில், ரஷ்யா ஆசியா

கண்டத்தில் விஸ்தரித்து இந்தியாவையும் பயமுறுத்தப் போகிறதென்ற பூச்சாண்டி அரசியல் உலகத்தை மிரட்டியது. இருபதாம் நூற்றாண்டின் தொடக்கத்தில், பிரிட்டன் தனது தனிமைக் கொள்கையை புறக்கணித்தபோது, அது எடுத்துக்கொண்ட முதல் நடவடிக்கை, ஜப்பானுடன் நேசஉறவு பூண்டதாகும்; பழைய ஆங்கிலோ-ஜப்பானிய ஒப்பந்தம் புதுப்பிக்கப்பட்டபோது, இந்தியாவில் பிரிட்டிஷ் ஆதிக்கத்தை பாதுகாக்க ஜப்பான் உதவியளிக்குமென்ற வாக்குறுதி ஒப்பந்த ஷரத்துமூலம் கொடுக்கப்பட்டது. இந்தியாவுக்கு வாசற்படியாக விளங்கும் மத்திய கிழக்கு மீது ஆதிக்கம் செலுத்துவதைப்பற்றிய பிரச்சினை ஜெர்மனியுடன் வளர்ந்த மோதுதலுக்கு குறிப்பான காரணமாக விளங்கியது.

தன்னை பிரிட்டன் கைப்பற்றுவதற்கும், ஆசியாவில் பிரிட்டிஷ் விஸ்தரிப்பு கொள்கை நிறைவேறுவதற்கும் ஆட்களும் பொருள்களும் அளித்தது இந்தியா. இந்தியாவின் அரசாங்க கடனில் பெரும்பகுதி இம்முறையிலேயே ஏற்பட்டது: பிரிட்டிஷ் கொள்கையின் நோக்கங்களுக்காக ஆசிய நாடுகளிலும், ஆசியாவுக்கப்பாலும் நடந்த யுத்தங்களின் செலவுகள் இந்தியா தலைமீது சுமத்தப்பட்டது. 1859-ல் ஒரு பிரிட்டிஷ் ராணுவ அதிகாரி எழுதினார்:-

"நமது ஆசிய யுத்தங்களில் பல நமது சாம்ராஜ்ய சக்தியால் யுத்தம் செய்யமுடியாத தேசங்களுடன் நடத்தப் பட்டன. அவற்றில் சில யுத்தங்கள் பிரிட்டிஷார் நலன்களுக் காகவே நடத்தப்பட்டதென்றாலும், இதர யுத்தங்களும் இந்தியாவின் நலன்களுடன் சொற்ப தொடர்புகளே உடைய தென்றாலும், இந்த யுத்தங்களெல்லாம் இந்திய அரசாங்கத்தின் பணத்தையும் ராணுவத்தையும் கொண்டு நடத்தப்பட்டது."

(மேஜர் வின்கேட், "இந்தியாவுடன் நமது நிதி உறவுகள்" 1859)

இந்த அடிப்படையில், ஆப்கானிஸ்தான், ஸயாம், பர்மா, சீனா, பாரசீகம், மெஸபடோமியா, அரேபியா, எகிப்து, அபிஸீனியா ஆகிய நாடுகளில் யுத்தங்கள் நடத்தப்பட்டன.

பிரிட்டிஷ் அதிகாரம் விஸ்தரித்துக்கொண்டிருந்த பத்தொன்பதாவது நூற்றாண்டில், இந்தியாவை அடிப்படையாகக் கொண்டு உலக ஆதிக்கத்தைப் பெறவேண்டுமென்று பிரிட்டிஷ் ராணுவ அதிகாரிகள் போட்ட கணக்குகள்

கணக்கிலடங்கா; அதற்கு ஒரு உதாரணம். சார்லஸ் நேபியர் என்பவருடைய வாக்கியங்கள். 1857-ம் வருஷ காலத்துக்கு முன்னால், டெல்ஹவுஸி பிரபுவின் கீழ் இந்திய சேனாதிபதி யாயிருந்த நேபியர் கூறுகிறார்:-

"நான் மாத்திரம் இந்தியாவின் ராஜதிலகமாயிருந்தால்! மாஸ்கோவையும் பீகிங்கையும் (ருஷ்யாவையும் சீனாவையும்; பீகிங் சீனத் தலைநகர் மொ-ர்) ஆட்டிவைப்பேன்....... பஞ்சநதிகள், பாஞ்சாலம், ஸிந்துநதி, ஸிந்து, செங்கடல், மால்டா, இந்தியாவுடன் இங்கிலாந்தைப் பிணைப்பதற்கு எத்தகைய சங்கிலித் தொடர்போன்ற நீர்ப்பரப்பும் நிலப்பரப்பும்! நான் இங்கிலாந்தின் மன்னனாகவிருந்தால், டெல்லி அரண்மனையிலிருந்து கொண்டே, ருஷ்யாவின் பற்களையும் பிரான்ஸின் பற்களையும் தகர்த்தெறிவேன். மேற்கே, இங்கிலாந்தின் கப்பற்படை தனியாட்சி புரியும்; கிழக்கே, இந்திய ராணுவம் ஏகசக்கராதிபத்தியம் செலுத்தும்."

இந்திய மக்களை அடிமைப்படுத்தி வைத்திருப்பதின் தேவைகளுடன் இந்திய எல்லைகளுக்கப்பால் நடக்கும் விஸ்தரிப்பு யுத்தங்களின் தேவைகளையும், முன்னிட்டு, இந்திய ராணுவத்தின்அளவும், அதற்காக செலவழிக்கப்படும் பெரும் தொகையும் நிர்ணயிக்கப்படுகின்றன. 1885-ல், ஸர் கோர்ட்டினே இல்பர்ட் என்ற வைஸ்ராய் கவுன்ஸில் அங்கத்தினர் மேற்கண்ட ராணுவக்கொள்கையை ஆட்சேபித்து குறிப்பு எழுதினார்:-

"உள்நாட்டுத் தேவைகளுக்கு அவசியமாயிருப்பதை விடப் பெரிதான நிரந்தர ராணுவம் இருந்தால், எல்லைக்கு அப்பால் குற்றம் புரியும் கருவியென்ற முறையில் ஒரு தூண்டுகோலாக விளங்கும்"

(ஸர்.ஸி. இல்பார்ட், ஆட்சேபணைக் குறிப்பு, 1945 ஆகஸ்ட் 14)

அவருடைய தீர்க்கதரிசனம் உடனடியாக ருசிப்பிக்கப் பட்டது. பர்மா கைப்பற்றப்பட்டது. அதன்பின் 1895-ல் சித்ரால் படையெடுப்பு நிகழ்ந்தது. டிராவில் ஒரு அபக்கியாதி நிறைந்த போராட்டம் நடந்தது. 1900-ல் கர்ஸான் தலைமையில் நடந்த யுத்தம் வடமேற்கு எல்லைப்புற பிரதேசங்களை

பிரிட்டிஷ் மகுடத்தின் பாதுகாப்புக்குள் கொண்டுவந்தது. 1904-ல் திபெத்மீது படையெடுப்பு நடந்தது.

1904-5-ம் வருஷ பட்ஜெட் விவாதத்தில், விஸ்தரிப்புக் கொள்கையை கண்டித்த இந்திய தேசிய தலைவர் கோகலேக்கு ஸர் ஈ எல்லிஸ் கீழ்க்கண்டவாறு பதிலளித்தார்:-

"ஆசிய ராஜ்யங்கள் கொஞ்சம் கொஞ்சமாக கபளீகரம் செய்யப்படும்பொழுது, நாம் பந்தோபஸ்தாயிருக்கிறோ மென்ற மடத்தனமான எண்ணத்தில், மலைகளுக்குப் பின்னால் ஒளிந்துகொண்டிருப்பதில் நாம் திருப்தி அடைவதா?.......... ஆசியாவில் எதிர்காலத்தில் அதிகார சமநிலையை பாதுகாப்பதில் இந்திய ராணுவம் பிரதான கருவியாயிருக்குமென்பதில் சந்தேகமில்லையென்று நான் நினைக்கிறேன். இனிமேல், இந்திய ராணுவத்தை ஒழுங்கை பாதுகாப்பதற்கும், ஸ்தல பாதுகாப்புக்காகவும் மாத்திரமுள்ள ஸ்தல ராணுவமாகக் கருதமுடியாது."

அதே விவாதத்தைக் குறித்து, கர்ஸான் பிரபு தன் அறிக்கையில் இன்னும் பட்டவர்த்தனமாகக் குறிப்பிட்டார்.

"இந்தியாவை ஒரு கோட்டைக்கு ஒப்பிடலாம். அதனுடைய இரு முகங்களுக்குமுன், விஸ்தாரமான அகழிகள் (சமுத்திரம்) இருக்கின்றன; மீதி பகுதிகளில் மலைகள் அக்கோட்டையின் சுவர்களாக விளங்குகின்றன. ஆனால் இந்த சுவர்கள் எல்லாவிடங்களிலும் தாண்டி வரமுடியாத அளவுக்கு உயரவில்லை; சுலபமாய் நுழைந்து வருவதை அனுமதிக்கக்கூடிய சுவர்களும் இருக்கின்றன. மேலும் இந்த சுவர்களுக்கப்பால், பல்வேறு பரிமாணங்களில் சுவர்களிலிருந்து சரிந்து செல்லும் பூமியிருக்கிறது. நாம் இந்த சரிவுப் பிரதேசங்களை கைப்பற்ற விரும்பவில்லை. ஆனால் நமது விரோதிகள் அவற்றை கைப்பற்றுவதை நாம் பார்த்துக்கொண்டிருக்கமுடியாது. நமது நண்பர்களுடைய கரங்களிலும் கூட்டாளிகளுடைய கரங்களிலும் அந்தப் பிரதேசங்கள் இருந்தால், நாம் திருப்தியாயிருப்போம். ஆனால், நம்முடன் போட்டியிடுபவர்களும், நமக்கு நண்பர்களாயில்லாதவர்களும் ஓசைப்படாமல் ஊர்ந்துவந்து நமது சுவர்களின் அடிவாரங்களில் உட்கார்ந்துகொண்டால், தலையிடவேண்டிய கட்டாயம் நமக்கு ஏற்படுகிறது;

ஏனென்றால், அதன் மூலம் ஒரு அபாயம் வளர்ந்து, ஒரு நாளைக்கு நமது பந்தோபஸ்தையே பயமுறுத்தலாம். அரேபியா, பாரசீகம், ஆப்கானிஸ்தானம், திபெத், ஸயாம் ஆகிய நாடுகளைக் குறித்த நிலைமை இதுதான்.

கர்ஸானுடைய கருத்துகள், இன்றுவரை பிரிட்டிஷ் கொள்கையை நிர்ணயித்து வருகின்றன. "தூர கிழக்கின் பிரச்சினைகள்" என்ற புத்தகத்தில், கர்ஸானுடைய கருத்துகள் இன்னும் தெளிவாக விளக்கப்பட்டிருக்கிறது:-

"பூவுலகத்தின் மூன்றாவது முக்கியமான பகுதியின் கேந்திரமான நடுநாயகமாக இந்திய சாம்ராஜ்யம் விளங்குகிறது......... ஆனால், இந்தியாவின் நடுநாயகத்துவ ஸ்தானம் வேறெதிலும் காணப்படுவதைவிட அதன் அரசியல் செல்வாக்கில், அண்டையிலும் தொலைவிலுமுள்ள அதன் பக்கத்து தேசங்களுடைய தலைவிதிகள்மீது அதற்குள்ள அரசியல் செல்வாக்கில், நன்கு புலனாகிறது. மேலும், அந்த நாடுகளின் அதிர்ஷ்டம் பெரிய அளவுக்கு இந்திய அச்சைப் பொருத்திருப்பதிலும் இந்தியாவின் நடுநாயகத்துவஸ்தானம் புலனாகும்."

(கர்ஸான் 'தூரக்கிழக்கின் பிரச்சினைகள்' 1894)

1913-ல், இந்திய ராணுவக் கமிட்டி கூறியதாவது: 'இந்தியாவுக்கு சம்பந்தமில்லாத யுத்தங்களில் பிரிட்டிஷ் சர்க்காருக்கு உதவும் குறிப்பிட்ட நோக்கத்துடன் இந்தியா ராணுவம் வைத்திருக்க வேண்டியதில்லை. ஆனால் கடந்த காலத்தில் நடந்ததைப்போல், வேறுவிதத்தில் இந்தியாவிடம் துருப்புகள் கைவசமிருந்தால், இந்தியா கடன் கொடுக்கலாம்."

1914-18 யுத்தத்தில் இந்த விதத்தில் இந்தியா பூரணமாக பயன்பட்டது. கடல்கடந்து பிரான்ஸ், கிழக்காப்பிரிக்கா, எகிப்து, மெஸபடோமியா முதலிய இடங்களுக்கு கிட்டத்தட்ட பத்துலட்சம் துருப்புகள் அனுப்பப்பட்டன. கோடிக்கணக்கான பவுன்கள் இந்தியாவிலிருந்து கறந்து கொண்டுபோகப்பட்டன. புதிய மத்திய கிழக்கு சாம்ராஜ்யத்தை கைப்பற்றுவதில் இந்தியா தளமாக பயன்பட்டது. எனினும், பின்னால் துருக்கி மறுமலர்ச்சியடைந்ததாலும், சவுதி அரேபியாவின் பலத்தாலும், இந்த வெற்றி பூர்த்தியடைந்துவிடவில்லை.

இந்தியாவுக்கு வெளியே, பிரிட்டிஷ் சாம்ராஜ்யத்தின் கருவியாக இந்திய ராணுவம் விளங்கவேண்டுமென்ற அதிகாரிகளின் கருத்தை இந்திய ராணுவக் கமிட்டி ரிப்போர்ட்டைவிட கறாரான முறையில் 1920-ம் வருஷத்திய ஈஷர்கமிட்டி ரிப்போர்ட் வகுத்தது:-

"சாம்ராஜ்யத்தின் மொத்த ராணுவத்துடைய ஒரு பகுதியாக அல்லாமல், வேறுவிதத்தில் இந்திய ராணுவத்தை நிர்வகிப்பதைப் பற்றி நாம் யோசிக்கமுடியாது."

இந்தக் கொள்கைப்படி இப்பொழுது இந்திய ராணுவம் மூன்று பகுதிகளாக அமைக்கப்பட்டிருக்கிறது. முதல் உலக யுத்தத்துக்குப்பின் சேனாதிபதியாயிருந்த ராவில்ஸன் பிரபு 1921-ல் வகுத்த திட்டம் அது. அதற்குப் பின் அவர் இந்தியா ராணுவத்தைப் பற்றி எழுதிய புத்தகத்தில் (1924-ல் பிரசுரிக்கப்பட்டது) இந்த அமைப்பை விளக்கியிருக்கிறார்:-

1. இந்தியாவுக்கு வெளியே பெரிய யுத்தங்கள் நடத்தக்கூடிய ராணுவப் பகுதி.

2. பெரிய யுத்தங்கள் நடக்கும்பொழுது, ராணுவம் திரட்டப்படும் சமயத்தில் திரையாக பயன்படக்கூடிய பகுதி, இதையே எல்லைப்புறப் போராட்டங்களிலும் உபயோகிக்கலாம்.

3. உள்நாட்டுப் பாதுகாப்பு துருப்புகள்-இந்தியாவுக் குள்ளேயே முகாமிட்டு ஒழுங்கைப் பாதுகாப்பவை.

முதல் பகுதியில் நான்கு டிவிஷன்களும் நான்கு குதிரைப்படைகளும் உள்ளன.

1918-க்குப் பிந்திய வருஷங்களில் சாம்ராஜ்ய ராணுவச் சுமைகள் மேன்மேலும் அதிகமாக இந்தியா தலையில் விடிந்திருப்பதை ராணுவச் செலவின் வீதாச்சாரங்களிலிருந்து நன்கறியலாம். பிரிட்டன், டொமினியன்கள், இந்தியா ஆகியவற்றின் ராணுவச் செலவு 1913-க்கும் 1928-க்குமிடையே எந்த வீதாச்சாரத்தில் அதிகரித்திருக்கிறதென்பதை கீழே காணலாம்:-

ராணுவச் செலவு 1913–28
(லட்சம் பவுன்கள்)

	1913	1928	அதிகரிப்பு சதவீதம்
பிரிட்டன்	770	1150	49
இந்தியா	220	440	100
டொமினியன்கள்	90	120	33
	1080	1710	57

இந்தியாமீதுள்ள சுமை இரு மடங்காகிவிட்டது. (இதைக்குறித்து இந்தியாவுக்கு அதிகாரம் கிடையாது.) ஆனால் பிரிட்டனுடைய செலவு சரிபாதிகூட அதிகரிக்க வில்லை; டொமினியன்களுடைய செலவில் மூன்றில் ஒரு பங்கே அதிகம். 1914-க்குமுன், இந்தியாவில் கிட்டதட்ட பட்ஜட்டின் 40 சதவீதம் ராணுவச் செலவாயிருந்தது:- 1891-92-ல் 41 சதவீதம்; 1913-14-ல் 42.6 சதவீதம். 1914-க்கு முந்தைய ராணுவச் செலவு சராசரி 30 கோடி ரூபாய். விலைவாசிகள் உயர்ந்திருந்த 1920-21-ல் 87 கோடியே 40 லட்சம் ரூபாய்களாக அதிகரித்தது-அதாவது பட்ஜெட்டில் 51 சதவீதம். விலைவாசிகள் வீழ்ச்சியாலும் சிக்கனங்கள் ஏற்பட்டதாலும், 1925-26-ல் ராணுவச் செலவுகள் 56 கோடியாயிற்று-பட்ஜெட்டில் 39 சதவீதம். 1928-29-ல் 45 சதவீதமாக ஏறிற்று. 1936-37-ல் மத்திய பட்ஜெட்டின் 54 சதவீதமாகவும், மத்திய மாகாண பட்ஜெட்டுகளின் 29 சதவீதமாகவும் இருந்ததாக அதிகாரபூர்வமான எஸ்டிமேட் கணித்தது.

இரு உலக யுத்தங்களுக்கிடையே, பிரிட்டனுக்கு இந்தியாவின் கேந்திர முக்கியத்துவம் அதிகரித்தது. இந்தியாவின் அடிப்படையில்தான் புதிய மத்திய கிழக்கு சாம்ராஜ்யமும் செல்வாக்கும் சிருஷ்டிக்கப்பட்டிருந்தது. மத்தியதரைக்கடல் மீதுள்ள ஆதிக்கம் போய்விடலாமென்ற பயத்தில், நன்னம்பிக்கை முனைமார்க்கத்தில் கவனம் செலுத்தப்பட்டது. அந்த மார்க்கத்தில் ஸைமன்ஸ் டவுன் என்ற புதிய கடற்படை தளம் உருவாகியது. கிழக்கே, இந்துமகாசமுத்திரத்துக்கு பசிபிக் சமுத்திரத்தின்

நுழைவாசலான சிங்கப்பூர் கடற்படை தளமாக விளங்கியது. இந்த இரண்டும் சாம்ராஜ்யத்தின் அச்சாணியாக இந்தியா விளங்குவதையே வற்புறுத்திக் காட்டின. மத்தியதரைக்கடல்-சூயஸ் கால்வாய் மார்க்கம் அபாயகரமானதாகவே, பாக்டாட், கராச்சி, கல்கத்தா, சிங்கப்பூர் மூலம் பிரிட்டனை ஆஸ்திரேலியாவுடன் இணைக்கும் ஆகாய மார்க்கமும், இந்தியா, ஸயாம் மூலமாக தூரகிழக்கு நாடுகளுடன் பிரிட்டனை இணைக்கும் ஆகாய மார்க்கமும் முக்கியத்துவம் பெற்றன. அவை சாம்ராஜ்யத்தின் உயிர்நாடிகளாயின. ஜப்பான் பசிபிக் சமுத்திரத்திலும் சீனாவின் கடற்கரையிலும் சீன நதிகளிலும் தன் பிடிப்பை விஸ்தரிக்கவே, பர்மா மூலமாக சீனாவுக்கு செல்லும் நில ரஸ்தாவுக்கு ஒரு புதிய முக்கியத்துவம் ஏற்பட்டது.

இந்தத் தயாரிப்புகளின் வள்ளல் இரண்டாவது உலக யுத்தத்தில் விளங்கிவிட்டது. ஆசியாவில் பிரிட்டிஷ் ஏகாதிபத்தியத்துக்குள்ள பலம் ஜப்பானைத் தோற்கடிக்கவில்லை. அதற்கு மாறாக, ஆசியாவில் பிரிட்டிஷ் சாம்ராஜ்யம் நஷ்டங்களும் விபத்துகளும் அனுபவித்து வரும் போக்கை நேசநாடுகளின் சர்வதேச வெற்றி மாற்றியமைத்தது. சோவியத்யூனியன், அமெரிக்கா, பிரிட்டன் ஆகிய நாடுகளின் கூட்டுபலம் ஐரோப்பாவில் தீர்மானமான போராட்டங்களை நடத்தியதன் மூலம் சகல சக்திகளையும் ஜப்பானிய எதிர்ப்பில் ஒன்றுதிரட்டுவதற்கு வகைசெய்து, ஜப்பானை இறுதியாகப் பணியவைத்தது. ஆனால் யுத்தத்துக்குப்பின் ஆசியாவில் காலனி மக்களின் விடுதலை இயக்கங்கள் தலைதெறிக்கும் வேகத்தில் வளர்ச்சியடைந் துள்ளபடியால், பழைய காலனி அமைப்பை மீண்டும் ஸ்தாபிப்பதற்காக செய்யப்பட்ட முயற்சிகளுக்கு பலத்த எதிர்ப்பு ஏற்பட்டது.

எனினும், இரண்டாவது உலக யுத்தத்துக்குப் பிறகும், பிரிட்டனின் உலகத் தந்திரத்தில் இந்தியா தீர்மானமான முக்கியத்துவமுடைய ஸ்தானத்தை வகிக்கிறதென்பதில் சந்தேகமில்லை. பிரிட்டிஷ் சாம்ராஜ்ய செல்வாக்கும் ஆதிக்கமும் வேரூன்றியுள்ள இரு முக்கிய பிரதேசங்களான தென்கிழக்கு ஆசியாவுக்கும் மத்திய கிழக்குக்கும் இடையே, அச்சுபோல் நிற்கிறது இந்தியா. பிரிட்டிஷ் கொள்கையைப்

பொறுத்தவரை இந்தியா அத்தியாவசியமான தளம். ஆகவேதான், 1944 ஜூலையில், காமன்ஸ் சபை விவாதத்தில், தொழிற்சட்சி பிரதிநிதியான பெதிக்லாரன்ஸ் பச்சையாகக் கூறினார்:-

"ஏழு கடல்களிலும் சமாதானத்தைப் பாதுகாப்பதற்கு, பிரிட்டனால் தன்னந்தனியாக முடியுமா என்பதைக் குறித்து சந்தேகம் எழுவதற்குப் பல விஷயங்கள் நிகழ்ந்திருக்கின்றன. இந்தியா என்ற பெரிய உபகண்டத்தின் சுற்றுப்புறத்தைவிட வேறெங்கும் இது அதிகப் பொருத்தமாயிருக்கமுடியாது. இந்தியா ஒரு கேந்திர ஸ்தானம் வகிக்கும் மகத்தான கோட்டை என்பது என் கருத்து."

ஆசிய விடுதலை இயக்கங்களை எதிர்த்து நடத்திய நெருக்கடியான போராட்டங்களில் பிரிட்டிஷ் ஏகாதிபத்தியம் இந்தியாவை தன்னுடைய பிரதான ராணுவ தளமாகவும் சப்ளை தளமாகவும் உபயோகித்து வந்திருக்கிறது. இந்தியத் துருப்புகளைக்கூட உபயோகித்தது. (இந்தோனேஷியா யுத்தத்தைப் பொறுத்தவரை, தேசிய இயக்கத்தின் எதிர்ப்புடைய பலத்துக்கு பணிந்து, ஏகாதிபத்தியவாதிகள் இந்திய துருப்புகளை வாபஸ் வாங்கினார்கள்). கலோனியல் ஆட்சியை மீண்டும் திணிக்கவும், பர்மா, மலேயா, இந்தோனோஷியா ஆகிய நாடுகளின் விடுதலை இயக்கங்களை அடக்குவதுமே இந்த ஏகாதிபத்திய முயற்சிகளின் குறிக்கோள். பிரிட்டனும் அமெரிக்காவும் சோவியத் எதிர்ப்பு அணியை சிருஷ்டிக்கும் பிற்போக்கான கொள்கையில் ஈடுபட்டிருப்பதால், அதன் விளைவுகளும் இந்தியாவைப் பாதிக்கின்றன. 1946-ல் இந்தியாவுக்கு காபினெட் தூது கோஷ்டி (மந்திரிகள் கோஷ்டியை) அனுப்பியதிலும், சமரச சம்பாஷணைகள் நடத்தியதிலும், இந்த ராணுவத் தந்திர யோசனைகள் பெரும் பங்கெடுத்ததென்பதில் ஐயமில்லை. சுதந்திரம் அளிக்கப்பட்டதாகக் கூறப்பட்ட சமயத்திலேயே பிரிட்டனின் ராணுவ ஆதிக்கத்தை பலப்படுத்த உருப்படியான நடவடிக்கைகள் எடுக்கப்பட்டன.

2. தேசியமும் அன்னிய நாட்டுக் கொள்கையும்

கடந்த காலத்தில், பிரிட்டிஷ் சர்வதேச கொள்கைக்கும் பிரிட்டனின் உள்நாட்டு அரசியலுக்கும் இந்தியா எவ்வளவு

முக்கியமாயிருந்ததென்பதை கவனிக்கும்போது, ஒரு விஷயத்தை நன்குணரவேண்டும். உலக அரசியலில் இந்தியா பெரும் பங்கெடுத்தது. ஆனால் தன்னிஷ்டப்படி, தன் தலைமையிலேயே, இந்தியா இந்த பங்கை எடுக்கவில்லை. பிரிட்டனின் கைப்பாவையாகவே உலக அரசியலில் நின்றது.

அந்த நிலைமைக்கு இப்பொழுது முடிவு ஏற்பட்டுக் கொண்டிருக்கிறது. இந்திய விவகாரங்களில் மாத்திரமல்ல, உலக விவகாரங்களிலும், இந்திய மக்கள் இப்பொழுது தங்களுடைய சொந்தக் குரலை எழுப்பத் தொடங்கி விட்டார்கள்.

1914-ம் வருஷ யுத்தத்துக்குமுன், உலக அரசியல் பிரச்சினைகளில் தீவிரமான பங்கெடுக்க இந்தியா பிரயத்தனம் செய்யவில்லை. கடல் கடந்த இந்தியர்கள் பிரிட்டிஷ் சாம்ராஜ்யத்தின் இதர நாடுகளில் அனுபவிக்கும் கஷ்டங்களைக் குறித்து மாத்திரம் கிளர்ச்சி செய்ததுண்டு.

உலக அரசியல் பிரச்சினைகளைக் குறித்து இந்திய தேசிய இயக்கம் இக்கொள்கையை அனுஷ்டிப்பதற்கு காரணம் அதன் அசிரத்தையோ, தனித்து நிற்கவேண்டுமென்ற ஆவலோ அல்ல. இந்திய விடுதலையை பாதிக்கக்கூடிய அன்னிய ராஜீய சம்பவங்களைக் குறித்து, அரசியல் இயக்கத்திலும், சில பகுதிகளிடமும் அக்கறை இருந்தது. தென்னாப்பிரிக்க யுத்தத்தைப்போல், எங்கெங்கு பிரிட்டிஷ் ஏகாதிபத்தியம் பலவீனப்படுவதாகத் தோன்றுகிறதோ, அதெல்லாம் நம்பிக்கையுடனும் உற்சாகத்துடனும் கவனிக்கப்பட்டது. 1905-ல், ரஷ்யாவை எதிர்த்து ஜப்பான் அடைந்த வெற்றி உற்சாகத்துடன் கொண்டாடப்பட்டது; இதுவரையில் அஜாத சத்துருக்களென்று கருதப்பட்ட மேலைய ஏகாதிபத்தியத்தை எதிர்த்து ஒரு ஆசியநாடு பெற்ற முதல் வெற்றியாக அந்தச் சம்பவம் புதிய நம்பிக்கையுடன் வரவேற்கப்பட்டது. பிரிட்டிஷ் ஆதிக்கத்தை எதிர்த்து எகிப்தும் அயர்லாந்தும் நடத்திய போராட்டம், வல்லரசுகளின் கொள்ளைக்கார திட்டத்தை எதிர்த்து துருக்கி சாம்ராஜ்யம் நடத்திய போராட்டம், பாரசீகத்தை பிளபுபடுத்த பிரிட்டனும் ஜாரும் போட்ட திட்டங்களை எதிர்த்து பாரசீகம் நடத்திய போராட்டம்-ஆகியவை

இந்தியாவின் உத்வேகம் நிறைந்த அனுதாபத்தைக் கவர்ந்தன. 1905-ம் வருஷத்திய ரஷ்யப்புரட்சி, துருக்கி புரட்சி, சீனப்புரட்சி ஆகிய சகாப்தகரமான சம்பவங்கள் இங்கு எதிரொலித்தன. ஒரு விரிவான சர்வதேச உணர்வு ஏற்படத் தொடங்கியிருப்பதை இவை காண்பித்தன.

1914-ம் வருஷ யுத்தமும் 1917-ம் வருஷத்திய ருஷியப் புரட்சியும் ஒரு புதிய நிலைமையை சிருஷ்டித்தன.

1914-ம் வருஷ யுத்தத்தில், தேசிய இயக்கத்தின் மேலிடத்தலைமை பிரிட்டிஷ் ஏகாதிபத்தியத்துக்கு பூரண ஆதரவளித்தது. இதற்கு பரிசாக இந்தியாவில் ஜனநாயக முன்னேற்றத்தைப் பெறலாமென்று நம்பியது. யுத்தம் மூண்டகாலத்தில் லண்டனிலிருந்து லஜபதிராய், ஜின்னா, சின்ஹா முதலியோரடங்கிய காங்கிரஸ் தூதுகோஷ்டி "சாம்ராஜ்யத்தின் துரித வெற்றிக்காக" ஒத்துழைப்போமென்று அவசரம் அவசரமாக பிரகடனம் செய்தது. காந்தியின் கொள்கையையும் நடைமுறையையும் முன்னரே பார்த்தோம். யுத்தத்தின் முதல் வருஷங்களில், காங்கிரஸ் மகாசபையின் வருஷாந்திர கூட்டங்களுக்கு கவர்னர்கள் விஜயம் செய்தனர்; அவர்கள் கரகோஷத்துடன் வரவேற்கப்பட்டனர்.

தீவிர தேசியவாதிகளான ஹர்தயால், பர்கதுல்லா முதலியோரடங்கிய சிறு கோஷ்டி ஜெர்மனியுடன் உறவுகளேற்படுத்திக்கொண்டது. பெர்லினில் ஒரு இந்திய கமிட்டியை ஸ்தாபித்தது. ஆனால் அந்த கோஷ்டிக்கு பெரிய செல்வாக்கு எதுவுமில்லை.

இந்தியாவிற்குள்ளேயே, தேசிய இயக்கத்தின் இடதுசாரி தீவிரமான போராட்டங்களை நடத்தியது. யுத்தம் முடிவுற்ற பொழுதுகூட, சுயநிர்ணய உரிமையைப்பற்றி அளிக்கப்பட்ட வாக்குறுதிகள் இந்தியாவில் அனுஷ்டிக்கப்படுமென்று தேசிய காங்கிரஸ் நம்பியது. வர்ஸேல்ஸில் நடந்த சமாதான மகாநாட்டுக்கு காங்கிரஸ் சார்பாக திலகர் தேர்ந்தெடுக்கப் பட்டார். ஆனால் பிரிட்டிஷ் சர்க்கார் அவருக்கு பிரயாணம் செய்ய அனுமதிச் சீட்டு அளிக்க மறுத்து, அவர் பாரீஸ் போக முடியாமல் தடுக்கவே, சமாதான மகாநாட்டின் தலைவரான கிளிமண்காவுக்கு திலகர் ஒரு கடிதம்

எழுதினார். இந்தியாவின் கோரிக்கையை வற்புறுத்தி எழுதிய அக்கடிதத்தில் அவர் கூறுவதாவது:-

"உலகத்தின் எதிர்கால சமாதானத்தையும் இந்திய மக்களின் முன்னேற்றத்தையும் உத்தரவாதம் செய்யும் பொருட்டு இந்திய பிரச்சினையை பைசல் செய்வதின் அவசர முக்கியத்துவத்தை நான் விளக்கிக் கூறுவது அவசியமல்ல. இந்தியா தன் தேவைகளை தானே பூர்த்தி செய்துகொள்ளக் கூடியது; இதர ராஜ்யங்களை ஆக்கிரமிக்கும் எண்ண முடையதல்ல; நாட்டுக்கு வெளியில் எவ்விதமான ஆசையும் கிடையாது. தனது விஸ்தாரமான நிலப்பரப்புடனும் ஏராளமான செல்வாதாரங்களுடனும் சுறுசுறுப்பு மிக்க ஜனங்களுடனும், இந்தியா ஆசியாவின் பிரதான வல்லரசாகலாம். ஆகவே, ஆசியாவிலோ இதர இடங்களிலோ, சமாதானத்தை குலைக்க வருபவர்கள் அனைவரையும், ஆக்கிரமிப்பாளர்கள் அனைவரையும் எதிர்த்து, உலக சமாதானத்தையும் பிரிட்டிஷ் சாம்ராஜ்யத்தின் ஸ்திரத்தையும் பாதுகாப்பதற்கு, கீழ்நாடுகளில் சர்வதேச சங்கத்தின் சக்திகரமான நிர்வாகியாக இந்தியா விளங்கமுடியும்."

1919-ம் வருஷத்தில் திலகர் வரைந்த இந்தத் தஸ்தாவேஜி சர்வதேச கொள்கையைப் பற்றிய இந்திய தேசிய இயக்கத்தின் முதல் தஸ்தாவேஜியாகும்; அக்காலத்தில் நிலவிய கண்ணோட்டத்தை இது பிரதிபலிக்கிறது.

இந்தச் சாசனம் பிரதிநிதித்துவப்படுத்திய நம்பிக்கைகள் தகர்க்கப்பட்டன. "இந்தியா" சர்வதேச சங்கத்தின் ஸ்தாபக அங்கத்தினர்களில் ஒருவராயிற்று. இந்தியா மீதும் அதன் கொள்கை மீதும் பிரிட்டிஷார் ஆதிக்கம் வகிக்கும்போது "இந்தியா" தனி அங்கத்தினராக எடுத்துக்கொள்ளப்பட்டதின் பொருத்தமில்லாத்தன்மையை பிரிட்டிஷ் ராஜாங்க சட்ட விவகார நிபுணர் பேராசிரியர் கீத் நன்கு விவரிக்கிறார்:-

"1919-ம் வருஷத்தில், இந்தியாவின் உள்நாட்டுக் கொள்கையும் வெளிநாட்டுக் கொள்கையும் பிரிட்டிஷ் சர்க்காரால் நிர்ணயிக்கப்பட்டபொழுது, இந்தியாவுக்கு சர்வதேச சங்கத்தில் ஒரு ஸ்தானம் அளிக்கப்பட்டது அடிப்படையான தவறாகும். லீக் அங்கத்தினராவதற்கு,

சுயாட்சி காரணமாகக் காட்டப்பட்டது; பெரிய டொமினியன்களைப் பொறுத்தவரை இது உண்மையாயிருக்கிறதென்று கூறமுடியும். இந்தியாவைப் பொறுத்தவரையில் நிகழ்காலத்தில் அது உண்மையாகாது. கூடிய சீக்கிரம் அது பூர்த்தியாவது சாத்தியமென்று (அதாவது கூடிய சீக்கிரத்தில் இந்தியா சுயாட்சி எய்துமென்று மொ-ர்) சொல்லமுடியாது: இந்த சூழ்நிலையில், இந்தியாவுக்கு அப்பொழுது ஒரு ஸ்தானம் அளிக்கமுடியாதென்று பட்டவர்த்தனமாக ஒப்புக்கொண்டிருப்பது புத்திசாலித்தனமாகும். சுயாட்சி அடைந்த பின், பிரபல அங்கத்தினராவதற்கு இந்தியாவுக்கு சந்தர்ப்பமிருக்கிறதென்று தெளிவுபடுத்தியிருக்கலாம். . . இப்பொழுது இந்தியாவின் நிலைமை இரண்டுங்கெட்டானாயிருக்கிறது: அதன் கொள்கையை பிரிட்டிஷ் சர்க்கார் நிர்ணயித்து வருகிறது; எவ்வளவுகாலம் பிரிட்டிஷ் சர்க்கார் நிர்ணயிக்குமென்பதற்கு வரையறை கிடையாது.

("இந்தியாவின் ராஜீய சீர்திருத்த சரிதை" ஏ.பி. கீத்)

தேசிய இயக்கத்தின் பழைய தலைமை பிரிட்டிஷ் ஏகாதிபத்தியத்தை தங்கள் இயற்கையான தலைவனாகக் கருதியது. மேலே மேற்கோள் காட்டப்பட்ட திலகர் கடிதம் அதற்கு ஒரு உதாரணம். "பிரிட்டிஷ் சாம்ராஜ்யத்தின் நிலைத்த தன்மையைப் பாதுகாக்கும் சக்திகரமான நிர்வாகியாக" இந்தியா விளங்குமென்று அவர்களால் பகிரங்கமாக கூறமுடிந்தது. ஆனால் முதல் உலக யுத்த முடிவிலிருந்து, புதிய கருத்துக்கள் வளர்ச்சியடைந்து கொண்டிருந்தன. 1917-ம் வருஷத்து ருஷியப் புரட்சியும் அதை தொடர்ந்து வந்த உலகரீதியான புரட்சிப் பேரெழுச்சியும், காலனி நாடுகளின் விடுதலை இயக்கங்களுடைய வளர்ச்சியும் ஒரு புதிய உலகநிலையை சிருஷ்டித்தன; இந்தியாவுக்கு அதில் ஜீவாதாரமான அக்கறையுண்டு. மேலைய ஏகாதிபத்தியத்தின் பழைய பிற்போக்கு முகாமுக்கு எதிராக, சோவியத் யூனியன், சர்வதேச தொழிலாளர் இயக்கம், காலனி தேசங்களின் தேசிய இயக்கம் ஆகியவற்றின் பொது நலன்கள் ஒரு புதிய உலக முன்னணியின் அடிப்படையைத் தந்தன. இந்தப் புதிய உலக முன்னணிக்கு இந்திய தேசியத்தின் முற்போக்கான கருத்துக்கள் உற்சாகத்துடன் ஆதரவளித்தன.

1925-27-ல் சீன தேசியப் புரட்சியில் ஏற்பட்ட முன்னேற்றம் இந்தியாவில் உற்சாகமான ஆதரவைத் திரட்டியது. சீனப்புரட்சியை எதிர்த்து உபயோகிப்பதற்காக ஷாங்காய்க்கு இந்திய துருப்புகள் அனுப்பப்பட்டதைக் கண்டித்து 1927-ல் தேசிய காங்கிரஸ் தீர்மானம் நிறைவேற்றியது. அதே வருஷத்தில் ஒடுக்கப்பட்ட மக்களின் ஏகாதிபத்திய எதிர்ப்பு சர்வதேச லீக் என்ற ஸ்தாபனத்தின் ஸ்தாபிதத்தில் தேசிய காங்கிரஸ் கலந்துகொண்டது; அந்த ஸ்தாபனத்துடன் இணைத்துக்கொண்டது. அந்த ஸ்தாபனத்தை தோற்றுவித்த சர்வதேச மகாநாட்டில் (பிரஸ்ஸல்ஸ் நகரில் கூடியது) நேரு காங்கிரஸ் சார்பில் கலந்துகொண்டார். காலனி ஜன சமூகங்களையும் சர்வதேச தொழிலாளிவர்க்கத்தையும் இணைக்கும் உலக ஏகாதிபத்திய எதிர்ப்பு சக்திகளின் பொதுவான முன்னணி பண்படுவதற்கு இந்தப் பிரஸ்ஸல்ஸ் மகாநாடு சகாப்தகரமான மைல்கல்லா யிருந்தது.

பாஸிஸ்ட் யுத்தப்போக்கு முற்றியது; பாஸிஸ்ட் ஆக்கிரமிப்புக்கு உதவி, உலக யுத்தத்தை துரிதப்படுத்துவதில் பிரிட்டிஷ் ஏகாதிபத்தியம் உடந்தையாயிருந்தது. இந்திய தேசிய இயக்கம் இவற்றை எதிர்த்தெழுந்தது. அபிஸீனிய மக்களையும் ஸ்பானிஷ் மக்களையும் தேசிய காங்கிரஸ் ஆதரித்து நின்று உருப்படியான உதவி அளித்தது. 1936 செப்டம்பரில் பிரஸ்ஸல்ஸில் கூடிய உலக சமாதான காங்கிரஸில் காங்கிரஸ் கலந்துகொண்டது; ஏகாதிபத்திய சுரண்டல் அடிப்படையில் சாசுவத சமாதானத்தை சிருஷ்டிக்க முடியாது, ஏகாதிபத்திய ஆதிக்கத்தை பாதுகாக்கும் ஒப்பந்தங்களின் புனிதத் தன்மையை அங்கீகரிக்கமுடியாது, சர்வதேச சங்கத்தின் சுதந்திர அங்கத்தினராக செயலாற்ற இந்தியாவுக்கு சுதந்திரம்வேண்டும் ஆகிய அம்சங்களடங்கிய இந்திய அபிப்பிராயத்துக்குட்பட்டு, சர்வதேச சமாதான இயக்கத்தில் இணைத்துக்கொண்டது காங்கிரஸ்.

1936-ல், ஸ்பானிஷ் ஜனநாயகத்தை எதிர்த்து ஜெர்மன்-இத்தாலிய ஆக்கிரமிப்பு யுத்தம் நடத்தியதைக் குறித்து, பிரிட்டிஷ் சர்க்காரும் பிரெஞ்சு சர்க்காரும் தலையிடா கொள்கையை ஆதரித்தபோது, பெயிஸ்பூரில் கூடிய தேசிய காங்கிரஸ் பின்வருமாறு பிரகடனப்படுத்தியது:

"பாஸிஸ்ட் ஆக்கிரமிப்பு வளர்ந்துகொண்டிருக்கிறது, ஐரோப்பா மீதும் உலகத்தின் மீதும் ஆதிக்கம் வகிக்கும் நோக்கத்துடனும் அரசியல், சமூக சுதந்திரத்தை அழிக்கும் நோக்கத்துடனும் யுத்தம் நடத்த பாஸிஸ்ட் வல்லரசுகள் ஒன்றுசேர்ந்துகொண்டிருக்கின்றன. உலகத்தின் இதர முற்போக்கான தேசங்களோடும் மக்களோடும் சேர்ந்து நின்று இந்த உலக ஆபத்தை சமாளிக்கவேண்டிய அவசியத்தை காங்கிரஸ் பூரணமாக உணர்கிறது."

1938 பிப்ரவரியில், ஹரிபுராவில் கூடிய காங்கிரஸ் மகாசபை "கூட்டு பத்தோபஸ்து" கொள்கையை ஆதரித்தது. பாஸிஸ்ட் ஆக்கிரமிப்புக்கு உடந்தையாயிருக்கும் கொள்கையை, யுத்த ஆபத்தை நெருங்கிவரச் செய்யும் அக்கொள்கையை, வன்மையாகக் கண்டித்தது. 1938-ல், ஜப்பானிய சாமான்களை பகிஷ்காரம் செய்யும் தீர்மானம் எடுக்கப்பட்டது. 1938-ம் வருஷ வசந்த காலத்தில், திரிபுரியில் கூடிய காங்கிரஸ் மகாசபை மூனிச் கொள்கையுடன் தனக்குள்ள வேற்றுமையை தெள்ளத்தெளிவாக எடுத்துக்கூறியது:-

"மூனிச் ஒப்பந்தம், ஆங்கிலோ இத்தாலிய சமரசம், கலகக்கார ஸ்பெயின் (பிராங்கோ ஸ்பெயின்) அங்கீகாரம் ஆகிய சம்பவங்களில் முடிந்திருக்கும் பிரிட்டிஷ் அயல்நாட்டுக் கொள்கையுடன் தனக்குள்ள முழு வேற்றுமையை காங்கிரஸ் பதிவு செய்கிறது. இந்த கொள்கை தெரிந்துகொண்டே ஜனநாயகத்தை காட்டிக்கொடுத்தது. வாக்குறுதிகளை மீண்டும் மீண்டும் மீறியது; கூட்டு பந்தோபஸ்து முறைக்கு சாவுமணியடித்தது. ஜனநாயகத்துக்கும் சுதந்திரத்துக்கும் தீரா விரோதிகளான அரசாங்கங்களுடன் ஒத்துழைத்தது- ஜனநாயக தேசங்களை நாசம் செய்வதற்கு உதவிய பாஸிஸ்ட் நாடுகளுக்கு தொடர்ச்சியாகத் துணைபுரிந்து வரும் பிரிட்டிஷ் அயல் நாட்டுக் கொள்கையுடன் காங்கிரஸ் முட்டமுழுக்க வேறுபட்டிருக்கிறது."

ஆக, 1939-ல் ஜெர்மன் மீது பிரிட்டன் யுத்தம் தொடுப்பதற்கு நீண்ட காலம் முன்னரே, அந்த நெருக்கடியான யுத்த முற்கால வருஷங்களில் பிரிட்டிஷ் சர்க்கார் பாஸிஸ்ட் ஆக்கிரமிப்புக்கு பொருளுதவியும், ராஜதந்திர உதவியும் அளித்துக்கொண்டிருந்தபோதே, இந்திய மக்கள் தங்கள்

தேசிய தலைவர்கள் மூலம் தங்கள் பாஸிஸ்ட் எதிர்ப்பை பிரகடனப்படுத்திவிட்டார்கள். பாஸிஸத்தை எதிர்த்து உலக முற்போக்கு, ஜனநாயக சக்திகளுடன் தாங்களும் சேர்ந்து நிற்பதை பிரகடனப்படுத்திவிட்டார்கள்.

3. இந்தியாவும் யுத்தமும் (1939-1942)

1939-ல் பிரிட்டன், ஜெர்மன்மீது யுத்தம் தொடுத்தபோது, இந்தியாவில் 1914-ம் வருஷ கொள்கையே அனுஷ்டித்தது. அதாவது, இந்திய மக்களைக் கலந்தாலோசிப்பதற்கு பிரயத்தனம் செய்யாமல், தனக்குப் பின்னால் இந்தியாவை யுத்தத்தில் இழுத்துச் சென்றது; இந்தியாவை பிரிட்டிஷ் கொள்கையின் கைப்பாவையாகக் கருதியது.

யுத்த பிரகடனமான ஒரு சில மணிநேரத்துக்குள், இந்திய மக்களின் பிரதிநிதிகளுடன் கலந்து பேசாமல், இந்தியா யுத்த நாடென்று வைஸ்ராய் பிரகடனப்படுத்தினார். 1935-ம் வருஷ அரசியல் சட்டத்தின் மாகாண சுயாட்சிப் பகுதியைக்கூட வைஸ்ராயுடைய மேலதிகாரத்துக்குள் கொண்டு வரும் இந்தியா அரசாங்க திருத்த சட்டம் அவசர அவசரமாக பதினோரு நிமிஷங்களில் பிரிட்டிஷ் பார்லிமெண்டில் நிறைவேற்றப்பட்டது. 1939-ம் வருஷம் செப்டம்பர் மாதம் 3-ம் தேதி இந்திய பாதுகாப்பு அவசரச் சட்டம் வெளியிடப்பட்டது. "பிரிட்டிஷ் இந்தியாவின் பாதுகாப்பையும் பொதுஜன பத்தோபஸ்தையும் காப்பாற்றவும், ஒழுங்கையும் கட்டுப்பாட்டையும் பாதுகாக்கவும் சமூகத்தின் வாழ்க்கைக்கு அவசியமான சப்ளைகளையும் ஊழியர்களையும் பாதுகாக்கவும் அவசியமாகத் தோன்றும் விதிகளைப் பிறப்பிக்கவும், கூட்டங்களையும் இதர பிரச்சார வகைகளையும் தடை செய்யவும், வாரண்டில்லாமல் கைது செய்யவும், விதிகளை மீறுபவர்களுக்கு மரண தண்டனை அல்லது ஆயுள் தண்டனை வரை விதிக்கவும், இந்த அவசரச் சட்டம் அதிகாரம் அளித்தது.

செப்டம்பர் மாதம் 11-ம் தேதி, சமஷ்டி திட்டத்தை நிறுத்தி வைத்திருக்கப்போவதாக வைஸ்ராய் அறிவித்தார். எத்தகைய சட்டரீதியான திரையுமில்லாமல், சர்வ வல்லமை

பொருந்திய அசாதாரணமான அதிகாரங்களுடன் யதேச்சாதிகார சர்க்கார் இந்தியாவில் நீடிக்கும். இந்த யுத்தத்தை தவிர்க்க முடியாததாக்கிய கொள்கையை இந்திய மக்கள் தொடர்ச்சியாகக் கண்டித்து வந்திருக்கின்றனர்; இந்த யுத்தம் மூண்டதில் அவர்களுக்கு எவ்விதமான பங்கும் கிடையாது; எனினும், 25 வருஷங்களுக்கு முன் நடந்ததைப்போல, மீண்டும் இந்த யுத்தத்தில் இந்திய மக்கள் பிரிட்டிஷ் சர்க்காரின் காலடியில் கட்டி இழுக்கப்பட்டார்கள்.

1914-ம் வருஷ இந்திய நிலைமைக்கும் 1939-ம் வருஷ இந்திய நிலைமைக்கும் உள்ள வித்தியாசத்தை சம்பவங்கள் சீக்கிரமே காண்பித்தன.

செப்டம்பர் மாதம் 14-ம் தேதி, தேசிய காங்கிரஸின் காரியகமிட்டி யுத்தத்தைக் குறித்து தன் அறிக்கையை விடுத்தது. அறிக்கை கூறிற்று.

"இந்தியாவிலும் இதர இடங்களிலும் ஏகாதிபத்தியத்தை நிலைநிறுத்தும் நோக்கத்துடன் ஏகாதிபத்திய முறையில் நடத்தப்படும் யுத்தத்தில் கமிட்டி தங்களை சேர்த்துக்கொள்ள முடியாது. எத்தகைய ஒத்துழைப்பையும் அளிக்கமுடியாது."

அந்த அறிக்கை காங்கிரஸ் கோரிக்கையை வகுத்தது:-

"அயலார் தலையீடில்லாமல், ஒரு அரசியல் நிர்ணய சபையின்மூலம் தங்களுடைய சொந்த அரசியலை தாங்களே வகுத்துக்கொள்ளவும்; தங்களுடைய சொந்தக்கொள்கையை தாங்களே உருவாக்கவும் இந்திய மக்களுக்கு சுயநிர்ணய உரிமை இருக்கவேண்டும்."

ஆகவே தேசிய காங்கிரஸ் பிரிட்டிஷ் சர்க்காருக்கு நேரடியான சவால் விடுத்தது.

"ஆகவே ஜனநாயகம், ஏகாதிபத்தியம், வர்ணிக்கப்படும் புதிய அமைப்பு இவற்றைக் குறித்து பிரிட்டிஷ் சர்க்காரின் யுத்த நோக்கங்கள் என்ன என்றும், இந்த நோக்கங்கள் இந்தியாவில் எப்படிக் கடைப்பிடிக்கப்படுமென்றும் ஐயம்திரிபுக்கு இடமில்லாமல், பிரகடனம் செய்யும்படி பிரிட்டிஷ் சர்க்காரை அழைக்கிறது. ஏகாதிபத்தியம் நீங்கி,

இந்தியா சுதந்திர தேசமாக பாவிக்கப்படுமா? இந்திய மக்களின் அபிப்பிராயப்படி தன் கொள்கையை உருவாக்கிக் கொள்ளும் சுதந்திர தேசமாக பாவிக்கப்படுமா?”

தேசிய காங்கிரஸ் விடுத்துள்ள நேரடியான கேள்விக்கு ஏகாதிபத்தியம் அளித்த பதில் யதார்த்தத்தில் ‘முடியாது’ என்ற கூறியது. என்றோ ஒரு நாள், டொமினியன் அந்தஸ்து என்று சொல்லப்படும் ஏதோ ஒரு சலுகையை அளிப்பதாகக் கூறியுள்ள பழைய வாக்குறுதிகளைத் திருப்பிப் படித்துவிட்டு (1914-ம் வருஷ யுத்தத்திலும், 22 வருஷங்களுக்கு முன்னால், இதே வாக்குறுதிகள் கொடுக்கப்பட்டன; இன்னும் நிறைவேறவில்லை.) இந்தியாவிலுள்ள பிரிட்டிஷ் ஆட்சியைப் பாதுகாக்கவும், யுத்தத்தை நடத்தவும் வைஸ்ராய்க்கு துணைபுரியும்பொருட்டு ஒரு ஆலோசனைக் கமிட்டி அமைப்பதை பிரிட்டிஷ் சர்க்கார் உடனடித் திட்டமாக அளித்தது.

தேசிய காங்கிரஸ் தலைமைக்கும், பிரிட்டிஷ் சர்க்காருக்கு மிடையே நிகழ்ந்த இந்தப் பூர்வாங்க ராஜீய மோதுதல், குமுறிக்கொண்டிருக்கும் ஆழமான போராட்டத்தின் ஒரு அறிகுறியே. காங்கிரஸ் தலைமை வைஸ்ராயுடன் இந்த ராஜிய வாக்குவாதத்திலீடுபட்டிருந்தபோதே பாமர மக்கள் இயக்கத்திலீடுபட்டுவிட்டார்கள். அக்டோபர் மாதம் இரண்டாம் தேதி, 90,000 பம்பாய் தொழிலாளர்கள் யுத்தத்தையும் ஏகாதிபத்தியத்தின் அடக்குமுறை நடவடிக்கை களையும் எதிர்த்து ஒருநாள் அரசியல் வேலைநிறுத்தம் செய்தார்கள். யுத்தத்திலீடுபட்ட சகல நாடுகளுக்குமே, முதல் யுத்த எதிர்ப்பு பொதுவேலை நிறுத்தம் இதுதான், ஸ்ட்ரைக் முடிந்தவுடன் காம்கார் மைதானத்தில் கூடிய பொதுக்கூட்டத்தில் ஏகமனதாக நிறைவேறிய தீர்மானம் பிரகடனம் செய்தது:-

“ஏகாதிபத்திய அரசுகளால் ஒரு மாபெரும் நாச யுத்தத்தில் இழுக்கப்படும் உலக மக்களுடனும் சர்வதேச தொழிலாளி வர்க்கத்துடனும் இக்கூட்டம் தன்னுடைய சகோதர ஒற்றுமையை பிரகடனப்படுத்துகிறது, நிகழ்கால யுத்தத்தை தொழிலாளிவர்க்கத்தின் சர்வதேச ஒற்றுமைக்கு விடுக்கப்பட்ட சவாலாக இக்கூட்டம் கருதுகிறது. மனித

சமூகத்தை எதிர்க்கும் இந்த ஏகாதிபத்தியச் சதியைத் தோற்கடிப்பது பல்வேறு நாடுகளிலுள்ள மக்களும் தொழிலாளர்களும் செய்யவேண்டிய கடமையென்று பிரகடனம் செய்கிறது."

இந்த பம்பாய் மில் தொழிலாளர்களின் தீர்மானத்தில், ஏகாதிபத்தியத்தை எதிர்த்த சர்வதேச தொழிலாளிவர்க்கம் நடத்தும் போராட்டத்தின் ஒரு பகுதியாக இந்திய உழைப்பாளி மக்களின் போராட்டம் பிரதிபலிக்கிறது.

காங்கிரஸ் கோரிக்கையை வைஸ்ராய் மறுக்கவே, 1939 அக்டோபரில், காங்கிரஸ் மந்திரிசபைகள் ராஜினாமா செய்தன. 1940-ம் வருஷ வசந்த காலத்தில் கூடிய ராம்கார் காங்கிரஸ் தன் அபிப்பிராயத்தை பின்வருமாறு தெரிவித்தது.

"ஏகாதிபத்திய நோக்கங்களை அடிப்படையாகக் கொண்டே பிரிட்டன் யுத்தத்தை நடத்திக்கொண்டிருக்கிற தென்பதை பிரிட்டிஷ் சார்பில் செய்யப்பட்ட சமீப காலத்திய பிரகடனங்கள் தெளிவுபடுத்துகின்றன... இந்தச் சூழ்நிலையில், காங்கிரஸ், நேரடியாகவோ மறைமுகமாகவோ எவ்விதத்திலும் இந்த யுத்தத்துக்கு உடந்தையாக இருக்க முடியாது."

1940-ம் வருஷ கோடைக்காலத்தில், ஐரோப்பாவில் நாஜிகள் முன்னேறி, பிரான்ஸ் வீழ்ச்சியடைந்தது. யுத்த நெருக்கடி சிக்கலானதைத் தொடர்ந்து, காங்கிரஸ் ஒரு புதிய ஒத்துழைப்புத் திட்டத்தை அளித்தது. இந்திய சுதந்திரம் அங்கீகரிக்கப்பட வேண்டுமென்றும், "மத்தியில் ஒரு தற்காலிக சர்க்காரை" ஸ்தாபிக்க வேண்டுமென்றும், "அந்தச் சர்க்கார் ஒரு இடைக்கால நடவடிக்கையாகவே, ஸ்தாபிக்கப்பட்டபொழுதிலும், மத்திய சட்டசபையிலுள்ள தேர்ந்தெடுக்கப்பட்ட அங்கத்தினர்கள் அனைவருடைய நம்பிக்கைக்கும் பாத்திரமானதாக இருக்கவேண்டும்" என்றும் இந்தப் புதிய ஒத்துழைப்புத் திட்டம் கூறியது. "இந்த நடவடிக்கைகள் எடுக்கப்பட்டால், தேசத்தின் பாதுகாப்பை பயன்படத்தக்க முறையில் ஸ்தாபிக்கும் முயற்சிகளில் பரிபூரணபலத்துடன் ஈடுபடுவதற்கு காங்கிரஸுக்கு சந்தர்ப்பமளிக்கும்" என்று அத்தீர்மானம் கூறியது. வெளிநாட்டு ஆக்கிரமிப்பை எதிர்த்து பாதுகாத்துக்

கொள்வதில், அஹிம்சையையே கடைப்பிடிக்க வேண்டுமென்ற காந்தியின் கொள்கையை பட்டவர்த்தனமாக நிராகரிக்கும் மேற்கண்ட திட்டம், 1910 ஜுலையில், பூனாவில் கூடிய அகில இந்திய காங்கிரஸ் கமிட்டியின் கூட்டத்தில் மூன்றிலிரு மெஜாரிட்டியுடன் நிறைவேறியது. அஹிம்சையை நிராகரிப்பதற்கு ஆதரவாக 91 வோட்டுகளும் எதிராக 63 வோட்டுகளும் பதிவாயின; நிபந்தனைகளுடன் கூடிய ஒத்துழைப்புக்கு 95 வோட்டுகள் ஆதரவாகவும் 47 வோட்டுகள் எதிராகவும் பதிவாயின.

எனினும், மீண்டும் பிரிட்டிஷ் சர்க்கார் இந்தத் திட்டத்தை நிராகரித்தது. 1940-ம் வருஷ ஆகஸ்ட் மாதம் 8ம் தேதி வைஸ்ராய் விடுத்த அறிக்கையில், (இதுவே "ஆகஸ்ட் திட்டம்" என்று அழைக்கப்படுகிறது. பிற்காலத்திய கிரிப்ஸ் திட்டத்துக்கும் இதர கொள்கை விளக்க அறிக்கைகளுக்கும் இதுவே அடிப்படையாயிருக்கிறது.) "இந்தியாவின் சமாதானத்தையும் நல்வாழ்வையும் பாதுகாக்கும் தங்களுடைய பொறுப்புகளை, இந்திய தேசிய வாழ்க்கையின் சக்திகரமான பெரும் பகுதிகளால் நேரடியாக நிராகரிக்கப் படும் ஒரு அரசாங்க அமைப்பிடம்" மாற்றித்தரும் நோக்கம் பிரிட்டிஷ் சர்க்காருக்குக் கிடையாதென்று கூறியது. அதாவது எத்தகைய இந்திய தேசிய சர்க்காரும் ஸ்தாபிக்கப்படுவதை சமஸ்தானாதிபதிகளும், முஸ்லிம் லீகும் தடைசெய்யலாம். சமஸ்தானதிபதிகளுக்கும் முஸ்லிம் லீகுக்கும் ரத்து அதிகாரம் அளிக்கப்பட்டது.

கீழ்க்கண்ட மாற்றுத் திட்டத்தை வைஸ்ராய் அறிக்கை சமர்ப்பித்தது:

1. "புதிய அரசியல் சட்டத்தை வகுப்பதற்காக, இந்திய தேசிய வாழ்வின் பிரதானமான அம்சங்களுக்கு பிரதி நிதித்துவம் வகிக்கும் ஒரு ஸ்தாபனத்தை" யுத்த பிற்காலத்தில் ஸ்தாபிப்பது.

2. வைஸ்ராயின் நிர்வாக சபையை விஸ்தரித்து புதிய ஸ்தானங்களுக்கு இந்தியர்களை நியமிப்பது.

3. இந்திய சமஸ்தானங்களுக்கும் இதர இந்தியர்களுக்கும் பிரதிநிதித்துவம் வகிக்கும் ஒரு "யுத்த ஆலோசனை கவுன்ஸிலே" நியமிப்பது.

இந்தப் பதில் திருப்தியளிக்காத காரணத்தால், 1940 அக்டோபரில், காந்தி தலைமையில் தனிநபர் சத்தியாக்கிரக இயக்கத்தை ஆரம்பிக்கப்பட்டது.

ஏகாதிபத்தியத்துடன் தீர்மானமான போராட்டம் நடத்தவேண்டுமென்று நிர்ப்பந்தப்படுத்திய சக்திகள் வளர்ச்சியடைந்து கொண்டிருந்தன. தொழிலாளிவர்க்க, விவசாயி இயக்கங்கள் மீதும் தீவிர தேசியவாதிகள் மீதும் 1939-40 லிருந்தே அரசாங்கம் நடத்திய மூர்க்கத்தனமான தாக்குதலில் இந்த வளர்ச்சி பிரதிபலித்தது; நாற்புறமும் தளையிடப்பட்ட குறுகிய தன்மையையுடைய காந்தியின் தனிநபர் சத்தியாக்கிரக இயக்கமும் இந்த வளர்ச்சியை பிரதிபலித்தது. காந்தி தலைமையில் நடந்த போராட்டம் சுதந்திரத்தை நோக்கமாகக் கொண்டதல்ல. பேச்சுரிமையை ஸ்தாபிக்கும் அடையாள பூர்வமான சத்தியாக்கிரகம்! சத்தியாகிரகிகளின் ஜாப்தா அவருக்கு அனுப்பப்பட வேண்டும். அவர் பரிசோதித்து, மாற்றை உரைத்துப்பார்த்து, அனுமதியளிக்கவேண்டும். அவருடைய அங்கீகாரம் பெற்ற நபர்கள், தங்களுடைய அடையாள பூர்வமான யுதத எதிர்ப்பை எங்கு நடத்தப்போகிறோமென்று முன்னரே போலீஸுக்கு செய்தியனுப்பிவிடவேண்டும். அப்படியிருந்தும், பிந்திய மாதங்களில் ஏராளமான பேர் கைது செய்யப்பட்டு சிறையிலடைக்கப்பட்டனர். (1941 மே 24 வரையில், ஐக்கிய மாகாணத்தில் மாத்திரம் 12,000 பேர் என்பது அதிகாரிகளின் கணக்கு; அகில இந்தியாவிலும், 22 மத்திய சட்டசபை அங்கத்தினர்கள், 31 மாஜி மந்திரிகள், 398 மாகாண சட்டசபை அங்கத்தினர்கள் உட்பட இருபதாயிரம் பேர் என்பது உத்தேசக் கணக்கு.)

இத்தகைய ஸ்தம்பிப்பான நிலைமையில்தான், 1941-ம் வருஷ பிற்பகுதியில், ஜெர்மனி சோவியத் யூனியன் மீது தாக்கியது; பிரிட்டிஷ்-அமெரிக்க ஒப்பந்தம் ஏற்பட்டது; தூரகிழக்கில் ஜப்பான் யுத்தம் தொடுத்தது; பிரிட்டிஷ்-சோவியத் ஒப்பந்தம், பிரிட்டன், அமெரிக்கா, சோவியத் யூனியன், சீனா ஆகிய நான்கு வல்லரசுகளின் தலைமையில் ஐக்கிய நாடுகளின் கூட்டணியாக உருவெடுத்தது; இவற்றின் விளைவாக, யுத்தத்தின் தன்மையில் மிகப் பெரிய மாறுதல் உண்டாயிற்று.

யுத்தத்தின் தன்மையில் ஏற்பட்ட மாறுதலையும், இந்தியாவுக்கு அதன் முக்கியத்துவம் என்ன என்பதையும் இந்திய தேசிய அபிப்பிராயம் சடுதியில் உணர்ந்தது. "ரஷ்யா, பிரிட்டன், அமெரிக்கா, சீனா ஆகிய தேசங்கள் பிரதிநிதித்துவப்படுத்தும் கோஷ்டியில் உலகத்தின் முற்போக்கு சக்திகள் இப்பொழுது ஒன்று திரண்டிருக்கின்றன" என்று ஜவஹர்லால் நேரு, 1941 டிசம்பரில் கூறினார்.

யுத்தத்தின் தன்மையிலேற்பட்ட மாறுதலைக் குறித்து, தேசிய இயக்கத்தின் சகல பகுதிகளும் உடனடியாக இத்தகைய நிர்ணயமான போக்கை அனுஷ்டிக்கவில்லை. சில பகுதிகள் அப்பொழுதும் காந்தியின் 'அஹிம்சா ரீதியான' கொள்கையை பின்பற்றின; பிரிட்டிஷ் ஏகாதிபத்தியத்துடன் எவ்விதத்திலும் ஒத்துழைப்பதைக் குறித்து மற்றவர்கள் சந்தேகித்தனர். ஆனால் தேசிய இயக்கத்தில் பிரதானமான பொறுப்புள்ள தலைமை, காங்கிரஸ் அக்கிராசனர் மௌலானா ஆஸாத், ஜவஹர்லால் நேரு ஆகியோரடங்கிய பகுதி, மெஜாரிட்டியின் ஆதரவுடன், ஐக்கிய நாடுகளின் சமபங்காளியென்ற முறையில் ஒத்துழைப்பதற்கு வகை தேடினார்கள். இந்த சக்திகளுடன் சமரச உடன்பாட்டைக் காணமுயற்சிப்பது பிரிட்டனுடைய நலன்களுக்கும் ஐக்கிய நாடுகளின் நலன்களுக்கும் உகந்ததென்பது தெளிவு. இவ்வாறாக, புதிய நிலைமையில் புதிய வேகத்துடன் நடந்துகொள்வதற்கு தயாராயிருந்தால், 1941-ம் வருஷ பிற்பகுதியில் பிரிட்டிஷ் சர்க்காரை எதிர்நோக்கிய நிலைமை சாதகமான நிலைமையாகயிருந்தது.

பிரிட்டிஷ் சர்க்கார் முதலில் இல்லைப் பாட்டு பாடியது. பிரிட்டிஷ்-அமெரிக்க சர்க்கார்கள், அட்லாண்டிக் சாஸனத்தை 1941 ஆகஸ்டில் வகுத்து, அதைப் பின்பற்றப் போவதாக வாக்களித்தார்கள். பின்னால் ஐக்கிய நாடுகளைச் சேர்ந்த அனைவரும் ஆதரித்த அந்த அட்லாண்டிக் சாசனம் கூறியது:-

"தாங்கள் எந்த அரசாட்சியின்கீழ் வசிக்கிறார்களோ, அந்த அரசாட்சியின் உருவத்தை நிர்ணயித்துக்கொள்ளும் உரிமை சகல ஜனசமூகங்களுக்கும் இருப்பதை அவர்கள்

அங்கீகரிக்கிறார்கள்; சுயாட்சியும் அரசுரிமைகளும் யார்யாரிடமிருந்து பறிக்கப்பட்டிருக்கிறதோ, அவர்களுக்கு அவை திரும்பக் கிடைக்கவேண்டுமென்று அவர்கள் விரும்புகிறார்கள்."

ஆனால் 1941 செப்டம்பர் 9-ம் தேதி சர்க்காரின் சார்பாக விடுத்த அறிக்கையில் பிரிட்டிஷ் பிரதமர் வின்ஸ்டன் சர்ச்சில், இந்தியா, பர்மா முதலிய பிரிட்டிஷ் சாம்ராஜ்ய நாடுகளுக்கு அட்லாண்டிக் சாசனம் பொருந்தாது என்று குறிப்பிட்டுக் கூறிவிட்டு, பின்வருமாறு விளக்கினார்........

இப்பொழுது நாஜி நுகத்தடியின் கீழுள்ள ஐரோப்பிய ராஜ்யங்களுக்கும் தேசங்களுக்கும் தேசிய வாழ்வும் சுயாட்சியும் அரசுரிமையும் திரும்பக் கிடைக்கவேண்டு மென்பதே அட்லாண்டிக் கூட்டத்தில் எங்கள் மனதில் பிரதானமாக இருந்தது.

இந்தத் திருத்தம் இந்திய தேசிய அபிப்பிராயத்தை ஆத்திரப்படுத்தியது. ஐக்கிய நாடுகளுக்கு விரோதமான போக்குகளைப் பலப்படுத்தியது.

எனினும், 1941 டிசம்பரில் காங்கிரஸ் தலைவர்களை அரசாங்கம் விடுதலை செய்தது. புதிய கண்ணோட்டத்துக்கும் ஒத்துழைப்பை நோக்கி முன்னேறவும் பாதையை வகுக்கும் முதல் நடவடிக்கையாக இது விளங்கியது.

1941-ம் வருஷ டிசம்பர் மாதக் கடைசியில் பர்தோலி தீர்மானம் நிறைவேறியது. (1942 ஜனவரியில் இது ஊர்ஜிதம் செய்யப்பட்டது.) ஐக்கிய நாடுகளுடன் சேர்ந்து, அச்சுநாடுகளை ஆயுதம்கொண்டு எதிர்க்கும் கொள்கையை இந்த தீர்மானம் ஏற்றுக்கொண்டது. தேசிய சர்க்காரின்கீழ் இந்தியாவைத் திரட்டவேண்டுமென்ற ஒரே நிபந்தனையைப் போட்டது. தீர்மானம் கூறியதாவது:-

"இந்தியாவைக் குறித்து பிரிட்டிஷ் கொள்கையில் மாறுதலே இல்லாவிட்டாலும், யுத்தத்தின் போக்கினாலும், அது இந்தியாவை நெருங்கியிருப்பதாலும் எழுந்திருக்கும்

புதிய உலக நிலைமையை கமிட்டி ஆலோசிக்கவேண்டும். ஆக்கிரமிப்புக்குட்பட்டு, விடுதலைக்காக போராடிக் கொண்டிருக்கும் ஜனசமூகங்களிடம் காங்கிரஸ் அனுதாபங்கள் இயல்பாகவே உள்ளது. ஆனால் ஒரு சுதந்திர இந்தியாதான் தேசபாதுகாப்பை தேசிய அடிப்படையில் அமைக்கமுடியும்."

இந்தத் தீர்மானம் நிறைவேற்றப்பட்டவுடன், அஹிம்சை புறக்கணிக்கப்படுவதற்கு காந்தி சம்மதிக்காததால், காந்தி காங்கிரஸ் தலைமையிலிருந்து விலகிக்கொண்டார்.

டைம்ஸ் ஆப் இந்தியா தீர்மானத்தைப் பற்றி எழுதியதாவது:-

"பிரிட்டிஷ் சர்க்காருடன் சமரசம் ஏற்படுவதற்கு தீர்மானம் வகை செய்கிறது. இந்த மதிப்பிடுதற்கரிய யோசனைக்கு நல்ல முறையில் பதில் அளிக்கப்படுமென நான் நம்புகிறேன்.

பாதை திறந்துவிட்டது. பிரிட்டரின் குறைந்தபட்ச ராஜதந்திரம் தேவை.

இந்த சாதகமான நிலைமைக்கு 1942 பிப்ரவரியில் இந்தியாவுக்கு விஜயம் செய்த ஜெனரலிஸ்மோ சியாங்கே ஷேக்கின் அறிக்கை மேலும் உதவியது. இந்தியாவுக்கும் பிரிட்டனுக்கும் அவர் பகிரங்க வேண்டுகோள் விடுத்தார். "ஆக்கிரமிப்பு முகாமையும் ஆக்கிரமிப்பு எதிர்ப்பு முகாமையும்" தவிர, வேறு "நடுவாந்திரமான பாதை" இல்லையென்று இந்தியர்களிடம் வற்புறுத்தினார். யுத்தத்தில் பூரணபலத்துடன் ஈடுபடும் பொருட்டு, இந்திய மக்களுக்கு "எவ்வளவு சீக்கிரத்தில் சாத்தியமோ, அவ்வளவு சீக்கிரத்தில் உண்மையான அரசியல் அதிகாரத்தை" வழங்குமாறு பிரிட்டனை மன்றாடிக் கேட்டுக்கொண்டார். உண்மையான அரசியல் அதிகாரம் "யுத்த பிற்காலத்தில் வழங்கப்பட வேண்டு மென்பதல்ல சியாங் கோரிக்கை; உடனடியாக, யுத்த நடவடிக்கையாக, அரசியல் அதிகாரத்தை அளிக்க வேண்டும்; இந்திய மக்கள் யுத்தத்தில் கூடுதலான சக்தியுடன் கலந்துகொள்வதற்காக அரசியல் அதிகாரத்தை அளிக்க வேண்டும்-இதுதான் சியாங் கோரிக்கை. இந்த கருத்து இந்திய தேசிய இயக்கத்தின் கருத்துக்கும் ஒத்திருந்தது.

அதைப்போலவே, 1942 பிப்ரவரியில், ஆஸ்திரேலியாவின் வெளிநாட்டு மந்திரி டாக்டர் எவாட் ஆஸ்திரேலிய பார்லிமெண்டில் பேசுகையில், இதே கருத்தை வலியுறுத்தினார். யுத்தத்தில் இந்தியா பூரண பலத்துடன் கலந்துகொள்வதற்காக, உடனடியாக, யுத்த காலத்திலேயே இந்தியாவுக்கு சுயாட்சி அளிக்கவேண்டுமென்றார்:-

"சுயாட்சி செலுத்தும் தேசங்களில் ஒன்றாகப் பரிணமித்து, சுயாட்சி புரியும் தேசம் என்ற முறையில் ஆசியாவில் ஐக்கிய நாடுகளின் லட்சியத்தை பாதுகாப்பதில் பங்கெடுக்கவேண்டுமென்ற இந்திய மக்களின் அபிலாஷைகளுக்கு நாம் நமது அனுதாபங்களை தெரிவிக்கிறோம்."

1942 பிப்ரவரி மாதம் 22-ம் தேதி, ஜனாதிபதி ரூஸ்வெல்ட், அட்லாண்டிக் சாசனம் "உலகம் முழுவதற்கும்" பொருந்துமென்று தெள்ளத்தெளிவாகக் கூறினார். (மேலே எடுத்தாளப்பட்ட சர்ச்சில் அறிக்கைக்கு மறைமுகமான மறுப்பு இது):-

"அட்லாண்டிக் சாசனம் அட்லாண்டிக் மகாசமுத்திரத்தின் கரையோரத்திலுள்ள பாகங்களுக்கு மாத்திரம் பொருந்தாது; உலகம் முழுவதும் அனுஷ்டிக்கப்படவேண்டும்."

இந்த ரேடியோ பிரசங்கத்துடன், ஜனாதிபதி ரூஸ்வெல்ட் இந்திய சுதந்திரத்தை ஆதரித்து பிரிட்டிஷ் சர்க்காரிடம் நேரடியாக வற்புறுத்தினார். அமெரிக்க சர்க்காரின் மாஜி காரியதரிசி, ஸம்னர் வெல்ஸ் இந்த உண்மையை 1946-ல் வெளிப்படுத்தினார்:-

'1942-ல், ஜப்பானிய ஆபத்து உச்சநிலையையடைந்தபொழுது, இந்தியாவின் கொந்தளிப்பு தீவிரமாயிருந்தபோது, இந்திய சுதந்திரத்தை இனி தாமதப்படுத்தமுடியாதென்றும், அமெரிக்க சமஷ்டி ராஜாங்க சட்டத்தின் ஷரத்துக்களையொட்டி, ஒரு தேசிய அரசியல் சட்டத்தை வகுப்பதற்கு இந்திய தலைவர்களுக்கு சந்தர்ப்பம் அளிக்கவேண்டுமென்றும் ஒப்புக்கொள்ளும்படி சர்ச்சிலை ஜனாதிபதி ரூஸ்வெல்ட் வற்புறுத்தினார். இத்தகைய இடைக்கால சர்க்கார் ஸ்தாபிக்கப்பட்டால், இந்திய தலைவர்களை, கூட்டாக வேலை செய்வதற்கு அது ஊக்குவித்திருக்கு

மென்றும், இந்திய மக்களுடைய விசேஷ தேவைகளுக்கு தகுதியான நிரந்தர அரசியல் அமைப்பு எப்படியிருக்க வேண்டுமென்று நடைமுறை அனுபவத்திலிருந்து கற்றுக் கொள்ள இந்திய தலைவர்களுக்கு சந்தர்ப்பம் அளித்திருக்கு மென்றும் ரூஸ்வெல்ட் நம்பினார். அச்சமயத்தில், அநேகமாக, இத்தகைய பரிகாரம் இந்திய தலைவர்களால் ஏற்றுக்கொள்ளப் பட்டிருக்கலாம். அதே மாதிரியான திட்டத்தை இப்பொழுது அளித்திருக்கும் நிகழ்கால பிரிட்டிஷ் சர்க்கார், நான்கு வருஷங்களுக்குமுன் இத்திட்டத்தைப் பற்றி யோசனை செய்வதற்கும் ஆத்திரத்துடன் மறுத்த சர்ச்சில் செயலைக் குறித்து வருந்தலாம்.”

ஸம்னர்வெல்ஸ், 1946 ஜூன், ‘கிரஸ்டியன் ஸயன்ஸ் மானீடர்’ என்ற பத்திரிகையில்.)

இந்த அமெரிக்க-ஆஸ்திரேலிய-சீன நிர்ப்பந்தத்தின் தன்மையை உணர்வது அவசியம். இந்திய தேசியக் கோரிக்கையின் சுற்றுணர்ச்சியை புரிந்துகொள்வதற்கும், இந்த நிர்ப்பந்தம் கொண்டுவரப்பட்ட பின்னரும் பொறுப்பு வாய்ந்த தேசிய சர்க்கார் யுத்த காலத்தில் ஸ்தாபிக்கப்படுவதை நிராகரித்த பிரிட்டிஷ் கொள்கை நேசநாடுகளிடையே எவ்வளவுதூரம் தனிமைப்படுத்தப்பட்டதென்பதையும் புரிந்துகொள்ள இது அவசியம்.

ஆக, 1942-ம் வருஷ வசந்தகாலத்தில், ஒரு சாதகமான நிலைமை சிருஷ்டிக்கப்பட்டிருந்தது. அடுத்த நடவடிக்கையை பிரிட்டன் எடுக்கவேண்டும். இப்பொழுதும், பிரிட்டிஷ் அதிகாரிகள் வட்டாரங்களில் எதிர்ப்பும் தயக்கமும் இருந்தால், மார்ச் மாதத்தில், ஜப்பானியர், ரங்கூனை கைப்பற்றியதன் மூலம் தேவையான உத்வேகத்தை அளிப்பதற்கு உதவினார்கள்.

மார்ச் மாதம் எட்டாம் தேதி ரங்கூன் வீழ்ந்தது.

மார்ச் மாதம் 11-ம் தேதி, க்ரிப்ஸ் மிஷன் இந்தியாவுக்கு போகும் செய்தி அறிவிக்கப்பட்டது.

யுத்தகாலத்தில், இந்தோ-பிரிட்டிஷ் உறவுகளின் நெருக்கடியான கட்டத்தில் இந்தியாவுக்கு க்ரிப்ஸ் மிஷன் சென்றது. பிரிட்டிஷ் யுத்த மந்திரிசபை திட்டம் வகுத்த ஸர் ஸ்டாபோர்ட் கிரிப்ஸிடம் இந்திய தலைவர்களுடன் சமரசத்துக்கு அடிப்படையாக விவாதிக்கும்பொருட்டு அனுப்பப்பட்ட திட்டம்-இதற்கே க்ரிப்ஸ் திட்டமென்று பெயர்-இருபகுதிகளடங்கியது:-

1. யுத்த பிற்காலத்துக்கான யோசனைகள்

அ. "இஷ்டப்பட்டால் பிரிட்டிஷ் காமன் வெல்த்தி லிருந்து பிரிந்து போகும் உரிமையைப் பெற்ற புதிய இந்திய யூனியனுக்கு" டொமினியன் அந்தஸ்து.

ஆ. இந்தியாவுக்கு ஒரு புதிய அரசியலை வகுப்பதற்காக, யுத்தம் முடிந்தவுடனே, ஒரு "அரசியல் ஆக்க ஸ்தாபனத்தை" அமைப்பது. இதில் ஒரு பகுதி யுத்தம் முடிந்தபின், வீதாச்சார பிரதிநிதித்துவ அடிப்படையில், மாகாண சட்டசபைகளின் அங்கத்தினர்களால் தேர்ந்தெடுக்கப்படுவார்கள். இன்னொரு பகுதி, தங்கள் சமஸ்தானங்களுடைய ஜனத்தொகைக்கு தக்கபடி, சமஸ்தானாதிபதிகளால் நியமிக்கப்படுவார்கள்.

இ. பிரிட்டிஷ் இந்தியாவில் எந்த மாகாணத்துக்கும் அல்லது எந்த சுதேசி சமஸ்தானத்துக்கும் யூனியனுக்கு வெளியேயிருக்கும் உரிமை உண்டு. தற்கால அடிப்படையிலே நீடிக்கவோ, சம உரிமைகளுடன் கூடிய தனி டொமினியனாக விளங்குவதற்கான புதிய அரசியலை வகுத்துக்கொள்ளவோ யூனியனில் சேராத மாகாணம் அல்லது சமஸ்தானத்துக்கு உரிமையுண்டு.

ஈ. தேசிய இன மைனாரிட்டிகளுக்கும் மத மைனாரிட்டி களுக்கும் பாதுகாப்பு அளிக்க மாட்சிமை தங்கிய மன்னர் சர்க்கார் அளித்திருக்கும் வாக்குறுதிகளுக்கிணங்க ஏற்பாடு செய்யும் பொருட்டு", பிரிட்டனுக்கும் "அரசியல் இயக்க ஸ்தாபனத்துக்கும்" ஒப்பந்தம் ஏற்படவேண்டும்.

2. யுத்தகால உடனடி திட்டம்

அதிகாரம் பிரிட்டனிடமே இருக்கும்; இந்திய பிரதிநிதிகள் ஆலோசனையளித்து ஒத்துழைக்கலாம்.

அதிகாரங்கள் உடைய யுத்தகால தேசிய சர்க்கார் கோரிக்கையை மறுக்கும் கடைசி அம்சமே யோசனைகளின் கேந்திரமாக பாகம்; சம்பாஷணைகளின் முறிவுக்கு அதுவே காரணம்.

க்ரிப்ஸ் திட்டம் புதிய சகாப்தகரமான திட்டமென்று சாதுரியமாக பத்திரிகைகளில் விளம்பரப்படுத்தப்பட்ட போதிலும், கொள்கையில் அடிப்படையான மாறுதலெதையும் அது பிரதிநிதித்துவப்படுத்தவில்லை; சகல இந்திய அபிப்பிராயங்களாலும் நிராகரிக்கப்பட்ட 1940-ம் வருஷத்திய வைஸ்ராயின் ஆகஸ்ட் திட்டத்தையே அது மீண்டும் பரிமாறுகிறது. க்ரிப்ஸ் மிஷனுடன் கூடவந்த பேராசிரியர் கூப்லந்துகூட இதை ஒப்புக்கொள்கிறார்:-

"நகல் பிரகடனம் (திட்டம் மொர்) ஒரு தீவிரமான கொள்கை மாறுதலை பிரதிநிதித்துவப்படுத்தவில்லை........ உண்மையில் அடிப்படையான கொள்கையில், நகல் பிரகடனம் ஆகஸ்ட் திட்டத்துக்கு அப்பால் போகவில்லை."

(கூப்லாந்து, "க்ரிப்ஸ் மிஷன்" 1942)

மேலும் அவர் எழுதுவதாவது:-

"யுத்த காலத்தில் அரசியல் அமைப்பில் அவ்விதமான பெரிய மாறுதலும் ஏற்படுவதை நகல் பிரகடனம் மறைமுகமாக நிராகரித்துவிட்டது."

சம்பாஷணைகளில், சமரசமேற்பட வேண்டுமென்பதற்காக, காங்கிரஸ் ஏராளமான சலுகைகளை அளித்தது. உண்மையான பொறுப்பும் அதிகாரங்களும் இந்திய பிரதிநிதிகளுக்கு அளிக்கப்பட்டால், பிரிட்டிஷ் வைஸ்ராயின் கீழ் வேலை செய்யக்கூட ஒப்புக்கொண்டார்கள்; ராணுவ நடவடிக்கைகளுக்கு பிரிட்டிஷ் சேனாதிபதியை தலைமை வகித்து நடத்துவதை ஒப்புக்கொண்டதுடன் அந்தப் பிரிட்டிஷ் சேனாதிபதியை தேசிய சர்க்காரின் மந்திரி சபையில் அங்கத்தினராக எடுத்துக்கொள்ளவும் சம்மதித்தார்கள்.

ஒன்றும் பயனில்லை. பிரிட்டிஷ் அதிகாரம் சர்வாதிகாரம் செலுத்தவேண்டுமென்றும் இந்திய பாதுகாப்பு மந்திரி,

அதிகப்பட்சமாக, ராணுவ சிற்றுண்டி சாலைகளை பார்வையிடலாமென்றும் அவர்களிடம் கூறப்பட்டது. வேறுபாட்டை குறுக்குவதற்கு காங்கிரஸ் தலைவர்கள் பேச்சுவார்த்தை நடத்தியபோது, "வேண்டுமானால் அப்படியே ஒப்புக்கொள்; இல்லாவிட்டால் நிராகரித்து விட்டுப்போ" என்று அவர்களிடம் கூறப்பட்டது. சம்பாஷணை நடத்தி சமரசம் செய்துகொள்வதற்கு உண்மையான நோக்கயில்லையென்றும் எதிர்கால மோதுதலுக்கு பாதையை வகுப்பதே நோக்கமென்றும் எண்ணும்படி நடந்துகொண்டார்கள்.

பேச்சுவார்த்தைகள் நடந்துகொண்டிருக்கும்போதே, ஏப்ரல் மாதம் ஏழாம் தேதி, ஹாலிபாக்ஸ் செய்த துரதிஷ்டவசமான பிரசங்கம் இந்த அபிப்பிராயத்தை பலப்படுத்தியது. டெல்லி சம்பாஷணைகள் முறிந்துவிடலாமென்றும் அப்படியானால் பிரிட்டன் அதிகாரத்தை தன்னந்தனியாக பாதுகாக்குமென்றும் இந்தியாவில் நடக்கும் பிரிட்டிஷ் ஆட்சியை எதிர்காலத்தில் கண்டிப்பவர்களுக்கு தக்க பதிலை அளிப்பதற்கு க்ரிப்ஸ் கமிஷன் உதவுமென்றும் அந்த பிரசங்கத்தில் ஹாலிபாக்ஸ் கூறினார்.

இந்திய அபிப்பிராயம் முழுவதும், மிதவாத அபிப்பிராயமும்கூட, க்ரிப்ஸ் திட்டத்தை எதிர்த்தது. காங்கிரஸ் மாத்திரமல்ல, ஒவ்வொரு முக்கியமான இந்திய ஸ்தாபனமும் க்ரிப்ஸ் திட்டத்தை நிராகரித்தது.

க்ரிப்ஸ் திட்டம் தோல்வியடைந்ததைக் குறித்து ஸ்டேட்ஸ்மன் பின்வருமாறு தீர்ப்பளித்தது:-

"இந்திய காரியஃலாயமும் இந்திய சர்க்காரும் திட்டங்களை தயாரிக்கும் வரையில், எந்தத் தூதரும் வெற்றியடைய முடியாது. இந்த;த தேசத்தில், ஒவ்வொரு மணியும் அதிகரித்துக் கொண்டிருக்கும் ஆபத்தை சமாளிக்க ஒரு முயற்சியும் எடுக்கப்படமாட்டாது......"

"இந்திய காரியாலயத்தையும் இந்திய சர்க்காரின் அதிகாரிகள் பகுதியையுமே பழிசேரும்."

4. ஆகஸ்ட் தீர்மானமும் அதன் பின்னரும் (1942-45)

க்ரிப்ஸ் சம்பாஷணைகள் முறிந்ததைத் தொடர்ந்து அரசியல் நிலைமை துரிதமாகக் குன்றியது.

வேறொன்றும் செய்யமுடியாதென்று பிரிட்டிஷ் சர்க்கார் அறிவித்தது இந்திய தேசிய இயக்கத்தை தூஷித்து ஒரு இயக்கத்தைத் தொடுத்தது. காங்கிரஸுக்கு பிரநிதித்துவ அந்தஸ்தே கிடையாது, இந்திய மக்களுடைய அரசியல் வேற்றுமைகளுக்கு விமோசனமே கிடையாது, இந்திய மக்களுக்கு சுயாட்சி செலுத்தும் திறமையில்லை முதலிய புளித்துப்போன வாதங்களை உலக அபிப்பிராயத்துக்கு முன் ருசுப்பிக்க முயன்றது.

ஒத்துழைக்கவேண்டுமென்ற தன் ஆவல் கைகூடாமல் போகவே, தேசிய காங்கிரஸ் சோர்வுற்றது. தயக்கமும் கருத்து வேற்றுமையும் கொஞ்சகாலம் மலிந்திருந்தது. அதன்பின், தேசியக் கோரிக்கையைப் பெற ஒத்துழையாமையைக் கருவியாக உபயோகிக்கும் கொள்கையை நோக்கி சாய்வு மட்டத்தில் சடசடவென்று சரிந்தது.

இந்திய தேசியக் கோரிக்கையை பிரிட்டன் நிராகரித்து விட்டபோதிலும், இன்னும் நிர்ணயமான கொள்கையை அனுஷ்டிக்கவேண்டுமென்று சென்னை மாகாண மாஜி பிரதமர் ஸி. ராஜகோபாலாச்சாரியர் பிரதிநிதித்துவப் படுத்திய ஒரு காங்கிரஸ் பகுதி வற்புறுத்தியது. அந்த அபாயகரமான தருணத்தில், ஜப்பானுக்கு எதிராக ஐக்கிய தேசிய எதிர்ப்பைத் திரட்டுவதற்காக, முஸ்லிம் மெஜாரிட்டி பிரதேசங்களுக்கு சுயநிர்ணய உரிமை அளிப்பதின் அடிப்படையில் முஸ்லிம் லீகுடனும் இதர ஸ்தாபனங் களுடனும் ஒரு உடன்பாட்டுக்கு வந்து, தேசிய முன்னணியை சிருஷ்டிக்க முயலவேண்டுமென்று அவர் யோசனை கூறினார். மே மாதத்தில் கூடிய அகில இந்திய காங்கிரஸ் கமிட்டி கூட்டத்தில் ஒரு பொதுவான அடிப்படையைக் காணும் பொருட்டு முஸ்லிம் லீகுடன் பேச்சுவார்த்தை நடத்துவதற்கு காங்கிரஸ் ஒரு தூதுகோஷ்டியை நியமிக்கத் தயாராயிருக்கு மென்று மௌலானா ஆசாத் கூறியபோதிலும்,

ராஜகோபாலாச்சாரியின் யோசனை தோற்கடிக்கப்பட்டது. அதை ஆதரித்து, 15 வோட்டுகளும் எதிர்த்து 120 வோட்டுகளும் பதிவாயின; தன் கொள்கையைத் தொடர்ந்து வற்புறுத்தும் பொருட்டு ராஜகோபாலாச்சாரியார் காங்கிரஸிலிருந்து ராஜினாமா செய்தார்.

1941 டிசம்பரிலிருந்து தலைமைப் பதவியிலிருந்து ஒதுக்கப்பட்டிருந்த காந்தியிடம் காங்கிரஸ் நேரடியான தலைமை திரும்பியது. காந்தி தனது பாஸிபிஸ்ட் கொள்கையை பிரச்சாரம் செய்துகொண்டிருந்தார்:-

1. ஜப்பானைஅகிம்சாரீதியில் எதிர்ப்பது.

2. பிரிட்டிஷ் அதிகாரிகளுடன் ஒத்துழையாமை.

3. பாஸிஸத்தை எதிர்க்கும் ஐக்கிய நாடுகளின் லட்சியத்துக்கு தார்மீக அனுதாபம்.

4. யுத்தம் இந்தியாவை ஈடுபடுத்தாமலிருக்க பிரயத்தனம் செய்தல், ஆயுதம் தாங்கி எதிர்க்கவேண்டும், ஆக்கிரமிப்பாளன் பிடித்துவிடக்கூடிய பிரதேசத்தில் "பொட்டல் கொள்கை"யை அனுஷ்டிக்கவேண்டும், ஆக்கிரமிக்கப்பட்ட பாகங்களில் கொரில்லா படைகளைத் திரட்டவேண்டும் ஆகிய கொள்கைகளுக்கு-நேரு இவற்றை வற்புறுத்தினார்-எதிர்ப்பு. காங்கிரஸ் காந்தியின் பாஸிபிஸத்தை ஏற்றுக்கொள்ளவில்லை. ஆனால் இந்திய சுதந்திரத்தைப் பெறுவதற்கும், அதன்மூலம் உருவான இந்திய பாதுகாப்பை சாத்தியமாக்குவதற்கும் ஒத்துழையாமை ஒன்றுதான் எஞ்சியுள்ள ஆயுதமென்று காங்கிரஸ் கருதத் தொடங்கியது. ஜுன் மாதத்தின் காந்தி, நேரு ஆஸாத் ஆகிய மூவருக்குமிடையே நடந்த சம்பாஷணைகளில் ஒரு உடன்பாடு ஏற்பட்டது. ஜுலை மாதம் 14-ம் தேதி காரியக்கமிட்டி நிறைவேற்றிய ஒத்துழையாமை தீர்மானத்தில் இது பிரதிபலித்தது. இவ்வாறாக ஜப்பானியத் தாக்குதல் பயமுறுத்திக்கொண்டிருக்கும் தருணத்தில், அக்கறையும் சிரத்தையுமுள்ள பாஸிஸ்ட் எதிர்ப்புத் தலைவர்கள், ஐக்கிய நாடுகளுடன் ஒத்துழைக்க வேண்டுமென்று வற்புறுத்திய தலைவர்கள், காந்தியையும்

அவருடைய அபாயகரமான ஒத்துழையாமை இயக்கத் திட்ட யோசனையையும் பின்பற்றலாயினர்.

அச்சுநாடுகளின் பிரச்சாரம் பூரித்தது; காங்கிரஸை ஆரவாரத்துடன் கொண்டாடியது. அச்சுநாடுகளின் ஆதரவில் பிரச்சாரம் செய்துகொண்டிருந்த சுபாஷ்சந்திர போஸின் சிஷ்யர்களுக்கு ஊடுருவுவதற்கு சாதகமான சந்தர்ப்பம் கிடைத்தது. காங்கிரஸே இதை நடுக்கத்துடன் கவனித்திருக்கிறது. ("இந்த மனச்சோர்வினால், பிரிட்டனையும் எதிர்க்கும் மனக்கசப்பு துரிதமாகவும், விஸ்தாரமாகவும் வளர்ந்துள்ளது. ஜப்பானிய ராணுவத்தின் வெற்றியைக் கண்டு திருப்தியடைவதும், அதிகரித்துக்கொண்டிருக்கிறது. இந்த சம்பவப் போக்கைக் கண்டு காரியக் கமிட்டி கவலை கொள்கிறது"-காங்கிரஸ் காரியக்கமிட்டியின் ஜூலை 14-ம் தேதி தீர்மானம்.)

பிரிட்டிஷ் அதிகார வட்டாரங்களின் பிற்போக்கான பிரச்சாரமும் காங்கிரஸ் மீது கரி பூசுவதற்கு புதிய சந்தர்ப்பத்தைப் பயன்படுத்திக்கொண்டன. நேரு, ஆஸாத் போன்ற பிரதான பாஸிஸ்ட் எதிர்ப்புத் தலைவர்கள் ஐக்கிய நாடுகளுடன் ஒத்துழைக்கவேண்டுமென்று மன்றாடுபவர்களை, காந்தியையும் அவருடைய ஒத்துழையாமையையும் ஒப்புக்கொள்ளும்படி செய்த தங்களுடைய கொள்கையின் சூன்யத்தையும் கையாலாகாத் தனத்தையும் பிரிட்டிஷ் அதிகாரவட்டாரங்கள் அங்கீகரிக்கவில்லை; அதற்கு மாறாக இந்த விளைவு, (பாஸிஸ்ட் எதிர்ப்புத் தலைவர்கள் ஒத்துழையாமைப் பாதையில் சரணடைந்தது) அதிகாரபூர்வமான கொள்கையையே சரியென்று எடுத்துக்காட்டும் வெற்றியாக பாவிக்கப்பட்டது. தேசிய இயக்கம் முழுவதும் பகைவனுக்குச் சரணடைய விரும்புகிறது, ஜப்பானுடன் சமாதானம் செய்துகொள்ள விரும்புகிறது;. என்றெல்லாம் அவதூறு கூறுவதற்காக, எதிரியை திருப்தி செய்யவேண்டுமென்றும், பாஸிஸத்தைக் குறித்தும் காந்தி பேசிய பேச்சுகள், எழுதிய கட்டுரைகள் எல்லாம் உலகம் முழுவதும் விளம்பரப் படுத்தப்பட்டது. காந்தியின் பகிரங்க கட்டுரைகள் மூலம் முன்னமே நமக்குப் பிரபலப்பட்டிருக்கும் உண்மைகளை அம்பலப்படுத்துவதற்காக ஒரு போலீஸ் படையெடுப்பால் பிடிபட்ட தஸ்தாவேஜிகளை திடுதிப்பென்று பிரசுரித்தார்கள்;

அது எதிர்கால மோதுதலுக்கு அரசாங்கம் ஆயத்தமாகும் முறைக்கு ஒரு உதாரணம்.

காங்கிரஸின் 'ஜெனரலிஸமோ'வாக (அந்தப் பட்டம் அவருக்களிக்கப்பட்டது) காந்தி மீண்டும் பொறுப்பேற்றுக் கொண்டதால், இந்திய தேசிய இயக்கத்துக்கு ஒரு சுமை ஏற்பட்டதென்பதில் சந்தேகமில்லை. உலக அபிப்பிராயத்தின் கண்ணெதிரே, அது இந்திய தேசிய இயக்கத்துக்கு கேட்டை விளைவித்தது; ஏனென்றால் காந்தியின் பாஸிபிஸ்ட் கருத்துக்களை இந்திய தேசியத்தின் கருத்துக்களென்று எண்ணி உலக அபிப்பிராயம் குழப்பத்துக்கு இரையானதைத் தவிர்க்க முடியவில்லை. ஆனால் அகிம்ஸையையும் எதிரியைத் திருப்திப்படுத்த வேண்டுமென்ற கொள்கையையும் குறித்து, காந்தியின் அபிப்பிராயத்தை ஒவ்வொரு அதிகாரபூர்வமான காங்கிரஸ் அறிக்கையும் தீர்மானமும் பட்டவர்த்தனமாக நிராகரித்ததென்பதைக் குறிப்பிடுவது நேர்மையாகும்.

காங்கிரஸின் ஒத்துழையாமை தீர்மானம் ஜுலையில் வெளியிடப்பட்டது. திருத்தப்பட்ட ரூபத்தில் ஆகஸ்ட் மாதம் எட்டாம் தேதி அகில இந்திய காங்கிரஸ் கமிட்டியில் அங்கீகரிக்கப்பட்டது. (இந்திய கம்யூனிஸ்ட் கட்சியின் தலைமையில் 13 அங்கத்தினர்கள் இந்தத் தீர்மானத்தை எதிர்த்து வாக்களித்தனர். ஜுலை மாதம் 22-ம் தேதி இந்திய கம்யூனிஸ்ட் கட்சியின் மீதிருந்த தடை நீங்கியதானது, அதன் வளர்ந்துகொண்டிருக்கும் செல்வாக்குக்கும் பலத்துக்கும் ஒரு அடையாளம்.)

இந்த ஆகஸ்ட் தீர்மானம் ஐக்கிய நாடுகளுக்கு அனுதாபம் தெரிவித்தது. ஐக்கிய நாடுகளுடன் ஒத்துழைத்து, பாஸிஸத்தை எதிர்த்து, ஆயுதம் தாங்கிய எதிர்ப்பைத் தேசிய சர்க்காரின் கீழ் உருவாக்கும்பொருட்டு, இந்தியாவை சுதந்திரக் கூட்டாளியாக அங்கீகரிக்க வேண்டுமென்று கோரியது.

"ஐக்கிய நாடுகளுடைய லட்சியம் வெற்றியடைவதற்காகவும், இந்தியாவுக்காகவும், இந்தியாவிலுள்ள பிரிட்டிஷ் ஆட்சிக்கு உடனடியாக முற்றுப்புள்ளி வைப்பது அவசர அவசியமாகி விட்டது."

"இந்தியாவின் சுதந்திரம் பிரகடனப்படுத்தப்பட்டவுடன், ஒரு தற்காலிக சர்க்கார் அமைக்கப்படும்; சுதந்திர இந்தியா ஐக்கிய நாடுகளின் பங்காளியாகும்; சுதந்திரத்துக்காக நடக்கும் கூட்டுப் போராட்டத்தின் சோதனைகளிலும் கஷ்ட நஷ்டங்களிலும் ஐக்கிய நாடுகளுடன் பங்குகொள்ளும்."

தேசத்திலுள்ள பிரதான கட்சிகளும் கோஷ்டிகளும் ஒத்துழைப்பதின் பேரிலேயே தற்காலிக சர்க்காரை அமைக்கமுடியும்........ நேசநாடுகளுடன் சேர்ந்து நின்று, சகல ஆயுதம் தாங்கிய சக்திகளுடனும் சகல அகிம்சா சக்திகளுடனும் ஆக்கிரமிப்பை எதிர்ப்பதும், இந்தியாவைப் பாதுகாப்பதும் அந்தத் தற்காலிக சர்க்காரின் கடமையாயிருக்க வேண்டும்...

தங்களுடைய பரஸ்பர அனுகூலத்துக்காகவும், ஆக்கிர மிப்பை எதிர்க்கும் பொதுவான கடமையில் ஒத்துழைப்பதற் காகவும் இந்தச் சுதந்திர தேசங்களின் பிரதிநிதிகள் ஒன்றுகூடிப் பேசுவதன் மூலம் இந்தியாவுக்கும் நேச தேசங்களுக்குமிடைய எதிர்கால உறவுகள் சீரமைக்கப்படும்.......

"ருஷியாவின் பாதுகாப்புக்கோ சீனாவின் பாதுகாப்புக்கோ எவ்விதத்திலும் சங்கடம் விளையக்கூடாதென்று கமிட்டி கருதுகிறது. ஏனெனில் அவைகளின் சுதந்திரம் மதிப்பிடற் கரியது; பாதுகாக்கப்படவேண்டிய பொருள். அதைப் போலவே, ஐக்கிய நாடுகளின் பாதுகாப்பு சக்திக்கு குந்தகம் விளையக்கூடாதென்று கமிட்டி கருதுகிறது."

இதுவரை இந்தியாவிலும், உலகத்திலுமுள்ள சகல ஜனநாயக பாஸிஸ்ட் எதிர்ப்பு அபிப்பிராயங்களின் ஆதரவை தீர்மானம் பெறக்கூடும். ஆனால் கடைசி ஸெக்ஷனில், தேசிய கோரிக்கை மறுக்கப்பட்டால் ஒத்துழையாமை இயக்கத்திலீடுபவதென்று கூறப்பட்டது:-

"உலக சுதந்திரத்தின் நலன்களை முன்னிட்டு, இந்தக் கடைசி நிமிஷத்தில்கூட, ஐக்கிய நாடுகளுக்கும் பிரிட்டனுக்கும் அகில இந்திய காங்கிரஸ் கமிட்டி மீண்டும் இந்த வேண்டுகோளை விடுக்கிறது." ஆனால், தன்னுடைய சொந்த நலன்களுக்காகவும் மனித சமுதாயத்தின் நலன்களுக் காகவும் செயலாற்றுவதைத் தடுத்து, தன்மீது ஆதிக்கம்

செலுத்திவரும் ஏகாதிபத்திய சர்வாதிகார அரசாட்சியை எதிர்த்து, தன் குரலை எழுப்புவதிலிருந்து தேசத்தை இனியும் தடுத்து வைத்திருப்பது நியாயமாகாது என்று கமிட்டி நினைக்கிறது.

ஆகவே இந்தியாவின் விடுதலை உரிமையையும் சுதந்திர உரிமையையும் நிலை நாட்டுவதற்காக, பொதுஜனப் போராட்டம் அங்குரார்ப்பணம் செய்யப்படுவதை அங்கீகரிப்பதென்று கமிட்டி தீர்மானிக்கிறது. கடந்த 22 வருஷகால சாத்வீகப் போராட்டத்தில் தேசம் திரட்டியுள்ள அஹிம்சா பலம் முழுவதையும் பயன்படுத்திக்கொள்ளும் பொருட்டு, இந்தப் போராட்டம் சாத்தியமான அளவுக்கு விரிவானதாயிருக்கவேண்டும்.

"இத்தகைய போராட்டம் காந்திஜியின் தலைமையில்தான் நடக்கவேண்டும் தலைமை தாங்கி எடுக்கவேண்டிய நடவடிக்கைகளில் தேசத்துக்கு வழிகாட்டும்படி கமிட்டி அவரை வேண்டிக்கொள்ளுகிறது."

க்ரிப்ஸ் சம்பாஷணைகள் முறிந்ததைத் தொடர்ந்து ஏற்பட்ட மனச்சோர்வின் விளைவே ஆகஸ்ட் தீர்மானம். ஏப்ரல் மாதம் 18-ம் தேதி பின்வருமாறு நேரு பேசியபோது, இந்த மனச்சோர்வையே எதிரொலித்தார்:

"என்ன செய்வதென்று எனக்குத் தெரியாது. இந்தியா ஒரு பகைவனால் தாக்கப்படும்பொழுது, பிரிட்டன் அமெரிக்கா முதலிய தேசங்கள் கலந்துகொண்டிருக்க நான் ஒன்றும் செய்ய இயலாதவனாயிருக்கிறேனே என்ற எண்ணம் என்னை ஒடுக்க, ஓய்வை வெறுக்கும் உணர்ச்சியால் உந்தப்பட்டு, துரிதமாக நகர்ந்துகொண்டிருக்கிறேன்."

ஆகஸ்ட் தீர்மானத்தைக் குறித்து தீவிர விவாதம் நடந்து வந்திருக்கிறது. இதைக் குறித்து விமர்சனம் செய்வதற்கு முன்னால், பாஸிஸ்ட் எதிர்ப்பு கொள்கையையும் சர்வ தேசிய கொள்கையையும் தொடர்ச்சியாய்த் தழுவி வந்த பகுதிகள் உள்பட, தேசியத் தலைமை முழுவதும் இந்த பாதையை ஒப்புக்கொள்ளும்படி செய்த கொடுமையான சங்கட நிலைமையை புரிந்துகொள்வது அவசியம். சுதந்திர அடிப்படையில் ஒத்துழைப்பைப் பெற அவர்கள் எடுத்த

ஒவ்வொரு முயற்சியும் முறிந்தது: இந்திய மக்களைத் திரட்டி, அவசரமான யுத்த நெருக்கடியில் இந்தியாவின் உருப்படியான பாதுகாப்பை உத்தரவாதம் செய்வதற்கு வேறுவகை வழி எதுவும் எஞ்சி நிற்பதாக அவர்களுக்குத் தெரியவில்லை. ஆகவே, தங்களுடைய விருப்பத்துக்கு விரோதமாக, வேறு வழி காணாமல், ஆகஸ்ட் தீர்மானத்தை ஏற்கும்படி அவர்கள் நிர்ப்பந்திக்கப்பட்டார்கள்.

எனினும், இந்தியாவுக்குள்ளேயே ஏற்பட்ட விளைவுகளையும், உலக ஜனநாயக அபிப்பிராயத்தினிடையே ஏற்பட்ட விளைவுகளையும்கொண்டு நிர்ணயித்தால், ஆகஸ்ட் தீர்மானம் ஒரு விபரீதமான தவறு என்றே தீர்ப்புகூறவேண்டும். அரசியல் ரீதியாகப் பார்த்தால், தீர்மானத்தில் ஒரு சமரசப்படுத்தமுடியாத முரண்பாடு இருந்தது; தீர்மானத்தின் நோக்கத்திலுள்ள குழப்பத்தையே அது பிரதிபலிக்கிறது.

முன்னுரைக்கும் முகவுரைக்கும் இடையேயுள்ள மாறுபாட்டை எவ்வளவு வியாக்கியானம் செய்தாலும் ஐக்கியப்படுத்தமுடியாது. ஒரு புறத்தில், 1941-ம் வருஷத்திலிருந்து யுத்தத்தின் தன்மையில் மாறுதல் ஏற்பட்டிருப்பதை கமிட்டி தீர்மானம் ஏற்றுக்கொள்கிறது. இரு ஏகாதிபத்திய முகாம்களுக்கிடையில் நடக்கும் யுத்தமாக, அந்த யுத்தம் எப்படிப் போனாலும் இந்திய மக்கள் கவலைப்படத் தேவையில்லாததாக, கமிட்டி கருதவில்லை; ஐக்கிய நாடுகள் வெற்றியடைய வேண்டுமென்று இந்தியா கவலைப்படுவதாகத் தீர்மானம் குறிக்கிறது; ஆகவே, ஐக்கிய நாடுகளுடைய லட்சியத்தின் வெற்றி தீர்மானத்தின் மூலநோக்கமாக குறிப்பிடப்படுகிறது; இந்திய "ஐக்கிய நாடுகளின் பங்காளி"யாக வேண்டுமென்று கோரப்படுகிறது. "ரஷ்யாவின் பாதுகாப்புக்கோ சீனாவின் பாதுகாப்புக்கோ எவ்விதத்திலும் சங்கடம் விளையக்கூடா தென்றும்" ஐக்கிய நாடுகளின் பாதுகாப்பு சக்திக்குக் குந்தகம் விளையக்கூடாதென்றும் தனக்குள்ள கவலையை கமிட்டி விசேஷமாக எடுத்துக்காட்டுகிறது. ஆனால் இறுதி முடிவில் வகுக்கப்படும் வேலைத்திட்டம் நிறைவேற்றப் பட்டால், ஐக்கிய நாடுகளில் பெரிய தேசம் ஒன்றில் உள்நாட்டு மோதுதலும் ஸ்தாபன சீர்குலைவும் ஏற்படும்;

அதன் விளைவாக நடைமுறையில், யதார்த்த பலனில், ஐக்கிய நாடுகளில் பாதுகாப்பு சக்திக்கு குந்தகம் ஏற்பட்டு, அச்சு நாடுகளின் வெற்றிக்கு வசதி செய்யும்.

யுத்தத்தின் முதற் பருவத்தில், ஆங்கில.......பிரெஞ்சு ஏகாதிபத்தியத்துக்கும் நாஜி ஜெர்மனிக்குமிடையே நிகழும் யுத்தமாக இருந்தபொழுது, பிரிட்டிஷ் வல்லரசுடன் பிணைக்கப்பட்ட முறையில் யுத்தத்தில் ஈடுபடுத்தப்பட்டதைத் தவிர, இந்தியா நேரடியாக யுத்தத்தில் ஈடுபடாதபொழுது, படையெடுப்பின் பேராபத்தால் இந்தியா நேரடியாக பயமுறுத்தப்படாதபொழுது, எந்த காங்கிரஸ் நடவடிக்கையும் யுத்த முயற்சிக்கு சங்கடம் விளைவிக்கக்கூடாதென்று சர்வ ஜாக்கிரதையாக, ஆயிரம் பல்லாயிரம் கண்களுடைய கண்காணிப்புடன் உஷாராயிருந்தனர். பிரிட்டன் "நியாயமான லட்சியத்துக்காக" போராடிக்கொண்டிருக்கிற தென்றும் அதற்கு "நிபந்தனையில்லாத ஒத்துழைப்பு" அளிக்கவேண்டுமென்றும் 1939-ம் வருஷ செப்டம்பர் மாதம் 5-ந் தேதி காந்தி கூறினார்:-

"ஆகவே, நான் இப்பொழுது இந்தியாவின் விடுதலை குறித்து சிந்தித்துக்கொண்டிருக்கவில்லை. அது (சுதந்திரம்) வரும், ஆனால் பிரிட்டனும் பிரான்ஸூம் வீழ்ச்சியடைந்தால், அந்த சுதந்திரத்துக்கு மதிப்பு எது?"

ஆகவே "ஏகாதிபத்திய நோக்கங்களுக்காக" யுத்தம் நடந்துகொண்டிருப்பதாக காங்கிரஸே கூறிய அந்த காலகட்டத்தில், முன்னேறுவதற்காக தீவிர நடவடிக்கைகளை இந்தியா எடுப்பதற்கு மிகவும் சாதகமான சூழ்நிலையிருந்த அக்காலகட்டத்தில், பொதுஜன இயக்கம் அல்லது பொதுஜன இயக்க சட்டமறுப்பு இயக்கத்தைப்பற்றிய ஒவ்வொரு யோசனையையும், பிரிட்டிஷ் ஏகாதிபத்தியத்தின் யுத்த முயற்சிக்கு சங்கடம் தருமென்று காரணம் காட்டி, கண்டிப்பாக எதிர்க்கப்பட்டது. சங்கடம் விளையக் கூடாதென்பதற்காகவே. அடையாள பூர்வமாக தனிநபர் சத்தியாகிரகமுறை அனுஷ்டிக்கப்பட்டது. "அந்த இயக்கம் அரசாங்கத்தை தீவிரமாக பாதிக்கவில்லை" என்று ஏகாதிபத்திய சரித்திராசிரியர், பேராசிரியர் கூப்லாந்து கூட ஒப்புக்கொண்டிருக்கிறார்.

எனினும், யுத்தத்தின் தன்மை முழுவதும் மாறியபின், காங்கிரஸ் இந்த மாறுதலை ஏற்றுக்கொண்டபின், இந்தியாவின் ஜீவாதாரமான நலன்கள் ரஷ்யா-சீனாவுடைய வெற்றியுடன், ஐக்கிய நாடுகளின் வெற்றியுடன் பின்னிக் கிடப்பதை ஏற்றுக்கொண்டபின், அன்னியப் படையெடுப்பு அபாயம் இந்தியாவை நேரடியாக பயமுறுத்தியபொழுது, 1939-40-ல் அனுமதிக்கப்பட முடியாதென்று தீர்மானிக்கப்பட்ட பொதுஜன எதிர்ப்பு இயக்கத்தை தொடங்குவதற்கு சரியான சமயமென்று கருதப்பட்டது.

அத்தகைய போராட்டம் ஆரம்பிக்கவேண்டுமென்ற தீவிரமான நோக்கமெதுவுமில்லை என்பதும் போராட்டத்துக்காக தலைமை எந்தவிதமான ஆயத்தமும் செய்யவில்லை என்பதும், சமரசம் பேசுவதற்கே போராட்டப் பயமுறுத்தல் செய்யப்பட்டதென்பதும் உண்மையே. தங்களுடைய கொள்கைமீது குறை கூறப்படுவதற்கு தலைமை மீண்டும் மீண்டும் இந்த விதத்தில் பதிலளித்து வந்தது; ஆனால் இந்த வியாக்கியானம் அவர்களுடைய நல்லெண்ணத்துக்கு நற்சாட்சியாகுமேயல்லாமல், பேரறிவுக்கு பிரத்தியட்ச உதாரணமாகாது. ஒரு பெரிய யுத்தத்தின் நடுவே, இத்தகைய கண்மூடித்தனமான, சிறுபிள்ளைத்தனமான கண்ணோட்டத்தை அனுஷ்டிப்பதென்றால், ஏகாதிபத்தியத்தின் தந்திரங்களை புரிந்துகொள்வதிலும் நிலைமையை சீர்தூக்கிப் பார்ப்பதிலும் அது யதார்த்த உலகத்துக்கு வெகுதூரம் அப்பாற்பட்டிருப் பதையே காட்டுகிறது.

ராஜ்ய தந்திரம் என்ற திருஷ்டிகோணத்திலிருந்து பார்த்தாலும், இந்த தீர்மானம் தவறான நிர்ணயிப்பை அடிப்படையாகக் கொண்டதென்பதில் ஐயமில்லை. தன்னுடைய தாக்குதலைத் தொடங்குவதற்கான நொண்டிச் சாக்கு எப்பொழுது கிடைக்குமென்று ஆவலுடன் காத்துக்கொண்டிருந்த ஏகாதிபத்திய பிற்போக்காளர்களுக்கு இத்தீர்மானம், விரும்பிய சந்தர்ப்பத்தையளித்தது. காங்கிரஸை சங்கடமான நிலைமைக்குள்ளாக்கி, இத்தகைய தவறான நடவடிக்கையை எடுக்கும்படிசெய்து, அதை ஒப்புக்கு உபயோகித்துக்கொண்டு அடக்குமுறை தர்பாரை நடத்த வேண்டும் என்பதே, க்ரிப்ஸ் சம்பாஷணைகளின் முறிவுக்குப் பிறகு ஏகாதிபத்தியத்தின் முழுத் தந்திரமாயிருந்தது என்பது

தெளிவு. மறுக்கமுடியாத பாஸிஸ்ட் எதிர்ப்பு பரம்பரையுடன், பாஸிஸத்தை எதிர்த்து உலக மக்கள் நடத்தும் போராட்டத்தில் இந்திய மக்களைத் திரட்ட முயலும் பிரதான அரசியல் சக்தியாக காங்கிரஸ் நிற்கும்வரை, பாஸிஸத்துக்கு உடந்தையாயிருந்த பரம்பரையையுடைய ஏகாதிபத்தியம் இந்திய மக்களைத் திரட்டுவதற்கு குறுக்கே நிற்கும் குட்டு உலக அரங்கத்தில் உடைபட்டுவிட்டதால், ஏகாதிபத்திய தந்திரத்துக்கு பிரதி கூலம் ஏற்பட்டிருந்தது. தீர்மானம் நிறைவேறிய தருணத்திலேயே, ஏகாதிபத்தியம் அந்த சந்தர்ப்பத்தை பயன்படுத்திக்கொண்டது. பாதுகாப்பைப் பிளவுபடுத்த முயற்சிப்பவர்களை எதிர்த்து, இந்தியாவைப் பாதுகாக்கும் பொறுப்பை தான் நிறைவேற்றுவதாக பிரச்சாரம் செய்யவும், இந்திய தேசிய இயக்கம் பாஸிஸத்தையும் பகைவன் ஜப்பானையும் ஆதரிக்கிற தென்றும் ஐக்கிய நாடுகளுடைய மக்களின் யுத்த முயற்சிக்கு உலை வைக்கிறதென்றும் அவதூறு பிரச்சாரம் செய்யவும் இந்த சந்தர்ப்பத்தை உடனுக்குடன் பிரயோஜனப்படுத்திக் கொண்டது. தேசிய இயக்கத்தை அடக்கி நசுக்கும் பிற்போக்கான கொள்கையை அமுல் நடத்த மேற்கண்ட பிரச்சாரத்தை அரசியல் அடிப்படையாகக் கொண்டது.

ஆகவே, ஆகஸ்ட் தீர்மானம் இந்திய சுதந்திரத்தை அடையும் குறுக்கு வழியல்ல; ஏகாதிபத்திய ஆத்திரமூட்டலுக்கு இரையாவதாகும். அத்தீர்மானத்தை நிறைவேற்றியதின் மூலம், ராஜபாட்டையில் போய் ஏகாதிபத்திய வலையில் சிக்கியது காங்கிரஸ். துரதிர்ஷ்டவசமாக, தேசியத் தலைமை யதார்த்த நிலைமையைப்பற்றி பரிபூரண அந்தகாரத்தில் உழன்றது; அதனால்தான், தீர்மானத்தை நிறைவேற்றிய பின், வைஸ்ராயுடன் சமாதானமான பேச்சுவார்த்தைகளை நடத்துவதற்கு தயாராகிக்கொண்டிருந்தனர். அவர்கள் கைதுகளை எதிர்ப்பார்க்கவில்லை; என்ன நடவடிக்கையெடுக்க வேண்டுமென்று திட்டமும் அளிக்கவில்லை.

இந்த விளைவு ஏற்படுமென்று தீர்மானத்தை எதிர்த்த மைனாரிட்டி தொடர்ச்சியாக எச்சரித்துக்கொண்டிருந்தது. 1941 ஜூலை 26-ல் எழுதிய பகிரங்க கடிதத்தில், இந்திய கம்யூனிஸ்ட் கட்சி எழுதியதாவது:-

"நீங்கள் போராட்டம் ஆரம்பித்தால், போராட்டம் தொடங்கியவுடன் நிகழப் போவதென்ன? உங்களையும் ஆயிரக்கணக்கான தீவிர காங்கிரஸ் ஊழியர்களையும் சப்தம் போடாமல் சிறையில் தள்ளுவார்கள். பாஸிஸ்ட் படையெடுப்பாளர்களிடமிருந்து இந்தியாவைப் பாதுகாக்கும் பொருட்டு இந்தத் துரதிர்ஷ்டவசமான கடமையைச் செய்ய வேண்டியிருந்ததென்று பக்தி சிரத்தை கொண்டவர்களைப் போல பிரகடனம் செய்வார்கள்."

துரதிர்ஷ்டவசமாக இந்த எச்சரிக்கைக்குத் தலைமை செவிசாய்க்கவில்லை. கைது செய்யப்பட்டவுடன், தலைமை ஆச்சரியத்திலாழ்ந்தது. கைது செய்யப்பட்டவுடன், 1942 ஆகஸ்ட் 14-ல் வைஸ்ராய்க்கு காந்தி எழுதினார்:-

"நான் பொதுஜன நடவடிக்கை துவக்கும் வரையிலாவது இந்திய அரசாங்கம் காத்திருந்திருக்கவேண்டும். உருப்படியான நடவடிக்கை எதையும் எடுப்பதற்கு முன்னால், உங்களுக்கு கடிதமெழுதுவதாக உத்தேசித்துள்ளேனென்று நான் பகிரங்கமாகக் கூறியிருக்கிறேன்."

தேசிய இயக்கத்தில், இந்திய கம்யூனிஸ்ட் கட்சி பிரதிநிதித்துவப்படுத்தும் பாஸிஸ்ட் எதிர்ப்புத் தொழிலாளி வர்க்கப் பகுதிகள், விடுதலைப்போரை பொறுத்தவரை, யுத்தத்தினால் ஏற்படும் பொறுப்புகளையும் கடமைகளையும் குறித்து உருப்படியான வகையில் செயலாற்றுவதென்ற ஒரு தெளிவான, முரணில்லாத பாதையை ஆரம்பத்திலேயே தேசிய இயக்கத்தின் முன் வைத்தனர். தேசியக் கோரிக்கை யையும் இந்திய பொதுமக்களின் முன்முயற்சியையும் பிரிட்டிஷ் பிற்போக்காளர்கள் பிடிவாதமாக எதிர்த்து வந்தபோதிலும், இது-உருப்படியான முறையில் யுத்தத்தினால் எழும் கடமைகளைக் குறித்து செயலாற்றுவது-எப்படி சாத்தியமென்பதை எடுத்துக்காட்டினார்கள். இந்த அடிப்படையில், அன்றைய நெருக்கடியான நிலைமையில், ஒத்துழையாமை இயக்கத்துக்கு மாற்றுத் திட்டமாக கீழ்க்கண்ட திட்டத்தை முன்வைத்தார்கள்:-

1. பாஸிஸ்ட் எதிர்ப்பு என்ற பொது லட்சியத்தி னடிப்படையில் காங்கிரஸ், முஸ்லிம் லீக் முதலிய சகல

ஸ்தாபனங்களையும் ஒன்றுபடுத்தும் ஐக்கிய தேசிய முன்னணியை கட்டி வளர்ப்பது.

2. சமரசத்துக்காகவும் சகல பகுதிகளுடைய ஒன்றுபட்ட ஆதரவைப் பெற்ற தேசிய சர்க்காருக்காகவும் அந்த தேசிய முன்னணியின் அடிப்படையில் நிர்ப்பந்தம் கொண்டுவருவது.

3. அந்த நியாயமான அரசியல் கோரிக்கையை வற்புறுத்தும்போதே, பொதுமக்களைத் திரட்டுவதிலும் யுத்த முயற்சியிலும் முழுமனதுடன் ஈடுபடுவது. பாஸிஸ்ட் எதிர்ப்புத் தேசிய சக்தியையும் யுத்த முயற்சியையும் பலப்படுத்துவதற்காக, தேசிய இயக்கத்தின் தலைமையில், உத்தியோக பூர்வமானதல்லாத நடவடிக்கைகள் மூலம் ஜனசக்தியைத் திரட்டுவது.

4. சகலவிதமான ஒத்துழையாமை கொள்கைகளும் இந்திய மக்களுடைய நலன்களுக்கு பரம விரோதமானதால், அவைகளைக் கண்டிப்பாக நிராகரிப்பது.

தேசிய உணர்ச்சி கசப்படைந்திருந்தபடியாலும், தேசிய சர்க்கார் கோரிக்கையை பிரிட்டிஷ் பிற்போக்காளர்கள் மறுத்ததாலும், இந்த கொள்கை தேசிய இயக்கத்தின் பெரும்பகுதியுடைய ஆதரவைப் பெற முடியவில்லை.

இந்திய சுதந்திரத்தை மின்னல் போராட்டத்தின் மூலம் ஸ்தாபித்துவிடலாமென்றும் ("போராட்டம் ஒரு வாரத்தில் முடிந்தால் அது ஒரு அதிசயமாகவேயிருக்கும்" என்று காந்தி கூறியபோதிலும், ஸர்தார் படேல் ஒரு வாரத்தில் வெற்றியடைவோமென்று பேசினார்). ஐக்கியநாடுகளின் சமபங்காளியாய் நின்று, ஜப்பானிய ஆக்கிரமிப்பை அன்றிருப்பதைவிட அதிக பலத்துடன் எதிர்க்கமுடியு மென்றும், போராட்டத்தால் ஆக்கிரமிப்பு எதிர்ப்புக்கு ஹானி ஏற்படக்கூடிய காலதாமதம் ஏற்படாதென்றும் பெரும்பான்மையான தேசியத் தலைவர்கள் கருதினார்கள். அப்படி வெற்றியடைந்தால், அது இந்திய பாதுகாப்புக்கு சிறந்த சேவையாகவிருக்கும்; பாஸிஸத்தின் மீது அடையப் போகும் உலக வெற்றிக்கு மிகப்பெரிய தொண்டாகும்; ஆகவே தங்களுடைய போராட்டத் தந்திரத்தின் நியாயத்தை நிரூபிக்கலாமென்று அவர்கள் நம்பினார்கள். இந்த

நிர்ணயிப்பின் தற்கொலைக்கொப்பான கண்மூடித்தனம் தெள்ளத்தெளிவு. இருபத்திரண்டு வருஷங்களாக பிரிட்டிஷ் அதிகாரத்தின் கோட்டையை தம் முறைகளால் அசைக்க முடியாத அஹிம்சா தூதர்கள், இப்பொழுது அதே முறைகளைப் பின்பற்றி, ஒருசில வாரங்களில் அதிகார மாறுதலைப்பெற்று, தேசத்தின் நுழைவாயிலுள்ள ஜப்பானிய படையெடுப்பாளர்களைக் காலதாமதமில்லாமல் எதிர்க்க முடியுமென்று எதிர்பார்த்தார்கள். அப்படி இல்லாமல், தங்களுடைய இயக்கம் ஒரு பலாத்காரமான பொதுஜன கலகமாக மாறுமென்று அவர்கள் நம்பிக்கை வைத்திருந்தால், படையெடுக்கும் ராணுவங்கள் எல்லை புறத்திலிருக்கும் போது, ஒரு யுத்தத்தின் மத்தியிலே நிராயுதபாணிகளான ஜனங்கள் புரட்சி செய்து அதிகாரத்தை கைப்பற்ற முடியும் என்று நம்பிக்கை வைத்திருந்தால் சாத்வீக இயக்கத்தில் மாத்திரம் பழக்கப்பட்டவர்கள் பலாத்கார புரட்சியை எவ்வளவு லேசாக கருதுகிறார்களென்பதையே காட்டுகிறது அது. தங்களுடைய இயக்கத்தை கவ்விக்கொண்டிருக்கும் ஆபத்தை அவர்கள் புறக்கணித்தார்கள்; இந்திய சுதந்திரம் வெற்றியடையாது; உள்நாட்டு மோதுதலும் குழப்பமும் ஸ்தம்பிப்பும் ஏற்பட்டு இந்தியாவில் பாஸிஸத்தின் வெற்றிக்குப் பாதையைத் திறந்துவிடக்கூடிய ஆபத்து இயக்கத்தால் ஏற்படக்கூடுமென்பதை அவர்கள் புறக்கணித் தார்கள். "நமது கழுத்தை நாமே வெட்டிக்கொள்வதாகும். ஆக்கிரமிப்பாளர்களை எதிர்க்கும் நம் தேசப் பாதுகாப்பை அது பலவீனப்படுத்துகிறது பாஸிஸ்ட் படையெடுப்பாளனின் வேலையைச் சுலபமாக்குகிறது" என்று இந்திய கம்யூனிஸ்ட் கட்சி உள்ளதை உள்ளபடியே உரைத்தது.

மனச்சோர்வின் விளைவே ஒத்துழையாமைக் கொள்கை. ஆனால் கடைசி நிமிஷம்வரை, இந்தக் கொள்கையை ஏற்றுக்கொண்ட தலைவர்கள் ஒத்துழைக்கும் வகை வழிகாண முயன்றார்கள். இயக்கமே நடத்தாமலிருக்க முடியுமென்று நம்புவதாக அவர்கள் பகிரங்கமாகக் கூறினார்கள்: சமரசம் காண்பதையே முதன்மையாகக்கொண்டு முயற்சித்தார்கள். அத்தகைய நிலைமையில் ஒத்துழையாமை இயக்கத்தை ஆதரிக்கும் கொள்கையை குறை கூறுவதற்கு நியாயமான இடமிருந்தபோதிலும், அரசாங்கமே அதற்கு

பிரதான பொறுப்பாளி. இந்தியாவின் நியாயமான கோரிக்கைகளை மறுத்து சம அந்தஸ்து ஒத்துழைக்க வேண்டுமென்ற ஆர்வத்தை நிராகரித்த பிற்போக்கான கொள்கையின்மூலம், அரசாங்கம் தேசிய இயக்கத்தை ஆத்திரமூட்டியது; இந்த விளைவு ஏற்படும்படி செய்தது.

கடைசி வரையில், சம்பாஷணை நடத்தி, சமரசத்துக்குவர காங்கிரஸ் ஆவலாயிருந்தது. பாஸிஸத்தை ஆயுதம் தாங்கி எதிர்க்கவும், நடைமுறை சமரசத்தைக் காணவும் காங்கிரஸுக்குள்ள ஆவலை வற்புறுத்துவதற்காக தீர்மானம் திருத்தப்பட்டது. காந்தியும் நேருவும் செய்த கடைசி பிரசங்கங்கள் சம்பாஷணை நடத்தவேண்டுமென்ற ஆவலை வலியுறுத்தின. விவாதத்துக்கு அளிக்கப்பட்ட கடைசி பதிலில், "இந்த தீர்மானம் ஒரு பயமுறுத்தல் அல்ல; அது ஒரு அழைப்பு, ஒரு வியாக்கியானம்; அது ஒரு ஒத்துழைப்புத் திட்டம்" என்றார் நேரு. ஜூலை மாதத்தில், சியாங்கஷேக்குக்கு காந்தி எழுதிய கடிதத்தில், (இது ஆகஸ்டுக்கு பிந்தியே பிரசுரிக்கப்பட்டது) அவர் கூறியதாவது:-

"(நான்) அவசர நடவடிக்கை ஒன்றும் எடுக்கமாட்டேன். என்ன நடவடிக்கை எடுக்கப்பட்டாலும், சீனாவுக்கு ஊறு விளைவிக்கக்கூடாதென்ற கருத்தும் சீனாவிலோ இந்தியாவிலோ ஜப்பானிய ஆக்கிரமிப்புக்கு ஊக்கமளிக்கக் கூடாதென்ற கருத்தும் அந்த நடவடிக்கையை நிர்ணயிக்கும். பிரிட்டிஷ் ஆட்சியுடன் ஒரு மோதுதல் ஏற்படுவதைத் தவிர்க்கவே நான் சகல முயற்சிகளும் செய்துகொண்டிருக் கிறேன்."

பேச்சுவார்த்தை நடத்தவேண்டுமென்று யோசனைகூறி வைஸ்ராய்க்கு கடிதமெழுதுவது முதல் நடவடிக்கையா யிருக்குமென்றும் போராட்டத்தைப் பற்றிய பிரச்சினை யெல்லாம் பிந்தி கவனிக்கப்படவேண்டிய விஷயமென்றும் விளக்கப்பட்டது.

காங்கிரஸ் கமிட்டி கூட்டம் முடிந்தவுடனேயே, கடிதம் எழுதுவது ஆரம்பிக்கப்பட்டது. ஆனால் அப்பொழுது அதைப் பூர்த்திசெய்ய அனுமதிக்கப்படவில்லை. ஒரு சில மணி நேரத்துக்குள் எல்லோரும் கைது செய்யப்பட்டனர்;

விஸ்தாரமான மோதுதலைத் துவக்கிவிட்டது அந்த சம்பவம்.

ஆகஸ்ட் 8-ம் தேதி, காங்கிரஸ் தீர்மானம் நிறைவேற்றப் பட்டது; ஆகஸ்ட் மாதம் ஒன்பதாம் தேதி அதிகாலையில், காந்தி, நேரு, ஆஸாத், படேல், ராஜேந்திர பிரஸாத், கிருபளானி முதலிய பிரதான காங்கிரஸ் தலைவர்கள் அனைவரும் (பம்பாயில் மாத்திரம் 148 பேர்) கைது செய்யப்பட்டனர். காங்கிரஸ் சட்டவிரோதமான ஸ்தாபனமாக பிரகடனப்படுத்தப்பட்டது.

காரியக்கமிட்டி அங்கத்தினர்கள் அஹமத்நகர் கோட்டையிலும் காந்தி ஆகாகான் அரண்மனையிலும் சிறைப்படுத்தபட்டிருந்தனர். அவர்களுக்கு அசௌகரியம் ஏற்படுத்துவது அல்ல சிறைப்படுத்தியதின் நோக்கம். ("ஒவ்வொரு நியாயமான செயற்கை சௌகரியமும் உத்தரவாதம் செய்யப்பட்டிருக்கும் ஒரு அரண்மனையில் நீங்கள் என்னை வைத்திருக்கிறீர்கள். நானும் சுதந்திரமாக அவைகளில் பங்குகொண்டு வந்திருக்கிறேன். ஒருபொழுதும் அவைகளில் சந்தோஷம் கண்டதில்லை. கடமையாகவே, அவற்றை உபயோகிக்கிறேன்"-வைஸ்ராய்க்கு காந்தி கடிதம். 1949 டிசம்பர் 31). இவர்கள் அந்த நெருக்கடியான வருஷங்களில் ராஜ்ய தலைமைப் பணியை புரியக்கூடாதென்பதே அரசாங்கத்தின் நோக்கம். டாக்டர் பட்டாபி சீத்தாராமய்யா எழுதியுள்ள ஞாபகார்த்தங்களைப் படித்தால், இந்த வருஷங்களில், காரியக்கமிட்டி அங்கத்தினர்கள் அரசியல் பிரச்சினைகளைப்பற்றி விவாதிக்க முயற்சி செய்யவேயில்லை. தத்துவம், மதம், பொழுதுபோக்கு ஆகியவற்றில் தம் கவனத்தைச் செலுத்தினார்கள். இவ்வாறாக, தேசிய இயக்கம் தலைமையின்றி விடப்பட்டது கைது செய்யப்பட்டால் என்ன வேலைத் திட்டத்தை அனுஷ்டிக்கவேண்டுமென்பதைக் குறித்தோ, மாற்றுத் தலைமையைக் குறித்தோ, எவ்விதமான ஏற்பாடும் செய்யப்படவில்லை.

தேசியத் தலைவர்கள் கைது செய்யப்பட்டதால் ஆத்திரமூட்டப்பட்ட பொதுமக்கள் தேசம் முழுவதும் ஆர்ப்பாட்டங்கள் நடத்தினார்கள்; ஸ்தாபனமோ ஏற்பாடோ இல்லாத மோதுதல்கள் நிகழ்ந்தன; குழப்பமும் ஓரளவுக்கு உண்டாயிற்று. போலீஸ் பலாத்காரமான, மிருகத்தனமான அடக்குமுறையில் ஈடுபட்டது. போலீஸும்

ராணுவமும் ஏகதேசமாய் நடத்திய துப்பாக்கிப் பிரயோகத்தில், பலர் கொல்லப்பட்டனர்; அநேகர் படுகாயமுற்றனர். "1942 ஆகஸ்ட் 9-க்கும் டிசம்பர் மாதம் 31-ம் தேதிக்குமிடையில் 60,229 நபர்கள் கைது செய்யப்பட்டனர்; 18,000 பேர் இந்திய பாதுகாப்புச் சட்டத்தின் கீழ் கைது செய்யப்பட்டனர்; 940 நபர்கள் போலீஸ் அல்லது ராணுவ துப்பாக்கிப் பிரயோகத்தில் உயிரிழந்தனர்; 1630 நபர்கள் போலீஸ் அல்லது ராணுவ துப்பாக்கி பிரயோகத்தில் காயமுற்றனர்" என்று உள்நாட்டிலாக்கா அங்கத்தினர் மத்திய சட்ட சபையில் கொடுத்த பதில்களைத் தொகுத்துத் தருகிறது பம்பாய் மாகாண காங்கிரஸ் கமிட்டியின் பிரசுரம்.

பொதுஜன கண்டனங்களும் தேசிய வெஞ்சினமும் இயல்பாகக் குமுறி எழுந்தன; தேசம் முழுவதும் கொதித்தெழுந்தது. ஆனால் இந்த குமுறல்களால் ஏற்பட்ட கலவரங்கள், கொந்தளிப்பு, தனிப்பட்ட கோஷ்டிகள் விடுத்த குழப்பமயமான உத்தரவுகள், ஒன்றுக்கொன்று முரணான உத்தரவுகள்-இவையெல்லாம் முன்னேற்பாடு செய்யப்பட்ட காங்கிரஸ் போராட்டமாகாது. இந்தக் குமுறியெழுந்த கலவரங்கள் "குறிப்பிடத்தக்க சுலபத்துடன்" அடக்கப் பட்டதாக சர்ச்சில் பார்லிமெண்டில் கூறினார். அது உண்மையே. அந்தக் கலவரங்கள் ஒருபொழுதும் காங்கிரஸால் அங்கீகரிக்கப்படவில்லை; போராட்டத்தைத் துவக்கும் அதிகாரம் காந்தியிடம் ஒப்படைக்கப்பட்டிருந்தது. காந்தி, பகிரங்கமாக, அந்தக் கலவரங்களுக்கு பொறுப்பெடுக்க மறுத்தார். 1942 செப்டம்பர் 23-ல் வைஸ்ராய்க்கு காந்தி எழுதினார்:-

"காங்கிரஸ் தலைவர்கள் அனைவரும் கைது செய்யப் பட்டதால், சுய கட்டுப்பாட்டை இழக்குமளவுக்கு ஜனங்கள் சினங்கொண்டுவிட்டார்கள் போலத் தோன்றுகிறது ஏற்பட்டிருக்கும் நாசத்துக்கு, காங்கிரஸ் அல்ல, அரசாங்கமே பொறுப்பாளியென்று நான் கருதுகிறேன்."

மீண்டும், 1943 ஜூலை 15-ல் இந்திய சர்க்காரின் உள்நாட்டிலாகாவுக்கு எழுதிய கடிதத்தில் குறிப்பிடுகிறார்:-

"இந்தியா முழுவதும் கைது செய்த அரசாங்க நடவடிக்கையின் பலாத்காரம், காங்கிரஸிடம் அனுதாபமுள்ள

ஜனங்களை தம் சுயகட்டுப்பாட்டை இழக்கும்படி செய்து விட்டது. சுயகட்டுப்பாடு இழக்கப்பட்டதால், காங்கிரஸ் உடந்தையாயிருந்ததென்று கூறமுடியாது."

1943, ஜூலை 15 கடிதத்தில் காந்தி பிரஸ்தாபிக்கப்படும் காங்கிரஸ் சுற்றறிக்கை கூறியதாவது:-

"மகாத்மா முடிவு செய்யும்வரை, எந்த இயக்கமும் தொடங்கக்கூடாது; வேறு எந்த நடவடிக்கையிலும் ஈடுபடக்கூடாது. ஒருவேளை, அவர் வேறுவிதமாகத் தீர்மானித்துவிடலாம். காரணமில்லாத, பெரிய தவறுக்கு நீங்கள் ஜவாப்தாரியாவீர்கள். தயாராயிருங்கள், உடனடியாக ஏற்பாடுகளைச் செய்யுங்கள்; உஷாராயிருங்கள். ஆனால் காரியத்தில் இறங்காதீர்கள்."

1945 செப்டம்பர் 21-ல், காங்கிரஸ் சார்பாக ஜவஹர்லால் நேரு, கோவிந்த வல்லபபந்த், ஸர்தார் பட்டேல் மூவரும் விடுத்த கூட்டறிக்கை கூறியது.

"அகில இந்திய காங்கிரஸ் கமிட்டியோ காந்திஜியோ அதிகாரபூர்வமாக ஒரு இயக்கமும் ஆரம்பிக்கவில்லை."

பிற்காலத்தில்தான், தற்காலிகமாக தங்கள் கோஷ்டிக்கு ஆதரவு திரட்டும்பொருட்டு ஒரு ராஜ்ய சூழ்ச்சி-இயற்கைக்கு விரோதமான அரசியல் சூழ்ச்சி செய்யப்பட்டது. அது என்னவென்றால், 1942 ஆகஸ்டிலும் பிந்திய மாதங்களிலும் தலைமையில்லாது நடந்த குழப்பமயமான சம்பவங்களை 'ஆகஸ்ட் போராட்டம்' என்பது; அங்கீகாரம் பெற்ற காங்கிரஸ் தலைமையால் மறுக்கப்பட்ட "போராட்டத்தை" காங்கிரஸ் போராட்டம் என்பது; காங்கிரஸ் கோட்பாட்டுக்கு முரணாக நிகழ்ந்த சிறு அராஜக பலாத்கார சம்பவங்களை காங்கிரஸ் நடவடிக்கைகள் என்பது; ஆகஸ்ட் தீர்மானத்துக்கு மாறுபட்ட போக்கில், ஐக்கிய நாடுகளைக் கண்டித்து, போஸையும், ஜப்பானையும் ஆதரித்து நடந்த பிரச்சாரத்தை காங்கிரஸ் பிரச்சாரம் என்பது; இறுதி கட்டளை பிறப்பிக்கும்வரையில் போராட்டத்தை ஆரம்பிக்கக்கூடா தென்று காங்கிரஸ் கட்டுப்பாடு கூறியிருக்க, தான் போராட்டத்தை ஆரம்பிக்க உத்தரவு தரவேயில்லையென்று காந்தி கூறும்பொழுதே, அடிப்படையிலே காங்கிரசுக்கு

விரோதமான மேற்கண்ட கலவரங்களில் கலந்துகொள்ளாதது காங்கிரஸ் கட்டுப்பாட்டை மீறியதாகும் என்பது.

ஆகஸ்ட் சம்பவங்களைத் தொடர்ந்து தேசிய இயக்கத்தில் ஸ்தாபன சீர்குலைவு ஏற்பட்டது. நிர்ணயமான தலைமை கிடையாது; தெளிவான கொள்கையுமில்லை; ஆகவே, அரசியல் ஸ்தம்பிப்புடன் மனச்சோர்வும் குழப்பமும் அரசு புரிந்தது. இந்த வருஷங்களில்தான் முஸ்லிம்லீக் துரிதமாக வளர்ச்சியடைந்தது.

1944-ம் வருஷ மே மாதம் 6-ம் தேதி வைத்திய காரணங்களுக்காக காந்தி விடுதலையானார். ஆகஸ்ட் தீர்மானத்தின் பொதுஜன சட்டமறுப்பு பகுதி ரத்தாகி விட்டதென்று கூற அவர் தாமதம் செய்யவில்லை. 1944-ல், 1942-க்கு திரும்பிப்போக முடியாதென்று கூறினார். ஆனால் ஸ்தம்பிப்பு நீடித்தது. ஏனென்றால் ஆகஸ்ட் தீர்மானத்தை வாபஸ் செய்தால்தான் பேச்சுவார்த்தைகள் நடத்தமுடியு மென்றது அரசாங்கம். ஆகஸ்ட் தீர்மானத்தைக் குறித்து விவாதித்து சீர்தூக்கி ஒரு நிர்ணயிப்புக்கு வரக்கூடியவர்கள் காரியக்கமிட்டி அங்கத்தினர்கள்தான். ஆனால் அவர்களை 1945 ஜூன் வரை விடுதலை செய்ய மறுத்தது.

1945 கோடையில், ஸ்தம்பிப்பைத் தீர்க்க இன்னொரு முயற்சி செய்யப்பட்டது. மே மாதத்தில் மத்திய சட்டசபையின் காங்கிரஸ் கட்சித்தலைவர் **புலாபாய் தேசாய்க்கும்** முஸ்லிம் லீக் கட்சியின் உபதலைவர் **லியாகத் அலிகானுக்கும்** ஒரு தற்காலிக உடன்பாடு ஏற்பட்டது.

காந்தியுடன் கலந்தாலோசித்தே, காந்தியின் சம்மதத் துடனேயே. தேசாய் இந்த உடன்பாட்டுக்கு வந்தார். இடைக்கால தேசிய சர்க்காரை காங்கிரஸ் லீக் சமபிரதி நிதித்துவ அடிப்படையில் அமைப்பதென்பதே ஒப்பந்தம். (காங்கிரசுக்கு 40 சதவீதம்; லீகுக்கு 40 சதவீதம்; இதர கோஷ்டிகளுக்கு 20 சதவீதம்) இது வைஸ்ராய் வேவலிடம் சமர்ப்பிக்கப்பட்டது. ஆலோசனை கேட்பதற்காக அவர் லண்டனுக்குப் பறந்தார். நீண்ட ஆலோசனைகளுக்குப்பின், வேவல் 1945 ஜூன் 14-ல் திரும்பிவந்தார். பிரிட்டிஷ் சர்க்காரின் புதிய அறிக்கையுடன் திரும்பிவந்தார். இந்த

அறிக்கை இடைக்கால தேசிய சர்க்கார் திட்டத்தை ஏற்றுக்கொண்டது. ஆனால் ஒரு சாதுரியமான மாறுதலை ஏற்படுத்தியது. காங்கிரஸ் லீக் சம பிரதிநிதித்துவத்துக்கு பதிலாக, "ஜாதி இந்து-முஸ்லிம் சமபிரதிநிதித்துவம்" என்ற சூத்திரத்தை பிரிட்டிஷ் திட்டம் நுழைந்தது. ஆக பிரச்சினை வகுப்புவாரி பிரச்சினையாக மாறியது. லண்டனிலுள்ள இந்திய காரியாலயத்தின் கெட்டிக்காரத்தனம் செய்த இந்த மாறுதல், சின்னஞ்சிறு மாறுதலாகத் தோன்றியபோதிலும், சம்பாஷணைகளின் முறிவை உத்தரவாதம் செய்தது. ஏனெனில் அதன்படி ஒன்று, காங்கிரஸ் தன்னை ஒரு இந்து ஸ்தாபனமாக தாழ்த்திக்கொள்வதற்குச் சம்மதிக்கவேண்டும். அல்லது ஒரு முஸ்லிம் ஸ்தானத்தை காங்கிரஸ் முஸ்லிமுக்கு கேட்கவேண்டும். அப்படி காங்கிரஸ் முஸ்லிமுக்கு ஒரு ஸ்தானம் கேட்டால், லீகுக்கு சமப்பிரதிநிதித்துவம் கிடைக்காது. அதைப்போலவே முஸ்லிம் லீக் ஒரு ஸ்தானத்தை காங்கிரஸ் முஸ்லிமுக்கு அளிக்கத் தயாராக இருக்கவேண்டும். அதாவது சம பிரதிநிதித்துவத்தை தியாகம் செய்து, காங்கிரஸைவிட தாழ்ந்த அந்தஸ்தை ஒப்புக்கொள்ளவேண்டும். இல்லாவிட்டால், இந்த யோசனையை (காங்கிரஸ் முஸ்லிமுக்கு ஒரு ஸ்தானம் அளிக்கும் யோசனையை) எதிர்ப்பதன் மூலம் மகாநாடு முறிந்துபோவதற்கு பொறுப்பாளியாவதைப்போல தோன்ற வேண்டும்.

ஜூன் மாதம் காங்கிரஸ் லீக் பிரதிநிதிகளும் இதரரும் ஸிம்லா மகாநாட்டில் கூடினார்கள். சீக்கிரமே, நிகழ்ச்சிகளில் முட்டுக்கட்டை ஏற்பட்டது. தேசாய் லியாகத் திட்டத்தினடிப் படையில் கூட்டணியை அமைப்பதற்கு பதிலாக, பிரிட்டிஷ் திட்டத்தை தத்தம் கட்சிக்கு சாதகமாக வியாக்கியானம் செய்ய ஒருவரையொருவர் எதிர்த்து காங்கிரசும் லீகும் சூழ்ச்சி செய்தன. ஸிம்லா மகாநாடு முறிந்தது.

இவ்வாறாக, யுத்தம் முடியும் காலத்தில், உலகம் முழுவதும், ஜனசமூகங்கள் விடுதலையை நோக்கி முன்னேறிக்கொண்டிருக்க, இந்திய மக்களுக்கு மாத்திரம் ஆரம்பத்திலிருந்த அடிமை விலங்குகள் ஆடாமல் அசையாமல் அப்படியேயிருந்தன.

பதினேழாவது அத்தியாயம்

இது சுதந்திரமா?

"நமது தேச வாழ்க்கையில் எங்கள் வேலைநிறுத்தம் ஒரு சரித்திர முக்கியத்துவம் பெற்ற சம்பவமாக இருந்திருக்கிறது. முதன்முதலாக, ராணுவத்திலுள்ளவர்களின் உதிரமும் தெருக்களிலுள்ள ஜனங்களின் உதிரமும் பொது லட்சியத்துக்காக ஒன்றாயோடின. ராணுவத்திலுள்ள நாங்கள் இதை ஒருபொழுதும் மறக்கமாட்டோம். எங்களுடைய சகோதர சகோதரிகளாகிய நீங்களும் மறக்கமாட்டீர்களென்பது எங்களுக்குத் தெரியும். நமது மகத்தான ஜனசமூகம் நீடூழி வாழ்க! ஜேஹிந்த்!"

-இந்திய கடற்படை மத்திய வேலைநிறுத்தக் கமிட்டியின் இறுதிச்செய்தி, 1946, பிப்ரவரி 23.

"பிரிட்டிஷ் காபினெட் மிஷன் (மந்திரிகளின் தூது கோஷ்டி) இந்தியாவுக்கு வருவதற்குமுன், இந்தியா ஒரு புரட்சிக்கு சமீபத்திலிருந்ததென்பது பலருடைய அபிப்பிராயம். காபினெட் மிஷன் அந்த அபாயத்தை நீக்கியிராவிட்டால், ஒத்திப்போட்டுவிட்டதென்றாவது நிச்சயமாய்க் கூறமுடியும்."

(மத்திய சட்டசபையின் ஐரோப்பியக் கட்சித் தலைவரான பி ஜே கிரிபித்ஸ் 1946, ஜூன் 24-ல் லண்டனில் கிழக்கிந்திய அஸோஸியேஷனில் செய்த பிரசங்கம்.)

1946 ஜூனில், தொழிற்கட்சி மகாநாட்டில் பேசும்பொழுது தொழிற்கட்சி சர்க்காரின் பிரதமர் அட்லி பின்வருமாறு கூறினார்:-

"நாம் நமக்குக் கோரும் சுதந்திரத்தையே பிறருக்கும் கோருகிறோம். நாம் இந்த சுதந்திரத்தை பிரகடனப்படுத்துகிறோம். ஆனால் பிரகடனப்படுத்துவதுடன் நிற்பதில்லை. அதை

நடைமுறையில் அமுலுக்குக்கொண்டு வரப்பார்க்கிறோம்: இந்தியாவைப் பாருங்கள்."

அதைப்போலவே, தொழிற்கட்சியின் அக்கிராசனர் பேராசிரியர் லாஸ்கி, 1946 மே 23-ல் இந்திய பத்திரிகைகளில் பிரசுரிக்கப்பட்ட ஒரு பேட்டியில் கூறினார்:-

"நவீன சரித்திரத்தில், எந்த ஏகாதிபத்திய அரசும் எந்த ஜனங்களும் இதைப்போல, அஹிம்சா முறையில், தாங்களாகவே அதிகாரத்தைத் துறந்ததில்லை. தங்கத் தாம்பாளத்தில் அளிக்கப்படும் இந்தத் திட்டத்தை இந்திய தேசியத் தலைவர்கள் ஆதரிப்பார்களென்று நான் நம்புகிறேன்."

1946-ம் வருஷத்திய பிரிட்டிஷ் அரசியல் திட்டத்தைப் பற்றிய இந்த அபிப்பிராயம் உலகப் பத்திரிகைகளில் விரிவாக விளம்பரம் பெற்றிருக்கிறது. குறிப்பாக பிரிட்டிஷாரின் துறவிக்குணத்தையும் விரக்தி விசேஷத்தையும் கண்டு இந்தப் பத்திரிகைகள் வியந்து வியந்து மெய்மறந்துவிட்டன.

மறுபுறத்தில், இந்திய அபிப்பிராயம் இதை ஏற்கவில்லை.

1946 ஜுன் முதல் தேதி, அகில இந்திய காங்கிரஸ் கமிட்டியின் செய்திக் கடிதம் அளித்த அதிகாரபூர்வமான தீர்ப்பில் கூறப்பட்டதாவது:-

"நாம் எதைக்குறித்து பயந்தோமோ, அது நடந்து விட்டது. வகுப்புவாத நலன்களுக்கும் நிலப்பிரபுத்துவ-சமஸ்தானாதிபதி நலன்களுக்கும் விட்டுக்கொடுத்து அவைகளுடைய ஆதரவைப் பெறப் பிரயத்தனம் செய்து, தேசத்தின் முதன்மையான நலன்களை காபினெட் மிஷன் புறக்கணித்துவிட்டது. பிரிட்டிஷ் மந்திரிகளுடைய எண்ணம் நல்ல எண்ணம்தான்; அவர்கள் தங்களால் முடிந்ததைச் செய்தார்கள். ஆனால் அவர்களால் இயன்றதைச் செய்ததின் விளைவு, 1942 மார்ச்சில் ஸ்ரீமான்கள் சர்ச்சில் ஏமரி முதலியோர் எதை அளிப்பதற்கு சம்மதித்தார்களோ, அதைவிடக் கூட சிறந்ததாயில்லை... வாக்களிக்கப்பட்டிருக்கும் சுதந்திரம் தடைகளால் விலங்கிடப்பட்டிருப்பதால், அதை சுதந்திரம் என்று அழைப்பது பொருத்தமற்றதாகும்."

பிரிட்டிஷ் ஏகாதிபத்திய தற்புகழ்ச்சிக்கும் இந்திய அதிருப்திக்குமிடையேயுள்ள இந்தப் பரிபூரண கருத்து

வேறுபாட்டுக்கு காரணம் என்ன? பிரிட்டிஷ் ஏகாதிபத்தியம் 1946-ம் வருஷத்திய பிரிட்டிஷ் அரசியல் திட்டத்தின்மூலம், இறுதியாக தன் அதிகாரத்தைத் துறந்துவிட்டு இந்திய சுதந்திரத்தை அங்கீகரித்துவிட்டதா? அல்லது உண்மையான அதிகாரத்தையும் ஆதிக்கத்தையும் உடும்புப்பிடியாய் பிடித்துக்கொண்டு, மாறிய நிலைமைக்கேற்றவாறு, இந்திய தேசியக் கோரிக்கைக்கு தக்கவாறு தன் உருவத்தை மாற்றிக்கொள்வதற்காக பிரிட்டிஷ் ஏகாதிபத்தியம் முயற்சி செய்கிறதா? அதாவது இத்துணை நாட்களாக அரசியல் அமைப்பில் சமரசத்தை ஏற்படுத்திக்கொண்டு அதிகாரத்தைக் காப்பாற்ற பல முயற்சிகள் செய்துள்ளதே, அந்த சங்கிலித் தொடரில் இது இறுதி முயற்சியா? புதிய திட்டம் இந்திய சுதந்திரத்தைப் பிரதிநிதித்துவப்படுத்துகிறதா? அல்லது இந்திய சுதந்திரத்தை அளிப்பதாகப் பாவனை செய்துவிட்டு, தடைகள், வரம்புகள், நிபந்தனைகள் முதலியவற்றில் அடர்ந்த புதரில் இந்த 'நாம்கே வாஸ்தே' சுதந்திரம் நடைமுறையில் பொய்ப்பிக்கப்படுகிறதா?

1. மாறிக்கொண்டிருக்கும் உலகில் இந்தியா

1946-ல் காபினெட் மிஷன் இந்தியாவுக்கு அனுப்பப் பட்டதேன்? பிரிட்டிஷ் கொள்கையின் புதிய போக்குக்கு நான்கு பிரதான காரணங்கள் கவனத்துக்கு உரியவை.

முதலாவதாக, யுத்த முடிவு உலகம் முழுவதும் ஒரு புதிய பொதுஜனப் பேரெழுச்சியை கட்டவிழ்த்துவிட்டது. நிகழ்கால சகாப்தத்தில், பிற்போக்கின் பிரதான கூர்முனையாகவும், ஜனநாயகத்தை எதிர்க்கும் தாக்குதலின் தலைவனாகவும், பகிரங்கமான, ஒளிவுமறைவில்லாத இன-வர்ண ஆதிக்க சித்தாந்தத்தின் மிருகத்தனமான தத்துவகர்த்தாவாகவும் விளங்கிய பாசிஸம், ஜனநாயக ஜனசமூகங்களுடைய ஒன்றுபட்ட போராட்டத்தால் தோற்கடிக்கப்பட்டுவிட்டது. ஜெர்மன், இத்தாலிய, ஜப்பானிய ஏகாதிபத்தியங்கள் வல்லரசுகளின் ஜாப்தாவிலிருந்து மறைந் தொழிந்துவிட்டன. பிரிட்டிஷ்-அமெரிக்க ஏகாதிபத்தியம் மிஞ்சியிருந்தது. ஆனால் அவை மூவல்லரசுகளின் சௌஜன்ய மற்ற பங்காளித்துவத்தில், சோஷியலிஸ்ட் சோவியத் யூனியனுடன் உலகத் தலைமையைப் பங்குகொள்ள

வேண்டியிருந்தது. யுத்தத்தின் பிரதானப் பளுவைச் செஞ்சேனையும் சோவியத் மக்களும் சுமக்கவேண்டி யேற்பட்டால், சோவியத்யூனியன் கணக்கற்ற நஷ்டத்துக் குள்ளாயிற்று. எனினும், யுத்த முடிவில், சோவியத் யூனியனின் சர்வதேச ஸ்தானமும் செல்வாக்கும் முந்தியிருந்ததைவிட அபரிமிதமான அதிக பலத்துடன் விளங்கியது. விடுதலை பெற்ற ஐரோப்பிய தேசங்களின் மக்கள், தத்தம் நாட்டை காட்டிக்கொடுத்துவிட்டு ஹிட்லருடன் சேர்ந்துகொண்ட நிலப்பிரபுக்களையும், பெரு முதலாளிகளையும் ராணுவ அதிகாரிகளையும் எதிர்த்துப் போராடி, வளர்ச்சியடைந்த ஜனநாயகத்தை ஸ்தாபிக்கும் பாதையில் முன்னேறிக் கொண்டிருந்தனர். சீனா மீதிருந்த ஜப்பானின் பிடிப்பு தகர்ந்தது; அமெரிக்க பிற்போக்காளர்களின் நிர்ப்பந்தத்தால் ஏற்படும் தடைகளையும் சமாளித்துக்கொண்டு சீனத்தின் தேசிய, ஜனநாயக இயக்கங்கள் முன்னேறத் தொடங்கின. தங்களுடைய விடுதலை இயக்கம் எதற்காகப் போராடியதோ அதே சுதந்திரத்தைக் கோரி காலனிகளிலுள்ள மக்கள் அனைவரும் இயக்கத்திலீடுபட்டார்கள். இந்த புதிய உலக நிலைமையில், பிரதேச விஸ்தீரணத்தில் மிகப்பெரிய காலனியான இந்தியாவில், இதர காலனிகளுடைய விடுதலை இயக்கங்களைவிட சக்திகரமான, அதிக வளர்ச்சியடைந்த தேசிய இயக்கத்தைப் பெற்றிருக்கும் இந்தியாவில், பழைய சர்வாதிகார அதிகாரவர்க்க ஆட்சியை எவ்வித மாறுதலுமில்லாமல் பாதுகாப்பதென்பது முடியாத காரியம்.

இரண்டாவதாக, பொது வெற்றியில் பிரிட்டிஷ் சாம்ராஜ்யத்துக்கு பங்கு உண்டு; என்றாலும் அது அடிப்படையில் பலவீனப்பட்டுவிட்டது. இரு உலக யுத்தங்களுக்குமிடையேயிருந்த வருஷங்களிலேயே, உள்நாட்டு பொருளாதாரத்திலும், கலோனியல் சாம்ராஜ்யத்தின் மீதுள்ள பிடிப்பிலும், உலகப் பொருளாதாரத்திலுள்ள ஸ்தானத்திலும் பிரிட்டிஷ் முதலாளித்துவம் ஒப்பிட்டுப் பார்க்குங்கால், குன்றிவிட்டது. பழைய உலக ஆதிக்க ஸ்தானத்திலிருந்து குன்றிக்கொண்டுவந்த பிரிட்டிஷ் முதலாளித்துவம், இரண்டாவது உலக யுத்தத்தின் விளைவுகளால் மேலும் குன்றியது. பிரிட்டிஷ் ஏகாதிபத்திய ராஜதந்திரத்தின் மூத்தண்ணாக்களான ஸ்மட்ஸ், சர்ச்சில்

முதலியோர், புதிய உலகத்தில் அமெரிக்க ஐக்கிய நாடுகளும் சோவியத் யூனியனும் இரு பெரிய வல்லரசுகளாகி விட்டதையும் பிரிட்டன் இரண்டாவது அல்லது மூன்றாவது ரகத்துக்கு தாழ்ந்துவிடும் போலிருப்பதையும் நடுநடுக்கத்துடன் கண்டார்கள். எகிப்து, பாலஸ்தீன் முதல் பர்மா, மலேயா, இந்தோனேஷியா வரை பிரிட்டிஷ் சாம்ராஜ்யம் நேரடியாகவோ மறைமுகமாகவோ ஆதிக்கம் செலுத்தும் ஜனசமூகங்கள் அனைத்தும் நாலாபுறங்களிலிருந்தும் ஏகாதிபத்தியத்தை எதிர்த்து சவால் விடுத்தன.

புதிய சூழ்நிலையின் போதத்தை பெற்றுக்கொண்டிருந்த பிரிட்டிஷ் மக்கள் டோரிஸத்திலிருந்து திரும்பி, பிரிட்டிஷ் முற்போக்குக்கும் சுபிட்சத்துக்கும் புதிய பாதையை தேடலாயினர். ஆனால் சாம்ராஜ்யத்தின் பழைய அதிபர்கள் ஆதிக்கத்தின் பழைய அடிப்படையை, சுக்கு நூறாகிக் கொண்டிருக்கும் அடிப்படையை, பாதுகாக்கவும் சப்பைக்கட்டு கட்டவும் சகல முறைகளிலும் பாடுபட்டனர். திரும்பிப்பிடிக்கப்பட்ட காலனிகளில், பர்மா, மலேயா, இந்தோனேஷியா முதலிய நாடுகளில் பழைய ஏகாதிபத்திய அடக்குமுறை தர்பாரை மீண்டும் ஸ்தாபிக்க முயன்றனர். உலக அதிகார சமநிலையில் ஏற்பட்டிருக்கும் மாறுதலை எதிர்பதற்கு, புதிய ஏகாதிபத்திய கூட்டணிகளை ஸ்தாபிப்பதில் ஈடுபட்டனர். "மேற்கு ஐரோப்பா பிளாக்" என்ற சோவியத் எதிர்ப்புத் திட்டம் ஐரோப்பிய மக்களின் எதிர்ப்பால் தோல்வியுறவே, சோவியத் யூனியனுக்கு எதிராக பிரிட்டிஷ்-அமெரிக்கக் கூட்டணியை ஸ்தாபித்தனர். இந்தக் கேந்திரமான கணக்குகளிலெல்லாம், இந்தியா முதன்மையான முக்கியத்துவம் வகித்தது. பலவீனப்பட்டுக்கொண்டிருக்கும் பிரிட்டிஷ் ஏகாதிபத்தியத்துக்கு, அதன் பொருளாதார தேவைகளையும் உலக தந்திரத் திட்டங்களையும் முன்னிட்டு, இந்தியாவில் சமரசத்துக்கு ஒரு அடிப்படையைத் தேடுவது அவசியமாகிறது. தேசிய இயக்கத்தின் மேல்பகுதிகளை அதன்மூலம் திருப்திப்படுத்தினால், முடிந்தால் தம் பக்கம் வசியப்படுத்திவிட்டால், பிரிட்டிஷ் பொருளாதார கட்டுக் கோப்புக்குள்ளேயே, பிரிட்டிஷ் ராணுவ தந்திர அமைப்புக் குள்ளேயே இந்தியாவை வைத்திருக்கலாமென்ற சமரச அடிப்படை காண விரும்புவதின் நோக்கம்.

மூன்றாவதாக, பிரிட்டனுக்கு உலக ஸ்தானத்தின் ஏற்பட்ட மாறுதல் உள்நாட்டிலேயே பிரதிபலித்தது. வெற்றியேற்பட்ட தருணத்தில், அந்த வெற்றியைத் தங்கள் கட்சிக்கு சாதகமாக பயன்படுத்திக் கொள்வதற்காக டோரி தேர்தல் யந்திரம் சகல முயற்சிகளையும் செய்தபோதிலும், சர்ச்சிலின் பெயரையும் யுத்தகால கீர்த்தியையும் பிரயோ ஜனப்படுத்தி பகீரத பிரயத்தனங்களை செய்தபோதிலும், 1945 கோடையில், டோரிஸம் பிரிட்டிஷ் தேர்தலில் பிரமாதமான தோல்வியடைந்தது. முதன்முதலாக, ஒரு தொழிற்கட்சி மெஜாரிட்டி, அதிகாரத்தைச்செலுத்துவதற்கு அனுப்பப் பட்டது. பிந்திய அனுபவம் சீக்கிரமே காட்டியதைப்போல, புதிய அரசாங்கத்தின் அங்கத்தினர்களான தொழிற்கட்சியின் மிதவாத வலதுசாரித் தலைவர்கள், நடைமுறையில், டோரி ஏகாதிபத்திய கொள்கையுடன் நெருங்கிய உறவைக் கொண்டிருந்தபோதிலும், பழைய ஏகாதிபத்திய அடிப் படைக்குப் பதிலாக, புதிய பாதைகளைக் காண பிரிட்டிஷ் மக்கள் தொடங்கிவிட்டார்களென்பதற்கு டோரிஸம் அடைந்த கதி ஒரு அடையாளமாகும். நிர்வாகக் கமிட்டி முதலில் எதிர்த்தபோதிலும், அந்த எதிர்ப்பையும் சமாளித்துக் கொண்டு, தொழிற்சங்க காங்கிரஸும், தொழிற்கட்சி மகாநாடும் இந்திய சுதந்திரத்தை ஆதரித்து தீர்மானித்துள்ளன. ஆக, அதிகாரபூர்வமாக, தொழிலாளர் இயக்கம் இந்திய சுதந்திரத்தை அங்கீகரிக்கக் கடமைப்பட்டுள்ளது. இந்தியாவைப் பற்றிய கொள்கையில் ஏதாவது மாறுதலைக் கொண்டுவரவேண்டியது தொழிற்கட்சி சர்க்காருக்கு அத்தியாவசியமாயிருந்தது.

தீர்மானமான முக்கியத்துவமுள்ள காரணம் நான்காவது காரணம், இந்தியாவுக்குள் வளர்ந்துகொண்டிருந்த பொதுஜன எழுச்சி; உடனடியாக சுதந்திரம் வேண்டுமென்ற சர்வஜனக் கோரிக்கை. இனி ஏகாதிபத்தியம் இந்தியாவை பழைய முறையில் ஆட்சி செய்யமுடியாது.

2. தேசிய எழுச்சி (1945-46)

பாஸிஸத்தின் தோல்வியைத் தொடர்ந்து உலகம் முழுவதும் ஓங்கியெழுந்த பொதுஜன சக்தி இந்தியாவைப் பாதிக்காமல் இல்லை. பாஸிஸத்தால் கைப்பற்றப்பட்ட

நாடுகளில், யுத்தத்தில் வெற்றியடைவதற்கு பொதுஜன விடுதலை இயக்கங்கள் பெரும் பங்கெடுத்தன; மேலும் யுத்தம் முடிந்தவுடன் ஏற்படவேண்டிய அரசியல் மாறுதலுக்கு பாதையை செப்பனிட்டன. இந்தியா ஐக்கிய நாடுகளுடன் சேர்ந்து யுத்தத்திலீடுபட்டு போராட முடியாவிட்டாலும், அதே தேசிய விடுதலை உணர்வும் ஜனநாயக முன்னேற்ற உத்வேகமும் இந்தியா முழுவதையும் ஆகர்ஷித்திருந்தது. அச்சு நாடுகளின் முகாமில், போஸ் ஆரம்பித்த இந்திய தேசிய ராணுவத்தின் உதாரணம்கூட, இந்திய தேசபக்திக்கு கொதிப்பேற்றியது. குறிப்பாக யுத்தம் முடிந்தபின், இந்திய தேசிய ராணுவத் தலைவர்கள் மீது பிரிட்டிஷ் ஏகாதிபத்தியம் வழக்கு ஜோடிக்கவே, இந்திய தேசியம் கொழுந்துவிட்டெரிந்தது; அது ராணுவத்தை விசேஷமாக பாதித்து.

1945 கோடையில் ஸிம்லா மகாநாடு முறிந்தது; பிரிட்டிஷ் ஏகாதிபத்தியக் கொள்கையால் ஏற்பட்டிருக்கும் முட்டுக்கட்டையை அது அம்பலப்படுத்தியது. ஆனால், காங்கிரஸுக்கும் லீகுக்குமிடையேயுள்ள ஆழமான, சமரஸப்படுத்தமுடியாததாகத் தோன்றும் பிளவையும் அது வெளிப்படுத்தியது. பிரிட்டிஷாரை எதிர்த்து கூட்டு முன்னணி அமைப்பதைவிட, ஒருவரை எதிர்த்து இன்னொருவர் பிரிட்டிஷாருடன் பேச்சுவார்த்தை நடத்துவது, காங்கிரஸ், லீக் தலைமைகளுக்குச் சுலபமாயிருந்தது. இரண்டாவது உலக யுத்தத்துக்குபின், தேசிய முன்னணியிலிருந்து முதன்மையான பலவீனம் இது. முதல் உலக யுத்த பிற்காலத்தில் ஏற்பட்டிருந்த காங்கிரஸ்-லீக்-கிலாபத் கூட்டணிக்கு நேர்மாறான நிலைமை இது. இந்தப் பலவீனத்தை பிரிட்டிஷ் கொள்கை தனக்கு சாதகமாக பிரயோஜனப்படுத்திக்கொண்டது.

ஆகவே, யுத்தம் முடிந்தவுடன், இந்தியாவிலேற்பட்ட பொதுஜன எழுச்சிக்கு அதிகாரபூர்வமான தேசிய இயக்கம் உருப்படியான, ஒன்றுபட்ட தலைமையை அளிக்கவில்லை. ஏகாதிபத்திய எதிர்ப்புப் போராட்டத்தில் ஒன்றுபடவேண்டுமென்ற ஆவல் பொதுஜனங்களிடையே அபரிமிதமாயிருந்தது. கல்கத்தா, பம்பாய் முதலிய நகரங்களில் நடந்த மகத்தான ஆர்ப்பாட்டங்களில் காங்கிரஸ்-லீக் கொடிகளை ஜனங்கள் சேர்த்துக்கொண்டு சென்றனர், பலவிடங்களில்

கம்யூனிஸ்ட் கொடிகளும் சேர்ந்து பறந்தன. துரதிர்ஷ்டவசமாக, பாமர மக்களிடையேயிருந்த இந்த ஒற்றுமை மேலிடத்தில் பிரதிபலிக்கவில்லை.

எனினும், இயக்கம் தாவித்தாவி முன்னேறியது. சாதாரண ஜனங்களை மாத்திரமல்ல, ராணுவத்தினரையும் ஆகர்ஷித்து அணிவகுத்தது. இந்தியாவுக்கு இது ஒரு புதிய வளர்ச்சி. இதன் புரட்சிகரமான முக்கியத்துவத்தை பிரிட்டிஷ் ஏகாதிபத்தியமும் தேசிய இயக்கத்தின் மேல்வர்க்கத் தலைமையும் நன்குணர்ந்தன. இதற்கு முன்னால், 1930-ல் கார்வாலிகள் பட்டாணிய சட்டமறுப்பு இயக்கத்தினர் மீது சுட மறுத்தார்கள். ஆனால் இப்பொழுது, ராணுவத்தில் வேலைநிறுத்தங்கள் நாலாபுறமும் பரவின; குறிப்பாக ஆகாயப் படையையும் கடற்படையையும் குலுக்கின. பிரிட்டிஷ் ஆட்சி அதன் சொந்த அடிப்படையிலேயே, அதனுடைய அதிகார யந்திரத்திலேயே நொறுங்கிக் கொண்டிருப்பதை இது காட்டியது. பக்குவமடைந்து கொண்டிருக்கும் இந்திய புரட்சியின் சக்திகள் அனைத்தையும், 1946 பிப்ரவரியில் நிகழ்ந்த கடற்படையினர் எழுச்சி, நன்கு காண்பித்துவிட்டது. 1905-ம் வருஷ ரஷ்ய புரட்சியின் முன்னோடியாக **பாடம்கின்** கப்பலிலிருந்த கடற்படையினர் நடத்திய வேலைநிறுத்தப் போராட்டம், 1917-ல், ரஷ்யாவில் கிலான் ஸ்டாட் கப்பற்படையினர் எழுச்சி, 1918ல் ஜெர்மனியில் கீல் என்ற இடத்தில் கப்பற்படையினர் நடத்திய வேலைநிறுத்தப் போராட்டம் ஆகியவை யெல்லாம் பெரிய புரட்சிகளின் முன்னணியில் கடற்படை அணிவகுப்பதை எடுத்துக்காட்டிவிட்டன. 1946 பிப்ரவரியின் கப்பற்படையினர் எழுச்சி, இந்தியாவில் அவர்களை ஆதரித்தெழுந்த பொதுஜன இயக்கம், பம்பாய்த் தொழிலாளி மக்களின் வீரம் செறிந்த போராட்டம்- இவையனைத்தும் சேர்ந்து இந்தியாவில் அங்குரார்ப்பணம் செய்யப்படும் புதிய சகாப்தத்தின் கைகாட்டியாக விளங்குகிறது; இந்திய சரித்திரத்தின் பெரிய சகாப்தகரமான சம்பவங்களில் இது ஒன்று. அந்தப் பிப்ரவரி நாட்களில், இந்திய பொதுஜன முன்னேற்றத்தின் நண்பர்களும் விரோதிகளும் அம்பலப்படுத்தப்பட்டனர்.

இந்திய கடற்படையின் மாலுமிகள் பம்பாய், கராச்சி, சென்னை ஆகிய இடங்களில் வேலைநிறுத்தம் செய்தனர்; அந்த நகரங்களுடன் இதர நகரங்களுடைய மக்களின் ஆதரவையும் பெற்றனர். இந்த இயக்கத்தின் நடுநாயகமாய் விளங்கியது பம்பாய். தீர்க்கப்படாத குறைகள் பலவற்றின் விளைவாக, டால்வார் பயிற்சிப் பள்ளியில், பிப்ரவரி மாதம் 18-ம் தேதி காலை அது தொடங்கியது. 19-ம் தேதி காலைக்குள், பம்பாயிலும் சுற்றுப்புறத்திலுமுள்ள கடற்கரை ஸ்தாபனங்கள் பன்னிரண்டிலுள்ள இருபதனாயிரம் வீரர்களிடமும் துறைமுகத்திலுள்ள இருபது கப்பல்களிலும் உள்ளவர்களிடமும் பரவிவிட்டது. கப்பல்களிலிருந்து யூனியன்ஜாக் எடுத்தெறியப்பட்டது; அதற்கு பதிலாக, காங்கிரஸ்-லீக் கொடிகள் பறக்கவிடப்பட்டன. இதைத் தொடர்ந்து நகர பகுதியில், காங்கிரஸ், லீக், செங்கொடி களுடனும் "ஜேஹிந்த்", "இன்குலாப் ஜிந்தாபாத்", "இந்துக்களும், முஸ்லிம்களும் ஒன்றுபடுக", "பிரிட்டிஷ் ஏகாதிபத்தியம் ஒழிக", "எங்கள் கோரிக்கைகளை ஒப்புக்கொள்", "இ.தே.ரா. வீரர்களையும் அரசியல் கைதிகளையும் விடுதலை செய்". "இந்தோனேஷியாவிலுள்ள இந்திய ராணுவத்தை வாபஸ் வாங்கு" முதலிய கோஷங்களுடனும், ஆர்ப்பாட்டங்கள் நடந்தன. இந்திய கடற்படையிலுள்ள இதர கப்பல்களுக்கும் ஆர்ப்பாட்டம் பரவியது. இவற்றில் ஒன்று, கராச்சியிலிருந்த இந்துஸ்தான், பின்னால் ஆயுத நடவடிக்கையில் இறங்கியது.

ஆரம்பத்திலேயே, கடற்படை வீரர்கள் காங்கிரஸ், லீக் தலைமைகளுடன் தொடர்பு ஏற்படுத்திக்கொண்டார்கள்; ஆனால் ஆதரவோ உருப்படியான உதவியோ பெறவில்லை. அவர்கள் ஒரு மத்திய ஸ்ட்ரைக் கமிட்டியைத் தேர்ந்தெடுத் தார்கள். மிகுந்த கட்டுப்பாட்டுடன் நடந்துகொண்டார்கள். பம்பாய் மக்களுடைய ஆதரவு மகத்தானதாயிருந்தது. கப்பல்களுக்கு உணவு கொண்டுவந்து அளித்தார்கள் பொதுமக்கள். இயக்கத்தின் விஸ்தாரத்தைக்கண்டு திடுக்கிட்ட பிரிட்டிஷ் அதிகாரிகள் பலாத்கார அடக்குமுறை நடவடிக்கைகளில் இறங்கினார்கள். பம்பாய்க்கும் கராச்சிக்கும் கடற்படையும் தரைப்படையும் ஏராளமாய் அனுப்பப்பட்டன. இந்திய வீரர்கள் சுட

மறுக்கவே, பிரிட்டிஷ் துருப்புகளுக்கு உத்தரவிடப்பட்டது. பிப்ரவரி மாதம் 21-ம் தேதி காஸில் பார்க்ஸுக்கு வெளியில் ஏழு மணிநேர யுத்தம் நடந்தது. "அரசாங்கத்திடமுள்ள ஏராளமான துருப்புகள் கடைசிவரை உபயோகப் படுத்தப்படும்...... அதனால் கடற்படையே நாசமானாலும் ஆகட்டும்" என்று அட்மிரல் காட்பிரே 21-ம் தேதி மத்தியானம் இறுதி எச்சரிக்கையை ஒலிபரப்பினான். பொதுமக்களை சாத்வீக வேலைநிறுத்தமும் ஹர்த்தாலும் அனுஷ்டிக்கும்படி கேட்டுக்கொண்டதன் மூலம் காட்பிரேயின் மிரட்டலுக்கு மத்திய ஸ்ட்ரைக் கமிட்டி விடைதந்தது இந்தக் காட்பிரேயின் பயமுறுத்தலை முறியடிப்பதற்கும் கப்பற்படையினர் உயிர்களை பாதுகாப்பதற்கும் ஆதரவு அவசரமாக தேவைப்பட்ட போதிலும், ஸ்ட்ரைக்கும் ஹர்த்தாலும் கூடாதென்று காங்கிரஸ் சார்பில் வல்லபாய்படேல் அறிக்கைவிட்டார். எனினும், ஸ்ட்ரைக் கமிட்டியின் அறைகூவலுக்கு பம்பாய் தொழிற்சங்கங்களும் கம்யூனிஸ்ட் கட்சியும் ஆதரவு அளித்தன. பிப்ரவரி மாதம் 22-ம் தேதி, பம்பாய் தொழிலாளி மக்கள் 100க்கு 100 ஹர்த்தால் செய்தார்கள். வரைநெறி யில்லாத போலீஸ் ராணுவ துப்பாக்கிப் பிரயோகத்தின்மூலம் இந்தப் பொதுஜன இயக்கத்தை நசுக்க பிரிட்டிஷ் அதிகாரிகள் முயன்றனர். பிப்ரவரி 21 முதல் 23 முடிய மூன்று நாட்களில் 250 பேர் கொல்லப்பட்டதாக அதிகாரிகளுடைய கணக்கு கூறியது. பிரத்தியட்சமாகப் பார்த்த ஒரு பிரிட்டிஷ் ஆபீஸர்தான் கண்ட காட்சியை வர்ணிக்கிறார்:-

"நான்கு மணியிருக்கும். பம்பாயின் தொழிலாளிவர்க்க பகுதியாகிய பரேலில், எல்பின்ஸ்டன் ரோடின் மூலைக்கு சமீபத்தில், ஸுபாரிபாக்ரோடு வழியாக நான் நடந்து கொண்டிருந்தேன்.

"தெருவில் நிறைய ஜனங்கள் இருந்தார்கள். ஆனால் அவர்களைக் கலகக்கார கூட்டம் என்று சொல்லமுடியாது. அவர்கள் கூட்டமாகவே கூடவில்லை. கம்யூனிஸ்ட் கட்சி கேட்டுக்கொண்டதற்கிணங்க, அவர்களில் ஒருவர்கூட ஆயுதமேந்திச் செல்லவில்லை. கற்களையோ கழிகளையோ கூடகொண்டு செல்லவில்லை.

"திடீரென்று, எவ்விதமான எச்சரிக்கையுமில்லாமல், எல்பின்ஸ்டன் ரோடு வழியாக ஒரு திறந்த லாரி ஓடிற்று. துப்பாக்கிகளையும் ஒரு பிரன் துப்பாக்கியையும் எடுத்துக்கொண்டு, பிரிட்டிஷ் துருப்புகள் அந்த லாரியில் சென்றன."

"நான் உள்பட ஜனங்கள் வாசற்படிகளை நோக்கி ஓடவே, ஜனங்கள் ஓடும் பக்கத்தில் பிரிட்டிஷ் துருப்புகள் தீ கக்கின. இருபது பேர் காயமடைந்தனர், நால்வர் கொல்லப் பட்டனர்."

இதற்கு காரணம் என்ன?

"கடற்படையினரை ஆதரித்து, பொதுவேலைநிறுத்தம் செய்யும்படி தொழிற்சங்கங்கள் கேட்டுக்கொண்டிருந்தன. ஜவுளி மில்களிலும் பாக்டரிகளிலும் ரயில்வே ஓர்க்ஷாப் புகளிலும் ஸ்ட்ரைக் 100க்கு வெற்றி 100 வெற்றியடைந்தது."

இவர்களுக்கு ஒரு பாடம் கற்றுத்தரவேண்டுமென்று மேலிடத்திலுள்ளவர் யாரோ தீர்மானித்தார். ஆகவே, ஆயுதம் தாங்கிய துருப்புகள், யுத்த சன்னதராகி, லாரிகளில் ஏறி தெருக்களில் சென்று இஷ்டப்படி சுட்டுக்கொண்டி ருந்தார்கள்; யாராவது ஒரு கல்லை எடுப்பதற்குகூட முன்னால், சுட்ட இடத்தைவிட்டு நகர்ந்துவிடுவார்கள்.

"தெருக்களில் ராணுவ ஆஸ்பத்திரி லாரிகள் (வைத்திய வசதிகளை உடைய லாரிகள்) கிடையாது. தங்களால் இயன்றவகையில், ஜனங்களே ஆஸ்பத்திரிக்கு செல்ல வேண்டும்."

இதற்குப்பின், டிலிஸல்ரோடில், துருப்புகள் ஏழை களுடைய குப்பங்களில் நுழைந்து, ஜனங்கள்மீது அவர்களுடைய வீடுகளிலேயே துப்பாக்கி பிரயோகம் செய்வதை நான் கண்டேன். நால்வர் கொல்லப்பட்டனர்; 16 பேர் காயமடைந்தனர்.

பரேல் ஏரியாவிலுள்ள கிங் எட்வர்ட் மெமோரியல் ஆஸ்பத்திரியில் மாத்திரம், 50 பேர் இறந்தனர். பரேல் ஆஸ்பத்திரிகளில் 200 பேர் காயமடைந்தவர்கள் சிகிச்சைக்கு எடுத்துக்கொள்ளப்பட்டனர். காயமடைந்தவர்கள்

மொத்தம் 600. "பொறுப்பற்ற கலகத்தை"ப்பற்றி பல பத்திரிகைகள் உங்களுக்குக் கூறின. ஆனால் அதிகாரிகள் இந்த ஆர்ப்பாட்டக்காரர்களை (மாலுமிகளை) கான்ட்ல் பாரக்ஸில் அடைத்து, உணவோ தண்ணீரோ இல்லாமல் முற்றுகையிட்டதையும் அவர்கள் தாகத்துக்கு தண்ணீர் வேண்டுமென்று வெளியில் வந்தபோது, ("கதவுகளை நோக்கிப் பாய்ந்துவந்தார்கள்" என்றது அரசாங்க அறிக்கை; அப்படியே வைத்துக்கொள்வோம்") அவர்கள் மீது சுட்டதையும் உங்களுக்கு அவர்கள் சொல்லவில்லை:

ஜனக்கூட்டங்களின் பலாத்காரத்தைப் பற்றியும் ரௌடித்தனத்தைப் பற்றியும் அவர்கள் உங்களிடம் கூறினார்கள். கட்டுப்பாடாகவும் ஒழுங்காகவும் சென்று கொண்டிருந்த ஊர்வலத்தினர்மீது துரிதமாக லாரி ஓட்டி, அவர்களைக் கீழே தள்ளிய பின்பே, முதன்முதலில் கற்கள் எடுத்தெறியப்பட்டனவென்பதை உங்களுக்கு அவர்கள் சொல்லவில்லை.

வரை நெறியில்லாத பயங்கரத்தை எதிர்த்து, தங்களுடைய வீடு வாசல்களையும் வாழ்க்கையையும் பாதுகாப்பதற்காக பொதுமக்கள் நடத்திய ஒன்றுபட்ட போராட்டம் அது.

"ஒன்றுபட்ட போராட்டம்! அதுதான் கருப்பொருள். காங்கிரஸ் மூவர்ணத்தையும் முஸ்லிம் லீகின் பிறைச் சந்திரனையும் செங்கொடியையும் ஊர்வலங்களில் ஒன்றாகக் காணவே, ஆதிக்க வெறியர்களுக்கு நடுக்கம் ஏற்பட்டது. நர்மதா என்ற யுத்தக் கப்பலில் காங்கிரஸ் லீக் கொடிகள் சேர்ந்து பறப்பதைக் காணவே, அவர்களுக்கு வெறிபிடித்தது."

ஒரு வீட்டு வாசற்படியில் குனிந்து ஒளிந்து கொண்டிருந்த பொழுது, "இதுதான் நடைமுறையில் பிரிட்டிஷ் சோஷலிஸம்" என்று ஒரு இந்தியன் கூறினார். இந்தோனேஷியாவுக்குப் பிறகு (அதாவது, இந்தோனேஷியாவில் டச்சு ஏகாதிபத்திய வாதிகளுக்கு பிரிட்டிஷ் தொழிற்கட்சி சர்க்கார் உதவி செய்ததால் அது ஜனநாயகவாதிகளின் ஆதரவை இழந்தது) எஞ்சியிருந்த ஆதரவைத் தொழிற்கட்சி சர்க்கார் இந்த 24 மணி நேரத்தில் இழந்துவிட்டது. தொழிலாளர் சர்க்காரின் கௌரவத்தைப் பற்றியே நான் கவலைப்படுகிறேன்.

எல்லாவற்றிற்கும் மேலாக, பிரிட்டிஷ் மக்களின் கௌரவத்தைக் குறித்து எனக்குக் கவலையாயிருக்கிறது. அநேகமாக, துப்பாக்கி பிரயோகமெல்லாம் பிரிட்டிஷ் துருப்புகளாலேயே செய்யப்பட்டது.

போலீஸ் பின்னால்தானிருந்தது. இந்திய துருப்புகளை நான் பார்க்கவேயில்லை. கலக உணர்ச்சி அவர்களிடம் பரவிவிடுமென்ற பயத்தால், இந்த அடக்குமுறை சம்ஹாரத்தில் இந்திய துருப்புகளை உபயோகிக்கவில்லையென்று நான் கேள்விப்படுகிறேன்.

"பிரிட்டிஷ் வீரர்கள் விசேஷ துருப்புகளல்ல; ஸெக்யூரிட்டி யூனிட்டுகளுமல்ல. கட்டாய ராணுவ சேவைத்திட்டத்தில் ராணுவத்தில் சேர்ந்தவர்களும், யுத்த காலத்திய வாலண்டியர் சோல்ஜர்களும்தான். லீஸ்டர், எஸ்ஸக்ஸ் படைகளையும் ராயல் ஆர்ட்டில்லரிகளையும் ராயல்மரைன்ஸையும் சேர்ந்தவர்கள்-ராணுவத்திலுள்ள பிரிட்டிஷ் தொழிலாளர்கள்."

கடைசியாக, பிப்ரவரி மாதம் 23-ம் தேதி, சரணடையும்படி யோசனை கூறிய வல்லபாய் படேலின் நிர்ப்பந்தத்தினால், "பழிவாங்குதலில்லாமல் பார்த்துக்கொள்ள காங்கிரஸ் தன்னால் இயன்றதனைத்தையும் செய்யும்" என்று அவர் வாக்களித்தபின், முஸ்லிம் லீகும் இதைப்போல ஒரு உத்தரவாதம் அளித்தபின், கடற்படையினரின் மத்திய ஸ்ட்ரைக் கமிட்டி சரணடையத் தீர்மானித்தது. இரண்டு நாட்களுக்குள், தலைவர்கள் கைது செய்யப்பட்டனர். "நாங்கள் பிரிட்டனுக்கு சரணடையவில்லை; இந்தியாவுக்கு சரணடைகிறோம்" என்று கூறியது ஸ்ட்ரைக் கமிட்டி தலைவரின் கடைசி அறிக்கை.

1946-ம் வருஷ ஆரம்பத்தில் பக்குவமடைந்துகொண்டிருந்த புரட்சிகரமான நிலைமையில், பல்வேறு சக்திகள் எப்படி அணிவகுத்திருக்கிறதென்பதை, கடற்படையினர் எழுச்சியும் பம்பாய் பொதுமக்களின் போராட்டமும் தெள்ளத்தெளிவாகக் காண்பித்தன. ஒருபுறத்தில், இயக்கத்தின் சிகரத்தையும் பொதுமக்களின் வீரத்தையும் வைராக்கியத்தையும், ஹிந்து முஸ்லிம் ஒற்றுமைக்கும் காங்கிரஸ் லீக் ஒற்றுமைக்குமுள்ள அபரிமிதமான

பொதுஜன ஆதரவையும் பிப்ரவரி நாட்கள் நிதரிசினப்படுத்தின. இயக்கம் ராணுவத்தினரையும் ஆகர்ஷித்துவிட்டதையும் பிரிட்டிஷ் ஆட்சியின் அடிப்படையே உறுதி குலைத்துவிட்டதையும் பிப்ரவரி நாட்கள் உலகுக்கு அறிவித்தன. ஆனால் மறுபுறத்தில், தேசியத் தலைமையின் வேற்றுமையையும் ஆயத்தமின்மை யையும் காண்பித்தன; அதன் விளைவாக, தேசியப் போராட்டத்துக்கு தலைமைதாங்கும் திறமையற்று தலைமை நின்றதை அம்பலப்படுத்தின.

இதற்கு முன்னால், பிரசங்கமேடையில், கரகோஷத்தைப் பெற பிரச்சார நோக்கத்துடன், இரட்டைச் சரணாகதியடைந்த-முதலில் ஜப்பானுக்கும் பின்னர் பிரிட்டனுக்கும்-இந்திய தேசிய ராணுவத்தையும், சுபாஷ்போஸையும் புரட்சிகரமான தேசியப் போராட்டத்தின் அடையாளங்களாக போற்றிப் புகழப்பட்டது; வாய்ப்பந்தல் போடப்பட்டது. ஒருபொழுதும் பொதுஜனப் அடிப்படையைப் பெறாத, ஆகஸ்ட் கலவரங்கள் உச்சிமீது வைத்து மெச்சப்பட்டது.

ஆனால் இப்பொழுது, உண்மையிலேயே பொதுமக்கள் இயங்கும்பொழுது, இந்து முஸ்லிம் ஒற்றுமை கைகூடியிருக்கும் பொழுது, பொதுவான தேசிய இயக்கத்தில் ராணுவத்தினர் பொதுமக்களுடன் ஒன்றுபட்டிருக்கும்பொழுது, உண்மையான விடுதலைப் போராட்டம் பிரிட்டிஷ் ஆட்சியின் கதவுகளை உடைத்துத் திறந்துவிட்டபொழுது, தேசிய இயக்கத்தின் மேலிடத்துத் தலைமையின் போக்கில் குறிப்பிடத்தக்க மாறுதல் ஏற்பட்டது. காங்கிரஸ் லீக் ஸ்தாபனங்களின் தலைமைகள் பொதுஜன இயக்கத்தை எதிர்க்கும் முகாமில் நின்றன; பொதுமக்களுக்கு எதிராக, சட்டத்துக்கும் ஒழுங்குக்கும் பிரதிநிதியாக, பிரிட்டிஷ் ஏகாதிபத்தியத்துடன் சேர்ந்து நின்றன. மூன்று நாட்களில் நூற்றுக்கணக்கான ஜனங்களைப் படுகொலை செய்த மூர்க்கத்தனமான துப்பாக்கிப் பிரயோகத்துக்கு ஜவாப்தாரியான ஏகாதிபத்திய அதிகாரிகளை, அவர்களுடைய பலாத்காரத்தைக் கண்டிக்க வில்லை; ராணுவத் துப்பாக்கிகளுக்கு இலக்காகவும் இரையாகவும் நின்ற நிராயுதபாணிகளான ஜனங்களின் 'பலாத்காரத்தை'க் குறித்து பல அறிக்கைகளும்

கண்டனங்களும் வெளியிடப்பட்டன. கப்பற்படையினர் ஆயுதமேந்தியிருக்கக் கூடாதென்று வல்லபாய் படேல் அறிக்கைவிட்டார். "கடற்படையில் கட்டுப்பாடு இருக்க வேண்டுமென்று சேனாதிபதி கூறியதை ஆமோதிக்கிறேன்" என்றார். காங்கிரஸ் அக்கிராசனர் ஆஸாத் கூறியதாவது:-

"இன்றைக்கு தற்காலிகமாக அதிகாரம் செலுத்தும் ஆட்சியை எதிர்த்து, ஸ்ட்ரைக்குகள், ஹர்த்தால் ஆகியவை செய்வதுகூடாது. தற்காலிகமாக, நம் சார்பில் பொறுப்பு வகிக்கும் அன்னிய அதிபர்களிடம் சண்டை போட உடனடியான காரணம் எதுவும் எழவில்லை."

அஹிம்சா கோட்பாட்டுக்கு எதிராக, இந்துக்களும் முஸ்லிம்களும் "துன்மார்க்கமான முறையில் ஒன்றுபட்டதை"க் கண்டித்து காந்தி அறிக்கை விடுத்தார்:

"மேலிடம் முதல் அடித்தளம் வரை அவர்கள் ஒன்றுசேர்ந்திருந்தால், நான் புரிந்துகொண்டிருப்பேன். ஆனால் அது இந்தியாவை கட்டுப்பாடில்லாத ஜனக் கும்பலிடம் ஒப்படைப்பதாகும். அத்தகைய நிலைமை ஏற்படுவதைப் பார்க்க நான் 125 வயது வசிக்க விரும்ப மாட்டேன். அதற்குப் பதிலாக, ஜ்வாலையில் மடிந்து போவதை நான் விரும்புவேன்."

(ஹரிஜன், 1946 ஏப்ரல் 7)

ஆக, 1922-ல் சௌரிசௌராவிலும், 1931-ல் காந்தி-இர்வின் ஒப்பந்தத்திலும் தேசிய சீர்திருத்தவாதத் தலைமைக்கும் பொதுஜன இயக்கத்துக்குமிடையேயுள்ள பிளவு முன்னரே வெளியாயிருந்தது. அதே பிளவு மீண்டும், வளர்ச்சியடைந்த கட்டத்தில், வெளிப்பட்டது. பிரிட்டிஷ் ஆட்சியை எதிர்க்கும் கூட்டுப் போராட்டத்தில் இந்து-முஸ்லிம் ஒற்றுமையை வளர்க்கும் பாதை இந்திய தேசிய விடுதலைப் பாதையாக காணப்படவில்லை; தடுக்கப்பட வேண்டிய பேராபத்தாகக் கருதப்பட்டது; ஏனென்றால், அதன் மூலம் இந்தியாவில் பாமர மக்கள் வெற்றியடைந்து விடுவார்கள். ("இந்தியாவை கட்டுப்பாடில்லாத ஜனக் கும்பலிடம் ஒப்படைப்பது" என்று காந்தி இதையே குறிப்பிட்டார். பாமர மக்களிடம் மேல்வர்க்கம் பாராட்டும்

பகைமையை இந்த வாக்கியம் வெளிப்படுத்துகிறது.) இந்தியாவை ஒடுக்கும் ஆதிக்க வெறியர்களான, பிரிட்டிஷார் இந்தியாவில் மேல்வர்க்கத்தின் சார்பில் தற்காலிகமாக அரசு புரிகின்றவர்களாக மாறிவிட்டார்கள். நெருக்கடி காலத்தில் இந்திய நிலைமையில் அடங்கிக் கிடக்கும் புரட்சி சக்திகளைக் கண்டு பயந்த மேல்வர்க்கத் தலைமை இவ்வாறாய்ச் சிறுமையடைந்து ஏகாதிபத்திய முகாமை நோக்கி சாய்வுமட்டப் பாதையில் சரிந்தது. இந்தியாவில் பொதுஜனப் போராட்டம் உச்சநிலையடைந்த பொழுதெல்லாம் மேல்வர்க்கத் தலைமையின் மேற்கண்ட நடத்தை காணப்பட்டது. இப்பொழுது இந்திய சுதந்திரப் போரின் நெருக்கடியான கட்டத்தில் மீண்டும் வெளிப்பட்டது.

தேசிய முன்னணியிலுள்ள இந்த பலவீனத்தைப் பிரிட்டிஷ் அதிபர்கள் உடனுக்குடன் கண்டுகொண்டார்கள்; அதை பூரணமாக பிரயோஜனப்படுத்திக்கொள்ளவும் அவர்கள் காலதாமதம் செய்யவில்லை. காபினெட் மிஷனுடைய நடவடிக்கைகள் பின்னால் காட்டியதைப்போல, அதிகாரம் சாத்வீகமான முறையில் தத்தம் கரங்களில் கைமாற்றித் தரப்படுமென்ற காங்கிரஸ், லீக் தலைமைகளின் நம்பிக்கையையும், பொதுஜன இயக்கத்திடம் அவர்களுக்குள்ள பயத்தையும், அவர்களுக்கிடையேயுள்ள பரஸ்பர பிளவையும் பகைமையையும் ஏககாலத்தில் உபயோகித்துக்கொள்வதே பிரிட்டிஷ் ஏகாதிபத்தியத்தின் முழுத் தந்திரமாயிருந்தது. பிப்ரவரி மாதம் 18-ம் தேதி பம்பாய் கடற்படையினர் வேலைநிறுத்தம் தொடங்கியது. பிப்ரவரி மாதம் 19-ம் தேதி, காமன்ஸ் சபையில், காபினெட் மிஷனை இந்தியாவுக்கு அனுப்புவதாக முடிவெடுத்திருப்பதை அட்லி அறிவித்தார்.

3. காபினெட் மிஷன்

1946 மார்ச் மாதத்தில் காபினெட் மிஷன் இந்தியாவுக்கு வந்து சேர்ந்தது. 1945 செப்டம்பரில் வைஸ்ராய் ஒலிபரப்பிய கொள்கை விளக்கத்தை ஒத்தவகையில், காபினெட் மிஷனுக்கு பிரிட்டிஷ் அரசாங்கம் தந்த ஆலோசனைகள் இருந்தன.

1945 செப்டம்பரில் வைஸ்ராய் செய்த பிரகடனம் கூறியதாவது:-

"எவ்வளவு துரிதமாக முடியுமோ அவ்வளவு துரிதமாக ஒரு அரசியல் ஆக்க ஸ்தாபனத்தை கூட்டவேண்டுமென்பது மாட்சிமை தங்கிய மன்னர் சர்க்காரின் நோக்கம்.

இதற்கு பூர்வாங்க நடவடிக்கையாக, தேர்தல்கள் முடிந்தவுடன், மாகாணங்களின் சட்டசபைகளுடைய பிரதிநிதிகளுடன் விவாதித்து, 1942-ம் வருஷ பிரகடனத்திலுள்ள திட்டம் (க்ரிப்ஸ் திட்டம்) ஒப்புக்கொள்ளக் கூடியதா அல்லது வேறு திருத்தப்பட்ட திட்டத்தையே விரும்புவார்களா என்பதைத் தெரிந்துகொள்ளும்படி எனக்கு அதிகாரமளித்துள்ளனர்.

"அரசியல் ஆக்க ஸ்தாபனத்தில் எவ்விதத்தில் இந்திய சமஸ்தானங்கள் நல்லமுறையில் பங்கெடுக்கமுடியும் என்பதைத் தெரிந்துகொள்ள இந்திய சமஸ்தானங்களின் பிரதிநிதிகளுடனும் சம்பாஷணைகள் நடத்தப்படும்."

இந்தியாவுக்கும் பிரிட்டனுக்குமிடையே ஏற்பட வேண்டியிருக்கும் ஒப்பந்தத்தின் அம்சங்களைக் குறித்து மன்னர் சர்க்கார் ஆலோசிக்கத் தொடங்கிக் கொண்டிருக்கிறார்கள்.

இந்தத் தயாரிப்புக் கட்டங்களில் (புதிய அரசியலை வகுக்கும்வரை மொ-ர்.) இந்திய சர்க்கார் நடக்கவேண்டும்...... ஆகவே, மாகாண சட்டசபைகளின் தேர்தல்கள் முடிவுற்றவுடன், பிரதான இந்திய கட்சிகளின் ஆதரவைப் பெற்ற நிர்வாக கவுன்ஸிலை அமைக்க நடவடிக்கைகள் எடுப்பதற்கும் எனக்கு அதிகாரம் அளித்துள்ளார்கள்............"

1942-ம் வருஷத்தின் க்ரிப்ஸ் திட்டத்தையே அறிக்கை சிபார்சு செய்கிறது. அதே சமயத்தில் அந்தத் திட்டத்தை திருத்துவது சாத்தியமென்று கூறுகிறது. வைஸ்ராய் ரேடியோ பிரசங்கம் செய்தபொழுது, பிரிட்டிஷ் பிரதமர் விடுத்த அறிக்கையில் கூறினார்:-

"1942-ம் வருஷ பிரகடனத்தில், இந்தியாவைப் பற்றிய பிரிட்டிஷ் கொள்கை அடங்கியிருக்கிறது. இந்தத் தேசத்திலுள்ள சகல கட்சிகளுடைய ஆதரவையும் பெற்ற அந்த கொள்கை விளக்கம் அதன் பூரணத்வத்துடனும் நோக்கத்துடனும் அப்படியே இன்றும் பிரிட்டிஷ் கொள்கையாயிருக்கிறது."

1946-ம் வருஷத்தின் முதல் மாதங்களில் தேர்தல்கள் நிகழ்ந்தன. சுதந்திர லட்சியத்தை உடைய இரு பிரதான அரசியல் ஸ்தாபனங்களுக்குப் பின் அபிப்பிராயம் உறுதிப்பட்டிருப்பதை தேர்தல் முடிவுகள் எடுத்துக்காட்டின; பொது ஸ்தானங்களில் காங்கிரஸும் முஸ்லிம் ஸ்தானங்களில் முஸ்லிம் லீகும் வெற்றியடைந்தன. இதற்கு முன்னிருந்த சிறிய, வகுப்பு வாரி கோஷ்டிகளான ஹிந்து மகாசபை முதலியவையும், அதிகாரிகளின் ஆசிபெற்ற கட்சிகளாகிய சென்னை ஜஸ்டிஸ் கட்சியும் பாஞ்சால யூனியனிஸ்ட் கட்சியும் கிரஹணத்தால் பீடிக்கப்பட்டன. (பிரிட்டிஷ் இந்தியாவிலுள்ள ஜனங்களின் 200-ல் ஒருவருக்கும் குறைவான நபர்களே வோட்டுரிமை பெற்றுள்ள) மத்திய சட்டசபை தேர்தலில் காங்கிரஸ் 56 ஸ்தானங்களை கைப்பற்றியது (போன தேர்தலில் 36 ஸ்தானங்கள்தான்); பொது ஸ்தானங்களில் பதிவான மொத்த வோட்டுகளில் 91 சதவீதமும், சகல தொகுதிகளிலும் பதிவான மொத்த வோட்டுகளில் 59 சதவீதமும், காங்கிரஸுக்கு கிடைத்தது. முப்பது முஸ்லிம் ஸ்தானங்களிலும் லீக் வெற்றியடைந்தது (முன்னால் 25 தான்); முஸ்லிம் வோட்டுகளில் 86 சதவீதமும், மொத்த வோட்டுகளில் 27.6 சதவிகிதமும் லீகுக்குக் கிடைத்தது. ஜனத்தொகையில் 11 சதவீதத்தினருக்கு வோட்டுரிமையுள்ள (அதாவது வயது வந்தவர்களில் 20 முதல் 25 சதவீதமிருக்கும்) மாகாண சட்டசபைகளின் தேர்தல் காங்கிரஸுக்கு 930 ஸ்தானங்கள் கிடைத்தது; (1937 தேர்தலில் 715 ஸ்தானங்களே). சகல தொகுதிகளிலும் பதிவான மொத்த வோட்டு 55.5 சதவீதம் காங்கிரஸுக்கு கிடைத்தது. முஸ்லிம் லீக் 507 முஸ்லிம்களில் ஸ்தானங்களில் 427ஸ்தானங்களை கைப்பற்றியது; (1937-ல் 108 ஸ்தானங்களே) மொத்த முஸ்லிம் வோட்டில் 74.3 சதவீதம் லீகுக்கு

கிடைத்தது. முதன்முதலாக, கம்யூனிஸ்ட் கட்சிக்கு தேர்தலில் கலந்துகொள்வது சாத்தியமாயிற்று. 6,84,928 வோட்டு களையும் 8 ஸ்தானங்களையும் கம்யூனிஸ்ட் கட்சி பெற்றது.

இந்தியா காரியதரிசி பெதிக்லாரன்ஸ், ஸர் ஸ்டாபோர்ட் க்ரிப்ஸ், கடற்படை மந்திரி அலெக்ஸாண்டர் மூவருமடங்கிய காபினெட் மிஷன் இந்தியா செல்வதாக் பிரிட்டிஷ் பிரதமர் பிப்ரவரி 19-ல் அறிவிக்கும்போது, "இந்திய அபிப்பிராயத்தின் தலைவர்களுடைய ஒத்துழைப்புடன், இந்தியாவில் பூரண சுயாட்சியை சீக்கிரமே கைகூடச் செய்வதற்கு" எடுக்கவேண்டிய நடவடிக்கைகளைக் குறித்து அறிக்கை வெளியிடப்பட்டது.

நடவடிக்கைகளில் முக்கியமானவை என்னவென்றால்,

"1. அரசியல் அமைப்பை வகுக்கும் முறையைக் குறித்து விரிவான அளவுக்கு உடன்பாட்டை ஏற்படுத்தும்பொருட்டு, இந்திய சமஸ்தானங்களின் பிரதிநிதிகளுடனும் பிரிட்டிஷ் இந்தியாவின் தேர்ந்தெடுக்கப்பட்ட பிரதிநிதிகளுடனும் முன்னேற்பாடான விவாதங்கள் நடத்துதல்;

2. ஒரு அரசியல் ஆக்க ஸ்தாபனத்தை அமைத்தல்.

3. பிரதான இந்திய கட்சிகளின் ஆதரவுடைய ஒரு நிர்வாக சபையை அமைத்தல்."

காபினெட் மிஷன் இந்தியாவுக்கு கிளம்பும்பொழுது, மார்ச் மாதம் 15-ம் தேதி, பார்லிமெண்டில் பிரதம மந்திரி ஒரு அறிக்கை வெளியிட்டார். (முதல் அத்தியாயம் செக்ஷன் 1) அதில், குறிப்பாக, இரு அம்சங்கள் பொதுஜன கவனத்தைக் கவர்ந்தன. முதலாவதென்னவென்றால், டொமினியன் அந்தஸ்துக்கு பதிலாக, இந்தியா "சுதந்திரத்தை" லட்சியமாகத் கொள்வது சாத்தியமென்று முதன்முதலாக பிரிட்டிஷ் அரசாங்க அறிக்கை கூறியதாகும்:-

"தன் எதிர்கால அரசியல் அமைப்பும், உலகத்தில் தன்னுடைய ஸ்தானமும், எப்படியிருக்கவேண்டுமென்று இந்தியாவே நிர்ணயித்துக்கொள்ளவேண்டும். பிரிட்டிஷ் காமன்வெல்திலிருக்க இந்தியா விரும்புமென்று நான் நம்புகிறேன்..... அதற்கு மாறாக, இந்தியா சுதந்திரமாய்ப் போக விரும்பினால்-இந்தியாவுக்கு சுதந்திரமாய்ப் போக

உரிமையிருக்கிறதென்பதே என் அபிப்பிராயம். இடைக் காலத்தைச் சாத்தியமான அளவுக்கு சுலபமாக்குவதற்கும் தகராறில்லாதபடி சௌஜன்யமாக்குவதற்கும் உதவி செய்வது நம் கடமை."

இரண்டாவது அம்சம் மைனாரிட்டிகளைப் பற்றியது:

"மைனாரிட்டிகள் பயமில்லாமல் வாழமுடியவேண்டு மென்பதையும், மைனாரிட்டிகளின் உரிமைகளையும் நாம் நன்கறிவோம். மறுபுறத்தில், மெஜாரிட்டியின் வளர்ச்சியைத் தடுக்கும் ரத்து அதிகாரத்தை மைனாரிட்டி அனுபவிப்பதை நாம் அனுமதிக்கமுடியாது."

இந்திய அரசியல் வளர்ச்சியின் லட்சியமாக சுதந்திரம் இருப்பது சாத்தியமென்று குறிப்பிடப்பட்டதை பிரிட்டிஷ் கொள்கையின் மாறுதலாகவும் இந்திய-பிரிட்டிஷ் உறவுகளின் புதிய உணர்வு ஏற்பட்டிருப்பதற்கு அத்தாட்சியாகவும் பலர் வரவேற்றனர். விவாதத்தில் சர்ச்சில் கட்சியினரான டோரிகளும் இந்திய சுதந்திரத்தைப் பற்றிய கோரஸ்ஸில் சேர்ந்துகொண்டது. சந்தேகத்துக்கிடமளித்தது. "சுதந்திரம் என்ற பதத்தைக் கண்டு ஏன் மிரளவேண்டும்?" என்று வடிகட்டிய ஏகாதிபத்தியவாதியும் பழம் பெருச்சாளியுமான ஸர் ஸ்டான்லிரீட் கேட்டார். எனினும் டொமினியன் அந்தஸ்தா, சுதந்திரமா என்பதை நிர்ணயிக்கும் உரிமை எதிர்கால அரசியல் நிர்ணய சபைக்கு விடப்பட்டது. அந்த அரசியல் நிர்ணய சபையின் அமைப்பும் முறையும் பிரிட்டிஷாரால் வகுக்கப்பட்டன; பிரிட்டிஷாருக்கு வேண்டியவர்கள் அந்த சபையில் கேந்திர ஸ்தானத்தைப் பெற்றனர்; இந்த கபடத்திட்டம் புதிய கொள்கையே அல்ல சர்ச்சில் பிரதமராயிருந்த சர்க்கார் அங்கீகரித்த 1942-ம் வருஷத்திய கிரிப்ஸ் திட்டத்திலேயே வகுக்கப்பட்ட கொள்கைதான்:-

"இந்தியாவில் கூடிய சீக்கிரம் சுயாட்சி ஏற்படுவதற்காக ஒரு புதிய இந்திய யூனியனை சிருஷ்டிப்பதற்கு நடவடிக்கைகள் எடுக்க பிரிட்டிஷ் சர்க்கார் உத்தேசித்திருக்கிறது. அந்த யூனியன் பரிபூரண டொமினியன் அந்தஸ்துடன் விளங்கும்.

விரும்பினால் பிரிட்டிஷ் காமன்வெல்திலிருந்து பிரிந்துபோகும் உரிமையை அந்த யூனியன் அனுபவிக்கும்."

அரசியல் முன்னேற்றத்தைத் தடைசெய்ய ஒரு மைனாரிட்டிக்கு ரத்து அதிகாரம் அளிக்கப்படமாட்டாதென்ற வாக்குறுதி சிம்லா மகாநாட்டு நிலைமையிலிருந்து ஒரு முன்னேற்றமேயாகும்; அன்றைய அரசியல் ஸ்தம்பிப்பை அகற்றவேண்டுமென்ற உறுதியைக் காண்பிக்கிறது. ஆனால் மைனாரிட்டி என்ற பதம் முஸ்லிம் வகுப்பைக் குறிப்பிடவில்லையென்று பின்னால் அளிக்கப்பட்ட அதிகார பூர்வமான வியாக்கியானம் கொள்கை மாறுதலென்று நினைக்கப்பட்ட இந்த வாசகத்தின் முக்கியத்துவத்தை குறைத்துவிட்டது.

கவர்னர்கள், சமஸ்தானாதிபதிகள், மாகாண பிரதமர்கள், மாகாண சட்டசபைகளின் எதிர்கட்சித் தலைவர்கள், காங்கிரஸ், லீக் முதலிய ஸ்தாபனங்களின் தலைவர்கள் ஆகியோரைத் தனித்தனியாகப் பேட்டி காண்பதில் காபினெட் மிஷன் முதல் சில வாரங்களைச் செலவழித்தது. இந்தியாவின் வெவ்வேறு அரசியல் பகுதிகளிடையேயுள்ள பிரிவினைகளைக் குறிப்பாக காங்கிரஸ் லீக் வேற்றுமைகளை உலக அபிப்பிராயத்தின் முன் விளம்பரப்படுத்துவதற்கு இந்த தனி சம்பாஷணைகள் பயன்பட்டன. அடுத்த கட்டத்தில் காங்கிரஸ்-லீக் உடன்பாட்டுக்கு அடிப்படை காணும் பொருட்டு, மிஷன் பேச்சுவார்த்தை நடத்தியது. அதற்கான யோசனைகளை மிஷன் முன் வைத்தது. மிஷன், காங்கிரஸ், லீக் ஆகியோரின் முக்கூட்டு சம்பாஷணைகள் மே 5 முதல் 12-ந் தேதி வரை, ஸிம்லாவில் நடந்தன. ஒரு வருஷத்துக்கு முன் நிகழ்ந்த முதல் ஸிம்லா மகாநாட்டைப் போல, இரண்டாவது ஸிம்லா மகாநாடும் முறிவில் முடிந்தது. இவ்வாறாக காபினெட் மிஷனுடைய முதல் ஏழு வாரங்களின் நடவடிக்கைகள் ஒரு பிரிட்டிஷ் தீர்ப்புக்கு சூழ்நிலையை சிருஷ்டித்தன.

மே மாதம் 16-ம் தேதி, காபினெட் மிஷன் தன் கொள்கை அறிக்கையை வெளியிட்டது. வைஸ்ராயும் பிரிட்டிஷ் காபினெட்டும் அங்கீகரித்த அறிக்கை அது. அந்த அறிக்கையில் சில முடிவுகளும் நில சிபார்சுகளும் அடங்கி யிருந்தன; அரசியல் நிர்ணய சபையின் ஸ்தாபிதத்தைக்

குறித்தும், உறுப்புகளைக் குறித்தும் எடுக்கப்படவேண்டிய உடனடி நடவடிக்கைகளையும் அ.நி. சபையின் வேலைமுறை விதிகளையும் காபினெட் மிஷன் வகுத்திருந்தது. இவை முடிவுகள்; தீர்மானங்கள்; எதிர்கால அரசியல் அமைப்பின் கொள்கை குறித்து சிபார்சுகள் செய்யப்பட்டிருந்தன. அந்த சிபார்சுகளை அரசியல் நிர்ணய சபை திருத்தியமைக்கலாம்; ஆனால் முடிவுகளை ஒப்புக்கொள்ளவேண்டும்; இல்லா விட்டால் திட்டத்தை நிராகரிக்கவேண்டும். பிற்காலத்திய அரசியல் அமைப்பின் தன்மையை நிர்ணயிக்கும் முக்கியமான நடவடிக்கைகள் அனைத்தையும் இந்த மாற்றப்பட முடியாத முடிவுகள் வகுத்திருப்பதால், உண்மையில் காபினெட் மிஷனின் திட்டம் ஒருதலைப்பட்சமான பிரிட்டிஷ் முடிவால் திணிக்கப்படும் தீர்ப்புதான். (தீர்ப்பு என்ற பதத்தை மிஷன் உபயோகிக்கவில்லை; மறுக்கவும் மறுத்தது.)

காங்கிரஸ்-லீக் பிளவு இந்திய பிரதிநிதிகளின் பலவீனமாகவிருந்தது. தேர்தல் முடிவுகள் இரு கட்சிகளுடைய பலத்தையும் ஊர்ஜிதப்படுத்தி; பிளவை அதிகமாக்கின. ஒரு கூட்டுத்திட்டத்துக்காக காங்கிரசும், லீகும் முயன்றிருந்தால், சுதந்திரப் பிரகடனமும் அதிகார மாற்றமும் பூர்வாங்க நடவடிக்கைகளாக எடுக்கப்படவேண்டுமென்ற சர்வஜனக் கோரிக்கையை காபினெட் மிஷன் அவ்வளவு சுலபமாக புறக்கணித்திருக்கமுடியாது. அப்படியில்லாவிட்டால், எதிர்கால அரசியலமைப்பைக் குறித்து ஒரு உடன்பாட்டுக்கு வரமுடியாவிட்டாலும், மிஷனிடம் காங்கிரசும் லீகும் கூட்டாக அணுகியிருந்தால், அதாவது தனித்தனியாக சம்பாஷணைகளை நடத்துவதற்கு மறுத்துவிட்டு சுதந்திரத்தைப் பிரகடனம் செய்து அதிகாரத்தைக் கைமாற்றித் தருமாறு கூட்டாகக்கோரியிருந்தால், பிரிட்டிஷ் கைக்கு லகான் போயிருக்காது; ஒருதலைப்பட்சமான பிரிட்டிஷ் தீர்ப்பு ஏற்பட்டிருக்காது. மூன்றாவது கட்சியின் தலையீடு இல்லாமல், இந்திய அரசியல் அமைப்பின் தன்மையைக் குறித்த பிரச்சினைகள் அனைத்தையும், உள்நாட்டு அரசியல் பிரச்சினைகளாக மதித்து, இந்திய அரசியல் கட்சிகளுக் குள்ளேயே முடிவு செய்துகொண்டிருக்கலாம். துரதிர்ஷ்ட வசமாக, காங்கிரஸ், லீக் தலைமைகள் இரண்டும், காபினெட் மிஷனுடன் அந்நியோன்யமாகவும், அந்தரங்கமாகவும்

பேச்சுவார்த்தை நடத்துவதிலேயே அதிக நாட்டம் கொண்டன; ஒருவருக்கொருவர் பேச்சுவார்த்தை நடத்து வதைவிட மிஷனிடம் சம்பாஷிப்பதையே அதிகமாக விரும்பின. அம்மட்டுமல்ல, ஒருவரையொருவர் எதிர்த்து, தத்தம் முரணான கோரிக்கைகளுக்காக, மிஷனுடைய ஆதரவைப் பெற முயன்றன. காங்கிரஸ் லீக் பிரிவினை ஒன்றுதான் இந்திய சுதந்திரத்துக்கு முட்டுக்கட்டையாக விளங்குகிறதென்றும், இந்திய அரசியலின் எதிர்காலத்துக்கு ஒரே பரிகாரமாக, தவிர்க்கமுடியாத பரிகாரமாக பிரிட்டன் தன் தீர்ப்பைத் திணிக்கவேண்டியிருந்ததென்றும் பிரிட்டிஷ் பிரச்சாரம் உலகத்தின் முன்னால் துணிந்து கூறுவதற்கு தகுந்த நிலைமை மேற்கண்டவாறு எழுந்தது.

4. புதிய அரசியல் திட்டம், 1946

மே மாதம் பதினாறாம் தேதி, காபினெட் மிஷன் வெளியிட்ட திட்டம் கீழ்க்கண்ட யோசனைகளை முன்வைத்தது:

1. எதிர்கால அரசியல் அமைப்பைப் பற்றிய சிபார்சுகள்

1. பிரிட்டிஷ் இந்தியாவும், சமஸ்தானங்களும் சேர்ந்த ஒரு இந்திய யூனியன் அமையவேண்டும். அன்னியநாட்டு விவகாரங்கள், பாதுகாப்பு, போக்குவரத்து ஆகிய விஷயங்களை அது நிர்வகிக்கும். இந்த விஷயங்களுக்கு தேவைப்பட்ட நிதியைத் திரட்டுவதற்கும் அதிகாரம் உண்டு.

2. பிரிட்டிஷ் இந்திய பிரதிநிதிகளும், சமஸ்தானங்களின் பிரதிநிதிகளும் அடங்கிய சட்டசபையும் நிர்வாக கவுன்ஸிலும் யூனியனுக்கு இருக்கவேண்டும்.

வகுப்பு சம்பந்தமான பெரும் பிரச்சினை வந்தால், கூட்டத்தில் பிரசன்னமாயிருந்து செய்யும் பிரதிநிதிகளின் மெஜாரிட்டியுடன், பிரசன்னமாயிருந்து வாக்களிக்கும் இந்து பிரதிநிதிகளின் மெஜாரிட்டியும், முஸ்லிம் லீக் பிரதிநிதிகளின் மெஜாரிட்டியும் கிடைத்தால்தான், அந்தப் பிரச்சினையைப்பற்றி முடிவெடுக்க முடியும்.

3. யூனியன் விஷயங்களைத் தவிர இதர விஷயங்களும் சகல மிச்ச அதிகாரங்களும் மாகாணங்களிடமே இருக்கும்.

4. யூனியனுக்கு அளிக்கப்பட்ட அதிகாரங்களைத் தவிர, மீதி அதிகாரங்கள் அனைத்தும், விஷயங்கள் அனைத்தும் சமஸ்தானங்களிடமே இருக்கும்.

5. நிர்வாகமும் சட்டசபையும் உடைய தொகுதிகளை அமைக்க மாகாணங்களுக்கு உரிமையுண்டு; எந்தெந்த மாகாண விஷயங்களை பொதுவான தொகுதி நிர்வாகத்துக்கு எடுத்துக்கொள்வதென்று ஒவ்வொரு தொகுதியும் நிர்ணயிக்கும்.

6. முதல் பத்து வருஷம் கழிந்தும், அதற்குப் பின் பத்து வருஷங்களுக்கும் ஒரு தடவையும், அரசியல் அமைப்பின் ஷரத்துக்களை புனராலோசனை செய்யவேண்டுமென்று எந்த ஒரு மாகாணமும் சட்டசபை மெஜாரிட்டி வோட்டின் மூலம் கோருவதற்கு யூனியன் அரசியலிலும் தொகுதிகளின் அரசியல்களிலும் இடமிருக்கவேண்டும்.

2. அரசியல் நிர்ணய சபை

1. 389 அங்கத்தினர்களடங்கிய அரசியல் நிர்ணய சபை; பிரிட்டிஷ் இந்தியாவின் மாகாணங்களிலிருந்து, வகுப்புவாரி அடிப்படையில், ஜனத்தொகையின் வீதாச்சாரத்துக்கேற்ற ஸ்தானங்களுக்கு மறைமுகமாக தேர்ந்தெடுக்கப்படும் அங்கத்தினர்கள் 292-இவர்கள் மாகாண சட்டசபைகளால் தேர்ந்தெடுக்கப்படுவார்கள். வகுப்புவாரி பிரதிநிதித்துவ மாவது - பொது ஸ்தானங்கள், முஸ்லிம் ஸ்தானங்கள், சீக்கிய ஸ்தானங்கள் முறையே முஸ்லிம் அல்லாதார், முஸ்லிம், சீக்கிய சட்டசபை அங்கத்தினர்களால் நிரப்பப்படும்; 93 பேர் சமஸ்தானங்களால் பொறுக்கி அனுப்பப்படுவார்கள். சமஸ்தானங்களும் பிரிட்டிஷ் இந்தியாவும் சமஸ்தான அங்கத்தினர்கள் நியமனமுறையை கலந்தாலோசித்து முடிவு செய்வார்கள்.

2. மாகாணங்கள் மூன்று தொகுதிகளாகப் பிரிக்கப்படும்.

அ. இந்து மெஜாரிட்டி பிரதேசங்களடங்கிய 'ஏ' தொகுதி (சென்னை, பம்பாய், ஐக்கிய மாகாணம், மத்திய மாகாணம், ஒரிஸா, பீகார்.)

ஆ. பாஞ்சாலம், எல்லைப்புற மாகாணம், ஸிந்து, பலுச்சிஸ்தான் அடங்கிய வடமேற்கு முஸ்லிம் தொகுதி அல்லது 'பி' தொகுதி; வங்காளமும் அஸ்ஸாமும் அடங்கிய வடகிழக்கு முஸ்லிம் தொகுதி அல்லது 'ஸி' தொகுதி.

இந்தத் தொகுதிகளின் பிரதிநிதிகள் தனித்தனியாய்க்கூடி, அந்தந்தத் தொகுதி அரசியலையும், தொகுதியிலுள்ள மாகாணங்களின் அரசியல் அமைப்புகளையும் வகுப்பார்கள். புதிய அரசியல் அமைப்பு வகுக்கப்பட்டு, அதன் அடிப்படையில் தேர்தல்கள் நடந்த பின்னரே, மாகாணங்களுக்கு தொகுதிகளிலிருந்து பிரிந்து போகும் உரிமையுண்டு.

3. சிறு மைனாரிட்டிகளுக்கு ஆலோசனைக் கமிட்டி.

4. யூனியன் அரசியல் அமைப்பை யூனியன் அ.நி. சபை வகுக்கும்; வகுப்பு சம்பந்தமான பெரும் பிரச்சினைகளைக் குறித்த தீர்மானங்கள் யூனியன் அ.நி. சபையில் வந்தால், பிரசன்னமாயிருந்து வாக்களிக்கும் மெம்பர்களில் மெஜாரிட்டியும் வாக்களிக்கும் இந்து, முஸ்லிம் அங்கத்தினர்களின் தனித்தனி மெஜாரிட்டியும் பெற்றாலே நிறைவேற்றப்படும்.

3. சமஸ்தானங்கள்

பேச்சுவார்த்தை மூலம், இந்திய யூனியனில் எந்த அடிப்படையில் சமஸ்தானங்கள் ஒத்துழைப்பதென்பதை நிர்ணயிப்பது; பூர்வாங்க கட்டங்களின் ஒரு பேச்சுவார்த்தை கமிட்டி மூலம் சமஸ்தானங்களின் நலன்கள் பிரதிநிதித்துவப்படுத்தப்படும்.

பிரிட்டிஷ் இந்தியா சுதந்திரமடைந்தவுடன், சமஸ்தானங்கள் மீதுள்ள மேலதிகாரம் ரத்தாகிவிடும்.

4. பிரிட்டிஷ் இந்திய ஒப்பந்தம்

யூனியன் அரசியல் நிர்ணய சபையும் பிரிட்டனும் ஒரு இந்திய-பிரிட்டிஷ் ஒப்பந்தத்திற்கு வரவேண்டும்.

5. இடைக்கால சர்க்கார்

"பிரதான அரசியல் கட்சிகளின் ஆதரவுடன் கூடிய இடைக்கால சர்க்காரை" ஸ்தாபிப்பதற்கு சிபார்சு செய்யப்

பட்டது. நிர்வாக சபையை புனர் நிர்மாணம்செய்து, வைஸ்ராய் இந்த இடைக்கால சர்க்காரை அமைப்பார்.

காபினெட் திட்டத்துக்கு இருவிதத்தில் வரவேற்பு கிடைத்தது. அது தாராளமான திட்டமென்றும் இந்திய சுதந்திர வாக்குறுதியையும் தங்கள் அரசியலைத் தாங்களே வகுத்துக்கொள்வதற்கு இந்திய மக்களுக்குள்ள உரிமையையும் பரிபூரணமாய் பூர்த்தி செய்யும் திட்டமென்றும் பிரிட்டிஷ் விமர்சனம் பொதுவாகப் புகழ்ந்தது. சர்ச்சிலும் வலதுசாரி டோரி அபிப்பிராயமும் எழுப்பிய கண்டன விமர்சனம் பொதுவான கண்ணோட்டத்தையே வற்புறுத்தியது. ஏனெனில் காபினெட் திட்டம் சுதந்திரமளித்துவிட்டதென்ற உத்தேசமே சர்ச்சிலுடைய கண்டன விமர்சனத்தின் ஆதாரமும்கூட.

இந்திய விமர்சனம் பலரகப்பட்டதாயிருந்தது. பேச்சுவார்த்தைக் காலம் முழுவதும் பிரிட்டிஷ் சர்க்காரின் நல்லெண்ணத்தையும் காபினெட் மிஷனின் நேர்மையையும் புகழ்ந்து போற்றுவதில் தீவிரமாயிருந்த காந்தி, ('அவர்கள் நமக்கு துரோகம் செய்யமாட்டார்கள்' என்பது அவர் வாசகங்களில் ஒன்று. பேரெழுச்சியுற்ற தேசத்தின் தலைவன், அந்த நாட்டை அடக்கி ஆண்டு வருபவர்களைக் குறித்து இவ்விதம் பேசுவது விசித்திரமாயிருப்பதுடன், அர்த்தபுஷ்டியுமுள்ளதாயிருக்கிறது.) திட்டத்தை வரவேற்றார்.

"இந்தத் துயரதேசத்தை துன்பமும் துயரமும் ஒழிந்த நாடாக மாற்றக்கூடிய விதையை உடையதாக" திட்டத்தை வரவேற்றார். காங்கிரஸ் தலைவர்கள் ஆதரவளிப்பதுடன் குறைகளும் கூறினார்கள். காபினெட் திட்டம் "பாகிஸ்தானின் அடிப்படையையும் அஸ்திவாரத்தையும்" அளிப்பதாக ஜின்னா கூறும் வரையில், லீக் விமர்சனம் பிடிகொடுக்கவில்லை. இடதுசாரி காங்கிரஸ் அபிப்பிராயம் பகிரங்கமாகக் கண்டித்தது. "இந்தியாவின் எதிர்காலத்தைக் குழப்புவதற்காக வந்த பிரிட்டிஷ் திட்டம்" என்று தேசிய தினசரி ப்ரீபிரஸ் ஜர்னல் கூறியது. "இந்தியாவைத் தங்களுடைய மிகப்பெரிய அடிமை நாடாகப் பாதுகாக்கும் பிரிட்டிஷ் ஏகாதிபத்திய திட்டம்" என்றும் "சுதந்திர சாஸனம் நிறைவேற்றப்படுவதை தடை செய்வதற்கும்" இந்தியர்கள் தங்களுக்குள்ளே

நிரந்தரமாக சண்டையிட்டுக் கொள்ளும்படி செய்வதற்கும் வகுக்கப்பட்டுள்ள திட்டம்" என்றும் கம்யூனிஸ்ட் தலைவர் பி.ஸி. ஜோஷி திட்டத்தை வன்மையாகக் கண்டித்தார்.

திட்டம் அறிவிக்கப்பட்டபின் நீண்ட நாட்கள் சம்பாஷணைகள் நிகழ்ந்தன. மே மாதம் 24-ம் தேதி, காங்கிரஸ் ஒரு இடைக்கால அறிக்கையைத் தீர்மான ரூபத்தில் வெளியிட்டது. தீர்மானம் இறுதி முடிவை வெளியிடா விட்டாலும், காங்கிரஸ் கொள்கைக்கும் திட்டத்துக்குமுள்ள பல வேறுபாடுகளைக் குறிப்பிட்டது; குறிப்பாக, இடைக் காலத்தில் ராணுவ ஆதிக்கம் நீடிப்பது, ("ஒரு அன்னிய ராணுவம் தேசத்தை வசப்படுத்தியிருப்பது நீடிப்பதானது சுதந்திரத்தை பொய்ப்பிப்பதாகும்"). அரசியல் நிர்ணய சபையில் ஐரோப்பியர்களுக்கு அளிக்கப்படும் பிரதிநிதித்துவம், கட்டாய தொகுதி வட்டங்களின் அமைப்பால் மாகாண சுயாட்சிக்கு பங்கம் ஏற்படுதல், சமஸ்தானங்களில் ஜனநாயகம் ஏற்பட வகை செய்யாமை, இடைக்கால சர்க்காரின் அதிகாரத்துக்கு உள்ள குறைபாடுகள் ஆகிய விஷயங்களை காரியக்கமிட்டி தீர்மானம் வற்புறுத்தியது.

ஜூன் முதல் தேதி, அகில இந்திய காங்கிரஸ் கமிட்டியின் அதிகார பூர்வமான செய்திக் கடிதம் இந்த விமர்சனத்தை மேலும் விளக்கியது. இந்தத் திட்டம்,

"1942 மார்ச்சில் சர்ச்சில், அமரி முதலியோர் அளிப்பதற்கு சம்மதித்ததைவிட சிறந்ததல்ல.

"வாக்களிக்கப்பட்டுள்ள சுதந்திரம் பல தடைகள் மூலம் விலங்கிடப்பட்டிருப்பதால், இதைச் சுதந்திரம் என்று அழைப்பது தவறு, அரசியல் நிர்ணய சபை என்று அழைக்கப்படும் ஸ்தாபனம் அரசுரிமையையுடைய ஸ்தாபனம் போலத் தோன்றினாலும், உண்மையில் அதற்கு அரசுரிமை கிடையாது. இயற்கைக்கு விரோதமான தொகுதி வட்டங்களின் தயவில் யூனியனும் மாகாணங்களும் பிழைக்கவேண்டியிருக்கும். வகுப்புவாரி அடிப்படையில் பிரிக்கப்பட்ட இந்தியாவின் குறைகள் அனைத்தும் திட்டத்தி லிருக்கிறது; அதே சமயத்தில், மாகாண யூனிட்டுகளுக்கு ஒருமைப்பாட்டையும் அரசுரிமையையும் அளிக்கும்

பரிபூரண பாகிஸ்தான் திட்டத்தின் ஒரே அம்சம் இந்த திட்டத்தில் கிடையாது.

"நாணயம், பாங்கிங், சுங்கம், பொருளாதாரத் திட்டமிடுதல் முதலிய விஷயங்கள்மீது அதிகாரமில்லாத யூனியன் சர்க்கார், நவீன யந்திர விஞ்ஞான, தொழில் சூழ்நிலையில் தேசத்தின் பொருளாதார முன்னேற்றத்துக்கு தலைமை தாங்க, பலவீனமானதாயிருக்கும்.........."

"வகுப்பு நலனைப் போலவே நிலப்பிரபுத்துவ நலனுக்கும் தேசிய நலன் உட்படுத்தப்பட்டுவிட்டது. சமஸ்தானங்களுக்கும் யூனியனுக்குமிடையே இருக்கவேண்டிய எதிர்கால உறவை சமஸ்தானாதிபதிகள், சமஸ்தானங்களின் மக்களல்ல, நிர்ணயிப்பார்கள்............."

எளிய திட்டமாக, அமுலுக்கு கொண்டுவருவதற்கு சுலபமான திட்டமாகவாவது இருக்கிறதாவென்றால் அதுவுமில்லை.

"யூனியன் சர்க்கார், தொகுதி சர்க்கார், மாகாணங்கள், சமஸ்தானங்கள் ஆகியவற்றிடையே அரசுரிமை சாதுரியமாக பிரிக்கப்பட்டிருப்பதால் (மன்னர் சர்க்காரைப் பற்றி சொல்லத் தேவையில்லை. அரசியல் வகுக்கப்பட்ட பின்னரும், கடைசி வார்த்தை பிரிட்டனிடமே இருக்கிறது) அரசுரிமை எங்கிருக்கிறதென்பதைக் கண்டுபிடிப்பதே ஒரு பிரச்சினையாயிருக்கும்............

"ஒரு நலனை எதிர்த்து இன்னொரு நலனை எடைபோடுவது, பாதுகாப்புகள், நிபந்தனைகள், தடைகள் ஆகியவை அடங்கிய வனாந்திரத்திலே, விடுதலை பெற்ற சுதந்திர இந்தியாவின் தெளிவான பூர்த்தியான சித்திரத்தை உருவகப்படுத்துவதே கஷ்டமாயிருக்கிறது."

"இந்தியாவில், பிரிட்டிஷ் ஏகாதிபத்திய சூழ்ச்சிக்கு, வகுப்புவாத நலன்களும் நிலப்பிரபுத்துவ நலன்களும் பிரதான ஊன்றுகோல்களாய் இருந்து வந்திருக்கின்றன. சுதந்திர இந்தியாவென்று சொல்லப்படும் அமைப்பின் கணிசமான உறுப்புகளாக அவைகளை சாசுவதப்படுத்த முயற்சிப்பதானது, தங்களுடைய முன்னோர்களுடைய

பரம்பரைக் கொள்கையிலிருந்து முறித்துக்கொள்ள பிரிட்டிஷ் சர்க்காரால் முடியவில்லையென்ற சந்தேகத்தை எழச்செய்கிறது.”

மே மாதம் 24-ம் தேதியின் காங்கிரஸ் தீர்மானத்துக்கு காபினெட் மிஷன் மறுநாளே விடை தந்தது. காபினெட் மிஷனின் அறிக்கை கீழ்க்கண்ட விஷயங்களைத் தெளிவு படுத்தியது.

1.“திட்டம் முழுத் திட்டமாகவே நிற்கிறது.” அதாவது திட்டத்தை அப்படியே ஏற்கவேண்டும் அல்லது அப்படியே நிராகரித்துவிடவேண்டும்.

2. மாகாணங்களுடைய அபிப்பிராயங்கள் எப்படி யிருந்தாலும், தொகுதிகளில் அவை சேர்ந்தேயாகவேண்டும். புதிய அரசியல் வகுக்கப்பட்டு, அதன் கீழ் தேர்தல்கள் நடந்த பின்னர்தான் தொகுதியிலிருந்து விலகமுடியும்.

3. இந்தியாவுக்கு எதிர்காலத்தில் ராஜ்யாதிகாரத்தை அளிப்பதற்கு இரு நிபந்தனைகள் உண்டு.

அ. “மைனாரிட்டிகளின் பாதுகாப்புக்கு போதுமான ஏற்பாடு.”

ஆ. அதிகாரம் மாற்றப்படுவதால் எழும் பிரச்சினை களைக் குறித்து பிரிட்டிஷ் சர்க்காருடன் உடன்படிக்கை செய்துகொள்ள விருப்பம்.”

4. அரசியல் நிர்ணய சபையில் சமஸ்தானங்கள் பிரதிநிதித்துவம் வகிப்பதைக் குறித்து அவைகளுடைய சம்மதத்துடன் முடிவு செய்யவேண்டும். காபினெட் மிஷன் “முடிவெடுக்கக்கூடிய பிரச்சினையல்ல அது.”

5. இடைக்காலத்தில் இன்றைய அரசியலமைப்பு நீடிக்கும். ஆகவே சட்டப்படி இடைக்கால சர்க்கார் மத்திய சட்டசபைக்கு ஜவாப்தாரியாயிருக்க முடியாது.

6. ராணுவ ஆதிக்கம் இடைக்காலத்தில் நீடிக்கும். தற்கால அரசியல் சட்டப்படி, இடைக்காலத்தில் இந்தியாவின் பத்தோபஸ்துக்கு பிரிட்டிஷ் பார்லிமெண்டே இறுதியில்

ஜவாப்தாரி. ஆதலால் பிரிட்டிஷ் துருப்புகள் இங்கிருப்பது அவசியமாகும்.

பின்னால் அரசியல் நிர்ணயசபை அங்கத்தினர்கள் தேர்ந்தெடுக்கப்பட்டபொழுது, காபினெட் திட்டத்தை ஒப்புக்கொள்வதாகவும் அமுல் நடத்துவதற்குத் தயாரென்றும் அங்கத்தினர்கள், முன்னதாகவே வாக்குறுதியளிக்க வேண்டுமென்ற விஷயம் வெளியாயிற்று.

திட்டத்தின் இந்த அம்சங்கள் அந்தத் திட்டம் திணிக்கப்பட்ட தீர்ப்பு என்பதை மேலும் தீவிரமாக வற்புறுத்துகின்றன. ஆகவே, காங்கிரஸிலும் இடதுசாரி அபிப்பிராயத்திலும், பிரிட்டிஷ் திட்டத்துக்கு அதிக எதிர்ப்பு ஏற்பட்டது.

"பரிபூரண அரசுரிமையுள்ள பாகிஸ்தான் லட்சியத்தை அடைவதே இந்திய முஸ்லிம்களின் மாற்றமுடியாத நோக்கமாய் இப்பொழுது இருக்கிறது என்று ஊர்ஜிதம் செய்துவிட்டு "காபினெட் திட்டத்தில் பாகிஸ்தானின் அஸ்திவாரமும், அடிப்படையும் உள்ளடங்கியிருப்பதால்" காபினெட் மிஷனின் நீண்டகாலத் திட்டத்தையும் இடைக்காலத் திட்டத்தையும் முழுவதுமாக ஒப்புக்கொள்வதாக, ஜூன் மாதம் 6-ம் தேதி முஸ்லிம் லீக் தீர்மானித்தது.

காங்கிரஸ்-லீக் கூட்டுப் பிரதிநிதித்துவ அடிப்படையில் இடைக்கால சர்க்காரை அமைக்க சம்பாஷணைகள் தொடங்கின. திட்டத்தை அமுலுக்குக் கொண்டுவரும் ஒவ்வொரு நடவடிக்கையிலும் நடைமுறையில் பிளவும் மோதுதலுமே ஏற்படுமென்பதை இந்தச் சம்பாஷணைகள் உடனுக்குடன் வெளிப்படுத்தின. இடைக்கால சர்க்கார் அமைப்பைப்பற்றி காங்கிரஸ்-லீக் உடன்பாடு ஏற்படமுடிய வில்லை. மீண்டும் உடன்பாடு இல்லாத குறையைப்போக்க, பிரிட்டிஷ் அதிபர்கள் ஜூன் 16-ல் இன்னொரு தீர்ப்பைப் பிரகடனப்படுத்தினார்கள். புதிய சர்க்காரில் காங்கிரசுக்கு ஐந்து பிரதிநிதிகள், (ஐவரும் இந்துக்கள்; ஒரு காங்கிரஸ் முஸ்லிம்கூட கிடையாது.) ஐந்து முஸ்லிம் லீக் பிரதிநிதிகள், நால்வர் மைனாரிட்டிகளின் பிரதிநிதிகள் (சீக்கியர்கள், கிறிஸ்துவர்கள், ஹரிஜனங்கள், பார்ஸிகள்-காங்கிரசுக்கு

கண்துடைப்பாக, ஹரிஜனஸ்தானம் அளிக்கப்பட்டது. காங்கிரசுக்கு மொத்த ஸ்தானங்கள் 6) இருப்பார்களென்று திட்டம் கூறியது.

"மே மாதம் 16-ம் தேதி அறிக்கைப்படி (காபினெட் திட்டம்) அரசியல் நிர்ணய வேலை நடக்குமென்ற அடிப்படையில்தான்" இடைக்கால சர்க்காரில் பிரவேசிக்க முடியுமென்பது தெள்ளத் தெளிவாக்கப்பட்டது.

இந்த இடைக்கால சர்க்கார் பிரதிநிதித்துவத் திட்டம் பலத்த எதிர்ப்பைத் தூண்டிவிட்டது. குறிப்பாக காங்கிரஸ் முஸ்லிமுக்கு இடமில்லாமல் செய்து, காங்கிரஸை இந்து ஸ்தாபனமாக்கும் முயற்சிக்கு வன்மையான எதிர்ப்பு ஏற்பட்டது. இடைக்கால அரசாங்கத் திட்டத்தை நிராகரித்துவிட்டதாக ஜூன் 24-ம் தேதி காங்கிரஸ் அறிவித்தது. அத்துடன் அரசியல் நிர்ணய சபையில் கலந்துகொள்வதற்கு சம்மதித்தது. ஜூன் மாதம் 26-ம் தேதி, காங்கிரஸ் காரியக் கமிட்டி நிறைவேற்றிய தீர்மானம், காபினெட் மிஷன் திட்டத்தின் "குறைபாடுகளை" வற்புறுத்தியது; "உடனடி சுதந்திரமும்" சமூக முன்னேற்றமும் காங்கிரஸ் லட்சியங்களென்பதை மீண்டும் வற்புறுத்தியது; திட்டம் இந்த நோக்கங்களை பூர்த்தி செய்யவில்லையென்று கூறியது. காங்கிரஸ் தீர்மானம் காபினெட் மிஷனின் நிரந்தர அரசியல் திட்டத்தை ஏற்றுக்கொண்டதாகக் கூறவில்லை; "சுதந்திரமான, ஒன்றுபட்ட, ஜனநாயக இந்தியாவின் அரசியலை வகுக்கும் நோக்கத்துடன் அரசியல் நிர்ணய சபையில் கலந்துகொள்வதென்றே முடிவெடுத்தது. சட்ட நிபுணர்களின் ஆதரவுபெற்ற தம் சொந்த வியாக்கியானத்துடனே அரசியல் நிர்ணய சபையில் பிரவேசிப்பதாகவும், கட்டாயத் தொகுதி வட்டத் திட்டத்தை ஒப்புக்கொள்ள மாட்டோமென்றும் காங்கிரஸ் தலைவர்கள் தெளிவு படுத்தினார்கள்.

இந்தப் பிரகடனத்துக்குப் பின்னால், அதிகாரிகளின் இடைக்கால சர்க்கார் ஒன்றை ஸ்தாபித்திருப்பதாக வைஸ்ராயும் காபினெட் மிஷனும் அறிவித்தார்கள்.

இடைக்கால தேசிய சர்க்காரைக் குறித்த சம்பாஷணைகள் முடியும்வரை, இந்த சர்க்கார் அதிகாரத்திலிருக்குமென்று அறிவித்தனர்.

ஜூன் மாதம் 29-ம் தேதி காபினெட்மிஷன் இந்தியா விலிருந்து புறப்பட்டது.

1946-ம் வருஷத்திய புதிய அரசியல் திட்டம் இந்திய சுதந்திரத் திட்டமாக உலக அபிப்பிராயத்தின் முன் விளம்பரப்படுத்தப்பட்டிருக்கிறது. எனினும், அதன் ஷரத்துகளைப் பரிசீலனை செய்தால், அது உண்மையில் க்ரிப்ஸ் திட்டத்தைவிடக் கொஞ்சம்கூட உயர்ந்ததாயில்லை யென்ற ஒரே முடிவுக்குத்தான் வரமுடியும்; இந்திய சுதந்திர ஸ்தாபிதத்துக்கும் பிரிட்டிஷ் திட்டத்துக்கும் தொலைதூரம், இந்திய மக்களால் ஜனநாயக ரீதியில் தேர்ந்தெடுக்கப்பட்ட பிரதிநிதிகளுக்குள்ள இந்தியாவின் எதிர்காலத்தை வகுக்கும் உரிமையை ஸ்தாபிப்பதற்கும் இந்தத் திட்டத்துக்கும் நெடுந்தூரம் என்ற ஒரே முடிவுக்குத்தான் வரமுடியும்.

இந்தியாவின் புதிய நிலைமைக்கு பிரிட்டிஷ் கொள்கையை திருத்தி அமைத்துக்கொள்வதில், இந்தத் திட்டம் ஒரு சாதுரியமான முயற்சியை பிரதிநிதித்துவபடுத்துகிற தென்பதில் சந்தேகமில்லை. இந்தியாவின் அரசியல் அமைப்பின் வளர்ச்சி முடங்கிக் கிடக்கிறது; அந்த ஸ்தம்பிப்பை உடைப்பதே பிரதான யோசனைகளின் நோக்கம்; ஆனால் அந்தத் திட்டத்தின் முறைப்படி வேலை செய்வதற்குள், பலனை அடைய பல வருஷங்களாகலாம். காங்கிரசும் முஸ்லிம் லீகும் ஆதரித்து ஒத்துழைக்கக்கூடிய அடிப்படையை அத்திட்டம் அளித்தது. எதிர்காலத்தில் சுதந்திரம் ஏற்படலாமென்று திட்டம் கூறியது. பிரதான கட்சிகளின் ஆதரவில் இடைக்கால சர்க்காரை ஸ்தாபிக்க வேண்டுமென்று யோசனை கூறியது.

1935-ம் வருஷ சமஷ்டி திட்டம், 1940-ம் வருஷ ஆகஸ்ட் திட்டம், 1942-ம் வருஷ க்ரிப்ஸ் திட்டம் ஆகியவற்றைவிட ஒருபடி முன்னேற்றத்தை மேற்கண்ட யோசனைகள்

பிரதிநிதித்துவப்படுத்தின. ஆனால் திட்டத்தின் குறைபாடுகள் வந்து குத்துகின்றன.

முதலாவதாக, சகல இந்திய அரசியல் ஸ்தாபனங்களும், விதிவிலக்கில்லாமல், இந்திய சுதந்திரத்தை உடனடியாய் பிரகடனப்படுத்தவேண்டுமென்று கோரின. ஆனால், ஏதோ ஒரு எதிர்கால தேதியில் டொமினியன் அந்தஸ்து அல்லது சுதந்திரம் இரண்டிலொன்றைப் பெறலாமென்பது இந்தக் கோரிக்கையை பூர்த்தி செய்யவில்லை. மேலும்; இந்தச் சுதந்திர பிரச்சினையைக் குறித்து முடிவெடுக்கப்போகும் சபைக்கு பிரதிநிதித்துவ அந்தஸ்து இல்லை; மேலும், அதன் உறுப்புகளும் அவயவங்களும் வேலைமுறையும் பிரிட்டிஷ் தீர்ப்பால் நிர்ணயிக்கப்பட்டிருக்கின்றன. பிற்போக்காளர்களுக்கு அதிகம் பலம் அளிக்கப்பட்டிருக்கிறது. அப்படிப்பட்ட சபைதான் சுதந்திரமாய் போவதைப்பற்றி முடிவு செய்யவேண்டும்.

இரண்டாவதாக, ஒரு அரசியலை ஜனநாயக ரீதியில் நிர்ணயிப்பதற்கு அத்தியாவசியமான, அடிப்படையான ஜனநாயக அரசியல் நிர்ணயசபை, சர்வஜன வோட்டுகளால் தேர்ந்தெடுக்கப்பட்ட அரசியல் நிர்ணயசபை மறுக்கப்பட்டது. அவசரமாய் காரியமாக வேண்டுமென்று சால்ஜாப்பு கூறி, இக்கோரிக்கையை மறுத்தார்கள். அரசியல் நிர்ணயசபை வகுப்பு வேற்றுமையையே அடிப்படையாகக் கொண்டிருப்பதாலும், ஜனத்தொகையில் 11 சதவீதத்தினருக்கே வோட்டுரிமை அளித்து, அவர்களால் தேர்ந்தெடுக்கப்பட்ட மாகாண சட்டசபைகளால் அநி. சபை மறைமுகமாக தேர்ந்தெடுக்கப்படுவதாலும், அந்தச் சபையில் நாலிலொரு பகுதி சமஸ்தானாதிபதிகளால் நியமிக்கப்படுவதாலும் இந்த அரசியல் நிர்ணயசபை ஜனநாயகத்துக்கு விரோதமானது.

மூன்றாவதாக, இந்தியாவில் மூன்றில் ஒரு பகுதி பிரதேசத்திலுள்ள சமஸ்தானங்களில் ஜனநாயகம் ஏற்படுவதற்கு வகை செய்யப்படவில்லை. சமஸ்தானாதிபதிகளுடன் செய்துகொள்ளவேண்டிய ஏற்பாடுகளெல்லாம், அரசியல்

நிர்ணயசபையில் சமஸ்தானங்களின் பிரதிநிதித்துவம் உட்பட, சுயேச்சையான பேச்சுவார்த்தைகளுக்கு விடப்பட்டது. சமஸ்தானங்களை பிரிட்டிஷ் திட்டம் எவ்விதத்திலும் பாதிக்கவில்லை என்பது மாத்திரமல்ல; மேலதிகாரம் ரத்து செய்யப்பட்டுவிட்டபடியால், யூனியன் ஏற்படுவதற்குள் சமஸ்தானங்களுடன் ஒரு உடன்பாடு ஏற்படாவிட்டால், சட்டப்படியும் ராஜ்யரீதியிலும், சமஸ்தானங்கள் சுதந்திரமான, அரசுரிமை படைத்த ராஜ்யங்களாகிவிடும். நான்காவதாக, திட்டம் இந்தியாவை நான்கு பாகங்களாக துண்டாடியது. ஒரு இந்து மெஜாரிட்டி பிரதேசம்; இரண்டு முஸ்லிம் மெஜாரிட்டி பிரதேசங்கள்; சமஸ்தானங்களின் தொகுதி. இயற்கைக்கு விரோதமாக செய்யப்பட்ட இந்தப் பிரிவினையைக் குறித்து, ஒரு தீர்ப்பாக திணிக்கப்பட்ட இந்தப் பிரிவினையைக் குறித்து, சம்பந்தப்பட்ட ஜனங்களுடைய அபிப்பிராயத்தை அறிந்துகொள்ள எவ்விதமான ஏற்பாடும் செய்யப்பட வில்லை. இந்தப் பிரிவினைக்கும் சுயநிர்ணய உரிமைக் கொள்கைக்கும் சம்பந்தமேயில்லை; இதனால் விளையும் மூன்று முடிச்சுப்போட்ட அரசியலமைப்பு (மாகாணம், தொகுதி, யூனியன்) ரொம்ப கனமானது; நடைமுறையில் வேலைசெய்வதற்கு கடினமானது; காரிய சாத்தியமான தாயில்லாமலுமிருக்கலாம்.

ஐந்தாவதாக, இந்தப் பிரிவினையின் அடிப்படையில், யூனியன் வெகுவாக பலவீனப்படுத்துகிறது; குறிப்பிடப்பட்ட சில அதிகாரங்களே யூனியனுக்கு அளிக்கப்பட்டிருக்கின்றன. குறிப்பாக, முற்போக்கான ஜனநாயக வளர்ச்சி, யந்திரத் தொழில், பொருளாதார நிர்மாணம், வாழ்க்கைத்தரத்தையும் சமுதாய சுபீட்சத்தையும் உயர்த்துதல் முதலியவற்றுக்கு அவசியமான அகில இந்திய பொருளாதாரத் திட்டமிடுதல், அகில இந்திய சமூக சட்டமியற்றுதல் ஆகியவற்றுக்கு யூனியனிடம் அதிகாரமில்லை.

ஆறாவதாக, இடைக்காலத்தில், அதிகாரமாற்றம் கிடையாது. பழைய அரசியல் சட்டம் நீடிக்கும்; இடைக்கால சர்க்காரென்பது பழைய வைஸ்ராய் கவுன்ஸிலின் புதிய நிர்மாணம்தான். அதாவது ஆள் மாறுதலேயொழிய

அதிகார மாறுதல் இல்லை. அவசியமானால் வைஸ்ராய்க்கு மேலதிகாரங்கள் நிறைய இருக்கின்றன.

ஏழாவதாக, காலவரையறையில்லாத இடைக்காலம் முழுவதும் ராணுவ ஆதிக்கம் நீடிக்கும். ஆகவே, அன்னிய ராணுவ ஆதிக்கத்தின் நிழலிலேயே புதிய அரசியல் வகுக்கப்படவேண்டும்.

எட்டாவதாக, அரசியல் நிர்ணயசபைக்கு அரசுரிமை கிடையாது. பிரிட்டிஷ் அங்கீகாரம் பெறும்வரை, இந்தச் சபை வகுக்கும் அரசியல் செல்லாது. பிரிட்டிஷ் அங்கீகாரம் இரு நிபந்தனைகளுக்குட்பட்டது-மைனாரிட்டிகளின் பாதுகாப்புக்கு போதுமான ஏற்பாடுகள் செய்திருப்பதாக பிரிட்டிஷார் திருப்தியடையவேண்டும்; இந்தோ-பிரிட்டிஷ் ஒப்பந்தத்தை இருவரும் ஏற்கவேண்டும். இவை இரண்டும் பூர்த்தியான பின்பே, ராஜ்யாதிகாரம் மாற்றித் தரப்படும்.

இந்தியாவின் மேல்வர்க்கத் தலைமையுடன் கூட்டு ஏற்படுத்திக்கொள்வதற்கு, அடிப்படை காணும் முயற்சியே காபினெட் திட்டம் என்பதில் ஐயமில்லை. இந்த ராஜ்ய சம்பாஷணைகளுடனேயே, இந்திய பிரிட்டிஷ் முதலாளித் துவங்களின் பங்காளித்துவ உறவைக் குறித்து இரு பக்கத்து ஏகபோக முதலாளிகளிடமும் பேச்சுவார்த்தை நடந்ததை 6-வது அத்தியாயத்தில் எட்டாவது செக்ஷனில் விமர்சனம் செய்தோம்.

இந்தக் கூட்டு ஏற்படுத்தும் முயற்சிக்குக் காரணம் உள்நாட்டு நிலைமை மாத்திரமல்ல; சர்வதேச நிலைமை யுங்கூட. சமஸ்தானாதிபதிகளுக்கு கேந்திரஸ்தானம் அளித்து, மேல்வர்க்க தலைமையுடன் ஒப்பந்தம் செய்துகொள்வதின் அடிப்படையில் இந்தியாவில் ஒரு சமரசத்தை காண்பதின் நோக்கமென்னவென்றால், இந்திய நிலைமையை ஸ்திரப்படுத்தி, பொதுஜன சக்திகளை அடக்கி, பிரிட்டிஷ் நலன்களை பாதுகாப்பது மாத்திரமல்ல; இந்தியாவை ஒரு ராணுவதளமாகப் பாதுகாத்து, பிரிட்டிஷ் ஏகாதிபத்தியதின் சர்வதேசக் கொள்கையில் இந்தியாவை ஒரு கூட்டாளியாக் குவதுமாகும். இந்திய சம்பாஷணைகள் நடந்துகொண்டி

ருக்கும்பொழுதே, குறிப்பிடத்தக்க வகையில் பிற்போக்கான, ஜனநாயக எதிர்ப்பு சோவியத் எதிர்ப்புப் போக்கில் பிரிட்டிஷ் கொள்கை சென்றுகொண்டிருந்தது இந்த அபாயத்தை அதிகமாக்கிற்று. காபினெட் மிஷன் பேச்சு வார்த்தைகள் நடந்துகொண்டிருந்தபொழுது, இந்தியாவில் சோவியத் எதிர்ப்பு பிரச்சாரம் அதிவேகமாக நடத்தப் பட்டது. சுதந்திரத்தைப் பற்றிய பேச்சு விளம்பரப் படுத்தப்பட்ட பொழுதே, ராணுவ ஆயத்தங்களும் ராணுவ கேந்திர ஸ்தாபித ஏற்பாடுகளும் முழுமூச்சில் நடந்து கொண்டிருந்தன.

மத்திய சட்டசபையில் இந்திய ராணுவத்தைப் பத்து வருஷங்களுக்குள் இந்திய மயமாக்கவேண்டுமென்ற தீர்மானத்துக்கு பதிலளிக்கையில் இந்திய மயமாக்க இருபது வருஷங்களாகலாம், அதற்கும் அதிகமாக ஆகலாமென்றும், ஒரு குறிப்பிட்ட காலஅளவை நிர்ணயிக்கமுடியாதென்றும் சேனாதிபதி கூறினார். காபினெட் மிஷனின் திட்டம் வெளிவந்ததைத் தொடர்ந்து பீல்ட் மார்ஷல் மாண்ட்கோமரி (பிரிட்டிஷ் ராணுவத் தலைவர்) இந்தியாவுக்குப் பறந்து சென்றார்; விசேஷ ராணுவ தந்திர ஆலோசனைகளை நடத்துவதே அவர் விஜயத்தின் நோக்கம். அக்காலத்தில், காபினெட் மிஷன் திட்டத்துடன் நிகழ்ந்த இந்தச் சம்பவங்கள் அதிகமாக விளம்பரப்படுத்தப்படவில்லையென்றாலும், இவைகளால் இந்தியாவின் எதிர்காலத்துக்கு தீவிரமான பலன்கள் ஏற்படலாம்.

பொதுவான முடிவைத் தவிர்க்கமுடியாது. வகுப்பு விரோதத்தின் அடிப்படையில் ஒரு அரசியல் நிலைமையை உண்டாக்கும் பழைய முறை இந்த திட்டத்திலும் உள்ளது. காங்கிரஸை முஸ்லிம் லீகுக்கு எதிராக தராசில் நிறுத்து, பிற்போக்கான கேந்திர சக்தியாக சமஸ்தானாதிபதிகளை நிறுத்தி, இயற்கைக்கு விரோதமான ஒரு அரசியல் நிலைமையை உண்டாக்கி, அளிக்கப்பட்டிருப்பதாகக் கருதப்படும் இந்திய சுதந்திரத்தை பொய்ப்பித்து, இறுதி அதிகாரத்தை தன் கரங்களிலே வைத்திருக்க பிரிட்டன்

தயாரித்துள்ள சாதுரியமான திட்டமே காபினெட் மிஷன் திட்டம்; நெருக்கடி மிகுந்த, கால அளவில்லாத இடைக்காலத்தில் பிரிட்டிஷ் ஆதிக்கம் நீடிக்கும். புதிய அரசியலின் தன்மையை அது நிர்ணயிக்கமுடியும். பிரிட்டிஷ் ஏகாதிபத்தியம் தன் அதிகாரத்தைத் துறந்துவிடவில்லை; இந்திய மக்களுக்கு அதிகாரத்தைத் துறந்துவிடவில்லை; அதற்கு மாறாக, தனது சாமர்த்தியம் முழுவதையும் பயன்படுத்தி, தனது நீண்டகால அரசியல் அனுபவத்தை பயன்படுத்தி, ஒரு உயர்ந்த வேலைப்பாடுடன்கூடிய, கனமான, அபாயகரமான அரசியல் அமைப்பை ஸ்தாபித்துள்ளது; இந்திய "சுதந்திரம்" என்ற திரை மறைவிலிருந்துகொண்டு சூழ்ச்சிசெய்து, தனது பொருளாதார ராணுவ தந்திர ஆதிக்கத்தை நீடிப்பதற்கேற்ற அரசியல் அமைப்பு அது. காபினெட் மிஷன் அறிவிப்பைத் தொடர்ந்து 1946 கோடையில் பேச்சு வார்த்தைகள் இழுத்துக்கொண்டே போகும்பொழுது, இந்திய சுதந்திரத்தை எதிர்காலத்தில்தான் இறுதியாக கைப்பற்றப்போகிறோமென்று இந்திய அபிப்பிராயம் மேன்மேலும் அதிகமாக உணர்ந்தது.

ஆறாவது பாகம்

முடிவுகள்

பதினெட்டாவது அத்தியாயம்

எதிர்காலம்

1. பிரிட்டிஷ் ஆட்சியின் அந்திக்காலம்
2. எத்தகைய சுதந்திர இந்தியா?
3. புனர் நிர்மாணம், தொழில் வளர்ச்சி, சோஷியலிஸம்
4. இந்திய மக்களை எதிர்நோக்கும் கடமைகள்.

பதினெட்டாவது அத்தியாயம்

எதிர்காலம்

"ஒரு தேசத்தின் முன்னேற்றத்துக்கு எல்லை வகுக்க யாருக்கும் உரிமையில்லை. "அதுவரையில்தான் நீ முன்னேறலாம்; அதற்கப்பால் போகமுடியாது" என்று தன் தேசத்தைப் பார்த்துக் கூறுவதற்கு எந்த மனிதனுக்கும் உரிமை கிடையாது."

- பார்னல்

"சீரழிந்துகொண்டிருக்கும் ஒரு சமூகத்தை புனர் நிர்மாணம் செய்யும் மகத்தான, அதிசயிக்கத் தக்க பணியில்" இந்தியாவிலுள்ள பிரிட்டிஷ் ஆட்சி ஈடுபட்டிருப்பதாக ஒரு நூற்றாண்டுக்கு முன் மெக்காலே கூறினார். அந்த சகாப்தத்தின் அசட்டுப் பிரமைக்கு இரையாகியிருந்த அவர் ஒரு விஷயத்தை உணரவில்லை. உண்மையில், அக்காலத்தில், பிரிட்டிஷ் ஆட்சி பழைய இந்திய சமூகத்தில் மிகப்பெரிய சீர்குலைவை ஏற்படுத்திக் கொண்டிருந்ததென்பதையும் பல நூற்றாண்டுகளாக இந்திய மக்களின் வாழ்க்கை வழியாகவிருந்த முறையையும் பழைய அடிப்படை முழுவதையும் அழித்துக் கொண்டிருந்த தென்பதையும் மெக்காலே உணரவில்லை.*

---

* பிரிட்டிஷ் ஆட்சி புனர் நிர்மாணப் பணியில் ஈடுபட்டிருப்பதாகக் கூறுகிறார் மெக்காலே. பிரிட்டிஷ் ஆட்சியின் தர்ம சிந்தனையைப்பற்றிய மெக்காலேயின் பிரசங்கத்தை புரிந்துகொள்ள, சுற்றுணர்ச்சியை கிரஹித்துக்கொள்ளவேண்டும். 1833 ஆகஸ்ட் 17-ல், தன் சகோதரிக்கு மெக்காலே எழுதினார்:

" நான் ஜீவிக்கவேண்டும். எழுத்தாளனாக வேலைசெய்தே நான் ஜீவிக்கமுடியும். கண்ணியமான வாழ்க்கைக்குத் தேவைப்பட்டதை சம்பாதிப்பதற்கு போதுமான அளவுக்கு எழுதவும், அதே சமயத்தில் அரசியலில் தீவிர பங்கெடுக்கவும் எந்த மனிதனாலும் முடியாது. எழுத்தாளனாக, நான் வருஷத்திற்கு 200 பவுன்களுக்குமேல்

இன்று, சித்திரம் தலைகீழாக மாறிவிட்டது. இன்று சீரழிந்துகொண்டிருப்பது ஏகாதிபத்தியம். சீரழிந்து கொண்டிருக்கும் சமுதாயம் பீதிக்கிரையாகியிருப்பதை பாசிஸத்தின் சமீபகால அனுபவம் தெள்ளத்தெளிவாக காண்பித்துவிட்டது. ஏகாதிபத்தியத்தையும் பாசிஸத்தையும் பிற்போக்கையும் எதிர்த்து விடுதலையை நோக்கி மக்கள் முன்னேறுகிறார்கள். இந்த முன்னேற்றத்தில் தங்களுக்குரித் தான ஸ்தானத்தை நோக்கி இந்திய மக்கள் விரைகிறார்கள்.

1. பிரிட்டிஷ் ஆட்சியின் அந்திக்காலம்

இந்தியாமீது சாசுவதமாக சர்வாதிகார ஆதிக்கத்தைப் பாதுகாக்க முடியுமென்ற பழைய நம்பிக்கைகள் மண்ணோடு

சம்பாதிப்பதேயில்லை. ஐந்நூறு பவுன்கள் கூட இல்லாமல் நான் சௌகரியமாக வாழ்க்கை நடத்தமுடியாது. அநேகமாக, நான் வேறு பலரை ஆதரிக்கவேண்டியிருக்கும். நமது குடும்பத்தின் எதிர்காலம் எப்பொழுதுமிருந்ததைவிட கஷ்டமானதாகவேயிருக்கும்.”

இந்தியாவில் சட்ட இலாகா மெம்பராக நியமிக்கப்படலாமென்றும், நியமிக்கப்பட்டால், தம் பிரச்சினை தீர்ந்துவிடுமென்றும் அதே கடிதத்தில் அவர் விளக்குகிறார்:

“வருஷத்திற்கு பத்தாயிரம் பவுன்கள் சம்பளம். கல்கத்தாவில் நன்கு பரிச்சயப்பட்டவர்களையும் அந்த ராஜதானியின் உயர்ந்த பதவிகளில் அமர்ந்து உயர்ந்த வட்டாரங்களில் பழகியவர்களையும் நான் விசாரித்தேன்; வருஷத்திற்கு ஐயாயிரம் பவுன்களில், அருமையான வாழ்க்கையை நடத்த முடியுமென்றும், மீதிச் சம்பளத்தை வட்டியுடன் சேமிக்க முடியுமென்றும் அவர்கள் எனக்கு உத்தரவாதமளித்தார்கள். ஆகவே, முப்பத்தொன்பது வயதில், என்வாழ்வின் பூரண விறுவிறுப்புக்கும் சக்திக்கும் குறைவேற்படாத பருவத்திலேயே, முப்பதினாயிரம் பவுன்களுடன் இங்கிலாந்திற்குத் திரும்பலாமென்று நம்பமுடியும். இதைவிட பெரிய அதிர்ஷ்டம் வேண்டுமென்று நான் ஒருபொழுதும் ஆசைப்பட்டதில்லை.”

வாழ்க்கையைப் பற்றிய பூர்ஷுவா தத்துவத்தை நன்கு வெளிப்படுத்தும் இந்த வாசகங்களை மெக்காலேயின் பிரபல பிரசங்கத்துடன் (பிரிட்டிஷாரின் சுயநலமில்லாது நாகரிகப்படுத்தும் பணியில் ஈடுபட்டிருப்பதைப்பற்றிய மெக்காலேயின் பிரசங்கம்) சேர்த்துப் பிரசுரிக்கவேண்டும். அப்பொழுது ஏகாதிபத்திய வாதிகளுடைய வாசாலகத்தின் குட்டை உடைபடும்.

மண்ணாய்விட்டன. தவிர்க்க முடியாத புதிய உருவங்களின் திரைமறைவில், ஏகாதிபத்திய சுரண்டலையும் சௌகரிய நலன்களையும் பாதுகாத்துக்கொள்ளும் வகையில், காலத்துக் கேற்றபடி நடந்துகொள்வது ஒன்றுதான் ஏகாதிபத்தியத்தின் நம்பிக்கை. இந்த நோக்கத்தால் உந்தப்பட்டே, கடந்த ஐம்பதாண்டுகளாக, அடக்குமுறையும் அத்துடன் அரசியல் சீர்திருத்தங்களும் மேன்மேலும் துரிதமாக வழங்கப்பட்டு வருகின்றன. இந்தச் சீர்திருத்த படலத்தின் சிகரமான 1946-ம் வருஷத்திய "சுதந்திர" வாக்குறுதியும் ஏகாதிபத்திய ஆட்சியின் முடிவல்ல; ராஜாங்க அமைப்பைக் காலத்துக்குத் தக்கபடி மாற்றியமைக்கும் முயற்சிகளின் கடைசி அத்தியாயம்தான்.

இந்தியாவின் அடக்குமுறையே சர்வரோக நிவாரணி யென்று வலதுசாரியின் கல்லுளிமங்கன்கள் கூச்சல் போட்ட காலம் மலையேறிவிட்டது. பிரிட்டிஷ் பார்லிமெண்டில் ஒரு இந்திய அங்கத்தினர் உட்கார்ந்ததும், "இந்தக் கறுப்பன்களை" அவர்களுக்கு உரித்தான ஸ்தானத்தில் வைத்த "பழைய நாட்கள்" திரும்பி வராதாவென்று ஸாலிஸ்பரி பிரபு ஒப்பாரி வைத்தாரே, அந்த நாட்கள் போய்விட்டன. மேலைய நாடுகளின் ஸ்தாபனங்களை மாறுதலே அடையாத கீழ்நாடுகளின் நன்றியில்லாத மக்களிடையே இறக்குமதி செய்யவிரும்பும் பார்லிமெண்டரி அரசியல்வாதிகளின் லட்சிய ஆர்வங்களால் "இந்திய சாம்ராஜ்யம்" இழக்கப்படுகிறதென்று அவர்கள் இன்னும் நம்பலாம். ("வெல்லிங்டன் பிரபு ஒரு தடவை கூறினாரென்று நினைக்கிறேன். "நாம் எப்பொழுதாவது இந்தியாவை இழந்தால், பார்லிமெண்டால்தான் நாம் அதை இழப்போம்" என்றார்." கிரோமர் பிரபு - "நவீன ஏகாதிபத்தியமும் புராதன ஏகாதிபத்தியமும்") ஆனால் பத்தொன்பதாவது நூற்றாண்டின் ஆதிக்கத்தை பலாத்கார அடக்குமுறை மூலம் நிலைநாட்டிவிடலாமென்ற சிக்கலில்லாத பரிகாரம், நவீன காலத்தில், பிரிட்டிஷ் பாசிஸத்தின் சிறுபிள்ளைத்தனமான பிரசுரங்களில்தான் தெள்ளத்தெளிவாக பிரதிபலித்தது.*

* "பாசிஸமும் இந்தியாவும்" என்ற பிரசுரத்தில் பிரிட்டிஷ் பாசிஸம் தன் திட்டத்தை பிரகடனப்படுத்தியிருக்கிறது. அதன் அரசியல் கல்லாமைக்கு ஈடாக, சர்வ சாமானிய உண்மைகளைப்பற்றிய அதன் அறியாமையை

பலாத்கார அடக்குமுறை மாத்திரம் போதாதென்பதையும் அத்துடன் புதிய அரசியல் சூழ்ச்சி முறைகளை மேன்மேலும் அனுஷ்டிக்கவேண்டுமென்றும், நீண்ட காலத்துக்கு முன்னரே, பிரிட்டிஷ் ஏகாதிபத்தியத்தின் ராஜதந்திரிகள் உணர்ந்தார்கள்.

தேசிய கலகத்தை எதிர்க்கக்கூடிய கோட்டையை சிருஷ்டிக்க முடியுமென்ற வீண் நம்பிக்கையில், காங்கிரஸ் தோற்றுவிக்கப்படுவதற்கு ஊக்கமளித்தவர் தீவிரவாதி ரிப்பன் பிரபுவல்ல; ஏகாதிபத்திய ராஜதந்திரத்தில் முதிர்ந்த அனுபவமுள்ள டப்ரின் பிரபுவே. தீவிரவாதி மார்லி பிரபு அல்ல; ஏகாதிபத்திய பிற்போக்காளரான மிண்டோ பிரபுதான். தேசிய இயக்கத்தின் பலத்தை பிரத்தியட்சமாக அனுபவித்துவிட்டு, மார்லியும் பிரிட்டிஷ் லிபரல் அதிகாரிகளும் சம்மதிக்கத் தயாராயிருந்ததைவிட அதிகமாக 1909-ம் வருட சீர்திருத்தத்தில் அளிக்க முயன்றவர் லிபரல் மாண்டேக் அல்ல; வடிகட்டிய கன்ஸர்வேடிவ் கர்ஸானும்

குறிப்பிடமுடியும். பாசிஸ்ட் வீரர்கள் என்ன செய்வார்கள் தெரியுமா? "உடனடியாகவோ இறுதியாகவோ பிரிட்டிஷ் ஆதிக்கத்தில் எவ்விதத்திலும் குறைவு ஏற்படாது" என்று "கீழ்நாட்டான் மனதில்" பதியும் வண்ணம் உறுதியாகக் கூறுவார்கள்; அரசியல் சட்டங்கள், சீர்திருத்தங்கள் அனைத்தையும் கிழித்தெறிவார்கள்; "நற்காரியத்துக்கேற்ற சக்தியாக, "பெரிய ஜமீன்தார்களை" ஆதரிப்பார்கள்; தொழில் வளர்ச்சியை முடக்குவார்கள்; ("இந்தியாவின் எதிர்காலம், பிரதானமாக விவசாயமாகவேயிருக்கப் போகிறது") நவீன கல்வியைத் தடைசெய்வார்கள். ("பொதுவாக, இந்தியர்களுக்கு மேலைய கல்வி கூடாது"). இவ்விதமாக, இந்தியாவை அடக்கி ஆள்வதற்கு ஏராளமான சக்தியுடன், பழைய பத்தொன்பதாம் நூற்றாண்டின் சுவர்க்கபோகத்தை மீண்டும் எய்தலாம். (சுவர்க்கபோகம் பிரிட்டிஷ் முதலாளிகளுக்கு.) "இந்தியாவிலிருந்து உணவுப் பொருட்களையும் மூலப் பொருட்களையும் வாங்கல்; பிரிட்டனிலிருந்து தொழிலுற்பத்தி பண்டங்களை விற்றல்-இரு தேசங்களுக்குமிடையே இந்த இயற்கையான வர்த்தக சமநிலையை விருத்தி செய்வோம்" என்றார் மாஸ்லி. ("பாசிஸமும் பருத்தியும்" 1934.) "ஒரு பாசிஸ்ட் சர்க்காரின் கீழ், நல்ல முதலீட்டுக்கான அபூர்வமான சூழ்நிலை இந்தியாவில் அமையும்" என்று மேலும் அந்த பாசிஸ்ட் மாஸ்லி கூறுகிறார். ஏகாதிபத்தியத்தின் ஆசைகள், பொறுப்பைப் பற்றிய கவலையில்லாமல், இங்கு விளக்கப்பட்டிருக்கின்றன.

கடைந்தெடுத்த பிற்போக்காளர் ஆஸ்டின் செம்பர்லேனும்தான். ரஷ்யப் புரட்சிப் பேரலையின் சாவிலிருந்து தப்புவதற்கு ஒரேவழியாக, 1917-ம் வருடம் பொறுப்பாட்சியை வாக்களித்து அரசாங்கம் செய்த பிரகடனத்தை தயாரித்தனர்; ஏகாதிபத்திய அரசியல்வாதிகளின் "வட்டமேஜை" கோஷ்டி தயாரித்த இரட்டையாட்சித் திட்டத்தை (நடைமுறைக்கு ஒவ்வாத திட்டங்களில் முதற் பரிசு பெறக்கூடிய திட்டமது.) மாண்டேக்-செல்ம்ஸ்போர்ட் சீர்திருத்தம் சட்டமாக்கியது. பிரிட்டனில் பதவி வகித்த இரண்டு தொழிற்கட்சி சர்க்கார்களும் அல்ல; டால்ட்வின் தலைமையிலிருந்த கன்ஸர்வேடிவ் சர்க்கார்தான் 1935-ம் வருட இந்திய அரசாங்க சட்டத்தையும் அதன் சமஷ்டி திட்டத்தையும் வகுத்தது.

ஆக, நவீனகால கட்டம் முழுவதும், இந்தியாவில் ஒவ்வொரு ராஜ்ய சீர்திருத்தமும் கன்ஸர்வேடிவ் தலைமை யிலேயே ஏற்பட்டதென்று சொல்லலாம்: சீர்திருத்தத்தின் மீதுள்ள பரிசுத்தமான அன்பினால் அவர்கள் இந்த நடவடிக்கைகளை எடுக்கவில்லை; தேசிய விடுதலை இயக்க வெள்ளப்பெருக்குக்கு அவைமூலம் அணைபோடப் பார்த்தார்கள். சர்ச்சில் தலைமை வகித்த டோரி ஆதிக்க சர்க்காரால், இந்தியா காரியதரிசி ஏமரியின் கையால் தயாரிக்கப்பட்ட 1942-ம் வருடத்திய திட்டத்தின் (க்ரிப்ஸ் திட்டம்) அடிப்படையிலேயே தொழிற்கட்சி சர்க்காரின் காபினெட் மிஷன் திட்டம்கூட தயார் செய்யப்பட்டிருக் கிறதென்பதையும் இங்குக் குறிப்பிடலாம்.

ஒன்றன்பின் ஒன்றாகக் கட்டப்பட்ட இந்த அணைகள் மூலம், இந்த தற்காலிக சமரச பரிகாரங்கள் மூலம், பிரிட்டிஷ் ஏகாதிபத்திய தலைவர்கள் தங்களுடைய தற்காப்பு நடவடிக்கையில் வெற்றியடையலாமென்று நம்பினார்கள். பிரிட்டிஷ் ஏகாதிபத்தியத்துடன் ஒத்துழைக்கும் அடிப்படையை பாதுகாக்கும் பொறுப்பையும் படிப்படியாக இந்தியர்களிடம் ஒப்படைத்துவிட்டு, இந்தியாவிலுள்ள தங்களுடைய சக்திகரமான பொருளாதாரச் சுரண்டல் நலன்களையும் ரொக்க முதலாளித்துவச் சுரண்டல் நலன்களையும் ராணுவ கேந்திர ஆதிக்கத்தையும் பாதுகாக்க முடியுமென்று அவர்கள் இன்னும் முயற்சி செய்கிறார்கள்.

ஆனால் அவர்களால் அதைச் செய்ய முடியுமா?

பிரச்சினை தீர்ந்துவிட்டதாகவோ, இந்தியாவில் ஏகாதிபத்திய ஆட்சியின் முடிவுக்காலம் நிர்ணயிக்கப்பட்டு விட்டதாகவோ எண்ணுவது மிகப்பெரிய தவறாகும். பிரிட்டிஷ் ஏகாதிபத்தியத்துக்குப் பரிவு காட்டும் ராஜதந்திரிகளில் கெட்டிக்காரர்களிடம் நாகரிகமாகவிருக்கும் விடைபெறும் அறிக்கைகளைக் கண்டு, போராட்டமில்லாமல் ஏகாதிபத்தியம் அதிகாரத்தை துறந்துவிட்டதாகவோ,, இந்தியாவில் தற்கொலை செய்துகொள்ளப் போவதாகவோ கற்பனை செய்துகொள்வதைவிட பெரிய பிரமை இருக்க முடியாது.

இந்தியாவில் ஆதிக்கம் நீடிப்பது பிரிட்டிஷ் பூர்ஷுவா வர்க்கத்தின் நலன்களுக்கு அவசியமானதென்று நீண்ட நெடுங்காலமாக அங்கீகரிக்கப்பட்டிருக்கிறது. ஏகாதிபத்தியம் பலவீனப்பட்டுக்கொண்டிருக்கும் காலையில், பழைய உலக ஏகபோக உரிமை உடைந்துகொண்டிருக்கும் சூழ்நிலையில், உலக மார்க்கெட்டில் பிரிட்டிஷ் தொழில்களின் பிடிப்பு பலவீனப்பட்டுக் கொண்டிருக்கும்பொழுது, வெள்ளைக் காரர்களின் டொமினியன்கள் (கனடா, ஆஸ்திரேலியோ, தென்னாப்பிரிக்கா) அரசியல் ரீதியிலும் பொருளாதார ரீதியிலும் மேன்மேலும் சுதந்திரமடைந்துகொண்டிருக்கும் சமயத்தில், இந்தியா மீதும் இதர காலனிகள் மீதுமுள்ள ஏகபோக பிடிப்பை பாதுகாப்பதும், விஸ்தரிப்பதும் பிரிட்டிஷ் ஆளும் வர்க்கத்துக்கு அதிக அவசியமாகிறது. இந்தக் காலம் முழுவதும் இந்தியாவிலுள்ள பிரிட்டிஷ் ஏகாதிபத்திய நலன்களின் பிடிவாதமான பிரதிநிதியாக விளங்கிய சர்ச்சில், 1933-ல் இதைத் தெளிவாக விளக்கியுள்ளார்:-

"பிரிட்டனின் நல்வாழ்வுக்கு இந்தியா ஜீவாதாரமானது. நமது ஜனசமூகம் பெருவாரியான ஆதரவை எந்த சக்திகளிடமிருந்து பெற்றுவருகிறதோ, அந்தச் சக்திகள் படிப்படியாகக் குறைந்து போவதைப் பார்க்குங்கால், நான் மிகவும் கவலைப்படாமலிருக்கமுடியாது. அன்னிய நாடுகளில் போடப்பட்டுள்ள மூலதனம் பையப்பைய கரைந்துகொண்டிருக்கிறது; கப்பற் போக்குவரத்து குறைவாக

வுள்ளது. ஒருவிதத்திலில்லாவிட்டால் வேறுவிதத்தில் இந்தியா இழக்கப்படுவதையும் இத்துடன் சேர்த்துக்கொண்டால், நாம் இதுவரை அறிந்துள்ள பிரச்சினைகள் அனைத்தையும் விட மகாமோசமான பிரச்சினைகள் இங்கு எழும். இங்கு ஜனத்தொகை உபரியாயிருக்கும்; அரசாங்கம் அந்த உபரிஜனங்களுக்கு வசதி செய்ய முடியாமலிருக்கும்."

(வின்ஸ்டன் சர்ச்சில் பிரசங்கம், 1933 ஜூலை 8)

பிரிட்டிஷ் ஏகாதிபத்திய நலன்களே முதன்மையான தென்று மிருகத்தனமாக அடித்துப்பேசும் இந்தப் பழைய கொள்கை இந்தச் சீர்திருத்தங்களின் காலகட்டம் முழுவதும் ஓங்கிநின்றது. "நமது ஏகாதிபத்திய அந்தஸ்துக்கும், இந்தியாவிலுள்ள நமது சொந்த உறவினர்களுக்கும், இந்தியாவில் போடப்பட்டிருக்கும் நமது மூலதனம் 100 கோடி பவுன்களுக்கும் நாம் செலுத்தவேண்டிய கடமை" என்று பாஞ்சால கவர்னர் ஸர் மைகேல் ஓடையர் அமிருதசரஸ் படுகொலைக் காலத்தில் பச்சையாகக் கூறியதை யாவருமறிந்ததே; நாம் இங்கு அதை எடுத்துரைப்பது அவசியமில்லை. அல்லது, 1930 மே 16-ல், டெய்லி மெயிலில், "பிரிட்டனின் வர்த்தகம், பாங்கிங், கப்பற்போக்குவரத்து ஆகியவற்றில் 20 சதவீதம் இந்தியாவுடன் நமக்குள்ள தொடர்பைச் சார்ந்திருக்கிறதென்று பல அதிகாரிகள் மதிப்பிடுகிறார்கள்...... இந்தியா பிரிட்டிஷ் சாம்ராஜ்யத்தின் அச்சாணி. இந்தியாவை நாம் இழந்தால், முதலில் பொருளாதார ரீதியிலும் பின்னால் அரசியல் ரீதியிலும், சாம்ராஜ்யம் அழிந்துவிடும்" என்று ராதர்மீர் பிரபு ஒளிவு மறைவில்லாமல் எழுதியதையும் இங்கு நினைவூட்டுவது அவசியமில்லை.

ராஜதந்திர பாஷையின் நடுவே, பிடிகொடுக்காத வாக்குறுதிகளின் நடுவே, சந்தேகாஸ்பதமான வாக்குறுதி களிடையே, இந்தியாவில் பிரிட்டிஷ் ஆதிக்கத்தைப் பாதுகாக்கும் நோக்கம் நடு மையமாயிருப்பதை ஒவ்வொரு தீர்மானமான அறிக்கையிலும் இப்பொழுதும் காண்பிக்க முடியும். பிரிட்டிஷ் ஐ.ஸி.எஸ் வர்க்கம் இந்தியாவில் பிரிட்டிஷ் ஆட்சியுடைய எஃகுக் கூடாக விளங்குகிறதென்று குறிப்பிட்டுவிட்டு, "எத்தகைய சூழ்நிலையிலும் பிரிட்டன்,

இந்தியாவிலுள்ள தன் பொறுப்பைத் துறந்துவிடாது" என்றும், "பிரிட்டிஷ் ஆட்சியை இந்தியா, விட்டொழிக்கக்கூடிய காலம் எதையும்" தன்னால் நினைத்துப்பார்க்கக்கூட முடியாதென்றும் லாயிட் ஜார்ஜ் 1922 ஆகஸ்டில் செய்த பிரசங்கத்தின் முக்கியத்துவம் இதுதான். "இந்தியா எந்த தேதியில் டொமினியன் அந்தஸ்தை அடையுமென்று எந்த விவேகமுள்ள மனிதனும் உத்தேசமாகக்கூட காலவரையறையை நிர்ணயிக்கமுடியாது" என்று 1929-ல் **பெர்க்கின்ஹெட்** விடுத்த எச்சரிக்கையின் முக்கியத்துவமும் இதுதான். "இந்தியாவின் வாழ்க்கைமீதும் முன்னேற்றத்தின் மீதும் உள்ள உருப்படியான ஆதிக்கத்தை துறந்துவிடும் நோக்கம் எதுவும் பிரிட்டனுக்குக் கிடையாது" என்று 1930-ல் சர்ச்சில் விடுத்த எச்சரிக்கையின் விசேஷ அம்சமும் இதுதான். "இந்தியாவையும் பிரிட்டனையும் ஐக்கியப்படுத்தும் பிணைப்புகளை பலவீனப்படுத்துவது நமது நோக்கமல்ல; அதற்கு மாறாக, இதற்கு முன்பிருந்ததைவிட நெருங்கிய பிணைப்புகளை ஸ்தாபிக்கும் யூனியனை அமைப்பதே நமது விருப்பம்" என்று 1935-ம் வருஷ சட்டத்தின் நோக்கத்துக்கு அதிகாரபூர்வமாக பால்ட்வின் அளித்த வியாக்கியானத்தின் முக்கியத்துவமும் இதுவே.

சமீபகாலத்தில், பாஷை மாறியிருக்கிறது. காலவரை யறையில்லாத டொமினியன் அந்தஸ்தை நோக்கி பையப்பைய பல படிகள் கடக்க வேண்டுமென்று இப்பொழுது அதிகாரபூர்வமான அறிக்கைகள் கூறுவதில்லை. அதற்கு மாறாக, இந்தியாவில் பிரிட்டன் தன் ஆதிக்கத்தை **பூரணமாகத்** துறப்பதையும், **இந்தியாவுக்கு இறுதியாக** "பூரண சுதந்திரம்" அளித்துவிட்டதையும் அதிகார பூர்வமான அறிக்கைகள் அழுத்தம் திருத்தமாக வற்புறுத்துகின்றன. எனினும், 1946-ம் வருஷத்திய காபினெட் மிஷன் திட்டத்தை இந்திய விடுதலைக்குச் சமானமாகக் கருதுவது சாத்தியமே யில்லையென்பது போன அத்தியாயத்தின் பரிசீலனையில் வெட்ட வெளிச்சமாயிற்று.

அப்படியானால், ஏகாதிபத்திய சுரண்டலைக் குறித்த உண்மைகளுக்கு முற்றுப்புள்ளி வைக்கப்படாதபோது, "ஏகாதிபத்தியம் ஒழிகிறது", "சுதந்திரம் அளித்துவிட்டோம்" என்றெல்லாம் வாய் நிறையப் பேசும் முறைக்கு ஏகாதிபத்திய

எதிர்காலம்

பிரச்சாரம் திரும்பியிருக்கிறதே, இந்த பிரச்சாரத்தையும், சமீபகால ஏகாதிபத்திய கொள்கையையும் என்னவென்று நிர்ணயிப்பது? இக்கேள்விக்கு பதிலளிப்பதற்கு, நவீன ஏகாதிபத்திய வளர்ச்சியை கொஞ்சம் விரிவாகப் பரிசீலனை செய்வது நலம்; இந்தியா மீது நம் பார்வையை விசாலப் படுத்துவதும் நலம். ஏகாதிபத்திய கொள்கையின் சமீப காலகட்டத்தில், ஒரு புதிய தந்திரம் பரிணமிக்கப்பட்டிருக் கிறது; "**நாம்கேவாஸ்தே சுதந்திரம்**" (பெயரளவில் சுதந்திரம்) என்று இந்த சுதந்திரத்துக்கு நாமமிடலாம். இது மேன்மேலும் உபயோகிக்கப்பட்டு வருகிறது. இந்தத் தந்திரத்தின் அடிப்படையிலுள்ள கொள்கை புதிதல்ல. இந்தியாவில், பிரிட்டிஷ் ஆதிக்கத்தின் ஆரம்பகட்டத்தில் பிரதானமாயிருந்த கொள்கைதான்; திரைமறைவிலிருந்து கொண்டு ஆதிக்கம் செலுத்தும் கொள்கை அது. நவீன கட்டத்தில், தேசிய விடுதலை இயக்கங்களின் வளர்ச்சியை எதிர்ப்பதற்கு இந்தக் கொள்கை விரிவுபடுத்தப்பட்டு விருத்தி செய்யப்பட்டிருக்கிறது.

பரிசுத்தமான உருவத்தில் இந்தச் சுதந்திரம் 1922-ல் எகிப்து தேசத்தில் உபயோகமாயிற்று. 1922 பிப்ரவரி 28-ல் பிரசுரிக்கப்பட்ட பிரிட்டிஷ் அறிக்கை எகிப்தை சுதந்திர நாடாக பிரகடனப்படுத்தியதை நினைவூட்டிக்கொள்ளலாம். ஆனால், சில விஷயங்கள் அவற்றைக் குறித்து பிரிட்டனுக்கும் எகிப்துக்கும் ஒப்பந்தம் ஏற்படும் வரையில், பிரிட்டிஷ் மன்னர் சர்க்காரின் தனியாட்சிக்குட்பட்டிருக்குமென்று இந்த அறிக்கை கூறியது அந்த விசேஷ விஷயங்களாவன:

1. எகிப்திலுள்ள சாம்ராஜ்ய போக்குவரத்துக்கு பந்தோபஸ்து.
2. எகிப்தின் பாதுகாப்பு.
3. எகிப்திலுள்ள அன்னிய நலன்களுக்கும் மைனாரிட்டி களுக்கும் பாதுகாப்பு.
4. ஸூடான்*

---

* ஸூடான்: நைல் நதி சமவெளியில் எகிப்துடன் சேர்ந்திருப்பது ஸூடான். எகிப்து-ஸூடான் வேற்றுமையைத் தூண்டிவிட்டு, அவர்களுடைய பிரிவினையின் அடிப்படையில் ஆதிக்கம் வகிப்பதே பிரிட்டிஷ் சூழ்ச்சியாயிருந்து வருகிறது. (மொ-ர்).

5. அயல்நாடுகளுடன் எகிப்துக்குள்ள உறவுகள்.

இந்த ஷரத்துக்களை எகிப்தின் தேசிய இயக்கம் நிராகரித்தது. எனினும் எகிப்தின் சுதந்திரம் பிரகடனமாயிற்று. **பாட்** (Fuad) எகிப்து மன்னனாக அரியாசனத்தில் அமர்த்தப் பட்டார்; தகுதியான பிரதமர் ஒருவர் கண்டுபிடிக்கப் பட்டார். 1923 ஆகஸ்ட் வரை, எகிப்தில் பிரிட்டிஷ் ராணுவச்சட்ட ஆட்சி அமுலிலிருந்தது. இவ்விதமாக, எகிப்து "சுதந்திரமடைந்தது".

இருபத்திநான்கு வருஷங்கள் சென்றபின், 1946-ல், பிரிட்டிஷ் துருப்புகளை எகிப்திலிருந்து வாபஸ் வாங்கும் பிரச்சினையைக் குறித்து இன்னும் சம்பாஷணைகள் நடந்துகொண்டிருக்கின்றன. இதன்பிறகு, **ஈராக்கி**லும் இதர இடங்களிலும் இந்த "நாம்கேவாஸ்தே சுதந்திரம்" என்ற ஏகாதிபத்திய தந்திரம் மேலும் பண்படுத்தப்பட்டிருக்கிறது.

ஆக, இந்தியாவில் உபயோகிப்பதற்கு, இந்த முறை முன்னரே நன்கு பரீட்சிக்கப்பட்டுவிட்டது; உபயோகித்துப் பார்த்தாகிவிட்டது. இந்த நாம்கேவாஸ்தே சுதந்திரம் என்ற ஏகாதிபத்திய தந்திரம், இந்தியாவின் சுதந்திரக் கோரிக்கைக்கு சமானமானதில்லையென்பது வெளிப்படை. ஏகாதிபத்தியம் தன் பிடிப்பை இன்னும் நழுவவிடவில்லை. தேசிய விடுதலைப் போர் இன்னும் முற்றுப்பெறவில்லை. தீர்மானமான போராட்டம் இன்னும் முன்னால் நிற்கிறது.

ஆனால் ஏகாதிபத்தியவாதிகளால் தங்கள் பிடிப்பை பாதுகாக்க முடியுமா? அது வேறொரு கேள்வி. இந்தியாவில், தலைதெறிக்கும் வேகத்தில் வளர்ச்சியடைந்துகொண்டிருக்கும் மாறுதல் சக்திகளை (மாறுதலுக்காக நிற்கும் சக்திகள்) ஏகாதிபத்திய அதிபர்களால் கட்டுப்படுத்த முடியுமா? ஏகாதிபத்திய சுரண்டல் நோக்கங்களுக்கு மாறுதல் நிகழ்ச்சிகளை உட்படுத்தவும், குமுமிக்கொண்டிருக்கும் இந்திய விடுதலை இயக்கத்தை தடுத்துநிறுத்தவும், தங்களுக்கு ஆதரவளிக்கக்கூடிய சமூக அடிப்படையையும் புதிய உருவங்களையும் அவர்களால் காணமுடியுமா? இந்தக் கேள்வியின் பதிலில்தான்-ஜகஜோதியாய் பிரகாசிக்கும் அரசியல் சீர்திருத்தங்களின் அரங்கத்தில் அல்ல-(திரைமறைவில் நடக்கும் சிக்கலான பேரங்களையும் சூழ்ச்சிகளையுமே

அந்தச் சீர்திருத்தங்கள் பிரதிபலிக்கின்றன) இந்தியாவில் ஏகாதிபத்தியத்தின் எதிர்காலத்தைக் குறித்த கேள்விக்குப் பதில் அடங்கியிருக்கிறது.

ஏனென்றால், உண்மையில், பழைய இந்தியா மறைந்து விட்டது; இனி ஒருபொழுதும் திரும்பப் போவதில்லை. கடந்த நூற்றைம்பது ஆண்டுகளில் நவீன முதலாளித்துவ ஆதிக்க விஸ்தரிப்பால் பழைய சமூக அமைப்பு அழிந்து, மாறுதலின் சக்திகள் இயங்கத் தொடங்கிவிட்டன; அந்த இயக்க நிகழ்ச்சியை இனி யாரும் தடை செய்யமுடியாது. பழைய சமூகத்தின் அஸ்திவாரங்கள் அழிவதுடன், அந்த அழிவு வேகத்தைவிட மெதுவாக, ஆனால் நிச்சயமாக, சமூகப் பிற்போக்கின் நம்பிக்கைகளும் பழைய கண்ணோட்டங்களும் பழைய தடைகளும் பழைய கொள்கைகளும் சின்னாபின்னமாகி நசித்துக்கொண்டிருக்கின்றன.

பம்பாய் **ஸ்டாக் எக்ஸ்சேஞ்சிலும்*** (Stock Exchange) ஜாம்ஷட்பூர் எஃகு தொழிற்சாலையிலும், ஜாதிக்கு இடம் ஏது? தங்களுடைய கையகல நிலத்தை பறிகொடுத்து விட்டு, விவசாயத் தொழிலாளர் தொகையை கிராம ஜனத்தொகையில் 35 முதல் 50 சதவீதமாக பெருக்கி வருபவர்களிடையே **கூட்டுக் குடும்பமுறை** (அவிபக்த குடும்பம்-தலைமுறை தலைமுறையாக பிரிந்துபோகாமல், குடும்பத்தின் கிளைகள் அனைத்தும் சேர்ந்து வாழும் முறை)க்கு சந்தர்ப்பம் ஏது? மலிவான பிரிட்டிஷ் மெஷின் பண்டங்களும் ஜப்பானிய இயந்திரப் பொருட்களும் லட்சக்கணக்கான கைத்தொழிலாளர்களின் தொழிலை மூடி, அவர்கள் பட்டினிகிடந்து அங்குலம் அங்குலமாக மாண்டு மடியும்படி செய்துவருதைப்போலவே, பூர்ஷுவா சொத்துரிமை என்ற அமிலம் சம்பிரதாயத்தின் அடிப்படையிலும் அந்தஸ்தின் ஆதாரத்திலும் கட்டியமைக்கப்பட்டுள்ள சமுதாய ஸ்தாபனங்களின் அமைப்பைத் தின்றுகொண்டு வருகிறது.

இப்பொழுதும், காலத்துக்கு ஒவ்வாத பத்தாம் பசலித்தனம் நிறைந்த நாடாயிருக்கிறது இந்தியா. நிலப்பிரபுத்துவத்தின் மிச்ச சொச்சங்கள், என்றோ உயிரிழந்த சமஸ்தானங்களின்

* ஸ்டாக் எக்ஸ்சேஞ்ச்: கம்பெனிகளின் பங்குகளை விற்பதற்கும் வாங்குவதற்கும் விற்பனையாளர்களும் வாங்குவோரும் தரகர்களும் கூடும் சந்தை. (மொ-ர்.)

ஆவிகள், கட்டாய உழைப்பு ஆகியவை நாட்டிலின்னும் அரியாசனத்தைவிட்டு அப்புறப்படுத்தப்படவில்லை; மோட்டார் கார்களின் நடுவே, தந்திக் கம்பிக்கும் கம்பி யில்லாத் தந்திக்குமிடையே, பண்ணை அடிமைத்தனத்தைப் பார்க்கலாம். நவீன கால குப்பங்களுக்குப் பக்கத்தில், புராதன ஆலயங்களில், கர்ணபரம்பரையாக வழிபட்டு வந்த முறையில், ஆராதனைகளும் சமாராதனைகளும் நடப்பதைக் காணலாம். பழைய அடிப்படை மறைந்த பின்னரும், பழைய மேலமைப்பின் ஆவி இன்னும் உலாவிக்கொண்டிருக்கிறது. நசித்துக்கொண்டிருப்பவற்றை நாசம்செய்து, வளர்ச்சியடையும் சக்திகளுக்குப் பூரண வளர்ச்சிக்குத் தேவையான சந்தர்ப்பமளிக்கும் முறையில், மாறுதல் விதிகள் இயற்கையாக இயங்குவதை, யதேச்சதிகாரமான முறையில் ஏகாதிபத்தியம் தடுத்து வைத்திருக்கிறது; பத்தாம் பசலித்தனமும் காலாவதியான முறைகளும் முடக்கப்பட்ட வளர்ச்சியும் சேர்ந்துள்ள அமைப்பை, ஏகாதிபத்தியம் தன் மரணக்கரத்தின் பிடிப்புக்குள் இறுக்கி, அதற்குமேல் தன் சுரண்டலமைப்பை ஒட்டிவைக்கப் பார்க்கிறது.

ஆனால், இருபதாம் நூற்றாண்டின் ஆரம்பத்திலிருந்த ஜாரிஸ்ட் ரஷ்யாவைப்போல, ஒருகூடுதான் எஞ்சி நிற்கிறது. இக்கூடு ஒரு ஸ்பரிசத்திலேயே சுக்கு நூறாக உடைந்துவிடும். ஏகாதிபத்தியத்தின் க்ஷீணதசையில் நவீன நாகரிக வளர்ச்சியைக் கண்டு தங்களுக்கு ஏற்பட்ட துயரத்திலும் விசனத்திலும் ஆறுதல் தேடும்பொருட்டு, "புனிதமான ரஷ்யா" என்ற ஆபாசமான பன்றிக்கூண்டைப்பற்றி தவம் செய்த மேலைய நாடுகளின் மாயாவாத அறிவாளிகள் அந்தப் பன்றிக்கூண்டில், அமரத்துவம் பெற்ற தெய்வீக லட்சியங்களின் ஆலயத்தைக் காண்பதாக கற்பனை செய்து கொண்டனர். நவீனகால ஜனநாயகத்தாலும் சோஷியலிஸத் தாலும் களங்கப்படுத்த முடியாத விவசாயிகள், தெய்வ நிந்தனைக்கு அஞ்சும் விவசாயிகள், பக்தி விசுவாசமுள்ள அப்பாவிகள் அங்கு இருப்பதாகக் கற்பனை செய்து கொண்டனர்; உண்மையில், இந்த மேதைகள் ஒரு சடலத்தையே வழிபட்டுக்கொண்டிருந்தனர்; தங்களுடைய கானல்நீர் தோற்றத்தை பொய்ப்பிக்கப்போகும் உண்மையான பொதுமக்களின் விழிப்பையும் ஜீவ சக்தியையும் அறியாத

குருடர்கள் அவர்கள். அதைப்போலவே, தொன்றுதொட்டு புகழ்பெற்ற கீழ்நாடுகளைக் காணவேண்டுமென்று இந்தியா செல்லும் மேலைய நாடுகளின் யாத்திரீகன், கீழ்நாட்டின் உயர்ந்த ஆத்ம விசாரணை என்ற கலங்கிய ஊற்றிலிருந்து பருகுவதற்குச் சென்றாலும் சரி, பெரிய மனுஷத்தனத்துடன் கூடிய ஏளனத்துடன் "இந்தியா"வின் இயற்கையான பிற்போக்கை அம்பலப்படுத்தப் போனாலும்சரி, அந்தப் புத்திசாலி, பத்தாம்பசலித்தனத்தின் மிச்சசொச்சங்களடங்கிய காட்சியைத்தான் காணப்போகிறான்; இந்திய மக்களுடைய உயிர்ச்சக்திகள் அவன் கண்களுக்கு தெரியப்போவதில்லை.

ஜாதியை எதிர்த்து, கல்லாமையை எதிர்த்து, தீண்டாமையை எதிர்த்து, வகுப்பு பிரிவினைகளை எதிர்த்து, பெண்ணடிமைத்தனத்தை எதிர்த்து, மக்களை பின்னுக்கிழுக்கும் சகலத்தையும் எதிர்த்து, இந்திய சமூகத்தில் வளர்ச்சியடைந்து கொண்டிருக்கும் சக்திகள் போராடுகின்றன. புராதன இந்து நாகரிகத்தையும் அதன் மாறாத் தன்மைகளையும் பற்றி அறிவூட்டும் அரிய பிரசங்கங்களும் உபதேசங்களும் செய்யப்படும்பொழுதே, பொதுமக்களில் மிகப் பெரும் பான்மையோருடைய பரிபூரண ஆதரவைப் பெற்றுள்ள இந்திய தேசிய இயக்கத்தின் பிரதான ஸ்தாபனம் (தேசிய காங்கிரஸ்) தன் கொடியின்மேல் கீழ்க்கண்டவற்றை பொறித்துள்ளது: ஜாதி வித்தியாசம், மதபேதம், ஆண், பெண் பேதம் பாராமல், சகலருக்கும் சமத்துவ பிரஜா உரிமை; சகல விசேஷ உரிமைகளையும் கௌரவங்களையும் ரத்து செய்தல்; வயதுவந்தோர் அனைவருக்கும் வாக்குரிமை; எல்லோருக்கும் இலவச கட்டாயக் கல்வி; மத விவகாரங்களில் அரசாங்க நடுநிலைமை; பேச்சுரிமை, கூட்டம் கூடும் உரிமை, ஸ்தாபன உரிமை, மனச்சாட்சி சுதந்திரம், பத்திரிகை சுதந்திரம். இந்தப் பரிபூரண ஜனநாயகத் திட்டம் பிரிட்டனிலுள்ள அரைகுறை ஜனநாயகத்தைவிட எவ்வளவோ உயர்ந்தது.

"பழைய அரசியல் தேசியவாதிகள் கனவு கண்டதைவிட அதிமுக்கியமான ஒரு புரட்சியின் ஆரம்பக் குறிகளை" 1936-ம் வருஷ பிற்பகுதியில், "இந்தியாவில் கொந்தளிப்பு" என்ற கட்டுரையில் மான்சஸ்டர் கார்டியன் என்ற லிபரல்

பத்திரிகையே ஏற்றுக்கொள்ளவேண்டிய நிர்ப்பந்தம் ஏற்பட்டது:-

"முதல் மகாயுத்தம் முடிந்து பதினெட்டு வருஷங்கள் கழிந்தபின், உலக சக்திகளால் பாதிக்கப்படாமல், இந்திய பழைய சமநிலைக்கு மீண்டும் ஒருபொழுதும் திரும்ப முடியாதென்று நாம் கருதுகிறோம்... கர்ண பரம்பரையாக இருந்துவந்த தீமைகளை பிரிட்டிஷ் ராஜ்யத்தின் பிற்போக்கு ஆதரித்தது. வோட்டுரிமையைத் தாங்கி நிற்கும் வலுவுள்ள புஜங்கள் மூலம், வோட்டுகளுக்காகப் போட்டியிடும் கட்சிகளின் மூலம், செயலாற்றும் ஜனநாயக ஆர்வம், நியாயத்தாலோ பலத்தாலோ தைரியத்தாலோ ஆதரிக்கப்படாத புராதனமான விசேஷ சலுகைகளை ஒழித்துவிடக்கூடும். ஜாதி உயர்வை ஆதரித்து நிற்பவர்கள் இப்பொழுதே பின்வாங்கிக் கொண்டிருக்கிறார்கள். அவர்கள் அழிவு நிச்சயமெனத் தோன்றுகிறது.......... தீண்டாமை ஒழிந்தால், ஜாதி வேற்றுமை நீடிக்க முடியுமா? இந்துமதத்தின் சக்தி சட்டசபையிலோ ஆலயத்திலோ இல்லையென்பதும், வீடுகளில்தானிருக்கிறதென்பதும் உண்மையென்பதில் ஐயமில்லை. ஆனால், வீடுகளில்தான், பெண் கல்வி மூலம், நவீன ஆர்வம் ஊட்டப்பட்டுவருகிறது. மாதர் கல்வியின் மூலம், பிரயாணத்துக்கு வசதி ஏற்பட்டதின் மூலம், வெளி உலகத் தொடர்புக்கு வசதி ஏற்பட்டதின் மூலம், ஜாதியின் பிரதான கோட்டையான இந்து அவிபக்த குடும்பம் (கூட்டுக் குடும்பமுறை) நசித்துக்கொண்டிருக்கிறது."

(மான்சஸ்டர் கார்டியன் வாரப்பதிப்பு, 1936 டிசம்பர் 4)

ஆக, ஜனநாயக எழுச்சி முன்னேறிக்கொண்டிருக்கிறது; அரசியல் துறையில் மாத்திரமல்ல, சமுதாய உலகத்திலும், அதே கட்டுரைக்கு ஒப்புக்கொள்ளவேண்டிய கட்டாயம் ஏற்பட்டதைப்போலவே, "இந்தியாவின் வறுமை" என்ற "அடிப்படையான பிரச்சினையை பைசல் செய்ய" "ஒரு பரிபூரணமான சமூக-பொருளாதார புரட்சியை" செய்யக்கூடிய ஆழமான சக்திகள் ஒன்றுபட்டுக்கொண்டிருப்பதிலும் ஐயமில்லை:-

"இந்தியாவின் ஏழ்மைமீது முழுக்கவனமும் செலுத்தப்படும். இந்தியாவின் செல்வ உற்பத்தித் திறமையுடன் இந்திய

ஜனத்தொகையை ஒப்பிட்டுப் பார்ப்பவருக்கு இந்த வியாதி (வறுமை) தீர்க்கமுடியாததாகத் தோன்றலாம். ஆனால் சுபிட்ச வாழ்க்கை நடத்துபவர்களின் இந்த அவநம்பிக்கைக்கு கம்யூனிஸ்ட்கள் ஒருபொழுதும் இரையாகமாட்டார்கள். நடக்காத காரியத்தை நிறைவேற்றுவதற்கு முயற்சிக்கும் தீரம் படைத்தவர்கள் அவர்கள்; அவர்கள் நிதானமில்லாமல், படபடவென்று காரியம் செய்வதாக, துன்ப துயரத்தி லாழ்ந்திருக்கும் கோடிக்கணக்கான இந்தியர்கள் அவர்களைக் குறை கூறமாட்டார்கள். ஆகவே, ஒரு சம்பூரண சமூக பொருளாதாரப் புரட்சிக்கு புதிய இந்திய அதிகாரிகள் வழிகாட்டியாக விளங்கவேண்டும்; அல்லது அத்தகைய புரட்சியை எதிர்க்கவேண்டும். இந்த நிகழ்ச்சியை நாம் எதிர்பார்க்கவேண்டும்."

(மான்சஸ்டர் கார்டியன்)

இந்தச் சக்திகளை ஏகாதிபத்தியம் தன்னுகத்தடியின்கீழ் அடக்கி வைத்திருக்கமுடியுமா? இந்திய மக்கள் மீது நின்று அழுத்தும் முழுச்சுரண்டல் அமைப்பின் மையமாகவும் கோட்டை கொத்தளமாகவும் திகழும் தன் சுரண்டல் அமைப்பைப் பாதுகாக்கக்கூடிய முறையில், மேற்கண்ட சக்திகளின் போக்கை கட்டுப்படுத்த ஏகாதிபத்தியத்தால் இயலுமா? ராஜாங்க சித்தாந்தங்களைப் பற்றி சட்ட நிபுணர்கள் கூறும் சாமர்த்திய சாதுரிய வாதங்களையோ, லிபரல் ஏகாதிபத்திய நம்பிக்கைகளையோ கோபுர உச்சிகளில் உட்கார்ந்துகொண்டு விவாதித்தால், இக்கேள்விக்கு விடை கிடைக்காது. ஏகாதிபத்தியத்தின் பொருளாதார அஸ்திவாரங்களைப் பற்றிய யதார்த்த உண்மைகளிலும், இந்திய மக்களின் அவசர அவசியமான ஜீவாதாரமான சமூக பொருளாதாரத் தேவைகளுக்கும் ஏகாதிபத்திய பொருளாதார அஸ்திவாரத்துக்குமுள்ள முரண்பாட்டிலுமே மேற்கண்ட கேள்விக்கு விடை பொதிந்து கிடக்கிறது.

இந்திய மக்களை ஹிமாலயத்தைப் போன்ற மகத்தான கடமைகள் எதிர்நோக்குகின்றன. இந்தியா ஒரு நோய்வாய்ப் பட்ட நாடு, பின் கட்டத்தில் தாங்கி நிற்கும் நாடு, வளர்ச்சி முடக்கப்பட்டுள்ள நாடு; உலகத்தில் வேறெந்தப் பிரதேசத்திலும் ஈடோ இணையோ காணமுடியாத அளவுக்கு

புல்லுருவித்தனம் ஆதிக்கம் வகிக்கும் நாடு; வேறெங்கும் இவ்வளவு சக்திகள் வீணாக்கப்படவில்லை; வறுமையும் வியாதியும் தேசமக்களை பிடுங்கித் தின்கின்றன. இந்தியாவின் கணக்கற்ற இயற்கைச் செல்வத்துக்கும் சக்திக்கும், மக்களின் வறுமைக்கும் துன்பத்துக்கும் இடையேயுள்ள மாறுபாடு எந்த பார்வையாளர் கண்களையும் தைக்கிறது. எத்தகைய சமூக அல்லது அரசியல் அபிப்பிராய முடையவராயினும், சகல பார்வையாளர்களும் இந்த மாறுபாட்டை ஏற்றுக்கொள் கின்றனர். நூறாண்டுகளுக்கு மேலாக தொடர்ச்சியாகப் பொறுப்பு வகித்த ஒரு சர்க்காரின் சாதனையைக் குறித்து இந்திய மக்களின் வாழ்க்கை நிலைமை அளிக்கும் தீர்ப்புக்கு ஈடான கண்டனத் தீர்ப்பை வேறெங்கும் காணமுடியாது. இந்தியாவின் அடிப்படையான பிரச்சினை சமூக-பொருளாதாரப் பிரச்சினை. தேசிய விடுதலைக்காகவும் ஜனநாயகத்துக்காகவும் நிகழும் போராட்டம் ஒரு அரசியல் பிரச்சினை; இந்த அரசியல் பிரச்சினை சமூக பொருளாதார பிரச்சினையின் உடனடியான பிரதிபலிப்பு, போராட்டத்தின் முதல் கட்டம். விவசாய நெருக்கடி முற்றிக்கொண்டிருக்கிறது; வருஷத்துக்கு வருஷம் அது மேன்மேலும் பூதாகரமாகிக் கொண்டிருக்கிறது. எத்தகைய கொள்கையைத் தழுவும் நிபுணர்களாயிருந்தாலும் சரி, இந்த நெருக்கடியை பைசல் செய்யக்கூடியது பரிபூரண விவசாயப் புரட்சிதான் என்பதை எல்லோரும் ஏகமனதாக ஒப்புக்கொள்கின்றனர். ஆனால் தொழில் வளர்ச்சிப் பிரச்சினையிலிருந்து தனிமைப்படுத்தி விவசாயப் பிரச்சினையைத் தீர்க்கமுடியாது. தேசத்தில் வீணாக்கப்பட்டு வரும் செல்வங்களை பயன்படுத்தவும், புதிய செல்வாதாரங்களை உபயோகத்துக்கு கொண்டுவரவும், வேலையில்லாமல் திண்டாடும் லட்சக்கணக்கான ஜனங்களின் உழைப்பையும் சரியான முறையில் உபயோகிக் கப்படாத ஜனங்களின் உழைப்பையும் பிரயோஜனகரமான முறையில் ஈடுபடுத்தவும், தேசிய சுபீட்சத்துக்கு அவசியமான அஸ்திவாரத் தொழில்களை சிருஷ்டிக்கவும், வளர்ச்சியடைந்த தொழில் முறையுள்ள தேசங்களுடன் ஒப்பிடக்கூடிய அளவுக்கு உற்பத்தித் தரத்தை உயர்த்தவும், ஒரு பிரமாண்டமான தொழில்வளர்ச்சித் திட்டம் அவசியமென்பதையும் எல்லோரும் ஏற்றுக்கொள்கிறார்கள். கல்வி, சுகாதாரம்,

தேகாரோக்கியம் ஆகியவற்றைக் குறித்தும், பொதுமக்களின் சர்வ சாமானிய தேவைகளைக் குறித்தும், செய்யவேண்டிய சமூக கலாசாரக் கடமைகளோ எண்ணிலடங்கா. இந்தப் புனர்நிர்மாணக் கடமையின் அவசியத்தை அனைவரும் ஏற்றுக்கொள்கின்றனர். ஆனால் இந்த மகத்தான புனர் நிர்மாணப் பணிக்குத் தலைமை தாங்குவது யார்? இந்தப் புனர்நிர்மாணக் கடமை கைகூடுவதற்கு அவசியமான சூழ்நிலை என்ன? எந்தவிதத்தில் இதை நிறைவேற்ற முடியும்? இந்திய மக்கள் முன் நிற்கும் கேள்விகள் இவை.

இந்தியாவின், தவிர்க்கமுடியாத மாறுதலின் அலைகளை கடந்துவிடலாமென்று இன்னும் ஏகாதிபத்தியம் நம்புகிறது; கணக்குப் போடுகிறது. சாமர்த்தியமான சாணக்கியத்தின் மூலம், சலுகைகள் அளித்து ஆதிக்கத்தை காப்பாற்றுவதன் மூலம், உண்மையான சுதந்திர இந்தியாவின் அடிப்படை அமைவதைத் தடுத்து, இந்தியா மீதுள்ள தன் ஏகபோகப் பிடிப்பின் ஜீவாதாரமான அம்சங்களைப் பாதுகாக்கக்கூடிய முறையில், அனுமதிக்கப்படவேண்டிய மாறுதலைத் திரித்து அல்லது தடுத்து அல்லது புரட்டிவிடலாமென்பது ஏகாதிபத்தியத்தின் நம்பிக்கை.

ஆகவே, அரசியல் சீர்திருத்தங்கள் அலைமேல் அலையாக அடித்ததுடன், ஏராளமான விசேஷ கமிஷன்கள் மூலம், இந்த விசேஷ கமிஷன்களின் விளைவாக ஏற்பட்ட சட்டங்கள் மூலம், முழு முன்னணியிலும், இதர பாதுகாப்பு வரிசைகளிலும், ஏகாதிபத்தியம் தன் கொள்கையையும் போர்த்திட்டத்தையும் வகுத்து வந்திருக்கிறது:-

1916-18 இந்தியன் இண்டஸ்டிரியல் கமிஷன்.

1921-22 இந்திய வரவு செலவுக் கமிஷன்.

1925-26 இந்திய நிதியைப் பற்றியும் நாணயத்தைப் பற்றியும் விசாரணை நடத்த ஒரு ராயல் கமிஷன்.

1926-28 இந்திய விவசாயத்தைக் குறித்து விசாரணை நடத்த ஒரு ராயல் கமிஷன்.

1929-31 இந்திய தொழிலாளர்களைப் பற்றி ஒரு ராயல் கமிஷன்.

1935-ல் ரொக்க முதலாளித்துவ ஆதிக்கத்தின் இறுதிக் கோட்டையாக ரிஸர்வ் பாங்கி ஸ்தாபிக்கப்பட்டது. "அரசியல் நிர்ப்பந்தத்தை" (அதாவது இந்திய அரசியல் நிர்ப்பந்தத்தை) தவிர்க்கும்பொருட்டு, இங்கிலாந்து பாங்கைப்போல இந்திய ரிஸர்வ் பாங்கும் தனிநபர்களின் ஸ்தாபனமாக்கப்பட்டது. பிரிட்டிஷ் வைஸ்ராய் அதில் தனியாதிக்கம் வகிப்பார். பாங்கின் கவர்னரையும் உதவி கவர்னர்களையும் பிரிட்டிஷ் வைஸ்ராய் நியமிப்பார்; பாங்கின் டைரக்டர் போர்டையும் ரத்து செய்யும் அதிகாரம் அவருக்குண்டு. அரசியல் சீர்த்திருத்தங்களால் இந்த வங்கி பாதிக்கப்படாமலிருக்கும்பொருட்டு, 1935-ம் வருஷத்திய இந்திய அரசாங்க சட்டத்தின் 152வது ஸெக்ஷன் முன்னேற்பாடு செய்தது. வைஸ்ராயின் தீர்ப்புக்கும் இஷ்டத்துக்கும் இந்த வங்கி விவகாரம் விடப்பட்டது. வைஸ்ராயின் இஷ்டத்துக்கும் தீர்ப்புக்கும் விரோதமாய் யாரும் ஒன்றும் சொல்லமுடியாது. இவ்வாறாக, நவீன முதலாளித்துவ பொருளாதார நடைமுறையில், அதிகாரக் கோட்டையின் மையமாக விளங்கும் வரவு செலவு அதிகாரமும், நாணய செலாவணியின் மீதுள்ள கட்டுப்பாடும், கொடுக்கல் வாங்கல் அதிகாரமும் பிரிட்டிஷ் ரொக்க முதலாளித்துவத்தின் பிரத்தியேக பாதுகாப்பில் காப்பாற்றப்பட்டது.

இந்தியாவிலுள்ள பிரிட்டிஷ் பாங்கிங்கின் மரணப் பிடிப்பின் எதிர்காலம் எப்படியிருக்கும்? "அதிகாரம் கைமாற்றித் தரப்படுவதால் எழும் பிரச்சினைகளைக் குறித்து" எதிர்கால இந்திய-பிரிட்டிஷ் உடன்படிக்கைக்காக பேச்சுவார்த்தைகள் நடக்கவேண்டுமென்று 1946-ம் வருஷ பிரிட்டிஷ் திட்டம் கூறியிருக்கிறது; அந்த பிரச்சினைகளில், இதர ஏகாதிபத்திய பொருளாதார ஏகபோக நலன்களைப் பற்றிய பிரச்சினைகளுடன் பிரிட்டிஷ் பாங்கிங் ஆதிக்கமும் விவாதிக்கப்படுமென்பதில் ஐயமில்லை. இந்திய மக்களுக்கு அரசுரிமையை மாற்றிக்கொடுப்பதற்குமுன் இரு நிபந்த னைகள் பூர்த்தியாகவேண்டுமென்றும் இந்திய பிரிட்டிஷ்

உடன்படிக்கையை ஒப்புக்கொள்வது அந்த நிபந்தனைகளி லொன்றாகுமென்றும் பிரிட்டிஷ் காபினெட் திட்டம் (1946) கூறியதை நினைவூட்டிக்கொள்ளவேண்டும்.

புதிய சகாப்தத்துக்கு ஆயத்தமாகும் பாதையில், இந்தியாவில் தன் தளத்தை நிர்மாணிக்கும்பொருட்டு, சமீப வருஷங்களில், பிரிட்டிஷ் ரொக்க முதலாளித்துவம், குறிப்பாக, இம்பீரியல் கெமிகல்ஸ், நப்பீல்டுகள் முதலியவை, எடுத்துவரும் நடவடிக்கைகளையும் நினைவூட்டிக் கொள்ளலாம்.

இந்த நிகழ்ச்சிக்கு கிடைத்திருக்கும் வெற்றியின் அளவை குறைவாக மதிப்பிடக்கூடாது. அரசியல் சீர்திருத்தங்களின் பிரகாசத்திலும் அதிகாரம் அளிக்கப்பட்டிருப்பதாக கூறப்படும் பிரகடனங்களின் ஜோதியிலும் கண்ணிழந்து, இந்தியாவிலுள்ள ஏகபோக உரிமை போய்விட்டதேயென்று லங்காஷயர் முதலாளிகள் வைக்கும் ஒப்பாரியின் கூப்பாட்டில் காதையிழந்து, நவீன கட்டத்தில், பிரிட்டிஷ் ரொக்க முதலாளித்துவம் தன் பிடிப்பை தீவிரப்படுத்துவதற்காக கடைப்பிடிக்கும் தந்திரமுறைகளை பார்க்கத் தவறுவது முதன்மையான அரசியல் சிறுபிள்ளைத்தனமாகும். ஆறாவது அத்தியாயத்தில் இந்த நிகழ்ச்சியின் சாட்சியத்தை பரிசீலனை செய்தோம். பிரிட்டிஷ் 'டிரஸ்ட்'டுகளின் (ஏகபோக கம்பெனிகள்) கிளைகள் இந்திய தொழில் கம்பெனிகளாகப் பாசாங்கு செய்துகொண்டு, சமீப வருஷங்களில் இந்தியாவில் ஸ்தாபித்துக்கொண்டிருக்கும் புதிய ஏகாதிபத்திய படையெடுப்பை, யுத்தம் தொடங்கும் தறுவாயில், இந்தியாவில் இங்கிலாந்தின் ஸீனியர் வர்த்தக கமிஷனராயிருந்த ஸர் தாமஸ் எய்ன்ஸ்காப் என்பவரின் ரிப்போர்ட் ஊர்ஜிதம் செய்கிறது. அவர் எழுதியதாவது:-

"சில முக்கியமான தொழில்கள் குறிப்பாக, சிகரெட், தீப்பெட்டி, ரப்பர் டயர்கள், சோப், வர்ணங்கள், சில ரசாயனப் பொருட்கள் ஆகிய தொழில்கள்-பிரிட்டனிலும் இதர இடங்களிலுமுள்ள முக்கியமான கம்பெனிகளின் கிளைகளாகும். காப்புவரி அமைப்பால் பாதிக்கப்டாம லிருக்கும் பொருட்டு, இந்தியாவிலிருந்தே இந்திய தேவையை பூர்த்திசெய்வதே தங்களுக்கு அனுகூலமானதென்று

அவைகள் முடிவு செய்துவிட்டன; அரசாங்கம் விலைக்கு வாங்கும் தேவைகளைப் பூர்த்தி செய்யுங்கால், இந்தியத் தொழில் என்ற அந்தஸ்தை கொண்டாடுவதற்காகவும், இந்தியாவில் இவை தம் கிளைகளை ஸ்தாபித்துவிட்டன."

இந்திய தொழிலுக்கு பாதுகாப்பு அளிக்கவேண்டுமென்ற நோக்கம் இவ்விதமாக முறியடிக்கப்படுகிறதென்று இந்திய தேசிய அபிப்பிராயம் புகார் செய்தது; இந்தியத் தொழிலைப்போல வேஷம்போடும் பிரிட்டிஷ் மூலதனத்துக்கு அரசாங்கமும் வங்கிகளும் ஆதரவளிப்பதாக குற்றம் சாட்டியது. காப்பு வரிகள் மூலம் இந்திய பூர்ஷுவா வர்க்கத்துக்கு சலுகைகள் அளித்திருப்பதாக பிரமாதமாக விளம்பரப்படுத்தப்பட்டபோதிலும், உண்மையில் இந்தக் காப்புவரி சலுகைகளைக்கொண்டு இந்தியாவில் பிரிட்டிஷ் முதலாளித்துவம் முன்னைவிட பலமாக வேரூன்றிக்கொள் கிறதென்று கூறியது:-

"இந்தியர்களுக்கு சொந்தமான, இந்தியர்களால் நிர்வகிக்கப்படும், இந்தியர்களே நடத்தும் தேசிய தொழில்களின் வளர்ச்சியே பாதுகாப்பின் (காப்புவரி அமைப்புமூலம் அன்னிய இறக்குமதியின் போட்டியை கட்டுப்படுத்தும் முறை) நோக்கம். ஆனால் இந்தியாவில் இந்தியரல்லாத தொழில்கள் நடப்பதின்மூலம் இந்த நோக்கம் முறியடிக்கப்படுகிறது. இவ்வாறாக, இந்தியாவில் அன்னிய முதலாளித்துவம் படையெடுக்கும்விதம் சிக்கலானதாகவும் சாமர்த்தியமானதாகவுமிருக்கிறது. அவை இந்திய தொழில்களுடைய தோற்றத்தை சிருஷ்டித்துக் கொள்கின்றன. உண்மையில் அது வெளித்தோற்றம்தான். உண்மையான ஆதிக்கமும் நிர்வாகமும் இந்தியரல்லா தாரிடம் இருக்கிறது; மாமூலாக, அவர்களுக்கு உதவி செய்யும் கைப்பாவைகளாக சில இந்திய டைரக்டர்கள் இருக்கிறார்கள்......"

"இது ஒரு பொருளாதாரத் தீமை மாத்திரமல்ல, ஏனென்றால் இத்தகைய முதலாளித்துவ நலன்கள் ஒவ்வொன்றும் அரசியல் சட்டத்தில் பாதுகாப்பு பெற்று நீடித்து வாழமுயலும். இத்தகைய பாதுகாப்புகள் இந்திய சட்டசபைகளின் உரிமைகளையும் அதிகாரங்களையும்

எதிர்காலம்

வெகுவாக கட்டுப்படுத்தும்; ஜீவாதாரமான தொழில்களை அரசாங்க சுவாதீனத்துக்குள் கொண்டுவருவதைக் கடினமாக்கும். தொழில் துறையில், இந்திய-பிரிட்டிஷ் ஒத்துழைப்பு என்று சொல்லப்படுகிறதே, அதன் சக்தி முழுவதும் அரசியல் பிற்போக்குக்கு ஆதரவாய் நிற்கும்; உண்மையான பொருளாதார சுயராஜ்யத்தை உடைந்த லட்சியமாக்கும்."

("புதிய ஆபத்து", அமிருதபஜார் பத்திரிகை, 1937, மார்ச் 11)

பிரிட்டிஷ் காபினெட் திட்டம் வெளிவந்த சமீபகால சகாப்தத்தில் பிரிட்டிஷ் மூலதனம் கொண்டுள்ள பொருளாதார நம்பிக்கைகளை பைனான்ஷியல் டைம்ஸ் (Financial Times) பிரதிநிதித்துவப்படுத்துகிறது:-

"பொருளாதாரத் துறையில், இந்தியாவுக்கு பிரிட்டனுடைய தொடர்பு இல்லாமல் முடியாது; இந்திய மார்க்கெட்டை இழப்பது பிரிட்டனுக்கு சாத்தியமல்ல; இந்தியாவின் வளர்ச்சியுடனும் சுபீட்சத்துடனும் ஏராளமான பிரிட்டிஷ் மூலதன நலன்கள் பின்னிக் கிடக்கின்றன. பிரிட்டிஷ் அனுபவமும் இயந்திரங்களும் இந்தியாவுக்குத் தேவை; இந்தியாவுக்குப் பிரிட்டனில் ஏராளமான ஸ்டர்லிங் மிச்சங்கள் இருப்பதால், பிரிட்டனுடைய நிதியின் எதிர்காலத்தில் இந்தியாவுக்கு அக்கறையுண்டு..... ஆகவே, பிரிட்டன் இந்தியாவை விட்டு வெளியேறினால், எவ்வளவு நல்லெண்ணம் சாத்தியமோ, அவ்வளவு நல்லெண்ணத்தை விட்டுச் செல்லவேண்டும். பிரிட்டிஷ் நலன்களுக்குச் சாதகம் கிடைக்குமென்பதற்கு பிரதான பாதுகாப்பு என்ன? இது ஒரு சூதாட்டமா? திட்டம் முழுவதும், பல விஷயங்களில் சூதாட்டமாகவேயிருக்கிறது. ஆனால் முடிவு எடுக்கப்பட்டுவிட்டது. ஏகாதிபத்திய லட்சியத்துக்கு அது குந்தகம் விளைவிக்கலாம். அல்லது அதே அளவுக்கு அது ஏகாதிபத்தியத்தைப் பலப்படுத்தலாம். இதைப்பற்றி இப்பொழுது யாரும் திட்டமாகச் சொல்லமுடியாது."

- (பைனான்ஷியல் டைம்ஸ், 1946 மே 18)

இவ்வாறாக, தனது விசேஷ ஸ்தானத்தை புதிய சகாப்தத்திலும் பாதுகாக்கும்பொருட்டு, அரசியல் துறையிலும்

பொருளாதாரத் துறையிலும் ஏகாதிபத்தியத்தின் நிகழ்கால திட்டம் சூழ்ச்சி செய்துவருகிறது. புதிய சகாப்தத்தில், கொடி இந்தியக் கொடியாயிருந்தாலும், உண்மையான சாராம்சமும் இறுதி அதிகாரமும் சுரண்டல் லாபங்களின் சிறந்த பகுதியும், முடிந்த அளவுக்கு பிரிட்டிஷ் முதலாளித்துவத்தின் கரங்களிலிருக்கும்படி உத்தரவாதம் செய்துகொள்வது இந்தச் சூழ்ச்சியின் நோக்கம்.

இந்தப் பேரபாயத்தின் உண்மைதான், தேசிய இயக்கத்தின் லட்சியமாக பரிபூரண சுதந்திரத்துக்காகப் போராடுவதை அதிக அவசியமாக்குகிறது. இந்தச் சுதந்திரம் பூரணமாய் நிறைவேறுவதற்கு, பரிபூரண பொருளாதார அரசியல் சுதந்திரம் தேவை; மேலும், அன்னிய மூலதனத்துக்கு கிடைத்திருக்கும் அத்தனை சலுகைகளும் ரத்து செய்யப்பட்ட வேண்டும். அன்னியருக்குச் சொந்தமாயிருக்கும் தொழில்கள் அனைத்தும், தோட்டக்காடுகள், (தேயிலை, ரப்பர் முதலியவை) பாக்டரிகள், ரயில்வேக்கள், கப்பல் கட்டும் தொழில் முதலியவை அனைத்தும் ஸ்வீகரிக்கப்பட வேண்டும்.

நவீன கட்டத்தின் ஏகாதிபத்திய திட்டம் சாமர்த்திய மாகவும் சாதுரியமாகவும் இருந்தபோதிலும் புதிய சகாப்தத்தில் பிரிட்டிஷ் ஆதிக்கத்தையும் ஏகபோக உரிமையையும் பாதுகாக்கவேண்டுமென்ற கனவுகள் கைகூடுவது கஷ்டம்தான். பிரிட்டிஷ் ஆளும் வர்க்கத்தின் சூழ்ச்சித் திறன் வகுத்துள்ள பாதையில் இந்திய மக்களின் எழுச்சியை சுலபமாக திருப்பிவிடமுடியாது. நவீன இந்தியாவில், பொருளாதார பிரச்சினைகள் வருடத்துக்கு வருடம் தீவிரமாகி, அவசர பிரச்சினைகளாக நிற்கின்றன; அவைகளை ஏகாதிபத்திய சூழ்நிலையில் பைசல் செய்ய முடியாது. நவீன கட்டத்தில் ஏற்பட்டிருக்கும் பொருளாதார வளர்ச்சி, ஏகாதிபத்திய ஆதிக்கத்திலோ அல்லது ஏகாதிபத்திய ஆதிக்கம் போடும் தடைகளைச் சமாளித்துக்கொண்டோ ஏற்பட்ட வளர்ச்சியாகும்; ஆகவே இந்த வளர்ச்சி நசுக்கப்பட்ட, திரிக்கப்பட்ட, மாறுபடுத்தப்பட்ட வளர்ச்சியாகும். ஒரு தேசிய புனர்நிர்மாணத்தின் தன்மையை அது பெற்றிருக்க வில்லை. பிரிட்டிஷ் மூலதனத்தின் ஆதிக்கத்தில், பிரிட்டிஷ் மூலதனத்தின் முன்முயற்சியால் இந்தியாவில்

எதிர்காலம்

வளர்க்கப்படும் "புதிய தொழில்களை" ஸீனியர் வர்த்தக கமிஷனரின் ரிப்போர்ட் பிரஸ்தாபித்ததை நாம் பார்த்தோம். அந்த "புதிய தொழில்கள்" என்னென்ன? "ஸிகரெட் உற்பத்தி, தீப்பெட்டி, ரப்பர் டயர்கள், சோப், வர்ணங்கள், சில ரசாயனப் பொருட்கள்". பெரும்பாலும் லேசான தொழில்கள்-அதுவும் இரண்டாந்தரமான லேசான தொழில்கள். அவை தேசிய தொழில் வளர்ச்சிக்கு அடிப்படையாகாது. தேசத்தில் இரசாயனச் செல்வம் அபரிமிதமாய் இருக்கிறது; அதை ஆராய்ச்சி செய்து உபயோகிக்க இதுவரை வகை செய்யவில்லை. இந்த இரசாயன செல்வாதாரங்களை பயன்படுத்துவதற்கான திட்டங்கள் அறிவிக்கப்பட்டன. "இம்பீரியல் கெமிகல்ஸ் (இந்தியா) லிமிடெட்" (பிரிட்டிஷ் ஏகபோக கம்பெனியின் கிளை) என்ற கம்பெனிக்கு சர்க்கார் ஏராளமாக சலுகை அளித்ததென்பதை நம்பக் காரணமிருக்கிறது. ஆனால் அதற்கேற்ற அளவுக்கு கனத் தொழிலின் முக்கியமான அடிப்படையில் வளர்ச்சி ஏற்படவில்லை. வளர்ச்சியடையக் கூடிய சக்தியுடனும் தேவைகளுடனும் ஒப்பிட்டுப் பார்த்தால், இரும்பு, எஃகு தொழிலின் வளர்ச்சி மிகவும் குறைவாயிருக்கிறது; இங்குகூட, தொழிலை ஆரம்பித்து நிலைநிறுத்திய வேலையைச் செய்தது பிரிட்டிஷ் மூலதனமல்ல; இந்திய கம்பெனியான டாட்டாவே அதை செய்தது. பின்னால், பிரிட்டிஷ் மூலதனம் படையெடுத்து, (இந்தியன் இரும்பு-எஃகு கம்பெனியின் பங்குகளில் பெரும்பான்மையானவற்றை பிரிட்டிஷ் முதலாளிகளின் வங்காள இரும்பு கம்பெனி வாங்கியது) தனது மூலதன ஆதிக்கத்தை ஸ்தாபித்தது. 1935-ல் இரும்பு, எஃகு தொழிலில், 32,000 தொழிலாளர்களே வேலை செய்தனர். 1924-க்கும் 1939-40-க்குமிடையே எஃகு உற்பத்தி 341,000 டன்களிலிருந்து 1,070,355 டன்களாக அதிகரித்தது. அதேகாலத்தில் சோவியத்யூனியனில், எஃகு உற்பத்தி 1,408,000 டன்களிலிருந்து (1924) 16,300,000 டன்களாக (1936) அதிகரித்தது.

நெருக்கடி காலத்தில், இந்தியாவில் ஒரு மோட்டார் என்ஜினோ, ஒரு ஆகாய விமானமோ உற்பத்தி செய்ய முடியாதென்பது கடந்த யுத்தகாலத்தில், வெளியாயிற்று.

அரசாங்கத்துக்குச் சொந்தமான **ஹிந்துஸ்தான் ஆகாய விமான பாக்டரியில்கூட**, (இது பெங்களூரில் உள்ளது; கொஞ்சகாலம் அமெரிக்க ராணுவத்திடம் ஒப்படைக்கப் பட்டிருந்தது) ஒரு ஆகாய விமானத்தைக்கூட உற்பத்தி செய்யவில்லை. யுத்த பிற்கால வளர்ச்சித் திட்டங்களும் இதே போக்கைப் பிரதிபலித்தன. பிர்லா-நப்பீல்டு ஒப்பந்தத்தைத் தொடர்ந்து வந்த அறிவிப்பில், ஒரு புதிய "இந்தியன் கார்" "ஹிந்துஸ்தான் 10" என்ற பெயருடன் உற்பத்தியாக திட்டங்களிருப்பதாகக் கூறப்பட்டது. ஆனால் இந்த மோட்டார் காரின் முக்கியமான பாகங்களை பிரிட்டனிலேயே நப்பீல்டுகள் செய்து அனுப்புவார்களென்றும், இந்த பாகங்கள் இந்தியாவில் கோர்க்கப்படுமென்றும் பின்னர் வெளிப்பட்டது. இதைப்போலவேதான், டாட்டா-இம்பீரியல் கெமிகல்ஸ் ஒப்பந்தத்தின் ஷரத்துகளும் உள்ளன. இந்தியா தன் தேவைகளைத் தானே பூர்த்தி செய்ய முடிகிறவரையில் (இது குறைந்தபட்சம் இருபது வருஷமாகலாம்) ஜீவாதாரமான ரசாயனப் பொருட்கள் இங்கிலாந்திலிருந்து இறக்குமதி செய்யப்பட்டு, இந்தியாவில் "இந்திய சரக்காக" விற்கப்படும். ஸிங்பம் என்ற இடத்திலுள்ள ரயில்வே ஒர்க்ஷாப் டாட்டாவிடம் ஒப்படைக்கப்பட்டுவிட்டதைப் பற்றியும், அங்கு முதன்முதலாக இந்திய ரயில் வண்டிகள் தயாராகப் போவதைப்பற்றியும் பிரமாதப்படுத்தப்படுகிறது. ஆனால் முதல் வண்டி தயாராவதற்குள் பல வருஷங்களாகிவிடு மென்று கருதப்படுகிறது. இந்திய சர்க்காரின் சுவாதீனத்திலும், நிர்வாகத்திலும், ஹிந்துஸ்தான் ஆகாய விமானப் பாக்டரியில் ஆகாய விமானங்கள் உற்பத்தி தொடங்குமென்ற செய்தி உலக முழுவதும் விளம்பரப்படுத்தப்படுகிறது. ஆனால், அதே அறிவிப்பு விளக்கிக் கூறியதைப்போல, "ஆகாய விமான உற்பத்தியில் இந்தியா தன் தேவைகளைத்தானே பூர்த்தி செய்துகொள்வதற்கு" இருபது வருஷங்களுக்கு குறைவில் லாமலாகலாம்.

ஒருமுகப்பட்ட பொருளாதார வளர்ச்சிக்கு கனத்தொழில் அடிப்படையை சிருஷ்டிப்பது அவசியம். ஆனால் இந்த அடிப்படை சிருஷ்டிக்கப்படவில்லை. இது அகஸ்மாத்தாக

நேர்ந்ததல்ல; இது ஒரு தேசத்தின் மீதுள்ள ஏகாதிபத்திய ஆதிக்கத்தின் சூழ்நிலையை தீவிரமான முறையில் பிரதிபலிக்கிறது. இப்பொழுதும் யந்திரங்களுக்கு இந்தியா வெளிநாடுகளையே நம்பியிருக்கிறது. "உலோகங்களை உருக்கும் தொழில்களின் வளர்ச்சியே உண்மையான தொழில் புரட்சியாகும். தங்களுடைய ஜவுளிமில் தொழிலை ஆரம்பிப்பதற்கு முன்னால், இங்கிலாந்தும் ஜெர்மனியும் அமெரிக்காவும் இரும்பு, எஃகுத் தொழில்களை நவீன அடிப்படையில் ஆரம்பித்தார்கள்" (நெளல்ஸ், "கடல் கடந்த சாம்ராஜ்யத்தின் பொருளாதார வளர்ச்சி") என்பதை முன்னரே பார்த்தோம். இந்த நிகழ்ச்சிப் போக்கை இன்னும் சக்திகரமான முறையில், சோவியத்யூனியன் நிதர்சனப்படுத்தியது. இந்தியாவில் இதற்கு மாறாக நிகழ்ந்திருப்பது இந்தியாவின் கலோனியல் அந்தஸ்தைப் பிரதிபலிக்கிறது. இந்தியாவில் கனத்தொழிலின் உண்மையான வளர்ச்சிக்கு சகல இயற்கை வசதிகளும் தொழில் வசதிகளும் உள்ளன; கனத்தொழில் வளர்ச்சி அவசர அவசியமாகிவிட்டது. ஆனால் கலோனியல் அந்தஸ்துக்கும் அதற்கும் ஒத்துவராது. உலக ரீதியில் ஒரு பிரதான ராஜ்யமாக விளங்கக்கூடிய சுதந்திர இந்தியாவின் அடிப்படையை கனத்தொழில் சிருஷ்டித்துவிடும்.

ஆகவே, இந்திய பொருளாதார வளர்ச்சியின் அவசர அவசியத் தேவைகளுக்கும் ஏகாதிபத்திய ஆதிக்கத்தின் விலங்குகளுக்குமிடையேயுள்ள மோதுதல் மேன்மேலும் உக்ரமாகி, ஒத்துழைப்புக்காகவும் ஐக்கிய பாவத்துக்காகவும் செய்யப்படும் முயற்சிகள் அனைத்தையும் முறியடித்துவிடும்.

நூறாண்டுகளுக்கு முன்னர், இந்தியாவில் பிரிட்டிஷ் பூர்ஷுவா வர்க்கத்தின் ஆட்சி, சர்வ நாசத்தை விளைவித்த போதிலும், காட்டுமிராண்டித்தனமாய் நடந்து கொண்ட போதிலும், இந்தச் சர்வநாசத்தினூடேயே, "தன்னுணர் வில்லாமல், சரித்திரத்தின் கருவியாக" பணியாற்ற முடிந்தது-பழைய சமூக அமைப்பின் அஸ்திவாரங்களை அழிப்பதிலும் புதிய அமைப்பின் சூழ்நிலையை சிருஷ்டிப்பதிலும், தன்னுணர்வில்லாமலேயே, தனக்குத் தெரியாமலேயே சரித்திரத்தின் கருவியாக விளங்க முடிந்தது. புனர்நிர்மாண கடமைகள் நிறைவேற்றப்படவேண்டிய இன்றைய தினத்தில், நவீன ஏகாதிபத்தியம் அந்த வேலையைச் செய்யமுடியாது.

இந்தியாவின் நிலைமையிலும் மக்களின் வாழ்க்கை நிலைமையிலும் ஏகாதிபத்தியத்தின் கையாலாகாத்தனம் வெள்ளிடைமலையாக வெளிப்பட்டிருக்கிறது. கடந்த 25 வருஷங்களில், ஜாரிஸத்தின் கீழ் உடைந்து நாசமாகிக் கிடந்த தேசத்தில், சோவியத் யூனியன் சாதித்துள்ளதற்கும் அதேகாலத்தில் இந்தியாவில் ஏகாதிபத்தியம் சாதித்துள்ளதற்கு மிடையே உள்ள மாறுபாட்டை பார்க்கமாலிருக்கமுடியாது. இரும்பு, எஃகு தொழிலைப்பற்றிய உண்மைகளை மேலே பார்த்தோம். அத்துடன் விவசாய வளர்ச்சியிலுள்ள மாறுபாட்டையும், தேசிய வருமானத்தின் இயக்கத்திலுள்ள மாறுபாட்டையும், சோவியத் யூனியனில் கல்லாமை கருவறுக்கப்பட்டிருப்பதற்கெதிராக, இந்தியாவில் இருபது வருஷங்களில், கல்லாமை இரண்டு இரண்டு சதவீதமே குறைந்திருப்பதையும், சோவியத்யூனியனில் ஆரோக்கியத்துக் காகவும் சமூக சௌகரியத்துக்காகவும் விரிவடைந்து கொண்டிருக்கும் வலைப்பின்னலைப் போன்ற வசதிகள் செய்யப்பட்டிருப்பதற்கெதிராக இந்தியாவில் சர்வசாமானிய வசதிகள் கூட இல்லாமலிருப்பதும், இந்திய மக்களுக்கு ஆழமான படிப்பினைகளைக் கற்றுத்தருகின்றன; இந்த படிப்பினைகள் இந்திய மக்கள் மனதில் பசுமரத்தாணிப் போல் பதிகின்றன.

தனிப்பட்ட நிர்வாகிகளுக்குத் திறமையில்லாததோ நல்லெண்ணமில்லாததோ நேர்மையில்லாததோ இந்தக் கையாலாகாத்தனத்துக்கு காரணம் அல்ல; முற்போக்கான நிர்வாகிகள் திக்கற்ற நிலைமையைக் கண்டார்கள்; சக்தியற்றவர்களாக நின்று அலறினார்கள்; எண்ணமிருந் தாலும், ஏகாதிபத்தியத்தின் பிரதிநிதிகளுக்கு வேறு பலன்களை விளைவிப்பதற்கு அதிகாரம் இல்லை. ஏனென்றால், இந்தியாவைப் பிற்போக்கில் பிடித்து வைத்திருக்கும் சக்திகளுடன் ஏகாதிபத்தியத்தின் பாதுகாப்பு பிணைக்கப் பட்டிருக்கிறது. அந்தச் சக்திகளே ஏகாதிபத்தியத்தின் அடிப்படை. இந்திய விவசாய நெருக்கடியின் அஸ்திவார பிரச்சினையான நில உரிமைப் பிரச்சினையை விவாதிக்கவும் கூடாதென்று ராயல் விவசாய கமிஷனுக்கு அரசாங்கம் வகுத்த நிபந்தனை ஏகாதிபத்தியத்தின் கையாலாகாத்

தனத்துக்கு ஒரு அடையாளம். நிலப் பிரபுத்துவ பிரச்சினையை பைசல் செய்யலாமல், நிலப் பிரச்சினையைப் புரட்சிகரமான முறையில் தீர்க்காமல், இந்திய முன்னேற்றத்தின் பிரச்சினையைத் தீர்க்கமுடியாது; அடிப்படையான பொருளாதார புனர்நிர்மாணமோ சமுதாய புனர்நிர்மாணமோ சாத்தியமல்ல. ஆனால் நிலப்பிரபுத்துவத்தின் மீது கோடரி பாய்வதென்றால், ஏகாதிபத்திய ஆதிக்கத்தின் அஸ்திவாரத்தையே கோடரி கொண்டு வெட்டி வீழ்த்துவதாகும்; ஏகாதிபத்தியத்துக்கு சாவுமணியடிக்கக்கூடிய சமூக சக்திகளின் முன்னேற்றத்துக்கு பாதையைத் திறந்துவிடுவதாகும். கோடிக்கணக்கான பொதுமக்களின் நலன்களுக்கு விரோதமான நலன்களைப் படைத்த பகுதியின் விசேஷ சலுகைகளைப் பாதுகாப்பதின் மூலம், தன்னுடைய அதிகாரத்துக்கு முட்டுக் கொடுக்கும் சமூக அடிப்படையைக் காண ஏகாதிபத்தியம் முயன்று வந்திருக்கிறது. ஆகவே பிரிட்டிஷ் ராஜ்யம் சமூக பிற்போக்கை ஆதரித்துவந்திருக்கிறது. சர்வசாமானிய சீர்திருத்தங்களைக்கூட எதிர்த்து வந்திருக்கிறது.* பிரிட்டிஷ் ஏகாதிபத்தியம் தன் நலன்களை நிலப்பிரபுத்துவ வர்க்கத்தின்

---

* 1912-ல் இம்பீரியல் லெஜிஸ்லேடிவ் கவுன்சிலில், "புபேந்திரநாத் வசு" ஒரு மசோதாவை பிரேரேரித்தார்; வெவ்வேறு ஜாதியைச் சேர்ந்தவர்கள் கலப்பு மணம்செய்து கொள்வதை அனுமதிக்கும் மசோதா அது. உள்நாட்டு இலாகா அங்கத்தினர் அதை எதிர்த்தார். அதை நிறைவேற்ற வேண்டுமென்று கோகலே மன்றாடிக் கேட்டுக்கொண்டார். ஒரு 'செலக்ட் கமிட்டி'க்கு மசோதாவை அனுப்புங்களென்று கோகலே சொன்ன வார்த்தையும் எடுபடவில்லை. மெஜாரிட்டி கோகலேயை ஆதரிக்கவே, கவர்னர் ஜெனரல் தன்னுடைய அதிகாரிகளின்வோட்டுகளைக் கொண்டு அந்த மசோதாவை தோற்கடித்தார்.

அதன்பின் 1872-ம் வருஷத்திய "விசேஷ திருமணச் சட்டத்துக்கு" ஒரு திருத்த சட்டம் வந்தது. எனினும், இன்னும் ஒரு பரிபூரணமான "சிவில் திருமணச் சட்டம்" ஏற்படவில்லை. இயற்கைக்கு விரோதமான ஜாதிமதத் தடைகள் நீடிப்பதற்கே இது உதவுகிறது. நேரு எழுதுகிறார்:

"சமூக சீர்திருத்தவாதியைப் பொறுத்தவரை, சமீப காலத்தில் நிலைமை மோசமாகிவிட்டது. ஏனென்றால் பிரிட்டிஷார் மேன்மேலும், இந்த தீங்குகளின் பாதுகாவலாளர்களாகிக் கொண்டிருக்கிறார்கள். இந்தியாவின் கடைந்தெடுத்த பிற்போக்காளர்களுடன் அவர்களுக்குள் அன்னியோன்னிய உறவை இதற்குக் காரணம்." **(நேரு, "*சுயசரிதை*")**

நலன்களுடனும் பரம்பரை சமஸ்தானாதிபதிகளின் நலவுரிமைகளுடனும் வகுப்புக் குரோதத்தை அதிகரிக்க விரும்பும் நலன்களுடனும்-சகல சீரழிவு கச்திகளுடன் சகல பிற்போக்கு சக்திகளுடனும்-பிணைத்துக்கொண்டுவிட்டது.

இந்தியாவின் ஆலை முதலாளிகளுடன் ஒத்துழைக்கும் அடிப்படையைக் காண, சமீப காலத்தில் ஒரு கடைசி முயற்சி செய்யப்பட்டிருக்கிறது. ஆனால், பாமர மக்களின் முன்னேற்றத்தை எதிர்ப்பதில், அவர்களுக்குச் சில பொதுவான நலன்களிருந்தபோதிலும், இந்த அடிப்படை நிலையானதாயிருக்க முடியாது. வருங்காலத்தில் பொதுஜன முன்னேற்றத்தின் முன் பழைய பிற்போக்கு சக்திகள் அழிவுற்றே தீரும்; ஏகாதிபத்தியமும் அவைகளுடன் சேர்ந்தொழிய வேண்டியதுதான்.

ஆகவே, இறுதிப் போராட்டம் இனித்தான் நிகழவேண்டு மென்றாலும், வருங்கால கட்டத்தில், இந்தியா அநேகமாக விடுதலையடையும். அந்த விடுதலை அதிதுரிதத்தில் கைகூடுமா, கொஞ்சம் காலதாமதமாகுமாவென்பது, தேசிய இயக்கத்தின் ஒற்றுமையையும் பொதுஜன அடிப்படையையும் லட்சியத் தெளிவையும் பொறுத்திருக்கிறது. சரித்திரபூர்வமாக அவசியமாகிவிட்ட அவசரமான புனர் நிர்மாண கடமைகளை இந்திய மக்களே நிறைவேற்றவேண்டும்; இந்திய மக்களால்தான் நிறைவேற்றமுடியும்.

2. எத்தகைய சுதந்திர இந்தியா?

ஆகவே, இந்தியாவின் எதிர்காலத்தைப் பற்றிய பிரச்சினை இந்திய மக்களின் சக்திகளைப் பொறுத்திருக்கிறது. இந்திய மக்கள் அனைவரும் ஒரே ஆர்வ அபிலாஷையையும் ஒரே நலன்களையும் உடையவர்களல்ல. சக்தி மிகுந்த பிற்போக்கு சக்திகள் தங்களுடைய விசேஷ சலுகைகளை பாதுகாக்கலாமென்ற நம்பிக்கையில் (சமீப காலத்தில், ஏகாதிபத்தியம் பலவீனமடைவதால், இவைகளிடையே சில ஊசலாட்ட அடையாளங்கள் தென்பட்டபோதிலும்) ஏகாதிபத்தியத்துடன் இரண்டறக் கலந்து நிற்பதை நாம் பார்த்தோம். இந்திய பூர்ஷுவா வர்க்கத்தின் தயக்கம் நிறைந்த அரசியலை நாம் கண்டோம்; பிரிட்டிஷ் பூர்ஷுவா

வர்க்கத்துடன் ஆழமான முரண்பாடுகளையுடைய இந்திய பூர்ஷுவா வர்க்கம், எதிர்காலத்தில் இந்தியா ஒரு சுதந்திர தேசமாக விளங்க வேண்டுமென்று விரும்புகிறது; தேசிய இயக்கத்தில் முக்கியமான பங்கு எடுத்திருக்கிறது; ஆனால், அதே சமயத்தில், பொதுஜனப் போராட்டத்தின் முன்னேற்றம் ஒவ்வொன்றையும் கண்டு நடுநடுங்கி, மீண்டும் மீண்டும் தேசிய இயக்கத்துக்கு ‘பிரேக்’ போட்டுவிட்டு, ஏகாதிபத் தியத்துடன் தற்காலிகமாக பேரம்பேசுவதை மீண்டும் ஏகாதிபத்தியத்துடன் மோதுவதையும் நாம் கண்டோம். இயந்திரத் தொழிலாளிவர்க்கத்தின் எழுச்சியையும் கிஸான் இயக்கத்தின் வளர்ச்சியையும் நாம் பார்த்தோம்; இதன் விளைவாக, புதிய சமூக பிரச்சினைகள், இந்திய அரசாங்கத்தில், மேன்மேலும் முன்னணிக்கு வருவதைக் கண்டோம். அறிவாளிகள், மாணவர்கள், வாலிபர்கள், நகரங்களின் நடுத்தர வர்க்கத்தினர் ஆகியோரிடையே- இவர்களால் ஒரு சுதந்திரமான அரசியல் பங்கெடுக்கமுடியாது; ஆனால் உணர்வுடன் கூடிய அரசியல் இயக்கத்துக்கு தீவிரமான கிளர்ச்சிக்காரர்களையும் ஆர்கனைஸர்களையும் அளிக்கக்கூடிய ஜனப்பகுதிகள் இவை-, குவிந்துகொண்டிருக்கும் தேசிய, சமூக நெருக்கடியின் கிளர்ச்சியிலே, இதன் கண்ணோட்டங்களின் மோதுதல்கள் தீவிரமான ரூபத்தில் பிரதிபலிக்கக் காண்கிறோம்.

ஏகாதிபத்தியத்திடமிருந்து இறுதியாக விடுதலையைப் பறிக்கும்வரையில், தேசிய இயக்கத்தின் ஒற்றுமையை வெற்றிகரமாகப் பாதுகாக்க முடியுமா? அல்லது, வளர்ச்சியடைந்துகொண்டிருக்கும் பொதுஜன இயக்கத்தைக் கண்டு பயந்து, பூர்ஷுவா வர்க்கத்தின் மிதவாதிகள் பிரிந்து போய், ஏகாதிபத்தியத்துடன் நெருங்கிய உறவை ஏற்படுத்திக்கொள்வார்களா? இதன்மூலம் ஏகாதிபத்திய வாழ்க்கைக்கு புதிய குத்தகை அளிப்பார்களா? இதன் விளைவாக, தேசிய விடுதலையை இறுதியாகப் பெறும் பிரச்சினை சமூக விடுதலைப் போராட்டத்துடன் பின்னப் பட்டுவிடுமா?

இந்தியா சுதந்திரம் பெற்றால், பிரிட்டிஷார் ஆண்ட இந்தியாவுக்குப் பதிலாக, எத்தகைய இந்தியா உருவாகும்? சீரமைக்கப்பட்ட புராதன இந்திய (அல்லது ஹிந்து)

நாகரிகத்தை ஸ்தாபிக்க விரும்புகிறவர்கள், புராதன நாகரிகத்தை நவீன நிலைக்கு ஏற்றபடி திருத்தியமைக்கவேண்டும் என்கிறவர்கள், தொழில் வளர்ச்சியைக் கட்டுப்படுத்தி, கிராமப் பொருளாதாரத்துக்கு புத்துயிரளிக்க விரும்பு கிறவர்கள், ஐயமடைந்து, இந்தியாவைப் பற்றிய தங்கள் கனவுகளை காரியத்தில் கொண்டுவருவார்களா? அல்லது ஆலை முதலாளித்துவமும் படித்த வர்க்கத்தில் அவர்களுக்குள்ள பிரதிநிதிகளும் முன்னுக்குவந்து, மேலைய முதலாளித்துவ ராஜ்யங்களின் 'மாடலில்' ஒரு நவீன முதலாளித்துவ இந்தியாவை சிருஷ்டிப்பார்களா? அல்லது துருக்கியின் 'மாடலில்' முதலாளித்துவத்தை கட்டுப்படுத்தி, ஒரு கட்சியின் தலைமையில் தேசிய புனர் நிர்மாணம் நடக்கும் தற்காலிக காலகட்டம் ஏற்படுமா? அல்லது சீக்கிரத்திலேயே, பாமர மக்களின் போராட்டத்தின் விளைவாக, சோஷியலிஸத்தின் பாதையில் முன்னேறும் பொதுஜன இந்தியா எழுமா?

இந்தக் கேள்விகளும் இதைப்போன்ற கேள்விகளும் இப்பொழுதே இந்தியாவில் விவாதிக்கப்படுகின்றன. எதிர்காலத்தைப் பற்றிய மேகசஞ்சார விவாதமென்றும் அதைக் கூறமுடியாது. எதிர்கால லட்சியங்களைப் பற்றிய கருத்தும், நிகழ்காலப் போராட்டத்தில் பங்கெடுக்கும் வெவ்வேறு சமூக பகுதிகளைப் பற்றிய நிர்ணயிப்பும் நிகழ்காலப் போராட்டத்தை வெகுவாகப் பாதிப்பதுடன், தேசிய விடுதலை லட்சியம் வெற்றியடைவதையும் பாதிக்கின்றன. இந்தியாவில் தேசியப் போராட்டமும் வர்க்கப் போராட்டமும் நெருக்கமாகப் பின்னிக் கிடக்கின்றன; இந்த உட்தொடர்பைப் புரிந்துகொள்வதுதான் இந்திய அரசியலின் திறவுகோல்; இந்திய மக்களை எதிர்நோக்கும் புயலடிக்கும் கடல்களை வெற்றிகரமாகக் கடக்கும் பாதையை வகுப்பதற்கும் இந்த உட்தொடர்பின் ஞானம் அவசியம்.

இந்தப் பிரச்சினைகளை அணுகும்பொழுது, அடுத்துவருங் கட்டங்களையும் இறுதி விளைவையும் தங்களுடைய பலாபலத்தாலும் பரஸ்பர நடவடிக்கையாலும் நிர்ணயிக்கும் உண்மையான சமூக அல்லது வர்க்க சக்திகளையும்,

நிகழ்காலத்தில் இந்தச் சக்திகளை ஓரளவுக்குப் பிரதிபலிக்கும் பல்வேறு கண்ணோட்டங்களையும் சித்தாந்தங்களையும் பகுத்துணரவேண்டும். இந்த நிகழ்கால கண்ணோட்டங்களும் சித்தாந்தங்களும், மேலெழுந்தவாரியாகப் பார்த்தால், கொள்கைப் போராட்டத்தின் சுயேச்சையான அடிப்படையாகத் தோன்றுகின்றன.

இன்றைய தினம் தேசிய இயக்கத்தில், மூன்றுவித சமுதாயக் கண்ணோட்டங்களைக் காண்கிறோம்.

முதலாவதாக, பின்னோக்கிப் பார்க்கும் போக்கு அல்லது கர்னாடகப் போக்கு (சமூகக் கருத்தில்தான் பிற்போக்கு; அரசியல் அர்த்தத்திலோ, ஏகாதிபத்தியத்தைப் பொறுத்தவரையிலோ, பிற்போக்காயிருப்பது அவசியமல்ல.) பரிசுத்தம் செய்யப்பட்ட புராதன இந்திய நாகரிகத்தின் அடிப்படையில், பழைய நாகரிகத்தின் தீமைகளை அகற்றிவிட்டு, அதே சமயத்தில், ஹிந்து மதத்தின் முக்கியமான ஸ்தாபனங்களையும் கொள்கைகளையும் காப்பாற்றும் ஆதாரத்தில் திட்டமிட்டுச் செயலாற்ற விரும்பும் போக்கு இது. தொழில் வளர்ச்சியைக் கண்டு பயப்படுகிறது; முதலாளித்துவத்தையும் கம்யூனிஸத்தையும் ஒன்றாக மதித்து, இரண்டையும் வெறுக்கிறது. கையால் நூல் நூற்று நெய்யவேண்டுமென்று கூறுவதாலும், புராதன விவசாய வாழ்க்கையை லட்சியமாகக் கொள்ளவேண்டுமென்று பிரச்சாரம் செய்வதாலும்தான் விவசாயிகளின் ஆர்வ அபிலாஷைகளை பிரதிநிதித்துவப்படுத்துவதாக நம்புகிறது.

இரண்டாவது போக்கு, ஆலை முதலாளித்துவக் கொள்கை; மேற்கத்திய மாடலில், நவீன மயமாக்கப்பட்ட முதலாளித்துவ இந்தியாவை சிருஷ்டிக்க விரும்புகிறது; ஆனால் அதே சமயத்தில், தவிர்க்க முடியாத வகையில் இயந்திரத் தொழிலாளவர்க்கத்தின் கோரிக்கைகளும் பலமும், விவசாய அதிருப்தியும் வளர்ச்சியடைவதைக் கண்டு பயப்படுகிறது. ஆகவே, சில சமயங்களில், தன் நோக்கங்களை அரைகுறை சோஷியலிஸ்ட் பதங்களில் உன்னதமானதாக வர்ணிக்கிறது; "வர்க்கப் போராட்டமில்லாத சோஷலிஸம்", "இந்திய சோஷியலிஸம்" போன்ற வாசகங்களை

பிரயோகிக்கிறது. தெளிவில்லாத மனிதாபிமானத்தையும் வர்க்க சமரசத்தையும் குறிக்கும் வாசகங்கள் அவை.

மூன்றாவது போக்கு, வளர்ந்துகொண்டிருக்கும் சோஷியலிஸப் போக்கு-அதன் தெள்ளத் தெளிவான உருவம், இயந்திரத் தொழிலாளிவர்க்கத்தின் நோக்கத்தையும் இந்திய சமூகத்தில் அடிப்படையான மாறுதலைக் கொண்டு வரும் நோக்கத்தையும், உணர்வுபூர்வமாக பிரதிநிதித்துவப் படுத்துகிறது. பல்வேறு அளவுகளில் தெளிவுபெற்று, இந்தப் போக்கு தேசிய இயக்கத்தில், குறிப்பாக வாலிபர்களிடையே, விரிவான ஆதரவைப் பெற்றுள்ளது; அதன் ஆதரவு வளர்ந்துகொண்டிருக்கிறது.

முதல் போக்கின் முக்கியத்துவம் இன்றும் நீடிப்பதை குறைவாக மதிப்பிடக்கூடாது. இந்தப் போக்குக்கு உறுதியான சமூக அடிப்படையில்லை; அதன் நோக்கங்கள் கைகூடுவது காரியசாத்தியமுமல்ல; எனினும் அதை உதாசீனம் செய்யமுடியாது. தான் விவசாயிகளை பிரதிநிதித்துவப் படுத்துவதாகவும், "உண்மையான பாமர மக்களுக்கு" நெருங்கியவர்கள்தாமென்றும் இந்த போக்கு நம்புகிறது; இந்த பிரமையைப் போன்ற கண்ணோட்டத்தை ரஷ்யாவில் "நரோட்னிக்குகள்"* நம்பினார்கள். ஒவ்வொரு தேசத்தின் இயக்கத்திலும் இத்தகைய பிரமை ஒருகாலத்தில் மலிந்து கிடந்தன. யந்திரத் தொழிலாளிவர்க்கத்துடன் ஒத்துழைத்த

நரோட்னிக்குகள் என்றால் 'ஜனங்களின் நண்பர்கள் என்று பொருள். அவர்கள் முதலாளித்துவ தொழில் வளர்ச்சியை ஒரு வியாதியாக, இயற்கைக்கு விரோதமானதாக, மேலை நாடுகளிலிருந்து இறக்குமதியான விதேசிப் பொருளாகக் கருதினார்கள். புராதன ரஷ்யாவின் விவசாய கம்யூன்கள் (பொதுவுடைமை முறை) எஞ்சி நிற்பதைக் கண்டு அவைகளை எதிர்கால புதிய ரஷ்யாவின் ஆதார்சமாகக் கொண்டாடினார்கள். அத்தகைய புதிய சமூக அமைப்பை ஸ்தாபிக்க, விவசாயிகளால்தான் முடியுமென்று விவசாயிகளை அணுகினார்கள்.

இந்தக் கண்ணோட்டம் யதார்த்த நிலைமைக்கு சம்பந்தமில்லாத கண்மூடித்தனமான கண்ணோட்டமாகும். முதலாவதாக, முதலாளித்துவ தொழில் வளர்ச்சி வேண்டுமா, வேண்டாமா என்று வாதிப்பது மடட்டுத்தனமான வாதமாகும். இயந்திரத் தொழில்கள் வளர்ச்சியடைவதைத் தடுக்கமுடியாது. சமுதாய வளர்ச்சியின் தவிர்க்கமுடியாத விதியின் பயன் அது. அந்த குருட்டுத்தனமான வாதத்தில் கவனத்தை இழந்ததால், நரோட்னிக்குகள் ஆலைத் தொழிலாளிவர்க்கம் என்ற புதிய சக்தி

விவசாயப் புரட்சியின் முன்னேற்றம் இந்தப் பிரமைகளை சிதறடித்தது. உண்மையில், தங்களுடைய ஆதிக்கத்துக்கு உட்படாத பொருளாதார மாறுதல்களால் துன்பப்பட்டு, ஆபத்துக்குள்ளாகி, தங்களுடைய சகஜமான வாழ்க்கை யிலிருந்து துண்டிக்கப்பட்டு, சந்திக்காலத்தின் மோதுதல் களிடையே, சூறைக்காற்றிடையே, இங்குமங்கும் அடித்துத் தள்ளப்பட்டு, பிரமித்துத் திகைத்து நிற்கும் நடுத்தர வர்க்கத்தினரின் பெரும்பகுதி, ஏதாவது ஒரு புராதனகாலக் குன்றின் பந்தோபஸ்தை நாடுவதையே, இது (இந்த பிரமை)

எழுந்திருப்பதையும், முதலாளித்துவ சூழ்நிலையின் தவிர்க்கமுடியாத விளைவாக அவர்கள் ஒன்றுபடுவதையும், பார்க்கவில்லை. ஜாரிஸம் பாதுகாக்கும் முதலாளித்துவ சமூகத்தில் எவ்வித நன்மையும் பெறாத வர்க்கம் அது; அந்த சமூக அமைப்பு அழிவதால், விலங்குகளைத் தவிர, வேறொன்றையும் இழப்பதற்கு இல்லாத பகுதி; ஆகவே, சமூகத்தின் தலைசிறந்த புரட்சிகரமான வர்க்கம் அது; புதிய சமூக அமைப்புக்காக விடாப்பிடியாய், வளைந்து கொடுக்காமல், இறுதிவரை போராடக்கூடிய பகுதி அது. சமூக வளர்ச்சியுடனும் உற்பத்தி சக்தி வளர்ச்சியுடனும் இணைந்து நிற்கும் வர்க்கம் அது. ஆனால் பத்தாம்பசலி கண்ணோட்டத்தையுடைய நரோட்னிக்குகளால் இதை உணரமுடியவில்லை.

இரண்டாவதாக, அவர்கள் உச்சிமேல் வைத்து மெச்சிய "கம்யூன்கள்" கர்னாடக அமைப்பின் மிச்ச சொச்சங்களாகும். அவை நிலவும் சமூக அமைப்புக்கு பாதகம் விளைவிக்காததால்தான், ஜாராட்சி அவற்றை பாதுகாத்தது. உண்மையில், விவசாய கம்யூனில், நிலம் யாவருக்கும் பங்கிடப்பட்டபோதிலும், உற்பத்திக் கருவிகளும் உழுவதற்குத் தேவையான குதிரைகளும் மிராசுதார்களிடமேயிருந்தபடியாலும், அவற்றின் உயர்ந்த விலை காரணமாக, சாதாரண விவசாயிகள் சொந்தமாய் வாங்க முடியாததாலும் விவசாயிகள் மிராசுதார்களுக்கு அடிமைப்பட்டு வேலை செய்யவேண்டியதாயிற்று. அதாவது, கம்யூனில் மிராசுதார்கள் ஆதிக்கம் வகித்தனர்.

அதுமாத்திரமல்ல, விவசாயப் பொருளாதாரமே சீர்குலைந்து விட்டது. மேன்மேலும், விவசாயிகள் சொந்த நிலத்தை இழந்து, நிலமில்லாத் தொழிலாளிகளாக மாறிக்கொண்டிருந்தனர். நிலப்பிரபுத்துவம் கிராமங்களில் அரசு புரிந்தது. இந்த வர்க்க வேறுபாடுகளை நரோட்னிக்குகள் உணரவில்லை. முடிவில் அவர்கள் நிலப்பிரபுத்துவத்தின் ஆதரவாளர்களாக மாறினார்கள். மார்க்ஸிஸ்ட் போதம் பெற்ற போல்ஷிவிக் கட்சிதான் யதார்த்த நிலைமையை உணர்ந்து, ஏழை விவசாயிகளைத் தொழிலாளிவர்க்கத்தின் தலைமையில் திரட்டி, நிலப்பிரபுத்துவத்தையும் முதலாளித்துவத்தையும் ஒழித்தது.

காந்தியத்தின் அம்சங்களில் நரோடிஸத்தின் அம்சங்களைக் காணலாம். (மொ-ர்)

பிரதிபலிக்கிறது. அதில் ஆழப்பொதிந்து கிடக்கும் பொருள் இதுதான்:- நாசமாக்கப்பட்ட கைத்தொழிலாளர்கள், உடைமைகளையிழந்து நிற்கும் விவசாயிகள், சொத்துகளையிழந்து நிற்கும் வியாபாரிகள் ஆகிய சமூக சக்திகளின் கதியில்லாத தன்மையைப் பிரதிபலிக்கிறது. இவர்கள் அழிவுக்கு ஏகாதிபத்தியம் காரணம். ஆனால் "சனியனால் பீடிக்கப்பட்ட மேலைய நாகரிகமும்" யந்திரமும் தங்களுடைய பரமவைரிகளென்று அவர்கள் நினைக்கிறார்கள். விசனம் நிறைந்த கண்ணோட்டம் அது: பூவுலக வாழ்க்கையில் லவலேசமும் நம்பிக்கையில்லாதது; துக்கமும் துயரமும் பிரமையும்தான் பூவுலக வாழ்க்கையின் அம்சங்களென்று கருதும் கண்ணோட்டம் அது; ஆத்மீக உலகம் ஒன்று எங்கோ இருப்பதாகக் கற்பனை செய்துகொண்டு, அந்த ஆத்மீக உலகத்திலே, ஆறுதல் காண முயற்சிக்கிறது; தோல்வி நிச்சயமாகிவிட்ட சக்திகளின் பிரதிபலிப்பு அது; தேசிய இயக்கத்திலேயே இந்த சக்திகளின் போராட்டம் வெற்றியடையப்போவதில்லை; ஏனென்றால் தேசிய இயக்கம் ஒரு வளர்ச்சியடைந்துகொண்டிருக்கும் இயக்கம்; எதிர்காலத்தில் நம்பிக்கையுள்ள இயக்கம். ஆனால் பின்னோக்கிப் பார்க்குமிந்தப் போக்குக்கு நிகழ்காலத்தில் முக்கியத்துவமுண்டு; இந்தியாவில் ஏகாதிபத்தியத்தின் மூலம் ஏற்பட்ட அழிவின் சமூக அறிகுறியாக மாத்திரமல்ல; காந்தியை தம் தேவதூதராகக் கருதி, அவரைச் சுற்றி திரண்டுகொண்டிருக்கும் காங்கிரஸ் இயக்கத்தின் கர்னாடக 'வைதீகத்தின்' அடிப்படையாகவிருப்பதும் இந்த போக்குக்கு முக்கியத்துவத்தை அளிக்கிறது.

இந்தப் போக்கின் பிரதிநிதிகளுடைய நிர்ணயமான உருப்படியான திட்டமென்னவென்றால், யந்திரத்தொழிலை எதிர்ப்பதும் கிராம புனர் நிர்மாணத்தை ஆதரிப்பதுமாகும்.

"கிராமத் தொழில்களின் வளர்ச்சியில் உண்மையான சோஷியலிஸம் அடங்கியிருக்கிறது. ஏராளமாக உற்பத்தி செய்து குவிப்பதின் விளைவாக, மேலைய நாடுகளில் நிலவும் குழப்பத்தை நம் தேசத்திலும் உற்பத்தி செய்ய நாம் விரும்பவில்லை."

(வல்லபாய் படேல், அஹமதாபாத்தில் பிரசங்கம், 1935 ஜனவரி 3)

"தங்களுடைய கலாச்சாரங்கள் தழைத்தோங்கிய காலகட்டத்தை உணர, இந்தியா, சீனா, எகிப்து ஆகிய தேசங்கள் தங்கள் நாடுகளில் விவசாய நாகரிகம் நிலவிய நாட்களை ஞாபகப்படுத்திக்கொள்ளவேண்டும்."

(ஜே.சி. குமரப்பா, அகில இந்திய கிராம கைத்தொழில்கள் ஸ்தாபனத்தின் காரியதரிசி: "கிராம இயக்கம் ஏன்?" 1936)

தன் தேவைகளைத் தானே பூர்த்தி செய்துகொண்ட கிராம சமூகத்தை அடிப்படையாகக்கொண்ட (கொடுங் கோன்மைக்கும் அடிமைத்தனத்துக்கும் மூட நம்பிக்கைக்கும் தேக்கத்துக்கும் அடிப்படையாக விளங்கிய உருவம் அது. மார்க்ஸ் இதை நன்கு விளக்கியிருக்கிறார். (நான்காவது அத்தியாயம்.) பழைய "இந்திய நாகரிகம்" மறுமலர்ச்சி யடையவேண்டிய லட்சியமாகக் கருதப்படுகிறது:-

"இந்தியாவில் பரிணமித்திருக்கும் நாகரிகத்துக்கு நிகராக உலகத்திலேயே ஒன்றுமில்லையென்று நான் நம்புகிறேன்."

(காந்தி "இந்திய சுயாட்சி")

வளைந்து கொடுக்காத அறிக்கைகளில், யந்திரமும் நவீன விஞ்ஞானமும் முழுக்க முழுக்க கண்டிக்கப்படுகின்றன:-

"மெஷின்கள் கெடுதலானவை என்பதை உணர்வது அவசியம்; உணர்ந்துவிட்டால், மெள்ள மெள்ள, அவைகளை ஒதுக்கிவிடுவோம்."

(காந்தி, "இந்திய சுயாட்சி"* மேலும், அதே புத்தகத்தில் அவர் கூறுகிறார்:-

"ஆஸ்பத்திரிகள் பாவத்தைப் பரப்பும் ஸ்தாபனங்கள்"

இன்னும் தெளிவாக, 1909-ல் தன் நண்பருக்கு காந்தி எழுதிய கடிதத்தில், காந்தியின் கண்ணோட்டம் வெளிப்படுகிறது:-

"இந்தியாவை அரசாள்வது பிரிட்டிஷ் மக்களல்ல; தன் ரயில்வேக்கள், தந்திப் போக்குவரத்து, டெலிபோன்

---

* இந்திய சுயாட்சி (Indian Home Rule) என்ற காந்தியின் புத்தகம் 1908-ல் எழுதப்பட்டது. 1919-ல் புதிய முகவுரையுடன் மீண்டும் பதிப்பிக்கப்பட்டது.

ஆகியவற்றின் மூலமாகவும், நாகரிகத்தின் வெற்றியென்று கொண்டாடப்படும் ஒவ்வொரு யுக்தியின் மூலமாகவும், நவீன நாகரிகம் இந்தியா மீது அரசு புரிகிறது......

நாளைய தினம், பிரிட்டிஷ் ஆட்சிக்கு பதிலாக, நவீன முறைகளை அடிப்படையாகக்கொண்ட இந்திய ஆட்சி ஏற்பட்டால், இந்தியா சிறப்பாயிருக்காது. இங்கிலாந்துக்குப் போய்க்கொண்டிருக்கும் பணத்தில் ஒரு பகுதியை காப்பாற்றமுடியும்; அவ்வளவுதான். ஆனால் இந்தியா ஐரோப்பாவிலோ, அமெரிக்காவிலோ, இரண்டாந்தரமான அல்லது ஐந்தாம் தரமான நாடாகவே விளங்கும்..........

செப்பிடு வித்தையின் கடைந்தெடுத்த சாராம்சம்தான் வைத்திய விஞ்ஞானம். உயர்தர வைத்திய திறமை என்று கூறப்படுவதற்கு, குருட்டு வைத்தியம் எவ்வளவோ மேலானது....

"கடந்த ஐம்பது வருஷங்களாக கற்றுக்கொண்டதை யெல்லாம் மறப்பதில்தான் இந்தியாவின் விமோசனம் அடங்கியிருக்கிறது. ரயில்வேக்கள், தந்திப் போக்குவரத்து, ஆஸ்பத்திரிகள், டாக்டர்கள், வக்கீல்கள் முதலியோர் மறையவேண்டும். மேல்வர்க்கத்தினரென்று அழைக்கப் படுபவர்கள் எளிமை நிறைந்த விவசாயியின் வாழ்க்கையை நடத்த, பக்தி சிரத்தையுடன், தன்னுணர்வுடன் பிரயத்தனம் செய்யவேண்டும்."

(காந்தி 1909, "பிரசங்கங்களும் கட்டுரைகளும்" என்ற புத்தகத்தில் வெளிவந்துள்ளது.)

இந்திய ஏழ்மை தீர்க்கப்படுமென்பது இத்திட்டத்தின் அர்த்தமல்லவென்பது வெளிப்படை. பெரும்பான்மையான மனிதர்கள் தரித்திர வாழ்க்கையை நடத்தவேண்டுமென்று ஆண்டவன் விதி வகுத்திருப்பதாக, வறுமையை லட்சியமாகச் சித்திரிப்பதே இந்த திட்டத்தின் சாராம்சம்.

"பௌதீக வசதிகள் அதிகரிப்பதால், தார்மீக வளர்ச்சிக்கு எவ்விதத்திலும் பயனில்லை." (காந்தி)

"நமது பௌதீக உடைமைகள் அதிகமாக, பூவுலகத்திட முள்ள பந்தமும் அதிகமாகிறது." (குமரப்பா, "கிராம இயக்கம் ஏன்?")

"நம்மிடமுள்ள பல பொருள்களால் நாம் சந்தோஷ மடையவில்லை." (குமரப்பா, "கிராம இயக்கம் ஏன்?")

பட்டினி கிடந்து அதிருப்திப்பட்டுக்கொண்டிருக்கும் பாமர மக்களிடையே இத்தகைய பிரச்சாரம் செய்வதற்கு இந்திய ஆலை முதலாளிகளின் ஆசியும் ஆதரவும் கிடைப்பதில் ஆச்சரியமில்லை. பாமரர்களின் எளிய வாழ்க்கையில் தாங்களும் திருப்தி அடைவதற்கு உதாரணமாக, தங்களுடைய ஓய்வு நேரத்தில் கொஞ்சம் நூல் நூற்பதற்குக்கூட அவர்கள் ஆட்சேபிக்கவில்லை; அதே சமயத்தில், யந்திரங்களின் மூலமும் ஆலை முதலாளித்துவச் சுரண்டலின் மூலமும் மூட்டை மூட்டையாய் திரவியம் திரட்டுகிறார்கள். செல்வத்தின் உரிமைகளைக் குறித்து, காந்தியின் சமுதாயச் சித்தாந்தம் நன்கு பரிச்சயமான வாக்கியங்களில் விளக்கப் பட்ருக்கிறது:-

"நாம் எல்லோரும் பிறப்பில் சமஅந்தஸ்து உடையவர் களாயிருந்தபோதிலும், அதாவது, சமசந்தர்ப்பங்களுக்கு நமக்கு உரிமை இருந்தபோதிலும், நம்மனைவருக்கும் ஒரே அளவான, ஒரே மாதிரியான திறமைகள் இல்லை. இதுவே என் சமுதாய சித்தாந்தம். நாம் எல்லோரும் ஒரே உயரமும் வடிவமும் படைத்திருக்க வேண்டுமென்பதும், நாம் ஒரே நிறமாயிருக்க வேண்டுமென்பதும், நமது அறிவு ஒரே அளவாக இருக்கவேண்டுமென்பதும், இயற்கையிலேயே, முடியாத காரியம். ஆகவே பொருள் திரட்டுவதற்கு, நம்மில் சிலர் மற்றவர்களைவிட அதிக தகுதியுடைவர்களாயிருப்பது இயற்கையே. திறமையுள்ளவர்கள் அதிகமாக பொருள் திரட்ட விரும்புகிறார்கள்; அதற்காகத் தங்கள் திறமைகளைப் பயன்படுத்துகிறார்கள். நல்ல எண்ணத்துடன் அவர்கள் தம் திறமைகளைப் பயன்படுத்தினால், அவர்கள் பொதுமக்களுக்கு நன்மை பயக்கும் வகையில் பணியாற்றியவர்களாவார்கள். அவர்கள் 'தர்மகர்த்தா'க்களாக இருப்பார்கள்; அதற்கு மேலொன்றுமில்லை. அறிவுபடைத்தவன் அதிகமாக பொருளீட்டுவதை நான் அனுமதிக்கவேண்டும்; அவன் தன் திறமைகளை பிரயோஜனப்படுத்திக்கொள்வதை நான் தடுக்கக்கூடாது."

(காந்தி, "மோண்டே" என்ற பத்திரிகையின் நிருபருக்களித்த பேட்டி, 1932 பிப்ரவரி 20)

மாயாவாதத் திரையின் பின்னுள்ள பூர்ஷுவா சாராம்சத்தை இது காண்பிக்கிறது.

ராட்டினம், தக்ளி ஆகியவற்றை பரப்புவதும், கதர் உடையை தேசிய உடையாக உபயோகிப்பதற்கு ஊக்கமளிப்பதும், கிராம கைத்தொழில்களை வளர்ப்பதும் காந்திய நடைமுறையில் உடனடித் திட்டம். தேசிய காங்கிரஸின் முக்கியமான துணை ஸ்தாபனமாக "அகில இந்திய கிராம கைத்தொழில்கள் சங்கம்" அமைக்கப் பட்டிருக்கிறது. இந்த இயக்கத்துக்கு இன்றுள்ள காரியசாத்தியமான அடிப்படையின் அளவை அங்கீகரிப்பது அவசியம். இந்திய பொருளாதாரத்தின் பிரம்மாண்டமான பிரச்சினைகளையும் உற்பத்திக் குறைவைப்பற்றிய மாபெரும் பிரச்சினைகளையும் ராட்டினத்தின் மூலமாகவும் புராதனத் தொழில்கள் மூலமாகவும் தீர்க்க முயல்வது பிற்போக்கான எண்ணமென்று, வளர்ச்சியடைந்த பூர்ஷுவா பொருளாதாரத்தின் நிபுணர்கள், பூர்ஷுவா அமைப்பின் ஞான சிகரத்திலிருந்து கைகொட்டிச் சிரிக்கிறார்கள். எனினும், இயக்கத்துக்கு ஓரளவு ஆதரவு கிடைத்திருப்பதற்கு (அது மிகவும் குறைவுதான்.) கண்மூடித்தனமான கொள்கை வெறி மாத்திரம் காரணமல்ல; பகுத்தறிவு பூர்வமான, உருப்படியான காரணங்கள் உள்ளன. விவசாய ஸ்தாபனம் நம்பிக்கைக்கு இடமில்லாமல் சீர்குலைந்து, நிலத்தின் மீதுள்ள ஏராளமான ஜனங்களின் உழைப்பு, வருஷத்துக்கு ஆறுமாதம், வீணாகிக்கொண்டிருக்கும் சூழ்நிலையில், தொழில் வளர்ச்சியுமில்லாதபோது, கைராட்டினமும் கைத்தறியும் இதர கைத்தொழில்களும் வளர்ச்சியடைவதால், (இந்த கைத்தொழில்களுக்கு பயிற்சியோ மூலதனமோ அதிகம் தேவையில்லையாதலாலும்) பலருக்கு அவை ஒரு தற்காலிகமான உபசாந்தியாகவாவது இருக்கும்.

எனினும், சீரழிந்து, நசுக்கப்பட்டு நிற்கும் இந்திய பொருளாதாரத்தின் கேடுகளை ஒப்புக்கொள்வதை அடிப்படையாகக்கொண்ட உபசாந்தியாகும் அது. இந்தக் கேடுகளை ஒழிப்பதற்குப் பதிலாக, அவற்றுக்குத் தக்கபடி திருத்திக்கொள்வதை நோக்கமாகக் கொண்டதாகும். பொருளாதார ரீதியாகப் பார்த்தால், முதலாளித்துவ உலகத்தின் நடுவே, கைத்தொழில் மறுமலர்ச்சிக்காக

செய்யப்படும் இயற்கைக்கு விரோதமான பிரயத்தனத்துக்கு எதிர்காலம் கிடையாது. விலைகளில், கதர் துணி மில் துணியுடன் போட்டியிடமுடியாது; ஆகவே, ஏழைகளுக்கு கதரை எட்டிப்பார்க்கவும் முடியாது. 1938 நவம்பர் 19-ம் தேதி ஹரிஜன் இதழில், காங்கிரஸ் சட்டதிட்டத்தின் கதர்ஷரத்து அதிகமாக கடைப்பிடிக்கப்படவில்லையென்றும், அதை மீறி நடப்பதுதான் அதிகமாயிருக்கிறதென்றும் காந்தி புகார் செய்தார்; "கதர் அன்னிய துணிகளைப்போல மலிவாகயில்லா விட்டாலும், கதரே அணியும்படி" தன் தேசமக்களைக் கேட்டுக்கொண்டார். கதர் மென்மையாகவும் கவர்ச்சிகர மாகவும் இல்லாத குறைபாட்டை தேசபக்த அறைகூவல்கள் மூலம் ஈடுகட்டிவிடலாம். ஆனால் இரண்டாவது கஷ்டம்-விலை இருக்கிறதே, அது நிகழ்கால வருமானத்தின் அடிப்படையில், பாமர மக்களுக்கு பெரிய கஷ்டமாகும். வறுமைக்கே இலக்கியமாய் விளங்கும் இந்தியா போன்ற தேசத்தின் முதன்மையான தேவை என்னவென்றால், குறைந்தபட்ச உற்பத்தியை உத்தரவாதம் செய்யக்கூடிய, அதிக சிரமத்தைத் தரும் புராதன உற்பத்தி முறைகளல்ல; ஏழ்மையை ஒழிப்பதற்கான வசதியைச் செய்யும் பொருட்டு, துரிதமாக, உற்பத்தியில் அதிகப்பட்சமான கூடுதலை சாத்தியமாக்கக்கூடிய நவநவீன உற்பத்தி முறையும் யந்திரங்களும் தேவையாகும். யந்திரங்களைப்பற்றி காந்தியே பின்னால் தன் கருத்தை திருத்திக்கொண்டிருப்பது குறிப்பிடத்தக்கது. உதாரணமாக, பின்னர் ஹரிஜனில் எழுதிய கட்டுரையொன்றில் "செய்துமுடிக்க வேண்டிய வேலைக்கு ஆட்கள் கொஞ்சமாயிருக்கும்பொழுது மெஷின்கள் நல்லது. ஆனால், இந்தியாவைப்போல, வேலைக்கு தேவையான ஆட்களைவிட அதிகமானபேர் இருக்குமிடத்தில், அது (மெஷின்) ஒரு தீங்குதான்." இந்த வாதத்தில் அடங்கியிருக்கும் சித்தாந்தத்தின் பிற்போக்கான தன்மையும் தவறும் வெளிப்படை.

புராதனகால பொருளாதார அமைப்பு இந்திய பிரச்சினைகளை பைசல் செய்யுமென்று பிரச்சாரம் செய்வது பிற்போக்கானது; ஏனெனில், இந்திய பிரச்சினை களுக்கு பரிகாரம் செய்து காணக்கூடிய பாதைக்கு நேர் எதிரான பாதை அது; (இன்றைய வறுமையும் துன்பமும்

புராதன கால உற்பத்திமுறையில் வேரோடியிருக்கின்றன; அந்த புராதனகால உற்பத்தி முறையும் ஏகாதிபத்தியத்தின் தலைமையிலுள்ள சுரண்டல்சமூக அமைப்பில்வேரோடியிருக்கிறது.) அதுமாத்திரமல்ல; விவசாயிகளையும் கோடிக்கணக்கான மக்களையும் எதிர்நோக்கும் அடிப்படையான சமூக கடமைகளிலிருந்து கவனத்தைத் திருப்புவதற்கு இந்தப் பிரச்சாரம் பயன்படுகிறது. நிலப் பிரச்சினையை, நிலப்பிரபுத்துவ பிரச்சினையை, நில வினியோகத்தை மாற்றியமைக்கும் பிரச்சினையைத் தீர்க்காமல், விவசாய வளர்ச்சி சாத்தியமில்லை. ஆனால் இங்கு விவசாய லட்சியவாதிகளும், மறைந்தொழிந்து போய்விட்ட கிராம சமூகத்தை வழிபட்டு பிரார்த்தித்துக்கொண்டாடுபவர்களும் பலங்குன்றி, தள்ளாடுகிறார்கள்; நிலப்பிரபுத்துவத்தை ஆதரித்து சாமர்த்தியமாக பிரச்சாரம் செய்கிறார்கள். 1934-ல் சோஷியலிஸத்தின் ஆபத்தைக் கண்டு கவலைகொண்டு, ஐக்கிய மாகாணத்தின் ஜமீன்தார்கள் கான்பூரில் காந்தியைப் பேட்டி கண்டபொழுது, “இரு பக்கங்களிலும் மனமாறுதல் கொண்டுவருவதன் மூலம் ஜமீன்தார்களுக்கும் குடியானவர்களுக்கும் இடையேயுள்ள உறவுகளை விருத்தி செய்யலாம். ஜமீன்தாரி முறையை ஒழிப்பதை நான் ஒருபொழுதும் ஆதரித்ததில்லை” என்று காந்தி உத்தரவாதம் அளித்தார்.

மேலும் அவர் கூறினார்:

“சொத்து படைத்த வர்க்கத்தினரிடமிருந்து அவர்களுடைய சொந்த சொத்துக்களை நியாயமான காரணமில்லாமல் பறிமுதல் செய்வதற்கு நான் உடந்தையாயிருக்க மாட்டேன். உங்கள் இதயத்தை ஆகர்ஷித்து, உங்களிடம் மனமாறுதலை ஏற்படுத்துவதே என் லட்சியம். உங்களுடைய சொந்த சொத்துகளை உங்கள் குடியானவர்கள் சார்பில் தர்மகர்த்தா நிர்வாகம் செய்து, அவற்றைப் பிரதானமாக, அவர்களுடைய நன்மைக்காகவே உபயோகிக்கவேண்டும் என்ற முறையில் உங்கள் மனதை மாற்றுவதே என் நோக்கம்......... நான் கனவு காணும் ராமராஜ்யத்தில் தோட்டியின் உரிமைகளும் தொண்டை மான் உரிமைகளும் ஒரே மாதிரியாக பாதுகாக்கப்படும். ஒரு வர்க்கப் போராட்டம் நிகழ்வதைத் தடுப்பதற்கு என் செல்வாக்கின் முழுபலத்தையும் உபயோகிப்பேன் என்பதை நீங்கள்

நிச்சயப்படுத்திக் கொள்ளலாம்............. உங்களிடமிருந்து உங்களுடைய சொத்துக்களை அக்கிரமமாக பறிமுதல் செய்ய ஏதாவது முயற்சி செய்யப்பட்டால், உங்கள் பக்கத்தில் நான் நின்று போராடுவதை நீங்கள் பார்ப்பீர்கள்......... நமது சோஷியலிஸம் அல்லது கம்யூனிஸம், முதலுக்கும் தொழிலுக்குமிடைய ஒருமித்த ஒத்துழைப்பு நிலவுவதை அடிப்படையாகக் கொண்டிருக்கவேண்டும்; நிலப்பிரபுக்கும் குடியானவனுக்குமிடையே சர்வ சௌஜன்யமான கூட்டுறவு நிலவுவதை அடிப்படையாகக் கொண்டிருக்கவேண்டும்; அஹிம்சையை அஸ்திவாரமாகக் கொண்டிருக்கவேண்டும்."

இதே விதத்தில், ஆலை முதலாளிகளை காந்தி ஆதரிப்பதையும் வர்க்கப் போராட்டத்தின் அடிப்படையில் தொழிற்சங்கம் அமைவதை அவர் எதிர்ப்பதையும் நாம் முன்னரே கவனித்தோம்.

பூர்ஷுவா பணமூட்டைகளைப் பொறுத்தவரை, காந்தீய பிரச்சாரத்தின் நடைமுறை முக்கியத்துவம் இதில்தான் அடங்கியிருக்கிறது. காந்தீயத்தின் கற்பனைக் கோட்டைகளையும் சிறுபிள்ளைத்தனமான மனோராஜ்யங் களையும் அவர்கள் சகித்துக்கொள்கிறார்கள், தங்களுக் குள்ளே சிரித்துக்கொண்டு, அதற்கு ஆதரவும் அளிக்கிறார்கள்; ஏனென்றால், தங்களுடைய வர்க்க நலன்களை பாது காக்கவும், பாமர மக்களை அடக்கி வைத்திருக்கவும், வர்க்க சமாதானத்தைப் பாதுகாக்கவும் பேருதவி புரியும் அதன் மதிப்பை அவர்கள் நன்கறிவார்கள். காந்தியின் சமுதாய சித்தாந்தத்துக்கும் பூர்ஷுவா கண்ணோட்டத்துக்கும் முரண்பாடு இருப்பதாக மேலேழுந்தவாரியாகப் பார்க்கும் போது தோன்றியபோதிலும், நவீன கட்டத்தின் நெருக்கடி யான சந்திக்காலங்களில், பூர்ஷுவா தேசியத்தின் தனியொரு பிரதிநிதியாகவும் தலைசிறந்த திறமையுடைய தலைவ னாகவும், சரித்திரபூர்வமான பங்கெடுத்திருக்கிறார் காந்தி. அரசியல் ரீதியில் மாத்திரமல்ல, சமூக ரீதியிலும் இந்தப் பங்கை நிறைவேற்றியிருக்கிறார். அவருடைய போதனையிலும் அவர் நிகழ்த்தியுள்ள பல்வேறு பிரசங்கங்களிலும் உள்ள குறைபாடுகளையும் சர்வ சாமானியமான விமர்சகன்கூட

பொறுக்கியெடுத்து அம்பலப்படுத்தமுடியும். ஆனால், இந்த அப்பட்டமான முரண்பாடுகளும் குறைபாடுகளும் தான் அவருடைய அலாதியான முக்கியத்துவத்துக்கும் சாதனைக்கும் திறவுகோல். விழிப்படைந்து கொண்டிருக்கும்-ஆனால் இன்னும் தெளிவான போதம் பெறாத-பாமர மக்களுக்கும் தேசிய இயக்கத்தில் யதார்த்தமாயுள்ள பூர்ஷுவா தலைமைக்குமிடையேயுள்ள இடைவெளியை வேறு எந்த தலைவரும் இணைத்திருக்கமுடியாது. காந்தி இதை சாதித்தார். அதனால் நன்மை ஏற்பட்டது; தீமையும் ஏற்பட்டது. இதை சாதித்து இயக்கத்துக்கு தலைமை தாங்கினார். இயக்கத்தையே சிருஷ்டிப்பவர் போல தோற்றமளித்தார். பாமர மக்கள் தங்களுடைய சொந்த நலன்களைப்பற்றிய தெளிவான போதம் பெறப்பெற மௌடீகமான மூடுமந்திரங்களின் தேவை யில்லாமல், யதார்த்தமான வர்க்க சக்திகளும் வர்க்க உறவுகளும் இந்திய அரசாங்கத்தில் தெளிவுபடத் தெளிவுபட, காந்தியின் அலாதியான ஸ்தானத்துக்கு முற்றுப்புள்ளி வைக்கப்படும்.

எனினும், பாமர மக்களின் தலைமைக்கு காந்தியத்தை உபயோகித்துக் கொள்ளும்பொழுதே, தேசிய இயக்கத்தின் அவசியமான, திட்டமான, முற்போக்கான தொழில்வளர்ச்சியின் நோக்கங்களுக்கும் தேவைகளுக்கும் காந்தியம் தடை செய்வதை ஆலை முதலாளித்துவம் அனுமதிக்கவில்லை. கொள்கை ரீதியாக எப்படிப்பட்ட பிரச்சாரம் செய்யப்பட்ட போதிலும், நடைமுறைக்கு வரும்பொழுது, சமூக கர்னாடகப் போக்கு, பாதையை விட்டு விலகிவிடவேண்டும். இந்திய மில் துணிகளுக்கு சமஉரிமைகள் அளிக்கப்பட்டதும் காந்தியின் 1930-ம் வருடத்திய பதினோரு அம்சத் திட்டமும் இதற்கு உதாரணங்கள். காந்தியின் பதினோரு அம்சத் திட்டம் சாமானியமான பூர்ஷுவா வர்த்தக, தொழில், நிதித் திட்டமென்பது குறிப்பிடத்தக்கது. 1938-ம் வருஷத்திய தொழில் திட்ட மகாநாட்டைத் தொடர்ந்து காங்கிரஸ் தேசிய திட்ட கமிஷனை அமைத்தது. துரிதமான தொழில் வளர்ச்சித் திட்டங்களையே தேசிய இயக்கமும் தேசிய காங்கிரஸும் ஏகமனதாக ஆதரிப்பதை இது காட்டுகிறது.

1938 ஆகஸ்டில் நிகழ்ந்த இந்திய விஞ்ஞான கழகத்தின் வருஷாந்திர கூட்டத்தில், காங்கிரஸ் அக்கிராசனர் சுபாஷ்சந்திரபோஸ், தொழில் வளர்ச்சியைப் பற்றிய நவீன காங்கிரஸ் கண்ணோட்டத்தை விளக்கினார். அக்கூட்டத்தில் பேராசிரியர் ஸாஹா கேட்டார்:-

"நான் ஒரு விஷயத்தை கேட்டறியலாமா: எதிர்கால இந்தியா, கிராம வாழ்க்கை தத்துவத்துக்கு, மாட்டுவண்டி சிந்தாந்தத்துக்கு புத்துயிரளித்து அடிமைத்தனம் நீடிக்கும்படி செய்யப்போகிறதா? அல்லது, தன்னுடைய இயற்கை வசதிகள் அனைத்தையும் விருத்தி செய்து, ஏழ்மை, அறியாமை, பாதுகாப்பு ஆகிய பிரச்சினைகளை பைசல் செய்து, தொழில் வளர்ச்சியடைந்த நவீன தேசமாகி, சர்வதேசங்களிடையே ஒரு கௌரவமான ஸ்தானத்தை வகித்து, ஒரு புதிய நாகரிக சகாப்தத்தைத் தொடங்கப் போகிறதா?"

தேசிய காங்கிரஸ் தலைவர் பதிலளித்தார்:-

"விஞ்ஞானத்தின் உதவியுடன்தான், தேசிய புனர் நிர்மாணம் சாத்தியம்.......... பரிமாண ஏணியில், இந்தியா இன்னும் தொழில் வளர்ச்சிப்படிக்கும் கீழே இருக்கிறது. ஒரு யந்திரத்தொழில் புரட்சி சம்பவிக்காமல் மறுமலர்ச்சி சாத்தியமல்ல. நாம் விரும்பினாலும் விரும்பாவிட்டாலும், நிகழ்கால சகாப்தம் நவீன சரித்திரத்தின் யந்திரத்தொழில் சகாப்தம் என்ற உண்மையுடன் நாம் ஒத்துப்போக வேண்டும். யந்திரத்தொழில் புரட்சியிலிருந்து தப்பமுடியாது. தொழில்வளர்ச்சி என்ற இந்தப் புரட்சி பிரிட்டனில் நிகழ்ந்ததைப்போல மெள்ளமெள்ள சம்பவிக்கலாமா, அல்லது சோவியத் யூனியனைப்போல துரிதப்படுத்த வேண்டுமா என்பதையே நாம் தீர்மானிக்கலாம். நம் தேசத்தில்கூட அந்தத் தொழில் வளர்ச்சி துரிதமாய் நிகழ வேண்டுமென்றே நான் நினைக்கிறேன்."

இவ்வாறாக, பழைய ஆத்மார்த்தீகவாத மனோராஜ்யங்களுக்கு பிரத்தியட்ச வளர்ச்சியும் யதார்த்த அனுபவமும் விடை தந்துவிட்டன. தேசிய இயக்கத்தில் சமூக கர்னாடகப் போக்கு மங்கிவிட்டது, மறைந்துகொண்டிருக்கிறது;

கொள்கை நிர்ணயத்தில் அதற்கு உரிமையில்லை. கடந்தகால குழப்பங்களின் சின்னங்களாகவே எஞ்சி நிற்கிறது. ஆகவே, உண்மையில், நவீன தேசிய இயக்கத்தில் மூன்றல்ல, இரண்டே இரண்டு போக்குகள், கோஷ்டிகள், திட்டங்கள், கொள்கைகள்தான் பிரதானமாயிருக்கின்றன:- ஆதிக்கம் வகிக்கும் ஆலை முதலாளித்துவத்துடையது ஒன்று; நடுத்தர வர்க்கத்திடையே இது பல்வேறு விதங்களில் பிரதிபலிக்கிறது; இரண்டாவது யந்திரத் தொழிலாளி வர்க்கத்தின் போக்கு, திட்டம், கொள்கை; அதாவது, சோஷியலிஸம். இது தொழிலாளி வர்க்கத்தின் நலன்களையும் ஏழை விவசாயி மக்களின் நலன்களையும், நகரங்களின் நடுத்தர வர்க்கத்தினரின் ஏழைப் பகுதிகளின் நலன்களையும் பிரதிபலிக்கிறது. உள்ள பல திட்டங்களும் தலைமைகளும் கோஷ்டிகளும் இந்த இருபோக்கில் ஒன்றின் பிரதிபலிப்புகளே. (ஆனால் இந்தப் பிரதிபலிப்பு தெள்ளத் தெளிவாகவும் கறாராகவுமில்லை) இந்த இரு பகுதிகளும் தேசியப் போராட்டத்தின் நோக்கங்களில், நிகழ்காலத்தில், சேர்ந்து முன்னேற முடிகிறது; தேசிய புனர்நிர்மாண லட்சியங்களிலும் அவை ஓரளவுக்குச் சேர்ந்து நிற்கமுடியும். ஆனால் அவைகளுடைய சமுதாய நோக்கங்கள் வெவ்வேறானவை; நிகழ்கால பிரச்சினைகளைக் கூட இந்த வேறுபட்ட சமுதாய நோக்கங்கள் பாதிக்கின்றன; இந்த பகுதிகளின் அதிகார உறவுகளே இந்திய அரசியல் வளர்ச்சியின் எதிர்காலப் பாதையை நிர்ணயிக்கும்.

3. புனர்நிர்மாணம், தொழில் வளர்ச்சி, சோஷியலிஸம்

யந்திரத் தொழில் வளர்ச்சியை அஸ்திவாரமாகக்கொண்ட விரிவான தேசிய புனர் நிர்மாணத் திட்டத்தின் அவசியத்தை, நவீன கட்டத்தில் தேசிய இயக்கம் ஒருமுகமாக ஒப்புக் கொண்டிருக்கிறது. 1938 அக்டோபரில் கூடிய காங்கிரஸ் மாகாணங்களின் தொழில் மந்திரிகள் மகாநாட்டின் தீர்மானம் கூறியது:-

"ஏழ்மை, வேலையில்லாத் திண்டாட்டம் ஆகிய பிரச்சினையையும் பொருளாதார புத்தெழுச்சி பிரச்சினையையும் யந்திரத் தொழில் வளர்ச்சியில்லாமல் பைசல் செய்யமுடியாது என்று மகாநாடு கருதுகிறது. அத்ததைய

தொழில் வளர்ச்சிக்கு விரிவான தேசியத் திட்டத்தை வகுப்பது அவசியம்.........

"பல மாகாண சர்க்காரின் கருத்துக்களை கவனமாக ஆலோசித்துவிட்டு, மகாநாடு பின்வருமாறு தீர்மானிக்கிறது: இந்தியா முழுவதற்கும் ஒரு விரிவான தொழில் திட்டம் வகுக்கப்பட்டு ஆலோசிக்கப்படுவதற்கு முன், தேசிய முக்கியத்துவம் வாய்ந்த கீழ்க்கண்ட பெருந் தொழில்களை அகில இந்திய அடிப்படையில் ஆரம்பிப்பதற்கு நடவடிக்கைகள் எடுக்கவேண்டும்; இந்தத் துறையில் சகல மாகாணங்களுடைய முயற்சிகளும் சகல சமஸ்தானங்களுடைய முயற்சிகளும் முடிந்த அளவுக்கு ஒருமுகப்படுத்தப்படவேண்டும்:-

அ. சகலவிதமான யந்திரங்களையும் மூல யந்திரங்களையும் யந்திரக் கருவிகளையும் உற்பத்தி செய்தல்.

ஆ. மோட்டார் கார்கள், மோட்டார் படகுகள் முதலியவற்றையும் அவைகளுடைய துணைக்கருவிகளையும் உற்பத்தி செய்தல்; போக்குவரத்தைப் பற்றிய இதர தொழில்களையும் தொடங்குதல்.

இ. மின்சார யந்திரத்தையும் அதன் துணைக் கருவிகளையும் உற்பத்தி செய்தல்.

ஈ. ரசாயனப் பொருட்களும் உரமாக உபயோகிக்கக் கூடிய பொருள்களும் தயாரித்தல்.

உ. உலோக உற்பத்தி.

ஊ. விசை உற்பத்தியையும் விசை சப்ளையையும் பற்றிய தொழில்கள்."

இந்தத் தீர்மானப் பிரகாரம், காங்கிரஸ் காரியக் கமிட்டியின் முன் முயற்சியின் விளைவாக, அகில இந்திய தேசியத் திட்டக்கமிட்டி ஸ்தாபிக்கப்பட்டது. இக்கமிட்டியுடைய சிபார்சுகளின் சுருக்கமும் பிரசுரமாகிவிட்டன.

புனர் நிர்மாணத்தையும் திட்டமிட்ட வளர்ச்சியையும் பற்றி பல திட்டங்கள் இந்தியாவில் விவாதிக்கப்படுகின்றன. பம்பாய்த் திட்டம் என்று பொதுவாக அழைக்கப்படும்

இந்திய முதலாளிகளின் திட்டத்தை விசேஷமாகக் குறிப்பிடவேண்டும். "இந்தியப் பொருளாதார வளர்ச்சிக்கு ஒரு திட்டம்" என்ற பெயரில், இத்திட்டம், 1944லும் 1945லும் இரு பாகங்களில் பிரசுரமாயிற்று. பத்தாயிரம் கோடி ரூபாய்களின் மூலதனச் செலவின் அடிப்படையில், மொத்த தேசிய வருமானத்தை பதினைந்து வருஷங்களில் மும்மடங்காக்குவது திட்டத்தின் நோக்கம். இதன்மூலம், ஜனத்தொகை அதிகரித்தபோதிலும், தேசிய சராசரி வருமானத்தை இன்றுள்ளதைப்போல இருமடங்காக்க முடியுமென்பது கணக்கு. இந்த நோக்கம் ஈடேற, தொழில் வளர்ச்சியிலேயே, பிரதானமாக நம்பிக்கை வைக்கப்படுகிறது. தொழில் வருமானத்தை 500 சதவீதம் அதிகமாக்குவ தென்றும் விவசாய வருமானத்தை 130 சதவீதம் அதிகமாக் குவதென்றும், ஸர்விஸ்களின் வருவாயை 200 சதவீதம் அதிகரிப்பதென்றும் திட்ட கர்த்தாக்கள் கூறுகிறார்கள். இதன் விளைவாக, மொத்த தேச வருமானத்தில், தொழிலின் பங்கு இன்றுள்ள 17 சதவீதத்திலிருந்து, 35 சதவீதமாக உயரும்; விவசாயத்தின் பங்கு இன்றுள்ள 53 சதவீதத்திலி ருந்து 40 சதவீதமாகக் குறையும்; ஸர்விஸ்களின் பங்கு இன்றுள்ள 22 சதவீதத்திலிருந்து 20 சதவீதமாகக் குறையும். விசை, சுரங்கம், என்ஜினியரிங், ரசாயனப் பொருட்கள், கப்பல் கட்டுதல், மோட்டார் கார் உற்பத்தி, ஆகாய விமான உற்பத்தி முதலிய ஜீவாதாரமான தொழில்களுக்கு முதற் சலுகையளிக்கப்படவேண்டுமென்று திட்ட கர்த்தாக்கள் கோருகிறார்கள். சிறு தொழில்களுக்கும் குடிசைத் தொழில்களுக்கும் போதுமான இடமிருக்கும்.

இந்த உன்னதமான லட்சியங்களை திட்டம் வகுக்கிறது; ஆனால் இவை கைகூடுவதற்கு அவசியமான பூர்வாங்க நிபந்தனைகளை புறக்கணிக்கிறது. இந்திய தொழில்கள் வளர்ச்சியடைவதை விலங்கிட்டு முடக்கி வைத்திருக்கும் நிலப்பிரபுத்துவத்தின் மரணப்பிடிப்பையும் பிரிட்டிஷ் பண மூட்டைகளின் பேயாதிக்கத்தையும் அகற்றும் உத்தேசம் திட்டகர்த்தாக்களுக்கு கிடையாது. தேசிய செல்வத்தை சமமாக விநியோகிக்கும் பிரச்சினையும் பயன்படத்தக்க முறையில் சமாளிக்கப்படவில்லை. இந்தத் திட்டத்துக்கு தேவையான மூலதனத்தின் பெரும்பகுதிகூட பணப்பெருக்

கத்தாலும் அன்னிய மூலதன இறக்குமதியாலும் சேகரிக்கப்படும். உண்மையில், இந்தத் திட்டம், தேசிய நலன்களுக்கு உகந்த முறையில் சுதந்திரமான தொழில் வளர்ச்சிக்கு வகைவழி வகுக்கவில்லை; பிரிட்டிஷ் ரொக்க முதலாளித்துவத்துடன் சேர்ந்துகொண்டு கூட்டாக இந்தியாவை சுரண்டுவதற்கு இந்திய பூர்ஷுவா வர்க்கம் செய்யும் முயற்சியின் மணம் இதில் வீசுகிறது. இந்தத் திட்டத்தின் கர்த்தாக்களில் முப்பெரியார்களான ஜே.ஆர்.டி. டாட்டா, ஜி.டி.பிர்லா, ஸர் ஸ்ரீராம் ஆகியோர் பிரிட்டிஷ் முதலாளித்துவத்துடன் கூட்டு ஒப்பந்தங்கள் செய்துகொண்டு விட்டனர். வாழ்க்கைத் தரத்தை உயர்த்துவதைப் பற்றிய படாடோப பேச்சின் உண்மை இதிலேயே புரிந்துவிட்டது.

இந்தியாவின் சமூக பொருளாதார புனர்நிர்மாணத்தின் விரிவான திட்டத்தின் மையமாகத் தொழில் வளர்ச்சியின் அவசியம் வன்மையாக வற்புறுத்தப்படுவதே தேசிய இயக்கத்துக்கு ஒரு பெரிய முன்னேற்றம்தான். ஆனால் இந்த தொழில் வளர்ச்சித் திட்டத்தை நிறைவேற்றும் முறைகளைக் குறித்தும், அது நிறைவேறக்கூடிய சூழ்நிலையைக் குறித்தும் அத்திட்டத்தை நிறைவேற்றக்கூடிய சமூக சக்திகளைக் குறித்தும் புதிய, பெரிய பிரச்சினைகள் எழுகின்றன. வளர்ச்சியடைந்த முதலாளித்துவ நாடுகள் பலவற்றைப் போல, பொருளாதார நெருக்கடியால் திகைத்து திடுக்கிட்டு, சோவியத்யூனியனின் சோஷியலிஸ்ட் திட்டங்களுடைய வெற்றிகளைக் கண்டு ஊக்கமடைந்து, பல வட்டாரங்கள் "பொருளாதாரத் திட்டம்" என்ற கருத்தால் ஆகர்ஷிக்கப் பட்டுள்ளன. ஆனால் இந்தக் கருத்தை யதார்த்த உலகத்துக்கு சம்பந்தமில்லாத முறையில், உணர்கின்றனர்; ஸ்தாபன வேலையாகவே நினைக்கின்றனர்; சோஷியலிஸ்ட் பொருளாதாரத்திலும் முதலாளித்துவ பொருளாதாரத்திலும் அரசுபுரியும் விதிகள் வெவ்வேறானவையென்பதை கவனிப்பதில்லை; உண்மையான சமூக சக்திகளையும் வர்க்க சக்திகளையும் பற்றி கவலைப்படுவதில்லை. இத்தகைய திருஷ்டி கோணத்தின் பலவீனத்தை முதலாளித்துவ தேசங்களின் அனுபவம் நன்கு எடுத்துக்காட்டிவிட்டது; அதிலும் இந்தியாவில்-ஒரு புரட்சிகரமான சமுதாய மாறுதல் நிகழ்ச்சியினூடே சென்றுகொண்டிருக்கும் இந்தியாவில்

இது சாத்தியமல்ல; பட்டினி கிடக்கும் விவசாயிகள்-தொழிலாளர்களின் கோரிக்கைகள் அரங்கத்தில் முதன்மையான ஸ்தானம் வகிப்பதை, மாறுதலைக்கொண்டுவரும் தீர்மானமான சக்தியாக விளங்குவதைத் தவிர்க்கமுடியாது. ஆகவே பொருளாதார சீரமைப்பு பிரச்சினையை அடிப்படையான சமூக பிரச்சினைகளிலிருந்தும் வர்க்க பிரச்சினைகளி லிருந்தும் பிரிக்கமுடியாது. நிகழ்காலத்தில் நிலவும் கீழ்த்தரமான உற்பத்தி முறைகளிலிருந்து உயர்த்தி, வளர்ச்சியடைந்த உற்பத்தி முறையையுடைய தேசமாக, இந்தியாவை சீரமைப்பதும், அதற்கவசியமான தொழில் வளர்ச்சியும், மகத்தான சக்திகள் தேவைப்படும் கடமையாகும். ஜனங்கள் அனைவரும் தீவிரமாய் ஒத்துழைக்கவேண்டும். தேசிய பொருளாதாரத்தின் கேந்திர ஸ்தானங்களிலும் ரொக்க மூலதனத்தின் கேந்திர ஸ்தானத்திலும் அரசாங்க அதிகாரம் ஆதிக்கம் செலுத்தவேண்டும்.

இந்திய பூர்ஷ்ுவா வர்க்கத்தால் இக்கடமையைச் செய்ய முடியுமா? தேசிய விடுதலைக்காகப் போராடி, வெற்றியடைந்த பின்னர், இந்தியாவின் பாமரமக்கள், தாங்கள் பாடுபட்டு மீட்ட இந்தியாவை ஒரு சிறு சுரண்டும் வர்க்கத்திடம் ஒப்படைத்துவிட்டு, அதன்கீழ் அடிமைத் தனத்தில் உழலுவதுடன், திருப்தியடைவார்களா? கேள்வியிலேயே பதில் வெளிப்படை. இந்தியாவின் பொருளாதார, சமுதாய முன்னேற்றமும் தொழில் வளர்ச்சியும் புதிய சமுதாய நிர்மாணமும், மேலைய நாடுகளில் முதலாளித்துவத்தின் இளைய பருவத்தில் நிகழ்ந்த தொழில் புரட்சியின் போக்குக்கு மாறுபட்டிருக்குமென்பது வெளிப்படை. முதலாளித்துவத்தின் இளையபருவத்தில், வளர்ச்சிக்கட்டத்தில், மேலைய நாடுகளின் தொழில் புரட்சி ஏற்பட்டது; முதலாளித்துவத்தின் க்ஷீணதசையில், சர்வதேச தொழிலாளி வர்க்கப் புரட்சியின் வளர்ச்சிக்கட்டத்தில், நிகழவேண்டிய இந்தியத் தொழில் வளர்ச்சியும் பொருளாதார சீரமைப்பும் இதற்கேற்ற புதிய முறைகளிலும் புதிய உருவங்களிலும்தான் நிறைவேறமுடியும்.

பரிபூரணமான விவசாய புனரமைப்பில்லாமல் தொழில் மயமாக்குவது சாத்தியமல்ல. இந்திய பொருளாதாரத்தில் இதுதான் இன்றும் முதன்மையான பிரச்சினை. தொழில்

மயமாக்கும் பிரச்சினையும் விவசாய ஸ்தாபன மாறுதலும் ஒன்றோடொன்று இணைந்து நிற்கின்றன. முதலாளித்துவ பொருளாதாரத்தின் சூழ்நிலையில்கூட, விவசாயத்திலீடு பட்டுள்ள பெருவாரியான ஜனங்கள் வறுமையின் அதலபாதாள அடித்தட்டில் உழன்றால், தொழிலின் உற்பத்திப் பண்டங்களுக்கு, உள்நாட்டிலே, கொள்முதல் சந்தை வளர்ந்துகொண்டிருக்கவில்லையானால், தொழில் வளர்ச்சி விலங்கிடப்பட்டு, ஸ்தம்பிப்புக்காளாகிறது. மறுபுறத்தில், விவசாய புனர் நிர்மாணத்துக்கு தொழில் வளர்ச்சி அவசியமாகிறது; ஏனென்றால், தொழில்கள் வளர்ந்தால்தான் விவசாய யந்திரங்கள் கிடைக்கும். விவசாய யந்திரங்களில்லாமல், உற்பத்தி அளவை உயர்த்தமுடியாது; சாகுபடியாகாத பிரதேசங்களை சாகுபடி செய்யமுடியாது. இரண்டாவதாக, ஜனநெருக்கமுள்ள விவசாயத்தில், லட்சக்கணக்கான ஜனங்களின் உழைப்பு விரயமாகிறது; அவர்கள் ஏழ்மையில் உழலுகிறார்கள்; விவசாய புனர்நிர்மாணம் செய்யப்பட்டால், இந்த லட்சக்கணக் கானவர்கள் நிலத்திலிருந்து வெளியேறுவார்கள்; அவர்களுக்கு பிரயோஜனகரமான உழைப்பு வசதிகளை அளிப்பதற்கும் தொழில் வளர்ச்சி அவசியம்.

விவசாய பிரச்சினையை மூன்றாவது பாகத்தில் பரிசீலனை செய்தோம். நிலப்பிரபுத்துவத்தை ஒழித்துக்கட்டாமல், நில உடைமைகளின் விநியோகத்தை மாற்றியமைக்காமல், கட்டிவராத சின்னஞ்சிறு நிலப்பண்ணைகளுக்கு முற்றுப்புள்ளி வைக்காமல், புராதனமான சிறு பண்ணை சாகுபடி முறையிலிருந்து பிரம்மாண்டமான கூட்டுப் பண்ணைகளை நோக்கி படிப்படியாக வளர்ச்சியடையாமல், விவசாய புனர்நிர்மாணம் சாத்தியமல்லவென்பது நமது பரிசீலனையில் தெள்ளத் தெளிவாய்க் காணப்பட்டது. இங்கு அரைகுறையான பரிகாரங்கள் சாத்தியமல்ல. நிலப்பிரபுத்துவத்தை அப்படியே விட்டுவிட்டு விவசாய 'சீர்திருத்தம்' செய்ய விரும்பும் கண்ணோட்டமும், நில உடைமைகளின் பிரச்சினையைத் தொட்டுப் பார்க்காமல், விவசாய 'அபிவிருத்தி'யைப் பற்றி பிரச்சாரம் செய்வதும் கானல்நீர் வேட்டையாகும். இன்றைய அபாயகரமான நிலைமையில், நிகழ்கால நிலப்பிரபுத்துவத் துக்கும் இடைத்தட்டுக்காரர்களின் புல்லுருவித் தனத்துக்கும்,

விவசாயிகள் மீதுள்ள இதர கணக்கற்ற சுமைகளுக்கும் இடமில்லை, வசதியுமில்லை; அதைப்போலவே, தற்கால நில உடைமைமுறையினாலும் தற்கால சாகுபடி முறையாலும் ஏற்படும் ஏராளமான நஷ்டத்துக்கும் இடமில்லை, வசதியுமில்லை. இந்தியாவின் முதன்மையான விவசாய நிபுணரான பேராசிரியர் ராதாகமல் முக்கர்ஜி சோஷலிஸ்ட் கண்ணோட்டமுடையவரே அல்ல; ஆனால் அவர்கூட, “தனித்தனியாக சின்னஞ்சிறு பண்ணைகளின் கூட்டமாயுள்ள இந்திய கிராமத்தை ஒரே கூட்டுறவுப் பண்ணையாக மாற்றி, விவசாயத்தை பொதுப்பணியாகக் கருதாவிட்டால்” இந்திய விவசாயத்தில் விருத்திசெய்வது சாத்தியமில்லையென்று 1935லேயே கூறினார். அத்தகைய விளைவை ஒரே தாவாகத் தாவி அடைந்து விடமுடியாது. ஆனால் நிலப்பிரபுத்து வத்தை ஒழிப்பதும் நில விநியோகத்தை புனர் விநியோகம் செய்வதும், அதைத்தொடர்ந்து அரசாங்க உதவி அளிப்பதும், கூட்டுறவுக் கடன் வசதிகளை அளிப்பதுடன் டெப்போக்களிலிருந்து விவசாய யந்திரங்களை இரவல் தருவதும், விவசாயத்தின் உற்பத்தி முறையை உயர்த்துவதற்கான முதல் நடவடிக்கையாகும். விவசாயப் புரட்சியைப் புறக்கணிக்க முடியாது. மாறுதலின் பிரதானமான சக்தி அதுதான்; புதிய இந்தியாவின் அஸ்திவாரக் கல்லும் அதுதான்

இந்திய தேசிய முன்னேற்றத்தின் தலைவராய் விளங்குவதற்கு, இந்திய பூர்ஷுவா வர்க்கத்துக்குள்ள பலவீனம் இங்குதான் தீவிரமான முறையில் வெளிப்படுகிறது. இந்தியாவின் வர்த்தக முதலாளித்துவமும் ஆலை முதலாளித்துவமும் அதன் வளர்ச்சி சூழ்நிலையிலே, நிலப்பிரபுத்துவ வர்க்கத்துடன் அந்நியோன்னியமாக பிணைக்கப்பட்டிருக்கின்றன; இவர்களுடைய நலன்களும் செல்வ ரூபங்களும் பரஸ்பரம் பின்னிக் கிடக்கின்றன. (மில் முதலாளிக்கும் வர்த்தகருக்கும் ஜமீன்களும் எஸ்டேட்களும் இருக்கும். ஜமீன்தார்களுக்கும் பெருமிராசுதார்களுக்கும் மில்களிருக்கும், வர்த்தக கம்பெனிகள் இருக்கும்-மொ-ர்) ஆகவே, நிலமுறையின் அடிப்படையான மாறுதலும் நிலப்பிரபுத்துவ ஒழிப்பும் இந்திய பொருளாதார வளர்ச்சிக்கும் தொழில் வளர்ச்சிக்கும் அத்தியாவசியமாயிருந்த

போதிலும், முற்போக்கான பூர்ஷுவா வர்க்கம் அதிகபட்சமான தயக்கத்துடன் இப்பிரச்சினையை அணுகுகிறது. நிலப்பிரபுத்துவ ஒழிப்பு என்பதை கொள்கையளவில் 1946-ம் வருடத்திய காங்கிரஸ் தேர்தல் விக்ஞாபனம் ஏற்றுக் கொண்டது; ஆனால் நிலப்பிரபுக்கு "நியாயமான நஷ்ட ஈடு" கொடுப்பதின் அடிப்படையிலேயே இத்திட்டத்தை நிறை வேற்றப்போவதாகக் கூறியது. ஆக, யதார்த்த விளைவில், பழைய சுமைகள் புதிய முறைகளில் நீடிக்கலாம். அதைப் போலவே விவசாயிகளுடைய கடன்களை அரசாங்கம் மேற்கொள்ளவேண்டுமென்றும் அரசாங்கம் விவசாயிகளிட மிருந்து பத்து சதவீதம் வட்டி வசூலித்து, ஐந்து சதவீதத்தை கடன் கொடுத்த லேவாதேவிக்காரனுக்கு கொடுத்துவிட்டு, மீதி ஐந்து சதவீதத்தை ஆரம்பக் கல்வி நிதிக்கு அரசாங்கம் ஒதுக்கிவிடவேண்டுமென்றும், காங்கிரஸ் மகாசபையின் தேசிய திட்டக் கமிட்டி பிரசுரித்த "ஆரம்ப கல்வியைப் பற்றிய ரிப்போர்ட்" பற்றுதலில்லாத முறையில் யோசனை கூறியது.

நில முறையின் அடிப்படையான பிரச்சினைகளை பைசல் செய்வதின் இந்திய பூர்ஷுவா வர்க்கத்துக்குள்ள தயக்கத்துக்கு ஒரு காரணத்தை நாம் கவனித்தோம்; நிலப்பிரபுத்துவ நலன்களுடன் அதன் நலன்கள் ஐக்கியப் பட்டிருப்பதே அது. இரண்டாவது காரணமும் முக்கியமான தாகும். விவசாயப் புரட்சி ஏற்பட்டால், அது கட்டவிழ்த்து விடும் சமூக சக்திகளின் விளைவாக, தன்னுடைய வர்க்க நலன்களும், முதலாளித்துவ சொத்துரிமையின் முழு அடிப்படையும், முதலாளித்துவ சுரண்டலின் முழு அஸ்திவாரமும் வழித்தெறியப்பட்டுவிடுமென்ற பூர்ஷுவா வர்க்கத்தின் பயமே இரண்டாவது காரணமாகும். இந்தப் பயத்தை ஏகாதிபத்தியம் தொடர்ச்சியாக உபயோகித்து வந்திருக்கிறது; அதன்மூலம் இந்திய பூர்ஷுவா வர்க்கத்தின் எதிர்ப்பை முடக்கி, தேசியப் போராட்டத்தை உள்ளிருந்தே குலைப்பதற்கு முயற்சி செய்து வந்திருக்கிறது. உதாரணமாக 1924-ல், ஹைலி பிரபு சட்டசபையில் சுயராஜ்யக் கட்சியைக் கீழ்க்கண்டவாறு எச்சரித்தார்:-

"இந்தியாவில் ஒரு உண்மையான புரட்சியைப்போல ஏதாவதொன்று நிகழ்ந்தால், இப்பொழுது சட்டசபையிலும்

மாகாண கவுன்ஸில்களிலும் பிரதிநிதித்துவம் வகிக்கும் வர்க்கத்துக்கே விபரீதமான பலன்கள் ஏற்படும்; ஏனென்றால், இந்தியாவில் கல்வியறிவில்லாத பாமர மக்களிடையே ஒரு அரசியல் புரட்சி ஏற்பட்டால் அது விரைவில் சமுதாயப் புரட்சியாக மாறிவிடும்."

1940 ஜனவரியில், காந்தி "ஹரிஜன்" பத்திரிகையில் எழுதிய கட்டுரையிலிருந்து கீழ்க்கண்ட அர்த்தபுஷ்டியுள்ள வாசகத்தை எடுத்து மேற்கண்ட ஹைலியின் எச்சரிக்கையுடன் ஒப்பிடலாம்:-

"நான் சட்டமறுப்பு இயக்கத்தை பிரகடனம் செய்தவுடன், பிரமிக்கத்தக்க ஆதரவு கிடைக்குமென்று நல்ல செல்வாக்குள்ள ஒரு காங்கிரஸ்வாதி என்னிடம் குறிப்பிட்டார். ஒரே சமயத்தில், இந்தியாவிலுள்ள தொழிலாளர்கள் அனைவரும், பல பாகங்களிலுள்ள கிஸான்களும் வேலைநிறுத்தம் செய்வார்களென்று அவர் என்னிடம் உறுதி கூறுகிறார். அவ்விதம் நிகழ்ந்தால், நான் மிகுந்த கஷ்டத்துக்குள்ளாவே னென்றும் என் திட்டங்கள் அனைத்தும் தலைகுப்புறக் கவிழ்ந்துவிடுமென்றும் நான் அவரிடம் கூறினேன். அராஜகத்திலும் சிவப்பு நாசத்* திலும் முடிவது நிச்சய மென்று தெரிந்த பின்னர், அவ்விதம் முடியப்போகும் போராட்டத்தை நான் தொடங்கவேண்டுமென்று யாரும் எதிர்பார்க்க மாட்டார்களென்று நான் நம்புகிறேன்."

தொழிலாளர்களும் விவசாயிகளும் நடவடிக்கை எடுப்பதன் மூலம் "சிவப்பு நாசம்" ஏற்படுமென்ற பிரச்சாரம் சர்வதேச கன்ஸர்வேடிவ் பிற்போக்காளர்களின் பிரச்சா ரமென்பது உலகறிந்த விஷயம்; ஏகாதிபத்தியத்துக்கும் தேசிய பூர்ஷுவா வர்க்கத்துக்கும் ஒரு பொதுமேடையை அளிக்கிறது இந்தச் "சிவப்பு நாசம்" பயம்.

---

* சிவப்புநாசம் முதலாளிவர்க்க ராஜ்யவாதிகளின் அகராதியிலுள்ள பதம். தொழிலாளிவர்க்கத் தலைமை ஏற்பட்டு, முதலாளிவர்க்க நலன்கள் நாசமாகிவிட்டால், சமூகமே நாசமாகிவிடுமென்பது அவர்கள் பிரச்சாரம்! முதலாளி வர்க்க நலன்கள் நாசமாவதைத்தான் சிவப்பு நாசம் என்கின்றனர். --(மொ-ர்)

இவ்வாறாக, இந்திய நிலைமையின் நேரடியான அனுபவத்திலிருந்தும் அதன் அவசரத் தேவைகளிலிருந்தும், தேசியப் போராட்டத்தில் பூர்ஷுவா தலைமையின் பலவீனத்தையும் தோல்வியையும் மீண்டும் மீண்டும் அனுபவத்திலிருந்தும், இவை எல்லாவற்றிற்கும் மேலாக, தொழிலாளி வர்க்கத்தின் நடவடிக்கை, பலம், போதம் ஆகியவற்றிலிருந்தும், விவசாயப் புரட்சியை உருவாக்கும் சக்திகள் குவிந்துகொண்டிருப்பதிலிருந்தும் இந்தியாவில் தேசிய இயக்கத்தின் நவீன கட்டத்தில் சோஷியலிஸம் தவிர்க்க முடியாதவகையில் முன்னணிக்கு வந்திருக்கிறது. இந்தியாவில், சோஷியலிஸம் என்பது யதார்த்த உலகத்துடன் தொடர்பில்லாத, எதிர்காலத்தைப் பற்றிய மனோராஜ்யமல்ல; அன்னிய தேசத்திலிருந்து இறக்குமதி செய்யப்பட்டதுமல்ல; இந்திய சூழ்நிலைகளிலிருந்தும் இந்திய அனுபவத்திலிருந்தும் நேரடியாக பிறந்து வளர்ந்ததாகும்; இதர நாடுகளைப்போலவே, இங்கும் சித்தாந்தத்திலும் நடைமுறையிலும் உலக இயக்கத்தில் கிடைத்த அனுபவம் பயன்படுத்தப்பட்டிருக்கிறது. இந்திய தொழிலாளி வர்க்கத்தின் அரசியல் இயக்கம் வளர்ந்து கொண்டிருக்கிறது; ஸ்தாபனத்தை பலப்படுத்திக் கொண்டிருக்கிறது; திட்டத்தையும் அனுபவத்தையும் தெளிவுபடுத்திக் கொண்டிருக்கிறது; பொதுஜன அடிப்படையை பலப்படுத்திக் கொண்டிருக்கிறது; ஆனால், வளர்ந்துகொண்டிருக்கும் எதிர்கால சக்தியாக, அது ஏற்கனவேயே அங்கீகரிக்கப் பட்டிருக்கிறது.

தேசிய இயக்கத்துக்குள் சோஷியலிஸ்ட் கருத்துக் களுக்குள்ள செல்வாக்கையும் தேசியத்துக்கும் சோஷியலிஸத்துக் குமுள்ள உறவைப் பற்றிய விஷய ஞானத்தையும், 1929-லும் 1936-38-லும் அக்கிராசனராயிருந்த ஜவஹர்லால் நேரு 1930-40-ல் வகித்த ஸ்தானம் பிரதிபலித்தது; இவர் ஸ்தாபன ரீதியாக திரண்டிருக்கும் சோஷியலிஸ்ட் இயக்கத்துக்கு வெளியிலிருந்தார்; ஆனால் வளர்ந்துகொண்டிருக்கும் சோஷியலிஸ்ட் அபிப்பிராயத்துக்கும் பழைய தலைமைக்கு மிடையே பாலமாக அமைந்து செயலாற்றினார். தேசிய விடுதலைக்கும் சமுதாய விடுதலைக்குமுள்ள நெருங்கிய தொடர்பை நேரு முன்னணிக்குக் கொண்டுவந்தார்:-

"அன்னிய சர்க்காருக்கு பதிலாக ஒரு சுதேசி சர்க்கார் ஏற்பட்டு, அது சகல சுரண்டல் நலன்களையும் அப்படியே பாதுகாத்தால், சுதந்திரத்தின் நிழலைக் கூடக் காணமுடியாது. "ஆகவே, இந்தியாவின் உடனடி லட்சியத்தை அதன் மக்கள் உட்படுத்தப்பட்டிருக்கும் சுரண்டலை ஒழிக்கும் பிரச்சினை யாகவே மதிக்கவேண்டும். அரசியல் ரீதியில், இதன் அர்த்தம் சுதந்திரமாகும்; ஏகாதிபத்திய ஆதிக்கத்தை பிரதிநிதித்துவப் படுத்தும் பிரிட்டிஷ் தொடர்பை கத்தரித்துக்கொள்வதாகும்; பொருளாதார ரீதியிலும் சமுதாய ரீதியிலும் இதன் பொருள் என்னவெனில், சகல விசேஷ வர்க்க நலன்களும் ஒழியவேண்டும்; சகல சுரண்டல் நலன்களும் ஒழியவேண்டும்."

(நேரு, "இந்தியா எங்கே?" 1933)

தேசியப் போராட்டத்தில் சோஷியலிஸ்ட்களும் சோஷியலிஸ்ட் அல்லாதவர்களும் காங்கிரஸில் மெஜாரிட் டியாயிருப்பதையும் ஏற்றுக்கொண்டுவிட்டு, தேசிய இயக்கம் சோஷியலிஸ்ட் கண்ணோட்டத்தை நோக்கி எப்பாதையில் முன்னேறுமென்பதைக் குறித்து நேரு அபிப்பிராயம் கூறுகிறார்:-

நான் இந்திய விடுதலைக்காகப் பணியாற்றுகிறேன்; ஏனென்றால், என் தேசியத்தால் அன்னிய ஆதிக்கத்தை சகிக்கமுடியாது. சமுதாய பொருளாதார மாறுதலுக்கு இந்திய அரசியல் விடுதலை அவசியமாயிருப்பதால், இன்னும் கூடுதலான வைராக்கியத்துடன் நான் அரசியல் விடுதலைக்காக பாடுபடுகிறேன். காங்கிரஸ் ஒரு சோஷியலிஸ்ட் ஸ்தாபனமாகி, புதிய நாகரிகத்துக்காக செயலாற்றிவரும் உலகத்திலுள்ள இதர சக்திகளுடன் சேர்ந்து நிற்க வேண்டுமென்று நான் விரும்புகிறேன். ஆனால், இன்றுள்ள அமைப்பில், காங்கிரஸின் மெஜாரிட்டி அவ்வளவு தூரம் போகத் தயாராயிருக்கா தென்பதை நான் அறிவேன்.....

"இந்தத் தேசத்தில் சோஷியலிஸம் முன்னேற வேண்டு மென்று நான் விரும்பியபோதிலும், காங்கிரஸில் இந்தப் பிரச்சினையை கட்டாயப்படுத்தி, அதன்மூலம், நமது சுதந்திரப் போராட்டத்தின் பாதையில் கஷ்டங்களை உண்டாக்க நான் விரும்பவில்லை. சுதந்திரத்துக்காக செயலாற்றும் அனைவருடனும்-அவர்கள் சோஷியலிஸ்ட்

பரிகாரத்தை ஏற்றுக்கொள்ளாவிட்டாலும்-என் முழு பலத்துடனும் நான் சந்தோஷமாய் ஒத்துழைப்பேன். ஆனால் என் நிலைமையை ஒளிவு மறைவில்லாமல் சொல்லிவிட்டு, நான் செயலாற்றுவேன். காலப்போக்கில் தேசத்தையும் காங்கிரசையும் சோஷியலிஸத்துக்கு சம்மதிக்கும்படி செய்துவிடலாமென்ற நம்பிக்கையில் ஒத்துழைப்பேன்; ஏனென்றால், தேசம் விடுதலை பெறக்கூடிய மார்க்கம் அது ஒன்றுதான்."

(ஜவஹர்லால் நேரு, லக்ஷ்மணபுரி காங்கிரஸ் தலைமையுரை, 1936.)

காங்கிரஸை படிப்படியாக சோஷியலிஸ கொள்கைக்கு மாற்றிவிடலாமென்ற சித்திரம் இதில் வரையப்படுகிறது; அதுவரையில் ஒரு தற்காலிகமான சமநிலையைப் பாதுகாக்கவேண்டுமென்று கூறுகிறது. ஆனால் இந்தக் கருத்து இன்றைக்கு நிகழும் வர்க்க சக்திகளின் மோதுதலை கணக்கில் எடுக்கவில்லை. நிகழ்கால வர்க்கப் போராட்டங்கள் காங்கிரஸுக்குள்ளேயே பிரதிபலிக்கின்றன; காங்கிரஸுக்கும் பாமர மக்களுக்குமுள்ள உறவிலும் பிரதிபலிக்கின்றன. இந்த யதார்த்த உண்மையை புறக்கணிப்பதால், நேருவின் கருத்து, தேசிய ஒற்றுமையின் பெயரால் வர்க்க சமரசத்தை வற்புறுத்தும் சித்தாந்தமாகிறது; இந்தச் சித்தாந்தம், தீவிர தேசியப் போராட்டத்தின் வளர்ச்சி வேகத்துக்கு விலங்கிடும் தேசிய பூர்ஷுவா தலைமையின் வலையில் விழுவதாகும்.

இந்தியாவின் பிரச்சினைகளுக்கு இறுதியான பைசல் சோஷியலிஸ்ட் முறைகளின்தான் சாத்தியமென்பதில் சந்தேகமில்லை; முற்போக்கான இந்திய அபிப்பிராயமும் இதை மேன்மேலும் அங்கீகரித்து வருகிறது. உலகத்தின் சேரியாக இருக்கும் இந்தியாவை, இன்பங் கொழிக்கும் தேசமாக, பொருள்களனைத்தும் கணக்கின்றித் தரும் நாடாக மாற்றக்கூடியது சோஷியலிஸ்ட் மயமான தொழிலும் கூட்டுப்பண்ணை விவசாயமும்தான். பூரண வடிவத்துக்கு வளர்ந்து, தலைமை ஸ்தானத்தை வகிக்கும் தொழிலாளி வர்க்கத்தின் சக்தியும், அடிமைத்தளைகளிலிருந்து விடுபட்ட உழைக்கும் விவசாயிகளின் மகத்தான சக்தியும்தான், தெளிவான போதம் பெற்ற முற்போக்கான அறிவாளிகளின் ஒத்துழைப்பையும் நகரங்களின் நடுத்தர வர்க்கத்தினரின்

கூட்டுறவையும் பெற்று இன்றைய அழுக்கையும் ஆபாசத்தையும் துலக்கி சுத்தம் செய்து, இந்தியாவில் புதிய சமுதாயத்தை நிர்மாணிக்கமுடியும்.

இந்தியாவின் எதிர்காலத்தைப் பற்றிய இத்தகைய கண்ணோட்டம், தொலைதூரத்திலிருந்து கவனிக்கும் பார்வையாளர்கள் கற்பனை செய்வதைப்போல, நெடுந்தூரத்திலுள்ள லட்சியமல்ல. இந்தியாவின் சோஷியலிஸ்ட் எதிர்காலத்தை உருவாக்கும் சக்திகளான தொழிலாளி வர்க்கத்தின் சக்தியும், விழிப்படைந்துகொண்டிருக்கும் விவசாய மக்களின் சக்தியும், முன்னரே குவிந்துகொண்டிருக்கின்றன; மேன்மேலும் தெளிவாக அரசியல் அரங்கத்தின் முன்னணிக்கு விரைந்துகொண்டிருக்கின்றன. மார்க்ஸிஸ்ட் சித்தாந்தமென்ற தீப ஒளி காட்டும் வழியில், வர்க்கப் போராட்டமென்ற உறுதியான அடிப்படையில், தொழிலாளி வர்க்கம் தன்னுடைய தொழிற்சங்க ஸ்தாபனத்தையும், அரசியல் கட்சியையும் வளர்த்து, ஸ்தாபன பக்குவத்தையும், அரசியல் தலைமை வகிக்கும் பக்குவத்தையும் பெற்றவுடன், முன்னரே தங்களுடைய கிஸான் சபைகளை வளர்த்துக் கொண்டிருக்கும் விவசாயத் தொழிலாளி மக்களுடனும், ஏழை விவசாயி மக்களுடனும் தொழிலாளி வர்க்கம் தன் தொடர்பையும் நட்பையும் ஸ்தாபித்துக்கொண்டவுடன், உழைப்பாளி மக்களின் இந்திய குடியரசை ஸ்தாபிப்பதற்கான சூழ்நிலை பக்குவமாகிவிடும். தீவிர அறிவாளிகளுடனும் நகரங்களிலுள்ள இதர நடுத்தர வர்க்கத்தினருடனும் சேர்ந்து நிற்கும் தொழிலாளி-விவசாயி மக்களின் ஜனநாயக அதிகாரத்தை பிரதிநிதித்துவப்படுத்தும் குடியரசாக அது விளங்கும். தொழிலாளி வர்க்கமும் விவசாயி மக்களும் அவர்களுடன் ஒத்துழைக்கும் அறிவாளிகளும் நடுத்தர வர்க்கத்தினரும் தங்களுடைய பொதுவான பிரயத்தனங்களால், சோஷியலிஸத்தை நோக்கிச் செல்லும் பாதையில் சமூக புனர் நிர்மாணத்தின் அஸ்திவாரங்களை ஸ்தாபிப்பார்கள்.

இத்துறையில், இந்தியா போன்ற ஒரு தேசத்துக்கு, சோவியத்யூனியனின் அனுபவமும் அங்கு வளர்ந்திருக்கும் புதிய ஜனநாயகமும் முக்கியமான படிப்பினைகள் அளிக்கும். புரட்சி மூளும் தறுவாயிலிருந்த பழைய ஜாரிஸ்ட் ரஷ்யாவுக்கும் நிகழ்கால இந்தியாவுக்கும் அடிப்படையான

வித்தியாசங்கள் இருக்கிறபடியால், கண்மூடித்தனமாக ஒப்பிட்டுப் பார்க்கக்கூடாது. பழைய ரஷ்யா ஒரு ஏகாதிபத்திய நாடு, இந்தியா ஒரு அடிமை நாடு; இது மிகவும் முக்கியமான வித்தியாசம். எனினும், சமூக சக்திகளின் உறவிலும், சோவியத் யூனியனை எதிர்நோக்கிய விசேஷ பிரச்சினைகளிலும், சில மதிப்பிடற்கரிய உபமானங்கள் இன்றைய இந்தியாவுக்கு முக்கியமானதாயுள்ளன. இந்தியாவில் நாம் காணும் சித்திரம் என்ன? பிற்போக்கான நிலப்பிரபுத்துவ சக்திகளை அடிப்படையாகக்கொண்ட அன்னிய யதேச்சாதிகார ஆட்சி ஏற்கனவேயே பலவீனமடைந்து கொண்டிருக்கிறது; பலவீனமான இந்திய ஆலை முதலாளி வர்க்கம் முன்னேறவேண்டுமென்று துடிக்கிறது; யதேச்சாதிகார ஆட்சியை அது தயங்கித் தயங்கி எதிர்க்கிறது; அதே சமயத்தில் பொதுஜன சக்திகளைக்கண்டு பயப்படுகிறது; வளர்ந்துகொண்டிருக்கும் ஆலைத் தொழிலாளி வர்க்கம், எண்ணிக்கையில் குறைவாகவிருக்கிறது; ஆனால் சில குறிப்பிட்ட கேந்திரமான ஸ்தானங்களில், பெரிய தொழில்களிலே குவிந்திருக்கிறது; ஏற்கனவேயே, போர்க்குணம் மிக்க வர்க்கபோதமும் நடவடிக்கையுமுள்ள வர்க்கமென்பதை நிதர்சனப்படுத்தி வருகிறது; ஜனத்தொகையில் மிகப் பெருவாரியாகவுள்ள விவசாய மக்கள், காலாவதியான நில அமைப்பின் பின்தங்கிய சூழ்நிலையில், அறியாமையாலும் கல்லாமையாலும் அடக்கப்பட்டு, வாழ்கின்றனர்; நிலைமையில் நிராசையடைந்து, அடிப்படையான விவசாய மாறுதலை நோக்கி முன்னேறுகின்றனர்.

இந்தியாவைப் போன்ற சமூக சூழ்நிலைகளைப் படைத்த ஒரு தேசத்தில், பார்லிமெண்டரி முறை தகுதியான ஜனநாயக முறையாயிருக்காதென்பது தெளிவு; பொதுமக்களின் வாழ்க்கையுடனும் சூழ்நிலையுடனும் நெருங்கிய முறையில் இணைந்து விளங்கக்கூடிய முறையே ஏற்றதாயிருக்கும். உழைக்கும் விவசாயிகளின் கிராம கவுன்ஸில்களையும் பாக்டரிகளிலுள்ள தொழிலாளர்களின் கவுன்ஸில்களையும், இவற்றைப் போன்ற இதர ஸ்தாபனங்களையும் இணைக்கும் முறையாகவே அது இருக்கமுடியும். இத்தகைய ஜனநாயக முறைதான் சோவியத் ஜனநாயகம். சோவியத் ஜனநாயகம் ஜனங்களுடன் நெருங்கிய தொடர்புகொண்டிருக்கும்;

பாக்டரிகளிலுள்ள தொழிலாளர்களுடனும் கிராமங்களிலுள்ள விவசாயிகளுடனும் ஒருமித்து நிற்கும். இன்றைய முறையின்கீழ், பொதுநலனுக்காகத் தங்கள் திறமைகளை உபயோகப்படுத்தமுடியாமல் அடக்கப்பட்டு அல்லது தடுக்கப்பட்டு நிற்கும் தொழிலாளிவர்க்கம், விவசாயிகள், அறிவாளிகள், விஞ்ஞானிகள், யந்திர விஞ்ஞானிகள், நகர நடுத்தரவர்க்கத்தினர் ஆகிய அனைவருடைய சிருஷ்டித்துவ சக்திகளையும் புதிய இந்தியாவை நிர்மாணிக்கும் பொதுவான கடமையில் கூட்டுப் பணியாற்றுவதற்காக, சோவியத் ஜனநாயகம் கட்டவிழ்த்துவிடும். வேறு எந்த முறையாலும் சோவியத் ஜனநாயகத்தைப் போல, மக்களின் சிருஷ்டி சக்தியை விடுவித்து வளர்க்கமுடியாது.*

இந்தியாவுக்கு விசேஷ முக்கியத்துவம் வாய்ந்ததென்னவென்றால், குறிப்பாக, தேசத்தின் பின்தங்கிய பிரதேசங்களுக்கும் பூர்வ குடிகளுக்கும் விசேஷ முக்கியத்துவம் வாய்ந்ததென்னவென்றால், ஜாரிஸத்தின் கீழ் பரிபூரணமான தேசிய, சமுதாய அடிமைத்தனத்துக்குள்ளாகியிருந்த மத்திய ஆசிய

---

* 1936-ம் வருஷ லக்ஷ்மணபுரி காங்கிரஸின் தலைமையுரையில், ஜவஹர்லால் நேரு, சோவியத் ஜனநாயகத்தைக் குறித்துக் கூறியதை நினைவூட்டிக் கொள்வது நல்லது.

"சோவியத் அமைப்பு எப்படி ஒரு விரிவான, ஜீவசக்தி ததும்பும் ஜனநாயக அஸ்திவாரத்தை அடிப்படையாகக் கொண்டிருக்கிற தென்பதை, ரஷ்யாவைப் பற்றிய வெப் தம்பதிகள் எழுதியுள்ள அந்த அபூர்வமான, (எப்பொழுதுமே நினைவில் பசுமையாய் வைத்திருக்கத்தக்க) புத்தகத்தில் படிப்பது ருசிகரமானது. மேலைய ரகத்தையொட்டிப் பார்த்தால், ரஷ்யா ஒரு ஜனநாயக நாடு இல்லையென்று கருதப்படுகிறது. ஆனால், இதர இடங்களைவிட இங்குதான், பாமர மக்களிடையே ஜனநாயகத்தின் அவசியமான அம்சங்கள் அதிகமாய் காணப்படுகின்றன. அங்குள்ள ஆறு லட்சம் டவுன்களிலும் கிராமங்களிலும் ஒரு விரிவான ஜனநாயக ஸ்தாபனம் இருக்கிறது; ஒவ்வொரு கிராமத்திலும் டவுனிலும் ஒரு சோவியத் இருக்கிறது. இந்த சோவியத் விவாதிக்கிறது; வாதப் பிரதிவாதம் செய்கிறது; குணதோஷ விமர்சனம் செய்கிறது. கொள்கையை உருவாக்குவதில் உதவுகிறது; உயர்தர கமிட்டிகளுக்கு பிரதிநிதிகளை தேர்ந்தெடுக்கிறது. பிரஜைகள் என்ற முறையில், பதினெட்டு வயதுக்கு மேற்பட்ட சோவியத் மக்கள் அனைவரையும் இந்த ஸ்தாபனம் அணைந்து நிற்கிறது. உற்பத்தி செய்பவர்களென்ற முறையில், ஜனங்களுக்கு ஒரு விரிவான ஸ்தாபனம் இருக்கிறது; பொருட்கள் வாங்குபவர்கள் என்ற

மக்கள் சோவியத் யூனியனில் மத்திய ஆசிய குடியரசுகளாக வளர்ச்சியடைந்திருப்பதின் அனுபவமாகும். மிகவும் புராதனமான கலாச்சார கட்டத்திலுள்ள குடிகள் கூட, யந்திரத் தொழிலாளி வர்க்கத்தின் ஒத்துழைப்புடன் எப்படி துரிதமாக முன்னேற முடிவுமென்பதையும், நடுவேயுள்ள முதலாளித்துவ கட்டங்கள் வழியே செல்வது அவசிய மில்லாமல், யந்திர விஞ்ஞான வளர்ச்சி மூலமாகவும் கலாச்சார வளர்ச்சி மூலமாகவும் எப்படி சோஷியலிஸத்தை அடையமுடியுமென்பதையும் மத்திய ஆசிய குடியரசுகளின் அனுபவம் எடுத்துக்காட்டுகிறது.

4. இந்திய மக்களை எதிர்நோக்கும் கடமைகள்

இத்தகைய கண்ணோட்டம்-சோஷியலிஸத்தை நோக்கி முன்னேறும் பொதுமக்களின் இந்தியா அல்லது தொழிலாளி-விவசாயி மக்களின் இந்தியாவைப் பற்றிய இத்தகைய கண்ணோட்டம்-நவீன உலகத்தில் இந்தியாவின் எதிர்கால உருவத்தை நம்முன் சித்திரிக்கிறது. அந்தக் கண்ணோட்டத்திலே, மேலும் உன்னிப்பாகப் பார்த்தோ மானால் இந்தியாவிலே சோஷியலிஸம் நிர்மாணிக்கப் படுவதையும், இறுதி விளைவாக, தேசிய பிரிவினைகள் மறைந்து, (ஒரு தேசம்இன்னொரு தேசத்தை அடிமைப்படுத்தி வைத்திருக்கும் முறையை ஒழிக்க, சுதந்திரத்துடன் பிரிவினையும் சந்திக் காலத்தில் அத்தியாவசியமாகிறது.) வர்க்கபேதம் ஒழிந்த ஒன்றுபட்ட உலக சமுதாயத்தின் பகுதியாக இந்தியா விளங்கும் எதிர்காலத்தையும் காணமுடியும்.

ஆனால் இந்த லட்சியத்தை ஒருபடியில் அடைந்துவிடலா மென்றோ, இந்தியாவில் உடனடியாக அடுத்த கட்டம் சோஷியலிஸமென்றோ இதற்கு அர்த்தமல்ல.

தேசிய விடுதலையை பெறுவதில் வெற்றியடைவது முதல் கடமையாகும். ஏகாதிபத்திய ஆட்சிக்கு சாவுமணி

முறையில் மூன்றாவது ஸ்தாபனமிருக்கிறது. ஆக, லட்சோப லட்சக்கணக்கான ஆண்களும் பெண்களும் பொது விவகாரங்களின் விவாதத்திலும், தேசத்தின் நிர்வாகத்திலும் தொடர்ச்சியாகப் பங்கெடுக்கிறார்கள். சரித்திரத்திலேயே, ஜனநாயகக் கொள்கை இந்த முறையில் இதுவரை அனுஷ்டிக்கப்பட்டதேயில்லை."

யடித்து, அந்த ஆட்சியின் ஆதரவாளர்களான நிலப் பிரபுத்துவ பிற்போக்காளர்களைத் தலைகுப்புற கவிழ்த்து விட்டு தேசிய சுதந்திரத்தைப் பெறுவதே இந்திய மக்கள் முன்னுள்ள உடனடியான கடமை; அதாவது ஜனநாய கத்துக்கான போராட்டத்தை நடத்தவேண்டும்.

ஆனால், இந்தியாவில் தேசிய விடுதலையின் கடமை களையும் ஜனநாயகப் புரட்சியின் கடமைகளையும் பூர்த்தியாக நிறைவேற்றுவதற்கு பிரிட்டிஷ் ஆட்சியிடமிருந்து அதிகாரமும் அரசுரிமையும் இந்திய ஆட்சிக்கு மாற்றப்பட்டுவிட்டால் போதாது.

முதலாவதாக, ஏகாதிபத்திய ஆதிக்கத்தை ஒழிப்பதற்கும் பூரண விடுதலையை நிச்சயமாக்குவதற்கும், ஏகாதிபத்தி யத்தின் அரசியலாட்சிக்கு முற்றுப்புள்ளி வைத்தால் மாத்திரம் போதாது என்பதை நாம் முன்னரே பார்த்தோம். இந்திய மக்களுடைய ஜீவன்மீதும் உழைப்பின் மீதும் செல்வதாரங்கள் மீதும் வளர்ச்சி சுதந்திரத்தின் மீதுள்ள பிரிட்டிஷ் ரொக்க முதலாளித்துவத்தின் மரணப்பிடிப்பை வெட்டி வீழ்த்தவேண்டும். அதாவது, அன்னிய மூலதனத் துக்குள்ள சலுகைகள் அனைத்தையும் ரத்து செய்ய வேண்டும்; (தேயிலை, ரப்பர்) தோட்டங்கள், பாக்டரிகள், ரயில்வேக்கள், கப்பல்கள், நீர்ப்பாசனங்கள் முதலிய வற்றில் அன்னியருக்குச் சொந்தமாயிருப்பதனைத்தையும் தேசம் சுவீகரித்துக் கொள்ளவேண்டும்.

இரண்டாவதாக, நாம் முன்னரே பார்த்ததைப் போல, நிலப்பிரபுத்துவத்தை ஒழித்து, விவசாயக்கடன்களை ஒழித்து, நில உடைமைகளை புனர் விநியோகம் செய்து, விவசாயத்தை நவீனப்படுத்துவதை நோக்கமாகக் கொண்ட விவசாயப் புரட்சியுடன் ஜனநாயகப் புரட்சி பிணைக்கப்பட்டிருக்கிறது.

மூன்றாவதாக, இந்திய பொருளாதார, சமுதாய புனர்நிர்மாணத்தின் உடனடியான கடமைகளை நிறைவேற்று வதற்கு, சுதந்திர இந்தியாவின் ஒரே அடிப்படையான தொழில் வளர்ச்சியையும் அவசியமான கலாச்சார முன்னேற்றத்தையும் சாத்தியமாக்குவதற்கு, காங்கிரஸின்

ஜீவாதார உரிமைகள் சாசனம் முன்கூட்டியே வகுத்திருப்பதைப்போல, சுதந்திர இந்திய அரசாங்கம் இந்திய பொருளாதாரத்தின் கேந்திர ஸ்தானங்களை சுவாதீனப் படுத்திக்கொள்ளவேண்டும்; அதாவது கப்பல், இதர போக்குவரத்து சாதனங்கள், பாங்கிங், கடன் வசதி ஆகிய கேந்திரமான தொழில்களும் ஸர்வீஸ்களும் சுதந்திர இந்திய அரசாங்கத்துக்கு சொந்தமாயிருக்கவேண்டும்.

இந்தக் கடமைகள் சோஷியலிஸ நிர்மாணத்துக்கு பூர்வாங்கமான அஸ்திவாரத்தை அமைத்தபோதிலும், அவை சோஷியலிஸத்தை நிர்மாணிக்கும் கடமைகளாகா.

தேசிய விடுதலைப் போராட்டத்தின் நிகழ்கால லட்சியமான ஜனநாயக குடியரசு ஒரு புதிய ஜனநாயக குடியரசாக இருந்தாகவேண்டுமென்பது வெளிப்படை. மேலைய நாடுகளிலுள்ள பணமூட்டைகளின் ஏகாதிபத்திய ஜனநாயகங்களுடைய தன்மைக்கு இந்திய ஜனநாயகக் குடியரசு மாறுபட்டதாய் இருக்கவேண்டும்.

நிலப்பிரபுத்துவத்தின் அஸ்திவாரங்களையும் நிலச் சுவான்தாரியின் அஸ்திவாரங்களையும், அழித்துவிட்டு பொருளாதாரத்தின் கேந்திர ஸ்தானங்களை சுவாதீனப் படுத்திக்கொண்டு, தேசிய வளர்ச்சிக்கு வகைசெய்து, தொழிலாளிவர்க்க ஸ்தாபனத்துக்கும் வளர்ச்சிக்கும் பரிபூரண உரிமையளிக்கும் ஜனநாயகக் குடியரசாக இருக்கவேண்டும்.

கூடிய சீக்கிரத்தில், இந்திய சுதந்திரத்துக்காகத் தீர்மான மானப் போராட்டங்கள் நிகழப்போகின்றன. சுதந்திரத்தை அடைவதற்கு முன்னுள்ள இடைக்காலத்தில் அரசியல் புயலடிக்குமா, ஏராளமான தியாகங்கள் செய்துதான் சுதந்திரத்தை இந்தியா அடையப்போகிறதா அல்லது இந்தச் சுதந்திரத்தை நோக்கி இந்தியா துரிதமாகவும் அதிக கஷ்டமில்லாமலும் முன்னேறுமா என்ற பிரச்சினை இந்திய தேசிய இயக்கத்தின் பலத்தை மாத்திரம் பொறுத்ததில்லை; பிரிட்டிஷ் தொழிலாளிவர்க்கத்துக்கும் பிரிட்டிஷ் ஜனநாயக இயக்கத்துக்குமுள்ள விஷய ஞானத்தையும் அவர்களுடைய தீவிர ஒத்துழைப்பையும் பொறுத்ததாகும். எப்படியிருந்

தாலும், போராட்டத்தின் சூழ்நிலைகள் எப்படியிருந்தாலும், இந்தியா சுதந்திரத்தைப் பெறுவது நிச்சயம்; சரித்திரபூர்வமாகப் பார்த்தால், அதில் சந்தேகமே கிடையாது. ஆகவே, பிரிட்டிஷ் தொழிலாளி வர்க்கமும் ஜனநாயக இயக்கமும் இந்தச் சுதந்திரத்தைக் காலாகாலத்தில் அங்கீகரிப்பது நலம். முன்னரே இந்தியாவில் பக்குவமாகிக்கொண்டிருந்த பிரச்சினைகளை-தேசிய விடுதலைக்காக தீர்மானமான போராட்டம் நடத்தும் பிரச்சினையையும், சமுதாய விடுதலைப் போராட்டமென்ற இறுதியான பிரச்சினையையும்-யுத்தம் தீவிரப்படுத்திவிட்டது.

இந்தியாவில் பொதுஜன சக்திகள் முன்னேறிக் கொண்டிருக்கின்றனவென்பதில் சந்தேகமில்லை. தங்கள் சக்தியைப் பற்றிய ஞானத்தை போராட்டத்தின் மூலம் தொழிலாளி வர்க்கத்தினரும் விவசாயிகளும் அடைந்து கொண்டிருக்கின்றனர். மகத்தான சிருஷ்டிப் பணியை நோக்கி, இன்பகரமான எதிர்காலத்தை நோக்கி, அவைகள் முன்னேறிக்கொண்டிருக்கின்றன. பரிபூரண விடுதலைக்காக இந்திய மக்கள் நடத்தும் போராட்டத்துக்கு உலகம் முழுவதிலுமுள்ள தொழிலாளிவர்க்கமும் முற்போக்கு சக்திகளும் தீவிர அனுதாபங்களையும் நல்லெண்ணத்தையும் ஆதரவையும் தருவார்கள். ஏனெனில், இந்தப் போராட்டம் உலகத்தின் எதிர்காலத்துக்கு அவ்வளவு நம்பிக்கையளிக்கிறது; அவ்வளவு ஆழமான முக்கியத்துவம் வாய்ந்தது. மனித சமுதாயம் விடுதலையையும் சமத்துவத்தையும் இறுதி ஒற்றுமையையும் அடையும் பாதையில், உலக சமாதானமும் உலக சோஷியலிஸமும் இறுதி வெற்றியடையும் பாதையில், இந்திய விடுதலை ஒரு மகத்தான மைல் கல்லாகவிருக்கும்.

***